കാലം കാത്തുവച്ച കഥകൾ

Kalam Kathuvacha Kadhakal
Malayalathile 54 Anaswara Kadhakal
Stories

Compiled By
K R Mallika

CHINTHA PUBLISHERS
Thiruvananthapuram

First Edition
April 2023

Published
Chintha Publishers, Thiruvananthapuram

Typesetting
Star communications, Thiruvananthapuram

Printed at
Repro India Ltd. Mumbai

Cover Design
Vinod Mangoes

ISBN : 978-93-93468-76-5

CO - 3259 / 6453

Email: chinthapublishers@gmail.com
Website: www.chinthapublishers.com

A version is available at National Libraries
Kolkata, Mumbai, Chennai and Delhi

Distribution
DESHABHIMANI BOOKHOUSE
H O Thiruvananthapuram 695035

Branch
Head Office Kunnukuzhi • Statue Thiruvananthapuram
KSRTC Bus Terminal Thampanoor • Saphalyam Complex Thiruvananthapuram
KSRTC Bus Station Alappuzha • KSRTC Bus Station Ernakulam
Machingal Lane Thrissur • IG Road Kozhikode
Mavoor Road Kozhikode • NGO Union Building Kannur
Central Bus Terminal Complex Thavakkara Kannur

കാലം കാത്തുവെച്ച കഥകൾ

മലയാളത്തിലെ 54 അനശ്വര കഥകൾ

സമാഹരണം

കെ ആർ മല്ലിക

ചിന്ത പബ്ലിഷേഴ്സ്
തിരുവനന്തപുരം-695 035

കെ ആർ മല്ലിക

ജനനം കൊല്ലത്തെ തിരുമുല്ലവാരത്ത്.

അച്ഛൻ : എൻ കൃഷ്ണനൻ. അമ്മ : രാജമ്മ.

കൊട്ടിയം സി എഫ് ഹൈസ്കൂൾ, കൊല്ലം ഫാത്തിമ മാതാ നാഷണൽകോളേജ് എന്നിവിടങ്ങളിലായി വിദ്യാഭ്യാസം. സാമ്പത്തിക ശാസ്ത്രത്തിൽ ബിരുദാനന്തര ബിരുദം.

ഡിഗ്രി വിദ്യാർത്ഥിനിയായിരിക്കെ എസ് എഫ് ഐ നടത്തിയ ഇന്റർകൊളീജിയറ്റ് കഥാമത്സരത്തിൽ സമ്മാനം. പില്ക്കാലത്ത് *അമ്മ* എന്ന കഥയ്ക്ക് *ഗൃഹലക്ഷ്മി*യുടെ സമ്മാനം. ആദ്യ കഥാസമാഹാരം *നിറങ്ങൾക്കപ്പുറം* 2001 ലെ അബുദാബി ശക്തി അവാർഡ് നേടി. രവീന്ദ്രനാഥ ടാഗോറിന്റെ *ബോട്ടപകടം* വിവർത്തനം ചെയ്തതിന് ഭാരത് ഭവന്റെ വിവർത്തന രത്ന പുരസ്കാരം (2021), *അകം* നോവലിന് അബുദാബി ശക്തി അവാർഡ്, കേരള സാഹിത്യ അക്കാദമി സമഗ്ര സംഭാവനാ പുരസ്കാരം എന്നിവ നേടി.

നിറങ്ങൾക്കപ്പുറം, വളയം, ഡെഫ്കോബർത്ത, തെരഞ്ഞെടുത്ത കഥകൾ, 50 കഥകൾ (കഥാസമാഹാരങ്ങൾ), *മായാമാളവഗൗള* (നോവലെറ്റ്), *സമാന്തരം, നാവ്, അകം* (നോവൽ), *കാലം മറക്കാത്ത കഥകൾ* എഡിറ്റു ചെയ്തു. *പുഷ്കിന്റെ കഥകൾ, ജംഗിൾ ബുക്സ്* എന്നിവ വിവർത്തനം ചെയ്തു. *ദേശാഭിമാനി* ദിനപത്രത്തിൽ ജോലി ചെയ്തിരുന്നു. ഇപ്പോൾ *ചിന്ത പബ്ലിഷേഴ്സിൽ* പ്രൂഫ് റീഡർ. കേരള സാഹിത്യ അക്കാദമി അംഗമായിരുന്നു. പുരോഗമന കലാസാഹിത്യസംഘത്തിന്റെ സംസ്ഥാന കമ്മിറ്റി അംഗം.

ഭർത്താവ് : കെ പി രവീന്ദ്രനാഥ്

മക്കൾ : നിമ ആർ നാഥ്, നിശാന്ത് ആർ നാഥ്

വിലാസം : രേവതി, ടി സി 55/1571-(1)
കരുമം റോഡ്, കൈമനം പി ഒ
തിരുവനന്തപുരം-695040

ഉള്ളടക്കം

പ്രസാധകക്കുറിപ്പ്

മലയാള ചെറുകഥാമണ്ഡലത്തിലെ എക്കാലത്തെയും മികച്ച അമ്പത്തിനാല് കഥകളുടെ സമാഹാരമാണീ പുസ്തകം. വിവിധ തലമുറകളിലുള്ള എഴുത്തുകാരുടെ വ്യത്യസ്ത കഥകൾ ഇതിൽ ഉൾപ്പെടുത്തിയിരിക്കുന്നു. *കാലം മറക്കാത്ത കഥകൾ* എന്ന പേരിൽ ഞങ്ങൾ ഒരു കഥാസമാഹാരം മുമ്പ് പ്രസിദ്ധീകരിച്ചിരുന്നു. കേരള സംസ്ഥാന രൂപീകരണത്തിന്റെ 60 ആണ്ടുകൾ ആഘോഷിച്ച ഘട്ടത്തിലായിരുന്നു അത്. ആ സമാഹാരത്തെ കൈരളി നെഞ്ചേറ്റി. അതിനോട് ചേർത്തുവയ്ക്കാവുന്ന മറ്റൊരു മികച്ച സമാഹാരമാണിത്. മലയാള ചെറുകഥയിലെ ഏറ്റവും മികച്ച കഥകൾ തേടിപ്പോകുന്ന ഒരാൾക്ക് എത്തിച്ചേരാവുന്ന രണ്ടാം പടവാണിത്. ഇനിയുമുണ്ട്. കയറിപ്പോകാൻ പടവുകളേറെയെന്ന് ഞങ്ങൾ തിരിച്ചറിയുന്നു. എന്നാൽ സാദ്ധ്യമായ അളവുകോലുപയോഗിച്ച് മികച്ച കഥകൾ ഞങ്ങൾ തെരഞ്ഞെടുത്തു എന്നുമാത്രം. ഈ കഥകളുടെ സമാഹരണം നിർവ്വഹിച്ചിട്ടുള്ളത് കഥയുടെ മർമ്മമറിഞ്ഞ കഥാകാരി കെ ആർ മല്ലികയാണ്. ഈ സമാഹാരത്തിലേക്ക് കഥകൾ നല്കിയ എഴുത്തുകാരോടും അവരുടെ അവകാശികളോടുമുള്ള നന്ദി രേഖപ്പെടുത്തുന്നു.

ചിന്ത പബ്ലിഷേഴ്സ്

ആമുഖം

കാലം കാത്തുവെച്ച കഥകൾ

കെ ആർ മല്ലിക

*കാലം മറക്കാത്ത കഥ*കളുടെ രണ്ടാം വാല്യത്തെക്കുറിച്ചുള്ള ചിന്തകൾ വന്നപ്പോൾത്തന്നെ ചില വേദനകൾ നമ്മിൽ ഉറങ്ങാതെ കിടക്കും എന്ന് ബോദ്ധ്യപ്പെടേണ്ടി വന്നു. ആദ്യത്തെ വാല്യം കേരളത്തിന് 60 വയസ്സാകുന്ന മുറയ്ക്കാണ് ഉണ്ടായത്. അതുകൊണ്ടുതന്നെ പലരെയും പ്രായംകൊണ്ടും കാലഗണനകൊണ്ടും ഒഴിവാക്കേണ്ടി വന്നിരുന്നു. ചിലരെ മറന്നുപോവുകയോ തിരക്കിനിടയിൽ വിട്ടുപോവുകയോ ഒക്കെ ചെയ്തു. പിന്നെ, പരമാവധി പുറത്തുനില്ക്കുന്നവരെ അകത്തേക്ക് കയറ്റി വിടുക എന്ന കർമ്മം. ഇതെല്ലാം മനസ്സിൽ വച്ചുകൊണ്ട് തുടങ്ങി. എന്നിട്ടും പലരും പുറത്തുതന്നെ നില്ക്കുകയാണ്. എഴുത്തുകാർ നിരവധി. മൺമറഞ്ഞുപോയവർക്കും നിലനില്ക്കുന്നവർക്കും ഇടയിലെ തെരഞ്ഞെടുപ്പ്. അങ്ങനെയൊക്കെ ഒരുപാട് വേദനകൾക്കൊടുവിലാണ് ഈ രണ്ടാം വാല്യം യാഥാർത്ഥ്യമാകുന്നത്.

ആദ്യ വാല്യത്തിൽ കണ്ടെത്തിയ ചിലരെയെങ്കിലും നിങ്ങൾ ഇതിലും കണ്ടെത്തും. ഒഴിവാക്കാൻ കഴിയാത്തവർ, അതിപരിചയം ഒക്കെ ഇതിൽ കടന്നുകൂടിയിട്ടുണ്ട്. എങ്കിലും പലരും പലതും പുതുതാണെന്ന കാര്യത്തിൽ തർക്കവുമില്ല. ഒരിക്കൽക്കൂടി ഇതിൽ പ്രത്യക്ഷപ്പെടുന്നവർ വ്യത്യസ്തമായ കഥകളാണ് കാഴ്ചവെക്കുന്നതും.

ടി കെ സി വടുതല, നാരായൻ തുടങ്ങിയ എഴുത്തുകാരെ ഓർത്തെടുക്കാനും പൊൻകുന്നം വർക്കിയെ ഓർത്ത് അത്ഭുതം കൂറാനും ഈ പുസ്തകം നിങ്ങൾക്ക് അവസരം നല്കുന്നു. പഴയ കഥകളുടെ ശക്തി, യാഥാർത്ഥ്യവുമായുള്ള കഥകളുടെ ഇഴയടുപ്പം ഒക്കെ വീണ്ടുമൊരിക്കൽക്കൂടി നമ്മെ അത്ഭുതപരതന്ത്രരാക്കുന്നു. ചില കഥകൾ വീണ്ടുമൊരിക്കൽക്കൂടി വായിക്കാനുള്ള സമയവുമായിരിക്കുന്നു. അതാണല്ലോ വായന.

കഥകൾ അന്വേഷിച്ചു പോവുംപോലെ അപകടം പിടിച്ച പണി മറ്റൊന്നുമില്ല. നാം ഒരു കഥ തെരഞ്ഞെടുക്കുന്നു. എഴുത്തുകാരി/എഴുത്തുകാരൻ മറ്റൊരു കഥ തെരഞ്ഞെടുക്കുന്നു. രണ്ടുകൂട്ടരും ഒരുമിക്കുന്ന വര ചിലപ്പോൾ മാത്രം സംഭവിക്കുന്നു. എങ്കിലും പലരോടും കഥകൾ പറഞ്ഞുതന്നെ എടുക്കുകയായിരുന്നു. എം ടിയും പത്മനാഭനുമൊക്കെ ഏത് കഥയാണെന്ന് അറിയിക്കണമെന്ന് മാത്രമാണ് പറഞ്ഞത്.

ഈ രണ്ടാം വാല്യവും നിങ്ങൾക്ക് സമർപ്പിക്കുകയാണ്. ആദ്യ വാല്യത്തിനു കിട്ടിയ പ്രോത്സാഹനം ഇതിനും ലഭിക്കുമെന്ന് പ്രത്യാശിക്കുന്നു.

ഉത്തരം കിട്ടാത്ത ചോദ്യം

വി ടി ഭട്ടതിരിപ്പാട്

യാത്രയ്ക്കു പറ്റിയ ദിവസമല്ലായിരുന്നു അന്ന്. തോരാത്ത മഴ, ചീറിയടിക്കുന്ന കാറ്റ്, ഞെട്ടിത്തെറിപ്പിക്കുന്ന ഇടിമുഴക്കം - അന്ന് സൂര്യൻ ഉദിച്ചിട്ടുതന്നെയില്ല. ഇരതേടി നടക്കേണ്ട പക്ഷികൾ കൂടി തരുകോടരങ്ങളിൽ ചിറകു വിടർത്താതെ ചൂളിപ്പിടിച്ചിരിക്കുകയാണ്. മരങ്ങളെല്ലാം തണുത്തുവിറച്ചു വിറങ്ങലിച്ചുനില്ക്കുന്നു. ഏതായാലും പുറപ്പെട്ട സ്ഥിതിക്ക് ഒരു താവളത്തിലെത്തിക്കൂടണമല്ലോ എന്ന മനോരാജ്യത്തിനിടയിൽ ഞാൻ വണ്ടിയുടെ ജനാലയിലൂടെ പുറത്തേക്കു നോക്കി. എന്റെ മനോരാജ്യങ്ങളെപ്പോലെത്തന്നെ അവ്യക്തങ്ങളായ മാടുകളും മേടുകളുമങ്ങനെ പിന്നോക്കം കുതിച്ചു പാഞ്ഞുകൊണ്ടിരിക്കുന്നു. പ്രതികൂലമായ പ്രകൃതിയെ വകവെക്കാതെ വണ്ടി എന്നെയും വഹിച്ചു കുതിച്ചുപാഞ്ഞു. പൊതുജനാഭിപ്രായത്തെ വിഗണിച്ചു മുമ്പോട്ടു പോവുന്ന ഒരു ഭരണകൂടത്തെയാണ് എനിക്കിപ്പോൾ ഓർമ്മ വന്നത്.

പെട്ടെന്നു വണ്ടി നിന്നു. "പട്ടാമ്പി, പട്ടാമ്പി" എന്നുള്ള പോർട്ടർമാരുടെ നിലവിളി എന്നെ തട്ടിയുണർത്തി. ഞാൻ തോർത്തുമുണ്ടു തലയിൽ കെട്ടി കുട നിവർത്തിപ്പിടിച്ച് പെട്ടിയും തൂക്കി വണ്ടിയിൽനിന്ന് ഇറങ്ങി. മഴ അപ്പോഴും കോരിച്ചൊരിഞ്ഞുകൊണ്ടിരുന്നു. വിജനമായ ആ സ്റ്റേഷനിൽ ഞാൻ മാത്രമേ ഇറങ്ങാനുണ്ടായുള്ളൂ.

സ്വതവേതന്നെ ഉണ്ടായിരുന്ന ഇരുട്ട് കൂടിക്കൂടി വന്നു. സഹയാത്രക്കാരെ ആരെയെങ്കിലും കിട്ടുമോ എന്ന് ഞാനൊന്നു പരുങ്ങിനോക്കി. ആരും ഉണ്ടായിരുന്നില്ല.

ഏതായാലും അക്കര കടന്ന് താവളമണഞ്ഞന്തിപൂകാനുള്ള ഉൽക്കണ്ഠയോടെ തൃത്താലയ്ക്കുള്ള വൃത്തികെട്ട നിരത്തിലൂടെ ഞാൻ യാത്ര തുടർന്നു. മഴമൂലം വിറങ്ങലിച്ചിരുന്ന കാല് എങ്ങോ തട്ടിത്തടഞ്ഞതിനാൽ

ടോർച്ച് ഒന്നു പീച്ചിനോക്കി. ആപത്തിന് ബൾബ് ഫ്യൂസായിപ്പോയിരിക്കുന്നു. എങ്കിലും കുന്നിൻചെരിവുകളിൽനിന്ന് കുത്തിയൊലിച്ചുവരുന്ന വരുച്ചാലുകളെ കവച്ചുകടന്നും അഹമ്മതിക്കാരനായ കാറ്റുവാരിയെറിയുന്ന ചരൽക്കല്ലുപോലുള്ള മഴത്തുള്ളികളെ കുടകൊണ്ടു പണിപ്പെട്ടു തടുത്തും വരിവരിയായി നില്ക്കുന്ന കരിമ്പനക്കൂട്ടങ്ങളുടെ അകമ്പടിയോടെയും രണ്ടു നാഴികയോളം നടന്നു. ഞാൻ വരണ്ടു കുറ്റിക്കടവത്തെത്തി.

കടത്തുവഞ്ചി കണ്ടില്ല. മഴയുടെ "പേ" എന്നുള്ള അലർച്ചയ്ക്കിടയിലൂടെ ഞാനൊന്നു കൂക്കിനോക്കി. ആ ശബ്ദം കുന്നിൻചെരുവിൽച്ചെന്നു മാറ്റൊലിക്കൊണ്ടു. അങ്ങേക്കരയിൽ വരിവരിയായി നില്ക്കുന്ന തരുശിഖരങ്ങൾക്കിടയിലൂടെ ചില വെളുത്ത വീടുകൾ, എന്റെ കൂക്കൽ കേട്ടിട്ടാവാം, എത്തിനോക്കുന്നുണ്ടായിരുന്നു. ഭാരതപ്പുഴ അതിന്റെ എല്ലാ ബീഭത്സതയോടും കൂടി നുരയും പതയുമായി ഇരുതലമുട്ടിനില്ക്കുന്നു. എന്തും വിഴുങ്ങാവുന്ന നീർച്ചുഴികളുടെ ഭയങ്കര ശബ്ദങ്ങൾ ഇടയ്ക്കിടയ്ക്ക് എന്റെ കാതിൽ വന്നലച്ചുകൊണ്ടിരുന്നു. ഒരു നീണ്ട രാത്രിയുടെ വായിലകപ്പെട്ട ഞാൻ ഇതികർത്തവ്യതാമൂഢനായി പൊളിഞ്ഞുനില്ക്കുന്ന ഒരത്താണിക്കല്ലിന്മേൽ സ്ഥാനമുറപ്പിച്ചു. ഭാരം ചുമക്കുന്നവർക്കു വളരെക്കാലമായി ആശ്വാസം നല്കിപ്പോന്നിട്ടുള്ള ആ അത്താണി പൊളിഞ്ഞുവീണിട്ടും ഉപകാരമായിത്തീർന്നതിൽ എനിക്കു കൃതജ്ഞത തോന്നി.

എന്തെങ്കിലുമാവട്ടെ എന്ന ഒരു ഉറപ്പോടെ ഞാൻ അന്നത്തെ ദിവസഫലത്തെപ്പറ്റി ആലോചിച്ചുതുടങ്ങി. കൊടുങ്കാറ്റുപോലെ ചീറിയടിച്ചിരുന്ന എന്റെ മനോരാജ്യം എത്രത്തോളം നീണ്ടുപോയി എന്ന് എനിക്കു പറയാൻ വയ്യ.

പെട്ടെന്ന് ഒരു ശബ്ദംകേട്ട് ഞാൻ തിരിഞ്ഞുനോക്കി. തലയോടു കൂടി മൂടിപ്പുതച്ച ഒരു പ്രാകൃത രൂപം ആ പെരുമഴയത്തു നനഞ്ഞൊലിച്ച് എന്റെ മുമ്പിൽ പ്രത്യക്ഷപ്പെട്ടു. ഞാനതിനെ സൂക്ഷിച്ചുനോക്കി.

"നിങ്ങളാരാണ്?" ഞാൻ ചോദിച്ചു.

"അക്കരയ്ക്കു പോകാനുള്ള ഒരാളാണ് ഞാനും." ആ രൂപം മറുപടി പറഞ്ഞു. ശബ്ദത്തിന്റെ ഈണക്കത്തിൽനിന്ന് അത് ഒരു സ്ത്രീയാണെന്ന് എനിക്കു മനസ്സിലായി.

ഇരുട്ടുള്ള രാത്രി, വിജനമായ പുഴവക്ക്, കോരിച്ചൊരിയുന്ന മഴ— ഈ അന്തരീക്ഷത്തിൽ ഒറ്റയ്ക്കൊരു സ്ത്രീയോ? ഞാൻ അമ്പരന്ന് പിടഞ്ഞെഴുന്നേറ്റു.

"പരിഭ്രമിക്കേണ്ട." അവൾ തുടർന്നു "ഞാനൊരു സ്ത്രീയാണ്."

എന്റെ ജിജ്ഞാസ വർദ്ധിച്ചു: "ഒറ്റയ്ക്ക് ഈ അസമയത്തു സഞ്ചരിക്കാനുള്ള കാരണം?"

"നിങ്ങളെപ്പോലെതന്നെ" അവൾ തിരിച്ചടിച്ചു.

അത്തരമൊരു സന്ദർഭത്തിൽ ഒരബലയിൽനിന്ന് അത്തരമൊരാത്മധൈര്യം ഞാൻ പ്രതീക്ഷിച്ചിരുന്നില്ല. അതെന്നെ കൂടുതൽ ജിജ്ഞാസുവാക്കി.

“ഉറ്റവരും ഉടയവരുമില്ലാതെ നിങ്ങളിങ്ങനെ അലഞ്ഞുനടക്കുന്നതിന്റെ ഉദ്ദേശ്യം മനസ്സിലായില്ല.”

“മനസ്സിലാവില്ല.” അവൾ ആ കല്ലിന്മേൽ ചൂളിപ്പിടിച്ചിരുന്നു. “അതു മനസ്സിലാക്കാൻ നിങ്ങളാരാണ്?”

“ഞാനൊരു നമ്പൂരിയാണ്.”

“നമ്പൂരിയോ?” അവൾ പൊട്ടിച്ചിരിച്ചു. “എന്നാൽ ഞാനൊരാത്തേമ്മാരാണ്.”

ആ മറുപടി എന്നെ കിടിലം കൊള്ളിച്ചു. ഒരു കാലത്തു സമുദായം കീറത്തുണിപോലെ വലിച്ചെറിഞ്ഞ കുറിയേടത്തെ താത്രിയെ എനിക്കോർമ്മ വന്നു. ഞാൻ ചോദിച്ചു: “നിങ്ങളുടെ പേര്?”

അവർ പേരു പറഞ്ഞു. ഞാൻ ഉദ്ദേശിച്ചപോലെ അതു താത്രി എന്നായിരുന്നില്ല. അവൾ എന്നോടു ചോദിച്ചു: “നിങ്ങൾ ഒരു നമ്പൂതിരിയാണെന്നു പറഞ്ഞൂലോ? എന്താണില്ലപ്പേര്?”

“വി ടി”

“മനസ്സിലായി.” അവരൊന്നു നിവർന്നിരുന്നു. “സാക്ഷാൽ വി ടി തന്നെയാണോ?”

“എന്നുവെച്ചാൽ എനിക്ക് അർത്ഥം മനസ്സിലായില്ല. ഞാൻ വി ടിയാണ്.”

“ആത്തേമ്മാരോളെ രക്ഷിക്കാൻ പാടുപെടുന്ന ഒരു വി ടിയെപ്പറ്റി ഞാൻ കേട്ടിട്ടുണ്ട്. അദ്ദേഹം നിങ്ങൾ തന്നെയാണെങ്കിൽ കണ്ടതു നന്നായി. വളരെ നാളായി ഞാൻ മോഹിച്ചുതുടങ്ങിയിട്ട് ഒന്നും കാണണം എന്ന്.”

അവിചാരിതമായി ഞാൻ ചെന്നുപെട്ട ആ പരിതഃസ്ഥിതിയുടെ അസാധാരണത്വവും അവരെന്താണു പറയാൻ പോകുന്നതെന്ന ഉൽക്കണ്ഠയും മൂലം എന്റെ നാഡി ഞരമ്പുകളൊക്കെ ഒന്നു പിടച്ചു. അന്തർജ്ജനങ്ങളുടെ കഷ്ടപ്പാടുകൾ അടച്ചുവെച്ചിട്ടുള്ള ഒരു നിലവറയ്ക്കുള്ളിലേക്ക് ആരോ എന്റെ കൈപിടിച്ചിറക്കിക്കൊണ്ടു പോവുന്നതുപോലെ എനിക്കു തോന്നി. അന്തരീക്ഷത്തിലൂടെ ഒരിടിമിന്നൽ പാഞ്ഞുപോയി. ആ വൈദ്യുതപ്രകാശത്തിൽ അവളെ ഞാനൊന്നു സൂക്ഷിച്ചുനോക്കി. മുഗ്ദ്ധയായ ഒരു യുവതിയാണ് അവൾ. അഴുക്കും ഉലച്ചിലും തട്ടി ഒളിമങ്ങിക്കിടക്കുന്ന ഒരു കസവുകരപ്പുടവ.

അവൾ മൂകതയെ ഭഞ്ജിച്ചു. “തോണി വരുന്നതുവരെ ഇടയുണ്ടല്ലോ. എനിക്കു ചില സംഗതികളൊക്കെ പറയാനുണ്ട്.”

ഞാൻ ശ്രദ്ധാപൂർവ്വം ഇരിപ്പുറപ്പിച്ചു.

“......... എന്നാണ് എന്റെ ഇല്ലപ്പേര്.”

“കേട്ടിട്ടുണ്ട്. പോത്തന്നൂരംശത്തിലല്ലേ?”

“അതെ.”

പോത്തന്നൂര്! അതിന്റെ പേരുപോലെത്തന്നെയാണ് പ്രകൃതത്തിലും. രണ്ടു ലോകമഹായുദ്ധം അതിന്റെ മുതുകത്ത് അടിച്ചു. ഒന്നു ഞെളിഞ്ഞു എന്നല്ലാതെ പോത്തന്നൂര് ഒരടിയും മുന്നോട്ടു നീങ്ങിയില്ല. പഴമയുടെ

കനത്ത തോല് അതിനെ ആവരണം ചെയ്തിരിക്കുന്നു.

"ആരും വിശ്വസിക്കില്ല. അത്ര ഭയങ്കരമായ പലതും ഈ വയസ്സിനിടയ്ക്ക് എനിക്ക് അനുഭവപ്പെടേണ്ടി വന്നിട്ടുണ്ട്."

"അങ്ങനെ പലരുമുണ്ട് സമുദായത്തില്. അവരുടെ രക്ഷയ്ക്കു വേണ്ടീട്ടാണല്ലോ സഭ!"

"പക്ഷേ, ഒരാത്തേമ്മാരുടെ കഷ്ടപ്പാടുകൾ മുഴുവൻ നിങ്ങൾ മനസ്സിലാക്കീട്ടുണ്ടെന്നു ഞാൻ വിശ്വസിക്കുന്നില്ല."

"ഇല്ല്യായിരിക്കാം. എന്നാൽ ഈ സ്ത്രീസ്വാതന്ത്ര്യപ്രസ്ഥാനം പിന്നാർക്കുവേണ്ടീട്ടാണ്? വിധവാ വിവാഹപ്രസ്ഥാനം പിന്നാർക്കു വേണ്ടീട്ടാണ്?"

"അതൊക്കെ നല്ലതുതന്നെ അതിനേക്കാളൊക്കെ ആപല്ക്കരമായിട്ടു പലതും നടക്കുന്നുണ്ടെന്നതിനുള്ള തെളിവാണ് ഞാൻ."

ഭയങ്കരമായ ഒരിടിവെട്ടി. ഈ അണ്ഡകടാഹം തന്നെ പൊളിഞ്ഞു വീഴുകയാണോ എന്നെനിക്കു തോന്നി.

അവൾ വല്ലാതെ വിറച്ചിരുന്നു. ആ പല്ലുകൾ തമ്മിൽ കൂട്ടിമുട്ടുന്ന 'കടകടാ'രവം എന്റെ കാതുകളിൽ അലച്ചുകൊണ്ടിരുന്നു. മനോരാജ്യത്തിൽ എവിടെയൊക്കെയോ ചുറ്റിത്തിരിഞ്ഞുകൊണ്ടിരുന്ന എന്റെ സുബോധം ഒരു പിരിയൻ കോണിയിറങ്ങി യാഥാർത്ഥ്യത്തിലേക്കുതന്നെ തിരിച്ചുവന്നു.

"ഏതായാലും മഴ കൊള്ളണ്ട. എന്റെ കുടയിൽ കൂടാം."

അവളുടെ പൊട്ടിച്ചിരി വീണ്ടും മുഴങ്ങി, "വേണ്ട, അതുകൊണ്ട് എനിക്കൊന്നും കിട്ടാനില്ല. നിങ്ങൾക്ക് ഒരു ബുദ്ധിമുട്ട് എന്നല്ലാതെ. ഞാനൊരു ഭ്രാന്തത്തിയാണ് എന്നു തോന്നാം. അല്ല. തികച്ചും സ്വബോധത്തോടെയാണ് ഞാൻ പറയുന്നത്."

"ആട്ടെ, നിങ്ങളുടെ കഥ പിന്നെ പറഞ്ഞില്ല."

"പറയാം. എല്ലാ നമ്പൂതിരിസ്ത്രീകളേയുംപോലെ ഞാനും ഒരുകാലത്ത് ആശിച്ചിട്ടുണ്ട്, മധുരമായിട്ടുള്ളൊരു ഭാവിയെപ്പറ്റി. പക്ഷേ, വിധി എന്റെ വായിലൊഴിച്ചതു കയ്പാണ്.

അച്ഛന് അഞ്ചു കുട്ടികളുണ്ടായിരുന്നു. അഞ്ചും പെണ്ണ്. മൂന്നാമത്തേതാണ് ഞാൻ. വലിയ ഏടത്തിക്കും ഒടുക്കത്തെ അനിയത്തിക്കും തമ്മിൽ ഒമ്പതു വയസ്സിന്റെ ഭേദമേയുള്ളൂ.

അച്ഛന് ഞങ്ങളെ എല്ലാവരെയും വലിയ കാര്യമായിരുന്നു. 'തന്നെയാണ് അധികംസാരം അല്ല തന്നെയാണ്' എന്ന് അച്ഛന്റെ സന്താനവാത്സല്യത്തിന്മേൽ എപ്പോഴും ഞങ്ങൾ പൊത്തിപ്പിടിക്കും. എന്തു കാട്ടിയാലും അദ്ദേഹത്തിനൊരു അഹിതമില്ല.

അന്ന് ഞങ്ങളെല്ലാവരും കൂടി അച്ഛന്റെ ഉടലിൽ തൂങ്ങിക്കളിച്ച് 'നിക്ക് ഒരു പന്തു തരൂ അച്ഛാ' 'നിക്കൊരു പാവക്കുട്ട്യാ തരണ്ട്ട്ടോ അച്ഛാ' നിക്കൊരു സോപ്പുപെട്ടി തരില്യേലോ അച്ഛൻ" എന്നിങ്ങനെ ശാഠ്യം പിടിക്കുന്നതുകണ്ടിട്ട് അടുത്തുള്ള നമ്പൂരാരൊക്കെ പറയും 'കാച്ചുനിക്കണ

ഒരു വരിക്കപ്ലാവിന്റെ അടവാ മൂസ്സിന്' എന്ന്.

ഇപ്പോഴും എനിക്കു തോന്നുന്നു അന്നൊക്കെ എവിടെ ചാത്തമുണ്ടായാലും വേണ്ടില്ല അട ഞങ്ങൾക്കു തരാൻ വേണ്ടി അച്ഛൻ കൊണ്ടുവരാതിരിക്കാറില്ല. വരുമ്പോഴേക്കും ഞങ്ങൾ ഓടിച്ചെന്നു തുള്ളിച്ചാടി, അതു ഭാഗിച്ചു വാങ്ങാൻ ലഹള കൂട്ടുകയായി. അച്ഛൻ വലിയ ഏടത്തിയോടു പറയും. 'നിയ്യ് പോയി ഗണോത്ത്യോമത്തിന് നാളികേരം പൂളുന്ന പിശാങ്കത്തി എടുത്തുകൊണ്ടുവാ' എന്ന്. അതുകൊണ്ടുവന്നാൽ അട മുറിച്ചു തന്നതിന്റെ ശേഷം അച്ഛൻ അദ്ദേഹത്തെത്തന്നെ ചൂണ്ടിക്കാട്ടി ചോദിക്കും, 'ആരടെ അച്ഛനാ? ഞങ്ങളോരോരുത്തരും വാശിപിടിച്ചു പറയും 'എന്റെ' 'എന്റെ' 'അല്ല എന്റെ' 'അല്ല എന്റെ' അങ്ങനെ ഏടത്തിമാർ രണ്ടുപേരും തിരണ്ടു. എന്റെ കാതുകുത്തി. ഞാൻ ഉടുത്തുതുടങ്ങി. അമ്മയ്ക്ക് ഞങ്ങളെപ്പറ്റിയുള്ള ശുഷ്കാന്തി വർദ്ധിച്ചു. ഏടത്തിമാരുടെ കൊടുക്കേപ്പറ്റി അച്ഛനും അമ്മയുംകൂടി അവ്വാസനത്തിന്റെ മുമ്പിലും പുറത്തളത്തിലും ശ്രീലകത്തും കോണിച്ചോട്ടിലും വെച്ച് കുശുകുശേപ്പറയുന്നതു കേട്ടു. അതത്ര കാര്യമായിട്ട് എനിക്കു തോന്നിയില്ല. ഒരുദിവസം രാത്രി ഉറങ്ങാൻ ചെന്നപ്പോൾ വലിയേടത്തി എന്റെ ചെകിട്ടിൽ ചോദിച്ചു: 'എന്തേ നടെ അച്ഛനും അമ്മയുംകൂടി പറഞ്ഞേർന്ന്?' എനിക്ക് അതിൽ ഒരക്ഷരം തോന്നിയില്ല. അന്നേ ഞാൻ മനസ്സിലാക്കിയുള്ളൂ, അച്ഛനും അമ്മയും തമ്മിൽ പറയുന്നതിൽ എന്തോ 'അതും' ഉണ്ടെന്ന്.

ഞാനും തിരണ്ടു. ആരും എന്നോടു പറഞ്ഞിട്ടല്ല. എനിക്കുതന്നെ തോന്നി ഞാൻ ആളൊന്നു മാറിയിരിക്കുന്നു എന്ന്. അന്നാണ് ഞാൻ എന്നെപ്പറ്റി ആദ്യമായി ചിന്തിച്ചത്.

ഇല്ലത്തു വരുന്നവരെയും പോകുന്നവരെയും പറ്റി മനസ്സിലാക്കാൻ എനിക്കൊരു രസം തോന്നിത്തുടങ്ങി. തെക്കേപ്പുറത്തു നിന്നോ പടിഞ്ഞാപ്പുറത്തുനിന്നോ പുതിയ ഒരൊച്ച കേട്ടാൽ അരുതെങ്കിലും ഞാനൊന്നു പാളിനോക്കും. വേളി പെൺകൊടയുടെ വർത്തമാനം പറയുന്നേടത്തെങ്ങും എന്റെ ചെവി ചെല്ലാതിരിക്കില്ല.

ഏടത്തിമാരെ കൊടുത്തു. ഏടത്തിമാരുടെ ആയനിയൂണ്, വേളിക്കാർ അകത്തു കടന്നത് ക്രിയ, ആർപ്പ്—എന്തിനോ അതിലൊക്കെ ഞാൻ തൂഷ്ണിയിട്ടു മനസ്സുവെച്ചു. വേളിശ്ലേഷം കഴിഞ്ഞു പിറ്റേന്നാൾ ഏടത്തിമാർ കുളിച്ചുവന്നപ്പോൾ അവരുടെ മുഖത്തിനു വലിയ മാറ്റം വന്നതു പോലെ എനിക്കു തോന്നി. എങ്ങനെയാണു ഞാൻ കണ്ടെത്തിയത്? നിശ്ചയമില്ല—കണ്ടു!

ഏടത്തിമാരെ കുടിവെപ്പിനു കൊണ്ടുപോകുന്ന ദിവസം ഞാൻ ശരിക്കോർക്കുന്നു. എല്ലാവരും കൂടി മുറ്റത്തേക്കിറങ്ങിയപ്പോൾ എന്നിൽനിന്ന് എന്തോ പറിച്ചുകൊണ്ടുപോവുന്നതുപോലെ എനിക്കു തോന്നി. എനിക്കു കരച്ചിൽ വന്നു. ദുഃസ്സഹമായ ഒരു ശൂന്യത എന്റെ ചുറ്റും പടം പരത്തി ആടുന്നതായും ഞാൻ ആകപ്പാടെ കുറേക്കൂടി തൂക്കംവെച്ചതായും എനിക്കനുഭവപ്പെട്ടു."

മഴ തെല്ലൊന്നടങ്ങി. ചന്ദ്രൻ കാറിനിടയിലൂടെ ഒന്നെത്തിനോക്കി.

പുഴയുടെ ഉച്ചത്തിലുള്ള കളകളാരവം, അറ്റക്കഴായകളിൽനിന്നും കുത്തനെ വീഴുന്ന വെള്ളത്തിന്റെ, താളത്തോടുകൂടിയ ശബ്ദം, അകലെ അറബിക്കടലിന്റെ ഇരമ്പം, ചെകിട് ചൂളം വിളിപ്പിക്കുന്ന മണ്ണട്ടയുടെ നിലവിളി. ഇതിൽനിന്നെല്ലാം വ്യത്യസ്തമായി ഇടയ്ക്കിടെ ഇടിഞ്ഞുനില്ക്കുന്ന പുഴവക്ക് പൊളിഞ്ഞു വീഴുന്ന "പടോ" ശബ്ദം— ആ ഏകാന്തത കൂടുതൽ ഭയാനകമായിരുന്നു.

അവൾ തലയിലെ മുണ്ടെടുത്ത് ഒന്നു പിഴിഞ്ഞു തോർത്തി. "ഇനി എനിക്കു പറയാനുള്ളത് കേട്ടാലാണ് നിങ്ങൾ ഞെട്ടുക."

അവൾ തുടർന്നു: "രണ്ടേടത്തിമാരെ കൊടുത്തതോടുകൂടി ഇല്ലത്തെ ജന്മം മുഴുവൻ കടത്തിലായി. "ഇനീംണ്ടലോ മൂന്നു പെൺകൊട" എന്നായി അച്ഛന്. ചില ചാർച്ചക്കാർ ഇതിനിടയിൽ മാറ്റമായി രണ്ടാമതും വേൾക്കാൻ അച്ഛനെ നിർബ്ബന്ധിച്ചു. അദ്ദേഹത്തിനു ധൈര്യമുണ്ടായില്ല. ഇങ്ങനെയാണ് അദ്ദേഹം മറുപടി പറഞ്ഞത് "രണ്ടാമതു വേട്ടാൽ ഒരു പെൺകൊട കഴിയും പിന്ന്യോ"

ആ ആലോചന വേണ്ടെന്നു വെച്ചു.

ഒരുദിവസം സന്ധ്യക്കു ഞാൻ മാറുടുത്തുവന്ന് കുറിയിട്ടു ജപിക്കാൻ നാലിറയത്തേക്കു ചെല്ലുകയായിരുന്നു. തെക്കിനിയിൽ ശ്രീലകത്തിനു മുമ്പിൽ കുമ്പിട്ടു നില്ക്കുന്ന അമ്മയോട് അവ്വാസനം വേളി കഴിഞ്ഞ് വടക്കിനിയുടെ വാതിൽ കുറ്റിയിട്ട് നാലിറയത്തേക്കിറങ്ങുകയായിരുന്ന അച്ഛൻ പറയുന്നതു കേട്ടു: "വടക്കന്ന് ഒരു നമ്പൂതിരി വന്നിട്ടുണ്ട് പൊറമെ."

എന്തിന് - ഞാൻ എന്നോടു തന്നെ ചോദിച്ചു. അന്ന് അത്താഴത്തിനു ശേഷം വളരെ നേരം അച്ഛനും പുറമെ വന്ന നമ്പൂരിയുംകൂടി പൂമുഖത്തിരുന്ന് സംസാരിക്കുകയുണ്ടായി. പടിഞ്ഞാറ്റിയുടെ പടിഞ്ഞാട്ടുള്ള അഴിവാതില്ക്കൽ കാതോർത്തുനിന്ന ഞാൻ ഒരു വാക്കു മാത്രമേ കേട്ടുള്ളൂ. ജാതകം.

എന്തോ, അന്നെനിക്ക് ഉറക്കം വന്നില്ല.

അദ്ദേഹം പോയി. പിറ്റേ ദിവസം മുതൽ അച്ഛന്റെയും അമ്മയുടെയും മുഖത്ത് ഒരു ദുഃഖച്ഛായ വീണു കണ്ടു.

അനുജത്തിമാരോടു ഞാൻ ചോദിച്ചു: 'ഏടത്തീടെ കൊടുക്കേപ്പറ്റി വല്ലതും പറേണ് കേട്ടോ, അച്ഛനും ആരെങ്കിലും?'

"എന്തൊക്ക്യാണാവോ, അമ്മ കരഞ്ഞേർന്നു, നിശ്ചം" വലിയ അനുജത്തി പറഞ്ഞു. ചെറിയ അനുജത്തി ഓടിച്ചെന്ന് ഉണ്ണാനിരിക്കുന്ന അമ്മയോടു കഴുത്തിൽ കെട്ടിപ്പിടിച്ചു ചോദിച്ചു. 'ദോക്കൂ അമ്മേ ഏടത്തി പറയാ, അമ്മ ഇന്നലെ കരഞ്ഞൂത്രേ. ഉവ്വോ അമ്മേ, എന്തിനേ അമ്മ കരഞ്ഞേർന്ന്?'

വലിയ അനുജത്തി ആ കൊച്ചുകുട്ടിയുടെ വകതിരിവില്ലായ്മയോർത്തു തെല്ലൊരു നീരസത്തോടെ പിറുപിറുത്തു: അപ്പയ്ക്കും ആമശണു ചെന്ന്—' ഞാനാകട്ടെ അമ്മയുടെ മറുപടിയിൽ ശ്രദ്ധിക്കുകയായിരുന്നു. പക്ഷേ, അമ്മ ഒന്നും പറഞ്ഞില്ല.

സാധാരണയായി പെൺകൊടയ്ക്ക് പതിവുള്ളപോലെ അരിയിടിക്കുക, മഞ്ഞളിടിക്കുക, ചാർച്ചക്കാർ വരുക, വെള്ളിമോതിരം പണിയിക്കുക– ഈ വകയൊന്നും ഉണ്ടായില്ല. എനിക്കപ്പോൾ സംശയമായി– ദിവസം നിശ്ചയിച്ചിട്ടില്ലായിരിക്കുമോ?

അന്നുച്ചയ്ക്ക് ഞാൻ കുളത്തിൽ പോയി വരുമ്പോൾ അച്ഛൻ മേലടുക്കളയിൽ കാത്തിരിക്കുകയാണെന്നു തോന്നി. തൊണ്ടയിടറിക്കൊണ്ട് പക്ഷേ, അതു പുറത്തറിയാതിരിക്കാൻ ശ്രമിച്ചുകൊണ്ട് അച്ഛൻ ഒരു വിധത്തിൽ എന്നെ അറിയിച്ചു. 'മംഗലാപുരത്തോളം ഒന്നു പോണം, വേഗം പുറപ്പെട്ടോളൂ.'

എനിക്കതിന്റെ അർത്ഥം മനസ്സിലായി. ഞാൻ ഞെട്ടി. കണ്ണീരോടെ അമ്മ എന്നെ യാത്രയാക്കി. ഒന്നും പറഞ്ഞില്ല.

വലിയ അനുജത്തി എവിടെ? ഞാൻ നോക്കിയേടത്തൊന്നും കണ്ടില്ല. ചെറിയ അനുജത്തി മുറ്റത്തുനിന്ന് നിലവിളിച്ചു 'ഞാനൂണ്ടേയ്.'

ഒരു സ്വപ്നംപോലെയേ എനിക്കു തോന്നിയുള്ളൂ. അച്ഛന്റെ പിന്നാലെ ഞാൻ നടന്നു.

മംഗലാപുരത്താണെന്ന് അച്ഛൻ പറഞ്ഞു. ഞങ്ങൾ വണ്ടിയിറങ്ങി. സ്റ്റേഷനിൽ കാറുമായി മൂന്നുപേർ കാത്തുനിന്നിരുന്നു. ഒരു സ്ത്രീയും രണ്ടു പുരുഷനും. അച്ഛനും ഞാനും ആ മൂന്നുപേരോടൊപ്പം കാറിൽ കയറി. വഴിക്കെവിടെയൊക്കെയോ നിന്നശേഷം കാറ് വലിയ ഒരു കെട്ടിടത്തിന്റെ മുമ്പിൽ എത്തിച്ചേർന്നു. കൂടെയുണ്ടായിരുന്ന സ്ത്രീ എന്നോട് ഇറങ്ങാൻ പറഞ്ഞു. അച്ഛൻ അപ്പോൾ കാറിലുണ്ടായിരുന്നില്ല. പിന്നീട് ഞാൻ അച്ഛനെ കണ്ടിട്ടില്ല. ഇതുവരെ കണ്ടിട്ടില്ല.

ഞാനൊരു മുറിയിലിട്ട് അടയ്ക്കപ്പെട്ടു. ഭക്ഷണം കൊണ്ടുവന്നുതന്നത് കാറിലുണ്ടായിരുന്ന സ്ത്രീയാണ്. പക്ഷേ, ഞാൻ ഒന്നും കഴിച്ചില്ല– എന്റെ വയറ് ഭൂ എന്നായിരിക്കുന്നു.

അന്നുരാത്രി ഞാൻ അതിനുമുമ്പു കണ്ടിട്ടില്ലാത്ത കറുത്തു തടിച്ച് കൂറ്റനായ ഒരു മനുഷ്യൻ എന്റെ മുറിയിലേക്കു വന്നു. അയാളുടെ തുടുത്തു തുറിച്ച വട്ടക്കണ്ണുകളും കൊമ്പൻ മീശയും പച്ചച്ചിരിയും– അതു കണ്ടപ്പോൾ എനിക്കു നിലവിളിക്കാൻ തോന്നി. ഇന്നും ഞാൻ കാണുന്നു. കുമ്പിട്ടിരിക്കുന്ന എന്റെ തോളുകളിൽ രണ്ടു കൈയും അമർത്തിക്കൊണ്ട് ഒന്നു കുലുങ്ങിച്ചിരിച്ചു. അയ്യോ എനിക്കപ്പോൾ മരിച്ചാൽ മതി എന്നു തോന്നി."

അവൾ മുഖം തിരിച്ചു. "പിന്നെ ഞാൻ പറയേണ്ടല്ലോ?"

തോണി അടുത്തു തുടങ്ങി. പെട്ടെന്ന് ഒരു കൊടുങ്കാറ്റ് ചീറിയടിച്ചു. അവൾ പിടഞ്ഞെണീറ്റു കടവത്തേക്കു നടന്നു. ഞാൻ എഴുന്നേല്ക്കാൻ കഴിയാത്ത മരവിപ്പോടെ സോൽക്കണ്ഠം വിളിച്ചു ചോദിച്ചു: "നിങ്ങളെങ്ങനെ രക്ഷപ്പെട്ടു?"

ഞാനും എണീറ്റു കടവത്തേക്കു നടന്നു. അവളെ അവിടെയെങ്ങും കണ്ടില്ല. തോണിക്കൊമ്പത്തിരുന്ന് ഞാൻ ഉച്ചത്തിൽ വിളിച്ചു: "–" ഉത്തരമില്ല.

പൊതിച്ചോറ്

കാരൂർ

"സാർ, ഈ കുട്ടിയുടെ ചോറിവിടെ വച്ചിരുന്നിട്ടു കണ്ടില്ല." രണ്ടാം ക്ലാസിലെ അദ്ധ്യാപകൻ ഹെഡ്മാസ്റ്ററോടു പറഞ്ഞു.

പ്രഥമാദ്ധ്യാപകൻ എഴുത്തു നിർത്തി മുഖം പൊന്തിച്ചു നോക്കി. ആ ബാലന്റെ കവിൾത്തടങ്ങളിൽ കണ്ണീരുണ്ടാക്കിയിരുന്ന പാടിൽക്കൂടി അശ്രുകണങ്ങൾ ഉരുണ്ടുപോകുന്നത് അദ്ദേഹം കണ്ടു. വിശന്നു വാടിയ ആ പിഞ്ചുമുഖം നോക്കിക്കൊണ്ട് ഒരു നിമിഷം അദ്ദേഹം ഇരുന്നു.

"ചോറെവിടെ വെച്ചിരുന്നു?" ആ പാഠശാലയുടെ അധികാരി ചോദിച്ചു. കുട്ടി കരച്ചിലിനോടു ചേർത്തു പറഞ്ഞു: "ആ മുറിയിലാ."

ക്ലാസ്സദ്ധ്യാപകൻ വിശദീകരിച്ചു: "ഇയാൾ എന്നും ചോറു വെക്കുന്നേടത്തു തന്നെയാ വെച്ചിരുന്നത്. ഇയാളുടെ കൂട്ടത്തിൽ വേറൊരു കുട്ടിയും അവിടെ വെച്ചിരുന്നു. അത് അവിടെ ഉണ്ടായിരുന്നു."

"അവിടെയൊക്കെ നോക്കിയോ? അവിടെയെങ്ങാനും ഇരിപ്പുണ്ടോ?"

കുട്ടി: "അവിടെയൊക്കെ നോക്കി അവിടെയെങ്ങും ഇല്ലായിരുന്നു."

അദ്ധ്യാപകൻ: "പള്ളിക്കൂടം വിട്ടയുടനെ താൻ ചെന്നു നോക്കിയില്ലേ?"

"നോക്കി."

അദ്ധ്യാപകൻ: "ഇതു വലിയ കുറച്ചില്! കുട്ടികൾ സ്കൂളിൽ വരുന്നതു ചോറു കക്കാനാണെങ്കിൽ കഷ്ടം തന്നെ!"

ഹെഡ്മാസ്റ്റർ കുട്ടിയെ സാന്ത്വനപ്പെടുത്തി: "കുട്ടികളെല്ലാവരും വരട്ടെ. ഞാൻ അന്വേഷിക്കാം. എടുത്തവനെ കണ്ടുപിടിക്കാം. ഇനി അങ്ങനെ ആരും ചെയ്യാതെ ശട്ടംകെട്ടാം. കുഞ്ഞു കരയാതെ. വിശക്കുന്നുണ്ടെങ്കിൽ പുസ്തകവും എടുത്തുകൊണ്ട് വീട്ടിൽ പൊയ്ക്കൊള്ളൂ."

അദ്ധ്യാപകൻ: "താൻ തനിച്ചു പോകുമോ?"

കുട്ടി: "ഇപ്പം പോകണ്ടാ."

"എന്നാൽ ക്ലാസിൽ പോയിരി." ഹെഡ്മാസ്റ്റർ പറഞ്ഞു.

കുട്ടി അനുസരിച്ചു.

ക്ലാസദ്ധ്യാപകൻ ഇക്കാര്യത്തെക്കുറിച്ചു കുറേനേരം കൂടി പറഞ്ഞ് പ്രഥമാദ്ധ്യാപകനു ഗൗരവം വർദ്ധിപ്പിക്കാൻ യത്നിച്ചു.

ഹെഡ്മാസ്റ്റർ ഒക്കെ ശരിവച്ചു.

ഉച്ച ഒഴിവു കഴിഞ്ഞു എന്നറിയിക്കുന്ന മണി കിലുങ്ങി. കുട്ടികൾ ഇറങ്ങിപ്പോയപ്പോൾ ഒഴിഞ്ഞുകിട്ടിയ ബഞ്ചിനെ ആശ്രയിച്ചുറങ്ങി ക്ഷീണം തീർത്ത ഗുരുനാഥന്മാർ എഴുന്നേറ്റു കണ്ണുതിരുമ്മി സ്വസ്ഥാനങ്ങളിലിരുന്നു. വിശപ്പും വെയിലും വിഗണിച്ചു പാഠശാലാവളപ്പിൽ ഓടിയും ചാടിയും കളിച്ചിരുന്നവർ വിയർപ്പൊലിപ്പോടെ ക്ലാസുകളിൽ കയറി. കഞ്ഞിയോ ചോറോ കഴിച്ചു തിരിച്ചുവന്ന ഭാഗ്യവാന്മാരും വീട്ടിൽ കഞ്ഞിവച്ചിട്ടില്ലെന്നു ബോദ്ധ്യം വരുത്തി വന്നെത്തിയ ഭാഗ്യഹീനന്മാരും ബെഞ്ചുകളിൽ നിരന്നു. പൊതിച്ചോറുണ്ടു തൃപ്തരായ കുഞ്ഞുങ്ങളും അയൽപക്കത്തെ കിണറ്റിൽനിന്ന് വെള്ളം കോരിക്കുടിച്ചു പൈദാഹങ്ങൾ ശമിപ്പിച്ച കൊച്ചുങ്ങളും സ്ഥലത്തു ചെന്നിരുന്നു. കൂട്ടത്തിൽ പൊതിച്ചോറു നഷ്ടപ്പെട്ട കുട്ടിയും.

ചോറുമോഷണക്കഥ ആ വിദ്യാലയത്തിലെ നാലു ക്ലാസുകളിലും പരന്നു കവിഞ്ഞൊഴുകി. ഓരോരോ കുട്ടികളും അവരവരുടെ അനുമാന ശക്തിയെ പല കുട്ടികളുടെയും നേരെ പായിച്ചു.

"സാർ, ബാലകൃഷ്ണൻ പറയുന്നു ഞാനാ, ചോറെടുത്തുണ്ടതെന്ന്." ഒരു കുട്ടി പരാതിപ്പെട്ടു. അതേ ശ്വാസത്തിൽത്തന്നെ അവൻ തന്നെ അധിക്ഷേപിച്ച കുട്ടിയോടു തിരിഞ്ഞിട്ട്. "നീയാ ചോറു കട്ടു തിന്നത് കള്ളാ! കള്ളാ!" എന്നു പകവീട്ടി.

ഗോപാലൻ ജോസഫിനോടു പറഞ്ഞു: "പപ്പുവായിരിക്കും ചോറെടുത്തുണ്ടത്."

മത്തായി പറഞ്ഞു: "ഞാനിനി ഇവിടെ ചോറുകൊണ്ടുവന്നു വെക്കുകയില്ല."

കുറെനേരത്തേക്ക് ഇക്കാര്യമായിരുന്നു കുട്ടികളുടെ സംസാര വിഷയം.

അദ്ധ്യാപകന്മാർ തങ്ങളുടെ മുമ്പിലിരിക്കുന്ന ശിശുക്കളുടെ മുഖത്തു സൂക്ഷ്മദൃഷ്ടികളയച്ചു- കള്ളനെ കണ്ടുപിടിക്കാൻ.

ആ പാഠശാലയുടെ ഭരണാധികാരി ഒരു വടിയുമായി നടന്ന് അന്വേഷണം തുടങ്ങി. സാമവും ദാനവും ഭേദവും പ്രയോഗിച്ചുനോക്കിയിട്ടും ഒരു തുമ്പും ഉണ്ടായില്ല. ഒരു ഗുരുനാഥൻ കുട്ടികളെ ഉപദേശിച്ചു: "കളവു പാപമാണ്. നിങ്ങൾക്കു മനുഷ്യരുടെ കണ്ണിൽനിന്നു മറഞ്ഞു നില്ക്കാം. എന്നാൽ ദൈവത്തെ മറയ്ക്കാനൊക്കുകയില്ല. മോഷണം ഒരു ചീത്തശീലമാണ്. അറിവില്ലാതെ അതു ചെയ്തുപോയാൽ അത് ഏറ്റുപറഞ്ഞു മാപ്പു ചോദിക്കണം. എന്നാൽ ഞാൻ ക്ഷമിക്കും. ദൈവവും ക്ഷമിക്കും. ഒരിക്കൽ തെറ്റു ചെയ്തതു മറയ്ക്കാൻ സാധിച്ചാൽ പിന്നെയും അതു

ചെയ്യാൻ തോന്നും. അങ്ങനെ നിങ്ങൾ ചീത്തക്കുട്ടികളായിപ്പോകും. ഒടുവിൽ കള്ളന്മാരാകും. കള്ളന്മാരെ പൊലീസുകാർ പിടിച്ചുകൊണ്ടുപോകുന്നതു നിങ്ങൾ കണ്ടിട്ടില്ലേ? ഇല്ലേ, താൻ കണ്ടിട്ടില്ലേ? കാണാത്തവരുണ്ടോ?"

കുട്ടികൾ: "ഉണ്ട് സാർ." "ഇല്ല." "ഉണ്ട്."

"ആങ്! അതാ പറഞ്ഞത്. ഉള്ളതു പറഞ്ഞേക്കിൻ."

ആരും കുറ്റം ഏറ്റില്ല.

ആരെങ്കിലും കുറ്റം ഏല്ക്കുന്നുണ്ടോ എന്നു ചോറു നഷ്ടപ്പെട്ട കുട്ടി മുഖം തിരിച്ചു നോക്കി.

ആരും ഏറ്റില്ല.

പിന്നെ അദ്ദേഹം ഓരോരുത്തരോടു ചോദിച്ചു: "നീയെടുത്തോ? നീ, നീ. അടുത്ത കുട്ടി, നീ."

"ഇല്ല."

"ഇല്ല."

"ഇല്ല."

"ഞാൻ വീട്ടിൽപോയി ഉണ്ടു."

"ഞാൻ ചോറു കൊണ്ടുവന്നിരുന്നു."

"മ്ശ്!"

"മ് ഊമ് ഉ്."

ഇങ്ങനെ കുട്ടികൾ നിഷേധിച്ചു.

നൂറ്റിയെൺപതോളം കുട്ടികളോടും പ്രത്യേകം പ്രത്യേകം അദ്ദേഹം ചോദിച്ചു. അദ്ദേഹം തോറ്റു.

അദ്ദേഹത്തിനൊരു പോരായ്മയായി. സഹാദ്ധ്യാപകർക്ക് അദ്ദേഹത്തെ ബഹുമാനമാണ്. കുട്ടികൾക്കു 'നാലിലെ സാറി'നെ ഭക്തിയാണ്. പേടിയാണ്. നാട്ടുകാർക്ക് അദ്ദേഹത്തെക്കുറിച്ച് മതിപ്പുണ്ട്. മാനേജർക്കു കാര്യമാണ്. ഇൻസ്പെക്ടർക്കു തൃപ്തിയാണ്.

വിഫലയത്നനായ പ്രഥമാദ്ധ്യാപകൻ മഞ്ഞളിച്ച മുഖവുമായി തന്റെ പൊളിഞ്ഞ കസാലയിൽ ചെന്നിരുന്നു. അദ്ദേഹത്തിന് ഒന്നിനുമൊരുത്സാഹം തോന്നിയില്ല. ഒരു കണക്ക് ബോർഡിൽ ചെയ്തതു തെറ്റിപ്പോയി. ഭൂമിശാസ്ത്രം പഠിപ്പിച്ചപ്പോൾ കുട്ടികൾ പറഞ്ഞ ശരിയായ ഉത്തരം അദ്ദേഹം നിരസിച്ചുകളഞ്ഞു. നേരമായെന്ന് ഒരു സഹയദ്ധ്യാപകൻ വന്നു പറഞ്ഞശേഷമാണ്– പത്തു മിനിറ്റു താമസിച്ചാണ്– സ്കൂൾ വിടാനുള്ള മണി കിലുക്കാൻ അദ്ദേഹം ഓർത്തത്.

എല്ലാവരും പിരിഞ്ഞു. കെട്ടിടം അടച്ചുപൂട്ടാൻ തൂപ്പുകാരൻ കാത്തുനിന്നു. ഒന്നാം സാറ് എഴുതിക്കൊണ്ടിരിക്കുകയാണ്, സന്ധ്യ മയങ്ങുന്നതുവരെ ഒരെഴുത്ത്!

എഴുത്തു നിർത്തി അദ്ദേഹം ഇറങ്ങി.

രാത്രി ഊണുകഴിഞ്ഞ് റേഡിയോ കേട്ടു രസിച്ചുകൊണ്ടിരിക്കുമ്പോൾ മാനേജർക്ക് ഇങ്ങനെയൊരു കത്തു കിട്ടി.

"മാനേജർ അവർകൾക്ക്,

നമ്മുടെ സ്കൂളിൽ ഇന്നൊരു മോഷണമുണ്ടായി. ഒരു കുട്ടി കൊണ്ടു വെച്ചിരുന്ന ചോറ് ആരോ എടുത്ത് ഉണ്ടുകളഞ്ഞു. വലിയ പോരായ്ക യായിപ്പോയി. ഇതിനുമുമ്പ് ഇങ്ങനെ കേട്ടിട്ടില്ല. ഞാൻ ഇവിടെ വന്നിട്ടു മുപ്പതുകൊല്ലം കഴിഞ്ഞല്ലോ. ഇന്നാദ്യമായാണ് ഇങ്ങനെയൊരു സംഭവം. പൊതിച്ചോറിനേക്കാൾ വിലയുള്ള എന്തെല്ലാം സാധനങ്ങൾ പള്ളിക്കൂട ത്തിലുണ്ട്. മോഷ്ടിക്കാനാണെങ്കിൽ.

വിശന്നിട്ടാരെങ്കിലും എടുത്തതായിരിക്കും. എന്നാലും ഇതിനേക്കാൾ കൂടുതൽ ചോറുള്ള പല പൊതികൾ ഉണ്ടായിരുന്നു. അത്രമേൽ കൊച്ചു കുട്ടിയല്ല എടുത്തതെങ്കിൽ വിശപ്പു മാറിക്കാണാനിടയില്ല. അത്ര ചെറിയ കുഞ്ഞുങ്ങളിതു ചെയ്യുമോ? ഒരു മുതിർന്ന കുട്ടിയാണെങ്കിലും എത്രമേൽ അസഹ്യമായ വിശപ്പുണ്ടെങ്കിലാണ് അന്യന്റെ ചോറെടുത്ത് ഉണ്ണുക. കാലത്തെ എന്തെങ്കിലും കഴിച്ചുകൊണ്ടുവരുന്ന കുട്ടികൾ ഈ സാഹസ ത്തിനു മുതിരുകയില്ല. കാലത്തു പട്ടിണിയായിരുന്നവന് ഉച്ചയ്ക്കെന്തെ ങ്കിലും ആഹാരം കൊടുക്കാൻ അവന്റെ അമ്മ കരുതും. അവനിങ്ങനെ കട്ടുണ്ണേണ്ട. കാലത്തും ഉച്ചയ്ക്കുമൊക്കെ പട്ടിണിയാണെങ്കിൽ അമ്മമാർ കുട്ടികളെ സ്കൂളിലേക്കു വിടുകയില്ല. വഴിയിലെങ്ങാനും വീണുപോയെ ങ്കിലോ! ഒരു സ്ലേറ്റോ പെൻസിലോ പുസ്തകമോ ഒരു കുട്ടി മോഷ്ടിച്ചെ ന്നുവരാം. ഒരുപക്ഷേ, ഒരു മാമ്പഴമോ, ഒരു മധുരനാരങ്ങയോ മോഷ്ടിച്ചെ ന്നുവരാം. ചോറ് മോഷ്ടിക്കുക– ആരുടെയാണെന്നുപോലും അറിയാത്ത ചോറ്– ഇല്ല, ഒരു കുട്ടി അങ്ങനെ ചെയ്യുമെന്നു വിചാരിക്കാൻ വയ്യ. ഒരു കുട്ടിയുടെ മുഖത്ത് നോക്കിക്കൊണ്ട് നീ ചോറു കട്ടുതിന്നോ എന്നു ചോദി ക്കുന്നത് വലിയ ആക്ഷേപമാണ്. നമ്മുടെ അദ്ധ്യാപകന്മാരിൽ ഉച്ചപ്പട്ടി ണിക്കാരുണ്ട്. അവരിതു ചെയ്യുമെന്ന് എങ്ങനെ വിശ്വസിക്കും? കുട്ടികളു മല്ല, അദ്ധ്യാപകരുമല്ല. അന്യരാരും ഇവിടെ വന്നില്ലതാനും. പട്ടിണി ആരാ? ഞാനോ?

അതെ ഞാൻ തന്നെ.

ഈ സ്കൂളിന്റെ ഭരണാധികാരിയായ ഞാനാണിതു ചെയ്തത്.

നൂറ്റിഎൺപതോളം ഭാവി പൗരന്മാരുടെ മാനസികവും സാന്മാർഗ്ഗി കവുമായ അഭിവൃദ്ധിക്കുത്തരവാദിയായ ഞാനാണ്.

അഞ്ചു സഹാദ്ധ്യാപകന്മാരെ നിയന്ത്രിക്കേണ്ട ഞാനാണ്.

ഈ പാഠശാലയിലെ എല്ലാ ക്രമക്കേടുകളെയും ശാസിക്കുകയും എല്ലാവർക്കും മാതൃകയായിരിക്കുകയും ചെയ്യേണ്ട ഞാനാണ്.

അടുത്ത തലമുറയെ കരുപ്പിടിപ്പിച്ചു നല്ലവരാക്കേണ്ട ഞാനാണ് ഒരു കുട്ടിയുടെ ഉച്ചയ്ക്കുള്ള ആഹാരം കട്ടുതിന്നത്– ഒരു പട്ടി മാത്രം ചെയ്യുന്ന ഹീനകൃത്യം ചെയ്തത്.

അങ്ങേക്ക് എന്നെപ്പറ്റി അവജ്ഞ മാത്രമല്ല, കോപവും തോന്നുന്നു ണ്ടായിരിക്കാം. അങ്ങയുടെ പാഠശാലയ്ക്കു ഞാനൊരു അപകീർത്തിയു ണ്ടാക്കിയിരിക്കാം. എന്നെ ഉദ്യോഗത്തിൽനിന്നു പിരിച്ചുവിടണമെന്ന്

അങ്ങു വിചാരിക്കുന്നുണ്ടായിരിക്കാം. അതൊന്നുമത്ര കാര്യമായിട്ടെനിക്കു തോന്നുന്നില്ല. ചോറു മോഷ്ടിക്കപ്പെട്ടതിനാൽ കണ്ണീരൊലിപ്പിച്ചുകൊണ്ടു നിന്ന വിശന്നു വാടിയ ആ ആറുവയസ്സുള്ള കുട്ടിയുടെ മുഖം എന്നെ വേദനിപ്പിക്കുന്നു.

ഒരു പട്ടിയെപ്പോലെ ഞാനതു ചെയ്തത് എന്തുകൊണ്ടാണെന്നു നിങ്ങളൊന്ന് ആലോചിച്ചുനോക്കൂ. ഞാനിതിനു മുമ്പുതന്നെ ഇതു ചെയ്തുപോയേനെ. അതിനുള്ള ആവശ്യമുണ്ടാകാഞ്ഞിട്ടല്ല. ചെയ്തില്ലെന്നു മാത്രം. എന്റെ കൂട്ടുകാരാരും ഇതു ചെയ്യുന്നില്ലെങ്കിൽ അതിന്റെ കാരണം ആവശ്യമില്ലായ്കയല്ല. അപമാനഭീരുതയാണ് ഞാൻ അതിന്റെ അപ്പുറത്തേക്കും കടന്നു. ഞാൻ ജനിച്ചുപോയില്ലേ; എനിക്കും ജീവിക്കേണ്ടേ? മുപ്പതു കൊല്ലമായി ജോലി ചെയ്യുന്ന എനിക്ക് നിങ്ങൾ തരുന്ന പന്ത്രണ്ടു രൂപാ എത്രപേരുടെ നിത്യവൃത്തിക്കുള്ളതാണെന്നു നിങ്ങൾക്കറിയാമോ? നിങ്ങളെന്തിനറിയണം, അല്ലേ? ആരും അറിയേണ്ട.

അറിയേണ്ടെന്നുവച്ചാലും ഒരിക്കലെല്ലാവരും അറിയും.

എട്ടുപേരുള്ള ഒരു കുടുംബത്തിന് മുപ്പതു ദിവസത്തേക്ക് — ഈ വിലക്കൂടുതൽ കാലത്ത് പന്ത്രണ്ടു രൂപ!

കുട്ടികൾക്കു മാതൃകയായിരിക്കണം. ഒരു സ്കൂൾ ഭരിക്കണം. തീർത്താൽ തീരാത്ത ജോലി ചെയ്യണം. മാനവും മര്യാദയുമായി ജീവിക്കണം.

എനിക്കുമുണ്ട്. അമ്മയുമച്ഛനും— വൃദ്ധരായി പ്രവർത്തനശക്തി നശിച്ചവരായിട്ട്. എനിക്കുമുണ്ട്, ഭാര്യയും കുട്ടികളും— എന്നെ ആശ്രയിച്ചിട്ട്. എനിക്കുമുണ്ട്, ഇച്ഛകളും വികാരങ്ങളും നിങ്ങളെപ്പോലെ.

ഞാനൊരു കുട്ടിയുടെ ചോറെടുത്തുണ്ടു. മോഷ്ടിക്കുകയായിരുന്നോ? ആയിരുന്നിരിക്കാം. ഇപ്പോൾ ഇതാ ഞാൻ തുറന്നുപറയുന്നു-— ഇന്നലെ കാലത്തു കഞ്ഞി കുടിച്ചതിൽപ്പിന്നെ ഇരുപത്തിയെട്ടു മണിക്കൂർ നേരം യാതൊരാഹാരവും കഴിക്കാതെ, ജോലി ചെയ്തു തളർന്നു വീണുപോകുമെന്നു തോന്നിയപ്പോൾ ഞാനൊരു കുട്ടിയുടെ— ആരുടെയെങ്കിലുമാകട്ടെ— മൂന്നു മണിക്കൂർ മുമ്പ് എന്തെങ്കിലും ആഹാരം കഴിച്ചിരിക്കാവുന്ന ഒരുത്തന്റെ, മൂന്നോ നാലോ ഉരുളയോളം വരുന്ന ചോറെടുത്തുണ്ടു. അത് തെറ്റായിരിക്കാം. പാപമായിരിക്കാം. പരലോകത്തു ചെല്ലുമ്പോൾ എന്നെക്കൊണ്ടിതിന് ഉത്തരം പറയിക്കുമായിരിക്കാം. ഇവിടെ ഞാനുത്തരം പറയേണ്ടിവരുമായിരിക്കാം. ഞാൻ പറഞ്ഞുകൊള്ളാം.

പക്ഷേ, എന്നോടു നിങ്ങളൊന്നു പറയിൻ— ഞാൻ പിന്നെ എന്തു ചെയ്യണമായിരുന്നു?"

റിക്രൂട്ട്

കോവിലൻ

ഇന്നു ഹോളിഡെ: ഞായറാഴ്ച. ഇന്നലെ ഹോളിഡെ: റംസാൻ. വരുന്ന ഞായറാഴ്ച ബഡാ ഹോളിഡെ: സ്വാതന്ത്ര്യ ദിനം!

ഇഷ്ടമുള്ളപ്പോൾ ഉണർന്നാൽ മതി... പട്ടാളക്ക്യാമ്പിൽ ഹോളിഡെ ഉത്സവമാണ്.

ചിലർക്കു നാട്ടുവർത്തമാനങ്ങൾ പറയാനാണ് ഇഷ്ടം. ചിലർക്കു ചീട്ടു കളിക്കാൻ, പാട്ടു പാടാൻ... എനിക്ക് എഴുതാനാണ് ഇഷ്ടം. എഴുതട്ടെ.

റംസാൻ!

നടുങ്ങിപ്പോകുന്നു, പാകിസ്ഥാൻ പട്ടാളക്കാർ എങ്ങനെയാണു റംസാൻ ആഘോഷിക്കുക? ഒരായിരം ഹിന്ദുക്കളുടെ കഴുത്തറുത്തിട്ടാകുമോ? ഹിന്ദുബാലികമാരെ വസ്ത്രാക്ഷേപം ചെയ്ത്, അവരുടെ തുടിക്കുന്ന മാറിടത്തിലേക്കു ബയനറ്റ് കുത്തിയിറക്കീട്ടാകുമോ?... റസാക്കർമാർ മതപരിവർത്തനം നടത്തുകയായിരിക്കും അതോ, കഴുത്തു മുറിക്കുകയോ?

കശാപ്പുകൾ നടന്നു കഴിഞ്ഞു. ഒന്നാമതായി ഇന്ത്യയെത്തന്നെ അറുത്തു. ഓ! എന്റെ അമ്മ! അമ്മയുടെ ചൂടുള്ള ചോര അതാ നായ്ക്കൾ നക്കിക്കുടിക്കുന്നു.

ഇനി പരസ്യമായി ഇറച്ചിക്കടകൾ തുറന്നോട്ടെ. ഈ ചാപ്പണ്ടാരങ്ങളെക്കൊണ്ടു മേലാളൻ തൊരം കെട്ടിരിക്കുന്നു. അവറ്റയെ മുറിക്കാൻ ലൈസൻസിനു വിഷമം കാണുകയില്ല. എന്നിട്ടു അറുക്കണം. ചിരട്ടകൊണ്ടോ കുറ്റിച്ചൂലുകൊണ്ടോ ഒരച്ചു തൊലി ഉരിയണം.

പിന്നെ വെട്ടുക, ചീന്തുക, മുറിക്കുക, കൊളുത്തുകളിൽ തൂക്കിയിടുക.

തല, തണ്ടെല്ല്, കൊറു, നെഞ്ചടി.

കരൾ. ചെമ്പരത്തി. പൊതി.

മനുഷ്യമാംസം കരിഞ്ചന്തയിൽ വിറ്റുപോയിരിക്കുന്നു.

നേവിയിൽനിന്നു പിരിച്ചയയ്ക്കുമ്പോൾ എന്റെ തൂക്കം നോക്കി. നൂറ്റി ഇരുപത്തിമൂന്നു റാത്തൽ. ഇപ്പോൾ പട്ടാളത്തിലെടുത്തപ്പോൾ എന്നെ തൂക്കിനോക്കി. നൂറ്റി എട്ട്.

പതിനഞ്ചു റാത്തൽ!

ആലോചന തകിടം മറിഞ്ഞുപോകുന്നു. പഴയ പഴയകാലത്തേക്കു അന്നത്തെ ധീരമായൊരു പ്രഖ്യാപനം.

'കരിഞ്ചന്തക്കാരെ തൂക്കിലേറ്റണം!'

കരിഞ്ചന്ത!- നെല്ലിന്റെ, തുണിയുടെ, മനുഷ്യമാംസത്തിന്റെ!

ഓ! എന്തൊരു ഇരമ്പം: തലച്ചോറിലൊരു മുഴക്കം. അതോ ചെകിട്ടിൽ മൂട്ട കയറിയതാണോ?

എന്തെന്തു ശബ്ദങ്ങൾ! ദാഹിക്കുന്നുണ്ട്. മനുഷ്യൻ സംസാരിക്കുന്നതൊന്നു കേൾക്കാൻ!

ഇവിടുത്തെ കൂട്ടം.

"ചോറും തുണിയും നീക്കീട്ടാ ശമ്പളം"

"ശമ്പളം കൈയീത്തരും."

"പണമുണ്ട് കൈയിൽ വാങ്ങിക്കാനറിയോ?"

തളർന്നുപോയിരിക്കുന്നു. മനുഷ്യൻ സംസാരിക്കുന്നതൊന്നു കേൾക്കാൻ!

ഭടൻ ശത്രുവിന്റെ വയറു ചോർത്താൻ പഠിക്കുന്നു. ബയനറ്റുകൊണ്ടു വയറു ചോർത്തണം. അപ്പോൾ ചോദിക്കട്ടെ, ഞാനാരുടെ വയറാണ് ചോർത്തേണ്ടത്?

ഈ യുദ്ധവിദ്യ പഠിക്കാൻ റിക്രൂട്ടുകൾ ക്യാമ്പിലേക്കു വരുന്നു: തൈക്കിളവന്മാർ, ചെറുപ്പക്കാർ, വിദ്യാർത്ഥികൾ...

അവർ വരുമ്പോൾ പഴയ പട്ടാളക്കാർ നോക്കുന്നു.

"കോളുണ്ടല്ലോ."

"വെള്ളലുവപോലെ!"

"ഏത്?"

"നീയേതാ നോക്ക്യേ?"

ഈ പഴയ കൂട്ടർ അവന്റെ അരികിലേക്കു നീങ്ങുന്നു.

"നിന്നെ കണ്ടിട്ടുള്ളപോലെ."

".....?....."

"ആ അറിയില്ലേ, അളിയാ!"

"ഊങ്ഹു!"

"അറിയത്തില്ലെ? എന്ന ഇല്ലായിരിക്കും. നീ തന്നെ ഓർത്തുനോക്ക്. നിന്നെപ്പോലെതന്നെ ഒരു കൊച്ചുപയ്യനെ..."

അങ്ങനെയാണു തുടക്കം.

ഇതു കാന്റീനാണ്. ഒരു വൃത്തിയുള്ള ബില്ലറ്റ്. ചുമരിനോടുചേർത്തു ചതുരൻ മേശകൾ. ചുമരല്ല. വലിയ മരച്ചട്ടകളിൽ ഉറപ്പിച്ച തകരം. തകര

ത്തിന്റെ ചുമരുകൾ, ചുമരിനോടടുത്തു ചതുരൻ മേശകൾ, മേശകൾക്കു ചുറ്റും നന്നാല് മേശകൾ.

കാന്റീന്റെ തെക്കേ അറ്റത്തും വടക്കേ അറ്റത്തും ഓരോ കൗണ്ടർ. തെക്കേതിൽ ചായയും പലഹാരങ്ങളും. വടക്കേതിൽ സ്റ്റേഷനറി സാമാനങ്ങൾ. രണ്ടു കൗണ്ടറിനുമിടയ്ക്കു ചതുരൻമേശകളുടെയും കസാലകളുടെയും സെറ്റുകൾ.

എന്തൊരു ഇരമ്പമാണെന്നോ!

ജനലിന്നടുത്തുള്ള ഈ കസാലയിൽ ഇരുന്നിട്ടാണ് ഞാനെഴുതുന്നത്. ഈ ബില്ലറ്റിന് ജനലും വാതിലും ഉണ്ട്. മരച്ചട്ടയിലിട്ട തകരം കൊണ്ടു വാതിൽ. കണ്ണാടികൊണ്ടു ജനലുകൾ. തകരത്തിന്റെ മുഴക്കമാണ് തലയിൽ.

ഒരു കപ്പ് ചായ കുടിച്ചാലോ?

'ഞാൻ പണക്കാരനായിരിക്കുന്നു!!

നേരം പുലരുന്നതെന്തിനാണെന്നുപോലും ഓർത്തുപോയിട്ടുണ്ട്. തല പായിൽനിന്ന് പൊന്തില്ല. നീർന്നു നില്ക്കാൻ വയ്യ. കുടലുകൾ കൊളുത്തിട്ടു പിടിക്കയായിരിക്കും.

ഒരുദിവസം രാത്രി പാടത്തിറക്കത്തുള്ള തൈവെപ്പിൽ തെക്കും വടക്കും നടക്കുകയായിരുന്നു. വെള്ളമേഘങ്ങൾ പാറിയ നീലാകാശം തിളങ്ങുന്ന നക്ഷത്രങ്ങൾ. നിലാവിൽ കുളിച്ച തെങ്ങിൻതലപ്പുകൾ വിശാലമായ പാടത്തിന്റെ നഗ്നമായ മാറിടം... ഓ! ഞാനിതാ അവിടെ തെക്കും വടക്കും നടക്കുകയാണ്. എന്റെ ഇരക്കുടൽ ഒഴിഞ്ഞുകിടക്കുകയാണ്.

കൺപോളകൾക്കു കനംവെച്ചപ്പോൾ മടങ്ങി. ഉമ്മറത്തു കയറിയപ്പോൾ അച്ഛൻ പറയുന്നതു കേട്ടു.

"വെശന്നാ മനുഷ്യര് മനുഷ്യരേം തിന്നും!"

ഉറക്കം വന്നില്ല.

എന്റെ അച്ഛൻ എന്നെ കൊന്നു തിന്നുമോ?

വയറു നിറച്ചുണ്ണാൻ ആരെക്കൊല്ലണം?

ചായ കുടിച്ചിട്ടാലോചിക്കാം.

"ഒരു ചാ."

"പിന്നെ?"

"ചായ തരൂ!"

"പിന്നെ?"

"ചാ! ചാ!"

നല്ല ചായ! എനിക്കിപ്പോൾ നല്ല നേരമാകണം. ഇത്തിരി പാലെങ്കിലും ഒഴിച്ചിരിക്കുന്നു.

"സേർ, കപ്പൊഴിച്ചാട്ടെ!"

ചൂടുന്ന കപ്പിൽനിന്നു ചുണ്ടെടുത്തു. അയാൾ നാക്കിട്ടു തല്ലി.

"ആളെത്രാ കാത്തുനിക്ക്ണ്?"

സിമന്റിട്ട നിലത്ത്, അയച്ചിട്ട പട്ടച്ചെരിപ്പ് ഉരച്ചുരസിക്കൊണ്ടു പട്ടാള

ക്കാർ വലിഞ്ഞിഴയുകയാണ്. തെക്കേ കൗണ്ടറിൽനിന്നു വടക്കേതിലേക്ക്. വടക്കേതിൽനിന്ന് തെക്കേതിലേക്ക്. ഒറ്റയ്ക്കൊറ്റയ്ക്ക്, കൂട്ടംകൂട്ടമായി, ജോഡിജോഡിയായി.

റോൾകാൾ കഴിഞ്ഞു.

ഇനി എഴുതാനൊക്കില്ല. തിക്കും തിരക്കും കൂക്കും വിളിയും.

പോയാലോ?

വാതിലിലേക്കു നോക്കിപ്പോയി.

അവരെല്ലാം സിവിൽ ഡ്രസിലാണ്. പൈജാമ, സൂട്ട്, ദോത്തി, മുണ്ട്...

പഞ്ചാബി, സിഖ്, ബംഗാളി, മറാട്ടി, മദ്രാസി...

ഇന്ത്യൻ പട്ടാളക്കാർ!

ഒരു സംശയം.

ഞാനോ ഞങ്ങളോ?

ഈ സംശയം റിക്രൂട്ടിങ് ഓഫീസിൽനിന്നേ ഉണ്ട്. ഞാൻ ഒറ്റയ്ക്കായിരുന്നു. കാലത്ത് ഏഴോ ഏഴരയോ ആയിരിക്കണം. പട്ടണത്തിൽ തിരക്കില്ല. എന്നാലും ആളുകൾ പോകുന്നു. വരുന്നു... കട തുറക്കാൻ.. ട്യൂഷൻ അറ്റന്റ് ചെയ്യാൻ. താടിവടിക്കാൻ. കുളിക്കാൻ..

ഞാൻ പട്ടാളത്തിൽ ചേരാൻ. റിക്രൂട്ടിങ് ഓഫീസിന്റെ മുമ്പിൽ എത്തിയപ്പോൾ, ഓ എന്തൊരു ബഹളം!!

തിര അടിച്ചാർത്തു കയറുന്ന മൈതാനത്തിനഭിമുഖമായി നില്ക്കുന്ന ആ ഓടുമേഞ്ഞ കെട്ടിടത്തിൽ അവർ അടുങ്ങിക്കൂടിയിരിക്കുന്നു. മുറ്റത്ത് മാവിൻതണലിൽ അന്യോന്യം ഒട്ടി നില്ക്കുന്നു. ഗേറ്റിൽ സംശയിച്ചു നില്ക്കുന്നു. റോഡിൽ തങ്ങിനിന്ന് പിറുപിറുക്കുന്നു.... കടന്നൽക്കൂട്ടത്തിന്റെ ഇരമ്പം: അതാണ് ഇരമ്പത്തിന്റെ തുടക്കം.

ഞാനും ഗേറ്റു കടന്നു. ഞാൻ പട്ടാളത്തിൽ ചേരാൻ വന്നിരിക്കയാണ്. ഡിസ്ചാർജ് സർട്ടിഫിക്കറ്റ് കക്ഷത്തിറുക്കിപ്പിടിച്ചുകൊണ്ടു ഞാൻ അവരോടു ചേർന്നു.

അവർ പട്ടാളത്തിൽ ചേരാൻ വന്നവരാണ്. പിരിച്ചയയ്ക്കപ്പെട്ട പട്ടാളക്കാരാണ്. ഡിസ്ചാർജ് സർട്ടിഫിക്കറ്റ് കക്ഷത്തിറുക്കിപ്പിടിച്ചുകൊണ്ടു അവർ മുമ്പോട്ടു മുമ്പോട്ടു തേക്കുകയാണ്.

എണ്ണിയാൽ ഒടുങ്ങാത്തത്ര ആളുകൾ! എല്ലാവരും വിയർക്കുന്നു, നെടുവീർപ്പിടുന്നു. അന്തരീക്ഷം ചൂടിപിടിക്കയാണ്. പുകച്ചിൽ, പൊരിച്ചൽ... തീപിടിച്ചിട്ടുണ്ടോ?

ഓരോരുത്തരുടെയും തൂക്കം നോക്കി. കൂട്ടത്തിൽ എന്റെയും. പതിനഞ്ചു റാത്തൽ കുറവ്. രക്തവും മാംസവും മജ്ജയുമടക്കം പതിനഞ്ചു റാത്തൽ. തൂക്കം നോക്കിത്തീരുന്നവരെല്ലാം വന്നു പറയുന്നത് കുറവാണെന്ന്. നൂറ്റിപ്പതിനഞ്ചു റാത്തലാണാവശ്യം. ഉദ്യോഗസ്ഥൻ ഓരോരുത്തരുടെയും ഡിസ്ചാർജ് സർട്ടിഫിക്കറ്റു വാങ്ങി മറിച്ചു നോക്കി:

“പത്തു റാത്തൽ കുറവ്.”

“ഇതിലെട്ട്.”

"പതിനഞ്ചോ?"

അങ്ങനെ പിറുപിറുത്തുകൊണ്ട് അദ്ദേഹം നടന്നു. അറുപത്തെട്ടു പേരെ എടുത്തു. ഞാനും പെട്ടു. ബാക്കിയുള്ളവരോട് ആ ഉദ്യോഗസ്ഥന്റെ കല്പന.

"ഒന്നങ്ങ് മാറിനില്ക്കെടേ. ഇത്തിരി കാറ്റും വെളിച്ചോം കടക്കട്ടെ."

ഞങ്ങൾ തീവണ്ടി കയറി. ഒരെത്തും പിടിയുമില്ല. ഉറക്കം വരുന്നു. വല്ലാത്ത ക്ഷീണം. വളരെ നാളായി ഉറങ്ങിയിട്ട്. എന്റെ അച്ഛൻ എന്നെയും കാത്തു കിടക്കയാവും.

'ബാഭം- ബംഭം ബാഭം - ബംഭം...

തീവണ്ടിയുടെ നിലയ്ക്കാത്ത ശബ്ദം. ശബ്ദമല്ല. മുഴക്കം... അങ്ങനെ ശൂന്യമായ തലച്ചോറോടുകൂടെ ഇവിടെ എത്തി.

ഇതൊരു മലമ്പ്രദേശമാണ്. മേടുകളും മൈതാനങ്ങളും മാവും പുളിയും നെല്ലിയും കരിവേപ്പും ആലും മറ്റുമുള്ള മേടുകൾ. മേടുകളിൽ പടവുപടവായി ബില്ലറ്റുകൾ. ബില്ലറ്റുകളുടെ മുറ്റത്തു മരങ്ങൾ. മേടുകൾ തെക്കോട്ടു പാഞ്ഞിറങ്ങുന്ന മൈതാനത്തിൽ ലയിക്കുന്നു. എന്തു പുല്ലാണ് ഈ മൈതാനത്തിൽ. കാലിക്കൂട്ടങ്ങൾ മേഞ്ഞു നടക്കുന്നു. എന്തൊരു കൂറ്റൻ ജന്തുക്കൾ! പശുക്കൾ, കാളകൾ; എരുമകൾ- ആനക്കുട്ടികൾ പോലെയുണ്ട്.

കാലി മേയ്ക്കുന്ന മനുഷ്യർ!- അവർ ഉണങ്ങിയിരിക്കുന്നു. ഇന്ത്യക്കാർ!!

മൈതാനം കിഴക്കോട്ടും പടിഞ്ഞാട്ടും പരന്നുപരന്ന് അങ്ങു മലയോരത്തിൽ വിലയം കൊള്ളുന്നു.

വിന്ധ്യപർവ്വതപ്രാന്തങ്ങൾ. ഇവിടന്നു മൂന്നോ നാലോ നാഴിക അകലെയാണ് നർമ്മദ. ഇന്നലെ കൂട്ടുകാർ കുളിക്കാൻ പോയി.

കൂട്ടുകാരുണ്ട്. ഞങ്ങൾ ഇവിടെയുള്ള എണ്ണമറ്റ ബില്ലറ്റുകളിലൊന്നിൽ കിടക്കുന്നു. പനമ്പുകൊണ്ടു കുത്തിമറച്ച ഒന്ന്. ഇത് കഴിഞ്ഞ യുദ്ധകാലത്തു കഴുതകളെക്കെട്ടാൻ ഉപയോഗിച്ചിരുന്നതാണ്.

തെക്കു വടക്കു നീട്ടിപ്പണിത ഈ ബില്ലറ്റിനു നല്ല വിസ്താരമുണ്ട്. വിലങ്ങനെ മുമ്മൂന്നു കട്ടിലിടാം. നിറയെയുണ്ട്. കട്ടിലുകൾ.

നിലം കമാനം പോലെ. നടു ഉയർന്ന് രണ്ടുവശത്തേക്കും നീരൊഴുക്ക്. എതിരേ രണ്ടുവരിയായി കെട്ടിയിരുന്ന കഴുതകളുടെ മൂത്രം ഒഴിഞ്ഞുപോകാൻ.

ഇപ്പോൾ ഞങ്ങൾ നൂറോളം റിക്രൂട്ടുകൾ ഇതിനകത്ത് കിടക്കുന്നു. എന്റെ കട്ടിലിൽ ഏറ്റവും വടക്കേ അറ്റത്ത്. അവിടെ ഒരു കമ്പനി കൂടിയിട്ടുണ്ട്. കൂട്ടംകൂടി വർത്തമാനം പറയുന്നു എന്നർത്ഥം. ഇവിടത്തെ വർത്തമാനത്തിന്റെ മറ്റൊരു സാമ്പിൾ.

"ഞാൻ ഐ പി സീയിൽ ഹവിൽദാരായിരുന്നു."

"എന്റെ ഭാര്യയുടെ ചേടത്തിയുടെ ഭർത്താവ് ആർ ഐ എ എസ് സിയിൽ ക്യാപ്റ്റനാണ്."

"എന്റെ ഫാദർ മുനിസിപ്പൽ പ്രസിഡന്റായിരുന്നു."

ഇടയ്ക്കു തന്റേടമുള്ളവരുണ്ട്. ഇക്കൊല്ലം സ്കൂൾ ഫൈനൽ പാസായ കേശവൻനായർ ഇന്ററിനു പോകാൻ കറസ്പോണ്ടൻസ് കോളേജുമായി കത്തിടപാടു നടത്തുന്നു. പൊൻകുന്നത്തുകാരനാണ്. എന്റെ കട്ടിലിനു തൊട്ട് ഇടത്തേക്കട്ടിലിലാണ് അദ്ദേഹം. വലത്തുഭാഗത്ത് രാമസ്വാമി. കുംഭകോണത്താണ് വീട്. പണക്കാരനായ അച്ഛന്റെ ഒറ്റമകൻ. ഇന്ററിന്നു ഡിറ്റെയിൻ ചെയ്തു. ചെറുപ്പം പതിനെട്ടായിക്കാണും. തമിഴ്നാട്ടുകാർ പിന്നെയുമുണ്ട്. എന്നാലും ഞങ്ങളോടാണ് അവനിഷ്ടം. കാമുകനാണ്. അതുകൊണ്ടാണ് ഡിറ്റെൻഷൻ കിട്ടിയതും. പുസ്തകം മലർത്തി വച്ചു ഗേൾഫ്രന്റിനെക്കുറിച്ചു മനോരാജ്യമായിരുന്നു.

രാമസ്വാമിയുടെ വലത്തേ കട്ടിൽ രാമൻ മാസ്റ്ററുടേതാണ്. അദ്ദേഹം ആർമിയിൽ മുമ്പുണ്ടായിരുന്നു. ഫസ്റ്റ് ഗ്രേഡ് ഹവിൽദാർ ക്ലാർക്ക്. മാസ്റ്റർ തന്നെ പറയുന്നു. തനിക്ക് ക്രാക്കുണ്ടെന്ന്!

ഇനിയുമുണ്ട് ചങ്ങനാശ്ശേരിക്കാരും കുന്നംകുളത്തുകാരും മറ്റും. അവരൊക്കെ ബില്ലറ്റിന്റെ തെക്കേ അറ്റത്ത് ചീട്ടുകളിക്കമ്പനിയിലാണ്.

എഴുതണമെന്നു തോന്നിയതുകൊണ്ട് ഞാൻ ഒറ്റയ്ക്കു വന്നിരിക്കുന്നു. പക്ഷേ, അസഹ്യമായ ഇരമ്പം. ചായ കുടിച്ചിട്ടു നോക്കിയപ്പോൾ ഇത്തിരി ഉഷാർ.

കൗണ്ടറിനു മുമ്പിൽ അവർ തടിച്ചുകൂടിക്കഴിഞ്ഞു. ഒറ്റയ്ക്ക്;കൂട്ടമായി; ജോഡിജോഡിയായി.

ജോഡികൾ:

ഉസ്താദ് റിക്രൂട്ട്... ഉസ്താദ് റിക്രൂട്ട്..

ഞാൻ സൂക്ഷിച്ചു.

ഉസ്താദ് മധുരപലഹാരത്തിനു ഓർഡർ കൊടുത്തു. റിക്രൂട്ട് വില്പനക്കാരനോട് മയങ്ങി. അവനു ചെറുപ്പം. നല്ല പേഴ്സനാലിറ്റി. ഭാവിയിൽ ഒരു ഓഫീസറവാനുള്ള ഫിസിക്കൽ കൺസ്ട്രക്ഷൻ... അവൻ മയങ്ങുന്നത് ഉസ്താദിനു വേണ്ടിയാണ്. അയാൾ പലഹാരം വാങ്ങുന്നത് അവനു വേണ്ടിയാണ്.

അങ്ങനെ പലഹാരപ്പൊതിയുംകൊണ്ട് അവൻ വരാന്തയിലേക്കു കടക്കുന്നതു കണ്ടു.

അവർ എങ്ങോട്ടാണു പോവുക? ഓ? ഇരുട്ടുള്ള രാത്രിയാണ്.

ഇന്നലെ റേഡിയോവിന്റെ മുമ്പിൽ ചെന്നുനിന്നു. രാത്രി സമയം എട്ടോ ഒമ്പതോ. നേരിയ വെളിച്ചം. ആളറിയില്ല. ഇവിടത്തെ റേഡിയോവിനുമുണ്ട് ഒരു മുഴക്കം. ഒരു ചിലമ്പൽ. എല്ലാറ്റിനും ചിലമ്പലാണ്.

നേരിയ സ്വരത്തിൽ ഒരു പാട്ട്!

"ക്യോം ഉസ്കീയാദ് ആത്ഹെ..?"

എന്താ കാരണം?

ഞാൻ അവിടെ മണൽമുറ്റത്തിരുന്നു. അതാ ഒരാൾ വരുന്നു. സിഖാണ്. ആകെ വെളുത്ത ഉടുപ്പ്, തലപ്പാവ്, ഷർട്ട്, പൈജാമ, ഷൂസ് –

എല്ലാം വെള്ള.

"ആരാദ്?"

"റിക്രൂട്ടാ."

"ഏതു കമ്പനീലാ?"

"കമ്പനീല്യ."

ഓ, നിയ്യ് റസ്റ്റ് ഹൗസിലാണല്ലേ?"

"അയ്യ! ആ കഴുതത്തൊഴുത്ത് റസ്റ്റ് ഹൗസാണു പോലും!"

അയാളുടെ ശബ്ദം കേട്ടതുകൊണ്ടാകാം, അടുത്ത ബില്ലറ്റിന്റെ വരാന്തയിൽനിന്ന് ശബ്ദമുയർന്നു.

"ഉസ്താദ് ജി!"

"ആരാദ്?"

"ഞാനല്ലേ?"

"അമ്പി നിന്നെത്തെരഞ്ഞു തെരഞ്ഞു..!"

അയാൾ പോയി. എന്തിനാണാവോ തിരഞ്ഞു തിരഞ്ഞു നടക്കുന്നത്. പോട്ടെ. ഈ ബില്ലറ്റ് റസ്റ്റ്ഹൗസാണെന്ന്!

രാമൻമാസ്റ്റർ പറയുന്നത് ഇതാണ് ബ്ലാക്ക് ഹോൾ ഓഫ് കല്ക്കത്ത എന്നാണ്. ഞങ്ങൾ ആറുമണിക്കുള്ള ചോറുണ്ടാൽ മെസ്ട്രിൻ കൊണ്ടുവെക്കാൻ അതിനകത്തു കടക്കും. പുറത്തിറങ്ങും. കാറ്റു ശാപ്പിടാനാണ്. തിരിച്ചുവന്നാൽ തട്ടിത്തടഞ്ഞു തപ്പിപ്പിടിച്ചു കമ്പിളി വിരിക്കാൻ നോക്കും. ചിലർ തീപ്പെട്ടിക്കോലുരയ്ക്കും. കുനിഞ്ഞുനിന്നു ബീഡി വലിക്കും. വെളിച്ചം കാണാൻ! അങ്ങനെ ഉറങ്ങാൻ നോക്കും. എന്തൊരു ചൂട്. വിയർപ്പ്... പൊരിച്ചൽ...

അപ്പോൾ ഒരു നായിന്റെ കുര!

മറന്നുപോയി. ഞങ്ങളുടെ കൂടെ നായ്ക്കളുണ്ട്. അവ പകലൊക്കെ വെളിയിലാണ്. മെസ്സിന്റെ പരിസരത്തിൽ ചുറ്റിപ്പറ്റിനടക്കും. എച്ചിൽ തിന്നും, ഉറങ്ങാനും വിശ്രമിക്കാനും വരുന്നത് ഞങ്ങളുടെ ബില്ലറ്റിലേക്ക്, വെളിയിൽ കാറ്റുകൊണ്ടിരുന്നവരാരോ അകത്തു കടന്നു ഇരുട്ടിൽ കട്ടിലു തപ്പുന്നു. നിലത്തുകിടന്നുറങ്ങുന്ന നായിന്റെ മീതെ ചവിട്ടുന്നു. തട്ടിത്തടഞ്ഞു വീഴുന്നു.

നായ കുരയ്ക്കും.

"ബോസ് ഡീക്കേ."

അയാൾ അരിശപ്പെടും.

ഈ നായ്ക്കളെ വെള്ളക്കാർ ഇട്ടേച്ചു പോയതാകണം. ഒന്നിനും പേരില്ല. പേര് അറിയില്ല. അതുകൊണ്ട് ഒന്നിനെത്തന്നെ പലേ പേരും വിളിച്ചു നോക്കുന്നു.

"കൈസർ"

നായ്ക്ക് അനക്കമില്ല.

"ടൈഗർ"

അപ്പോഴും അനക്കമില്ല.

"ഫിലിക്സ്."

കേട്ടഭാവമില്ല.

ക്യാമ്പിൽ നായ്ക്കളുള്ളതുപോലെ സിറ്റിയിൽ ആംഗ്ലോ ഇന്ത്യൻ ലേഡികളുണ്ട്. ഞാൻ കണ്ടിട്ടില്ല. രാമസ്വാമി പറഞ്ഞതാണ്. അവൻ എന്നും പുറത്തുപോകും. പോകാൻ പാടില്ല. ഒളിച്ചു പോകും. ഊണു കഴിക്കാൻ. അവിടെ അഞ്ചുനേരം ഭക്ഷണമുണ്ട്. അവനോ ഒരു നേരമെങ്കിലും പുറത്തു പോയി ഉണ്ണണം. മടങ്ങിവന്നാൽ എന്നെ അന്വേഷിക്കും.

"ഓയ്! മസാലദോശൈ എടുത്തു വന്തിരിക്ക്റേൻ. ശാപ്പടമട്ടായോ?"

"റൈറ്റോ!"

അങ്ങനെ ഒരു ദിവസം മസാലദോശയുടെ പിന്നാലെ ആ കഥ വന്നു. രണ്ട് ആംഗ്ലോ ഇന്ത്യൻ ലേഡികൾ കേരള ഹോട്ടലിൽനിന്ന് ദോശ തിന്നുന്നു!

ഇവർക്ക് വെള്ളക്കാരന്റെ കാലത്തു ജീവിതം ഉത്സവമായിരുന്നു. ഹാൻഡ് ബാഗ്. ഹീൽഷു, ലിപ്സ്റ്റിക്ക്... തിത്തിത്താൻ കിളികളെപ്പോലെ അവർ പാറി നടന്നു. തത്തിക്കളിച്ചു. കുടിച്ച് കൂടി ആടിക്കുഴഞ്ഞു നടക്കുന്ന വെള്ളപ്പട്ടാളക്കാർ അവരെ അഭിമുഖീകരിക്കും.

"ഓ! മൈ ഡാളിങ് ഓ! മൈ ഡാളിങ്.."

അവർ അഭിവാദ്യം ചെയ്യും!

"ഹല്ലോ ജോണി!"

"ഹല്ലോ ചം!"

ഇപ്പോൾ ആവശ്യക്കാരില്ല. തിത്തിത്താൻ കിളികൾ ദോശച്ചട്ടിയുടെ മണമേറ്റ് കാത്തിരിക്കുന്നു.

ഈ നായ്ക്കൾക്ക് ഉടമസ്ഥന്മാരില്ല. അവ ഞങ്ങളുടെ കൂടെ വന്നു കിടക്കുന്നു.

നായ്ക്കളും ഞങ്ങളും!

സിഖുകൾക്ക് നായ്ക്കളോട് വല്ലാത്ത വെറുപ്പാണ്. അവർ കിടക്കുന്നത് ബില്ലറ്റിന്റെ നടുക്ക്. രണ്ടറ്റത്തും മദ്രാസികൾ.

പഞ്ചാബികളുടെ കൂട്ടത്തിലാണ് യു പി ക്കാരും മറ്റും. അവരിൽ ഒരു വിശ്വംഭർനാഥ് പണ്ഡിറ്റുണ്ട്. പിരിച്ചയക്കപ്പെട്ടു വീണ്ടും ചേർന്നിരിക്കുന്നു. ഇവിടെ വന്നപ്പോൾ ഡോക്ടർ അൺഫിറ്റ് ചെയ്തു.

പണ്ഡിറ്റ് കിതച്ചുകൊണ്ടപേക്ഷിച്ചു.

"ന്റെ പൊന്നാരസ്സാറേ വയറ്റത്തടിക്കല്ലെ!"

അദ്ദേഹം വെറും എല്ലാണ്. പറ്റെ വെട്ടിയ തലമണ്ടയിൽ ഒരു വാല്. എലിവാലിന്റെത്ര ഇല്ല. ഹിന്ദുവിന്റെ ലക്ഷണം.

ഈ പണ്ഡിറ്റിനെത്തല്ലുമെന്ന് ആരോ ഭീഷണിപ്പെടുത്തി. എന്താ കാരണമെന്നു ചോദിച്ചപ്പോൾ പണ്ഡിറ്റ് പറയുകയാണ്.

"യീ പഞ്ചാബീന്ന് പറേണ വർഗ്ഗേങ്ങനാ!"

എന്നിട്ട് ഒരു പ്രസംഗം തന്നെ ചെയ്തു, അവരെല്ലാം വേശ്യകളാണെന്ന്, പഞ്ചാബികളുടെ ഇടയിൽ വെച്ച് പണ്ഡിറ്റ് പ്രഖ്യാപനം ചെയ്തു

പോലും!

ആൺവേശ്യകൾ!

പിന്നെ അദ്ദേഹം പറഞ്ഞു. "ഞാൻ അലഹബാദുകാരനാ!"

പണ്ഡിറ്റ് ശബ്ദമുയർത്തി.

"നമ്മുടെ പ്രധാനമന്ത്രി പണ്ഡിറ്റ് ജവഹർലാൽ നെഹ്റു എന്റെ നാട്ടുകാരനാണ്."

പിന്നെ തന്റെ വ്യക്തിമാഹാത്മ്യം തെളിയിക്കാൻ വേണ്ടിയാകണം, പണ്ഡിറ്റ് തുടർന്നു.

"അദ്ദേഹത്തിനെ കണ്ണോണ്ട് കണ്ടിട്ടുള്ളതാ!"

ജവഹർലാൽ കാഷ്മീരിയാണെന്ന് ആരോ ഇടയിൽ കടന്നു പറഞ്ഞു. പണ്ഡിറ്റ് കിതച്ച് കണ്ണു തുറിച്ചു നാക്കു നീട്ടാൻ തുടങ്ങി. കേശവൻ നായർ സാവധാനം പറഞ്ഞു:

"ജവഹർലാൽ ലോകപൗരനാണ്."

വിശ്വംഭർനാഥ് പണ്ഡിറ്റിനു രസിച്ചില്ല. ഇഷ്ടൻ മുറുമുറുത്തു.

"ജവഹർലാൽ ഹിന്ദുസ്ഥാന്റെ പ്രധാനമന്ത്രിയാണ്!"

ഒരു തമാശ തോന്നി. ജവഹർലാലിന്റെ വല്ല പുസ്തകങ്ങളും വായിച്ചിട്ടുണ്ടോ എന്ന് പണ്ഡിറ്റിനോട് ചോദിച്ചു. പണ്ഡിറ്റ് വെള്ളാമ്പിച്ചു. എന്നിട്ട് കടന്ന് ചോദിക്കാണ്.

"എന്ത്, എന്ത് പുസ്തകം?"

പറഞ്ഞുവന്നപ്പോളാണ് ഓർക്കുന്നത്. റിക്രൂട്ടിങ് ഓഫീസിലുണ്ട് ഗാന്ധിജിയുടെ ഒരു ഫോട്ടോ. അതിനു മുമ്പിൽ വാർണീഷിട്ട കസാലയിൽ എക്കും പൊക്കും തുറിച്ച റിക്രൂട്ടിങ് ഓഫീസർ, അദ്ദേഹത്തിന്റെ മുമ്പിൽ ഞങ്ങളെ വരിയായി നിർത്തി. ചുവന്ന കണ്ണുകൾ തുറിപ്പിച്ച് അദ്ദേഹം ഞങ്ങളെ മാറിമാറി നോക്കി. ഞാൻ ഗാന്ധിജിയുടെ നഗ്നമായ മാറിടത്തിലേക്കും. ആ പുഞ്ചിരി തൂകുന്ന മുഖത്തേക്കു മിഴി ഉയരുന്നില്ല. അഹിംസാമൂർത്തിയുടെ മുമ്പിൽ...

ഓഫീസർ ചോദിച്ചു.

"നിങ്ങളിൽ കോൺഗ്രസുകാരോ, കമ്യൂണിസ്റ്റുകാരോ ഉണ്ടോ?"

"ഇല്ല."

"ഔങ്ഹു"

"ഇല്ലല്ല."

അങ്ങനെ ഓരോരുത്തരും പറഞ്ഞു. എനിക്ക് മിണ്ടാൻ വയ്യ.

ഒരേയൊരു മിന്നൽ.

ആയിരത്തിത്തൊള്ളായിരത്തി നാല്പത്തിരണ്ട് ആഗസ്ത് പതിമൂന്നാം തീയതി.

അന്നാണ് ആ സംഭവം നടന്നത്. ഞാനിങ്ങനെ എത്തും പിടിയുമില്ലാതെ ഉഴലാനുണ്ടായ കാരണം:

സംസ്കൃത കോളേജ് പൊട്ടിത്തെറിക്കാൻ പോകുന്ന അഗ്നിപർവ്വതം പോലെ സ്പന്ദിക്കയായിരുന്നു. ഓഫീസ് റൂമിൽ അദ്ധ്യാപകന്മാരുമായി

കുശുകുശുത്തശേഷം പ്രിൻസിപ്പാൾ പത്രോസ് വിസിലെടുത്ത് വിറയ്ക്കുന്ന ചുണ്ടിൽ ചേർത്തു.

വില്ലയില്ലാത്ത ചെറുപ്പക്കാരൻ പ്യൂൺ ആഗതനായി.

"സേർ."

പതറിയ സ്വരത്തിൽ പ്രിൻസിപ്പാൾ ആജ്ഞാപിച്ചു.

"പുരുഷോത്തമനെ വിളിക്ക്."

"സർ."

ഞാൻ ചെന്നു. തടിച്ചു കുറുതായ പ്രിൻസിപ്പാൾ താൻ ധരിച്ചിരുന്ന പൊന്തൻ കോട്ടിന്റെ വലിയ കീശയിൽ ഇടത്തെ കൈപ്പട തിരുകി. കോളർ വെക്കാത്തതും കഴുത്തിലെ പട്ടവരെ കുടുക്കുകളിട്ടതുമായ അഴുക്കുപറ്റിയ അടിക്കുപ്പായം വലത്തെ കൈകൊണ്ടു വലിച്ചുനീട്ടിക്കൊണ്ട് വാതില്ക്കലേക്കു നോക്കിയിരിക്കുന്നുണ്ടായിരുന്നു. ആനക്കണ്ണുകളെന്നു പേർപെറ്റ ആ കുറിയ കണ്ണുകൾ ഒന്നുകൂടെ ചെറുതായി. അഗാധ ചിന്തയുടെ സമ്പാദ്യങ്ങളെന്ന് താൻ അഭിമാനം കൊള്ളാറുള്ളതും ഇലക്കുറിപോലെ വടിവൊത്തതുമായ ചുളിവുകൾ കഷണ്ടി അതിരു തിക്കിയ നെറ്റിയിൽ ഒന്നിനൊന്നായി ഉയർന്നു. ഓന്തിന്റെ തലപോലെ അഗ്രം കൂർത്ത നീണ്ട നാസിക വീർക്കാനും ചുരുക്കാനും തുടങ്ങി.

പ്രിൻസിപ്പാൾ ഒന്നും മിണ്ടുന്നില്ല. ഞാൻ വെള്ളതേച്ച ചുമരിൽ ചുറ്റോടുചുറ്റും കൊളുത്തിയിട്ടുള്ള ചിത്രങ്ങൾ ഓരോന്നും മാറി മാറി നോക്കി. ക്രിസ്തുവിന്റെ ജീവിതം അങ്ങുനിന്നിങ്ങോളം വിവരിക്കുന്ന എണ്ണച്ചായ ചിത്രങ്ങൾ!

കുറെയങ്ങനെ നിന്നു കാണണം. അപ്പോൾ അമർത്തപ്പെട്ട സ്വരത്തിൽ പ്രിൻസിപ്പാൾ പറയുകയാണ്:

"ഇതൊരു കൃസ്ത്യൻ ഇൻസ്റ്റിറ്റ്യൂഷനാണ്."

"ഏ?"

തികച്ചും മനസ്സിലാവാത്ത ഭാവത്തിലായി ഞാൻ.

"അങ്ങ്. ക്രിസ്ത്യൻ ഇൻ... സ്റ്റി... റ്റ്യൂ...ഷൻ!"

"കൃസ്ത്യൻ?"

"ഓ! ക്രൈസ്തവസ്ഥാപനം."

"ഞാൻ വിചാരിച്ചത്-"

"ഇന്നൊരു ഇറങ്ങിപ്പോക്ക് നടത്താനാണ്-"

കടിഞ്ഞാൺ നേരെയാക്കുന്ന കുതിരവണ്ടിക്കാരനെപ്പോലെ നിവർന്നിരുന്നുകൊണ്ട് അദ്ദേഹം ചോദിച്ചു.

"അല്ലേ?"

"ആര്?"

"നിങ്ങൾതന്നെ."

"എന്നുവെച്ചാൽ?"

"നീയും."

"പറയൂ സാർ, പിന്നെ?"

"നീ പോകുന്നുണ്ടോ?"

"ഉണ്ട്."

"എന്തിനാദ്?"

"മഹാത്മജി ജയിലിൽ കിടക്കുമ്പോൾ എനിക്ക് ക്ലാസിലിരിക്കാൻ കഴിയുന്നില്ല."

"അത്രേള്ളോ!"

"അതെ."

"പിന്നെ ആരൊക്കാണ്?"

"അറിഞ്ഞൂടാ."

"സത്യമായിട്ടും?"

"സത്യമായിട്ടും!"

"എപ്പോഴാ പോണേ?"

"തീർച്ചയായിട്ടില്ല."

"എന്തേ?"

"ഇതെന്റെ ജീവിതത്തെ മുഴുവൻ ബാധിക്കുന്ന പ്രശ്നമാണ്."

"കാന്തി ജയില്ലല്ലെടോ! വൈകിക്കണ്ട."

"അത് ഞാൻ തന്നെ തീർച്ചയാക്കേണ്ടതല്ലേ?"

"അല്ലല്ലില്ല! ഞാൻ തന്നെ ഇതൊരു ക്രൈസ്തവസ്ഥാപനമാണ്. കാന്തിയുടേതല്ല."

"സർ, ദയവായി ഗാന്ധിജിയെ..."

"ഫോ! പുറത്ത്!"

"മനസ്സിലായില്ല."

"ഗറ്റൌട്ട്! നിന്നെ ഡിസ്മിസ് ചെയ്തു കഴിഞ്ഞു."

"എന്തിന്?"

"പ്യൂൺ!"

"സേർ."

"ഇവനെ..."

"സേർ."

ശിപായി എന്നെ കഴുത്തിനു പിടിച്ചുതള്ളി. രണ്ടാമത്തെയോ മൂന്നാമത്തെയോ ആയപ്പോൾ ഞാൻ മുറ്റത്തെത്തിയിരുന്നു.

"ബോലോ! ഭാരത് മാതാകീ..."

അവിടെനിന്നുകൊണ്ട് നിശ്ചലമായ അന്തരീക്ഷത്തോടും എന്നോടു തന്നെയും ഞാൻ ആഹ്വാനം ചെയ്തു.

ആവേശഭരിതരായ വിദ്യാർത്ഥികളുടെ നിരുദ്ധകണ്ഠങ്ങൾ കൂട്ടത്തോടുകൂട്ടം ഭിത്തികൾ ഭേദിക്കുമാറ് ഒറ്റ ക്ഷണത്തിൽ മാതൃഭൂമിക്ക് വിജയം ആശംസിച്ചു.

"ജൈ!"

പിന്നെയും ആഹ്വാനം.

"ബോലോ! ഭാരത് മാതാകീ..."

അപ്പോഴേക്കും ധൃതികൂട്ടി മുറ്റത്തെത്തിയ വിദ്യാർത്ഥികൾ മാതൃഭൂമിക്കു വിജയം ആശംസിച്ചു.

"തൈഡ്!"

"ബോലോ ഭാരത് മാതാകീ..."

അതോടെ രണ്ടു വരിയായി പിന്ന്ക്ക് പിന്നാലെ അണിനിരന്നു തുടങ്ങിയ വിദ്യാർത്ഥികൾ അന്തരീക്ഷം വിറപ്പിച്ചുകൊണ്ടു മാതൃഭൂമിക്ക് വിജയം ആശംസിച്ചു. മുന്നോട്ടു മാർച്ചു ചെയ്യുകയും ചെയ്തു.

പാതയരികിൽ ഞാറു പറിക്കുന്ന കർഷക സ്ത്രീകൾ ആരോമൽച്ചേകവരുടെ അങ്കപ്പുറപ്പാടിനെക്കുറിച്ചു നീട്ടിപ്പാടുന്നുണ്ടായിരുന്നു.

"ഇടിയോ വെടിയോ പടമുഴക്കോ? ഇടിയോ വെടിയോ..."

ആ വിദ്യാർത്ഥിജാഥ അവരുടെ അരികിൽക്കൂടി മുന്നോട്ടു നീങ്ങിയപ്പോൾ, പറിച്ച ഞാറോടുകൂടെ നിവർന്നുനിന്ന് അവർ അന്യോന്യം ചോദിച്ചു:

"ഹെന്താദ്!"

നെൽവയലുകളും തെങ്ങിൻതോട്ടങ്ങളും പിന്നിട്ടുപിന്നിട്ട് ജാഥ മുന്നോട്ട് നീങ്ങി. കൊച്ചുമാടങ്ങളുടെ മുറ്റത്തിരുന്നു ചകിരിതല്ലുന്ന പെൺകിടാങ്ങൾ ഓങ്ങിയ കൈയോടെ ഞങ്ങളെത്തന്നെ ഉറ്റുനോക്കി. പാതവക്കത്ത് കുറ്റിയടിച്ച് കെട്ടിയിരുന്ന പൈക്കിടാങ്ങൾ, കടിച്ച പുൻനാമ്പുകളോടെ, വിടർന്ന കണ്ണുകളോടെ ചെവി വട്ടംപിടിച്ച് ഞങ്ങളെ പകച്ചുനോക്കി. അവർക്കും അറിയണം.

"ഹെന്താദ്?"

ഞാൻ ഓർക്കുകയാണ്.

ഇല്ലില്ല. ഒന്നുമോർക്കണ്ട. ഞാൻ തുലഞ്ഞു.

പ്രിൻസിപ്പാൾ അച്ഛന് കത്തെഴുതി.

".... നിങ്ങളുടെ മകന്റെ മുദ്രാവാക്യം പഴുപ്പിച്ച നാരായം പോലെ എന്റെ ചെകിട്ടിൽ കുത്തിക്കയറി.."

എന്റെ ജീവിതത്തിന്റെ വഴി തെറ്റി. ഒരു സ്കൂൾ മാസ്റ്ററാകാൻ.. ഓ, ഞാൻ തിരുത്തി എഴുതുകയാണ്... അവസാനം തന്നത്താൻ മറന്ന് നേവിയിൽ ചേർന്നു. മടങ്ങിവന്നപ്പോൾ, ഖദറിട്ട ഒരു സ്നേഹിതൻ ചോദിച്ചു:

"എന്താ, റഷ്യ ഇന്ത്യക്കു സ്വാതന്ത്ര്യം വാങ്ങിത്തന്നോ?"

പിന്നെ ചോറ്റു പട്ടാളത്തെക്കുറിച്ചൊരു പ്രസംഗം: ഞങ്ങൾ ബ്രിട്ടീഷുകാരന്റെ എച്ചിൽപ്പട്ടികൾ, ചെരുപ്പുനക്കികൾ..

നേതാക്കന്മാർ ഗവർമ്മേണ്ട് കെട്ടിടങ്ങളിൽ നിന്നലറി.

"അവർ വെറും തെരുവുതെണ്ടികളായിരുന്നു"

ഇന്നിതാ പിരിച്ചയക്കപ്പെട്ട പട്ടാളക്കാർക്കു ക്ഷണക്കത്തുകൾ.

"സ്വാതന്ത്ര്യം അപകടത്തിൽ."

കൊള്ള, കൊല, തീവെപ്പും...

അതേയോ?

അതോ, യുദ്ധമാണോ?

ആ ഖദറിട്ട കൂട്ടരൊക്കെ നാട്ടിലെന്തു ചെയ്യുകയാവും? ഞങ്ങൾ അയയ്ക്കുന്ന ചൂടുള്ള നോട്ടുകൾ എണ്ണി അടുക്കി സേഫിൽ വെച്ചുപൂട്ടി പെറ്റു കിടക്കാൻ ആൾ വേണം, അല്ലേ?

ഇവിടെ വന്നൊരു മാറ്റം.

രാഷ്ട്രപിതാവിന്റെയും ജവഹർലാലിന്റെയും നേതാജിയുടെയും ഛായാപടങ്ങൾ.

ജയ്ഹിന്ദ്.

ഈ ജയ്ഹിന്ദിനു വേണ്ടിയാണ് നമ്മുടെ സഹോദരന്മാർ ബോംബെയിലും കറാച്ചിയിലും ചോര ചൊരിഞ്ഞത്. പട്ടാളത്തിലെ രക്തസാക്ഷികൾ.

കേസിൽ ബാരക്ക്സ് താൽവാർ ഹിന്ദുസ്ഥാൻ.

ഹമാരാ ഹിന്ദുസ്ഥാൻ.

ഹിന്ദുസ്ഥാൻ എന്ന ഇന്ത്യൻ കപ്പലിൽനിന്ന് കറുത്ത അടിമകൾ വെളുത്ത യജമാനന്മാരുടെ നേരെ വെടിവെച്ചു. അവർക്കു മുറിവേറ്റു. അവർ തളർന്നു. അവർ മരിച്ചു.

റിക്രൂട്ടിങ് ഓഫീസിലെ ഉദ്യോഗസ്ഥൻ എന്നോടു ചോദിച്ചു.

"ഏതു സർവ്വീസിലായിരുന്നു?"

"ആർ ഐ എൻ."

"അയാളുടെ മുഖം കറുത്തു.

"ഞാനൊന്നു നോക്കട്ടെ. ഡിസ്ചാർജ് സർട്ടിഫിക്കറ്റു കാണിച്ചേ. ആ കലാപം ഉണ്ടാക്കിയ.."

ആ കലാപം ജയ്ഹിന്ദിനുവേണ്ടി ആയിരുന്നു. ഞങ്ങൾ ജയ്ഹിന്ദ് വിളിച്ചു. വെള്ളയെക്കൊണ്ടു വിളിപ്പിച്ചു.

ഇന്ന് റിക്രൂട്ടിങ് ഓഫീസിൽ ഗാന്ധിജിയുടെ ഛായാപടമുണ്ട്. പട്ടാളക്യാമ്പിൽ നേതാക്കന്മാരുടെയെല്ലാം തന്നെ ഫോട്ടോകളുണ്ട്. റിക്രൂട്ടിങ് ഓഫീസർ ചോദിക്കയാണ്.

"നിങ്ങളിൽ കോൺഗ്രസുകാരുണ്ടോ?"

ശരിയാണ്. പട്ടാളത്തിൽ പൊളിറ്റിക്സില്ല. എന്നാലും പിന്നോക്കം നോക്കിപ്പോയി. അത്രേയുള്ളൂ.

ദാ, ഒന്നുകൂടെ.

അതൊരു സ്വപ്നമാണ്.

എനിക്ക് ഒരു സമാധാനവും കിട്ടുന്നില്ല. എപ്പോഴും ആലോചന. ആലോചന... കഴിഞ്ഞുപോയ ജീവിതം... ഇപ്പോഴത്തെ ഒരു ജീവിതം... അങ്ങനെ ആ പാടത്തിറക്കത്തുള്ള തൈവെപ്പിൽ തെക്കും വടക്കും നടക്കുന്നതായി തോന്നുക.

ഓ, ഞാനൊരു തെണ്ടിയായിരുന്നു. ഇടവഴികളിൽ, ചരൽപ്പാതകളിൽ, പെരുവഴികളിൽ എല്ലായിടത്തും തെണ്ടി നടക്കുക.

ഇവിടെയോ?

കിടന്നു സ്വപ്നം കാണുക. സ്വപ്നം കണ്ടുകൊണ്ടുറങ്ങുക

പിന്നെയും സ്വപ്നം കാണുക.

ഒരുദിവസം രാത്രി പാടത്തിറക്കത്തുള്ള തൈവെപ്പിൽ നടക്കുകയായിരുന്നു. വെള്ളമേഘങ്ങൾ പാറിയ നീലാകാശം. തിളങ്ങുന്ന നക്ഷത്രങ്ങൾ. നിലാവിൽ കുളിച്ച തെങ്ങിൻതലപ്പുകൾ. വിശാലമായ പാടത്തിന്റെ നഗ്നമായ മാറിടം... ഓ എന്റെ ഇരക്കുടൽ ഒഴിഞ്ഞുകിടക്കുകയാണ്.

അപ്പോൾ ഒരു പാട്ട്.

"നാളുകളോരോന്നായ്
നാം പണിപെയ്യുന്നൂ
നാഴി നെല്ലില്ലാതെ
നാമുഴന്നീടുന്നൂ.."

അങ്ങേക്കരയിലെ രാഘവൻ പാടുകയാണ്. അതാ മറ്റൊരു പാട്ട്.

"തന്നാരോ താനാരോ കൃതി
താനാരോ തന്നാരോ!"

ഇഷ്ടൻ പനങ്കള്ളിൽക്കൂടെയാണ് ഒഴുകുന്നത്. അതാ അങ്ങേ വീട്ടിൽനിന്ന്.

"അമ്മന്റെ മോനൊറങ്ങ്യോളെ!
അമ്മന്റെ മോനൊറങ്ങ്യോളെ!"

ആവു?

ഇന്ന് അവർക്കൊക്കെ പാതിപ്പട്ടിണിയേ കാണൂ. മിനിഞ്ഞാന്ന് പുതുമഴപെയ്തു. അതോ നാലാന്നാളോ? വട്ടൻപണി തുടങ്ങിയിട്ടുണ്ട്. നാലു ദിവസത്തെ ബഹളം.

ആർക്കുവേണ്ടി?

എന്നാലും പാതിപ്പട്ടിണിയേ ഉള്ളല്ലോ!

പിന്നെ പട്ടിണിയും പാടുമായി കാവൽ കിടക്കുക. പുള്ളി കുത്തിയതുപോലെ ഇടതൂർന്നു നില്ക്കുന്ന ഓരോ കുടിലും നിശ്ശബ്ദതയിൽ ആണ്ടുപോകും. അതിൽ കെട്ടിക്കിടക്കുന്ന മനുഷ്യക്കോലങ്ങളുടെ മുഖം ഇടിഞ്ഞു തൂങ്ങും. എന്തോ കളഞ്ഞുപോയിട്ടുണ്ടെന്നപോലെ അവർ കൂനിക്കൂനി നടക്കും.

ഞാൻ പതിവുപോലെ ഇടവഴി തെണ്ടും.

"എന്താ, മാതവാ?"

അവൻ മിണ്ടില്ല.

"എന്താ, ചീരമ്മേടത്ത്യേ?"

അവർ മിണ്ടില്ല.

"എന്താ, അബോക്കറേ?"

അവൻ മിണ്ടില്ല.

ഓ! നീളുന്ന നിശ്ശബ്ദത.

അപ്പോൾ അതാ ഒരാർപ്പുവിളി.

"ആറാപ്പേ... ങ്ഹ... ആ... ആ റാപ്പ്... ങ്... ആ..."

ഞാൻ നോക്കി. അവർ അതാ ആ കൈത്തോടിന്റെ വടക്കേപ്പുറത്തു

കൈതമുക്കിലെ കണ്ടത്തിൽ വട്ടൻ കൊത്തുകയാണ്.

നിലാവിൽനിന്നു വിയർക്കുക.

ആർക്കുവേണ്ടി?

നേരം പോകാൻ ആർത്തുവിളിക്കയാണ്. ഞാൻ തറച്ചുനിന്നു. അവരെത്തന്നെ നോക്കിനിന്നു.

നോക്കി നോക്കി നില്ക്കവെ, അവരതാ ആർത്താർത്തെടുക്കുന്നു. വട്ടൻ കൊത്തുന്നേടത്തുനിന്നു മുന്നോട്ടു മുന്നോട്ട്...

അവരുടെ കൈകളിൽ കൈക്കോട്ടും കരിക്കോലും, പിന്നെ- പിന്നെ, മഴുവും വെട്ടുകത്തിയും ഉലയ്ക്കയും..

ചിരിച്ചുപോയി.

അവർ ആർത്തു:

"ഞങ്ങൾക്കു ചോറ്."

"ഞങ്ങൾക്കു ചോറ്."

"ഞങ്ങൾക്കു വീട്."

"ഞങ്ങൾക്കു വീട്."

"ഞങ്ങൾക്കു ഭൂമി."

"ഞങ്ങൾക്കു ഭൂമി."

ഞാൻ ഞെട്ടിയുണർന്നു. അപ്പോൾ ഞാൻ പാടുന്നുണ്ടായിരുന്നു. എന്റെ പാട്ടുകേട്ട് കേശവൻനായരും രാമസ്വാമിയും മറ്റും ഉണർന്നിരുന്നു. ബില്ലറ്റിലാകെ ബഹളം.

പാടിയിരുന്നതോ പലപ്പോഴും പാടിയിട്ടുള്ള ആ സമരഗാനം.

വരിക വരിക സഹജരേ!!

ഒരു പെൺകുട്ടിയുടെ ഓർമ്മ

നന്തനാർ

സുന്ദരിയായ ഒരു പെൺകുട്ടിക്കു ഞാനൊരു റോസാപ്പൂ കൊടുത്ത കഥയാണ്. ഇതത്ര കൊട്ടിഘോഷിക്കാനൊന്നുമില്ലെന്നറിയാം. ഈ കഥ വായിക്കുന്ന പുരുഷന്മാരിൽ പലരും പെൺകുട്ടികൾക്കു റോസാപ്പൂ കൊടുത്തിട്ടുണ്ടാകാം. അതുപോലെതന്നെ പെൺകുട്ടികളിൽനിന്ന് അവർക്കിങ്ങോട്ടും കിട്ടിയിട്ടുണ്ടാകാം.

അപ്പോൾ ഈ കഥ എന്റേയും നിങ്ങളുടേതുമാണെന്നു വരുന്നു; അല്ലേ? ശരി!

ഒരു കാര്യം ആദ്യമായിത്തന്നെ വ്യക്തമാക്കട്ടെ: സുന്ദരിയായ ഒരു പെൺകുട്ടിക്ക് റോസാപ്പൂ കൊടുത്തുവെന്നാണ് ഞാൻ പറഞ്ഞത്. സുന്ദരിയായ പെൺകുട്ടിയെന്നു കേൾക്കുമ്പോൾ, നിങ്ങളുടെ മനസ്സിൽ പതിയുന്ന രൂപമെന്താണെന്ന് എനിക്കറിഞ്ഞുകൂടാ. കോഴിവാലന്റെ ആകൃതിയിൽ ചീകിക്കെട്ടിയ തലമുടിയും, മഷിയെഴുതിയ നീലക്കണ്ണുകളും, തുടുതുടുത്ത നിറവുമുള്ള ഒരു പന്ത്രണ്ടു വയസ്സുകാരി പെൺകുട്ടിയുടെ മനോഹരരൂപം മനസ്സിൽ തെളിയുന്നുണ്ടോ? ഉണ്ടെങ്കിൽ ദയവായി അതാദ്യംതന്നെ മനസ്സിൽനിന്നു തുടച്ചുനീക്കുക. കാരണം, ഞാൻ റോസാപ്പൂ കൊടുത്ത പെൺകുട്ടിക്ക് ഏകദേശം പത്തൊമ്പതു വയസ്സു പ്രായം തോന്നിക്കുമായിരുന്നു എന്നു മാത്രമല്ല, അവൾ വിവാഹിതയും കൂടിയായിരുന്നു. വിവാഹിതയായ ഒരു പത്തൊമ്പതു വയസ്സുകാരിയെ പെൺകുട്ടിയെന്നു വിളിക്കുന്നതിന്റെ ഔചിത്യത്തെക്കുറിച്ചോർത്ത്, ഒരു പക്ഷേ, നിങ്ങളിൽ ചിലർ നെറ്റിചുളിക്കുന്നുണ്ടാവാം. അവരോടുള്ള മറുപടി ഇതാണ്: ചെറുപ്പക്കാരികളായ സുന്ദരിമാരെ സ്ത്രീ, പെണ്ണ് എന്നൊക്കെ വിളിക്കുന്നത് എനിക്കിഷ്ടമല്ല; അവരെ പെൺകുട്ടികളെന്നു വിളിക്കുന്നതാണ് എനിക്കിഷ്ടം!

പെൺകുട്ടി! സുഗന്ധവും മധുരിമയുമുള്ള ഒരു സുന്ദരപദം!

ശരി; എന്നാണ് ഞാനവൾക്കു റോസാപ്പൂ കൊടുത്തത്? ആ ദിവസം വ്യക്തമായി ഓർക്കുന്നുണ്ട്. ഡിസംബർ മാസം 27-ാം തീയതി വെള്ളിയാഴ്ച രാത്രി സുമാർ ഒമ്പതേമുക്കാൽ മണിക്കാണ്. സ്ഥലം: ശബ്ദമുഖരിതമായ നഗരത്തിന്റെ മദ്ധ്യത്തിൽ താല്ക്കാലികമായി ഉയർന്നുവന്ന പ്രദർശന നഗരിയിലെ പവിലിയൻ. മാസാവസാനമായതുകൊണ്ടാവാം പ്രദർശനനഗരിയിൽ തിരക്കില്ലാത്ത ഒരു ദിവസമായിരുന്നു അന്ന്. തിരക്കില്ലാത്ത ദിവസമായതുകൊണ്ട്, എന്റെ കണ്ണുകൾ റോസാപ്പൂക്കളിലും, ഭാവന ഷാജഹാൻ ചക്രവർത്തിയുടെ കൊട്ടാരത്തിലുമായിരുന്നു.

ഇടയ്ക്കൊരു കാര്യം:

പവിലിയനിൽ സംവിധാനഭംഗിയോടെ ചട്ടിയിൽ വളരുന്നതുമായ ഒരു റോസാച്ചെടി വെച്ചിരുന്ന കാര്യം പറഞ്ഞില്ല. ഉവ്വോ? ഫ്ളോറിബണ്ടായിനത്തിലുള്ള ആ റോസാച്ചെടിയിൽ വിടരാൻ വെമ്പിത്തുടിക്കുന്ന ധാരാളം പൂമൊട്ടുകളും വിടർന്നു മന്ദഹസിക്കുന്ന ധാരാളം പൂക്കളുമുണ്ടായിരുന്നു.

റോസാപ്പൂക്കളിലേക്കു നോക്കിയതുകൊണ്ടാവാം എന്റെ ഭാവന ഷാജഹാൻ ചക്രവർത്തിയുടെ കൊട്ടാരത്തിലേക്കു പറന്നുപോയത്.

ഹൃദയഹാരികളായ എന്തെല്ലാമെന്തെല്ലാം കാഴ്ചകളാണവിടെ! നോക്കിയാൽ നോക്കെത്താത്ത വിസ്തൃതിയിൽ പടർന്നു പന്തലിച്ചുകിടക്കുന്ന മുന്തിരിത്തോട്ടങ്ങൾ, മാർബിൾക്കല്ലുകൾകൊണ്ടു പണിഞ്ഞ മനോഹരമായ കെട്ടിടങ്ങൾ, ചുമരുകളിൽ വലിയ നിലക്കണ്ണാടികൾ പതിച്ച പനിനീരിന്റെയും അത്തറിന്റെയും മണം തങ്ങിനില്ക്കുന്ന വിശാലമായ കുളിമുറികൾ, കുളിമുറിയുടെ ചുമരുകളിലെ ചെറുസുഷിരങ്ങളിൽക്കൂടി നവനീതാംഗികളുടെ നഗ്നസൗന്ദര്യം കണ്ടാസ്വദിച്ചു നില്ക്കുന്ന രാജകുമാരന്മാർ, സ്വർണ്ണചഷകങ്ങളിൽ മധു പകർന്നു കാമുകന്മാർക്കു കൊടുക്കുന്ന മദിരാക്ഷികൾ, വിശാലമായ ദർബാർ ഹാളുകൾ, നൃത്തശാലകൾ....!

എന്റെ ഭാവന അങ്ങനെ ഷാജഹാൻ ചക്രവർത്തിയുടെ കൊട്ടാരത്തിൽ വിഹരിക്കുമ്പോഴാണ്, ആ പെൺകുട്ടി, ഭർത്താവിനോടൊപ്പം പവിലിയനിലേക്കു കയറിവന്നത്.

"ഓ ലൗലി റോസസ്! ലൗലി റോസസ്!"

റോസാപ്പൂക്കളിലേക്കും എന്റെ മുഖത്തേക്കും മാറിമാറി നോക്കിക്കൊണ്ട് അവൾ പറഞ്ഞു. അവളുടെ മുഖം അത്ഭുതാഹ്ലാദങ്ങൾ കൊണ്ട് വികസിക്കുന്നത്, ഞാൻ അഭിമാനത്തോടെ നോക്കിക്കണ്ടു.

പവിലിയനിലെ സീലിങ്ങിലും, ട്യൂബ് ലൈറ്റുകളിലും മാറിമാറി നോക്കിക്കൊണ്ടു കുറച്ചകന്നു നിന്നിരുന്ന ഭർത്താവിനെ ഹർഷോന്മാദസ്വരത്തോടെ അവൾ വിളിച്ചു: "ഡാർലിങ്, കം ആൻഡ് ലുക്ക് അറ്റ് ദിസ് ലൗലി റോസസ്; സോ നൈസ് ആൻഡ് മാർവലസ്."

ഭർത്താവ് സ്വസ്ഥാനത്തുതന്നെ നിന്നുകൊണ്ട് അവളെ ഒന്നു

നോക്കുകമാത്രം ചെയ്തു. വായ്ക്കകത്ത് അയാളുടെ നാക്ക് പല്ലുകളിൽ ചിത്രങ്ങൾ വരയ്ക്കുന്നതുപോലെ പ്രവർത്തിച്ചിരുന്നു. ആഹാരം കഴിച്ചപ്പോൾ പല്ലിനിടയിൽ തങ്ങിനില്ക്കാനിടയായ, ചെറിയൊരു ഇറച്ചികഷണത്തെ നാക്കു കൊണ്ടെടുക്കാൻ അയാൾ സാഹസപ്പെടുകയാണെന്നെനിക്കു തോന്നി. ഒരു തീപ്പെട്ടിക്കോലുകൊണ്ടു മാറ്റാവുന്ന അസുഖമേ ഉള്ളൂ. അതയാൾക്ക് അറിയില്ലെന്നുവരുമോ? കഷ്ടം!

ഞാനയാളെ ആകെയൊന്നു നോക്കി: ദൂരത്തുനിന്നു നോക്കുമ്പോൾ കണ്ടുപിടിച്ചതാണെന്നു തോന്നിക്കുന്ന വെളുത്തനിറം, ചകിരിനാരുപോലെയുള്ള തലമുടി, പൂച്ചക്കണ്ണുകൾ, മഞ്ഞപ്പല്ലുകൾ ഇവയ്ക്കെല്ലാം മകുടം ചാർത്തുമാറുള്ള പൊണ്ണത്തടിയും!

"ഒരു ജന്തു!" ഞാൻ മനസ്സിൽ പിറുപിറുത്തു. അതേ സമയത്തുതന്നെ അയാൾ ഭാഗ്യവാനാണെന്നും തോന്നി. ഇത്രയും സുന്ദരിയായ ഒരു പെൺകുട്ടിയെ ഭാര്യയായി കിട്ടിയല്ലോ!

പെൺകുട്ടിയുടെ ദൃഷ്ടികൾ റോസാപ്പൂക്കളിൽത്തന്നെയാണ്. അവൾ റോസാപ്പൂക്കളെ ആവാഹിച്ചെടുക്കാനെന്നപോലെ, അവയിൽത്തന്നെ നിർന്നിമേഷം നോക്കിക്കൊണ്ടു നിന്നു.

അവളുടെ സാമീപ്യത്തിൽ റോസാപ്പൂക്കൾക്കു വാട്ടം തട്ടുന്നുണ്ടോ? സുന്ദരിമാരെ റോസാപ്പൂക്കളോടുപമിക്കുന്നതിന്റെ അർത്ഥം ശരിക്കും എനിക്കു മനസ്സിലായി.

റോസാപ്പൂവിനെപ്പോലെയുള്ള, അവളിൽ എന്റെ കണ്ണുകൾ പരതിപ്പരതി നടന്നു: തവിട്ടുനിറം, ആലസ്യഭാവം നിഴലിക്കുന്ന നീലക്കണ്ണുകൾ, അർദ്ധചന്ദ്രക്കലയെപ്പോലെ വീതികുറഞ്ഞ നെറ്റി, ലിപ്സ്റ്റിക്കിടാത്ത ഇളം തുടുപ്പെഴുന്ന ചുണ്ടുകൾ, വൃത്തിയായി കോതിമിനുക്കിക്കെട്ടിവെച്ച കറുത്തു സമൃദ്ധമായ തലമുടി, പേരിനുമാത്രം ക്യൂട്ടക്സിന്റെ നിറം തങ്ങിനില്ക്കുന്ന വൃത്തിയായി മുറിച്ച കൈവിരലുകളിലെ നഖങ്ങൾ! ഇത്രമാത്രമോ? തീർന്നില്ല. എന്റെ കണ്ണുകൾ അവളെ തൊട്ടുഴിഞ്ഞുകൊണ്ടു പ്രയാണം തുടർന്നു: ചോക്കലേറ്റ് നിറത്തിലുള്ള ചെരിപ്പിൽ, അവളുടെ തുടുത്ത കാലടികൾ ആശ്ലേഷത്തിനെന്നപോലെ അമർന്നുകിടന്നു. തവിട്ടുനിറത്തിലുള്ള അവളുടെ കാലടികൾ ഇങ്ങനെ തുടുക്കാൻ കാരണമെന്താണാവോ? അവളുടെ പെരുവിരലുകളുടെ നഖങ്ങൾ ചെത്തിമിനുക്കിയ ചെറിയ പഴുക്കടയ്ക്കാത്തോടിനെ ഓർമ്മിപ്പിച്ചു. ഇടത്തെ കൈത്തണ്ടകളിലണിഞ്ഞിരുന്ന സ്വർണ്ണവളകൾ ട്യൂബ്ലൈറ്റിന്റെ പ്രകാശത്തിൽ വെട്ടിത്തിളങ്ങി! പത്തര സൈസിലുള്ള ഒമഗോവാച്ച് വലത്തെ കൈത്തണ്ടയുടെ മുട്ടിനു താഴെ കെട്ടിയിരിക്കുന്നതു നിലവിലുള്ള ഫാഷനെ അംഗീകരിച്ചതുകൊണ്ടാകണം.

പഞ്ചാബിയുടുപ്പുകളാണ് ധരിച്ചിരുന്നത്. റോസ് നിറത്തിലുള്ള സില്ക്കുദുപ്പട്ട ഊർന്നുവീഴാൻ സാഹസപ്പെടുന്നുണ്ടെന്നു തോന്നിക്കത്തക്ക വിധത്തിലാണ് നെഞ്ചിലണിഞ്ഞിരുന്നത്. ദുപ്പട്ടയിൽത്തന്നെ ദൃഷ്ടികളൂന്നിയപ്പോൾ, തക്കാളിപ്പഴത്തിന്റെയും സിന്ദൂരച്ചെപ്പിന്റെയും രൂപങ്ങൾ മന

സ്സിൽ തെളിഞ്ഞുമിന്നിക്കൊണ്ടിരുന്നു. അധികം പറയുന്നില്ല. സൗന്ദര്യവും സൗന്ദര്യബോധവും ഒത്തിണങ്ങിയ ഒരു പെൺകുട്ടി തന്നെയാണവൾ! ഒന്നുകൂടി കുലങ്കഷമായിട്ടാലോചിച്ചപ്പോൾ സൗന്ദര്യബോധത്തിന്റെ കാര്യത്തിൽ അവൾ ചെറിയൊരു അശ്രദ്ധ കാണിച്ചിട്ടുള്ളതായി തോന്നി.

കാര്യം നിസ്സാരമാണ്. ഇത്രയും നിഷ്കർഷയോടെ അണിഞ്ഞൊരുങ്ങിവന്ന അവൾ, തലമുടിയിൽ മുല്ലപ്പൂമാലയോ റോസാപ്പൂവോ അണിയാഞ്ഞതെന്തുകൊണ്ടാണ്? മറന്നിട്ടാവാം. അല്ലെങ്കിൽ സമയത്തിനു കിട്ടാത്തതുകൊണ്ടാവാം. പൂക്കളോട് ഇഷ്ടമില്ലാത്തതുകൊണ്ടാവില്ലെന്ന കാര്യം തീർച്ചയാണ്. പൂക്കളോട് ഇഷ്ടത്തിൽ കവിഞ്ഞ ഒരുതരം ആവേശംതന്നെ അവൾക്കുണ്ടെന്നുള്ളതിന്റെ പ്രത്യക്ഷലക്ഷണമാണ് റോസാപ്പൂക്കളിലേക്കു നോക്കിക്കൊണ്ടുള്ള ഈ മതിമറന്ന നില്പ്!

അവൾ ഭർത്താവിനെ വീണ്ടും വിളിച്ചു. താനിഷ്ടപ്പെടുന്ന ഈ റോസാപ്പൂക്കൾ തന്റെ ഭർത്താവും ഇഷ്ടപ്പെടണമെന്നൊരു നിർബ്ബന്ധം അവൾക്കുള്ളതുപോലെ തോന്നി.

ഭർത്താവ് അപ്പോഴും നാക്കുകൊണ്ടു പല്ലുകളിൽ ചിത്രങ്ങൾ വരച്ച് പവിലിയനിലെ സീലിങ്ങിലും ട്യൂബ്ലൈറ്റുകളിലും മാറിമാറി നോക്കിക്കൊണ്ടു നില്ക്കയായിരുന്നു.

അയാൾക്ക് ഒരു തീപ്പെട്ടിക്കൊള്ളി കൊടുത്താലോ?

വായ്ക്കകത്തെ അസുഖം കൊണ്ടാകുമോ ഭാര്യയുടെ ഡാർലിങ് വിളികൾപോലും അയാൾ ശ്രദ്ധിക്കാതിരിക്കുന്നത്? അപസ്വരങ്ങൾ നിറഞ്ഞതായിരിക്കുമോ ഇവരുടെ ദാമ്പത്യം? ഭാര്യയെ കണ്ടാൽ തോന്നില്ല. അവൾ സംതൃപ്തയാണ്. ഭർത്താവിനെക്കുറിച്ചൊന്നും പറയാനാവില്ല. അയാൾക്കു വല്ല അസംതൃപ്തിയുമുണ്ടെങ്കിൽ, അതു ദാമ്പത്യജീവിതത്തിന്റേതാവില്ലെന്നോർത്തു ഞാൻ സമാധാനിച്ചു.

അവൾ ഒന്നു തിരിഞ്ഞുനോക്കി, എന്തോ ഒരു തീരുമാനമെടുത്തപോലെ, എന്റെ അരികിലേക്കു വന്നു ചോദിച്ചു:

"ഈസ് ദിസ് എ ബഡഡ് റോസ്?"

"യേസ് പ്ലീസ്."

"ഈസ് ദിസ് ഫോർ സെയിൽ?"

"നോ."

ഇനിയെന്താണു ചോദിക്കേണ്ടതെന്ന ഭാവത്തിൽ ഒരു നിമിഷത്തോളം അവൾ നിന്നു. അവൾ വല്ലതും ചോദിച്ചു കേൾക്കാനാഗ്രഹിച്ചുകൊണ്ടു ഞാനും.

പെട്ടെന്ന് അവളുടെ മുഖം ലജ്ജാരുണമായി. എന്തിനാണവൾ ലജ്ജിക്കുന്നത്? ഞാൻ ഉൽക്കണ്ഠയോടെ അവളുടെ മുഖത്തേക്കു നോക്കി.

എല്ലാ ധൈര്യവും സംഭരിച്ചെടുത്തെന്നോണം, ലജ്ജാദ്യോതകമായ മുഖഭാവത്തോടെ അവൾ ചോദിച്ചു:

""ക്യാൻ ഐ പ്ലക്ക് എ ഫ്ളവർ?"

"ഫോർ വാട്ട്?" ഞാൻ അർത്ഥമില്ലാത്ത ഒരു കുസൃതിച്ചോദ്യം

ചോദിച്ചു. അവൾ അതിനു സമാധാനമൊന്നും പറയാതെ ലജ്ജയോടെ ചിരിച്ചു. അല്ലാതെ അവളെന്തു സമാധാനം പറയാനാണ്?

ഞാൻ വിരിഞ്ഞുനില്ക്കുന്ന റോസാപ്പൂക്കളിലേക്കു നോക്കി. ഓരോ പൂവും "എന്നെ ഇറുത്തെടുത്തോളൂ എന്നെ ഇറുത്തെടുത്തോളൂ" എന്നു പറയുന്നതുപോലെ തോന്നി.

ശരി; ഞാൻ ഒട്ടും മടിച്ചുനില്ക്കാതെ നല്ലൊരു റോസാപ്പൂ ഇറുത്തെടുത്ത് അവൾക്കു കൊടുത്തു.

കൃതജ്ഞതാപൂർവ്വം അവളതു വാങ്ങി മൂന്നാലുപ്രാവശ്യം മണത്തു നോക്കിയശേഷം വളരെ ശ്രദ്ധയോടെ തലമുടിക്കെട്ടിൽ തിരുകിവെച്ചു.

എന്നെ സംബന്ധിച്ചിടത്തോളം അവളുടെ സൗന്ദര്യബോധത്തിലെ അശ്രദ്ധ അങ്ങനെ നികത്തപ്പെട്ടു! എനിക്കു സംതൃപ്തിയായി.

കൃതജ്ഞതാനിർഭരമായ ഹൃദയത്തോടെ അവളെന്റെ കൈയിൽ നിന്നു റോസാപ്പൂ വാങ്ങിയ രംഗം ഞാനിതാ ഇപ്പോഴുമെന്റെ കൺമുമ്പിൽ കാണുന്നു.

അവളുടെ നന്ദിവാക്കുകൾ, ഇപ്പോഴുമിതാ എന്റെ കർണ്ണപുടങ്ങളിൽ അനുരണനം ചെയ്യുന്നു.

ഇന്നവൾ എവിടെയാണെന്നൊന്നുമെനിക്കറിഞ്ഞുകൂടാ.

ഇപ്പോൾ സമയം രാത്രി പതിനൊന്നുമണിയാണ്.

ഒരുപക്ഷേ, ശബ്ദമുഖരിതമായ നഗരത്തിലെ മനോഹരമായ ബംഗ്ലാവിലെ സീറോവോൾട്ട് ബൾബിന്റെ പ്രകാശം തങ്ങിനില്ക്കുന്ന ബെഡ്റൂമിൽ ഭർത്താവിന്റെ പരിരംഭണത്തിലമർന്നു കിടക്കുകയാവാം. അല്ലെങ്കിൽ, തന്റെ ഇതുവരെയുള്ള ജീവിതത്തിനിടയ്ക്കുണ്ടായ പ്രധാനങ്ങളും അപ്രധാനങ്ങളുമായ സംഭവപരമ്പരകളെ അയവിറക്കിക്കൊണ്ട് ഉറങ്ങാതെ കിടക്കുകയാവാം. സംഭവപരമ്പരകൾ അയവിറക്കിക്കൊണ്ടു കിടക്കുകയാണെങ്കിൽ, അപ്രധാനമായ സംഭവപരമ്പരകളിൽ ഒരുപക്ഷേ, എന്നെക്കുറിച്ചും അവൾ ഓർക്കുന്നുണ്ടാവാം.

ഞാൻ അവൾക്കു കൊടുത്ത റോസാപ്പൂ അന്നു രാത്രിയിൽത്തന്നെയോ പിറ്റേദിവസമോ ഇതളുകൾ വാടിക്കൊഴിഞ്ഞു നാശമായിരിക്കും. മനോഹരമായ ആ പൂവിന്റെ ഇതളുകളും ഞെട്ടിയും അവളുടെ വീട്ടുമുറ്റത്തെ മണ്ണിൽ അലിഞ്ഞുചേർന്നിട്ടുണ്ടാകും.

പക്ഷേ, അതല്ലല്ലോ കാര്യം; അവളെക്കുറിച്ചുള്ള ഓർമ്മകൾക്ക് ഇതുവരെയായും ഒട്ടും മങ്ങലേറ്റിട്ടില്ല. അതുകൊണ്ടാണല്ലോ അവളെക്കുറിച്ചെഴുതാൻ കഴിഞ്ഞതുതന്നെ! എനിക്കതു മതി! ഞാൻ സംതൃപ്തനാണ്.

അന്തോനീ നീയുമച്ചനായോടാ?

പൊൻകുന്നം വർക്കി

"ഇത് ഒരു മതേതരരാഷ്ട്രമാണ്. ഇവിടെ ക്രിസ്ത്യാനിയുടെയോ ഹിന്ദുവിന്റെയോ മുസ്ലീമിന്റെയോ രാഷ്ട്രമില്ല; മനുഷ്യനെ മനുഷ്യൻ ചൂഷണം ചെയ്യാത്ത വ്യവസ്ഥിതിയോടു കൂടിയ ഒരു യോഗക്ഷേമരാഷ്ട്രം കെട്ടിപ്പൊക്കണമെന്നുള്ളതാണ് ഞങ്ങളുടെ ലക്ഷ്യം. അതിനു ജനതയുടെ വോട്ടാണു വിലയേറിയ അച്ചാരം. ആ വോട്ട് മതത്തിന്റെയും ദൈവത്തിന്റെയും പ്രേരണയിൽ നിങ്ങൾ വെട്ടിത്തിരിക്കുന്നതു തീർച്ചയായും കരിഞ്ചന്തപ്പണിയാണ്. ഒരുതരത്തിൽ പറഞ്ഞാൽ ഈ തൊഴിലിൽ നിങ്ങൾ നിങ്ങളുടെ മതത്തിനുതന്നെ ശവക്കുഴി തോണ്ടുന്നു." പീറ്റർ ആവേശത്തോടുകൂടി വാദിച്ചു.

അച്ചനു ദേഷ്യം വന്നു. കുർബ്ബാന കഴിഞ്ഞു വയറ്റിലെ എരിച്ചിലൊന്ന് അടക്കാൻവേണ്ടി അദ്ദേഹം ഇരിക്കുകയാണ്. ഒന്നുരണ്ടു ബുൾസ്ഐ, താറാറ് ഇഷ്ടൂ, ഏത്തപ്പഴം പുഴുങ്ങി വട്ടം കണ്ടിച്ചു നെയ്യിൽ വരട്ടിയത്, കുറച്ചു ബ്രഡ്സും ബട്ടറും, ഒരു ഇരുന്നാഴി പാല് - അവ ഒന്നു സ്വൈരമായിക്കഴിക്കാൻ ആ കുരുത്തം കെട്ടവൻ സമ്മതിക്കുന്നില്ല.

അച്ചൻ പള്ളിയിൽ വോട്ടുകാര്യം പ്രസംഗിച്ചെന്ന്. പള്ളിയിൽവച്ചു കുഞ്ഞാടുകൾക്കു വഴിതെറ്റിപ്പോകാതിരിക്കാൻ അച്ചൻ പലതും പ്രസംഗിക്കും. അതിന് ഈ തിരുമാലിക്കൊക്കെ എന്തു നഷ്ടം? പ്രസംഗമെന്നു പറയുന്നത് ഇവരുടെമാത്രം കുത്തകയാണോ? സൂപ്പു കുടിച്ച പാത്രം കൈയിൽ കിലുങ്ങുമാറു തള്ളിമാറ്റിയശേഷം, വെള്ളപ്പാട പൊട്ടാതെ ബുൾസ്ഐ സ്പൂണിൽ എടുത്തു തൊണ്ടയിലേക്കിട്ടുകൊണ്ട് അച്ചൻ പറഞ്ഞു: "ഈ യോഗക്ഷേമരാഷ്ട്രമെന്നും കരിഞ്ചന്തയെന്നുമൊക്കെ പറയുന്നതുകേട്ടു ഞാൻ പേടിക്കുമെന്നാണോ നിന്റെ വിചാരം? ഞാനും കുറച്ചു കണ്ടിട്ടുണ്ട്. നീ നിന്റെ പണി നോക്ക്. എന്നെ ഗുണദോഷിക്കാൻ

നീയാര്? പള്ളീം പട്ടക്കാരനുമില്ലാത്ത നീയാണോടാ മര്യാദ പറയുന്നത്? ഞാൻ പ്രസംഗിച്ചെങ്കിൽ കണക്കായിപ്പോയി. നിനക്കൊന്നു നിർത്താമോ? ഒരു പത്തുരൂപാ അങ്ങു ശിക്ഷിച്ചേര്?!"

"അച്ചോ - അച്ചൻ കുറച്ചുകൂടി വകതിരിവോടുകൂടി സംസാരിച്ചാൽക്കൊള്ളാം. പത്തു രൂപയൊന്നുമല്ല; നിങ്ങൾക്കു തരേണ്ട ശിക്ഷ എന്താണെന്നു ഞങ്ങൾക്കറിയാം. ആത്മാവിന്റെ കാര്യത്തിൽ കച്ചവടം എന്തും നടത്തിക്കോ. പക്ഷേ, ഈ വോട്ടുണ്ടല്ലോ വോട്ട്, അതങ്ങനെ വിട്ടുതരാൻ നിവൃത്തിയില്ല." ഉള്ളിലെ സ്വാദുള്ള സാധനം ഊമ്പിയെടുത്തശേഷം ഏതാണ്ടു മൂന്നിഞ്ചു നീളവും, ചെറുവിരലിനോളം വണ്ണവുമുള്ള ഒരു അസ്ഥിക്കുഴൽ 'ക്ലിൻ' എന്ന ശബ്ദത്തോടുകൂടി താഴെയിട്ടശേഷം അച്ചൻ ഗൗരവവും അവജ്ഞയും നിറഞ്ഞു പീറ്ററെ നോക്കി അറിയിച്ചു: "മതി - അധികം കിഴക്കോട്ടു പോകരുത്. പനി പിടിക്കും."

അച്ചന്റെയാ കളിയാക്കു കേട്ട്, ചുറ്റും നിന്ന കണക്കനും കൈക്കാരനുമൊക്കെ ചിരിച്ചു. ആ അഭിനന്ദനം അച്ചന്റെ ശബ്ദത്തിനു കുറച്ചുകൂടി തെളിച്ചമുണ്ടാക്കി. "എടാ," അച്ചൻ തുടർന്നു, "ഞാനും ഈ നാട്ടുകാരൻ തന്നെയാ. വോട്ടിനെപ്പറ്റി പ്രസംഗിക്കാൻ നിന്നെപ്പോലെതന്നെ എനിക്കുമുണ്ടവകാശം."

"ഉണ്ട്; പക്ഷേ, അതു പള്ളിയിൽവച്ചു പാടി...."

"പള്ളിയിലല്ലാതെ ഞാൻ പിന്നെ നിന്റെ വീട്ടിൽ വന്നുനിന്നു പ്രസംഗിച്ചോ?"

പീറ്ററുടെ വാക്യം ഇടയ്ക്കുവച്ചു പിടിച്ചെടുത്ത് അച്ചൻ മറുപടി പറഞ്ഞു: "എടാടാ," അദ്ദേഹം തുടർന്നു, "ഞാൻ പ്രസംഗിക്കും; ഇനിയും പ്രസംഗിക്കും. ഈ എടവകേന്ന് ഒരൊറ്റ വോട്ടു നിനക്കു മേടിക്കാമെങ്കിൽ നിന്റെ മീശ ഞാൻ വടിക്കാം."

"വേണ്ട, അതിലും ആദായകരമായ മാർഗ്ഗം ഉള്ളപ്പോൾ അച്ചൻ അതിനു ബുദ്ധിമുട്ടണമെന്നില്ല. അച്ചനു വകതിരിവില്ലാത്തത് എന്റെ കുറ്റമല്ല. പക്ഷേ, നിങ്ങളെ നിങ്ങളുടെ തൊഴിലിനു വിടാൻപോകുന്ന കാലം അടുത്തുകഴിഞ്ഞു. ഓർമ്മയിരിക്കട്ടെ." പീറ്റർ നടന്നു.

"നീ പോടോ - എന്താ കഴിവെന്നുവച്ചാൽ - നീ അങ്ങോട്ടു നോക്ക്. നിന്റെ തന്തേടെ വോട്ടെങ്കിലും നീ ഇവിടുന്നൊന്നു മേടിക്കണേ. ങ്ഹും - അവൻ ഗുണദോഷിക്കാൻ വന്നിരിക്കുന്നു!" ഏത്തപ്പഴക്കഷണങ്ങൾ ഒരു സ്റ്റീംറോളറിനകത്തേക്കു വിറക് എന്നപോലെ തെരുതെരെ മുള്ളുകൊണ്ടു കുത്തിയിട്ടുകൊണ്ട് അച്ചൻ സംസാരിച്ചു.

ടീലർ - അതേ, അതാണ് ആ അച്ചന്റെ പേര്. അച്ഛനമ്മമാർ ഇട്ട പേര് ദുമ്മിനി എന്നായിരുന്നു. അതു പരിഷ്കൃതമല്ലെന്നു കണ്ട് ടീലർ എന്നു മാറ്റി. ഓരോ കുർബ്ബാനയിലും അദ്ദേഹം പ്രസംഗിക്കും. വിശ്വാസികളുടെ ആത്മാവിന് എരിവും പുളിയും പിടിപ്പിക്കുന്ന പ്രസംഗങ്ങൾ! ഇപ്പോഴത്തെ പ്രസംഗം മുഴുവൻ വോട്ടിന്റെ കാര്യങ്ങളാണ്.

ഗവൺമെന്റിലേക്കു പീറ്റർ ഒരു പരാതി കൊടുത്തു, ടീലർ അച്ചൻ

പള്ളി പ്രസംഗങ്ങൾ വഴി വോട്ടു പിടിക്കുന്നു എന്നും, ഒരു മതേതരരാഷ്ട്രത്തിന്റേതല്ലാത്ത ഈ നയം അനുവദിക്കാവുന്നതല്ലാത്തതിനാൽ വേണ്ട നടപടി നടത്തേണ്ടതാണെന്നും കാണിച്ച്.

ആ പരാതിക്ക് അതിന്റെ കടലാസിന്റെ വിലപോലും ഇല്ലായിരുന്നു. നിലവിലിരിക്കുന്ന ഗവൺമെന്റിനുവേണ്ടിയാണ് അദ്ദേഹം സേവനം ചെയ്യുന്നത്. സ്റ്റേറ്റിലെ പ്രധാനമന്ത്രിയുടെ പാപംപോലും പൊറുക്കേണ്ടത് ആത്മീയഗുരുവായ ടീലറാണ്. ടീലറുടെ മുമ്പിൽ തലയുയർത്തി നില്ക്കാൻ മഹാപാപിയായ പ്രധാനമന്ത്രിക്കുപോലും അവകാശമില്ല.

റവ. ഫാ. ടീലർ പിറ്റേ ഞായറാഴ്ചയും വിശ്വാസികളെ അഭിമുഖീകരിച്ചു പ്രസംഗിച്ചു: "കർത്താവിൽ വിശ്വസിക്കപ്പെട്ടവരെ, ഇതു വേദഞെരുക്കത്തിന്റെ കാലമാണ്. കത്തോലിക്കാ സഭയിലേക്കു തിരിച്ചുവരേണ്ടവരായ കാവ്യരും ചുങ്കക്കാരും അത്താനികളും ഇടത്തട്ടുകാരും മറുതലിച്ചു നില്ക്കുന്നു. പരിശുദ്ധ കന്യാസ്ത്രീകളും ബഹുമാനപ്പെട്ട വൈദികരും മെത്രാന്മാരുമൊക്കെ ദൈവവിരോധികളുടെ ഭരണമുള്ള സ്ഥലങ്ങളിൽ ജയിലുകളിൽ കിടക്കുന്നു. ഇതുപോലെ ഒരവസ്ഥ ഈ നാട്ടിലും ഉണ്ടാകാതിരിക്കണമെങ്കിൽ നിങ്ങൾ നിങ്ങളുടെ വോട്ടു മുഴുവൻ കോങ്ക്റസിൽ ചേരണം. അങ്ങനെയായാൽ അധികം താമസിയാതെ കോങ്ക്റസ് നിങ്ങളുടേതായിത്തീരും. കോങ്ക്റസ് തോറ്റാൽ ദൈവവിരോധികൾ ജയിക്കും. അവർ ജയിച്ചാലുള്ള പവിഷ്യത്തു നിങ്ങൾക്കറിയാമോ? അങ്ങനെ വരാതിരിക്കാനും കോങ്ക്റസ് ജയിക്കാനുംവേണ്ടി ഏഴാകാശങ്ങളിലിരിക്കുന്നതും, ഏഴു നന്മനിറഞ്ഞ മറിയവും, ഏഴു ത്രീത്തസ്തുതീം ചൊല്ലി പരിശുദ്ധ കന്യാസ്ത്രീ മറിയത്തിനു കാഴ്ച വയ്ക്കുവിൻ."

"ആകാശങ്ങളിലിരിക്കുന്ന തങ്ങളുടെ ബാവാ" - ആയിരങ്ങളായ വിശ്വാസികളുടെ കൂട്ടത്തിൽ ആകാശങ്ങളിലിരിക്കുന്നതു ചൊല്ലാനുള്ള അവകാശം അന്യർ തട്ടിയെടുക്കുന്നതിനുമുമ്പു മിന്നൽവേഗത്തിൽ പിടിച്ചെടുത്ത് ഒരു ഭക്ത മോണിട്ടർ ചൊല്ലിത്തുടങ്ങി. ഇന്ദ്രനീലം പ്രകാശിക്കുന്നതും ഏതാണ്ട് അടയ്ക്കായോളം മുഴുപ്പുള്ളതും മുകൾത്തട്ടിൽ ദ്വാരങ്ങൾ സൃഷ്ടിച്ചുകൊണ്ടിരിക്കുന്നതുമായ വണ്ടുകൾ ഭക്തരുടെ മർമ്മരശബ്ദങ്ങൾക്കു ശ്രുതിയെന്നവിധം മുരണ്ടു പറക്കുന്നുണ്ടായിരുന്നു. "അബൻ - ദേ - വസ്മസ് കിസ് - " അച്ചൻ വീണ്ടും കുർബ്ബാനയുടെ മന്ത്രങ്ങളിലേക്കു കയറി. കപ്യാരും എന്തൊക്കെയോ പറഞ്ഞുകൊണ്ട് അച്ചനെ സഹായിച്ചു. ആ ഭാഷ മലയാളമല്ല. അതു ദൈവഭാഷയാണ്. അന്യരുടെ മനസ്സിലാകാഴികയിലാണ് അതിന്റെ വിജയം. കുന്തിരിക്കത്തിന്റെ ധൂമവലയങ്ങൾ അന്തരീക്ഷത്തിലേക്കുയർന്നു. ത്രോണോസിൽ മെഴുകുതിരികൾ കത്തുന്നുണ്ടായിരുന്നു. കപ്യാർ വീഞ്ഞ് അച്ചന്റെ കൈയിലിരുന്ന സ്വർണ്ണപ്പാത്രത്തിലേക്കു പകർന്നുകൊടുത്തു. അതു ക്രിസ്തുവിന്റെ രക്തമാണ്. ക്രിസ്തുവിന്റെ ഈ രക്തമായ രക്തമത്രയും അദ്ദേഹം വലിച്ചുകുടിക്കുന്നു. വല്ലതരത്തിലും ഇതൊന്നു തീർന്നിരുന്നെങ്കിൽ എന്നു വിശ്വാസികൾ പലരും ആഗ്രഹിക്കുന്നുണ്ട്. പക്ഷേ, എന്തു

ചെയ്യാം? അച്ചൻ ഒന്നു നിറുത്തണ്ടേ!

നേരം വെളുത്താലുടനെ കപ്യാർ മണിയടിക്കും. എല്ലാരും ഉടനെ തന്നെ എത്തിക്കൊള്ളണം. ആരെങ്കിലും വരാതിരുന്നാൽ അച്ചൻ കുമ്പസാരത്തിൽ ചോദിച്ചെടുത്ത് അക്കാര്യത്തിനു പ്രത്യേകം ശിക്ഷ കൊടുക്കും. ദിനംപ്രതി കുർബ്ബാനയുണ്ട്. ശനി, ഞായർ, കടമുള്ള ദിവസങ്ങൾ ഇവ പ്രത്യേകവുമാണ്. ജീവിച്ചിരുന്നവരേക്കാൾ കൂടുതൽ പുണ്യവാളന്മാരും പുണ്യവതികളും സ്വർഗ്ഗത്തിലുണ്ട്. അവർക്കൊക്കെ ചുരുങ്ങിയാലും ഓരോ ജന്മദിനങ്ങൾ. അന്നൊക്കെ അച്ചൻ മണിയടിക്കും. ആ ആത്മീയഗുരുവിന് അതിൽ തെറ്റുപറ്റുകയില്ല. യമുനാതടത്തിലെ കണ്ണന്റെ മുരളികേട്ട പേടമാനുകളെന്നവണ്ണം സ്ത്രീകൾ മണിയൊച്ച കേട്ടാലുടനെ ഓടിയെത്തും. ഉടനെ കുർബ്ബാനയും പ്രസംഗവും അങ്ങു തുടങ്ങും. വാസ്തവത്തിൽ സ്റ്റേറ്റിനാവശ്യമുള്ള ഒട്ടധികം സമയം അദ്ധ്വാനശീലരായ ഈ കൃഷിക്കാരുടെ കൈയിൽനിന്നു പള്ളിയും പട്ടക്കാരും അപഹരിക്കുന്നുണ്ട്. പക്ഷേ, ലോകം മുഴുവൻ നേടിയാലും ആത്മാവു നഷ്ടപ്പെട്ടാൽ പ്രയോജനമെന്താണെന്നാണ് അച്ചന്റെ ചോദ്യം.

ഇടവകയിലെ വിശ്വാസികളായ യുവാക്കന്മാർ അവരുടെ ജീവിതത്തിലെ അഭികാമ്യമായ ഉദ്യോഗമായി 'അച്ചൻ ജോലി' ആഗ്രഹിക്കുന്നു. സ്കൂൾ ഫൈനൽ തോറ്റശേഷം അഞ്ചാറുകൊല്ലം വലിയ മതിൽക്കെട്ടുള്ള ഒരു സെമിനാരിയിൽ ചെന്നു സ്വർഗ്ഗത്തിലെ സുഖം, നരകത്തിലെ ദുരിതം ഇതിന്റെ ഒരു ലിസ്റ്റുള്ളതു കാണാതെ പഠിച്ചാൽ മതി; അച്ചൻ ജോലി കിട്ടും. കിട്ടിയാലോ ഒരു ദിവസം എങ്ങനെയായാലും ഒരു കുർബ്ബാന. അതിന് ഒരു രൂപാ. അതു പാട്ടുപാടിയാണെങ്കിൽ രൂപാ രണ്ടാകും. പിന്നെ ശമ്പളം, ചാത്തം, നേർച്ച, പ്രസംഗം, വീട്ടുപ്രിശുമാ, ഒപ്പീസ്, ലുത്തീനിയാ എന്നുവേണ്ടാ, കൈനീട്ടുകയേ വേണ്ടൂ. ഇറച്ചിയും മീനും മുട്ടയും കൂടാതെ ഉണ്ണേണ്ട. ഇടവകയിൽ എവിടെ ഒരു നല്ല കറി വച്ചാലും ഗുണവതികളായ പെണ്ണുങ്ങൾ അതിൽ ഒരോഹരി അച്ചനു കൊടുത്തയയ്ക്കും. മാന്യന്മാരായ ആളുകളുടെ വീടുകളിൽ അച്ചനു ചുമ്മാതെ പോകുകയും ചെയ്യാം. വല്ല തലയ്ക്കുപിടുത്തമോ "മുത്തീരോ" ഒക്കെക്കാണും. ആത്മീയമായി ക്രിസ്തുവിനേക്കാൾ കൂടിയ ആളുമാണു വികാരിയച്ചൻ. അതുകൊണ്ടു ചെറുപ്പക്കാർ ഈ ഉദ്യോഗം ആഗ്രഹിക്കുന്നതിൽ അത്ഭുതമില്ല. ടീലറച്ചൻ കുർബ്ബാനയാണെങ്കിൽ പണം മുമ്പേറുവാങ്ങിയതും ചൊല്ലിത്തീർക്കേണ്ടതുമായി രണ്ടായിരത്തോളമുണ്ട്. പിന്നെയും പിന്നെയും കുർബ്ബാന കൂടിക്കൂടി വരുന്നു. കുർബ്ബാന ഇത്രയും വരവില്ലാത്ത ഒരച്ചന് ഇരുനൂറു കുർബ്ബാന ടീലറച്ചൻ കൊടുത്തു. അത് എട്ടണ വിലവെച്ചാണ്.

2

ആ ഇടവകയിലെ വിഷമം പിടിച്ച ഒരു പ്രശ്നമായിത്തീർന്നു പീറ്ററുടെ വിവാഹക്കാര്യം. ഒരു കമ്യൂണിസ്റ്റായതുകൊണ്ട് ടീലറച്ചൻ പീറ്ററെ

കണക്കിനൊന്നു പിടിക്കാൻ നിശ്ചയിച്ചിരിക്കുകയാണ്. പള്ളിയുമായി എതിർത്തുനില്ക്കുന്നവരെയാക്കെ മാമോദീസാ, കല്യാണം, മരണം ഈ ആവശ്യങ്ങൾക്ക് അച്ചന്റെ മുമ്പിൽ മുട്ടുകുത്തുകയേ തരമുള്ളൂ. പീറ്റർ കല്യാണം കഴിക്കാൻ ആഗ്രഹിക്കുന്നതോ കറയില്ലാത്ത ഒരു കത്തോലിക്കാപ്പെണ്ണിനെയും! ടീലറച്ചൻ ആ പെൺകുട്ടിയോടു കഴിയുന്നതു പറഞ്ഞുനോക്കി. ഈ കല്യാണം ആവശ്യമില്ലെന്ന്. ഏതാണ്ട് ഒരു തലതിരിഞ്ഞ മട്ടാണ് അവളും. എന്നാൽ ഇതൊന്നു നടക്കുന്നതു കാണണമെന്ന് അച്ചനും നിശ്ചയിച്ചു. വിശ്വാസികളിൽ ചിലർ സന്ധി പറഞ്ഞു. ആത്മീയകാര്യങ്ങളിൽ സന്ധിയില്ലെന്നായിരുന്നു അച്ചന്റെ തീരുമാനം. പീറ്ററുടെ സഹോദരി ഈ സംഭവവികാസത്തിൽ കണ്ണുനീർ തൂകി. ആ പരീക്ഷണഘട്ടത്തിൽ പീറ്ററുടെ മുമ്പിൽ രണ്ടു മാർഗ്ഗമേ ഉണ്ടായിരുന്നുള്ളു: ഒന്നുകിൽ അജ്ഞാനികളും പതിതരും കാവ്യരും ചുങ്കക്കാരുമായ ദൈവവിരോധികളുടെ കൂട്ടത്തിൽ നിന്നൊഴിഞ്ഞു സത്യക്രിസ്ത്യാനിയായി അച്ചന്റെ മുമ്പിൽച്ചെന്നു മുട്ടുകുത്തി കല്യാണം കഴിക്കുക. അഥവാ കെടാത്ത തീയും തീരാത്ത ദുരിതങ്ങളുമുള്ള നരകത്തിലേക്ക് എന്നെന്നേക്കുമായി വീഴുക. പക്ഷേ, പീറ്റർ മൂന്നാമതൊരു മാർഗ്ഗമാണ് സ്വീകരിച്ചത്. ഒരു ദിവസം പ്രഭാതത്തിൽ ആ കത്തോലിക്കാ യുവതിയും പീറ്ററും കൂടി രജിസ്റ്റർ കച്ചേരിയിലേക്കു ചെന്നു. അവർ അവരുടെ വിവാഹം രജിസ്റ്റർ ചെയ്തു. ഇതിൽ പീറ്ററുടെ സഹോദരി ക്ലാരയ്ക്കു വല്ലാത്ത വ്യസനമുണ്ടായി. കത്തോലിക്കാ അച്ചടക്കം അങ്ങേയറ്റമുണ്ടായിരുന്ന മാന്യമായ ഒരു യുവതിയായിരുന്നു ക്ലാര. കരയാനും നെടുവീർപ്പിടാനുമുള്ള വിധിയാണ് ക്രിസ്തു അവൾക്കു നല്കിയിരിക്കുന്നത്. ഇതെല്ലാം കർത്താവിന്റെ പരീക്ഷയാണെന്ന് അച്ചൻ അവളെ ഉപദേശിച്ചു.

തിരഞ്ഞെടുപ്പിന്റെ തീയതിയടുത്തു. അച്ചൻ വാശിയോടുകൂടി പ്രസംഗിച്ചു, ഓരോ കത്തോലിക്കനും ഓരോ ക്രിസ്ത്യാനിയും ദൈവവിചാരവും കുടുംബവുമുള്ള ഓരോ വ്യക്തിയും, അവരുടെ വോട്ടുകൾ കാളപ്പെട്ടിയിൽത്തന്നെ നിക്ഷേപിക്കുക. അതു നിങ്ങൾ സഭയ്ക്കും ദൈവത്തിനും നല്കുന്ന സംഭാവനയുമായിരിക്കുമെന്ന്. എന്നാൽ അച്ചൻ ഇതിനു ചില സ്ഥാനത്ത് ഒരു തിരുത്തൽ കൊടുത്തിരുന്നു. ഏതെങ്കിലും നിയോജകമണ്ഡലത്തിൽ കത്തോലിക്കേതരനായ കോൺഗ്രസുകാരനും സ്വതന്ത്രനായ കത്തോലിക്കനും നിന്നു മത്സരിക്കുന്നപക്ഷം നിങ്ങൾ നിങ്ങളുടെ വോട്ടു മാമോദീസാ വെള്ളം വീണ കത്തോലിക്കനുതന്നെ നല്കണമെന്നായിരുന്നു തിരുത്തൽ. അദ്ദേഹം വിരുദ്ധ മുന്നണിയിൽക്കൂടിയും സന്ദേശം വ്യാപരിപ്പിച്ചു. ഈ ഐക്യമുന്നണിക്കാർ ജയിക്കയാണെങ്കിൽ താൻ ഈ നാട്ടിൽ ജീവിച്ചിരിക്കയില്ലെന്നായിരുന്നു ടീലറച്ചന്റെ തീരുമാനം. ആ വടംവലി ഇരുപത്തിനാലു മണിക്കൂറും അങ്ങനെ നടന്നുകൊണ്ടിരുന്നു.

രാഷ്ട്രീയകാര്യങ്ങളിലും ആത്മീയകാര്യങ്ങളിലും ടീലറച്ചൻ അതീവതല്പരനാണ്. പള്ളിപ്പണി മുതലായ നവീന നടപടികളും അവിടെ നട

ക്കുന്നുണ്ടായിരുന്നു. ഒരു പുതിയ കപ്പേള പണം പിരിച്ചെടുത്ത് അദ്ദേഹം പണിയിക്കുന്നു. സൊഡാലിറ്റി, വേദോപദേശ ക്ലാസുകൾ, വിൻസൻ ഡി പോൾ സൊസൈറ്റി, വിരുദ്ധമുന്നണി, പള്ളിക്കൂടഭരണം; ആവൂ! ടീലറച്ചന്റെ ഭരണസാമർത്ഥ്യം! ഇതൊക്കെ നോക്കിയാണ് ഒരു വികാരിയുടെ കഴിവു മനസ്സിലാക്കുക. കന്യാസ്ത്രീകളുടെ ഒരു മഠവും ടീലറച്ചന്റെ മേല്നോട്ടത്തിൽ ഭംഗിയായി നടന്നു. മെത്രാനു കൊടുക്കേണ്ട വാർഷിക വേതനങ്ങൾ മുറയ്ക്കു കൊടുക്കുന്നതിൽ ടീലർ അദ്വിതീയനാണ്. വിവാഹിതകളായ യുവതികൾ, ഭർത്തൃഗൃഹങ്ങളിൽപ്പോകാതെ പിണങ്ങിനില്ക്കുന്നവരായി ആ ഇടവകയിൽ അധികം പേരില്ല. ഏതാണ്ട് അഞ്ചോ ആറോ കേസുകൾ മാത്രം. അതിനൊക്കെ തക്ക കാരണങ്ങളുണ്ടായിരുന്നു.

അതിലൊന്നു പള്ളിമേടയോടു തൊട്ടു താമസിക്കുന്ന കുന്നേൽ വർക്കിയുടെ മകൾ അന്നക്കുട്ടിയാണ്. വിവാഹം കഴിഞ്ഞ് ആറുമാസം തികയുന്നതിനുമുമ്പ് അവളുടെ ഭർത്താവു കൊലക്കേസിൽ പ്രതിയായി ജീവപര്യന്തം വാങ്ങി സെൻട്രൽ ജയിലിലേക്കു പോയി. അവളുടെ അമ്മാവിയമ്മയാണെങ്കിൽ നരകത്തിലെ പോരുകാരിയും. പാവം പെണ്ണ്. അവൾ എന്തുചെയ്യും? കടിച്ചാൽ പൊട്ടാത്ത പ്രായം. അവൾ അമ്മാവിയമ്മയോടു പിണങ്ങി വീട്ടിൽ വന്ന് അങ്ങനെ താമസമാണ്. പള്ളിക്കാര്യങ്ങൾക്ക് അവൾക്ക് എന്തു ശുഷ്കാന്തിയാണെന്നോ! ദിവസവും അവൾ പള്ളിയിൽ പോകും. ഇടയ്ക്കിടയ്ക്ക് ഒരു സുഖക്കേടു വരാറുണ്ട്. അഴിഞ്ഞ തലമുടിക്കെട്ടോടുകൂടിയിരുന്നു തലയാട്ടിക്കൊണ്ട് അവൾക്ക് ഒരുവക വല്ലാത്ത ചിരിയും പ്രസംഗവും. ടീലറച്ചൻ ചെന്നു തലയ്ക്കുപിടിക്കും. അച്ചനതൊക്കെ നല്ല വശമായിരുന്നു. ഇവർക്കു കിട്ടുന്ന അഞ്ചാംപട്ടം തന്നെ കൂടോത്രമാണെന്നാ പറയുക. കൂടോത്രമായാലും അല്ലെങ്കിലും അച്ചന്റെ തലയ്ക്കുപിടുത്തം കഴിയുമ്പോൾ അന്നക്കുട്ടിക്കു സുഖമാകും. പീറ്ററുടെ ശല്യം അച്ചനു സഹിച്ചുകൂടാതായി. ആ ആത്മീയഗുരുവിനെപ്പറ്റി വായിൽ വരുന്നതെല്ലാം ലക്കും ലഗാനുമില്ലാതെ അയാൾ പറയും. "നീ – മോനേ, അങ്ങേരുടെ വചനം കേക്ക്. പ്രവൃത്തി നോക്കണ്ടാ." ചില വൃദ്ധജനങ്ങൾ പീറ്ററെ ഗുണദോഷിച്ചു.

പീറ്റർ ഒരു യോഗത്തിൽ സന്താന നിയന്ത്രണത്തെപ്പറ്റി പ്രസംഗിച്ചു. അച്ചനെ അതു വളരെയധികം അരിശംപിടിപ്പിച്ചു. ഞായറാഴ്ച പള്ളിപ്രസംഗത്തിൽ അച്ചൻ ആ സന്താന നിയന്ത്രണക്കാര്യം ശക്തിയേറിയ ഭാഷയിൽ പ്രതിഷേധിക്കയുണ്ടായി. സന്താനനിയന്ത്രണം പാപമാണെന്നും, ദൈവമാണു സന്താനങ്ങളെ തരുന്നതെന്നും, അതു നിയന്ത്രിക്കാൻ മനുഷ്യനവകാശമില്ലെന്നുമായിരുന്നു പണ്ഡിതനായ ടീലറുടെ വാദം. അങ്ങനെയിരിക്കെ ഒരു സംഭവമുണ്ടായി. ഒരാൾ ഗവൺമെന്റിലേക്ക് ഒരു ഹർജി. ടീലറച്ചന്റെ മേൽനോട്ടത്തിൽ നടത്തിവരുന്ന മഠത്തിലെ കന്യാസ്ത്രീകളിൽ ചിലർ ഗർഭിണികളാണെന്നും അവർ അവരുടെ ഗർഭം അലസിപ്പിക്കാൻ പോകുന്നെന്നും ഡോക്ടറെ അയച്ചു പരിശോധിപ്പിച്ചുവേണ്ട സംര

ക്ഷണനടപടി ഗവൺമെന്റു കൈക്കൊള്ളേണ്ടതാണെന്നും ഒരു തലതിരിഞ്ഞ ഹർജിക്കാരൻ!

ആ പരീക്ഷണഘട്ടത്തിൽ എന്താ വേണ്ടതെന്നറിയാതെ ഗവൺമെന്റുദ്യോഗസ്ഥന്മാർ കുഴഞ്ഞു. ഒരിക്കൽ ഒരു അപരിചിതൻ ടീലറച്ചന്റെ അടുക്കലേക്കു കയറിച്ചെന്നു. കട്ടിയുള്ള ഒരു പുസ്തകം നിവർത്തുപിടിച്ചു വ്യായാമവും പ്രാർത്ഥനയും ഒരേകാലത്തു സാധിച്ചുകൊണ്ട് അങ്ങനെ നടക്കയായിരുന്നു അച്ചൻ. തന്റെ ഘനഗാംഭീര്യത്തിനു കോട്ടമുണ്ടാക്കാതെ ആ അപരിചിതനോട് 'എന്താ ഏതാ' എന്ന് അച്ചൻ തിരക്കി. താൻ ഗവൺമെന്റിൽനിന്നു നിയോഗിക്കപ്പെട്ടിരുന്ന ഒരു ഡോക്ടറാണെന്നും, മഠത്തിലെ കന്യാസ്ത്രീകളുടെ കാര്യം സംബന്ധിച്ചുകിട്ടിയ ഹർജിയുടെ ഫലമായിട്ടാണു വന്നിരിക്കുന്നതെന്നും അയാൾ അച്ചനെ അറിയിച്ചു. അച്ചൻ നടുങ്ങിപ്പോയി. ക്രിസ്തുവിന് അധികാരവും ശക്തിയും ടീലറച്ചനേക്കാൾ വളരെ കുറവായിരുന്നെങ്കിലും രാജകിങ്കരന്മാർ വന്നു പിടിച്ചപ്പോൾ ഇതുപോലെ ഞടുങ്ങിയില്ല. വിയർപ്പുകൊണ്ടു നനഞ്ഞു കുതിർന്ന അടിക്കുപ്പായം പുറംകുപ്പായത്തെക്കൂടെ നനച്ചുതുടങ്ങി.

അച്ചൻ ആ ഡോക്ടറെ പെട്ടെന്നു തന്റെ ഉൾമുറിയിലേക്കു കൊണ്ടുപോയി. കത്തോലിക്കാസഭയുടെ കീഴിലുള്ള മഠത്തിലെ അവിവാഹിതരായ കന്യാസ്ത്രീകൾ എങ്ങനെ ഗർഭിണികളാകുമെന്ന് അദ്ദേഹം സംയുക്തികം ചോദിച്ചു. അതിനൊക്കെ സാദ്ധ്യതകളുണ്ടെന്നും ഗർഭിണികളാകാൻ വിവാഹിതരാകേണ്ട നിർബ്ബന്ധമില്ലെന്നും ഡോക്ടർ അഭിപ്രായപ്പെട്ടു. മര്യാദകേടും ദൈവവിരോധവും പറയുന്ന ആ ഡോക്ടറോട് അച്ചന് എന്തെന്നില്ലാത്ത വെറുപ്പു തോന്നി. എങ്കിലും അവർ വളരെനേരം കുശുകുശുത്തു. അധികസമയം കഴിയുന്നതിനുമുമ്പ് അവിടെ ഡി സി സി പ്രസിഡന്റെത്തി.

ഇതൊരു കത്തോലിക്കാ സ്ഥാപനമാണെന്നും ഗവൺമെന്റ് ഇത്തരം വൃത്തികെട്ട അന്വേഷണങ്ങൾക്കിറങ്ങി കത്തോലിക്കാസഭയുടെയും കന്യകാലയങ്ങളുടെയും അന്തസ്സ് അപമാനിച്ചാൽ ഫലം വേറെ ആയിരിക്കുമെന്നും ഡി സി സി പ്രസിഡന്റ് ധൈര്യമായി ഡോക്ടറെ അറിയിച്ചു. അല്ലെങ്കിൽത്തന്നെ അയാളുടനെ പോകുമായിരുന്നു. അച്ചനുമായി അയാൾ അത്രമാത്രം അടുക്കുകയുണ്ടായി. ഡോക്ടർ സ്ഥലംവിട്ടു. ഈ പരാതി അയച്ചവൻ തീർച്ചയായും ശപിക്കപ്പെട്ടവനാണെന്നു ഡി സി സി പ്രസിഡന്റ് അഭിപ്രായപ്പെട്ടു.

"അതേ," ടീലറച്ചനും ആ അഭിപ്രായത്തിനു സമ്മതം മൂളി. പക്ഷേ, അദ്ദേഹത്തിന്റെ 'അതേ'ക്ക് ഒരിടർച്ചയുണ്ടായിരുന്നു. ഒഴുകിക്കൊണ്ടിരുന്ന വിയർപ്പ് അദ്ദേഹം തുടച്ചു. ആ വൃത്തികെട്ട ന്യൂസ് ഇടവകയിലോ വെളിക്കോ പരക്കാതിരിക്കയാണു നല്ലതെന്നും ഡി സി സി പ്രസിഡന്റ് അഭിപ്രായപ്പെട്ടു. "അതേ," വീണ്ടും ഇടറിയ ശബ്ദത്തോടുകൂടി അച്ചൻ അനുസരിച്ചു. എങ്കിലും പള്ളിയുടെ അടുക്കൽ താമസക്കാരായ അഞ്ചെട്ടാളുകൾ അവിടെ കൂടുകയുണ്ടായി.

“ഡോക്ടർ ഒന്നു മഠത്തിൽക്കയറി പരിശോധിച്ചിരുന്നെങ്കിൽ! ഏതായാലും അതു നടക്കാതെ പോയല്ലോ!” ഒരാൾ നിരാശ പുറപ്പെടുവിച്ചു.

“എങ്കിൽ കത്തോലിക്കരുടെ ഒറ്റ വോട്ടെങ്കിലും ഈ കോങ്ഗ്രസ് സർക്കാരിനു കിട്ടുമായിരുന്നോ?” ഒരു വിശ്വാസി ചോദിച്ചു.

“കഷ്ടം, അച്ചനീ കൂട്ടമണിയൊന്നടിക്കാൻ മേലാരുന്നോ? പരിശോധന കഴിഞ്ഞു ഞങ്ങളവനെ വിട്ടോളാമായിരുന്നല്ലോ?” മറ്റൊരു വിശ്വാസി പറഞ്ഞു.

“അവനെവിടെ? അവനെ ഒന്നു കാണണമല്ലോ!” വിശ്വാസസധീരനായ ഒരു കത്തോലിക്കൻ മുമ്പോട്ടുവന്നു. അയാൾ ആ ഡോക്ടറെ കണ്ടിരുന്നെങ്കിൽ മേലിൽ ഇത്തരം പരിശോധനയ്ക്കു പുറപ്പെടുന്ന തൊഴിലിൽനിന്നു മോചിപ്പിച്ചേനെ. ഭാഗ്യത്തിനു ഡോക്ടർ സ്ഥലംവിട്ടു. അവർ ഇങ്ങനെ വീരപദവി മുഴക്കിക്കൊണ്ടിരുന്നപ്പോൾ ദൂരെ ഒരിടത്തിരുന്നു കുറെ ചെറുപ്പക്കാർ ചിരിക്കുന്നുണ്ടായിരുന്നു. കൂട്ടത്തിൽ ആ പരാതിക്കാരനുമുണ്ട്. അവരിൽ ഒരാൾ സാധിച്ച വേഷമായിരുന്നു ആ ഡോക്ടർ.

3

ടീലറച്ചനു പീറ്ററോടുള്ള വിരോധം അതിന്റെ കൊടുമുടിയിൽ ചെന്നുനിന്നു തുള്ളി. വിശ്വാസികളിൽ കാണുന്ന ഇടതുപക്ഷ പ്രതിപത്തിക്കും ചുണയില്ലായ്മയ്ക്കും ഏതു നഷ്ടം സഹിച്ചും പരിഹാരമുണ്ടാക്കാൻ അദ്ദേഹം ശപഥം ചെയ്തു: ആണ്ടുകുമ്പസാര മുടക്കക്കാർക്കു കർശനമായ താക്കീതുകൾ കൊടുത്തു. കുർബ്ബാന, ലദീഞ്ഞ്, പ്രസംഗം, ചാത്തം, നേർച്ച, പെരുന്നാൾ, പ്രാർത്ഥന ഇങ്ങനെയുള്ള കത്തോലിക്കാ ഒഴുക്കുകൾക്ക് ആ ഗുരുവരൻ ശക്തി വർദ്ധിപ്പിച്ചു. വിരുദ്ധമുന്നണിക്കുവേണ്ടി മാസം ഇരുനൂറു രൂപാവീതം മടികൂടാതെ ചെലവാക്കി. പീറ്ററെ അയാളുടെ സഹോദരി മാന്യയാണെന്നു വിചാരിച്ചു വെറുതെ വിടാൻ അദ്ദേഹത്തിനു സമ്മതമില്ല. ഗൗരവമേറിയ ചില കാര്യങ്ങൾ സംസാരിക്കാനുള്ളതിനാൽ പള്ളിമേടവരെ വരാൻ അദ്ദേഹം കപ്യാരെ ക്ലാരയുടെ അടുക്കലേക്കയച്ചു.

അച്ചടക്കമുള്ളവളും സംസ്കാര സമ്പന്നയുമായ ആ യുവതി പള്ളിമുറിയിൽ ചെന്നു. അന്നക്കുട്ടി അവിടെ എത്തിയിട്ടുണ്ടായിരുന്നു. അന്ന് അവൾ വിശേഷവിധിയായി വെള്ളേപ്പവും കോഴിയിറച്ചിയും പാകപ്പെടുത്തിയിരുന്നു. അതിലൊരോഹരി ആത്മീയഗുരുവായ ടീലറച്ചൻ കഴിക്കുന്നതിൽ അവൾക്ക് അത്രമാത്രം തൃപ്തിയുണ്ട്. ഇറച്ചി ഏതും ടീലറച്ചന് ഇഷ്ടംതന്നെ. എന്നാൽ മുട്ടയ്ക്കു കനറ്റിനില്ക്കുന്ന പിടക്കോഴിയുടേതാണെങ്കിൽ പറയാനുമില്ല. ക്ലാരയെ കണ്ടപ്പോൾ നാണംകുണുങ്ങിയായ ആ പെണ്ണ് - അന്നക്കുട്ടി - തലകുനിച്ചു വാപൊത്തി കുശിനിയിലേക്ക് ഒരോട്ടം കൊടുത്തു. ചിരിച്ചുകൊണ്ടു നിന്ന ടീലറച്ചന്റെ നീട്ടിയ വലതുകൈയിൽ

വിശുദ്ധിയേറിയ രണ്ടുമൂന്നു കാശുരൂപങ്ങളും അഞ്ചെട്ടു ഹെയർ പിന്നുകളുമുണ്ടായിരുന്നു.

"ആ പെണ്ണിന് ആ പഴയ ചിരീം കളീം തുടങ്ങിയിരിക്കയാ." ടീലറച്ചൻ അനുഭാവത്തോടുകൂടി ക്ലാരയെ നോക്കി ഉപക്രമമിട്ടു.

"അച്ചന് ഏതോ ഗൗരവമുള്ള കാര്യം...?"

"അതേ, എനിക്ക് ചില കാര്യം പറയാനുണ്ട്."

"പറയാമല്ലോ."

"നിങ്ങടെ പീറ്ററെ സംബന്ധിച്ചാണ്. എന്തൊക്കെയായാലും അവനിനി നന്നാകാൻ പോകുന്നില്ല. ക്ലാരയെ ഓർത്തു പലതും ഞാൻ ക്ഷമിച്ചു." അച്ചൻ തുടർന്നു.

ക്ലാര സമാധാനത്തോടുകൂടി കേട്ടുനിന്നു.

"ക്ലാര ഒരുത്തിയില്ലായിരുന്നെങ്കിൽ ഞാൻ–"

"അച്ചനു പറയാനുള്ളത്?" ക്ഷമകെട്ടു തുടങ്ങിയപ്പോൾ ക്ലാര ചോദിച്ചു.

"അതേ, എനിക്കു പറയാനുള്ളത് ഞാൻ പറയുകയാണ്. നീ തോക്കിൽക്കയറി വെടിവയ്ക്കാതിരിക്ക്. ഇങ്ങനെ ഒരു സഹോദരൻ നിനക്കില്ലായിരുന്നെങ്കിൽ എന്നുപോലും ഞാൻ വിചാരിക്കാറുണ്ട്." അച്ചൻ അറിയിച്ചു.

"എനിക്കങ്ങനെ തോന്നിയിട്ടില്ല." സീമകൾ ലംഘിക്കരുതെന്നു വളരെയൊക്കെ ആഗ്രഹിച്ചിട്ടും ക്ലാരയ്ക്കതു സാധിച്ചില്ല. എടുത്തകൈക്കെന്നപോലെ അവൾ മറുപടി കൊടുത്തു. പണ്ഡിതനും ദൈവപ്രതിനിധിയും ഭക്താഗ്രണിയുമായ ടീലറച്ചൻ ക്ലാരയുടെ ആ മറുപടി പ്രതീക്ഷിച്ചിരുന്നില്ല. അദ്ദേഹം ആ യുവതിയെ അടിമുതൽ മുടിവരെ ഒന്നു നോക്കി. അച്ചന്റെ സംസാരഗതിക്കു പെട്ടെന്നൊരു മാറ്റമുണ്ടായി.

"എങ്ങനെ തോന്നീട്ടില്ലെന്ന്?"

"അച്ചൻ പറയുന്നപോലെ."

"ഇതൊക്കെയായിട്ടും?"

"ഏതൊക്കെ? അങ്ങനെ അധികാരമെന്തൊക്കെയാണെന്ന് എനിക്കു മനസ്സിലാകുന്നില്ല."

"പീറ്റർ കമ്യൂണിസ്റ്റും ദൈവവിരോധിയുമായി നില്ക്കുന്നതിനെപ്പറ്റി ഒന്നും മനസ്സിലായിട്ടില്ലേ?"

"പലതും മനസ്സിലായിട്ടുണ്ട്."

"എങ്കിൽ എന്താണു പറയാനുള്ളത്?"

"ഒന്നും പറയാനില്ല. പീറ്റർ കമ്യൂണിസ്റ്റാണെങ്കിൽ അത് അവന്റെ പൗരസ്വാതന്ത്ര്യമാണ്. അതു സംബന്ധിച്ച് ഒന്നുംതന്നെ എനിക്കു പറയാനില്ല. പിന്നെ അവന്റെ ദൈവവിശ്വാസത്തെപ്പറ്റിയാണെങ്കിൽ, ഒരാളെ ദൈവവിരോധിയാക്കുന്നതും ദൈവത്തിന്റെ കുഞ്ഞാടാക്കുന്നതും എന്റെ ജോലിയല്ല. അതിന്റെ അളവുകോൽ ഏതാണെന്ന് എനിക്കു നിശ്ചയവുമില്ല."

"എനിക്കുണ്ട് കുറച്ചൊക്കെ നിശ്ചയം. അതൊക്കെ എന്റെ ആത്മീയാധികാരത്തിൽപ്പെട്ട കാര്യങ്ങളാണെന്നാണ് എന്റെ വിശ്വാസം. ആരും അതിൽ പരിഭവിക്കേണ്ട ആവശ്യമില്ല."

"ആത്മീയാധികാരങ്ങളുടെയും കടമകളുടെയുമൊക്കെ കുത്തക അച്ചൻ തന്നെ എടുത്തുകൊള്ളുക. പക്ഷേ, മനുഷ്യരെ പിശാചുക്കളാക്കരുതെന്നേ അപേക്ഷിക്കാനുള്ളൂ."

"പിശാചുക്കൾ മനുഷ്യരാകില്ല. മനുഷ്യരേ പിശാചുക്കളാകാറുള്ളൂ."

"പിശാചുക്കളെ മനുഷ്യരാക്കാനാണു ക്രിസ്തു ശ്രമിച്ചത്."

"എനിക്കതു മനസ്സിലായിട്ടില്ല."

"അതാണ് അച്ചന്റെ പരാജയം."

"പരാജയം നികത്താൻ ഞാനുമൊരു കമ്യൂണിസ്റ്റായേക്കാം."

"അത്തരം ഒരു വളർച്ചയ്ക്ക് അച്ചൻ സന്നദ്ധനാകുമെന്ന് എനിക്കു വിചാരമില്ല. അച്ചൻ കമ്യൂണിസ്റ്റിനെപ്പറ്റി ഇത്രമാത്രം ക്ഷമകേടും വെറുപ്പും കാണിക്കണമെന്നില്ല. പീറ്റർ ഒരു കമ്യൂണിസ്റ്റായിരിക്കുന്നതിൽ ലജ്ജിക്കത്തക്കത് എന്താണെന്ന് എനിക്ക് മനസ്സിലാകുന്നില്ല. അച്ചൻ കൊടുക്കുന്ന ദൈവം അനാവശ്യമില്ലായിരിക്കാം. ദൈവത്തെ അവനു കൊടുക്കാൻ ചെയ്യുന്ന ശ്രമം കൂടിയുപയോഗിച്ച് അച്ചൻ കുറച്ചുകൂടി മനുഷ്യനായിരുന്നെങ്കിൽ! ആദ്യത്തെ കമ്യൂണിസ്റ്റിനെ കുരിശിൽ തറച്ചു. ആ കുരിശിൽ ചാരിനിന്നുകൊണ്ട് കമ്യൂണിസ്റ്റുകളെ കുരിശിൽ തറയ്ക്കാൻ അച്ചൻ ശ്രമിക്കുന്നു."

"മതി, പ്രസംഗിക്കാൻ എനിക്കുമറിയാം. അതിനുവേണ്ടിക്കൂടെയാണ് ഈ ളോഹ എനിക്കു തന്നിരിക്കുന്നത്. പിടക്കോഴി കൂവുന്നതു നല്ലതല്ല, മനസ്സിലായോ?" ടോർപ്പിഡോ പോലുള്ള ചുരുട്ടെടുത്തു കത്തിച്ചുകൊണ്ട് അച്ചൻ ചോദിച്ചു.

"മനസ്സിലായി; ഇതു പറയാനാണോ എന്നെ വിളിച്ചത്?"

"അതേ, സഹോദരനെ, ഞാൻ പള്ളിക്കുറ്റത്തിൽ നിർത്താൻ പോകുന്നു."

"അതച്ചന്റെ കടമയല്ലേ? അതിനു ഞാനെന്തുവേണം?"

"ഒരു കത്തോലിക്കാ കുടുംബത്തിലെ സ്ത്രീക്ക് ആ ഇടവകയിലെ വികാരി എന്ന നിലയിൽ ഞാൻ മുന്നറിവു തരുന്നു, മേലാൽ അയാളുമായി കത്തോലിക്കാ കൂട്ടുകെട്ട് ഒന്നുംതന്നെ പാടില്ലെന്ന്."

ഒരു മന്ദഹാസത്തോടുകൂടി ക്ലാര അറിയിച്ചു: "അച്ചോ, അതു നിശ്ചയിക്കേണ്ടതു ഞാനാണ്. അതിൽനിന്നു വരുന്ന ശിക്ഷ അനുഭവിക്കാൻ ഞാൻ സന്നദ്ധയുമാണ്. ദൈവത്തിന്റെ സ്വന്തം ആളിനെപ്പോലെ നിന്നു സംസാരിക്കുന്ന അച്ചനേക്കാൾ പലതുകൊണ്ടും മാന്യനും സത്യസന്ധനും സന്മാർഗ്ഗിയുമാണ് അവൻ. മേലാൽ ഇത്തരം കാര്യങ്ങളിൽ അച്ചൻ സൗജന്യമൊന്നും ചെയ്യണമെന്നില്ല." കുപിതയായ ആ യുവതി നടന്നു. കപ്യാർ മണിയടിച്ചു. ചുരുട്ടോടു കൂടിയ വലതുകൈ പൊക്കി മൂക്കിലും വയറ്റിലും തോളുകളിലും തൊട്ട് അച്ചൻ കുരിശുവരച്ചു.

4

അതേ, ആത്മീയകാര്യങ്ങളിൽ സന്ധിയില്ല. ഒരു ഞായറാഴ്ച കുർബ്ബാനയ്ക്കിടയ്ക്ക് അച്ചൻ പ്രസംഗത്തിനു തിരിഞ്ഞു. കുന്തിരിക്കപ്പുക, വിയർപ്പ് ഇവ ഇടകലർന്ന ഗന്ധവും ഭക്തജനങ്ങളുടെ ചുണ്ടിൽ നിന്നുതിർന്ന മർമ്മരശബ്ദവും നിറഞ്ഞ അന്തരീക്ഷത്തിൽനിന്നു കൈയുയർത്തി: "ശ്ലോമ്മാ അമഹോൻ - നിങ്ങൾക്കു സമാധാന"മെന്നു പറഞ്ഞ് അച്ചൻ ക്ഷേമാഭിവാദ്യം നടത്തി. ശക്തിയേറിയ ഒരു പ്രസംഗത്തോടുകൂടി അദ്ദേഹം ആ കടലാസ് നിവർത്തു. ടീലറച്ചൻ അയച്ചതും മെത്രാൻ ആത്മീയമായി പാസാക്കിയതും പീറ്റർക്കു പള്ളിക്കുറ്റം വിധിച്ചിരിക്കുന്നതുമായ കല്പന. വിശ്വാസികൾ അച്ചടക്കത്തോടുകൂടിയിരുന്ന് അതു കേട്ടു. കത്തോലിക്കാ 'അരൂപി'യിൽനിന്നും മാമ്മോദീസാ വെള്ളത്തിൽനിന്നും കാൽവരി ഗിരിമകുടത്തിൽ പതിതപാവനനായ ക്രിസ്തു തൂകിയ രക്തത്തിൽനിന്നും നിത്യരാജ്യമായ സ്വർഗ്ഗത്തിൽനിന്നും കത്തോലിക്കാസംഘടനകളിൽനിന്നും ആവശ്യാടിയന്തിരങ്ങളിൽനിന്നും വെറും പ്രാഥമിക പരിചയബന്ധങ്ങളിൽനിന്നും പീറ്ററെ നിഷ്കാസനം ചെയ്യുന്ന ഉഗ്രമായ കല്പന. പിന്നെ പീറ്ററുടെ വീടിനു തീപിടിച്ചാൽപ്പോലും വിശ്വാസികൾ ഓടിച്ചെല്ലേണ്ട. ക്രിസ്തുവിന്റെ അമ്പാസഡറായ ടീലർ കെട്ടുന്നതൊക്കെ സ്വർഗ്ഗത്തിലും കെട്ടപ്പെട്ടതായിരിക്കും. അദ്ദേഹം ഭൂമിയിൽ അഴിക്കുന്നതൊക്കെ സ്വർഗ്ഗത്തിലും അഴിക്കപ്പെട്ടതായിരിക്കും.

വിധി നിർണ്ണായകമായ ആ ദിവസം വന്നുചേർന്നു. ഈ നാടു ഭരിക്കേണ്ടതാരാണെന്നു തീരുമാനിക്കുന്ന ദിവസം. കോൺഗ്രസ് സ്ഥാനാർത്ഥികളും കത്തോലിക്കരും കൂട്ടത്തോടെ ജയിക്കുന്നതായി ടീലറച്ചൻ ഒരു ലദീഞ്ഞു കഴിച്ചു. പുറമേ ഒരു പരിശുദ്ധ കുർബ്ബാനയും, "വാഴ്വും." ഓരോ പോളിങ് സ്റ്റേഷനിലേക്കും പ്രവഹിക്കുവാൻവേണ്ടി ആളുകൾ അണിഞ്ഞൊരുങ്ങുന്നു. സ്ഥാനാർത്ഥികളുടെ ആളുകൾ അതാതു സ്റ്റേഷനുകളിൽ എത്തിക്കഴിഞ്ഞു. ആവേശം തിളച്ചുമറിയുന്ന ഒരു പ്രഭാതം.

ടീലറച്ചൻ മണിയടിച്ചു. വിശ്വാസികൾ പള്ളിയിൽ കൂടി. ഒരു പ്രാർത്ഥനയ്ക്കുശേഷം സകല കത്തോലിക്കരേയും അദ്ദേഹം പോളിങ് സ്റ്റേഷനിലേക്കു പറഞ്ഞയച്ചു. നടക്കാൻ പാടില്ലാതെ വീടുകളിൽ കഴിഞ്ഞുകൂടിയ വൃദ്ധജനങ്ങളെപ്പോലും അദ്ദേഹം വിട്ടില്ല. വിരുദ്ധമുന്നണിയുടെ ജീവനാഡിയും കത്തോലിക്കാസഭയുടെ രക്തസാക്ഷിയുമായ ടീലറച്ചൻ ധീരമായി പെരുമാറി. അന്തിയാകുന്നേടംവരെ തേളിന്റെ കുത്തേറ്റ ഒരു ശ്വാനനെപ്പോലെ അദ്ദേഹം ഓടിനടന്നു. സന്ധ്യ മണിയടിച്ചപ്പോഴാണ് ഒരിടത്ത് ഒന്നിരിക്കുക. ചെയ്തതിൽ എൺപതു ശതമാനവും കോങ്ഗ്രസിനാണെന്ന് ദൂതന്മാരിൽ നിന്നറിഞ്ഞു സംതൃപ്തിയോടുകൂടി അദ്ദേഹം ചായ കുടിച്ചു. സഹപ്രവർത്തകന്മാർക്ക് ഈ രണ്ട് ഔൺസു വീഞ്ഞും ഓരോ ടോർപ്പിഡോച്ചുരുട്ടും അദ്ദേഹം സംഭാവന ചെയ്തു.

5

തിരുവിതാംകൂർ - കൊച്ചിയുടെ ചരിത്രത്തിൽ സർവ്വപ്രധാനമായ ഒരു ദിവസമായിരുന്നു അത്. അന്നാണ് ആ സുപ്രസിദ്ധമായ തിരഞ്ഞെടുപ്പുഫലം പ്രഖ്യാപനം ചെയ്യുന്നത്. ഒന്നാന്തരം ഒരു തീറ്റിക്കുശേഷം കോൺഗ്രസിന്റെ വിജയവാർത്ത ആസ്വദിക്കാൻ ടോർപ്പിഡോച്ചുരുട്ടുമായി ടീലറച്ചൻ ഇരിക്കയാണ്. നിയോജകമണ്ഡലങ്ങളിലെ ഫലങ്ങൾ മുറയ്ക്കു വന്നുകൊണ്ടിരിക്കുന്നു. പക്ഷേ, ടീലറച്ചന്റെ മുഖം വല്ലാതെ മങ്ങിക്കഴിഞ്ഞു. പ്രതീക്ഷക്കെതിരായി കോൺഗ്രസുകാർ പലേടത്തും തോറ്റിരിക്കുന്നു. ജനിക്കുന്നതോ, ദൈവവിരോധികളായ ഐക്യമുന്നണിക്കാർ. ചുരുട്ട് അദ്ദേഹം വലിച്ചെറിഞ്ഞു. കിറുക്കുപിടിച്ചവനെപ്പോലെ സൈ്വരം കെട്ട് ആ ഭക്തൻ അങ്ങോട്ടുമിങ്ങോട്ടും നടക്കയാണ്.

ആ നാട്ടിലെ വറീതും പരീതും പാച്ചനും പാച്ചുപിള്ളയുമൊക്കെ പണക്കാർ പറയുന്നതു പലപ്പോഴും സമ്മതിച്ചുകൊടുത്തിട്ടുണ്ട്. പൊലീസിനെയും പട്ടാളത്തെയും പൗരോഹിത്യത്തെയുമൊക്കെ പേടിച്ചു പലപ്പോഴും അനുസരിച്ചിട്ടുണ്ട്. ആ അനുസരിക്കലിനെ അവർ തെറ്റിദ്ധരിച്ചു. എന്നാൽ അടികൊണ്ടു വേദനയോടുകൂടി ഓടിയപ്പോഴൊക്കെയും അവരുടെ മനസ്സു തിരിഞ്ഞുനിന്ന് എതിർക്കുന്നുണ്ടായിരുന്നു. സ്വന്തം വിധി നിർണ്ണയിക്കുന്നതിനുള്ള ആ വോട്ടുചെയ്യലിൽ ആ പരാജിതന്മാർ അനുസരിക്കാനോ പേടിക്കാനോ തുനിഞ്ഞില്ല. അവർ ധീരമായി അവരുടെ ആളുകൾക്ക് വോട്ടുചെയ്തു. അവർക്കു ഭൂരിപക്ഷം കിട്ടി.

കലക്കവെള്ളം കുടിച്ച തവളകളെപ്പോലെ ശബ്ദമുണ്ടാക്കിക്കൊണ്ടിരുന്ന വിരുദ്ധന്മാരുടെ നാവടഞ്ഞു. പിറ്റേ ഞായറാഴ്ച പള്ളിയിൽ അറിയിപ്പിനെഴുന്നേറ്റ വിശ്വാസികളെ അനുഗ്രഹിച്ചശേഷം ടീലറച്ചൻ പ്രസംഗിച്ചു.

"കർത്താവിൽ സ്നേഹിക്കപ്പെട്ട വിശ്വാസികളേ, കത്തോലിക്കാസഭയും കമ്യൂണിസവും തമ്മിൽ വാസ്തവം പരമാർത്ഥം പറഞ്ഞാൽ അങ്ങനെ വ്യത്യാസമൊന്നുമില്ല. പാവപ്പെട്ടവനെ രക്ഷിക്കണമെന്നും, പണക്കാർ അഹങ്കാരികളാകരുതെന്നുമാണ് കത്തോലിക്കാസഭ പഠിപ്പിക്കുന്നത്. അതുതന്നെയാണ് കമ്യൂണിസവും പഠിപ്പിക്കുന്നത്. പണക്കാരൻ സ്വർഗ്ഗരാജ്യത്തിൽ കേറണമെങ്കിൽ ഒട്ടകം തൂശിക്കൊഴയിൽക്കൂടെ മറുപൊറം കടക്കണമെന്നു പ്രസങ്കിച്ച നമ്മുടെ കർത്താവിസോമിസികായുടെ ഒരു വാത്സല്യപ്പെട്ട സിഷ്യനായിരുന്നു കമ്യൂണിസം എഴുതിയ മാർക്കിസ്. എക്കാലത്തും രാജ്യത്തോടും രാജാവിനോടും കൂറുള്ളവരാണ് കത്തോലിക്കർ. കമ്യൂണിസ്റ്റ് ഗവർമെണ്ടിനോട് അങ്ങേയറ്റം എണങ്ങാൻ കഴിവുള്ളവരാണ് കത്തോലിക്കർ. വാസ്തവം പരമാർത്ഥം പറഞ്ഞാൽ ഇവിടെ എന്തെങ്കിലും നഷ്ടപ്പെടാനുള്ളത് ഈ നാണം കെട്ട കോങ്കറസിനു മാത്രമാണ്. അതുകൊണ്ട് ഏഴാകാശങ്ങളിലിരിക്കുന്നതും ഏഴു നന്മനിറഞ്ഞ

മറിയവും ഏഴു ത്രീത്തസ്തുതീം ചൊല്ലി പരിശുദ്ധ അമലോത്ഭവജന നിക്കു കാഴ്ചവയ്ക്കുവിൻ.

"ആബൂൻ ദേ, വസ്മസ്കിസ്" അച്ചൻ കുർബ്ബാനയിലേക്കു കയറി.

6

അന്ന് കുർബ്ബാനയ്ക്ക് അന്നക്കുട്ടി പള്ളിയിൽ ചെന്നില്ല. അതിന്റെ കാരണമെന്താണെന്നു കുശിനിക്കാരൻ അന്തോനിയെ വിളിച്ച് അച്ചൻ ചോദിച്ചു. കുറച്ചുദിവസങ്ങളായി ആ ചെറുപ്പക്കാരിയെ സംബന്ധിച്ച് ചില ആശങ്കകൾ അദ്ദേഹം സൂക്ഷിക്കുന്നു. പക്ഷേ, അന്തോനിക്ക് ഒന്നുമറി ഞ്ഞുകൂടാ. എന്തുണ്ടെങ്കിലും അവൾ അന്തോനിയോടു പറയുമെന്ന് അച്ച നറിയാം. അന്തോനി അച്ചന്റെ വെറും ഒരു കുശിനിക്കാരനല്ല. സ്വന്തം ആളാണ്. അതുകൊണ്ടാണ് അന്നക്കുട്ടി അന്തോനിയോട് അടുക്കുന്നത്. കുറച്ചു ദിവസങ്ങളായി അന്നക്കുട്ടിക്കൊരിടങ്ങേട്. അതങ്ങനെ നിസ്സാര മായി വിട്ടുകൂടാ. ഒരുതരത്തിൽ അദ്ദേഹം ആ പകൽ തള്ളിവിട്ടു.

രാത്രി മണി ഏതാണ്ടു പതിനൊന്നു കഴിഞ്ഞു. സകല ജീവജാല ങ്ങളും നിദ്രയിലായി. വിശാലമായ ആകാശദേശത്തുനിന്നു ചില നക്ഷ ത്രങ്ങൾ ഭൂമിയിൽ നടക്കുന്നതെന്തൊക്കെയോ കാണാൻ നോക്കിനില് ക്കുന്നു. ടീലറച്ചൻ പലതവണ മുറിക്കു വെളിയിൽ ഇറങ്ങിനിന്നു ടോർച്ച ടിച്ചു. സമാധാനരഹിതനായി അദ്ദേഹം മുറ്റത്തുകൂടി അങ്ങോട്ടുമിങ്ങോട്ടും നടന്നു. ഒടുവിൽ ചെവിയും താടിയും ശിരസ്സുമൊക്കെ മൂടുന്ന ഒരു കമ്പി ളിത്തൊപ്പിയും കുറുവടിയും പ്രിയപ്പെട്ട ആ ടോർച്ചുമായി അദ്ദേഹം പുറപ്പെട്ടു.

"അദ്ധ്വാനിക്കുന്നവരും ഭാരം ചുമക്കുന്നവരുമായ സ്നേഹിതന്മാരെ, നിങ്ങൾ എന്റെയടുക്കലേക്കു വരുവിൻ" - ആ വിശ്വാസസന്ദേശത്തിന്റെ പ്രവാചകനായ ഭഗവാൻ ക്രിസ്തുവിന്റെ പ്രതിനിധിയായ ടീലറച്ചൻ ശ്രദ്ധ യോടുകൂടി മുമ്പോട്ടു നടന്നു. തടിയനും വരയനുമായ ഒരു കുരുത്തം കെട്ട പച്ചത്തവള ആ കാൽവരിയാത്രക്കാരന്റെ മുമ്പിലേക്ക് ഒരു ചാട്ടം. ളോഹയുടെ ഫളഫള ശബ്ദത്തോടുകൂടി അദ്ദേഹം മേലുകീഴ് അഞ്ചാറു ചാട്ടം. ക്രിസ്തുവിന്റെ ധീരനായ ആ പ്രതിനിധിയുടെ ചാട്ടം കണ്ട് ആ തവള കൂടി ചിരിച്ചിട്ടുണ്ടാവും.

ആ കൊച്ചുവീട് വിളക്കുകൾകെട്ട ഇരുട്ടിൽ സുഖമായി മയങ്ങിനി ല്ക്കുകയാണ്. അതിൽ നിദ്രാധീനയായി കൂർക്കം വലിക്കുന്ന ഒരു വൃദ്ധ യുടെ മുമ്പിൽക്കൂടി എന്തൊക്കെയോ പേക്കിനാവുകൾ ഒഴുകുന്നു. നെല്ലു കുത്തുന്ന തളത്തിൽ ഒരു ബഹളം. അന്നക്കുട്ടിയുടെ അമ്മ പതുക്കെ എഴുന്നേറ്റു. കാലൊച്ച കേൾപ്പിക്കാതെ അവർ അങ്ങോട്ടു ചെന്നു.

അന്നക്കുട്ടിക്കു ചിരിയും കളിയും മുറുകുമ്പോൾ ടീലറച്ചനായിരുന്നു ഏകരക്ഷ. അദ്ദേഹം വന്നു തലയ്ക്കുപിടിച്ച് ഒന്നു പ്രാർത്ഥിക്കും. പെണ്ണിനു സുഖമാകും. എന്നാൽ വിവരംകെട്ട മനുഷ്യർ പലതും പറ

യുന്നു. അതുകൊണ്ട് ആരും കാണാതെ ചിലപ്പോൾ ഇരുട്ടത്താണ് അച്ചൻ അവിടെച്ചെന്നു കയറുക. ആ പെണ്ണിനാണെങ്കിൽ മരുന്നുകൾ എന്തെല്ലാം കൊടുത്തുനോക്കി! അന്നും പകൽസമയത്ത് അവൾക്ക് എന്തൊക്കെയോ അസുഖങ്ങൾ ഉണ്ടായിരുന്നു. അതുകൊണ്ട് അച്ചൻ വന്നു. ഏതാണ്ട് ഒമ്പതുമണിയോടുകൂടി അച്ചൻ വന്നു മുറിയിൽ കയറിയതു സ്വന്തം കണ്ണുകൊണ്ടുതന്നെ ആ അമ്മ കണ്ടതാണ്. കുരാലിയെക്കറന്നു കുറച്ചു പാലുള്ളതു കാച്ചി അച്ചനു കൊടുക്കാൻ അവർ കൊണ്ടുചെന്നു. അച്ചനും അന്നക്കുട്ടിയും ഇരിക്കുന്ന മുറിയുടെ വാതിൽ അടച്ചിട്ടുണ്ടായിരുന്നു. അതുകൊണ്ടു പുറത്തുനിന്ന് ആ അമ്മ വിളിച്ചു. അന്നക്കുട്ടി വാതിൽ തുറന്നു പാലുവാങ്ങി. അച്ചന് അത്രയുമെങ്കിലും കൊടുക്കാൻ സാധിച്ച ചാരിതാർത്ഥ്യത്തോടെ ആ വൃദ്ധ തന്റെ കിടക്കയുടെ അടുക്കലേക്കു പോയി. തലയുറക്കം തീർന്നില്ല. അപ്പോളാണു പതിവില്ലാത്ത ആ ബഹളം. അവർ വന്നുനോക്കുമ്പോൾ മറ്റൊരു വികാരിയച്ചൻ കൂടെ നില്ക്കുന്നു! അവർക്ക് അത്ഭുതമായി.

"ങ്ഹാ, രണ്ടു വികാരിയച്ചമ്മാരോ?" അവർ അറിയാതെ ചോദിച്ചുപോയി. ളോഹക്കാർ രണ്ടുപേർ അവിടെ നില്ക്കുന്നു. കുനിഞ്ഞ തലയും വാരിച്ചുറ്റിയ പുടവയും അഴിഞ്ഞ തലമുടിക്കെട്ടുമായി അന്നക്കുട്ടി നില്ക്കുകയാണ്. ആ ളോഹക്കാർ പരസ്പരം നോക്കി സ്തംഭിച്ച് അങ്ങനെ നില്ക്കുന്നു. ടീലറച്ചന്റെ മുഖത്തുനിന്നു തകരവിളക്കു പൊക്കി മറ്റേ വികാരിയച്ചന്റെ മുഖത്തേക്ക് അവർ നോക്കി. അപ്പോളാണ് അവർക്കു സംശയം തീർന്നത്.

"ങ്ഹാ! അന്തോനീ നീയുമച്ചനായോടാ?" ആ ഭക്തയ്ക്കു കണ്ണും തലയും ചുറ്റുന്ന അത്ഭുതമുണ്ടായി. കുശിനിക്കാരൻ അന്തോനീം ളോഹയിട്ട് അച്ചനായി നില്ക്കയാണ്.

മൃത്യോർമാ അമൃതം ഗമയ

എൻ ഗോവിന്ദൻകുട്ടി

ഡ്രൈവർ ഗോപാലപിള്ള മരിച്ചു! പറക്കമുറ്റാത്ത മൂന്നു പിള്ളേർക്ക് തന്തയില്ലാതായി. മറ്റൊരാശ്രയമില്ലാത്തവളും, കടുത്ത വാത രോഗിയുമായ ലക്ഷ്മിക്ക് ഭർത്താവും.

ഒരു വിളിപ്പാടകലെയുള്ള മാളികയിൽനിന്ന് റഹ്മാൻ ഹാജിയും ഭാര്യ ആമിനാബിയും കുടുംബസമേതം മൃതദേഹം കാണാനെത്തി. ഹാജിക്ക് വിശ്വസ്തനും സ്നേഹസമ്പന്നനുമായ ഒരു സഹോദരനായിരുന്നു ഡ്രൈവർ ഗോപാലപിള്ള.

ഹാജി അവിടെ താമസിക്കാൻ തുടങ്ങിയ കാലം മുതല്ക്ക് ഗോപാല പിള്ള ആ കച്ചവടക്കാരന്റെ ഡ്രൈവറായി ചേർന്നതാണ്.

തലതല്ലിക്കരയുന്ന ലക്ഷ്മിയിൽനിന്ന് വിവരങ്ങളൊക്കെ ഹാജിയാരുടെ ഭാര്യ ചോദിച്ചറിഞ്ഞു.

"അങ്ങനെ പറയത്തക്ക സൂക്കേടൊന്നും ഇല്ലായിരുന്നത്രെ. രണ്ടു മൂന്നുദെവസം നേരിയതായി പനിച്ചു. മരുന്നൊന്നും വാങ്ങാൻ കൂട്ടാക്കിയില്ല മൂപ്പര്."

ആമിനാബി ഭർത്താവിന്റെ അരികിൽനിന്നുകൊണ്ട് ലക്ഷ്മി അറിയിച്ചതെല്ലാം ശബ്ദമടക്കി പറഞ്ഞു.

ഹാജി മൂകനായി കേട്ടുനിന്നു. ഒടുവിൽ നെടുനിശ്വാസത്തോടെ പറഞ്ഞു:

"മൊകത്തു ബല്ലാത്ത ബാട്ടോം ക്ഷീണോം ഗോപാലപിള്ളയെ കണ്ടപ്പോൾ ഇനിക്ക് തോന്നി. ഡോക്ടറെ കാണിക്കാനും ഒന്നു രണ്ടാഴ്ച റെസ്റ്റ് എടുക്കാനും ഞമ്മള് പറഞ്ഞു. സാരമില്ലായെന്ന മട്ടിലായിരുന്നു ഓന്റെ മട്ട്–"

ഹാജി രണ്ടു മൂന്നടി അങ്ങോട്ടുമിങ്ങോട്ടും നടന്ന് ചിന്തിക്കുകയായിരുന്നു.

ഇനിയിപ്പോൾ ഈ കുടുംബത്തിന്റെ നിലനില്പിനൊരു വഴി കാണണമല്ലോ വേണ്ടെ? അതെങ്ങനെ?

എങ്ങനെ?

പിള്ളയുടെ മൂത്തമകന് പ്രായമായിക്കഴിഞ്ഞാൽ ഡ്രൈവറാക്കി തനിക്കെടുക്കാമായിരുന്നു. അങ്ങനെ ആ കുടുംബത്തോടുള്ള കടപ്പാട് കുറച്ചൊക്കെ തീർക്കുകയും ചെയ്യാം. പക്ഷേ, അവനൊരു ആണാവണമെങ്കിൽ വർഷങ്ങൾ കഴിയണം. അതിലിളയവനെ കച്ചവടസ്ഥലത്ത് കൊണ്ടുപോയി നിർത്താമെന്ന് വെക്കുക. അപ്പോൾ അവനെ പഠിപ്പിച്ച് എവിടെയെങ്കിലും ഒരു നിലയിലെത്തിക്കാൻ പറ്റാതെ വരും. മറ്റൊന്നുള്ളതിന് കഷ്ടിച്ച്, അഞ്ചു വയസ്സാകുന്നതേയുള്ളൂവെന്ന് തോന്നുന്നു.

പോരുന്ന സമയം ഹാജിയാരുടെ ഭാര്യ ലക്ഷ്മിയെ നിർബ്ബന്ധപൂർവ്വം കുറെ പണം ഏല്പിച്ചു.

"കേട്ടോ, ലക്ഷ്മി. എല്ലാം റഹ്മാനായ തമ്പുരാന്റെ കല്പന പോലെയല്ലേ ബരൂ. ഇങ്ങക്ക് വിശ്രമം ഇല്ലാണ്ടിരിക്കൂല. എങ്കിലും കാര്യങ്ങളൊക്കെ നടക്കട്ടെ. വൈകുന്നേരം കുഞ്ഞാലുവിന്റെ കൈയില് കുട്ട്യോൾക്കും നിനക്കും അത്തായം കൊടുത്തയയ്ക്കാം. പനിച്ച് കിടക്കണ മൂത്തോന് നുറുക്കരിയിട്ട് കഞ്ഞിബെച്ച് കൊടുക്കി."

ലക്ഷ്മിക്ക് മറുപടി പറയാൻ വാക്കുകളില്ലായിരുന്നു.

അവളുടെ മനസ്സ് മുന്നോട്ടു നോക്കി തിരയുകയാണ്?

ആരുണ്ടാശ്രയം?

അവശയായൊരമ്മ. ആലംബമറ്റ കുഞ്ഞുങ്ങളെ കരപറ്റിക്കാൻ ഇനി എന്തുചെയ്യും?

കിട്ടിയിരുന്ന ശമ്പളത്തിൽനിന്ന് പറ്റുകടകളിലും മരുന്നിനും കൊടുത്തുകഴിഞ്ഞാൽ ശേഷിപ്പെന്ന് പറയാൻ ഒന്നും ഉണ്ടാവാറില്ല.

ബന്ധുക്കളെന്നു പറയാൻ രണ്ടോ മൂന്നോ. അവർക്ക് അവരുടേതായ പട്ടിണിയും പരിവട്ടവും.

മുന്നിൽ ഇരുളാണ്. ആ ഇരുളിൽ മിന്നാമിനുങ്ങിന്റെ ഇത്തിരിവെട്ടം കാണുന്നത് അകലെയാണ്. ഓടിയെത്താവുന്ന ദൂരത്തിനപ്പുറം റഹ്മാൻ മുതലാളി. അവർക്കീ കുടുംബത്തെ പോറ്റാനെന്തു കാര്യം? ആപത്തുകാലത്ത് അടുത്ത ബന്ധുക്കളേക്കാൾ അവരാണ് ആശ്വാസം.....

വിതുമ്പലടക്കാൻ അവൾ ഏറെ കഷ്ടപ്പെടുന്നത് നോക്കിനില്ക്കാൻ ഹാജിയുടെ ഭാര്യക്ക് കഴിഞ്ഞില്ല.

ഹാജി അന്ന് കച്ചവടസ്ഥലത്തേക്ക് പോയത് ടാക്സി വിളിച്ചാണ്. ടാക്സിയിൽ നേരത്തെ മടങ്ങിയെത്തുകയും ചെയ്തു. വന്നപാടെ ലക്ഷ്മിയെയും കുട്ടികളെയും പറ്റിയാണ് തിരക്കിയത്. കുഞ്ഞാലു അവർക്കുള്ള അത്താഴം കൊണ്ടുപോയിക്കഴിഞ്ഞെന്ന് ആമിനാബി പറഞ്ഞു.

ഹാജി:

"അത്രടം ഒന്നൂടെ പോണംന്ന് ബെച്ചതാ. ഇനി ഒന്നിനും ബയ്യ. ബല്ലാതെ തോന്ന്ണ്."

കുഞ്ഞാലുവശം കൊടുത്തയച്ച പൊതിക്കെട്ട് തുറന്നുനോക്കിയപ്പോൾ കുട്ടികൾ അന്തംവിട്ടു. ഒരേഴെട്ട് പേർക്ക് തിന്നാനുള്ള ആഹാര പദാർത്ഥങ്ങൾ. പ്രത്യേകതരം അരിയിൽ നെയ്യും മുന്തിരിയുമിട്ട് വേവിച്ചെടുത്ത ചോറ്. പുഴുങ്ങിയ മുട്ട, പപ്പടം, അച്ചാറ് തരങ്ങൾ. മാത്രമോ? പൊരിച്ച മീൻ തുണ്ടുകളും കോഴിക്കറിയും.

ലക്ഷ്മി വിചാരിച്ചു ഹാജിയാരുടെ വീട്ടിൽ പ്രത്യേക അതിഥികൾ ആരെങ്കിലും എത്തിക്കാണുമെന്ന്. അടുത്ത നിമിഷം അവൾ ചിന്തിച്ചു. മലബാറിൽ നിന്ന് ഇവിടെ എത്തിയ മുസ്ലീങ്ങൾ ഉള്ളപ്പോഴൊക്കെ ഇങ്ങനെയൊക്കെയാണെന്ന്.

കുട്ടികൾക്ക് ഭക്ഷണം പങ്കിട്ടു. മൂത്തമകൻ അപ്പുക്കുട്ടൻ കൊതിയൂറുന്ന കണ്ണുകളോടെ എല്ലാം നോക്കിയിരുന്നതേയുള്ളൂ. അവർ അവനെ സമാധാനിപ്പിച്ചു:

"മോനും അമ്മയ്ക്കും കഞ്ഞി കുടിക്കാം. ഇവര് ഇതൊക്കെ തിന്നട്ടെ. സുഖമായിട്ടു വേണം നിന്നെയും കൊണ്ട് ഹാജിയാരുടെ വീട്ടിലേക്കൊന്നു പോകാൻ."

അന്നോളം തിന്നാത്ത ഭക്ഷണസാധനങ്ങൾ വാരിവലിച്ച് തിന്നുകൊണ്ടിരിക്കെ ഇളയവൾ അമ്മയോട് ചോദിച്ചു:

"ഇതെല്ലാം നമുക്കുവേണ്ടി ഹാജിയാരുടെ വീട്ടീന്ന് പ്രത്യേകം വെച്ചുണ്ടാക്കി കൊടുത്തയച്ചതാണോ അമ്മേ?"

അവർ മൂളിയെന്നു വരുത്തി.

"നമുക്കും ഇങ്ങനെയൊക്കെ വെക്കേണ്ടെ?"

അവർ ഒന്നും മിണ്ടിയല്ല.

"എന്തിനാ അമ്മേ ഇന്നവര് പതിവില്ലാതെ ഇതൊക്കെ കൊടുത്തയച്ചത്."

മറുപടി പറയാൻ കഴിയാതെ അവർ ഒരുനിമിഷം അവന്റെ മുഖത്തേക്ക് നോക്കി മിഴിച്ചിരുന്നു.

"പെരുന്നാളിന് പോലും ഞങ്ങൾ അവിടെച്ചെന്ന് ഇത്ര രസത്തിനൊന്നും തിന്നിട്ടില്ല."

രണ്ടാമത്തെ മകന്റെ അഭിപ്രായമാണ്.

വിറങ്ങലിച്ചപോലെ ഇരിക്കുന്ന അമ്മയെ നോക്കി ഇളയവൾ ചോദിച്ചു:

"അമ്മയെന്താ ഇങ്ങനെ മിണ്ടാതെ ഇരിക്കുന്നു?"

"നീ തിന്നിട്ട് എഴുന്നേറ്റ് പോയി കൈകഴുക്."

"ങേ. ഇനിക്കിത് അപ്പടീം വേണം."

ഒരുനിമിഷം കഴിഞ്ഞ് അവനു വീണ്ടും ചോദിക്കാതിരിക്കാൻ കഴിഞ്ഞില്ല.

"അച്ഛൻ പനിപിടിച്ച് മരിച്ചതുകൊണ്ടാണോ അമ്മേ അവർ

ഇതൊക്കെ കൊടുത്തയച്ചത്."

"ഇന്ന് ഇവിടെ ഒന്നും വെക്കില്ലെന്നവർക്കറിയാം. നമ്മളാരും പട്ടിണി കിടക്കേണ്ടെന്നു കരുതി."

ഭക്ഷണം കഴിഞ്ഞ് എഴുന്നേറ്റ ഇളയവന്റെ മുഖത്ത് അന്നേവരെ തെളിഞ്ഞിട്ടില്ലാത്ത സംതൃപ്തി. ഉറങ്ങാനായി പായിൽ ചുരുണ്ടു കൂടിയപ്പോൾ അവൻ അമ്മ കേൾക്കുന്നുവെങ്കിൽ ആവട്ടെ എന്ന ഉദ്ദേശ്യത്തോടെ ഇത്രയും കൂടി പറഞ്ഞു.

"ചേട്ടൻ പനിച്ചുമരിച്ചാൽ ഇവർ ഇനിയും ഇങ്ങനെയൊക്കെ കൊടുത്തയയ്ക്കും അല്ലേ - അമ്മേ?"

ജ്വലിച്ച കണ്ണുകളോടെ അവൾ അവനെ നോക്കി. എന്തു വേണമെന്ന് അവർക്ക് നിശ്ചയമില്ലാതായി.

"നീ കിടന്നുറങ്ങുന്നുണ്ടോ."

ലക്ഷ്മി പൊട്ടിക്കരയുംവണ്ണം അലറി. വാവിട്ട് നിലവിളിച്ചുപോയ ജ്യേഷ്ഠന്റെ ദീനതയറിയാതെ ഇളയവൻ അവരെയെല്ലാം കാര്യമറിയാത്ത കണ്ണുകളോടെ മാറിമാറി നോക്കി.

ലക്ഷ്മി തലതാഴ്ത്തി.

എന്തിനവന്റെ നേരെ അലറി?

കോപിച്ചു?

ജീവിക്കുമ്പോൾ ഭക്ഷണമാണ് വേണ്ടതെന്ന് അറിയാത്തതാണോ?

മരണം സത്യമാണെന്നിരിക്കലും അവിടെ ആ സത്യത്തിനും പ്രസക്തിയില്ല. പ്രശ്നമേ ആകുന്നില്ല.

അവൾ നിറമിഴികളോടെ കുട്ടിയെ നോക്കി. അവനിത് ചെയ്യരുതാത്തതെന്തോ ചെയ്ത കുറ്റഭാവം. പറയരുതാത്തതെന്തോ പറഞ്ഞതു പോലെ. പൊട്ടിക്കരഞ്ഞുകൊണ്ടവൾ അവനെ അടക്കിപ്പിടിച്ചു.

ജന്മദിനം

ബഷീർ

മകരം 8-ാം തീയതി: ഇന്ന് എന്റെ ജന്മദിനമാണ്. പതിവിനു വിപരീതമായി വെളുപ്പിനേ ഞാൻ എണീറ്റ് കുളി മുതലായവയൊക്കെ കഴിച്ചു. ഇന്നേക്കു കരുതിവെച്ചിരുന്ന വെള്ള ഖദർഷർട്ടും വെള്ള ഖദർമുണ്ടും വെള്ള ക്യാൻവാസ് ഷൂസും ധരിച്ച് മുറിയിൽ, എന്റെ ചാരുകസേരയിൽ വേവുന്ന ഹൃദയത്തോടെ ഞാൻ മലർന്നു കിടക്കുകയായിരുന്നു. എന്നെ വെളുപ്പിനേ കണ്ടതിനാൽ എന്റെ മുറിയുടെ അടുത്ത് വലിയ നിലയിൽ കഴിഞ്ഞുകൂടുന്ന ബി എ വിദ്യാർത്ഥി മാത്യുവിനു വലിയ അത്ഭുതം തോന്നി. അദ്ദേഹം മന്ദഹാസത്തോടെ എനിക്കു പ്രഭാതവന്ദനം നല്കി:

"ഹലോ, ഗുഡ്മോർണിങ്"

ഞാൻ പറഞ്ഞു:

"യെസ് ഗുഡ്മോർണിങ്."

അദ്ദേഹം ചോദിച്ചു:

"എന്താ, ഇന്നു പതിവില്ലാത്തതുപോലെ വെളുപ്പിനേ?.... വല്ലടത്തും പോകുന്നുണ്ടോ?"

"ഓ, ഒന്നുമില്ല" ഞാൻ പറഞ്ഞു: "ഇന്ന് എന്റെ ജന്മദിനമാണ്."

"യുവർ ബർത്ത്ഡേ?"

"യെസ്."

"ഓ... ഐ വിഷ് യു മെനി ഹാപ്പി റിട്ടേൺസ് ഓഫ് ദ ഡേ!"

"താംഖ് യൂ."

മാത്യു കൈയിലിരുന്ന ബ്രഷ് കടിച്ചുപിടിച്ചുകൊണ്ട് കുളിമുറിയിലേക്കു പോയി. അങ്ങുമിങ്ങുമായി കൂക്കിവിളി, ബഹളം; ഇടയ്ക്കു ശൃംഗാരഗാനങ്ങൾ. വിദ്യാർത്ഥികളും ക്ലാർക്കന്മാരുമാണ്. വല്ലവർക്കും വല്ല അല്ലലുമുണ്ടോ? ജീവിതം ഉല്ലാസകരം. ഞാൻ ഒരു ചെറിയ ചായയ്ക്ക് എന്തു

വഴി എന്ന് ആലോചിക്കുകയായിരുന്നു. ഉച്ചയ്ക്കുള്ള ഊണിന്റെ കാര്യം ഉറച്ചിട്ടുണ്ടായിരുന്നു. അകാരണമായി ഹമീദ് എന്നെ ഉണ്ണാൻ ക്ഷണിച്ചു, ഇന്നലെ ഞാൻ ബസാറിലൂടെ പോകുമ്പോൾ. അദ്ദേഹം ചെറിയൊരു കവിയും വലിയൊരു ധനികനുമാണ്. ഏതായാലും ഉച്ചവരെ ചായ കുടിക്കാതിരിക്കാൻ വിഷമം. ഒരു ചൂടു ചായയ്ക്കെന്തു വഴി? മാത്യുവിന്റെ വേലക്കാരൻ വൃദ്ധൻ മാത്യുവിനു ചായയുണ്ടാക്കുന്ന ജോലിയിൽ വ്യാപൃതനായിരിക്കയാണെന്നുള്ള സംഗതി എന്റെ മുറിയിൽ ഇരുന്നു ഞാൻ ഗ്രഹിച്ചു. അതിനുകാരണം, എന്റെ മുറി മാത്യുവിന്റെ അടുക്കളയുടെ സ്റ്റോർ മുറിയാണ്. മാസത്തിൽ എട്ടണ*യ്ക്ക് വീട്ടുടമസ്ഥനാണ് അതെനിക്കു വാടകയ്ക്കു തന്നത്. കെട്ടിടത്തിലെ മോശപ്പെട്ട ഏറ്റവും ചെറിയ മുറി. അതിൽ എന്റെ ചാരുകസേര, മേശ, ഷെൽഫ്, കിടക്ക— ഇത്രയും കഴിച്ചാൽ പിന്നെ ശ്വാസം കഴിക്കാൻ ഇടമില്ല. വലിയ മതിൽക്കെട്ടിനകത്തുള്ള മൂന്നു കെട്ടിടങ്ങളിൽ മുകളിലും താഴെയുമുള്ള മുറികളെല്ലാം വിദ്യാർത്ഥികളും ക്ലാർക്കന്മാരുമാണ്. വീട്ടുടമസ്ഥനു വേണ്ടാത്തതായ ഒരൊറ്റ ആൾ ഞാൻ മാത്രം. എന്നോടുള്ള ഇഷ്ടക്കുറവിനു കാരണം ശരിക്കു വാടക കൊടുക്കാത്തതുതന്നെ. എന്നോട് ഇഷ്ടമില്ലാത്തതായി വേറെ രണ്ടുകൂട്ടരുണ്ട്. — ഹോട്ടൽകാരനും ഗവൺമെന്റും. ഹോട്ടൽകാരനാണെങ്കിൽ ഞാൻ കുറച്ചു പണം കൊടുക്കാനുണ്ട്; സർക്കാരിന് ഒന്നുമില്ല. എങ്കിലും എന്നെ കണ്ടുകൂടാ. അങ്ങനെ താമസം, ആഹാരം, നാട്, മൂന്നുമായി. ഇനി എന്റെ വസ്ത്രങ്ങളുടെയും ഷൂസിന്റെയും വിളക്കിന്റെയും കാര്യമുണ്ട് (സംഗതികൾ എല്ലാം എഴുതുന്നതിനുമുമ്പ് ഒന്നു വ്യക്തമാക്കേണ്ടിയിരിക്കുന്നു. ഇപ്പോൾ പാതിരാത്രി കഴിഞ്ഞിട്ടുണ്ട്. കടലാസും പേനയുമായി എന്റെ മുറിയിൽനിന്നിറങ്ങി, വളരെ സമയമായി ഈ പട്ടണത്തിൽ ചുറ്റിനടക്കുകയായിരുന്നു. വേറെ വിശേഷത്തിനൊന്നുമല്ല. ഈയൊരു ദിവസത്തെ ഡയറി ആദ്യംമുതൽ അവസാനംവരെ എഴുതണം. സാമാന്യം ഭേദപ്പെട്ട ചെറുകഥയ്ക്കുള്ള സാദ്ധ്യതകൾ ഇതിലുണ്ട്. പക്ഷേ, എന്റെ മുറിയിലെ വിളക്കിൽ എണ്ണയില്ല. എഴുതുവാൻ വളരെയുണ്ടുതാനും. അതുകൊണ്ടാണു കിടക്കപ്പായിൽനിന്ന് എണീറ്റുവന്ന് ഈ കായലോരത്തെ ഏകാന്തമായ വിളക്കുകാലിൽ ചാരിയിരുന്നു സംഗതികളുടെ ചൂടാറുംമുമ്പ് എഴുതാൻ തുടങ്ങുന്നത്). പെയ്യുവാൻ പോകുന്ന കാർമേഘങ്ങൾ പോലെ ഈ ദിവസത്തെ സംഭവങ്ങളെല്ലാം എന്റെ അന്തഃരംഗം പൊട്ടുമാറു തിങ്ങി വിങ്ങി നില്ക്കുന്നു. അസാധാരണമായി ഒന്നുമില്ല. പക്ഷേ, എന്റെ ജന്മദിനം. ഞാൻ സ്വദേശത്തിൽനിന്നെല്ലാം വളരെ ദൂരെ അന്യനാട്ടിൽ. കൈയിൽ കാശില്ല; കടം കിട്ടാൻ വഴിയില്ല. ഉടുത്തിരിക്കുന്നതും മറ്റും പല സുഹൃത്തുക്കളുടേത്. ഒന്നും എന്റേത് എന്ന് പറയാനായില്ല. ഈ നിലയിലുള്ള ജന്മദിനത്തിന്റെ അനേകം പുനരാവർത്തനങ്ങൾ

---

* ബ്രിട്ടീഷുകാരായ വെള്ളക്കാർ ഇന്ത്യ അടക്കിഭരിച്ചിരുന്ന കാലത്തെ നാണയം എട്ടണ: അരരൂപ:

ഉണ്ടാകട്ടെ എന്ന് മാത്യു ആശംസിച്ചപ്പോൾ എന്റെ ഹൃദയത്തിന്റെ അകക്കാമ്പു ലേശം വേദനിച്ചു.

ഞാൻ ഓർക്കുകയാണ്:

മണി ഏഴ്: ഞാൻ ചാരുകസേരയിൽ കിടന്നുകൊണ്ട് ഓർത്തു: ഈ ദിനമെങ്കിലും കളങ്കമില്ലാതെ സൂക്ഷിക്കണം. ആരോടും ഇന്നു കടം വാങ്ങാൻ പാടില്ല. ഒരു കുഴപ്പവും ഇന്നുണ്ടാവരുത്. ഈ ദിവസം മംഗളകരമായിത്തന്നെ പര്യവസാനിക്കണം. കഴിഞ്ഞുപോയ ദിനരാത്രങ്ങളുടെ വെള്ളയും കറുപ്പുമായ ചങ്ങലവളയങ്ങളിൽ ഞാൻ കാണുന്ന ആ നൂറുനൂറ് ഞാൻ ആയിരിക്കരുത് ഇന്നത്തെ ഞാൻ. ഇന്ന് എനിക്ക് എത്ര വയസ്സു കാണും? കഴിഞ്ഞ കൊല്ലത്തേക്കാൾ ഒന്നു കൂടീട്ടുണ്ട്. കഴിഞ്ഞ കൊല്ലത്തിൽ?... ഇരുപത്തിയാറ്. അല്ല. മുപ്പത്തിരണ്ട്; അതോ നാല്പത്തിഏഴോ?

എന്റെ മനസ്സിനു വല്ലാത്ത വിഷമം. ഞാൻ എണീറ്റു ചെന്നു കണ്ണാടി എടുത്തു നോക്കി. തരക്കേടില്ല. സാമാന്യം ഭേദപ്പെട്ട മുഖം. നല്ല വീതിയും മുഴുപ്പുമുള്ള നെറ്റി; അനക്കമില്ലാത്ത കണ്ണുകൾ. വളഞ്ഞ വാൾപോലത്തെ നേരിയ മീശ; ആകപ്പാടെ മോശമില്ല— എന്നൊക്കെ വിചാരിച്ചുകൊണ്ടിരിക്കുമ്പോൾ ഒരു കാഴ്ച കണ്ട് എന്റെ ഹൃദയം കഠിനമായി വേദനിച്ചു. ഒരു നരച്ച മുടി! എന്റെ ചെവിയുടെ മുകൾഭാഗത്തായി കറുത്ത മുടിയുടെ ഇടയ്ക്ക് ഒരു വെള്ളരേഖ! ഞാൻ അതു വളരെ പണിപ്പെട്ടു പറിച്ചുകളഞ്ഞു. എന്നിട്ടു തല തടവിക്കൊണ്ടിരുന്നു. പിൻഭാഗത്തു നല്ല മിനുസം. കഷണ്ടിയാണ്. ഞാനതു തടവിക്കൊണ്ടിരിക്കുമ്പോൾ തലവേദനയുടെ നേരിയ ലാഞ്ഛന. ചൂടുചായ കുടിക്കാഞ്ഞിട്ടായിരിക്കുമോ?

മണി ഒമ്പത്: എന്നെ കണ്ടപ്പോൾ ദുർമ്മുഖത്തോടെ ഹോട്ടൽക്കാരൻ ഉള്ളിലേക്കു വലിഞ്ഞു. ചായ കൂട്ടുന്ന വൃത്തികെട്ട പയ്യൻ കുടിശ്ശിക കൊടുക്കാൻ ആവശ്യപ്പെട്ടു.

ഞാൻ പറഞ്ഞു: "ഓ അതു നാളെ തന്നേക്കാം."

അവനു വിശ്വാസമായില്ല: "ങളിന്നലേം പറഞ്ഞ്!"

"ഇന്നു കിട്ടുമെന്നല്ലേ വിചാരിച്ചത്?"

"പയേ കാസ് തരാണ്ട് ങക്ക് ചായ തരണ്ടാന്ന് പറഞ്ഞ്"

"ഓ!"

മണി പത്ത്: ചുണ്ടുണങ്ങി. വായിൽ വെള്ളമില്ല. നല്ല ഉച്ചസമയത്ത് ചൂട്! ക്ഷീണത്തിന്റെ മഹാഭാരം എന്നിൽ അമരുകയാണ്. അപ്പോൾ പുതിയ മെതിയടി വില്ക്കാനായി വെളുത്തു മെലിഞ്ഞ് എട്ടും പത്തും വയസ്സായ രണ്ടു ക്രിസ്ത്യാനിപ്പയ്യന്മാർ എന്റെ മുറിവാതില്ക്കൽ വന്നു. ഞാൻ രണ്ടു മെതിയടി വാങ്ങിക്കണം. ജോഡിക്ക് മൂന്നണയേ വിലയുള്ളൂ. മൂന്നണ!*

"വേണ്ട, കുഞ്ഞുങ്ങളേ?"

"അന്നാലും സാറിനെപ്പോലുള്ളോരു വാങ്ങീല്ലെങ്കി പിന്നാരാ വാങ്ങണേ?"

---

* മൂന്നണ പതിനെട്ട് പൈസ. ഒരു രൂപ പതിനാറ് അണ

"കുഞ്ഞുങ്ങളേ. എനിക്കുവേണ്ട... കാശില്ല!"

"ഓ!"

അവിശ്വാസം സ്ഫുരിക്കുന്ന കൊച്ചുമുഖങ്ങൾ! ഒന്നിന്റെയും ഉള്ളറിയാൻ കഴിയാത്ത ശുദ്ധഹൃദയങ്ങൾ! ഈ വേഷവും ചാരുകസേരയിലെ എന്റെ ഈ കിടപ്പും! ഞാൻ ഒരു സാർ ആണത്രേ...! ചാരുകസേരയും ഷർട്ടും മുണ്ടും ഷൂസും, ഒന്നും എന്റേതല്ല കുഞ്ഞുങ്ങളേ! എനിക്കു യാതൊന്നും ഈ ലോകത്തിൽ സ്വന്തമായി ഇല്ല. നഗ്നനായ ഞാനും എന്റേതാണോ? ഭാരതത്തിന്റെ ഓരോ പട്ടണങ്ങളിലും എത്രയെത്ര കൊല്ലം അലഞ്ഞുനടന്ന് എത്രയെത്ര ജാതിയായി എവിടെയെല്ലാം ഞാൻ താമസിച്ചു! ആരുടെയൊക്കെ ആഹാരമാണ് ഞാൻ! എന്റെ രക്തവും എന്റെ മാംസവും എന്റെ അസ്ഥിയും ഭാരതത്തിന്റേത്. കന്യാകുമാരി മുതൽ കാശ്മീർ വരെയും *കറാച്ചിമുതൽ കല്ക്കത്തവരെയും അങ്ങനെ ഭാരതത്തിന്റെ മിക്ക ഭാഗത്തും എനിക്കു സുഹൃത്തുക്കളുണ്ട്. പെണ്ണും ആണുമായ ഓരോ സുഹൃത്തിനെയും ഞാൻ ഇന്നു സ്മരിക്കുന്നു. സ്മരണ! ഓരോരുത്തരെയും തഴുകിക്കൊണ്ട് എന്റെ സ്നേഹം അങ്ങനെ പരക്കട്ടെ. ഭാരതം കവിഞ്ഞും... ഭൂഗോളം കവിഞ്ഞും... സുഗന്ധത്തിൽ മുഴുകിയ നറുംപൂനിലാവുപോലെ. സ്നേഹം! എന്നെ അറിഞ്ഞു സ്നേഹിക്കുന്നവർ വല്ലവരുമുണ്ടോ? അറിയുക, എനിക്കു തോന്നുന്നു- നിഗൂഢതയുടെ ആ മറനീക്കലാണെന്ന്. കുറവുകളും ബലഹീനതകളും കഴിച്ചാൽ പിന്നെന്താണു ബാക്കി? ആകർഷകമായി എന്തെങ്കിലും വേണം, സ്നേഹിക്കുവാനും സ്നേഹിക്കപ്പെടുവാനും. ഹോ, കാലം എത്ര ത്വരിതമാക്കി ഗമിക്കുന്നു! പിതാവിന്റെ ചൂണ്ടുവിരലിൽ എത്തിപ്പിടിച്ചു കൊഞ്ചിക്കളിച്ചു നടന്ന ഞാൻ, "ഉമ്മാ വിശക്കുന്നു" എന്ന് അമ്മയുടെ പുടവത്തുമ്പിൽ തൂങ്ങിക്കേണ ഞാൻ, ഇന്ന്, ഹോ കാലത്തിന്റെ ഈ ഉഗ്രമായ പരക്കംപാച്ചിൽ! ആദർശങ്ങളുടെ എത്രയെത്ര ബോംബുകൾ എന്റെ അന്തരംഗത്തിൽ വീണു പൊട്ടിത്തെറിച്ചു! ഭീകരമായ പടക്കളമാണ് എന്റെ ഹൃദയം! ഇന്നു ഞാൻ ആരാണ്? വിപ്ലവകാരി, രാജ്യദ്രോഹി, ദൈവദ്രോഹി, കമ്യൂണിസ്റ്റ്— പിന്നെയും എന്തൊക്കെയോ ആണു ഞാൻ. വാസ്തവത്തിൽ ഇതു വല്ലതുമാണോ ഞാൻ? ഹാവൂ! എന്തൊരു വല്ലായ്മ! ദൈവമേ? തലയ്ക്കകത്തിരുന്നു ചുളുചുളാ കുത്തുന്നു. ചായ കുടിക്കാഞ്ഞിട്ടായിരിക്കുമോ? തല നേരെ നില്ക്കുന്നില്ല. പോയി ഊണു കഴിക്കുക തന്നെ. തലവേദനയോടുകൂടി ഒരു മൈൽ നടക്കണം. എങ്കിലും വയർ നിറയെ ഇന്ന് ഒന്നുണ്ണാമല്ലോ.

മണി പതിനൊന്ന്: ഹമീദ് കടയിൽ ഇല്ല. വീട്ടിലായിരിക്കുമോ? എന്നെയും കൊണ്ടു പോകുകയായിരുന്നു യോഗ്യത. ഒരുപക്ഷേ, അദ്ദേഹം മറന്നുപോയിരിക്കാം. വീട്ടിലേക്കു ചെന്നാലോ? ശരി.

മണി പതിനൊന്നര: ഹമീദിന്റെ മാളികവീട്ടിലേക്കുള്ള തകരവാതിൽ അടച്ചിരുന്നു. ഞാൻ അതിൽ മുട്ടി:

---

* അന്ന് അഖണ്ഡഭാരതം

"ഏയ്, മിസ്റ്റർ ഹമീദ്..."

ഉത്തരമില്ല.

"ഏയ് മിസ്റ്റർ ഹമീ....ദ്!"

കോപിഷ്ഠയായ ഒരു സ്ത്രീയുടെ ഗർജ്ജനം: "ഇബടില്ല!"

"എവിടെപ്പോയി?"

നിശ്ശബ്ദത. പിന്നെയും ഞാൻ കതകിൽ മുട്ടി. മനസ്സു വല്ലാതെ ക്ഷീണിച്ചു. ഞാൻ തിരിഞ്ഞു നടക്കാൻ ഭാവിച്ചു. അപ്പോൾ ആരോ അടുത്തു വരുന്ന ഒരു കാലൊച്ച; ഒരു വളകിലുക്കവും. വാതിൽ അല്പം തുറന്നു - ഒരു യുവതി!

ഞാൻ ചോദിച്ചു: "ഹമീദ് എവിടെപ്പോയി?"

"അത്യാവശ്യമായി ഒരിടത്തു പോയി?" വളരെ സൗമ്യതയോടെയാണ്.

"എപ്പോൾ വരും?"

"സന്ധ്യ കഴിഞ്ഞ്."

"സന്ധ്യ കഴിഞ്ഞ്!"

"വരുമ്പോൾ ഞാൻ വന്നു തിരക്കി! എന്നുപറയണം."

"ആരാണ്?"

"ഞാൻ ആരാണ്?"

"ഞാൻ... ഓ... ആരുമല്ല. ഒന്നും പറയണമെന്നില്ല."

ഞാൻ തിരിഞ്ഞുനടന്നു. പൊള്ളുന്ന കുഴഞ്ഞ പഞ്ചസാരമണ്ണ്. അതു കഴിഞ്ഞു കണ്ണാടിച്ചില്ലുപോലെ വെട്ടിത്തിളങ്ങുന്ന കായൽപ്പരപ്പ്. കണ്ണും തലയും ഇരുട്ടിച്ചുപോയി. വല്ലാത്ത വിഷമം. അസ്ഥികൾ വേവുന്നു. ദാഹം. വിശപ്പ്. ആർത്തി. ലോകം വിഴുങ്ങുവാൻ ആർത്തി! കിട്ടാൻ വഴിയില്ല എന്ന ധാരണയാണ് ഇത്രയും മൂർച്ച കൂട്ടുന്നത്. കിട്ടാൻ വഴിയില്ല. എന്ന ധാരണയോടെ എണ്ണമില്ലാതെ രാപ്പകലുകൾ എന്റെ മുമ്പിൽ! ഞാൻ തളർന്നു വീണുപോയേക്കുമോ? തളരാൻ പാടില്ല. നടക്കുക... നടക്കുക!

മണി പന്ത്രണ്ടര: പരിചയക്കാരെല്ലാം കണ്ട ഭാവം നടിക്കാതെ കടന്നുപോകുന്നു. "സഖാക്കളേ, ഇന്നെന്റെ ജന്മദിനമാണ്. എനിക്കു മംഗളം ആശംസിച്ചിട്ടു പോകുവിൻ!" എന്ന് എന്റെ ഹൃദയം മന്ത്രിച്ചു. നിഴൽപ്പാടുകൾ എന്നെ മറികടന്നുപോയി. സുഹൃത്തുക്കൾ എന്താണ് എന്നെ കണ്ടിട്ടു മിണ്ടാത്തത്. അതു ശരി.

എന്റെ പിറകെ ഒരു സി ഐ ഡി!

മണി ഒന്ന്. പണ്ടു പത്രാധിപരും ഇപ്പോൾ കച്ചവടക്കാരനുമായ മി. പിയുടെ അടുത്തു ഞാൻ ചെന്നു. കണ്ണു കാണുന്നില്ല. പാരവശ്യം.

പി ചോദിച്ചു: "വിപ്ലവം ഒക്കെ എത്രടമായി?"

ഞാൻ പറഞ്ഞു. "അടുത്തു വന്നുകഴിഞ്ഞു."

"ങ്ഹും എവിടന്നാ കണ്ടിട്ടു കുറേ ആയല്ലോ."

"ങ്ഹാ."

"വിശേഷിച്ച്?"

"ഓ, ഒന്നുമില്ല. വെറുതെ."

ഞാൻ അദ്ദേഹത്തിന്റെ അടുത്ത് ഒരു കസേരയിൽ ഇരുന്നു. എന്റെ ലേഖനങ്ങൾ പലതും അദ്ദേഹത്തിന്റെ പേരിൽ പ്രസിദ്ധപ്പെടുത്തിയിട്ടുണ്ടായിരുന്നു. പണ്ടത്തെ മഹത്ത്വം കാണിക്കാൻ പഴയ പത്രങ്ങൾ ബയന്റ് ചെയ്തു വച്ചിട്ടുണ്ടായിരുന്നു. ഞാൻ അതെടുത്തു തലകറങ്ങലോടെ അങ്ങനെ നോക്കിക്കൊണ്ടിരുന്നു. "എനിക്ക് ഒരു ചൂടുചായ വേണം. ഞാൻ വളരെ അവശനായിരിക്കുന്നു!" എന്ന് എന്റെ ഹൃദയം ദ്രുതമായി ഇടിച്ചുകൊണ്ടിരുന്നു. പി എന്തുകൊണ്ട് എന്നോട് ഒന്നും ചോദിക്കുന്നില്ല? അദ്ദേഹം എന്റെ ക്ഷീണം കാണുന്നില്ലേ? അദ്ദേഹം പണപ്പെട്ടിയുടെ അടുത്തു ഗാംഭീര്യത്തോടെ ഇരിക്കുന്നു. ഞാൻ മൂകനായി തെരുവിലേക്കു നോക്കി. കാനയിൽകിടന്ന ഒരു കഷണം ദോശയ്ക്കു രണ്ടു തെണ്ടിപ്പിള്ളാർ വഴക്കടിക്കുന്നു. "ഒരു ചൂടുചായ" മൂകമായി എന്റെ സർവ്വവും കേണു. പി പെട്ടി തുറന്നു. ഉറുപ്പികയുടെയും ചില്ലറയുടെയും ഇടയിൽ നിന്ന് അദ്ദേഹം ഒരണ എടുത്ത് ഒരു പയ്യന്റെ പക്കൽ കൊടുത്തു.

"ചായ കൊണ്ടുവാടാ"

പയ്യൻ ഓടി. എന്റെ ഹൃദയം തണുത്തു. എത്ര നല്ല മനുഷ്യൻ!... പയ്യൻ കൊണ്ടുവന്ന ചായ പി വാങ്ങിച്ചിട്ട് എന്റെ നേരെ തിരിഞ്ഞു:

"നിങ്ങൾക്കു ചായ വേണോ?"

ഞാൻ പറഞ്ഞു. "വേണ്ടാ!"

എന്നിട്ടു ഷൂസിന്റെ ലേസ് മുറുക്കാനെന്ന നാട്യത്തിൽ കുനിഞ്ഞു. എന്റെ മുഖം അയാൾ കാണും: എന്റെ മനക്ഷോഭം അയാൾ അറിയും!

പി പരിഭവപ്പെട്ടു: "നിങ്ങളുടെ പുസ്തകങ്ങളൊന്നും എനിക്കു തന്നില്ലല്ലോ?"

ഞാൻ പറഞ്ഞു. "തരാം."

"അതിനെയൊക്കെപ്പറ്റിയുള്ള പത്രാഭിപ്രായങ്ങൾ ഞാൻ വായിക്കുന്നുണ്ട്."

ഞാൻ പറഞ്ഞു. "നല്ലത്."

എന്നിട്ട് ഒന്നു മന്ദഹസിക്കാൻ ശ്രമിച്ചു. പക്ഷേ, ഹൃദയത്തിൽ വെളിച്ചമില്ലാതെ മുഖം എങ്ങനെ മന്ദഹസിക്കും?

ഞാൻ യാത്ര പറഞ്ഞ് എണീറ്റു തെരുവിൽ ഇറങ്ങി നടന്നു.

എന്റെ പിറകെ ആ സി ഐ ഡി:

മണി രണ്ട്. ഞാൻ തളർന്ന് അവശനായി മുറിയിലെ ചാരുകസേരയിൽ കിടക്കുകയായിരുന്നു. നല്ല വസ്ത്രങ്ങൾ ധരിച്ച് സുഗന്ധം പൂശിയ അപരിചിതയായ ഒരു സ്ത്രീ എന്റെ മുറിയുടെ വാതില്ക്കൽ വന്നു. ദൂരദേശത്തുകാരിയാണ്. വെള്ളപ്പൊക്കംമൂലം നാടു നശിച്ചുപോയി. എന്തെങ്കിലും സഹായം ചെയ്യണം! നേരിയ പുഞ്ചിരിയോടെ അവൾ എന്നെ നോക്കി. മാറിടം കട്ടളപ്പടിയിൽ അമർത്തിക്കൊണ്ട് എന്നെ നോക്കി. എന്റെ ഹൃദയത്തിൽ ചൂടു പരത്തിക്കൊണ്ട് ഒരു വികാരം ഉദിച്ചു. അത് ആളിപ്പടർന്ന് എന്റെ നാഡിഞരമ്പുകളിലെങ്ങും വ്യാപിച്ചു. എന്റെ ഹൃദയസ്പ

ന്ദനം എനിക്കു കേൾക്കാമെന്നു തോന്നി. അപകടം പിടിച്ച ഒരു ഭയങ്കര നിമിഷം!

"സഹോദരി, എന്റെ പക്കൽ ഒന്നുമില്ല; നിങ്ങൾ വേറെ ആരടടുത്തെങ്കിലും ചെന്നു ചോദിക്കൂ— എന്റെ പക്കൽ ഒന്നുമില്ല."

"ഒന്നുമില്ല?"

"ഇല്ല."

എന്നിട്ടും അവൾ പോകാതെനിന്നു. ഉച്ചത്തിൽ ഞാൻ പറഞ്ഞു "പൊക്കോളൂ. ഒന്നുമില്ല.,"

"ഓ!" അവൾ പരിഭവത്തോടെ കുണുങ്ങിക്കുണുങ്ങി നടന്നുപോയി. എങ്കിലും അവളിൽനിന്നു പുറപ്പെട്ടുകൊണ്ടിരുന്ന പരിമളം!

മണി മൂന്ന്: ആരോടെങ്കിലും കടം വാങ്ങിച്ചാലോ? ഭയങ്കരമായ ക്ഷീണം. വല്ലാത്ത നിസ്സഹായാവസ്ഥ. ആരോടു ചോദിക്കാനാണ്? പല പേരുകളും എന്റെ ഓർമ്മയിൽ വന്നു. പക്ഷേ, കടം വാങ്ങുക സ്നേഹബഹുമാനത്തെ കുറയ്ക്കുന്ന ഒരു ഏർപ്പാടാണ്. മരിച്ചുകളഞ്ഞാലോ എന്നു ഞാൻ ആലോചിച്ചു. മരണം എങ്ങനെ ആയിരിക്കണം?

മണി മൂന്നര: നാവു താണുപോകുന്നു. തീരെ ആവതില്ല. കുളിർമ്മ ജലാശയത്തിൽ ഒന്നു മുങ്ങിയെങ്കിൽ! ആകെ കുളിർമ്മയോടെ ഒന്നു തണുത്തെങ്കിൽ.. അങ്ങനെ കിടക്കുമ്പോൾ ചില പത്രാധിപന്മാരുടെ എഴുത്തുകൾ വന്നു. കഥകൾ ഉടനെ കിട്ടണം. മടക്കത്തെപാലിൽ അയച്ചേക്കണം! എഴുത്തുകൾ അവിടെയിട്ടിട്ടു ഞാനങ്ങനെ ആവതില്ലാതെ കിടന്നു. ബാങ്ക് ക്ലാർക്ക് കൃഷ്ണപിള്ളയുടെ വേലക്കാരൻ പയ്യൻ ഒരു തീപ്പെട്ടിക്കോലിനു വന്നു. അവനെക്കൊണ്ട് ഒരു ഗ്ലാസ്‌വെള്ളം വരുത്തിച്ചു ഞാൻ കുടിച്ചു.

"സാറിനു സൊകമില്ലേ?" പതിനൊന്നു വയസ്സായ ആ പയ്യന് അറിയണം.

ഞാൻ പറഞ്ഞു: "സുഖക്കേടൊന്നുമില്ല."

"പിന്നെ..... സാറുണ്ടില്ലേ?"

"ഇല്ല."

"അയ്യോ! അതെന്താ, ഉണ്ണാഞ്ഞേ?"

ആ ചെറിയ മുഖവും കറുത്ത കണ്ണുകളും ഉടുത്തിരിക്കുന്ന കരിപുരണ്ട തോർത്തും. അവൻ ജിജ്ഞാസയോടെ നില്ക്കുകയാണ്. ഞാൻ കണ്ണടച്ചു.

പതുക്കെ അവൻ വിളിച്ചു: "സാറേ!"

"ഉം!"

ഞാൻ കണ്ണു തുറന്നു.

അവൻ പറഞ്ഞു: "എന്റെ രണ്ടണേണ്ട്."

"അതിന്?"

അവൻ പരുങ്ങി: "ഞാൻ വരുന്ന മാസത്തി വീട്ടി പോവുമ്പം സാറു തന്നേച്ചാ മതി."

എന്റെ ഹൃദയം വിങ്ങി: അല്ലാഹുവേ!

"കൊണ്ടുവരൂ!"

അതു കേൾക്കാത്ത പാട്, അവൻ ഓടി!

അപ്പോൾ സഖാവ് ഗംഗാധരൻ വന്നു. വെള്ള ഖദർ മുണ്ട് വെള്ള ഖദർജുബ്ബാ, മീതെ പുതച്ച നീല ഷാളും... കറുത്ത നീണ്ടുരുണ്ട മുഖവും കാര്യഗൗരവമുള്ള നോട്ടവും.

ചാരുകസേരയിൽ ഗമയിലുള്ള എന്റെ കിടപ്പുകണ്ട് ആ നേതാവ് പറയുകയാണ്: "അമ്പടി നീ വലിയ ബൂർഷ്വാ ആയിപ്പോയല്ലേ?"

എന്റെ തലയ്ക്കു നല്ല കറക്കം ഉണ്ടായിരുന്നെങ്കിലും എനിക്കു ചിരി വന്നു. ആ നേതാവിന്റെ വസ്ത്രങ്ങളുടെ ഉടമസ്ഥാവകാശം ആർക്കുള്ളതായിരിക്കുമെന്ന് ഞാൻ പതുക്കെ ചിന്തിച്ചുപോയി! എനിക്കു പരിചയമുള്ള ഓരോ രാഷ്ട്രീയ പ്രവർത്തകന്മാരുടെയും ചിത്രം എന്റെ ഭാവനയിൽവന്നു. എന്താണ് നേടാനുള്ളത്?

ഗംഗാധരൻ ചോദിച്ചു: "നീ എന്താ ചിരിക്കുന്നത്?"

ഞാൻ പറഞ്ഞു. "ഒന്നുമില്ല. മോനേ, നമ്മുടെ ഈ വേഷവിധാനങ്ങൾ ഓർത്തു ചിരിച്ചുപോയതാണ്."

"നിന്റെ തമാശ കളഞ്ഞിട്ടു കേൾക്കൂ. വലിയ കുഴപ്പം നടക്കുന്നു. ലാത്തിച്ചാർജ്ജും ടിയർഗ്യാസും വെടിവയ്പും നടന്നേക്കും. പത്തുമൂവായിരം തൊഴിലാളികൾ പണിമുടക്കിൽ ഏർപ്പെട്ടിരിക്കയാണ്. ഒന്നര ആഴ്ചയായി അവർ പട്ടിണി കിടക്കുന്നു! വലിയ ബഹളം നടന്നേക്കും! മനുഷ്യർ പട്ടിണി കിടക്കുമ്പോൾ എന്തും സംഭവിക്കും!"

"ഞാൻ ഈ വിവരങ്ങളൊന്നും പത്രങ്ങളിൽ വായിച്ചില്ലല്ലോ."

"പത്രങ്ങളിൽ റിപ്പോർട്ട് ചെയ്തുപോകരുതെന്ന് താക്കീതുണ്ട്!"

"അതുകൊള്ളാം. ഞാൻ ആയതിലേക്ക് എന്തു ചെയ്യണം."

"അവരുടെ വക പബ്ലിക് മീറ്റിങ്ങുണ്ട്. ഞാനാണ് അദ്ധ്യക്ഷൻ. അവിടെ ചെന്നു പറ്റാൻ ബോട്ടുകാർക്ക് കടത്തുകൂലിക്ക് ഒരണ വേണം. പിന്നെ ഞാൻ ഇന്നൊന്നും കഴിച്ചിട്ടുമില്ല നീയും എന്റെ കൂട്ടത്തിൽ വാ!"

"മോനേ, കാര്യം നല്ലതുതന്നെ. പക്ഷേ, എന്റെ പക്കൽ കാശൊന്നുമില്ല. കുറെ അധികം ദിവസമായി ഞാനും വല്ലതും കഴിച്ചിട്ട്. നേരം വെളുത്തിട്ട് ഇതുവരെ ഞാനും ഒന്നും കഴിച്ചിട്ടില്ല. പോരെങ്കിൽ ഇന്ന് എന്റെ ജന്മദിനവുമാണ്."

"ജന്മദിനം? നമുക്കൊക്കെ എന്തു ജന്മദിനം"

"പ്രപഞ്ചങ്ങളിലുള്ള എല്ലാറ്റിനുമുണ്ടല്ലോ ജന്മദിനം."

അങ്ങനെ വർത്തമാനം പലേ വഴിക്കും പോയി. ഗംഗാധരൻ തൊഴിലാളികളെപ്പറ്റിയും രാഷ്ട്രീയ പ്രവർത്തകരെപ്പറ്റിയും ഗവൺമെന്റിനെപ്പറ്റിയും സംസാരിച്ചു. ഞാൻ ജീവിതത്തെപ്പറ്റിയും പത്രാധിപന്മാരെക്കുറിച്ചും സാഹിത്യകാരന്മാരെക്കുറിച്ചും സംസാരിച്ചു. അതിനിടയിൽ പയ്യൻ വന്നു. ഒരണ ഞാൻ കൈയിൽ വാങ്ങി. ബാക്കി ഒരണയ്ക്കു ചായയും ബീഡിയും ദോശയും കൊണ്ടുവരാൻ പറഞ്ഞു. കാലണ ചായ. അരയണ ദോശ. കാലണ ബീഡി.

ദോശ പൊതിഞ്ഞുകൊണ്ടുവന്ന അമേരിക്കൻ പത്രക്കടലാസിന്റെ തുണ്ടിൽ ഒരു ചിത്രമുണ്ടായിരുന്നു. അത് എന്നെ വളരെ ആകർഷിച്ചു. ഞാനും ഗംഗാധരനും കൂടി ദോശ തിന്നു. ഓരോ ഗ്ലാസ് വെള്ളം വീതം കുടിച്ചു. പിറകെ കുറേശ്ശെ ചായയും. അതിനുശേഷം ഒരു ബീഡി കത്തിച്ചു പുക വിട്ടുകൊണ്ട് ഗംഗാധരന് ഒരണ കൊടുത്തു. പോകാൻ നേരത്തു തമാശയായി ഗംഗാധരൻ ചോദിച്ചു: “ഇന്നു നിന്റെ ജന്മദിനമല്ലേ, നിനക്കു ലോകത്തിനായിക്കൊണ്ടു വല്ല സന്ദേശവും കൊടുക്കാനുണ്ടോ?”

ഞാൻ പറഞ്ഞു: “ഉണ്ട് മോനേ, വിപ്ലവസംബന്ധിയായ ഒന്ന്.”

“കേൾക്കട്ടെ.”

“വിപ്ലവത്തിന്റെ അഗ്നിജ്ജ്വാലകൾ എങ്ങും ആളിപ്പടർന്ന് ഉയരട്ടെ! ഇന്നത്തെ സമുദായഘടന എല്ലാം കത്തി ദഹിച്ച്, സുഖസമ്പൂർണ്ണവും സമത്വ സുന്ദരവുമായ പുതിയ ലോകം സംജാതമാവട്ടെ”

“ഭേഷ്! ഞാൻ ഇന്ന് ഇതവിടെ തൊഴിലാളി മീറ്റിങ്ങിൽ പറയാം!” എന്നുപറഞ്ഞ് ഗംഗാധരൻ ധൃതിയിൽ നടന്നുപോയി. ഞാൻ ഓരോ രാഷ്ട്രീയ പ്രവർത്തകന്മാരെപ്പറ്റി ചിന്തിച്ചു. ഓരോ എഴുത്തുകാരെപ്പറ്റിയും എല്ലാത്തരം സ്ത്രീപുരുഷന്മാരെപ്പറ്റിയും. അവരൊക്കെ എങ്ങനെ ജീവിക്കുന്നു? അങ്ങനെ കിടന്നുകൊണ്ടു ഞാൻ ആ ദോശ പൊതിഞ്ഞുകൊണ്ടുവന്ന കടലാസ് എടുത്തു. അപ്പോൾ, പടി കടന്ന് വീട്ടുടമസ്ഥൻ മുഖം വീർപ്പിച്ചുകൊണ്ടു വരുന്നതുകണ്ടു. അയാളോട് ഇനി എന്തവധിയാണു പറയേണ്ടതെന്ന് ആലോചിച്ചു. ചിത്രത്തിൽ നോക്കി— ആകാശചുംബികളായ കൂറ്റൻ മണിമേടകൾ നിറഞ്ഞ മഹാനഗരം. അതിന്റെ നടുക്കു ശിരസ്സുയർത്തി നില്ക്കുന്ന ഒരു മനുഷ്യൻ. ഇരുമ്പുചങ്ങലകളാലയാളെ വരിഞ്ഞുമുറുക്കി ഭൂമിയോടു ചേർത്തു ബന്ധിച്ചിരിക്കയാണ്. എങ്കിലും അയാളുടെ നോട്ടം ബന്ധനത്തിലോ, ഭൂമിയിലോ അല്ല. വിദൂരതയിൽ, ഉയരെ സൗരയൂഥങ്ങൾക്കപ്പുറത്ത്, അന്തമില്ലാത്ത ദൂരത്തിൽ കതിരുകൾ ചിതറുന്ന മഹാതേജഃ പുഞ്ജത്തിൽ! അയാളുടെ കാലുകൾക്കു സമീപം ഒരു തുറന്ന പുസ്തകം. അതിന്റെ രണ്ടു പേജുകളിലുമായി ആ മനുഷ്യന്റെ എന്നല്ല, എല്ലാ മനുഷ്യരുടെയും ചരിത്രം. അത് ഇപ്രകാരമാണ്:

“ചങ്ങലകളാലെന്നപോലെ മണ്ണോടു ബന്ധിതനെങ്കിലും അവൻ നോക്കുകയാണ്. സമയകാലങ്ങളെ പിന്നിട്ട്, ധീരമോഹനമായ നാളെയിലേക്ക്!”

“എവിടെയാണ് നാളെ?”

“എന്താ മിസ്റ്റർ!” വീട്ടുടമസ്ഥന്റെ തണുത്ത ചോദ്യം: “ഇന്നെങ്കിലും തരുമോ?”

ഞാൻ പറഞ്ഞു: “പണമൊന്നും വന്നുചേർന്നിട്ടില്ല. അടുത്ത ഏതെങ്കിലും ദിവസം തരാം.”

പക്ഷേ, അദ്ദേഹം ഇനി അവധി കേൾക്കാൻ ഭാവമില്ല!

“ഇങ്ങനെ എന്തിനു ജീവിക്കുന്നു?” അദ്ദേഹത്തിന്റെ ചോദ്യമാണ്. വളരെ പരമാർത്ഥം. ഇങ്ങനെ എന്തിനു ജീവിക്കുന്നു? ഞാൻ ഈ കെട്ടിട

ത്തിൽ വന്നിട്ടു മൂന്നു കൊല്ലം തികയാറായി. മൂന്നടുക്കളെയും ഞാൻ നന്നാക്കി. അതിനൊക്കെ ഇപ്പോൾ നല്ല വാടക കിട്ടുന്നുണ്ട്. ഈ നാലാമത്തെ സ്റ്റോർ റൂം ഞാൻ മനുഷ്യവാസയോഗ്യമാക്കിത്തീർത്തപ്പോൾ, കൂടുതൽ വാടകയ്ക്ക് എടുക്കാൻ വേറെ ആളുണ്ടത്രേ! കൂടുതൽ വാടക കൊടുക്കാമെന്നു ഞാൻ സമ്മതിച്ചാൽ പോരാ- ഇറങ്ങി മാറിക്കൊടുക്കണം!

ഇല്ല! എനിക്കു സമ്മതമില്ല; ഇറങ്ങി മാറാനൊട്ടു ഭാവവുമില്ല! എന്താ ചെയ്യാൻ പോകുന്നത്?

മണി നാല്: എനിക്ക് ഈ നാടു മടുത്തു. എന്നെ ആകർഷിക്കുവാൻ ഈ പട്ടണത്തിൽ ഒന്നുമില്ല. നിത്യവും സഞ്ചരിക്കുന്ന റോഡുകൾ. നിത്യവും കാണുന്ന കടകളും മുഖങ്ങളും. കണ്ടതുതന്നെ കാണുക. കേട്ടതുതന്നെ കേൾക്കുക! എന്തൊരു മനംമടുപ്പ്... ഒന്നും എഴുതാൻ തോന്നുന്നില്ല. അല്ലെങ്കിൽ എന്താണ് എഴുതാനുള്ളത്?

മണി ആറ്: പ്രസന്നമായ സായാഹ്നം. കടൽ വിഴുങ്ങിയ ജ്വലിക്കുന്ന വൃത്തത്തിലുള്ള ചോരക്കട്ടയായ അന്തിമസൂര്യൻ. കനകമേഘങ്ങൾ നിറഞ്ഞ പശ്ചിമ ചക്രവാളം. കര കാണാത്ത സമുദ്രം. തൊട്ട്, അലകളിളകുന്ന കായൽ. തീരത്തു സുന്ദരമായ ആരാമം. ഉടുത്തൊരുങ്ങി സിഗരറ്റും പുകച്ചു വിഹരിക്കുന്ന ചെറുപ്പക്കാർ. തെറിക്കുന്ന കണ്ണുകളോടെ വർണ്ണസാരികളും പറത്തി മന്ദസ്മേരവദനകളായി വിലസുന്ന യുവതികൾ. പ്രേമനാടകങ്ങളുടെ പശ്ചാത്തലമായി ഹൃദയം കുളിർപ്പിക്കുന്ന പാർക്കിലെ റേഡിയോഗാനവും ഇടയ്ക്കു പുഷ്പങ്ങളെ തഴുകിവരുന്ന സുഗന്ധവാഹിയായ ഇളംകാറ്റും.... പക്ഷേ, ഞാൻ തളർന്നു വീഴാൻപോകയാണ്.

മണി ഏഴ്: ഒരു പൊലീസുകാരൻ എന്റെ താമസസ്ഥലത്തുവന്ന് ഇന്നും എന്നെ കൂട്ടിക്കൊണ്ടുപോയി. കണ്ണഞ്ചിപ്പിക്കുന്ന 'പെട്രോമാക്സ്' വിളക്കിന്റെ മുമ്പിൽ എന്നെ ഇരുത്തി. ചോദ്യങ്ങൾക്കു സമാധാനം പറയുമ്പോൾ എന്റെ മുഖത്തെ ഭാവഭേദങ്ങൾ സൂക്ഷിച്ചുകൊണ്ട് പിറകിൽ കൈയും കെട്ടി പൊലീസ് ഡെപ്യൂട്ടി കമ്മീഷണർ അങ്ങുമിങ്ങും നടന്നു. നോട്ടം എപ്പോഴും എന്റെ മുഖത്തുതന്നെ. എന്തൊരു ഭാവം! എന്തൊരു നില! ഞാൻ ഏതോ വലിയ കുറ്റം ചെയ്ത പിടികിട്ടാപ്പുള്ളിയാണെന്ന മട്ട്! ഒരു മണിക്കൂറു നേരത്തെ ചോദ്യങ്ങൾ. ആരെല്ലാമാണ് എന്റെ കൂട്ടുകാർ? എവിടന്നൊക്കെയാണ് എനിക്ക് എഴുത്തുകൾ വരുന്നത്? ഗവൺമെന്റിനെ തകിടം മറിക്കാനുള്ള ഗൂഢസംഘത്തിലെ അംഗമല്ലേ ഞാൻ? പുതുതായി എന്തൊക്കെയാണു ഞാൻ എഴുതുന്നത്? എല്ലാം സത്യമായി പറയണം! പിന്നെ—

"നിങ്ങൾക്കറിയാമല്ലോ നിങ്ങൾ ഇവിടന്നു നാടു കടത്തിക്കാൻ എനിക്കു കഴിയുമെന്ന്?"

"അറിയാം. ഞാൻ നിസ്സഹായനാണ്. വെറും ഒരു പൊലീസുകാരൻ വിചാരിച്ചാൽ മതി, എന്നെ അറസ്റ്റ് ചെയ്തു ലോക്കപ്പിലിട്ട്......"

മണി ഏഴര: ഞാൻ മുറിയിൽ വന്ന് ഇരുട്ടത്തിരുന്നു നന്നായി ഒന്നു വിയർത്തു. ജന്മദിനം! ഇന്ന് എന്റെ താമസസ്ഥലത്തു വെളിച്ചമില്ല. മണ്ണെ

ണ്ണയ്ക്കു എന്തു വഴി? പശിയടങ്ങെ വല്ലതും തിന്നുകയും വേണം. ദൈവമേ, ആരു തരും? ഒരുത്തരോടും കടം വാങ്ങാൻ കഴികയില്ല. പക്ഷേ, മാത്യുവിനോടു ചോദിച്ചാലോ? വേണ്ട. മറ്റേ കെട്ടിടത്തിൽ താമസിക്കുന്ന കണ്ണടക്കാരൻ വിദ്യാർത്ഥിയോട് ഒരുറുപ്പിക ചോദിക്കാം. അയാൾ ആ ഉഗ്രമായ സുഖക്കേടിനു വളരെ പണം ഇൻജക്ഷനു മുടക്കിയതാണ്. ഒടുവിൽ എന്റെ നാലണയുടെ മരുന്നുകൊണ്ടാണ് സുഖപ്പെട്ടത്. അതിനു പ്രതിഫലമായി എന്നെ ഒരു തവണ സിനിമ കാണാൻ കൊണ്ടുപോയി. ചെന്ന് ഒരുറുപ്പിക ചോദിച്ചാൽ തരാതിരിക്കുമോ?

മണി എട്ടേമുക്കാൽ: വഴിക്ക് മാത്യുവിനെ അന്വേഷിച്ചു. അദ്ദേഹം സിനിമ കാണാൻ പോയിരിക്കുന്നു. ഉറച്ചുള്ള സംസാരവും പൊട്ടിച്ചിരിയും കേട്ടുകൊണ്ട് ഞാൻ മറ്റേ കെട്ടിടത്തിന്റെ മുകൾത്തട്ടിൽ ചെന്നു. പുകയുന്ന സിഗരറ്റിന്റെ ഗന്ധം. മേശപ്പുറത്തെരിയുന്ന ശരറാന്തലിന്റെ പ്രഭതട്ടിത്തിളങ്ങുന്ന പല്ലുകൾ, റിസ്റ്റ് വാച്ചുകൾ, സ്വർണ്ണക്കുടുക്കുകൾ.

നിസ്സഹായതയുടെ മൂർത്തീകരണമായി ഞാൻ കസേരയിലിരുന്നു. അവർ വർത്തമാനം തുടങ്ങി. രാഷ്ട്രീയ കാര്യങ്ങൾ, സിനിമ, കോളേജിലെ വിദ്യാർത്ഥിനികളുടെ അംഗവർണ്ണന. ദിവസത്തിൽ രണ്ടു പ്രാവശ്യം സാരികൾ മാറ്റിവരുന്ന വിദ്യാർത്ഥിനികളുടെ പേരുകൾ— അങ്ങനെ പലതും. അതിലൊക്കെ ഞാനും അഭിപ്രായങ്ങൾ പറഞ്ഞു., ഇടയ്ക്കു ഞാൻ കടലാസ്സു തുണ്ടെടുത്ത് കുറിപ്പെഴുതും: "ഒരു റുപ്പിക വേണം. വളരെ അത്യാവശ്യമായിട്ടാണ്. രണ്ടുമൂന്നു ദിവസത്തിനകം തിരിച്ചുതന്നേക്കാം."

അപ്പോൾ കണ്ണടക്കാരൻ ചിരിച്ചു:

"എന്താ. വല്ല ചെറുകഥയ്ക്കും പ്ലോട്ട് കുറിക്കുകയാണോ?"

ഞാൻ പറഞ്ഞു:

"അല്ല."

അതിനെത്തുടർന്നു സംഭാഷണം ചെറുകഥാസാഹിത്യത്തിലെത്തി. സുമുഖനായ പൊടിമീശക്കാരൻ പരാതിപ്പെട്ടു:

"നമ്മുടെ ഭാഷയിൽ നല്ല ചെറുകഥകളൊന്നും ഇല്ല."

ഭാഷയിലും നാട്ടിലും നല്ലതു വല്ലതുമുണ്ടോ? നല്ല ആണുങ്ങളും നല്ല പെണ്ണുങ്ങളുമുള്ളത് കടലുകൾക്കപ്പുറത്ത്!

ഞാൻ ചോദിച്ചു:

"ആരുടെയൊക്കെ ചെറുകഥകൾ വായിച്ചിട്ടുണ്ട്?"

"അധികം ആളുടേതെന്നും വായിച്ചിട്ടില്ല. ഒന്നാമതു മാതൃഭാഷയിൽ വല്ലതും വായിക്കുന്നതുതന്നെ ഒരന്തസ്സു കുറഞ്ഞ പണിയാണ്."

ഞാൻ നമ്മുടെ കുറെ ചെറുകഥാകൃത്തുക്കളുടെ പേരു പറഞ്ഞു. അവരിൽ മിക്കപേരുടെയും പേരുകൾപോലും ഇവർ കേട്ടിട്ടില്ല.

ഞാൻ പറഞ്ഞു:

"ഇംഗ്ലീഷിലെന്നല്ല. ലോകത്തിലെ എല്ലാ ഭാഷയിലെയും ചെറുകഥകളോടു മത്സരിക്കത്തക്ക നല്ല ചെറുകഥകൾ നമ്മുടെ ഭാഷയിൽ ഇന്നുണ്ട്. നിങ്ങൾ എന്തുകൊണ്ടു വായിക്കുന്നില്ല?"

"ഓ, ചിലതൊക്കെ അവർ വായിച്ചിട്ടുണ്ട്! പിന്നെ മിക്കതും ദാരിദ്ര്യത്തെപ്പറ്റി പറയുന്ന കഥകളാണ്. എന്തിനാണ് അതൊക്കെ എഴുതുന്നത്?"

ഞാൻ ഒന്നും മിണ്ടിയില്ല.

"നിങ്ങളുടെയൊക്കെ കഥകൾ വായിച്ചാൽ." സ്വർണ്ണക്കണ്ണടക്കാരൻ വിധി പറഞ്ഞു: "ലോകത്തിനെന്തോ വലിയ തകരാറൊക്കെയുണ്ടെന്നു തോന്നിപ്പോകും."

ലോകത്തിന് എന്തു തകരാറ്? അച്ഛനമ്മമാർ കഷ്ടപ്പെട്ടു മാസം തോറും പണമയച്ചു കൊടുക്കുന്നു. അതു ചെലവാക്കി വിദ്യാഭ്യാസം ചെയ്യുന്നു. സിഗരറ്റ്, ചായ, കോഫി, ഐസ്ക്രീം, സിനിമ, കുട്ടിക്കൂറാ പൗഡർ, വാസ്‌ലെയിൻ, സ്പ്രേ, വിലകൂടിയ വസ്ത്രങ്ങൾ, വില കൂടിയ ആഹാരം, മദ്യം, മയക്കുമരുന്ന്, സിഫിലിസ്, ഗുണേറിയ- അങ്ങനെ പോകുന്നു. ഭാവിയിലെ പൗരന്മാർ! നാടു ഭരിക്കേണ്ടവരും നിയമം നടപ്പിലാക്കേണ്ടവരും. ബുദ്ധിജീവികൾ, സാംസ്കാരിക നായകന്മാർ, മതനേതാക്കൾ, രാഷ്ട്രീയ നേതാക്കൾ.... ദാർശനികർ..! ലോകത്തിനെന്തു തകരാറ്?

എനിക്കു ഭയങ്കരമായ ഒരു പ്രസംഗം ചെയ്യണമെന്നു തോന്നി.

"ഇന്നത്തെ ലോകം," ഞാൻ ആരംഭിച്ചു. അപ്പോഴേക്കും അടിയിൽ നിന്നു തളർന്ന ചെറുശബ്ദം:

"മെതിയടി, വേണോ, മെതിയടി!"

"കൊണ്ടുവാ!" ചിരിച്ചുകൊണ്ട് കണ്ണടക്കാരൻ ആജ്ഞാപിച്ചു. അങ്ങനെ വിഷയം മാറി. മുകളിലേക്കു കയറിവന്നത് ഞാൻ കാലത്തു കണ്ട പിഞ്ചു പൈതങ്ങൾ! അവർ കിതയ്ക്കുന്നുണ്ടായിരുന്നു. അവരുടെ കണ്ണുകൾ കെട്ട്, മുഖങ്ങൾ വാടി, ചുണ്ടുകൾ വരണ്ടുണങ്ങിയിരുന്നു. വിമ്മിട്ടത്തോടെ മുതിർന്നവൻ പറഞ്ഞു:

"സാറന്മാർക്കു വേണോങ്കി രണ്ടരയണ."

കാലത്തു മൂന്നണയായിരുന്നു.

"രണ്ടരയണയോ?" സംശയത്തോടെ സ്വർണ്ണക്കണ്ണടക്കാരൻ തിരിച്ചും മറിച്ചും നോക്കി "കരിങ്ങോട്ടയല്ലല്ലോടാ?"

"അതെ സാറെ, കരിങ്ങോട്ടയാ."

"വീടെവിടെയാ, കുഞ്ഞുങ്ങളുടെ?" എന്റെ ചോദ്യത്തിനു മുതിർന്നവൻ സമാധാനം പറഞ്ഞു. ഇവിടെനിന്നു മൂന്നു മൈൽ ദൂരെയുള്ള ഒരു സ്ഥലം.

"രണ്ടണ" സ്വർണ്ണക്കണ്ണടക്കാരൻ പറഞ്ഞു.

"സാറു രണ്ടേകാലണ തന്നേര്."

"വേണ്ടാ!"

"ഓ."

വിഷാദത്തോടെ അവർ ഇറങ്ങി. സ്വർണ്ണക്കണ്ണടക്കാരൻ വീണ്ടും വിളിച്ചു.

"കൊണ്ടുവാടാ."

അവർ വീണ്ടും വന്നു. നല്ലതു നോക്കി ഒരു ജോഡി തെരഞ്ഞെടുത്തിട്ട് ഒരു പത്തുരൂപാനോട്ടു വച്ചുനീട്ടി. ആ കുഞ്ഞുങ്ങളുടെ പക്കൽ ഒറ്റ ക്കാശു പോലുമില്ല. അവർ ഒന്നും വിറ്റിട്ടില്ല. നേരം വെളുത്തതുമുതൽ നടക്കുകയായിരുന്നു. മൂന്നു മൈൽ ദൂരെ ഏതോ കുടിലിൽ വെള്ളവും അടുപ്പത്തിട്ടു മക്കളുടെ വരവും കാത്തിരിക്കുന്ന മാതാപിതാക്കളുടെ ചിത്രം എന്റെ ഭാവനയിൽ വന്നു.

സ്വർണ്ണക്കണ്ണടക്കാരൻ എവിടന്നോ രണ്ടണ തപ്പി എടുത്തുകൊടുത്തു.

"കാലണ സാർ?"

"ഇത്രേയുള്ളൂ; അല്ലെങ്കിലിന്നാ മെതിയടി!"

കുട്ടികൾ അന്യോന്യം നോക്കി മിണ്ടാതെ ഇറങ്ങിപ്പോയി. ഇലക്ട്രിക് വിളക്കിന്റെ താഴത്ത്, റോഡിലൂടെ ആ പിഞ്ചുപൈതങ്ങൾ പോകുന്നതു നോക്കിക്കൊണ്ട് സ്വർണ്ണക്കണ്ണടക്കാരൻ ചിരിച്ചു.

"ഞാൻ ഒരു വേല ചെയ്തിട്ടുണ്ട്, ഒന്നു കള്ളയണയാ!"

"ഹാ, ഹാ, ഹാ!" എല്ലാവരും പൊട്ടിച്ചിരിച്ചു. ഞാൻ വിചാരിച്ചു. വിദ്യാർത്ഥികളല്ലേ, എന്തു പറയാനാണ്? ദാരിദ്ര്യവും വിഷമതകളുമൊക്കെ എന്തെന്ന് അറിയാറായിട്ടില്ല. ഞാൻ എഴുതിവച്ചിരുന്ന കുറിപ്പ് മറ്റാരും കാണാതെ സ്വർണ്ണക്കണ്ണടക്കാരനു കൊടുത്തു. അദ്ദേഹം അതു വായിക്കുമ്പോൾ എന്റെ ഭാവന ഹോട്ടലിലായിരുന്നു. ചൂടു പറക്കുന്ന ചോറിന്റെ മുമ്പിൽ ഞാൻ ഇരിക്കുന്നതും മറ്റും. പക്ഷേ,. കുറിപ്പു വായിച്ചിട്ടു സ്വർണ്ണക്കണ്ണടക്കാരൻ എല്ലാവരും കേൾക്കത്തക്ക വിധത്തിൽ പറഞ്ഞു:

"സോറി, ചെയിഞ്ചസ് ഒന്നുമില്ല."

അതുകേട്ടപ്പോൾ എന്റെ ശരീരത്തിൽനിന്ന് ചൂട് ആവി പൊന്തി. വിയർപ്പു തുടച്ചുകൊണ്ടു ഞാൻ താഴെ ഇറങ്ങി മുറിയിലേക്കു നടന്നു.

മണി ഒമ്പത്: ഞാൻ പായ് വിരിച്ചുകിടന്നു. പക്ഷേ, കണ്ണുകൾ അടയുന്നില്ല. തലയ്ക്കു നല്ല വിങ്ങലും. എങ്കിലും ഞാൻ കിടന്നു. ലോകത്തിലെ നിസ്സഹായരെപ്പറ്റി ഞാൻ ഓർത്തോ... എവിടെയെല്ലാം എത്രയെത്ര കോടി സ്ത്രീപുരുഷന്മാർ ഈ സുന്ദരമായ ഭൂഗോളത്തിൽ പട്ടിണികിടക്കുന്നു! അക്കൂട്ടത്തിൽ ഞാനും. എനിക്കെന്താണൊരു പ്രത്യേകത? ഞാനും ഒരു ദരിദ്രൻ. അത്രതന്നെ. അങ്ങനെ വിചാരിച്ചുകൊണ്ടു കിടക്കുമ്പോൾ എന്റെ വായിൽ ഉമിനീർ നിറഞ്ഞു. മാത്യുവിന്റെ അടുക്കളയിൽ കടുകു വറക്കുന്ന ശബ്ദം!... വെന്തു മലർന്ന ചോറിന്റെ വാസനയും!

മണി ഒമ്പതര: ഞാൻ വെളിയിൽ ഇറങ്ങി. ഹൃദയം പൊട്ടിപ്പോകുന്ന ഇടിപ്പ്! വല്ലവരും കണ്ടാലോ? ഞാൻ വിയർത്തുകുളിക്കുന്നു!... ഞാൻ മുറ്റത്തു കാത്തുനിന്നു. ഭാഗ്യം! വൃദ്ധൻ വിളക്കുമെടുത്തു. കുടവുമായി വെളിയിലേക്കിറങ്ങി. അടുക്കളവാതിൽ പതുക്കെ ചാരിയിട്ട് പൈപ്പിന്റെ അടുത്തേക്കു പോയി. കുറഞ്ഞതു പത്തു മിനിറ്റു പിടിക്കും. ശബ്ദം കേൾപ്പിക്കാതെ ഹൃദയത്തുടിപ്പോടെ ഞാൻ വാതിൽ പതുക്കെ തുറന്ന് അടുക്കള

യ്ക്കകത്തു കയറി.

മണി പത്ത്: സംതൃപ്തമായ നിറഞ്ഞ വയറോടെ വിയർത്തു കുളിച്ച് ഞാൻ വെളിയിൽ ഇറങ്ങി. വൃദ്ധൻ മടങ്ങിയപ്പോൾ ഞാൻ പൈപ്പിന്റെ അടുത്തു ചെന്നു വെള്ളം കുടിച്ചു കൈകാൽമുഖം കഴുകി തിരികെ എന്റെ മുറിയിൽ വന്ന് ഒരു ബീഡി കത്തിച്ചു വലിച്ചു. ആകെ സുഖസംതൃപ്തം. എങ്കിലും ഒരു വല്ലായ്മ. നല്ല ക്ഷീണവും തോന്നി. ഞാൻ കിടന്നു. ഉറക്കം വരുന്നതിനുമുമ്പേ ശകലം ആലോചനയുണ്ടായി. വൃദ്ധൻ അറിഞ്ഞു കാണുമോ? എങ്കിൽ മാത്യു അറിയും. മറ്റു വിദ്യാർത്ഥികളും ക്ലാർക്കന്മാരും അറിയും. കുറച്ചിലാകും. എന്തായാലും വരുന്നതു വരട്ടെ. ജന്മദിനം. സുഖമായി ഉറങ്ങാം. എല്ലാവരുടെയും എല്ലാ ജന്മദിനങ്ങളും മനുഷ്യൻ... പാവപ്പെട്ട ജീവി, ഞാനങ്ങനെ മയങ്ങിപ്പോകുകയായിരുന്നു. അപ്പോൾ എന്റെ മുറിയുടെ അടുത്തേക്ക് ആരോ വരുന്നു!

"ഹലോ മിസ്റ്റർ!" മാത്യുവിന്റെ ശബ്ദം! എനിക്കു വിയർപ്പുപൊട്ടി. എന്റെ ഉറക്കം പമ്പകടന്നു. ഉണ്ടതൊക്കെ ദഹിച്ചു. എനിക്കു മനസ്സിലായി. മാത്യു അറിഞ്ഞുപോയിരിക്കുന്നു. വൃദ്ധൻ കണ്ടുപിടിച്ചായിരിക്കും. ഞാൻ വാതിൽ തുറന്നു. ഇരുളിന്റെ ഹൃദയത്തിൽ നിന്നെന്നോണം, തീക്ഷ്ണ വെളിച്ചത്തിന്റെ നീണ്ട കുന്തമെന്നവണ്ണം, ഒരു ടോർച്ച്ലൈറ്റ്! ഞാനാ വെളിച്ചത്തിൽ! എന്താണ് മാത്യു ചോദിക്കാൻ പോകുന്നത്? പരിഭ്രമംകൊണ്ട് എന്റെ ഹൃദയം നൂറുനൂറു കഷണങ്ങളായി പൊട്ടിപ്പോകുമെന്നു തോന്നി.

മാത്യു പറഞ്ഞു.

"ഐസേ സിനിമയ്ക്കു പോയിരുന്നു. വിക്ടർ ഹ്യൂഗോവിന്റെ *പാവങ്ങൾ* നിങ്ങൾ കാണേണ്ട ഒന്നാംതരം ചിത്രമാണ്!"

"ങ്ഹാ."

"നിങ്ങൾ ഊണു കഴിച്ചോ? എനിക്കു തീരെ വിശപ്പില്ല. ചോറു വെറുതെയാവും. വന്ന് ഊണു കഴിക്കൂ. വഴിക്കു ഞങ്ങളൊന്നു "മോഡേൺ ഹോട്ടലി"ൽ കയറി."

"താംഖ്സ് ഞാൻ ഊണു കഴിച്ചു."

"ഓഹോ എന്നാൽ ഉറങ്ങൂ. ഗുഡ്നൈറ്റ്."

"യെസ് ഗുഡ്നൈറ്റ്!"

കടൽത്തീരത്ത്

ഒ വി വിജയൻ

വെള്ളായിയപ്പൻ യാത്ര പുറപ്പെടുമ്പോൾ വീട്ടിൽനിന്നു കൂട്ടനില വിളി ഉയർന്നു. അപ്പുറത്ത് അമ്മിണിയുടെ വീട്ടിലും അതിനപ്പുറത്ത് മുത്തു രാവുത്തന്റെ വീട്ടിലും ആളുകൾ ശ്രദ്ധാലുക്കളായി, വിഷാദവാന്മാരായി. ആ വീടുകൾക്കുമപ്പുറത്ത് പാഴുതറയിലെ അമ്പതിൽ ചില്വാനം കുടിക ളിലത്രയും ഈ വിഷാദവും സഹാനുഭൂതിയും നിറഞ്ഞു. വെള്ളായിയ പ്പൻ കണ്ണൂരിലേക്കു പോവുകയാണ്. വെള്ളായിയപ്പന്റെ കൂടെ തീവണ്ടി കയറാൻ പണമുണ്ടായിരുന്നെങ്കിൽ അമ്മിണിയേത്തിയും മുത്തുവണ്ണനും നാകേലച്ചനും കോമ്പിപ്പൂശാരിയും പിന്നെ പാഴതറയിലുള്ളവരത്രയും തന്നെ കണ്ണൂരിലേക്ക് പോകുമായിരുന്നു. കണ്ണൂരിലേക്കുള്ള തീവണ്ടിയാത്ര പാഴുതറ എന്ന ഗ്രാമത്തിനുവേണ്ടിയായിരുന്നു. വെള്ളായിയപ്പൻ കുടി യിരുപ്പുകൾ വിട്ട് നെടുവരമ്പത്തൂടെ പാടം മുറിച്ചു നടന്നു. പിന്നിൽ നില വിളി അകന്നു ശമിച്ചു. ഇപ്പോൾ നെടുവരമ്പു വിട്ട് വെള്ളായിയപ്പൻ പറ മ്പിലേക്കു കയറി. പറമ്പിലെ മഞ്ഞപ്പുല്ലിലൂടെ ആരുടെയൊക്കെയോ ദുഃഖ സഞ്ചാരങ്ങളുടെ തഴമ്പായി ചവിട്ടടിപ്പാത നീണ്ടുപോകുന്നു.

“ദെയിവങ്ങളേ, തമ്പിരാക്കന്മാറേ” വെള്ളായിയപ്പൻ വിളിച്ചു.

ചവിട്ടടിപ്പാതയ്ക്കിരുവശവും നിന്ന കരിമ്പനകളിൽ കാറ്റുപിടിച്ചു. പട്ട കളിൽ കാറ്റിരമ്പുന്നത് വെള്ളായിയപ്പന് അന്നാദ്യമായി അപരിചിതമായി തോന്നി. പനമ്പട്ടകൾ സംസാരിക്കുന്നതുപോലെ. പനമ്പട്ടകളിൽ ഊട്ടു ദൈവങ്ങളും കാരണവന്മാരും സംസാരിക്കുന്നതുപോലെ. തുവർത്തിൽ കെട്ടിയ പൊതിച്ചോറിന്റെ കഞ്ഞിനനവ് കൈയിൽ തട്ടി. തന്റെ കോടച്ചി ഈ ചോറുപൊതി കെട്ടുമ്പോൾ അതിലേക്ക് ഒരുപാടു കണ്ണുനീർ വീഴ്ത്തി യിരിക്കണം. കണ്ണുനീരിന്റെ ഓതം തോർത്തിന്റെ കെട്ടിലൂടെ കുതിർന്നു പിടിക്കുന്നു. തീവണ്ടിയാപ്പീസെത്താൻ ഇനിയും നാലുകല്ലു നടക്കണം.

കുറച്ചു നടന്നപ്പോൾ കുട്ട്യസ്സൻമാപ്പിള എതിരേ വരുന്നു. കുട്ട്യസ്സൻമാപ്പിള ആദരവോടെ വഴി മാറി നിന്നു.

"വെള്ളായിയേ," മാപ്പിള പറഞ്ഞു.

"മരയ്ക്കാരേ." വെള്ളായിയപ്പൻ പ്രതിവചിച്ചു.

അത്രമാത്രം. രണ്ടു വാക്കുകൾ, പേരുകൾ, എന്നാൽ ആ വാക്കുകളിൽ ദീർഘങ്ങളും സമ്പന്നങ്ങളുമായ സംഭാഷണപരമ്പരകൾ അടങ്ങിയത് വെള്ളായിയപ്പനും കുട്ട്യസ്സൻമാപ്പിളയും അറിഞ്ഞു.

"മരയ്ക്കാരേ, നിങ്ങൾക്കു ഞാൻ പതിനഞ്ചുറുപ്പിക കടം വീട്ടാനുണ്ട്. അല്ല, പതിനഞ്ചുറുപ്പികയും നാലണയും."

"വെള്ളായി ഈ യാത്രയിൽ അതിനെക്കുറിച്ച് ഓർക്കരുത്."

"മരയ്ക്കാരേ, ഇനിയൊരിക്കലും എനിക്കത് വീട്ടാൻ കഴിഞ്ഞെന്നു വരില്ല."

"വീട്ടാത്ത കടങ്ങൾ പടച്ചവന്റെ സൂക്ഷിപ്പുകളാണ്. അത് അങ്ങനെ തന്നെയിരിക്കട്ടെ."

"എന്റെ ഉള്ളു പൊട്ടുന്നു. എന്റെ പ്രാണൻ പറിയുന്നു."

"പടച്ചവൻ തുണയ്ക്കട്ടെ, മുത്തുനമ്പി തുണയ്ക്കട്ടെ, നിന്റെയും എന്റെയും ദൈവങ്ങൾ തുണയ്ക്കട്ടെ."

കരിമ്പനപ്പട്ടകളിലെ കാറ്റ് ദൈവസാന്ദ്രമായി. കുട്ട്യസ്സൻ മാപ്പിളയെ വിട്ടുകൊണ്ട് വെള്ളായിയപ്പൻ യാത്ര തുടർന്നു. ഇനിയും നാലു കല്ലു നടക്കണം. വഴിയിൽ പിന്നെയും ഒരഭിമുഖം, നീല മണ്ണാത്തി. അലക്കിയ തുണികളുടെ കെട്ട് ചുമലിൽ ഞാത്തി എതിരേവന്ന നീലി വഴി മാറി നിന്നു.

"വെള്ളായിച്ചോ" അവൾ പറഞ്ഞു. അത്രമാത്രം.

"നീലിയേ," വെള്ളായിയപ്പൻ പറഞ്ഞു. അത്രമാത്രം.

രണ്ടു വാക്കുകൾ മാത്രം. രണ്ടു വാക്കുകൾക്കിടയ്ക്കു സാന്ത്വനത്തിന്റെ നിറവ്. വെള്ളായിയപ്പൻ നടന്നു.

ചവിട്ടടിപ്പാത വെട്ടുവഴിയിൽ ചേർന്നു. വെള്ളായിയപ്പൻ വെട്ടുവഴിയിലൂടെ നടന്നു. വെട്ടുവഴി പുഴയിലേക്കിറങ്ങി. പുഴ കടന്നു മേടു കയറിയാൽ പിന്നെ തീവണ്ടിയാപ്പീസിലേക്കുള്ള വഴിയാണ്. പുഴമണലിൽനിന്ന് വെള്ളായിയപ്പൻ പുഴവെള്ളത്തിലേക്കിറങ്ങി. കാൽവണ്ണയെ തഴുകിക്കൊണ്ട്, പരൽ മീനുകളെ പേറിക്കൊണ്ട് പുഴ ഒഴുകി. പുഴയുടെ നടുക്കെത്തിയപ്പോൾ കുളിയുടെ അനുഭവം വെള്ളായിയപ്പനെ തളർത്തി. അപ്പന്റെ ശവത്തെ കുളിപ്പിച്ചത്, മകനെ അവന്റെ കുട്ടിക്കാലത്ത് കുളത്തിൽ കുളിപ്പിച്ചത്. ഇളം ചൂടുള്ള വെള്ളം, അതൊക്കെയും ഓർമ്മിപ്പിച്ചു. പുഴ കടന്ന് അപ്പുറത്തെ മേടു കയറുവോളം വെള്ളായിയപ്പൻ കരഞ്ഞു.

തീവണ്ടിയാപ്പീസിലെത്തിയ വെള്ളായിയപ്പൻ ചീട്ടു വാങ്ങുന്നേടത്ത് വരിയിൽ നിന്നു. ഉടുമുണ്ടിന്റെ കോന്തലയഴിച്ചു പണം പുറത്തെടുത്തു.

"കണ്ണൂര്," വെള്ളായിയപ്പൻ പറഞ്ഞു. ഗുമസ്തൻ ചീട്ടെടുത്ത് അച്ചുകുത്തി ജനാലയിലൂടെ പുറത്തേക്കിട്ടപ്പോൾ യാത്രയിൽ ഒരു ഘട്ടം താണ്ടി

യതുപോലെ വെള്ളായിയപ്പനു തോന്നി. ചീട്ടിനെ മുണ്ടിന്റെ കോന്തലയിൽ കെട്ടി വെള്ളായിയപ്പൻ പടവു കയറി പ്ലാറ്റ്ഫോറത്തിലെത്തി ബെഞ്ചിൽ വണ്ടിക്കായി കാത്തിരുന്നു. അകലെ സൂര്യൻ താഴുന്നു. ഇരുണ്ടു തുടങ്ങുന്ന കരിമ്പനകൾക്കു മുകളിലൂടെ പക്ഷികൾ പറന്നു കൂടുപറ്റുന്നു. മുണ്ടകപ്പാടത്തിന്റെ വരമ്പത്തു തന്റെ ചെറുവിരലിൽ പിടിച്ചുകൊണ്ട് അസ്തമയത്തിന്റെ പക്ഷികളെ നോക്കി അത്ഭുതപ്പെട്ട മകനെ വെള്ളായിയപ്പൻ ഓർത്തു. അസ്തമയത്തിലൂടെ പാടത്തേക്ക് ഇറങ്ങി നടക്കുന്ന സ്വന്തം അപ്പനെ ഓർത്തു. രണ്ടു ചിത്രങ്ങൾ, അവയ്ക്കിടയിൽ രണ്ടു പേരുകൾക്കിടയിലെന്നപോലെ, രണ്ടു വാക്കുകൾക്കിടയിലെന്നപോലെ. എന്തിന്റെയൊക്കെയോ നിറവ്. ബെഞ്ചിൽ ബാക്കിയുണ്ടായിരുന്ന സ്ഥലത്തു വന്ന് ഇരിപ്പുറപ്പിച്ച ഒരു കാരണവർ ചോദിച്ചു: “കോയമ്പത്തൂർക്കോ?”

“കണ്ണൂർക്ക്” വെള്ളായിയപ്പൻ പറഞ്ഞു:

“നാന് കോയമ്പത്തൂർക്കാണ്.”

“ഓ.”

“കണ്ണൂർവണ്ടി പത്തുമണിയാകും.”

“ഓ.”

“കണ്ണൂർ എന്താ പണി?”

“വിചേഴിച്ച് ഒന്നുമില്ല.”

“വെറുതെ പുഗ്ഗാണ്?”

അപരിചിതന്റെ സംഭാഷണം ഒരു കൊലക്കയറിനെപ്പോലെ വെള്ളായിയപ്പന്റെ കഴുത്തിൽ ചുറ്റി മുറുകി. പാഴുതറയുടെ നെടുവരമ്പു കടന്നാൽ ലോകം മുഴുവൻ അപരിചിതരാണ്. അപരിചിതരുടെ താല്പര്യരഹിതമായ സംഭാഷണം എണ്ണമറ്റ കൊലക്കയറുകളായി. കോയമ്പത്തൂരിലേക്കുള്ള വണ്ടി നേരത്തേ വരികയാൽ ബഞ്ചിൽ സമീപത്തിരുന്ന കാരണവർ എഴുന്നേറ്റുപോയി. വെള്ളായിയപ്പൻ തനിച്ചായി. ചോറുപൊതി അഴിക്കാൻ തോന്നിയില്ല. തുവർത്തിലൂടെ പുറത്തേക്കു കുതിർന്ന അതിന്റെ നനവിൽ കൈവെച്ചുകൊണ്ട് വെള്ളായിയപ്പൻ ഇരുന്നു. അങ്ങനെ ഇരുന്ന് ഉറങ്ങി. ഉറക്കത്തിൽ കിനാവു കണ്ടു. കിനാവിൽ വെള്ളായിയപ്പൻ പറഞ്ഞു, “കണ്ടുണ്ണിയേ, മകനേ.”

തീവണ്ടിയുടെ ചീറ്റലും നടുക്കവും വെള്ളായിയപ്പനെ ഉണർത്തി. വെള്ളായിയപ്പൻ തട്ടിപ്പിടഞ്ഞ് എഴുന്നേറ്റു. മുണ്ടിന്റെ കോന്തലയിലെ ചീട്ട് അവിടെത്തന്നെയുണ്ടോ എന്നു നോക്കി നിജം വരുത്തി. പതുക്കെ വണ്ടിയിലേക്കു നടന്നു ഒഴിവു കണ്ടിടത്തു കേറാൻ തുടങ്ങി.

“ഇത് ഒന്നാംക്ലാസാണ്. കാർന്നോരേ.”

“തന്നെ?”

അപ്പുറത്തെ പെട്ടിയിൽ.

“റിസർവ്ഡ് ആണ്.”

“തന്നെ?”

“അപ്പുറത്തു നോക്കിക്കോളൂ. കാർന്നോരേ.”

അപരിചിതരുടെ സ്വരങ്ങൾ.

ഒടുവിൽ ഒരു പെട്ടിയിൽ കയറിക്കൂടി. ഇരിക്കാനിടമില്ല. പിടിച്ചു നില്ക്കാം. ഞാൻ നിന്നുകൊള്ളാം. എനിക്കുറങ്ങേണ്ട. ഈ രാത്രിയിൽ എന്റെ മകൻ ഉറക്കമിളയ്ക്കുന്നു. തീവണ്ടിയുടെ താളം നിലം മാറുന്നതനുസരിച്ച് അതിന്റെ താളഭേദം. വഴിവിളക്കുകൾ. പുഴമണൽത്തിട്ടുകൾ. മരങ്ങൾ. വളരെ മുമ്പൊരിക്കലാണ് തീവണ്ടിയിൽ സഞ്ചരിച്ചിട്ടുള്ളത്. പകലിന്റെ വെളിച്ചത്തിൽ. ഇതു രാത്രിവണ്ടിയാണ്. മങ്ങിയ ചിത്രങ്ങൾ പതിച്ച ചുവരുകളുള്ള ഒരു തുരങ്കത്തിലൂടെ അതു പായുന്നു.

കണ്ണൂരെത്തിയപ്പോൾ നേരം പുലർന്നിട്ടില്ല. അപ്പോഴും കെട്ടഴിക്കാതെ പൊതിച്ചോറ് കൈയിലിരുന്നു. ഗെയ്റ്റിൽ ചീട്ടു തിരിച്ചു കൊടുത്തുകൊണ്ട് വെള്ളായിയപ്പൻ പുറത്തുകടന്നു. ആകാശത്തിന്റെ ഇരുട്ടിൽ അകലെയെവിടെയോ വിടരുന്ന പുലരിയുടെ സൂചന. തീവണ്ടിയാപ്പീസിന്റെ മുറ്റത്തു കൂട്ടംതട്ടിനിന്ന കുതിരവണ്ടിക്കാർ വണ്ടി വേണോ എന്ന് വെള്ളായിയപ്പനോടു ചോദിച്ചില്ല. വെള്ളായിയപ്പൻ ചോദിച്ചു. "ജയിലിലിലിക്ക് ഏതിയാണ് വഷി?"

ആരോ ചിരിച്ചു. ഇതാ ഒരു കിഴവൻ നേരം പുലരുന്നതിനുമുമ്പു ജയിലിലേക്കുള്ള വഴി തേടുന്നു. വീണ്ടും ആരോ ചിരിച്ചു. കാരണവരേ, കട്ടാൽ മതി. ജയിലിലെത്തിച്ചേരാം. അപരിചിതരുടെ സ്വരങ്ങൾ കഴുത്തിനു ചുറ്റും പിരിഞ്ഞുമുറുകി. വെള്ളായിയപ്പനു ശ്വാസം മുട്ടി.

അവസാനം ആരോ വഴി പറഞ്ഞുകൊടുത്തു. വെള്ളായിയപ്പൻ നടന്നു. കാക്കക്കരച്ചിലോടെ മുകളിൽ പതുക്കെ ആകാശങ്ങൾ തെളിഞ്ഞു.

ജയിലിന്റെ പടിക്കൽ പാറാവുക്കാരൻ വെള്ളായിയപ്പനെ തടഞ്ഞു.

"എങ്ങട്ടാ ഈ രാവിലെ?"

വെള്ളായിയപ്പൻ വെങ്ങി. ഒരു കുട്ടിയുടെ നിസ്സഹായതയോടെ അയാൾ പാറാവുകാരന്റെ മുമ്പിൽ നിന്നു. എന്നിട്ട് പതുക്കെ മുണ്ടിന്റെ കോന്തലയഴിച്ചു മഞ്ഞനിറത്തിലുള്ള ഒരു കടലാസ് പുറത്തെടുത്തു. കടലാസ്സ് ചുരുണ്ട് അലങ്കോലമായിരുന്നു.

"എന്താത്?" പാറാവുകാരൻ ചോദിച്ചു.

വെള്ളായിയപ്പൻ കടലാസ്സ് പാറാവുക്കാരനെ ഏല്പിച്ചു. പാറാവുകാരൻ കടലാസ്സിലേക്കു നോക്കിയില്ല. വെള്ളായിയപ്പൻ പറഞ്ഞു: "എന്റെ കുട്ടി ഇബ്ടെ ഇണ്ടു."

"ഈ പുലർച്ചെ ആരാ വരാമ്പറഞ്ഞത്?" പാറാവുകാരൻ പരുക്കനായി പറഞ്ഞു: "ആപ്പീസ് തൊറക്കട്ടെ."

ഏതോ ശീലത്തിന്റെ സ്വാധീനത്തിൽ പാറാവുകാരൻ കടലാസ്സ് നിവർത്തിനോക്കി. പാറാവുകാരന്റെ മുഖം പൊടുന്നനെ കനിവുറ്റതായി.

"നാളെയാണ്, അല്ലേ?" പാറാവുകാരൻ പറഞ്ഞു.

"എയ്ക്കി പിടിയില്ല." വെള്ളായിയപ്പൻ പറഞ്ഞു. "കടലാശില് എന്താണ് എഷ്തിക്കെട്ക്ക്ണത്, ആവോ?"

പാറാവുകാരൻ കടലാസിലെ വിവരങ്ങൾ ഒരിക്കൽക്കൂടി ശ്രദ്ധിച്ചു

വായിച്ചു.

"അതെ, നാളെ രാവിലെ അഞ്ചുമണിക്ക്." അയാൾ പറഞ്ഞു.

വെള്ളായിയപ്പന്റെ കണ്ണുകൾ വിടർന്നു. അവയിൽ അന്ധാളിപ്പു നിറഞ്ഞു.

"തന്നേ?" വെള്ളായിയപ്പൻ പറഞ്ഞു.

"കാർന്നോര് ഇവിടെ ഇരിക്കൂ."

"ഓ."

ജയിലിന്റെ ഉമ്മറത്തെ ചാരുപടിയിൽ വെള്ളായിയപ്പൻ ഇരുന്നു. അമ്പലത്തിലെ നട തുറക്കാൻ കാത്തിരിക്കുന്നതുപോലെ.

"കാർന്നോർക്ക് ചായയോ മറ്റോ വേണോ?"

"വേണ്ട."

എന്റെ മകൻ ഈ രാത്രിയിൽ ഉറങ്ങിയിട്ടുണ്ടാവില്ല. ഉറങ്ങാതെ ഉണർന്നിട്ടുണ്ടാവില്ല. ഉറങ്ങാതെ, ഉണരാതെ അവനു ചായ കുടിക്കാൻ മനസ്സുവരുന്നതെങ്ങനെ? വെള്ളായിയപ്പന്റെ കൈപ്പടം പൊതിച്ചോറിലമർന്നു. മകനേ, ഈ പൊതിച്ചോറ് നിന്റെ അമ്മ എനിക്കുവേണ്ടി പൊതിഞ്ഞതാണ്. യാത്രയിൽ ഞാൻ അതു കഴിക്കാതെ ഇവിടം വരെ എത്തിച്ചു. ഇനി നിനക്കു തരാൻ എന്റെ കൈയിൽ ഇതു മാത്രമേയുള്ളൂ. തുവർത്തിനകത്ത് കെട്ടഴിക്കാതെ കിടന്ന പാഥേയം പുളിച്ചു. നേരം പതുക്കെപ്പതുക്കെ വെളുത്തു. നേരം പതുക്കെപ്പതുക്കെ കനച്ചു.

ആപ്പീസ് തുറന്നു. ആളുകൾ മേശകൾക്കു പുറകിൽ സ്ഥലംപിടിച്ചു. പാറാവുകാർ കവാത്തു നടത്തി. തടവറ സജീവമായി.

മേധാവികൾ കടലാസ്സ് പരിശോധിക്കുന്നു. മേധാവികൾ ഉത്തരവിടുന്നു. ഉത്തരവുകളുടെ അപരിചിത സ്വരങ്ങൾ. വിദ്വേഷവും നിന്ദയും പകയുമില്ലാത്ത കുരുക്കുകൾ, അവ ചുറ്റിപ്പിടിച്ചു ശ്വാസംമുട്ടിക്കുന്നു. വെയിലിനു ചൂടു കൂടുന്നു.

ഇവിടെ കാത്തിരിക്കൂ. വെള്ളായിയപ്പൻ കാത്തിരിക്കുന്നു.

നീണ്ടു നീണ്ട കാത്തിരിപ്പിനുശേഷം ഒരു പാറാവുകാരൻ വെള്ളായിയപ്പനെ തടവറയുടെ ഉള്ളുകളിലേക്കു കൂട്ടിക്കൊണ്ടു പോകുന്നു. വെയിലിന്റെ ചൂടറിയാത്ത തണുത്ത ഇടനാഴികൾ.

ഇതാ ഇവിടെയാണ്. ഇരുമ്പഴികൾക്കു പിന്നിൽ കണ്ടുണ്ണി നിന്നു.

അപരിചിതനെപ്പോലെ കണ്ടുണ്ണി വെള്ളായിയപ്പനെ നോക്കി. സാന്ത്വനം കൊടുക്കുകയോ വാങ്ങുകയോ ചെയ്യാനാവാത്ത മനസ്സിന്റെ മറ. പാറാവുകാരൻ അഴിവാതിൽ തുറന്ന് വെള്ളായിയപ്പനെ അകത്തു പ്രവേശിപ്പിച്ചു. അച്ഛനും മകനും നേരോടു നേരായി തെല്ലിടനേരം നിന്നു. പിന്നെ വെള്ളായിയപ്പൻ മകനെ കെട്ടിപ്പിടിച്ചു. കണ്ടുണ്ണി ശ്രവണത്തിനപ്പുറത്തുള്ള ഒരു സ്ഥായിയിൽ നിലവിളിച്ചു. വെള്ളായിയപ്പൻ കരഞ്ഞു വിളിച്ചു: "മകനേ!"

കണ്ടുണ്ണി മറുവിളി വിളിച്ചു: "അപ്പാ!"

രണ്ടു വാക്കുകൾ മാത്രം. രണ്ടു വാക്കുകൾക്കിടയ്ക്ക് ദുഃഖത്തിൽ,

മൗനത്തിൽ അച്ഛനും മകനും അറിവുകൾ കൈമാറി.

മകനേ, നീ എന്തു ചെയ്തു?

എനിക്കോർമ്മയില്ല, അപ്പാ.

മകനേ നീ കൊലപാതകം നടത്തിയോ?

എനിക്കോർമ്മയില്ല.

സാരമില്ല മകനേ, ഇനിയൊന്നും ഓർമ്മിക്കേണ്ടതില്ല.

പാറാവുകാർ ഓർമ്മിക്കുമോ?

ഇല്ല മകനേ,

അപ്പൻ എന്റെ വേദന ഓർമ്മിക്കുമോ?

ഉച്ചസ്ഥായിയിലുള്ള നിശ്ശബ്ദമായ നിലവിളി: "അപ്പാ, എന്നെ തൂക്കി ക്കൊല്ലാൻ സമ്മതിക്കരുതേ."

രണ്ടു വാക്കുകൾക്കിടയ്ക്ക് ഈ വിനിമയമത്രയും.

"കാർന്നോരേ, പൊറത്തു വരൂ. സമയം കഴിഞ്ഞു."

വെള്ളായിയപ്പൻ പുറത്തു വരുന്നു. അയാൾക്കു പിന്നിൽ ഇരുമ്പഴി വാതിൽ അടയുന്നു. നീങ്ങുന്ന തീവണ്ടിമുറിയിൽനിന്നു പുറത്തേക്കു നോക്കും പോലെ. ഇരുമ്പഴിയിലൂടെ പുറത്തേക്കു നോക്കിക്കൊണ്ട് അപ രിചിതനായി കണ്ടുണ്ണി നിന്നു. അവസാനത്തെ തിരിഞ്ഞുനോട്ടത്തിന്റെ ശ്രദ്ധാഞ്ജലിയോടെ വെള്ളായിയപ്പൻ നടന്നകന്നു.

ജയിലിന്റെ പരിസരങ്ങളിൽ വെള്ളായിയപ്പൻ അങ്ങുമിങ്ങുമായി കാത്തു കിടന്നു. സൂര്യൻ ഉച്ചിയിലെത്തി. നേരം താണു. ഈ രാത്രിയിൽ കണ്ടുണ്ണി ഉറങ്ങുമോ? രാത്രി പിന്നിടുന്നു. മതിലുകൾക്കകത്ത് കണ്ടുണ്ണി ജീവിക്കുന്നു.

പുലർച്ചയ്ക്കു മുമ്പു കൊമ്പുവിളികൾ മുഴങ്ങുന്നത് വെള്ളായിയപ്പൻ കേട്ടു. അതു വധശിക്ഷയുടെ ചടങ്ങാണെന്ന് വെള്ളായിയപ്പൻ അറിഞ്ഞി രുന്നില്ല. രാവിലെ അഞ്ചുമണിക്കാണെന്ന് അവർ പറഞ്ഞിരുന്നു. കൈയിൽ ഘടികാരമില്ലെങ്കിലും ഒരു കർഷകന്റെ ജന്മസിദ്ധിയിലൂടെ വെള്ളായിയ പ്പൻ സമയം അറിഞ്ഞു.

ഒരു പേറ്റിച്ചിയെപ്പോലെ തന്റെ മകന്റെ ദേഹത്തെ വെള്ളായിയപ്പൻ പാറാവുകാരിൽനിന്ന് ഏറ്റുവാങ്ങി.

കാരണവർക്കു താല്പര്യമുള്ളപോലെ ശവം സംസ്കരിക്കാം.

വേണ്ട. എനിക്കു താല്പര്യമില്ല.

ശവത്തിന്റെ ചുമതല നിങ്ങൾ ഏല്ക്കുന്നില്ലേ?

യജമാനന്മാരേ, എന്റെ കൈയിൽ പണമില്ല.

ഉന്തുവണ്ടിയുടെ പുറകെ തോട്ടികളുടെകൂടെ വെള്ളായിയപ്പൻ നടന്നു. പട്ടണത്തിനു പുറത്തുള്ള വെളിനിലങ്ങൾക്കു മുകളിൽ കഴുക ന്മാർ ചുറ്റിപ്പറന്നു. മണ്ണു മൂടുന്നതിനുമുമ്പ് കണ്ടുണ്ണിയുടെ മുഖം വെള്ളാ യിയപ്പൻ ഒരു നോക്കു കണ്ടു. ആ നെറ്റിയിൽ കൈപ്പടം വെച്ച് അനുഗ്ര ഹിച്ചു.

വെള്ളായിയപ്പൻ വെയിലത്ത് അലഞ്ഞുനടന്ന് കടൽപ്പുറത്തെത്തി;

ആദ്യമായി കടൽ കാണുകയാണ്. കൈപ്പടങ്ങളിൽ എന്തോ നനഞ്ഞു കുതിരുന്നു. കോടച്ചി കെട്ടിത്തന്ന പൊതിച്ചോറാണ്. വെള്ളായിയപ്പൻ പൊതിയഴിച്ചു. വെള്ളായിയപ്പൻ അന്നം നിലത്തേക്കെറിഞ്ഞു, വെയിലിന്റെ മുകൾത്തട്ടുകളിലെവിടെനിന്നോ ബലിക്കാക്കകൾ അന്നം കൊത്താൻ ഇറങ്ങി വന്നു.

ഡാർ-എസ്-സലാം

എം ടി

ചാരിയിട്ടിരിക്കുന്ന പടിവാതിലിനു സമീപത്ത് അയാൾ ടാക്സിയിൽ നിന്നിറങ്ങി. കറുത്ത കൽപ്പലകയിൽ കൊത്തിവെച്ച പേരുനോക്കിക്കൊണ്ട് അയാൾ ഒരുനിമിഷം നിന്നു. ഡാർ-എസ്-സലാം.

ഇരുമ്പഴികളിലൂടെ നടവഴിയുടെ അറ്റത്തെ പോർട്ടിക്കോവിലേക്കു നോക്കി. ആരുമില്ല. ടാക്സിക്കാരനെ കാത്തുനിർത്തണോ എന്ന് ഒരു നിമിഷം ആലോചിച്ചു. കിഴവനെ കണ്ടില്ലെങ്കിൽ, ഹോട്ടലിൽ തിരിച്ചെത്താൻ ഒരു നാഴിക നടക്കുകയേ വേണ്ടൂ. ടാക്സിക്കാരനു കാശുകൊടുത്തു പിരിച്ചു.

ഗേറ്റ് ശബ്ദമില്ലാതെ തുറന്നു. ഇരുവശത്തും അരമതിലിൽ ചെടിച്ചട്ടികൾവെച്ച നടവഴിയിലൂടെ നടന്നപ്പോൾ, അറിയാതെ അമരപ്പന്തലിന്റെ ചുവട്ടിലേക്കു നോക്കിപ്പോയി. കഴിഞ്ഞതവണ വന്നപ്പോൾ അമരപ്പന്തലിനു താഴെ അവർ ചെടികളെ ശുശ്രൂഷിച്ചു നില്ക്കുകയായിരുന്നു

മരണം എന്തൊരസംബന്ധമാണെന്ന് അയാൾ ഓർത്തു. പച്ചക്കറിപ്പടർപ്പിൽനിന്നോ അകത്തെ ഇടനാഴിയിൽനിന്നോ "സുന്ദരമായ സായാഹ്നം" ആശംസിച്ചുകൊണ്ട് ഏതുനിമിഷവും അവർ പ്രത്യക്ഷപ്പെട്ടേക്കുമെന്ന് അയാൾ വെറുതെ ആശിച്ചു.

സിമന്റുപലകകൾ പാകിയ മുറ്റത്തു സംശയിച്ചു നില്ക്കുമ്പോൾ അകത്തു പരിചാരകന്മാരാരോ കണ്ടുവെന്നു തോന്നി. നിമിഷങ്ങൾക്കു ശേഷം മേജർ ഫ്രഡറിക് മുകുന്ദൻ പുറത്തുവന്നു.

"ഗുഡീവനിങ് മേജർ!"

"ഗുഡീവനിങ്! ഹല്ലോ ഹല്ലോ ഹല്ലോ!"

ചുരുട്ടിന്റെ കുറ്റി മുറ്റത്തേക്കെറിഞ്ഞ് കിഴവൻ പ്രസരിപ്പോടെ ഒതുക്കുകൾ ഇറങ്ങി കൈപിടിച്ചു കുലുക്കി.

അറുപത്തിരണ്ടാം വയസ്സിലും മേജർ ആരോഗ്യത്തോടെയിരിക്കുന്നു.

"എന്നു നഗരത്തിലെത്തി? കുടുംബത്തിലെല്ലാവർക്കും സുഖം? ജോലി?"

പോർട്ടിക്കോവിൽ അഭിമുഖമായിരുന്ന് അവർ സംസാരിച്ചു. കഴിഞ്ഞ മരണത്തെപ്പറ്റി ഒന്നും പറയാതിരിക്കാൻ രണ്ടുപേരും ശ്രദ്ധിച്ചു.

അറബിക്കടലിന്റെ ഇരമ്പവും നനുത്ത വെള്ളത്തുള്ളികളും വഹിച്ചെത്തുന്ന കാറ്റിൽ ജാലകപ്പൊളികൾ ശബ്ദിച്ചു. അനുശോചനം അറിയിക്കാൻവേണ്ട വാക്കുകളില്ലാതെ അയാൾ വിഷമിച്ചു. മേജർ ഫ്രഡറിക് മുകുന്ദന്റെ മുഖം കൂടുതൽ ചുവന്നിരിക്കുന്നു. പ്രായത്തിന്റെ ചുളിവുകളെ ദുഃഖം പെരുപ്പിച്ചിരിക്കുന്നു. അയാൾക്കു വിഷമം തോന്നി. വരേണ്ടയിരുന്നില്ല. മിസ്സിസ് റീത്താ മുകുന്ദന്റെ ഓർമ്മ ഒരു പൂങ്കുലപോലെ മനസ്സിൽ സൂക്ഷിച്ചു നഗരം വിടാമായിരുന്നു.

മുഴങ്ങുന്ന ശബ്ദത്തിൽ വിദേശച്ചുവയുള്ള ഇംഗ്ലീഷിൽ കിഴവൻ പറഞ്ഞു:

"എനിക്കറുപത്തിരണ്ടായി. ഇനി ഏതുദിവസവും സ്രഷ്ടാവിനെ കണ്ടുമുട്ടാൻ ഞാൻ തയ്യാറാണ്."

ഇരുപത്തിനാലുകൊല്ലം ജീവിതം പങ്കിട്ട ഒരു സ്ത്രീ മാത്രമായിരുന്നില്ല റീത്ത. കിഴവന്റെ ദുഃഖം അയാൾക്കു മനസ്സിലാക്കാം. എന്നും മങ്ങാത്ത യുവത്വത്തിനു പേരുണ്ടായിരുന്നെങ്കിൽ, അതായിരുന്നു മിസ്സിസ് റീത്താ മുകുന്ദൻ!

പരിചാരകൻ കൊണ്ടുവന്നുവെച്ച ചായ അയാൾ കുടിച്ചു.

"ഇവിടെനിന്നുണ്ണാം."

മേജറുടെ ക്ഷണം അയാൾ നിശ്ശബ്ദം സ്വീകരിച്ചു.

"ഉടുപ്പു മാറ്റണോ? വേണമെങ്കിൽ ലുങ്കി തരാം. ബി മോർ കംഫർട്ടബിൾ."

"വേണ്ട."

സംസാരിക്കാനുള്ള പൊള്ളയായ വിഷയങ്ങളെല്ലാം തീർന്നു. അവർ നിശ്ശബ്ദരായിരുന്നു. അകലെ, കടൽക്കരയുടെ തുടക്കത്തിലെ ഉയർന്ന തെങ്ങിൻതോപ്പിൽ, അവസാനത്തെ വെയിൽനാളങ്ങൾ പതുങ്ങിനടന്നു.

"കുളിക്കണോ? എനിക്കു കുഴമ്പുതേച്ചു കുളിക്കേണ്ട ദിവസമാണ്."

അയാൾ വേണ്ടെന്നു പറഞ്ഞ് ഉപചാരപൂർവ്വം ക്ഷമാപണം ചെയ്തു, ടീപ്പോയിലേക്കു പത്രങ്ങളും മാസികകളും എടുത്തിട്ടിട്ട് മേജർ അകത്തു പോയപ്പോൾ തനിച്ചായതിലുള്ള ആശ്വാസം തോന്നി.

മിസ്സിസ് റീത്താ മുകുന്ദനില്ലാത്ത "ഡാർ-എസ്-സലാം" മരിച്ചുകിടക്കുകയാണെന്നുതോന്നി. ഏഴുവർഷം മുമ്പു റിട്ടയർചെയ്തു നാട്ടിൽ തിരിച്ചെത്തിയപ്പോൾ അവരാണ് ഈ വീടിനു ഡാർ-എസ്-സലാം എന്ന പേരു കൊടുത്തത്. വിദൂരസ്ഥലമായ ആ നഗരത്തിന്റെ ഓർമ്മയിലാണ് അവർ എന്നും ജീവിക്കുന്നതെന്നു തോന്നി.

പടിഞ്ഞാറൻ കടൽക്കരയിലെ ഈ ക്ഷയിച്ച നഗരത്തിൽ മരുന്നു

വില്ക്കാൻവന്ന ഒരു നാല്പതുകാരൻ ഗൃഹസ്ഥന്റെ ജീവിതത്തിൽ മിസ്സിസ് റീത്താ മുകുന്ദൻ ഒരദ്ധ്യായമായി മാറിയത് എത്ര വേഗത്തിലാണ്!

മാസത്തിൽ പത്തു ദിവസം യാത്ര, നാലാം തീയതികളിൽ തപാലിൽ വരുന്ന ഡിമാന്റ് ഡ്രാഫ്റ്റിൽ ഒതുങ്ങിക്കഴിയുന്ന കുടുംബച്ചെലവ്, വാടകവീടിന്റെ ചുമരുകൾക്കകത്തു ചുരുണ്ടുകൂടിയ ജീവിതം. തീവണ്ടി മുറികളിൽ വായിക്കാൻവേണ്ടി വാങ്ങുന്ന ക്രൈം നോവലുകളുടെ ആനന്ദം.

വരണ്ട ദിവസങ്ങളിലൊന്നിൽ ഒരു വൃശ്ചികക്കാറ്റുപോലെ പൊടുന്നനെ ഒരിക്കൽ മുന്നിലെത്തുന്നു. സുന്ദരിയായ റീത്താ മുകുന്ദൻ.

ആദ്യം ഈ വീട്ടിൽവന്ന് ഇറങ്ങിപ്പോകുമ്പോൾ കുടുംബം എന്ന സങ്കല്പത്തിന്റെ ഒരു മനോഹരചിത്രം എന്നും സ്വപ്നം കാണാൻ വേണ്ടി അയാൾ മനസ്സിൽ സൂക്ഷിച്ചു.

രക്ഷാദേവതയെന്നു ഭാര്യയെ കളിയാക്കി വിളിക്കുന്ന മേജർ മുകുന്ദൻ അവർ കേൾക്കാതെ പറഞ്ഞു: വിവാഹത്തിനുശേഷമാണ് തന്റെ നേട്ടങ്ങളെല്ലാം.

നാട്ടിൽ തെമ്മാടിയായി നടന്ന മുകുന്ദൻ കപ്പൽ കയറി എന്നു കേട്ടപ്പോൾ എല്ലാവർക്കും ഉപദ്രവമൊഴിഞ്ഞ ആശ്വാസമായിരുന്നു. വെള്ളക്കാരന്റെ സൈന്യത്തിൽ ജോലികിട്ടാൻ വേണ്ടി പേരു മാറ്റി ഫ്രഡറിക് മുകുന്ദനായി. വർഷങ്ങൾക്കുശേഷം തിരിച്ചുവന്നു. പഴയ ബന്ധങ്ങൾ പുതുക്കാൻ തുടങ്ങുമ്പോൾ അമ്മ നിർബ്ബന്ധിച്ച് ഉറപ്പിച്ച കല്യാണത്തിൽ വരനായി എത്തിയപ്പോൾ റീത്തയെ ആദ്യം കാണുന്നു. ജീവിതം ആകെ മാറിയത് അവിടുന്നങ്ങോട്ടാണെന്നു മേജർ പറഞ്ഞപ്പോൾ അയാൾ വിശ്വസിച്ചു.

കാരണം, രണ്ടുകൊല്ലത്തിനിടയ്ക്ക് മൂന്നുതവണമാത്രം കണ്ട റീത്തയെപ്പറ്റി പല രാത്രികളിലും അയാൾ സ്വപ്നം കണ്ടിട്ടുണ്ട്.

പഴയ ഓർമ്മകൾ മാത്രമുള്ള ഈ നഗരത്തെപ്പറ്റി അയാൾക്കു വെറുപ്പായിരുന്നു. പടിഞ്ഞാറൻ കരയിൽ വെള്ളക്കാരുടെ വെപ്പാട്ടിയായിരുന്ന നഗരം. വെള്ളാരങ്കണ്ണുകളും വെളുത്ത തൊലിയുമുള്ള കുറെ മനുഷ്യരിലൂടെ പല്ലു കൊഴിഞ്ഞ മുത്തശ്ശിപ്രഭാവം നിറഞ്ഞ പഴയകാലം അയവിറക്കിക്കിടക്കുന്നു. കടൽക്കരയിലെ ഇടിഞ്ഞു പൊളിഞ്ഞ പണ്ടത്തെ യൂറോപ്യന്റെ ഹോട്ടലിൽ മൂന്നുദിവസം താമസിച്ചു. മുറിയുടെ മുന്നിലെ മുറ്റത്തിന്റെ അതിർത്തിയിൽ ചേർന്നു നിന്നാൽ താഴെ കുത്തനെയുള്ള പാറക്കെട്ടാണ്. മുന്നിൽ അറബിക്കടൽ. തിരകൾ നക്കിയെടുത്ത പാറക്കെട്ടുകൾക്കിടയിൽ കുടുങ്ങിക്കിടക്കുന്ന കടൽവെള്ളത്തിൽ തൊപ്പിക്കുടക്കാർ ചൂണ്ടലിട്ടു തപസ്സിരിക്കുന്നുണ്ടാവും.

ഹോട്ടലിൽ സന്ദർശകർ അപൂർവ്വമാണ്. മുറികൾ പലതും മാസക്കണക്കിൽ വാടകയ്ക്കു കൊടുത്തിരിക്കുന്നു. ഒഴിഞ്ഞ ഡൈനിങ് ഹാളിലിരുന്നു കാപ്പി കുടിച്ച് കൈകോർത്തുപിടിച്ചിറങ്ങി കടലിന്റെ സൗന്ദര്യം കണ്ടുനില്ക്കുന്ന ദമ്പതികളെ അയാൾ തലേന്ന് അസൂയയോടെ, അമർഷത്തോടെ, നോക്കി.

ഒഴിഞ്ഞ ചായക്കോപ്പ നീക്കിവെച്ച് അലസമായി പത്രം മറിച്ചുനോക്കിയിരിക്കുമ്പോൾ പിറ്റേന്ന് അവർ അടുത്ത മേശയ്ക്കുമുന്നിൽ വന്നിരുന്ന് ഓർഡർ കൊടുത്തത്.

മിസ്സിസ് റീത്താ മുകുന്ദൻ.

മേജർ ഫ്രഡറിക് മുകുന്ദൻ.

പരസ്പരം "ഡാർളിങ്" വിളിച്ച് അവർ പലതും പറയുന്നു. ചിരിക്കുന്നു. പുച്ഛവും വെറുപ്പും മുഖത്തു കയറിക്കൂടാതിരിക്കാൻ അയാൾ ശ്രദ്ധിച്ചു. വെറുപ്പ് അയാളിൽ എന്നും സ്ഥായിയായി നിലനിന്ന ഒരു വികാരമാണ്. കുപ്പിച്ചില്ലുകൾ പതിച്ച കൂറ്റൻ ഭിത്തികളും അൽസേഷ്യൻ പട്ടികളും കാവൽ നില്ക്കുന്ന മഹാസൗധങ്ങളെ വെറുപ്പോടെ മാത്രമേ അയാൾക്കെന്നും കാണാൻ കഴിഞ്ഞിട്ടുള്ളൂ. വലിയ ഹോട്ടലുകളുടെ നടവഴികളിലേക്ക് ഇരച്ചു കയറുന്ന കാറുകൾ. കടൽക്കരയിൽ കാറ്റേറ്റു നില്ക്കുന്ന യുവത്വം വിടാത്ത ദമ്പതികൾ. പരിഷ്കരിച്ച വേഷവിധാനങ്ങളോടെ സ്കൂട്ടറുകളിൽ പറക്കുന്ന യുവാക്കൾ. ചതഞ്ഞ സ്വപ്നങ്ങളുടെ ഓർമ്മയിൽനിന്നു രക്ഷപ്പെടാത്തതുകൊണ്ട് എല്ലാം വെറുപ്പോടെ മാത്രം അയാൾ നോക്കി നിന്നു.

അടുത്ത മേശപ്പുറത്തു കിഴവന്റെ കൈത്തണ്ടയിൽ നീലഞരമ്പുകൾ പിടയുന്ന ഭംഗിയുള്ള മിനുത്ത കൈ അമർത്തി മധുരമായ പരിഭവത്തോടെ പറയുന്ന അർത്ഥശൂന്യങ്ങളായ ഉപചാരവാക്കുകൾ. അയാൾ പുച്ഛത്തോടെ ആ നഗരത്തെപ്പറ്റിയുള്ള ഒരു കഥ കേട്ടതോർമ്മിച്ചു.

സായ്പിന്റെ കാർ വരുന്നുവെന്ന് ഓടിക്കുതിച്ചുവരുന്ന അളിയൻ പറഞ്ഞുതീരുന്നതിനുമുമ്പ് ഭർത്താവ് പുറവാതില്ക്കലൂടെ ഓടി രക്ഷപ്പെടുന്നു. നഗരം മുഴുവൻ ചുറ്റിത്തിരിഞ്ഞ് പേടിച്ചുപേടിച്ചാണ് തിരിച്ചെത്തുന്നത്. അവസാനം പടിവാതില്ക്കൽ കാറില്ലെന്നു ബോദ്ധ്യംവരുത്തി അടുത്തുചെന്നു ദേഷ്യത്തിൽ ഭാര്യയെ വിളിക്കുന്നു: "എണേ,* സാബിന്റെ ചുരുട്ടിന്റെ കുറ്റിയൊന്നും കെടക്കണില്ലേടീ?

അപ്പോൾ അടുത്ത മേശയ്ക്കുപിന്നിലെ മന്ദഹസിക്കുന്ന മുഖം ഉയർന്നു. നീലഞരമ്പുകൾ തെളിഞ്ഞ കൈ നീളുന്നു. പത്രത്തിനാണ്.

"നന്ദി!"

"പ്ലീസ് ഡോൺട് മെൻഷൻ"

കടൽക്കരയിൽ ഇത്ര മനോഹരമായ ഒരു സ്ഥലമുണ്ടായിട്ടും ആരും ഉപയോഗിക്കാത്തതിനെപ്പറ്റി ആരോടെന്നില്ലാതെ അവർ സങ്കടം പറഞ്ഞു:

"ഡാർളിങ്, ഡോൺട് യു തിങ്ക് സോ? സംബഡി ഷുഡ് ഡു സംതിങ് അബൗട്ടിറ്റ്."

ചുവന്ന മുഖവും മുഴങ്ങുന്ന ശബ്ദവുമുള്ള കിഴവൻ ശരിവയ്ക്കുന്നു:

"യെസ് ഡാർളിങ്"

എന്നിട്ട് കിഴവൻ അയാളുടെ നേരെ തിരിഞ്ഞ് വിദേശച്ചുവയുള്ള ഇംഗ്ലീഷിൽ പറഞ്ഞു:

---

* വടക്കേ മലബാറിൽ അടുത്ത സ്ത്രീകളെ വിളിക്കുന്നതിങ്ങനെയാണ്.

"ലോകത്തിന്റെ പല ഭാഗങ്ങളിൽ ഞാൻ സഞ്ചരിച്ചിട്ടുണ്ട്. ഇത്ര നല്ല ചുറ്റുപാടിൽ ഒരു ഹോട്ടൽ ഞാൻ കണ്ടിട്ടില്ല. പക്ഷേ, എത്ര വൃത്തികേടായിട്ടാണ് ഇവരിതു നടത്തുന്നത്!"

പരിചയപ്പെടലുകളാണ് പിന്നെ.

പി കെ ജയദേവൻ മെഡിക്കൽ റെപ്രസന്റേറ്റീവ്.

മേജറുടെ ഭാര്യ മന്ദഹസിക്കുമ്പോൾ നനവുണ്ടെന്നു തോന്നുന്ന തുടുത്ത ചുണ്ടുകൾ അകലുന്നു. നിറം മങ്ങാത്ത പല്ലുകളുടെ നിരയ്ക്കു എന്തൊരു ഭംഗിയാണെന്നയാൾ ഓർത്തു. അടുത്ത ദിവസം വീട്ടിലേക്കു വരാമെന്നു നിർബ്ബന്ധപൂർവ്വം സമ്മതിപ്പിച്ച് അവർ കൈകോർത്തുപിടിച്ച് ഇറങ്ങിപ്പോയപ്പോൾ സ്വയം കുറ്റപ്പെടുത്തി. വെറുപ്പോടെ അവരെ ആദ്യം നോക്കിനിന്നതു തെറ്റായിപ്പോയി.

അടുത്ത ദിവസം അവരുടെ സ്വീകരണമുറിയിലിരുന്നു സംസാരിച്ചു. സൽക്കാരം പങ്കുപറ്റി.

ഡാർ-എസ് സലാം എന്ന വാക്കിനർത്ഥം ശാന്തിയുടെ സങ്കേതമാണെന്ന് മേജർ പറഞ്ഞു. അവിടെനിന്നിറങ്ങിപ്പോയപ്പോൾ തോന്നി; മേജർ, താങ്കളുടെ വലിയ വീടിനു മറ്റൊരു പേരും യോജിക്കുകയില്ല.

ചായക്കപ്പ് കൈയിൽ വാങ്ങുമ്പോൾ റീത്തയുടെ വിരൽത്തുമ്പുകൾ തൊട്ടപ്പോൾ കോരിത്തരിച്ചു.

നഗരം വിടുമ്പോൾ യാത്ര പറയാൻവേണ്ടി ഡാർ-എസ്-സലാമിൽച്ചെന്നു. പടിവാതില്ക്കൽ നിന്നു കൈകുലുക്കി മേജർ പറഞ്ഞു:

"എന്നും താങ്കൾക്കിവിടെ സ്വാഗതമാണ്. വരുമ്പോഴെല്ലാം ഞങ്ങളെ വന്നു കാണണം."

മിസ്സിസ് മുകുന്ദൻ കൈനീട്ടി. ആവശ്യത്തിലധികം നേരം അവരുടെ മൃദുവായ കൈത്തലം സ്വന്തം കൈയിലൊതുക്കിനിർത്തരുതെന്ന് സ്വയം താക്കീതു ചെയ്തു.

ആഫ്രിക്കൻ അറബികൾ യാത്ര പറയുന്ന രീതി അവർ കാണിച്ചുതന്നു. അയാൾ ഒരു കുട്ടിയെപ്പോലെ ജീവനില്ലാതായ തന്റെ കൈപ്പത്തികൊണ്ട് അവർ പെരുമാറുന്നത് വിഡ്ഢിച്ചിരിയോടെ നോക്കിനിന്നു.

തിരികെ റെയിൽവേ സ്റ്റേഷനിലേക്കു ബാഗും തൂക്കി നടക്കുമ്പോൾ ഉരുവിട്ടു: ഡാർ-എസ്-സലാം! ഡാർ-എസ്-സലാം! സമാധാനത്തിന്റെ സങ്കേതമായ ഡാർ-എസ്-സലാം!

നഗരത്തിലേക്കു തിരിച്ചുവരാൻ തിടുക്കമായിരുന്നു.

മാസങ്ങൾക്കുശേഷം കടൽക്കരയിലെ ഹോട്ടലിൽ വന്നു മുറിയെടുത്തു കുളിച്ചു തയ്യാറായി. ഏറ്റവും നല്ല വസ്ത്രങ്ങൾ ധരിച്ചു കണ്ണാടിക്കു മുമ്പിൽ നിന്നു പലവട്ടം തല ചീകി. പോളിഷ് ചെയ്ത ഷൂസുകൾ വീണ്ടും നനഞ്ഞ തുണികൊണ്ടു തുടച്ചു തിളക്കം കൂട്ടി. തനിക്കെന്തെല്ലാമോ മാറ്റം സംഭവിക്കുന്നു. മിസ്സിസ് റീത്താമുകുന്ദന്റെ ക്യാമ്പിൽ ചെറുപ്പക്കാരനും സുന്ദരനുമായി പ്രത്യക്ഷപ്പെടാൻ താനാഗ്രഹിക്കുന്നു.

പടിവാതിൽ കടന്ന് നടവഴിയിലൂടെ നടക്കുമ്പോൾ അമരപ്പന്തലിന്റെ ചുവട്ടിൽനിന്നു മിസ്സിസ്സ് മുകുന്ദന്റെ ശബ്ദം കേട്ടു: "ഗുഡീവനിങ്!"

വൈലറ്റ് നിറത്തിലുള്ള സാറ്റിൻ അടിപ്പാവാട കാണുന്ന നിലയിൽ എടുത്തുകുത്തിയ സാരി നിവർത്തിയിട്ട് അവർ അടുത്തു വന്നു.

അകത്തേക്കു വിളിച്ചു പറഞ്ഞു.

"ഡാർളിങ്, കം ഔട്ട്, ആരാ വന്നതെന്നു നോക്കൂ!"

പോർട്ടിക്കോവിലിരുന്ന് അവർ സംസാരിച്ചു. അയാൾ കേട്ടുകൊണ്ടിരുന്നു. എട്ടുമണിക്കു പോകാനെഴുന്നേറ്റപ്പോൾ മിസ്സിസ് മുകുന്ദൻ പറഞ്ഞു.

"ഇവിടെനിന്നു ഡിന്നർ കഴിക്കാം!"

"മിസ്സിസ് മുകുന്ദൻ-വേണ്ട, അതൊക്കെ."

"ഡോൺട് സ്റ്റാൻഡ് ഓഫ് സെറിമണീസ്. എന്നെ റീത്താ എന്നു വിളിക്കൂ."

മേജർ മുകളിലേക്കു ക്ഷണിച്ചു. പോർട്ടിക്കോവിനു മുകളിലെ തുറന്ന വരാന്തയിലിരുന്നാൽ ക്ഷോഭിച്ച അറബിക്കടൽ പുളയുന്നതു കാണാം.

അപ്പുറത്തെ ഹാളിൽ ആഫ്രിക്കയിൽനിന്നു കൊണ്ടുവന്ന കൗതുക വസ്തുക്കൾ നിരത്തിയിരിക്കുന്നു. റീത്ത കൂടെ നടന്ന് എല്ലാം വിവരിച്ചു തന്നു. എല്ലാം റീത്ത പലപ്പോഴായി ശേഖരിച്ചവയാണ്.

മേജറുടെ മുന്നിലെ ചെറിയ വട്ടമേശപ്പുറത്തു തണുത്ത സോഡാക്കുപ്പികളും പറക്കുന്ന കുതിരയുടെ ചിത്രമുള്ള വിസ്കിക്കുപ്പിയും നിരന്നു.

അയാൾ നന്ദിപൂർവ്വം ക്ഷണം നിരസിച്ചു. ഡിസ്ട്രിക്ട് മാനേജരുടെ പാർട്ടികൾക്കു മൂന്നുനാലുതവണ അയാൾ മദ്യത്തിന്റെ രുചി അറിഞ്ഞിട്ടുണ്ട്. ആദ്യത്തെ ഗ്ലാസ് കൈയിൽവെച്ചു പാർട്ടി കഴിയുന്നതുവരെ ചുണ്ടു നനച്ചുകൊണ്ടിരിക്കും.

ലൈംജൂസ് മൊത്തിക്കുടിച്ചുകൊണ്ട് അയാൾ മേജറുടെ കഥകൾ കേട്ടിരുന്നു. അതിലിടയ്ക്കു മേജർ ചോദിച്ചു:

"ഈ റാസ്കൽ ആരാണെന്നറിയുമോ?"

ആനക്കൊമ്പുകൾക്കു നടുവിൽ വലിയ കണ്ണാടിയുറപ്പിച്ച ഡ്രസ്സിങ് ടേബിളിൽ ഫ്രെയിംചെയ്തുവച്ച ഒരു പതിനെട്ടുകാരൻ ചെറുപ്പക്കാരന്റെ ചിത്രം.

അയാൾ സംശയിച്ചു നിന്നു.

"എന്റെ മകൻ!"

ഇംഗ്ലണ്ടിൽ പഠിക്കുന്ന മകനെപ്പറ്റി അയാൾ അഭിമാനപൂർവ്വം പറഞ്ഞു. അഞ്ചുകൊല്ലമായി അവനെ കണ്ടിട്ട്. കത്തുകളയ്ക്കുന്ന കാര്യത്തിൽക്കൂടി അവൻ അമാന്തക്കാരനായിരിക്കുന്നു.

"ഞങ്ങൾക്കൊരു കുട്ടിയേയുള്ളൂ. അവനുവേണ്ടി എന്തു ചെലവാക്കാനും എനിക്കു മടിയില്ല. പക്ഷേ, അവനാള് അസ്സൽ പോക്കിരിയാണ്."

മിസ്സിസ്സ് മുകുന്ദൻ കൂട്ടിച്ചേർത്തു.

"അച്ഛനെപ്പോലെ!"

കിഴവൻ ഉറക്കെ പൊട്ടിച്ചിരിച്ചു. ഭാര്യയുടെ നെറുകയിൽ പതുക്കെ തട്ടി പറഞ്ഞു.

"നീ ജയിച്ചിരിക്കുന്നു!"

മനോഹരമായ ഒരനുഭവമായി മനസ്സിൽ സൂക്ഷിക്കുന്ന ആ രാത്രി അയാൾ വ്യക്തമായി ഓർമ്മിച്ചു. ഇടയനു വരുച്ചാലിൽനിന്നു കിട്ടിയ നിക്ഷേപംപോലെ അയാൾ അതു രഹസ്യമായി ഓമനിച്ചുകൊണ്ടുനടന്നു.

ഇവിടെ, ആരുമില്ലാത്ത ഞാൻ ഒരു വിശിഷ്ടാതിഥിയായി മാറിയിരിക്കുന്നു.

"ഞങ്ങൾ നാട്ടിൽ വന്നമുതല്ക്കു തനിച്ചാണ്. എനിക്കവിടെ പരിചയക്കാരില്ല. പരിചയക്കാരെ ഉണ്ടാക്കാൻ ആഗ്രഹവുമില്ല."

തന്നെ സ്വീകരിക്കാനും സൽക്കരിക്കാനും ഒരു വലിയ കുടുംബം കൊതിക്കുന്നു. ചെറുപ്പത്തിൽ നഷ്ടപ്പെട്ടുപോയ ആത്മവിശ്വാസം മുഴുവൻ അയാൾക്ക് ഒരു രാത്രികൊണ്ടു തന്നിൽ തിരിച്ചെത്തിയതായി തോന്നി.

അടുക്കളയിലെ മേൽനോട്ടം കഴിഞ്ഞ് വസ്ത്രങ്ങൾ മാറ്റി ഗൃഹനായിക തിരിച്ചുവന്നു. നേർത്ത സ്വർണ്ണക്കസവുള്ള ചന്ദനത്തിന്റെ നിറമുള്ള സാരിയുടെ തുമ്പ് അയാളുടെ കാൽമുട്ടുകളിൽ ഉരഞ്ഞു. നഗ്നമായ ചുമലുകൾ കഴുത്തിൽ വൈരക്കല്ലുകൾ തിളങ്ങുന്നു. അവരെ സന്തോഷിപ്പിക്കാൻവേണ്ടി അയാൾ കഥകൾ പറഞ്ഞു. കൂട്ടുകാരുടെ അനുഭവങ്ങൾ സ്വന്തമെന്നോണം വിവരിച്ചു. വർഷങ്ങൾക്കുശേഷം അയാൾ പ്രാരാബ്ധങ്ങളും ദുരിതങ്ങളും മറന്നു. ഉറക്കെ ചിരിച്ചു. പാടാൻ കഴിവില്ലാത്തതിൽ ദുഃഖിച്ചു.

ജീവിതത്തിൽ വല്ലപ്പോഴും മുന്നിലെത്തുന്ന ഒരു ദിവസമാണിന്ന്.

പുറത്തു നിലാവെളിച്ചം പരന്നപ്പോൾ മനസ്സിൽ അവ്യക്തമായ സംഗീതമുയർന്നു, ദൂരെ അലറിമറിഞ്ഞിരുന്ന കടൽ ഇപ്പോൾ ചിരിച്ചുരുളുന്നുവെന്നു തോന്നി. രാത്രിക്ക് കനം കൂടിവന്നത് അറിഞ്ഞില്ല. എതിർവശത്തു മേജറുടെ സോഫ പങ്കിട്ടിരിക്കുന്ന റീത്ത മുടിയഴിച്ചിട്ടു വേർപെടുത്തുന്നതു നോക്കിയിരുന്നപ്പോൾ തോന്നി: അവർ കുറേക്കൂടി സുന്ദരിയായിരിക്കുന്നു. വർഷങ്ങളെ അവർ കീഴടക്കിയിരിക്കുന്നു. ഇരുപത്തിയെട്ടാം വയസ്സിൽ അഞ്ചുകുഞ്ഞുങ്ങളുടെ അമ്മയായി, ഉണങ്ങി നിർമ്മാല്യംപോലെ സുഗന്ധം നഷ്ടപ്പെട്ട തന്റെ ഗൃഹനായികയെ അയാൾ അസ്വാസ്ഥ്യത്തോടെ ഓർത്തു. ചുരുട്ടിന്റെ പുകയാസ്വദിച്ച് സ്വാഹിലിഭാഷയിൽ വൈദഗ്ദ്ധ്യംനേടാൻ കാപ്പിരികളുടെ സംഘത്തിലൊരാളായി നടന്ന സാഹസികതയുടെ നാളുകൾ വിവരിക്കുന്ന മേജറോട് അയാൾക്ക് അസൂയ തോന്നി.

കുളിമുറിയിലേക്കുള്ള ഇടനാഴിയിലൂടെ വഴികാണിച്ചുകൊണ്ട് റീത്ത തൊട്ടടുത്തായി നടന്നപ്പോൾ അയാൾക്കു നെഞ്ചിൽ കുളമ്പടികൾ കേൾക്കാമായിരുന്നു. ഒരുനിമിഷം; മരണത്തിന്റെ വില കൊടുക്കാൻ തയ്യാറായ ഒരു നിമിഷം. ധൈര്യം ഒഴുകിക്കൂടിയ കൈത്തണ്ടകൾ നീണ്ടു. മുറി

വേറ്റു ഭൂമിയിൽ വീണാൽ കൂടുതൽ കരുത്തോടെ യുദ്ധം ചെയ്യാൻ വരുന്ന ദേവന്റെ കഥ അയാൾ ഓർമ്മിച്ചു.

നിന്റെ സ്പർശനത്തിൽനിന്നു ഞാൻ കൂടുതൽ ശക്തനായിരിക്കുന്നു!

തിരികെ സ്വീകരണമുറിയുടെ പ്രകാശനത്തിലെത്തിയപ്പോൾ ഒരുനിമിഷം തലയുയർത്തി നിന്നു. ഇപ്പോൾ ലോകത്തെ മുഴുവൻ വെല്ലുവിളിക്കാം. ഡാർ-എസ്-സലാമിലെ നല്ലകാലത്തിന്റെ ഓർമ്മയിൽ ജീവിക്കുന്ന ഭർത്താവിനെ ജേതാവിന്റെ അനുകമ്പയോടെ അയാൾ നോക്കി. ഒരു ചുംബനത്തിലൂടെ നേടാവുന്നതെല്ലാം ഞാൻ നേടിയിരിക്കുന്നു!

വേഗത്തിൽ രക്ഷപ്പെടണമെന്നു തോന്നി. ഹോട്ടൽമുറിയുടെ ഏകാന്തതയിലിരുന്ന് ആ നിമിഷം വീണ്ടും സങ്കല്പിക്കണം. റീത്താ മുകുന്ദന്റെ കണ്ണുകളിൽ പതറാതെ നോക്കിക്കൊണ്ടു യാത്ര പറഞ്ഞു.

നാട്ടിൽ തിരിച്ചെത്തിയപ്പോൾ മുതൽ ആഗ്രഹിച്ചതാണ്; റീത്തയ്ക്ക് ഒരു കത്തെഴുതണം. എഴുതിത്തുടങ്ങിയതെല്ലാം കീറിക്കളഞ്ഞു. അവസാനം എഴുതി:

"പ്രിയപ്പെട്ട മിസ്സിസ് മുകുന്ദൻ, നിങ്ങൾ നല്കിയ സ്വീകരണം മാധുര്യത്തോടെ ഞാൻ ഓർക്കുന്നു, നന്ദിപറയാൻ എനിക്കു വാക്കുകളില്ല. രണ്ടുപേർക്കും സുഖമെന്നു കരുതുന്നു."

കാത്തിരുന്ന്, മറുപടി വരില്ലെന്നു മിക്കവാറും ഉറച്ചിരിക്കുമ്പോൾ, സ്ത്രീയുടെ കൈപ്പടയിലുള്ള നീലക്കവർ മുന്നിലെത്തുന്നു. തുറന്നപ്പോൾ കൈകൾ വിറച്ചു.

"എന്റെ ഓമനേ!" മൈ ഡാർലിങ്!"

ജീവിതത്തിൽ ആദ്യമായി കിട്ടുന്ന പ്രേമലേഖനം. വിറയ്ക്കുന്ന വിരലുകളാൽ ജീവനുള്ള ഒരു പക്ഷിക്കുഞ്ഞിനെപ്പോലെ അതു ചിറകടിച്ചു നിന്നു.

"ഇരുന്നു ബോറായോ? ക്ഷമിക്കണം."

മേജറുടെ മുഴങ്ങുന്ന ശബ്ദം കേട്ടപ്പോൾ അയാൾ വീണ്ടും ശാന്തനായി.

"എണ്ണതേച്ച് ആഴ്ചയിൽ രണ്ടു കുളി എനിക്കു നിർബ്ബന്ധമാണ്. ഡാർ-എസ്-സലാമിൽ ആവുമ്പോൾ ഞാൻ തപാലിൽ കാച്ചിയ എണ്ണയും കുഴമ്പും വരുത്തും. എല്ലാം ചിട്ടപ്പെടുത്തിയതാണ് എന്റെ ദിനചര്യ. ബ്ലഡ് പ്രഷർ നോർമൽ, ഗുഡ് ആപ്പിറ്റൈറ്റ്; നോ ഷുഗർ-ആന്റ് റിമംബർ അയാം സിക്സ്ടി ടൂ."

പഴയ സുഹൃത്തുക്കൾ ആരും വരാത്തതിനെപ്പറ്റി കിഴവൻ അസ്വാസ്ഥ്യത്തോടെ പരിഭവം പറഞ്ഞു. റീത്ത മരിച്ചതുമുതല്ക്ക് വീട്ടിൽ ശബ്ദമില്ല. പഴയ പുസ്തകങ്ങളുടെകൂടെ സമയം കഴിക്കുന്നു. സന്ദർശിക്കാൻ സന്മനസ്സുണ്ടായതിൽ കിഴവൻ പിന്നെയും നന്ദിപറഞ്ഞു.

അകലെനിന്ന് കടൽക്കാക്കകളുടെ ശബ്ദം കേൾക്കാമായിരുന്നു.

"സംസാരിക്കാൻ പറ്റിയ ആരെങ്കിലും വേണ്ടേ? അപ്പോൾ പിന്നെ പുസ്തകങ്ങളാണാശ്രയം!"

കിഴവന്റെ നഷ്ടം അയാൾക്ക് ഊഹിക്കാം. അയാൾ നിശ്ശബ്ദമായി പറഞ്ഞു: "മേജർ എന്റെ നഷ്ടം താങ്കൾക്കറിയില്ല!"

"വരൂ. നമുക്ക് മുകളിലിരിക്കാം."

പോർട്ടിക്കോവിന്റെ അറ്റത്തുനിന്നു മുകളിലേക്കുള്ള കോൺപ്പടികൾ കയറുമ്പോൾ, കോണിമുറിയുടെ മൂലയിൽ കുടിക്കിടക്കുന്ന റീത്തയുടെ ചെരുപ്പുകൾ അയാൾ ശ്രദ്ധിച്ചു. സ്വർണ്ണനിറത്തിൽ ചിത്രപ്പണികൾ ചെയ്ത പലതരം ചെരിപ്പുകൾ.

മുകളിലെ ഹാളിൽ മേശപ്പുറത്തു പതിവുപോലെ കുപ്പിയും ഗ്ലാസുകളും നിരന്നിരിക്കുന്നു. വാതില്പൊളിയിൽ തൂക്കിയിട്ട കർട്ടൻ പിളർന്ന് ഇപ്പോൾ റീത്ത കടന്നു വരുമെന്ന് അയാൾ വെറുതെ മോഹിച്ചു.

"റീത്ത മരിച്ചതിൽപ്പിന്നെ പാർട്ടികളില്ല. ആരും വരാറില്ല."

അയാളൊന്നും മിണ്ടിയില്ല.

"അയാളുടെ ചിക്കൻ കബ്ബാബ് ഡാർ-എസ്-സലാമിൽ വളരെ പ്രസിദ്ധമായിരുന്നു. സായ്പ് വിളിച്ചു പറയും: ഫ്രെഡ്ഢീ, ഞായറാഴ്ച ലഞ്ചിനു ഞാൻ വരും. ഐ വാൺട് ആൾ റീത്താ സ്പെഷൽസ്, മിസ്റ്റർ എബ്രഹാമിനെ അറിയില്ലേ, പ്ലാന്റർ? നിങ്ങളുടെ ടൗണിലാണ്."

"കേട്ടിട്ടുണ്ട്."

"മില്യണയർ. ഏതു പാതിരായ്ക്ക് ഈവഴി പോകുമ്പോഴും ഇവിടെ വരും. ഇവിടന്നു ഭക്ഷണം കഴിക്കും."

അയാൾ ആകെ അസ്വസ്ഥനായിരുന്നു. മുമ്പൊരിക്കലും തോന്നാത്തവിധം അയാൾക്കു കുടിക്കാൻ ആവേശം തോന്നി. ഗ്ലാസ്സുകൾ രണ്ടും നിറച്ചപ്പോൾ അയാൾ ഒന്നും പറഞ്ഞില്ല.

"ചിയേഴ്സ്!"

"എന്റെ ബോസ് ടോസ്റ്റ് ചെയ്യുന്നതു വളരെ രസമായിരുന്നു. ഐ വിൽ ഷോ യൂ."

നിറഞ്ഞ ഗ്ലാസ് മുകളിലും താഴെയും വെച്ചു. പിന്നെ കൂട്ടുമുട്ടിച്ചുകൊണ്ടു "എന്നും ഞാൻ നിങ്ങളോടുകൂടെ!"

മേജർ ചിരിച്ചു. അയാൾ ചിരിക്കാൻ ശ്രമിച്ചു.

ഡാർ-എസ്-സലാമിലെ വാരാന്ത്യങ്ങളെക്കുറിച്ചു മേജർ പറഞ്ഞു. കുടിച്ചു ബോധംകെട്ടിരിക്കുമ്പോൾ ക്ലബ്ബിൽ കൂട്ടുകാരാരെങ്കിലും പറയും: "നമുക്കു ഫ്രെഡ്ഢിയുടെ വീട്ടിൽ പോവാം. ഏതു പാതിരായ്ക്കു ചെല്ലുമ്പോഴും ചിരിച്ചുകൊണ്ടേ അവൾ വാതിൽ തുറന്നിട്ടുള്ളൂ. ഏതാനും മിനിട്ടുകൾകൊണ്ടു വേണ്ടതെല്ലാം മേശപ്പുറത്തെത്തിക്കോളും. ആളുകളെ സൽക്കരിക്കാൻ അവൾക്കെന്നും താല്പര്യമായിരുന്നു.

ജാലകമറകളെ വിറപ്പിച്ചുകൊണ്ടു കടൽക്കാറ്റ് ഹാളിൽ ചുറ്റി നടന്നു.

"ഓഫീസർമാരുടെ ഭാര്യമാർക്കൊരു സംഘടനയുണ്ടായിരുന്നു. അവളായിരുന്നു അതിന്റെ പ്രസിഡന്റ്."

വിഷയം മാറ്റാൻവേണ്ടി അയാൾ പറഞ്ഞു:

"സുഖകരമായ കാറ്റ്!"

മേജർ മിണ്ടിയില്ല.

അകത്തു ചൂടുള്ള അലകൾ സഞ്ചരിക്കുന്നു. മരണത്തിനു കൈത്തെറ്റു പറ്റിയതാണ്. മേജർ അവർ ജീവിക്കേണ്ടിയിരുന്നു.

ഡ്രസ്സിങ് ടേബിളിൽ മന്ദഹസിച്ചിരുന്ന ചെറുപ്പക്കാരന്റെ ചിത്രം നോക്കി അയാൾ ചോദിച്ചു:

"മകൻ വന്നില്ലേ?"

മേജർ മറുപടി പറഞ്ഞില്ല. തന്റെ ചോദ്യം കേട്ടില്ലെന്നു കരുതി. അയാൾ വീണ്ടും ചോദിച്ചു:

"മകന്റെ വിശേഷമെന്തുണ്ട്?"

ചുവന്ന മുഖത്തെ ചുളിവുകൾ വികസിക്കുന്നത് അയാൾ കണ്ടു.

"വന്നില്ല. കേബിളയച്ചു. അവൻ വന്നില്ല. അവൻ വരില്ല!"

അയാളുടെ ഉള്ളിൽ മേജറുടെ കനത്ത ശബ്ദം എന്തോ ഒരു കിടിലമുണ്ടാക്കി.

മദ്യത്തിന്റെ ലഹരി തലച്ചോറിൽ മഞ്ഞലകൾ വിടർത്തുന്നുണ്ടെന്ന് അയാൾക്കു ബോദ്ധ്യമായി. അപ്പോൾ ക്രൂരമായ ഒരാഗ്രഹം തോന്നി; പറയണം. പിരിയുന്നതിനുമുൻപു പറയണം. മേജർ, നിങ്ങളുടെ ഭാര്യയെ ഞാൻ സ്നേഹിച്ചിരുന്നു.

പരിചാരകൻ വെള്ളിപ്പിഞ്ഞാണങ്ങളിൽ പൊരിച്ച മാംസം കൊണ്ടുവന്നു വെച്ചു.

"റീത്ത മരിച്ചശേഷം ഞാൻ മദ്യം തൊട്ടിട്ടില്ല. ഇന്ന് ആരംഭിക്കുകയാണ്. നിങ്ങൾ വന്നപ്പോൾ ഞാൻ പലതും ഓർത്തുപോയി. ഞാൻ അസ്വസ്ഥനാണ്."

എന്തെങ്കിലും പറയണമല്ലോ എന്നുവെച്ച് അയാൾ പറഞ്ഞു:

"മേജർ, ആരോഗ്യം ശ്രദ്ധിക്കണം."

"ആരോഗ്യം!"

മേജറുടെ ചിരി ഉച്ചത്തിൽ മുഴങ്ങി. കണ്ണടച്ചില്ലുകൾക്കു പിറകിൽ അയാളുടെ കണ്ണുകൾ തിളങ്ങുന്നുണ്ടെന്നു തോന്നി.

"ആദ്യം ഞാൻ വരേണ്ടെന്നു കരുതിയതാണ് മേജർ സത്യം. ഇവിടെ വരുമ്പോൾ മിസ്സിസ് മുകുന്ദനെ ഓർത്തുപോവും. മേജർ, എന്റെ അച്ഛൻ മരിച്ചപ്പോൾ എനിക്ക് ഇരുപത്തേഴുവയസ്സാണ്. ഞാൻ കരഞ്ഞില്ല. അമ്മ മരിച്ചപ്പോൾ ഞാൻ അടുത്തില്ല. കമ്പി കിട്ടിയപ്പോൾ ഒരു മരവിപ്പേ തോന്നിയുള്ളൂ. പക്ഷേ."

"യെസ്, പറയൂ. കാരി ഓൺ."

"മിസ്സിസ് മുകുന്ദന്റെ മരണമറിഞ്ഞപ്പോൾ ഞാൻ കരഞ്ഞു. നിങ്ങൾ വിശ്വസിച്ചാലും ഇല്ലെങ്കിലും ഞാൻ കരഞ്ഞുപോയി."

"ഞാൻ വിശ്വസിക്കുന്നു."

"അതൊരു ഭയങ്കര ആഘാതമാണ് എന്നിൽ ഏല്പിച്ചത്."

"പലർക്കും."

സ്വയം നിയന്ത്രിച്ച് അയാൾ ആലോചിച്ചു. ഞാൻ തന്നെയാണോ

ഇതൊക്കെ പറയുന്നത്? വാക്കുകൾ അലസമായി ഒഴുകിയെത്തുന്നു. മേജർ കണ്ണുകൾ തുടച്ചു.

"മേജർ, എനിക്കും കരയണം. നമുക്കു കെട്ടിപ്പിടിച്ചു കരയണം.

മേജർ അവർ ഒരു ദേവതയായിരുന്നു. അടുക്കുന്ന എല്ലാവർക്കും അവർ ചൈതന്യവും പ്രസാദവും പകർന്നുകൊടുത്തു. ഒരു നക്ഷത്രം പോലെ അവർ ജീവിതങ്ങളെ സ്വാധീനിച്ചു. മേജർ, താങ്കൾ ശ്രദ്ധിക്കുന്നുണ്ടോ?"

"ഉവ്വ്. പറയൂ."

"എന്റെ ജീവിതത്തിൽ ഞാൻ പരിചയപ്പെട്ടവരിൽ ഏറ്റവും വ്യക്തിത്വമുള്ള അവിസ്മരണീയമായ എനിക്കു വാക്കുകളില്ല."

ഇംഗ്ലീഷ്ഭാഷയിലുള്ള തന്റെ പരിമിതികളെപ്പറ്റി ഓർത്ത് അയാൾക്ക് സ്വയം അരിശം തോന്നി.

"ആഫ്രിക്കൻ അറബികൾ യാത്രപറയുന്ന രീതി അവൾ നിങ്ങളെ പഠിപ്പിച്ചു. അല്ലേ?"

"മേജറുടെ കണ്ണുകൾ വീണ്ടും തിളങ്ങി. മുഴങ്ങുന്ന സ്വരത്തിനു മൂർച്ച കൂട്ടി.

അയാൾ ഉവ്വെന്നു തലകുനിച്ചു.

"എനിക്കോർമ്മയുണ്ട്. അതാണ് തുടക്കം."

അയാൾ മനസ്സിലാവാതെ അന്തംവിട്ടിരുന്നു. കുപ്പിയിൽ അവശേഷിച്ച വിസ്കി പകർന്ന് ഒറ്റവീർപ്പിൽ കുടിച്ച് ഒച്ചയോടെ ഗ്ലാസ് മേശപ്പുറത്തു വെച്ചു മേജർ എഴുന്നേറ്റു.

"നിങ്ങൾക്കു മനസ്സിലാവില്ല. നഷ്ടപ്പെട്ടതെന്താണെന്നു നിങ്ങൾക്കറിയില്ല."

മേജറുടെ മുഖം തീക്കനൽപോലെ ചുവന്നിരിക്കുന്നു. ഇടറുന്ന കാലടികളോടെ ജാലകത്തിനടുത്തേക്കു നടന്നുനീങ്ങിയപ്പോൾ അയാൾ എഴുന്നേറ്റു. കാരണമില്ലാതെ മനസ്സിൽ അസ്വാസ്ഥ്യവും അരിശവും നുരയിട്ടു പൊന്തി.

അയാൾ അടുത്തെത്തിയപ്പോൾ മേജർ ഇരുമ്പഴികൾ പിടിച്ചു പുറത്തേക്കു നോക്കിനില്ക്കുകയായിരുന്നു. പറമ്പിന്റെ അതിർത്തിയിൽ നരച്ച ആകാശത്തിനു താഴെ ഇരുട്ട് അഭയം തേടിയ മുളങ്കൂട്ടങ്ങൾ കണ്ടു.

"അവിടെയാണവർ വിശ്രമിക്കുന്നത്. പട്ടി!-ദി ബിച്ച്!"

വിഷം പുരണ്ട ആ വാക്കിന്റെ ക്രൂരത മനസ്സിലാവാൻ ഒരുനിമിഷം കഴിയേണ്ടിവന്നു.

"മേജർ!"

അയാളുടെ വിളിയിൽ ശാസനയുണ്ടായിരുന്നു.

"അവിടെയാണവൾക്ക് സ്മാരകം പണിചെയ്യേണ്ടത്. ഏകാന്തമായ സ്ഥലത്ത് ഏകാന്തത തേടിപ്പോവുകയായിരുന്നല്ലോ അവൾ പലപ്പോഴും. അവൾക്ക് ഞാനൊരു താജ്മഹൽ കെട്ടും. ഡാർ-എസ്-സലാമിൽനിന്ന് ഓടിപ്പോയി ഒരു കൊല്ലം കൂടെപ്പാർത്തതിനു സായ്പ് സമ്മാനിച്ച വൈര

ക്കല്ലുകൾ വിറ്റ്, അവൾക്ക് ഞാൻ സ്മാരകം നിർമ്മിക്കും."

"മേജർ, മരിച്ചവരെപ്പറ്റി തമാശ പറയരുത്. അവരൊരു ദേവതയായിരുന്നു."

"എഞ്ചൽ! കറുത്ത ചിറകുള്ള ദേവത!" ആ വലിയ കെട്ടിടം മുഴുവൻ കുലുങ്ങുമാറ് മേജർ പൊട്ടിച്ചിരിച്ചു. താണുപോകുന്ന ശിരസ്സ് പ്രയാസപ്പെട്ടു നേരെ നിർത്തി വൃദ്ധൻ തിരിഞ്ഞു നിന്നു.

"അവസാനത്തെ ആരാധകർ!"

അയാൾ പതറാത്ത സ്വരത്തിൽ പറഞ്ഞു;

"ശരിയാണ്."

"അവളെ നൂറുതവണ കൊന്നുകളയാൻ ഞാനാഗ്രഹിച്ചതാണ്. സാധിച്ചില്ല. എപ്പോഴും അവൾ ജയിച്ചു."

വലത്തെ കൈചുരുട്ടി നിരാശയോടെ മേജർ ഇടതുകൈയിൽ ഇടിച്ചു.

മരിച്ചുപോയ റീത്തയ്ക്കുവേണ്ടി കൊല്ലാനും മരിക്കാനും തയ്യാറായി അയാൾ നീണ്ടുനിവർന്നു നിന്നു.

"മേജർ!"

"കറുത്ത ചിറകുള്ള ദേവത! ആ ദേവത എനിക്കു സമ്മാനിച്ചതു കാണണോ? എന്റെ ഒറ്റ മകൻ പിണങ്ങിപ്പോയതിന്റെ കാരണം കാണണോ?"

"മേജർ ഭ്രാന്തനെപ്പോലെ ഉച്ചത്തിൽ അലറി.

"കബീനാ!"

കെട്ടടങ്ങിയ ധൈര്യം വീണ്ടുകിട്ടാൻ ശ്രമിച്ചുകൊണ്ട് അയാൾ മദ്യലഹരിയുമായി പൊരുതിക്കൊണ്ടുനിന്നു. "റീത്തയുടെ ആഫ്രിക്കൻ കൗതുക വസ്തുക്കൾ മുഴുവൻ നിങ്ങൾ കണ്ടിട്ടില്ല. ആരും കണ്ടിട്ടില്ല. കബീനാ." മേജർ സ്വരം താഴ്ത്തി പറഞ്ഞു:

"കബീന ഇവിടത്തെ വേലക്കാരിയാണ്. വരുന്നവർ വേലക്കാരിയെ കാണില്ലല്ലോ."

അകത്ത് വലിയ വീടിന്റെ ഗർഭപാത്രത്തിലെവിടെയോ വാതിലുകൾ തുറക്കുന്ന ശബ്ദം കേട്ടു. കൊടുങ്കാറ്റുറങ്ങുന്ന നിമിഷങ്ങൾക്കുശേഷം വാതില്ക്കൽ നിഴൽപോലെ വേലക്കാരി വന്നു.

"അകത്തു വാ!"

വെളിച്ചത്തെ ഭയന്നുകൊണ്ട് അകത്തുവന്ന പെൺകുട്ടിയെ അയാൾ കണ്ടു. തടിച്ചുമലച്ച ചുണ്ടുകളും ചുരുണ്ട ചകിരിനാരു പോലത്തെ മുടിയും ചെമ്പിന്റെ നിറമുള്ള കോലൻമുഖവുമുള്ള പെൺകുട്ടി.

"നോക്ക്! ദേവതയുടെ മകളെ നോക്ക്!"

അയാളുടെ ചെവികളിൽ അറബിക്കടൽ വീണ്ടും അലറി. സമാധാനത്തിന്റെ സങ്കേതമെന്ന പേരുള്ള വലിയ വീട്ടിൽനിന്ന് അയാൾ പുറത്തേക്കോടി.

പിന്നീട് പൊളിഞ്ഞ ഹോട്ടലിന്റെ മുറ്റത്ത്, താഴത്തെ പാറക്കെട്ടിൽ തിരകൾ ഫണംതല്ലി മരിച്ചുവീഴുന്നതു നോക്കിക്കൊണ്ടു തനിയെ നിന്നപ്പോൾ അയാൾ തേങ്ങിക്കരഞ്ഞു, കാരണമില്ലാതെ.

അച്ചണ്ട വെന്തീഞ്ഞ ഇന്നാ!

ടി കെ സി വടുതല

കണ്ടങ്കോരൻ ദേവസ്സിയായിത്തീർന്നു. എന്നുവച്ചാൽ 'മാർക്കം' കൂടി. എന്താ നെറ്റി ചുളിക്കുന്ന്? അജ്ഞാനിയായ കണ്ടങ്കോരൻ ഇത്ര പെട്ടെന്ന് കർത്താവിന്റെ കുഞ്ഞാടുകളിൽ ഒരുത്തനായിത്തീർന്നതിൽ അസൂയ യുണ്ടോ?

കണ്ടങ്കോരനെ നിങ്ങളറിയും. 'എൻ മകാ ചീമയാനീ' എന്ന ആത്മ പ്രശംസയോടെ കടന്നുപോകുന്ന കണ്ടങ്കോരൻ നിങ്ങളെ ആകർഷിക്കാ തിരിക്കുകയില്ല. മൂക്കറ്റം മദ്യപിച്ചു കണ്ണുചുവപ്പിച്ച്, ഇടവുംവലവും തിരിഞ്ഞ് ഉറക്കെ കാർക്കിച്ചുതുപ്പി, വഴിനീളെ അസഭ്യങ്ങൾ വർഷിച്ച്, കാണുന്ന കല്ലിനോടും മരത്തോടും വഴക്കടിച്ച് ആടിയാടി കടന്നുപോ കുന്ന കണ്ടങ്കോരൻ നിങ്ങളുടെ ശ്രദ്ധയെ പിടിച്ചടക്കാതിരിക്കുകയില്ല.

എല്ലാ പുലയരെയും പോലെ കണ്ടങ്കോരനും ഒരു ഇരുകാലിമാടായി ജനിച്ചു എല്ലാ പുലയരെയുംപോലെ മറ്റുള്ളവർക്കുവേണ്ടി ഉഴാനും നടാനും കറ്റകൊയ്യാനുമായി കണ്ടങ്കോരൻ ജീവിച്ചു. എല്ലാ പുലയരെയുംപോലെ തേടിയതും നേടിയതും കള്ളുഷാപ്പിലെ "തണ്ണാനു"* കാഴ്ചവെച്ചുകൊണ്ടു കണ്ടാങ്കോരൻ കാലം കഴിച്ചു. പക്ഷേ, ഈയൊരു ഭാഗ്യം ഇതിനുമുമ്പു മറ്റു പലർക്കുമുണ്ടായിട്ടില്ല- ജാതിയിൽനിന്നും വിശ്വാസത്തിൽനിന്നും ചുളുവിന് അങ്ങനെയൊരു പ്രമോഷൻ കൈക്കലാക്കുക. അതൊരു നിസ്സാരകാര്യമൊന്നുമല്ല. എങ്ങനെയാണതു സംഭവിച്ചതെന്നല്ലേ? പറയാം.

കണ്ടങ്കോരൻ എന്തോ മഹാരോഗത്തിന്റെ വക്രതത്തിൽ കുടുങ്ങി. മരണത്തിന്റെ പടിവാതിൽക്കൽച്ചെന്നു മുട്ടിമുട്ടി അകത്തേക്കു പ്രവേശം കാത്തുനില്ക്കുന്ന അവസ്ഥയിലോളം എത്തി. കണ്ടങ്കോരന് അങ്ങനെ സുഖക്കേടു വരുന്നതല്ല. പക്ഷേ, വന്നുപോയി. തടുക്കാനൊക്കുമോ? ചികി

---

* ഇവിടങ്ങളിൽ ഈഴവരെ പുലയർ വിളിക്കുന്നത് ഇങ്ങനെയാണ്.

ത്സിക്കാൻ പാകമില്ല. സമ്പാദിച്ചതൊക്കെ നിക്ഷേപിച്ചതു കള്ളുഷാപ്പിലാണ്. പിന്നെവിടുന്നെടുത്തിട്ടാ ചികിത്സിക്കുന്നേ?

"കള്ളുകുടിയന്മാരിക്ക് ചീലത്ത പച്ചുകേല.' എന്നു പറഞ്ഞു കൂട്ടക്കാരൊക്കെ ഒഴിഞ്ഞുമാറി. കണ്ടങ്കോരന്റെ പുലയി ചക്കിയും പ്രായമാകാത്ത രണ്ടു മക്കളും മാത്രം ശേഷിച്ചു.

അന്തരീക്ഷം ശോകമൂകമായി. മരണത്തിന്റെ അവ്യക്തഭീകരമായ കാൽപ്പെരുമാറ്റം അവിടെ മുഴങ്ങിക്കൊണ്ടിരുന്നു. വിഷാദം തിങ്ങിയ നെടുവീർപ്പുകൾ ആ കുടിലിലെ വായുവിനു കനം കൂട്ടി. അക്ഷമ പ്രദർശിപ്പിച്ചുകൊണ്ടു യമദൂതന്മാർ നിഴലുകളെപ്പോലെ, അവിടെ ചുറ്റിപ്പറ്റി, മരണക്കൊടുങ്കാറ്റിന്റെ മഹാപ്രഹരമേറ്റ് കൊഴിയാൻ കാത്തുനില്ക്കുന്ന ഒരു ദുർബ്ബലപത്രത്തെപ്പോലെ ഒരു കീറപ്പായിൽ കണ്ടങ്കോരൻ അസ്ഥിമാത്രശേഷനായി കിടന്നു.

തമിരുപടിക്കൽനിന്നു കൊച്ചുതമ്പാൻ* അന്നാണു വരുന്നത്, മഹാരോഗം തട്ടിയും മുട്ടിയും പൊയ്ക്കൊണ്ടിരിക്കുന്ന വിശ്വസ്തനും അനുസരണമുള്ളവനുമായ ആ അടിയാനെക്കാണാൻ. മുറ്റമൊക്കെ ചെത്തിവെടിപ്പാക്കിയിട്ടുണ്ട്. കുടിലിനു ചുറ്റും കുരുത്തോലകൊണ്ടു തോരണം കെട്ടി അലങ്കരിച്ചിട്ടുണ്ട്. അഷ്ടഗന്ധം പുകച്ചു ദുർഗ്ഗന്ധവിപാടനം നിർവ്വഹിച്ചിട്ടുമുണ്ട്. ആ വയൽവരമ്പുകളിൽ പാർക്കുന്ന പുലയർക്കാകെ തമിരായതും തമ്പുരാനായതും കൊച്ചുതമ്പാൻതന്നെ. അദ്ദേഹത്തിന്റെ ആഗമനം രാജകീയമായ എഴുന്നള്ളത്തായി അവർക്കു തോന്നിയതിൽ അത്ഭുതമില്ലല്ലോ.

കൊച്ചുതമ്പാൻ വന്നു, പോയി. അതിനുശേഷമാണ് അതു നടന്നത്. മാമ്മോദീസാകർമ്മം. വീട്ടുമാമ്മോദീസയാണു നടന്നത്. കാര്യത്തിന്റെ അടിയന്തരസ്വഭാവമാണതിനു കാരണം. കിഴക്കേതിലെ പൈലിച്ചേട്ടൻ അതു നിർവ്വഹിച്ചു, കൊച്ചുതമ്പാന്റെ നിർദ്ദേശപ്രകാരം. പതിരിഞ്ഞപ്പന്റെയും പതിരിഞ്ഞമ്മയുടെയും സ്ഥാനം പൈലിച്ചേട്ടനും കൊട്ട്യോളും തന്നെ ഏറ്റെടുത്തു. കണ്ടങ്കോരനു ദേവസ്സിയെന്നു പേരുമിട്ടു. അങ്ങനെ ആ പുലയ സങ്കേതത്തിലെ പുതുക്രിസ്ത്യാനികളുടെ പേരിടൽ പ്രഥമസ്ഥാനം കണ്ടങ്കോരൻ കരസ്ഥമാക്കി.

ആകപ്പാടെ മട്ടൊന്നു മാറി. ആളുകൾ തുരുതുരെ കണ്ടങ്കോരന്റെ മാടത്തിലേക്കു പ്രവഹിച്ചുതുടങ്ങി. കൂടുതലും സമീപസ്ഥരായ ക്രിസ്ത്യാനികളാണ്. ആണും പെണ്ണും വന്നു. രോഗവിവരം അറിഞ്ഞുപോകാൻ മാത്രമല്ല. തങ്ങളുടെ മതത്തിൽ വിശ്വാസമർപ്പിച്ചു, പാപച്ചളിക്കുണ്ടിൽനിന്നു മോചനം നേടി പരിശുദ്ധനായിരിക്കുന്ന ആ മനുഷ്യനെ കാണാനും ആശ്വസിപ്പിക്കാനും ശുശ്രൂഷിക്കാനുംകൂടി സന്നദ്ധരായിട്ടാണ് അവർ വന്നത്.

കീറിപ്പായ പോയി. ഒരു കയറ്റുകട്ടിൽ ആ സ്ഥാനത്തു കയറിപ്പറ്റി. അതൊരാളുടെ ഔദാര്യമാണ്. വെള്ളിനാണയങ്ങൾ, അലക്കിത്തേച്ച വസ്ത്രങ്ങൾ, മരുന്നുകുപ്പികൾ, കഷായപ്പൊതികൾ എന്നുവേണ്ട സകല

---

* ഇന്നാട്ടിൽ ക്രൈസ്തവരെ പുലയർ ഇങ്ങനെ വിളിച്ചുവരുന്നു.

വിശേഷപ്പെട്ട പദാർത്ഥങ്ങളും ഇഹത്തിൽ ഒരു മനുഷ്യന് ആവശ്യമായ തൊക്കെ അവിടെ വന്നുനിറഞ്ഞു. പുതുക്രിസ്ത്യാനിയായ ദേവസ്സിക്കു വേണ്ടി എന്തു ത്യാഗം സഹിക്കാനും ആളുകൾ സന്നദ്ധരായി. മറിയാമ്മ ച്ചേടത്തിയും അന്നക്കുട്ടിയും കത്രീനയും കൊച്ചുവെളമയും മറ്റും മറ്റും അവിടെ സ്ഥിരതാമസമാക്കി, രോഗിയെ ശുശ്രൂഷിക്കാൻ സവിശേഷപാ രായണം നിർവ്വഹിക്കാൻ, രോഗിയുടെ ചുറ്റും വന്നുകൂടുന്ന അജ്ഞാനി കളോടായി സ്വർഗ്ഗരാജ്യത്തെക്കുറിച്ചും കർത്താവിനെക്കുറിച്ചും വാഴ്ത്തി പ്പാടാൻ.

നട്ടെല്ലു പൊട്ടിയ പെരുമ്പാമ്പിനെപ്പോലെ ദിവസങ്ങൾ ഇഴഞ്ഞിഴ ഞ്ഞുപോയി. മരണത്തിനും ജീവിതത്തിനും അവകാശപ്പെടാനാവാത്ത പുറ മ്പോക്കുഭൂമിയിൽക്കിടന്നു രോഗാതുരനായ ദേവസ്സി ഏങ്ങലടിച്ചു. മരണ പ്പടയുടെ അടിച്ചുകേറ്റത്തെ തടുത്തുനില്ക്കുവാനാകാത്ത ജീവിതം സന്ധി യാലോചനയ്ക്കു മുതിർന്നതിന്റെ ലക്ഷണം ആ മുഖത്തു കാണാമായി രുന്നു. ശ്വാസധാരയുടെ ഗതിയനുസരിച്ചു നെഞ്ചാംകോട്ട പൊങ്ങിയും താണും കൊണ്ടിരുന്നു. അതുമാത്രമാണ് ജീവനു ജഡത്തോട് അപ്പോഴും ബന്ധമുണ്ടെന്നു വിളിച്ചുപറഞ്ഞിരുന്നത്. മനുഷ്യമരണം കണ്ടു ശീലിച്ചവർക്കു കാര്യം ഓടിത്തിരിഞ്ഞു.

മറിയാമ്മച്ചേടത്തി രോഗിയുടെ തലയ്ക്കൽ വലതുവശത്തായി മുട്ടു കുത്തി. അതു കണ്ടുനിന്ന മറ്റു സത്യവിശ്വാസികളും യഥാസ്ഥാനങ്ങളിൽ മുട്ടുകുത്തി. രോഗിയുടെ കാതിൽ മുഖം ചേർത്തുപിടിച്ചുകൊണ്ട് മറിയാ മ്മച്ചേടത്തി നീട്ടിവലിച്ചു വിളിച്ചു:

"ഈൗൗശോ.. ഈശോ മരിയൗസേപ്പേ!
ഈയാത്മാവിനു കൂട്ടുനില്ക്കേണമേ!"

മറിയാമ്മച്ചേടത്തി 'ചെവിട്ടോർമ്മ' ചൊല്ലുകയാണ്. അവർ വിരാമമി ല്ലാതെ അതിരുവിട്ടു. മറ്റുള്ളവർ മുട്ടിന്മേൽനിന്നു പ്രാർത്ഥനയും തുടങ്ങി. ഓ, എന്തൊരു ഭയാനകത!

അർദ്ധരാത്രിയുടെ നിശ്ശബ്ദയാമങ്ങളിൽപ്പോലും ആ പുലമാട ത്തിൽനിന്ന് മറിയാമ്മച്ചേടത്തി വിരാമമില്ലാതെ ഉരുവിടുന്ന 'ചെവി ട്ടോർമ്മ'യുടെ നീണ്ട ശബ്ദം അലയടിച്ചുകൊണ്ടിരുന്നു. തികച്ചും ചലനര ഹിതമായി മൂന്നുനാലു ദിവസം ആ കിടപ്പിൽ കിടന്ന ദേവസ്സി പതുക്കെ കണ്ണുതുറന്നു. കഞ്ഞി ചോദിച്ചു. ആളുകൾ ആനന്ദപുളകിതരായി. കരു ണയുള്ളവനായ കർത്താവിനെ സ്തുതിച്ചു. ഭക്തിയും കൃതജ്ഞതയും സ്ഫുരിക്കുന്ന മുഖഭാവത്തോടെ അവർ ഓരോ വഴിക്കായി തിരിച്ചു.

ആ സംഭവം കഴിഞ്ഞിട്ടു കൊല്ലങ്ങൾതന്നെ പലതു കടന്നുപോയി. ദേവസ്സി ഇന്നൊരു യഥാർത്ഥ കത്തോലിക്കനാണ്. ഉയർന്ന എവിടെയോ ആണ് താൻ നില്ക്കുന്നത് എന്നാണ് അയാളുടെ ഭാവം. പാടത്തെ പണിയും പുലയരുമായുള്ള സമ്പർക്കവും അയാൾ ഒന്നോടെ വേണ്ടെ ന്നുവെച്ചു. പകരം ക്രിസ്തുമതാവലംബികളുടെ സ്നേഹവും സഹകര ണവും കരസ്ഥമാക്കുകയും ചെയ്തു.

ദേവസ്സിയുടെ ഭാര്യ ചക്കിപ്പുലയി ഒരു പഴയ മട്ടുകാരിയാണ്. മക്കളും അതേ താവഴിക്കാർതന്നെ. വെറും അജ്ഞാനികൾ, സ്വർഗ്ഗരാജ്യത്തെക്കുറിച്ച് അവർക്കൊരു ചിന്തയുമില്ല. ദൈവകാരുണ്യത്തെക്കുറിച്ച് ഒരു ചുക്കും അറിഞ്ഞുകൂടാ. മനുഷ്യസമൂഹത്തിന്റെ പാപമോചനത്തിനായി ദൈവപുത്രനായ കർത്താവീശോമിശിഹാ സഹിച്ച പങ്കപ്പാടുകളെക്കുറിച്ച് അവർക്കു കേട്ടുകേൾവിപോലുമില്ല.

സത്യവിശ്വാസിയായ ദേവസ്സി ഇതെങ്ങനെ സഹിക്കും? ഈ ചെകുത്താന്റെ സന്തതികളുമായി അയാൾ എങ്ങനെ ഇണങ്ങിക്കഴിയും? സാദ്ധ്യമല്ല. എന്തുവേണമെന്നാലോചിച്ചിട്ട് അയാൾക്കൊരു തുമ്പും കിട്ടിയില്ല. തലച്ചോറു പുകയുകയാണ്. ഒടുവിൽ അയാൾ ഒരു തീരുമാനത്തിലെത്തിച്ചേർന്നു.

ഒരു ദിവസം രാത്രി പത്തുമണിയോടടുത്തുകാണും. പുലമാടങ്ങളിൽ നിന്ന് അപ്പോഴും വർത്തമാനം ഉയർന്നുകൊണ്ടിരുന്നു. തീയും പുകയും നിശ്ശേഷം കെട്ടടങ്ങിയിരുന്നില്ല. പകലന്തിയോളം പണിയെടുത്തു കിട്ടിയതു കാച്ചിക്കരിച്ചു കുടിക്കാനുള്ള അവരുടെ ശ്രമം അപ്പോഴും പൂർത്തിയായിരുന്നില്ല. ആ സന്ദർഭത്തിൽ അത്താഴം കഴിഞ്ഞു ചക്കിയും മക്കളും ഒത്തുകൂടിയ കുടുംബസദസ്സിൽ അയാൾ ഒരു പ്രമേയം അവതരിപ്പിച്ചു.

"എടിയേ" അയാൾ വിളിച്ചു.

"ഔ!" ചക്കി വിളികേട്ടു.

"ഇതെന്തൊരു ചീവിതമാ?"

"ആ, ആരിക്കറിയാം?" അവളുടെ ഒരു മറുചോദ്യം.

"ഏൻ പറേന്നപോലെ കേക്കാവോ."

"എന്നതാ?"

"നീയും മക്കളുംകൂടി അഞ്ചു മാർക്കംകൂടിയേച്ചാ..." അയാൾ അതു മുഴിമിച്ചില്ല.

"മാർക്കം കൂട്യേച്ചാ?" ചക്കിയുടെ മുഖം കറുത്തു.

"നുമ്മക്കെല്ലാരിക്കുംകൂടി ചീവിക്കാർന്നു."

"അതിന് ആളുമാറി നോക്ക്യാമതി. ഏൻ മാർക്കംകൂടണേ, ഏണ്ടച്ചൻ കൊച്ചാലു മാറി വരണം." അവളിരുന്ന് ഇടംവലം തിരിഞ്ഞു.

മക്കൾ ഒന്നും മിണ്ടുന്നില്ല. അവരും അമ്മയുടെ ഭാഗത്തായിരിക്കുമോ? ദേവസ്സിക്കു സംശയമായി. അമ്മയും മക്കളും ചേർന്നു തനിക്കെതിരായി ഒരു വിരുദ്ധമുന്നണി കെട്ടിപ്പടുത്തിരിക്കയാണോ? ഈ ഭയങ്കര ഗൂഢാലോചന പൊളിക്കാതെ പറ്റുകയില്ല. അതു കരുതിത്തന്നെ ദേവസ്സി പറഞ്ഞു: "അപ്പം എമ്പറേണതു നിനക്കത്ര കാര്യമല്ല ഇല്ലേടീ?"

"നിങ്ങൾക്കെന്താണാണീച്ചാ?" അവളുടെ തൊണ്ട ചൊറിഞ്ഞുതുടങ്ങി. "പാതിമാർക്കാരത്തീട ചീവിതത്തിന് ഏൻ ചത്താലും വരികേല."

"ഫൂ! കണ്ടാത്താമോളേ!" ദേവസ്സിക്കതു സഹിച്ചില്ല. അയാൾ അലറി: "നീയെണ്ണ പാതിമാർക്കാരനാക്കുകേടീ?"

"എന്നേ ആണിച്ചാ, നിങ്ങക്കെന്നാ പേപിടിച്ചീട്ടാണ്ടാ?"

"നിണ്ട തന്തക്കാടീ പേ പിടിച്ചത്!" അയാൾ ഇരുന്നേടത്തുനിന്നു ചാടിയെണീറ്റു.

"പിന്നേ, ഏൻ കാര്യോള്ളതു പറഞ്ഞേക്കാം. എണ്ട തന്തയ്ക്കു പറഞ്ചാലോണ്ടല്ലോ. ചക്കീടെ നെറം മാറും."

"നിണ്ട നെറം മാറിയാ എണ്ണാട്ട എന്തെടുക്കാനാടീ!"

ദേവസ്സി അവളുടെ മുടിക്കു കുത്തിപ്പിടിച്ചു; പുറത്തു രണ്ടുമൂന്നുതൊഴിച്ചു.

"അയ്യോണ്ട തൈവേ! ഈ കാലമാടൻ എണ്ണക്കൊന്നേ!" ചക്കി വാവിട്ടു കരഞ്ഞു.

മക്കൾ രണ്ടുപേരും ചാടി നടുക്കുവീണു. എല്ലാവരുംകൂടി ഒരുരുട്ടിപ്പിടുത്തം കൂട്ട നിലവിളി.

അയൽവാസികളായ പുലയരൊക്കെ ഓടിക്കൂടി. ആണും പെണ്ണുമടക്കം വലിയൊരു ജനക്കൂട്ടം!

ബഹളം തെല്ലൊന്നു കെട്ടടങ്ങി. കാര്യത്തിന്റെ നിസ്സാരത സകലർക്കും വ്യക്തമായി. എല്ലാവരും ഉള്ളുകൊണ്ടു ചിരിച്ചു. തെക്കേതിലെ തേവച്ചൻ ദേവസ്സിയോടായി ചോദിച്ചു:

"എടോ തേവസ്സിച്ചേട്ടാ! എന്നാ കുത്താണെടാ ഇത്?"

"ഇപ്ഫ ചൂലേ! ആരാടാ നെണ്ടേമ്മച്ചേക്ക തേവസ്സിച്ചേട്ടൻ?" ദേവസ്സി അവന്റെ മുഖത്തു നോക്കി ഒരാട്ടുകൊടുത്തു.

"പിന്നത്തന്ന എന്തണ്ണു വിളിക്കണോടോ?" കോപാകുലനായ തേവച്ചൻ ചോദിച്ചു.

"നിനക്കെണ്ണ തേവസ്തിതമ്പാനെണ്ണു വിലിച്ചാലെന്നാ?"

"ഫൂ! എരപ്പാളീ. നീ ആരിക്ക തമ്പാനാടീ? പെലേന്റെ ചൂരു മാറീട്ടില്ലല്ലാടാ?" തേവച്ചൻ അവിടെനിന്ന് ഇറങ്ങിനടന്നു.

അവിടെ കൂടിയിരുന്നവരുടെ ഇടയിൽ ഒരു കൂട്ടച്ചിരി.

ദേവസ്സി ശബ്ദിച്ചില്ല. അവന്റെ മുഖം കുരുത്തോലപോലെ വിളറി. എന്തു പറയും? അവൻ പറഞ്ഞതു ശരിയല്ലേ? പുലയന്റെ ചൂരു മാറിയിട്ടില്ല! എങ്ങനെ മാറും? ഇതല്ലേ അവസ്ഥ? കുടുംബത്തിലുള്ളവരൊക്കെ ഇപ്പോഴും പുലയരാണ്. പിന്നെ മറ്റുള്ളവരെങ്ങനെ ബഹുമാനിക്കും? തമ്പാനെന്നു വിളിക്കും? അവരുംകൂടി സത്യമതം സ്വീകരിച്ചിരുന്നെങ്കിലോ? എന്നാൽ എല്ലാം വിചാരിച്ചതുപോലെ നടക്കുമായിരുന്നു. പക്ഷേ, അതുണ്ടാവുകയില്ല. ആവാത്ത കാര്യം ആഗ്രഹിച്ചിട്ടെന്തു ഫലം!

ദീർഘനേരത്തേക്ക് ദേവസ്സി ആലോചനയിൽ ലയിച്ചിരുന്നു. ആരും ഒന്നും മിണ്ടിയില്ല. തിരക്കൊഴിഞ്ഞ മദ്യശാലയെന്നോണം ദേവസ്സിയുടെ ചെറ്റക്കുടിൽ നിശ്ശബ്ദതയുടെ ഇരിപ്പിടമായി. അർദ്ധരാത്രിയോടടുത്ത ആ അസമയത്ത് ആരോടും മിണ്ടാതെ ദേവസ്സി പുറത്തിറങ്ങി നടന്നു. അയാൾ ഇരുട്ടിൽ മറയുന്നതും നോക്കി ചക്കിയും മക്കളും നിശ്ചലം നിന്നു. അയാൾ തിരിഞ്ഞുനോക്കിയില്ല. തിരികെ വരാൻ അവർ ആവശ്യപ്പെട്ടതുമില്ല.

പുലയരുമായുള്ള സകല ബന്ധങ്ങളും അയാൾ അറുത്തുകളഞ്ഞു.

പുലയരായ ബന്ധുക്കളെ വിട്ടകന്നു. പുലയരായതുകൊണ്ടു ഭാര്യയെയും മക്കളെയുംകൂടി കൈവെടിഞ്ഞു പോകട്ടെ, അസത്തുക്കൾ, ആ ഗതികെട്ട ജീവികളുടെ സാഹചര്യം ആർക്കു വേണം?

പാടത്തു പണിക്കു പോകാറില്ല. തൂമ്പ കൈകൊണ്ടു തൊടാറില്ല. തൂമ്പപ്പണിക്കാരെ അകലത്തുവെച്ചെങ്ങാൻ കണ്ടാൽ അയാൾ വഴിമാറി നടക്കും. ഓ, ഇത്രയ്ക്കു വെറുക്കാൻ അതിലെന്തിരിക്കുന്നു? ഒന്നുമില്ല. എന്നാലും ആ പഴയതൊക്കെ ഓർമ്മയിൽ വരിക. ഹൗ വലിയ ബുദ്ധിമുട്ടുതന്നെ!

ദേവസ്സിയുടെ കഴുത്തിൽ പഴമുറംപോലത്തെ വെന്തീഞ്ഞ എല്ലായ്പ്പോഴും ഉണ്ടായിരിക്കും. തമിരുപടിക്കൽനിന്നു കിട്ടിയ വല്ല കീറക്കുപ്പായവുമിട്ടുകൊണ്ട് എല്ലാ ഞായറാഴ്ചയും മുടങ്ങാതെ പള്ളിയിൽ പോവുകയും ചെയ്യും.

സ്ഥിരമായി തമിരുപടിക്കലാണ് ദേവസ്സിയുടെ താമസം. ചെലവ് അവിടംകൊണ്ട് കഴിയും. വല്ലതും 'തൊട്ടും തൊടച്ചും' നിന്നാൽ മതി. കൂടാതെ പല ജോലികളുമുണ്ടാകും! പെറ്ററീച്ചുപോക്ക്, ചത്താറീച്ചുപോക്ക്, കല്യാണയാത്രയ്ക്കു പെട്ടിച്ചുമട്, വഞ്ചിവലി തുടങ്ങി പലതും. അവയിൽ നിന്നൊക്കെ കിട്ടുന്നതു സ്വകാര്യസമ്പാദ്യത്തിൽപ്പെടും.

ദേവസ്സി ഇപ്പോൾ പഴയ കണ്ടങ്കോരനല്ല. തമിരുപടിക്കലെ തോലെറയത്തു കിടക്കുമ്പോൾ, പഴയതിൽനിന്നു വ്യത്യസ്തമായെന്തോ അയാൾക്ക് അനുഭവപ്പെടാറുണ്ട്. എല്ലാ പുലയരെയുംപോലെ അയാളിപ്പോൾ തമിരുപടിക്കലെ പുരുഷന്മാരെ തമ്പാനെന്നും സ്ത്രീകളെ തമ്പാട്ടിയെന്നും വിളിക്കേണ്ടതില്ല. പകരം 'കൊച്ചിച്ചാ', 'കൊച്ചമ്മേ' എന്നൊക്കെ വിളിച്ചാൽ മതിയാകും. ഹാ, എന്തൊരുയർച്ച! പത്തുജന്മം കഴിഞ്ഞാൽ കൈവരാൻ വഴിയില്ലാത്ത ഭാഗ്യം!

തമിരുപടിക്കലെ 'പുള്ളനോട്ട'മാണ് ദേവസ്സിയുടെ മുഖ്യജോലി. അതിൽ അയാൾ അഭിമാനംകൊണ്ടു. അറിയാത്തവരാരെങ്കിലും വീട്ടുപേരെന്തെന്നു ചോദിച്ചാൽ തമിരുപടിക്കലെ വീട്ടുപേരുതന്നെ തന്റേതെന്ന് ദേവസ്സി അഭിമാനപൂർവ്വം തട്ടിവിടും.

ദേവസ്സി ആനന്ദസാഗരത്തിൽ നിമഗ്നനായി. ഇന്നോളം മറ്റൊരു പുലയനും കരഗതമാവാത്തതാണ് ആ ഭാഗ്യം. അതിനുതന്നെ പാത്രമാക്കിയ കർത്താവീശോമിശിഹായെ അയാൾ സ്തുതിച്ചു. കഴിഞ്ഞുപോയ കാലത്തെക്കുറിച്ച് അയാൾ ചിന്തിച്ചു. ഓ, എന്തൊരു ജീവിതമായിരുന്നു അത്! വെറും ഇരുകാലിമാടിനെപ്പോലെ പാടത്തും പറമ്പിലും കിടന്നു പാടുപെട്ടുകഴിഞ്ഞിരുന്ന ആ കാലം ഇങ്ങിനിവരാത്തവണ്ണം മറഞ്ഞു കഴിഞ്ഞു. ജീവിതം എന്താണെന്ന് അന്നയാൾ മനസ്സിലാക്കിയിരുന്നില്ല. മൂക്കറ്റം മദ്യപിച്ചു പേതല്ലി നടക്കുകയായിരുന്നു പതിവ്. കണ്ടവന്റെയൊക്കെ 'ആട്ടും പേച്ചും' സഹിക്കുകയും വേണം. ദൈവവിശ്വാസമോ അഭിമാനബോധമോ തൊട്ടുതീണ്ടിയിട്ടിരുന്നില്ല. മൃഗത്തെപ്പോലുള്ള ജീവിതം വൃത്തിയും വെടിപ്പും കണികണ്ടിട്ടില്ലാത്ത ജീവിതം. അടിമത്തനുകത്തിനു കീഴെ

തലകുനിച്ചുകൊണ്ടുള്ള ആ നരകജീവിതം ഇന്ന് അയാൾക്കു ബാധകമല്ല. അതിലേക്ക് ആലോചന ചെല്ലുന്നതുതന്നെ പുച്ഛമാണ്. അതിനിയും മനസ്സിലാക്കാൻ കെല്പില്ലാത്ത ഭാര്യയെയും മക്കളെയും കുറിച്ചോർത്തപ്പോൾ ദേവസിക്ക് അടക്കാനാവാത്ത കോപമാണുണ്ടായത്.

ഒരു ദിവസം പള്ളിയിൽനിന്ന് അഭിമാനവിജൃംഭിതനായി മടങ്ങിപ്പോരുന്ന ദേവസ്സിയെ ആരോ പിന്നിൽനിന്നു വിളിച്ചു. ദേവസ്സി തിരിഞ്ഞുനോക്കിയില്ല. കാരണം, ആ വിളിയിൽ അടങ്ങിയിരുന്നതു നിന്ദയാണ്. അത് അവനു സഹിക്കുമോ? ദേവസ്സി പൂർവ്വാധികം ധൃതിയിൽ നടന്നു. പക്ഷേ, പിന്തുടർന്ന ആൾ വിട്ടില്ല!

“എടാ, കണ്ടങ്ങാരൻ തേവസ്തീ!”

നോക്കൂ, ആ വിളിയിലടങ്ങിയിരിക്കുന്ന ആക്ഷേപം! അല്ല, എന്തൊരു ധിക്കാരം!

“എടാ കണ്ടങ്ങാരൻ തേവസ്തീ!” പിന്തുടർന്ന ആൾ അടുത്തു വന്നു. ദേവസ്സി തിരിഞ്ഞുനോക്കി. ആ മുഖത്തു കോപവും ഈർഷ്യയും ഓളം വെട്ടി. എതിരാളിയെ ദഹിപ്പിച്ചുകളയാൻ മതിയായവിധം ആ കണ്ണുകൾ ജ്വലിച്ചുകൊണ്ടിരുന്നു. പക്ഷേ, എന്തു ചെയ്യാം! തൊണ്ടയിൽ പുഴുത്താൽ വിഴുങ്ങാതെ രക്ഷയുണ്ടോ? ആരാണ് എതിരേ നില്ക്കുന്നത്? തന്റെ ഭാര്യയുടെ അച്ഛൻ കൊച്ചാല്. നീണ്ടുമെലിഞ്ഞ് മുടി നരച്ച് തൊലി ചുക്കിച്ചുളിഞ്ഞ്, തണ്ടെല്ലോടൊട്ടിയ വയറുമായി നില്ക്കുന്ന ആ വൃദ്ധനോട് എന്തു പറയാനാണ്?

“എടാ കണ്ടങ്ങാരാ, അല്ല ദേവസ്തീ, ഏൻ നെണ്ണത്തെരഞ്ഞ് ഇഞ്ഞി നടക്കാനൊരെടമില്ല.” വൃദ്ധൻ സംഭാഷണം തുടങ്ങുമ്പോഴേക്കും ദേവസ്സി കലിതുള്ളിത്തുടങ്ങി.

“അപ്പയേ, എണ്ണ എടാവാടാ കണ്ടങ്ങാരാ എന്നെല്ലാം വിളിക്കരുത്.” അയാൾ വൃദ്ധന് ഒരു മുന്നറിയിപ്പു നല്കി.

“പിന്നെ, ഏന് നിണ്ണ എന്തണ്ണു വിളിക്കണോടാ?”

“ഏണ്ട പേരു തേവസ്തീന്നാണ്.”

“എടാ കണ്ടങ്ങാരൻ തേവസ്തീ..”

“ഫൂ!” വയസ്സൻ സംസാരിച്ചുതുടങ്ങും മുൻപ് ഒരാട്ടുകൊടുത്തിട്ട് ദേവസ്സി പറഞ്ഞു: “എണ്ണത്തമ്പാനേണ്ണു വിളിക്കാൻ മനസ്തൊണ്ടേ വർത്തമാനം പറഞ്ചാ മതി.”

“ഹ! ചുമ്മാ മുണ്ടാണ്ടിരിയെടാ കണ്ടങ്ങാരാ, എണ്ട മകള് ചക്കിക്കപെലേനല്ലേ നീ?”

“എണ്ണ അങ്ങനെ വിളിക്കലേണ്ണാന്നു പറഞ്ചത്.”

“ഇപ്ഫ ചൂലേ! ഏൻ വിളിച്ചാ നെണക്ക് കൊറച്ചിലാ? നാട്ടിലൊള്ള മാപ്ലമാരു മുയ്ക്കനും നിണ്ണപ്പച്ചിപ്പറേണത് അങ്ങനേണു.”

“ഏതു മാപ്ല പറഞ്ചെണ്ണാ?” ദേവസ്സിക്കു ശുണ്ഠി വർദ്ധിച്ചു.

“നീയൊന്നു പൊറത്തെറങ്ങി നോക്കെടാ ചൂലേ! ഒരുതമ്പാൻ ചമഞ്ഞു നടക്കുന്ന പ്രമാണി! എടാ തുട്ടാ നീയെപ്പെങ്കിച്ചിനേം ക്ടാങ്ങളേം

വെള്ളത്തിലാക്യേല്ലാ." വയസ്സനു നിയന്ത്രിക്കാനാവാത്ത കോപമുണ്ടായി. അയാൾ അടിമുടി വിറച്ചു. ദേവസ്സിയുടെ കരണക്കുറ്റിക്കു രണ്ടു പൊട്ടിക്കണമെന്നുപോലും വയസ്സനു തോന്നി.

ആ സംഭാഷണം വഴക്കിൽ കലാശിച്ചു. കൊച്ചാലിന്റെ പിടിയിൽനിന്ന് ദേവസ്സി ഒരു കണക്കിനു തടിയുംകൊണ്ടു രക്ഷപ്പെട്ടു. അകമേ താൻ അതിരുകടന്ന അഹന്ത ഊട്ടിപ്പോറ്റിക്കൊണ്ടിരുന്നപ്പോൾ പുറമെ തനിക്കുള്ള നിലയെന്തെന്ന് അന്ന് അയാൾക്കു മനസ്സിലായി. മതം മാറിയിട്ടും പേരു മാറിയിട്ടും താൻ കണ്ടങ്കോരനായിത്തന്നെയിരിക്കുന്നതിന്റെ പൊരുൾ അതുവരെ അയാൾക്കു മനസ്സിലായിരുന്നില്ല. വെറുമൊരു കണ്ടങ്കോരനാകാം. അല്ലെങ്കിൽ, വെറുമൊരു ദേവസ്സിയാകാം. തെറ്റില്ല. പക്ഷേ, കണ്ടങ്കോരൻ ദേവസ്സിയാകുന്നത് ആണും പെണ്ണുംകെട്ട പണിയാണ്. ഇങ്ങനെ പലതും കണ്ടങ്കോരന്റെ മനസ്സിലൂടെ പാഞ്ഞുപോയി.

'കൊച്ചാലുനന്ത പറഞ്ഞതു ശരിയായിരിക്കുമോ?' ദേവസ്സി ആലോചന തുടങ്ങി.

"ഹേ! ഒരിക്കലുമല്ല. മാർക്കം കൂടിയതിനുശേഷം ക്രിസ്ത്യാനികളുടെയിടയിൽ തനിക്ക് എത്ര മാനമായൊരു നിലയാണുള്ളത്! ആഴ്ചയിൽ ഒരിക്കലെങ്കിലും പള്ളിമേടയിൽ ചെല്ലണമെന്നാണ് അച്ചന്റെ കല്പന. അങ്ങനെ ചെല്ലുമ്പോഴൊക്കെ അച്ചനെന്തൊരിഷ്ടമാണ്! അദ്ദേഹമല്ലേ വെന്തീഞ്ഞയും കാശുരൂപയും കൊന്തയും മറ്റും സമ്മാനിക്കുന്നത്. അതുപോലെ നിലയും വിലയുമുള്ള പലരും നല്കാറുണ്ടല്ലോ. ജാതിയിൽ കുറഞ്ഞവനാണെന്നു തോന്നിയാൽ അവരങ്ങനെ ചെയ്യുമോ? പോരാഞ്ഞിട്ടു ദൈവംതമ്പുരാന്റെ മുൻപിൽ എല്ലാവരും സമന്മാരാണെന്നല്ലേ, പള്ളിയിൽ അച്ചൻ എന്നും പ്രസംഗിക്കുന്നത്? ആ നിലയ്ക്ക് കൊച്ചാലുതന്ത പറഞ്ഞതു നേരായിരിക്കുകയില്ല. തന്നെ ആക്ഷേപിക്കാൻ അയാൾ കരുതിക്കൂട്ടി പറഞ്ഞതാവാം.' ആലോചനകൾ കൊടുമ്പിരിക്കൊണ്ടുതുടങ്ങുമ്പോൾ അയാൾ ഇങ്ങനെ സമാധാനിക്കുകയാണു പതിവ്.

എന്നാലും ചില പന്തികേടൊക്കെയുണ്ടെന്ന് ദേവസ്സിക്കുതോന്നാതിരുന്നിട്ടില്ല. നാട്ടിലുള്ള ക്രിസ്ത്യാനികളൊക്കെ തനി വെള്ളം കൂട്ടാത്തവരാണ്. താൻ അങ്ങനെയല്ലല്ലോ. ആയിരുന്നെങ്കിൽ പെറ്റെറീച്ചുപോക്കും ചത്തറീച്ചുപോക്കും പെട്ടിചുമടും മറ്റും ക്രിസ്ത്യാനികൾക്കാർക്കും വിധിച്ചിട്ടില്ലല്ലോ. അതുമല്ല തനി ക്രിസ്ത്യാനികളോടൊപ്പം പന്തിഭോജനത്തിനും തനിക്കിതുവരെ യോഗമുണ്ടായിട്ടില്ല.

വല്ലേടത്തുമൊരു സദ്യയുണ്ടായാൽ എല്ലാവരുടെയും ഊണുകഴിയുമ്പോൾ ഏതെങ്കിലും ഒരു മൂലയിലായിരിക്കും ഒരില കിട്ടുക. ദേവസ്സി ഈ പാകപ്പിഴകളൊക്കെ കാണാൻ തുടങ്ങിയത് ഇപ്പോഴാണ്. എങ്കിലും ഉള്ളിൽക്കണ്ട ഈ കുറവ് അയാൾ പുറത്തു വിട്ടില്ല. ഹൃദയത്തിന്റെ ഉള്ളറകളിൽ അതു രഹസ്യമായിട്ടുതന്നെ സൂക്ഷിച്ചു.

ഒരു പുതുക്രിസ്ത്യാനിക്കു സമൂഹത്തിൽ സമത്വം സംലബ്ധമാവുക

അത്ര എളുപ്പമല്ല. അവൻ ഒരു കടവാതിലാണ് – മൃഗവും പക്ഷിയുമല്ലാത്ത വികൃതജന്തു. ക്രിസ്തുമതത്തിൽ ചേർന്നുപോയതുകൊണ്ടു പുലയരുമായി ഒത്തിണങ്ങി ജീവിക്കുന്നതു കുറച്ചിലാണെന്നൊരു തോന്നൽ. അങ്ങനെ സ്വന്തക്കാരേക്കാൾ ഉയർന്നവനാണ് താനെന്നൊരു ഭാവം അയാളുടെ ഉള്ളിൽ കടന്നുകൂടി. എന്നാൽ തറവാടിത്തമില്ലായ്മയും പുതുക്രിസ്ത്യാനിത്വവും കാരണം തനിക്രിസ്ത്യാനികളൊക്കെ അയാളെ ഹീനരിൽ ഹീനനായി പുച്ഛിച്ചിരുന്നതും അയാൾ അറിഞ്ഞില്ല. ഇതാണ് ദേവസ്സിക്കു പറ്റിയ അമളി. കരിയുമ്പോൾ വെരകാൻ കൈയിലേ ശേഷിക്കുകയുള്ളൂ എന്ന പരമാർത്ഥം മനസ്സിലാക്കാനുള്ള ബുദ്ധിശക്തി ആ മിഥ്യാഭിമാനിക്കില്ലാതെപോയി.

ദിവസം കഴിയുംതോറും ഈ യാഥാർത്ഥ്യം ദേവസ്സിക്കു വ്യക്തമായിക്കൊണ്ടിരുന്നു. തന്നെക്കുറച്ചു സംസാരിക്കേണ്ടിവരുമ്പോഴൊക്കെ ആളുകൾ, 'കണ്ടങ്കോരൻ ദേവസ്സി' എന്നും 'പുലയൻ ദേവസ്സി' എന്നും ഇരട്ടപ്പേരു ചേർത്തല്ലാതെ പറയാറില്ല. പലപ്പോഴും അത് അവന്റെ ചെവിയിൽപ്പെട്ടിട്ടുമുണ്ട്. എന്തുചെയ്യാം? നാട്ടിൽ വിലയും നിലയും ഉള്ളവരും തമിരുതമ്പ്രാക്കളുടെ സ്ഥാനത്തിരിക്കുന്നവരുമാണ് ഇതിന്റെയൊക്കെ പ്രചാരകർ. മതകാര്യങ്ങളിൽ ഭക്തിയും ശ്രദ്ധയുമുള്ളവരും ബുദ്ധിയും വിവേകവുമുള്ളവരും ഇങ്ങനെയൊക്കെത്തുടങ്ങിയാലോ?

യാഥാർത്ഥ്യം ഇതാണെങ്കിൽ ഈ ജീവിതം ശരിയല്ല. ഇതിൽനിന്നു വിടുതി നേടുന്നതായിരിക്കും ഉത്തമം. ഒരാശയവിപ്ലവത്തിനുള്ള കരുക്കൾ ദേവസ്സിയുടെ മനസ്സിൽ കടന്നുകൂടി.

അങ്ങനെയിരിക്കുമ്പോഴാണ് തെക്കേപ്പള്ളിയിലെ പെരുന്നാളു വന്നത്. ദേവസ്സിയുടെ തമിരുപടിക്കലെ 'കൊച്ചിച്ചനാ'ണ് പ്രസേന്തി. പള്ളിമുറ്റവും പരിസരവും അലങ്കരിക്കാനുള്ള പണി കൊണ്ടുപിടിച്ചു നടക്കുന്നു. പടിക്കലെ അടിയാന്മാരായ പുലയരും കുടിയാന്മാരായ ക്രിസ്ത്യാനികളുമൊക്കെ വന്നിട്ടുണ്ട്. കൂട്ടത്തിൽ ദേവസ്സിയും. നാട്ടിലെ പ്രമാണികളിൽ ചിലരാണു മേൽനോട്ടം വഹിക്കുന്നത്. ക്രിസ്ത്യാനികളും പുലയരുമടക്കം അതൊരു വലിയ സംഘമാണ്. എല്ലാവരും മുക്രകുത്തിപ്പണിയെടുക്കുന്നു. ഒരിമ്മിക്കുതിരിയാന് പഴുതില്ല. ഉച്ചതിരിഞ്ഞു നാലുമണിക്കു മുൻപ് എല്ലാം തീരണം. അതാണു നിശ്ചയം.

തിരക്കുപിടിച്ച ആ സമയത്താണ് ആ അശനിപാതമുണ്ടായത്. ഒരു അത്യാവശ്യകാര്യം പ്രമാണിച്ചു മേൽനോട്ടം വഹിച്ചിരുന്ന പ്രമാണികളിലൊരാൾ ദേവസ്സിയെ വിളിച്ചു. ഒന്നല്ല, രണ്ടുനാലാവൃത്തി! ജോലിയുടെ തിരക്കിൽ അയാൾ അതറിഞ്ഞില്ല. അറിഞ്ഞാലും എങ്ങനെ വിളി കേൾക്കും? ആ വിളിയുടെ രീതി അതായിരുന്നു. 'കണ്ടങ്കോരൻ ദേവസ്സീ' എന്ന പൂർവ്വാധികം ശബ്ദത്തിൽ ആവർത്തിച്ചപ്പോഴാണ് അത് അയാളുടെ കാതിലെത്തുന്നത്.

ദേവസ്സിക്കു സഹിച്ചില്ല. കോപവും താപവും മനസ്സിൽ തിങ്ങിക്കൂടി. എന്താ പറയുക? വിളിച്ചതു സാമാന്യനാണോ? നാട്ടിലെ പ്രമാണികളിൽ

ഒരാൾ. കർത്തവ്യവിമൂഢനായി മിഴിച്ചുനിന്ന ദേവസ്സിയെ ആ പ്രമാണി ശാസനരൂപത്തിൽ ഒന്നുകൂടി വിളിച്ചു. ദേവസ്സി അടുത്തുചെന്നു.

പള്ളിമേടയിൽച്ചെന്ന് അച്ചനെ ഏല്പിക്കാനായി ഒരു 'കുറിമാനം' അയാൾ അവനെ ഏല്പിച്ചു.

ആ സന്ദേശവും കൊണ്ടു പോകുമ്പോൾ പണിയെടുത്തുനിന്നിരുന്ന പുലയരെ മാറിമാറി അവൻ നോക്കി. അവരൊക്കെ ഒളികണ്ണിട്ടു നോക്കി തന്നെ പരിഹസിക്കുന്നതുപോലെ അവനുതോന്നി. തമ്മിൽത്തമ്മിൽ എന്തോ പിറുപിറുക്കുന്നുമുണ്ട്. അവർ അവനെ ആക്ഷേപിക്കുകയായിരിക്കാം. അല്ലാതെന്താവനാ? അവനു പൊട്ടിക്കരയണമെന്നു തോന്നി. പക്ഷേ, കുറച്ചിലല്ലേ? അവൻ കരഞ്ഞില്ല. മനസ്സു വിങ്ങിപ്പൊട്ടിക്കൊണ്ടിരുന്നു.

പള്ളിമേടയിൽച്ചെന്ന് ദേവസ്സി ഒരു മരപ്പാവയെപ്പോലെ നിന്നു. അച്ചൻ എടുത്തെടുത്തു ചോദിച്ചു. "എന്തേ ദേവസ്സി വന്നത്?"

അവന് ഉത്തരമില്ല. അവന്റെ തലച്ചോറിനകത്തു കടന്നൽക്കൂട് ഇളകിയിരിക്കുകയാണ്. അഭിമാനബോധത്തിന്റെ പെരുംപാറയിൽത്തട്ടി ഹൃദയം തകർന്നുകൊണ്ടിരിക്കുന്നു. ആക്ഷേപത്തിന്റെ കൂരമ്പുകളേറ്റ് ആത്മാഭിമാനം മുറിപ്പെടുന്നു. തന്റെ പ്രതീക്ഷകളോരോന്നും അടിതകർന്നു നിലം പതിക്കുന്നതുപോലെ ദേവസ്സിക്കു തോന്നി. അവൻ പൊട്ടിക്കരഞ്ഞുപോയി.

തെല്ലൊരമ്പരപ്പോടെ പള്ളിവികാരി ചോദിച്ചു: "എന്താ ദേവസ്സി കരയുന്നത്? കാര്യം പറയൂ!"

"ഒണ്ണൂല്ല." തൊണ്ടയിടർച്ചയോടെ അവൻ പറഞ്ഞു.

"പിന്നെന്തിനു കരയുന്നു?"

ദേവസ്സി മടിച്ചു നില്ക്കാൻ പോയില്ല. അവൻ പ്രമാണിയുടെ 'കുറിമാനം' അദ്ദേഹത്തെ ഏല്പിച്ചു. പിന്നീട് കഴുത്തിനു ഭാരമായി തൂങ്ങിക്കിടന്നിരുന്ന പഴമുറംപോലത്തെ വെന്തീഞ്ഞ ഊരിയെടുത്തു. തികഞ്ഞ അറപ്പോടും വെറുപ്പോടുംകൂടി അതു വികാരിയുടെ കൈയിൽ വെച്ചുകൊടുത്തിട്ട് അവൻ പറഞ്ഞു: "അച്ചണ്ട വെന്തീഞ്ഞ ഇന്നാ! ഏൻ പയേ കണ്ടങ്ങാരനായിട്ടുതന്നെ ചീവിച്ചോളാം."

അച്ചന്റെ മറുപടിക്കുവേണ്ടി കാത്തുനില്ക്കാതെ അവൻ തിരിഞ്ഞു നടന്നു. ദേവസ്സിയായിട്ടല്ല; പഴയ കണ്ടങ്കോരനായിട്ട്. എന്തൊരുഷാറിലായിരുന്നെന്നോ ആ നടപ്പ്!

ഇരുട്ടടികൊണ്ട പഥികനെപ്പോലെ വികാരിയച്ചൻ ഒന്നമ്പരന്നു. അദ്ദേഹത്തിന്റെ ശരീരമാസകലം വിയർത്തു. തന്റെ സംരക്ഷണത്തിൽ വർത്തിക്കുന്ന ആട്ടിൻപറ്റത്തിൽനിന്നു വഴുതിപ്പോകുന്ന ആ കുഞ്ഞാടിനെത്തന്നെ കണ്ണെടുക്കാതെ നോക്കിനിന്ന അദ്ദേഹം അറിയാതൊന്നു നെടുവീർപ്പിട്ടുപോയി.

നെയ്പ്പായസം

മാധവിക്കുട്ടി

ചുരുങ്ങിയതോതിൽ ശവദഹനം കഴിച്ചുകൂട്ടി, ഓഫീസിലെ സ്നേഹിതന്മാരോട് വേണ്ടപോലെ നന്ദി പ്രകടിപ്പിച്ച്, രാത്രി വീട്ടിലേക്ക് മടങ്ങുന്ന ആ മനുഷ്യനെ നമുക്ക് അച്ഛൻ എന്നു വിളിക്കാം. കാരണം, ആ പട്ടണത്തിൽ അയാളുടെ വില അറിയുന്നവർ മൂന്നുകുട്ടികൾ മാത്ര മേയുള്ളൂ. അവർ അയാളെ 'അച്ഛാ' എന്നാണു വിളിക്കാറുള്ളത്.

ബസിൽ അപരിചിതരുടെയിടയിൽ ഇരുന്നുകൊണ്ട് അയാൾ ഈ ദിവസത്തിനെ ഓരോ നിമിഷങ്ങളും വെവ്വേറെയെടുത്തു പരിശോധിച്ചു.

രാവിലെ എഴുന്നേറ്റതുതന്നെ അവളുടെ ശബ്ദം കേട്ടിട്ടാണ്:

"മൂടിപ്പൊതച്ച് കെടന്നാപ്പറ്റ്വോ ഉണ്ണ്യേ? ഇന്ന് തിങ്കളാഴ്ചയല്ലേ?" അവൾ മൂത്തമകനെ ഉണർത്തുകയായിരുന്നു. അതിനുശേഷം ഉലഞ്ഞ വെള്ളസാരിയുടുത്ത്, അവൾ അടുക്കളയിൽ ജോലിതുടങ്ങി. തനിക്ക് ഒരു വലിയ കോപ്പയിൽ കാപ്പി കൊണ്ടുവന്നു തന്നു. പിന്നെ, പിന്നെ, എന്തെല്ലാമുണ്ടായി? മറക്കാൻ പാടില്ലാത്ത വല്ല വാക്കുകളും അവൾ പറഞ്ഞുവോ? എത്രതന്നെ ശ്രമിച്ചിട്ടും അവൾ പിന്നീടു പറഞ്ഞതൊന്നും ഓർമ്മ വരുന്നില്ല. 'മൂടിപ്പൊതച്ച് കെടന്നാപ്പറ്റ്വോ? ഇന്ന് തിങ്കളാഴ്ചയല്ലേ?' ഈ വാക്യം മാത്രം മായാതെ ഓർമ്മയിൽ കിടക്കുന്നു. അത് ഒരു ഈശ്വരനാമമെന്നപോലെ അയാൾ മന്ത്രിച്ചു. അതു മറന്നുപോയാൽ തന്റെ നഷ്ടം പെട്ടെന്ന് അസ്സഹനീയമായിത്തീരുമെന്ന് അയാൾക്കു തോന്നി.

ഓഫീസിലേക്കു പോവുമ്പോൾ കുട്ടികൾ കൂടെയുണ്ടായിരുന്നു. അവർക്കു സ്കൂളിൽവെച്ച് കഴിക്കാനുള്ള പലഹാരങ്ങൾ ചെറിയ അലുമിനിയപ്പാത്രങ്ങളിലാക്കി അവൾ എടുത്തുകൊണ്ടുവന്നു തന്നു. അവളുടെ വലത്തെ കൈയിൽ കുറച്ചു മഞ്ഞൾപ്പൊടി പറ്റിനിന്നിരുന്നു.

ഓഫീസിൽവെച്ച് അവളെപ്പറ്റി ഒരിക്കലെങ്കിലും ഓർക്കുകയുണ്ടാ

യില്ല. ഒന്നു രണ്ടു കൊല്ലങ്ങൾ നീണ്ടുനിന്ന ഒരു അനുരാഗബന്ധത്തിന്റെ ഫലമായിട്ടാണ് അവർ വിവാഹം കഴിച്ചത്. വീട്ടുകാരുടെ സമ്മതത്തോടെയല്ല. എങ്കിലും അതിനെപ്പറ്റി പശ്ചാത്തപിക്കുവാൻ ഒരിക്കലും തോന്നിയില്ല. പണത്തിന്റെ ക്ഷാമം, കുട്ടികളുടെ അനാരോഗ്യകാലങ്ങൾ.... അങ്ങനെ ചില ബുദ്ധിമുട്ടുകൾ അവരെ തളർത്തിക്കൊണ്ടിരുന്നു. അവൾക്കു വേഷധാരണത്തിൽ ശ്രദ്ധ കുറഞ്ഞു. അയാൾക്ക് പൊട്ടിച്ചിരിക്കുവാനുള്ള കഴിവ് ഏതാണ്ടൊക്കെ നശിച്ചു.

എന്നാലും, അവർ തമ്മിൽ സ്നേഹിച്ചു. അവരുടെ മൂന്നു കുട്ടികൾ അവരെയും സ്നേഹിച്ചു. ആൺകുട്ടികളായിരുന്നു. ഉണ്ണി - പത്തു വയസ്സ്, ബാലൻ - ഏഴു വയസ്സ്, രാജൻ - അഞ്ചു വയസ്സ്. മുഖത്ത് എല്ലായ്പ്പോഴും മെഴുക്കുപറ്റി നില്ക്കുന്ന മൂന്നു കുട്ടികൾ. പറയത്തക്ക സൗന്ദര്യമോ സാമർത്ഥ്യമോ ഒന്നുമില്ലാത്തവർ. പക്ഷേ, അമ്മയും അച്ഛനും അന്യോന്യം പറഞ്ഞു:

“ഉണ്ണിക്ക് എഞ്ചിനീയറിങ്ങിലാ വാസന. അവനെപ്പോഴും ഓരോന്ന് ഉണ്ടാക്കിക്കൊണ്ടിരിക്കും.”

“ബാലനെ ഡോക്ടറാക്കണം. അവന്റെ നെറ്റി കണ്ടോ? അത്ര വല്യ നെറ്റി ബുദ്ധീടെ ലക്ഷണാ.”

“രാജന് ഇരുട്ടത്ത് നടക്കാനും കൂടി പേടീല്യ. അവൻ സമർത്ഥനാ. പട്ടാളത്തില് ചേരണ്ട മട്ടാ.”

അവർ താമസിച്ചിരുന്നതു പട്ടണത്തിൽ ഇടത്തരക്കാർ താമസിക്കുന്ന ഒരു ചെറിയ തെരുവിലാണ്. ഒന്നാം നിലയിൽ മൂന്നു മുറികളുള്ള ഒരു ഫ്ളാറ്റ്. ഒരു മുറിയുടെ മുമ്പിൽ കഷ്ടിച്ച് രണ്ടാൾക്കു നില്ക്കുവാൻ സ്ഥലമുള്ള ഒരു കൊച്ചു വരാന്തയുമുണ്ട്. അതിൽ അമ്മ നനച്ചുണ്ടാക്കിയ ഒരു പനിനീർച്ചെടി ഒരു പൂച്ചട്ടിയിൽ വളരുന്നു. പക്ഷേ, ഇതേവരെ പൂവുണ്ടായിട്ടില്ല.

അടുക്കളയിൽ ചുമരിന്മേൽ തറച്ചിട്ടുള്ള കൊളുത്തുകളിൽ പിച്ചളച്ചട്ടുകങ്ങളും കരണ്ടികളും തൂങ്ങിക്കിടക്കുന്നു. സ്റ്റൗവിന്റെ അടുത്ത് അമ്മയിരിക്കാറുള്ള ഒരു തേഞ്ഞ പലകയുമുണ്ട്. അവൾ അവിടെയിരുന്ന് ചപ്പാത്തി ഉണ്ടാക്കുമ്പോഴാണ് സാധാരണയായി അച്ഛൻ ഓഫീസിൽ നിന്നു മടങ്ങിയെത്തുക.

ബസ് നിന്നപ്പോൾ അയാൾ ഇറങ്ങി. കാലിന്റെ മുട്ടിനു നേരിയ ഒരു വേദന തോന്നി. വാതമായിരിക്കുമോ? താൻ കിടപ്പിലായാൽ കുട്ടികൾക്ക് ഇനി ആരാണുള്ളത്? പെട്ടെന്ന് അയാളുടെ കണ്ണുകൾ നിറഞ്ഞു. അയാൾ ഒരു മുഷിഞ്ഞ കൈലേസുകൊണ്ടു മുഖം തുടച്ചു ധൃതിയിൽ വീട്ടിലേക്ക് നടന്നു.

കുട്ടികൾ ഉറങ്ങിയിരിക്കുമോ? അവർ വല്ലതും കഴിച്ചുവോ? അതോ, കരഞ്ഞു കരഞ്ഞ് ഉറങ്ങിയോ? കരയാനുള്ള തന്റേടവും അവർക്കു വന്നു കഴിഞ്ഞിട്ടില്ല. ഇല്ലെങ്കിൽ താൻ അവളെയെടുത്തു ടാക്സിയിൽ കയറ്റിയപ്പോൾ ഉണ്ണി എന്താണു കരയാതെ വെറുതേ നോക്കിക്കൊണ്ടുനിന്നത്?

ചെറിയമകൻ മാത്രം കരഞ്ഞു. പക്ഷേ, അവനു ടാക്സിയിൽ കയറണമെന്ന വാശിയായിരുന്നു. മരണത്തിന്റെ അർത്ഥം അവർ അറിഞ്ഞിരുന്നില്ല, തീർച്ച.

താൻ അറിഞ്ഞിരുന്നുവോ? ഇല്ല. എന്നും വീട്ടിൽ കാണുന്ന അവൾ പെട്ടെന്ന് ഒരു വൈകുന്നേരം യാതൊരാളോടും യാത്ര പറയാതെ നിലത്ത് ഒരു ചൂലിന്റെ അടുത്തു വീണു മരിക്കുമെന്നു താൻ വിചാരിച്ചിരുന്നുവോ?

ഓഫീസിൽനിന്നു വന്നപ്പോൾ താൻ അടുക്കളയുടെ ജനൽവാതിലിൽ കൂടി അകത്തേക്കു നോക്കി. അവൾ അവിടെ ഉണ്ടായിരുന്നില്ല.

മുറ്റത്ത് കുട്ടികൾ കളിക്കുന്നതിന്റെ ശബ്ദം ഉയർന്നുകൊണ്ടിരുന്നു. ഉണ്ണി വിളിച്ചു പറയുകയാണ്: 'ഫസ്റ്റ് ക്ലാസ് ഷോട്ട്.'

താൻ താക്കോലെടുത്ത് ഉമ്മറത്തെ വാതിൽ തുറന്നു. അപ്പോഴാണ് അവളുടെ കിടപ്പ് കണ്ടത്. വായ അല്പം തുറന്ന്, നിലത്തു ചെരിഞ്ഞു കിടക്കുന്നു. തല തിരിഞ്ഞു വീണതായിരിക്കുമെന്നു വിചാരിച്ചു. പക്ഷേ, ഹോസ്പിറ്റലിൽവച്ചു ഡോക്ടർ പറഞ്ഞു: "ഹൃദയസ്തംഭനമാണ്. മരിച്ചിട്ട് ഒന്നര മണിക്കൂറായി."

പല വികാരങ്ങൾ. അവളോട് അകാരണമായി ഒരു ദേഷ്യം. അവൾ ഇങ്ങനെ താക്കീതുകളൊന്നും കൂടാതെ, എല്ലാ ചുമതലകളും തന്റെ തലയിൽ വച്ചുകൊണ്ട്, പോയല്ലോ!

ഇനി ആരാണ് കുട്ടികളെ കുളിപ്പിക്കുക? ആരാണ് അവർക്കു പലഹാരങ്ങൾ ഉണ്ടാക്കിക്കൊടുക്കുക? ആരാണ് ദീനം പിടിപെടുമ്പോൾ അവരെ ശുശ്രൂഷിക്കുക?

'എന്റെ ഭാര്യ മരിച്ചു.' അയാൾ തന്നത്താൻ മന്ത്രിച്ചു: 'എന്റെ ഭാര്യ ഇന്നു പെട്ടെന്നു ഹൃദയസ്തഭനം മൂലം മരിച്ചതുകൊണ്ട് എനിക്കു രണ്ടു ദിവസത്തെ ലീവുവേണം.'

എത്ര നല്ല ഒരു 'ലീവ് അഭ്യർത്ഥന'യായിരിക്കും അത്! ഭാര്യക്ക് സുഖക്കേടാണെന്നല്ല. ഭാര്യ മരിച്ചുവെന്ന്. മേലുദ്യോഗസ്ഥൻ ഒരുപക്ഷേ, തന്നെ മുറിയിലേക്ക് വിളിച്ചേക്കാം. 'ഞാൻ വളരെ വ്യസനിക്കുന്നു,' അയാൾ പറയും. ഹഹ! അയാളുടെ വ്യസനം! അയാൾ അവളെ അറിയില്ല. അവളുടെ അറ്റം ചുരുണ്ട തലമുടിയും ക്ഷീണിച്ച പുഞ്ചിരിയും മെല്ലെമെല്ലെയുള്ള നടത്തവും ഒന്നും അയാൾക്കറിയില്ല. അതെല്ലാം തന്റെ നഷ്ടങ്ങളാണ്....

വാതിൽ തുറന്നപ്പോൾ ചെറിയ മകൻ കിടപ്പറയിൽനിന്ന് ഓടി വന്നു പറഞ്ഞു: "അമ്മ വന്നിട്ടില്യ."

അവർ ഇത്രവേഗം ഇതെല്ലാം മറന്നുവെന്നോ? ടാക്സിയിലേക്ക് കേറ്റി വച്ച ആ ശരീരം തനിച്ചു മടങ്ങിവരുമെന്ന് അവൻ വിചാരിച്ചുവോ?

അയാൾ അവന്റെ കൈപിടിച്ചുകൊണ്ട് അടുക്കളയിലേക്കു നടന്നു.

"ഉണ്ണീ!" അയാൾ വിളിച്ചു.

"എന്താ അച്ഛാ?"

ഉണ്ണി കട്ടിലിന്മേൽനിന്ന് എഴുന്നേറ്റ് വന്നു.

"ബാലൻ ഒറങ്ങി."

"ഉം, നിങ്ങളൊക്കെ വല്ലതും കഴിച്ചോ?"

"ഇല്യ."

അയാൾ അടുക്കളയിൽ തിണ്ണയിന്മേൽ അടുക്കിവച്ചിരുന്ന പാത്രങ്ങളുടെ തട്ടുകൾ നീക്കി പരിശോധിച്ചു. അവൾ തയ്യാറാക്കിവച്ചിരുന്ന ഭക്ഷണം - ചപ്പാത്തി, ചോറ്, ഉരുളക്കിഴങ്ങുകൂട്ടാൻ, ഉപ്പേരി, തൈര്, ഒരു സ്ഫടികപ്പാത്രത്തിൽ കുട്ടികൾക്കുവേണ്ടി ഇടയ്ക്കിടയ്ക്ക് ഉണ്ടാക്കാറുള്ള നെയ്പ്പായസവും.

മരണത്തിന്റെ സ്പർശം തട്ടിയ ഭക്ഷണസാധനങ്ങൾ! വേണ്ട, അതൊന്നും ഭക്ഷിച്ചുകൂടാ.

"ഞാൻ കുറച്ച് ഉപ്പുമാവ് ഉണ്ടാക്കിത്തരാം. ഇതൊക്കെ തണുത്തിരിക്കുന്നു." അയാൾ പറഞ്ഞു.

"അച്ഛാ!"

ഉണ്ണി വിളിച്ചു.

"ഉം."

"അമ്മ എപ്പഴാ വര്വാ? അമ്മയ്ക്ക് മാറീല്യേ?"

സത്യത്തിന് ഒരു ദിവസം കാക്കുവാനുള്ള ക്ഷമയുണ്ടാവട്ടെ - അയാൾ വിചാരിച്ചു. ഇപ്പോൾ ഈ രാത്രിയിൽ കുട്ടിയെ വ്യസനിപ്പിച്ചിട്ടെന്താണു കിട്ടാനുള്ളത്?

"അമ്മ വരും." അയാൾ പറഞ്ഞു.

അയാൾ കിണ്ണങ്ങൾ കഴുകി നിലത്തുവച്ചു. രണ്ടു കിണ്ണങ്ങൾ.

"ബാലനെ വിളിക്കേണ്ട. ഒറങ്ങിക്കോട്ടെ." അയാൾ പറഞ്ഞു.

"അച്ഛാ, നെയ്പ്പായസം." രാജൻ പറഞ്ഞു. ആ പാത്രത്തിൽ തന്റെ ചൂണ്ടാണിവിരൽ താഴ്ത്തി.

അയാൾ തന്റെ ഭാര്യയിരിക്കാറുള്ള പലകമേൽ ഇരുന്നു.

"ഉണ്ണി വെളമ്പിക്കൊടുക്കോ? അച്ഛനു വയ്യ, തല വേദനിക്കുന്നു."

അവർ കഴിക്കട്ടെ. ഇനി ഒരിക്കലും അവളുണ്ടാക്കിയ ആഹാരം അവർക്കു കിട്ടുകയില്ലല്ലോ.

കുട്ടികൾ പായസം കഴിച്ചുതുടങ്ങി. അയാൾ അതു നോക്കിക്കൊണ്ട് നിശ്ചലനായി ഇരുന്നു. കുറേ നിമിഷങ്ങൾക്കുശേഷം അയാൾ ചോദിച്ചു

"ചോറു വേണ്ടേ ഉണ്ണീ?"

"വേണ്ട, പായസം മതി. നല്ല സ്വാദ്ണ്ട്."

ഉണ്ണി പറഞ്ഞു.

രാജൻ ചിരിച്ചുകൊണ്ട് പറഞ്ഞു: "ശെരിയാ... അമ്മ അസ്സല് നെയ്പ്പായസമാ ഉണ്ടാക്ക്യേത്..."

തന്റെ കണ്ണുനീർ കുട്ടികളിൽനിന്നു മറച്ചുവയ്ക്കുവാൻവേണ്ടി അയാൾ പെട്ടെന്ന് എഴുന്നേറ്റു കുളിമുറിയിലേക്കു നടന്നു.

മുരുകൻ എന്ന പാമ്പാട്ടി

എം പി നാരായണപിള്ള

ഇന്നലെ പെരുവഴിയിൽവെച്ചു കണ്ടപ്പോൾ മുരുകൻ എന്നെ തിരിച്ചറിഞ്ഞില്ല. തുടുത്ത കവിളുകളും കറുത്ത കണ്ണടയും ഞങ്ങൾ വേർപിരിഞ്ഞതിനുശേഷമുള്ള എന്റെ സമ്പാദ്യമായിരുന്നു. മുരുകന്റെ സമ്പാദ്യം ഏഴു സർപ്പങ്ങളും. പക്ഷേ, ഞാൻ മുരുകനെ തിരിച്ചറിഞ്ഞു. മുഖത്തിന്റെ പകുതിഭാഗവും മറയ്ക്കുന്ന ആ പച്ചമറുകും പച്ചകുത്തിയ കൈത്തണ്ടയും എനിക്കു മറക്കാൻ വയ്യ. ഞങ്ങൾക്കിടയിൽ കണ്ണടയും സർപ്പങ്ങളുമുണ്ട്. ഞാനാരാണെന്ന് മുരുകനറിയില്ല. ഞാനറിയിക്കുകയുമില്ല.

കറുത്ത കണ്ണടയുടെ പിന്നിലുള്ള കണ്ണുകൾക്കെല്ലാം കാണാൻ സാധിക്കുന്നു. മുരുകനേയും മുരുകന്റെ സമ്പാദ്യമായ സർപ്പങ്ങളേയും അവയെ മയക്കുന്ന മന്ത്രക്കുഴലും അതിന്റെ പുറത്ത് പച്ചകുത്തുന്ന മഷി കൊണ്ടു വരച്ചിരിക്കുന്ന ആ അടയാളവും.

ആ അടയാളമാണ് ഇന്നലെയും എന്നെ ഭയപ്പെടുത്തിയത്.

ഇണചേർന്നു കിടക്കുന്ന രണ്ടു ത്രികോണങ്ങൾ കമണ്ഡലത്തിന്റെ പുറത്തെ സുദർശനചക്രത്തിന്റെ നിഴലുപോലെ മന്ത്രക്കുഴലിന്റെ ചുരയ്ക്കയുടെ പുറത്ത് അമർന്നുകിടക്കുന്നു. പച്ചനിറത്തിലുള്ള നിഴൽ.

പൈതഗോറാസ് മുതൽ ഞാൻവരെയുള്ള മനുഷ്യന്റെ ഗണിതശാസ്ത്രത്തിന്റെ പ്രതീകമാണത്.

ഇണചേർന്നു കിടക്കുന്ന ത്രികോണങ്ങൾ. സർഗ്ഗപ്രക്രിയയിലേർപ്പെട്ടിരിക്കുന്ന രേഖകൾ.

ഒരു സ്വർണ്ണത്തകിടിൽ പോറിയിട്ടിരിക്കുന്ന രേഖകളിലാണ് ഞാനിതാദ്യം കണ്ടെത്തിയത്. ഒന്നിനോടൊന്നു തൊട്ടു ഉള്ളിലേക്കു ചുരുങ്ങിച്ചുരുങ്ങിപ്പോകുന്ന ജീവനുള്ള ത്രികോണങ്ങൾ. അവയുടെ മാസ്മരശക്തിക്കു കീഴടങ്ങി അന്ന് തൊഴുകൈയോടെ പകച്ചുനിന്നിട്ടുണ്ട്.

അർച്ചന ചെയ്ത ചെമ്പരത്തിപ്പൂക്കളുടെ നടുക്ക് സ്വർണ്ണക്കണ്ണാടിയിൽ പ്രതിഫലിക്കുന്ന ത്രികോണങ്ങളിൽ മിന്നിമായുന്ന നെയ്‌വെളിച്ചം. നിവേദിക്കാൻവെച്ച പൊരിച്ച മുട്ടയുടെയും ചാരായത്തിന്റെയും ജ്വലിക്കുന്ന ഗന്ധം. ചുമരിൽ വീഴുന്ന സചേതനമായ നിഴൽ. ശംഖുവിളി കേട്ടെത്തുന്ന സന്ധ്യകൾ.

അപ്പോൾ സജീവമായ മറ്റൊരു മാസ്മരശക്തിക്ക് കീഴടങ്ങി വാൾമുനയിൽ കിടന്നുറങ്ങുകയായിരിക്കും മുരുകൻ. കുട്ടപ്പച്ചെട്ടിയാരെന്ന മാജിക്കുകാരന്റെ ശിങ്കിടിയായിരുന്നു മുരുകൻ.

മാജിക് കാണിക്കാനാണ് കുഷ്ഠരോഗിയായ കുട്ടപ്പച്ചെട്ടിയാർ പാണ്ടിനാട്ടിൽനിന്ന് എന്റെ ഗ്രാമത്തിലെത്തിയത്. അന്യം നിന്നുപോയ കരയോഗമന്ദിരത്തിൽ കുഴിയാനകളുടെയും ചെവിപ്പാമ്പുകളുടെയും ഇടയ്ക്ക് കുട്ടപ്പച്ചെട്ടിയാര് താമസിച്ചുപോന്നു. എന്നും വൈകിട്ട് ഊരു ചുറ്റൽ കഴിഞ്ഞവിടെ കിടക്കാൻ വരും. പുലർച്ചയ്ക്കെഴുന്നേറ്റുപോകും.

ഊരുചുറ്റാൻ പോകാത്ത ദിവസങ്ങളിൽ പാലോത്തമ്മയുടെ പീടികയുടെ മുന്നിൽ നേരം വെളുക്കുമ്പോൾ സഞ്ചികളും ചെപ്പുകളുമായി വന്നിരിക്കും. കുഷ്ഠം ദ്രവിപ്പിച്ചുകളഞ്ഞ വിരൽത്തുമ്പുകളിൽ പഴന്തുണി ചുറ്റി കൈയടക്കുകൾ കാണിക്കും. തൊണ്ടയിൽനിന്ന് തമിഴും തുപ്പലും പുറത്തേക്കു തെറിക്കും.

പന്തിന്റെയും ചെപ്പിന്റെയും വേല കഴിഞ്ഞാൽപ്പിന്നെ മുരുകനെപ്പിടിക്കും. ഞൊടിക്കിടയിൽ കുട്ടപ്പച്ചെട്ടിയാർ ഒരതികായനായിത്തീരും. കണ്ണുകളിൽ കുഷ്ഠത്തിന്റെ ചുമപ്പ് മാസ്മരശക്തിയുടെ തീയായി മാറുന്നു. സ്പർശനമറിയാനാവാത്ത വിരൽത്തുമ്പുകളിൽ മരിച്ച ചോര പൊടിയും, പഴന്തുണിക്കെട്ടു നനയ്ക്കും. മാസ്മരികന്റെ കൈപ്പത്തികൾ അവനു ചുറ്റും ഒരു മാന്ത്രിക വലയം നിർമ്മിക്കുന്നു. മുരുകൻ പിറകോട്ട് ചായുന്നു.

രണ്ടുമൂന്നു പ്രയോഗങ്ങൾ അവനെയൊരു വിറകുകമ്പുപോലെ കട്ടിയാക്കുന്നു. പഞ്ഞിപോലെ ലഘുവാക്കുന്നു. നിലത്തു തറച്ചിട്ട വാളിന്റെ മുനയിൽ ശിരസ്സുമാത്രം താങ്ങി അവനെ കിടത്തുന്നു.

പിന്നെ ചോദ്യങ്ങളാണ്!

എന്റെ കൈയിൽനിന്ന് കുട്ടപ്പച്ചെട്ടിയാർ ഒരു രണ്ടണത്തുട്ടു വാങ്ങി അതിലെഴുതിയിരുന്ന ഇംഗ്ലീഷ് എന്താണെന്ന് മുരുകനോടു ചോദിച്ചു. ആ ഉറക്കത്തിലും മുരുകൻ മറുപടി പറഞ്ഞു:

1939 ജോർജ് ആറാമൻ.

കുട്ടപ്പച്ചെട്ടിയാർ ആ നാണയം തിരിച്ചുതന്നപ്പോൾ ഞാനയാളുടെ വിരൽത്തുമ്പുകളിൽ നോക്കി. പഴന്തുണിപ്പൊതികളിൽ.

നനവു മുറ്റിനിന്ന നാണയം ഞാൻ നിലത്തിട്ട് ചവുട്ടിത്തുടച്ചു. തേരകത്തിന്റിലകൊണ്ടു തേച്ചുമിനുക്കി. എന്റെ വിരലുകൾ ഇഞ്ചയുരച്ചു കഴുകി. എന്നാലും..

ഒരു ഹിപ്നോട്ടിക് സജഷനിലൂടെ കുഷ്ഠം എന്റെ മനസ്സിലേക്കു കടന്നുവന്നു.

എനിക്ക് കുഷ്ഠരോഗികളെ വെറുപ്പാണ്. അവരെക്കാണുന്നതും അവരെപ്പറ്റി സംസാരിക്കുന്നതും.

പാലോത്തമ്മയുടെ പീടികയുടെ മുന്നിലെ പ്രദർശനം അവസാനിക്കുമ്പോൾ കുട്ടപ്പച്ചെട്ടിയാർ പൊലിവിന് തുണിവിരിക്കാറില്ല. തോൽക്കച്ചവടക്കാരായ മാപ്പിളമാരാരെങ്കിലും ഒരു ചായ വാങ്ങിക്കൊടുക്കും. കുറച്ചുനേരം അവിടെ തമിഴ് പറഞ്ഞുകൊണ്ട് നില്ക്കും. പിന്നെ ഭാണ്ഡക്കെട്ടുമായി കരയോഗമന്ദിരത്തിലേക്കു തിരിച്ചുപോകും.

നാട്ടിൽ തമിഴറിയാവുന്ന രണ്ടുപേരാണുള്ളത്. ഒന്ന് ദേവികുളത്ത് പപ്പടം വില്ക്കാൻ പോകുന്ന പണ്ടാരൻ. മറ്റേയാൾ, മഞ്ഞ മുണ്ടുടുത്തു നടക്കുന്ന മയിൽവാഹനം. മയിൽ വാഹനം വിദുരനഗറിൽ ഒരു ബ്രാഹ്മണാൾ ഹോട്ടലിൽ ജോലി ചെയ്യുന്നു. പണ്ടാരൻ കുട്ടപ്പച്ചെട്ടിയാരുടെ ശത്രുവാണ്. മയിൽവാഹനം ചെട്ടിയാരെ അടുപ്പിക്കില്ല.

കുട്ടപ്പച്ചെട്ടിയാരുടെ ഉച്ചവെയിലിലെ നിഴലായിരുന്നു മുരുകൻ. ചെവിപ്പാമ്പുകളുടെ കൊട്ടാരത്തിൽനിന്ന് അവൻ വെളിയിലിറങ്ങാറില്ല. ഇരുട്ടാൻ തുടങ്ങുമ്പോൾ കാനാറപ്പാടത്തൂടെ തനിച്ചോടുന്നതു കാണാം. തിരിച്ചു കഞ്ചാവുമായി അതുപോലൊരോട്ടമുണ്ട്. കാനാറപ്പാടത്തിനക്കരെ താമസിക്കുന്ന നായ്ക്കന്മാർ കഞ്ചാവുവച്ച ബീഡിയുമുണ്ടാക്കിയിരുന്നു. അണയ്ക്കു രണ്ട്.

തുകലുകൊണ്ടുള്ള ഉറയ്ക്കകത്താണു വാളിടുന്നത്. ആ ഉറയിൽ ഇണചേർന്നു കിടക്കുന്ന ത്രികോണങ്ങൾ കൊത്തിവച്ചിട്ടുണ്ട്. കലമാന്റെ കൊമ്പുകൊണ്ടുണ്ടാക്കിയ വാൾപ്പിടിയിലും.

കരയോഗമന്ദിരത്തിന്റെ മുഖപ്പിൽ ഒരു കണ്ണാടിയുണ്ട്. അതിന്റെ താഴെ കൊല്ലവർഷം ഒരു നൂറ്റിപ്പതിനഞ്ചു വൃശ്ചികം എട്ടാം തീയതിയെന്ന് എഴുതിയിരുന്നു. ആ കണ്ണാടിയിൽ സൂക്ഷിച്ചുനോക്കിയാൽ ചെട്ടിയാരുടെ പ്രതീകം കാണാം. ഇണചേരുന്ന ത്രികോണങ്ങൾ.

കുട്ടപ്പച്ചെട്ടിയാർ മാജിക്കു കാണിക്കുമ്പോഴും നിലത്ത് മഞ്ഞൾപ്പൊടിയിൽ ഈ ചിത്രം വരച്ചിടാറുണ്ട്. മാപ്പിളമാർ അതിനെ ഭയത്തോടെയാണ് നോക്കുക. ചിലപ്പോൾ കണ്ണുകാട്ടിപ്പോകുമെന്ന ഭയം തോന്നിയാൽ, തിരിഞ്ഞുനിന്ന് കുരിശുവരയ്ക്കും. പൊന്നിൻകുരിശുമലമുത്തപ്പന് നേർച്ച നേരും.

കഴിഞ്ഞ വേനലിന് ആ ചിത്രം ഞാൻ വീണ്ടും കണ്ടു. ചിദംബരത്തു വച്ചാണ് പകൽമാത്രം തുറന്നിരിക്കുന്ന രഹസ്യമായി നടത്തുന്ന, വേശ്യാലയങ്ങളുടെ മുന്നിൽ, ചാണകം മെഴുകിയ പടിപ്പുരകളിൽ അരിമാവു കൊണ്ടു വരച്ചിട്ടിരിക്കുന്നു.

നപുംസകങ്ങളുടെ നിതംബങ്ങളിൽ അത് പച്ചകുത്തിവച്ചിരി

ക്കുന്നതും കണ്ടിട്ടുണ്ട്.

കുഴിയാനകളെയും ചെവിപ്പാമ്പുകളെയും കൊണ്ടു മഞ്ഞൾപ്പൊടിയിൽവരച്ച ഒരു ഷഡ്കോണത്തിന്റെ പുറത്തായിരുന്നു കുട്ടപ്പച്ചെട്ടിയാരുടെ അന്ത്യം. മുരുകന് കരയാനറിഞ്ഞുകൂടാ. കരയോഗമന്ദിരത്തിന്റെ പടിക്കൽ അലറിക്കൊണ്ടുനിന്നു. വഴിപോക്കർ അകത്തു കടന്നുനോക്കി. ചോര ഷഡ്കോണം മായ്ച്ചുകളയാൻ ശ്രമിക്കുന്നു. മുരുകനെ മുറിക്കാനുള്ള വാള് മാറിൽ കുത്തിക്കയറ്റി കുട്ടപ്പച്ചെട്ടിയാർ ഉയിരെടുത്തു. മുരുകനെ മയക്കിയ മാസ്മരശക്തിക്കു സ്വയം കീഴടക്കി.

എടത്തിതൃക്കയുടെ പടിഞ്ഞാറുവശത്തുള്ള കുന്നിലേക്ക് കുട്ടപ്പച്ചെട്ടിയാരുടെ ശരീരം ഒരു തഴപ്പായിൽ പൊതിഞ്ഞ് കുടിച്ചു മറിഞ്ഞ പറയന്മാർ കയറ്റിക്കൊണ്ടുപോയി. പറയന്മാരുടെ ചിതലുപോലുള്ള നായ്ക്കൾ മണത്തുമണത്തതിനെ പിന്തുടർന്നു.

അന്നു സന്ധ്യക്ക് കരയോഗമന്ദിരത്തിന്റെ മുമ്പിൽ മുരുകൻ കിടന്നുറങ്ങി. മാപ്പിളമാർ കൺകെട്ടിന്റെ രഹസ്യമറിയാൻ കുട്ടപ്പച്ചെട്ടിയാരുടെ ഭൗതികാവശിഷ്ടങ്ങൾ ചികഞ്ഞുനോക്കി. മയിൽവാഹനം താളിയോലഗ്രന്ഥങ്ങളന്വേഷിച്ചു. പണ്ടാരൻ വാളെടുത്തുകൊണ്ടുപോയി. നനവുമുറ്റിനിന്ന തുണിക്കെട്ടുകൾ മാത്രം ആർക്കും വേണ്ടാതെ കിടന്നു. അതൊക്കെ ചിതലുതിന്നു. അവ മണ്ണിലേക്കു തിരിച്ചുപോയി.

മുരുകൻ പിന്നെയും ചുറ്റിപ്പറ്റിനിന്നു. കടത്തിണ്ണയിലും ആറ്റുവക്കത്തുമിരുന്ന് ഉറക്കം തൂങ്ങും. ചിലപ്പോൾ ബോധക്കേടു വരും.

പുലയരുടെ വൈദ്യർ അതിനെ ചുയലി എന്നു വിളിക്കും. കാനാറപ്പാടത്തിനക്കരെത്താമസിക്കുന്ന എലിയെത്തിന്നുന്ന നായ്ക്കന്മാർ അക്കാരണം കൊണ്ടവനെ ഇറക്കിവിട്ടു. നായ്ക്കന്മാരുടെ വേട്ടപ്പട്ടികൾ അവനെ ഓടിച്ചു പാടം കടത്തിവിട്ടു.

ചത്തിട്ട് പത്തു തികയുന്നതിനുമുമ്പ് കുട്ടപ്പച്ചെട്ടിയാരുടെ പ്രേതം പുറത്തുവന്ന് രാത്രി ഇടത്തിതൃക്കയിൽനിന്ന് ഒരു മണിയടി കേൾക്കും. വിട്ടുവിട്ടുള്ള മണിയടി. കൊയ്തു കഴിഞ്ഞ കാനാറപ്പാടത്തെ നിലാവിലൂടെ കരയോഗമന്ദിരത്തിലേക്കു നീങ്ങും. വെളുപ്പാൻകാലത്ത് അതുപോലെ തിരിച്ചുപോകും. അവസാനത്തെ ബസിന് തൊടുപുഴയിൽനിന്ന് തോൽക്കച്ചവടം കഴിഞ്ഞ് മടങ്ങിവരുന്ന മാപ്പിളമാരും ഏഴു വെളുപ്പിനു കന്നു പൂട്ടാൻ പോകുന്ന പുലയരും കൂടി ആലോചിച്ചു. അവരാണീ മണിയടി കേട്ടവർ.

ചാത്തന്നൂരിൽനിന്ന് ചുട്ട കോഴിയെ പറപ്പിക്കുന്ന ഒരു മന്ത്രവാദി വന്നു. തുടങ്ങിയത്ര ദണ്ഡനത്തിലാണ്. മുരുകനെ ദണ്ഡിച്ചു. അടുത്തിരുന്ന ഗണകൻ പ്രശ്നംവെച്ചു പറഞ്ഞു- ദണ്ഡനം പോരെന്ന്. അപ്പോൾ മുരുകനെ മോചിപ്പിച്ചു. പകരം ഒരു കോഴിയെപ്പിടിച്ചു. വാൾമുനകൊണ്ടതിനെ കുത്തിക്കീറി. അങ്ങനെ കുട്ടപ്പച്ചെട്ടിയാരുടെ പ്രേതവും കീഴടങ്ങി.

മറ്റൊരാളുടെ മാസ്മരശക്തിക്ക് ഉണങ്ങിയ കാഞ്ഞിരപ്പലകയിൽ തറഞ്ഞു കിടന്നു.

പിറ്റേന്നുകാലത്ത് മുരുകൻ റോഡുവക്കത്തൊരു തെറ്റാലിയുമായി വന്നു. ബസു കാത്തുനിന്ന മാപ്പിളമാരിലൊരാൾ ഒരു പാത്രം ചായ വാങ്ങിക്കൊടുത്തു.

ഉച്ചതിരിഞ്ഞപ്പോൾ മുരുകൻ അമ്പലപ്പറമ്പിലെത്തി. ഞങ്ങൾ ഇലപ്പന്തുകൊണ്ട് അവനെ എറിഞ്ഞുവീഴ്ത്തി. നീറിന്റെ ഒരു കൂട് അവന്റെ പുറത്തു കുടഞ്ഞിട്ടു. പുളഞ്ഞുകൊണ്ടവനോടി. പിന്നെ കളിക്കാൻ വന്നിട്ടില്ല.

കാനാറപ്പാടം അടിച്ചുവിതയ്ക്കാൻ ഉഴുതിട്ടിരിക്കുന്ന കാലം. തോട്ടിൽ ചാടാൻ പോയപ്പോൾ ഞങ്ങളവനെ വീണ്ടും കണ്ടു. ശീലക്കുടയും ചൂടി വടിയും പിടിച്ച് മണവാളനെപ്പോലെ നില്ക്കുന്നു. ഞങ്ങളവനോടു മിണ്ടിയില്ല. പിന്നീട് പാടത്തു വെള്ളം കയറുമ്പോൾ കോരുളമുതലാളിയുടെ താറാവുകളുടെ കൂടെ മുരുകനും വന്നു. വെള്ളമിറങ്ങിയപ്പോൾ താറാവുകളുടെ കൂടെ തിരിച്ചുപോയി.

വേനൽ ആർത്തലച്ചു വന്നു. കാനാറപ്പാടം ഒരു മരുഭൂമിപോലെ വരണ്ടു. കൈത്തോടും പൊട്ടക്കുളവും ഉണങ്ങി. കോരുളമുതലാളിയുടെ താറാവു ബിസിനസ് പൊട്ടി. മുരുകൻ തന്റേതല്ലാത്ത നാട്ടിലേക്കു മടങ്ങി.

മുരുകനെ പരിചയമാകുന്നതന്നാണ്.

അവൻ കാളനോട്ടക്കാരനായി. രാത്രി തൊഴുത്തിന്റിറയത്ത് കിടന്നുറങ്ങും. പകലൊക്കെ പുളിക്കമ്പറമ്പിൽ കാളകളെ തീറ്റും. മദ്ധ്യ വേനലവധി. ഉച്ചതിരിയുമ്പോൾ ഒരു ബീഡി കത്തിക്കാൻ ഞാൻ പുളിക്കപ്പറമ്പിലെത്തും. ഏതെങ്കിലും ഒരു കശുമാവിന്റെ കൊമ്പിൽ കയറിയിരുന്ന് രണ്ടു പുകവലിക്കുമ്പോഴേക്കും താഴെ മുരുകന്റെ തമിഴ് കേൾക്കാം. ഞാൻ കുറ്റി താഴോട്ടിട്ടുകൊടുക്കും. അതു വലിച്ചുകൊണ്ട് മുരുകൻ മാടക്കാളയുടെ പുറത്തുകയറി തിരിച്ചുപോകും.

അങ്ങനെ ഞങ്ങൾ സുഹൃത്തുക്കളായി.

എന്നും ഞാനെത്തുമ്പോഴേക്കും മുരുകനൊരു പാമ്പിനെ പകുതി കൊന്നുവച്ചിരിക്കും. വാലു മാത്രം ആകാശത്തിട്ടു തല്ലിക്കൊണ്ടു പാമ്പു ചത്തുകിടക്കും. എനിക്ക് പാമ്പുകളെ പേടിയായിരുന്നു. ജീവൻ ബാക്കി നില്ക്കുന്ന വാലിൽ മുരുകൻ തൊടും. ആ വിരലുകൊണ്ടെന്നെ തൊടാൻ നോക്കും. വിഷമില്ലാത്ത പാമ്പുകളെ വാലിൽ പിടിച്ചു വലിക്കും. ചേരയെ കൊല്ലില്ല. ചേരയുടെ വാലിൽ പിടിച്ചു വലിച്ചാൽ അതു പിറകോട്ടു തിരിയും. ചീറ്റും. രണ്ടു നാക്കുകൾ നീട്ടും. മുരുകൻ വെട്ടിമാറും.

ഒരു ദിവസം മുരുകൻ എന്നോടു പറഞ്ഞു. കാളയ്ക്കു തീറ്റവയ്ക്കുന്ന കുട്ടയ്ക്കകത്ത് ഒരു പാമ്പുണ്ടെന്ന്. ഞാൻ ചെന്നുനോക്കി. ഒരു മടിശ്ശീലയ്ക്കകത്തതിന്റെ തല പൊതിഞ്ഞുവെച്ചിരിക്കുന്നു. മുരുകൻ എന്നോട

തിനെ തൊടാൻ പറഞ്ഞു. ഞാൻ വിസമ്മതിച്ചു. അപ്പോൾ എന്റെ പുറകിൽ വന്ന് അവനെന്നെ വട്ടംപിടിച്ചു. ഞാൻ കുതറിയപ്പോൾ എന്നെ അമർത്തി ഞെക്കി. കുട്ടയ്ക്കകത്ത് പാമ്പ് വട്ടം ചുറ്റി ഇഴഞ്ഞു. മാളം തേടി ഉണർന്നു.

പാമ്പുകളുടെ പുറത്തെ മിനുപ്പ് നിങ്ങൾ തൊട്ടുനോക്കിയിട്ടുണ്ടോ? എനിക്കതു കാണുമ്പോൾ അറപ്പാണ് തോന്നുക. കുട്ടപ്പച്ചെട്ടിയാരുടെ ഓരോ വിരലും ഓരോ സർപ്പമായിരുന്നു. അതേ മിനുപ്പ്. ദ്രവിച്ചില്ലാതാകുന്ന നിർജ്ജീവമായ സർപ്പങ്ങൾ.

ഓരോ ദിവസവും അന്നുവരെ ചെയ്യാതിരുന്ന എന്തെങ്കിലുമൊന്ന് എന്നെക്കൊണ്ട് മുരുകൻ ചെയ്യിക്കും. പാമ്പുകളുടെ വാലിൽ പിടിച്ച് വലിക്കാനും തല സഞ്ചിക്കകത്തു കയറ്റാനും എനിക്കറപ്പില്ലാതായി. തല സഞ്ചിക്കകത്താക്കിയിട്ട് വാലിൽ ടപ്പ് ടപ്പ് എന്നു രണ്ടുമൂന്നു തവണ മുട്ടും. അവൻ വലിഞ്ഞകത്തേക്കു കയറും. ഉടനെ അടച്ചു മടിശ്ശീല കെട്ടാം.

മടിശ്ശീലയുടെ അകത്ത് ചിലപ്പോൾ പാമ്പുയരാൻ ശ്രമിക്കും ചിലപ്പോൾ വില്ലുപോലെ വളയും. ഞാൻ പിൻവാങ്ങും.

ദിവസവും ഞാൻ പരാജയപ്പെടുകയായിരുന്നു. ആ പരാജയബോധം, അപകർഷബോധം ഇന്നുമെനിക്കു വിട്ടുമാറിയിട്ടില്ല. പാമ്പുകൾക്കും കറുത്ത കണ്ണടകൾക്കും അതിനെ കീഴടക്കാനാവില്ല.

അതിന്റെ ഓർമ്മകളിൽനിന്ന് രക്ഷ നേടാനാണ് ഞാനീ നടപ്പൊക്കെ നടന്നത്. ആദ്യനഖക്ഷതങ്ങൾപോലെ അവയെന്നെ പിന്തുടരുന്നു.

ആ മാസ്കരശക്തിയിൽനിന്ന് മോചനം മറ്റൊരു മാസ്മരശക്തിയായിരുന്നു.

കശുമാവിൻതോട്ടത്തിൽ മുരുകൻ രണ്ടുമൂന്നു സർപ്പങ്ങളെ സൂക്ഷിച്ചിരുന്നു, വെള്ളക്കുട്ടകളിൽ പഴന്തുണികൊണ്ടു പൊതിഞ്ഞ്, കാലത്തെ പെരുച്ചാഴികളെ പിടിച്ച് അവയ്ക്കു തിന്നാനിട്ടുകൊടുക്കും. ചിരട്ടയിൽ വെള്ളം കൊണ്ടുവന്ന് കുടിക്കാൻ കൊടുക്കും. വടികൊണ്ടു നിലത്ത് ടപ്പ് ടപ്പ് എന്ന് ശബ്ദമുണ്ടാക്കുമ്പോൾ അവർ ആ ശബ്ദം ശ്രദ്ധിച്ച് അനങ്ങാതെ കിടക്കും. ഈറ്റകൊണ്ടുണ്ടാക്കിയ കുഴലു വിളിക്കും.

അവ മുരുകന്റെ മാത്രമായിരുന്നില്ല.

ഞാനെന്റെ വിരലുകളിൽ പാൽക്കായം തേച്ചുകൊണ്ടാണ് അന്ന് നടന്നിരുന്നത്. സർപ്പദംശനമേല്ക്കാതിരിക്കാനുള്ള ഒറ്റമൂലിയായിരുന്നു.

ആ കച്ചവടം തകർന്നു.

ഒരുദിവസം മുരുകൻ മഞ്ഞൾപ്പൊടികൊണ്ടൊരു ഷഡ്കോണം വരച്ച് അതിൽ സർപ്പക്കൊട്ടകളെടുത്തുവച്ചു. അതിനടുത്തിരുന്ന് അവൻ ഉറക്കം തൂങ്ങി. എന്റെ മുന്നിൽവച്ച് ബോധംകെട്ടു. ഉണർന്നു. പെട്ടെന്ന് കുട്ടപ്പച്ചെട്ടിയാർ സംസാരിക്കാൻ തുടങ്ങി. തുപ്പൽ കലർന്ന തമിഴ്, ഞാനവന്റെ വിരലുകളിൽ നോക്കി. അവ മെലിഞ്ഞിരുന്നു. കറുത്തു വളഞ്ഞിരുന്നു.

പെട്ടെന്ന് അവന്റെ കൈത്തണ്ടയിൽ പച്ചക്കുത്തിയിരുന്ന രൂപം ഞാൻ കണ്ടു. ഇണചേർന്ന പച്ച ത്രികോണങ്ങൾ നന്മയുടെ പ്രതീകം. മെസ്മറിസത്തിന്റെ പ്രതീകം. സർപ്പങ്ങളുടെ പ്രതീകം. കുഷ്ഠത്തിന്റെ പ്രതീകം.

ഞാൻ സഹികെട്ടു വിളിച്ചു:

"മുരുകാ– മുരുകാ–"

മുരുകനും വിളിച്ചു: "മുരുകാ– മുരുകാ."

അവന്റെ കണ്ണുകളിൽ ചുവപ്പു വ്യാപിച്ചു. കൈ ആകാശത്തിലേക്കുയർത്തി. കഴുത്തിലെ ഞരമ്പുകൾ ത്രസിച്ചു. ചെവിക്കു കീഴെ രക്തം കട്ടകെട്ടി നിന്നു. ഒരു പൂവൻകോഴിയെപ്പോലെ അവൻ കൂവി.

"കാളീ–"

തുടർന്ന് തമിഴൊഴുകി.

ജ്വലിക്കുന്ന ചോരക്കണ്ണുകളോടെ അവനെന്നെ നോക്കി. അവന്റെ കൈകൾ എന്റെമേൽ ഉയർന്നു താണു. എണ്ണമയമുള്ള വിരലുകൾ എന്റെ ദേഹത്തു തൊടാതെ ഇക്കിളിയിട്ടു പോയി. കണ്ണു പുളിച്ചപ്പോൾ ഞാൻ ഇമകൾ ചിമ്മി. മുരുകൻ എന്നെ വിളിച്ചു.

"മുരുകാ– മുരുകാ!"

അവൻ പിറകോട്ടു നടന്നു. പിന്നെ മുന്നോട്ടു വന്നു. വായിൽ നുരയും പതയും നിറഞ്ഞു. വിരലുകൾ കോച്ചി വലിച്ചു. മഞ്ഞൾപ്പൊടികൊണ്ട് വരച്ച ത്രികോണത്തിനു മുകളിൽനിന്ന് അവൻ തുള്ളി.

എന്റെ തലയ്ക്ക് ഭാരം തോന്നിയപ്പോൾ ഞാൻ കരിയിലകളിൽ മലർന്നുകിടന്നു.

പല്ലുകൾ ഞെരിഞ്ഞ ശബ്ദമുണ്ടാക്കി.

കുട്ടപ്പച്ചെട്ടിയാരുടെ ശബ്ദം മുരുകന്റെ തൊണ്ടയിൽനിന്നു പുറത്തു വന്നു:

"കാളി– കാളി"

ഞാൻ കണ്ണുകളടച്ചു.

പെട്ടെന്ന് സ്വർണ്ണത്തകിടിൽ പോറിച്ചിട്ടിരിക്കുന്ന ത്രികോണങ്ങൾ എന്റെ മുന്നിൽ തെളിഞ്ഞു. ചാരായത്തിന്റെയും പൊരിച്ച മുട്ടയുടെയും ഗന്ധം നിറഞ്ഞു. ചെമ്പരത്തിപ്പൂവിൽ മുറ്റി നില്ക്കുന്ന ചാരായത്തിന്റെ മഞ്ഞുതുള്ളികൾ.

ഞാനെഴുന്നേറ്റുനിന്നു.

മുരുകനൊന്നും കാണുന്നില്ല.

ഞാനവനെ തൊഴിച്ചു. തൊഴിച്ചു വീഴ്ത്തി. കുട്ടകൾ തൊഴിച്ചു തെറിപ്പിച്ചു. മോചിതരായ പാമ്പുകൾ ഇല്ലത്തുറുവിലെ മാളങ്ങളിലേക്കു മടങ്ങിപ്പോയി. അവൻ ബോധം കെടുന്നതുവരെ ഞാനവനെ തൊഴിച്ചു. അവന്റെ പുറത്തു കയറിനിന്നു തുള്ളി. അവൻ മരിച്ചെന്നുറപ്പുവരുത്തിയിട്ടു തിരിച്ചുപോന്നു.

പിന്നീടൊരിക്കലും അവനെന്നെ കാണാൻ വന്നില്ല. പാലോത്തമ്മയുടെ പീടികയുടെ മുന്നിൽവച്ച് മാപ്പിളമാർ അവൻ പാമ്പുകളെത്തേടി നടന്നതും നാടുവിട്ടു പോയതും പറഞ്ഞു. അവരാണ് പറഞ്ഞത് മുരുകൻ പാമ്പാട്ടിയായെന്ന്. അവന്റെ കൈയിൽ കോഴിപ്പൂവിന്റെ പൂവുള്ള പാമ്പുകളുണ്ടെന്ന്. ആലുവാ ശിവരാത്രിക്കും മലയാറ്റൂർ പള്ളിയിൽ പെരുന്നാളിനും അവനെ കണ്ടവരുണ്ട്.

ഇന്നലെ മുരുകൻ കൊണ്ടുവന്ന ഇണചേരുന്ന ത്രികോണങ്ങൾ ഏഴു സർപ്പങ്ങളെ കീഴടക്കിയതാണ്. അവനും ആ ത്രികോണസംയോഗത്തിന്റെ അടിമയാണ്; ഞാനും.

പാമ്പുകളെ പിടിച്ച് മടിശ്ശീലയ്ക്കകത്ത് കയറ്റിയപ്പോൾ ഞാൻ അവന്റെ വിരലുകളിൽ നോക്കി. തുണിക്കെട്ടുകളില്ല. പക്ഷേ, അവ ഉണങ്ങി വരണ്ടിരുന്നു. ചുണ്ണാമ്പിൽ മുക്കിയതുപോലെ. അഗ്രങ്ങൾ വികൃതമായിരുന്നു.

അവ പൊയ്ക്കഴിഞ്ഞിട്ടും എനിക്കെന്റെ വിരലുകളിലേക്കു നോക്കാൻ വയ്യ. വയ്യ. വയ്യ...

കോട്ടയത്ത് എത്ര മത്തായി ഉണ്ട്?

ജോൺ എബ്രഹാം

മത്തായി അടിമാലിക്ക് പൊതുവേ ഉന്മേഷം തോന്നിയ ദിവസം തന്നെയാണ് പുതിയ ടെലിഫോൺ ഡയറക്ടറി കിട്ടിയത്.

സിംഗപ്പൂരിൽനിന്നു നാട്ടിൽ വന്ന് കോട്ടയത്ത് സ്ഥിരതാമസമാക്കി എത്രനാൾ കഴിഞ്ഞാണ് പള്ളിയിലെ സെക്രട്ടറിയായത്. അതിനുശേഷം എത്രനാൾ കഴിഞ്ഞാണ് ഈ ടെലിഫോൺ കിട്ടുന്നത്.

"ഈ നാട്ടിലെ ഇൻഎഫിഷ്യൻസി."

റിട്ടയർ ചെയ്തിട്ടും കുട്ടികളില്ലാത്ത അടിമാലി ദമ്പതികൾക്കു ടെലിഫോൺ അത്ര അത്യാവശ്യമായിരുന്നില്ല. പള്ളിയെ സംബന്ധിച്ച ചില ചുമതലകൾ ഒഴിച്ച് കൂടുതലായ സാമൂഹ്യബന്ധങ്ങളൊന്നും ഇവർക്കില്ലായിരുന്നു. സിംഗപ്പൂർ ജീവിതത്തിൽ അകന്നുപോയ കുറെ ഓവർസീസ് ബന്ധങ്ങൾ മാത്രമായിരുന്നു, യൗവനം മുതൽ ആരെയും അറിയിക്കാത്ത വാർദ്ധക്യം വരെ.

മത്തായി അടിമാലി ചിട്ടയായ ഒരു ജീവിതം നയിച്ചിരുന്ന ആളാണ്. വൈകുന്നേരം കൃത്യസമയത്തിനു ക്ലബ്ബിൽ പോകും. വൈസ് മെൻസ് ക്ലബ്ബിലെ അംഗമാണ്. ചീട്ടുകളിക്കാരിരിക്കുന്ന ഭാഗത്തേക്കു നോക്കുകയേയില്ല. ബില്ല്യാർഡ്സ് റൂമിന്റെ നിശ്ശബ്ദതയിൽ എപ്പോഴും മാത്യു ആന്റണിയുമായി സ്കൗർ കളിക്കും. ക്ലബ്ബിൽനിന്നു യാതൊന്നും കഴിക്കുകയില്ല. വീട്ടിൽ ചെന്നേ കാപ്പി കുടിക്കൂ. വീട്ടിലേക്കു പോകുന്ന വഴി എത്ര ലൈറ്റ് പോസ്റ്റുകളുണ്ടെന്ന് ദിവസവും കൃത്യമായി എണ്ണിത്തിട്ടപ്പെടുത്തും.

ഇംഗ്ലീഷ് പത്രം വായന, കാപ്പികുടി, കുളി, റേഡിയോ ന്യൂസ് എന്നിവയ്ക്കുശേഷം മത്തായി അടിമാലിയും ഭാര്യ അമ്മിണിയും പ്രാർത്ഥനയ്ക്ക് ഇരിക്കും. വേദവായനക്കാർഡ് അനുസരിച്ച് വേദപുസ്തകം

വായിക്കും. അതേക്കുറിച്ചുള്ള റഫറൻസ് കുറിപ്പുകളും വായിച്ചശേഷം മത്തായി അടിമാലി ദീർഘമായി ഇംഗ്ലീഷിൽ പ്രാർത്ഥിക്കും. കുറെനാളായി കോമായിൽ കിടക്കുന്ന അമ്മിണിയുടെ നിരണത്തെ കൊച്ചമ്മയെയും ആസന്നമായിരിക്കുന്ന ലോകമഹായുദ്ധത്തെയും ദുഃഖത്തിലും സങ്കടത്തിലും കഴിയുന്ന സകല ജീവജാലങ്ങളെയും കർത്താവിന്റെ തിരുസന്നിധിയിൽ ഭരമേല്പിക്കും.

ഊണുമേശയിലെ Dale Carnagi സംഭാഷണങ്ങളുടെ ഇടയിലൂടെ കഴിക്കുന്ന പാചക പുസ്തകരീതിയിൽ അമ്മിണി നിർമ്മിച്ച ചപ്പാത്തിയും കറിയും ദഹിക്കുന്നതുവരെ മുറ്റത്തുലാത്തും. രാത്രി പത്തുമണിവരെ ബി ബി സി പ്രോഗ്രാം കേൾക്കും. അതിനുശേഷം ജനനത്തിന്റെയും മരണത്തിന്റെയും കരച്ചിൽ കടക്കാത്ത ഫ്ളഷ് ഡോറുള്ള ബെഡ്റൂമിൽ കടന്നു വാതിലടച്ചു പ്രാർത്ഥിച്ചതിനുശേഷം ഉറങ്ങുന്ന ഭാര്യ അറിയാതെ അടുത്തുള്ള കട്ടിലിൽ കിടന്ന് ഉറക്കത്തിന്റെ ജപനേർച്ച കഴിക്കും.

ഇതായിരുന്നു മത്തായി അടിമാലിയുടെ വൈകുന്നേരത്തെ ജീവിതരീതി.

അതിരാവിലെ ഉണർന്നാലുടൻ മുടങ്ങാതെ രാവിലത്തെ പ്രാർത്ഥന കടിച്ചുപിടിച്ച് മലയാളത്തിൽ കഴിക്കും. ദീർഘകാലം ഇംഗ്ലീഷിലാണ് നന്നായി പ്രാർത്ഥിച്ചുകൊണ്ടിരുന്നതെങ്കിലും നാട്ടിൽ വന്നശേഷം ശരിക്കും പരിശ്രമഫലമായാണ് മലയാളത്തിലും നന്നായി പ്രാർത്ഥിക്കാൻ പഠിച്ചത്. ഇതിനെക്കുറിച്ച് പള്ളിയിലും പ്രാർത്ഥനായോഗങ്ങളിലും പലരും നല്ല അഭിപ്രായം പറഞ്ഞിട്ടുമുണ്ട്. പരിപൂർണ്ണ ദൈവവിശ്വാസവും ഇംഗ്ലീഷുകാരിൽനിന്നും ചൈനാക്കാരിൽനിന്നും പഠിച്ച പരിശ്രമശീലത്തെക്കുറിച്ചുള്ള മതിപ്പും ഉണ്ടായിരുന്നതിനാൽ അനാവശ്യമായി ധനസഹായവും മറ്റു സഹായങ്ങളും നല്കുന്ന പതിവ് കുറവായിരുന്നു. ഒരു നല്ല ക്രിസ്തീയ വിശ്വാസിയായിട്ടാണ് മത്തായി അടിമാലി ഇടവകയിൽ പൊതുവേ അറിയപ്പെട്ടിരുന്നത്. ഒരു നിർഗ്ഗുണനാണെന്നു പറയുന്ന ആളുകളും ഉണ്ടായിരുന്നു.

രാവിലത്തെ കാപ്പികുടിയും കഴിഞ്ഞ് വീടിന്റെ പടിക്കൽ പുതിയതായി സ്ഥാപിച്ച ടെലിഫോൺ പോസ്റ്റ് നോക്കി സന്തോഷിച്ചിരിക്കുമ്പോഴാണ് ടെലിഫോൺ ഡയറക്ടറി കൊണ്ടുവന്നത്. കൈയിൽ കിട്ടിയ ഉടൻ തന്നെ വേദപുസ്തകത്തിലെ സങ്കീർത്തനങ്ങളുടെ ഭാഗം എടുക്കുന്ന ലാഘവത്തോടെ മറിച്ചുകിട്ടിയത് J എന്ന അക്ഷരമാണ്. വേഗത്തിൽ മറ്റു രണ്ട് അക്ഷരങ്ങളുടെ താളുകൾ മറിച്ച് M ൽ വന്നു. തന്റെ പേരു ചേർത്തിട്ടുണ്ടോ എന്ന് ഉറപ്പുവരുത്തുവാൻവേണ്ടി M പേജുകൾ സാവധാനം മറിച്ച് മത്തായിയിൽ വന്നെത്തി. മത്തായിമാരുടെ ലിസ്റ്റിൽ ആദ്യത്തെ പേര് മത്തായി അടിമാലിയുടേതുതന്നെ - സന്തോഷം തോന്നി. അമ്മിണിയെ വിളിച്ചു ഡയറക്ടറി കിട്ടിയ വിവരമറിയിച്ചു. അമ്മിണി വന്ന് മുഷിപ്പില്ലാതെ ഡയറക്ടറി മറിച്ച് മത്തായി അടിമാലിയെ തെരഞ്ഞു.

ഉച്ചഭക്ഷണത്തിന്റെ സുഖത്തിൽ കസേരയിൽ ചാരിയിരുന്ന് അല്പം മയങ്ങി. ഉച്ചയുറക്കം സുഖകരമാണെന്നറിയാമായിരുന്നെങ്കിലും ആരോ

ഗ്യത്തിനു നല്ലതല്ലെന്ന ബോധമുണ്ടായിരുന്നതിനാൽ പകലുറക്കം പതിവായിരുന്നില്ല.

വിശദമായ പഠനത്തിനുശേഷം അമ്മിണി സ്വന്തം വണ്ണംപോലെ കോട്ടുവാ വിട്ട് ഡയറക്ടറി മേശപ്പുറത്തിട്ട് എഴുന്നേറ്റു പോകുന്ന ഒച്ച കേട്ടുകൊണ്ടാണ് മത്തായി അടിമാലി കണ്ണുതുറന്നത്. മേശപ്പുറത്തു കിടന്ന ഡയറക്ടറിയിലേക്ക് കുറെനേരം വെറുതെ നോക്കിയിരുന്നു.

ടെലിഫോൺ ഉള്ള എത്ര മത്തായിമാർ കോട്ടയത്തു കാണും? മത്തായി അടിമാലി ആലോചിച്ചു. അറിവിന്റെ ഗ്രന്ഥം അടുത്തുതന്നെയുള്ളതുകൊണ്ട് ഈ ആലോചനയിലും പിന്നീടു നടക്കാൻ പോകുന്ന കണ്ടുപിടുത്തത്തിലും ഒരു ചെറിയ സന്തോഷം തോന്നി. ഡയറക്ടറി കൈയിലെടുത്ത് സാവധാനം മത്തായിമാരുടെ മുകളിലൂടെ എണ്ണിനോക്കുന്നതിലുള്ള ആയുഷ്കാല പരിചയത്തിന്റെ വിരലുകളോടി.

ടെലിഫോണുള്ള 112 മത്തായിമാർ കോട്ടയത്തുണ്ട്.

ഈ പുതിയ അറിവിന്റെ ഉന്മേഷത്തിലാണ് മത്തായി അടിമാലി അന്നു വൈകുന്നേരത്തെ ജീവിതരീതിയിലേക്കു കടന്നത്.

ക്ലബ്ബിൽ കളിക്കാൻ വന്ന മത്തായി ആന്റണിയോടു ക്വിസ് രീതിയിൽ ഒരു ചോദ്യം ചോദിച്ചു:

“കോട്ടയത്തു ടെലിഫോണുള്ള എത്ര മത്തായി ഉണ്ട്?”

അല്പനേരത്തെ വിജയമൗനത്തിനുശേഷം മത്തായി അടിമാലി തന്നെ ഉത്തരം പറഞ്ഞു:

“112 പേരുണ്ട്. ഹൺട്രഡ് ആൻഡ് ട്വൽവ്.”

പുതിയ ടെലിഫോൺ കിട്ടിയതിന്റെ കിന്റർഗാർട്ടൻ അറിവിനെക്കുറിച്ച് മത്തായി ആന്റണി ആശ്ചര്യം പ്രകടിപ്പിച്ചപ്പോൾ മത്തായി അടിമാലിക്ക് അഭിമാനം തോന്നി. വൈസ് മെൻസ് ക്ലബ്ബിലും മത്തായി ഇതേ ചോദ്യം ചോദിച്ചു; ഒരു ചെറിയ ഗവേഷണഫലത്തിന്റെ സന്തോഷത്തോടെ വീട്ടിലേക്കു മടങ്ങുന്നവഴി പതിവുപോലെ ലൈറ്റ് പോസ്റ്റുകൾ എണ്ണാൻ മറന്നില്ല.

വീടിന്റെ വാതില്ക്കൽ ഒരു പുതിയ ടെലിഫോൺ പോസ്റ്റ്, അതിലവസാനിക്കുന്ന കമ്പികളും. ഈ വഴിയിൽ ഇതവസാനത്തെ ടെലിഫോൺ പോസ്റ്റാണ്. ഈ വഴിയിലെ അവസാനത്തെ വീടാണല്ലേ ഇത്.

ആകാശ വെളിച്ചത്തിനെതിരെ നില്ക്കുന്ന പോസ്റ്റും അതിന്റെ മുകളിലത്തെ കമ്പികൾ അവസാനിക്കുന്ന കുരിശും നോക്കി മത്തായി അടിമാലി കുറേനേരം നിന്നു.

വീട്ടിലേക്കു കയറി വെറുതെ ടെലിഫോണിൽ ഒന്നു നോക്കി. ഇതുവരെ ആരും വിളിച്ചില്ലല്ലോ എന്നാലോചിച്ചുകൊണ്ട് റിസീവർ എടുത്ത് ചെവിയിൽ വച്ചുനോക്കിയശേഷം തിരിച്ചുവച്ചു.

ടെലിഫോൺ കിട്ടിയ വിവരം ബന്ധുക്കളെയും സുഹൃത്തുക്കളെയുമൊക്കെ എഴുതി അറിയിച്ചതാണ്. പോരെങ്കിൽ ഡയറക്ടറിയിൽ പേരുമുണ്ട്. ട്രങ്ക് കോളുകൾ അങ്ങോട്ടു വിളിക്കുന്നത് ഒരനാവശ്യച്ചെലവാണെന്നും മത്തായി അടിമാലിക്കും അമ്മിണിക്കുമറിയാം.

ഉറങ്ങുന്നതിനുമുമ്പ്, കോട്ടയത്ത് ടെലിഫോൺ ഉള്ള എത്ര മത്തായിമാർ ഉണ്ടെന്നുള്ള ചോദ്യം ക്ലബ്ബിൽ ഉളവാക്കിയ അത്ഭുതങ്ങളെക്കുറിച്ചു മത്തായി അടിമാലി അമ്മിണിയോടും തന്നോടുമായി പറഞ്ഞു.

ഉറക്കം വരാതെ കിടന്നപ്പോൾ ടെലിഫോൺ ഇല്ലാത്ത എത്ര മത്തായിമാർ കോട്ടയത്തു കാണുമെന്ന് ആലോചിച്ചു. അതുംകൂടി കണ്ടുപിടിച്ചാൽ കോട്ടയത്ത് മൊത്തം എത്ര മത്തായിമാരുണ്ടെന്നു കണ്ടുപിടിക്കാമല്ലോ. മത്തായി അടിമാലിയുടെ ഉള്ളിൽ ഒരു ഗവേഷകൻ ജനിച്ചു. കോട്ടയത്ത് മൊത്തം എത്ര മത്തായി കാണും? അതറിയാൻ എന്താണ് മാർഗ്ഗം എന്ന് ആലോചിച്ചു തീരുന്നതിനുമുമ്പ് ഉത്തരവും കിട്ടി.

വോട്ടേഴ്സ് ലിസ്റ്റ്.

മത്തായി അടിമാലിക്ക് എന്തെന്നില്ലാത്ത സന്തോഷം തോന്നി. എഴുന്നേറ്റ് ബാത്ത്റൂമിൽ പോയി മൂത്രമൊഴിച്ചു.

കോട്ടയത്ത് എത്ര മത്തായി ഉണ്ടെന്നുള്ള കണ്ടുപിടിത്തം തീർച്ചയായും ഒരത്ഭുതം തന്നെയായിരിക്കും....

ഐ എ എസ് പരീക്ഷയ്ക്കോ റീഡേഴ്സ് ഡൈജസ്റ്റിന്റെ ക്വിസിലോ ഒരു ചോദ്യമാക്കാവുന്നതാണ്.

വോട്ടേഴ്സ് ലിസ്റ്റ് സംഘടിപ്പിക്കണം. രാഷ്ട്രീയപ്പാർട്ടികളെല്ലാം ഉപയോഗിച്ചുകഴിഞ്ഞ ആളുകളുടെ ലിസ്റ്റാണല്ലോ. വെറുതെ കിട്ടുമായിരിക്കും. ഇതെല്ലാമാലോചിച്ച് കട്ടിലിൽ വന്നു കിടന്ന് നിധിക്കായി കുഴിവെട്ടാൻ തുടങ്ങുന്നവന്റെ അനുഭൂതിയോടെ ഉറങ്ങി.

രാവിലെ ഉണർന്നത് ടെലിഫോണിന്റെ ബെൽ കേട്ടുകൊണ്ടാണ്. മത്തായി അടിമാലി ചാടിയെണീറ്റ് ഷർട്ടുമിട്ടുകൊണ്ടു ഫോണെടുക്കാൻ ഓടിയ വഴിക്ക് കതകിൽ കാൽ തട്ടിയ ശബ്ദം കേട്ട് അമ്മിണിയുമുണർന്നു.

മത്തായി അടിമാലി ഫോൺ ശ്രദ്ധിച്ചു കേട്ടു. അമ്മിണിയുടെ നിരണത്തെ കൊച്ചമ്മ മരിച്ച വിവരം തിരുവല്ലയിൽനിന്നു വിളിച്ചറിയിക്കുന്നു.

അവിടെ പോകണമല്ലോ.

കോട്ടയത്ത് എത്ര മത്തായി ഉണ്ടെന്നുള്ള ഗവേഷണം തുടങ്ങണമെന്നു വിചാരിച്ചിരുന്ന ദിവസമാണ്. പോകാതെ പറ്റില്ലല്ലോ.

ടെലിഫോണിന്റെ സഹായം ഉണ്ടായിരുന്നതുകാരണം അവിടെ അടുത്തുള്ളവർ എത്തുന്നതിനുമുമ്പേ എത്തിയല്ലോ എന്ന സന്തോഷം അടിമാലി ദമ്പതികൾക്ക് ശവമടക്കം വരെയുണ്ടായിരുന്നു.

ശവമടക്കിനു സംബന്ധിച്ചു കഴിഞ്ഞപ്പോൾ മുതൽ ഒരു വ്യക്തമല്ലാത്ത അസ്വസ്ഥത മത്തായി അടിമാലിക്കു തോന്നി.

'കോട്ടയത്തു ചെന്നാലുടൻ മത്തായിമാരുടെ എണ്ണം അറിയാനുള്ള അന്വേഷണം തുടങ്ങണം.'

മടക്കയാത്രയിലും ഇതുതന്നെയായിരുന്നു വിചാരം.

വോട്ടേഴ്സ് ലിസ്റ്റിന്റെ മലയാളമെന്താണ്?

സമ്മതിദായകപ്പട്ടിക. അതേ.

രാവിലെതന്നെ പാർട്ടി ഓഫീസുകളിൽ പോയാൽ കിട്ടും.

രാവിലെതന്നെ പോകണം എന്നും മറ്റുമൊക്കെ മത്തായി അടിമാലി തീരുമാനമെടുത്ത് ഉറക്കത്തിനുവേണ്ടി കാത്തുകിടന്നു.

ബെഡ്കോഫി കുടിച്ചു കൊണ്ടിരുന്നപ്പോൾത്തന്നെ തന്റെ ഗവേഷണത്തിന്റെ തുടക്കത്തെപ്പറ്റി അമ്മിണിയെ അറിയിച്ചു.

ഇതിലും നല്ലത് കോഴിവളർത്തലാണെന്ന് അമ്മിണി പറഞ്ഞു.

മത്തായി അടിമാലി അന്വേഷണം തുടങ്ങി....

എല്ലാ പാർട്ടിയാഫീസിലും കയറിയിറങ്ങി....

ആവശ്യം കഴിഞ്ഞ മനുഷ്യരുടെ ലിസ്റ്റാണെങ്കിലും ചില പാർട്ടിക്കാർ വില ചോദിച്ചു. മത്തായി അടിമാലി കാര്യകാരണസഹിതം വിലപേശി. കോട്ടയത്തെ 32 വാർഡിലെയും വോട്ടേഴ്സ് ലിസ്റ്റ് വാങ്ങി. രണ്ടുമൂന്നു ദിവസത്തെ വേലയായിരുന്നു.

ഈ ദിവസങ്ങളിൽ ക്ലബ്ബിൽ പോകുമായിരുന്നെങ്കിലും മനസ്സ് പുതിയ കണ്ടുപിടിത്തത്തിലായിരുന്നു. ഇതേക്കുറിച്ചാരോടും ഒന്നും പറഞ്ഞില്ല....

വീട്ടിലേക്കു മടങ്ങുമ്പോൾ ലൈറ്റ് പോസ്റ്റുകൾ എണ്ണിനോക്കാനും അവസാനത്തെ ടെലിഫോൺ പോസ്റ്റിൽ അല്പനേരം നോക്കിനില്ക്കാനും മറന്നിരുന്നില്ല.

വീട്ടിൽ വന്നു രാത്രിഭക്ഷണം കഴിഞ്ഞു. ബി ബി സി പ്രോഗ്രാമെല്ലാം ക്യാൻസൽ ചെയ്തു മത്തായി അടിമാലി പൂർണ്ണമനസ്സോടും ആത്മാവോടും സമ്മതിദായകപ്പട്ടികയുടെ കെട്ടുകൾ അഴിച്ച് മത്തായിമാരെ അന്വേഷിക്കാൻ തുടങ്ങി. ഓരോ വാർഡിലെയും പേരുകൾ സൂക്ഷ്മമായി പഠിച്ച് മത്തായി എന്ന് പേരുള്ളവരുടെ എണ്ണം, വയസ്സ് എന്നിവ കുറിപ്പെഴുതിക്കൊണ്ടിരുന്നു. ഉറങ്ങാൻ കിടക്കുമ്പോൾ മത്തായി അടിമാലി തന്റെ കണ്ടുപിടുത്തത്തെക്കുറിച്ചു ദിവാസ്വപ്നങ്ങൾ കണ്ടിരുന്നു.

രണ്ടു മൂന്നു ദിവസം ക്ലബ്ബിൽപ്പോലും പോകാതെ ഈ കണക്കുകൾ കൂട്ടി. ഒടുവിൽ കോട്ടയത്ത് എത്ര മത്തായി ഉണ്ടെന്നു കണ്ടുപിടിച്ചു.

സന്തോഷംകൊണ്ടു തുള്ളണമെന്നു തോന്നി. അമ്മിണിയെ തിരക്കി ഓടി. കുളിമുറിയുടെ വാതിൽ തട്ടി വിളിച്ചു ചോദിച്ചു:

“കോട്ടയത്ത് എത്ര മത്തായി ഉണ്ടെന്നറിയാമോ?” ഉറക്കെച്ചിരിച്ചു.

“ഞാൻ പറയാം 917. നൈൻ ഹൺട്രഡ് ആൻഡ് സെവന്റീൻ.”

മത്തായി അടിമാലി കുടയുമെടുത്ത് വീട്ടിൽ നിന്നിറങ്ങി ഓടി. പള്ളിവികാരി താമസിക്കുന്ന വീട്ടിലെത്തി. ഈ കണ്ടുപിടിത്തത്തെക്കുറിച്ചുള്ള ദൂതറിയിച്ചു. അവിടെനിന്നു വരുന്ന വഴി പരിചയമുള്ള ഒന്നുരണ്ടു വീടുകളിൽ കയറി മറ്റു സംസാരങ്ങളുടെയിടയിൽ തന്റെ കണ്ടുപിടിത്തെക്കുറിച്ച് അഭിമാനത്തോടെ അറിയിച്ചു.

അന്നു വൈകുന്നേരം ക്ലബ്ബിലെ ഷോ മോഷ്ടിച്ചത് മത്തായി അടിമാലി ആയിരുന്നു. മത്തായി അടിമാലി തികച്ചും വ്യത്യസ്തനായിരുന്നു. വന്നവരോടും പോകുന്നവരോടുമെല്ലാം സംസാരിച്ചു. തന്റെ കണ്ടുപിടിത്തത്തെക്കുറിച്ച് അഭിമാനത്തോടെ പറഞ്ഞു. പലരും കളിയാക്കി അനുമോദിച്ചത് ഗൗരവമായി സ്വീകരിച്ച് മത്തായി അടിമാലി സന്തോഷിച്ചു.

പള്ളിയിലും പ്രാർത്ഥനായോഗങ്ങളിലും കടവിലും പോസ്റ്റോഫീ

സിലും ബാങ്കിലും എല്ലാം ഈ കണ്ടുപിടിത്തം പ്രഖ്യാപനം ചെയ്തു. മത്തായി അടിമാലിയുടെ ഈ സ്വഭാവമാറ്റം പലേടത്തും സംസാരവിഷയമായി. ഈ സംസാരം പല വീടുകളിലും പരദൂഷണ സ്ഥാപനങ്ങളിലും കൂടെ കടന്നു വന്നപ്പോൾ മത്തായി അടിമാലിക്ക് ഒരു പുതിയ പേരു കിട്ടി.

എത്ര മത്തായി.

ഈ പേര് മിസ്സിസ് അമ്മിണി മത്തായിവരെ അറിഞ്ഞു. അവരെ രഹസ്യമായി മിസ്സിസ് എത്ര മത്തായി എന്നു നാമകരണം ചെയ്തിരുന്നു.

ഒരുദിവസം ബാർബർ ഷോപ്പിൽ മുടിവെട്ടിക്കൊണ്ടിരുന്നപ്പോൾ ഷോപ്പുടമ - പരിചയക്കാരനായ രവി - മത്തായി അടിമാലിയുടെ കണക്ക് തെറ്റാണെന്നു സമർത്ഥിച്ചു. അതു പ്രായപൂർത്തിയായവരുടെ മാത്രമാണെന്നും ഒരു ലിസ്റ്റിലും കണക്കിലും പെടാത്ത ഒരു മത്തായി ഇവിടെ ബസ് സ്റ്റാന്റിൽ ജീവിച്ചിരിപ്പുണ്ടെന്നും രവി പറഞ്ഞു. അയാൾ ബർമ്മയിൽ ആയിരുന്നെന്നും വലിയ ഉദ്യോഗമായിരുന്നെന്നും ഭാര്യയുമായി എന്തോ തകരാറിൽ വീടുവിട്ടിറങ്ങിപ്പോന്നതാണെന്നും കഞ്ചാവാണെന്നും വട്ടാണെന്നും ആളുകൾ പറയുന്നുണ്ടെന്നുമെല്ലാം രവി പറഞ്ഞു. ബസുകളുടെയെല്ലാം സമയം പറഞ്ഞുകൊണ്ടിരുന്ന ആളായതുകൊണ്ട് അയാളെ ടൈംപ്പീസ് മത്തായി എന്നാണ് വിളിക്കുന്നതെന്നും പറഞ്ഞു.

രവി പറഞ്ഞ ആളെക്കാണാൻ മത്തായി അടിമാലിക്ക് ആകാംക്ഷ തോന്നി. രവിയുടെ സഹായത്തോടെ അന്നുതന്നെ ടൈംപ്പീസ് മത്തായിയെ കണ്ട് മത്തായി അടിമാലി സ്വയം പരിചയപ്പെടുത്തി. മത്തായിയുടെ പേരുകൾ ഉൾപ്പെടുത്തി കണക്ക് പുതുക്കുവാൻ പോകുന്ന വിവരം പറഞ്ഞു.

എത്ര മത്തായിയെ സൂക്ഷിച്ചുനോക്കി ടൈംപ്പീസ് മത്തായി പറഞ്ഞു:

"പാടില്ല."

കോട്ടയത്ത് എത്ര മത്തായിമാർ മരിച്ചിട്ടുണ്ടെന്നും എത്ര മത്തായിമാർ ജനിക്കാൻ പോകുന്നെന്നും ഉള്ള കണക്ക് കൃത്യമായി എടുക്കാതെ തന്നെ ചേർക്കാൻ പാടില്ലെന്ന് ടൈംപ്പീസ് മത്തായി ഉറപ്പിച്ചു പറഞ്ഞ ശേഷം എഴുന്നേറ്റു പോയി.

ടൈംപ്പീസ് മത്തായി ദൂരെ ഒരു സ്ഥലത്തു പോയി ബീഡി വലിച്ചു കൊണ്ടിരുന്നു. അയാളുമായി കൂടുതൽ പരിചയപ്പെടണമെന്നും സംസാരിക്കണമെന്നും തോന്നി. എങ്കിലും മനസ്സ് വല്ലാതെ അസ്വസ്ഥമായിരുന്നതിനാൽ ക്ലബ്ബിൽപ്പോലും കയറാതെ വീട്ടിലേക്കു നടന്നു. വീടിന്റെ വാതിൽക്കൽ വന്ന് ടെലിഫോൺ പോസ്റ്റിൽ നോക്കിയപ്പോൾ ഇന്നു ലൈറ്റ് പോസ്റ്റുകൾ എണ്ണിനോക്കാൻ മറന്നതിനെക്കുറിച്ച് ഞെട്ടലോടെ ഓർത്തു. തിരികെ പോയി പോസ്റ്റെണ്ണി തിരിച്ചുവന്നു.

ടൈംപ്പീസ് മത്തായി പറഞ്ഞതു സത്യമാണ്. മത്തായി എന്നുള്ള എത്രപേർ മരിച്ചുകാണും? എത്രപേർ ജനിക്കാനിരിക്കുന്നു? മത്തായി അടിമാലിക്ക് ഉറക്കം വന്നില്ല. ആരൊക്കെയോ എന്തൊക്കെയോ സംസാരിക്കുന്നതു കേൾക്കുന്നുണ്ട്. ഒന്നും വ്യക്തമല്ല. അയാൾ പറഞ്ഞത്.... എത്ര മത്തായിമാർ മരിച്ചിരിക്കുന്നു, എത്ര മത്തായിമാർ ജനിക്കാൻ പോകുന്നു?

എന്റെ കണക്കുകൾ മുഴുവൻ തെറ്റാണ്. ആദ്യം മുതൽ തുടങ്ങണം. പക്ഷേ, ഞാനിതു കണ്ടുപിടിക്കും - എന്നെല്ലാം സ്വയം പറഞ്ഞ് ഈ കൃത്യകണക്കുകൾ കണ്ടുപിടിക്കാനുള്ള പ്രായോഗികമാർഗ്ഗങ്ങളെക്കുറിച്ച് ആലോചിച്ചു മയങ്ങിയും ഉണർന്നും നേരം വെളുപ്പിച്ചു.

വീടിനും പരിസരത്തിനുമെല്ലാം എന്തോ വ്യത്യാസം വന്ന ഒരു വല്ലാത്ത തോന്നൽ. മനസ്സിനുള്ളിലൂടെ ഇഴഞ്ഞുവരുന്ന അസ്വസ്ഥമായ ഭീതി.

വളരെ ചിട്ടപ്പെടുത്തിയ രീതിയിൽ ഈ കണക്കുകളെല്ലാം കൃത്യമായി എണ്ണിത്തിട്ടപ്പെടുത്തണം. എല്ലാം ക്ലിനിക്കലി ക്ലീൻ ആയിരിക്കണം.

ഒരു വലിയ ഗവേഷണം തുടങ്ങാൻ പോകുന്ന ഗൗരവത്തിലായിരുന്നു മത്തായി അടിമാലിയുടെ പിന്നീടുള്ള ജീവിതരീതി.

ആദ്യം മുതലേ വീണ്ടും തുടങ്ങാനുള്ള തീരുമാനത്തിൽ ഫ്ളാസ്ക് നിറയെ കാപ്പിയുമായി മത്തായി അടിമാലി ടെലിഫോണിന്റെ മുമ്പിൽ കസേര വലിച്ചിട്ടിരിപ്പുറപ്പിച്ചു.

മത്തായി അടിമാലി ഒരു ശുദ്ധമായ പഠനം ആരംഭിച്ചു.

ടെലിഫോൺ ഡയറക്ടറിയിലുള്ള ഓരോ മത്തായിമാരെയും വിളിച്ചു. അവർ മരിച്ചവരാണോ ജീവിച്ചിരിക്കുന്നവരാണോ ജനിക്കാൻ പോണവരാണോ എന്നൊക്കെ തെരക്കി. ഈ തുടക്കം ഒരു പരാജയമായിരുന്നു.

ടെലിഫോണിന്റെ ഒടുക്കത്തെ തകരാറുകൾ.

ഫോണുള്ളവരുടെ സത്യസന്ധതക്കുറവ്.

മത്തായി അടിമാലിക്ക് അസ്വസ്ഥത കൂടിക്കൂടി വന്നു.

വെറുതെ ജനലിങ്കൽ പോയി ടെലിഫോൺ പോസ്റ്റ് അവസാനിക്കുന്ന കമ്പികൾ നോക്കിനിന്നു.

'അതവിടെനിന്നു പറിച്ച് മറ്റു ലൈറ്റ് പോസ്റ്റുകളുടെയിടയിൽ വച്ചാൽ കമ്പികൾക്ക് ഒരു തുടർച്ചയുടെ തോന്നൽ കിട്ടിയേനെ.'

കോട്ടയത്ത് എത്ര മത്തായി? ഇതു കണ്ടുപിടിക്കാനായി ശ്വാസം മുട്ടുന്ന ഭയത്തോടെ, തീരുമാനത്തോടെ മത്തായി അടിമാലി ജനൽക്കമ്പികളിൽ പിടിച്ചു ദൈവത്തിലർപ്പിച്ചുറപ്പു വരുത്തി.

രാത്രിയിൽ ഉറങ്ങാതെയിരുന്ന് ഒരു ടൈംടേബിൾ തയ്യാറാക്കി. ബ്രേക് ഫാസ്റ്റ് കഴിഞ്ഞ് ഉച്ചയൂണുവരെ വീടു കയറിയിറങ്ങിയുള്ള അന്വേഷണം. ഉച്ചയ്ക്കുശേഷം ജനനമരണ രജിസ്റ്ററാഫീസിൽ റഫറൻസ്.

ജനനമരണ രജിസ്റ്ററാഫീസിൽ റഫറൻസിനുള്ള പെർമിഷൻ വാങ്ങാനപേക്ഷിക്കണം. അപേക്ഷാ കത്തിന്റെ കോപ്പി കാണിച്ചാൽ സമ്മതിക്കും.

വൈകുന്നേരം ജേർണൽ എഴുത്ത്. ബാക്കി നേരത്തെ ഉണ്ടായിരുന്ന എല്ലാ പരിപാടികളും ക്യാൻസൽ.

മത്തായി അടിമാലി ടൈംടേബിൾ പ്രകാരമുള്ള പരിപാടികൾ ആരംഭിച്ചപ്പോൾ കോട്ടയത്ത് പ്രസിദ്ധനാകാൻ തുടങ്ങി.... അമ്മിണി പുറത്തിറങ്ങാൻ തുടങ്ങാതെയായി.

ഓരോ വീട്ടിലും കയറിയിറങ്ങി അവിടെ മത്തായി ഉണ്ടോ? ഉണ്ടായിരുന്നോ? ഉണ്ടാകുമോ? ഇതായിരുന്നു സുപ്രധാന ചോദ്യങ്ങൾ.

ഉച്ചകഴിഞ്ഞ് ജനനമരണ രജിസ്ട്രാഫീസിൽ ചെന്ന് അവിടത്തെ ഹെഡ്ക്ലർക്കിനു കത്തിന്റെ കോപ്പി കാണിച്ചപ്പോൾ സന്തോഷമായി. ഇക്കാര്യത്തിൽ പൂർണ്ണസഹകരണം വാഗ്ദാനം ചെയ്തു. ഇത്ര സഹകരണമുള്ള ഒരാൾക്ക് പ്രോത്സാഹനമായി കുറെ പണം കൊടുക്കുന്ന കാര്യത്തിലും മത്തായി അടിമാലി മടികാണിച്ചിരുന്നില്ല.

മത്തായി അടിമാലിയുടെ ടൈംടേബിൾ കൃത്യമായി നടന്നു.

വീട്ടിൽ ബന്ധുക്കൾ ദുഃഖിതരായി വന്നുപോയി. പലരും പലതും സംസാരിച്ചു.

ചികിത്സ, പ്രാർത്ഥന, നേർച്ച, രോഗശാന്തി ലൊട്ടുലൊടുക്കുകളെല്ലാം.

മത്തായി അടിമാലി ഉറച്ച തീരുമാനത്തോടെ ജോലി തുടർന്നു.

ജനനമരണ രജിസ്ട്രാഫീസിന്റെ ഇരുണ്ട കൊച്ചുമുറിയിൽ കെട്ടിക്കൂട്ടിയിരിക്കുന്ന മരിച്ചവരുടെയും ജനിച്ചവരുടെയും കണക്കുകളെ തിന്നുന്ന ചിതലുകളുടെയും മാറാലകളുടെയും ഇടയിലെ പൊടിയിലിരുന്ന് മത്തായി അടിമാലി കണക്കുകൾ കൂട്ടി. രാത്രി വീട്ടിലെ നിശ്ശബ്ദതയിലിരുന്ന് ഓരോ ദിവസത്തെയും ജേർണൽ എഴുതി വളരെ രഹസ്യമായി സൂക്ഷിച്ചുവച്ചു. പോസ്റ്റുകളെണ്ണാനും ടെലിഫോൺ പോസ്റ്റിൽ നോക്കിനില്ക്കാനും ഒരിക്കലും മറന്നിരുന്നില്ല.

ടെലിഫോൺ പോസ്റ്റിൽ നോക്കുമ്പോഴൊക്കെ അതു പറിച്ച് ലൈറ്റ് പോസ്റ്റുകളുടെ ഇടയിൽ വച്ചാലുണ്ടാകുന്ന കമ്പികളുടെ തുടർച്ചയുടെ തോന്നലിനെക്കുറിച്ചെന്നും ആലോചിക്കും.

മത്തായിയുടെ പുതിയ ദിനചര്യകൾ ഒരു വലിയ ഗവേഷകന്റെ ആത്മവിശ്വാസത്തോടെ തടസ്സമില്ലാതെ തുടർന്നു. ജേർണലിന്റെ വലിപ്പം കൂടിക്കൊണ്ടിരുന്നു.

മത്തായി അടിമാലിയോട് ഈ ജീവിതരീതി ഉപേക്ഷിക്കണമെന്നു ഗൗരവമായി നിർദ്ദേശിക്കുന്നവരോട് മത്തായി ഇങ്ങനെ പറയും:

"ഇതില്ലായിരുന്നുവെങ്കിൽ ഒരു ഗവേഷകനെന്ന നിലയ്ക്കു മറ്റെന്തെങ്കിലും കണ്ടുപിടിക്കുമായിരുന്നു. ഇതെന്നൂ പറയുന്നത് മത്തായിമാരുടെ എണ്ണമാണ്. ഞാൻ മത്തായി ആണ്. ഞാൻ ഇല്ലായിരുന്നുവെങ്കിൽ, ഞാൻ മറ്റെന്തെങ്കിലും കണ്ടുപിടിക്കും."

ഈ തുടർച്ചയായ ഗവേഷണത്തോടൊപ്പം തന്നെ ഡയറക്ടറിയിൽ മത്തായി എന്നു പേരുള്ള ആരും മരിച്ചിട്ടില്ലെന്നു കണ്ടുപിടിച്ച് എല്ലാവരേയും അറിയിക്കുകയും ചെയ്തു.

ഒരുദിവസം ബസ് സ്റ്റാന്റിൽവച്ച് ടൈംപ്ലീസ് മത്തായിയെ കണ്ടപ്പോൾ മത്തായി അടിമാലി തന്റെ പുതിയ ഫിലോസഫി, "ഞാനില്ലായിരുന്നെങ്കിൽ ഞാൻ മറ്റെന്തെങ്കിലും കണ്ടുപിടിക്കുമായിരുന്നു..." ഇതൊന്നും കേൾക്കാൻ സമയമില്ലെന്നും പറഞ്ഞ് ടൈംപ്ലീസ് മത്തായി പോയപ്പോൾ മത്തായി ഭയത്തിന്റെ അടിവാരത്തേക്കു നീങ്ങി.

രാത്രിയിലിരുന്നും ജേർണൽ എഴുതിക്കൊണ്ടിരുന്നു. ഗവേഷണത്തിന്റെ ഒന്നാംഘട്ടം തീരാറായിരിക്കുന്നു. അവ്യക്തവും വ്യക്തവുമായ

പലരുടെ ഒന്നിച്ചുള്ള സംഭാഷണങ്ങൾ മത്തായി അടിമാലി കേൾക്കാൻ തുടങ്ങി. ജേർണൽ ആദ്യം മുതൽ ഒന്നു വായിച്ചു നോക്കിയാലോ? ജേർണലുമായി കസേരയിലിരുന്നു. വായിക്കാൻ തോന്നുന്നില്ല. ഇപ്പോൾ വായിക്കേണ്ട. തീർന്നിട്ടു വായിച്ചാൽ മതി.

മത്തായി അടിമാലി ജേർണൽ ഭദ്രമായി പൂട്ടിവച്ചതിനുശേഷം ജനാലയുടെ അരികിൽ വന്നു. ടെലിഫോൺ പോസ്റ്റിലേക്കു നോക്കിനിന്നു. രാത്രിയിൽ നിഴലുകൾപോലെ നില്ക്കുന്ന പോസ്റ്റുകൾ കണ്ടു. കമ്പികൾ അവസാനിക്കുന്ന ടെലിഫോൺ പോസ്റ്റ് കണ്ടു.

ഒരവ്യക്തമായ തീരുമാനത്തോടെ മത്തായി വീട്ടിൽ നിന്നുമിറങ്ങി. അന്വേഷിച്ചു നടന്ന വഴികളിലൂടെയെല്ലാം ഭയത്തിന്റെ ഇരുട്ടിൽ മത്തായി നടന്നു. ക്ലബ്ബിന്റെ വാതില്ക്കൽ നിന്നു വീടുവരെയുള്ള പോസ്റ്റുകൾ മടക്കത്തിൽ വീണ്ടും എണ്ണിനോക്കി.

വീടിന്റെ വാതില്ക്കൽ നില്ക്കുന്ന ടെലിഫോൺ പോസ്റ്റിലേക്കു മത്തായി അടിമാലി തുറിച്ചുനോക്കി നിന്നു. ആകാശത്തിനെതിരായി കമ്പികൾ അവസാനിക്കുന്ന കുരിശുപോലെയുള്ള കറുത്ത രൂപം മത്തായി കണ്ടു. തന്റെ ഗവേഷണത്തിന്റെ തുടക്കത്തെക്കുറിച്ച് മത്തായി ഓർത്തു. മനസ്സിലിഴഞ്ഞു കയറുന്ന ഭീതിയോടൊപ്പം ആത്മാവിലലഞ്ഞു നടന്ന ഒരാഗ്രഹവും വളർന്നു.

മത്തായി സാവധാനം പോസ്റ്റിന്റെ സമീപത്തേക്കു നടന്നു. ഒരു കൈകൊണ്ട് പോസ്റ്റിൽ ഒന്നു പിടിച്ചുനോക്കി. പിന്നീടു രണ്ടു കൈകൊണ്ടും പോസ്റ്റിൽ പിടിച്ചു മുകളിലേക്കു നോക്കി. കമ്പികളവസാനിക്കുന്ന കറുത്ത മറ്റൊരു രൂപം. സാവധാനം പോസ്റ്റ് ഒന്നിളക്കി നോക്കി. ആടുന്നുണ്ട്. ശക്തി കൂട്ടി. ഇളകുന്നുണ്ട്. മത്തായി അടിമാലിക്ക് ഉന്മേഷം തോന്നി. ശക്തി മുഴുവൻ പ്രയോഗിച്ച് പോസ്റ്റ് നാലു വശങ്ങളിലേക്കും ആട്ടി. വിയർത്തൊലിച്ചു. ഒടുവിൽ മണ്ണിനടിയിൽ ദ്രവിച്ച ഭാഗം ഒടിഞ്ഞു. മത്തായി അടിമാലി പോസ്റ്റ് തോളിൽ താങ്ങി. കിതപ്പു മാറുന്നതിനുമുമ്പു ടെലിഫോൺ പോസ്റ്റിന്റെ മുകൾഭാഗം തോളിലേന്തി മത്തായി അടിമാലി ലൈറ്റ് പോസ്റ്റുകളുടെ ഇടയിലേക്ക് ഉറച്ച മനസ്സോടെ നടന്നു. കമ്പികളുടെ തുടർച്ചയുടെ മിഥ്യ കാണാനുള്ള തിടുക്കം കമ്പികൾ കൂട്ടിമുട്ടിയ തീയിൽ കഴിഞ്ഞു. എത്ര മത്തായിയുടെ (മത്തായി അടിമാലി) ഗവേഷണവും ജേർണലെഴുത്തും ഇതോടെ അവസാനിച്ചു.

എത്ര മത്തായിയുടെ "കോട്ടയത്ത് എത്ര മത്തായി ഉണ്ട്?" എന്ന ജേർണൽ മിസ്സിസ് അമ്മിണി എത്ര മത്തായിയുടെ മുഖവുരയോടുകൂടി ഒന്നാം ചരമവാർഷികത്തിൽ പ്രസിദ്ധീകരിക്കുമെന്നു ചരമക്കുറിപ്പിൽ ഉണ്ടായിരുന്നു.

താവളം തൊട്ടു താവളം വരെ

മുണ്ടൂർ കൃഷ്ണൻ കുട്ടി

നമുക്ക് മയിൽസാമിയിൽനിന്ന് തുടങ്ങാം. മയിൽസാമി എന്നത് തിരിച്ചറിയാൻ വേണ്ടിയുള്ള ഒരു പേര് മാത്രം. മുഖത്ത് വസൂരി വടുക്കളും ദേഹമാസകലം പൊറ്റനും നിറഞ്ഞ ഒരാളായിരുന്നു മയിൽസാമി. മയിലിന്റെ നിറപ്പൊലിമയോ മുരുകന്റെ മഹിമയോ ഇല്ലായിരുന്ന അവൻ കാളകളെ ആട്ടിത്തെളിച്ച് അറവുശാലകളിലെത്തിക്കുന്ന ഒരു തമിഴൻ മാത്രമായിരുന്നു.

അവന്റെ ചിരിയിൽ ഒരു ഇരുണ്ടനിറം നിന്നു. ജീവിതം ഇരുണ്ടുപോയതുകൊണ്ടാവാം അതിൽ അവൻ അല്ലൽ കണ്ടില്ല. എന്റേതുമാത്രമല്ല എല്ലാ ജീവിതവും ഇരുണ്ടതാണെന്ന് മയിൽസാമിയും വേദാന്തം പറയും.

ഗോപാലപുരത്തിനും നാലു നാഴിക കിഴക്ക് ഒരു കന്നാലിത്താവളമുണ്ട്. അവിടെ ചെന്ന്, അവൻ കാളകളെ ഏറ്റുവാങ്ങുന്നു. കാളകളാകട്ടെ, ദൈവനിശ്ചയമറിഞ്ഞപോലെ, ഒരു ആലസ്യത്തോടെ വഴങ്ങുന്നു. എണ്ണിതിട്ടംവരുത്തുകകൂടി വേണ്ട. എന്നും മുപ്പതു കാളകളുടെ ചുമതലയാണ് അവന്. അവയെ കൊഴിഞ്ഞാമ്പാറയിലൂടെ, പറളിയിലൂടെ, ആട്ടിത്തെളിച്ചുകൊണ്ട് കൊച്ചിയിലെ അറവുശാലയിലെത്തിക്കുന്നു. പിന്നെ ഗോപാലപുരത്തെ താവളത്തിലേക്ക് ഇരുണ്ടുപോയ ഒരു തമാശയായി മയിൽ മടങ്ങിയെത്തുന്നു. മറ്റൊരു സെറ്റു കാളകൾ അവിടെ അവനെ കാത്തുനില്ക്കുന്നുണ്ടാവും.

മയിൽസാമിക്ക് തമിഴ് തായ്ഭാഷ. മലയാളനാട്ടിലൂടെ നടന്നു നടന്ന് കൊഞ്ചം കൊഞ്ചം മലയാളവുമറിയാം. എന്നാലും മിക്കനേരവും അവന് ഭാഷ അനാവശ്യമായിരുന്നു. സംസാരിച്ചു നടക്കാൻ ഒരു രണ്ടാമൻ അവന് ഉണ്ടായിരുന്നില്ല. അതുകൊണ്ട് അവൻ കാളകളെപ്പോലെ തലയാട്ടിയും ഇല്ലായ്മ ചവച്ചും കൊച്ചിയിലെ അന്ത്യത്താവളംവരെ നടന്നു. മൗനം നീങ്ങുന്ന ഒരു വിഷാദയാത്രപോലെയായിരുന്നു അവനും കാളകളും.

മയിൽ ചിലപ്പോൾ ഇങ്ങനെ ആലോചിക്കും. എന്റെ മുമ്പിൽ നടക്കുന്ന ഇവറ്റ എന്തെങ്കിലും ആലോചിക്കുകയോ നല്ല ഓർമ്മകൾ വല്ലപ്പോഴും ചവയ്ക്കുകയോ ചെയ്യുന്നുണ്ടാവുമോ? എത്രത്തോളമാണ് ഈ സഞ്ചാരം എന്നെങ്കിലും അറിയുന്നുണ്ടാവുമോ?

ബലംവറ്റിയും നീരുവറ്റിയും ഒന്നിനും കൊള്ളാതായ കാളക്കിഴവൻമാരെയാണ് താൻ എപ്പോഴും തെളിച്ചുകൊണ്ടുപോകുന്നത് എന്ന് മയിൽ അറിഞ്ഞിരിക്കുന്നു. ഈ പരുവത്തിലെത്താൻ ഇത്രയും കാലം ഇവറ്റ ധൃതി കൂട്ടുകയായിരുന്നു എന്നു തോന്നുന്നു. മണ്ണ് ഉഴുതും ഉഴുതും, ഭാരം വലിച്ചും വലിച്ചും, മുതുകിൽ നീറുന്ന അടി ഏറ്റുവാങ്ങിയും വാങ്ങിയും ഇവറ്റ ഇതാ ഇപ്പോൾ ഈ നിലയിലായി. ഇനി കാലം ഒടുങ്ങുന്ന കൊച്ചിയിലേക്ക് ഇതാ യാത്രയുമായി.

സഞ്ചാരത്തിനിടയിൽ ഒരിക്കൽ മയിൽസാമിക്ക് തോന്നി- പാവങ്ങൾ. മുപ്പതു കാളകൾ പതിനഞ്ചു ജോഡിയായി നടക്കുന്നു. ഒരു കയറിൽ രണ്ടു കഴുത്തുകൾ കുടുക്കിയിരിക്കുന്നു. ഒന്നിനു പുല്ലു തിന്നാൻ തോന്നിയാൽ മറ്റേതും പുല്ലുതിന്നണം. ഒന്നിനു ഇടംതിരിയാൻ മറ്റേതും ഇടം തിരിയണം. ഇവയ്ക്കു സ്വന്തമായി പുല്ലു തിന്നാനോ ഇടംതിരിയാനോ ഉള്ള സ്വാതന്ത്ര്യമെങ്കിലുമുണ്ടാകട്ടെ എന്ന് ആഗ്രഹിച്ചുപോയ മയിൽസാമി ഓരോ ജോഡിയേയും കൂട്ടിക്കെട്ടിയ കയർ അഴിച്ചു. എന്നിട്ട് തമിഴ് പറഞ്ഞു.

"ഇഷ്ടംപോലെ എന്നവേണേ പണ്ണുങ്കോ."

എന്നാൽ ഒന്നും ചെയ്യാതെ അവ നിന്നു മിഴിച്ചു. എന്തിൽ നിന്നോ പറിച്ചു നീക്കിയപോലെ അവ പകച്ചുപോയിരുന്നു. അവയ്ക്കു പുല്ലുതിന്നാനായി തല താഴ്ത്താൻ കഴിഞ്ഞതേയില്ല. ഒരു തലയ്ക്കു താഴാൻ കൂടെ മറ്റൊരു തല വേണ്ടിയിരുന്നു. നാലു കാലിനു നടക്കാൻ വേറെ നാലു കാലുകൾ വേണ്ടിയിരുന്നു. അവയുടെ സ്വാതന്ത്ര്യം രണ്ടു കഴുത്തുകൾ കൂട്ടിക്കെട്ടുന്നതിലാണെന്നു ബോദ്ധ്യപ്പെട്ട മയിൽ അവയെ വീണ്ടും പതിനഞ്ചു ജോഡികളാക്കി മാറ്റി.

കണ്ണു തുറന്നുപിടിച്ചാണെങ്കിലും ഒന്നും കാണാതെയും തിരിച്ചറിയാതെയും ഒരു നിനവിൽ നീങ്ങും പോലെ അവറ്റ നടന്നു. ആ നടത്തത്തിൽ കാലാതീതമായ ഒരു അനാവശ്യം ഉണ്ടായിരുന്നു. പിന്നാലെ വലിഞ്ഞു പോകുന്ന മയിൽ സാമിയും ഈ ഭൂമിയിലെ മറ്റൊരു അനാവശ്യമായിരുന്നു.

അങ്ങനെ നോക്കിനില്ക്കേ ഈ കാളകളും മയിൽസാമിയും മാത്രമല്ല ഈ കാണുന്നതെല്ലാം അനാവശ്യമായി മാറുന്നതായി തോന്നി. തലങ്ങും വിലങ്ങും നടന്നും പാഞ്ഞും പോകുന്ന സകലവും ഈ കാള സംഘം പോലെ ഒരു വലിയ അനാവശ്യത്തിന്റെ ഭാഗമായിത്തീരുന്നു...

ഇനി അപ്പുക്കുട്ടനിൽ നിന്നാകട്ടെ കഥ.

ഒരു കാർ ഈ അനാവശ്യത്തിലേക്ക് കുതികുതിച്ചു വരികയായിരുന്നു. ഒരു പുതുപ്പണക്കാരൻ തന്റെ മകളെ മറ്റൊരു പുതുപണക്കാരന് കൊടുക്കുമ്പോൾ കൊടുത്തുവാങ്ങലിനു മഹിമ കൂട്ടാൻ കൈമാറിയ അനാവ

ശ്യമായിരുന്നു ആ കോണ്ടെസാ കാറ്.

കൊണ്ടെസ ആവശ്യത്തിനും കവിഞ്ഞ ബദ്ധപ്പാടു കാണിച്ചതായി തോന്നി. ആ പാച്ചിലിൽ ഒരു ഘട്ടത്തിൽ ഡ്രൈവർ അതിപൊടുന്നനെ ബ്രേക് ചവിട്ടുകയും "എന്റെ പടച്ചോനെ" എന്ന് വിളിച്ചുകൊണ്ട് കണ്ണ് ഇറുക്കി ചീമ്പുകയും ചെയ്തു. ആ കുലുക്കത്തിൽ പിന്നിൽ ഉറങ്ങിക്കിടന്നിരുന്ന വരനും വധുവും ഞെട്ടിയുണർന്നു.

"എന്തേ പറ്റ്യേ?"

അപ്പുക്കുട്ടൻ എല്ലാം കണ്ടുകൊണ്ട് മുൻസീറ്റിൽ ഇരിക്കുന്നുണ്ടായിരുന്നു. ഒരു തരിപ്പിൽനിന്നും സന്ദർഭത്തിലേക്ക് ഉണരാൻ ശ്രമിച്ചുകൊണ്ട് അയാൾ പറഞ്ഞു.

"ഇവിടെ കാറ് നിർത്തിയിടേണ്ട ഹമീദേ, വേഗം സ്റ്റാർട്ടാക്കിക്കോ, ഇവിടെ ഒന്നും സംഭവിച്ചിട്ടില്ല എന്ന് കൂട്ടിക്കോ."

അത് ഒരു ആശ്രിതന്റെ രക്ഷപ്പെടലായിരുന്നു. അപ്പുക്കുട്ടൻ വധുവിന്റെ വീട്ടിൽ ആശ്രിതനായിരുന്നു. കാർ ഒരു ഫർലോങ് പോയതേയുള്ളൂ. താൻ ചെയ്യുന്ന ഒരു വലിയ മര്യാദകേടാണല്ലോ ഇത് എന്ന് അപ്പുക്കുട്ടന്റെ മനസ്സ് അസുഖപ്പെട്ടു. താൻ എന്തെങ്കിലും ചെയ്തേ തിരിച്ചുപോകാവൂ എന്ന് അയാളെ മനസ്സ് ശാസിച്ചു.

അയാൾ കാർ നിർത്താൻ ഹമീദിനോട് പറഞ്ഞു.

"ഞാനെങ്കിലും ഇവിടെ ഇറങ്ങാം ഹമീദേ. ഇങ്ങനെ ചെയ്തും ചെയ്തതു കണ്ടും നാം എല്ലാവരും രക്ഷപ്പെടുന്നത് ശരിയല്ല. നീ ആരോടും ഈ സംഭവത്തെക്കുറിച്ച് സംസാരിക്കുകയും വേണ്ട."

ഹമീദ് അപ്പോഴും സംഭവിച്ചുപോയ അബദ്ധത്തിൽ പരിഭ്രമിക്കുകയാണ്.

"നീ ഇനി ഖേദിച്ചിട്ട് കാര്യമില്ല ഹമീദേ. ഇതങ്ങട്ട് മറന്നോ. എന്നിട്ട് രാഹുകാലം ആവും മുമ്പ് ഇവരെ മനിശ്ശീരിയിലെത്തിക്ക്. ഞാൻ ഏറ്റതാണ്. ഏറ്റത് ഞാൻ നിന്നെ ഏല്പിക്കുന്നു. ഞാൻ ഇല്ലെങ്കിലും അവിടെ കാര്യമെല്ലാം നടക്കും."

നേരത്തേ ഞെട്ടിയുണർന്നുപോയ വരനും വധുവും കാര്യമറിയാൻ നില്ക്കാതെ വീണ്ടും ഉറങ്ങിത്തുടങ്ങിയിരുന്നു. തലേന്നു രാത്രി ഗുരുവായൂരിൽ അവർ ഒരുപോള കണ്ണടയ്ക്കാതെ ചിരിച്ചും കളിച്ചും കഴിഞ്ഞത് നന്നായി.

അവരെ ഉണർത്താതെ അപ്പുക്കുട്ടൻ കാറ് പറഞ്ഞയച്ചു. പിന്നെ വഴിയിൽ കിടക്കുന്ന അനാവശ്യത്തിലേക്ക് അയാൾ തിരിഞ്ഞു നടന്നു.

മേടം പെരുവഴികളിലെല്ലാം കിടന്ന് തിളയ്ക്കുകയായിരുന്നു.

തിളയ്ക്കുന്ന പെരുവഴിയിൽ കിടക്കുന്ന മയിൽസാമിയെ, തന്നെത്തന്നെ നോക്കിക്കാണുംപോലെ അപ്പുക്കുട്ടൻ നിന്നുകണ്ടു. മയിൽസാമിയിൽ അവസാനത്തെ ഊർദ്ധ്വനും അവസാനത്തെ ഞരക്കവും ബാക്കിനിന്നിരുന്നു. അത് കേൾക്കാനും കാണാനും പാകത്തിൽ അപ്പുക്കുട്ടൻ എത്തിയത് ഒരു നിയോഗം. ഇത് സാക്ഷി നില്പാണ്. സാക്ഷി

നില്ക്കുക എപ്പോഴും വലിയ കാര്യം തന്നെ.

മയിലിന്റെ വാരിയെല്ലു ചതച്ചുകൊണ്ടാണ് കാറ് കയറിയിറങ്ങിയിട്ടുള്ളത്. കാറ് അത്രയും വേഗം ഓടാൻ കാരണം അപ്പുക്കുട്ടന്റെ നിർബ്ബന്ധമായിരുന്നു. അപ്പുക്കുട്ടന്റെ നിർബ്ബന്ധത്തിനു കാരണമാവട്ടെ രാഹു തുടങ്ങും മുമ്പേ വധൂവരന്മാരെ മനിശ്ശിരെ വീട്ടിൽ എത്തിക്കണം എന്ന നിശ്ചയമായിരുന്നു. അത്രയും വലിയ സ്പീഡിൽ ഹമീദിന് ഒന്നും ചെയ്യാൻ കഴിഞ്ഞില്ല.

അപ്പോൾ കുറ്റത്തിന്റെ കുരുക്ക് അപ്പുക്കുട്ടന്റെ കഴുത്തിലായിരുന്നു.

ഇപ്പോൾ മയിൽസാമിയുടെ അവസാനത്തെ അനക്കവും തീർന്നു. അവൻ ഇരുകിത്തിളയ്ക്കുന്ന റോഡിൽ നിർവ്വികാരമായ നിത്യതയിൽ കിടക്കുന്നത് അപ്പുക്കുട്ടൻ ഏറെ നേരം കണ്ടുനിന്നു.

വന്നും പോയുമിരുന്ന വാഹനങ്ങളോ മനുഷ്യരോ ഒന്നും കാണാൻ കൂട്ടാക്കിയില്ല. എപ്പോഴോ ഓടിവന്ന പൊലീസ് വാഹനം നിസ്സംഗതയോടെ ചോദിച്ചു:

"എന്തുപറ്റി?"

"സാരമില്ല" എന്ന് അപ്പുക്കുട്ടൻ മറുമൊഴി കൊടുത്തു.

സാരമില്ലാത്തിടത്ത് നേരം കളയാതെ പൊലീസ് വാൻ അകന്നുപോയപ്പോൾ അപ്പുക്കുട്ടൻ ഒന്നുകൂടി ചിന്തിച്ചുപോയി.

സാരമില്ലായ്മയിലേക്ക് അരിച്ച് എത്തുന്നതും സാരമുള്ളതല്ലേ?

ഒരു തരിത്തണലുപോലുമില്ലാത്ത അവിടെ കാളകൾ അനാഥപ്പെട്ടു. ഒന്നും മനസ്സിലാകാത്ത ശാന്തിയിലോ എല്ലാം മനസ്സിലാകുന്ന അശാന്തിയിലോ അവ അയവിറക്കി നിന്നു. നടന്നുപോകാൻ പിന്നിൽ സദാ ഒരു ഭീഷണി അവയ്ക്കു വേണ്ടിയിരുന്നു. ആ ഭീഷണിയാണ് ചതഞ്ഞരഞ്ഞ് പാതയിൽ കിടക്കുന്നത്. ക്രമംതെറ്റിയ ഒരു ജോഡിയെ കാറിന്റെ കുതിച്ചോട്ടത്തിൽനിന്ന് രക്ഷിക്കുമ്പോഴാണ് മയിൽ സാമി ചതഞ്ഞരഞ്ഞത്. ആ ജോഡി ഏതായിരിക്കുമെന്ന് അപ്പുക്കുട്ടൻ വെറുതേ തിരഞ്ഞു. തിരിച്ചറിയാൻ ഒക്കുന്നില്ല. എല്ലാ ജോഡികളും ഒരുപോലെ. അവയെ കൂട്ടിക്കെട്ടിയ കയറുകളും ഒരേ പോലെ.

ഇവയെ ഈ പെരുവഴിയിൽ അനാഥം വിട്ട് മനിശ്ശിരിയിലെ സായാഹ്ന തേയില സൽക്കാരത്തിനെത്താൻ അയാൾക്കു മനസ്സുവന്നില്ല. ഇത്രത്തോളമായ സ്ഥിതിക്ക് ഇവറ്റകളെ അന്ത്യത്തിലെത്തിച്ചേ തീരൂ. ഒരു നിയോഗത്തിന്റെ മുള്ളായി തന്നിലേക്കിറങ്ങുന്ന ചുമതല, ഒരു പീഡപോലെ, അപ്പുക്കുട്ടൻ സവിനയം കൈയേറ്റു. മയിൽസാമിയുടെ വിറങ്ങലിച്ച കൈയിൽ ചതയാതെ അവശേഷിച്ച ചാട്ടവാർ അയാൾ കരുതലോടെ ഊരിയെടുത്തു.

ഇതെല്ലാം ഇങ്ങനെ എന്ന അനാവശ്യത്തിൽ കാളക്കൂട്ടം ഗതി തുടർന്നു. അവയ്ക്ക് തിന്നാനും കുടിക്കാനും വേണ്ടിയിരുന്നു. എന്നാൽ മയിൽ കാപ്പി മോന്തുകയും ചോറു തിന്നുകയും ചെയ്ത ഓരോ സ്ഥലത്തും അവ കിനാവു നിന്നു. അപ്പുക്കുട്ടൻ കഴിച്ചിറങ്ങിയാൽ അവ

നീങ്ങിത്തുടങ്ങും.

കണ്ണുമുറിയാതെ കാലം കടന്നുകൊണ്ടുള്ള ഒരു പോക്കായിരുന്നു അത്. അവിടെ കാളകളെപ്പോലെ മനുഷ്യരും ഭേദം ഇല്ലാത്തവരാകുന്നു.

അതിനാൽ അറവുശാലയ്ക്ക് അപ്പുക്കുട്ടനോ അപ്പുക്കുട്ടന് അറവുശാലയോ അന്യമായി തോന്നിയില്ല. ആദ്യം കണ്ട ആൾ നന്നായി ചിരിച്ച് അപ്പുക്കുട്ടനോട് ഇങ്ങനെ ലോഹ്യം ചോദിച്ചു:

"എന്ന മയിൽ? എന്തെല്ലാം സമാചാരം? തയിലവും കൊഴന്തകളും എന്ന ശോല്ലറ്ത്?"

തൈലം ആരെന്ന് മയിൽസാമിയുടെ കിരുകിരിപ്പോടെ അപ്പുക്കുട്ടൻ അറിഞ്ഞു. അയാൾ ചൊല്ലി.

"കടവുൾ തൊണയിലെ എല്ലോറ്ക്കും സൗക്യം."

അളിഞ്ഞ മാംസവും അഴുകിയ ചോരയും ചാണകം കുഴയുന്ന ചളിയും കാക്കകളും ഈച്ചകളും അപ്പുക്കുട്ടന് ഒരു മനംപുരട്ടലും ഉണ്ടാക്കിയില്ല. അയാൾ അങ്ങനെ നില്ക്കെ കാളകൾ മെല്ലെ മെല്ലെ വലിയ കൂട്ടത്തിലേക്ക് അലഞ്ഞ് ഇല്ലാതെയായി.

മയിൽസാമിക്ക് വരേണ്ടത് അപ്പുക്കുട്ടൻ എണ്ണി വാങ്ങി.

ഇനി മയിലിന്റെ തിരിച്ചുപോക്ക്. കള്ളുഷാപ്പിൽ കയറി കുടിച്ചും ഏറെ നടന്നും ചിലപ്പോൾ ലോറിയുടെ പിന്നിൽ കയറിയും മയിൽസാമി പോലെ അയാൾ ഗോപാലപുരത്തേക്ക് മടങ്ങി. അവിടെ പണം കൊടുത്ത് ബോദ്ധ്യപ്പെടുത്തി വേണം മനിശ്ശീരിക്ക് മടങ്ങാൻ.

മയിൽസാമിയുടെ പരിചയക്കാരെല്ലാം പഴേ മട്ടിൽ പെരുമാറി. തിരിച്ചെങ്ങനെ പെരുമാറമെന്ന് അപ്പുക്കുട്ടന് സംശയമേ ഉണ്ടായിരുന്നില്ല. ഇരുവശത്തേക്കും തലയാട്ടിയും ചവച്ചും അയാൾ അനാവശ്യത്തിലേക്ക് നടന്നുകൊണ്ടേയിരുന്നു.

ഗോപാലപുരത്തെ താവളമെത്തുംമുമ്പ് ഇടത്തോട്ട് ഒരു ഇടവഴി തിരിയുന്നേടത്ത് ഒരു വയസ്സൻ ചേരുമരത്തിനു കീഴിൽ പതിവുപോലെ തൈലം കാത്തുനില്ക്കുന്നുണ്ടായിരുന്നു. അവളെ മരിക്കൊളന്തിന്റെ മണം പൊതിഞ്ഞിരുന്നു. സ്വന്തം പുരുഷനെ കണ്ടുകൊണ്ട് അവൾ നില്ക്കുന്നു. അപ്പുക്കുട്ടന്റെ മനസ്സ് പൊണ്ടാട്ടിയെ കണ്ട് ചെറുതായൊന്നു കിരുകിരുത്തു. അമ്പത് ഉറുപ്പികയുടെ നോട്ടുകൾ തൈലത്തെ പതിവുപോലെ ഏല്പിച്ച് അയാൾ ചോദിച്ചു:

"എന്ന തൈലം ഒനക്ക് സുഖംതാനാ? വീട്ടില് എപ്പടി ഇരിക്കായ്? കൊളന്തകൾ സുകമാ ഇരിക്കാളാ?"

തൈലം ഇരുണ്ടു ചിരിച്ചു.

"ഓ, എല്ലേരും സൗക്യമാ ഇരിക്ക്."

പണം വാങ്ങി തൈലം തിരിച്ചുനടക്കുമ്പോൾ മയിൽസാമിപോലെ അപ്പുക്കുട്ടൻ ആഗ്രഹിച്ചു.

"ഇന്നേയ്ക്ക് ഒരു നേരം താൻ വരട്ടുമാ തൈലം? കൊളന്തൈകളേയും പാക്കലാമേ?

പറയുന്നത് കേൾക്കാൻ വയ്യാത്ത ദൂരത്തിൽ തൈലം എത്തിയിരുന്നു.

ഏതോ കാലത്ത് മയിൽസാമി വീടുവിട്ടിറങ്ങിയതാണ്. എന്നാണെന്ന് ഓർമ്മയില്ല. ഓർമ്മവരുമ്പോൾ എന്നും അറവുശാലയിലേക്കുള്ള ഈ നടത്തമായിരുന്നു.

മയിൽസാമിയുടെ കൂടെ അറവുശാലയുടെ മണം മുഴുവൻ നടക്കുന്നുണ്ടായിരുന്നു. അതുകൊണ്ട് തൈലം ചെലവിനു വേണ്ട കാശിനു വേണ്ടി മാത്രം കാത്തുനിന്നു. നിർത്തിവെക്കാൻ നിവൃത്തിയില്ലാത്ത ഈ നടത്തത്തിനിടയിൽ തന്നെയാണ് ഓരോ കാലത്തായി മൂന്നു കുട്ടികൾ തനിക്കു ഉണ്ടായിരിക്കുന്നു എന്ന വാർത്ത മയിൽ തൃപ്തിയോടെ കേട്ടത്.

പിന്നെ അപ്പുക്കുട്ടൻ താവളത്തിലെത്തി. അവിടെ കൊടുക്കേണ്ടത് കൊടുത്തു ബോധിപ്പിച്ചു. ഉച്ചക്കഞ്ഞി മോന്തി ഒന്ന് നടുവ് നിവർക്കുമ്പോഴേക്കും കാളകൾ തയ്യാറായിക്കഴിഞ്ഞിരുന്നു. അപ്പുക്കുട്ടന്റെ കൈയിൽ ചാട്ടവാറും ഏല്പിച്ചുകഴിഞ്ഞു. വീണ്ടും പുറപ്പാടായി.

അതോടെ അപ്പുക്കുട്ടന്റെ മനസ്സിൽനിന്നും മനിശ്ശീരി മാഞ്ഞു പോയിരുന്നു.

ജീവച്ഛവങ്ങൾ

പുനത്തിൽ കുഞ്ഞബ്ദുള്ള

നീണ്ടു പരന്നുകിടക്കുന്ന ഗോതമ്പുവയലുകൾക്കപ്പുറത്ത് ആകാശച്ചെരുവിൽ വെളിച്ചം പൊട്ടിവിടർന്നപ്പോൾ സോന ഞെട്ടിയുണർന്നു. ചാക്കുകഷണങ്ങൾ കൊണ്ട് ഓട്ടകൾ തുന്നിയടച്ച പഴകി ദ്രവിക്കാറായ കമ്പിളിപ്പുതപ്പ് ദേഹത്തുനിന്നു തട്ടിമാറ്റി. കുടിലിന്റെ വാതിൽ തുറന്നപ്പോൾ മൂടൽമഞ്ഞിന്റെ ഇടയിലൂടെ അരിച്ചുവന്ന വെളിച്ചവും തുടുത്തു മുറ്റിനില്ക്കുന്ന തണുപ്പും കുടിലിനകത്തേക്ക് അടിച്ചുകയറി. സോന ഉള്ളംകൈകൾ തിരുമ്മി ചൂടാക്കി മുഖം തുടച്ചുകൊണ്ടു പുറത്തുകടന്നു. കുടിലിന്റെ വാതിൽ വീണ്ടും അടച്ചു. തലേന്നു രാത്രി മൺകുടത്തിൽ വെള്ളം കൊണ്ടുവന്നു വെക്കാൻ മറന്നുപോയതുകൊണ്ട്, അവൻ മുഖം കഴുകുവാനായി പൈപ്പിന്റെ അടുത്തേക്കു കടന്നു. ഗ്രാമവാസികളുടെ സുഖസൗകര്യത്തിനായി ജമീന്ദാരുടെ ദയാഹസ്തം പണിയിപ്പിച്ചതാണ് ആ പൈപ്പ്.

സോന മുഖം കഴുകി തലപ്പാവെടുത്തു മുഖം തുടച്ചു. തണുത്ത കാറ്റ് ദേഹത്തിലേക്ക് അരിച്ചുകയറുകയായിരുന്നു. സോന തന്റെ ജവഹർക്കോട്ടിന്റെ കീശയിൽ കൈകൾ തിരുകി ചുറ്റും നോക്കി. മൂടൽമഞ്ഞിന്റെ നേരിയ പർദ്ദയിലൂടെ ജമീന്ദാരന്മാരുടെ മണിമന്ദിരവും, അയൽക്കാരന്റെ ചാക്കു പുതച്ചുകൊണ്ടു തണുത്തുവിറച്ചു നില്ക്കുന്ന പോത്തുകളും കഴുതകളും അവൻ പതിവുപോലെ കണ്ടു.

തന്റെ കുടിലിലേക്കു നടക്കുമ്പോൾ സോന ഓർത്തു. ജമാൽപ്പൂർ എന്ന തന്റെ ഗ്രാമത്തിന്റെ മുഖം എന്തുമാത്രം മാറിയിരിക്കുന്നു കുട്ടിയായിരുന്നപ്പോൾ, അച്ഛൻ തോട്ടിയായി ജോലിനോക്കുന്ന കാലത്ത്, അമ്മ എരുമയെ മേച്ചു പാൽ കറന്നു വില്ക്കുന്ന കാലത്ത്, ഈ മുന്നിൽ കാണുന്ന വയലുകളെല്ലാം തരിശു നിലങ്ങളായിരുന്നു. എന്നാൽ സർക്കാർ യമുനയുടെ മാറിൽ മതിലുകെട്ടി വെള്ളം തടുത്തു നിർത്തിയതോടെ തരി

ശുനിലങ്ങളിലേക്കു വെള്ളച്ചാലുകൾ ഓടിവന്നു. അതോടെ ജമാൽപ്പൂരിലും വലിയ മാറ്റങ്ങൾ വന്നു.

ഗ്രാമമദ്ധ്യത്തിൽ ജമീന്ദാരുടെ കൂറ്റൻ മണിമാളിക ഉയർന്നു. കുടിലുകളും കുടിലുകളുടെ പിന്നിൽ കന്നുകാലികളും വർദ്ധിച്ചു. തരിശുനിലങ്ങളിൽ ഗോതമ്പുകതിരുകൾ നൃത്തംവെക്കുവാൻ തുടങ്ങി. താൻ കരുതി ഗ്രാമം മുഴുവൻ സ്വർഗ്ഗമായെന്ന്. പക്ഷേ....

തന്റെ അച്ഛൻ സ്വർണ്ണം എന്ന അർത്ഥം വരുന്ന സോന എന്ന പേർ മാത്രം തനിക്കു സമ്മാനിച്ചു. ക്ഷയം പിടിച്ചു മരിച്ചു. ഡോക്ടറെ കാണാതെ, ഒരു തുള്ളി മരുന്നു കഴിക്കാതെ. അമ്മ തന്നെയും എരുമയെയും പോറ്റി വളർത്തി. എരുമ വയസ്സായി ചത്തു. താൻ വളർന്നു യുവാവായി. അമ്മ പക്ഷവാതം പിടിപ്പെട്ടു കിടപ്പിലായി. ഇതാണു തന്റെ സ്വർഗ്ഗം. ഓ നേരം ഒരുപാടായെന്നു തോന്നുന്നു. സോന വേഗം കുടിലിലേക്കു നടന്നു. വാതിൽ തുറന്ന് അകത്തുകടന്നപ്പോൾ അമ്മ ഞരങ്ങിക്കൊണ്ടു കിടക്കുന്നതാണു കണ്ടത്.

"മാ!" അവൻ വിളിച്ചു.

അമ്മ ഉണർന്നു. നിർജ്ജീവങ്ങളായ കണ്ണുകളും വർഷങ്ങളുടെ ചുളിവുകൾ വീണ മുഖവും. അവൻ ഓട്ടുകൈയിലിൽ മരുന്നെടുത്ത് അമ്മയുടെ വായിൽ ഒഴിച്ചുകൊടുത്തു. മരുന്നുകുപ്പി കട്ടിലിന്റെ അടിയിൽ വെച്ചു. പിന്നെ റൊട്ടിയും വെള്ളവുമെടുത്ത് അമ്മയുടെ കൈ എത്താവുന്നിടത്തേക്കു മാറ്റി വെച്ച് അവൻ പുറത്തേക്ക് ധൃതിപിടിച്ചിറങ്ങി.

സമയം എട്ടുമണിയോടടുത്തിരുന്നു. റോഡിൽ തിരക്കു വർദ്ധിച്ചിരിക്കുന്നു. തല മൂടിക്കെട്ടിയ പാൽക്കാർ പാൽപ്പാത്രവും സൈക്കിളിൽ വെച്ചു ധൃതിപിടിച്ചു സൈക്കിൾ ഓട്ടുകയാണ്.

സോന വേഗം വേഗം നടന്നു. അല്പം താമസിച്ചാൽ മതി. ഡോക്ടർ സാഹബ് കണ്ണുരുട്ടി ചീത്ത പറയും. ഡോക്ടർ സാഹബിന്റെ ചീത്ത സഹിക്കാം. അതിനൊരു മര്യാദയൊക്കെയുണ്ട്. എന്നാൽ, കണ്ണാടിക്കുപ്പായമിട്ടു നടക്കുന്ന ടെക്നീഷ്യനെയാണ് സഹിച്ചുകൂടാത്തത്. വായെടുത്താൽ പുളിച്ച തെറിയേ അവൻ പറയൂ.

കൂർത്ത ചരലിൽ തട്ടി സോനയുടെ കാലുകൾ വേദനിച്ചു. എങ്ങനെ വേദനിക്കാതിരിക്കും? ഡോക്ടർ മേദി ഹസ്സൻ ഒന്നരക്കൊല്ലം ചവിട്ടിപ്പഴയതാക്കിയ ഷൂസ് തന്നെയും വലിച്ച് എത്ര കാലം നടക്കും? അവൻ ഷൂസിലേക്കു നോക്കി. അപ്പോഴാണ് ആമയുടെ തലപോലെ തന്റെ പെരുവിരൽ ഷൂസിന്റെ മൊത്തി അടർത്തി പുറത്തേക്കു തുറിച്ചുനില്ക്കുന്നതു കണ്ടത്.

ഒരു സൈക്കിളുണ്ടെങ്കിൽ ഈ പാടുപെടലൊന്നും വേണ്ടായിരുന്നു. ഒരു പഴയ സൈക്കിൾ വാങ്ങാൻ എത്ര കാലമായി കൊതിച്ചുകൊണ്ടിരിക്കുന്നു! മാസംതോറും കിട്ടുന്ന പണത്തിന്റെ പകുതിയും ഡോക്ടറുടെ വലിപ്പിലേക്കല്ലേ പോകുന്നത്?

രണ്ടു ലക്ഷം രൂപ ചെലവാക്കി പണിയിച്ച കൂറ്റൻ ഗെയിറ്റിന്റെ നെറുകയിൽ പിടിപ്പിച്ച നാഴികമണിയിലേക്കു സോന നോക്കി. മണി എട്ടര .നാഴികമണിയുടെ ചുവട്ടിൽ ചന്ദ്രക്കലയും, അതിനു ഇരുപുറവും വിശുദ്ധവാചകങ്ങളും കൊത്തിവെച്ചിരിക്കുന്നു 'മനുഷ്യാ, ഭൂമിയും സ്വർഗ്ഗവും ഞാൻ നിനക്കുവേണ്ടി സൃഷ്ടിച്ചിരിക്കുന്നു.'

കാറും സ്കൂട്ടറും റിക്ഷയും സുന്ദരികളും സുന്ദരന്മാരും കടന്നുപോകുന്ന ആ കൂറ്റൻ ഗെയിറ്റിലൂടെ സോനയും അകത്തേക്കു കടന്നു.

ഡിസ്കഷൻ ഹാളിൽ എത്തിയപ്പോൾ ഭാഗ്യം എന്നു പറയട്ടെ, ടെക്നീഷ്യൻ എത്തിയിട്ടുണ്ടായിരുന്നില്ല. കൂട്ടുകാരൻ നമ്പ, കേഡവർ ടാങ്കി (ശവശരീരങ്ങൾ സൂക്ഷിക്കുന്ന ടാങ്ക്)ന്റെ അടുത്ത വെറ്റില ചവച്ചുകൊണ്ടിരിക്കുകയായിരുന്നു. സോനയെ കണ്ടപ്പോൾ നമ്പ എഴുന്നേറ്റു. വായിലൂറിക്കൂടിയ വെറ്റിലക്കറ തുപ്പി ചിറി തുടച്ചുകൊണ്ടു ചിരിച്ചു.

"നമഷ്കാർ!"

"നമഷ്കാർജീ!" സോന പ്രതിവന്ദനം പറഞ്ഞു.

"ചുറ്റുപാടും നോക്കിക്കൊണ്ട് നമ്പ പറഞ്ഞു. "മൃഗം എത്തിയിട്ടില്ല."

"വരട്ടെ." ചിരിച്ചുകൊണ്ട് സോന പറഞ്ഞു. "പന്നിയുടെ മകനെ ഞാൻ ഒരുദിവസം ഇടിക്കും. എന്റെ അമ്മയുടെ ദീനമൊന്നു മാറട്ടെ."

കാൽപ്പെരുമാറ്റം കേട്ടു രണ്ടുപേരും ഞെട്ടി. അതാ നില്ക്കുന്നു, ഒരു ചെകുത്താനെപ്പോലെ കണ്ണാടിക്കുപ്പായമിട്ട ടെക്നീഷ്യൻ നിസാർ അഹമ്മദ്.

"എന്തെടാ പട്ടികളെ, രണ്ടും മിഴിച്ചു നില്ക്കുന്നത്?" നിസാറിന്റെ ശബ്ദമുയർന്നു. "കുട്ടികൾ വരാറായില്ലേ? ബോഡിയെടുത്തു വേഗം നിരത്തിവെക്ക്."

നിസാർ പ്രൊഫസറുടെ മുറിയിലേക്കു കടന്നുപോയി. പോകുമ്പോൾ പിറുപിറുത്തുകൊണ്ടിരുന്നു:

"റാസ്കൾസ്! ഇവറ്റകളെക്കൊണ്ടു തോറ്റു."

സോന കേഡവർ ടാങ്കിന്റെ പലകയടപ്പു തുറന്നു. ഒരു വല്ലാത്ത നാറ്റം. അപ്പോഴാണ് തലേന്ന് ഫോർമലിൻ ഇടാൻ മറന്ന കാര്യം ഓർത്തത്. മൃഗമെങ്ങാൻ ഇങ്ങോട്ടു വന്നാൽ കൊന്നതുതന്നെ. അവൻ വേഗം അലമാര തുറന്നു ഫോർമലിൻ എടുത്തു ശവത്തിന്മേൽ തളിച്ചു.

നമ്പ ഉരുട്ടിക്കൊണ്ടുവന്ന സ്ട്രെച്ചറിൽ മരവിച്ച ശവങ്ങൾ അവർ പിടിച്ചു വെച്ചു. പതിനഞ്ചു മിനിട്ടുകൊണ്ട് ഡിസക്ഷൻ ടേബിളിൽ ശവശരീരങ്ങൾ നിരന്നു. കൈപോയ, കാലുപോയ, തലപോയ ശവശരീരങ്ങൾ, ദിവസങ്ങൾ കഴിയുംതോറും ഓരോ അവയവങ്ങൾ അവയ്ക്കു നഷ്ടപ്പെട്ടുകൊണ്ടിരിക്കുകയാണ്.

സോന തന്റെ പഴയ ചെമ്പുപാത്രവുമെടുത്തു പുറത്തേക്കിറങ്ങി. സൈക്കിൾ സ്റ്റാന്റിന്റെ അടുത്തു താൻ ഉണ്ടാക്കിയ അടുപ്പിൽ ചെമ്പു കേറ്റി വെച്ചു തീ കത്തിക്കുവാൻ തുടങ്ങി. തലേന്നാൾ കുട്ടികൾ മുറിച്ചിട്ട ശവ

ക്ഷണങ്ങളായിരുന്നു ചെമ്പിൽ. അതു വേവിച്ച് അതിൽനിന്നു പൊട്ടാത്ത എല്ലുകൾ വേർപെടുത്തിയെടുക്കണം. തലയോടുകൂടി എല്ലാ എല്ലുകളും ശേഖരിച്ചാൽ ഉറുപ്പിക മുപ്പതാണ്. മനുഷ്യൻ മരിച്ചാലും അവന്റെ വില നശിക്കുന്നില്ലെന്നതു സോന മനസ്സിലാക്കിയത് എല്ലുകൾക്ക് പണം കിട്ടിത്തുടങ്ങിയപ്പോഴാണ്. എല്ലുകൾ വിറ്റുകിട്ടുന്ന തുക അവനും ചങ്ങാതിക്കും നല്ല ഒരാശ്വാസമായിരുന്നു. എന്നാൽ അത് അധികകാലം തനിക്കും ചങ്ങാതിക്കും അനുഭവിക്കാൻ കഴിഞ്ഞില്ല. നിസാർ എന്ന നവാബ് വന്നതോടെ അവന്റെ കണ്ണ് അവിടെയും എത്തി. എല്ലുകൾ വിറ്റാൽ കുട്ടികളിൽനിന്നു കിട്ടുന്ന പണം അവനെ ഏല്പിക്കണം. എന്തെങ്കിലും ചായ കുടിക്കുവാനായി തങ്ങൾക്കു തന്നെങ്കിലായി.

വെള്ളം തിളച്ചുമറിയുന്ന ചെമ്പിൽനിന്നു സോന എല്ലുകൾ ഓരോന്നായി സാവധാനത്തിൽ പുറത്തേക്കെടുത്തു. എല്ലിൽ പറ്റിനില്ക്കുന്ന ഇറച്ചിപ്പാടുകൾ കത്തികൊണ്ട് എല്ലിനു കേടുതട്ടാത്തവിധം വരണ്ടി നീക്കിക്കൊണ്ടിരുന്നു.

അപ്പോഴാണ് മേദിസാഹബ് കുട്ടികളെ പഠിപ്പിക്കുന്ന ശബ്ദം അവന്റെ കാതിൽ വന്നലച്ചത്. എന്തുമാത്രം ശബ്ദത്തിലാണ് ഈ മേദിസാഹബ് കുട്ടികളെ പഠിപ്പിക്കുന്നത്! ഇപ്പോൾ തൊണ്ട പൊട്ടിപ്പറിഞ്ഞുപോകുമെന്നു തോന്നും. ഒരു കൈയിൽ എല്ലും മറ്റേ കൈയിൽ ചായച്ചോക്കുകളും പിടിച്ചു വിയർത്ത് ആർത്തുവിളിക്കുന്ന മേദിസാഹബിനോട് അവന് എന്തെന്നില്ലാത്ത സഹതാപം തോന്നാറുണ്ട്. ഉണ്ണുന്ന ചോറിന് പണിയെടുക്കുന്നവനാണ് തന്റെ ഡോക്ടർ സാഹബ്ബെന്നു തന്റെ ചങ്ങാതി എപ്പോഴും പറയാറുണ്ട്.

കോളേജിലെ ഡോക്ടർമാരിൽവെച്ച് ഏറ്റവും നല്ല ആളാണ് മേദിസാഹബ്. അഞ്ചുകൊല്ലമായി പക്ഷവാതം പിടിച്ച തന്റെ അമ്മയെ മേദിസാഹബ് ചികിത്സിക്കുന്നു. തന്റെ കൈയിൽ ഫീസ് കൊടുക്കാനില്ലാത്തതുകൊണ്ടാണ്. പത്തോ ഇരുപതോ കൊടുത്തേനെ. ഉള്ള കാശ് മരുന്നിനുതന്നെ തികയാറില്ല.

മേദിസാഹബ് പുണ്യവാനാണ്. ഈശ്വരാ, അയാളെ കാത്തുരക്ഷിക്ക്.

"സോനാ!"

ദൈവമേ മേദിസാഹബ് വിളിക്കുന്നു.

"അരേ സോനാ, ഇവിടെ വാ."

ചെമ്പിന്റെ ചുട്ട വക്കു പിടിച്ച് താഴെ വെച്ചു സോന ഓടി. പൊള്ളിപ്പോയ വിരലുകൾ അവൻ വായിലിട്ട് ഊമ്പിക്കൊണ്ടിരുന്നു.

സോന മേദിസാഹബിന്റെ മുറിയിലേക്കു കടക്കുമ്പോൾ പതിവുപോലെ മേദിസാഹബിന്റെ മുന്നിലിരിക്കുന്ന പത്തൻപതു കുട്ടികളുടെ കണ്ണുകൾ അവന്റെ നേർക്കു പതിഞ്ഞു. ചിലർ ചിരിക്കുകയും മറ്റുചിലർ ഒരു കൗതുകവസ്തുകണക്കേ അവനെ നോക്കിക്കൊണ്ടിരിക്കുകയും ചെയ്തു.

"സോനാ, നിന്റെ ഷർട്ടഴിക്കൂ." മേദിസാഹബിന്റെ കനത്ത ശബ്ദം ഉയർന്നു.

സോന തന്റെ ജവഹർകോട്ടും അതിന്റെ ചുവട്ടിലിട്ട മുഷിഞ്ഞ ഷർട്ടും ഊരി നിലത്തിട്ടു. ഇനി എത്ര നേരം ഒരു യന്ത്രം പോലെ ഇവിടെ നില്ക്കേണ്ടിവരുമെന്ന് സോനയ്ക്കുതന്നെ അറിയില്ല. മേദിസാഹബ് ചെയ്യുന്ന ഒരേയൊരുപദ്രവം ഇതു മാത്രമാണ്. ഇടയ്ക്കിടയ്ക്കു വിളിപ്പിച്ചു ഷർട്ടഴിപ്പിച്ചു തന്നെ ഒരു മരം പോലെ നിർത്തുക.

തന്റെ കഴുത്തിനു കീഴിലും വാരിയെല്ലിലും പുറത്തുമെല്ലാം തൊട്ട് മേദി സാഹബ് ഉച്ചത്തിൽ പറയുവാൻ തുടങ്ങി. കുട്ടികൾ തന്റെ നേരെ മേദിസാഹബ് കാണിച്ച സ്ഥലങ്ങൾ നോക്കുകയും തിരക്കിട്ടു തങ്ങളുടെ ബുക്കിൽ എന്തൊക്കെയോ കുറിച്ചിടുകയും ചെയ്തുകൊണ്ടിരുന്നു. മേദി സാഹബ് ചോക്കുകൊണ്ട് അവന്റെ നെഞ്ചിലും പുറത്തുമെല്ലാം എന്തൊക്കെയോ വരയ്ക്കുകയും കുറിക്കുകയും ചെയ്തു. സോനയ്ക്ക് അപ്പോൾ വല്ലാത്ത സങ്കടം തോന്നി. താൻ ഇവിടെ ഒരു ഉപകരണമായി മാറിപ്പോയതിൽ അവൻ വളരെയേറെ ഖേദിച്ചു.

ഉടനെ മേദിസാഹബ് ഒരു പെൺകുട്ടിയെ വിളിച്ചു. വെളുത്ത സുന്ദരിയായ ആ പഞ്ചാബി പെൺകുട്ടി അവന്റെ അടുത്തേക്ക് ഒരു പാമ്പിനെപ്പോലെ ഇഴഞ്ഞുവരുന്നതായി അവനു തോന്നി. അവളുടെ നീണ്ടുമെലിഞ്ഞ വിരലുകൾ അവന്റെ വാരിയെല്ലുകളിലൂടെ നീങ്ങിയപ്പോൾ താൻ ഒരുപകരണമല്ലെന്നും താൻ ഒരു മനുഷ്യനാണെന്നും അവനു ബോദ്ധ്യമായി.

"സർ, ബട്ട് ഓൺലി ഡിഫറൻസ് ഈസ് ഹീ ഈസ് എ ലിവിങ് കേഡവർ" ഒരു കുട്ടി എന്തോ പറഞ്ഞു. സോനയ്ക്കു മനസ്സിലായില്ല. പലരും അവനെ നോക്കി ചിരിക്കുന്നു. അപ്പോൾ മേദിസാഹബിന്റെ കണ്ണുകൾ ചുവന്നു. അദ്ദേഹം ആ കുട്ടിയെ വളരെയധികം ശകാരിച്ചു. അവനോടു പുറത്തേക്കു പോകുവാനും പറഞ്ഞു. അവൻ പുസ്തകങ്ങൾ വലിച്ചെടുത്തു ഷൂസുകൾ നിലത്തടിച്ചു കനത്ത ശബ്ദമുണ്ടാക്കിക്കൊണ്ട് പുറത്തേക്ക് ഇറങ്ങിപ്പോയി.

സോന മേദിസാഹബിന്റെ ക്ലാസിൽനിന്നു പുറത്തേക്കു പോകുമ്പോൾ അല്പം മുൻപു പുറത്താക്കപ്പെട്ട കുട്ടി ക്ലാസിന്റെ പിന്നിലുള്ള ചുമരും ചാരി മേദിസാഹബിന്റെ നോട്ടും കുറിച്ചുകൊണ്ടിരിക്കുകയായിരുന്നു. മേദിസാഹബിന്റെ ശബ്ദം പുറത്തുനിന്നാലും നല്ലവണ്ണം കേൾക്കാമല്ലോ.

സോന വൈകുന്നേരം കുടിലിലെത്തിയപ്പോൾ അമ്മ കിടന്ന കട്ടിലിന്റെ വക്കത്ത് അംഗുലി ഇരിക്കുന്നതു കണ്ടു. അവനെ കണ്ട ഉടനെ അവൾ എഴുന്നേറ്റ് ഗുംഗട്ട് വലിച്ചൂരിയെടുത്ത് അല്പം ദൂരെ മാറി നിന്നു.

അമ്മ മയങ്ങിക്കിടക്കുകയാണ്. അമ്മയ്ക്കു ദീനം കൂടുതലായിട്ടുണ്ടെന്നു മനസ്സിലായി. അവന് അംഗുലിയോട് സംസാരിക്കുവാൻ കൂടി

കഴിഞ്ഞില്ല. അവന്റെ മനസ്സു നിറയെ അമ്മയുടെ ദീനമായിരുന്നു. അവൻ അമ്മയുടെ നെറ്റിയിലും കഴുത്തിലും കൈവെച്ചു നോക്കി. നല്ല പനിയുണ്ട്. ഒന്നും പറയാതെ അവൻ കട്ടിലിൽ ഇരുന്നു. അപ്പോൾ അംഗുലി പറഞ്ഞു:

"അമ്മയ്ക്ക് ഇന്നല്പം അധികമാണ്."

"അംഗുലീ, ഞാനെന്തു ചെയ്യും? എന്റെ കൈയിൽ ഒരു പൈസപോലുമില്ല. ഡോക്ടർക്ക് ഒന്നും കൊടുക്കേണ്ടെന്നുവെക്കാം. എന്നാൽ മരുന്നെങ്കിലും വാങ്ങണ്ടേ?"

അവൻ കുടിലിൽനിന്നു പുറത്തേക്കിറങ്ങി. അമ്മയെ ഡോക്ടറുടെ അടുക്കലേക്കു കൊണ്ടുപോകണം. ഇപ്പോൾ മേദിസാഹബ്ബായിരിക്കും ഡ്യൂട്ടിയിൽ പക്ഷേ, ഒരു റിക്ഷാവണ്ടി വിളിക്കണം. റിക്ഷാക്കാരനു കൊടുക്കാൻപോലും ഒരു പൈസയില്ല. വേവലാതിയോടെ അവൻ ചൗക്കയിലെത്തിയപ്പോഴുണ്ട്. ഒരു ദൈവദൂതനെപ്പോലെ നില്ക്കുന്നു മൗലാനാ സാഹബ്. റിക്ഷാവണ്ടിയുടെ തണ്ടിന്മേൽ തന്റെ കാൽ പൊക്കിവെച്ച് കൂട്ടുകാരോട് വർത്തമാനം പറഞ്ഞുനില്ക്കുകയാണ് മൗലാനാ സാഹബ്. സോന അടുത്തുചെന്നു വിളിച്ചു.

"മൗലാനാ സാബ്."

മൗലാനാ തിരിഞ്ഞു നോക്കി. അവശനായി നില്ക്കുന്ന സോനയെ കണ്ടപ്പോൾ താടി ചൊറിഞ്ഞുകൊണ്ട് അയാൾ ചോദിച്ചു:

"എന്തെടാ കാര്യം?"

"എന്റെ പൊന്നുസാഹബ്, എന്നെ ദയവായി രക്ഷിക്കണം. അമ്മയ്ക്കു ദീനം കൂടുതലാണ്. ഒന്നാസ്പത്രിവരെ പോണം."

"അതിനെന്തിനാടാ നീ കരയുന്നു?" ചിരിച്ചുകൊണ്ടു മൗലാനാ ചോദിച്ചു.

"എന്റെ കൈയിൽ ഒരു പൈസപോലുമില്ല."

മൗലാനാ റിക്ഷയുമായി മുന്നോട്ടു വന്നു. എന്നിട്ട് സോനയെ നോക്കി പറഞ്ഞു.

"കയറിയിരിക്കെടാ പന്നീടെ മോനെ..."

സോനയും അംഗുലിയും കൂടി താങ്ങിപ്പിടിച്ച് അമ്മയെ റിക്ഷയിലിരുത്തി. അംഗുലിയോട് തങ്ങൾ വരുന്നതുവരെ കുടിലിലിരിക്കുവാൻ ഏല്പിച്ചിട്ട് അവൻ റിക്ഷയിൽ കയറിയിരുന്നു. മൗലാനാ റിക്ഷ മെല്ലെ മെല്ലെ ചവിട്ടുവാൻ തുടങ്ങി.

റിക്ഷ ഊടുവഴിയിലേക്കു തിരിഞ്ഞു. ഊടുവഴിയിലൂടെ പോയാൽ ആസ്പത്രിയിൽ എളുപ്പത്തിൽ എത്താം. അമ്മ അവന്റെ ചുമലിൽ തല ചായ്ച്ചു കിടക്കുകയാണ്. അവൻ വലതുകൈകൊണ്ട് അമ്മയെ നന്നായി പിടിച്ചു. റോഡ് നിരപ്പല്ലാത്തതിനാൽ റിക്ഷ വല്ലാതെ കുലുങ്ങിക്കൊണ്ടിരുന്നു.

"ഏയ് സോന സൂക്ഷിച്ചോളൂ!" മാലാനാ ഇടയ്ക്കിടെ പറഞ്ഞുകൊണ്ടിരുന്നു. അവൻ അമ്മയെ കമ്പിളി നന്നായി പുതപ്പിച്ചു. ഡിസംബർ മാസ

ത്തിലെ തണുത്ത കാറ്റ് ദേഹത്തിൽ തുളച്ചുകയറിക്കൊണ്ടിരുന്നു.

എപ്പോഴും എരുമയെ തല്ലുകയും ചീത്തപറയുകയും അമ്മയുടെ പതിവായിരുന്നു. എരുമയെ അധികം തല്ലിയതുകൊണ്ടാണ് അമ്മയ്ക്കു വാതം പിടിപ്പെട്ടതെന്നാണ് ഗ്രാമക്കാർ പറയുന്നത്.

“സോനാ സൂക്ഷിച്ചോളൂ. ഒരു കുണ്ടു വരുന്നു.” സോന, ഞെട്ടി അമ്മയെ മുറുകെ പിടിച്ചു. റിക്ഷ ഒരു കുലുക്കത്തോടെ താഴുകയും ഉയരുകയും ചെയ്തു.

റിക്ഷ ഊടുവഴിയിലൂടെ മെല്ലെമെല്ലെ നീങ്ങിക്കൊണ്ടിരുന്നു. കാലുകൾ മെല്ലെമെല്ലെ പൊക്കിയും താഴ്ത്തിയും മൗലാനാ റിക്ഷ ചവിട്ടുകയാണ്.

മൗലാനായുടെ കാലിന്റെ പിൻഭാഗത്തുള്ള മാംസക്കഷണം ഉരുണ്ടു മേലോട്ട് കയറുന്നതും താഴോട്ട് ഇറങ്ങുന്നതും സോന കൗതുകത്തോടെ നോക്കിക്കൊണ്ടിരുന്നു. മൗലാനായുടെ കാലൊന്നു തളർന്നാൽ അയാൾക്കു പിറ്റേന്ന് റൊട്ടിയില്ല. ആസ്പത്രിയുടെ മുൻപിൽ രോഗികളും അവരുടെ ബന്ധുക്കളും വരിവരിയായി നില്ക്കുന്നുണ്ടായിരുന്നു. എന്തൊരു നശിച്ച വരിയാണിത്. ആസ്പത്രിയിലും സിനിമാശാലയിലും റേഷൻകടയിലും മുനിസിപ്പൽ കക്കൂസിലും എന്നുവേണ്ട, സകല സ്ഥലത്തും ഈ വരിതന്നെ. വരിയില്ലാത്ത ജീവിതമില്ലല്ലോ ഇപ്പോൾ.

അവൻ അമ്മയെ റിക്ഷയിൽ ഇരുത്തി, ഡോക്ടർ സാഹബിന്റെ മുറിയിലേക്കു നടന്നു. മേദിസാഹബ് രോഗികളെ പരിശോധിച്ചുകൊണ്ടിരിക്കുകയായിരുന്നു. അടുത്തിരിക്കുന്ന മറ്റേ ഡോക്ടർ വളരെ നിസ്സാരമായ ഭാവത്തിൽ ഏതോ മാസിക മറിച്ചുകൊണ്ട് അതിലെ നാണം മറയ്ക്കാതെ കൈയും കാലും പൊക്കി നില്ക്കുന്ന വെള്ളക്കാരി പെൺകുട്ടികളുടെ ചിത്രങ്ങൾ നോക്കി രസിക്കുകയായിരുന്നു.

അയാളുടെ ചുണ്ടിൽ തൂങ്ങിക്കിടക്കുന്ന സിഗരറ്റിന്റെ ഒരിഞ്ചു നീളത്തിലുള്ള ചാരം വീഴുവാൻ വെമ്പിനില്ക്കുകയാണ്.

സോന മുൻപിൽ വന്നുനിന്നപ്പോൾ മേദിസാഹബ് തലയുയർത്തി നോക്കി. സോനയോട് അമ്മയെ അടുത്ത മുറിയിലേക്ക് കൂട്ടിക്കൊണ്ടുവരാൻ പറഞ്ഞു. അദ്ദേഹം വയറുവീർത്തു ഞരങ്ങിക്കൊണ്ടിരുന്ന ഒരു കുട്ടിയെ പരിശോധിച്ചുകൊണ്ടിരിക്കുകയായിരുന്നു.

അമ്മയെ മുറിയിൽ കിടത്തി അഞ്ചു മിനിട്ട് കഴിയുമ്പോഴേക്കും മേദിസാഹബ് വന്നു. വളരെ സൂക്ഷ്മതയോടെ അദ്ദേഹം അമ്മയെ പരിശോധിച്ച് ഒരു ഇൻജക്ഷൻ കൊടുത്തു. മരുന്നിനുള്ള കുറിപ്പും എഴുതിക്കൊടുത്തു. ഒന്നും ഭയപ്പെടേണ്ടതില്ല എന്നും പറഞ്ഞ് അവനെ ആശ്വസിപ്പിച്ചുകൊണ്ട് അദ്ദേഹം എഴുന്നേറ്റു. മേദിസാഹബിന്റെ നേരെ സോന കൈകൂപ്പിനിന്നു. അവൻ പ്രാർത്ഥിച്ചു; ദൈവമേ, മേദിസാഹബിന്റെ ആയുസ്സു നീട്ടണേ!

അവർ വീട്ടിലെത്തുമ്പോൾ അംഗുലി ചിമ്മിനി വിളക്കിന്റെ മുന്നിൽ

അവരെ കാത്തിരിക്കുകയായിരുന്നു. സോന ചോദിച്ചു: "അംഗുലീ, നീ ഞങ്ങളെ കാത്തു മുഷിഞ്ഞു, ഇല്ലേ?"

അമ്മയെ താങ്ങിക്കിടത്തുമ്പോൾ അവൾ പറഞ്ഞു;

"ഏ, ഇല്ല,. ഇപ്പൊ പോയതല്ലേ ഉള്ളൂ. നിങ്ങൾ?"

അമ്മ വയ്യാത്ത സ്വരത്തിൽ അപ്പോൾ പറഞ്ഞു:

"മോനേ, എന്നാൽ അംഗുലി പോട്ടെ. നീയും ചെല്ലൂ കൂടെ."

നോക്കണേ അമ്മയുടെ പേടി. അംഗുലിയെ കുടിലിൽ കിടത്താൻ അമ്മയ്ക്കു വല്ലാത്ത പേടിയാണ്. ശരിയാണ്. കല്യാണം കഴിക്കുന്നതിനു മുമ്പ് പെണ്ണിനെ വീട്ടിൽ താമസിപ്പിക്കുന്നതു തെറ്റല്ലേ? മാത്രമല്ല, ഗ്രാമക്കാർക്ക് അതൊരു പാട്ടുമായിത്തീരും.

അവർ ഇറങ്ങി നടക്കുവാൻ തുടങ്ങി. ഒരു വിളിപ്പാടകലെയുള്ള കുടിലിലാണ് അംഗുലി താമസിക്കുന്നത്. അവളെ ഇങ്ങനെ ഒറ്റയ്ക്കു താമസിപ്പിക്കേണ്ടിവന്നതിൽ അവന് എപ്പോഴും സങ്കടം തോന്നാറുണ്ട്. അമ്മയുടെ രോഗം സുഖമായിട്ടുവേണം അവളെ തന്റെ ഭാര്യയാക്കി കുടിലിൽ താമസിപ്പിക്കാൻ. ഇനിയും എത്ര കാലം വേണ്ടിവരും? അവൾക്കാണെങ്കിലും നല്ല പ്രായമായി. ചെറുപ്പം മുതല്ക്കേ അവൾ തന്റെ കൂടെ കളിച്ചുവളർന്നതാണ്.

നല്ല ഇരുട്ടുള്ള രാത്രിയായിരുന്നു. ജമീന്ദാരുടെ മട്ടുപ്പാവിൽനിന്നും കത്തുന്ന വിളക്ക് ചുറ്റും വെളിച്ചം വീശിയിരുന്നു. അദ്ദേഹത്തിന്റെ ചന്തിയിൽനിന്നു കുതിരകൾ നിലത്തു കുളമ്പിട്ടടിക്കുന്ന ശബ്ദം കേൾക്കാനുണ്ട്.

അവരൊന്നും സംസാരിച്ചില്ല. കനത്ത ഹൃദയവുമായി നീങ്ങിക്കൊണ്ടിരുന്ന അവന്റെ തൊട്ടുപിന്നിലായി അവൾ നടക്കുകയാണ്. ഇടയ്ക്കിടയ്ക്ക് അവരുടെ കൈവിരലുകൾ തമ്മിൽ തൊടുന്നുണ്ടായിരുന്നു. അവൾ നടക്കുമ്പോൾ തെറിക്കുന്ന പൂഴിത്തരികൾ സോനയുടെ കാലിൽ വീണുകൊണ്ടിരുന്നു.

അവർ കുടിലിലെത്തിയപ്പോൾ അംഗുലി തീപ്പെട്ടിയുരച്ച് വിളക്കു കത്തിച്ചു. സോന അകത്തു കടന്നിരുന്നു. ഒരു അലുമിനിയംപാട്ടയിൽ എന്തോ സാധനം അവൾ അവന്റെ മുൻപിൽ കൊണ്ടുവന്നു വെച്ചു.

അവൻ ചോദിച്ചു:

"ഇതെന്താ?"

"തിന്നുനോക്ക്."

അവൻ തിന്നു. ഒന്നാന്തരം അണ്ഠേ കാ ഹൽവ. നൊട്ടിയിട്ട് വെള്ളം കുടിക്കുമ്പോൾ അവൻ ചോദിച്ചു:

"എവിടുന്നു കിട്ടി?"

"എവിടുന്നു കിട്ടാനാ? താർവാലാ ബംഗ്ലാവിലെ മേംസാഹബ് തന്നു. അവർ വലിയ സന്തോഷത്തിലാ. അവർക്ക് ഇന്നൊരു കുട്ടി പിറന്നു. കടിഞ്ഞൂൽക്കുട്ടിയാ."

എന്തോ ആലോചിച്ചുകൊണ്ടു സോന പറഞ്ഞുകൊണ്ടിരുന്നു

"മേംസാഹബിനു കുട്ടി പിറന്നു. കുട്ടി പിറന്നു. നല്ല കാര്യം!"

എന്നിട്ട് അവൻ അംഗുലിയോട് ചോദിച്ചു;

"അപ്പോ അംഗുലി നിനക്കെപ്പോഴാ ഒരു കുട്ടി പിറക്കുക?"

അംഗുലി വല്ലാതെ നാണിച്ചുപോയി. ഗുംഗട്ട് വലിച്ചുതാഴ്ത്തി മുഖം മറച്ചുകൊണ്ട് അവൾ മാറിനിന്നു. അവളുടെ കാലിന്റെ തള്ളവിരൽ നിലത്തെന്തോ വരച്ചുകൊണ്ടിരുന്നു.

എഴുന്നേറ്റ് അവളെ മാറോടു ചേർത്തു പുണരാൻ സോന കൊതിച്ചു. ഓ, കല്യാണം കഴിക്കാതെയോ? വളരെ നീചമായ ഒരാഗ്രഹം മനസ്സിൽ ഉയർന്നതിന് അവൻ തന്നെത്തന്നെ കുറ്റപ്പെടുത്തി.

"ശരി ഞാൻ പോകട്ടെ." അവൻ പോകാനെഴുന്നേറ്റു. എന്നിട്ടു വീണ്ടും ചോദിച്ചു. "അല്ലാ അംഗുലീ, നിനക്കു പേടിയില്ലേ ഇവിടെ ഒറ്റയ്ക്കു താമസിക്കാൻ?"

"എനിക്കു പേടിയോ?"

"വല്ല തെമ്മാടികളും വന്നാലോ?"

അവൾ അല്പം മാറി മൂലയിൽ വെച്ചിരുന്ന ചൂലിന്റെ നേർക്കുവിരൽ ചൂണ്ടിനിന്നു.

അവനോർത്തു: ഓഹോ ഇതു താർവാലാ ബംഗ്ലാവ് അടിച്ചുവാരാൻ മാത്രമല്ല ഉപയോഗിക്കുന്നത്. പെണ്ണായാൽ ഇങ്ങനെയിരിക്കണം.

സോന ഇറങ്ങി നടന്നു.

കുറെ ദിവസങ്ങളോളം അംഗുലി കുടിലിൽ വരാതായപ്പോൾ ഒരു വൈകുന്നേരം അവൻ അവളുടെ കുടിലിലേക്കു ചെന്നു. അവനവിടെ എത്തിയപ്പോൾ അവൾ പറിച്ചിട്ട തലമുടിയുമായി കുടിലിന്റെ കോലായിൽ ഇരിക്കുകയായിരുന്നു. സോനയെ കണ്ട നിമിഷത്തിൽ അവൾ ചാടിയെഴുന്നേറ്റ് അകത്തു കയറി കുടിലിന്റെ വാതിലടച്ചു കളഞ്ഞു.

സോന അത്ഭുതത്തോടെ മിഴിച്ചുനിന്നു. താൻ സ്വപ്നം കാണുകയാണോ എന്ന് അവൻ സംശയിച്ചു. അവൻ ചുറ്റും നോക്കി. അടുത്ത കുടിലിന്റെ മുറ്റത്ത് കുട്ടികൾ കളിച്ചാർത്തു നടക്കുന്നുണ്ട്. ജമീന്ദാരുടെ കുതിരവണ്ടി കിലുങ്ങിക്കൊണ്ട് എങ്ങോട്ടോ പോകുന്നുണ്ട്. സ്വപ്നമല്ല.

അവൻ വാതിലിനു മുട്ടിക്കൊണ്ട് വിളിച്ചു.

"അംഗുലീ, വാതിൽ തുറക്കൂ, നിനക്കെന്തുപറ്റി?"

തൊണ്ടയിടറി അംഗുലിയുടെ ശബ്ദം പുറത്തുവന്നു.

"എനിക്ക് ഒന്നും പറ്റിയിട്ടില്ല. നിങ്ങൾ ഇവിടെനിന്നും പോയാൽ മതി."

പെട്ടെന്നു വന്ന അത്ഭുതം അടക്കിപ്പിടിച്ചുകൊണ്ട് അവൻ ചോദിച്ചു:

"അംഗുലീ, എന്തുണ്ടായി? കാര്യം പറയൂ."

അവൾ കരയുകയായിരുന്നു. ഏങ്ങലിന്റെ അലകൾ വാതിൽപ്പാളികൾക്കിടയിലൂടെ കടന്നുവന്ന് അവന്റെ കാതിലലച്ചു. അന്നാദ്യമായിട്ടാണ് അംഗുലി കരയുന്നത് അവൻ കേൾക്കുന്നത്. അവളെ കണ്ട് അവളുടെ

കണ്ണുനീര് തുടച്ചു കൊടുക്കുവാൻ അവൻ അതിയായി ആഗ്രഹിച്ചു. പക്ഷേ, അടച്ച വാതിലിനുപുറത്തുവെച്ച് അപരന് എന്തു ചെയ്യാൻ കഴിയും?

ഉടനെ വാതിൽ തുറക്കപ്പെട്ടു. അവൻ വളരെ സന്തോഷിച്ചു നില്ക്കുമ്പോൾ അംഗുലി പുറത്തുവന്നു. എന്നാൽ അവന്റെ നേരെ ഒന്നു നോക്കുകപോലും ചെയ്യാതെ അവൾ പുറത്തേക്കിറങ്ങി. മുറ്റത്തു കുനിഞ്ഞിരുന്ന് ഛർദ്ദിക്കുവാൻ തുടങ്ങി.

പലതും ചോദിക്കാനും പറയാനും ചെയ്യാനും അവൻ ആഗ്രഹിച്ചെങ്കിലും അവൻ അവശനായിക്കഴിഞ്ഞിരുന്നു. അവൾ മുറ്റത്തുനിന്ന് എഴുന്നേറ്റ് വീണ്ടും അകത്തുകടന്നു വാതിലടയ്ക്കുന്നത് അവൻ നോക്കിനിന്നു. വാതിലടയ്ക്കുമ്പോൾ അവളിങ്ങനെ പറഞ്ഞു:

"ഈ പാപിയെ നോക്കി ഇനി ഇവിടെ വരരുത്."

പെട്ടെന്ന് വന്ന ധൈര്യത്താലും ആവേശത്താലും അവൻ വീണ്ടും ചോദിച്ചു:

"അംഗുലീ, നിനക്കെന്തു പറ്റി?"

ഉത്തരം പുറത്തേക്കു തെറിച്ചുവീണില്ല. പറ്റിയത് അവൾ എങ്ങനെ അവന്റെ മുഖത്തു നോക്കി പറയും?

സ്വന്തമായി ആരുമില്ലാത്ത അംഗുലിക്ക് ഒരേയൊരു സഹായി മേംസാഹബായിരുന്നു. നേരം പുലരുമ്പോൾ തന്റെ ചൂലുമായി അവൾ മേംസാഹബിന്റെ വീട്ടിലേക്കു പുറപ്പെടുന്നു. എന്നിട്ടു വീടും കക്കൂസും കുളിമുറിയും കോഴിക്കൂടും മുയൽക്കൂടും പരിസരവും അവൾ അടിച്ചു വൃത്തിയാക്കുന്നു. മേംസാഹബ് നിത്യേന കൊടുക്കുന്ന ഭക്ഷണവും മാസത്തിൽ കൊടുക്കുന്ന പത്തുരൂപയുമാണ് അവളുടെ രക്ഷ.

ജോലി അവൾക്കിഷ്ടമായിരുന്നു. മേംസാഹബിനെയും ആ വീട്ടിലുള്ള ലെഗോൺ കോഴികളെയും വെള്ളമുയലുകളെയും അവളൊന്നുപോലെ സ്നേഹിച്ചു. എന്നാൽ അവളെ പേടിപ്പെടുത്തുന്ന ഒന്നുണ്ടായിരുന്ന ആ വീട്ടിൽ. നിത്യവും അവൾ അടിച്ചുവാരിക്കൊണ്ടിരിക്കുമ്പോൾ അവളുടെ ദേഹം ചൂഴ്ന്നിറങ്ങുന്ന നോട്ടമയയ്ക്കുന്ന ഇഫ്തിഗാർ സാഹബ്. കൊമ്പൻമീശയും വസൂരിക്കലയുമുള്ള, ചുവന്ന മുഖവും തുറിച്ച കണ്ണുകളും കുടവയറുമുള്ള ആ മനുഷ്യൻ മേംസാഹബിന്റെ ഭർത്താവായിരുന്നു. മാൻകുട്ടിയെപ്പോലെ സുന്ദരിയായ മേംസാഹബിന് ഭർത്താവായി കിട്ടിയത് ഈ സത്വത്തെയാണല്ലോ എന്നോർത്ത് അവൾ പലപ്പോഴും ദുഃഖിച്ചിരുന്നു. എന്നാൽ അയാൾക്ക് പണം വാരിക്കൂട്ടുന്ന ജോലിയായിരുന്നു.

പതിവുപോലെ അന്നും അവൾ ജോലിക്കു പോയപ്പോൾ മേംസാഹബിനെയും അവരുടെ കറുത്ത മൂടുപടവും ആ വീട്ടിൽ കണ്ടില്ല. അവൾ പ്രസവിക്കുവാൻവേണ്ടി ഹോസ്പിറ്റലിലേക്കു പോയതാണെന്ന് അവൾക്കു മനസ്സിലായി.

അവൾ മുറ്റമടിച്ചുകൊണ്ടിരിക്കുമ്പോൾ ഇഫ്തിഗാർ സാഹബ് മൂർച്ച

കുറഞ്ഞ ഒരു കത്തികൊണ്ട് പേരയ്ക്കാ ചെത്തിത്തിന്നുകയായിരുന്നു.

അവൾ അടിച്ചുവാരാനായി കിടപ്പുമുറിയിലേക്കു കയറി. അവൾ കിടക്ക വിരിപ്പെടുത്തു കുടഞ്ഞു ചുളിവില്ലാതെ വിരിച്ചുവെച്ചു. എന്നിട്ടു മുറി അടിക്കുവാൻ തുടങ്ങി. പെട്ടെന്ന് ആ മുറിയിൽ ഇരുട്ടുകയറുന്നത് അവൾ കണ്ടു. തിരിഞ്ഞുനോക്കുമ്പോൾ വാതിലടച്ച് അവളുടെ നേരെ നോക്കുന്ന ഇഫ്തിഗാർ സാഹബിനെയാണു കണ്ടത്.

അവൾ ഇഫ്തിഗാർ സാഹബിനെ നോക്കി. ആ കണ്ണുകളിൽ കത്തിക്കൊണ്ടിരിക്കുന്ന വികാരം കണ്ടപ്പോൾ തന്റെ കരൾ ഉരുകിയൊലിക്കുന്നതായി അവൾക്കു തോന്നി.

ഇഫ്തിഗാർ സാഹബിന്റെ കൈകൾ മുന്നോട്ടു നീങ്ങുന്നത് അവൾ കണ്ടു. തന്റെ തൊണ്ടവരണ്ടതായും നാവു താണുപോയതായും അവൾക്കു മനസ്സിലായി.

പിന്നെ കട്ടിലിലിരുന്ന് തന്റെ പഴകിയ അയഞ്ഞ ചെരുപ്പ് താഴെ ഊരിയിടുവാൻ അവൾ നിർബ്ബന്ധിതയാവുകയാണുണ്ടായത്.

ഇതൊന്നും അംഗുലി പറഞ്ഞില്ലെങ്കിലും സോനയ്ക്കു വ്യക്തമായിരുന്നു. താൻ ദേവകന്യകയെപ്പോലെ പൂജിച്ചുവന്ന അംഗുലി തന്നെ ചതിച്ചു. തന്റെ പരാതികൾ വല്ലവരോടും പറഞ്ഞു ദുഃഖത്തിന്റെ കനം കുറയ്ക്കുവാൻ അവനു കഴിഞ്ഞില്ല.

എന്നിട്ടും അവൻ ജീവിച്ചു. നിസാർ അഹമ്മദിന്റെ ചീത്തകേട്ടുകൊണ്ടു ഡിസക്ഷൻ ഹാളിലും മരുന്നുകുപ്പിയുമായി ആശുപത്രിമുറ്റത്ത് ക്യൂ നിന്നും നാളുകൾ നീങ്ങിക്കൊണ്ടിരുന്നു.

അന്നത്തെ സംഭവത്തിനുശേഷം പിന്നീടവൻ അംഗുലിയെ കണ്ടില്ല. അവസാനമായി കണ്ടത് ആശുപത്രിയിൽവെച്ചായിരുന്നു അതുതന്നെ അവളുടെ ശവം.

എങ്ങനെയോ നാടൻകായകൾ അരച്ചു വിഷമുണ്ടാക്കി അവൾ കുടിച്ചു. പക്ഷേ, വിചാരിച്ചപോലെ എളുപ്പത്തിൽ മരിച്ചില്ല. ഒരാഴ്ചയോളം ആശുപത്രിയിൽ കിടന്നു കിടന്ന് വലഞ്ഞതിനുശേഷം അവൾ മരിച്ചു.

അവൾ ആശുപത്രിയിൽ സുഖമില്ലാതെ കിടക്കുകയാണെന്ന വാർത്ത അറിഞ്ഞപ്പോൾ അമ്മ സോനയെ ആശുപത്രിയിൽ പോകുവാൻ നിർബ്ബന്ധിച്ചിരുന്നു. അവൻ ആശുപത്രിവരെ പോകാതെ, അംഗുലിയെ നോക്കാതെ വീട്ടിൽ മടങ്ങി വന്ന് അമ്മയോട് ഓരോ കളവുപറയുകയാണ് ചെയ്തിരുന്നത്.

ഉറ്റവരാരുമില്ലാത്തതുകൊണ്ട് അവളുടെ ശവം ഏറ്റെടുക്കുവാൻ ആരും വന്നില്ല. ഏതായാലും അവൾ മരിച്ചു. ഇനി ശവമെങ്കിലും ഏറ്റെടുക്കാമെന്നു കരുതി ആശുപത്രിയിൽ പോയിരുന്നു.

ആശുപത്രിയിലെ ശവമുറിയിൽ അവളുടെ ശവം മൂടിക്കിടത്തി വെച്ചിരിക്കുകയായിരുന്നു. തുണി പൊക്കി അവൻ അവളുടെ മുഖം അവസാനമായി ഒന്നു നോക്കി. എന്തെല്ലാം ആശകളായിരുന്നു തന്റെ മനസ്സിൽ.

അവളെ കല്യാണം കഴിക്കുക, എന്നിട്ട് അവളുമൊത്തുള്ള ഗ്രാമത്തിലെ ജീവിതം അവൻ എത്ര തവണ സ്വപ്നം കണ്ടതായിരുന്നു! അവസാനം അവൾ എന്താണു ചെയ്തത്? വഞ്ചിച്ചതാണോ? വഞ്ചിച്ചതാണോ? അവൻ പലതവണ തന്നോടുതന്നെ ചോദിച്ചു. അതേ അതേ എന്ന് അവന്റെ മനസ്സ് മന്ത്രിച്ചുകൊണ്ടിരുന്നു.

അവളുടെ മുഖം പഴയതുപോലെ മൂടി, കലങ്ങിമറിഞ്ഞ മനസ്സോടെ അവൻ പുറത്തേക്കിറങ്ങിപ്പോരുകയാണു ചെയ്തത്. പിറ്റേദിവസം പതിവുപോലെ തന്റെ ജോലിസ്ഥലമായ മെഡിക്കൽ കോളേജിലെത്തി. പതിവിലും നേരത്തേതന്നെ ടെക്നീഷ്യൻ നിസാർ അഹമ്മദ് എത്തിയിരിക്കുന്നു. അവനെ കണ്ട ഉടനെ അയാൾ വിളിച്ചു.

"എടാ സോനാ, ഇവിടെ വാ. എത്ര നേരമായി നിന്നെ കാത്തുനില്ക്കുന്നു."

സോന അയാളുടെ മുറിയിലേക്കു ചെന്നു. അണച്ച കത്തി അവന്റെ നേരെ നീട്ടിക്കൊണ്ടു നിസാർ പറഞ്ഞു.

"ഒരു പുതിയ ശവം വന്നിട്ടുണ്ട്. നീ പോയി അതിന്റെ മുടി വടിച്ചു വെക്ക്.

അവൻ കത്തിയുമായി അടുത്ത മുറിയിലേക്കു നടന്നു. മേശപ്പുറത്ത് പ്ലാസ്റ്റിക്കിന്റെ വിരികൊണ്ട് മൂടിവെച്ചിരിക്കുകയാണ് ശവം. അവൻ അടുത്തുചെന്ന് വിരിപ്പുമാറ്റി. അവൻ തരിച്ചുനിന്നുപോയി. അംഗുലിയുടെ ശവം. ആരും ഏറ്റെടുക്കാതെവന്ന ആ ശവം ആശുപത്രി അധികൃതർ കോളേജിലേക്കയയ്ക്കുകയാണു ചെയ്തത്.

"എന്താടാ മിഴിച്ചു നില്ക്കുന്നത്? ചെറുപ്പക്കാരിയുടെ സൗന്ദര്യം നോക്കുകയാണോ കഴുതേ! ഊം വേഗം നോക്കൂ പണി."

ഒരു യന്ത്രം പോലെ സോനയുടെ കൈകൾ ചലിച്ചു. ഭൂമി കറങ്ങുന്നതായി അവനു തോന്നി.

നിസ്സാർ അടുത്തു വന്നത് അവൻ കണ്ടില്ല. അയാൾ വന്നയുടനെ ശവത്തിന്റെ മുകളിൽനിന്ന് പ്ലാസ്റ്റിക്കിന്റെ വിരി പൂർണ്ണമായും എടുത്തു മാറ്റി. അവൾ നഗ്നയായി കിടക്കുകയാണ്. നിസ്സാറിന്റെ കൈ പിടിച്ചുവെക്കുവാൻ അവൻ വെമ്പി.

നിസ്സാർ തന്റെ കത്തികൊണ്ട് ശവത്തിന്റെ തുട കീറി "ഡൈ ഇഞ്ചക്ട്" ചെയ്യുകയായിരുന്നു. അപ്പോൾ അവൻ പറഞ്ഞുതുടങ്ങി.

"ഈ തേവിടിശ്ശിയെ നിനക്കറിയാമോടാ?"

"അറിഞ്ഞുകൂടാ." സോനയുടെ ചുണ്ടുകൾ ചലിച്ചു.

"ഈ നാട്ടുകാരിയെന്നാ ഡോക്ടർ പറഞ്ഞത്. കണ്ണും മൂക്കുമില്ലാതെ നടന്നാൽ ഇതാണു ഗതി."

സോന ഒന്നും പറഞ്ഞില്ല.

നീണ്ട് ഇടതൂർന്നു വളർന്നിരുന്ന മുടി മുഴുവനും അവൻ വടിച്ചു. അവളുടെ ഇരുണ്ടു നീണ്ട തലമുടിയുടെ ഭംഗിയെക്കുറിച്ച് അമ്മ ചില

പ്പോൾ പറയാറുള്ളത് അവന് ഓർമ്മവന്നു. അത് തന്റെ കൈകൊണ്ടു തന്നെ വടിച്ചെടുക്കേണ്ടിവന്നു. മുടി വടിച്ചുതീർന്നു. പുരികം വടിച്ചു. ദേഹത്തുള്ള രോമശകലങ്ങൾ മുഴുവൻ വടിച്ചു.

അപ്പോഴേക്കും നിസ്സാർ നീണ്ട സൂചിയും നൂലും അവന്റെ കൈയിൽ കൊടുത്തിട്ടു ചുണ്ടുകൾ തുന്നിക്കെട്ടാൻ പറഞ്ഞു. കൂർത്ത സൂചിമുന അവളുടെ ചുണ്ടുകളിലേക്ക് ഇറങ്ങിച്ചെന്നു. ആ സൂചിമുന തന്റെ കരളിലൂടെ കടക്കുന്നതായി അവനു തോന്നി. അവന് ആ ശവശരീരം നോക്കി നില്ക്കാൻ കഴിഞ്ഞില്ല. എങ്ങോട്ടെങ്കിലും ഓടിപ്പോയി പൊട്ടിക്കരയണമെന്ന് അവനു തോന്നി. അന്നു രാത്രി സോനയ്ക്ക് ഉറങ്ങുവാൻ കഴിഞ്ഞില്ല. കണ്ണടയ്ക്കുമ്പോൾ മൊട്ടയടിച്ച് പുരികം വടിച്ച് ചുണ്ടുകൾ തുന്നിക്കെട്ടിയ അംഗുലിയുടെ ശവമാണ് കാണുക. അവന്റെ മനസ്സു മുഴുവനും കുഴഞ്ഞുകിടക്കുകയായിരുന്നു. നേരം പുലരാൻ നേരത്ത് അവൻ ഒന്നു മയങ്ങി. അപ്പോൾ അംഗുലിയെ അവൻ സ്വപ്നം കണ്ടു. അവൾ അവനെ നോക്കി പറഞ്ഞു:

"നിങ്ങളെ ഞാൻ വഞ്ചിച്ചു. ആ സങ്കടം തീർക്കാനാണ് ഞാൻ മരിച്ചുകളഞ്ഞത്."

സോനയുടെ മരവിച്ച ദിനങ്ങൾ നീങ്ങിക്കൊണ്ടിരുന്നു.

അന്ന് അംഗുലിയുടെ ശവം ഡിസക്ഷൻ ടേബിളിലേക്കു മാറ്റപ്പെട്ടു. ടാങ്കിൽനിന്നും ശവം സ്ട്രെച്ചറിൽ കേറ്റി മേശപ്പുറത്തു വെച്ചത് സോന തന്നെയായിരുന്നു. മുൻപെല്ലാം ശവശരീരങ്ങൾ കൈകാര്യം ചെയ്തുകൊണ്ടിരുന്നപ്പോൾ അവയുടെ ദേഹത്തിലൂടെ ഒരു കാലത്ത് ചുടുചോര ഒഴുകിയിരുന്നതായി അവൻ ഓർത്തിരുന്നില്ല. അവയ്ക്കെല്ലാം ഓർക്കാൻ കഴിയുന്ന മനസ്സുണ്ടായിരുന്നുവെന്നും അവൻ കരുതിയിരുന്നില്ല. അല്പം പോലും അവൾ വേദനിക്കരുതെന്നു കരുതിക്കൊണ്ട് അവൻ പ്രവർത്തിച്ചുകൊണ്ടിരുന്നു. വില്ലിച്ചു നില്ക്കുന്ന കൈകാലുകൾ അവൻ പിടിച്ചു നേർക്കുവെച്ചു. അല്പം കഴിഞ്ഞപ്പോൾ കുട്ടികൾ മേശയ്ക്കു ചുറ്റും നിരന്നു. കത്രികകളും കത്തികളും ചലിച്ചുതുടങ്ങി. കേഡവർ റൂമിന്റെ വാതിലിലൂടെ അവൻ എത്തിനോക്കി.

കത്തിയുടെ വായ്ത്തല ആദ്യമായി ആ ദേഹത്തിൽ വീഴുന്നത് അവൻ കണ്ടു. മാറിനിടയിലൂടെ ഒരൊറ്റ വര. "കിർർ" എന്നു കത്തി പാഞ്ഞ ശബ്ദം അവന്റെ തലയിലേക്ക് ഊളിയിട്ടുകയറി. മാറിന്റെ ഇരുഭാഗത്തു നിന്നും തോലുകൾ പറിച്ചു നീങ്ങിക്കൊണ്ടിരിക്കുകയാണ്. മാംസക്കഷണങ്ങൾ അരിഞ്ഞു മേശപ്പുറത്തു വീണുകൊണ്ടിരുന്നു.

അവസാനം ആ ദിവസം വന്നു.

അന്നു ശവത്തിന്റെ തലയോടു മുറിക്കുന്ന ദിവസമായിരുന്നു. അതു കാണരുതെന്നു കരുതി അവൻ പുറത്തേക്കു മാറിനില്ക്കുകയായിരുന്നു. അപ്പോൾ കുട്ടികളിൽ ഒരാൾ വന്ന് അവനെ വിളിച്ചു.

ഉളിയും ചുറ്റികയും അവന്റെ കൈയിൽ കൊടുത്തിട്ട് കുട്ടികൾ പറഞ്ഞു:

"സോനാ, ഈ തലയോട് മുറിക്ക്. ഞങ്ങൾക്ക് മുറിക്കാൻ കഴിയുന്നില്ല."

അവന് ഒന്നും പറയാൻ കഴിഞ്ഞില്ല. ഉളിയും കൈയിൽ പിടിച്ച് ചില സെക്കന്റുകൾ അവൻ നിന്നു. കുട്ടികൾ തിരക്കുകൂട്ടി:

"വേഗം നോക്ക്. സമയമില്ല."

തലയോടിൽ ഉളിവെച്ച് അവൻ ചുറ്റികകൊണ്ട് അടിച്ചുതുടങ്ങി. എത്ര നേരം അടിച്ചുവെന്ന് അവന് ഓർമ്മയില്ല. തലയോടു പിളർന്നു. അപ്പോൾ അവൻ കണ്ടു- വെളുത്ത, അല്ല ഇളംമഞ്ഞനിറമുള്ള നിരവധി ചുളിവുള്ള തലച്ചോറ്!

തന്നെപ്പറ്റി അവൾ പലപ്പോഴും ഓർത്ത അത്ഭുതം നിറഞ്ഞ തലച്ചോറ്.

എന്റോസി വല്യമ്മ

സി വി ശ്രീരാമൻ

മനസ്സ് നിറയെ ഇത്തിൾ ചിപ്പികളായിരുന്നു. അതു നീക്കാൻ തൂകിയ തെളിനീരൊക്കെ കൂടുതൽ നീറ്റിയെടുത്തതേയുള്ളൂ. സ്വന്തം സ്വസ്ഥതയുടെ ഭംഗം മാത്രമായിരുന്നില്ല സ്വന്തക്കാരുടെ മുള്ളുവാക്കുകളും ചെന്നു വീണത് മനസ്സിലെ ഇത്തിൾ കൂമ്പാരത്തിൽതന്നെ. എല്ലാവർക്കും അറിയാം വലിയമ്മയുടെ സ്ഥിതിയെന്താണെന്ന്. അവർക്കു വർഷങ്ങളായി തലയ്ക്കു വെളിവില്ല. എവിടെയെങ്കിലും ഇറങ്ങിപ്പോകും. മറ്റാരുടെയും വീട്ടിലേക്കായിരിക്കില്ല. ഏതെങ്കിലും സ്വന്തക്കാരുടെ വീട്ടിലേക്കായിരിക്കും. ഭക്ഷണം കഴിക്കും. ഓരോ കറിക്കും കുറ്റം കണ്ടുപിടിക്കും. പാകം ചെയ്ത് ആദരവോടെ മേശപ്പുറത്തു കൊണ്ടുവച്ച സ്ത്രീകളെ മുഴുവൻ വഴക്കുപറയും. ഏതെങ്കിലും വീട്ടമ്മ തർക്കുത്തരം പറഞ്ഞാൽ അവിടെനിന്നും ഇറങ്ങിപ്പോകും. മറ്റേതെങ്കിലും സ്വന്തക്കാരുടെ വീട്ടിൽ കയറിച്ചെല്ലും. സുന്ദരമായി ചിരിക്കും. ആ ചിരികൊണ്ടു വീടു മുഴുവൻ കൈയിലെടുക്കും. ഭക്ഷണം പാകം ചെയ്ത സ്ത്രീകളെ പുകഴ്ത്തി പുകഴ്ത്തി വീർപ്പുമുട്ടിക്കും. സമൃദ്ധമായി ഭക്ഷണം കഴിച്ച് വലിയമ്മ രാത്രിയിൽ ഒന്നുറങ്ങും. പിന്നെ എഴുന്നേറ്റ് പുറത്തെ എല്ലാ ലൈറ്റുകളും ഇട്ടുവയ്ക്കും. കുളിമുറിയിൽ കയറി വസ്ത്രങ്ങൾ അലക്കിഅലക്കി വെളുപ്പിക്കും. പിന്നെ ഒരു നീണ്ട കുളി. എന്നിട്ടും വീട്ടിലെ ആളുകൾ എഴുന്നേറ്റിട്ടില്ലെങ്കിൽ അവരെ ചീത്ത പറയാൻ തുടങ്ങും. വീട്ടിലെ സ്ത്രീകൾ പ്രാർത്ഥിക്കുമായിരുന്നു. പണ്ടാരം പകൽ വന്നാൽ മതിയായിരുന്നു. ഇതൊക്കെ എല്ലാവർക്കും അറിയാമായിരുന്നു. എന്നിട്ടു വലിയമ്മയെ ഒരു സൈക്യാട്രിസ്റ്റിനെ കാണിച്ചു ചികിത്സിക്കണമെന്ന് ദാസൻ പറഞ്ഞപ്പോൾ കുടുംബവൃത്തം എതിർത്തു.

"നിനക്ക് ഇനി വേണ്ടത് അവരൊരു ഭ്രാന്തിയാണെന്നു തെളിയിക്കണം. അല്ലേ..." കുടുംബവൃത്തം ഇന്നുവരെ ദാസൻ പറയുന്നതെന്തും

സംശയത്തോടെയേ കണ്ടിരുന്നുള്ളൂ. അലക്കും കുളിയും ഭക്ഷണത്തിനു കുറ്റം കണ്ടുപിടിക്കലും നിത്യസംഭവമായിരുന്നതിനാൽ ആ ശീലവുമായി എല്ലാവരും ഇണങ്ങി. ഈയിടയായി വലിയമ്മയെപ്പറ്റി പറഞ്ഞുകേട്ടത് രാത്രിയിൽ ഒന്ന് ഉറങ്ങിയെഴുന്നേറ്റാൽ അവർ അരുകിൽ കിടത്തി ഉറക്കിയ അവരുടെ മകളെ കാണാനില്ലെന്നു പറഞ്ഞ് നേരം പുലരുന്നതുവരെ കരയുമെന്നാണ്. വലിയമ്മ പ്രസവിച്ചിട്ടില്ല. അമ്മ എന്നും പറയാറുണ്ടായിരുന്നു. കണംകാല് കനത്ത പെണ്ണാണ്. അതുകൊണ്ടാണ് ഭർത്താവ് വാഴാതിരുന്നത്. ചെറുപ്പത്തിൽ കല്യാണം കഴിച്ചു. അധികം നാൾ കഴിയുന്നതിനു മുമ്പേ ഭർത്താവ് മരിച്ചു. അവർ സ്വന്തം വീട്ടിലേക്കു തിരിച്ചു പോന്നു. പിന്നെ വീണ്ടും ഒരു കല്യാണം നടന്നു. പൊന്നുംപൊടിപോലെ ആ വീട്ടുകാർ അവരെ കൊണ്ടുപോയി. ആ വീട്ടിൽ രണ്ടാഴ്ചപോലും നിന്നില്ല. മൂന്നാമതൊരു വിവാഹാലോചന വന്നു. വെറും ആലോചനയായിരുന്നില്ല. കല്യാണത്തിന്റെ നാൾ വരെ കുറിച്ചതായിരുന്നു. അതിനകം ഓണം വന്നു. വരന്റെ വീട്ടുകാർ ഓണക്കോടി കൊണ്ടുവന്നു. ഓണക്കോടിക്ക് നേർമ്മ പോരാ എന്നു പറഞ്ഞ് കൊണ്ടുവന്ന ആളുടെ മുഖത്തേക്ക് അത് വലിച്ചെറിഞ്ഞു അതിനുശേഷം വിവാഹവും വിവാഹാലോചനകളൊന്നും ഉണ്ടായില്ല. കുടുംബഭാഗനിശ്ചയത്തിൽ പടിക്കലെ നിലം വലിയമ്മയ്ക്ക് വിക്രയ സ്വാതന്ത്ര്യത്തോടെ തന്നെ വച്ചു. വലിയമ്മ ആ നിലം വളരെ ശ്രദ്ധിച്ചു പണിയിപ്പിക്കുമായിരുന്നു. അവരുടെ ഒരാളുടെ ചെലവിനു വേണ്ട നെല്ലിന്റെ കറ്റകൾ മാത്രം വീട്ടിലേക്കയയ്ക്കും. ബാക്കി കറ്റകൾ കണ്ടത്തിൽവച്ചുതന്നെ മെതിച്ച് നെല്ല് കച്ചവടക്കാർക്ക് വില്ക്കും. ഇന്നും ഓർക്കുന്നു. അന്നൊന്നും അവർക്ക് ഒരസുഖവും ഉണ്ടായിരുന്നില്ല. തന്റേടം അല്പം ഏറും എന്നു മാത്രം, സ്വാർത്ഥതയും.

നിലം കൈവിട്ടുപോയതിനുശേഷമാണ് വലിയമ്മയ്ക്ക് അസുഖം വന്നത്. ഈ സത്യം മറച്ചുപിടിക്കാൻ ദാസൻ ഒരിക്കലും തയ്യാറല്ല. അപ്പോൾ ആരാണ് കാരണക്കാരൻ? താനോ തന്റെ അന്നത്തെ അവസ്ഥയോ? ദാസൻ അന്നത്തെ ദിനരാത്രങ്ങളെക്കുറിച്ച് ഓർത്തുപോകുകയാണ്. പഠിപ്പും കഴിഞ്ഞ് തൊഴിലില്ലാത്തവന്റെ ദിനരാത്രങ്ങൾ. എല്ലാവരും എതിരാണെന്ന ഒരു തോന്നൽ. തന്നെ നോക്കുന്ന കണ്ണുകളിൽ പുച്ഛം കലർന്നിരിക്കുന്നു എന്ന ഒരു ബോദ്ധ്യം. ഒരിക്കലും തൊഴിൽ കിട്ടാൻ സാദ്ധ്യതയില്ല എന്ന തീർത്ത അറിവ്. ഒടുവിലൊടുവിൽ രണ്ട് കാര്യങ്ങളേ ചിന്തയിലുണ്ടായിരുന്നുള്ളൂ. തീവണ്ടിക്ക് മുമ്പിൽ ചാടണമെങ്കിൽ ഏറ്റവും സുരക്ഷിതമായ സ്ഥലം.. കൂടുതൽ നന്നായി തോന്നിയത് എൻഡ്രീൻ കഴിക്കുന്നതാണെന്നു ബോദ്ധ്യമുണ്ട്. ആയിടയ്ക്ക് വളരെ അടുത്ത രണ്ട് സുഹൃത്തുക്കൾ മരിച്ചത് എൻഡ്രീൻ കഴിച്ചായിരുന്നു. അത്യാവശ്യമായ ഒരു കാര്യമായതുകൊണ്ട് ഇനി അധികം ആലോചിക്കേണ്ടതില്ലെന്നു തീരുമാനിച്ചു. അന്നു വൈകുന്നേരം ഉമ്മറത്തേക്കു കയറിയപ്പോൾ വലിയമ്മ വളരെനേരം ദാസന്റെ മുഖത്തേക്കുതന്നെ നോക്കി നിന്നു.

"എന്താ ദാസാ നിന്റെ മുഖം കാണുമ്പോ പേടിയാകുന്നല്ലോ. നീ എന്തിന്റെ പുറപ്പാടിനാ? ഇങ്ങനെ ആണെങ്കിൽ നിന്നെ സൂക്ഷിക്കണെല്ലോ?"

അന്നു വൈകുന്നേരം വിദേശത്തുനിന്നു ലീവിൽ വന്ന തന്റെ സുഹൃത്ത് വിശ്വം തന്നെ കാണാൻ വന്നിരുന്നു. ദാസന്റെ മാനസികാവസ്ഥ നീങ്ങുന്നത് ഒരു കുരുടൻ കോണിലേക്കാണെന്ന് വിശ്വവും കണ്ടുപിടിച്ചിരുന്നു. ലീവ് കഴിഞ്ഞു പിരിഞ്ഞുപോകുന്നതുവരെ വിശ്വം കൂടെയുണ്ടാവുമായിരുന്നു. ചെന്നെത്തിയപ്പോൾ എഴുത്തയച്ചു. നിന്നെ ഇങ്ങോട്ടു കൊണ്ടുവരാൻ എല്ലാ ഏർപ്പാടുകളും ചെയ്തിട്ടുണ്ട്. യാത്രാച്ചെലവ് അടക്കം ഒമ്പതിനായിരം ഉറുപ്പിക ഉടനെ ഉണ്ടാക്കിക്കൊള്ളൂ. മുട്ടാത്ത വാതിലുകളില്ല. അധികം ആളുകളുടെയും മറുപടി ഇതായിരുന്നു. പോകാനുള്ള കടലാസുകൾ കൈയിൽ കിട്ടട്ടെ. അപ്പോൾ എന്താ വേണ്ടത് എന്നു വച്ചാൽ നോക്കാം... പൈസ കൊടുത്താലേ കടലാസുകൾ കിട്ടൂ എന്നു പറഞ്ഞതൊന്നും ആരും ശ്രദ്ധിച്ചില്ല. അന്നും എൻഡ്രീനെപ്പറ്റിത്തന്നെ ചിന്തിച്ചു. അന്നും വലിയമ്മ ചോദിച്ചു:

"ഇന്ന് എന്താ ദാസാ നിന്റെ മുഖം കാണുമ്പോ പേടിയാവണൂലോ. നിന്റെ വെഷമം എന്താണെങ്കിലും നമ്മുടെ കുടുംബത്ത് ഉള്ളോരോടെങ്കിലും തുറന്നു പറഞ്ഞു ശീലിക്കണം."

ദാസൻ കടുത്ത വെറുപ്പോടെ പറഞ്ഞു:

"എനിക്ക് ഒൻപതിനായിരം ഉറുപ്പിക വേണം. എന്താ തരാൻ കഴിയോ?"

"നിനക്ക് എന്തിനാ ഒമ്പതിനായിരം ഉറുപ്പികയുടെ ആവശ്യം?"

"എനിക്ക് വിദേശത്തു പോവാൻ, അവിടെ ചെന്നാൽ എന്തെങ്കിലും ജോലി കിട്ടും."

പിന്നെ വലിയമ്മ ചോദിച്ചത് ദാസനെ കൂടുതൽ അരിശം കൊള്ളിച്ചു.

"പോകാൻ പറ്റൂന്ന് ഉറപ്പുണ്ടോ ദാസാ?"

"പോകാൻ പറ്റും. അല്ലെങ്കിൽ പറ്റാതിരിക്കും. വലിയമ്മ എന്തിനാ ഇതൊക്കെ അന്വേഷിക്കുന്നെ."

അതിനു വലിയമ്മ പറഞ്ഞ മറുപടി തന്റെ വിധി തന്നെ തിരുത്തിയെഴുതിയ മറുപടി.

"പോകാൻ പറ്റുന്നുണ്ടെങ്കിൽ ഞാൻ പടിക്കലെ നിലം വിറ്റിട്ടു കാശ് തരാം."

ദാസന് ഒരു നേരിയ വിശ്വാസമുണ്ടായിരുന്നു. പക്ഷേ, കുടുംബത്തിൽ ആരും അത് വിശ്വസിച്ചില്ല. ആ കുടുംബത്തിൽ കല്യാണങ്ങൾ നടന്നിട്ടുണ്ട്. അടിയന്തിരങ്ങൾ നടന്നിട്ടുണ്ട്. അന്നൊക്കെ വലിയമ്മ ഏല്ക്കാറുണ്ടായിരുന്നു. ഏറ്റവും ഒടുവിൽ വാക്കുമാറും.

പക്ഷേ, വലിയമ്മ സന്തോഷത്തോടെ നിലം വിറ്റു. രജിസ്ട്രോഫീസിൽനിന്ന് ഇറങ്ങുമ്പോൾ അവർ പൊട്ടിക്കരഞ്ഞു:

"എന്റെ ഏക ആശ്രയം അതും കൈവിട്ടല്ലോ ദൈവമേ..."

ആ രാത്രിയിൽ അവർ ഭക്ഷണം കഴിച്ചില്ല. ദാസൻ അവരെ സമാധാ

നിപ്പിച്ചു.

"എനിക്ക് എന്നു പൈസ ഉണ്ടാവുന്നുവോ അന്ന് എത്ര ഇരട്ടി വില കൊടുത്തും ആ നിലം വലിയമ്മയുടെ പേരിൽ തന്നെ വാങ്ങിത്തരും."

പിറ്റേന്നാൾ തൊട്ട് അവർ ചോദിക്കാൻ തുടങ്ങി:

"എവിടെ നിന്റെ എന്റോസി?"

പിന്നെ പടിക്കൽ ചെന്നു പോസ്റ്റുമാനെ കാത്തു നില്ക്കുമായിരുന്നു. ആരോടും പരാതി പറയുമായിരുന്നു:

"എന്റെ ദാസ് മോന്റെ എന്റോസി വന്നില്ല."

പിന്നെപ്പിന്നെ പോസ്റ്റോഫീസിൽ പോയും അന്വേഷിക്കുമായിരുന്നു.

"എന്റെ മോന്റെ എന്റോസി."

അങ്ങനെ നാട്ടുകാർ കൊടുത്ത പേരായിരുന്നു എന്റോസി വലിയമ്മ.

പൈസ മുഴുവനും കൊടുത്തിട്ടും നാലോ അഞ്ചോ മാസം കഴിഞ്ഞിട്ടും ഒരു വിവരവുമില്ലായിരുന്നു. ഒരു ദിവസം പുലരുന്നതിനു മുമ്പേ വലിയമ്മ എല്ലാവരെയും വിളിച്ചുണർത്തി.

"ഞാൻ ഇന്നലെ രാത്രി ഒരു സ്വപ്നം കണ്ടു. ദാസ് മോന്റെ എന്റോസി വന്നൂന്ന്."

"എങ്ങനെ വലിയമ്മേ എന്റോസി? കാഴ്ചയിൽ എങ്ങനെയിരിക്കും?"

എൻ ഒ സി എന്നു പറയാൻ കഴിയുന്നവർ പോലും ആ നാട്ടിൽ വലിയമ്മയെ അനുകരിച്ച് എന്റോസി എന്ന് ഉച്ചരിച്ചുപോന്നിരുന്നു.

"കേക്കണോ കൂട്ടരെ, സ്വപ്നത്തിൽ ഞാൻ കണ്ടതാ, കോട്ടും സൂട്ടൊക്കെ ഇട്ട ഒരാള് മോട്ടോർ സൈക്കിൾ പറപറപ്പിച്ചുകൊണ്ട് ഇങ്ങട് വന്നു. ഹരിദാസ് ഇവിടെ ഉണ്ട്. ആരോടുമൊന്നും ഉരിയാടാതെ തലയും കീഴോട്ട് ഇട്ട് അകത്ത് കുത്തിയിരിക്കണ്ണ്ട്. ഞാൻ അകത്തുപോയി ദാസനെ വിളിച്ചുകൊണ്ടുവന്നു. അയാള് കോട്ടിന്റെ പോക്കറ്റിൽനിന്ന് ഒരളുക്ക് പുറത്തേക്കെടുത്തു. അതിൽനിന്ന് എന്റോസി പുറത്തേക്കെടുത്തു. ചുണ്ടാണിവിരലിന്റെ പകുതീന്നു ലേശം കൂടും. തിളങ്ങണ സ്വർണ്ണത്തിന്റെ ഒരു തകിട്. ഉരുണ്ടിട്ട്."

എന്തുമാത്രം ആഗ്രഹത്തോടെയാണ് വലിയമ്മ വർണ്ണിച്ചത്. വർണ്ണന നാട്ടിൽ ആകെ പാട്ടായി. രണ്ട് ദിവസങ്ങൾക്കുശേഷം ശരിക്കും എൻ ഒ സി വന്നു. ഒരട്ടി കടലാസുകൾ. ഓടിച്ചെന്ന് സന്തോഷം വലിയമ്മയെ അറിയിച്ചു. കടലാസുകൾ കാണിച്ചുകൊടുത്തു. അവർ സ്വപ്നത്തിൽ മാത്രം ലയിച്ചു.

"എന്നെ കളിപ്പിക്കാനൊന്നും നോക്കണ്ട. ഞാൻ അത്രയ്ക്കു പൊട്ടിയൊന്നുമല്ല."

അന്നു രാത്രി വലിയമ്മയ്ക്ക് കലശലായ പനി വന്നു. പിറ്റേന്നാളും പനി തുടർന്നു. അപ്പോഴാണ് ദാസന്റെ ഒരു സുഹൃത്ത് മോട്ടോർ സൈക്കിളിൽ വന്നത്. മോട്ടോർ സൈക്കിളിന്റെ ശബ്ദം കേട്ടപ്പോൾ വലിയമ്മ എഴുന്നേറ്റ് പുറത്തേക്കുവന്നു. ആ സുഹൃത്ത് ഒരു സിഗരറ്റ് ലൈറ്റർ പുറത്തേക്കെടുത്തപ്പോൾ വലിയമ്മ നിന്ന് തുള്ളിച്ചാടി.

"ഇതാ എന്റോസി"

വലിയമ്മതന്നെ ആ സിഗരറ്റ് ലൈറ്റർ വാങ്ങി ദാസനെ ഏല്പിച്ചു.

"ഇനി വേഗം പോകാൻ നോക്ക്."

യാത്ര പറയുമ്പോൾ വലിയമ്മയുടെ കാൽതൊട്ടിട്ട് ദാസൻ പറഞ്ഞു:

"ഏതെങ്കിലും ഭൂമി ഞാൻ വാങ്ങുന്നുണ്ടെങ്കിൽ അത് പടിക്കലെ നിലമായിരിക്കും. വാങ്ങുന്നത് വലിയമ്മയുടെ പേരിലും."

പിന്നെ പലതും വാങ്ങിക്കൂട്ടി. പടിക്കലെ നിലം മാത്രം വാങ്ങാൻ കഴിഞ്ഞില്ല. അത് പണത്തിന് ബുദ്ധിമുട്ടില്ലാത്തവരുടെ കൈയിലാണ് ചെന്നമർന്നത്. വിലയും നാലഞ്ചിരട്ടി കയറി. ഇന്ന് എങ്ങനെയോ അത് വില്ക്കാനിട്ടിരിക്കുന്നു. വിലയും ഇറങ്ങിവന്നിരിക്കുന്നു. വലിയമ്മയുടെ പേരിൽ തന്നെ വാങ്ങണം. പക്ഷേ, എതിർപ്പുകൾ ഏറിവരുന്നു.

"ആ വെളിവില്ലാത്ത തള്ളയുടെ പേരിൽ നിലം വാങ്ങണം എന്നു പറയുന്ന നിങ്ങൾക്കാ ഇപ്പോൾ വെളിവില്ലാത്തത്."

ഭാര്യയുടെ വാക്കുകൾ.

ഇത് ശരിയാണെന്ന് പലരും. അത് വലിയമ്മയുടെ നിലം തന്നെയല്ലേ? വാങ്ങേണ്ടത് വലിയമ്മയുടെ പേരിൽ തന്നെ. അതും പറയാനാളുണ്ടായിരുന്നു. ആ നിലം കൈ വിട്ടതിനുശേഷമാണ് തള്ളയ്ക്ക് വെളിവുകേട് വന്നതുതന്നെ.

ഇന്ന് കടലാസ് വാങ്ങേണ്ട ദിവസമാണ്. നാളെ തീറ് നടത്തേണ്ട ദിവസവും. തല തരിക്കുന്നു. ദാസൻ എഴുന്നേറ്റു.

കഴിഞ്ഞ കുറേ ദിവസങ്ങളായി വലിയമ്മ അനിയന്റെ വീട്ടിലാണ്. അനിയൻ പറയാറുണ്ട്.

"നമ്മുടെ കുടുംബം ഇങ്ങനെ ഒരു വൃക്ഷം പോലെ പടർന്നതു നന്നായി. വലിയമ്മയ്ക്ക് ഏതെങ്കിലും കൊമ്പിൽ ചേക്കാറാമല്ലോ."

മറ്റ് വാഹനങ്ങൾക്ക് കാത്തുനിന്നില്ല ഒരു ഓട്ടോറിക്ഷ വിളിച്ച് അനിയന്റെ വീട്ടിലേക്കുചെന്നു. പുറത്താരെയും കണ്ടില്ല. അകത്തെ മുറിയിൽ ഒരു കട്ടിലിൽ വലിയമ്മ കിടക്കുന്നു. കണ്ണുമിഴിച്ച് ദാസനെ കണ്ടപ്പോൾ വലിയമ്മ എഴുന്നേറ്റിരുന്നു. അയാൾ കട്ടിലിൽ തന്നെയിരുന്നു.

ദാസൻ ഒരു മുഖവുരയ്ക്കും നിന്നില്ല. മുഖവുര പറഞ്ഞുതീരുമ്പോഴേക്കും അവരുടെ ഓർമ്മയെങ്ങാനും കരണം മറിഞ്ഞെങ്കിലോ.

"വലിയമ്മേ, ഞാൻ പടിക്കലെ നിലം വാങ്ങാൻ പോവുകയാണ്. ഞാൻ പറഞ്ഞ വാക്ക് തെറ്റിക്കില്ല. ഞാൻ വലിയമ്മയുടെ പേരിൽതന്നെ വാങ്ങിക്കുകയാണ്."

"എന്റെ പേരിലോ? എന്തിനാ? ആ നിലം ഞാൻ നിനക്ക് എന്റോസി വാങ്ങാൻ തന്നതല്ലേ...? എനിക്കിനി നിലം പണിയാനൊന്നും വയ്യാ മോനെ. നിന്റെ പേരിൽതന്നെ വാങ്ങിക്കോളൂ... നീ പണിതോളൂ..."

ദാസന്റെ ഉള്ള് നിറഞ്ഞു. തന്റെ പേരിൽ വാങ്ങാൻ പറഞ്ഞതുകൊണ്ടല്ല. വലിയമ്മയ്ക്ക് ഇപ്പോൾ ഒരു വെളിവുകേടും ഇല്ല. ദാസൻ അവരെത്തന്നെ നോക്കിയിരുന്നു. പെട്ടെന്ന് അവരുടെ ദൃഷ്ടി കരണം മറിഞ്ഞു.

"ദാസാ നീ എന്റെ മോളേ കണ്ടോ. പെറ്റിട്ട് രണ്ട് ദിവസം തികയാത്ത എന്റെ മോളെ. ഇന്നലെ ഉച്ചയ്ക്ക് മോളെ അടുത്തു കിടത്തിയിട്ട് ഞാൻ ഒന്ന് കണ്ണടച്ചതായിരുന്നു. പിന്നെ എന്റെ മോളെ കണ്ടില്ല. എന്റെ മോളെ..."

വലിയമ്മ വാവിട്ടു കരയുന്നു. ദാസൻ മിഴിച്ചിരുന്നു.

വലിയമ്മയുടെ ദുഃഖത്തിന്റെ ആഴം താൻ അറിയുന്നതിലും എത്രയോ കാതം അഗാധമാണെന്നറിഞ്ഞപ്പോൾ ദാസന് വാക്കുകളുണ്ടായിരുന്നില്ല.

ഗരുഡൻ തൂക്കം

വൈശാഖൻ

ഒരു ഞെട്ടലോടെയാണ് അയാൾ ഉണർന്നത്. വാസ്തവത്തിൽ ഞെട്ടേണ്ട കാര്യമൊന്നുമുണ്ടായിരുന്നില്ല. അവധിയെടുത്ത് നാട്ടിലെത്തിയതാണ്. ഒഴിവുകാല സന്തോഷങ്ങൾക്കുവേണ്ടി. അനിയത്തിയുടെ ഭർത്താവ് നിർബ്ബന്ധിച്ച് കഴിപ്പിച്ച രണ്ട് ലാർജ്ജുകൾക്കുമേൽ സുഖമായി ഊണും കഴിച്ച് കിടന്നുറങ്ങിയതാണ്. ഔദ്യോഗികമായ ഉൽക്കണ്ഠകളൊന്നുമില്ല. ഇന്ന സമയത്ത് ഉണർന്നേ തീരൂ എന്നുമില്ല. ഭാര്യ വളരെ മെല്ലെയാണ് വിളിച്ചത്. എന്നിട്ടും ഞെട്ടലോടെ ഉണരാൻ കാരണമെന്തെന്ന് ഒരു നിമിഷം അയാൾ ചിന്തിച്ചിരുന്നുപോയി.

"എന്താ ഇങ്ങനെ മിഴിച്ച് നോക്കുന്നത്? ഞാനും മോളും അനിയത്തീം കൂടി പള്ളിക്കാവിൽ തൊഴാൻ പോവ്വാണ്. ചേട്ടൻ വരുന്നില്ലേ?"

"തീരെ സുഖം തോന്നണില്ല. ശരീരം ആകെ വേദനിക്കുന്നു. പനിക്കണൊണ്ടോന്നറിഞ്ഞുകൂടാ."

ഭാര്യ നെറ്റിയിൽ കൈവച്ച് നോക്കുമെന്ന് സ്വാഭാവികമായും അയാൾ പ്രതീക്ഷിച്ചു. അതുണ്ടായില്ല. അപ്പോൾ വെളിയിൽനിന്നും ആരോ ഇന്ദിരേ എന്ന് വിളിക്കുന്നതു കേട്ടു.

"പനീമില്ല ഒരു കുന്തോമില്ല. ചേട്ടൻ കിടന്നോളൂ."

ഇമപൂട്ടി തുറന്നപ്പോഴേക്കും ഇന്ദിര പോയ്ക്കഴിഞ്ഞിരുന്നു. അയാൾ അല്പനേരം കൂടി കണ്ണടച്ച് കിടന്നു. പിന്നീട് കണ്ണുതുറന്ന് കൈമുട്ട് കുത്തി ഉയർന്ന് ജനാലയുടെ കർട്ടൻ നീക്കി. വിശാലമായ മുറ്റത്തും പടിക്കെട്ടിലും പാടത്തും എല്ലാം പോക്കുവെയിൽ പരന്നിരിക്കുന്നു. വരമ്പത്തുകൂടി ഇന്ദിരയും കൂട്ടരും നടന്നകലുകയാണ്. പോക്കുവെയിലിൽ തിളങ്ങുന്ന കാഞ്ചീപുരങ്ങൾ കണ്ണിൽനിന്ന് മറയുന്നതുവരെ അയാൾ അതേപടി നോക്കിക്കിടന്നു.

എരിഞ്ഞടങ്ങുന്ന പകലിനു നേരെ അലസമായി നോക്കിക്കൊണ്ട് അയാൾ ഓർത്തു.

ഞാൻ മരിച്ചുകിടക്കുകയാണെങ്കിലും ഇതേപോലെ തന്നെ പറഞ്ഞ് അവൾ ഇറങ്ങിപ്പോകുമായിരിക്കും. പോയി പള്ളിക്കാവിൽ ഭഗവതിയോട് പ്രാർത്ഥിക്കും. ഇനിയും ഒരു വാർഡ് റോബുകൂടി വാങ്ങാൻ എത്രയും വേഗം സാധിക്കണേ. അതുകൂടി നിറയെ തൂക്കിയിടാൻ സാരികൾ വാങ്ങാൻ കഴിയണേ. അതേ സ്റ്റുപ്പിഡ് മുഖഭാവത്തോടെ അവൾ തുടർന്ന് പ്രാർത്ഥിക്കും. ഭഗവതി, മരിച്ചുകിടക്കുന്ന ശശിച്ചേട്ടൻ ഞാൻ മടങ്ങി എത്തുമ്പോഴേക്കും എഴുന്നേറ്റിരിക്കുന്ന കാഴ്ച കാണാൻ ഇടവരുത്തണേ.

പോക്കുവെയിലിന് സ്വർണ്ണനിറം കൈമോശം വന്നതുപോലെ. ജാള്യം പൂണ്ട ഒരു ചിരിപോലെ അത് അയാളുടെ മനസ്സിലേക്ക് വ്യാപിച്ചു. അടുക്കളയിൽനിന്ന് മുറ്റത്തേക്കിറങ്ങിവരുന്ന മുത്തശ്ശിയെ കണ്ടപ്പോൾ അയാൾ തല താഴ്ത്തി കിടന്നു. മുറ്റത്തെ ചരലിൽ ചങ്ങല വലിക്കുന്നതുപോലെ മുത്തശ്ശിയുടെ കാലടി ശബ്ദം കേട്ടു. അത് ജനാലയ്ക്കപ്പുറമെത്തി നിലച്ചു.

"ശശിക്കുട്ടൻ പോണില്ലേടാ തൂക്കം കാണാൻ? ആനക്കാരന്റെ വീട്ടിലും ഇത്തവണ തൂക്കമുണ്ട്."

"ഇല്ല"

ഒറ്റവാക്കിൽ നിർത്തി. പിന്നീട് ജനാലയ്ക്കപ്പുറം ചങ്ങല അകന്നു പോയി. നന്നായി. ഇല്ലെങ്കിൽ എല്ലാം ആവർത്തിക്കുമായിരുന്നു.

"ആനക്കാരന്റെ മോൾടെ കുട്ടിക്ക് ദീനം വന്നപ്പോ അവളു നേർന്നതാ. ഭർത്താവില്ലേ, ആ നാണപ്പൻ; അയാളെ തൂക്കാമെന്ന്. അയാൾ അല്ലേലും എപ്പോഴും തൂക്കത്തിലാ. ചാരായത്തൂക്കം."

മുത്തശ്ശി പോയെന്നറിഞ്ഞ് അയാൾ വീണ്ടും എഴുന്നേറ്റു. തലയിണയിൽ ചാരിയിരുന്നു.

സൂര്യൻ അസ്തമിക്കുകയാണ്. വയലിനെയും പടിക്കെട്ടിനെയും എല്ലാം മ്ലാനതയിലാഴ്ത്തിക്കൊണ്ട് വെളിച്ചമെല്ലാം ആകാശം കൈവശപ്പെടുത്തിയിരിക്കുന്നു. പാടത്തേക്കിറങ്ങുന്ന പടിക്കെട്ടിനടുത്തുള്ള ആമ്പൽക്കുളം മാത്രം ആരുമറിയാതെ ഒരു തുണ്ടു വെളിച്ചം ഒളിപ്പിച്ചു വെച്ചിരിക്കുന്നു.

അയാൾക്ക് തൂക്കം കാണണമെന്നുണ്ടായിരുന്നു. ഏറ്റവും അടുത്ത് തൂക്കമുള്ളത് ആനക്കാരന്റെ വീട്ടിലാണ്. എന്നു പറഞ്ഞാൽ നളിനിയുടെ വീട്ടിൽ!

പെട്ടെന്ന് അയാൾ തീരുമാനിച്ചു. തൂക്കം കാണേണ്ട. എഴുന്നേറ്റ് ടീപ്പോയുടെ അടിയിലിരുന്ന കുപ്പിയെടുത്തു. മിച്ചമുണ്ടായിരുന്നതു മുഴുവൻ ഒരിറക്കിൽ കുടിച്ചു. മെത്തയിൽ നീണ്ടുനിവർന്ന് കിടന്ന് കണ്ണടച്ചു.

അടഞ്ഞ കണ്ണുകൾക്കു പിന്നിൽ സന്ധ്യ പരക്കുന്ന വയലിന്റെ വിശാലത തെളിഞ്ഞു. പിന്നെ പടിക്കെട്ട്. നടപ്പാത. വിജനമായ മുറ്റം. അയാൾ മുറ്റത്തേക്കിറങ്ങി. ശബ്ദമുണ്ടാക്കാത്ത കാലടികളോടെ നടന്നു. നടപ്പാത

അവസാനിക്കുന്നിടത്ത് നിന്നു. അകലെ എവിടെയോ നിന്ന് കാലം ഒരു പൊന്മാനായി തിരിച്ചുപറന്ന് കുളക്കരയിലെത്തി ചിറകൊതുക്കി. ആമ്പൽക്കുളം ഒളിപ്പിച്ചുവെച്ച അന്തിവെയിൽത്തുണ്ട് ചുരുൾനിവർന്നു പരന്നു. നൊടിയിടയിൽ പരിസരമെല്ലാം സ്വർണ്ണവെളിച്ചത്തിൽ മുങ്ങി.

കുളക്കരയിൽ അയാൾ വന്നുനില്ക്കുന്നതറിയാതെ ഒരു പാവം പെൺകുട്ടി കുളിച്ചുകൊണ്ടിരുന്നു. കുപ്പിവളകൾ കിലുക്കിക്കൊണ്ട് അവൾ വെള്ളത്തിൽ മുങ്ങിനിവർന്നു.

അയാളുടെ കണ്ണിൽ ആവി പറന്നു. പോസ്റ്റ് ഗ്രാഡ്വേറ്റ് പരീക്ഷാജ്വരത്തിന്റെ ജ്വാലകൾ പടരുന്ന മനസ്സിന് എവിടെ നിന്നെങ്കിലും അല്പം കുളിരുവേണമായിരുന്നു. ഒന്നിനെക്കുറിച്ചും ആലോചിക്കാൻ കഴിയുന്ന സമയമായിരുന്നില്ല അത്. പരീക്ഷയൊഴിച്ച് ഭൂമിയിലെ മറ്റൊരു കാര്യത്തെക്കുറിച്ചും ഒന്നും ആലോചിക്കാതെ അയാൾ പറഞ്ഞു.

“നളിനീ, നിന്നെ കാണുമ്പോൾ എനിക്ക് തണുപ്പു തോന്നുന്നു.”

കണ്ണിമയ്ക്കാതെ, നെഞ്ചിനു കുറുകെ കൈകൾ പിണച്ച് തണുത്തുറഞ്ഞ് പോയതുപോലെ അവൾ നിന്നു.

“നളിനീ, എനിക്ക് നിന്നെ ഇഷ്ടമാണ്.”

നളിനി പിന്നീട് കുളത്തിൽ മുങ്ങിയില്ല. ഒരു തവണ നനച്ചുവെച്ച പാവാടയും ദാവണിയുമെടുത്ത് അവൾ വീണ്ടും വീണ്ടും സോപ്പിട്ടു. വീണ്ടും വീണ്ടും നനച്ചു. ഒരു ആമ്പൽപ്പൂ പറിച്ച് അതുനിറയെ ചിരി നിറച്ച് അയാൾക്കു നല്കി.

അയാൾ വയൽവരമ്പിലൂടെ നടന്നു. എരിഞ്ഞുകത്തിയ കുംഭത്തിലെ വെയിൽ തളർന്നടങ്ങുകയാണ്. ഉഴുതിട്ട വയലിലെ കട്ടകൾ ഇളംചൂടിൽ മയങ്ങുന്നു. പൊൻപൊടി പോലെ പാറുന്ന അന്തിവെയിൽ. കാറ്റിൽ പറങ്കിമാമ്പഴത്തിന്റെ മണം. കളങ്കമില്ലാത്ത കൈത്തോടുകൾ. ഒറ്റനോട്ടത്തിൽ ഉള്ളം കാണാം. സുതാര്യമായ മനസ്സുപോലെ കുറുമ്പില്ലാത്ത കാറ്റ്. ചതിക്കാത്ത മണ്ണ്.

വരമ്പ് അവസാനിക്കുന്നിടത്ത് അയാൾ നിന്നു. തിരിഞ്ഞുനോക്കി ശിവൻകുന്നിനുമേൽ തൊട്ടുനില്ക്കുന്ന തുടുത്ത സൂര്യൻ. നോക്കിനില്ക്കേ ഒരു നൊടിയിൽ മറഞ്ഞുപോയി. മുഖംമങ്ങിയ ഗ്രാമത്തിനുമേൽ രാത്രിയുടെ കൗമാരസ്വപ്നത്തിലെ അഞ്ചാറു നക്ഷത്രങ്ങൾ.

രാത്രി വളരുകയായിരുന്നു. തെങ്ങിൻ തോപ്പിനു മുകളിലേക്ക് പൂർണ്ണചന്ദ്രൻ ഉദിച്ചുയർന്നു.

അടുത്തും അകലെയുമായി ഒറ്റയ്ക്കൊറ്റയ്ക്ക് കേട്ടു തുടങ്ങിയ ചെണ്ടയുടെ ശബ്ദങ്ങൾ ഇപ്പോൾ കൂടുതൽ വ്യക്തമായിരിക്കുന്നു. ദൂരങ്ങളിലിരുന്നുകൊണ്ട് അജ്ഞാതഹൃദയങ്ങൾ കൈമാറുന്ന രഹസ്യസന്ദേശങ്ങൾ പോലെ.

ഒന്ന് മടിച്ചു നിന്നിട്ട് അയാൾ വയൽവരമ്പിൽനിന്നും തോടിനു കുറുകെ ചാടി വാഴത്തോപ്പിലേക്ക് കയറി. ഇരുട്ട് ഇടതൂർന്ന് നില്ക്കുന്ന വാഴകൾക്കിടയിലൂടെ ഇലകളുടെ നനുത്ത സ്പർശനമേറ്റ് അയാൾ മെല്ലെ

നീങ്ങി. തെല്ല് ദൂരം നടന്ന് എന്തോ ഓർത്ത് നിന്നു.

വാഴത്തോപ്പിൽ പഴയ ഒരു പൗർണ്ണമി രാത്രി. ഇലകളിൽ തെന്നിവീഴുന്ന നിലാവിന്റെ തുള്ളികൾ നളിനിയുടെ കിതപ്പിൽ അലിഞ്ഞുകൊണ്ടിരുന്നു. അർത്ഥവും വികാരവും ചോർന്നുപോയ വാക്കുകൾ കോർത്ത് വാഗ്ദാനങ്ങൾ നിർമ്മിക്കാൻ വൃഥാ ശ്രമിക്കുകയായിരുന്നു അയാൾ.

“ഞാനൊന്നും ചോദിച്ചില്ലല്ലോ. എനിക്കിതുമാത്രം മതി. ഈ സ്നേഹം”

വാഴയിലകളിൽ തലോടിയകലുന്ന കാറ്റിൽ ഒരു മന്ത്രം പോലെ നളിനിയുടെ ശബ്ദം.

വാഴക്കൂട്ടത്തിന് നടുവിൽ ഒറ്റയ്ക്ക് അങ്ങനെ നിന്നപ്പോൾ അയാൾക്ക് ഭയം തോന്നി. അല്പം അകലെ തൂക്കപ്പന്തലിലെ വെളിച്ചം കാണാനുണ്ട്. ആൾത്തിരക്കിന്റെ ശബ്ദം കേൾക്കുന്നുണ്ട്. അയാൾ അറിയാതെ കാലുകൾ ചലിച്ചു.

പനമ്പ് മേഞ്ഞ പന്തലിൽ അലക്കിയ മുണ്ടിന്റെ വെള്ളവിതാനം കാറ്റിലാടുന്ന കുരുത്തോലകൾ. കത്തിനില്ക്കുന്ന നിലവിളക്കുകൾ. തൂശനിലയിൽ നെല്ലും അരിയും നാളികേരവും. തുളസിക്കതിരുകൾ. കവുങ്ങിൻ പൂക്കുലകൾ.

നേരത്തേ അത്താഴം കഴിഞ്ഞെത്തിയ കുട്ടികൾ പന്തലിന് ചുറ്റും നിരന്നിരിക്കുന്നുണ്ട്. തൂക്കം കാണാൻ ഉൽക്കണ്ഠ പൂണ്ട കൊച്ചുമുഖങ്ങൾ. വരാന്ത നിറയെ പെണ്ണുങ്ങൾ. ഇളംതിണ്ണയിൽ നരച്ച മുടിയും കണ്ണുകളും തൂങ്ങിയ മുലകളും കാതുകളുമുള്ള മുത്തശ്ശിമാർ. കസേരകളിലും ബഞ്ചുകളിലും നിരന്നിരിക്കുന്ന പ്രധാനികൾ. മുണ്ടകത്തിൽ കാരണവരുടെ നാടൻ അഹംഭാവം ചുട്ടികുത്തിയ പഴയമുഖം. തിളങ്ങുന്ന കല്ലുകടുക്കൻ. മെല്ലെ ചലിക്കുന്ന വീശാമ്പാളം എല്ലാവരേയും നോക്കി കാരണവർ പറയുന്നു:

“ഒന്നരയ്ക്ക് ഗ്രഹണം തുടങ്ങും. അതിനുമുമ്പ് തൂക്കം കാവിലെത്തണം.”

ഇനിയും നാരായണനെത്തിയിട്ടില്ല. നളിനിയുടെ ഭർത്താവ് നാരായണനെവിടെ?

അയാൾ ചുറ്റും നോക്കി. നാരായണനെ കണ്ടാൽ അയാൾക്കറിയില്ല. എങ്കിലും വെളിച്ചം എയ്തുവിടുന്ന മുത്തുകൾ പതിച്ച കിരീടവും വെച്ച് ഗരുഡന്റെ കൊക്കും ധരിച്ച് ചുവപ്പും നീലയും മഞ്ഞയും വർണ്ണക്കടലാസുകൾ പതിച്ച ഉടയാടകൾ അണിഞ്ഞ് നളിനിക്കുവേണ്ടി, നളിനിയുടെ കുട്ടിക്കുവേണ്ടി നാരായണൻ തൂക്കം തുള്ളുന്നത് കാണാൻ അയാൾക്ക് ആഗ്രഹം തോന്നി.

ആരും അയാളെ പ്രത്യേകം ശ്രദ്ധിച്ചിട്ടില്ല. ഭാഗ്യം.

പെട്ടെന്നാണ് വാഴക്കൂട്ടത്തിനരികിൽ ആരോ നില്ക്കുന്നതായി അയാൾക്ക് തോന്നിയത്. അയാൾ തിരക്കിൽനിന്ന് ഒഴിഞ്ഞുമാറി നിന്ന് അങ്ങോട്ട് നോക്കി.

നളിനി!

നളിനി നില്ക്കുന്നിടത്ത് വെളിച്ചം കുറവാണ്. എങ്കിലും അയാൾക്ക് അവളെ നന്നായി കാണാൻ കഴിഞ്ഞു. ഒരു മാറ്റവുമില്ല. പഴയ നളിനി തന്നെ.

വാഴത്തോപ്പിൽ വച്ച് പിരിഞ്ഞതിന് ശേഷം ഈ മുഖം മനസ്സിലെത്തിയ സന്ദർഭങ്ങൾ അയാൾ ഓർത്തു. അയാളുടെ വിവാഹദിവസം. സ്വീകരണമുറിയിൽ സുഹൃത്തുക്കളുമൊത്ത് ചിരിച്ച് രസിക്കുന്ന സമയം. ഒരു മിന്നലാട്ടം പോലെ തുറന്നു കിടന്ന വാതിലിനു മുന്നിൽ നളിനി എത്തി. അയാളുടെ ചിരി ഒരു നിമിഷാർദ്ധം കണ്ണിമുറിഞ്ഞത് ആരുമറിഞ്ഞില്ല. പിന്നീട് നോക്കിയപ്പോൾ നളിനി പോയ്ക്കഴിഞ്ഞിരുന്നു. വർഷങ്ങൾ കഴിഞ്ഞ് നഗരത്തിലെ വീട്ടിൽ പോസ്റ്റുമാൻ കൊണ്ടുവന്ന കത്തുകളിൽ ഒരു വിവാഹക്ഷണക്കത്തുണ്ടായിരുന്നു. പഴയരീതിയിൽ വാചകങ്ങളുള്ള ഒരു ക്ഷണക്കത്ത്. അതെടുത്ത് വായിച്ചിട്ട് ഇന്ദിര ചോദിച്ചു:

"ഇതാരാ ഈ നളിനി?"

"ആ ആനക്കാരന്റെ മകൾ."

"ഒരു ഗ്രീറ്റിങ്സ് അടിക്കേണ്ടേ?"

"തീയതി ഓർത്താൽ അടിക്കാം."

പിന്നീട് തീയതി മറന്നു. ക്ഷണക്കത്ത് കണ്ടെത്തിയതുമില്ല.

അരണ്ട വെളിച്ചത്തിൽ നില്ക്കുന്ന നളിനിയെ നോക്കിനില്ക്കെ അയാൾ അതെല്ലാം ഓർക്കുകയായിരുന്നു. വാഴക്കൂട്ടത്തിനരികിൽ നിന്ന് നളിനി കൈകാട്ടി വിളിക്കുകയാണ്.

അയാൾ ഒരു നിമിഷം ശങ്കിച്ചു. ചെല്ലണോ? എന്ത് വിവരക്കേടാണ് ഇവൾ കാണിക്കുന്നത്. പണ്ടത്തെ കാര്യം നാലുപേരറിയുന്നതിന് മുമ്പ് സ്ഥലം വിടാൻ കഴിഞ്ഞു. ഇനിയിപ്പോൾ–

നളിനി പരിഭ്രമത്തോടെ ചുറ്റും നോക്കി വിളിക്കുക തന്നെയാണ്. അയാൾക്ക് ചെറുത്തുനില്ക്കാനായില്ല. നേരെ അടുത്തേക്ക് ചെന്നു.

"ഞാൻ കാത്തിരിക്കുകയായിരുന്നു. മോന് ദീനം വന്നപ്പോ നേർന്നതാ. ഇത് നടത്തീല്ലെങ്കിൽ കുട്ടിയുടെ ആയുസ്സ് അപകടത്തിലാവും."

നളിനി കിതപ്പടക്കി പറഞ്ഞു. അവളുടെ ചൂടുള്ള ശ്വാസം നെഞ്ചിലേറ്റുവാങ്ങി അയാൾ നിലാവ് ചോരുന്ന വാഴത്തോപ്പിലേക്ക് നോക്കി തരിച്ചു നിന്നു.

"ശശാങ്കനെന്നാ ഞാൻ മോന് പേരിട്ടത്. മനസ്സുകൊണ്ട് അവന്റെ അച്ഛൻ മറ്റാരുമല്ലല്ലോ. ദേ, തടസ്സമൊന്നും പറയരുത്. നാണപ്പൻ ചേട്ടൻ എണീക്കാൻ പാടില്ലാണ്ടെ കെടപ്പാ. മോനുവേണ്ടി ഇന്ന് തൂക്കം കെട്ടേണ്ടത് ശശിച്ചേട്ടനാണ്."

അയാൾ അമ്പരപ്പോടെ കേട്ടുനിന്നു. നളിനി അയാളുടെ നെറ്റിയിൽ ഒരുമ്മ കൊടുത്തു. പിന്നെ കൈപിടിച്ച് നടത്തിയപ്പോൾ അനുസരണയോടെ അയാൾ ഒപ്പം ചെന്നു. കിണറ്റുകരയിൽ അയാളെ നിർത്തി, നളിനി വെള്ളം കോരി. ഒരു കുടം വെള്ളം അയാളുടെ തലവഴി ഒഴിച്ചു. ഷർട്ട്

അവൾ ഊരിയെടുത്തു. ഇളംകാറ്റിൽ അയാൾ കുളിർന്നു വിറച്ചു. നളിനി ഒരു പുതിയ മുണ്ട് കൊണ്ടുവന്നു. അയാളെ തറ്റുടുപ്പിച്ചു. പിന്നീട് മെല്ലെ നടത്തിച്ച് പന്തലിൽ കൊണ്ടുവന്നു നിർത്തി.

ഗ്യാസ് ലൈറ്റുകളുടെയും പന്തങ്ങളുടെയും വെളിച്ചത്തിൽ അയാളുടെ കണ്ണ് പുളിച്ചു. ആൾക്കൂട്ടത്തെ ഭേദിച്ച്, സർവ്വശക്തിയും സംഭരിച്ച് ഇറങ്ങി ഓടണമെന്ന് അയാൾ മോഹിച്ചു. പക്ഷേ, കാലുകൾ ചലിക്കാൻ കൂട്ടാക്കിയില്ല.

നിരന്നുനില്ക്കുന്ന ചെണ്ടക്കാരുടെ വലിഞ്ഞു മുറുകുന്ന പേശികൾ നോക്കി അയാൾനിന്നു. മെല്ലെ ചലിച്ചിരുന്ന ചെണ്ടക്കോലുകളുടെ വേഗം വർദ്ധിക്കുകയായിരുന്നു. ചെണ്ടകളുടെ തോൽപ്പുറത്തുനിന്നും കുംഭനിലാവിലേക്ക് അതിദ്രുതം തെറിച്ചുവീണ താളപ്പൊരികൾ അയാളുടെ ഞരമ്പുകളിൽ ചൂടേറ്റിത്തുടങ്ങി.

മുത്തുകൾ പതിച്ച കിരീടം ആരോ അയാളുടെ ശിരസ്സിൽ വച്ചുകെട്ടി. പിന്നെ എല്ലാം പെട്ടെന്നായിരുന്നു. കൈകളിൽ വർണ്ണക്കടലാസുകൾ പതിച്ച ചിറകുകൾ വച്ചുകെട്ടപ്പെട്ടു. കാലുകളിൽ ക്ലാവുപിടിച്ച ചിലങ്കകൾ.

വരാന്തയിലെ പെണ്ണുങ്ങൾ ഗൂഢാർത്ഥത്തിൽ ചിരികൾ കൈമാറുന്നു. ചിലർ അലിവോടെ നോക്കുന്നു. ചില ചെറുപ്പക്കാരികൾ അമ്പരപ്പോടെ മൂക്കിൽ വിരൽ വെയ്ക്കുന്നു.

നളിനി കുട്ടിയെയും എടുത്ത് മുന്നിൽ വന്നുനിന്നു.

തക തക തക തക കൃകൃതം കൃകൃതം

ചിലങ്ക കിലുങ്ങി.

അയാളുടെ കാലുകൾ താളത്തിനൊത്ത് ചലിച്ചുതുടങ്ങി. ചിറകുകൾ ഒന്നിടവിട്ട് ഉയർത്തിയും താഴ്ത്തിയും കുനിഞ്ഞും നിവർന്നും അയാൾ നൃത്തം വച്ചു തുടങ്ങി. താളം മുറുകിയപ്പോൾ കാലുകൾക്ക് വേഗം കൂടി.

"കളപ്പുരയ്ക്കലെ ശശി നമ്മള് നിരീച്ചപോലൊന്നുമല്ല."

ആരോ അടക്കം പറയുന്നത് ചെണ്ടമേളത്തിനിടയിലും അയാൾ കേട്ടു. മുണ്ടകത്തിൽ കാരണവർ വിളിച്ചുകൂവി.

"ഗ്രഹണം ഒന്നരയ്ക്കാ. തൂക്കം പുറപ്പെടാം."

ചുറ്റിത്തിരിയുന്ന ഗരുഡന്റെ മുന്നിൽ നാണയങ്ങൾ വന്നുവീണതു ഗരുഡൻ കൊക്കുകൾ കൊണ്ട് എല്ലാം കൊത്തിയെടുത്തു. ഗരുഡന്റെ പാദപതനത്തിൽ പൊടിമണ്ണ് പാറി ഉയർന്നു.

"വീടിന് പ്രദക്ഷിണം വച്ച് വന്നോളൂ."

നളിനി അടക്കം പറഞ്ഞു. അയാൾ പ്രദക്ഷിണം വച്ചുനടന്നു. ആരോ നാളികേരമുടച്ച വെള്ളം കൊണ്ട് കാല് കഴുകിച്ചു. നുറുക്കിയ കുരുത്തോലത്തുണ്ടുകൾ തുലാവർഷം പോലെ അയാളുടെ ശിരസ്സിൽ വന്നുവീണുകൊണ്ടിരുന്നു.

ഗരുഡൻ നളിനിയെയും കുട്ടിയെയും അനുഗ്രഹിച്ചു. പന്തങ്ങളുടെ

അകമ്പടിയോടെ തൂക്കം വീടുവിട്ടിറങ്ങി. നിലാവിൽ ആളിപ്പടരുന്ന തെള്ളിയുടെ വെളിച്ചം. കുരവകൾ.

കാവിലെത്തി ദേവിയുടെ തിരുനടയിൽ കൽവിളക്കിലെ തിരികൾ തെളിഞ്ഞാടി. ജനക്കൂട്ടം ആർത്തിരമ്പുന്നു. ഇന്ദിരയും മോളും അനിയത്തിയും മുൻനിരയിൽതന്നെ ഉണ്ടെന്ന് തിരിച്ചറിഞ്ഞു.

തിരുനടയിൽവെച്ച് നളിനിയുടെ മേൽനോട്ടത്തിൽ കാരണവന്മാർ അയാളുടെ മുതുകിൽ ഇരുമ്പുവളയം തുളച്ചുകയറ്റി. ഒമ്പതു കോൽ പൊക്കമുള്ള വാഹനത്തിൽ ആദ്യം കയറുന്ന ബഹുമതി അതയാൾക്കു തന്നെ ലഭിച്ചു. വാളും പരിചയുമേന്തി മുതുകിലെ കൊളുത്തിൽ തൂങ്ങി അയാൾ വായുവിൽ ഉയർന്നു. പന്തങ്ങളിൽ തെള്ളികൾ ജ്വലിച്ചു. ചെണ്ടമേളത്തിനൊപ്പം തുടിക്കുന്ന നക്ഷത്രങ്ങളുടെ സമീപത്തേക്ക് ഉയരുകയാണെന്ന് അയാൾക്ക് തോന്നി. ചാടിൽ തൂങ്ങിക്കിടന്നുകൊണ്ട് അയാൾ നളിനിക്കു വേണ്ടി വാളു വീശി, പരിച ഉയർത്തി കളിച്ചു തുടങ്ങി.

പന്തങ്ങളും കൽവിളക്കിലെ തിരികളും മറ്റു തൂക്കങ്ങളും ജനക്കൂട്ടവും എല്ലാം താഴെ തീരെ ചെറുതാകുന്നത് അയാൾ നോക്കിക്കണ്ടു. പെട്ടെന്ന് അയാൾ ശ്രദ്ധിച്ചു. മകൾ കരയാൻ തുടങ്ങുന്നു. പാവം എല്ലാം കണ്ട് പേടിച്ചിട്ടുണ്ടാകും. ഇന്ദിര അവളെയും കൂട്ടി മടങ്ങിപ്പോകാൻ തുടങ്ങുകയാണ്. അയാൾ ഗരുഡന്റെ ചുണ്ടുകൾ വിടർത്തി അലറി. ഒപ്പം ജനക്കൂട്ടം ആർത്തുവിളിച്ചു.

പുറത്തെ കൊളുത്തിന്റെ കൊത്തിവലിക്കുന്ന വേദനയിൽ അയാൾ വിദ്വേഷങ്ങളെല്ലാം മറന്നു. ഇന്ദിരയെ പോലും സ്നേഹിച്ചു. ആശ്ചര്യത്തോടെ നോക്കി നില്ക്കുന്നവരുടെ മുഖങ്ങളിലെല്ലാം സ്നേഹത്തിന്റെ പ്രകാശം തുടിക്കുന്നതായി അയാൾ അറിഞ്ഞു. നളിനിയുടെ മുഖം കാണാൻ വെമ്പി അയാളുടെ ചോരപൊടിയുന്ന കണ്ണുകൾ തിരഞ്ഞു. അവിടെയെങ്ങും നളിനിയെ കണ്ടില്ല.

പിന്നീട് മിന്നൽ പിണർപോലെ ശരീരമാസകലം പുളഞ്ഞ വേദനയുടെ ഒരു നിമിഷത്തിൽ നിർവൃതിയോടെ അയാൾ നോക്കിക്കണ്ടു. ശ്രീകോവിലിനുള്ളിൽ തിളങ്ങുന്ന ഒരു പഞ്ചലോഹ വിഗ്രഹമായി നളിനി ഇരിക്കുന്നു. തീ പാറുന്ന കണ്ണുകൾ അയാളുടെമേൽ തറപ്പിച്ചുകൊണ്ട്. ആ നോട്ടത്തിന്റെ കൊടുംചൂടിൽ അയാൾ ഒന്ന് പിടഞ്ഞു. അപ്പോഴേക്കും മുതുകിൽ വലിഞ്ഞ കൊളുത്ത് അയാളുടെ രക്ഷയ്ക്കെത്തി. ആ കൊളുത്തിൽനിന്നും ഉറവിട്ട് പച്ചമാംസത്തിലൂടെ അജ്ഞേയമായ ഒരു സന്ദേശം ശരീരമാസകലം പടരുന്നതായി അയാൾ അറിഞ്ഞു. ആ സന്ദേശത്തിന്റെ തണുത്ത ലഹരിയിൽ, ആവുന്നത്ര ശക്തിയിൽ വാൾ വീശി നളിനിക്കും തനിക്കും ഇടയിലുള്ള ആകാശത്തെ അയാൾ ആവേശത്തോടെ മുറിച്ചു തള്ളാൻ തുടങ്ങി.

പേമ്പി

പി വത്സല

കറുത്ത കുടിലിന്റെ വാതില്ക്കൽ അവൾ നില്ക്കുന്നുണ്ടെന്ന് അയാൾക്കു തോന്നി. അവളുടെ തലമുടിയിൽ ചൂടിയിട്ടുണ്ടാകാവുന്ന തണുത്തു വിറയ്ക്കുന്ന വെള്ളിലകൾപോലെ, ചുറ്റും കാണുന്ന കാടുപോലെ, മഞ്ഞുതുള്ളികളേറ്റ് മരവിച്ച കൊയ്ത്തുകഴിഞ്ഞ വയലിലെ നെൽക്കുറ്റികൾ പോലെ തന്റെ ഉള്ളും മരവിച്ചിരിക്കുകയാണെന്ന് അയാൾ സ്വയം ഉറച്ചു. കോലായിലെ മൺവിളക്കിന്റെ നേർത്ത വെളിച്ചത്തിൽ, അവളുടെ ഇരുണ്ട ചിന്ത (ചോല)യുടെ മഞ്ഞക്കര ഒരു വാളുപോലെ മിന്നി. ഒന്നു തിരിഞ്ഞുനോക്കിയപ്പോൾ അയാൾ നടുങ്ങി. അവസാനം യാത്രപറയേണ്ട നിമിഷം എത്തിയിരിക്കുന്നു. പറിച്ചെറിയാൻ വയ്യാത്ത നിമിഷം.

"ഞാൻ നാട്ടിലേക്കു പോണു, പേമ്പി."

കൊയ്ത്തുകഴിഞ്ഞ കണ്ടത്തിലെ നെൽക്കുറ്റികളോടും, പോയ കൊല്ലം പുരപ്പുറത്തു പുതച്ച കരിഞ്ഞ വൈക്കോലിനോടും ആരും യാത്ര പറയാറില്ലല്ലോ!

ഇവളോടും യാത്ര പറയേണ്ട കാര്യമൊന്നുമില്ല. ഇല്ലെന്നു വിശ്വസിക്കാനാഗ്രഹിച്ചു. പതിനാറുകൊല്ലം കൂടെത്താമസിച്ചവളാണ്. കാട്ടുമുക്കിലെ തണുപ്പിനും ഏകാന്തതയ്ക്കും കുറവുവരുത്തിയവളാണ്. കളത്തിലെ കാലികളെക്കുറിച്ച് ചിന്തിക്കാൻ ചെലവഴിച്ച സമയത്തിന്റെ നൂറിലൊരംശം പോലും താൻ ഇവളെപ്പറ്റിയോർക്കാൻ ചെലവാക്കീട്ടില്ല. അതും അയാളെ നടുക്കി.

കോലായിലെ വിളക്ക്, ഒഴിഞ്ഞ നെല്ലറയിലേക്ക് വെളിച്ചംവീശി. മുളംചെറ്റയുടെ ഇരുവശവും, കരിമണ്ണുകൊണ്ട് തേച്ചുപിടിപ്പിച്ച, തണുപ്പുകടക്കാത്ത അറ അവളുടെ കൈകൾ തീർത്തതാണ്. നെല്ലിടാൻ തുടങ്ങിയപ്പോൾ അതിനകം അവൾ കണ്ടിട്ടില്ല. തനിക്കും, അവൾക്കും ചെലവിനു

വേണ്ട നെല്ല് ദിവസവും അറവാതില്ക്കൽ കാണുന്ന മുറത്തിലേക്ക് അളന്നിട്ടുകൊടുത്തു. അപ്പോൾ അവളുടെ മുഖത്ത് നോക്കിയില്ല. അവൾ നന്ദിയോടെ നെല്ലുകുത്തി, അരിയാക്കി, ആവിപറക്കുന്ന ചോറ് മുമ്പിൽ കൊണ്ടുവന്നു വിളമ്പി. ചില ദിവസങ്ങളിൽ ഉണ്ടു. ചിലപ്പോൾ വിശന്നിരുന്നിട്ടും മനഃപൂർവ്വം പറഞ്ഞു.

"എനിക്കൂണുവേണ്ട.. ഞാൻ പുറമേ ഉണ്ടു."

താനൊരു ഗൃഹസ്ഥനല്ല. വീട്ടിൽ സമയത്തിനുവന്ന് ഉണ്ണാൻ ബാദ്ധ്യസ്ഥനുമല്ല. ഇവൾ തന്റെ വെപ്പാട്ടി. വേലക്കാരി. അരിവയ്പ്പുകാരി. നാളെ എന്നൊരവസ്ഥ ഇവൾക്കും തനിക്കും ഇടയിലില്ല. അതറിഞ്ഞു ജീവിച്ചോട്ടെ.

അറയിലെ നെല്ലു മുഴുവനും ഇന്നലെ മമ്മതിന് അളന്നു വിറ്റപ്പോൾ അവൻ ചോദിച്ചു:

"ഗോവാലന്നായരെന്താ നാട്ടിലേക്ക് പെട്ടെന്നൊരു പോക്ക്! ഇബടെ ഞമ്മള് തന്ന്യാപ്പോ ഒടുക്കം?"

താഴ്‌വരയിൽനിന്ന് ഇവിടെ ഇനിയും മനുഷ്യർ വരും. കാട്ടിൽ തേനുണ്ട്. എട്ടണ കൊടുത്താൽ നിധി എന്നു കരുതുന്ന കുറുമരും, കുറിച്യരും ഓരോ കുപ്പി തേൻ കൊണ്ടുവന്ന് കൊടുക്കും. ഒരു കഷണം പുകയിലകൊണ്ട് വിലയ്ക്കുവാങ്ങാവുന്ന അടിയാത്തിപ്പെണ്ണുങ്ങൾ എത്രയെങ്കിലുമുണ്ടിവിടെ. ഒരു ഗ്ലാസ് ശർക്കരച്ചായയ്ക്കു ഒരിടങ്ങഴി പച്ചനെല്ല് കൊടുക്കാൻ അടിയാന്മാരുമുണ്ട്. ഇവിടെ മണ്ണുവിതച്ച് കിട്ടുന്നത് താഴ്‌വരയിലെത്തിച്ചാൽ പൊന്നുവിലയ്ക്ക് വില്ക്കാം.

"ഞാനല്ലെങ്കിലും ഇവിടെ സ്ഥിരതാമസക്കാരനൊന്നും അല്ലല്ലോ!" തന്റെ പഴയ പല്ലവി ആവർത്തിച്ചു, ഉറക്കെ. അകത്തുള്ളവൾ കേൾക്കണം. തനിക്കൊരു കുടുംബം നാട്ടിലുണ്ട്. പതിനാറുകൊല്ലം കൂടെ താമസിച്ച പേമ്പി തന്റെ ആരുമല്ല. കാട്ടിനുള്ളിൽ കുടുങ്ങിക്കിടക്കുന്ന പുഷ്ടിയേറിയ ഒരു കറുത്ത മണ്ണുപോലെ. ഇടക്കാലത്ത് ഒന്നു കാണുകപോലും ചെയ്തിട്ടില്ലാത്ത മീനാക്ഷി തന്റെ ഭാര്യയാണ്. ആണോ? അവളുടെ മകൻ ഇന്ന് തന്നെ തിരിച്ചറിയുമോ? അവളിനിയും തന്നെ സ്വീകരിക്കുമോ എന്ന കാര്യത്തെപ്പറ്റി ചിന്തിക്കാതിരിക്കാൻ ശ്രമിച്ചു.

നാട്ടിലേക്കു പോകണം. അടച്ചുപൂട്ടിയ ഇരുമ്പുപെട്ടിയുടെ പൂട്ട് അയാൾ ഒന്നുകൂടി പരിശോധിച്ചു. പെട്ടിപ്പുറത്തിരുന്ന നീളമേറിയ ടോർച്ചെടുത്ത് തെളിയിച്ചു. വെറുതെ വയലിനെ കീറിമുറിച്ചുകൊണ്ട് ഒരു കഠാരം പോലെ അതിന്റെ വെളിച്ചം അക്കരെ, കാടിന്റെ ഹൃദയത്തിൽ ചെന്നുതറച്ചു. അയാൾ പെട്ടെന്ന് ലൈറ്റണച്ച് ടോർച്ച് ഇരുമ്പുപെട്ടിയുടെ മീതെ വെച്ചു. നടക്കുമ്പോൾ മുട്ടുകൾ വിറയ്ക്കുന്നു. അമ്മയ്ക്കും തണുപ്പുണ്ടോ?

മൺചുവരോടു ചേർത്തിട്ട മുക്കാലിയിൽ ചെന്നിരുന്നു. ചാണകവും കരിയും മെഴുകി മിനുത്ത ചുമർ ദേഹത്തു തട്ടിയപ്പോൾ നടുങ്ങി. ഇതു പേമ്പിയുടെ സ്പർശനാണ്. തൊടുന്നതെന്തും അവളുടേതാണ്.

പതിനാറുകൊല്ലങ്ങൾക്കുമുമ്പിവിടെ കയറിവന്നത് ആർത്തിയോടെ

ദേഹത്ത് ചാടിവീണ് രക്തം വലിച്ചൂറ്റുന്ന അട്ടകളെ പറിച്ചെറിഞ്ഞുകൊണ്ടാണ്. തണുത്തുമരവിച്ച കാട്ടിലകൾ വിറച്ചുകൊണ്ടിരുന്നു. കാടുകയറിക്കിടന്ന വയലിൽ മണ്ണട്ടകൾ കൂട്ടക്കരച്ചിൽ നടത്തിയിരുന്നു. ഞണ്ടുകൾ തിടുക്കത്തിൽ മാളങ്ങളിൽ കയറിയൊളിച്ചു. കാട്ടുചോലയുടെ ഇമ്പം ഭയാനകമായിരുന്നു. കഷ്ടപ്പാടുകളുടെ ഉരുളൻകല്ലുകളിൽ തെന്നിച്ചാടി ഇരച്ചുപതച്ച് ഒഴുകുന്ന അടിയാരുടെ ജീവിതത്തെ ഓർമ്മിപ്പിക്കുന്ന ചോല.

നേത്യാരമ്മയുടെ വാക്കുകേട്ട് ഈ കാട്ടുമൂലയിൽ വിത്തിടാൻ പോന്നത് വിഡ്ഢിത്തമായെന്നു തോന്നി.

"ഉടുക്കാനും തേയ്ക്കാനും തരാത്തൊരു നായരെ നെണക്കെന്തിനാടീ?" എന്നു ചോദിച്ച അമ്മാവന്റെ മുഖത്ത് ഇനി നോക്കരുത് എന്നുറപ്പിച്ചു പറഞ്ഞു. പച്ചമണ്ണിന്റെയും ചാണകത്തിന്റെയും മണമുള്ള കുടിലിനകത്തു കയറി..

"നെണക്കിവിടെ ഒന്നിന്റെ കുറവും ഉണ്ടാവൂല, ഗോപാല" നേത്യാരമ്മ പറഞ്ഞു. പുതുതായി വാങ്ങിയ തടിച്ചു കരുത്തനായൊരു എരുതിനെ കിട്ടിയ തൃപ്തിയും, സന്തോഷവുമുണ്ടായിരുന്നു അവരുടെ വാക്കുകളിൽ.

"ഇവിടെ ജോലിയുണ്ട്. ചെയ്യാൻ തരല്യായേയുള്ളൂ."

കാടു കയറിയ കന്നിമണ്ണിൽ കനകം വിളയിക്കാമെന്ന് വയനാട്ടിൽ വന്നുകൂടിയ ശേഷം അവർ മനസ്സിലാക്കിയിരുന്നു.

നല്ലത്. വല്യമ്മാവന്റെ മുഖത്ത് നോക്കണമെങ്കിൽ, ഇവിടെ കുറെ നാൾ കൂടണം.

"എന്ത് ജോലിയാണാവോ?"

"കാര്യായിട്ടൊന്നൂല്ല്യ. പ്പഴ്. കൊറച്ചീസം കാവൽ. അത്രയേയുള്ളൂ!"

മകരമാസത്തിലെ മരംകോച്ചുന്ന തണുപ്പ് എന്നു കേട്ടിട്ടേയുള്ളൂ. നാട്ടിൽ അനുഭവിച്ചറിഞ്ഞു. മനുഷ്യനെ കല്ലാക്കുന്ന തണുപ്പ്. മരവിച്ചു നില്ക്കുന്ന കാട് ചുറ്റും. നാലു പുറവുമുള്ള കാവൽ പന്തലുകളിൽനിന്നു കേട്ട പാട്ടുകൾ കൂർക്കംവലികളായി മാറുന്നു. ആനക്കാവലിനും പന്നിക്കാവലിനും ഉണ്ടാക്കിയ പന്തലുകളിലെ തീക്കുണ്ഡത്തിനു മീതെ നല്ല സുഖം. നല്ല ഉറക്കം. പന്നി മുക്രയിട്ടു നടക്കുന്ന കതിരുവിളഞ്ഞ വയലിനു നടുക്ക് കരിമ്പടം പുതച്ച് ഉറങ്ങുന്ന കാവല്ക്കാർ. അടിയാളന്മാർ. അവർക്കെങ്ങും ഉറങ്ങി ശീലമാണ്. താൻ മാത്രം ഉറക്കംവരാതെ യഥാർത്ഥ കാവലിരുന്നു. ആനക്കാട്ടിൽ പച്ചമുളകൾ വളഞ്ഞൊടിയുന്ന ശബ്ദം കേട്ടു. ശ്വാസമടക്കി കൈയോളംപോന്ന നീണ്ട ടോർച്ച് സമീപമില്ലേ എന്നു പരിശോധിച്ചു. കല്ലെറിഞ്ഞു പഠിച്ച കവണക്കയറിന്റെ അറ്റം പെരുവിരലിൽ ഭദ്രമായി ചുറ്റിപ്പിടിച്ചു. ഉണങ്ങിയ വിറകുമുട്ടികൾ തീകൊടുക്കാൻ പാകത്തിന് അടുക്കിവെച്ചു. തണുത്തിരുണ്ട ആകാശത്തിലെ നേർത്ത ചന്ദ്രക്കല കണ്ടപ്പോൾ ഒറ്റക്കണ്ണൻ രാക്ഷസനെ ഓർത്തു കണ്ണിറുക്കിയടച്ചു. ഉറങ്ങിപ്പോവില്ല. എന്നാലും, മുട്ടിനുമീതെ കരിമ്പടം വലിച്ചുകയറ്റി. ആയിരം അസ്ത്രങ്ങൾ കാലിൽ തറച്ചുകയറുമ്പോൾ ഉറങ്ങിയില്ല. നേത്യാരമ്മയുടെ വയൽ പന്നികയറി നശിക്കില്ല. ഒരു കതിരും കാട്ടാന ചവുട്ടിമെതിക്കില്ല.

കിഴക്കിനു ചുവപ്പുനിറം കണ്ടപ്പോൾ കാലുകൾ അറിയാതെ കരിമ്പടത്തിനുള്ളിലേക്കു വലിഞ്ഞു. അറച്ചറച്ചുകൊണ്ട് നിന്നിരുന്ന ഉറക്കം ചാടിപ്പിടിച്ചു കീഴടക്കിക്കളഞ്ഞു.

"ഏയ്... ഏയ്... മീനാക്ഷിയാണോ?" അവൾ ഇത്ര നേരത്തെ കുളികഴിഞ്ഞു വന്നോ! ഞെട്ടിയുണർന്നു. ജാഗ്രതയോടെ കണ്ണുതിരുമ്പി കരിമ്പടം മൂക്കിനുകീഴെ വലിച്ചിട്ടു പതുക്കെ ചുറ്റുംനോക്കി. കാണുന്നില്ല. ഒരു പുക, മൂടൽമഞ്ഞിന്റെ പുക.

"ഏയ്... ഏയ്..." ശരം പോലെ പാഞ്ഞുവന്ന സ്വരം മഞ്ഞിനെയും തണുപ്പിനെയും തുളച്ച് ഉള്ളിൽ കയറി. ഈ തണുപ്പിൽ എണീറ്റുനടക്കുന്ന ജീവി ഏതാണ്!

പന്തലിന്റെ കാലിനു തൊട്ടുതാഴെ കറുത്ത ചേലക്കഷണം ചുറ്റിയ ഒരു പെണ്ണ്. തലേന്നാൾ ചൂടിയ ചതഞ്ഞ വെള്ളിലകൾ കാറ്റിൽ വിറയ്ക്കുന്നു.

"എന്താ?"

പെൺകുട്ടി നേത്യാരമ്മയുടെ കളത്തിനുനേരെ വിരൽചൂണ്ടി.

കീറിയ ചേലക്കഷണത്തിനിടയിലൂടെ തണുപ്പിന്റെ ശരങ്ങൾ അവളെ ആക്രമിച്ചുകൊണ്ടിരുന്നു.

"നീ പൊയ്ക്കോ!" അവൾക്കു മനസ്സിലായെന്നു തോന്നുന്നു. ചേലത്തുമ്പ് കൂട്ടിപ്പിടിച്ച്. മഞ്ഞുനിറഞ്ഞ വയലിലൂടെ അവൾ മുങ്ങാംകുഴിയിട്ടു.

കൈകൾ കൂട്ടിത്തിരുമ്മി, കരിമ്പടം കൊണ്ട് അടിമുടി പുതച്ച് നനഞ്ഞ വയൽവരമ്പിലൂടെ നടക്കുമ്പോൾ ഓർത്തു. മീനാക്ഷി കുളിച്ചുവന്നിട്ടുണ്ടാവുമോ? പുൽത്തുമ്പുകളിൽ തങ്ങിനിന്ന മഞ്ഞുതുള്ളികൾ അവളുടെ ഈറൻ തലമുടിയിൽനിന്ന് ഇറ്റുവീഴുന്ന വെള്ളത്തുള്ളികളെ ഓർമ്മിപ്പിച്ചു. വേണ്ട, മീനാക്ഷി വല്യമ്മാവന്റെ മകളാണ്. താൻ നേത്യാരമ്മയുടെ വേലക്കാരനാണിവിടെ. ധൃതിയിൽ നടന്നു.

കളത്തിന്റെ പടിക്കലെ അത്തിമരച്ചുവട്ടിൽ ചതഞ്ഞ പഴങ്ങളും അതിന്റെ കാഷ്ഠവും വീണുകിടന്നിരുന്നു.

ആവി പൊങ്ങുന്ന കാപ്പിമൊന്ത മുമ്പിൽവച്ചു നേത്യാരമ്മ ചോദിച്ചു;

"ഇന്നലത്തെ കാവലിനു ഫലംണ്ടായില്ലേ?" അവരുടെ വിളർത്ത മുഖത്തു സംതൃപ്തിയുടെ ചിരി.

"നാലുപുറത്തും ഇന്നലെ പന്നികളുടെ തിമിർപ്പായിരുന്നൂന്നാ കേക്കണത്.

"നാലുപൊറത്തെ വയലിലും ഇന്നലെ കാവല്ക്കാർ നല്ല ഒറക്കായിരുന്നു."

"എല്ലാം നശിച്ച വകയാണെന്നേയ്. ഒന്നര സേറ് വല്ലി വാങ്ങി കഞ്ഞി കുടിച്ച് നേരം വെളുക്കുംവരെ പന്തലിൽ കെടന്നുറങ്ങീട്ടും കാവൽ!"

ഒരു പറ നെല്ല് വല്ലി കിട്ടിയാലും നാട്ടിൽനിന്നൊരാള് ഇക്കാവലിനു വരില്ല. അതു പറയാൻ പറ്റില്ല. താനോ വന്നുപെട്ടു. ഇനിയിവിടെത്തന്നെ.

കറുത്ത ചേലക്കഷണം ചുറ്റിയ പെണ്ണ് ചൂലുമായി മുറ്റമടിക്കാൻ

വന്നു.

"നല്ലപോലെ അടിക്കണം, കേട്ടോ! ഇന്നും കളം തളിയാണ്."

അവൾ ചേലത്തുമ്പൊതുക്കി ഒന്നു തലയുയർത്തിനോക്കി ജോലി തുടർന്നു. തൊഴുത്തിലെ കാലികളുടെ മുഖഭാവമായിരുന്നു അന്നവൾക്ക്-

നേത്യാരമ്മ വെളുക്കെച്ചിരിച്ചുകൊണ്ട് തുടർന്നു.

"നുമ്മക്ക് പന്നിക്കാലിൽ ഇക്കൊല്ലം വിത്തടണം" നടുങ്ങി. പന്നിക്കാലിലോ? വിത്തിടുകയോ? നെല്ലിനു വില കേറിയപ്പോൾ തള്ളയുടെ ബുദ്ധി ഭ്രമിച്ചുപോയോ? ഒന്നുകൂടെ തണുത്തു ചിന്തിച്ചപ്പോൾ മനസ്സിലാക്കി. വീടും നാടും വിട്ട് അവർ ഈ കാട്ടുമൂലയിൽ മനുഷ്യനും വാഹനങ്ങളും എത്താത്ത ദിക്കിൽ വന്നുകൂടിയിരിക്കുന്നത് കാടിന്റെ ചന്തം കണ്ട് രസിക്കാനല്ല, സമ്പാദിക്കാനാണ്. തനിക്കും വയ്യേ, ഇപ്പണി? മാരാരുടെ കളത്തിലെ കാര്യസ്ഥൻ നാട്ടിൽനിന്നു വന്നുകൂടിയിട്ട് കൊല്ലം നാലേ ആയുള്ളൂ. ആറേക്ര കൃഷി, സ്വന്തം കാര്യസ്ഥപ്പണി വേറെ. ചെലവു സൗജന്യം, അദ്ധ്വാനിക്കുന്നത് സമ്പാദ്യം.

അമ്മാവനെപ്പറ്റി ചിന്തിച്ചപ്പോൾ, അട്ടകൾ കുടിപാർക്കുന്ന ഏരിറങ്ങാത്ത കണ്ടത്തിൽ വിത്തിടുന്നതിൽ വിസമ്മതം പ്രകടിപ്പിച്ചില്ല. നേത്യാരമ്മയുടെ മുഖം തൊഴുത്തിനു പിറകിൽ നില്ക്കുന്ന വെളുത്ത റോസാപ്പൂപോലെ വിടർന്നു.

സംരക്ഷണമില്ലാതെ കാടുകയറിക്കഴിഞ്ഞ കാപ്പിത്തോട്ടം. ഒരരുകിൽ ചെളിയിൽ മുങ്ങാംകുഴിയിടുന്ന അട്ടയും ഞണ്ടുകളും നിറഞ്ഞ വയൽ. വയലിനെയും തോട്ടത്തെയും വിഴുങ്ങാൻ കാത്തുനില്ക്കുന്ന റിസർവ്വ് ഫോറസ്റ്റുകൾ മൂന്നുപുറവും. കുറിച്യനുംകൂടി കാര്യസ്ഥപ്പണി ഇട്ടെറിഞ്ഞുപോയ പന്നിക്കാലിലെ വയലിൽ എന്തു ധൈര്യവും കൊണ്ടാണ് വന്നു കയറിയത്!

അടിയാരെ വിളിച്ചു. ഏരു കെട്ടി. വളം വേണ്ട. വിത്തിട്ടു ഞാറു പറിച്ചു. നട്ടു, സന്ധ്യയുടെ നിഴൽ വീശുന്നതിനുമുമ്പ്, വനത്തിന്റെ വായിൽനിന്നു രക്ഷപ്രാപിച്ച് തിരികെ നേത്യാരമ്മയുടെ കളത്തിലേക്കു പോന്നു ചായ്പിൽ കിടന്നുറങ്ങി. കതിരുവീണപ്പോൾ നേത്യാരമ്മ കല്പിച്ചു. "ഗോപാലൻ വേണം കാവലിന്. പന്നിയും ആനയും വെച്ചേക്കില്ല, ഒരുതരി. ഇതുവരെ പാടുപെട്ടതു വെറുതെയാവില്ലേ!"

പ്രതീക്ഷിച്ച വിപത്തായിരുന്നുവെങ്കിലും, വന്നു തലയിൽക്കയറിയപ്പോൾ ഇരുന്നുപോയി.

അടുക്കളക്കാരനെ വിളിക്കാതെ നേത്യാരമ്മതന്നെ വിളമ്പിക്കൊടുത്ത ദോശയും തേനും അകത്താക്കി. വലിയ ടോർച്ചും കരിമ്പടവും മാറാപ്പാക്കി.

പടിവരെ വന്ന നേത്യാരമ്മ പറഞ്ഞു.

"രണ്ടീസം കഴിയുമ്പഴ് ഇങ്ങ് വരാ. ഇടയ്ക്ക് വിവരം അറിയാലോ?"

"വരാം."

പേടിപ്പെടുത്തുംവിധം അസാധാരണപുഷ്ടിയോടെ വളർന്നു

നില്ക്കുന്ന നെൽച്ചെടികൾക്കുകീഴെ, അട്ടകൾ പതിയിരിക്കുന്ന വയൽവരമ്പുകൾ കാണാൻ കഴിയുന്നില്ല. കള പറിച്ചുകൊണ്ടുനിന്ന അടിയാത്തികൾ കരിമ്പടമാറാപ്പുനോക്കി പിറുപിറുത്തു.

മൂന്നു കാടുകളും സന്ധിക്കുന്ന മൂലയ്ക്ക്, ചോലയുടെ താഴെ ഒടിയിൽ നില്ക്കുന്ന ഊക്കൻ വെണ്ടമരം ദൂരെനിന്നു കണ്ടു. മരത്തിനുകീഴെ പുതിയൊരു കുടിലിന്റെ അസ്ഥികൂടം തെളിഞ്ഞു. പുതുതായി ചീവിയ മുളകൾ. രണ്ടുമൂന്ന് അടിയാന്മാർ ധൃതിയിൽ പണിയെടുത്തുകൊണ്ടിരുന്നു. നട്ടുച്ചയ്ക്കും കുത്തിത്തുളയ്ക്കുന്ന തണുപ്പ്! മുഴുത്ത വയൽ രാവിനെ പ്രതീക്ഷിച്ചുകൊണ്ടിരിക്കുന്നതുംനോക്കി മുറ്റത്തിരുന്നു. അടിയാന്മാർ ചെളിമണ്ണ് വെട്ടിക്കൂട്ടിയ നിലം ഇടിച്ചമർത്തുന്ന ഒച്ച കാടുകളിൽ ചെന്നലച്ചു. നിലംതല്ലിയുടെ ഓരോ ഒച്ചയും മനസ്സിനെ നടുക്കി.

ഇതാ ഇപ്പോൾ അവസാനിക്കും. അവർ അവസാനത്തെ ഇടി ഇടിക്കുന്നതും കാത്തിരുന്നു. കാടിന്റെ നിഴൽ വയലിന്റെ വലവീശിയപ്പോഴേക്കും അവർ ജോലി നിർത്തി. പിന്നിൽ രൂപംപൂണ്ട കുടിലിലേക്കും അതിനുപിന്നിൽ കോട്ടമതിലുപോലെ നില്ക്കുന്ന ഇരുണ്ട വനത്തിലേക്കും നോക്കി. വേല മതിയാക്കിയ അടിയാർ ഇറങ്ങിവന്നു. അവർ ഇരുണ്ടുതുടങ്ങിയ കാട്ടിലേക്കും, നിഴലുവീണ വയലിലേക്കും ഭീതിയോടെ നോക്കി. അവർക്കു പോകണം. ആനയും പന്നിയും പതിയിരിക്കുന്ന ഇരുട്ടിൽനിന്നു രക്ഷപ്പെടണം. തൊട്ടുതൊട്ടു മൊട്ടക്കുന്നുകളിൽ കുന്നിരിക്കുന്ന കുടിലുകളിൽ എത്തിയാലേ പ്രാണൻ നേരെവീഴുകയുള്ളൂ. പോകാൻ അനുവാദം കൊടുത്തു. വയലിലിറങ്ങിയപ്പോഴും പുതിയ തമ്പ്രാനെ അവർ തിരിഞ്ഞു തിരിഞ്ഞു നോക്കി. ഇടയ്ക്ക് കാലിൽ കടിച്ചുതൂങ്ങിക്കിടക്കുന്ന അട്ടകളെ പറിച്ചെറിഞ്ഞിട്ട് അവർ അതിവേഗം നടന്നു. വളവു തിരിഞ്ഞ് തുറന്ന വയലിലെത്തിയപ്പോൾ അക്ഷരമില്ലാത്ത അവരുടെ പാട്ടുകൾ നാലുപാടും മുഴങ്ങി.

തണുപ്പ് തന്നെ വളയുന്നു. മുറ്റത്തെ പാറക്കല്ലിൽ രാവിലെ കൊണ്ടുവന്നുവെച്ച കരിമ്പടവും മാറാപ്പും അകത്തുകൊണ്ടുചെന്നിടണം. നേത്യാരമ്മ കൊടുത്തയച്ച ഒരു ചാക്കു സഞ്ചി തുറന്നുനോക്കിയിട്ടേയില്ല.

കുടിലിലേക്കു കുനിയാൻ തുടങ്ങിയപ്പോൾ പിന്നിൽ നനുത്ത പാദപതനം കേട്ടു.

"അപ്പൻ പോ. പയം കാണി. കുടീല് അവ്വചിന്ത ഒലിപ്പ പോയിന്റേയ്."

ഞെട്ടിത്തിരിഞ്ഞുനോക്കി. മുറ്റത്ത് ആ പെണ്ണ്! കളത്തിലെ അടിച്ചുതളിക്കാരി പേമ്പി! കാട്ടിലെ ചക്കയും വയൽവരമ്പിലെ ഞണ്ടും പിടിച്ചുതിന്ന് കഴിയേണ്ട പേമ്പി! കറുത്ത ചേലത്തുണ്ടിനുപകരം അവളൊരു വലിയ "ചിന്ത" ചുറ്റിയിരുന്നു. തലയിലിരുന്ന സാമാന്യം വലിയ കുട്ട കുടിലിന്റെ കോലായിൽ ഇറക്കി അവൾ മൊഴിഞ്ഞു.

"പച്ചയെന്റ്, തമ്പ്രാട്ടി തന്തേച്ച്..." അവളുടെ തലമുടിയിൽ ചൂടിയിരുന്ന പുത്തൻ വെള്ളിലകൾ മരവിച്ച ചിരി ചിരിക്കുകയും തണുത്തു വിറയ്ക്കുകയും ചെയ്തു.

"നീ ഒറ്റയ്ക്കു വന്നത്?"

മറുപടി പറയുന്നതിനു പകരം അവൾ താഴെ വയലിലേക്കു ചൂണ്ടിക്കാണിച്ചു. അവളുടെ അപ്പൻ മൊണ്ണൻ വയൽവരമ്പിലൂടെ ശരം വിട്ടപോലെ ഓടുന്നു.

അപ്പോൾ നീ നാക്കു കടിച്ചു. നേത്യാരമ്മ തന്നെയിവിടെ തളച്ചിടാൻ തന്നെ ഉദ്ദേശിച്ചിരിക്കുന്നു. മകളെ വനമദ്ധ്യത്തിൽ തനിക്കു കൂട്ടാക്കി ഇറങ്ങിപ്പോയ അവളുടെ അച്ഛന്റെ രൂപം മനസ്സിൽ തറച്ചു.

അവളെ തിരികെ കുടിലിൽ കൊണ്ടുചെന്നാക്കണം എന്ന ചിന്ത ഉള്ളിൽ ബലമായുദിച്ചു. തനിക്കിന്നുതന്നെ തിരിച്ചുവരാൻ നേരമുണ്ടോ?

ആളൊഴിയാൻ കാട്ടിറമ്പിൽ കാത്തുനില്ക്കുന്ന പന്നികൾ. ആനകളുമുണ്ടാവാം. നേത്യാരമ്മ പറഞ്ഞില്ലെന്നേയുള്ളൂ. വയൽവരമ്പിൽ വീണു കിടക്കുന്ന ആനപ്പിണ്ടിയുടെ ഗന്ധം അടങ്ങീട്ടില്ല. ടോർച്ചും കവണയും കല്ലും കൈയിൽ കരുതാം. പേമ്പിയെ കൊണ്ടുചെന്നാക്കീട്ടു വേറെ കാര്യം. തന്നോടൊരു വാക്കുചോദിക്കാതെ, ഈ പെൺകുട്ടിയെ കാട്ടിനു നടുക്കുള്ള തന്റെ കുടിലിലേക്ക് - ഒരു പെണ്ണില്ലെങ്കിലും താൻ നല്ലൊരു കാവല്ക്കാരനായി ഇവിടെ താമസിക്കും. കാണിച്ചുകൊടുക്കണമത്.

മഫ്ളർ തലയിൽ കെട്ടി. കരിമ്പടം കുടഞ്ഞു പുതച്ചു. ടോർച്ചെടുത്തു അകത്തു ചെന്നു. അടുപ്പിൽ പച്ചച്ചാണകം തളിച്ച നിലത്ത് വിറകുപൊട്ടിത്തെറിച്ച് കത്തുന്നു.

"നിണക്കു കുടിലിൽ പോകണ്ടേ?"

അവൾ തലയാട്ടി.

"ഇവിടെ പാർക്കാൻ ഭയമില്ലേ?"

"കാണി."

അവളുടെ കല്ലുപോലത്തെ ഇരിപ്പുകണ്ട് ബോദ്ധ്യമായി, അവളിനി പോകാനുദ്ദേശിക്കുന്നില്ല.

അമർഷം പതഞ്ഞുയർന്നു. അടിയാന്മാരെപ്പോലെ തന്നെയും അടിമയാക്കാമെന്നോ? ആനയിറങ്ങുന്ന വയലിൽ ആണ്ടുതോറും കൃഷിയിറക്കാൻ, ഒരു കാര്യസ്ഥനെ കിട്ടിയെന്ന് നേത്യാരമ്മ കരുതേണ്ട. ഈ കൊയ്ത്തു കഴിഞ്ഞോട്ടെ, വയനാട്ടിലെ പെണ്ണിനെക്കണ്ടല്ല ഗോപാലൻ നായർ വന്നതെന്നും കാണിച്ചുകൊടുക്കണം. നേരം ഒന്നു വെളുത്തോട്ടെ. മീനാക്ഷിയെ ധ്യാനിച്ചുകൊണ്ടുറങ്ങാൻ ശ്രമിച്ചു. മീനാക്ഷി ദുഷ്ടനായ വല്യമ്മാവന്റെ മകളാണ്. തന്നെ അപമാനിച്ച അമ്മാവന്റെ- തിരിഞ്ഞും മറിഞ്ഞും കിടന്നു. കുടിലിനുപുറത്ത് ഊക്കൻ പുളിമരത്തിൽ കെട്ടിയ പന്തലിൽ കാവലിരുന്നു. ഒരുപോള കണ്ണടച്ചില്ല. ഉരുണ്ടുകൂടിയ ഇരുട്ടുപോലെ തോന്നിച്ച കുടിലിൽ കത്തിക്കൊണ്ടിരുന്ന മണ്ണെണ്ണ വിളക്ക് എപ്പോഴേ കെട്ടു. സന്ധ്യക്കു വയലിന്റെ ഓരത്തു കത്തിച്ച തീക്കുണ്ഡത്തിൽനിന്ന് അപ്പോഴും പുകയുയർന്നുകൊണ്ടിരുന്നു. മുളങ്കമ്പുകളിൽ ചവുട്ടി പന്തലിൽനിന്നിറങ്ങി കരിമ്പടം കൊണ്ടു ചുറ്റിപ്പിടിച്ചു നടന്നു.

കുടിലിനകത്ത് ഇരുമ്പുവളകൾ കിലുങ്ങുന്ന ശബ്ദം കേട്ടു. പാത്ര

ങ്ങൾ കിലുങ്ങുന്നു. അടുപ്പിൽ തീ. വലിയ ചെമ്പുനിറയെ വെള്ളം ചൂടായിക്കിടക്കുന്നു.

കുളിക്കാനാണ്! തനിക്കുവേണ്ട. പച്ചവെള്ളത്തിനെന്താ തകരാറ്! കാട്ടിൽനിന്ന് തിരിച്ചുകൊണ്ടു വന്ന ചോലവെള്ളം പച്ചമുളമ്പാത്തിയിലൂടെ കുടിലിന്റെ വടക്കേ മുറ്റത്തു വീണുകൊണ്ടിരിക്കുന്ന ശബ്ദം കേട്ടു.

ഐസുപോലെ തണുത്ത വെള്ളത്തിൽ കുളിച്ചു.

ആവി പറക്കുന്ന കഞ്ഞി അവൾ തളികയിൽ കൊണ്ടുവന്നു വെച്ചു. കുടിക്കണോ? അടിയാത്തി വെച്ച കഞ്ഞി? നേത്യാരമ്മയ്ക്കു കീഴടങ്ങണോ? വേണം. വേണ്ട. അമ്മാവൻ ദുഷ്ടനാണ്. തന്നെ അപമാനിച്ച ആ മനുഷ്യന്റെ മകളാണ് മീനാക്ഷി.

"കഞ്ഞി കുറച്ചുകൂടി" അകത്തേക്കുനോക്കി പറഞ്ഞു.

കഞ്ഞി പകർന്നുകൊടുക്കുമ്പോൾ അവൾ ചിരിച്ചു. വെളുത്ത പല്ലുകൾ തിളങ്ങി. മുറുക്കിച്ചുവന്ന ചുണ്ടുകൾ. അവൾക്ക് പുകില വാങ്ങിക്കൊടുത്തു. കാവിൽ തിറയുണ്ടായപ്പോൾ ഒരു ചേല. ഒരുരുപ്പികത്താലിയും. അതുകണ്ടപ്പോൾ അവളുടെ കണ്ണുകൾ എന്നത്തേതിലുമധികം തിളങ്ങി. അവസാനം തമ്പ്രാൻതന്നെ പരസ്യമായി കെട്ടിയിരിക്കുന്നു എന്നൊരു ഭാവം അവളുടെ ദേഹത്തു പ്രകടമായിക്കണ്ടു.

കൊയ്ത്തുതുടങ്ങുന്നതിനു തലേദിവസം നേത്യാരമ്മയെച്ചെന്നു കണ്ടു.

"പേമ്പി മിടുക്കിയാണ്, അല്ലേ ഗോപാലാ?"

ആണെന്നും അല്ലെന്നും പറഞ്ഞില്ല.

"കൊയ്ത്തുകഴിഞ്ഞോട്ടെ. ഗോപാലന്റെ കുടിലൊന്നു മാറ്റണം. പച്ചക്കട്ട മുറിച്ചുകെട്ടിക്കാം."

"വേണ്ട അതിനു ഞാനിവിടെ സ്ഥിരക്കാരനൊന്നും അല്ലല്ലോ!"

"എന്താ അമ്മാവനുമായി ഇണങ്ങ്യേ?"

"ഇല്ല."

"ആ പുഴക്കുനിയിൽ കുറേ റവന്യൂ ഭൂമിയുണ്ടല്ലോ. അതു കിളപ്പിച്ച് സ്വന്തമായി കുറച്ചു വിത്തിട്ടൂടേ ഗോപാലന്?"

വിത്തും പെണ്ണും തന്ന് തന്നെയിവിടെ തളിച്ചിടാനോ?

"വേണ്ട അതൊക്കെ ബുദ്ധിമുട്ടാ."

"ഏരും വിത്തും വല്ലിയും ഇവിടുന്നെടുക്കാം."

"വേണ്ട. എല്ലാടത്തും കൂടി കണ്ണെത്തൂലാ."

"നെന്റെ ഇഷ്ടം."

വൃത്തിയുള്ള ചിന്തയും, കഴുത്തിൽ ഉറുപ്പികത്താലിയുമായി പേമ്പി വയലിലിറങ്ങി കൊയ്യുന്നത് അടിയാത്തികൾ അസൂയയോടെ നോക്കി. തമ്പ്രാന്റെ പേമ്പി! പേമ്പി കൊയ്ത്തിന് ഇറങ്ങില്ലെന്നാണ് അവർ കരുതിയത്.

വേണ്ട. തലയിൽക്കേറ്റിവയ്ക്കേണ്ട. ഒരിക്കൽ ഉപേക്ഷിക്കപ്പെടേണ്ടവളാണ്. ഈ കറുത്ത മണ്ണുപോലെ, വളഞ്ഞുനില്ക്കുന്ന കാടു

പോലെ, ചുറ്റിയടിക്കുന്ന തണുത്ത കാറ്റുപോലെ, ചോലവെള്ളംപോലെ, പച്ചപ്പും, കതിരണിഞ്ഞും, കട്ട വിണ്ടു കാണുന്ന ഈ വയൽപോലെ ഉപേക്ഷിക്കപ്പെടേണ്ട ഒന്നാണ് ഇവളും.

വല്ലി വാങ്ങാൻവരുന്ന അടിയാന്മാർ കേൾക്കെ, പുകയിലക്കച്ചവടക്കാരൻ മമ്മതിനോടു പറഞ്ഞു:

"എന്തിനാ സ്വന്തം കൃഷി! ഞാനിവിടെ സ്ഥിരക്കാരനൊന്നും അല്ലല്ലോ! ഇന്നോ നാളെയൊന്നറീല്യ, നാട്ടിലിക്കങ്ങു പൂവും."

"നേരോ?"

"എന്താ സംശ്യം!"

അവൻ അകത്തേക്ക് ഇടംകണ്ണിട്ടു ചിരിക്കുന്നു. മുഖത്തുനോക്കി. ഇത്തരമൊരു പെണ്ണിനെ നാട്ടിൽ കിട്ടില്ല എന്നാണോ?

തനിക്കുവേണ്ടി എല്ലാം നല്കിയ അവളെ താൻ ഒരു നിശ്ചിത വരയ്ക്കപ്പുറത്തു നിർത്തി. മറ്റടിയാത്തികൾക്കൊപ്പം അവൾക്ക് കൃത്യമായി പച്ചനെല്ലളന്നു വല്ലി കൊടുത്തു. നേത്യാരമ്മ സമ്മാനിച്ച പത്തായത്തിന്റെ താക്കോൽ ഒരിക്കലും അവളുടെ കൈയിൽ കൊടുത്തില്ല. തനിക്കു ചെലവിനുവേണ്ട നെല്ല് അന്നന്ന് കാലത്ത് അളന്നു മുറത്തിലിട്ടുകൊടുത്തു. ഒരാഴ്ചത്തെയോ, രണ്ടാഴ്ചത്തെയോ നെല്ല് ഒന്നായി പുഴുങ്ങിയുണങ്ങി കുത്തി കരുതിവെച്ച് ചോറുവെയ്ക്കാൻ അവളെന്താ തന്റെ വീട്ടുകാരത്തിയാണോ?

കൊയ്ത്തുകഴിഞ്ഞു, മമ്മതു തുണിക്കെട്ടുമായി താഴ്വരയിലെ അങ്ങാടിയിൽനിന്നു തിരിച്ചുവന്നു. കാവിലെ ഉത്സവച്ചന്തയിൽ അടിയാത്തികൾക്ക് വില്ക്കാനുള്ള ചിന്തകൾ.

"ഒരു ചിന്തയെടുക്ക്!" ഗോപാലൻനായരെക്കണ്ടപ്പോൾ, നിരത്തിമടക്കിവെച്ചിരുന്ന ചേലകൾക്കപ്പുറം ഇരുന്ന ഒരു പുതിയ മാറാപ്പഴിച്ച്, പൂക്കളുള്ള നല്ല ചേല മമ്മത് പുറത്തെടുത്തു.

"ഇതാർക്കാ?"

"പായ്യാരംപറയാതെ ഇതങ്ങട് എടുത്തോളീന്ന്."

"ആർക്കാണെന്ന്?"

"ആർക്കാ! നായര്ടെ കെട്ട്യോൾക്കല്ലാതെ?"

"എന്റെ കെട്ട്യോളോ?"

"അല്ല, പെയ്ച്ച്, അടിയാത്തിപ്പെണ്ണ് കെട്ട്യോളാവൂല്ലല്ലോ!"

താഴ്വരയിൽ എട്ടരയുറുപ്പികയ്ക്ക് കിട്ടുന്ന കടുംനിറത്തിലുള്ള പരുക്കൻ ചേലകൾ പതിനഞ്ചുറുപ്പികയ്ക്ക് വാങ്ങി അടിയാത്തികൾ പലരും വന്നു. പോയി. ഗോപാലൻനായർ ചേല വാങ്ങുന്നതു കാണാൻ അവർ കുറച്ചകലെ നിന്നു. എല്ലാവരും വാങ്ങിയ തരത്തിലുള്ള കടുംനീല ചേലകളിലൊന്നു വാങ്ങി. മമ്മത് കൊണ്ടുവന്ന ആകെ രണ്ടു നല്ല ചേലകൾ അവിടെ ശേഷിച്ചു. മമ്മതിന്റെ മുഖം കനത്തിരുന്നു. അവൻ ഈ ചേലകൾ ഇനിയാർക്കു വില്ക്കും? ആർക്കെങ്കിലും വില്ക്കട്ടെ. താൻ പറഞ്ഞിട്ടല്ലല്ലോ?

അവൾ ചേല വാങ്ങി. വെളുത്ത പല്ലുകൾ തെളിഞ്ഞില്ല. ഒന്നുമറിച്ചു നോക്കുകപോലും ചെയ്യാതെ അവൾ അതുമായി അകത്തുപോയി..

ഓരോ തവണയും ഏരു കെട്ടിക്കുമ്പോൾ കരുതി അടുത്ത കൊയ്ത്തു കഴിയുമ്പോൾ നാട്ടിൽപോകും. പിന്നെ തിരിച്ചുവരില്ല. പോയില്ല. കൊല്ല ങ്ങൾ ഒന്നും രണ്ടും മൂന്നുമല്ല, പതിനാറു കഴിഞ്ഞു.

"നാട്ടിലെ കാര്യങ്ങൾ വിട്ടുകള ഗോപാലാ. നെണക്കിവിടെ കൊറച്ചു കൃഷീം കാര്യോക്കെ ആയിക്കൂടേ?"

ഇവിടത്തെ മേലാളരുടെ കാര്യസ്ഥന്മാരെല്ലാം അങ്ങനെയല്ലേ? ഇവിടം കണ്ടാൽ വിടാനൊക്കുകില്ല. അദൃശ്യമായൊരു നീരാളിപ്പിടുത്തത്തിൽ അക പ്പെട്ടപോലെയാണ്.

നാലുപാടും കൊഴുത്തു കുറുകിയ ഇരുട്ട്. ഉറക്കം വന്നില്ല. ചെകി ടോർത്തു. കാടിന്റെ അനുസ്യൂതമായ ആരവം. മണ്ണട്ടയുടെ കരച്ചിൽ. ഒന്നു റങ്ങണം. അകത്ത് അനക്കമൊന്നും കേട്ടില്ല. അവൾ ഉറങ്ങിക്കാണുമോ? കുറച്ചുദിവസങ്ങളായി അവളുടെ കൈകളിലെ ഇരുമ്പുവളകൾപോലും ഉറക്കെ ശബ്ദിക്കുന്നില്ല. നിശ്ശബ്ദമായ കുടിലിനകത്ത് വിറകുകമ്പികൾ പൊട്ടുന്ന ശബ്ദവും പൊട്ടിത്തെറിക്കുന്ന തീപ്പൊരിയുടെ തിളക്കവും മാത്രമേ ഉള്ളൂ. അവൾ എന്താണാലോചിക്കുന്നത്?

വിളമ്പി വച്ചുകാത്തിരിക്കുന്ന ചോറുണ്ണാതെയിരിക്കുമ്പോൾ, തിളപ്പി ച്ചാറിയ വെള്ളമിരിക്കെ ഐസുപോലെ തണുത്ത ചോലവെള്ളത്തിൽ കുളിക്കുമ്പോൾ, ഒരക്ഷരം മിണ്ടാതെ വേലയില്ലാത്ത നാളുകളിൽ കുടി ലുവിട്ടിറങ്ങിപ്പോകുമ്പോൾ, രാവെന്നും പകലെന്നുമില്ലാതെ മമ്മതിന്റെ കട യിൽ വെടിപറഞ്ഞിരിക്കുമ്പോൾ ഒരു വേളയിലും അവളെന്തു ചിന്തിക്കും എന്നു താൻ വിചാരിച്ചിട്ടില്ല. പതിനാറുകൊല്ലം ഉപകരിച്ച അവൾ തന്റേ തല്ലേ? കാട്ടിറമ്പിലെ ഈ കുടിലും അട്ടകളും ഞണ്ടുകളും ഒളിച്ചുകളി ക്കുന്ന ഈ വയലും നേത്യാരമ്മയുടെ തൊഴുത്തിലെ പശുക്കളും അറ യിലെ നെല്ലും എല്ലാം തന്റേതല്ലേ? അല്ല. ഒന്നുമില്ല. തനിക്കു സ്വന്തമായി ട്ടൊന്നുമില്ലിവിടെ. അവളങ്ങനെ വിചാരിക്കുന്നുണ്ടെങ്കിൽ അതവളുടെ ബുദ്ധിയില്ലായ്മ.

നാളെ അവളെ നേത്യാരമ്മയുടെ കളത്തിലേക്കു പറഞ്ഞയയ്ക്കണം. പതിനാല് വയസ്സിൽ മുറ്റമടിക്കുന്നേടത്തുനിന്ന് തന്റെയാവശ്യത്തിനു പുറകെ നേത്യാരമ്മ പറഞ്ഞയച്ചു അവളെ. അവിടെ ഇനിയുമുണ്ടാവും അടിക്കാനും തളിക്കാനും പാത്രം വടിക്കാനും. അല്ലെങ്കിൽ.. അല്ലെങ്കിൽ എന്താണ്? കളത്തിൽ ഇനിയും കാര്യസ്ഥന്മാർ വരില്ലേ? ഉള്ളിൽ എന്തോ ഒന്നുരണ്ടു വീണുടഞ്ഞു. പേമ്പി തന്റെ സ്വന്തമല്ല, അല്ല, അല്ല ഈ കുടി ലുപോലെ... ഈ കളത്തിലെ അടുത്ത കാര്യസ്ഥനാരാണ്? വെടിക്കാരൻ പോത്തനോ? ചിന്തകൾക്ക് അവിടെ കടിഞ്ഞാണിടണം. തന്റെ കൺമറ യത്ത് പേമ്പിയുടെ പിന്നാലെ ചെല്ലാറുള്ള പോത്തന്റെ കണ്ണുകൾ! വയ്യ, നാളെയാവട്ടെ, അവളെ കളത്തിൽത്തന്നെ കൊണ്ടുചെന്നാക്കണം. അവി ടത്തെ അടിച്ചുതളിക്കാരിയാക്കട്ടെ...

ഒന്നു മയങ്ങിയോ? എന്തേ കേട്ടത്? കാട്ടിലൊരു വെടി പൊട്ടിയോ? വെടിക്കാരൻ പോത്തൻ സ്ഥലത്തുണ്ടോ? കാട്ടിൽ ആനയുടെ ചിഹ്നം വിളിയല്ലേ കേട്ടത്? ഉണർന്നപ്പോൾ കിളികൾ ചിലച്ചുകൊണ്ടിരുന്നു. മണ്ണട്ടകളുടെ സ്വരം മാറി. തണുത്ത കാറ്റ് പതിവിലധികം തണുപ്പോടെ ആഞ്ഞു വീശി.

കണ്ണുതിരുമ്മിയെണീറ്റു. പോവുന്നതിനുമുമ്പ് മമ്മതിനെക്കാണണം. നേത്യാരമ്മയോട് യാത്ര പറയണം. നാട്ടിൽ കാരണവര് മരിച്ചിരിക്കുന്നു. കുടുംബത്തിൽ ആളില്ല. അവർ തടസ്സം പറയുമായിരിക്കും. പറയട്ടെ. കിടന്ന പായ ചുരുട്ടി പുറത്തുനിന്നുകൊണ്ടുതന്നെ അകത്തെ മൂലയിലേക്കിട്ടു. കരിമ്പടം മടക്കിവെക്കാൻ പെട്ടിയുടെ അടുത്തേക്കു നീങ്ങുന്നതിനിടയിൽ വീണ്ടും കാലിലെന്തോ തട്ടി. കിലുങ്ങി.

കുനിഞ്ഞുനോക്കി. വെളിച്ചമായിട്ടില്ല. തപ്പിയെടുത്തു. ഞെട്ടിപ്പോയി. കടകങ്ങളും ചൂഡയും പേമ്പിക്കു വാങ്ങിക്കൊടുത്ത ഓട്ടുവളകളും നേർത്ത ഇരുമ്പുവളകളും സംശയം തീർന്നില്ല. അവളെവിടെ?

വെളിച്ചം കുറേശ്ശെ പരന്നുതുടങ്ങിയിരുന്നു.

അകത്തുകടന്നുനോക്കി.

"പേമ്പി!" വാക്കുകൾ പുറത്തുവരാൻ പേടിച്ചുനിന്നു. അയാൾ ശബ്ദിക്കാതെ അകത്തുകടന്നു. അവളെവിടെ? ഇത്ര നേരത്തെ എണീറ്റോ? പുറത്തു വെള്ളപ്പാത്തിയുടെ അടുത്തുകാണും. പാത്രം തേയ്ക്കുകയാവും. മുളമ്പാത്തിയിൽനിന്നു വെള്ളം ഒഴുകിക്കൊണ്ടിരിക്കുന്ന ശബ്ദം മാത്രം കേട്ടു. കൂടെ കാടിന്റെ ആരവം. തവളകളുടെ കരച്ചിൽ. കിളികളുടെ ചിലയ്ക്കൽ. മലയണ്ണാന്റെ ചിലമ്പിച്ച ഒച്ചകൾ. അടുക്കളഭാഗത്തേക്കു പോകുന്നതിനിടയിൽ അയാൾ ഒന്നുകൂടി അന്വേഷിച്ചു. അവളുടെ പായ് മൂലയിൽ ചുരുട്ടിവച്ചിരിക്കുന്നു.

കുറേക്കൂടി പരന്ന വെളിച്ചത്തിൽ അയാൾ ഒന്നുകൂടി കണ്ടു. അവളുടെ പുതിയ സാരി. വിഷുവിനു കാവിലെ ചന്തയിൽനിന്നു വാങ്ങിയ സാരി. അതൊരു കടലാസിൽ ഭംഗിയായി ചുരുട്ടിവച്ചിരിക്കുന്നു. ഒരു ചെറിയ പൊതി നാണയങ്ങൾ. താൻ പലപ്പോഴായി പേമ്പിക്ക് വളയും കുങ്കുമവും വാങ്ങാൻ കൊടുത്ത ചില്ലറപ്പൈസ. കൂട്ടത്തിൽ വിരലിൽത്തടഞ്ഞ ഉറുപ്പികത്താലി ഒരു ചെറിയ പാമ്പിനെപ്പോലെ അയാളുടെ വിറയ്ക്കുന്ന വിരൽത്തുമ്പിൽ തൂങ്ങിക്കിടക്കുന്നു.

നിലത്തിരുന്നുപോയി. തണുത്തുവെറങ്ങലിച്ച നിലത്ത്! പേമ്പി തന്നെ വിട്ടുപോയിരിക്കുന്നു; താൻ പേമ്പിയെയല്ല. അയാളുടെ തലച്ചോറിലൂടെ ഹൃദയത്തിലൂടെ, ഞരമ്പുകളിലൂടെ ഒരു ചുഴലിക്കാറ്റ് കറങ്ങിക്കൊണ്ടിരുന്നു. ചൂളമടിച്ചുകൊണ്ട് ഒരു തണുത്ത കാറ്റ് കുടിലിനെ ചുറ്റിവീശി. ഉണങ്ങിയ വൈക്കോൽത്തുരുമ്പുകൾ പറന്നുയർന്നു.

കാട്ടിൽ അപ്പോഴും ആനയുടെ ചിഹ്നംവിളി കേട്ടു. നേരം നന്നേ വെളുത്തപ്പോഴും ശൂന്യമായ കുടിലിന്റെ കോലായിൽ പൂട്ടിയ ഇരുമ്പുപെട്ടിയുടെ പുറത്ത് കൈവെച്ചുകൊണ്ട് അയാളിരിക്കുന്നുണ്ടായിരുന്നു.

ഒലീവിലകൾ തളിർക്കുമ്പോൾ

ജോർജ് ഓണക്കൂർ

ഒലിവുമലയുടെ താഴ്‌വരയിൽ ഈന്തപ്പനകൾ കായണിഞ്ഞും മുന്തിരിവള്ളികൾ പൂത്തുലഞ്ഞും പരിമളം വീശുന്ന ബഥനി എന്ന ഗ്രാമം. യരുശലേം ദേവാലയത്തിൽ ആരാധനയ്ക്ക് എത്തുന്ന ഭക്തജനങ്ങൾക്ക് അവിടം വിശ്രമസങ്കേതം. ആ പ്രശാന്തതയിൽനിന്ന് ഉയർന്നുപോകുന്ന വഴികൾ ദേവാലയാങ്കണത്തിലേക്കു നയിക്കുന്നു. ജ്ഞാനിയായ ശലോമോൻ പണിതീർത്ത പുണ്യക്ഷേത്രം. പല കാലങ്ങളിൽ സംഭവിച്ച വിദേശാക്രമണങ്ങളിൽ ദേവാലയം നശിപ്പിക്കപ്പെട്ടു. ശ്രീഭണ്ഡാരം കൊള്ളയടിക്കപ്പെട്ടു. ഭക്തർക്ക് മുഖം ചേർത്തു വിലപിക്കാൻ ഇപ്പോൾ ആരാധനാലയത്തിന്റെ ഭിത്തികൾ മാത്രം.

തീർത്ഥാടകന്റെ മനസ്സ് ദുഃഖപൂർണ്ണമായി. സമാധാനത്തിന്റെ നഗരത്തിലെ ഓരോ ചുവടുവയ്പും പൊള്ളലേല്പിക്കുന്ന അനുഭവമായി. അയാൾ തേടി വന്ന ഗുരുവിന്റെ രക്തത്തുള്ളികൾ വീണു ചുടുത്ത വേദഭൂമി. ദേവാലയത്തിന്റെ കല്പടിയിൽ തളർന്നിരുന്നു. പടിഞ്ഞാറു ചായുന്ന സൂര്യന്റെ കിരണങ്ങൾ ചൂടാർന്നിരുന്നു. ഒലിവിലച്ചാർത്തിൽ തട്ടിവരുന്ന കാറ്റ് ഇടയ്ക്കെപ്പോഴോ തഴുകിയെത്തി. അറിയാതെ കണ്ണുകളടഞ്ഞു, മയങ്ങിപ്പോയി.

ദിവസങ്ങൾ മാത്രം പ്രായമായ ശിശുവിന്റെ കരച്ചിൽ ഹൃദയതാളമായി. അമ്മയുടെ കരങ്ങളിൽ സുരക്ഷിതനായ ശിശു. ദേവാലയത്തിൽ കാഴ്ചയർപ്പിക്കാൻ കൊണ്ടുവന്നിരിക്കുന്നു. പ്രാർത്ഥിച്ചും ഉപവസിച്ചും കഴിയുന്ന വൃദ്ധതാപസൻ പൈതലിനെ കൈനീട്ടി വാങ്ങുന്നു. ശീലകളിൽ പൊതിഞ്ഞ ശിശുവിനെ കരങ്ങളിലുയർത്തി താപസന്റെ പ്രാർത്ഥനാനിമന്ത്രണം:

"സർവ്വശക്തനായ ദൈവമേ, സകല ജനതകൾക്കുമായി അങ്ങ് ഒരുക്കിയിരിക്കുന്ന രക്ഷ എന്റെ കണ്ണുകൾ കണ്ടുകഴിഞ്ഞിരിക്കുന്നു. അത്

വെളിപാടിന്റെ പ്രകാശവും മനുഷ്യരാശിക്ക് മഹിമയുടെ ഉദയവും ആകുന്നു."

ശിശു വീണ്ടും അമ്മയുടെ മാറിൽ പറ്റിച്ചേർന്നിരുന്നു. കണ്ണുകൾ മന്ദഹസിച്ചു. കവിളുകളിൽ ഇളം ശോണിമ. വീണ്ടും താപസന്റെ വാക്കുകൾ അമ്മയോടായി.

"ഇവൻ യിസ്രായേലിൽ പലരുടെയും വീഴ്ചയ്ക്കും ഉയർച്ചയ്ക്കും കാരണമാകും. വിവാദത്തിന്റെ അടയാളമായി മാറും. ജനതകളുടെ ഹൃദയവികാരങ്ങൾ വെളിപ്പെടുത്തും. എന്നാൽ നിന്റെ ഹൃദയത്തിൽ ഒരു വാൾ കടന്നുപോകും."

ശിശുക്കളെ മാറിൽ ഒതുക്കിച്ചേർത്ത് ദേവാലയത്തിൽനിന്നു മടങ്ങുന്ന അമ്മമാർ. അവരുടെ വസ്ത്രങ്ങൾക്ക് ആകാശനീലിമ. ചുറ്റും ലില്ലിപ്പൂക്കൾ വിടർന്നിരിക്കുന്നു. വടക്കൻ കാറ്റ് മന്ദം കടന്നുവന്ന് പരിമളം തൂകിയപ്പോൾ തീർത്ഥാടകൻ അതിൽ മയങ്ങി. തളർന്നുറങ്ങി. പൈതൽ വളരുന്നതും ദേവാലയത്തിലിരുന്ന് ഉപാദ്ധ്യായന്മാരോട് തർക്കിക്കുന്നതും കേട്ടു. അവന്റെ സ്വരം ഇമ്പമുള്ളതെങ്കിലും വ്യക്തവും ദൃഢതരവുമായിരുന്നു. ജ്ഞാനത്തിലും വിവേകത്തിലും മുതിർന്നവർക്ക് വിസ്മയമായി മാറുന്ന ബാലൻ. സമപ്രായക്കാർക്കിടയിൽ ആദരപാത്രം....

സൂര്യൻ മറഞ്ഞതും ഇരുൾ പരന്നതുമറിയാതെ ദേവാലയത്തിന്റെ ഗോപുരവാതില്ക്കൽ സ്വപ്നങ്ങളിലേക്കു വഴുതുമ്പോൾ റോസാദലങ്ങളുടെ സ്പർശം പോലെ ഒരു ശബ്ദം:

"സഹോദരാ, ഉണരൂ.... താങ്കൾ വിവശനായിരിക്കുന്നല്ലോ. എഴുന്നേല്ക്കുക...."

ആരാണ് വിളിച്ചുണർത്തുന്നത്? കണ്ണുകൾ തുറന്നു. എഴുന്നേല്ക്കാൻ ശ്രമിച്ചു. കഴിയുന്നില്ല.

"താങ്കൾ ആകെ പരവശനായിരിക്കുന്നു. ഞാൻ സഹായിക്കാം. ധൈര്യമായി എന്റെ കരങ്ങളിൽ പിടിച്ചുകൊള്ളുക. എന്റെ കൈയിൽ അല്പം ഭക്ഷണവും പാനീയവുമുണ്ട്. അതു കഴിച്ച് തളർച്ച അകറ്റുക."

രക്ഷകാ, ആരിലൂടെയാണ് നീ സംസാരിക്കുന്നത്? നിന്നെ എപ്പോഴും പിൻതുടർന്നിരുന്ന യരൂശലേം കന്യകമാരിൽ ഇവൾ ആരാണ്?

"സംശയിക്കേണ്ടാ. ദേവാലയത്തിലെത്തുന്ന തീർത്ഥാടകർക്ക് പരിചരണമേകാൻ സ്വയം വ്രതമെടുത്ത യരൂശലേം പുത്രി. ഒലിവുമലയുടെ സാനുവിൽ എന്റെ ഭവനം. അവിടെ സഹോദരന്റെ സ്നേഹിതനായി വന്നെത്തുമായിരുന്ന ഗുരുവിനെ ശുശ്രൂഷിക്കുകയായിരുന്നു എന്റെ ധർമ്മം. കാല്ക്കലിരുന്ന് ആ വചനങ്ങൾക്ക് കാതോർത്തു. ആ പാദപത്മങ്ങളിൽ സുഗന്ധദ്രവ്യം പൂശി. നാർദ്ദീൻ തൈലത്തിന്റെ പരിമളത്തിൽ എന്റെ ഭവനം പൂരിതമായി. ഒപ്പം ഗുരുവിന്റെ കരുണയുള്ള സ്വരം എനിക്ക് പ്രണയഗീതം പോലെ പ്രിയതരമായി."

അവൾ പറഞ്ഞുകൊണ്ടിരുന്നു.

ഇവൾ?

“ഞാൻ മറിയം. ബഥനിയിലെ ലാസറിന്റെ സഹോദരി. എനിക്ക് ഓർമ്മ വച്ച നാളിൽ എന്റെ അമ്മയുടെ സ്നേഹിതയായി മറ്റൊരമ്മ. നീലാംബരത്തിൽ പാതിമറഞ്ഞ ആ അമ്മയുടെ മുഖം സ്വർണ്ണത്താമരപോലെ പ്രകാശസുന്ദരമായിരുന്നു. ദേവാലയത്തിലേക്കുള്ള യാത്രയ്ക്കിടയിൽ ഞങ്ങളുടെ ഭവനത്തിലെത്തുന്ന അമ്മ. ആ ശീതളസ്പർശം കൊതിച്ച് പടിവാതില്ക്കൽ ഞാൻ കാത്തു നിന്നിരുന്നു. എല്ലാവരും അവരുടെ വരവ് കൊതിക്കുകയായിരുന്നു. ആ അമ്മയുടെ മകൻ എന്റെ സഹോദരന് ഏറെ പ്രിയംകരനായി. ചുവന്ന മേലങ്കിയണിഞ്ഞ ആ ദിവ്യരൂപനെ എന്റെ സഹോദരൻ ലാസർ സദാ പിൻതുടർന്നു. അവർ ഒരുമിച്ചിരുന്ന് ഗൗരവപൂർവ്വം നടത്തുന്ന ചർച്ചകൾ ഇടയ്ക്കിടെ വാതിലിന്റെ മറവിൽ നിന്ന് ഞാൻ ശ്രദ്ധിച്ചിരുന്നു. റോമൻ പട്ടാളക്കാരുടെ ക്രൂരതകളെക്കുറിച്ചും പുരോഹിതപ്പരിഷകളുടെ ചൂഷണത്തെക്കുറിച്ചുമൊക്കെയാണ് അവർ സംസാരിച്ചിരുന്നത്. അവക്കെതിരെ യൂദയായുടെ പല ഭൂതലങ്ങളിൽ വച്ച് ഗുരുജനങ്ങളെ പ്രബോധിപ്പിച്ചുകൊണ്ടിരുന്നു. വരാനിരിക്കുന്ന വലിയ വിപ്ലവത്തിന്റെ മുന്നൊരുക്കങ്ങളായിരുന്നു ആ ഭാഷണങ്ങൾ.

“അവരുടെ ഉള്ളിൽ പുകഞ്ഞു കത്തുന്ന അഗ്നിയുടെ ചൂട് ഞാനറിഞ്ഞിരുന്നു. ആശങ്കപ്പെടുത്തുന്ന ചിന്തകൾ. പക്ഷേ, എനിക്ക് വിശ്വാസമായിരുന്നു. എന്റെ ഗുരു ശാന്തനും നീതിമാനുമാണ്. അവൻ ആയുധമെടുത്ത് പോരാടാൻ പ്രേരണ നല്കുകയില്ല. “വാൾ ഊരരുത്, ഉറയിൽത്തന്നെ ഇടുക” എന്നു കല്പിക്കുന്ന പ്രസാദഭാവം. ഗുഹാമുഖങ്ങളിൽ പ്രതിദ്ധ്വനിക്കുന്ന പർവ്വതങ്ങളുടെ ശബ്ദം പോലെ; തിരയടങ്ങിയ സമുദ്രത്തിന്റെ മൗനഗാംഭീര്യം പോലെ.

എന്നിട്ടും ഗുരുപാർശ്വത്തിൽ നിന്നകലാൻ കഴിഞ്ഞില്ല. അവസരം കിട്ടുമ്പോഴൊക്കെ ഞാൻ ഓടിച്ചെന്നു. ജ്യേഷ്ഠസഹോദരി തയ്യാറാക്കുന്ന ഭക്ഷണവിഭവങ്ങൾ മേശയിൽ നിരത്തുന്നത് എന്റെ അവകാശമായി ഏറ്റെടുത്തു. അപ്പം ഭക്ഷിച്ച് വീഞ്ഞ് കുടിച്ച് എഴുന്നേല്ക്കാൻ നോക്കിനിന്നു. കൈകൾ തുടയ്ക്കാൻ ചിത്രത്തയ്യലുകൾ ചെയ്ത് സുന്ദരമാക്കിയ കൈലേസുകൾ ഞാൻ ഒരുക്കി വച്ചു. വിശ്രമിക്കാൻ തല്പം വിരിച്ചുകൊടുത്തു. കിടക്കയിൽ പരിമളതൈലം പൂശി.

ഗുരു നേർത്ത പുഞ്ചിരി സമ്മാനിച്ച് എന്നെ അനുഗ്രഹിക്കുന്നുണ്ടായിരുന്നു. വീടിന്റെ തളത്തിൽ കിടക്കകൾ ചേർത്തു വിരിച്ച് അമ്മമാർ രാത്രി കഴിക്കും. അവർക്കരികിൽ മാർത്ത തളർന്നുറങ്ങുന്നുണ്ടാവും. പാവം! അടുക്കള വിട്ടകലാൻ അവൾക്കു സാവകാശമില്ല. സഹായിക്കാനാവുന്നില്ലല്ലോ എന്നു ദുഃഖം തോന്നിയിട്ടുണ്ട്. പക്ഷേ, അതനുവദിക്കാറില്ല. അവളുടെ താളത്തിനൊത്ത് അടുക്കള ചലിക്കണം. ഇടയ്ക്ക് ഇടപെടലുകൾ ആ താളം തെറ്റിക്കുമെന്ന് പറയുമെങ്കിലും സ്വകാര്യമായി അവൾ എന്നെ ഗുരുശുശ്രൂഷയ്ക്ക് വിട്ടുകൊടുക്കുക തന്നെയായിരുന്നു. എന്റെ മനോഗതി മറ്റാരിലുമുപരി അവൾ തിരിച്ചറിഞ്ഞിരുന്നു. എപ്പോഴും ഗുരുപാർശ്വത്തിൽ ചുറ്റിക്കഴിയാനുള്ള എന്റെ മോഹം! അവൾ എന്നെ

പൂർണ്ണമായി അതിനു നിയോഗിച്ചു. ഞാൻ ആ പാദാന്തികത്തിലിരുന്ന് ഗുരുഗീത ശ്രവിച്ചു. സുഭാഷിതങ്ങൾ ആസ്വദിച്ചു. അവിടുത്തെ കണ്ണുകളുടെ തിളക്കവും ഗൂഢമായ പുഞ്ചിരിയും മനോഭാവപ്രകാശനമായിരുന്നു.

ഞാൻ ആ പ്രഭാവവാനെ പ്രണയിച്ചിരുന്നുവോ? ഒന്നും നേരിട്ടു പറഞ്ഞില്ല. ചോദിച്ചുമില്ല. ഊഹിക്കുന്നെങ്കിൽ അങ്ങനെ സംഭവിച്ചുകൊള്ളട്ടെ എന്ന് നിശ്ശബ്ദം പ്രാർത്ഥിക്കുകമാത്രം ചെയ്തു. അവിടുത്തെ അമ്മ ചേർത്തു പിടിക്കുകയും ചുരുണ്ടു നീണ്ട എന്റെ മുടിയിഴകൾ കോതി മിനുക്കുകയും ചെയ്തിരുന്നു. ഇടയ്ക്കിടെ മുടിക്കെട്ടിൽ മുഖം ചേർക്കും. അവിടുത്തെ പാദങ്ങളിൽ നാർദ്ദീൻ തൈലം പുരട്ടി തുടച്ചെടുത്ത ചാരുകേശം. ആ അമ്മമടിയിൽ ശിരസ്സു ചേർത്ത് ഞാൻ ഉറങ്ങിയിട്ടുണ്ട്. എന്നെ പ്രസവിച്ചില്ലെങ്കിലും മാതൃസ്നേഹത്തിന്റെ പൂർണ്ണതയിൽ അനുഗ്രഹിച്ചു; പെറ്റമ്മയ്ക്കുപോലും അസൂയ ജനിപ്പിക്കുമാറ് അഗാധമായ ഹൃദയബന്ധം."

ഗുരുവിന്റെ ശിഷ്യഗണത്തിൽ വേറെയും സ്ത്രീകൾ ഉണ്ടായിരുന്നില്ലേ? സെബദിപുത്രന്മാരുടെ അമ്മ, മറിയം. നസറേത്തിൽ അവിടുത്തെ അയൽഗ്രാമമായ മഗ്ദലനയിൽ ജനിച്ചു വളർന്ന മറിയം എന്ന മറ്റൊരു യുവതി.

"ഓ, മഗ്ദലനമറിയം! നസറേത്തിൽ നിന്ന് അമ്മയോടൊപ്പം പുറപ്പെട്ടവൾ. പാവപ്പെട്ട ഗ്രാമകന്യക. രോഗിണിയായിരുന്ന അവൾ ഏറക്കുറെ അനാഥയുമായിരുന്നു. പ്രേതബാധിതയെപ്പോലെ ചേഷ്ടകൾ പ്രകടിപ്പിച്ച അവളെ സൗഖ്യമാക്കിയത് ഗുരുവാണ്. ഏഴു ദുരാത്മാക്കളെ പുറത്താക്കുന്നു എന്നുപറഞ്ഞപ്പോൾ അവൾ വിശ്വസിച്ചു. രോഗമുക്തി പ്രാപിക്കുകയും ചെയ്തു. തുടർന്ന് മഗ്ദലനക്കാരിയും അവിടുത്തെ ശിഷ്യഗണത്തിൽ ഉൾപ്പെട്ടു......"

അതിലുപരി ഗുരുവുമായി അവൾക്ക് ബന്ധം?

"ഒട്ടേറെ സന്ദേഹങ്ങൾ, തെറ്റിദ്ധാരണകൾ, വ്യാജകഥകൾ ഒക്കെ സംഭവിച്ചിരിക്കുന്നു! മനഃപൂർവ്വമായിരിക്കില്ല. ധനികനായ ശിമയോന്റെ വീട്ടിൽ ഗുരു ഭക്ഷണത്തിനിരിക്കുമ്പോൾ ഒരു കൽഭരണി നിറയെ തൈലവുമായി എത്തിയ പാപിനിയായ സ്ത്രീയുടെ പ്രവൃത്തി എന്റെ മേലും മഗ്ദലനക്കാരിയുടെ മേലും ആരോപിക്കപ്പെട്ടു. യരൂശലേമിൽ നിന്ന് വളരെ ദൂരെ രാജ്യത്തിന്റെ പടിഞ്ഞാറേ അറ്റത്തു ജനിച്ചുവളർന്ന് ഗുരുവിന്റെ അമ്മയുടെ ഒപ്പം കൂടിയ മഗ്ദലനമറിയത്തെ പാപിനിയാക്കുകയും യരൂശലേമിൽ ശിമയോന്റെ വീട്ടിലെ പാദപരിചരണത്തിൽ പങ്കാളിയാക്കുകയും ചെയ്തത് ഭാവനാവികൃതി! സൗന്ദര്യം എന്നും സ്ത്രീയുടെ ശാപമാണ്. സുന്ദരികളായ യുവതികളെ പാപിനികളാക്കി രസിക്കുന്ന പ്രഭുത്വത്തിന്റെ വികലകല്പനകൾ! ചില ഭാവനാശാലികൾ മഗ്ദലനമറിയത്തിന്റെ പേരിൽ സുവിശേഷംവരെ പടച്ചുണ്ടാക്കി. അവളെ ഗുരുവിന്റെ പത്നിയായി വാഴിച്ച് അസംബന്ധങ്ങൾ പടച്ചുവിട്ടു. ഏതാനും കുട്ടികളെയും സംഭാവന ചെയ്തു? അവിടുത്തെ തുടർച്ച മഗ്ദലനയിലൂടെ രൂപമെടുത്ത തലമുറ

വഴി രാജവംശമായി മാറി എന്ന് രേഖപ്പെടുത്തി വച്ചവരുടെ ചരിത്രവിഡ്ഢിത്തം!......"

അപ്പോൾ ഗുരു?

"എത്രയോ ദിനരാത്രങ്ങളിൽ ഞാൻ അവിടുത്തോട് ഒപ്പമുണ്ടായിരുന്നു! നിഴൽ പോലെ പിൻതുടർന്നു. എന്റെ സഹോദരൻ ലാസറിന് പെട്ടെന്നു മരണം സംഭവിച്ചപ്പോൾ എന്റെ നിലവിളികേട്ട് അവിടുന്ന് ഓടിയെത്തി. എന്നെ ചേർത്തുപിടിച്ചു. കണ്ണീർ തുടച്ചു. സഹോദരന് പുനർജ്ജനി നല്കി. ഓശാന നാളിൽ കഴുതക്കുട്ടിയുടെ പുറത്ത് അവൻ യാത്രയാരംഭിച്ചത് ബഥനിയിലെ ഞങ്ങളുടെ ഭവനത്തിൽനിന്ന്. എനിക്ക് അമ്മ നല്കിയ പട്ടുവസ്ത്രം കഴുതയുടെ മേൽ വിരിച്ചു. അതിലാണ് ആസനസ്ഥനായത്. ജനക്കൂട്ടം ഒലിവുമരച്ചില്ലകൾ ഒടിച്ചു വഴിയിൽ വിരിച്ചും ഓശാന പാടിയും അവിടുത്തെ എതിരേറ്റു. ആ രാത്രിയിൽ ഞാൻ വിരിച്ച തല്പത്തിൽ ഉറങ്ങി. പെസഹാദിനം വരെ ഒപ്പം കഴിഞ്ഞു. പെസഹാ ഒരുക്കിയത് ബഥനിയിൽത്തന്നെ മർക്കോസിന്റെ മാളികയിൽ. തുടർന്ന് ഞങ്ങളുടെ ഭവനപരിസരത്തു തന്നെയുള്ള തോട്ടത്തിൽ പ്രാർത്ഥിക്കാൻ പോയി. ഗുരു കമിഴ്ന്നു വീണു പ്രാർത്ഥിച്ച പാറ ഇപ്പോഴുമുണ്ട്. അന്നത്തെ ഒലിവുമരങ്ങൾ കാലം കഴിയവേ ചുവട്ടിൽ മുളകൾ പൊട്ടിക്കിളുർത്ത് ചൈതന്യത്തോടെ നില്ക്കുന്നു.

"ഗദ്സേമൻ തോട്ടത്തിൽ വച്ചാണ് വഞ്ചകനായ ശിഷ്യന്റെ ചുംബനത്താൽ വെളിവാക്കപ്പെട്ട് പുരോഹിതപ്പരിഷകൾ അവിടുത്തെ പിടികൂടിയത് എന്ന് താങ്കൾ അറിയുന്നുവല്ലോ. പിന്നീടുള്ളത് പീഡനചരിത്രം, കുരിശുമരണം, ഒടുവിൽ ഗുരുചൈതന്യം ഉയിർത്തെഴുന്നേറ്റ് സ്വർഗ്ഗാരോഹണം ചെയ്യുന്നു. ഭൂമിയിൽ നിന്ന് ചുഴലിക്കാറ്റിൽ എന്ന വണ്ണം ഉയർന്നു പൊങ്ങുമ്പോൾ ആ വസ്ത്രാഞ്ചലത്തിൽ പിടിമുറുക്കാൻ ശ്രമിച്ചു. പക്ഷേ, ശക്തമായ കാറ്റിലെന്നപോലെ അത് വഴുതിപ്പോയി...."

പിന്നീട്?

"ബഥനിയിൽ, യരൂശലേമിൽ, ഒലിവുമലയുടെ താഴ്‌വാരങ്ങളിൽ എല്ലാം ഞാൻ അലയുന്നു. അവിടുത്തെക്കുറിച്ച് സ്തുതിഗീതങ്ങൾ പാടുന്നു. മതപണ്ഡിതന്മാരും, ചരിത്രരചയിതാക്കളും പ്രചരിപ്പിക്കുന്ന കളവുകൾക്ക് കാതോർക്കാതെ അവിടുത്തെ നിത്യപ്രണയത്തിൽ ആത്മാർപ്പണം ചെയ്ത്, ഉത്തമഗീതങ്ങൾ ആലപിച്ച് കാറ്റായി, വെളിച്ചമായി എന്റെ രാപകലുകൾ!

"സത്യാന്വേഷകനായ സ്നേഹിതാ, താങ്കളുടെ യാത്ര തുടരുക. പ്രണയരൂപനായ ഗുരുവിന്റെ ചൈതന്യം വാക്കുകളിലൂടെ തലമുറകൾക്ക് പകരുക. വാക്ക് ഗുരുവാണ്, ഗുരു സ്നേഹമാണ്; സ്നേഹം ശാന്തി നല്കുന്ന ദൈവസങ്കല്പം."

പുതിയൊരു ചൈതന്യത്തിൽ ഉണർന്നു. താൻ എവിടെയാണ്? ഗുരുസത്യം വെളിപ്പെടുത്തി ഒപ്പമുണ്ടായിരുന്ന യരൂശലേം പുത്രി?

ഈറൻ നിലാവിൽ പ്രകൃതി കുളിരണിഞ്ഞു. ഒലിവുമരച്ചില്ലകളുടെ താളഭംഗികളിൽ ദേവഗീതം ഉയർന്നു.

ദൂത്

സേതു

"ഞാൻ കൊച്ചുണ്ണിമ്മാൻ എന്നു തന്നെ വിളിക്കട്ടെ."

"ആയ്ക്കോട്ടെ. അങ്ങനെ പലരും വിളിക്കാറുണ്ടല്ലോ."

"എന്നെ മനസ്സിലായിക്കാണില്ല."

"വേണംന്നില്യാ. ഇപ്പൊ അങ്ങനെ ആരേം മനസ്സിലാക്കാൻ ശ്രമിക്കാറൂല്യാ. വല്യ ആവശ്യമില്ലാത്ത ഒരൂട്ടം അറിവ് ഒഴിവാക്കന്ന്യാണ് നല്ലത്."

"എന്നാലും-"

"ഒരു എന്നാലൂല്യാ. എനിക്കിപ്പൊ അങ്ങയെ അറിയണ്ടാന്നന്നെ വെച്ചാൽ അതോണ്ട് ഒരു തരക്കേടൂല്യാല്ലോ."

"അങ്ങനെയല്ലല്ലോ കൊച്ചുണ്ണിമ്മാൻ."

"എനിക്കിപ്പൊ അങ്ങനന്നെ ആണെങ്കിലോ."

"ഞാൻ അച്യുതൻ കുട്ടീടെ ജോലിസ്ഥലത്ത് നിന്ന് വരികയാണ്."

"ആണോ, വിശേഷായി."

"ഭയങ്കര ചൂട്. കുട്ടികളുടെ വെക്കേഷൻ. അവധിയെടുത്ത് പോരാൻ തോന്നി. പിന്നെ ഒന്നാം ക്ലാസ് വണ്ടിക്കൂലി കമ്പനി തരേം ചെയ്യുമല്ലോ."

"അതുവ്വോ, അസ്സലായി. വണ്ടിക്കൂലി തരാവുംന്ന് വെച്ചാ എവട്യാപ്പൊ പൂവ്വാൻ വയ്യാത്തത്."

"അവധി കഴിഞ്ഞ് മടങ്ങുന്നതിന് മുമ്പ് കൊച്ചുണ്ണിമ്മാനെ വന്നു കാണണമെന്ന് അച്യുതൻകുട്ടി പ്രത്യേകം പറഞ്ഞിരുന്നു."

"അതിശയായി, എന്താപ്പൊ വിദ്വാന് അങ്ങനെയൊരു തോന്നല്-"

"പ്രത്യേകിച്ച് ഒന്നുമുണ്ടായിട്ടല്ല. എത്രയായാലും ഒരേ ചോരയല്ലേ. വിശേഷങ്ങളറിയാൻ വെപ്രാളം കാണില്ലേ."

"ആയ്. നല്ല കാര്യന്നെ അച്യുതൻ കുട്ടീടെ ചോര കണ്ടു കാണും.

എന്നുവച്ച് ഇനിയിപ്പൊ അങ്ങേക്ക് എന്റെ ചോര കാണണംന്ന്ച്ചാൽ വിരല് മുറിക്കാനെ നിവൃത്തിയുള്ളൂ. പിന്നെ ഇത്തിരി പ്രമേഹത്തിന്റെ അസ്കി തേള്ളത് കൊണ്ട് മുറിഞ്ഞാ ഉണങ്ങാനും വിഷമം-"

"ഞാൻ അതല്ല ഉദ്ദേശിച്ചത്-"

"അങ്ങേടെ ഉദ്ദേശ്യം എന്തൊക്ക്യായാലും ഒരേ ചോര എന്നൊക്ക്യ ങ്ങനെ ഒറപ്പിച്ചു പറയുമ്പൊ കുറച്ച് സൂക്ഷിക്കേണ്ടിയിരിക്കുണു. ഇക്കാ ലത്ത് ഒക്കെ യന്ത്രങ്ങളുടെ കളിയാണല്ലോ ഇപ്പഴ്. ഇത്തിരി ചോര കുത്തി യന്ത്രത്തിലിട്ട് നോക്കിയിട്ട് രണ്ടും രണ്ട് വർഗ്ഗാന്ന് കണ്ടാ ഗുരുകാരണോ മ്മാര് പറഞ്ഞു തന്നിട്ടുള്ള രക്തബന്ധം ന്ന സംഗതി പൊട്ടീല്ലേ-"

"എന്തൊക്കെയായാലും അച്യുതൻകുട്ടി കൊച്ചുണ്ണിമ്മാന്റെ മകനാ വാണ്ട് വരില്ലല്ലോ."

"അതും ആർക്കാപ്പൊ അത്ര നിശ്ചം? എന്ന് വെച്ച് മോളിലിരിക്കണ ദേവകിക്കുട്ടിയെ ഞാൻ സംശയിക്കുന്നൂന്ന് അർത്ഥം വരിണില്യാട്ടോ. അത്രയ്ക്ക് പാവായിരുന്നല്ലോ അവള്-"

"അച്യുതൻകുട്ടി എല്ലാം പറഞ്ഞിട്ടുണ്ട് എന്നോട്. അവന്റെ ഏറ്റവും അടുത്ത ചങ്ങാതി ഞാനാണ്. പിന്നെ അവൻ അവിടത്ത മലയാളി സമാ ജത്തിന്റെ പ്രസിഡന്റാണ്. ഞാൻ സെക്രട്ടറിയും."

"അതുവ്വോ, വിശേഷമായി. അപ്പൊ അച്യുതൻകുട്ടിക്ക് പ്രസിഡന്റാ വാനും വെയ്ക്കും, അല്ലേ. ആയ്. അസ്സലായി. ഇനീപ്പൊ അവനൊരിക്കൽ ഇന്ത്യൻ പ്രസിഡന്റാകുമ്പൊ അങ്ങന്നെയാകട്ടെ അവന്റെ സെക്രട്ടറീം."

"എനിക്ക് അഞ്ചരേടെ വണ്ടിക്ക് മടങ്ങണമായിരുന്നു."

"അപ്പൊ കൃത്യം അമ്പത്തഞ്ച് നിമിഷം കൂടീണ്ട് എന്നർത്ഥം. വണ്ടി യാപ്പീസിലേക്കുള്ള നടപ്പ് പത്ത് നിമിഷം കുറച്ചാൽ നാല്പത്തഞ്ച് എന്ന് വെയ്ക്കന്നെ"

"അതെ. ഇത്തിരി തിടുക്കമുണ്ട്. അതിനിടയിൽ അച്യുതൻകുട്ടി ചില കാര്യങ്ങള്...."

"അതുവ്വോ... അപ്പൊ വീണ്ടും ഒരു ദൂതന്നെ...."

"അയ്യോ. അങ്ങനെയൊന്നുമില്ല."

"ആട്ടെ. എവിട്യാ അങ്ങേടെ സ്വദേശം?"

"കുറച്ച് തെക്കാ...."

"തെക്കൂന്നുള്ള ദൂതൻ - എന്താ ലക്ഷണം ആവോ? ഇനീപ്പൊ ദൂത ലക്ഷണം കൂടി പഠിക്കണംന്നായിരിക്കുണു."

"കൊച്ചുണ്ണിമ്മാൻ അങ്ങനെ കണക്കാക്കരുത്. എനിക്കതിൽ യാതൊരു പ്രത്യേകത ഉദ്ദേശ്യവുമില്ല. അച്യുതൻകുട്ടി എന്റെ അടുത്ത ചങ്ങാതിയായതുകൊണ്ടും അവന്റെ വല്ലായ്മ കാണുമ്പോൾ എനിക്കും വിഷമം തോന്നാറുള്ളതുകൊണ്ടും പോന്നതാണ്. പിന്നെ കൊച്ചുണ്ണിമ്മാ നെപ്പറ്റി ഒരുപാട് കേട്ടിരിക്കുന്നു. ഒന്ന് നേരിൽ കാണുകയും ആവാ മല്ലോ...."

"കാണാനാണെങ്കില് മുമ്പൊക്കെ ഒരുപാട് ആളാള് വരാറുണ്ട്.

ഏതാണ്ട് ഇത്തിരി ചരിത്രോം ഒരുപാട് ബഡായീം ഒക്കെക്കൂടി ഒരൂട്ടൊക്കെ കൊറെ ആളോള് ധരിച്ച് വശായിട്ടുണ്ട് എന്നെപ്പറ്റി. ഇപ്പൊ ഇശ്ശി നാളായിട്ട് വല്യ അലോക്യല്യാ. പെൻഷനോ താമ്രപത്രോ ഒന്നും കിട്ടാത്തതുകൊണ്ടായിരിക്കും.... അങ്ങ് ഭയപ്പെടേണ്ട. ഞാൻ പഴയ ചരിത്രം കെട്ടഴിക്കാൻ പോണൂല്യാ...."

"ഞാനും കേട്ടിട്ടുണ്ട്. ഒരുപാട്...."

"അച്യുതൻകുട്ടി പറഞ്ഞതാന്ന് വെച്ചാ വിശ്വസിക്കരുത്ട്ടോ. അവൻ പ്രസിഡന്റാക്ക്യാണ്, സമ്മതിച്ചു. പക്ഷേ, അവന്റെ നാവീന്ന് വീഴ്ണതൊക്കെ അബദ്ധാണ്."

"ഞാൻ പറയുമ്പൊ മറ്റൊന്നും വിചാരിക്കരുത്. കൊച്ചുണ്ണിമ്മാൻ ഇത്തരിക്കൂടി കാരുണ്യം കാണിക്കണം അച്യുതൻകുട്ടിയോട്. ആകെക്കൂടി ഒന്നല്ലേ ഉള്ളൂ."

"ആയായ്... അസ്സലായി ദൂതവാക്യം. അച്യുതൻകുട്ടിക്ക് ഇനി എന്റെ വക കൊറച്ച് കാരുണ്യോം. അല്ലാ, ഇനി അതിപ്പൊ അങ്ങേടെ കൈയില് പൊതിഞ്ഞ് തന്നയയ്ക്കാന്ന് വെച്ചാ അവടെ എത്തുമ്പോഴേക്കും ഉരുകിപ്പോകൂല്ലോ. പിന്നെ കൊണ്ട്വോവാനും വല്യ എടങ്ങേറായിരിക്കും അങ്ങേക്ക്. നീണ്ട യാത്രയല്ലേ-"

"കൊച്ചുണ്ണിമ്മാന്റെ ഉള്ളില് ഒരുപാട് തെറ്റിദ്ധാരണകളുണ്ടെന്ന് എനിക്കറിയാം. അച്യുതൻകുട്ടി പറഞ്ഞിരിക്കുന്നു എല്ലാം."

"അതുവ്വോ. ശര്യാണ്. സെക്രട്ടര്യാവുമ്പൊ പ്രസിഡന്റ് പറയണതൊക്കെ അപ്പടി വിശ്വസിക്കുന്ന്യാ നല്ലത്. സംഘടനയ്ക്ക് ഒരു അടച്ചുറപ്പ് ഉണ്ടാവേം ചെയ്യും."

"ഞങ്ങളുടെ ബന്ധം അത്തരത്തിലുള്ളതല്ല. രണ്ട് കുടുംബങ്ങള് തമ്മിലും അത്രയ്ക്ക് അടുപ്പമാണ്. താമസിക്കുന്നതും അടുത്തടുത്ത വീടുകളിൽ-"

"അടുത്തടുത്ത് താമസിച്ചിട്ടും ഇപ്പഴും അടുത്തിരിക്കാൻ കഴിയണൂന്ന് വെച്ചാൽ അതൊരു വല്യ കഴിവന്ന്യാണേയ്. തീർച്ചയായിട്ടും അങ്ങൊരു മഹാപുരുഷൻ തന്ന്യായിരിക്കണം."

"സമയം കുറവാണ്. ഞാൻ പറയാൻ വന്ന കാര്യം-"

"എനിക്ക് നല്ല വിശപ്പുണ്ട്."

"കൊച്ചുണ്ണിമ്മാൻ അങ്ങനെ പറയരുത്."

"ഒരു പഴയ തമാശയുണ്ട്. ഓരോ ദൂതന്റേം വിശ്വാസം അയാള് ആദ്യത്തവനാണെന്നാണ്. അത് ദൂതവംശത്തിന്റെ പരാധീനത തന്നെ എന്ന് കൂട്ടിക്കോളൂ. കേൾക്കണോളെ സംബന്ധിച്ചാണെങ്കിലോ - അത് പോട്ടെ. സത്യത്തെ അമർത്തിവെക്കാ, അസത്യത്തിന്റെ സൂചനകൾ കൊടുക്കാ, അതാണ് ദൂതകർമ്മം എന്നാണല്ലോ ഇപ്പോ വല്യ വല്യ അംബാസഡർമാര് വരെ പറഞ്ഞോണ്ടു നടക്കണത്. അതിന്റെ ഇംഗ്ലീഷ് പറയാൻ എനിക്കൊട്ട് വശല്യാതാനും."

"അച്യുതൻ കുട്ടിക്ക് രണ്ടാമതൊരു കുട്ടീം കൂടി ഉണ്ടായിരിക്കുന്നു.

ആണാണ്."

"നന്നായി ഒരുപെണ്ണും ഒരാണും. സർക്കാര് പറയണതും അതെന്നെ-"

"കൊച്ചുണ്ണിമ്മാൻ എനിക്ക് ഈ വിവരം പറയാൻ കാർഡെഴുതിയിട്ടാലും മത്യായിരുന്നല്ലോ. അങ്ങ് ബുദ്ധിമുട്ടേണ്ടിയിരുന്നില്ല്യാ. എന്റെ വിലാസാണെങ്കില് അച്യുതൻകുട്ടിക്ക് കണിശായിട്ട് അറിയേം ചെയ്യാം. പിന്നെ ഒരു കാര്യം മാത്രം വിലാസഴെതുമ്പോ പിൻകോഡ് കൃത്യമായിട്ട് എഴുതാൻ പറയണം. കാരണം, രാമപുരം എന്ന പേരില് ആറിൽ കൂടുതൽ ഗ്രാമങ്ങളുണ്ടത്രെ നമ്മുടെ ഈ ഇന്ത്യാ മഹാരാജ്യത്തില്...."

"കൊച്ചുണ്ണിമ്മാൻ എന്നെ ഒന്നും പറയാൻ സമ്മതിക്കുന്നില്ല. അതിലെനിക്ക് വിഷമമുണ്ട്. ഒന്നുമില്ലെങ്കിലും ഞാൻ ഇത്രം ദൂരം താണ്ടി വന്നതല്ലേ."

"ഓ, ആയ്ക്കോട്ടെ. ഞാനത് മറന്നൂട്ടോ, ക്ഷമിക്ക്യാ. ദൂതവാക്യം മുഴുവൻ കേൾക്കേണ്ട ചുമതലേണ്ട്. എന്നാപ്പൊ ഇനി ഒരു കാര്യം ചെയ്യാം. അങ്ങ് പറയാനുള്ളത് മുഴുവൻ പറയ്യാ. ഞാൻ ഉരിയാടാണ്ട് കേട്ടോണ്ടിരുന്നോളാം. ഒരക്ഷരം മിണ്ടില്യാ, സത്യാണ്. ഒക്കെ കേട്ടോളാം കൃത്യമായിട്ട്. അല്ലെങ്കിത്തന്നെ എന്ത് അനുസരണമുള്ള സാധനാണ്. ഈ ചെവീ ചെവീന്ന് പറയുന്നത്. ആരെന്ത് പറഞ്ഞാലും, അറുവങ്കത്തരം പറഞ്ഞാലും ഒരു കുഴപ്പോല്യാണ്ട് കേട്ടോണ്ടിരുന്നോളും. എന്നുവെച്ചാ സ്വന്തമായിട്ട് വീണ്ടു വിചാരത്തിനുള്ള ശക്തിയില്ലാന്നന്നെ അർത്ഥം. ആയ്ക്കോട്ടെ, അങ്ങ് പറഞ്ഞോളൂ. പിന്നെ, വണ്ടീടെ സമയോം ഓർത്തോളണം."

"അര മണിക്കൂറുണ്ട്."

"കൃത്യമായിട്ട് പറഞ്ഞാൽ മുപ്പത്തിമൂന്ന് നിമിഷം പതിനാററ അങ്ങേക്ക് പതിനാററ എനിക്കും."

"അത് പോരാ."

"എന്നാൽ പോട്ടെ. പതിനെട്ട് അങ്ങേയ്ക്ക്. പതിനഞ്ച് എനിക്കും."

"എനിക്ക് ചുരുങ്ങിയത് ഇരുപത് മിനിറ്റ് വേണം."

"ആയ്ക്കോട്ടെ. അങ്ങ് അച്യുതൻകുട്ടിക്ക് ചേർന്ന കൂട്ടുകാരൻ തന്നെ. ഇത്തിരി കൊടുക്കേം ഒരുപാട് ചോദിച്ച് വാങ്ങേം ചെയ്യണ പ്രകൃതം."

"ഞാൻ ചുരുക്കിപ്പറയാം. അടുക്കും ചിട്ടയുമായിട്ട് പറയാൻ ബുദ്ധിമുട്ടുണ്ട്. തോന്നിയപോലെ പറയാം.... അച്യുതൻകുട്ടി ഒരുപാട് മാറിയിരിക്കുന്നു. ഈയിടെയായിട്ട് ഏതു സമയവും ചിന്തയാണ്. എന്തൊക്കെയോ അവനെ വിടാതെ അലട്ടുന്നു. എന്താ കാര്യമെന്ന് ചോദിച്ചാൽ അവന് തന്നെ പിടിയില്ലത്രെ. പെരുമാറ്റമാണെങ്കിൽ ചില സമയത്ത് വല്ലാതെ വിചിത്രം തന്നെ. അടുത്ത കാലത്തുണ്ടായ ഒരു സംഭവം പറയാം.... ഒരു സന്ധ്യക്ക് ഒരു കുറവനും അവന്റെ കുരങ്ങും കൂടി അച്യുതൻകുട്ടിയുടെ മുറ്റത്ത് വന്ന് കൂടി. അവർ ഒരുപാട് കളികൾ കളിച്ചു. ഈ

സാധാരണ ചാടിക്കളിക്കടാ കുഞ്ചിരാമാ, എടപാട് തന്നെ. പക്ഷേ, അച്യുതൻകുട്ടിക്ക് സാധനം ഭയങ്കരമായി ഇഷ്ടപ്പെട്ടു. അവന് രസം പിടിക്കുന്നത് കണ്ടപ്പോൾ കുറവനും ഉത്സാഹമായി. അവറ്റ രണ്ടുംകൂടി അതേവരെ കാട്ടാത്ത ചില അസാദ്ധ്യ വേലകൾ കാട്ടാൻ തുടങ്ങി. കുറേ കഴിഞ്ഞപ്പോൾ ഏതാണ് കുറവൻ, ഏതാണ് കുരങ്ങൻ എന്ന് തന്നെ തിരിച്ചറിയാൻ വയ്യാണ്ടായി. ഞങ്ങളങ്ങനെ അന്തംവിട്ട് നോക്കിനില്ക്കുമ്പോൾ അതാ അച്യുതൻകുട്ടിയുണ്ട് ചാടിയിറങ്ങുന്നു അവരുടെ കൂട്ടത്തിലേക്ക്. കുറവന്റെ കുട്ടി ചെണ്ടയിൽ ആഞ്ഞടിക്കാൻ തുടങ്ങി. അച്യുതൻകുട്ടിക്ക് ഹരം കയറിയിരിക്കണം. കോളനിക്കാർക്ക് അത് വലിയൊരു കാഴ്ചയായി. ആള് കൂടി. അച്യുതൻകുട്ടിയും കുരങ്ങനും കുറവനും കൂടിയുള്ള കുട്ടിക്കരണം മറിച്ചൽതന്നെ. അതങ്ങിനെ നിന്നു ഒരുപാട് നേരം. ഒടുവിൽ എല്ലാം കഴിഞ്ഞ് ലഹരിയിറങ്ങിയപ്പോൾ കൈനിറയേ കാശും കൊടുത്തിട്ട് അച്യുതൻകുട്ടി മയത്തിൽ ചോദിക്കുകയാണ് കുറവനോട് "ഈ കുരങ്ങനെ എനിക്ക് തര്വോ, ചങ്ങാതീ," അപ്പോൾ കുറവൻ ചോദിച്ചു "കൊല്ലാനോ വളർത്താനോ?" രണ്ടിനുമല്ല, കളിപ്പിക്കാൻ. അതിനവന് കളിയറിയില്ലല്ലോ. ഞാനില്ലാതെ അവൻ തനിച്ച് കളിക്കില്ലല്ലോ എന്നായി കുറവൻ. "സാരമില്ല. ഞാനുമൊരു കുറവൻതന്നെ. നിന്റെ പഴയ ചെണ്ടയും, പഴയ ചമയങ്ങളും എനിക്ക് തരിക, ചങ്ങാതീ." കുറവനാകട്ടെ ഉറക്കെ ചിരിച്ചു. ചിരിച്ച് ചിരിച്ച് അവന്റെ മുഖം ചുവന്നു. "അതൊക്കെ വെറുമൊരു മോഹമല്ലെ. വാദ്ധ്യാരേ. കുറവനായി ഊര് ചുറ്റണമെങ്കിൽ ഭാഗ്യം ചെയ്യണം. മൂന്ന് ജന്മത്തിൽ ചെയ്ത പുണ്യം കൊണ്ടാ ഞാനീ ജന്മത്തിൽ കുറവനായത്..."

"അച്യുതൻകുട്ടി കുറവനായി ഊരു ചുറ്റ്വേ. ആയായ്, എന്തൊക്ക്യായി കേക്കേണ്ടി വരണത്. ആട്ടെ, അങ്ങേടെ സമയം തീരാറായിരിക്കണു."

"ഇനിയൊരെണ്ണം കൂടിയുണ്ട്. ഞാൻ വേഗം പറഞ്ഞുതീർത്തോളാം. അച്യുതൻകുട്ടി പറയാൻ ഏല്പിച്ചതൊന്നുമല്ല. എന്നാലും ഇതുകൂടി പറഞ്ഞാൽ ഏതാണ്ടൊക്കെ ആയീന്നൊരു തോന്നൽ. കൊച്ചുണ്ണിമ്മാനും കാര്യങ്ങളുടെ കിടപ്പ് ഏതാണ്ട് പിടി കിട്ടുമല്ലോ."

"ആ പറഞ്ഞോളൂ. രസാവണുണ്ട് ദൂതവാക്യം."

"ഞങ്ങളുടെ കോമ്പൗണ്ടിനടുത്തായിട്ട് ഫാക്ടറിയുടെ ചില പുതിയ കെട്ടിടങ്ങളുടെ പണി തുടങ്ങിയിട്ടുണ്ടായിരുന്നു. പണിക്കാര് മണ്ണ് തോണ്ടി ചെന്നപ്പോൾ ഒരു കൊച്ചു വിഗ്രഹം കിട്ടി. ലോഹം കൊണ്ടുള്ള പഴയൊരു ദേവീ വിഗ്രഹം. വിവരമറിഞ്ഞ് അച്യുതൻകുട്ടി ഓടിയെത്തി ഓവർസിയറിൽനിന്ന് സാധനം കൈക്കലാക്കി. അവന് പണ്ടേ പഴയ സാധനങ്ങളിൽ വലിയ കമ്പമായിരുന്നല്ലോ. സാധനം വൃത്തിയാക്കി, തുടച്ച് മിനുക്കി ഡ്രായിങ്റൂമിലെ ഷോക്കേസിൽ സ്ഥാപിച്ചതിനുശേഷമാണ് ഞാൻ വിവരമറിയുന്നത്. അപ്പോഴേക്കും രണ്ടുമൂന്ന് ദിവസം കഴിഞ്ഞിരിക്കണം. എന്തോ, ആ വിഗ്രഹത്തിന് ഒരു പന്തികേടുണ്ടെന്ന് ഒറ്റ നോട്ടത്തിൽ

ത്തന്നെ എനിക്ക് തോന്നി. ദേവിയുടെ രണ്ട് കണ്ണുകളിൽ ഒരെണ്ണം അടർന്ന് പോയിരുന്നു. മറ്റേ കണ്ണിലാകട്ടെ ചില സമയത്ത് ഒരായിരം കണ്ണുകളുടെ തിളക്കം. ചിലപ്പോൾ ഉയിരുള്ളതുപോലെ തുടിക്കുന്നത് കാണാം. ചില രാത്രികളിൽ ഞാനും അച്യുതൻകുട്ടിയും കൂടി ഒന്ന് മിനുങ്ങാറുണ്ട്. അപ്പോഴൊക്കെ എനിക്കാ വിഗ്രഹത്തിൽ നോക്കാൻ പേടിയാണ്. ആ ഒറ്റ ക്കണ്ണിൽ എന്തോ കത്തിയെരിയുന്നു. വല്ലാത്തൊരു തീയ്. അത് ശരിയാ ണെന്ന് അച്യുതൻകുട്ടിയും പറഞ്ഞു. സത്യത്തിൽ അവൻ വല്ലാതെ പരി ഭ്രമിച്ചുവശായിരുന്നു. പഴയ ഏതോ ഉഗ്രമൂർത്തിയാണ്. വീണ്ടുവിചാരമി ല്ലാതെ വീട്ടിൽ കയറ്റിയത് അപകടമായി. ശുദ്ധിയില്ലാത്ത സ്ഥലത്ത് വയ്ക്കുന്നതും കുഴപ്പമാണ്. ഒന്ന് ഞാൻ ശ്രദ്ധിച്ചിരുന്നു. ആ വിഗ്രഹം അവിടെ സ്ഥാപിച്ചയന്നു മുതലേ അച്യുതൻകുട്ടി വല്ലാതെ മാറിയിരുന്നു. ഏതാണ്ടൊരു വല്ലാത്ത അലട്ടലും ചിന്തയും. ബാധയേറ്റ പോലെയാണ് മുഖം. ഊണും ഉറക്കവുമില്ല. കമ്പനിയിൽ പോക്കില്ല. ഏത് സമയത്തും കണ്ണുകളിൽ അറിയാൻ വയ്യാത്തൊരു പേടി. അവനിങ്ങനെ മെലിഞ്ഞ് മെലിഞ്ഞ് കുരുതിക്ക് ഉഴിഞ്ഞിട്ടതുപോലെയാകുകയാണ്. അവന്റെ ഭാര്യ യാണെങ്കിൽ കരച്ചിലോട് കരച്ചിൽ. എനിക്കങ്ങ് പേടിയായി. ഒടുവിൽ ഞാൻ തീരുമാനിച്ചുറപ്പിച്ചു, എന്തായാലും ഇനി ഇതിനെ വീട്ടിൽ വെച്ചു കൊണ്ടിരിക്കാൻ വയ്യ. എവിടെയെങ്കിലും കൊണ്ടുപോയി കളയുക തന്നെ. അവളുടെ ഇടം ഇതല്ല. അങ്ങനെ ഒരു രാത്രിയിൽ ഞങ്ങൾ ആ വിഗ്രഹ വുമായി പുറത്തേക്കിറങ്ങി. നല്ല ഇരുട്ടുള്ള രാത്രിയായിരുന്നു. കോമ്പൗ ണ്ടിന്റെ ദൂരെയൊരു മൂലയിൽ ഒരു പൊട്ടക്കിണറുള്ള കാര്യം എനിക്കറി യാമായിരുന്നു. ഞങ്ങൾ മെല്ലെ നടന്നു. അച്യുതൻകുട്ടിയുടെ വിരലുകൾ വിറയ്ക്കുന്നതും അവൻ എന്തൊക്കെയോ പിറുപിറുക്കുന്നതും ഞാനറി ഞ്ഞു. കൈയിൽനിന്ന് വഴുതിപ്പോകാതെ, ജീവനുള്ള ഉരുവിനെപ്പോലെ അള്ളിപ്പിടിച്ചുകൊണ്ട് നടക്കുകയായിരുന്നു അവൻ. കിണറ്റിന്നടുത്തെത്തി യപ്പോൾ ഞാൻ കുനിഞ്ഞു നോക്കി. ഒന്നും കാണാൻ വയ്യ. കൊഴുത്ത ഇരുട്ട്. അടുത്തെവിടെയോ പൊന്തക്കാടുകളിൽനിന്ന് നാഗത്താന്മാർ ചീറ്റു ന്നതുപോലെ. ഞാൻ മെല്ലെ ടോർച്ചടിച്ചുനോക്കി. ആഴം കാണാത്ത കിണറ്. താഴെ, താഴെ എവിടെയോ വെള്ളം. പൊടുന്നനെ അച്യുതൻകു ട്ടിയുടെ കൈ ഉയരുന്നത് കണ്ടു. പ്ളും.... കുണ്ടൻകിണറ്റിലെ വെള്ളത്തിൽ വിഗ്രഹം വീഴുന്ന ശബ്ദം ഞങ്ങൾ വ്യക്തമായി കേട്ടതാണ്. അച്യു തൻകുട്ടി ഉറക്കെ ചിരിച്ചതും കേട്ടു. പിന്നെ ആശ്വാസത്തോടെ തിരിഞ്ഞു നടക്കുകയായി. നാല് ചുവട് വെച്ചില്ല. കരിയിലകൾക്കിടയിൽ എന്തോ തിളങ്ങുന്നു. കുനിഞ്ഞുനോക്കിയപ്പോൾ ആ ഒറ്റക്കണ്ണ്. അവൾ തന്നെ. കാർത്ത്യായനി. എന്റെ ഉടലാകെ അരിച്ചുകയറി. മേലാകെ വിറകൊള്ളു കയാണ്. “നമുക്ക് ഓടാം.” അച്യുതൻകുട്ടിയുടെ ശബ്ദം പതറിയിരുന്നു. അവൻ വലിയൊരു കരച്ചിലിന്റെ വക്കത്തായിരുന്നു.. ഞാനവന്റെ ചുമ ലിൽ അമർത്തിപ്പിടിച്ചു. “പറ്റില്ല, ഇതിവിടെ തീർക്കണം. അല്ലെങ്കിൽ നിന്റെ ഒടുക്കമാണ്.” ഞാൻ ആവേശത്തോടെ പറഞ്ഞു. അച്യുതൻകുട്ടി

അപ്പോഴും അന്തിച്ചു നില്ക്കുകയാണ്. ഒടുവിൽ, ഒരുപാട് നിർബ്ബന്ധിച്ചപ്പോൾ അവൻ മടിയോടെ ആ വിഗ്രഹം കടന്നെടുത്തു. അവന്റെ കൈ പൊള്ളിയിരിക്കണം. ഉറുമാൽ കൊണ്ട് കൂട്ടിപ്പിടിച്ച് കിണറിനടുത്തേക്ക് ചുവടുവെച്ചു. ഇത്തിരിനേരം കണ്ണടച്ചുനിന്ന്, ഭരദേവതയെയും സകല ഇഷ്ടമൂർത്തികളേയും ഗുരുകാരണോന്മാരേം സങ്കല്പിച്ച്, സമസ്താപരാധവും പൊറുക്കണേ എന്ന് ഉറക്കെ കേണുകൊണ്ട് മൂന്ന് പ്രാവശ്യം തലയ്ക്കു ചുറ്റും ഉഴിഞ്ഞ് ഒരൊറ്റ ഏറ്...."

"പിന്നെ കണ്ടില്യാല്ലേ...."

"അതെ."

"എനിക്ക് മനസ്സിലാവുന്നുണ്ട്..... ആട്ടെ അങ്ങ് സമയം ഒരുപാടെടുത്തു. കുഴപ്പല്യാ. ഇനി ഞാൻ പറയാം. അങ്ങ് കേക്ക്വാ. ഇത്തിരിനേരം കൊണ്ട് അധികം മിണ്ടാതെ ഒരുപാട് പറയുന്നയാളാണ് എന്റെ ഗുരുനാഥൻ. എന്റെ ഗുരുനാഥന്റെ കാര്യം മാത്രേ പറയാനുള്ളൂ എനിക്ക്. എപ്പഴും ഓർമ്മേം ചാരോം അതു മാത്രമായിത്തീർന്നിരിക്കുന്നു ഈയിടെയായിട്ട്. വയസ്സായതു കൊണ്ടായിരിക്കും. പേടിക്കണ്ടാ, ദുർദ്ദേവതേം ദുർമ്മൂർത്തീം ഒന്വല്ലാട്ടോ.... ഗുരുവെങ്ങനെ എന്റെ ഗുരുവായീന്ന് ചോയ്ച്ചാൽ നിശ്ശല്യാ. ആദ്യം കണ്ടത് കിനാവിലായിരിക്കാം. അല്ലെങ്കിൽ നേരിൽത്തന്നെ ചിലപ്പോ അദ്ദേഹം എന്നെ തേടി വന്നതാകാം. എന്തായാലും ആ മുഖത്തെ തേജസ്സ് പറഞ്ഞൊപ്പിക്കാൻ തീരെ വശല്യാ. എന്തൊക്ക്യാണ് ആ കണ്ണുകളില്? കാരുണ്യോം വാത്സല്യോം വിരക്തീം ഒരു മഹാപ്രപഞ്ചം മുഴുവനുമുണ്ട്. നേരെ കാല്ക്കൽ അങ്ങട് വീഴ്വാന്നല്ലാണ്ട് നമുക്കു വേറൊന്നും ചെയ്യാനില്ലന്നന്നെ കൂട്ടിക്കോളൂ. എല്ലാം നിശ്ചയമാണ് എന്നെപ്പറ്റി, ഒന്നും ചോയ്ക്കണ്ട. ഒക്കെ ഇങ്ങട്ട് പറഞ്ഞോളൂ. കൊച്ചുണ്ണി ഇത്തിരി നേരം തനിച്ചിരിക്ക്യാ. കണ്ണടച്ച് ഉള്ളിൽ നിരൂപിക്ക്യാ. ഞാൻ ഇവിടെ തന്നെയുണ്ടല്ലോ എന്ന് പറയ്യ്യാ. ചിലപ്പൊ പറയും, കൊച്ചുണ്ണി ഒരുപാടു വൈകീരിക്കണം. കാലേക്കൂട്ടി ആവായിരുന്നല്ലോ. എത്ര സമയം പാഴാക്കി. ആ പാദങ്ങളിൽ മുഖം അമർത്തിക്കിടന്നപ്പോൾ കേട്ടത് ഇത് മാത്രം. ഇറങ്ങിപ്പുറപ്പെടാനുള്ള മടിയാണെന്നു അവിടത്തേക്കന്നെ അറിയാം. പക്ഷേ, ഇതിലിപ്പൊ എന്താണുള്ളത് തൊടങ്ങാനും തൊടരാനും? ഒക്കെ നമ്മുടെ ഉള്ളിലുള്ളതല്ലേ കണ്ട് പിടിക്കാനും അറിയാനുമുള്ള താമസല്ലേ പ്രധാന കാര്യം. ചിലർക്ക് നേർത്തന്നെ തരാവും. മറ്റു ചിലർക്ക് ഒരുപാട് വൈകും. വേറെ ചിലർക്കാണെങ്കിൽ ഒരു മൂന്നു ജന്മം കഴിഞ്ഞാലും തരാവേം ഇല്ല...."

"എനിക്കൊന്നും മനസ്സിലാവണില്യല്ലോ കൊച്ചുണ്ണിമ്മാൻ-"

"നമുക്ക് പൂവ്വാ, ഗുരു പറഞ്ഞു. ഇനി ശങ്കിക്കാനൊന്നൂല്ല്യാന്ന് എനിക്കും നല്ല നിശ്ശംണ്ട്. എന്നാലും വേണ്ടാത്ത ചില കെട്ടുകള് കെട്ക്കണു പിന്നേം, ഒരു കാര്യോല്യാണ്ട്. ഒക്കെ വെറും ചരക്കുകളാണേയ്. ഒന്ന് ഒറക്കെ ഊതിയാൽ മതീല്യേ. ഞാനെന്ന, എന്റേതെന്ന ഭാവത്തെ കൊറെയൊക്കെ. തേങ്ങയുടെ അകത്തെ വെള്ളം വറ്റേണ്ടേ കൊട്ടത്തേ

ങ്ങയാകാൻ. സമയം ആയിട്ടില്ലാന്നായിരിക്കും എന്നു പറഞ്ഞപ്പൊ ഗുരു നാഥൻ ചിരിക്ക്യാണ്ടായത്. ഓരോ ഘട്ടങ്ങളെപ്പറ്റി ഒക്കെ മുമ്പുള്ളോര് പറഞ്ഞ് വച്ചിട്ടുണ്ടല്ലോ കൊച്ചുണ്ണീ. ഗുരു പറഞ്ഞു. അതല്ല കാര്യം അകത്ത് നിന്നുള്ള കണ്ടെത്തലാണ്. ഹൃദയത്തിന് നൂറ്റൊന്ന് നാഡിക ളാണ് പുറപ്പെടുന്നതത്രെ. അവയിലൊന്നു ശിരസ്സിന്നു നേരെ പോണു. അതിലൂടെ പ്രാണൻ മുകളിലേക്കയയ്ക്കുന്നവൻ അമരനാകുന്നു. മറ്റു നാഡികളിൽക്കൂടി പ്രാണൻ പോകുന്നവർക്കാകട്ടെ സംസാരപ്രാപ്തി തന്നെ ഫലം. നന്നെ പ്രയാസാണ് സംസാരികൾക്ക് ആ ഘട്ടം കടക്കാൻ മുഞ്ഞപ്പുല്ലിൽനിന്ന് നടുവിലുള്ള തണ്ടിനെ ശ്രദ്ധയോടെ വലിച്ചെടുക്കു ന്നതുപോലെ ഉള്ളിലുള്ള പെരുവിരലിനോളം മാത്രം വലിപ്പമുള്ള പുരു ഷനെ ധൈര്യപൂർവ്വം ശരീരത്തിൽനിന്ന് വേർപെടുത്തിയെടുക്കണം - ഗുരുനാഥൻ പറഞ്ഞുവെച്ചു.... എന്നുച്ചാ...."

"ഞാൻ എനിക്ക്...."

"പറയാച്ചാ ഒരുപാടുണ്ട് താനും. അങ്ങേക്ക് ബോറടിക്കുന്നുണ്ടാവും, അല്ലേ...."

"എനിക്ക്-"

"പോണം, അല്ലേ, അങ്ങേക്ക് നേരം വൈകുാവോ. പിന്നൊരു സമാ ധാനംണ്ട്. ഈ വണ്ടികളൊന്നും നമ്മള് നിരീക്കണ നേരത്ത് വരാറില്ലല്ലോ."

"സാരമില്ല. നടപ്പിന്ന് പകരം ഞാൻ ഓടിക്കൊള്ളാം. പക്ഷേ, അവ സാനമായിട്ട് ഒരു കാര്യം മാത്രം കൊച്ചുണ്ണിമ്മാൻ എനിക്കു ഉറപ്പു തരണം. ഒന്നുമില്ലെങ്കിലും ഞാൻ ഇവിടം വരെ മിനക്കെട്ട് വന്നതല്ലേ. അച്യുതൻകു ട്ടിക്ക് കൊടുക്കാൻ എന്തെങ്കിലും കരുതണ്ടേ ഞാൻ."

"ദൂതനെ കബളിപ്പിക്കാൻ നോക്ക്വായിരുന്നു ഞാൻ എന്നു തോന്നണ്ടോ?"

"ഇല്ല, ഒരിക്കലുമില്ല."

"എന്നാൽ, എന്താണ് ഇനിയിപ്പോ അങ്ങേക്ക് വേണ്ടത്? ദൂതനോ ടുള്ള വെറും മര്യാദയ്ക്കപ്പുറായിട്ട് എന്താ ഞാൻ തരണ്ടത്?"

"ഒരേ ഒരു വരം മാത്രം. ഒരു കൊച്ചു സമ്മതം. അച്യുതൻകുട്ടിക്ക് ഒന്നിങ്ങോട്ട് വരണം. കൊച്ചുണ്ണിമ്മാനെ കാണണം. കാണുമ്പോൾ കൊച്ചു ണ്ണിമ്മാൻ അവനെ തിരിച്ചറിയണം..."

"കൊഴുത്ത മാട്ടിൻകുട്ടിയെ അറുത്തു വെയ്ക്കണംന്ന് മാത്രം പറ ഞ്ഞില്ല, അങ്ങ്. അതേതായാലും ഉചിതായി... അയ്ക്കോട്ടെ, വന്നോട്ടെ, ഞാനൊരിക്കലും തടഞ്ഞിട്ടില്ലല്ലോ. പക്ഷേ, കാണല് - അത്ര സാധിക്കും തോന്നണില്ല്യാ."

"അതെന്താ"

"ഞാൻ യാത്രയാണല്ലൊ"

"എങ്ങോട്ട്?"

"ഈ പ്രായത്തില് യാത്ര പോകുന്നവരോട് എങ്ങോട്ടെന്ന് ചോയ്ക്ക ണത് വെറും ഭോഷ്ക്കല്ലേ ചങ്ങാതീ. ഒരു നീണ്ട യാത്രയാന്നന്നെ നിരീ ച്ചോളൂ."

"അപ്പോൾ അച്യുതൻകുട്ടിയോട്-"
"യാത്രയാന്ന് പറയൂ."
"അവർ വരുകയാണെങ്കിലോ-"
"യാത്രയാന്ന് പറയൂ-"
"ഒന്നു കാണണമെന്ന് വെച്ചാൽ-"
"യാത്രയാന്നന്നെ പറയാല്ലോ."

വിട

വിക്ടർ ലീനസ്

നേതാവിന്റെ തിരിച്ചുവരവ് ആഘോഷിക്കുന്ന പ്രകടനങ്ങൾ പ്രധാന വീഥികളിൽ പലതിലും ഗതാഗതം സ്തംഭിച്ചിരുന്നു. ചെറുതും വലുതുമായ ജാഥകളുടെ ആരവത്തിൽനിന്നും രക്ഷപ്പെടാനുള്ള ശ്രമത്തിൽ ഏതെങ്കിലും ഇടറോഡിലേക്ക് കടന്നുകൂടാൻ ശ്രമിക്കുകയായിരുന്നു ഞാൻ. ഫുട്പാത്തിലെ ഞെരുക്കത്തിലൂടെ മുന്നോട്ടു നീങ്ങുക അസാദ്ധ്യംതന്നെയെന്ന് തോന്നി.

എം ജി റോഡ് മുറിച്ചുകടന്ന് ചിറ്റൂർ റോഡിലേക്ക് കടക്കാൻ ഞാൻ തീരുമാനിച്ചു. പക്ഷേ, തല്ക്കാലം അതിന് നിവൃത്തിയില്ലായിരുന്നു. സാമാന്യം വലിയൊരു ജാഥ തെക്കുനിന്ന് വന്ന് ഹോസ്പിറ്റൽ റോഡിലേക്ക് വളയുകയായിരുന്നു. പാർട്ടിഓഫീസിന്റെ വരാന്തകളിലും കോണിപ്പടികളിലും അധികാരം കൈയിലുള്ളപ്പോൾ മാത്രം പത്തിയുയർത്തുന്ന കുട്ടിനേതാക്കന്മാരുടെ തള്ള്. അവാർഡ് അഭിവാദ്യമർപ്പിക്കാനായി അവിടെയെത്തുമ്പോൾ നീക്കത്തിന് വേഗം കുറയുന്ന ജാഥ. ചെകിടടപ്പിക്കുന്ന ജയ്‌വിളി.

വലിയ വാക്കുകൾ. അവകൊണ്ട് എനിക്കെന്ത് കാര്യം? വലിയ കാര്യങ്ങളുമായി എനിക്കെന്ത് ബന്ധം?

ഞാനെന്റെ പ്രജ്ഞയെ ശൂന്യമാക്കി. നിരന്തര പരിശീലനത്തിലൂടെ ഞാൻ നേടിയെടുത്തതായിരുന്നു ആ കഴിവ്. എനിക്ക് നിയന്ത്രിക്കാനാവാത്ത സംഗതികളെ മനസ്സിൽനിന്നുതന്നെ പുറംതള്ളാനുള്ള കഴിവ്. അനുഭവം അടിച്ചേല്പിച്ച നിസ്സഹായതാബോധം. ആ കഴിവ് എനിക്കനുപേക്ഷണീയമായി.

പത്തുമിനിറ്റിലേറെ കാത്തുനിന്നതിനു ശേഷമേ എനിക്ക് റോഡ് മുറിച്ചുകടക്കാനായുള്ളൂ.

അല്പംകൂടി ചെന്നപ്പോൾ വൈ എം സി എ ജങ്ഷന് ഇപ്പുറത്ത് നിർത്തിയിട്ടിരുന്ന ഒരു ബസിന്റെ മുന്നിൽ ഒരാൾക്കൂട്ടം കണ്ടു. കുറെ പൊലീസുകാരെയും തടഞ്ഞിട്ട ബസിനു പിന്നിൽ മറ്റു ബസുകളുടെയും മറ്റു വാഹനങ്ങളുടെയും ഒരു നീണ്ട നിരയുണ്ടെന്നത് വ്യക്തമായിരുന്നു.

ബസിന് മുന്നിലെത്തിയപ്പോൾ ഞാൻ ആൾക്കൂട്ടത്തിലൊരാളോട് ചോദിച്ചു; "എന്താണ് സംഗതി?"

"ഒരാക്സിഡന്റ്," അയാൾ പറഞ്ഞു. "മുടിയാൻ മനുഷ്യനെ ഒരു വഴിക്കും വിടില്ലെന്നേ. അപ്പുറത്തു മറ്റുള്ളവന്മാരുടെ പ്രകടനം. ഇപ്പുറത്ത് ഇതും. ഇനി ആ തൊലഞ്ഞ ബസ്, ഇവിടുന്നു മാറ്റാതെ ബാക്കിയുള്ള വണ്ടികൾക്ക് നീങ്ങാനാകോ? അതിനാണെങ്കി ഈ കാക്കിപ്പൊണ്ണന്മാരുടെ തെളിവെടുപ്പോ മഹസ്സറോ ഏതാണ്ടൊക്കെ..."

റോഡിന്റെ ഓരത്ത് കുറിച്ചിട പൊലീസുകാർ ആളുകളെ വളഞ്ഞു മാറ്റി നിർത്തിയിരിക്കുകയായിരുന്നു. ആളൊഴിഞ്ഞ ആ ഭാഗത്ത് ഏതാണ്ട് ഒരടി വ്യാസംവരുന്ന ഒരു വൃത്തത്തിനകത്ത് ചോര തളംകെട്ടിയും തെറിച്ചും കിടന്നിരുന്നു. ആ ഭാഗത്തെ വലയം ചെയ്ത് ഒരു ദീർഘചതുരം റോഡിൽ വരഞ്ഞിരുന്നു. രണ്ടു പൊലീസുകാർ ടേപ്പും വലിച്ചു നടന്ന് എന്തൊക്കെയോ അളവുകളെടുക്കുന്നുണ്ടായിരുന്നു.

"ആളെ തിരിച്ചറിഞ്ഞോ?" അടുത്തുനിന്നിരുന്ന ആളോട് ഞാൻ ചോദിച്ചു. "ഇല്ല." അയാൾ പറഞ്ഞു: "ഒരു പെൺകുട്ടിയാണ്. കറുത്തിട്ടാണെങ്കിലും കാണാൻ നല്ല ചന്തമുള്ള കുട്ടി. വെള്ളസാരിയും വെള്ള ബ്ലൗസുമായിരുന്നു. കഷ്ടം. സംഭവം നടക്കുമ്പോൾ ഞാൻ ദാ അവിടെ..."

മുഴുമിക്കാൻ അയാളെ അനുവദിക്കാതെ ഞാൻ ചോദിച്ചു. "വോയിൽസാരിയായിരുന്നോ?"

അയാളെന്നെ അത്ഭുതഭാവത്തിൽ നോക്കി.

പക്ഷേ, ഞാൻ മറുപടിക്കു കാത്തുനിന്നില്ല. ലിക്വിഡ് നൈട്രജനിലേക്കിട്ടാലെന്നപോലെ എന്റെ ഹൃദയം ഒറ്റയടിക്ക് മരവിച്ചു. അത് വോയൽസാരിയായിരുന്നുവെന്ന് എന്റെ മനസ്സ് എന്നോടു പറഞ്ഞു.

ഉന്തിത്തള്ളി ഞാൻ തിരക്കിൽ നിന്ന് പുറത്തുകടന്നു. ആരൊക്കെയോ എന്നെ ശപിക്കുകയോ ചീത്തവിളിക്കുകയോ ഒക്കെ ചെയ്യുന്നുണ്ടായിരുന്നു. ഞാനതൊന്നും ശ്രദ്ധിച്ചില്ല.

ഷേണായീസ് തിയേറ്ററിനരികിലൂടെ ഞാൻ നീങ്ങി.

എം ജി റോഡിലൂടെ മറ്റൊരു പ്രകടനം തെക്കോട്ട് നീങ്ങുന്നുണ്ടായിരുന്നു. അത് കടന്നുപോകാൻ അതിലേറെ സമയമെടുക്കുമായിരുന്നെങ്കിലും ഞാനതിനെ മുറിച്ചുകടന്നു. ആരൊക്കെയോ എന്നെ ഉന്തുകയും തള്ളുകയും ചെയ്തു. ആരോ എന്റെ ഷർട്ട് വലിച്ചുകീറി. ധാർഷ്ട്യം നിറഞ്ഞ ആക്രോശങ്ങൾ എനിക്ക് ചുറ്റുമുയരുന്നത് ഞാനറിഞ്ഞു. എന്നിട്ടും ഞാൻ ഇടിച്ചുതൊഴിച്ചു മുന്നോട്ടുതന്നെ നീങ്ങി മറുകരയെത്തി.

എന്റെ കൈയിലൊരു കത്തിയുണ്ടായിരുന്നെങ്കിൽ, എനിക്ക് സമയമുണ്ടായിരുന്നെങ്കിൽ, ഞാനത് വലിച്ചൂരുമായിരുന്നു.

എന്റെ പക്കൽ രണ്ടുമുണ്ടായിരുന്നില്ല.

തെക്കോട്ടു നീങ്ങി മുല്ലശ്ശേരിക്കനാൽ റോഡിലൂടെ-

പിന്നെ ഇടത്തോട്ടു നീങ്ങി കാനൻഷെഡ്സ് റോഡിൽ കയറി പടിഞ്ഞാറോട്ട്. പിന്നെയും ഇടത്തോട്ട് തിരിഞ്ഞ് ഞാൻ ജനറൽ ഹോസ്പിറ്റലിന്റെ വടക്കു കിഴക്കെ ഗേറ്റിലെത്തി.

എപ്പോഴും തുറന്നുകിടക്കാറുള്ള അത് എന്തുകൊണ്ടോ അടഞ്ഞു കിടക്കുകയായിരുന്നു. വീണ്ടും തെക്കോട്ടു പാഞ്ഞ് ഹോസ്പിറ്റൽ റോഡിലെത്തി നടന്ന് ഞാൻ ആശുപത്രിയുടെ മെയിൻഗേറ്റിലെത്തി. അവിടെ കാവല്ക്കാരനെന്നെ തടഞ്ഞു.

കിതപ്പും പെരുമ്പറകൊട്ടുന്ന ഹൃദയത്തിന്റെ പിടപ്പും അടക്കി ആവുന്നത്ര ശാന്തമായി ഞാൻ ചോദിച്ചു: "ഇപ്പോഴൊരു ആക്സിഡന്റ് കേസ് കൊണ്ടുവന്നിരുന്നോ? ഒരു പെൺകുട്ടി?"

അയാൾ തുറിച്ചുനോക്കിക്കൊണ്ട് ചോദിച്ചു: "നിങ്ങളുടെ ആരാ?"

"ആരെങ്കിലുമാണോ എന്നറിയാനാണ്" ഞാൻ പറഞ്ഞു.

കൂടുതലെന്തെങ്കിലും പറയാൻ നില്ക്കാതെ അയാളെ വകുത്തു മാറ്റി അകത്തേക്ക് കടന്ന് ഞാൻ ഓപ്പറേഷൻ തിയേറ്ററിനടുത്തേക്ക് നടന്നു. ആശുപത്രി മുറ്റത്തും വരാന്തകളിലും പതിവുപോലെ ആളുകൾ ചെറുകൂട്ടങ്ങളായി നിന്നിരുന്നു. അവരെ ശ്രദ്ധിക്കാതെ ഞാൻ ആറെമ്മോയുടെ മുറിയിലേക്ക് ചെന്നു. ഏതോ ഫോറം പൂരിപ്പിച്ചുകൊണ്ടിരിക്കുകയായിരുന്ന അദ്ദേഹം മുഖമുയർത്തി.

"സാർ," ഞാൻ പറഞ്ഞു: "ഇപ്പോളൊരു ആക്സിഡന്റ് കേസ് വന്നിരുന്നില്ലേ? അതെന്തായി?"

അദ്ദേഹം പറഞ്ഞു: "സോറി ഇവിടെയെത്തുമ്പോഴേക്കും മരിച്ചിരുന്നു."

ഒരുനിമിഷത്തേക്ക് എനിക്കൊന്നും പറയാൻ കഴിഞ്ഞില്ല. പിന്നെ തീരെ പതിഞ്ഞ ശബ്ദത്തിൽ ഞാൻ ചോദിച്ചു: "എനിക്കൊന്ന് കാണാമോ?"

അദ്ദേഹമെന്നെ അടിമുടിയൊന്ന് നോക്കി. എന്റെ ചീകിപ്പാറിയ തലമുടിയും കീറിയ ഷർട്ടും ശരീരത്തിലങ്ങിങ്ങുണ്ടായിരുന്ന പോറലുകളും ശ്രദ്ധിക്കുകയായിരുന്നിരിക്കണം അദ്ദേഹം. കുറച്ചുനേരം കഴിഞ്ഞ് അദ്ദേഹം ചോദിച്ചു: "വാട്ട് ഈസ് യുവർ ഇന്റ്റസ്റ്റ്?"

ആക്സിഡന്റിൽ മരിച്ചവരെ മരിച്ചവർ യുവതികളും സുന്ദരികളുമായിരുന്നാൽ പ്രത്യേകിച്ചും കാണാൻ വെമ്പൽ കാട്ടുന്ന മനോരോഗികളുണ്ടെന്നെനിക്കറിയാമായിരുന്നു. അത്തരക്കാരിലൊരാളാണോ ഞാനെന്നു തീരുമാനിക്കാൻ ശ്രമിക്കുകയായിരുന്നിരിക്കണം അദ്ദേഹം.

പറയുന്നത് സത്യമാകാതിരിക്കട്ടെ എന്ന് പ്രാർത്ഥിച്ചുകൊണ്ട് ഞാൻ പറഞ്ഞു: "അയാം അഫ്രെയ്ഡ് ഷീ മൈറ്റ് ബി സംബഡി ഐ നോ... പ്ലീസ് മേ ഐ ഹാവ് എ ലുക്ക്."

അദ്ദേഹം മേശപ്പുറത്തിരുന്നിരുന്ന ബെല്ലിൽ വിരലമർത്തി. പെട്ടെന്നുതന്നെ പ്രത്യക്ഷപ്പെട്ട ഓർഡർലിയോട് അദ്ദേഹം പറഞ്ഞു: "ഇപ്പോൾ

വന്ന ആക്സിഡന്റ് കേസില്ലേ, ഇയാളെ ബോഡിയൊന്ന് കാട്ടിക്കൊടുക്ക്."

ഡോക്ടർക്ക് നന്ദി പറഞ്ഞിട്ട് ഞാൻ ഓർഡർലിയുടെ പിന്നാലെ നടന്നു. കാഷൽറ്റി വാർഡിനടുത്ത് ഒരു ചെറിയ മുറി പൂട്ടിയിട്ടിരിക്കുന്നു. അതിനടുത്ത് കുറേയേറെ ആളുകൾ ചുറ്റിപ്പറ്റി നിന്നിരുന്നു. ഓർഡർലി മുറി തുറക്കാൻ തുടങ്ങുന്നതു കണ്ട് അവർ അടുത്തുകൂടി.

ഓർഡർലി അവരെ ഓടിച്ചുവിട്ടു.

എന്നോടൊപ്പം അകത്തുകടന്നിട്ട് അയാൾ വാതിൽ പിന്നിൽ ചേർത്തടച്ചു. അതിനിടെ പുറത്തുനിന്നും വീണ വെളിച്ചത്തിൽ സ്ട്രെച്ചറിൽ കിടക്കുന്ന ശരീരം ഞാൻ കണ്ടു. പക്ഷേ, മുഖം കാണാൻ കഴിഞ്ഞില്ല.

ഓർഡർലി ഒരു സ്വിച്ചമർത്തി, രണ്ടുമൂന്ന് ട്യൂബ്ലൈറ്റുകൾ ഒന്നിച്ചു തെളിഞ്ഞു.

മുറിയിൽ നിറഞ്ഞ പ്രകാശത്തിൽ ഞാനവളെ കണ്ടു.

അവളുടെ കാൽഭാഗത്താണ് ഞാൻ നിന്നിരുന്നത്. സ്ട്രെച്ചറിന്റെ അങ്ങേത്തലയ്ക്കൽ എനിക്കൊരിക്കലും മറക്കാനാവാത്ത അവളുടെ മുഖം ഞാൻ കണ്ടു.

നിഴലും വെളിച്ചവും നിറങ്ങളും ഇടകലർന്ന എക്സിബിഷൻ ഗ്രൗണ്ടിലെ പ്രകാശത്തിൽ ഏഴുവർഷംമുമ്പ് ഞാനവളെ ആദ്യമായി കാണുമ്പോൾ അവളെനിക്കു സമ്മാനിച്ച കൊച്ചു പുഞ്ചിരി ഇപ്പോഴും അവളുടെ ചുണ്ടുകളിൽ തങ്ങിനില്ക്കുന്നതായി എനിക്കു തോന്നി. അന്ന് ആ പുഞ്ചിരി ഒരു മറുപടി അർഹിക്കുന്നതായി എനിക്കു തോന്നുകയും ഞാനതു നല്കുകയും ചെയ്തു. അതിനുശേഷമാണ് അവളോട് ചേർന്നു നിന്നുകൊണ്ട് ഞാനവളുടെ പേരു ചോദിച്ചത്. അവൾ പറഞ്ഞു. "ലീല."

അവൾ പേരു പറഞ്ഞപ്പോൾ ഞാൻ പറഞ്ഞു; "ലീല സുന്ദരിയാണ്. പക്ഷേ, എന്റെ കൈയിൽ രണ്ടു രൂപയേയുള്ളൂ. എന്റെ കൂടെ ഒരു കപ്പ് കാപ്പി കുടിക്കുന്നോ?"

അവളാ ക്ഷണം സ്വീകരിച്ചു.

പിന്നീട്, കാപ്പി കുടിച്ചശേഷം അവൾ കാശുകൊടുക്കാൻ തുടങ്ങിയപ്പോൾ അവളെ തടഞ്ഞുകൊണ്ട് ഞാൻ പറഞ്ഞ വാക്കുകൾ ഓർത്തു. "ഇന്ന് എന്നെ ഒരു പ്രഭുവിനെപ്പോലെ കരുതൂ."

അതോർത്തുവെച്ചുകൊണ്ട്, റോണി പൊട്ടിച്ചിരിക്കാനിടയാക്കിക്കൊണ്ട് അവൾ പിന്നീടൊരിക്കൽ പറഞ്ഞതും ഞാൻ മറന്നിട്ടില്ലായിരുന്നു. ഞങ്ങൾ (അവളും ഞാനും) പൊലീസുകാരുടെ അതിഥികളായി കഴിയേണ്ടിവന്ന രാത്രിയുടെ അവസാനത്തിലായിരുന്നു അത്.

റോണി ഞങ്ങളെ ഇറക്കിക്കൊണ്ടുപോന്നതിനുശേഷം അവളെ വണ്ടികയറ്റി അയയ്ക്കാനായി റെയിൽവേസ്റ്റേഷനിൽ ചെന്നപ്പോൾ കാപ്പി കുടിച്ചുകഴിഞ്ഞശേഷം റോണി കാശുകൊടുക്കാൻ തുടങ്ങിയപ്പോൾ അവനെ തടഞ്ഞുകൊണ്ട് അവൾ പറഞ്ഞു. "വേണ്ട ഇന്നു ഞാൻ കൊടുക്കട്ടെ, ഇന്നേക്ക് എന്നെ ഒരു –"

പിന്നെ ഒരു കുസൃതിച്ചിരിയോടെ എന്റെ നേരെ തിരിഞ്ഞുകൊണ്ട്

അവൾ ചോദിച്ചു. "എന്താണ് പ്രഭുവിന്റെ സ്ത്രീലിംഗം?"

ഉള്ളിന്റെയുള്ളിൽ നിന്നുയർന്ന വിതുമ്പൽ അമർത്തി നിർത്താൻ ഞാനെന്റെ മുഴുവൻ കരുത്തും ഉപയോഗിക്കേണ്ടിവന്നു.

ഓർമ്മകളിൽ ഉടക്കിനില്ക്കാൻ സമയമില്ലെന്ന് പെട്ടെന്നെനിക്കോർമ്മ വന്നു. എനിക്കു പലതും ചെയ്യാനുണ്ട്. ജീവിച്ചിരിക്കുമ്പോൾ അവൾക്കു വേണ്ടി ഒന്നും ചെയ്യാൻ കഴിയാതിരുന്ന ഞാൻ മരിച്ചുപോയ അവൾക്കു വേണ്ടി പലതും ചെയ്യേണ്ടിയിരിക്കുന്നു- എനിക്ക് കെല്പുണ്ടെങ്കിലും ഇല്ലെങ്കിലും.

ഞാൻ മുഖമുയർത്തി ഓർഡർലിയെ നോക്കി. എന്നെത്തന്നെ നോക്കി നില്ക്കുകയായിരുന്നു അയാൾ. ശബ്ദമുയർത്താതെ അയാൾ ചോദിച്ചു: "അറിയുമോ?"

ഒന്നു മൂളുകമാത്രം ചെയ്തിട്ട് ഞാൻ വാതിലിനുനേരെ തിരിഞ്ഞു.

വിളക്കുകളണച്ചിട്ട് ഓർഡർലി വാതിൽ തുറന്നു. ഞാൻ പുറത്തു കടന്നതും അയാൾ ചാടി പുറത്തുകടന്ന് വാതിലടച്ചുപൂട്ടി. അപ്പോഴും ആളുകൾ ആ മുറിയുടെ പരിസരങ്ങളിൽ ചുറ്റിപ്പറ്റി നില്ക്കുന്നുണ്ടായിരുന്നു. അവരെന്നെ പാളിനോക്കി അടക്കം പറഞ്ഞു.

ഞാൻ വീണ്ടും ആറെമ്മോയുടെ മുറിയിലേക്കു ചെന്നു. അദ്ദേഹം എന്നെ ചോദ്യഭാവത്തിൽ നോക്കി. ഞാൻ പറഞ്ഞു: "ഞാൻ ഭയന്നതു ശരിയായിരുന്നു."

അദ്ദേഹം എഴുന്നേറ്റു നിന്നുകൊണ്ട് പറഞ്ഞു: "അയാം സോറി. റിയലി സോറി. ഇരിക്കൂ പ്ലീസ്."

ഞാനിരുന്നതിനുശേഷം അദ്ദേഹവുമിരുന്നു.

"എനി റിലേഷൻ ഓഫ് യുവേഴ്സ്?" അദ്ദേഹം ചോദിച്ചു.

"നോ," ഞാൻ പറഞ്ഞു: "ഓൺലി എ ഫ്രന്റ്."

"ഹൂ വാസ് ഷീ?" വീണ്ടും ചോദിച്ചു.

ആ ചോദ്യത്തിന് രണ്ടക്ഷരങ്ങൾ മാത്രമുള്ള ഒരു മലയാള വാക്കിൽ എനിക്കുത്തരം പറയാമായിരുന്നു. പക്ഷേ, ലീലയെക്കുറിച്ച് അങ്ങനെ പറയുക എനിക്കു സാദ്ധ്യമാവുമായിരുന്നില്ല.

അതുകൊണ്ട് ഞാൻ പറഞ്ഞു: "ഓൺലി എ ഗേൾ ഓഫ് ദ സ്ട്രീറ്റ്സ്."

തെല്ലൊരു ഞെട്ടലോടെയും അതിലേറെ അത്ഭുതത്തോടെയും ആറെമ്മോ എന്നെ നോക്കി. പിന്നെ പതിഞ്ഞ ശബ്ദത്തിൽ പറഞ്ഞു: "ഐസീ... പേരറിയുമോ?"

"ലീല," ഞാൻ പറഞ്ഞു.

ആറെമ്മോ സംശയം സ്ഫുരിക്കുന്ന ശബ്ദത്തിൽ പറഞ്ഞു: "പക്ഷേ, നിങ്ങൾ പറഞ്ഞ തരത്തിൽപ്പെട്ട ഒരു പെൺകുട്ടിയായിരുന്നു അവളെങ്കിൽ, അവൾ പറഞ്ഞ പേര് ശരിയായ പേരായിരുന്നു എന്നു നമുക്കുറപ്പാക്കാമോ?"

"എനിക്കുറപ്പുണ്ട്." ഞാൻ പറഞ്ഞു.

അവളുടെ തൊഴിലിലേർപ്പെട്ടിരിക്കുന്ന മറ്റുപലരേയും പോലെ ലീല ഒരിക്കലും സ്വന്തം പേര് ഒളിച്ചുവെക്കുകയോ അതു മാറ്റിപ്പറയുകയോ ചെയ്യാറുണ്ടായിരുന്നില്ല.

ആറെമ്മോ വീണ്ടും ചോദിച്ചു. "അവളുടെ വീടെവിടെയായിരുന്നു വെന്നോ-"

"മുഴുവൻ മേൽവിലാസവും എനിക്കറിയാം." ഞാൻ ഇടയിൽ കടന്നു പറഞ്ഞു.

ആറെമ്മോ ആശ്വാസപൂർവ്വം നിശ്വസിച്ചു.

"അതു ഭാഗ്യമായി." അദ്ദേഹം പറഞ്ഞു. "അല്ലെങ്കിൽ ആകെ തല വേദനയായേനെ. പടം പത്രത്തിൽ കൊടുത്ത് ആരെങ്കിലും തിരിച്ചറിഞ്ഞ് അന്വേഷിച്ചുവരുമോ എന്നറിയുന്നതുവരെ ബോഡി സൂക്ഷിക്കലൊക്കെ വലിയ ബദ്ധപ്പാടാണ്. ഇനിയിപ്പോൾ എളുപ്പമായി. അഡ്രസ്സ് പൊലീസിനു കൊടുത്താൽ അവർ ബന്ധുക്കളെ വരുത്തിക്കൊള്ളും. യു സീ നിങ്ങളുടെ ഐഡന്റിഫിക്കേഷൻ കൊണ്ടായില്ല. ബന്ധുക്കളാരെങ്കിലും തന്നെ തിരിച്ചറിയണം. ബൈദ ബൈ, അവൾക്കാരൊക്കെയുണ്ട്?"

"അമ്മയും രണ്ടനുജത്തിമാരും," ഞാൻ പറഞ്ഞു.

അല്പനേരം ആലോചിച്ചിട്ട് ഞാൻ വീണ്ടും പറഞ്ഞു: "വിൽ യു ഡു മീ എ ഫേവർ ഡോക്ടർ? വിൽ യു ലെറ്റ് മീ ഹാൻഡിൽ ദിസ്?"

"വൈ?-" ഡോക്ടർ ചോദിച്ചു.

"അവളുടെ അമ്മയെ വിവരമറിയിക്കുന്നത് പൊലീസുകാരല്ലാതായിരുന്നാൽ കൊള്ളാമെന്നെനിക്കുണ്ട്." ഞാൻ പറഞ്ഞു. "അത് കുറെക്കൂടി"-

"ഐ അണ്ടർ സ്റ്റാൻഡ്," ഡോക്ടർ പറഞ്ഞു. "തല്ക്കാലത്തേക്ക് നിങ്ങളവളെ തിരിച്ചറിഞ്ഞ വിവരം ഞാൻ പൊലീസുകാരെ അറിയിക്കാതിരിക്കാം. നിങ്ങൾക്കെത്ര സമയം വേണ്ടിവരും?"

"ക്യാൻ ഐ ഹാവ് സിക്സ് അവേഴ്സ്?" അല്പം ആലോചിച്ചശേഷം ഞാൻ ചോദിച്ചു.

"ഷുവർ," ഡോക്ടർ പറഞ്ഞു. "അതിനകം പോസ്റ്റ്മോർട്ടം നടത്തിത്തരാനും ഞാൻ ശ്രമിക്കാം."

"താങ്ക് യൂ ഡോക്ടർ." ഞാൻ പറഞ്ഞു.

ഞാൻ എഴുന്നേല്ക്കാൻ ഭാവിച്ചു.

"വൺ സെക്കന്റ് പ്ലീസ്," ഡോക്ടർ എന്നെ തടഞ്ഞുകൊണ്ടു പറഞ്ഞു. "നിങ്ങൾ പത്രക്കാരനല്ലേ?"

"ആയിരുന്നു," ഞാൻ പറഞ്ഞു.

കുറേക്കാലം ഞാൻ ഒരു ബോംബെ പത്രത്തിന്റെ കേരളത്തിലെ പ്രതിനിധിയായി പ്രവർത്തിച്ചത് അദ്ദേഹം എങ്ങനെയറിഞ്ഞുവെന്നത്ഭുതപ്പെടുകയായിരുന്നു ഞാൻ.

"ഞാൻ നിങ്ങളെ ഐയെമ്മേയുടെ ഒരു പ്രസ് മീറ്റിൽവെച്ചു കണ്ടു." ഡോക്ടർ പറഞ്ഞു: "ഞാൻ അന്ന് ഐയെമ്മേയുടെ സെക്രട്ടറിയായിരുന്നു."

ബോംബെ പത്രത്തിന്റെ പ്രതിനിധിയെന്ന നിലയിൽ തികച്ചും പ്രാദേശികമായ സംഭവങ്ങളിൽ ഞാൻ താല്പര്യമെടുക്കേണ്ടതുണ്ടായിരുന്നില്ലെങ്കിലും പ്രസ് ക്ലബ്ബിലെ സുഹൃത്തുക്കളുടെ നിർബ്ബന്ധംകൊണ്ട് ഞാൻ പല പ്രസ് മീറ്റുകൾക്കും വെറുതെ പോകാറുണ്ടായിരുന്നു. മദ്യപാനം സുലഭവും സൗജന്യവുമായിരുന്നുവെന്നതും ഒരു പ്രേരണയായിരുന്നു.

ചെറുതായി ചിരിച്ചുകൊണ്ട് ഞാൻ പറഞ്ഞു: "ഓർമ്മിച്ചതിനു നന്ദി ഡോക്ടർ."

ഞാനെഴുന്നേറ്റ് മുറിക്കു പുറത്തു വന്നു.

ഞാൻ വരാന്തയിൽനിന്ന് കോമ്പൗണ്ടിലേക്കുള്ള ഒതുക്കുകളിറങ്ങാൻ തുടങ്ങിയപ്പോൾ അല്പം അകലെയായി നിന്നിരുന്ന ഒരു സ്ത്രീയും പുരുഷനും എന്റെ നേർക്കു നീങ്ങി.

ഞാൻ ലീലയുടെ ജഡം കാണാൻ പോകുമ്പോഴും അവരവിടെ നില്ക്കുന്നുണ്ടായിരുന്നു. പക്ഷേ, ഞാനവരെ പ്രത്യേകം ശ്രദ്ധിച്ചിരുന്നില്ല. ഇപ്പോൾ അയാളുടെ ഷർട്ടിലുണ്ടായിരുന്ന ചോരപ്പാടുകൾ എന്റെ ശ്രദ്ധയിൽപെട്ടു.

എന്റെ അടുക്കലെത്തിയപ്പോൾ അയാൾ മടിച്ചുമടിച്ചു പറഞ്ഞു. "സർ ഞങ്ങൾ കാത്തുനില്ക്കുകയായിരുന്നു."

എന്തിന് എന്ന അർത്ഥത്തിൽ ഞാനയാളെ നോക്കി.

അയാൾ പറഞ്ഞു: "സാറ് മരിച്ച പെൺകുട്ടിയുടെ ബന്ധുവാണോ എന്നറിയാനായിരുന്നു."

ബന്ധു? - ഞാനാലോചിച്ചു. ആണോ?

ജന്മങ്ങൾക്കതീതമായ കർമ്മപാശത്താൽ ബന്ധിതരായിരുന്ന ഞാനും ലീലയും ബന്ധുക്കൾതന്നെയായിരുന്നുവെന്ന് ഞാനുറപ്പിച്ചു.

"ആണ്," ഞാൻ പറഞ്ഞു.

പെട്ടെന്ന് വിതുമ്പുന്ന ശബ്ദത്തിൽ ആ സ്ത്രീ പറഞ്ഞു: "എങ്ങനെ മാപ്പു പറയണമെന്ന് ഞങ്ങൾക്കറിഞ്ഞുകൂടാ സാർ. ഞങ്ങൾ കാരണമാണ് ആ കുട്ടി മരിച്ചത്. ഞങ്ങളുടെ മകൾക്കുവേണ്ടിയാണ് ആ കുട്ടി മരിച്ചത്."

എന്റെ ഹൃദയത്തിലുറഞ്ഞിരുന്ന മഞ്ഞുരുകി. കൊടുംതണുപ്പിനു പകരം അതിൽ സുഖദമായൊരു കുളിർമ്മ നിറയുന്നതായിതോന്നി. അവൾ ആഗ്രഹിച്ചിരിക്കാമായിരുന്നതുപോലെയാണ് ലീല പോയത് എന്നൊരു സൂചന ആ സ്ത്രീയുടെ വാക്കുകളിലുണ്ടായിരുന്നു.

മുറിയുന്ന, ഈറനണിയുന്ന, ഇടകലരുന്ന വാക്കുകളിൽ അവർ രണ്ടു പേരും ചേർന്ന് തന്റെ ജീവിതത്തിന് ലീല അവസാനമായി വഹിച്ച കർമ്മസാക്ഷ്യത്തിന്റെ കഥ പറഞ്ഞു.

അവരും അവരുടെ അഞ്ചു വയസ്സായ മകളും ചേർന്ന് ചിറ്റൂർ റോഡിലൂടെ തെക്കോട്ടു നടക്കുകയായിരുന്നു. കഴിയുന്നത്ര ഒതുങ്ങിയാണ് അവർ നടന്നിരുന്നത്. വഴി വീണ്ടും എവിടെയെങ്കിലും ബ്ലോക്കാവുന്നതിനു മുമ്പ് നഗരാതിർത്തി വിട്ടുകിട്ടാനുള്ള വെമ്പലിൽ ബസുകളും മറ്റു വാഹനങ്ങളും അവരെ കടന്ന് തെക്കോട്ടു ചീറിപ്പായുന്നുണ്ടായിരുന്നു.

പെട്ടെന്ന് അവരുടെ കൊച്ചുമകൾ അമ്മയുടെ കൈയിലെ പിടിവിട്ട് റോഡിലേക്കല്പം കയറി. കുസൃതി കാട്ടാതെ ഇവിടെ വാ വന്നുപറഞ്ഞ് അമ്മ അവളെ ശകാരിച്ചത് പക്ഷേ, അപകടം എന്തെങ്കിലും ഉണ്ട് എന്നു കരുതിയായിരുന്നില്ല. അപ്പോഴാണ് പരിഭ്രാന്തമായ ഒരു ശബ്ദം അവരുടെ കാതുകളിൽ പതിച്ചത്. റോഡിലേക്കു നീങ്ങിക്കൊണ്ടിരുന്ന കുഞ്ഞിന്റെ അടുക്കലേക്ക് മറുവശത്തുനിന്ന് ഓടിയടുക്കുകയായിരുന്ന വെളുത്ത സാരിയും വെളുത്ത ബ്ലൗസുമണിഞ്ഞ പെൺകുട്ടിയെ അവർ ശ്രദ്ധിച്ചതും അപ്പോഴായിരുന്നു.

പിന്നെ എല്ലാം പെട്ടെന്നാണ് കഴിഞ്ഞത്.

വെള്ളസാരിയും വെള്ള ബ്ലൗസുമണിഞ്ഞ കറുത്ത പെൺകുട്ടി റോഡിന്റെ ഓരത്ത് തലയടിച്ചു മലർന്നു വീഴുന്നതും കണ്ടു.

അവർ രണ്ടുപേരും സ്തബ്ധരായി നില്ക്കുകയായിരുന്നു. ആ സ്തം ഭനത്തിൽ നിന്നവരെ ഉണർത്തിയത് നിലയ്ക്കാതെ, നിലയ്ക്കാതെ കാറി ക്കാറിയുയർന്ന ഒരു രോദനമായിരുന്നു. അത് തങ്ങളുടെ മകളിൽ നിന്നാ ണുയർന്നതെന്ന് അവർക്കുടനെതന്നെ മനസ്സിലായില്ല.

പിന്നെ ചുറ്റിലും ആൾക്കൂട്ടമായിരുന്നു അന്യോന്യം മത്സരിക്കുന്ന ശബ്ദങ്ങളും:

"ഇടിച്ചതല്ല.

സാരിത്തുമ്പിൽ ചക്രം കയറിയതാണ്."

"അതേന്നേ. ഞാൻ കണ്ടതാണ്. ആ പെണ്ണ് കൊച്ചിന്റടുത്തെത്തണ തിനു മുമ്പുതന്നെ സാരിത്തലപ്പൂർന്നുവീണിരുന്നു."

അവർ രണ്ടുപേരും നിശ്ശബ്ദരായി.

അല്പം കഴിഞ്ഞ് വീണ്ടും വിതുമ്പിക്കൊണ്ട് ആ സ്ത്രീ പറഞ്ഞു: "ആ കുട്ടി മരിച്ചത് ഞങ്ങളുടെ കുറ്റംകൊണ്ടാണ് സാർ, മോളുടെ കാര്യ ത്തിൽ ഞങ്ങളല്പം കൂടി ശ്രദ്ധ കാണിച്ചിരുന്നെങ്കിൽ..

"അനാവശ്യമായി നിങ്ങളെത്തന്നെ കുറ്റപ്പെടുത്താതെ" ഞാൻ പറ ഞ്ഞു.ഇങ്ങനെയൊക്കെ സംഭവിക്കുന്നത് ആരുടെയും കുറ്റം കൊണ്ടല്ല."

അയാൾ പറഞ്ഞു. "വഴിയിൽ അത്രയ്ക്കു തിരക്കില്ലായിരുന്നെങ്കിൽ പത്തുമിനിറ്റെങ്കിലും നേരത്തേ അവിടെത്തുമായിരുന്നു. അങ്ങനെയായി രുന്നെങ്കിൽ..."

"അതും പറയാൻ കഴിയില്ല." ഞാൻ പറഞ്ഞു: "തലയടിച്ചുള്ള വീഴ്ച യല്ലേ? തലച്ചോറിന് കാര്യമായ തകരാറ് സംഭവിച്ചുകാണാതിരിക്കില്ല... അതുപോട്ടെ മോളെവിടെ?"

"അവൾക്ക് വല്ലാത്ത ഷോക്കായിപ്പോയി," അയാൾ പറഞ്ഞു. "ഏതാ ണ്ടൊക്കെ കുത്തിവെച്ച് മയക്കിക്കിടത്തിയിരിക്കുകയാണ്."

ഞാൻ പറഞ്ഞു. "എങ്കിൽ നിങ്ങൾ അവളുടടുത്തേക്കു ചെല്ലൂ. നമുക്ക് പിന്നെ കാണാം. എനിക്കു കുറച്ചു കാര്യങ്ങൾ ചെയ്യാനുണ്ട്."

"ഒരു നിമിഷം സാർ," അയാൾ പറഞ്ഞു: "ആ കുട്ടിയുടെ വീട്ടു കാർക്കുവേണ്ടിയെങ്കിലും ഞങ്ങൾക്കെന്തെങ്കിലും ചെയ്താൽ കൊള്ളാ

മെന്നുണ്ട്. ഞങ്ങൾ പണക്കാരൊന്നുമല്ല. എങ്കിലും ഞങ്ങൾക്കുള്ളതെന്തും..."

"അതിന്റെയൊന്നും ആവശ്യമില്ല." ഞാൻ പറഞ്ഞു: "എന്തായാലും അതിനെക്കുറിച്ചൊക്കെ ആലോചിക്കാൻ ഇനിയും സമയമുണ്ട്." ഞാനവരോട് യാത്ര പറഞ്ഞ് ആശുപത്രിയിലെ പബ്ലിക് കോൾബൂത്തിലേക്കു ചെന്നു. ആദ്യം ഉഷയുടെ വീട്ടിൽ വിളിച്ചു. അവൾ തന്നെയായിരുന്നു. ഫോണെടുത്തത്. ശബ്ദം തിരിച്ചറിഞ്ഞപാടെ അവൾ ചോദിച്ചു. "എന്തേ എന്തുപറ്റി ശബ്ദം വല്ലാതിരിക്കുന്നു."

"നേരിൽ പറയാം." ഞാൻ പറഞ്ഞു. "നീയൊന്ന് ജനറൽ ഹോസ്പിറ്റൽവരെ വരാമോ? ഞാൻ ആറെമ്മോയുടെ മുറിയുടെയടുത്തു കാണും."

"ഞാൻ ദാ വന്നു കഴിഞ്ഞു." അവൾ റിസീവർ ക്രാഡിലിൽ വച്ചു.

ഫോണിന്റെ കാശുകൊടുത്തിട്ട് ഞാൻ തിരിച്ചുചെന്നപ്പോൾ ഉഷ ആറെമ്മോയുടെ മുറിക്കരുകിൽ കാത്തുനില്ക്കുകയായിരുന്നു.

"എന്തേ, എന്തുപറ്റി?...." കണ്ടപാടെ അവൾ ചോദിച്ചു.

ഞാൻ പറഞ്ഞുതുടങ്ങിയതും അവളുടെ മുഖം വിവർണ്ണമായി. മുഴുവൻ കേട്ടു കഴിഞ്ഞപ്പോൾ അടഞ്ഞ ശബ്ദത്തിൽ അവൾ ചോദിച്ചു: "എനിക്കൊന്നു കാണാൻ പറ്റ്വോ?"

ഞാൻ പറഞ്ഞു: "ഇപ്പോൾ വേണ്ട. ഇപ്പോൾ കണ്ടതുകൊണ്ടുകുഴപ്പമുണ്ടായിട്ടല്ല. അവളുടെ മുഖത്ത് ഒരു പോറൽപോലുമേറ്റിട്ടില്ല."

"പിന്നെ?" ഉഷ ചോദിച്ചു.

"പോസ്റ്റുമോർട്ടം കഴിവതും വേഗം നടത്തിത്തരാമെന്ന് ആറെമ്മോ ഏറ്റിട്ടുണ്ട്." ഞാൻ പറഞ്ഞു: "അതിനിടയിൽ സമയം പാഴാക്കണ്ട എന്നു കരുതിയാണ്."

"എങ്കിൽ ശരി"

"നിന്നോടു വരാൻ പറഞ്ഞത് മറ്റൊരു കാര്യത്തിനാണ്." ഞാൻ തുടർന്നു. "നീയൊന്നു ലീലയുടെ വീടുവരെ പോകാമോ?"

ഉഷയെന്നെ ചോദ്യഭാവത്തിൽ നോക്കി.

"അവളുടെ അമ്മ വിവരമറിയുന്നത് പൊലീസുകാരിൽനിന്നാകരുത് എന്നെനിക്കു നിർബ്ബന്ധമുണ്ട്." ഞാൻ പറഞ്ഞു; "ഐ വാണ്ട് സംബഡി ഹൂ ക്യാൻ ഡു ഇറ്റ് ജന്റ്ലി. സംബഡി ഹൂ കാൻ ബ്രെയ്ക്ക് ദ ന്യൂസ് വിത്തൗട്ട് ബ്രെയ്ക്കിങ് ഹാർട്ട്സ്."

"അതെനിക്ക് കഴിയുമോ എന്നറിയില്ല." അവൾ പറഞ്ഞു: "എങ്കിലും ഞാൻ പോകാം. ഈവൻ ഇഫ് ഹാർട്സ് മസ്റ്റ് ബ്രെയ്ക്, ഐ ഷാൽ ട്രൈ റ്റു ലെറ്റ് ദം ബ്രെയ്ക് ഇൻ സൈലന്റ്സ്."

അവളുടെ ഹാൻഡ്ബാഗിൽ എപ്പോഴുമുണ്ടാകാറുള്ള ചെറിയപാഡിൽ ഞാൻ ലീലയുടെ അഡ്രസ് കുറിച്ചുകൊടുത്തു.

"കോട്ടയം ടൗണിനു തൊട്ടപ്പുറത്താണ്" ഞാൻ പറഞ്ഞു.

"ഞാൻ കണ്ടുപിടിച്ചുകൊള്ളാം," ഉഷ പറഞ്ഞു: "വീട്ടിൽപോയി പറഞ്ഞിട്ട് ഉടനെ പോകാം. വരൂ. മുറിയിൽ പോയി ഈ കീറിയ ഷർട്ടൊന്നു

മാറ്റിയിട്ടു പോകൂ. ഞാൻ ഡ്രോപ്പ് ചെയ്യാം."

"വേണ്ട." ഞാൻ പറഞ്ഞു.

"ഹൃദയത്തിലെ മുറിവിന് പുറത്ത് ഒരു തെളിവ് ഇരുന്നോട്ടെ എന്നാണോ?"

അല്പം കടുത്ത ശബ്ദത്തിൽതന്നെ അവൾ ചോദിച്ചു.

ഞാൻ ചിരിച്ചതേയുള്ളൂ. ആ ചിരി വല്ലാതെ വിളറിയിരുന്നിരിക്കണം.

കോമ്പൗണ്ടിൽ പടർന്നു പന്തലിച്ചുനില്ക്കുന്ന കാറ്റാടിമരത്തിനു കീഴിൽ പാർക്കു ചെയ്തിരുന്ന അവളുടെ വെളുത്ത ഫിയറ്റ് കാറിനടുക്കലേക്ക് ഞാനവളോടൊപ്പം നടന്നു. കാറിനടുത്തെത്തിയപ്പോൾ അവൾ ചോദിച്ചു; "നിങ്ങളുടെ കൈയിൽ അധികം കാശൊന്നും കാണില്ലല്ലോ?"

അതു പറയുന്നതിനിടയിൽ അവൾ ബാഗ് തുറക്കുകയായിരുന്നു.

ഞാൻ പറഞ്ഞു; "ആവശ്യത്തിനുണ്ട്."

"എന്നാലും ഇത് കൈയിൽ വച്ചോളൂ." ബാഗിൽനിന്നും കുറേനൂറിന്റെ നോട്ടുകൾ എടുത്തുനീട്ടിക്കൊണ്ട് അവൾ പറഞ്ഞു: "ഹോസ്പിറ്റലിലേക്കു വരാൻ പറഞ്ഞപ്പോൾ എന്തെങ്കിലും ആവശ്യം കാണുമെന്നു കരുതി ഞാൻ കുറച്ചു രൂപയെടുത്തു കൈയിൽവെച്ചു."

"ഇപ്പോൾ വേണ്ട ഉഷേ," ഞാൻ പറഞ്ഞു.

"എന്തായാലും ഇത് കൈയിലിരിക്കട്ടെ." നിർബ്ബന്ധപൂർവ്വം അവൾ ആ രൂപ എന്റെ പോക്കറ്റിലിട്ടു.

അല്പനേരം നിശ്ശബ്ദയായി നിന്നിട്ട് അവൾ പറഞ്ഞു: "പിന്നെ, ലീലയുടെ വീട്ടുകാർ അവൾ പോയതിന്റെ കുറവ് ഒരു കാര്യത്തിലെങ്കിലും അറിയാതെ ഞാൻ നോക്കിക്കൊള്ളാം. പണത്തിന്റെ കാര്യമാണ് ഞാൻ പറഞ്ഞത്. അതല്ലേ എന്റെ പക്കലുള്ളൂ."

"അല്ല, അതു മാത്രമല്ല," ഞാൻ പറഞ്ഞു.

"പിന്നെ?" അവൾ ചോദിച്ചു.

"ആൻ അണ്ടർസ്റ്റാന്റിങ് ഹാർട്ട്."

അവളതിന് മറുപടിയൊന്നും പറയാതെ കാറിന്റെ കീയെടുത്ത് ഡോർ തുറന്നു. ഞാനത് അവൾക്ക് കയറാനായി തുറന്നുപിടിച്ചു.

ഒരുനിമിഷം എന്റെ കണ്ണുകളിലേക്കു നോക്കിനിന്നിട്ട് അവൾ പറഞ്ഞു: "ഐ വിഷ് ദേർ വേർ സംതിങ് ഐ കുഡ് സേ റ്റു കൺസോൾ യു."

പുഞ്ചിരിക്കാൻ ശ്രമിച്ചുകൊണ്ട് ഞാൻ തലയാട്ടി. ചിലതരം നൊമ്പരങ്ങൾക്ക് ഒരുതരം സാന്ത്വനവുമില്ല സുഹൃത്തേ.

ചിലതരം നഷ്ടപ്പെടലുകൾക്ക് നിത്യതയുടെ അകമ്പടിയുണ്ട്. നീലക്കുറിഞ്ഞി വീണ്ടും പൂക്കാൻ പന്ത്രണ്ടു വർഷം കാത്തിരുന്നാൽ മതി. എന്നാൽ താനുമായി ബന്ധപ്പെട്ട ഏറ്റവും ഹീനരായവരുടെ ആത്മാവുകളിൽപ്പോലും സുഗന്ധലേപനം നടത്തിയ തന്റെ ലീലയെപ്പോലൊരുവൾക്ക് സംഭവിക്കുക ഒരുജീവിതത്തിൽ ഒരിക്കൽ മാത്രം.

കാറ് സ്റ്റാർട്ട് ചെയ്യുന്നതിനുമുമ്പ് എന്റെ നേരെ മുഖമുയർത്തിക്കൊണ്ട്

ഉഷ പറഞ്ഞു: "കരയരുതാത്തവരായ പുരുഷന്മാരോട് ഇത് ക്രൂരമാണ്. ഇല്ലേ?"

എന്നിട്ട് പ്രതീക്ഷയോടെ (അതോ ആകാംക്ഷയോടെയോ?) എന്റെ കണ്ണുകളിലേക്കു നോക്കിക്കൊണ്ടിരുന്നു.

അല്പനേരത്തേക്ക് എനിക്കൊന്നും പറയാൻ കഴിഞ്ഞില്ല. പിന്നെ ഞാൻ പുഞ്ചിരിച്ചു. എന്നിട്ടു പറഞ്ഞു. "ജിം ബിഷപ്പ്."

ഉഷ ചിരിച്ചു. പെട്ടെന്നു പ്രസാദവതിയായിത്തീർന്ന അവളുടെ മുഖത്തുനിന്ന് മറഞ്ഞഭാവം ആകാംക്ഷതന്നെയായിരുന്നുവെന്ന് എനിക്കു ബോദ്ധ്യമായി.

ഞൊടിയിടയിൽ കാറ് സ്റ്റാർട്ട് ചെയ്ത് അവൾ ഗേറ്റിനു നേരെ നീങ്ങി.

ഞങ്ങൾ തമ്മിൽ കളിക്കാറുണ്ടായിരുന്ന ഒരു കളിയായിരുന്നു അത്. ഒരുതരം മാച്ചിങ്ഗെയിം. ഒരാൾ ഒരുദ്ധരണി പറയും. മറ്റെയാൾ ഏതു പുസ്തകത്തിൽനിന്നാണെന്നോ അല്ലെങ്കിൽ ഏതെഴുത്തുകാരന്റേതാണെന്നോ പറയണം. തെരുതെരെ, അതിവേഗം ഈ കളിതുടരുമ്പോൾ അതിന് ഒരു വായ്ത്താരിയുടെ ഈണവും താളവും വരും.

അതുപക്ഷേ, ഒരു കളിമാത്രമല്ലാതായിത്തീരുന്ന സന്ദർഭങ്ങളുമുണ്ടായിരുന്നു. ഇപ്പോഴതാണുണ്ടായത്. ഉഷ എന്റെ മാനസികാവസ്ഥ പരിശോധിക്കുകയായിരുന്നു. മാത്രമല്ല എന്തെങ്കിലും പറയാൻ കഴിഞ്ഞെങ്കിലെന്ന് ആശപ്രകടിപ്പിച്ച അവൾ എന്തോ പറഞ്ഞിട്ടുതന്നെയാണ് പോയതും.

ഇരുണ്ട, ഇടുങ്ങിയ മുറിയിൽ അഗ്നിയുടെ പരിരംഭണം കാത്തു കിടക്കുന്ന ലീലയുടെ മുഖത്തെ മായാത്ത പുഞ്ചിരി എന്റെ മനസ്സിൽ തെളിഞ്ഞു. ഒരുപക്ഷേ, കരയാനറിയാത്ത പുരുഷന്മാരോട് ഇതു ക്രൂരമാണ് എന്നാണ് ഉഷ പറയേണ്ടിയിരുന്നത്. പക്ഷേ, അത് ജിം ബിഷപ്പ് പറഞ്ഞതല്ലാതായിപ്പോകുമായിരുന്നല്ലോ.

ഉഷയുടെ കാറ് ഗേറ്റ് കടന്ന് അപ്രത്യക്ഷമായിട്ടും കുറേനേരം കൂടി ഞാനവിടെത്തന്നെ നിന്നു. പിന്നെ ഞാനും ഗേറ്റിന് നേരെ നടന്നു. തിരുവനന്തപുരം പത്രത്തിന്റെ എം ജി റോഡിലുള്ള ബ്യൂറോ ലക്ഷ്യമാക്കി.

ഉഷ തിരിച്ചു വരുമ്പോൾ ആറുമണി കഴിഞ്ഞിരുന്നു. അവൾ കാറ് വീണ്ടും കാറ്റാടിമരത്തിന്റെ മുമ്പിൽ കൊണ്ടുവന്നു നിർത്തി. കെട്ടിടങ്ങളാൽ ചുറ്റപ്പെട്ട ആ ഇത്തിരിമുറ്റത്ത് അപ്പോഴേക്കും സന്ധ്യയുടെ നിഴൽ പരന്നുകഴിഞ്ഞിരുന്നു.

അവൾ കാറിൽ നിന്നിറങ്ങി മറുവശത്തേക്ക് കടന്ന് മുമ്പിൽ ഇടത്തുവശത്തെ ഡോർ തുറന്നുപിടിച്ചു. കാറിൽ നിന്നിറങ്ങിയ സ്ത്രീ കറുത്ത കരയുള്ള മുണ്ടും നേരിയതുമാണ് ധരിച്ചിരുന്നത്.

ഡോർ ചേർത്തടച്ചിട്ട് ഉഷ തിരിഞ്ഞു. നടന്നടുക്കുന്ന എന്നെക്കണ്ട് അവൾ അവരോടെന്തോ പറഞ്ഞു. അവരെന്റെ നേരെ നോക്കി. എന്നിട്ട് നിന്നിടത്തുതന്നെ നിന്നു.

ഞാൻ തൊട്ടടുത്തെത്തിയപ്പോൾ എന്റെ കണ്ണുകളിലേക്ക് നോക്കിക്കൊണ്ട് അവർ പറഞ്ഞു: "അവൾ എപ്പോഴും മോന്റെ കാര്യം പറയുമാ

യിരുന്നു." ചിരിച്ചും കരഞ്ഞും.

അവർ മൃദുവായി എന്റെ കൈത്തണ്ടയിൽ തലോടി.

അവരുടെ മുഖത്തിന് ദുഃഖത്തിൽ പൊതിഞ്ഞ ഒരു പ്രൗഢിയുണ്ടായിരുന്നു. അതവിടെ സ്ഥായിയായിരുന്നുവെന്ന് എനിക്കു തോന്നി.

ലീലയെ അതിരില്ലാതെ സ്നേഹിക്കുകയും അവളെച്ചൊല്ലി ലജ്ജിക്കാതിരിക്കുകയും ചെയ്ത ഒരമ്മയെ ഞാൻ കണ്ടു.

സ്വന്തം അമ്മയുടെ മുമ്പിൽപോലും തന്റെ തൊഴിലിനെ അകളങ്കമാക്കി കാട്ടാൻ ലീലയ്ക്ക് കഴിഞ്ഞിരുന്നുവെന്ന് ഞാൻ കണ്ടു. മനസ്സിൽ അവളെക്കുറിച്ച് എന്നുമുണ്ടായിരുന്ന ആദരവിനെ ഞാൻ പത്തുകൊണ്ട് ഗുണിച്ചു.

ഒരു നിമിഷത്തെ നിശ്ശബ്ദതയ്ക്കുശേഷം അവർ ചോദിച്ചു: "എനിക്കവളെ കാണാറായോ?"

"ഉവ്വ്." ഞാൻ പറഞ്ഞു.

ആറെമ്മോയുടെ സൗമനസ്യം കൊണ്ട് പോസ്റ്റുമാർട്ടം വേഗത്തിൽ കഴിഞ്ഞിരുന്നു. മാത്രമല്ല ശരീരം മോർച്ചറിയിലേക്ക് മാറ്റുന്നതിനു പകരം ആദ്യം അത് സൂക്ഷിച്ചിരുന്ന മുറിയിലേക്കുതന്നെ കൊണ്ടുവരികയും ചെയ്തിരുന്നു.

ഞങ്ങൾ നടന്ന് വരാന്തിലേക്ക് കയറുമ്പോൾ ആറെമ്മോ ഞങ്ങളെ കാത്തുനില്ക്കുകയായിരുന്നു

"ലീലയുടെ അമ്മ" ഞാൻ പറഞ്ഞു.

അദ്ദേഹം അവരെ നോക്കി. എന്നിട്ട് ചോദിച്ചു. "ഇപ്പോൾ കാണണോ? അല്ലെങ്കിൽ ആംബുലൻസിലേക്ക് എടുക്കുമ്പോൾ മതിയോ? ആംബുലൻസ് ഞാൻ അറേഞ്ച് ചെയ്തിട്ടുണ്ട്."

അമ്മ പറഞ്ഞു: "എനിക്കിപ്പോഴൊന്നു കണ്ടാൽ കൊള്ളാമായിരുന്നു." ഡോക്ടർ ഓർഡർലിയെ നോക്കി.

"വരൂ" ഓർഡർലി പറഞ്ഞു.

അമ്മ അയാളുടെ കൂടെ നടക്കാൻ തുടങ്ങിയപ്പോൾ ഉഷ പറഞ്ഞു: "ഞാനും വരട്ടേ അമ്മേ?"

"വാ മോളേ," ഉഷയുടെ കൈയിൽ പിടിച്ചുകൊണ്ട് അവർ മുന്നോട്ടു നീങ്ങി. അവരേതാനും ചുവടുകൾ വെച്ചപ്പോൾ എന്നോട് നേരത്തേ സംസാരിച്ച സ്ത്രീയും പുരുഷനും പെട്ടെന്ന് അവരുടെ മുന്നിലേക്ക് കയറിനിന്നു.

സ്ത്രീ പറഞ്ഞു: "അമ്മേ, ഞങ്ങൾ..."

അവർ പൊട്ടിക്കരഞ്ഞു.

അമ്മ അവരെ ചേർത്തു പിടിച്ചു: "കരയാതെ മക്കളേ, ഒന്നും നിങ്ങളുടെ കുറ്റമല്ല. ഞാനോ എന്റെ മക്കളോ നിങ്ങളെ കുറ്റപ്പെടുത്തുകയുമില്ല. ഞാനവളെ ഒന്നു കാണട്ടെ."

തന്റെ മാറിൽ മുഖമമർത്തി തേങ്ങുകയായിരുന്ന സ്ത്രീയെ സൗമ്യമായി വേർപെടുത്തിയശേഷം അമ്മ കാത്തുനില്ക്കുകയായിരുന്ന

ഓർഡർലിയുടെ നേർക്ക് നടന്നു. ചുറ്റിപ്പറ്റി നിന്നിരുന്നവരാരും അവരുടെ പുറകെ ചെല്ലാൻ തുനിഞ്ഞില്ല.

ഡോക്ടർ പറഞ്ഞു: "അത്തരക്കാരി ഒരു പെൺകുട്ടിയുടെ അമ്മയാണ് ആ സ്ത്രീ എന്ന്..."

ഞാൻ പതിഞ്ഞ ശബ്ദത്തിൽ പറഞ്ഞു, "ലീലയെ അത്തരക്കാരി എന്നു പറയാനാവില്ല, ഡോക്ടർ."

ഡോക്ടർ ഞെട്ടിത്തിരിഞ്ഞ് എന്നെ നോക്കി.

"അയാം സോറി," അദ്ദേഹം പറഞ്ഞു.

എന്നിട്ട് ജാള്യം മറയ്ക്കാനാവണം അദ്ദേഹം ചോദിച്ചു: "അവരുടെ കൂടെയുള്ള പെൺകുട്ടി... അത് എക്സ്പോർട്ടർ നാരായണമേനോന്റെ മകളല്ലേ?"

"അതെ." ഞാൻ പറഞ്ഞു.

"ആ കുട്ടിയും ലീലയും തമ്മിൽ?"

ഡോക്ടർ എന്നെ നോക്കി.

"ഉഷ ലീലയെ അറിയുമായിരുന്നു." ഞാൻ പറഞ്ഞു. "ഞാൻ വഴി. ഞാൻ അവരുടെ വക ഒരു ലോഡ്ജിലാണ് താമസിക്കുന്നത്."

(ആ ലോഡ്ജിലെ ഏക താമസക്കാരൻ ഇപ്പോൾ ഞാനാണെന്ന് ഞാനദ്ദേഹത്തോട് പറഞ്ഞില്ല. മറ്റുള്ളവരൊക്കെ ഒഴിഞ്ഞുപോവുകയോ ഒഴിപ്പിക്കപ്പെടുകയോ ചെയ്തിരുന്നു. ഞാനും ഒഴിഞ്ഞുപോകാനൊരുങ്ങുമ്പോഴൊക്കെ ഉഷ പറയും. "നിങ്ങൾക്കെത്രകാലം വേണമെങ്കിലും ഇവിടെ താമസിക്കാം. ഈ സ്ഥലവും കെട്ടിടവും എന്റെ പേരിലാണ് എന്നറിയില്ലേ? പോരെങ്കിൽ അച്ഛന് നിങ്ങളെ വലിയ ബഹുമാനവും. ഒഴിഞ്ഞുപോകാൻ നിങ്ങൾ പറയുന്ന കാരണങ്ങളൊന്നും- ഫോർഷോർ റോഡിലല്ലേ? ഇവിടെ പുതിയൊരു കെട്ടിടം തീർത്താൽ ലക്ഷങ്ങളുണ്ടാക്കിക്കൂടേ- ഇതൊന്നും എനിക്ക് ബോധിക്കില്ല. എന്നെ സംബന്ധിച്ചിടത്തോളം ഈ സ്ഥലത്തിന്റെയും കെട്ടിടത്തിന്റെയും ഏകമൂല്യം നിങ്ങളിവിടെ താമസിക്കുന്നു എന്നതാണ്."

അവളുടെ വാക്കുകൾക്ക് എന്റെ പക്കൽ ഒരിക്കലും മറുപടിയുണ്ടാകാറില്ല)

അവർ തിരിച്ചുവന്നു. ഡോക്ടർ അമ്മയേയുംകൂട്ടി തന്റെ മുറിയിലേക്ക് പോയി. അവിടെ പൊലീസുകാർ കാത്തിരിക്കുന്നുണ്ടായിരുന്നു. കുറേയേറെ കടലാസുകൾ ഒപ്പിടാനുണ്ടാകും. ആളെ തിരിച്ചറിഞ്ഞു സാക്ഷ്യപ്പെടുത്തുന്നതിന്, ശരീരം ഏറ്റുവാങ്ങുന്നിന്.

ഉഷ എന്റടുക്കലേക്ക് വന്നു.

"പറഞ്ഞാൽ വിശ്വസിക്കില്ല," അവൾ പറഞ്ഞു.

"എന്ത്?" ഞാൻ ചോദിച്ചു.

"ഞാൻ കണ്ടതൊക്കെ"

എന്നിട്ട് അവൾ കഥ പറഞ്ഞു:

ചെറുതെങ്കിലും ഓടിട്ട വൃത്തിയുള്ള വീട്. ഇരുപത് ഇരുപത്തഞ്ച്

സെന്റ് വരുന്ന പുരയിടം. മണ്ണു കാണാത്തവിധം കപ്പയും ചേനയും വാഴയും മറ്റും. മുറ്റം നിറയെ പൂച്ചെടികൾ.

ഒരു ഇടറോഡിലുള്ള വീടിന്റെ മുന്നിൽ ഉഷ കാർ നിർത്തുമ്പോൾ ലീലയുടെ അമ്മ അരമിതിലിലിരുന്ന് ഏതോ മാസിക വായിക്കുകയായിരുന്നു. കാറിന്റെ ശബ്ദം കേട്ട് അവർ മുഖമുയർത്തി.

ഉഷ കാറിൽനിന്നിറങ്ങി മുറ്റത്തേക്ക് കയറിയപ്പോൾ അവർ മാസിക താഴെവച്ച് ഇറങ്ങിവന്നു.

ആവുന്നത്ര മയപ്പെടുത്തി, ശബ്ദം താഴ്ത്തി ഉഷ കാര്യം പറഞ്ഞു.

ഒരു നിമിഷനേരത്തേക്ക് അവർ ഉഷയുടെ കണ്ണുകളിലേക്ക് ഉറ്റുനോക്കിക്കൊണ്ടുനിന്നു. പിന്നെ വളരെ അകലെനിന്നെന്നപോലെ ഉഷ അവരുടെ ശബ്ദം കേട്ടു. "അവൾ മരിച്ചെന്നുറപ്പാണോ?"

അതിനുത്തരം പറയാൻ ഉഷയ്ക്ക് കഴിയും മുമ്പ് ഒരു അലമുറകേട്ടു "ചേച്ചീീീീ...."

ഉഷയുടെ അനുജത്തിമാർ അടുത്തുവന്നു നിന്നത് അവർ അറിഞ്ഞിരുന്നില്ല.

കാറു വന്നുനില്ക്കുന്നതുകണ്ട് പുറത്തിറങ്ങി വന്ന അയൽക്കാർ ഓടിക്കൂടി. നിമിഷനേരംകൊണ്ട് മുറ്റം നിറച്ചാളായി. കുറേ സ്ത്രീകൾ ചേർന്ന് അനുജത്തിമാരെ താങ്ങി അകത്തേക്കു കൊണ്ടുപോയി.

അതൊന്നും ലീലയുടെ അമ്മ അറിഞ്ഞുവെന്ന് തോന്നിയില്ല. അവർ ചോദിച്ചു; "മോളെ ആരാ അയച്ചത്?"

അവൾ എന്റെ പേരു പറഞ്ഞു.

എല്ലാം മനസ്സിലായി എന്ന മട്ടിൽ അവർ തലയാട്ടി. എന്നിട്ടു ചോദിച്ചു: "ഞാനും മോളുടെ കൂടെ പോരട്ടെ?"

"അതിനാണ് ഞാൻ വന്നത്," ഉഷ പറഞ്ഞു.

"മോള് കയറിയിരിക്ക്." അവർ പറഞ്ഞു: "ഞാൻ മുണ്ടും നേര്യതും ഒന്നു മാറ്റട്ടെ."

അവർ അകത്തേക്ക് പോയതോടെ ആളുകൾ ഉഷയെ പൊതിഞ്ഞു. അവളാകെ പതറിപ്പോയെങ്കിലും ആവുംവിധം അവരുടെ ചോദ്യങ്ങൾക്ക് മറുപടി പറഞ്ഞു. അവരുടെ പ്രതികരണത്തിൽനിന്ന് ഒരു കാര്യം അവൾക്കു വ്യക്തമായി. അവരുടെ ജീവിതത്തിൽനിന്ന് അവർ സ്നേഹിച്ചിരുന്ന ഒരംശം അടർന്നുപോയിരിക്കുന്നു.

കറുത്ത കരയുള്ള മുണ്ടും നേര്യതുമുടുത്ത് ലീലയുടെ അമ്മ ഇറങ്ങിവന്നു.

അപ്പോഴും അകത്തെ ഏങ്ങലടി അമർന്നിരുന്നില്ല.

ലീലയുടെ അമ്മ ഇറങ്ങിയപ്പോൾ അവർ തനിയെ പോകരുതെന്ന് ഏതാനും പേർ ശാഠ്യം പിടിച്ചു. കൂടെപ്പോരുമെന്ന് രണ്ടുമൂന്നു ചെറുപ്പക്കാർ കട്ടായം പറയുകയും ചെയ്തു.

അവരെ നോക്കി ഉറച്ചസ്വരത്തിൽ ലീലയുടെ അമ്മ പറഞ്ഞു: "ആരും വരണ്ട. ലീലയ്ക്കവിടെ ബന്ധുക്കളുണ്ട്. എന്റെ സഹായത്തിന് അവർ

മതി."

ഉഷയുടെ തോളിൽ കൈവച്ചുകൊണ്ട് അവർ തുടർന്നു: "അല്ലെങ്കിലീ കുട്ടി എന്തിനിവിടെവരെ വരണം?... നിങ്ങളൊക്കെക്കൂടി ഇവിടെ വേണ്ട തൊക്കെ ഏർപ്പാട് ചെയ്യ്.. വാ മോളേ പോകാം."

ആ തീരുമാനം ആർക്കും ഇഷ്ടമായില്ലെന്നത് വ്യക്തമായിരുന്നു. പക്ഷേ, അതിനെ ചോദ്യംചെയ്യാൻ ആരും ഒരുമ്പെട്ടില്ല. അതിനിടെ ഒരു ചെറുപ്പക്കാരൻ, ഓർമ്മയിരിക്കട്ടെ എന്ന് സൂചിപ്പിക്കും മട്ടിൽ ഉഷയെ നോക്കിക്കൊണ്ട് എല്ലാവരും കാൺകെ കാറിന്റെ നമ്പർ നോട്ട് ചെയ്തു.

ഉഷ മുമ്പിലിടതുവശത്തെ ഡോർ തുറന്നുപിടിച്ചു. അമ്മ കയറി..

ആറെമ്മോയുടെ മുറിയിൽ നിന്ന് അദ്ദേഹവും അമ്മയും പൊലീസു കാരും ഇറങ്ങിവന്നു. ആംബുലൻസ് കാത്തുനില്ക്കുന്നുണ്ടായിരുന്നു

ശരീരം ആംബുലൻസിലേക്ക് കയറ്റിക്കൊണ്ടിരിക്കുമ്പോൾ ഉഷ പറഞ്ഞു: "പോകുന്നുണ്ടല്ലോ ഇല്ലേ?"

"ഉവ്വ്," ഞാൻ പറഞ്ഞു.

"ഞാനും വരുന്നുണ്ട്." അവൾ പറഞ്ഞു: "നമുക്ക് കാറിൽ പോകാം."

ഞാൻ തലകുലുക്കി: "നോ, ഐ വുഡ് ലൈക്ക് റ്റു റൈറ്റ് വിത്ത് ഹേർ."

"സോറി." അവൾ പറഞ്ഞു; "ഞാനോർത്തില്ല. ഐ ഷാൽ ഫോളോ ഇൻ ദ കാർ."

രണ്ടര മണിക്കൂർ യാത്ര.

കുടുങ്ങുന്ന ആംബുലൻസിലെ സ്റ്റേറ്റിലൈസ്ഡ് വെളിച്ചത്തിൽ ഇപ്പോഴും പുഞ്ചിരിയണിഞ്ഞ ലീലയുടെ മുഖം. എതിരെ ആ മുഖത്ത് നിന്ന് കണ്ണെടുക്കാതെ ഇരിക്കുന്ന അമ്മ. ഞാനിരിക്കുന്ന സീറ്റിന്റെ മുമ്പിലെ തലയ്ക്കൽ പുറത്തേക്ക് നോക്കിയിരിക്കുന്ന ആംബുലൻസിലെ അറ്റന്റന്റ്.

ഇടയ്ക്കിടെ എന്റെ കണ്ണുകൾ പുറകോട്ടു പായും. നൂറുവാരയിൽ കൂടുതൽ പിന്നിലല്ലാതെ എപ്പോഴും ഉഷയുടെ കാറിന്റെ ഹെഡ്ലൈറ്റു കൾ. വളവുകളിലൊഴികെ അവയൊരിക്കലും എന്റെ കാഴ്ചപ്പാടിൽനിന്ന് അപ്രത്യക്ഷമായില്ല

പത്തരമണിയോടടുത്ത് ലീലയുടെ വീട്ടുപടിക്കൽ ആംബുലൻസ് നിന്നു. പറമ്പിലെങ്ങും പെട്രോമാക്സ് വിളക്കുകൾ എരിഞ്ഞുനിന്നു. മുറ്റത്ത് ടാർപ്പോള വലിച്ചുകെട്ടിയ പന്തലുമുയർന്നിരുന്നു.

വഴിയിലും വീട്ടുവളപ്പിലും ആൾക്കൂട്ടമുണ്ടായിരുന്നു. മുഴുവൻ ബന്ധു ക്കളും അയൽക്കാരുമായിരിക്കണമെന്നില്ല. അപകടമരണത്തിന്റെ ആകർഷ ണത്തിൽപ്പെട്ടുവന്നവരുമുണ്ടായിരുന്നിരിക്കാം.

ആംബുലൻസിന് അല്പം പിന്നിലായി ഉഷ തന്റെ കാർ കൊണ്ടു വന്നു നിർത്തി.

വണ്ടിയിൽനിന്ന് അമ്മയെ കൈപിടിച്ചിറക്കാനും സ്ട്രെച്ചർ പുറത്തെ ടുക്കാനും നീണ്ട കൈകൾ അനവധിയായിരുന്നു.

സ്ട്രെച്ചർ വീട്ടുമുറ്റത്തേക്ക് കയറിയപ്പോൾ അമ്മ എന്റെ നേരെ തിരിഞ്ഞു: "മക്കളെ ഈ വണ്ടിയുടെ കൂലി.."

"വേണ്ട," ഞാൻ പറഞ്ഞു: "അതൊക്കെ ഞാൻ.."

വിശേഷണം എന്തെന്നെനിക്കറിയാത്ത ഒരു പുഞ്ചിരിയായിരുന്നു അതിനു മറുപടി.

കൂട്ടനിലവിളിയുടെ വരവേല്പും സ്വീകരിച്ച് ലീലയുടെ ശരീരം അകത്തേക്കപ്രത്യക്ഷമായി.

അമ്മ പറഞ്ഞു: "അതുവേണ്ട മോനെ... വേണ്ടതൊക്കെ എന്റെ മോൾ കരുതിവെച്ചിരുന്നു... എത്രയായി എന്നു ചോദിക്ക്."

ജീവിച്ചിരുന്നപ്പോൾ ലീല തനിക്കുവേണ്ടി ഒന്നും ആഗ്രഹിച്ചിരുന്നില്ല. ഒന്നും ചെലവഴിച്ചിരുന്നില്ല. വില കുറഞ്ഞ വെള്ള വോയിൽ മാത്രമായിരുന്നു അവൾ ധരിക്കാറുണ്ടായിരുന്നത്. മേക്കപ്പ് അവൾ ഉപയോഗിക്കാറുണ്ടായിരുന്നില്ല. ഒരു കറുത്ത പൊട്ടുമാത്രമായിരുന്നു അവളുടെ മുഖാലങ്കാരം. ഇടതുകൈയിൽ ഒരു വാച്ച്, വലതുകൈയിൽ രണ്ടുവളകൾ, കഴുത്തിൽ ഒരു നേർത്ത മാല ഇത്രമാത്രമായിരുന്നു അവളുടെ ആഭരണങ്ങൾ. വിലകൂടിയതല്ലെങ്കിലും എപ്പോഴും നടക്കുന്നതായിരുന്നു വാച്ച്. വളകളും മാലകളും ഏറെ തൂക്കമുള്ളതല്ലെങ്കിലും സ്വർണ്ണത്തിന്റേതുതന്നെയായിരുന്നു.

ലീലയെ സംബന്ധിക്കുന്നതൊന്നും മായയായിരുന്നില്ല.

അവളുടെ ഏക ധൂർത്ത് എന്ന് പറയാമായിരുന്നത് ഒരുപക്ഷേ, ഇടയ്ക്കിടെ എന്റെ മുറി വൃത്തിയാക്കാൻ വരുമ്പോൾ, ഞാൻ തീർത്തും നിർദ്ധനനാണെന്ന് തോന്നുമ്പോൾ, ഞാനറിയാതെ, ഞാനപ്പോൾ വായിച്ചുകൊണ്ടിരിക്കുന്ന പുസ്തകത്തിന്റെ താളുകൾക്കിടയിൽ അവൾ വച്ചിട്ടുപോകാറുണ്ടായിരുന്ന രണ്ടു പത്തിന്റെ നോട്ടുകളായിരുന്നു. ഇരുപത് രൂപയിൽ കൂടുതൽ അവൾ വയ്ക്കാറില്ലായിരുന്നു. അതിൽ വലുതൊന്നും ഞാനെടുത്തുപയോഗിക്കാറില്ലെന്ന് അവൾക്കറിയാമായിരുന്നു.

അമ്മ വീണ്ടും പറഞ്ഞു: "എത്രയായി എന്നു ചോദിക്കൂ മോനേ."

ഞാൻ തിരിഞ്ഞു. അല്പം അകലെ നില്ക്കുകയായിരുന്നു ഡ്രൈവർ. ഞാൻ ബില്ലു വാങ്ങി നോക്കി. അമ്മ മടിയിൽനിന്നും ഒരു തൂവാലപ്പൊതിയെടുത്തു വിടർത്തി ഒരടുക്കു നൂറിന്റെ നോട്ടുകൾ എന്റെ കൈയിൽ തന്നു. അതിൽനിന്ന് ആവശ്യമുള്ളത്ര എടുത്തുമാറ്റിയശേഷം ബാക്കി ഞാൻ തിരിച്ചുകൊടുത്തു.

നോട്ടുകൾ എണ്ണിനോക്കിയിട്ട് ഒരെണ്ണമെടുത്ത് എന്റെ നേരെ നീട്ടിക്കൊണ്ട് ഡ്രൈവർ പറഞ്ഞു: "സാറിന്റെ കൈയിൽ ഇതിന് ചെയ്ഞ്ച്..."

എന്റെ കൈ പോക്കറ്റിലേക്കുയർന്നു. അമ്മ പറഞ്ഞു: "വേണ്ട. ബാക്കി വാങ്ങണ്ട."

ടിപ്പ് എന്ന നിലയിൽ വളരെ വലിയതായിരുന്നു ബാക്കിയുള്ള തുക.

"ഞാനകത്തേക്കു ചെല്ലട്ടെ മക്കളെ." അമ്മ തിരിഞ്ഞ് വീട്ടുമുറ്റത്തേക്കു കയറി.

ഞാനും പിറകേ നടന്നു. ഉഷയും. ഞങ്ങൾക്കുമുമ്പിൽ ആളുകൾ വകഞ്ഞുമാറി.

ഉറച്ച കാൽവെപ്പുകളോടെയാണ് അമ്മ നടന്നത്. ആൺതുണയില്ലാതെ മൂന്നു പെൺമക്കളെ പോറ്റിവളർത്തിയ അമ്മ. അവരിൽ മൂത്തവൾ അറിഞ്ഞോ അറിയാതെയോ ചളിക്കുണ്ടിലേക്കിറങ്ങിയപ്പോൾ പകയ്ക്കാതിരുന്നു അമ്മ. അമ്പലക്കുളത്തിൽ കുളിച്ചിട്ടെന്നപോലെ വിശുദ്ധിയായി അവൾ കയറിവരുന്നതുകണ്ട് അഭിമാനംകൊണ്ട അമ്മ. ഈ അമ്മ എന്നാണ് കരയുക?

ചിതയൊരുങ്ങിയിരുന്നു.

ലീലയുടെ വെള്ളയിൽ പൊതിഞ്ഞ ശരീരത്തിന് ചുറ്റും തീനാമ്പുകളുയർന്നപ്പോൾ മണി ഒന്നിനോടടുക്കുകയായിരുന്നു.

അവളുടെ മുഖത്ത് ആദ്യത്തെ തീനാവ് സ്പർശിച്ചപ്പോൾ ഞാൻ തിരിച്ചുനടന്നു. എന്റെ തൊട്ടു പിറകിൽ ഉഷയുണ്ടായിരുന്നു.

ഞങ്ങൾക്കു ചുറ്റും അടക്കിപ്പിടിച്ച ശബ്ദത്തിൽ ആളുകൾ സംസാരിച്ചു. അകത്തുനിന്ന് ഏങ്ങലടികൾ അപ്പോഴുമുയർന്നുകൊണ്ടിരുന്നു.

ഞങ്ങൾ കാറിനടുത്തെത്തി വഴിയിൽ നിരന്നു നിന്നവർ രഹസ്യമായി ഞങ്ങളെ ശ്രദ്ധിക്കുകയും എന്തൊക്കെയോ തമ്മിൽത്തമ്മിൽ പറയുകയും ചെയ്തു.

ഇടയ്ക്കെപ്പോഴോ പുറത്തിറങ്ങി ഉഷ കാർ തിരിച്ചിട്ടിരുന്നു. കാറിൽ ഞങ്ങൾ കയറി. തിരക്കൊഴിഞ്ഞ വീഥികളിലൂടെ കുതിച്ചുപാഞ്ഞ കാറിൽ പണിപ്പെട്ടു ശൂന്യമാക്കിയ മനസ്സുമായി ഞാനിരുന്നു.

മടക്കയാത്രയ്ക്ക് ഒന്നരമണിക്കൂറേ എടുത്തുള്ളൂ.

ഒരുപാടു മുനകളുള്ള കത്തി

ജോസഫ് മരിയൻ

വഴിവാണിഭക്കാരുടെ ഇടയിലൂടെ യാക്കോവ് നടക്കുകയായിരുന്നു. അപ്പോഴാണ് കത്തികളും വർണ്ണവിളക്കുകളും വില്ക്കുന്ന സുന്ദരിയായ നാടോടി പെൺകുട്ടിയെ കണ്ടത്.

യാക്കോവ് അവളുടെ മുന്നിൽ നിന്നുപോയി.

അവനെനോക്കി പുഞ്ചിരിച്ചിട്ട് എന്തുവേണമെന്ന് കണ്ണുകൾ വിടർത്തി അവൾ ചോദിച്ചു.

കത്തികൾ ഓരോന്നായി എടുത്ത് യാക്കോവ് പരിശോധിച്ചു. അക്കൂട്ടത്തിലുള്ളതൊന്നും യാക്കോവിനു പിടിക്കുന്നില്ലെന്ന് കണ്ട് തന്റെ ഭാണ്ഡം കെട്ടഴിച്ച് തുകലുറയും അലങ്കാരങ്ങളുമുള്ള ഒരു പ്രത്യേക കഠാരയെടുത്ത് പെൺകുട്ടി യാക്കോവിനെ കാണിച്ചു. യാക്കോവത് മേടിച്ചുനോക്കി. പിന്നെ തോലുറയിൽനിന്ന് കത്തി പുറത്തെടുത്തു. അതിന്റെ മൂർച്ചയേറിയ അലകു തിളങ്ങി. ഭീതിയോടെ കത്തി ഉറയിലിട്ട് തിരിച്ചുകൊടുത്ത് യാക്കോവ് അവിടെ നിന്ന് മാറിപ്പോയി.

യാക്കോവ് വീണ്ടും അവളെ കണ്ടത് ചന്തത്തോടിന്റെ വാണിഭപ്പടവുകളിൽവെച്ചായിരുന്നു. കടവ് അടുത്ത വീശുകാരുടെ ചെറുവഞ്ചികളിൽ കരിമീനും കണമ്പും തുള്ളുന്നതും നോക്കിനില്ക്കുകയായിരുന്നു അവൾ. യാക്കോവ് അടുത്തുചെന്ന് അവളെ തൊട്ടു. കാഴ്ചയിൽനിന്നുണർന്ന് അവൾ യാക്കോവിനോട് എന്തു വേണമെന്ന് ചോദിച്ചു.

“നിങ്ങളുടെ കത്തികളെന്തേ...?”

“അതെല്ലാം വിറ്റുപോയല്ലോ!”

കണ്ണിറുക്കിക്കൊണ്ട് കുസൃതിയോടെ അവൾ പറഞ്ഞു.

“ബാക്കിയൊരെണ്ണം പോലുമില്ലേ..?”

യാക്കോവിന് നിരാശയായി.

"വൈകുന്നേരം വാ... തരാം..."

അവൾ പടവുകൾ കയറി.

"എവിടെ..?"

അവളാലോചിച്ചു നിന്നു.

എന്നിട്ട് കൈചൂണ്ടി. അത് കായലോരത്തുള്ള ജട്ടിയായിരുന്നു.

മൂന്നാമത്തെ കത്തി യാക്കോവിനവൾ കൊടുത്തത് കായലോരത്തെ വ്യാകുലമാതാവിന്റെ പള്ളിയിലെ പെരുന്നാളിനാണ്. നഗരികാട്ടലിന്റെ പ്രദക്ഷിണം കടന്നുവന്നപ്പോൾ യാക്കോവ് അവളുടെ കച്ചവടത്തട്ടിന്റെ യടുത്ത് വഴിയിൽ, നില്ക്കുകയായിരുന്നു. ജനം തിങ്ങി വരുന്നതുകണ്ട് യാക്കോവ് വഴിയോരത്തേക്ക് ഒതുങ്ങിനിന്നപ്പോൾ താഴെ നിരത്തിയ കത്തി കളിലേക്ക് അറിയാതെ കാലെടുത്തുവച്ചു.

കത്തിമുന പാളിക്കേറിയപ്പോൾ വേദനകൊണ്ട് പുളഞ്ഞ് അവൻ ഒരൊച്ച പുറത്തുവിട്ടു. ചോരയൊഴുകി അവളുടെ കത്തിത്തട്ടിലാകെ ചുവപ്പ് പടർന്നു. യാക്കോവ് കുഴഞ്ഞ് അവിടെത്തന്നെയിരുന്നു. അവൾ യാക്കോവിനെ തന്റെയിരിപ്പിടത്തിലേക്ക് താങ്ങിയിരുത്തുകയും വർണ്ണങ്ങ ളുടെയും അലങ്കാരങ്ങളുടെയും ചേലത്തുമ്പ് കീറി മുറിവുകെട്ടുകയും ചെയ്തു.

ആളുകൾ കൂട്ടംകൂടിയപ്പോൾ വിയർക്കുന്ന അവന്റെ നെറ്റി തടവി അവൾ കരഞ്ഞു.

യാക്കോവിന്റെ ചേട്ടൻ മിഖായേൽ അവനെ ഒരത്തിനു പിടിച്ചു പൊക്കി നിർത്തി. അവന്റെ കുഴഞ്ഞ കൈ തന്റെ ചുമരിലൂടെയിട്ട് താങ്ങി.

പോരുന്നതിനുമുമ്പ് അവളെയൊടുപാടു ശകാരിച്ചു. ജനം അവളുടെ കത്തികളെല്ലാം തട്ടിപ്പറിച്ചെടുത്തു. ഒഴിഞ്ഞ തട്ടും ഭാണ്ഡവുമായി അവ ളെയോടിച്ചു കളഞ്ഞു അവർ.

"നെനക്കന്ത് പ്രാന്താടാ യാക്കോ..?"

"എന്തിനാ നീയീ കത്ത്യളൊക്കെ മേടിച്ച് കൂട്ടണത്?"

കട്ടിൽത്തലയ്ക്കൽ, തലയിണയ്ക്കടിയിൽ തോലുറയിൽ പൊതിഞ്ഞ അലങ്കാരപ്പിടികളുള്ള കത്തികളെല്ലാം കണ്ട് വെപ്രാളപ്പെട്ട് അമ്മ യാക്കോ വിനോടു ചോദിച്ചു.

യാക്കോവൊന്നും പറഞ്ഞില്ല.

കാലിലെ മുറിവെല്ലാം പൊറുത്തപ്പോൾ യാക്കോവ് പുറത്തിറങ്ങി പട്ടണത്തിന്റെ നടുവിൽ ഇടുങ്ങിയ തെരുവോരത്ത് അവൾ കത്തികൾ നിരത്തിയ തന്റെ ഇടം പിന്നെയും സ്ഥാപിച്ചിട്ടുണ്ടായിരുന്നു.

യാക്കോവ് ചെല്ലുമ്പോൾ അവളെ കണ്ടില്ല. പകരം ഒരു വൃദ്ധനിരി ക്കുന്നു. മുഖം നിറയെ ആയുസ്സിന്റെ ചുളിവുകൾ. കണ്ണുകൾ എന്നാൽ സൂചിത്തുമ്പുപോലെ തീക്ഷ്ണം. യാക്കോവിനെ നോക്കി അയാൾ പല്ലി ല്ലാത്ത മോണകാട്ടി വിശുദ്ധിയുടെ ഒരു ചിരി വിടർത്തി. യാക്കോവിന് അപരിചിതമായ പ്രാകൃതമായ ഏതോ ഭാഷയിൽ അയാൾ ചിലച്ചു. യാക്കോവ് പരിഭ്രമിച്ചു.

തന്റടുത്ത് ഇരിക്കാൻ അയാൾ ആംഗ്യം കാണിച്ചു. മടിച്ചുമടിച്ച് യാക്കോവ് അടുത്തുചെന്നു. ഞരമ്പുകളെഴുന്ന കൈയുയർത്തി അയാൾ യാക്കോവിനെ തഴുകി. ജീവിതത്തിലാദ്യമായി അമ്മയുടേതല്ലാത്ത വാത്സല്യം യാക്കോവിനപ്പോൾ ലഭിച്ചു.

പോരാൻനേരത്ത് യാക്കോവിന് അയാളൊരു കത്തി സമ്മാനിച്ചു. യാക്കോവ് അവിടംവിട്ട് പോയതേയില്ല. ഉച്ചകഴിഞ്ഞപ്പോൾ വൃദ്ധൻ കത്തികളെയെല്ലാമെടുത്ത് തുടച്ച് ഭാണ്ഡത്തിലാക്കി. പൈസയെല്ലാം എണ്ണിത്തിട്ടപ്പെടുത്തി. എന്നിട്ട് തട്ടുമടക്കി തിരിച്ചുപോയി. നിഴലുപോലെ യാക്കോവ് അയാളുടെ കൂടെക്കൂടി. ഇടുങ്ങിയ വഴികളനേകം ചുറ്റി. റെയിൽപ്പാളത്തിലൂടൊരുപാടുനേരം യാക്കോവ് പിന്തുടർന്നു അയാളെ.

ചരക്കുതീവണ്ടിയടുക്കുന്ന പാണ്ടികശാലകളുടെ അടുത്തുള്ള മൈതാനത്തിലെത്തി. ഒരുപാടു കൂടാരങ്ങൾ യാക്കോവ് അവിടെ കണ്ടു. പ്രാക്കൂട്ടങ്ങളും. വർണ്ണങ്ങളുടെ ചേലചുറ്റിയ പെണ്ണുങ്ങൾ. കഴുത്തിലും കൈയിലും നിറയെ വെള്ളി ആഭരണങ്ങൾ. യാക്കോവിനെയപ്പോൾ ആരോ തോണ്ടി. അത് വൃദ്ധനായിരുന്നു.

വൃദ്ധൻ യാക്കോവിനെ തന്റെ കൂടാരത്തിലേക്ക് കൊണ്ടുപോയി. ഒരുപാടു കാബൂളിക്കുട്ടികൾ അവരെ പിന്തുടർന്നു ചെന്നു. കൂടാരത്തിന്റെ ശീലവിരി വകഞ്ഞ് വൃദ്ധൻ യാക്കോവിനെ അകത്തേക്ക് ആനയിച്ചു. ഒപ്പം കടക്കാൻ നോക്കിയ കുട്ടികളെ ഉച്ചത്തിൽ ശകാരിക്കുന്നതു കേട്ടു.

അലങ്കാരങ്ങളുടെയൊരു തൂക്കു കട്ടിലിൽ കുഞ്ഞിനെപ്പോലെ അവളുറങ്ങുന്നത് യാക്കോവ് കണ്ടു. കൂടാരമേലാപ്പിൽ തൂക്കിയ കമ്പിറാന്തലിൽനിന്ന് അലൗകിക പ്രകാശങ്ങൾവന്ന് അവളെയാകെ പൊതിഞ്ഞു. കൂടാരം മുഴുവനും വിചിത്രമായ വസ്തുക്കൾ നിറഞ്ഞുകിടന്നു. വൃദ്ധൻ യാക്കോവിനെ നോക്കി കണ്ണിറുക്കി ചിരിച്ചിട്ട് തൂക്കുകട്ടിൽ പതിയെ ആട്ടി. കുസൃതിസ്വരത്തിൽ താരാട്ടുപാടി. അപ്പോൾ അവൾ കണ്ണുതുറന്നു. വൃദ്ധൻ അവളോടെന്തോ പറഞ്ഞു. യാക്കോവ് വൃദ്ധന്റെ പിന്നിലായതിനാൽ അവളവനെ കണ്ടില്ല. അവളെഴുന്നേറ്റു. യാക്കോവിനെ കണ്ണുകൾ വിടർത്തി വിശ്വാസം വരാതെ അവൾ നോക്കി. കമ്പിറാന്തലിന്റെ ചില്ലുപാളികളിലൂടെ പ്രകാശം വീണ് അവളുടെ കണ്ണുകൾ തിളങ്ങി.

വൃദ്ധൻ അവളെ പതിയെ താങ്ങിയെണീപ്പിച്ചു നിർത്തി.

അപ്പോൾ യാക്കോവിന്റെ തൊണ്ടയിലെന്തോ തടഞ്ഞു. അവന്റെയുള്ളു തുടിച്ചു.

യാക്കോവ് അവളെ താങ്ങാനായി മുന്നോട്ടാഞ്ഞു. എന്നിട്ട് മടിച്ചു. "നെന്ക്കെന്തുപറ്റി..?"

വിറകയറിയ ശബ്ദം നേർത്ത് അവനന്വേഷിച്ചു.

"ഒന്നുമില്ല."

അവളുടെ മുഖം കുനിഞ്ഞു. ചുണ്ടിലൊരു ചിരി വിടർന്നു. മൂലയിലൊരു ഭാണ്ഡത്തിൽനിന്നെടുത്ത പച്ചിലമരുന്ന് ചതച്ച് വൃദ്ധനവൾക്ക് കൊടുത്തു. കയ്ച്ചപ്പോൾ മുഖംകോട്ടി അവളത് നുണഞ്ഞിറക്കി.

പുല്ലുനാവുകളിഴകോർത്തു നെയ്ത തട്ടിവിരിച്ച് യാക്കോവിനെയവളിരുത്തി. ഉറിയിലെ മൺപാത്രങ്ങൾ തുറന്ന് പലഹാരങ്ങളെടുത്ത് അവനു പിഞ്ഞാണത്തിൽ നിരത്തി. സ്ഫടികത്തിന്റെ കോപ്പയിൽ ആവി പറക്കുന്ന പാനീയം കൊണ്ടുവന്നു. അതിനു മുന്നിൽ എന്തുചെയ്യണമെന്നറിയാതെ പരിഭ്രമിച്ചിരുന്ന യാക്കോവിന് ഒരു പലഹാരമെടുത്ത് അവൾ നീട്ടി. അവൻ വീണ്ടും മടിച്ചപ്പോൾ അവൾ കുഞ്ഞിനെ തീറ്റുംപോലെ വാത്സല്യത്തോടെ യാക്കോവിനെ വായ തുറന്ന് ബലമായി തീറ്റിച്ചു. വൃദ്ധൻ ഉച്ചത്തിൽ ചിരിച്ചു.

പാനീയം ചുണ്ടോടടുപ്പിച്ചപ്പോൾ വല്ലാത്തോരു ചവർപ്പ്. ഒരിറക്കു കുടിച്ചപ്പോൾ തൊണ്ടയിലൂടെ ഒരിളംചൂട് നെഞ്ചിലേക്കിറങ്ങി. അവിടെ നിന്ന് അത് സാവധാനം എല്ലായിടത്തേക്കും പെരുകി പ്രവഹിക്കുന്നതു കണ്ടു. അപ്പോൾ തലയിലൊരു പ്രകാശമുദിക്കുന്നതുപോലെ. യാക്കോവിന്റെ ശരീരത്തിന്റെ മുറുക്കമെല്ലാം പതിയെ അയഞ്ഞു. അവന്റെ മുഖത്ത് നേർത്ത ചിരി പടർന്നു. അവന്റെ പെരുമാറ്റത്തിലെ സങ്കോചം മാറിപ്പോയി. യാക്കോവ് വൃദ്ധനുമായി സംഭാഷണമാരംഭിച്ചു.

അത് പ്രാകൃതമായ ഒരു ഭാഷയിൽത്തന്നെയായിരുന്നു.

വൃദ്ധൻ തന്റെ നാടോടി ജീവിതത്തിൽ കണ്ട വിശേഷങ്ങൾ യാക്കോവിനോട് പറഞ്ഞുതുടങ്ങി. കടന്നുവന്ന അനേകം നാടുകൾ, ജനങ്ങൾ.

യാക്കോവും അവളും ഇമ പൂട്ടാതെ വൃദ്ധൻ പറയുന്നതും കേട്ടിരുന്നു.

അപ്പോൾ പുറത്ത് കൂടാരങ്ങളുടെ നടുക്കുള്ള വെളിമ്പ്രദേശത്ത് പാട്ടും നൃത്തവും തുടങ്ങിയിരുന്നു. തപ്പിന്റെയും ചിലങ്കയുടെയും ശബ്ദം കേട്ടപ്പോൾ വൃദ്ധൻ കഥപറച്ചിൽ നിർത്തി. കൂടാരത്തിന്റെ ശീലവിരി പൊക്കിയപ്പോൾ പുറത്ത് രാത്രി വീണിരുന്നു. യാക്കോവിന് അപ്പോൾ തന്റെയമ്മയെ ഓർമ്മ വന്നു.

നേരമൊരുപാട് വൈകി.

വൃദ്ധനവനെ റെയിൽപ്പാളം കടത്തിവിട്ടു.

രാത്രിയിലെ അനേകം വിചിത്ര ശബ്ദങ്ങളിലൂടെ വീട്ടിലേക്ക് നടന്നപ്പോൾ യാക്കോവിന്റെ ശ്വാസം നിറയെ അവളുടെ ഗന്ധമായിരുന്നു.

അവൻ പടികേറിച്ചെല്ലുമ്പോൾ വീട്ടിലാകെ പ്രകാശം. വരാന്തയിലൊരുപാടു പേർ. അമ്മയുടെ കരച്ചിൽ. അപ്പന്റെ ഇഴഞ്ഞിഴഞ്ഞുള്ള ശകാരം. ഇരുളിൽനിന്ന് അവൻ മുറ്റത്തേക്ക് കയറിയപ്പോൾ ആളുകളവനെ കണ്ടു.

"എടിയന്നേ ദേ നിങ്ക്ട യാക്കപ്പൻ...!!"

എന്ന് ഔസോ വെല്ലോപ്പൻ പറയുന്നതു കേട്ടു.

എല്ലാവരുടെയും കണ്ണുകൾ അവന്റെ നേർക്കു തിരിഞ്ഞു. അമ്മയവനെ കെട്ടിപ്പിടിച്ചു.

"യാക്കോ നീയമ്മന പേടിപ്പിച്ച്ല്ലാടാ..."

അമ്മ തന്റെ കരച്ചിലടക്കി.

ചേട്ടൻ മിഖായേൽ പുറത്ത് അവനെയന്വേഷിച്ചുപോയിരുന്നു. അവൻ വന്നപ്പോൾ യാക്കോവ് ഉറക്കമായിരുന്നു. അവൻ മുറിവാതില്ക്കൽ അമ്മ

പോളചിമ്മാതെ അവനെയും നോക്കിയിരുന്നു. അപ്പോൾ യാക്കോവ് എന്തോ പറയുന്നത് കേട്ടു. ഒന്നും വ്യക്തമായില്ല.

മിഖായേൽ അവനെ വിളിച്ചുണർത്താനാഞ്ഞു. എന്നാൽ, അമ്മയ തിന് സമ്മതിച്ചില്ല.

"ഈയമ്മേണ്വനെ ചീത്തേക്ക്ണത്..."

"അവനെവ്ടേര്ന്നെന്നമ്മയ്ക്കറിയാമോ..?"

മിഖായേലൊച്ചവച്ചു. യാക്കോവിനെയുണർത്തി അപ്പോൾതന്നെ ചോദിക്കണമെന്നുണ്ടായിരുന്നു മിഖായേലിന്.

"ഏതോ തെണ്ടിപ്പെണ്ണിന്റെകൂടെ അവനവടേക്ക കറങ്ങി നടക്കണെ ഞാങ്കണ്ടതാ.."

യാക്കോവപ്പോൾ അവളുടെ വിരൽത്തുമ്പിൽ പിടിച്ചു. തൊട്ട പ്പോൾത്തന്നെയൊരു മിന്നൽ വിരലുകളിലൂടെ അവന്റെ ശരീരത്തിലേക്ക് പ്രവഹിച്ചു.

അവൾ പുൽത്തടുക്കു വിരിച്ച് അതിലിരിക്കാൻ അവനെ ക്ഷണിച്ചു. അവർ രണ്ടുപേരുമിരുന്ന രാത്രിയിൽ തടുക്ക് പതിയെ ഉയർന്നു. ആകാ ശത്ത് വർണ്ണങ്ങളുടെയനേകം കതിരുകൾ വീശി നക്ഷത്രവിളക്ക് ഉദിച്ചു. പ്രകാശത്തിൽ മുങ്ങിയ മേഘച്ചുരുളുകളിലൂടെ അവരെയും വഹിച്ച് പുൽത്തടുക്ക് ഒഴുകി നീങ്ങി.

താഴെ വിചിത്രമായ അനേകം നാടുകൾ അവർ കണ്ടു. തുറന്ന മൈതാനങ്ങൾ നിറയെ കൂടാരങ്ങളും അവയ്ക്ക് ചുറ്റിലുമായി നൃത്തം വെക്കുന്ന ആളുകളും. അപ്പോൾ നീണ്ടൊരു പാതയിലൂടെ ഒരു വൃദ്ധൻ നടന്നു പോകുന്നു. തോളിലൊരു മാറാപ്പും മുഖം നിറയെ സ്നേഹത്തിന്റെ ചുളിവുകളുമായി. അതൊരു കണ്ടുമറന്ന, ചിരിക്കുന്ന രൂപമായിരുന്നു.

നേരം വെളുത്തപ്പോഴും യാക്കോവിന്റെ മനസ്സിൽനിന്ന് ആ സ്വപ്നം മാഞ്ഞിരുന്നില്ല. മനസ്സിന് വല്ലാത്തൊരു ലാഘവം.

എഴുന്നേറ്റു ചെന്നപ്പോൾ അടുക്കളയിൽ അമ്മേം ചേട്ടനും ഒച്ചവെ ക്കുന്നു. അവനെ കണ്ട് ചേട്ടൻ എഴുന്നേറ്റ് അടുത്തേക്കു ചെന്നു.

"ഇന്നലെ നീയെവിടെപ്പോയ്ര്ന്ന്ടാ..?"

അവനൊന്നും പറഞ്ഞില്ല.

"എന്താടാ... നെക്ക് നാവ്ല്ലേ...?"

ദേഷ്യം വന്നപ്പോൾ മിഖായേലവന്റെ മുഖത്തടിച്ചു. അടികൊണ്ട് യാക്കോവ് വീണു. ചെവിയിലൊരു മുഴക്കം വന്നുനിറഞ്ഞു. മിഖേയേല വനെ കൈയിൽ പിടിച്ചുവലിച്ചു. പൊക്കിനിർത്തി. എഴുന്നേല്ക്കുന്ന വഴി യാക്കോവ് മിഖായേലിനെ ചവുട്ടി.

"എടാ..."

മിഖായേൽ അലറി.

അയാൾ വീണ്ടും യാക്കോവിനെയടിച്ചു.

"മേഖേലേ വേണ്ട്റാ..."

നിലവിളിച്ചുകൊണ്ട് അമ്മ, അവരുടെ ഇടയിൽ വീണു. മിഖായേൽ

ശക്തിയിൽ യാക്കോവിനെ പിടിച്ചുതള്ളി. കാലിടറി, കഴുകിയടുക്കിയ മൺചട്ടികളുടെ മേലേക്ക് അവൻ വീണു. തകർന്ന ചട്ടികളുടെ കമ്പോട് കഷണങ്ങളുടെയിടയിൽ കിടന്ന് യാക്കോവ് ജ്വലബാധയിലെന്നോണം അലറി. കൈകാലടിച്ച് അവൻ മുക്രയിട്ടു. യാക്കോവിന്റെ വായിൽനിന്ന് നുര പുറത്തേക്കു ചാടി. പൊട്ടിപ്പോകുംപോലെയവൻ കിടുമ്പിട്ട പല്ലുകൾ കൂട്ടിയിരുക്കി.

യാക്കോയെന്ന് അമ്മ അലറിവിളിച്ചു...

മിഖായേൽ വിറകുചീളൊരെണ്ണമെടുത്ത് കിടുമ്പിട്ട പല്ലുകൾ തുറപ്പിച്ച് ഇടയിൽ കടത്തിവെച്ചു. അവന്റെ ശരീരത്തിനു മേലേക്കിരുന്ന് ബലമായി അടക്കിപ്പിടിച്ചു.

അമ്മ തണുത്ത വെള്ളം ഒരു കുടം കൊണ്ടുവന്ന് യാക്കോവിന്റെ മേലൊഴിച്ചു. കുറേനേരം കഴിഞ്ഞപ്പോൾ യാക്കോവ് തളർന്നു. അവൻ പച്ചക്കുരുത്തോലപോലെ വിളറി. മിഖായേൽ അവനെ പുറത്തെ വരാന്തയിൽ കിടത്തി. നല്ല കാറ്റുവീശിയപ്പോൾ യാക്കോവ് ഉറക്കമായി. രണ്ടുദിവസം അവൻ കിടപ്പിലായിരുന്നു. ശക്തി മുഴുവൻ ചോർന്നുപോയപോലെ... രണ്ടാം ദിവസം രാത്രിയിൽ ചേട്ടൻ അടക്കിപ്പിടിച്ച് അമ്മയുമായി സംസാരിക്കുന്നതു കേട്ടു. മുറ്റംനിറയെ ഇരുൾ. പാതിമറഞ്ഞ് ചേട്ടന്റെയൊരുപാടു കൂട്ടുകാർ. ജനലഴിയിലൂടെ തലയൊരുവിധം പൊന്തിച്ചു നോക്കുമ്പോൾ അവരുടെ കൈയിലെ വടികൾ കണ്ടു, യാക്കോവിനൊന്നും മനസ്സിലായില്ല. അവന്റെ മനസ്സാകെ കുഴഞ്ഞുമറിഞ്ഞു കിടന്നു.

"വേണ്ട മേഖേലേ... അത്നൊന്നും പോണ്ട.." അമ്മ വിലക്കുന്നു...
"അവ്രെവ്ടേങ്കിലും പോയ്ക്കൊള്ളും. അപ്പപ്പിന്ന പ്രശ്നോം തീരും.."
"അങ്ങന വേണ്ട എക്കത്ത്നേം ഞങ്ങളോടിക്കും."

അമ്മയുടെ ഒച്ച പിന്നെ കേട്ടില്ല.

രാത്രി മൂകമായി.

ചേട്ടനും കൂട്ടുകാരും എവിടെയോ മറഞ്ഞിരിക്കണം. യാക്കോവ് വീണ്ടും മയങ്ങിപ്പോയി. അവൻ അവളെത്തന്നെ വിചാരിച്ചു കിടന്നു. മൂന്നാം ദിവസമായപ്പോഴേക്ക് അവനെഴുന്നേറ്റിരിക്കാറായി. അമ്മയവന് ആട്ടിൻ കാലിന്റെ സൂപ്പ് കൊടുത്തു. യാക്കോവ് മുറിവിട്ട് പുറത്തേക്കിറങ്ങി. മുറ്റത്ത് അവൻ കുറച്ചു നടന്നു. തലകറങ്ങിയപ്പോൾ മുറിയിലേക്കു തന്നെ പോയിക്കിടന്നു. നാലാംദിവസമായപ്പോൾ ക്ഷീണമെല്ലാം മാറിപ്പോയി. അവൻ ഷർട്ടും മുണ്ടും മാറുന്നതു കണ്ടപ്പോൾ അമ്മയ്ക്ക് ആധിയായി. "നീയെങ്ങും പോണ്ട യാക്കോ.. അവ്ടെങ്ങാനും കെട്ക്ക്... രണ്ടൂന്ന് ദെവസൊക്കെ കഴ്ഞ്ഞ് പൊറത്തെറ്ങ്ങ്യാ മതി."

യാക്കോവ് കട്ടിലിനടുത്തേക്ക് നീങ്ങി. അമ്മ വന്ന് മുറി വാതില്ക്കൽ തടസ്സപ്പെട്ടു നിന്നു. പെട്ടെന്ന് ഒരറിവ് തോന്നിച്ചപോലെ അവൻ തലയിണ പൊന്തിച്ച് അടിയിലേക്ക് വിരൽ കടത്തി തപ്പി.

അവന്റെ തലയിണ വലിച്ചുമാറ്റി തൊണ്ടയിലൂടൊരാക്രോശം പുറപ്പെടുവിച്ചു.

"എന്റെ കത്ത്യേക്ക എവിടെ...?"

യാക്കോ പല്ലിറുമ്മി...

അമ്മ പകപ്പോടെ യാക്കോവിന്റെ മാറിവരുന്ന പ്രകൃതം കണ്ടു. അവൻ വിരിപ്പും കിടക്കയും വലിച്ചു താഴെയെറിഞ്ഞു. കട്ടിലിന്നടിയിലേക്ക് നൂണ്ട് അവിടെയെല്ലാം നോക്കി.

"ആരാട്ത്തേത്...?"

അവൻ ചോദിച്ചു ഒരെണ്ണംപോലും യാക്കോവിന് കണ്ടുപിടിക്കാൻ കഴിഞ്ഞില്ല. അവയെല്ലാം എവിടെയെന്ന് അമ്മ പറഞ്ഞുമില്ല. ഭീതിയോടെ അമ്മ അവന്റെ മുന്നിൽനിന്ന് മാറിപ്പോയി. യാക്കോവിന് ഭ്രാന്തുപിടിച്ച പോലെയായി. അവൻ നിർത്താതെ ഒച്ചവെച്ചു. മിഖായേലിനെ പേരുവിളിച്ച് അവൻ ശപിച്ചു. കേൾവി മൂടി അമ്മയിരുന്ന് തേങ്ങി. അപ്പോൾ യാക്കോവ് സാധനങ്ങൾ തല്ലിത്തകർക്കുന്നതു കേട്ടു. എന്തുപറ്റിയമ്മേയെന്ന് മിഖായേൽ ചോദിച്ച് ഓടിവരുന്നതു കണ്ടു. അപ്പോൾ അമ്മയുടെ ശ്വാസം നിന്നപോലായി. എന്നാൽ മിഖായേലിനെ തടയാനോ വിലക്കാനോ കഴിയുംമുമ്പ് അവൻ മുറിയിലേക്ക് കയറി.

"എന്താടായീ കാണിക്കുന്നത്..?"

മിഖായേൽ ചോദിക്കുന്നതു കേട്ടു..

യാക്കോവപ്പോൾ മുഴുത്തൊരു തെറി പറഞ്ഞു.

അമ്മയുടെ കാഴ്ച മങ്ങി. കാലുകൾ തളർന്നു.

എന്നിട്ടും വലിഞ്ഞിഴഞ്ഞ് അമ്മ തന്റെ മക്കളുടെ അടികൂടുന്നതിനു നടുവിലേക്കു ചെന്നു.

"എന്റെ കത്തി താടാ.."

യാക്കോവ് മിഖായേലിനോട് ചോദിച്ചു.

"ഏതു കത്തി.."

യാക്കോവിന്റെ കണ്ണുകളിൽ പക വന്നു നിറഞ്ഞു. അവന്റെ കാഴ്ച മങ്ങിപ്പോയി. തൊണ്ടയിൽ വാക്കുകളെല്ലാം തടസ്സപ്പെട്ടു. അലറിക്കൊണ്ട് അവൻ മിഖായേലിന്റെ മേൽ വീണു. പല്ലുകളും നഖങ്ങളും മിഖായേലിനു മേലാഴ്ത്തി. മിഖായേൽ തിരിച്ചൊന്നും ചെയ്തില്ല. എല്ലാറ്റിനും വിധേയനായി നിന്നു. യാക്കോവ് മിഖായേലിനെ ഉന്തി, വാതിൽപ്പാളികളിലേക്കു ചേർന്നമർത്തി. പാളികൾ ഭിത്തിയിലിടിച്ച് തകരുംപോലെ ഒച്ചയുണ്ടാക്കി. വയറ്റത്തിടിച്ചപ്പോൾ അല്പനേരത്തേക്കെങ്കിലും മിഖായേലിന്റെ ശ്വാസം നിന്നുപോയി. അവൻ താഴേക്കു കുനിഞ്ഞിരുന്നു. യാക്കോവപ്പോൾ മിഖായേലിനെ കാലുമടക്കിയടിച്ചു. അമ്മ വന്ന് യാക്കോവിനെ ദുർബ്ബലമായി അടക്കിപ്പിടിച്ചു. ശപിച്ചുകൊണ്ട് യാക്കോവ് അമ്മയെ കുതറിത്തെറിപ്പിച്ചു. മുറിമൂലയിലേക്ക് അമ്മ തെറിച്ചു പോയി. ഭിത്തിയിൽ തലയിടിച്ച് ഒരൊച്ചപോലുമെടുക്കാതെ താഴെ വീണു.

അമ്മേയെന്ന് വിളിച്ച് മിഖായേൽ അവിടേക്ക് നിരങ്ങിച്ചെന്നു. അവനവരെ താങ്ങി മടിയിൽ കിടത്തി.

യാക്കോവ് അവരെയുപേക്ഷിച്ച് പുറത്തേക്കിറങ്ങി. കേൾവിയും

കാഴ്ചയും സ്പർശവുമെല്ലാം അപ്പോളവനെയുപേക്ഷിച്ചിരുന്നു. യാക്കോവ് റെയിൽപ്പാളത്തിലൂടെ കീറിയ വസ്ത്രവും ചിതറിയ തലമുടിയുമായി ഭ്രാന്തനെപ്പോലെ നടന്നു.

ഒഴിഞ്ഞ മൈതാനം ദൂരെ നിന്നുതന്നെ അവൻ കണ്ടു. അവന്റെ കണ്ണിലൂടെ ചുടുനീരുറന്നു. കൂടാരങ്ങളും ചിലയ്ക്കുന്ന കുട്ടികളും കാറ്റിലുലയുന്ന വർണ്ണച്ചേലുകളും ഒന്നും അവിടെയെങ്ങുമില്ലായിരുന്നു. ഒടിഞ്ഞ കുറ്റികളും കീറിപ്പറിഞ്ഞ കൂടാരശ്ശീലകളും അവിടെയെല്ലാം കിടക്കുന്നുണ്ടായിരുന്നു. പ്രാക്കൂട്ടങ്ങൾ ദൂരെ പാണ്ടികശാലകളുടെ ഉത്തരത്തിൽ നിരയായിരുന്ന് പെടലി ചരിച്ച് അവിടേക്ക് നോക്കി.

യാക്കോവ് മൈതാനയോരത്ത് ഉറക്കമരങ്ങളുടെ ചോലയിൽ മുട്ടുകുത്തിയിരുന്നു.

തകർന്ന കൂടാരാവശിഷ്ടങ്ങളുടെ ഇടയിലൂടെ ഇടറി നടന്നു. വർണ്ണക്കടലാസ്സുകളും ഉപേക്ഷിക്കപ്പെട്ട അനേകം കൗതുകവസ്തുക്കളും പെറുക്കാനായി കുട്ടികളും അവിടെയുണ്ടായിരുന്നു.

നാടോടികളെവിടെപ്പോയെന്ന് യാക്കോവ് അവരോടന്വേഷിച്ചു. എന്നാൽ അതവർക്കറിയില്ലായിരുന്നു. രണ്ടുമൂന്നു ദിവസമായിട്ടുണ്ടാവും. അവരവിടെനിന്നു പോയിട്ട്. കുട്ടികൾ യാക്കോവിനോടു പറഞ്ഞു.

രാത്രിയിൽ തല്ലും ബഹളവും നടന്നു..

നാടോടികളുടെയിടയിലത് പതിവായിരുന്നതിനാൽ ആരുമത് ശ്രദ്ധിച്ചില്ല.

കൂടാരങ്ങളൊക്കെ അടിച്ചു തകർത്തു കളഞ്ഞു. നേരം വെളുത്തപ്പോൾ കൂടാരവുമില്ല നാടോടികളുമില്ല. എല്ലാവരും ഒഴിഞ്ഞുപോയി. തങ്ങൾ പെറുക്കിയെടുത്ത വസ്തുക്കൾ നെഞ്ചോടു ചേർത്ത് കുട്ടികൾ യാക്കോവിനു ചുറ്റിനുംകൂടി.

യാക്കോവ് നോക്കുമ്പോൾ കീറിയ പട്ടുചേലയിൽ ഒരു കത്തി പൊതിഞ്ഞ് നെഞ്ചോടു ചേർത്ത് ഒരു കുട്ടി പിടിച്ചിരിക്കുന്നു. ഒറ്റച്ചാട്ടത്തിന് യാക്കോവത് തട്ടിപ്പറിച്ചെടുത്തു. കുട്ടികളുടെ ബഹളവും കരച്ചിലും ശ്രദ്ധിക്കാതെ അത് തിരിച്ചും മറിച്ചും നോക്കി. അതവൾ സമ്മാനിച്ച കത്തിയായിരുന്നു. അലകുകളിൽ അഴുക്കും മണ്ണും പറ്റിയിട്ടുണ്ടായിരുന്നു. താഴെ വീണ പട്ടുചേലത്തുണ്ടെടുത്ത് അവനത് തുടച്ചു. അപ്പോൾ ചോരയുണങ്ങിയ പാടുകൾ അതിലവൻ കണ്ടു. കണ്ണുകളിലൂടെയൊരു നിലവിളി പുറത്തിറങ്ങിപ്പോകുന്നതായി യാക്കോവറിഞ്ഞു. അത് അടക്കിപ്പിടിച്ചതും വ്യാകുലം നിറഞ്ഞതുമായിരുന്നു.

കുട്ടികളുടെ ബഹളത്തിലേക്ക് അവൻ തിരിച്ചുവന്നു. കരയുന്ന കുട്ടിയുടെ നേർക്ക് തലോടാൻ അവൻ കൈനീട്ടി. അവർ തങ്ങളുടേതായ ചീത്ത വാക്കുകൾ അവനെ വിളിച്ചു. യാക്കോവ് തിരിഞ്ഞു നടന്നു. അവന്റെ പുറത്ത് രണ്ടുമൂന്ന് കല്ലുകൾ വന്നുവീണു. റെയിൽപ്പാളംവരെ കുട്ടികൾ അവനെ പിന്തുടർന്നു. കൈകൾ ചുരുട്ടി അവരവനെ വെല്ലുവിളിച്ചു. തീവണ്ടിയൊരെണ്ണം ആർത്തലച്ചു വന്നു. യാക്കോവ് അതിന്റെ ആവിയുടെയും

ആരവത്തിന്റെയും ഓരം ചേർന്ന് പട്ടണത്തിലേക്ക് പോയി.

ചന്തത്തോടിന്റെ പടവുകളിലപ്പോൾ വെയില് കത്തിയുയരുന്നതു കണ്ടു. തോട്ടിൽ വേലിയിറക്കത്തിൽ മാലിന്യങ്ങളടിഞ്ഞ് വേവുമണമുയർന്നു. വഴിവാണിഭക്കാർ തങ്ങളുടെ നരച്ച കുടകൾ നിവർത്തി തട്ടുകളിൽ ചാരിയുറക്കമായിരുന്നു. നാടോടികളെയാരെയും യാക്കോവ് അക്കൂട്ടത്തിൽ കണ്ടില്ല. ഇടുങ്ങിയ തെരുവുകളിലൂടെ അവൻ ചുറ്റിനടന്നു. ഒരേ വഴിയിലൂടെത്തന്നെ യാക്കോവ് അനേകം പ്രാവശ്യം കടന്നുപോയി. പട്ടണത്തിന്റെയുള്ളിൽ വഴികളെല്ലാം പെരുകി കെട്ടുപിണഞ്ഞു കിടന്നിരുന്നു. എപ്പോഴോ അവൻ കടത്തുബോട്ടുകളടുക്കുന്ന കടവിൽച്ചെന്നു. പായലുകൾ വകഞ്ഞ് ഒരു ബോട്ട് വന്നടുത്തു. കായൽത്തട്ടിയിലെ ആൽമരത്തണലിൽ ഭിക്ഷക്കാർ തെരുവുനായ്ക്കളോടൊപ്പം ചടഞ്ഞുകിടക്കുന്നുണ്ടായിരുന്നു. യാത്രക്കാർ ബോട്ടിറങ്ങി അവനു മുന്നിലൂടെ ധൃതി പിടിച്ചുപോയി. യാക്കോവ് കായലോരത്തെ അരയാൾ പൊക്കത്തിലുള്ള കരിങ്കൽത്തട്ടിയിലിരുന്നു. ആൾക്കൂട്ടത്തിനിടയിൽ അവൾ പ്രത്യക്ഷപ്പെടുന്നതായി സങ്കല്പിക്കാൻ ശ്രമിച്ചു. എന്നാൽ തകർന്ന കൂടാരങ്ങളും കത്തുന്ന വെയിലുമല്ലാതെ ഒന്നും അവന്റെ കാഴ്ചയിൽപ്പെട്ടില്ല. യാക്കോവ് കത്തിനിവർത്തി അതിന്റെ അലകിലേക്ക് നോക്കി. മിഖായേലിന്റെ രൂപം അതിന്റെ തിളക്കത്തിൽ അവൻ കണ്ടു. പല്ലിറുമ്മിയിട്ട് യാക്കോവ് കത്തി മടക്കാതെ അരയിൽ താഴ്ത്തി. കടവായിലൂടെ കപ്പലൊരെണ്ണം നിശ്ശബ്ദമായി കടന്നുവരുന്നതു കണ്ടു. അനേകം കപ്പലുകൾ തുറമുഖത്ത് നങ്കൂരമിട്ടു കിടക്കുന്നു. ഒരു സൈറൺ അവൻ കേട്ടു. കായലിൽനിന്ന് ഉപ്പുകാറ്റു വന്നു. ഉച്ചവെയിലിലിരുന്ന് യാക്കോവ് വിയർത്തു. തല നെഞ്ചിലേക്ക് ചേർത്തു കുഴഞ്ഞിരുന്നു.

കാഴ്ച മങ്ങി...

ആർത്തലച്ചുകൊണ്ട് അവളോടിപ്പോകുന്നു.

കൂടാരങ്ങളുടെ മേൽത്തട്ടിയിൽ തീ പടരുന്നു. തീനാളങ്ങൾ ആടിയുലയുന്നു.

കാറ്റു വന്നപ്പോൾ കത്തുന്ന താവറ ആകാശത്തേക്കു പൊങ്ങിപ്പോകുന്നു. മിഖായേൽ നിവർത്തിയ കത്തിയുമായി അവളുടെ പിറകെയോടുന്നു. അപ്പോൾ ശബ്ദങ്ങളെല്ലാം നിലച്ചു. മുളകൾ വിണ്ടുകീറുന്നതല്ലാതെ ശബ്ദമുയരുന്നില്ല. തീയാളുന്നതിന്റെയാരവമില്ല. കത്തിപ്പടരുന്ന മുഖത്ത് നിലവിളിയമരുന്നു. കണ്ണീർ നനഞ്ഞ കവിളുകളിൽ തീയെരിയുന്നു. അപ്പോൾ വൃദ്ധൻ മിഖായേലിനും അവൾക്കുമിടയിലായി തടസ്സപ്പെടുത്താനായി വന്നു.

പിന്തുടരുന്നതിനിടയിൽ ഇടതുകരംകൊണ്ട് മിഖായേൽ അയാളെയുന്തിമാറ്റി. കാലിടറി. വൃദ്ധൻ നിലകിട്ടാത്തീയിലേക്ക് മറഞ്ഞുപോയി. മിഖായേലപ്പോൾ അവളുടെ അഴിഞ്ഞു ചിതറിയ മുടിയിൽ പിടിച്ചു. തീയും താവറയും സ്വപ്നവും കെടുത്തി അലറിക്കൊണ്ട് യാക്കോവ് കരിങ്കൽഭിത്തി മറിഞ്ഞ് താഴേക്കു വീണു. ഇരുളു വീണപ്പോൾ യാക്കോവ്

റെയിലിറങ്ങി വീണ്ടും മൈതാനത്തേക്കു ചെന്നു. ഉറക്കമരച്ചില്ലകളിലൂടെ താഴേക്ക് രാത്രിയിറങ്ങിനിറഞ്ഞു. യാക്കോവ് അവളെയും വൃദ്ധനെയും കാത്തിരുന്നു. നേർത്തയിരുളിൽ ഒഴിഞ്ഞ മൈതാനമൂലയിൽനിന്ന് ചുഴലി നീങ്ങിവന്നു. കരിയിലകളും വർണ്ണക്കടലാസ്സുകളും നാടോടികളുടെ സ്വപ്നങ്ങളും അടിച്ചുയർത്തി അത് ഇരുളിലെവിടെയോ അടങ്ങി.

മലമടക്കുകളിലെ നേർത്തിഴയുന്ന ഒറ്റയടിപ്പാതയിലൂടെ അവരുടെ സംഘം കയറിപ്പോകുന്നത് യാക്കോവ് കണ്ടു. വൃദ്ധനും അവളും മുന്നിൽ നടക്കുന്നു. കുറേ കയറിയപ്പോൾ അവർ തളർന്നു. നിരപ്പായൊരിടത്ത് എല്ലാവരുമിരുന്നു. അവിടെ പുല്ലു വളർന്ന് മുറ്റിയിട്ടുണ്ടായിരുന്നു. തങ്ങളുടെ ഭാണ്ഡങ്ങൾ തുറന്ന് പലഹാരങ്ങളെടുത്ത് അവർ ഭക്ഷിച്ചു, കഴുത്തിൽ തൂക്കിയ തന്ത്രിവാദ്യമെടുത്ത് ആരോ പാടി. അതിന്റെ വിറയാർന്ന ശീലുകൾ താഴ്വാരത്തേക്ക് യാക്കോവിനു കേൾക്കാനായി ഇറങ്ങിപ്പോയി. അപ്പോൾ കുനിഞ്ഞ മുഖമുയർത്തി അവൾ യാക്കോവിനെ നോക്കി. അവളുടെ കൺപീലികൾ നനഞ്ഞൊട്ടിയിരുന്നു. അവളൊന്നും പറഞ്ഞില്ല.

പാതിരാവായപ്പോൾ യാക്കോവ് വീട്ടിലെത്തി. വീടും രാത്രിയും ഉറക്കമായിരുന്നു. വരാന്തയിലെയിരുളിൽ അപ്പന്റെയിഴഞ്ഞുള്ള കൂർക്കംവലി കേട്ടു. ചാരിയ വാതിൽ തുറന്ന് അവനകത്തു കയറി. നടുവിലത്തെ മുറിയിലെ കെടാവിളക്കിന്റെ മുനിഞ്ഞ വെട്ടത്തിൽ അവനമ്മയെ കണ്ടു. തലയിൽ ചുറ്റിയ ചോര കിനിഞ്ഞ വെള്ളത്തുണി ഇരുളിലും പ്രകാശിച്ചു.

അമ്മ ഉറക്കമായിരുന്നു.

നെഞ്ചിൽ കോർത്തുവെച്ച വിരലുകൾ ക്രമത്തിൽ ഉയർന്നുതാണു. യാക്കോവ് മിഖായേലിന്റെ മുറിയിലേക്ക് കടന്നു. ഇരുളിലും അയാളുടെ നെടിയ ശരീരം കട്ടിൽ നിറഞ്ഞുകിടക്കുന്നത് യാക്കോവിന് കാണാറായി. കൈയൊന്ന് താഴേക്ക് തൂക്കിയും ഒന്ന് നെഞ്ചിൽ ചേർത്തും മിഖായേലും ഉറക്കത്തിലായിരുന്നു. അരയിൽനിന്നു കത്തിയൂരിയപ്പോൾ അതിന്റെ മുനയാഴ്ന്ന് പോറലുണ്ടായിട്ടും യാക്കോവത് ഗൗനിച്ചില്ല. ഒഴിഞ്ഞ മൈതാനവും ഓടിപ്പോകുന്ന നാടോടികളെയുമാണ് അവനപ്പോൾ കണ്ടത്.

കത്തിയുയർത്തിയപ്പോൾ മിഖായേൽ വശംചരിഞ്ഞു കിടന്നു. എന്നാൽ യാക്കോവിന്റെ ഉയർത്തിയ കൈകൾ കെട്ടപ്പെട്ടപോലെ അങ്ങനെയിരുന്നു. മിഖായേലിന്റെ വാരിയെല്ലുകൾക്കുള്ളിലെ ജീവനിലേക്ക് അത് കുത്തിയിറക്കാനായില്ല.

മിഖായേലിന്റെ തലയിണത്തുമ്പിലേക്ക് നിലവിളിച്ചുകൊണ്ട് യാക്കോവ് കത്തിയിറക്കി. അവൻ മുറിക്കു പുറത്തേക്ക് പാഞ്ഞു. വാതിൽ പാളികളിലിടിച്ച് ഇരുളിലൂടെ അവൻ മുറ്റത്തേക്കിറങ്ങി.

ഒച്ചയിട്ടുകൊണ്ട് മിഖായേൽ അവനു പിറകേ ചന്നു. നടുവിലത്തെ മുറിയിൽ അമ്മ നിലവിളിക്കാൻപോലും മറന്നു കണ്ണുതുറന്നു.

യാക്കോവ് തന്നെ പിന്തുടരുന്ന മിഖായേലിനെ വെട്ടിച്ച് ഇരുളിലൂടെ ഓടിപ്പോയി.

അമ്മയെപ്പോലെ യാക്കോയെന്ന് മിഖായേൽ വിളിക്കുന്നത് നേർത്തു

നേർത്തു അവൻ അകലെ കേട്ടു.

റെയിൽപ്പാളമെത്തിയപ്പോൾ ആകാശത്തുനിന്നത് വർണ്ണങ്ങളുടെ പ്രകാശമിറങ്ങിയിരിക്കുന്നതായി യാക്കോവ് കണ്ടു. അതിൽനിന്നു തിളങ്ങുന്ന സ്വർണ്ണപ്പൊതികളുടെ തടുക്ക് അവനു മുന്നിൽ വന്നിറങ്ങി. കുനിഞ്ഞുയരുന്ന വെള്ളപ്പുകയിൽ പാതി മറഞ്ഞ് അവൾ യാക്കോവിനെ ക്ഷണിച്ചു. വൃദ്ധന്റെ ചിരിയും കണ്ണിറുക്കലും അതിനു പിന്നിലായി യാക്കോവ് കണ്ടു. യാക്കോവ് കയറിയിരുന്നപ്പോൾ പ്രകാശവും സ്വർണ്ണത്തടുക്കും പതിയെ ഉയർന്നു.

യാക്കോവ് അവളുടെ മടിയിലേക്ക് പതിയെ കിടന്നു. എന്നാൽ കൈവീശി അവനാദൃശ്യം മായിച്ചുകളഞ്ഞു. പട്ടണങ്ങളും ഗ്രാമങ്ങളും പിന്നിട്ട് അവൻ അലഞ്ഞു നടന്നു. അവസാനം അവനൊരു മലയടിവാരത്തിലെത്തി. മേഘങ്ങളിൽ പൂണ്ടുനില്ക്കുന്ന ശിഖരങ്ങൾ മേലേനിന്ന് കാറ്റടിച്ചു. കാറ്റിൽ പാട്ടിന്റെ നേർത്ത സ്വരങ്ങൾ അവൻകേട്ടു.

കുന്തിരിക്കത്തിന്റെ മണം അതിലിഴചേരുംപോലെ അവളുടെയാഗന്ധം.... വിചിത്രമായ അവരുടെ ഭാഷയിലുള്ള കലമ്പൽ...

അവന്റെ ഉള്ളു തുടിച്ചു.

വർദ്ധിച്ച ആവേശത്തോടെ യാക്കോവ് മലകയറാൻ തുടങ്ങി. അപ്പോൾ കൂടുതൽ കൂടുതൽ വ്യക്തമായി അവൻ നാടോടികളുടെ ശബ്ദം കേട്ടു.

ഉട്ടോപ്പിയ

അയ്മനം ജോൺ

ഉട്ടോപ്പിയയിലേക്ക് പോകുന്നതിൽനിന്ന് പലരെയും പിൻതിരിപ്പിച്ചിരുന്നത് അവിടെ എത്തിച്ചേരുമോ എന്ന ഭയമായിരുന്നു. മറ്റ് വിനോദയാത്രകൾ പോലെ, പുറപ്പെടുന്നതിനുമുൻപുതന്നെ നല്ല സങ്കല്പങ്ങൾ നല്കി ഉട്ടോപ്പിയ ആരെയും ഉത്തേജിപ്പിക്കാറില്ല. ഇഹലോകത്തിന്റെ സുരക്ഷിതത്വങ്ങളിൽ വിശ്വാസം നഷ്ടപ്പെട്ടവർക്കേ ഉട്ടോപ്പിയ ആശ്രയമാകാറുള്ളൂ. ഉട്ടോപ്പിയയിലെ മാസ്മര ദൃശ്യങ്ങൾ ഈ പഴഞ്ചൻ പ്രപഞ്ചത്തിലെ പാഴ്കിനാവുകളേക്കാൾ എത്രയോ അഴകേറിയതാണന്നറിയുന്നതോ, അവിടെ എത്തിയതിനുശേഷവും! പക്ഷേ, എന്നും കൊച്ചുകൊച്ചു കാരണങ്ങളും ഒഴികഴിവുകളും പറഞ്ഞ് ഏറെപ്പേരും ഭൂമിയോട് ഒട്ടിപ്പിടിച്ചു കഴിയുന്നു. ഞങ്ങളുടെ യാത്രാസംഘവും ഇത്ര ചെറുതാവാൻ അതായിരുന്നു കാരണം.

പട്ടണത്തിൽനിന്നുള്ള ബസ്സുകളെത്തുന്ന അവസാനത്തെ ഗ്രാമത്തിലായിരുന്നു ഞങ്ങളുടെ വീടുകൾ. വിനോദങ്ങൾ വളരെക്കുറഞ്ഞ ഒരുജീവിതമായിരുന്നു ഞങ്ങളുടേത്. പലപ്പോഴും ഞങ്ങൾ വിനോദയാത്രകൾ പലതും പോകാനൊരുങ്ങിയിട്ടുണ്ടെങ്കിലും, ആരുടെയെങ്കിലും കുട്ടികളുടെ പനിയോ പശുവിന്റെ പ്രസവമോ, അങ്ങനെയേതെങ്കിലും കാരണത്താൽ യാത്ര മറ്റൊരിക്കലേക്കു മാറ്റിവച്ചിട്ട്, ആ മറ്റൊരിക്കൽ ഒരിക്കലും വരാതെ പോവുന്നതായിരുന്നു ഞങ്ങളുടെ അനുഭവം. അതുകൊണ്ട് ഞങ്ങളുടെ ഗ്രാമത്തിൽനിന്ന് കൈകൊട്ടിപ്പാട്ട് പാടിക്കൊണ്ട് ഒരു രാത്രിവണ്ടി ഇതുവരെ പുറപ്പെട്ടിട്ടില്ല. മീൻകുട്ടകളും വാഴക്കുലകളും ചുമന്ന് ചുമച്ചുകുരച്ച് പുറപ്പെടുന്ന പുലർച്ച വണ്ടികളും വിയർത്തൊലിച്ചുവരുന്ന രാത്രിവണ്ടികളും ഞങ്ങളുടെ ഉണർച്ചകൾക്കും ഉറക്കങ്ങൾക്കുമിടയിൽ സഞ്ചരിച്ചുകൊണ്ടേയിരുന്നു. ആയുസ്സിലൊരിക്കൽപോലും ഗ്രാമം വിട്ട് പോയിട്ടി

ല്ലാത്ത ചില വൃദ്ധജനങ്ങളുടെ വൃഥാജല്പനങ്ങൾ... നീണ്ടുപോകുന്ന ദീർഘ നിശ്വാസങ്ങൾ.... അമ്മമാരുടെ കണ്ണുകളിൽ കെട്ടിയിടപ്പെട്ട കുട്ടികളുടെ മുഖങ്ങളിൽ നിരാശകൾ... നാട്ടുകാരുടെ നോട്ടങ്ങൾ വേലികെട്ടി വളർത്തുന്ന കൗമാരം.... പേരുദോഷങ്ങളുടെ വായ്ത്താരികൾകേട്ട് ഒളിച്ചിരിക്കുന്ന യൗവനം.... ഇതൊക്കെ കണ്ടുംകേട്ടും ആശകളെല്ലാം നശിച്ചാണ് ഞങ്ങൾ ഉട്ടോപ്പിയയിലേക്കു പുറപ്പെട്ടത്.

ഭൂമിയുടെ നിഴൽ വീണു കിടക്കുന്ന ഒരു അതിവിസ്തൃതമായ പ്രദേശത്തുകൂടെ ഏറെദൂരം സഞ്ചരിച്ചാണ് ഞങ്ങൾ ഉട്ടോപ്പിയയുടെ അടിവാരത്തെത്തിയത്. യാത്രയയച്ചവരുടെ കൈവീശലുകളും വീട്ടുകാര്യങ്ങളുടെ മനഃകണക്കുകളുമെല്ലാം ആ യാത്രയ്ക്കിടയിൽ കാറ്റടിച്ച് മനസ്സിൽനിന്ന് പറന്നുപോയിരുന്നു. ഗ്രാമത്തിന്റെ അവശേഷിച്ച ഓർമ്മകൾക്കുമീതെ മഞ്ഞുപോലെ, വിശുദ്ധമായ ഒരു മറവി വീണു കിടന്നു.

പ്രാചീനമായ ഒരു കോട്ടയുടെ വൻമതിലിന് താഴെയെത്തിയ എറുമ്പുകളുടെ ഒരു ചെറിയ കൂട്ടം പോലെയാണ് ഞങ്ങൾ ഉട്ടോപ്പിയയുടെ അടിവാരത്തിൽ ഉയരങ്ങളിലേക്ക് നോക്കിനിന്നത്. ഉയരങ്ങളിൽ ഉട്ടോപ്പിയ, ഒരു കാഴ്ചയോ പ്രതീതിയോ എന്ന് തിരിച്ചറിയാനാവാത്തവണ്ണം അസ്പഷ്ടമായിരുന്നു. നിറസന്ധ്യയിലെ നേർത്ത പ്രകാശമായിരുന്നു ചുറ്റും. ഞങ്ങളെ വഹിച്ചുകൊണ്ട്, ഉട്ടോപ്പിയയിലേക്ക് കുത്തനെ പോകുന്ന ആ നെടുങ്കൻ കയറ്റം അള്ളിപ്പിടിച്ച് കയറിപ്പോയ വണ്ടികൾ വലിച്ചിരുന്നത്, കാളകളോളം വലിപ്പമുള്ള എറുമ്പുകളായിരുന്നു വീടുകളിലെ ഭിത്തികളിലൂടെ മേലേക്കും താഴേക്കും പാഞ്ഞോടി നടക്കുന്ന കുഞ്ഞുറുമ്പുകളുടെ അതേ അനായാസതയോടെ ആ കൂറ്റനുറുമ്പുകൾ അങ്ങോട്ടുമിങ്ങോട്ടും ആ കയറ്റം കയറിയിറങ്ങുന്നതു കണ്ടാൽ അതിശയം തോന്നും. കൂർത്തു നില്ക്കുന്ന അവയുടെ ചുവന്ന കൊമ്പുകൾക്ക് ആനക്കൊമ്പുകളോളമായിരുന്നു വലിപ്പം. എറുമ്പുകളെ വണ്ടികളോട് ബന്ധിച്ചുകെട്ടിയിരുന്നത് ആ ബലിഷ്ഠമായ കൊമ്പുകളിലായിരുന്നു ഇടയ്ക്ക് കുതിരകൾ കരയുന്ന മുഴക്കത്തോടെ എറുമ്പുകൾ കരയുന്നുണ്ടായിരുന്നു. ഉട്ടോപ്പിയയിൽനിന്ന് താഴേക്കു വരുന്ന വണ്ടികളിലാകട്ടെ, വണ്ടിക്കു പിന്നിലാണ് എറുമ്പുകളെ കെട്ടിയിരുന്നത്. ഭൂമിയുടെ ഗുരുത്വാകർഷണമില്ലാത്തതിനാലാവാം, ഒട്ടും പ്രയാസം കൂടാതെയാണ് മഞ്ചലുകൾപോലെയുള്ള ആ വണ്ടികൾ കൊമ്പുകളിൽ തൂക്കിയിട്ട് എറുമ്പുകൾ ഒന്നൊന്നായി താഴേക്കിറങ്ങിപ്പോയിരുന്നത്. താരാട്ട് പാടിയുറക്കിയ കുഞ്ഞുങ്ങളെ താഴേക്ക് കിടത്തുന്നത്ര ശ്രദ്ധയോടെ സന്ദർശകരെ മടക്കിയെത്തിക്കുന്ന ആ ഉട്ടോപ്പിയൻ വ്യവസ്ഥ ഞങ്ങളെ വല്ലാതെ ആകർഷിച്ചു.

ഉട്ടോപ്പിയയുടെ തുടക്കത്തിൽനിന്ന് താഴേക്കു നോക്കിയപ്പോൾ പഴയൊരോർമ്മപോലെ അനക്കങ്ങൾ നഷ്ടപ്പെട്ട പ്രപഞ്ചം അങ്ങ് താഴെ കാണപ്പെട്ടു. വെളുത്ത വൃക്ഷങ്ങളുടെ ഒരു നിബിഡവനമായിരുന്നു, ഉട്ടോപ്പിയയിലേക്ക് ഞങ്ങൾ പ്രവേശിച്ച അതിർത്തി. വെള്ളമേഘങ്ങൾ വൃക്ഷരൂപങ്ങൾ പ്രാപിച്ചതുപോലെ ശുഭ്രമായ ഒരു വനം, വനത്തിലൂടെ വെള്ളയില

കൾ വീണുനിറഞ്ഞ വിസ്താരമേറിയ ഒരു പാതയുണ്ടായിരുന്നു. ധൃതിയുള്ള യാത്രക്കാരെ കൊണ്ടുപോകാൻ കുതിരകളോളം വലിപ്പമുള്ള വിട്ടിലുകളും പച്ചക്കുതിരകളുമുണ്ടായിരുന്നു. അവയുടെ ചുമലിൽ ഉറപ്പിച്ച ഇരിപ്പിടങ്ങളിൽ കയറിയിരുന്നാൽ ഓരോ കുതിപ്പിനും ഏറെദൂരം താണ്ടി അവ എറുമ്പിൻ വണ്ടികളെ പിന്നിലാക്കി അതിവേഗം വനവിസ്തൃതി കടന്നുപോയിരുന്നു.

ഉട്ടോപ്പിയയിലെ രാത്രിക്ക് ഇരുട്ടില്ലെന്നറിഞ്ഞതിനാൽ വെള്ളവനം കടക്കുവാൻ ഞങ്ങൾ ഒരു ധൃതിയും കാട്ടിയില്ല. വനത്തിലെ ജീവജാലങ്ങളുടെ സവിശേഷതകൾ കണ്ട് അത്യതിശയങ്ങളോടെ ഞങ്ങൾ എറുമ്പിൻ വണ്ടിയിൽത്തന്നെ യാത്ര തുടർന്നു. കാട്ടുപോത്തുകളുടെ വലിപ്പമുള്ള മുയലുകൾ വെളുത്തുവെളുത്ത പുൽക്കൂട്ടങ്ങളിളക്കിക്കൊണ്ട് ഓടിപ്പോകുമ്പോൾ, എലികളോളം ചെറിയ കാട്ടുപോത്തുകൾ സങ്കടം നിറഞ്ഞ കണ്ണുകളോടെ, മരച്ചുവടുകളിൽ മറഞ്ഞുനിന്നിരുന്നു. വൃക്ഷലതാദികളുടെ വെള്ളവിതാനങ്ങൾക്കിടയിൽ, വെളുത്ത കുയിലുകൾ, പറക്കുന്ന കോഴികൾ, നീലത്തത്തകൾ, നാനാനിറങ്ങളുള്ള കാക്കകൾ എന്നിങ്ങനെ വലിയൊരു സംഘം പക്ഷികൾ കൂടുകളും കൂട്ടക്കരച്ചിലുകളുമായി കഴിയുന്നത് കാണാമായിരുന്നു. ഒരു നാലുവരിപ്പാട്ടിന്റെ നീളമുള്ളതായിരുന്നു ഉട്ടോപ്പിയയിലെ പക്ഷികളുടെ കരച്ചിലുകൾ. വെള്ളക്കാട്ടിലെ വർണ്ണസങ്കലനമായ ആ പക്ഷിക്കൂട്ടങ്ങൾ സൃഷ്ടിച്ച ഭാവപ്രപഞ്ചം, ഒരു ചിത്രകാരന്റെയും സംഗീതജ്ഞന്റെയും മനസ്സുകൾ ഒന്നിച്ചതുപോലെ മനോഹരമായിരുന്നു. ഒന്നൊന്നായികണ്ട ആ ആശ്ചര്യദൃശ്യങ്ങൾ കടന്ന് മുന്നോട്ടുപോകവെ, വനനിബിഡത കുറഞ്ഞ ഒരിടത്ത്, പൂച്ചകളോളം മാത്രം വലിപ്പമുള്ള ആനകളുടെ ഒരു കൂട്ടത്തെ കണ്ടപ്പോഴാണ് ഞങ്ങൾ ആദ്യമായി ഒരു കൂട്ടച്ചിരി ചിരിച്ചത്. കുട്ടിക്കാലം മുതല്ക്കുതന്നെ ഞങ്ങളെ പേടിപ്പിച്ചുകൊണ്ടിരുന്ന ആനകളുടെ ഔദ്ധത്യം പെട്ടെന്നങ്ങനെ കുമിളയായി പൊട്ടിയപ്പോൾ ഞങ്ങൾ എങ്ങനെ ആഹ്ലാദിക്കാതിരിക്കും! ഞങ്ങളുടെ വണ്ടി അടുത്തെത്തിയപ്പോൾ, അല്പം പരിഭ്രാന്തി കാട്ടിയ ആനകൾക്കിടയിൽനിന്ന് എലിവാലുപോലെയുള്ള തുമ്പിക്കൈ പൊക്കി ഒരാന എലികരയുംപോലെ 'ചിന്നം വിളിച്ച'പ്പോൾ ഞങ്ങൾ വീണ്ടും ശരിയായ വിനോദയാത്രക്കാരുടെ ശൈലിയിൽത്തന്നെ ഒന്നിച്ച് പൊട്ടിച്ചിരിച്ചു. പിന്നെയൊരിടത്ത് വഴിയിലേക്കു ചാഞ്ഞുനിന്ന ഒരു മരക്കൊമ്പിൽനിന്ന് വലിയൊരു വെള്ള ഇല ഞാൻ വെറുതെ പറിച്ചെടുത്തപ്പോൾ അതിൽ എന്തോ അനങ്ങുന്നതുപോലെ തോന്നി. നോക്കിയപ്പോൾ കണ്ടത്, പുഴുവോളം വലിപ്പമുള്ള ഒരു പുലിയേയാണ്. കണ്ണിനോടടുപ്പിച്ചു നോക്കവേ, ഇലയിലിരുന്ന് പുലി നടുവു നിവർത്തി പല്ലിളിച്ചപ്പോൾ എന്റെ മനസ്സിലെ പ്രാകൃതഭയത്താൽ ആ ഇല ഞാൻ പുലിയോടെ വലിച്ചെറിയുകയും ചെയ്തു. വനത്തിൽ വളരെയേറെക്കണ്ട പലനിറമുള്ള അണ്ണാന്മാർക്കാകട്ടെ പുലികളോളം വലിപ്പമുണ്ടായിരുന്നു.

വെള്ള വനത്തിനപ്പുറം ഉട്ടോപ്പിയയുടെ ഹൃദയമായ മാന്ത്രികവന

മായിരുന്നു. സകലനിറങ്ങളും നിറഞ്ഞുതിങ്ങിയ ആ വനത്തെ വെള്ളവനത്തിൽനിന്ന് വേർപെടുത്തിക്കൊണ്ട് ജലത്തിന്റെ ആദിമ സ്രോതസ്സിനോളം തെളിഞ്ഞ ഒരു നീരൊഴുക്കുണ്ടായിരുന്നു. ഇരു വനങ്ങളുടെയും ഛായകൾ ആ ജലപ്രവാഹത്തിൽ വീണു കിടക്കുന്നത് ഭംഗിയേറിയ ഒരു കാഴ്ചയാണ്. അവിടെയെത്തിയപ്പോൾ എറുമ്പുകൾ തളർന്നിരുന്നു. വണ്ടികളിൽ നിന്ന് അഴിക്കപ്പെട്ട അവ അരുവിയിലേക്കു പോയി മുഖങ്ങൾ വെള്ളത്തിൽ പൂഴ്ത്തി കുറേനേരം നിന്നു. എറുമ്പുകൾക്കു പിന്നാലെ അരുവിയിലേക്കിറങ്ങി ഞങ്ങളും മുഖങ്ങൾ കഴുകി, ജലപാനം നടത്തി. വിശപ്പും ദാഹവും അകറ്റുന്ന ഉട്ടോപ്പിയയിലെ ജീവജലപ്രവാഹമായിരുന്നു അത് എന്ന് ഞങ്ങൾ അറിയുന്നത് ആ വെള്ളം കുടിച്ചതോടെ അക്കരെ മാന്ത്രികവനത്തിൽനിന്ന് പുഴയിലേക്കു ചാഞ്ഞു കിടന്നിരുന്ന കൊമ്പുകളിലെ നാനാതരം പഴവർഗ്ഗങ്ങളിൽ ഒന്നുപോലും ഞങ്ങളെ കൊതിപ്പിക്കാതായി എന്നറിഞ്ഞപ്പോഴാണ്. (പ്രകൃതി സംരക്ഷണത്തിനുള്ള ആ ഉട്ടോപ്പിയൻ ആശയം ഞങ്ങളെ കുറച്ചൊന്നുമല്ല വശീകരിച്ചത്) അത്യധികമായ ഉന്മേഷത്തോടെയാണ് ഞങ്ങൾ പുഴ നീന്തിക്കടന്ന് മാന്ത്രിക വനത്തിലേക്കു പ്രവേശിച്ചത്.

മാന്ത്രികവനത്തിൽ വൃക്ഷലതാദികളിലെ പൂക്കൾക്ക് ഓരോ കാറ്റിലും നിറങ്ങൾ മാറിക്കൊണ്ടിരുന്നു. ഇന്ന മരങ്ങളിൽ ഇന്ന പൂക്കൾ എന്നൊന്നുമില്ലായിരുന്നു. ഏതെങ്കിലുമൊക്കെ മരങ്ങളിൽ ഏതെങ്കിലുമൊക്കെ പൂക്കൾ... ഒരു മരത്തിൽത്തന്നെ, ഒരു കൊമ്പിൽ ഒരുതരം പൂക്കളും കായ്കളുമാണെങ്കിൽ, മറുകൊമ്പിൽ മറ്റേതോ ഇനം പൂവും കായും കാണുകയും ചെയ്തിരുന്നു. വനത്തിലേക്ക് ഇടുങ്ങിയതെങ്കിലും ഒട്ടേറെ ഊടുവഴികളിലൊന്നിലേക്കു കയറിയ ഞങ്ങളിലൊരുവൻ, പെട്ടെന്ന് രൂപംമാറി ഒരു കലമാനായി. പൊടുന്നനെ കിട്ടിയ മൃഗരൂപംകൊണ്ട് എന്തുചെയ്യണമെന്നറിയാതെനിന്ന് നട്ടം തിരിയുന്ന മോഹനനെ കണ്ട് തൊണ്ടയിലുടക്കിയ നിലവിളികളുമായി ഞങ്ങളും നിന്നു. എന്നാൽ ഉട്ടോപ്പിയയെപ്പറ്റി കേട്ടറിവുണ്ടായിരുന്ന ഞങ്ങളുടെ സംഘനേതാവ്, കിട്ടുണ്ണിയേട്ടൻ അക്ഷോഭ്യനായി ഒന്നു പൊട്ടിച്ചിരിച്ചിട്ട് അവനോട് കാടിനു വെളിയിലേക്കു തന്നെ മടങ്ങാൻ കൈയാംഗ്യം കിട്ടി. ആ വിളിയിൽ ഓടിയെത്തിയ അവൻ വനം കടന്ന് വഴിയിലേക്ക് ഇറങ്ങവേ, കൊമ്പിൻ പിടിക്കപ്പെട്ട കലമാൻ കിട്ടുണ്ണിയേട്ടൻ ചെവിക്കു പിടിച്ച് ഞങ്ങളുടെ അടുത്തേക്ക് വലിച്ചടുപ്പിച്ച മോഹനനായി മാറി.

മാന്ത്രികവനം നല്കുന്ന രൂപമാറ്റത്തിന്റെ സാദ്ധ്യതകളും വരും വരായ്കകളും ഞങ്ങൾ ആലോചിച്ചുകൊണ്ടുനില്ക്കവേ, കിട്ടുണ്ണിയേട്ടൻ തീരുമാനമെടുത്തു കഴിഞ്ഞു. ഓരോരുത്തരും വനത്തിൽ കയറി അവനവന് കിട്ടുന്ന ജന്തുരൂപങ്ങളോടെ വനംതാണ്ടി അപ്പുറത്തെത്തുക. ഉട്ടോപ്പിയയിൽ വിശപ്പില്ലാത്തതിനാൽ ഉൾവനത്തിൽവച്ച് അന്യമൃഗങ്ങളാൽ ജീവനാംശം വന്നാലോ എന്നു ഭയപ്പെടേണ്ടതിലല്ലോ. അതുകേട്ടതോടെ ഞങ്ങൾ കൂട്ടം തിരിഞ്ഞ് പലവഴികളിലേക്ക് കയറി കാടിനു മറഞ്ഞ് പക്ഷി

-മൃഗരൂപങ്ങൾ പ്രാപിച്ചു. എനിക്ക് കിട്ടിയത് ഒരുകാട്ടുപൂച്ചയുടെ രൂപമായിരുന്നു. പൂച്ചകളോട് എനിക്കു പണ്ടേയുള്ള സ്നേഹം കാട്ടിലെ മാന്ത്രികൻ മനസ്സിലാക്കിയിരുന്നുവോ? മുഴുവനായി തുറന്നുപിടിക്കാവുന്ന പൂച്ചക്കണ്ണുകളിലേക്ക് ഇരച്ചുകയറിയ വനമനോഹാരിത എന്നെ മത്തുപിടിപ്പിച്ചു. കനമേറെ കുറഞ്ഞതും നാലുകാലുകളുള്ളതിനാൽ എളുപ്പം കൈകാര്യം ചെയ്യാവുന്നതുമായ ആ ശരീരം എന്നെ ഉത്സുകനാക്കി. മറ്റു ചിന്തകളും ഓർമ്മകളുമെല്ലാം മാറി, മറ്റൊരു കാട്ടുപൂച്ചയുടെ കരച്ചിൽ കേൾക്കാനുള്ള കൊതി മാത്രം അവശേഷിച്ചപ്പോൾ, മനസ്സിൽ ധാരാളം ഇടം ബാക്കി വന്നിരുന്നു. ആ ശൂന്യതയിലേക്ക് പ്രകൃതിയിലെ ആദിമവികാരങ്ങൾ പടർന്നുകയറി. ഉൾവനത്തിലെത്തി, പൂച്ചക്കൂട്ടുകൾ കണ്ടെത്തിക്കഴിയവേ, വനമനസ്സിനോട് താദാത്മ്യം പ്രാപിച്ച്, ഞാൻ അവയോടൊത്ത് ധാരാളം കേളീക്രീഡകളുമായി ഉല്ലസിച്ചു നടന്നു. ഒടുവിലെപ്പോഴോ, വനത്തിനപ്പുറത്തെത്തവേ, കിട്ടുണ്ണിയേട്ടനൊഴികെ എല്ലാവരും വനവാസം കഴിഞ്ഞ്, വിശ്രമിക്കുകയായിരുന്നു. എല്ലാ മുഖങ്ങളിലേയും അടക്കിപ്പിടിച്ച ചിരികൾ ശമനംവന്ന മൃഗീയവികാരങ്ങളെയാണ് സൂചിപ്പിച്ചിരുന്നതെന്നു മനസ്സിലാക്കവേ, ഞാനും അതേ അർത്ഥത്തിലുള്ള ചിരിയോടെ, അവരുടെ ആരവങ്ങൾക്കിടയിലേക്ക് എടുത്തുചാടി. പൂച്ചക്കാലുകളുടെ ധൈര്യത്തിൽ ചാടിയ ആ ചാട്ടം സ്വന്തം കാല്പാദങ്ങളെ വേദനിപ്പിച്ചുകൊണ്ട് നിലത്തേക്ക് പതിച്ചു. കിട്ടുണ്ണിയേട്ടൻ എത്തുന്നതുംകാത്ത് ഞങ്ങൾ വനത്തിലെ അനുഭവങ്ങൾ അന്യോന്യം പറഞ്ഞുകേൾപ്പിച്ചു കൊണ്ടിരുന്നു. നേരം നീണ്ടുപോകവേ, കിട്ടുണ്ണിയേട്ടൻ വൈകുന്നതിൽ ആരോ പ്രകടിപ്പിച്ച ആശങ്ക, മറ്റുള്ളവരിലേക്കും വ്യാപിച്ചുതുടങ്ങവേ, ഞങ്ങൾക്ക് തണൽ തന്നിരുന്ന പുളിമരക്കൊമ്പിൽനിന്ന്, ചുമലുയർത്തി നിവർന്നുനിന്ന് ഒന്നു കൂകിയിട്ട് പുറത്തേക്കുചാടിയ ഒരു പൂവൻകോഴി, കിട്ടുണ്ണിയേട്ടനായി ഞങ്ങൾക്കിടയിലേക്ക് വീണു. ആഹ്ലാദപ്രകടനങ്ങളോടെ ഞങ്ങൾ ചാടിയെണീറ്റ് സ്വീകരിക്കാൻ ചെല്ലവേ, "ഒരു നൂറ്റാണ്ട് തപസ്സിരുന്നാൽ കിട്ടുമോടാ ഇങ്ങനെ ഒരു കോള്?" എന്നു ചോദിച്ച് ഏട്ടൻ എന്റെ തോളത്ത് ശക്തിയായി ഒരടിയടിച്ച് പൊട്ടിച്ചിരിച്ചപ്പോൾ കാടിനുള്ളിൽ അനേകം കാട്ടുകോഴികൾ ഒന്നിച്ചു കരയുന്നത് ഞങ്ങൾ കേട്ടു.

മാന്ത്രികവനത്തിനപ്പുറം ഉട്ടോപ്പിയയിലെ തടാകമായിരുന്നു. ഭൂമിയിലെ കണ്ണുനീരിന്റെ ഉറവകളാണത്രേ ആ തടാകം നിറച്ചിരുന്നത്. ഉട്ടോപ്പിയയ്ക്ക് ആകാശമില്ലാത്തതിനാൽ തടാകത്തിൽ നിറങ്ങളുമില്ലായിരുന്നു. എന്നിട്ടും ജലാശയങ്ങളുടെ മൂകത സൃഷ്ടിക്കാനുള്ള ശോകഭാവം ആ തടാകത്തിനില്ലായിരുന്നു. തരളമായ ഒരു പ്രസന്നതയോടെ കൊച്ചോളങ്ങൾ നീങ്ങി നീങ്ങിപ്പൊയ്ക്കൊണ്ടിരുന്നു. മാന്ത്രികവനത്തിൽനിന്ന് തടാകത്തിലേക്ക് ചാഞ്ഞുനിന്നിരുന്ന ഭീകരമായ വലിപ്പമുള്ള ഒരു വൃക്ഷത്തിൽനിന്ന് ദൃഢതയും വിസ്താരമേറിയതുമായ ഒരുതരം പാഴില കൂടെക്കൂടെ വീണിരുന്നു. തടാകത്തിലൂടെയുള്ള യാത്രയ്ക്ക്, പലകകൾപോലെയുള്ള ആ പാഴിലകളാണ് ഞങ്ങൾ ഉപയോഗിച്ചിരുന്നത്. തുഴകളുടെയും ആവ

ശ്യമില്ലായിരുന്നു. മനസ്സിലെ ഇച്ഛകളായിരുന്നു തുഴകൾ. ഇലകളുടെ തോണിയിലെ ആ ഉല്ലാസയാത്ര കഴിഞ്ഞ് ഞങ്ങളെത്തിയത്, തടാകത്തിന്റെ മറുകരയിലെ ശബ്ദങ്ങളില്ലാത്ത ഒരു മനോഹര പ്രദേശത്തായിരുന്നു. എപ്പോഴും പൂക്കൾ കൊഴിക്കുന്ന കൊച്ചുകൊച്ചുമരങ്ങളും വിസ്തൃതമായ പുൽത്തകിടികളുമായി പരന്നു കിടന്ന ആ പ്രദേശത്ത്, ചൂടില്ലാത്ത ഒരു വെയിൽ പ്രകാശിച്ചിരുന്നു. ഒട്ടനവധി തുമ്പികളും, ചിത്രശലഭങ്ങളും അവിടെ പറന്നുനടന്നു. കരയിലേക്കിറങ്ങിയതും, തുമ്പികളെ പിടിക്കാനാണ് ഞങ്ങൾക്ക് ആദ്യം തോന്നിയത്. അങ്ങനെ ഓരോരുത്തരും ഓരോ തുമ്പിക്കു പിന്നാലെ ഓടിക്കൊണ്ടിരിക്കെ, ഒടുവിലായി തുമ്പിക്കു പിന്നാലെ ഓടിയ കുട്ടിക്കാലത്ത് പിടിതരാതെ ഓടിയ തുമ്പികളായി അവ മാറുകയും ഞങ്ങൾ ആ നാളുകളിലെ കുട്ടികളായി പൊടുന്നനെ രൂപാന്തരം പ്രാപിക്കുകയും ചെയ്തു. കിട്ടുണ്ണിയേട്ടനൊഴികെ ഞങ്ങളെല്ലാവരും ബാല്യത്തിൽ കളിക്കൂട്ടുകാരായിരുന്നതിനാൽ അന്യോന്യം തിരിച്ചറിയാൻ ഞങ്ങൾക്ക് പെട്ടെന്നു കഴിഞ്ഞു. പുതുതായിക്കണ്ട ആ വട്ടക്കണ്ണൻ കുട്ടിയെ കിട്ടുണ്ണിയേട്ടനായി എണ്ണുന്നതിനും സാധിച്ചു. ബാല്യത്തിന്റെ നിനച്ചിരിക്കാതെയുള്ള ആ തിരിച്ചുവരവിൽ സന്തോഷത്താൽ ശബ്ദങ്ങൾപോലും നഷ്ടപ്പെട്ട് നിശ്ചേഷ്ടരായി നിന്ന ഞങ്ങൾക്കു മുന്നിൽ, അവയുടെ ദൗത്യം നിർവ്വഹിച്ചിട്ടെന്നപോലെ തുമ്പികൾ ഓടിമറഞ്ഞു. കുറേ പറന്നതിനുശേഷം അവ അന്തരീക്ഷത്തിൽവച്ചുതന്നെ, മഴവില്ലുകൾപോലെ മാഞ്ഞുപോകുകയായിരുന്നു. അമ്പലമൈതാനത്തിലെ കളിത്തട്ടിനു ചുറ്റും പൊടിപറപ്പിച്ച്, ഒച്ചയിട്ട് ഓടിനടക്കവെ, ഒരു മിന്നൽപ്പിണറിന്റെ വേഗത്തിൽ കാലം കുറെ പെട്ടന്നങ്ങു കടന്നു പോയതായേ ഞങ്ങൾക്ക് തോന്നിയുള്ളൂ. സ്ലേറ്റുകളിലെഴുതിയ കുറെ പൊട്ടത്തെറ്റുകൾ പോലെ, ആ ഇടയ്ക്കുള്ള കാലം മനസ്സിൽ വായിച്ചു നോക്കിയിട്ട് ഞങ്ങൾ പെട്ടെന്ന് മായ്ച്ചുകളയുകയും ചെയ്തു. പൊടിമണം പരത്തുന്ന കൊച്ചു കാൽച്ചട്ടകളിട്ട ഞങ്ങൾ, ആ പഴയ കളിക്കൂട്ടുകാർ ഓട്ടവും ചാട്ടവും ഗുസ്തിപിടിത്തവുമെല്ലാം തുടങ്ങി. അപ്പോഴെല്ലാം ചകിതനായി മാറിനിന്നിട്ട്, കിട്ടുണ്ണിയേട്ടൻ എന്ന വട്ടക്കണ്ണൻ കുട്ടി ഞങ്ങളുടെ അടുത്തുവന്ന് ഒരാശ പ്രകടിപ്പിച്ചു. “ഒളിച്ചേ പാത്തേ കളിക്കാം?' 'ലക്ഷണമൊത്ത' ആ കുസൃതിക്കാരനെ ഞങ്ങൾക്ക് ആദ്യംതന്നെ ഇഷ്ടപ്പെട്ടിരുന്നതിനാൽ തീരുമാനം പെട്ടെന്നായിരുന്നു. കുറ്റിക്കാടുകളും മരച്ചുവടുകളും ഒളിവിടങ്ങളാക്കി ഞങ്ങൾ ഒളിച്ചേ.. പാത്തേ കളിതുടങ്ങി. കളി പുരോഗമിക്കവേ, വാക്കേറ്റങ്ങൾ പലതുണ്ടായതുവഴി കിട്ടുണ്ണി എന്ന കുട്ടി പറഞ്ഞ പഴയ വാക്കുകളുടെ അർത്ഥം മനസ്സിലാക്കാൻ പാടുപെട്ടതൊഴിച്ചാൽ മുതിർന്നവരുടെ ശല്യം ഒട്ടുമില്ലാതെ കളിച്ച ആ ഒളിച്ചേ പാത്തേ കളി ഞങ്ങൾ മനം നിറയെ ആസ്വദിച്ചു. അതുകഴിഞ്ഞ് ചൂടോ തണുപ്പോ കളി തുടങ്ങിയപ്പോഴാണ്, കാര്യങ്ങൾ അല്പം കുഴപ്പമായത്. ഏറ്റവുമൊടുവിൽ ഞങ്ങളൊന്നിച്ച് കളിച്ച ചൂടോ തണുപ്പോ കളിയിൽ, എവിടെയെങ്കിലും ഒളിച്ചുവയ്ക്കേണ്ടിയിരുന്ന കളിയിലെ ചെടിക്കൊമ്പ്. അതിനുപകരം കുത്തുന്ന

മുട്ടനാടിനെ തീറ്റിച്ചിട്ട്, ആട്ടിൻകൂടിന് അടുത്ത് പോകുന്നവരോട് ചൂട് അല്ലാത്തവരോട് തണുപ്പ് എന്നുപറഞ്ഞ് കൊമ്പ് തപ്പിയെടുക്കാൻ നടന്ന് അവരെയെല്ലാം ഏറെനേരം പറ്റിച്ചതിന്റെ പേരിൽ എന്നെ അവർ ആ കളിയിൽനിന്ന് നിഷ്കാസിതനാക്കിയിരുന്നു. ആ ഓർമ്മ അനായാസം വീണ്ടെടുത്തതിനാൽ, കിട്ടുണ്ണിയേട്ടൻ ഒഴികെയുള്ള കുട്ടികൾ ഒറ്റ ശബ്ദത്തിൽ എന്നെ കളിയിൽ കൂട്ടില്ല എന്നുപറഞ്ഞു. ഞാൻ പിണങ്ങിമാറി, സങ്കടപ്പെട്ട് ദൂരെയൊരിടത്ത് പുൽപ്പുറത്തുപോയി ഇരുന്നു, ഒറ്റയ്ക്കുള്ള ആ ഇരുപ്പിൽ ഞാൻ പതിയെപ്പതിയെ ഉറക്കം തൂങ്ങി. പുൽത്തകിടിയിലേക്കു വീണ് നല്ല ഉറക്കത്തിലുമായി.

എപ്പോഴോ ഉറക്കമുണർന്നപ്പോൾ കുട്ടിക്കാലമൊക്കെ നഷ്ടപ്പെട്ട് ഞാൻ എന്നിലേക്ക് മടങ്ങിയിരുന്നു. അവരെല്ലാം കളിസ്ഥലത്തുതന്നെ. കളികളുടെ ക്ഷീണത്തിലാവാം കുട്ടികളായിത്തന്നെ കിടന്നുറങ്ങുകയായിരുന്നു. ബാല്യത്തിൽനിന്ന് ഞാൻ മാത്രമേ തള്ളപ്പെട്ടതുള്ളോ എന്ന ഭയമേറിയ സംശയം തീർക്കാൻ ഞാൻ ഓടിപ്പോയി. ഓരോരുത്തരെ വിളിച്ചുണർത്തവേ, ഭാഗ്യം ഉണർന്നവരെല്ലാം മുതിർന്നവരായിത്തന്നെ എഴുന്നേറ്റിരുന്നു.

ഉറക്കച്ചടവുകൾ നീങ്ങിത്തുടങ്ങവേ അകലെയകലെ എവിടെനിന്നോ കേൾക്കുന്നതു ഒരു അപൂർവ്വത നിറഞ്ഞ ശബ്ദത്തിന്റെ അലകൾ കാതിൽ പതിക്കുന്നതായി തോന്നി. ഞങ്ങൾ പരസ്പരം നോക്കി. ആ നോട്ടത്താൽത്തന്നെ അതിന്റെ ഉറവിടം തേടിപ്പോവാനുള്ള വാഞ്ഛ പ്രകടിപ്പിച്ച്, ഞങ്ങൾ ഒരുമിച്ചെഴുന്നേറ്റ് അത്യന്തം നാടകീയത നിറഞ്ഞ ആ നടത്തം തുടങ്ങി.

കളിസ്ഥലത്തിനപ്പുറത്ത് കൊച്ചുമരങ്ങളുടെ മറവിലൂടെ നിഴലുകൾ ഇഴയുന്ന ഒരു വെയിൽമാഞ്ഞ വഴിയുണ്ടായിരുന്നു. ആ വഴി നയിക്കുന്ന ദിക്കിൽ നിന്നായിരുന്നു ഞങ്ങളെ വശീകരിച്ച ആ അപൂർവ്വ ശബ്ദങ്ങൾ കേട്ടിരുന്നത്. ഉൽക്കണ്ഠകളോടെ ഞങ്ങൾ ഇളംവൃക്ഷങ്ങളുടെ മറവുകൾ കടന്നപ്പോൾ, മുന്നിലൊരിടത്ത് വഴിയിലേക്ക് ഇരുട്ടുപോലെ കറുത്ത ഇലകൾ പാറിവീഴുന്നത് കണ്ടു. വീണ്ടും മുന്നോട്ടുപോകവെ നിഴലുകളുടെ ഭൂതപ്രേതാദികൾ ഞങ്ങൾക്കു ചുറ്റും വ്യത്യസ്തരൂപങ്ങളിൽ ഇഴഞ്ഞും പറന്നു തുടങ്ങി. സംഭ്രാന്തികൾ നിറഞ്ഞ ഞങ്ങളുടെ കണ്ണുകളിലേക്ക് ഉട്ടോപ്പിയയിലെ കറുത്ത വനം അടുത്തടുത്ത് വരികയായിരുന്നു. ഏതോ ഒരദൃശ്യശക്തി ഞങ്ങളുടെ കരംഗ്രഹിച്ചു കൊണ്ടുപോകുന്നതുപോലെ വനത്തിലെ കറുത്തിരുണ്ട വൃക്ഷങ്ങൾക്കിടയിലൂടെ ഇഴഞ്ഞുപോകുന്ന, ഇടനാഴിപോലെ ഇരുണ്ട വഴിയിലേക്ക് ഞങ്ങൾ ഓരോരുത്തരായി പ്രവേശിച്ചു. വനത്തിലെ കറുത്ത വൃക്ഷങ്ങൾ ചിത്രങ്ങളാണോ സത്യങ്ങളാണോ എന്നറിയാനാവാത്തവിധം നിശ്ചലമായിരുന്നു. കറുത്ത ഇലകൾ ചവിട്ടി നടക്കുമ്പോഴാകട്ടെ ഞങ്ങളുടെ കാലുകൾക്ക് ശക്തിക്ഷയവും ശ്വാസകോശങ്ങളിൽ തടസ്സങ്ങളും തോന്നിത്തുടങ്ങി. ഞങ്ങളെ നയിച്ച ശബ്ദമാവട്ടെ, ആദ്യം കേട്ടപ്പോൾ തോന്നിയ അകലം തന്നെ പാലിച്ച് ഞങ്ങളുടെ തളർച്ച

കളാൽ താഴാത്ത ഒരു തുലാസിലെന്നപോലെ, തെല്ലൊന്നുയർന്ന്, പിന്നെയും താണ്, ഞങ്ങളുടെ നെഞ്ചിടിപ്പുകൾ വർദ്ധിപ്പിച്ചു കൊണ്ടുതന്നെയിരുന്നു. എന്നിട്ടും എന്തോ പ്രത്യാശകൾ അവശേഷിച്ച ആ ശബ്ദം ഞങ്ങളെ ആ വഴി മുഴുവൻ നടത്തി. കറുത്ത വനത്തിനൊടുവിൽ, ഉട്ടോപ്പിയയുടെ മറുപുറത്തെ, താഴ്ചയോ ഉയർച്ചയോ അകലമോ അപാരതയോ ഒന്നുമൊന്നുമറിയാത്ത ആ ശൂന്യസ്ഥലത്തെത്തിച്ചു. കണ്ണിലെ കൃഷ്ണമണികൾ പിന്നോട്ടു തിരിഞ്ഞു പോയതുപോലെ വെളിച്ചം നിറഞ്ഞ ഒരന്ധതയിൽനിന്ന് ഞങ്ങൾ കൂടുതൽ കൂടുതൽ സ്പഷ്ടതയോടെ, ആ ശബ്ദങ്ങൾ കേട്ടുതുടങ്ങി. ഞങ്ങളുടെ ഹൃദയം അത്യധികം ശക്തിയോടെ തുടിച്ചു. തലച്ചോറിലേക്ക് രക്തനദികൾ നിറഞ്ഞൊഴുകി. ഞങ്ങളുടെ ഞരമ്പുകൾ ആ ശബ്ദത്തിനായി വഴിയൊരുക്കി. ആ കൂട്ടപ്രയത്നത്തിന്റെ സാഫല്യത്തിൽ ഭൂമിയിൽ പ്രകൃതിയുടേയും സ്നേഹത്തിന്റെയും നിലനില്പിനായി ദൈവങ്ങൾ മനുഷ്യരോടു പ്രാർത്ഥിക്കുന്ന ശബ്ദങ്ങളാണ് ഞങ്ങൾ കേൾക്കുന്നതെന്ന് ആരോടും ചോദിക്കാതെ ആരും പറഞ്ഞുതരാതെ, ഞങ്ങൾ തിരിച്ചറിഞ്ഞു.

കിതച്ചുകൊണ്ട്, അവശനായി കിട്ടുണ്ണിയേട്ടൻ എന്റെ തോളിൽ വലതു കൈത്തലം താങ്ങിനായി അമർത്തിപ്പിടിച്ചപ്പോൾ കാർമേഘത്തിൽ നിന്നിറങ്ങിയ പൂർണ്ണചന്ദ്രനെപ്പോലെ എന്റെ കണ്ണുകൾ തെളിഞ്ഞിരുന്നു. കിട്ടുണ്ണിയേട്ടൻ ഞാൻ അന്നുവരെ കണ്ടിട്ടുള്ളതിൽവച്ച് ഏറ്റവും വൃദ്ധനായ മനുഷ്യനായി മാറിയിരുന്നതായി ഞാൻ കണ്ടു. ആ കാഴ്ചയുടെ നടുക്കത്തിൽ തന്നെ എന്റെ കൈകളിൽ നെടുകൈയും കുറുകെയും വരകളിട്ട ചുളിവുകളും കണ്ണിൽപ്പെട്ടു. പിന്നെ, ഓരോ മുഖങ്ങളിലേക്കും വ്യാപിക്കുന്ന വാർദ്ധക്യത്തിന്റെ ചിഹ്നങ്ങൾകണ്ട് ഞങ്ങൾ അന്യോന്യം നിസ്സഹായതയോടെ നോക്കിത്തുടങ്ങിയപ്പോൾ, കിട്ടുണ്ണിയേട്ടൻ മരണാസന്നമായ ഒരു സ്വരത്തിൽ ഞങ്ങളോട് പറഞ്ഞുതുടങ്ങി... "കുട്ടികളേ... മുന്നോട്ടുപോകരുത്. ആണ്ടുകൾക്കപ്പുറത്തുനിന്ന്, മറവിയുടെ മഞ്ഞുകാലങ്ങൾ ഭേദിച്ചുവരുന്ന അമ്മയുടെ വിളി ഞാൻ കേൾക്കുന്നു. അമ്മ എന്നെ മടക്കി വിളിക്കുന്നു... അമ്മയുടെ ഉദരത്തിലേക്ക്... ഒരു ഭ്രൂണമായി മടങ്ങുവാൻ... പിന്നെ ശൂന്യതയിലേക്ക്.... അമ്മ പോയ വഴിയിലേക്ക്.... അമ്മയ്ക്കു പിന്നാലെ..."

ആ വിലാപത്തിന്റെ പൊരുളറിഞ്ഞ ഞങ്ങൾ കിട്ടുണ്ണിയേട്ടനെ താങ്ങിപ്പിടിച്ചെടുത്തുകൊണ്ട് കറുത്ത വനത്തിലൂടെ അതിവേഗം തിരിഞ്ഞോടി. ഓട്ടത്തിനിടയിൽത്തന്നെ കിട്ടുണ്ണിയേട്ടന് നെഞ്ചിടിപ്പിന്റെ താളക്രമങ്ങൾ തിരിച്ചുകിട്ടുന്നത് ഞങ്ങൾ ശ്രദ്ധിച്ചു. ആ അറിവു നല്കിയ ഉത്തേജനത്തിൽ ഓട്ടത്തിന് വേഗത കൂട്ടിയ ഞങ്ങളുടെ പാദങ്ങൾക്കടിയിലൂടെ ഉട്ടോപ്പിയ ഒഴുകിപ്പോകുകയായിരുന്നോ എന്ന് തോന്നി. ഓട്ടം മുഴുമിച്ച് തടാകതീരത്തെത്തിയ ഞങ്ങൾ ആർത്തരായി ആ കണ്ണുനീരിലേക്കിറങ്ങി. കണ്ണീരിന്റെ നേരിയ ഒഴുക്കുകൾ ഞങ്ങൾക്ക് സാന്ത്വനഗീതങ്ങൾ പാടിത്തന്നു അവയുടെ തഴുകലിലും തലോടലിലും ഞങ്ങളിൽനിന്ന്

വാർദ്ധക്യത്തിന്റെ ആവരണങ്ങൾ അഴിഞ്ഞുപോവുന്നത് ഞങ്ങൾ അത്യന്തം ആശ്വാസത്തോടെ അറിഞ്ഞു. ഞങ്ങളെ തിരിച്ചുകിട്ടിയ ഞങ്ങൾ പാഴിലകളിൽ നിവർന്നുകിടന്ന് ഉട്ടോപ്പിയയുടെ ആകാശമില്ലാത്ത ഉയരങ്ങളിലേക്ക് വെറുതെ നോക്കിക്കൊണ്ട് തടാകത്തിനപ്പുറത്തേക്ക് തുഴഞ്ഞു.

മാന്ത്രികവനത്തിന്റെ ഊടുവഴികളുടെ പ്രലോഭനങ്ങളൊന്നും ആ മടക്കയാത്രയിൽ ഞങ്ങളുടെ മനസ്സുകളെ തൊട്ടില്ല. വെള്ളയിലകളുടെ പ്രത്യാശകൾക്കായി അകലേക്കു കണ്ണയച്ച്, ക്ഷീണത്താൽ നിശ്ശബ്ദരായി ഞങ്ങൾ മാന്ത്രികവനത്തിലൂടെ സ്വപ്നാടകരെപ്പോലെ നടന്നു.

ജീവജലത്തിന്റെ അരുവി നീന്തിക്കടക്കുമ്പോൾത്തന്നെ, ഞങ്ങളെ തിരിച്ചറിഞ്ഞ എറുമ്പ് വണ്ടിക്കുമുന്നിൽ നിന്ന് മടക്കയാത്രയ്ക്കുള്ള തയ്യാറെടുപ്പു സൂചിപ്പിച്ച് തലകുടഞ്ഞു.

എല്ലാവിനോദയാത്രകളുടെയും മടക്കയാത്ര മടുപ്പ് നിറഞ്ഞതാണല്ലോ. ഉട്ടോപ്പിയൻ യാത്രയും വ്യത്യസ്തമല്ലെന്നറിഞ്ഞുകൊണ്ട്, എറുമ്പിൻവണ്ടിയിൽ കയറി യാത്ര തുടങ്ങിയതും, ഞങ്ങൾ ഉറക്കം തൂങ്ങിത്തുടങ്ങി,

ഉട്ടോപ്പിയയുടെ താഴ്‌വാരമെത്തി, എറുമ്പുകളുടെ കൂട്ടക്കരച്ചിലുകൾ കേട്ടപ്പോഴാണ് ഞങ്ങളുണരുന്നത്. ഉയരങ്ങളിൽ നിന്നിറങ്ങിവരുന്ന എറുമ്പിൻ വണ്ടിയിലെ അനുഭവം ഉറക്കത്താൽ നഷ്ടപ്പെട്ടതിൽ എനിക്ക് അത്യന്തം ദുഃഖം തോന്നി. എല്ലാ വിനോദയാത്രകൾക്കും ഏതെങ്കിലും ദുഃഖം അവശേഷിപ്പിക്കാനുണ്ടെന്നോർത്ത് ഞാൻ എന്നെ ആശ്വസിപ്പിച്ചു.

ഭൂമിയുടെ നിഴൽ വീണു കിടക്കുന്ന ആ വിസ്തൃതപ്രദേശത്തുകൂടി തിരികെ സഞ്ചരിക്കവേ, മുന്നിൽ നിന്നുള്ള കാറ്റുകളിലൂടെ, ഞങ്ങളെ കാത്തിരിക്കുന്നവരുടെ മുഖങ്ങളും വീട്ടുകാര്യങ്ങളുടെ മനക്കണക്കുകളും മനസ്സിലേക്ക് മടങ്ങിയെത്തിക്കൊണ്ടിരുന്നു. അങ്ങനെ വീണ്ടെടുക്കപ്പെട്ട ഗൃഹസ്മരണകളോടെ പട്ടണത്തിലെത്തിയ ഞങ്ങൾ അവസാനത്തെ ബസ്സിൽ വിയർപ്പും ദാഹവുമായി വീടുകളിൽ മടങ്ങിയെത്തി.

ചാവ്

ജോർജ്ജ് ജോസഫ് കെ

ഇത്, ഇക്കഥ പറയും മുമ്പുള്ള അതായത് കൊറെ നാള് മുമ്പൊള്ള കാര്യമാ.... ചാവ് മണി കൊട്ടണ കേട്ടപ്പഴേ ഞാങ്കരുതി, ഞങ്ങടപ്പൻ പ്രാന്താശൂത്രീന്ന് ഇന്ന് പോരുവോല്ലോ കർത്താവേന്ന്... പിടിച്ച് കെട്ടി, അപ്പന എത്ര തവണയാ ചേട്ടമ്മാര് പ്രാന്താശൂത്രീ കൊണ്ടുപോയി ആക്കി യേക്കണത്...? എന്നാലും ഏതെങ്കിലും പള്ളീല് ചാവ് മണി കൊട്ടണ ദെവസം, ആശൂത്രിക്കാരേം പറ്റിച്ച് മതിലുചാടി അപ്പൻ ശെമിത്തേരീ വന്നി രിക്കും.

മരിച്ചാൾട ആൾക്കാരിക്ക് കുഴിവെട്ടാൻ അപ്പന തെരക്കിപ്പിന്ന നട ക്കണ്ട കെട്ടാ.... ആളുകള് മരിക്കുന്ന സമേത്ത് എങ്ങനെ കൃത്യമായിട്ട് അപ്പനിവിട എത്തണമെന്ന്ള്ള മറിമായമോർത്ത് ഞാനും നാട്ടുകാരും വിസ്മയിച്ച് പോയിട്ടൊണ്ട്....

മരിച്ചാൾട ആൽമാവാ ആശുത്രിക്കാർട കണ്ണും വെട്ടിച്ച്, എത്ര ബന്ത വസിലിട്ടാലും അപ്പന രക്ഷിച്ചോണ്ട് പോരണതെന്നാ അപ്പൻ പറയണ.

കുഴി വെട്ടണേനു മുമ്പ് മരിച്ചോള്ട വീട്ടുകാരേങ്കൂട്ടീ അപ്പനാദ്യം ആ വീട്ടിലേക്ക് ചെല്ലും. പിന്ന പന്തല് കെട്ടാനും ശവം കുളിപ്പിക്കാനുമൊക്കെ കൂടും. എന്നട്ടാണ് പിന്ന കുഴിവെട്ടാനൊള്ള പൊറപ്പാട്.

അപ്പന് എന്തുകാര്യം ചെയ്യണേനും മുമ്പ് ചെല പിടിവാശിയൊ ക്കേണ്ട്. കുഴിവെട്ടണേന് മുമ്പേ കാശാദ്യം മേടിക്കും. അപ്പൻ പറേണത്, ചെലപ്പ മരിച്ചയാള് പാവോണെങ്കി കുഴിച്ചിടീലിനുശേഷം ആ വീട്ടില് കാശുതരാൻ പിന്നാരും കാണൂല്ലാന്നാ.... അവടപ്പോയി ആ കാശുമേടി ക്കാൻ ഞഞ്ഞാപിഞ്ഞാന്ന് പറയാൻ അപ്പനെവടാ നേരം? അത് കൊണ്ട് മൂന്നരത്തരം, ശവം കുഴീലേക്കെടുക്കുംമുമ്പേ അപ്പൻ കാശു വാങ്ങീ രിക്കും. കാശ് കിട്ട്യാപ്പിന്ന ഒരു നെമഷം നിക്കൂല്ലവട. കേശവൻ

ചോകോന്റെ ചാരായക്കടേപ്പോയി, രണ്ട് അരക്കുപ്പി വെള്ളം ചേർക്കാതെ തൊണ്ടേലേക്ക് കുടുകുടാന്ന് ഒഴിക്കും. നാവേലൊട്ടിച്ചിരി അച്ചാറും വെരലോണ്ട് തൊടും. പിന്ന താഴത്തട്ട് രണ്ടുമൂന്ന് തുപ്പും തുപ്പി. പിന്നേം മരിച്ചാള്ട വീട്ടിലേക്ക് വരും. മരിച്ചാള കെടത്തീരിക്കണ മുറീ വന്ന്, ശവത്തിന്റെ കാക്കീഴി നിന്ന്, ശവത്തുമ്മേന്ന് വിട്ടുപോകാത്ത ആൽമാവുമായി ആരിക്കും മനസ്സിലാകാത്ത ഭാഷേല് ചെല വർത്തമാനമൊക്ക ചൂണ്ടിന്നടീവെച്ച് പറയും. അന്നേരം ആരും കണ്ണോക്ക് പാടാനോ കരയാനോ പാടില്ല.

സങ്കടം സഹിക്കാനാകാതെ പെണ്ണുങ്ങളാരെങ്കിലും അപ്പന ശ്രദ്ധിക്കാതെ എണ്ണിപ്പെറുക്കി കരഞ്ഞാപ്പിന്നത്തീർന്ന്....

“നിർത്തടി നിന്റേക്ക കള്ളക്കരച്ചില്....”

എന്നട്ട് കെടക്കണ ശവത്തിന നോക്കിപ്പറയും:

“മണ്ണീപ്പോണേന്നു മുമ്പ് വെയിലുമ്മഴേം കൊള്ളാതെ ഇച്ചിരിനേരം അതൊന്ന് സമാതാനേയിട്ടവട കെടന്നോട്ടെടി....”

എന്തോ അപ്പന് ആ വീട്ടുകാരോടൊക്കെ അതികാരം ഒണ്ടെന്നെള്ള വിതത്തിലാ ഒരുമാതിരി ആജ്ഞേം പറച്ചിലും.

കുന്തിരിക്കത്തിന്റെ ചന്തനത്തിരീടേം, മെഴുകുതിരി ഉരുകിയതിന്റേം മണത്തീ ശവം സമാതാനത്തി കെടക്കുമ്പ, അപ്പൻ അതിനോട് ചെലകാര്യങ്ങളെക്ക ഓരോന്നായി ചോദിക്കും.

ഏതുഭാഗത്ത് കുഴീക്കെടക്കണം?

അല്ലങ്കി ഇതിനു മുമ്പ് മരിച്ച ആർട അടുത്ത് കെടക്കണം?

അല്ലങ്കി മുമ്പേ വഴക്കിട്ട് ശത്രുവായി ഇപ്പ ശെമിത്തേരി കെടക്കണ ആർട അടുത്താ കെടക്കാൻ ഇഷ്ടല്ലാത്തത്?

എന്നക്കേയിരിക്കും അപ്പന്റെ ചോദ്യങ്ങള്....

ഒരൂസം അങ്ങനെ ചോദിക്കണേന്റെ കാര്യങ്ങളെക്കുറിച്ച് എന്നോട് പറഞ്ഞു തരികേണ്ടായി അപ്പൻ.

കുഴിവെട്ടികള് അങ്ങനെ മരിച്ചാളോട് സമ്മതം ചോദിക്കണമെന്നാ അപ്പന്റെ വിശ്വാസം. ആൽമാവ്കളത്തമ്മി കുഴീവെങ്കിലും സമാതാനായിട്ട് കെടക്കാൻ നുമ്മ സമ്മതിക്കണമെന്നാ....

അപ്പന്റെ സുഭാവം ഇന്നുവരെ ഒരു കുഴിവെട്ടിലും കണ്ടിട്ടില്ലെന്നാ പള്ളീലച്ചൻ പറയണത്.

അപ്പന്റെ ആൽമാവുകള്ട കൂട്ടുകാരനാണ്. അപ്പൻ കുഴിവെട്ടി കുഴിച്ചിരിക്കണ ഒരു ശവോം ഇതുവരെ ദഹിക്കാതിരുന്നിട്ടില്ല.

അച്ചൻ കുഴിക്കേവന്ന് ശവസംസ്കാര ശുശ്രൂഷയെ ചെയ്ത് പോയാലും അപ്പൻ, കുഴി മൂടിയശേഷം മരിച്ച ആൽമാവിന് വേണ്ടി ആ കുഴീക്കേ മുട്ടുകുത്തി കൈവിടർത്തി കർത്താവിനോട് പ്രാർത്ഥിക്കും, മരിച്ച മനുഷേന്റെ പാപമൊക്കെ പൊറുക്കാൻ... അതാണ് കുഴിവെട്ടി എന്ന മാർക്കോ....

അങ്ങനെ പ്രാർത്ഥിക്കാൻ കുഴിക്കേനിക്കുമ്പ, മഴയല്ല കൊടുങ്കാറ്റ്

വന്നാലും അപ്പൻ മുട്ടേന്നെഴുന്നേക്കൂല.

ശെമിത്തേരിയാ ശരിക്കും അപ്പന്റെ വീട്. അവട കെടക്കണതും ഇരിക്കണതുമാ അപ്പന് ഏറെ ഇഷ്ടം. അപ്പന്റെ മതുരമുള്ള ഓർമ്മകള് മേയണ സലമാ സെമിത്തേരി.

അപ്പന് പണ്ടൊരു പ്രേമമൊണ്ടൊരുന്നെന്നാ ഞങ്കട അമ്മായി പറഞ്ഞ് ഞാൻ കേട്ടട്ടൊള്ളത്. അമ്മായിയാണ് ഞങ്കട വീട്ടിലെ പഴയ ചരിത്രോക്കെ പറയണ ആള്. അപ്പന്റെ പ്രേമത്തെക്കുറിച്ച് പറഞ്ഞല്ലാ... അതിലെ കതാനായിക, ഞങ്കട പള്ളീല കതിന നെറക്കണ വെടിക്കാരൻ അന്തോച്ചേട്ടന്റെ മോളാണ്. കത്രീന. തുമ്പപ്പൂവിന്റെ നെറമാർന്നന്നാ അമ്മായി പറേണത്.... അത്രയ്ക്കൊരു പൂലോക സുന്ദരി ഞങ്കട എടവ കേലെണ്ടായിട്ടില്ലന്നാ.... എന്നട്ടുമെന്താ കാര്യം? ഞങ്ങട കുടുമ്മ മഹിമ വെച്ചു നോക്കുമ്പ, പെലേൻ കുഞ്ഞായി എന്ന മാർക്ക ക്രിസ്ത്യാനി അന്തോച്ചേട്ടന്റെ മോള, അപ്പൂപ്പനും അമ്മൂമ്മേം കൂടി കെട്ടിച്ചുകൊടുക്കോ?

അപ്പൂപ്പൻ കേസ് നടത്തി നടത്തി കുടുമ്മം മുഴ്വോൻ മുടിച്ച്, പറമ്പായ പറമ്പെല്ലാം വിറ്റ്കളഞ്ഞ് അവസാനം, വീടിന്റെ കഴുക്കോലുകൂടി ഊരി വിറ്റ്. പിന്ന ഞങ്ങ ഒരു ഓലപ്പെരേലേക്ക് താമസം മാറ്റി, എങ്ങനെ കഴിഞ്ഞ കുടുമ്മമാ....? ആ സമേത്താണ് നേരത്തൊരു കുഴിവെട്ടി വേണം. വീട്ടിലാണെങ്കി കുടുമ്മ മഹിമ മാത്രോണ്ട്. അടുപ്പീ പൂച്ച പെറ്റ് കെടക്കണ്. അപ്പൻ മുമ്പും പിമ്പും നോക്കീല്ല. വർക്കീട പണി അപ്പനേറ്റട്ത്ത്.

സെബസ്ത്യാനോസ് പുണ്യാളന്റെ പ്രതിഷ്ഠ ഉള്ള പള്ളിയാ ഞങ്കടേത്. എപ്പോഴും വെടി വഴിപാടെണ്ട്. കതിന നെറയ്ക്കാൻ തന്നെ ഒരാളുമൊണ്ട്, വെടിക്കാരൻ അന്തോച്ചേട്ടൻ, കാലക്രമേണ അപ്പനും അന്തോച്ചേട്ടനും വല്യേ കൂട്ടുകാരായി. ഒരേ മുറീലായി കെടപ്പും ഇരിപ്പും. ശെമിത്തേരീട തൊട്ടടുത്ത് തന്നേണ് വെടിപ്പൊര. ശവവണ്ടി കേറ്റീടണതും ഈ മുറീത്തന്നേര്ന്ന്. കരിമരുന്നും മിനോലെമെക്ക തൂഷിക്കണതും ആ മുറീലാ... ആ മുറി അവര്ട സാമ്പ്റാജ്യമാര്ന്ന്.

പള്ളീട തൊട്ടടുത്താ അന്തോച്ചേട്ടേന്റെ കൂര...

അപ്പന്റെ കണ്ണ് എപ്പഴും അങ്ങാട്ടാ...

കത്രീന കുനിഞ്ഞ് നിന്ന് അലക്കേം മുറ്റമടിക്കേം ഒക്ക ചെയ്യുമ്പ അപ്പന്റെ ഉള്ളീ പെരുന്നാളിന്റെ വെടിമരുന്നാഗോഷമാരിക്കും.

അപ്പൂപ്പൻ കൊടുക്കാനെള്ള കാശും ചോദിച്ച് ആൾക്കാര് വീട്ടിവന്ന് എപ്പഴും തെറീം തെമ്മാടിത്തോം പറയും. അത് കേട്ട് കേട്ട് മടുത്ത കൊണ്ട് അപ്പൻ വല്ലപ്പളുമേ വീട്ടിലോട്ട് വരുകയൊള്ള്. അപ്പന വീട്ടിലേക്ക് വരുത്താൻ അമ്മൂമ്മ ആ നാളില് കണ്ട ഏക വഴിയാ, അപ്പന എങ്ങനേയെങ്കിലും പെണ്ണ് കെട്ടിക്കണമെന്നത്. പക്ഷേ, ഈ കടക്കൂട്ടിലേക്ക് ആര് വരാൻ....?

മിക്കപ്പഴും അപ്പന്റേം അന്തോച്ചേട്ടന്റേം വിനോതമാണ് മീമ്പിടിക്കാൻ പോക്ക്. അന്തോച്ചേട്ടന് നന്നായി വല വീശാനറിയാം. അപ്പനാണങ്കി നല്ല ചൂണ്ടക്കാരൻ. മിക്കപ്പോഴും അവര് മീമ്പിടിക്കാമ്പോണത് കാരണക്കോടം

ചാലിലേക്കാണ്. അവടന്ന് വല്യേ പാലങ്കണ്ണീനേം, മതിരാനേമെക്ക പിടിച്ചോണ്ടു വന്ന് കത്രീനേട മുമ്പീക്കൊണ്ട് വന്നട്ട് പറയും:

"പാലാങ്കണ്ണി അങ്ങാട് ഇഞ്ചീം ഉള്ളീം പച്ചമൊളകും കീറീട്ട് ഇച്ചിരിചൊർക്കേം ഒഴിച്ച് മൊളകിട്ട് തെളപ്പിക്ക്.... മതിരാന കൊടമ്പുളീട്ട് വറ്റിക്ക്...."

മുണ്ടും ചട്ടേമിട്ട കത്രീനന കാണുമ്പ ആരിക്കും പ്രാന്തെളകുമെന്നാ അമ്മായി പറയണ. അവള്ട കുണ്ടി കുലുക്കിയെള്ള നടത്തോം... കെട്ടു ബോഡീക്കൊള്ളാത്ത മൊലേട തള്ളിപ്പും കാണുമ്പ അമ്മായിക്ക് ദേഷ്യം വരും. പെണ്ണുങ്ങൾക്ക് അടക്കോമെതുക്കോം വേണം. അതെങ്ങനാ... കുടുമ്മ മഹിമേം സംസ്കാരോം ഒള്ളവരിക്കല്ലേ അതൊക്കെ പറഞ്ഞേക്കണെത്? കണ്ടട മാർക്കം കൂട്യവരിക്കൊക്കെ അത് കിട്ട്വോ?

പിന്നപ്പിന്നയായപ്പ അപ്പൻ അന്തോച്ചേട്ടന്റെ കൂടീലായി എപ്പളും. അത് കണ്ട് അമ്മൂമ്മ പറഞ്ഞു:

"ആ വെടിക്കാരന്റെ മോള്... അറ്വാണിച്ചി. അവളെന്റെ മോന് കൈവെഷം കൊട്ത്ത് വശീകരിച്ച്... ഇങ്ങട് വരട്ടെ; അവളേം കെട്ടിയെഴുന്നള്ളിച്ചോണ്ട്... ചാണോം മുക്കിയ ചൂല് ചെലവാക്കും ഞാനാമോത്ത്...."

അപ്പൻ ശവക്കുഴി വെട്ടുകാരനും ഏതിനും പോന്ന കരുത്തനാരുന്നെങ്കിലും അമ്മൂമ്മന പേടിയായിരുന്ന് അപ്പന്. മാർക്കോ... എന്ന് ഒന്ന് നീട്ടി വിളിച്ചാ അപ്പന്റെ സകല പത്തീം താഴും.

അപ്പന് പെണ്ണുതപ്പി തപ്പി അവസാനം അമ്മൂമ്മ ഒരു പെണ്ണിനെ കണ്ടെത്തി. അപ്പൂപ്പൻ കൊടുത്ത് തീർക്കാത്ത കാശും ചോദിച്ച് വരുന്ന എറച്ചി വെട്ടുകാരൻ ഞൊണ്ടൻ മിഖേലിന്റെ മകൾ അനത്താസി.

ഒരു ഞായറാഴ്ച ഞൊണ്ടൻ മിഖേലിന്റെ മോള പെണ്ണുകാണാൻ പോകണമെന്ന് അമ്മൂമ്മ പറഞ്ഞപ്പ അപ്പൻ നിന്ന് പരുങ്ങി...

"എന്താണ്ടാ.... നിന്ന് പരുങ്ങണത്....? നെനക്ക് കർത്താവ് പൂമില് നിച്ചയിച്ചിരിക്കണത് അവളാ... അല്ലാണ്ട് ആ വെടിക്കാരന്റെ മോളല്ല. ഓർത്തോ...."

അപ്പൻ എതിരിട്ട് ഒന്നും പറഞ്ഞിട്ടില്ല. അമ്മൂമ്മേട സ്വഭാവം അപ്പനറിയാം. ചെറുപ്പത്തില് ദേഷ്യം വന്നപ്പ അമ്മൂമ്മന ഏതാണ്ടും എടുത്തെറിഞ്ഞതിന്, പിടിച്ചു കെട്ടിക്കൊണ്ടുവന്ന് അപ്പന്റെ പെരുവിരല് അമ്മിക്കല്ലേ വച്ച് ചതച്ചതാ അമ്മൂമ്മ. ഇപ്പഴും അപ്പന്റെ പെരുവിരലേ നാഖോമില്ല, വെരലിന് തുമ്പുമില്ല.

അങ്ങനെ ആറടി പൊക്കമൊള്ള അപ്പൻ, നാലടി പൊക്കമൊള്ള ഞൊണ്ടൻ മിഖേലിന്റെ മോള് അനത്താസീന കെട്ടി. നാട്ടുകാരിക്ക് അവരുടെ രൂപത്തിന്റെ ചേർച്ചയില്ലായ്മ കണ്ട് ചിരിക്കാനും വകേണ്ടാക്കി പിടിവാശിക്കാരിയായ അമ്മൂമ്മ.

അപ്പന്റേം അമ്മേടേം കല്യാണം പള്ളീ നടന്ന്, പള്ളിവാതുക്കേ ചെക്കനും പെണ്ണും കാണിക്ക വെച്ച് പിരിയുമ്പ ആരക്കെയോ ഓടിവരണ കണ്ട് അവര് കുശുകുശുത്ത് ചെലകാര്യം പറഞ്ഞു. "വെടിക്കാരന്റെ മോള്

ഒതളങ്ങ തിന്ന് നൊരേം പതേം തുപ്പിക്കെടക്കണ്..."

ആശൂത്രി കൊണ്ടു പോയെങ്കിലും സമേൻ വൈകിപ്പോയി. കത്രീനയെ രക്ഷിക്കാൻ ആരിക്കും കഴിഞ്ഞില്ല.

പോസ്മോർട്ടം കഴിഞ്ഞ് ശവം കൊണ്ടു വന്നപ്പ ഒത്തിരി രാത്രിയായി. ശവം വീട്ടിലെത്തും മുമ്പേ കത്രീനട പള്ളേല് രണ്ടുമാസം പ്രായമെള്ള കൊച്ചുണ്ടെന്ന് പറഞ്ഞത് ആശൂത്രി അടിച്ചുവാരണ മേബള് ചൂച്ചിയാണ്.

കത്രീന മരിച്ച ആ രാത്രി.... ഞങ്ങട അപ്പന്റെ ആദ്യരാത്രിയായിരുന്നെങ്കിലും അന്തോച്ചേട്ടൻ വീട്ടിലോട്ട് കേറിവന്ന്, അയാളപ്പഴ മഴ നനഞ്ഞ ഒര് കോഴിയപ്പോലായ്ര്ന്ന്. കാലൊന്നും നെലത്ത് ഒറ്റയ്ക്കെണ്ടൊർന്നില്ല. അയാൾ മുറ്റത്തെ മാഞ്ചോട്ടിൽ നിന്ന്....

അന്നേരം പിന്നേം പെരുമഴ പെയ്ത്.

ഇടിമിന്നലിന്റെ വെളിച്ചത്തി അടയ്ക്കാത്ത ജനൽപ്പാളീക്കൂടി അപ്പൻ അയാള് നിക്കണത് കണ്ട് നടുങ്ങി വെറക്കുകയായിരുന്നു. സങ്കടംകൊണ്ട് വെള്ളം ഒലിച്ചു ഒലിച്ച് ഇല്ലാതായിപ്പോണ ഒരാൾ. ജീവനില്ലാത്ത ഒരു മൺപ്രതിമമ്മേല് വെള്ളം വീണ് അലിഞ്ഞലിഞ്ഞ് പോണപോലെയെള്ള അന്തോച്ചേട്ടന്റെ നിപ്പ്. അപ്പന്റെ മുറിക്കു നേരേ നോക്കിയെള്ള മാർക്കോയെന്നള്ള വിളികേട്ട് അപ്പൂപ്പൻ ഓടിച്ചെന്ന് അയാള്ട അടുത്തേക്ക്.

അപ്പൂപ്പൻ അയാളെ മടക്കിപ്പറഞ്ഞു വിടാൻ നോക്കിയെങ്കിലും അയാള് പോയില്ല. അയാള് കരഞ്ഞു പറഞ്ഞു അപ്പൂപ്പനോട്.

"ഞാനെന്തു ചെയ്യാനാ പ്രാഞ്ചീസ് ചേട്ടാ... മാർക്കോ അല്ലാതെ ഈ രാത്രി പിന്ന ആരാ എന്റെ മോക്കൊര് കുഴി വെട്ടിത്തരണത്....? അത്രയെങ്കിലും അവനെക്കൊണ്ട് ചെയ്യിച്ച് താ... ഒരാൾക്ക് മാത്രമല്ല, രണ്ടാക്കും..."

അതു പറഞ്ഞു തീർന്നതും സങ്കടം കൊണ്ട് അയാളാ മാഞ്ചോട്ടിലിരുന്നു പോയി.

അതുകേട്ടതും വരാന്തേല് നിന്ന അമ്മൂമ്മ ഒരു മുഴുത്ത തെറീം പറഞ്ഞോണ്ട് ചാടി എറങ്ങി.

"പിന്നേ... ഈ കല്യാണരാത്രി... ആ അറുവാണിച്ചിക്ക് കുഴിവെട്ടാൻ എന്റെ മോനക്കിട്ടൂല്ല.... നീ പോടാ മാർക്കവാസ്... നീ തന്നെ പോയി വെട്ട്..."

പെട്ടന്നായിരുന്ന് അപ്പൂപ്പന്റെ കൈ അമ്മൂമ്മട കരണത്ത് വീണത്....

"ആണുങ്ങ വർത്തമാനം പറേണടത്ത് നെനക്കെന്താ കാര്യം? പൊയ്ക്കോണം അപ്രത്ത്...."

അമ്മൂമ്മ അപ്പൂപ്പനു നേരെ ഒരു ആട്ടും തുപ്പും തുപ്പി ദേഷ്യം കൊണ്ട് വിറച്ചു തുള്ളി അകത്തേക്ക് പോയി.

അപ്പൂപ്പൻ ഒടനെ അപ്പന്റെ മുറീട വാതിലേച്ചെന്ന് മുട്ടി വിളിച്ച് ദേഷ്യത്തോടെ പറഞ്ഞു.

"പള്ളേലൊണ്ടാക്കാൻ കെടന്നു തന്നതിന്റെ നന്ദിയായി പോയി അവക്കൊര് കുഴിയെങ്കിലും വെട്ടിക്കൊടുക്കടാ...."

അന്നുരാത്രി പ്രളയം പോലെത്തൊരു മഴയായിരുന്നു....

പെട്രോമാക്സിന്റെ വെളിച്ചത്തി അപ്പൻ കത്രീനയ്ക്ക് മഴയത്ത് നിന്ന് കുഴിവെട്ടി. അവളെ അതീ മൂടിയിട്ട് രാത്രിക്ക് രാത്രി എല്ലാവരും തിരിച്ചു പോന്നപ്പ അപ്പനും തിരിച്ചു പോന്നു.

ശെമിത്തേരി ഇരുട്ടിലാണ്ടു.

തെമ്മാടിക്കുഴിയിലെ ആൽമാവ്കള് കാവലിൽ കത്രീന പച്ചമണ്ണ് പുതച്ച് കിടന്നു എന്നന്നേക്കുമായി.

കനത്തമഴ നിലച്ച് ചന്നം പിന്നം പെയ്ത മഴയ്ക്കൊപ്പം ചീവീടിന്റെ കരച്ചിൽ കൂടിക്കൂടി വന്നു. അപ്പോഴേക്കും അപ്പൻ എന്തൊക്കെയോ പിറു പിറുക്കുന്നുണ്ടായിരുന്നു.

അന്നത്താസി മഴയ്ക്ക് ദാഹിച്ച മരുഭൂമിപോലെ അപ്പന്റെ അടുത്തു കെടന്നു. ഒന്നും മിണ്ടാതെ, കൊറേ നേരം കഴിഞ്ഞു.

ആദ്യരാത്രി അനത്താസി മടിച്ച് മടിച്ച് ചോദിച്ചു:

"വല്ലതും പറഞ്ഞാ നിങ്ങ..."

"പാലങ്കണ്ണി ചീഞ്ഞ് പോണേനു മുമ്പ് അതിന നന്നായിട്ട് തെള പ്പിക്ക്.... ഇന്ന് വൈകീട്ട് കാരണക്കോടം ചാലീന്ന് ഞാനും അന്തോച്ചേ ട്ടനും കൂടി ഒരു വല്ല്യേ മതിരാന പൊക്കും. അതിന കൊടമ്പുളീട്ട് വറ്റി ക്കണം..."

അനത്താസിക്കൊന്നും മനസ്സിലായില്ല.

അവളിരുന്ന് കരഞ്ഞു.

അവളുടെ വികാരമൊക്കെ തണുത്തു കെട്ടുപോയി.

നേരം വെളുത്തപ്പ അപ്പന അന്വേഷിച്ച് കൈക്കാരൻ പൈലോ ചേട്ടൻ ഓടിവന്ന്...

വെടിപ്പൊരേല കഴ്ക്കോലേന്ന് അന്തോച്ചേട്ടെ പൊലീസും നാട്ടാരും കൂടി എറക്കി.

നിർത്താതെ അടിക്കണ ചാവ് മണീടെ ഒച്ചകേട്ട് അപ്പന്റെ തല പെരുത്തു.

അപ്പൻ ഉടുതുണീം പറിച്ചെറിഞ്ഞ് നാടായ നാടെല്ലാം അന്തോച്ചേട്ടാ പൊറ്ക്ക്.... പൊറ്ക്ക് എന്ന് പറഞ്ഞ് കരഞ്ഞോടി നടന്ന്... അവസാനം കുഴിവെട്ടാൻ നേരമായപ്പ പ്രാന്തൊക്കെ ഒഴിഞ്ഞ് കുഴിവെട്ടണ കൈക്കൊ ട്ടെട്ത്ത് ആറടി നീളത്തി കുഴിവെട്ടി അന്തോച്ചേട്ടന്.

അതിനുശേഷം ഒന്നു രണ്ട് മാസം ആരോടും മുണ്ടാട്ടമില്ലാർന്ന്, അമ്മൂമ്മ നാട്ട്കാരോട് പറഞ്ഞു:

"മരിക്കണേനു മുമ്പ് അവളക്കെട്ടീല്ലങ്കി എന്റ മോന് പ്രാന്ത് വരാൻ, ആ അറുവാണിച്ചി അവന് കൈവെഷം കൊടുത്തതാണ്..."

തൃശൂരെ പ്രാന്താശുത്രി കൊണ്ടു പോയി അപ്പന് ചികിത്സ നടത്തി. എടക്ക് പ്രാന്തു മാറീപ്പോ ഞാനും ചേട്ടന്മാരുമൊണ്ടായി. പക്ഷേ, ചാവു മണികേട്ടാ ചെല ദേവസം അപ്പന് പ്രാന്തിളകും. പിന്നപിന്ന അത് മാറാ തായി.

എടപ്പള്ളിപ്പള്ളീല് ഗീവർഗ്ഗീസ് പുണ്യാളന് കൂട് തൊറന്ന് കുർബ്ബാന

നേർന്ന്, ഒല്ലൂര് മാലാഖേട പള്ളീന് കൊണ്ടുപോയി ബാധ ഒഴിപ്പിക്കാൻ നോക്കി. ഒരു ഫലവും ഒണ്ടായില്ല.

ആറടിക്കാരൻ മാർക്കോയും നാലടിക്കാരത്തി അനത്താസിയും എന്നും കത്രീനയുടെ കാര്യം പറഞ്ഞ് തർക്കിച്ചു. എന്നും പോരടിച്ചു. അവസാനം അനത്താസി പറഞ്ഞു.

"നിങ്ങക്ക് എന്നെയല്ല വേണ്ടത്. ആ കത്രീനേണ്.... പണ്ടാരടങ്ങാൻ എന്നെ കൊന്ന് കുഴിച്ചുമൂട്...."

എന്നട്ട് അവളെ കുഴീന്ന് തെരഞ്ഞെടുത്തോണ്ട് വന്ന് അവളുമായി ജീവിക്ക്... എന്റെ തലവിധി....

അമ്മ ആഞ്ഞ് ആഞ്ഞ് നെഞ്ചത്തടിച്ച് കരഞ്ഞു. അപ്പന്റേം അമ്മേടേം വഴക്കിനു മേൽ ചാവുമണികൾ മുഴങ്ങി.

നിരന്തരം

ചാവു മണിയൊച്ചകളിലേക്ക് ശവക്കുഴികൾ തുറന്നു.

അപ്പനും അമ്മയും; ഇന്ന് അവർ രണ്ടു പേരുമില്ല.

എടവകയിലെ ചാവുമണി കാതോർത്തിരുപ്പാണല്ലാ ഇപ്പേന്റെ പണി.

ശമീലാഫഹ്മി

അക്ബർ കക്കട്ടിൽ

ഷാഹിദയുടെ പ്രസരിപ്പിന് എന്തോ കുറവ് സംഭവിച്ചിട്ടുണ്ടെന്ന് ഇന്നലെ അളിയൻ പറഞ്ഞിരുന്നു. എനിക്കും അങ്ങനെ തോന്നാതിരുന്നിട്ടില്ല. എത്ര ആലോചിച്ചിട്ടും എന്റെ ഭാഗത്തുനിന്ന് അതിനെന്തെങ്കിലും കാരണമുള്ളതായി കണ്ടെത്താനും കഴിഞ്ഞിട്ടില്ല. അല്ലെങ്കിൽത്തന്നെ ഞങ്ങൾ തമ്മിൽ ഒരു സൗന്ദര്യപ്പിണക്കമുണ്ടാവാൻ പോലും കാലവുമായിട്ടില്ല....

ക്രിസ്തുമസ് കുളിരിൽ ഒറ്റയ്ക്ക് വരാന്തയിൽ ഇരുന്ന് എത്തിപ്പിടിക്കാവുന്ന വെയിൽ ചീളുകൾ അരിച്ചെടുത്ത് ദേഹത്തിന് ചൂടു കൊടുക്കുകയായിരുന്നു ഞാൻ. അവൾ ബാത്ത്റൂമിൽനിന്ന് ഇതുവരെ പുറത്തു വന്നിട്ടില്ല.

മഞ്ഞ നിറമുള്ള ഒരു ഫിയറ്റു കാർ ഗേറ്റ് കടന്ന് അതാ മുറ്റത്തേക്കു വരുന്നു.

ഡോർ തുറന്ന് മുൻസീറ്റിൽ നിന്ന് വെള്ളസാരിയും വെള്ള ബ്ലൗസും ധരിച്ച സുന്ദരിയായ ഒരു യുവതി ഒരു സൂട്ക്കേയ്സുമായി ഇറങ്ങി. എന്റെ സാന്നിദ്ധ്യം ശ്രദ്ധിക്കാതെ അവൾ ഡ്രൈവർക്ക് എന്തോ നിർദ്ദേശം കൊടുത്തു. കാർ ബാക് ചെയ്ത് വന്നവഴിയെ തിരിച്ചുപോയി.

യുവതി ചിരപരിചിതയെപ്പോലെ വരാന്തയിലേക്ക് കയറി.

"സത്താറല്ലേ?"

ഒരു കൂസലുമില്ലാതെ അവൾ ചോദിച്ചു. കാറിൽ നിന്നിറങ്ങുമ്പോൾ മനസ്സിലാക്കിയതിനേക്കാൾ കൂടുതൽ സുന്ദരിയും സ്മാർട്ടുമാണ് ആഗത. മുഖത്തിനും ചുണ്ടിനും ആപ്പിളിന്റെ തുടുപ്പ്.

"അതെ."

"ഞാൻ ശമീലാഫഹ്മി. നിങ്ങളുടെ നല്ല പകുതിയുടെ കൂട്ടുകാരി. ഷാഹിദ എവിടെ?"

കാണാൻ തിടുക്കമുള്ളതുപോലുള്ള അന്വേഷണം, ചലനം.

ഞാനെന്തെങ്കിലും മറുപടി പറയുന്നതിനു മുമ്പായി, വേണ്ടത് കണ്ടെത്തിയമട്ടിൽ അവൾ അകത്തേക്കു കയറി. മുകളിലേക്കുള്ള കോണിപ്പടികളിൽ വേഗം കൂടിയ കാലൊച്ച.

ഈ കക്ഷിയുടെ പേര് മനസ്സിന്റെ ഏതോ ഒരു കോണിൽ പറ്റിനില്ക്കുന്നുണ്ടല്ലോ. എവിടെയാണ്? ആ മധുവിധുരാത്രി മനസ്സിൽ കുതിച്ചെത്തി. കുറേശ്ശെയായി വർത്തമാനം പറഞ്ഞുതുടങ്ങിയപ്പോൾ ഷാഹിദ പറഞ്ഞു –

"ശമീലാഫഹ്മി മാത്രം വന്നില്ല."

"അതാരാ–"

എന്റെ ക്ലാസ്മേറ്റും റൂംമേറ്റുമാണ്. അല്ലെങ്കിൽ എന്റെ എല്ലാം."

എന്റെ കരവലയത്തിൽ ഒതുങ്ങിക്കിടന്ന് അവൾ മറ്റെന്തോ ആലോചിക്കുകയാണെന്ന് മനസ്സിലായി. എല്ലാം മറന്നലിയേണ്ട ഒരു ഘട്ടത്തിൽ ഇവളെന്തായിരിക്കും ആലോചിക്കുന്നത്? ശമീലാഫഹ്മിയെക്കുറിച്ചോ? എനിക്കു ദേഷ്യം വന്നു.

"അവൾക്കെന്തോ പറ്റിക്കാണും. അല്ലെങ്കിലവൾ വരാതിരിക്കില്ല."

ഷാഹിദ ആരോടെന്നില്ലാതെ പറഞ്ഞു.

"നമുക്ക് മറ്റു വല്ലതും സംസാരിക്കാം."

ഞാൻ ദേഷ്യം പുറത്തു കാണിക്കാതെ വിനീതമായിപ്പറഞ്ഞു. അവളൊന്നും ഉരിയാടിയില്ല.

ആ കണ്ണുകൾ നിറഞ്ഞിരിക്കുന്നത് ബെഡ്റൂം ലാമ്പിന്റെ മധുരമുള്ള വെളിച്ചത്തിൽ ഞാൻ കണ്ടു. എന്റെ ദേഷ്യം അത്ഭുതമായി മാറിക്കഴിഞ്ഞിരുന്നു.

"എന്താ മോളേ ഇത് ശമീലാഫഹ്മി നാളെയോ മറ്റന്നാളോ വരുമായിരിക്കും."

ഞാൻ സമാധാനിപ്പിച്ചു. പിന്നീടവൾ അതേപ്പറ്റി ഒന്നും പറഞ്ഞില്ല. ഞാനും ഒന്നും പറഞ്ഞില്ല.

ആ ശമീലാഫഹ്മിയാണ് ഇപ്പോൾ ഒരു വിസ്മയമായി കയറിവന്നിരിക്കുന്നത്. ഷാഹിദയുടെ സന്തോഷം ആലോചിച്ചപ്പോൾ എനിക്കും സന്തോഷമുണ്ടായി.

"ആരാ മോനേ വന്നത്? കാറിന്റെ ഒച്ച കേട്ടല്ലോ?"

തിരിഞ്ഞുനോക്കിയപ്പോൾ ഉമ്മയാണ്.

"ഷാഹിദയുടെ ഒരു കൂട്ടുകാരിയാണുമ്മാ."

"മ്മള്യാളാ."

ആരുവന്നാലും ഉമ്മയ്ക്കും ബാപ്പയ്ക്കുമാദ്യമറിയേണ്ടത് മുസ്ലീമാണോ എന്നാണ്. എന്റെ ജോലിസ്ഥലത്ത് താമസമാക്കിയശേഷം അവരുടെ കണ്ണുകൾ ഒരു മുസ്ലീമിനുവേണ്ടി ദാഹിക്കുകയാണ്.

"ഓ"

"അല്ലേ – ഞാൻ ബിചാരിച്ച് ന്നെപ്പോലെ ഓക്കും കാഫ്രീങ്ങള്

മാത്രേ കൂട്ടുണ്ടാവൂന്ന്."

ഉമ്മ അതിഥിയെ കാണുന്നതിനുവേണ്ടി മുകളിലേക്കു പോയി.

മുകളിൽ ഇതിനകം എന്തൊക്കെയാണു സംഭവിച്ചിരിക്കുക എന്നു ഞാനൂഹിച്ചു. കണ്ടയുടനെ കുളിച്ചിറങ്ങിയ അതേ വേഷത്തിൽ ഷാഹിദയും ശമീലാഫഹ്മിയും കെട്ടിപ്പിടിച്ചിരിക്കും. പിന്നീട് കല്യാണത്തിനും അതിനുശേഷവും വരാത്തതുകൊണ്ട് തനിക്കുണ്ടായ സങ്കടത്തിന്റെ കെട്ട് ഷാഹിദ അഴിച്ചിരിക്കും. എല്ലാറ്റിനും കൂട്ടുകാരി തൃപ്തികരമായ വിശദീകരണം നല്കിക്കഴിഞ്ഞിരിക്കും. അപ്പോഴാവും ഉമ്മ പ്രവേശിക്കുന്നത്....

അങ്ങോട്ടു ചെല്ലണോ എന്നു രണ്ടുവട്ടം ഞാനാലോചിച്ചു. അല്ലെങ്കിൽ വേണ്ട. അവർക്ക് പറയാനുള്ളതെല്ലാം പറഞ്ഞു കഴിയട്ടെ.

"മ്മള്യാളാന്ന് നെറ്റീമ്മല് എയ്തി ഒട്ടിക്കണം. തലേല് തട്ടേല്ല... വയറ് തീർത്തും പൊറത്താ... എന്നാലും നല്ല ചുറുചുറുക്ക്ള്ള പെങ്കൊച്ച്. കാണാനും പെരുത്ത് നന്ന്."

കുറച്ചു കഴിഞ്ഞപ്പോൾ ഉമ്മ വന്ന് പറഞ്ഞു.

"ഒരായ്ച, ബ്ട താമസിച്ചിട്ടേ പോക്ന്ന്ള്ളൂത്രെ. ശാഹിദയ്ക്ക് എന്തു സന്തോഷമാണെന്നോ-" വീണ്ടും ഉമ്മയുടെ വക. അവർ അടുക്കളയെ ലക്ഷ്യമാക്കി നടന്നു.

ഒരാഴ്ച ഇവിടെ താമസിക്കുകയോ? ആ വാർത്ത ഉണർത്തിയ കൗതുകമായിരുന്നു എന്റെ ഉള്ള് നിറയെ.

കോണിപ്പടി കയറുമ്പോൾ ഷാഹിദയുടെ തോളിൽ കൈയിട്ട് എന്തോ പറഞ്ഞ് പൊട്ടിച്ചിരിച്ചു കൊണ്ടിറങ്ങിവരികയാണ് ശമീലാഫഹ്മി. എന്നെ കണ്ടയുടനെ അവർ ഇറങ്ങിയ കോണിപ്പടിയിൽതന്നെ നിന്നു.

"നിങ്ങളെ ഇങ്ങോട്ടു കാണാത്തതുകൊണ്ട് ഞാനങ്ങോട്ട് വരികയായിരുന്നു."

ശമീലാഫഹ്മി പറഞ്ഞു. രണ്ടുപേരും പിന്തിരിഞ്ഞ് കോണിപ്പടി കയറി. പിന്നാലെ ഞാനും.

ബെഡ്റൂമിൽ അവർ കട്ടിലിലിരുന്നു. ഞാൻ അരികെയിട്ട കസേരയിലും.

"ആളെ നേരിൽ കണ്ടില്ലാന്നേയുള്ളൂ. വായിച്ചും കേട്ടും ധാരാളമായറിയാം. ഫോട്ടോവും കണ്ടിട്ടുണ്ട്."

എന്നെ ഉദ്ദേശിച്ച് ശമീലാഫഹ്മി പറഞ്ഞു.

"സത്താർ അഹമ്മദിന്റെ കവിതകളെല്ലാം എനിക്കു ശരിക്കു ദഹിക്കാറില്ല. എങ്കിലും അതു വായിക്കുക വല്ലാത്തൊരനുഭവമാണ്. അതിൽ ഒരുപാട് ചിന്തിക്കാനുണ്ടാകും."

എന്റെ കവിതകളെക്കുറിച്ച് ശമീലാഫഹ്മി ഒരു നിരൂപണം തന്നെ തുടങ്ങി.

"പലതും പിടികിട്ടാറില്ലെങ്കിലും അവയെനിക്ക് വലിയ ഇഷ്ടമാണ്. ഒന്നാലോചിച്ചാൽ ഒരെത്തും പിടിയും കിട്ടാത്തതാണല്ലോ നമ്മുടെയൊക്കെ ഈ ജീവിതം. അതേസമയം അതിൽ പലതുമുണ്ടുതാനും.

എന്താ നിങ്ങൾ ഡിനെ ചെയ്യുമോ?"

അവൾ വാചാലയാവുകയായിരുന്നു. ഒരു പെൺകുട്ടി നേരിട്ട് എന്റെ കവിതകളെക്കുറിച്ച് ഇങ്ങനെ സംസാരിക്കുന്നത് ആദ്യമായാണ്. ഷാഹിദയുടെ കൂട്ടുകാരി ഒരു സഹൃദയയും എന്റെ വായനക്കാരിയുമാണെന്ന അറിവ് എന്തെന്നില്ലാത്ത സന്തോഷമുണ്ടാക്കി. അതു പുറത്തുകാണിക്കാതെ ഞാൻ വെറുതെ ചിരിക്കുക മാത്രം ചെയ്തു.

ശമീലാഫഹ്മിയെ കണ്ടശേഷം ഷാഹിദയിലുണ്ടായ മാറ്റങ്ങൾ പ്രത്യേകം ശ്രദ്ധിക്കാതെതന്നെ എന്റെ കണ്ണിൽപ്പെട്ടു. അവൾ ആകെ ഉന്മേഷവതിയായിരുന്നു. മുഖത്ത് രക്തപ്രസാദം കൂടിയപോലെ...

ശമീലാഫഹ്മിയുടെ മുമ്പിൽ ഷാഹിദ ഒന്നുമല്ലെന്നും എനിക്കു തോന്നി. ഷാഹിദയുടെ കൂട്ടുകാരി എത്രമാത്രം സുന്ദരിയാണ്.

ഷാഹിദയെ താഴത്തുനിന്ന് ഉമ്മ വിളിച്ചു. അവൾ താഴത്തേക്കിറങ്ങിപ്പോയി.

"ഈ സാഹിത്യകാരന്മാരധികവും ഒരു നല്ല കാറ്റടിച്ചാൽ പാറിപ്പോവുന്ന ശരീര പ്രകൃതിയോടു കൂടിയവരാണ്."

ശമീലാഫഹ്മി ഒരു കമന്റ് തട്ടിവിട്ടു.

"എന്നെപ്പോലെ, അല്ലേ?"

ഞാൻ ചിരിച്ചുകൊണ്ട് ചോദിച്ചു.

"പക്ഷേ, നിങ്ങളുടെ കവിതപോലെതന്നെ നിങ്ങളേയും എനിക്കിഷ്ടപ്പെട്ടു."

ഞാനൊന്നു വല്ലാതായി. വല്ലാത്തൊരു സാധനം തന്നെയാണെന്റെ ഭാര്യയുടെ സ്നേഹിത.

ഷാഹിദ ട്രേയിൽ കാപ്പിയും പലഹാരവുമായി വന്ന് ടീപ്പോയി മേൽ വച്ചു.

എനിക്ക് ഓഫീസിൽ പോകാനുള്ള സമയമായിരുന്നു. ഞാൻ അടുത്ത മുറിയിൽ പോയി ഡ്രസ്സ് ചെയ്ത് അതിഥിയോട് യാത്ര പറഞ്ഞ് താഴേക്ക് പോന്നു.

സ്കൂട്ടർ സ്റ്റാർട്ടാക്കാൻ നോക്കുകയായിരുന്നു. പെട്ടെന്ന് പിന്നിൽ നിന്ന് –

"എക്സ്ക്യൂസ്മീ."

ശമീലാഫഹ്മി!

"ഉച്ചയൂണിന് വരാറില്ലെന്ന് മിസ്സിസ് പറഞ്ഞു. ഇന്നു വരണം."

എന്താണ് പറയേണ്ടതെന്ന് നിശ്ചയമില്ലായിരുന്നു. വിവാഹം കഴിഞ്ഞശേഷവും ഓഫീസ് കാന്റീനിൽ നിന്നുണ്ണുന്ന പതിവ് മാറ്റിയിട്ടില്ല. ഷാഹിദ പോലും അതിന് ഏതായാലും എതിരു പറഞ്ഞാലും ഇവൾ വിടാനിടയില്ലെന്നറിയാവുന്നതുകൊണ്ട് സമ്മതിച്ചു.

ഓഫീസിൽ ഇരിക്കുമ്പോഴും ശമീലാഫഹ്മിയെക്കുറിച്ചായിരുന്നു ചിന്ത. ആദ്യത്തെ കൂടിക്കാഴ്ചകൊണ്ടുതന്നെ അവൾ...

ഉച്ചയ്ക്ക് വീട്ടിലെത്തുമ്പോൾ ബാപ്പയുണ്ട് വരാന്തയിൽ.

“ന്റെ ഓളെ ചങ്ങായിച്ചി ബല്ലാത്തൊരു പടപ്പത്തരം തന്നെ. ഇക്കാലത്ത് ഇങ്ങനെയുമുണ്ടോ ബാല്യക്കാരത്ത്യേള്.... കുട്ടിക്കളി മാറീട്ടില്ല. പക്കേ പറഞ്ഞിറ്റെന്താ, കണ്ടാ ബെറും തിയ്യത്ത്യാ....”

അനുകൂലിക്കാനോ പ്രതികൂലിക്കാനോ നില്ക്കാതെ ബാപ്പയോട് മറ്റെന്തോ പറഞ്ഞ് ഞാൻ മുകളിലേക്കുകേറി.

കോലായകത്ത് കണ്ട കാഴ്ച എന്നെ അത്ഭുതപ്പെടുത്തി. മൊസൈക്കിട്ട തറയിലിരുന്ന് ശമീലാഫഹ്മിയും ഷാഹിദയും കൊത്തങ്കല്ല് കളിക്കുന്നു!

എന്നെക്കണ്ടയുടനെ രണ്ടുപേരും പിടഞ്ഞെണീറ്റു. ചിതറി വീണ കല്ലുകളിലേക്കും അവരുടെ മുഖത്തേക്കും മാറി മാറി നോക്കി ഞാനമ്പരന്നു നിന്നു. അപ്പോൾ ശമീലാഫഹ്മി. -

“ഇതൊക്കെ ഒരു തമാശയല്ലേ.... പരസ്യമായി ഇതു ചെയ്യാൻ പറ്റില്ലല്ലോ... ഇങ്ങനെയാവാമെന്നുവച്ചു.”

എനിക്കത്ഭുതവും അരിശവും കലർന്ന എന്തോ ഒരു വികാരമാണുണ്ടായത്. ചെസ്സും ക്യാരംസും കാർഡ്സുമൊക്കെയുള്ളപ്പോൾ ഇവർ കളിക്കാൻ കണ്ട ഒരു കളി! എന്തു ജാതി ഭ്രാന്താണിത്!

കിടപ്പുമുറിയിൽ വന്ന് കുറെ നേരം എന്തെല്ലാമോ ആലോചിച്ചിരുന്നുപോയി.

“ഊണു റെഡിയായി. വന്നു കഴിക്കൂ,.”

ശമീലാഫഹ്മിയാണ്. ഷാഹിദ കൂടെയില്ല. എനിക്ക് ഷാഹിദയോട് എന്തെന്നില്ലാത്ത ദേഷ്യം തോന്നി. എന്നെ വിളിക്കാൻ അവളല്ലേ വരേണ്ടത്!

“മൊസൈക്കിട്ട അകം വൃത്തികേടാക്കിയതിൽ പരിഭവമുണ്ടാവും. നിങ്ങളൊരു കവിയല്ലേ? നിങ്ങൾക്കും ചില കൗതുകങ്ങളുണ്ടാവില്ലേ... അതുപോലെ കരുതിയാൽ മതി. കൗതുകങ്ങൾക്ക് വിലകുറയ്ക്കുന്നത് ശരിയല്ലല്ലോ. എന്താ നിങ്ങൾ ഡിനെ ചെയ്യുമോ?”

“അതിന് ഞാനൊന്നും പറഞ്ഞില്ലല്ലോ.”

“നാവുകൊണ്ട് പറയാൻ വയ്യാത്തത് എഴുതിക്കാണിക്കാനല്ലേ മുഖം? ഞാൻ മുഖത്തു വായിച്ചു.”

“തോന്നിയതാണ്.”

“ആവാം.”

ഞാൻ ചിരിച്ചുപോയി. അവളും ചിരിച്ചു. ആ ചിരിയിൽ പലതും കഴുകിപ്പോയി.

അന്ന് വൈകുന്നേരം ഓഫീസ് വിട്ട് വീട്ടിലെത്തുമ്പോൾ എന്നെ സ്വാഗതം ചെയ്തത് ജ്വലിച്ച് ചിരിക്കുന്ന ഒരു ക്രിസ്തുമസ് സ്റ്റാറാണ്.

വരാന്തയിൽ ശമീലാഫഹ്മിയുടെ അദ്ധ്യക്ഷതയിൽ എന്റെ കുടുംബസദസ്സ് നടക്കുന്നു.

“ഇവള് പറേണതൊന്നും അനക്ക് മനസ്സിലാവ്ണില്ലേ അമ്മതേ.”

എന്നെ കണ്ടയുടനെ ബാപ്പ പറഞ്ഞു.

"എന്താ ഉപ്പാ മനസ്സിലാവാത്തേ്വ?"

"ഞാമ്പറയാം...." ശമീലാഫഹ്മി ഇടപെട്ടു പറഞ്ഞു. "ഞാനും ഭവാന്റെ ശ്രീമതിയും കൂടി ഒരു ക്രിസ്തുമസ് സ്റ്റാർ വാങ്ങിപ്പിച്ചു. ക്രിസ്തുമസ് ഒരു സാർവ്വദേശീയ ആഘോഷമാണെന്നു പറഞ്ഞിട്ട് ഫാദറിന് മനസ്സിലാവ്ണില്ല."

"ഓ ഇതാണോ കാര്യം."

ഞാനൊരു നിസ്സാര മട്ടിൽ അതവഗണിച്ചതായി നടിച്ചു.

"ങ്ങളെന്ത് വേണേങ്കിലും പറഞ്ഞോ. പക്കേ മരിക്കണ തടിയാന്ന് ഓർമ്മ ബേണം. പടച്ചോന മറന്ന് ഈ കളി കളിക്കര്ത്. നച്ചത്രംപോലത്തെ ഒരു കടലാസിന്റുള്ളില് ലൈറ്റ് കത്തിച്ച് ബെച്ചിരിക്കണ്.... മ്മളെന്താ അമ്മതേ ചേട്ടന്മാറാ?"

ബാപ്പ വളരെ പതം വരുത്തിയാണ് വാക്കുപയോഗിക്കുന്നതെങ്കിലും ആ മനസ്സിലിരുപ്പും നിസ്സഹായതയും ഊഹിക്കാൻ കഴിയുന്നുണ്ടായിരുന്നു. മറ്റെന്തോ വിഷയം തോണ്ടിയിട്ട് ഞാനാ രംഗത്തിന് തിരശ്ശീല വീഴ്ത്തി.

സദസ്സ് പിരിഞ്ഞപ്പോൾ ഷാഹിദ ഞങ്ങളുടെ ബെഡ്റൂമിനടുത്ത് അതിഥിക്കുവേണ്ടി ഒരുക്കിയ മുറിയിലേക്കു അതിഥിയോടൊപ്പം പോയി. തെല്ലു കഴിഞ്ഞ് അവർ പുറത്തുവന്ന് മറ്റുള്ളവരോടൊപ്പം ഭക്ഷണം കഴിച്ച് വീണ്ടും അതിനകത്തേക്കുതന്നെ കയറിക്കൂടി. അവിടെ വലിയ വർത്തമാനവും ചിരിയും തന്നെയാണ് കുറെ കഴിഞ്ഞപ്പോൾ നീണ്ട നിശ്ശബ്ദത.

ഒരുപാട് വൈകിയിട്ടും ഞാൻ കതകടയ്ക്കാതെ ഷാഹിദയെയും കാത്തിരിക്കുകയാണ്. എനിക്കു വല്ലാതെ കോപം വരാൻ തുടങ്ങിയിരിക്കുന്നു. ഒരു സുഹൃത്ത് വന്നൂന്നുവെച്ച് ഇങ്ങനെയുണ്ടോ? മധുവിധുവിന്റെ രസംപോലും ആസ്വദിച്ച് തീർന്നിട്ടില്ല. അല്ലെങ്കിൽ കൂട്ടുകാരിക്ക് അല്പം കോമൺസെൻസ് വേണ്ടേ? അവളെ ഇങ്ങോട്ടയയ്ക്കണ്ടേ?

സുഹൃത്ത് വന്നശേഷം എന്റെ ഭാര്യക്ക് എന്നെ ഒരു മൈൻഡില്ലാതായിരിക്കുന്നു. ഇങ്ങനെയുണ്ടോ ഒരു...

ഇരച്ചുകയറിയ തണുപ്പിനെ പുതപ്പുകൊണ്ട് മൂടാൻ ശ്രമിച്ച് കിടന്നപ്പോൾ അല്പം മയങ്ങിപ്പോയി.

അതാ മത്തുപിടിപ്പിക്കുന്ന ഒരു മാദക നൃത്തം. സൂക്ഷിച്ചുനോക്കിയപ്പോൾ ശമീലാഫഹ്മി. നൃത്തത്തിന്റെ ഒടുവിൽ അവൾ ഒരു മിഠായി അലിച്ചിറക്കിയ ലാഘവത്തോടെ എന്നെ നോക്കി ചിരിച്ചു. അരങ്ങു തകർത്ത് നൃത്തം ചെയ്ത അവൾ ഒരു ക്ഷീണവുമില്ലാതെ നില്ക്കുന്നതുകണ്ട് ഞാനന്തം വിട്ടുപോയി. എന്റെ ശരീരം വിയർപ്പിൽ മുങ്ങിയിരുന്നു. അവളുടെ തളർച്ച ഞാനേറ്റെടുത്തപോലെ.

നെഞ്ചിൽവച്ച കൈ ആരോ പിടിച്ചു കുലുക്കിയപ്പോൾ ഞെട്ടിയുണർന്നു. ഷാഹിദ വന്നിരിക്കുന്നു. ഞാനാവേശത്തോടെ അവളെ എന്നിലേക്കടുപ്പിച്ചതും അമർത്തി ചുംബിച്ചതുമെല്ലാം ഞൊടിയിടയിലായിരുന്നു.

ഒരുനിമിഷം ഞാനൊന്നു കുലുങ്ങിപ്പോയി. വന്നത് ഷാഹിദയല്ല. ശമീ

ലാഫഹ്മിയാണ്!

എന്തു ചെയ്യണമെന്നറിയാതെ ഞാൻ ചാടിയെണീറ്റു. അവളും "സാര ല്യട്ടോ. ബോധപൂർവ്വമല്ലല്ലോ."

ഒരു കൂസലുമില്ലാതെ അവൾ പറഞ്ഞു.

"ഞാൻ വിളിച്ചത് വായിക്കാൻ വല്ല പുസ്തകവും ചോദിക്കാനാണ്. ഉറക്കം വരുന്നില്ല."

ഒന്നും സംഭവിച്ചിട്ടില്ലാത്ത പോലെയാണവളുടെ സമീപനം.

"ന്താ ഷാഹിദ റൂമിലില്ലേ?"

എന്റെ ചോദ്യത്തിൽ ഒരു ബേജാറ് കുടുങ്ങിയിരുന്നു.

"പേടിക്കണ്ട. അവള് നല്ല ഉറക്കമാണ്."

വശ്യമായ ചിരി. ഒന്നും മനസ്സിലാവുന്നില്ല. എന്താണവളുടെ ലൈൻ?

"എന്തെങ്കിലും വായിക്കാൻ തരൂ അവളെ വിളിച്ചാലും അവൾ വന്ന് നിങ്ങളെ വിളിക്കണല്ലോ. അതുപിന്നെ നേരിട്ടു തന്നെയാകട്ടെ എന്നു വച്ചു."

ഞാൻ ഷെൽഫ് തുറന്ന് ആദ്യം കൈയിൽ കിട്ടിയ പുസ്തകമെടുത്ത് അവൾക്ക് കൊടുത്തു.

"ഒ എൻ വിയുടേതാണല്ലോ. അദ്ദേഹത്തിന്റെ പ്രേമകവിതകൾ എനിക്ക് ഹരമാണ്. പ്രത്യേകിച്ച് എന്റെ കടിഞ്ഞൂൽ പ്രണയ കഥയിലെ... ആള് ആരെയെങ്കിലും പ്രേമിച്ചിട്ടുണ്ടോ എന്തോ.... നല്ല കവിത നല്ലൊരു സ്വപ്നം കൂടിയാണ്. എന്താ നിങ്ങൾ ഡിനെ ചെയ്യുമോ?"

പുസ്തകത്തിന്റെ താളുകൾ മറിച്ചുകൊണ്ട് അവൾ ചോദിച്ചു.

"ഞാൻ പോട്ടെ."

എവിടെയെല്ലാമോ കൊള്ളുന്ന ഒരു നോട്ടത്തോടെ നടക്കാൻ തുടങ്ങിയ ശമീലാഫഹ്മി ഒരു നിമിഷം നിന്നു.

എന്റെ മുറിയിൽ ഒറ്റയ്ക്ക് കേറിവന്ന ഒരു പെണ്ണും ഇതുവരെ ഇങ്ങനെ ഇറങ്ങിപ്പോയിട്ടില്ല. അർദ്ധരാത്രിയിൽ കിടപ്പുമുറിയിൽ തനിയെ കേറിവന്ന് എല്ലാ അന്തരീക്ഷവും ഒരുക്കിത്തന്ന് ഇവൾ ഇറങ്ങിപ്പോകുന്നു...

ഒരെത്തും പിടിയും കിട്ടാതെ ഞാൻ വളരെ നേരം അങ്ങനെ കിടന്നു. ആള് ഇന്നിങ്ങു വന്നതേയുള്ളൂ. പരസ്പരം ശരിക്ക് മനസ്സിലാക്കിയെന്നു പോലും പറയാറായിട്ടില്ല. അതിനുമുമ്പ്....

ഒരുപക്ഷേ, ഷാഹിദയും ഇവളും ചേർന്നു നടത്തുന്ന ഒരു നാടകമായിരിക്കുമോ ഇത്? ഛേ.... അങ്ങനെ വരാൻ വഴിയില്ല.

നേരം വെളുത്തപ്പോൾ തലേന്നത്തെ കാര്യങ്ങളുടെ പ്രതിച്ഛായ പോലും ശമീലാഫഹ്മിയുടെ മുഖത്തോ വാക്കിലോ ഉണ്ടായിരുന്നില്ല.

ഞാൻ കട്ടിലിൽക്കിടന്ന് എന്തോ വായിക്കുമ്പോഴാണ് അവൾ വീണ്ടും ഒറ്റയ്ക്ക് എന്റെ മുറിയിൽ വന്നത്. കുളിച്ചു വരികയാണ്. ശരിക്കു തോർത്താത്തതുകൊണ്ട് മുടി നനഞ്ഞൊലിക്കുന്നു. അവൾ കണ്ണാടിയുടെ മുമ്പിൽ വന്നിരുന്നു.

"ആള് ഈർക്കിൽ പോലെയേ ഉള്ളൂവെങ്കിലും ഭയങ്കര കരുത്താണ്.

എന്റെ പെണ്ണിന്റെ നട്ടെല്ലൊടിച്ചതുതന്നെ."

എന്റെ മുഖത്തുനോക്കാതെ സ്വന്തം രൂപം കണ്ണാടിയിൽ നോക്കി സ്വയമാസ്വദിച്ചുകൊണ്ട് അവൾ പറഞ്ഞു.

ശമീലാഫഹ്മി കൈയിലുള്ള ഒരു കൊച്ചുബാഗ് തുറന്ന് ഏതോ ലിക്വിഡ് ഫൗണ്ടേഷൻ പുറത്തെടുത്ത് കൈയിലാക്കി മുഖത്തും ചെവിയിലും കഴുത്തിലുമെല്ലാം മന്ദമായി ഉരസി. മുഖത്താകമാനം റൂഷിന്റെ പൊട്ടുകൾ തൊട്ടു തടവി. സ്വതവേ തുടുത്ത ആ മുഖം പഴുത്ത തക്കാളിയായി.

അവൾ പ്ലക്കർ ഉപയോഗിച്ച് പുരികം രൂപപ്പെടുത്തുകയാണ്.

എനിക്കങ്ങോട്ടു നോക്കുന്തോറും വല്ലാത്ത ഒരസ്വസ്ഥതയായി. ഇവൾ എന്തിനാണിങ്ങനെ എന്നെ പ്രലോഭിപ്പിക്കുന്നത്? ഡ്രസ്സിങ്റൂം വേറെയുണ്ടായിട്ടും എന്തിനെന്റെ മുറിയിൽവന്ന് അലോസരപ്പെടുത്തുന്നു?

ഓർമ്മവച്ച നാൾമുതൽ സ്ത്രീവിഷയത്തിൽ വളരെ ദുർബ്ബലനാണ് ഞാൻ. കല്യാണത്തിനു ശേഷമെങ്കിലും എല്ലാം നിർത്തണമെന്നു കരുതിയതാണ്. പക്ഷേ...

അവൾ ലിപ്ഗ്ലോസിടുകയാണ്.

"ഞാനെന്തിനിങ്ങനെ കല്യാണപ്പെണ്ണിനെപ്പോലെ അണിഞ്ഞൊരുങ്ങുന്നു എന്നായിരിക്കും ചിന്തിക്കുന്നത്. നിങ്ങളെപ്പോലുള്ള ചെറുപ്പക്കാരെ ഭ്രാന്തുപിടിപ്പിക്കാൻ ഇതാവശ്യമാണ്. എന്താ നിങ്ങൾ ഡിനെ ചെയ്യുമോ?"

ശമീലാഫഹ്മി പൊട്ടിച്ചിരിച്ചു.

"വികാരങ്ങൾ അടക്കിനിർത്തുന്നതിനും ഒരതിരുണ്ട്. എന്താ നിങ്ങൾ ഡിനെ ചെയ്യുമോ?"

ചോദിക്കണമെന്നുണ്ടായിരുന്നു. ചോദിച്ചില്ല.

ഷാഹിദ വന്ന് താഴേക്ക് വിളിച്ചപ്പോൾ ആ രംഗം നീണ്ടുനിന്നില്ല.

ദിവസങ്ങൾ മൂന്നുനാലു കഴിഞ്ഞു. ഓരോ ദിവസം കഴിയുംതോറും ശമീലാഫഹ്മി എനിക്കൊരു ദുരൂഹമായ സമസ്യമായി മാറുകയാണ്.

അന്നു വൈകുന്നേരം ഞങ്ങളുടെ പ്രഷർ കുക്കറിന് ദാമ്വേട്ടൻ വന്നതായിരുന്നു. എന്റെ കല്യാണത്തിന് അശോകൻ സമ്മാനിച്ച കുക്കർ പെട്ടെന്നു പറഞ്ഞുവിടേണ്ട അതിഥികൾ വരുമ്പോൾ മറ്റു സുഹൃത്തുക്കൾ വാങ്ങിച്ചു പോവാറുണ്ട്. കിച്ചനിൽ ഷെൽഫിലാണ് പ്രഷർകുക്കർ സൂക്ഷിക്കുന്നത്.

ഓഫീസ് വിട്ടുവരുന്ന സമയത്താണ് ഈൗഗ് ടൈലേഴ്സിൽ കാത്തുനില്ക്കുകയായിരുന്ന ദാമ്വേട്ടൻ എന്റെ കൂടെ വന്നത്.

വീടിനു പുറത്തൊന്നും ആരെയും കണ്ടില്ല. വാതിലും തുറന്നിട്ട് എല്ലാവരും എവിടെപ്പോയെന്ന് ആലോചിച്ചുകൊണ്ട് ഞാൻ തന്നെ കുക്കറെടുത്തു കൊടുക്കാൻ അടുക്കളയിലേക്കു പോയി.

അലമാരയുടെ അടുത്തെത്തിയതേയുള്ളൂ. അതിന്റെ പിറകിൽനിന്ന് എന്തോ ഒന്നിളകുന്നതുപോലെ തോന്നി. പെട്ടെന്ന് "ഭോ" എന്നൊരു

ശബ്ദം.

ഞാൻ പേടിച്ചു വിറച്ചുപോയി.

"പേടിത്തൊണ്ടൻ! പേടിത്തൊണ്ടൻ!"

ശമീലാഫഹ്മി പുറത്തേക്കുവന്ന ഒരു കുട്ടിയെപ്പോലെ പൊട്ടിച്ചിരിച്ചു കൊണ്ട് തുള്ളിച്ചാടി.

ഞാനാകെ വിയർത്തുപോയിരുന്നു. ഇങ്ങനെയുമുണ്ടോ ഭ്രാന്ത്!

ഇതുപോലെ ചുരുങ്ങിയ ദിവസത്തിനകം എത്രയെത്ര... എന്റെ കിട പ്പുമുറയിൽനിന്ന് നാലഞ്ച് ഓലപ്പന്ത് ഞാൻ എടുത്തു നീക്കിയത് അന്നു കാലത്താണ്. പോരാത്തതിന് പഴുത്ത വാളൻപുളിയുടെ തോടും നെല്ലി ക്കാക്കുരുവും. അങ്ങനെ പലപ്പോഴായി എന്തെല്ലാം....

ഷാഹിദ എന്റടുത്തിപ്പോൾ ഒറ്റയ്ക്ക് തീരെ വരാറില്ലെന്നതാണെന്നെ കൂടുതൽ അമ്പരപ്പിച്ചത്. കളിയും ചിരിയും തീറ്റിയും കുടിയും കിടപ്പു മെല്ലാം അതിഥിയുടെ കൂടെത്തന്നെ. വല്ലപ്പോഴും അത്യാവശ്യത്തിന് മുറി യിൽ വരുന്നുണ്ടെങ്കിൽത്തന്നെ കൂട്ടുകാരിയുമുണ്ടാകും.

ശമീലാഫഹ്മി അവസരം കിട്ടുമ്പോഴൊക്കെ എന്റെ മുറിയിൽ വന്ന് എന്നെ കൊതിപ്പിച്ചുകൊണ്ടിരുന്നു.

എന്റെ സംയമനത്തിന്റെ എല്ലാ കരുക്കളും അഴിയാൻ തുടങ്ങിയി രുന്നു.

ആ ദിവസത്തിന് ഒരു പ്രത്യേകതയുണ്ടായി. എന്റെ ബാപ്പയും ഉമ്മയും ആദ്യമായി ഒരു സിനിമ കണ്ടു. സിനിമ എന്നു കേൾക്കുമ്പോൾ തന്നെ ഒരുതരം അലർജി തോന്നാറുള്ള ഇവരെ വീഴ്ത്തിയത് ഞങ്ങളുടെ അതിഥി തന്നെ.

ഷാഹിദയെയും കൂട്ടി സിനിമയ്ക്കു പോകാൻ അവൾ ആദ്യം ബാപ്പ യോടും ഉമ്മയോടും സമ്മതം ചോദിച്ചു. (ഞാൻ തന്നെ ഷാഹിദയെ സിനി മയ്ക്ക് കൊണ്ടുപോകാറ് ഡോക്ടറെ കാണിക്കാനെന്ന വ്യാജേനയാണ്.) മനസ്സില്ലാ മനസ്സോടെ അവർ സമ്മതിച്ചു. പിന്നെ നിങ്ങളും കൂടെ വരണ മെന്നായി അവൾ. അല്ലെങ്കിൽ ഞാനും പോകുന്നില്ല. എങ്കിൽ പോക ണ്ടെന്ന് ബാപ്പയും തീർത്തു പറഞ്ഞു.

ശമീലാഫഹ്മി അന്ന് ഉച്ചയൂണു കഴിച്ചില്ല. വൈകുന്നേരത്തെ കാപ്പി കുടിച്ചില്ല. താൻ വളരെ ദൂരത്തുനിന്ന് വന്നിട്ട് ചെറിയൊരാഗ്രഹം പോലും സാധിപ്പിച്ചു തന്നില്ലല്ലോ എന്നായി അവൾ. പിന്നെ ഒരു കരച്ചിൽ.

"ഓക്ക് ഞങ്ങള്യേം നരകത്തിലാക്ക്യേ അടങ്ങൂന്ന വാശീണ്ടെന്നാ തോന്നണേ."

ബാപ്പ പറഞ്ഞു.

ഒടുവിൽ സിനിമയ്ക്കു പോകാൻ എല്ലാവരും നിർബ്ബന്ധിതരായി.

സിനിമാഹാളിൽവെച്ച് അതിരുവിട്ട ലവ് സീനുകളിൽ ശമീലാഫഹ്മി എന്റെ കൈക്കു പിടിച്ചത് എനിക്കൊരു പുതിയ പ്രചോദനമായിരുന്നു. അന്ന് രാത്രി അവൾ മുറിയിൽവന്ന് തീരെ വിചാരിക്കാത്ത നിമിഷത്തിൽ ആ പ്രഖ്യാപനം നടത്തി-

"ഞാൻ നാളെക്കാലത്ത് പുവ്വാണ്ട്ടോ."

അതൊരു വല്ലാത്ത വാർത്തയായിത്തോന്നിയെങ്കിലും ഞാനൊന്നും പറഞ്ഞില്ല.

"ദേ, ഈ ഹൂക്കൊന്നഴിച്ചേ."

അവൾ പുറം തിരിഞ്ഞുനിന്ന് ബ്ലൗസിന്റെ ഹൂക്കുകളഴിക്കാൻ എന്നോടാവശ്യപ്പെട്ടു. ആ തിളങ്ങുന്ന കണ്ണുകൾ അവസാനമായി എന്നെ ക്ഷണിക്കുകയായിരുന്നില്ലേ?

അടിമുതൽ മുടിവരെ ഒരുതരം തരിപ്പനുഭവപ്പെട്ടു.

എന്റെ വിരലുകൾ അവളുടെ ഹൂക്കുകൾ തേടിച്ചെന്നു.

ഒരുനിമിഷം! അവൾ എന്റെ കൈകളിൽപ്പെട്ട് ഞെരിഞ്ഞു. ആ മുഖത്ത് ചുംബനത്തിന്റെ മഴ. ഞാനവളേയുംകൊണ്ട് കിടക്കയിലേക്ക് മറിയുകയാണ്.

പക്ഷേ -

അതൊരവിശ്വസനീയമായ തെന്നിമാറലായിരുന്നു. ആ കണ്ണുകളിൽ വായിക്കാനാവാത്ത എന്തോ വികാരങ്ങൾ എഴുതിച്ചേർത്തിരുന്നു.

"അതുമാത്രം വേണ്ടാട്ടോ. അത് ഞാൻ ഒരാൾക്കു മാത്രം കൊടുക്കാൻ കരുതിവെച്ചതാ. അതു ഞാൻ തരില്ല."

ഒരുതരം വിസ്മയമോ, അമ്പരപ്പോ, ഞെട്ടലോ അങ്ങനെ എന്തെല്ലാമോകൊണ്ട് എന്റെ മനസ്സും ശരീരവും വിറയാർന്നു തുടങ്ങിയിരുന്നു.

ഇവൾ ഇതുവരെ എന്നെ പ്രലോഭിപ്പിച്ചുകൊണ്ടിരുന്നത് ഇത്തരമൊരു രംഗം സൃഷ്ടിക്കാനായിരുന്നോ? അല്ലെങ്കിൽ ഇക്കണ്ടതെല്ലാം അവളുടെ സഹജമായ പ്രത്യേകതകളാണോ?

അജ്ഞാതമായ എന്തെല്ലാമോ പേടികൾ മനസ്സിൽ ഉദയം ചെയ്തു. ഇത്തരമൊരനുഭവം ഇതാദ്യമാണ്. ഇവൾ സംഭവം താഴെ റിപ്പോർട്ടു ചെയ്യുമോ? എങ്കിൽ എന്തെല്ലാം പൊട്ടിത്തെറികൾ ഇവിടെ നടന്നുകൂടാ.

"വിഷമിക്ക്യോന്നും വേണ്ട ട്ടോ. എന്നെപ്പോലൊരു പെൺകുട്ടിയെ ഇങ്ങനെ കിട്ടിയാൽ ഏതു ചെറുപ്പക്കാരനും തോന്നാവുന്നതേ നിങ്ങൾക്കും തോന്നിയിട്ടുള്ളൂ. അത് മറന്നേക്കുക."

ശമീലാഫഹ്മി സാധാരണപോലെ ചിരിച്ചുകൊണ്ട് മുറിയിൽ നിന്നിറങ്ങിപ്പോയി.

അന്നു രാത്രി എനിക്കുറക്കമില്ലായിരുന്നു. അടുത്ത മുറിയിൽനിന്ന് ഷാഹിദയുടെയും കൂട്ടുകാരിയുടെയും പൊട്ടിച്ചിരി പതിവിലും ഉയർന്നു കേട്ടു.

ഓർക്കുന്തോറും ഷാഹിദയോടാണെനിക്ക് കൂടുതൽ വെറുപ്പുണ്ടായത്. കൂട്ടുകാരി വന്നശേഷം ഞാനവൾക്ക് ഒന്നുമല്ലാതായിരിക്കുന്നു. ഇങ്ങനെയുണ്ടോ ഒരു....

ആ വിചിത്രജീവി അങ്ങു പോകട്ടെ. ബാക്കിയെല്ലാം എന്നിട്ടാകാം.

രാവിലെ ഞാനുണർന്നത് ഷാഹിദയുടെയും ശമീലാഫഹ്മിയുടെയും ഉച്ചത്തിലുള്ള സംസാരം കേട്ടുകൊണ്ടാണ്.

"എന്നാൽ ഞാനിറങ്ങുന്നു. കാറെത്തി."

ശമീലാഫഹ്മി.

"ശരി."

ആ മുഖത്തു നോക്കാൻ എനിക്ക് കഴിയുന്നുണ്ടായിരുന്നില്ല.

"ഞാൻ താഴേക്കു വരുന്നില്ല. ഷാഹിദയും ഉമ്മയുമൊക്കെയുണ്ടാകുമല്ലോ കാറുവരെ."

ഞാൻ ഒരുവിധം പറഞ്ഞൊപ്പിച്ചു.

"എന്നാൽ പൂവ്വാം."

അതു പറഞ്ഞത് ഷാഹിദയാണ്. അവർ രണ്ടുപേരും നടക്കാൻ തുടങ്ങി.

ശമീലാഫഹ്മി പെട്ടെന്നു നിന്നു.

"നഷ്ടബോധമൊന്നും വേണ്ട കേട്ടോ. ഞാൻ വീണ്ടും വരും."

അവൾ ഹൃദ്യമായി ചിരിച്ചു. ആ ചിരിയുടെ അർത്ഥം ദുരൂഹമായിരുന്നു.

ഉത്തരം കിട്ടാത്ത ഒരു ചോദ്യംപോലെ അവൾ കോവണിപ്പടികളിറങ്ങിപ്പോയി.

പുറത്ത് കാറ് നീങ്ങുന്ന ഒച്ചകേട്ടു. ഷാഹിദയെ വിളിച്ച് ചിലതു ചോദിക്കാനുണ്ട്. എന്റെ കൈവിരലുകൾ കോളിങ് ബെല്ലിലമർന്നു. ശമീലാഫഹ്മി വന്നശേഷം ഈ ബെല്ലിൽ വിരലമർത്തിയിട്ടില്ല.

"എന്താ മോനേ"

ഉമ്മയാണ് വന്നത്.

"അവളെവിടെ ഉമ്മാ."

"ആര്?"

"ഷാഹിദ."

"അതെന്താ ഓള് സമീലക്കുട്ടീന്റെ കൂടെപ്പോയില്ലേ? ന്നോട് ചോയിക്കാണ്ടാ പോയേ-"

ഞാൻ തരിച്ചു നിന്നുപോയി. എന്റെ മനസ്സിൽ കൊടുങ്കാറ്റടിക്കുകയായിരുന്നു. മിന്നലും ഇടിയും നടക്കുകയായിരുന്നു.

പ്രിയപ്പെട്ടവരെ, എന്റെ ഭാര്യ എനിക്ക് നഷ്ടപ്പെട്ടിരിക്കുന്നു. എന്റെ ഷാഹിദയെയുംകൊണ്ട് ഏതോ ഒരു ശമീലാഫഹ്മി കടന്നുകളഞ്ഞിരിക്കുന്നു.

ചിത്രശലഭങ്ങളുടെ കപ്പൽ

തോമസ് ജോസഫ്

വർഷങ്ങൾക്കുമുമ്പ് യാത്ര തുടങ്ങിയ ഒരു കപ്പൽ അക്ഷാംശങ്ങളിലും രേഖാംശങ്ങളിലും നീന്തി ഒരുനാൾ മഹാസമുദ്രത്തിനു നടുവിൽ ഒറ്റപ്പെട്ടു കിടന്ന ചിത്രശലഭങ്ങളുടെ ദ്വീപിൽ എത്തിച്ചേർന്നു. അവിടമാകെ ജീവന്റെ തോടുപൊട്ടി പുറത്തുവരുന്ന ചിത്രശലങ്ങൾ ജലത്തിളക്കങ്ങൾക്കു മീതെ പറന്നുയർന്ന് നൃത്തം ചെയ്തുകൊണ്ടിരുന്നു. കപ്പലിനുള്ളിൽനിന്ന് നാവികരുടെ ഉറക്കെയുള്ള സംഭാഷണങ്ങളും ആഹ്ലാദകരമായ ഗാനശകലങ്ങളും ദ്വീപിനെ സമീപിച്ചു തുടങ്ങിയതോടെ ഇവർ നവാതിഥികളെപ്പോലെ കപ്പലിനെ ലക്ഷ്യമാക്കി പറന്നുയർന്നു. എരിഞ്ഞു തീരുന്ന ഏകാഗ്ര ജീവിതങ്ങളിൽനിന്ന് കൂട്ടംതെറ്റിയ ചിത്രശലഭങ്ങൾ എത്തിച്ചേർന്ന ഇടങ്ങളെല്ലാം സ്വപ്നവും രക്തപ്പാടും കുഴഞ്ഞുചേർന്ന മനുഷ്യരൂപങ്ങളുടെ മാറ്റിമറിക്കപ്പെട്ട രഹസ്യ സങ്കേതങ്ങളായിരുന്നു. അക്കൂട്ടത്തിൽ ഈ കപ്പലും അതിന്റെ വിധിയിൽ മുഴുകി തണുത്തു വിറങ്ങലിച്ച് കനത്ത ഹിമാവരണങ്ങൾക്കുള്ളിൽ അമർന്നുകിടന്നു.

തിരകളുടെ അഗാധമായ ഇരമ്പവും പാറകളുടെ ഉന്നതിയിലേക്കു നടന്നെത്തിയിരുന്ന ഒറ്റപ്പെട്ട മനുഷ്യരൂപങ്ങളും നിറഞ്ഞ വിസ്തൃതരായ ഒരു ലോകമാണ് ഇവിടെ അനാവരണം ചെയ്യപ്പെടുന്നത്. ഇതിനെല്ലാം നടുവിലായി ഒട്ടനവധി ചിറകുകളും ഇതളുകളുമുള്ള ഒരു വൻ ചിത്രശലഭത്തെപ്പോലെ കപ്പൽ സമാധിയുടെ കയത്തിൽ ഉറഞ്ഞുകിടന്നു. വെള്ളിനക്ഷത്രങ്ങളും ബഹുമതി ചിഹ്നങ്ങളും തുന്നിച്ചേർത്ത ഔദ്യോഗിക വസ്ത്രങ്ങളണിഞ്ഞ് വല്ലപ്പോഴും കപ്പലിന്റെ മേൽത്തട്ടിലേക്കു കയറി വന്ന ക്യാപ്റ്റൻ പ്രൗഢി നിറഞ്ഞൊരു ഗൗരവത്തോടെ വിദൂര സമുദ്രങ്ങളിലേക്ക് നിർഭയമായ നോട്ടങ്ങൾ പായിച്ച് നിലയുറപ്പിച്ചു. അയാൾ ഒരു പൈപ്പിനു തീ കൊളുത്തി പുകവലിച്ചുകൊണ്ട് അവിടെ അനക്കമില്ലാതെ

ഏറെ സമയം ചെലവഴിച്ചു. ആരും കാണുകയോ അറിയുകയോ ചെയ്യാതെ ചിത്രശലഭങ്ങൾ കപ്പൽഭിത്തികളിൽ ചിറകുകളൊതുക്കി നിശ്ച ലരായിത്തീർന്നു. ഇവർ ക്യാപ്റ്റന്റെ വിചാരപ്പെടുന്ന മുഖത്തേക്ക് ഉറ്റു നോക്കിയിരുന്ന്, ദുഃഖകരമായ സംഭവങ്ങളെ കൺമുമ്പിൽ കാണാൻ കഴി യുന്ന പ്രവാചക ജീവിതത്തിന്റെ കാവല്ക്കാരായി അനന്തമായ കപ്പൽ യാത്രയിൽ പങ്കുചേർന്നു. അയാളുടെ മുഖത്ത് ഉറക്കച്ചടവും ചുളിവുകളും കൂടിക്കലർന്ന് വിവരണാതീതമായ സൂചനകളുടെ ചിഹ്നങ്ങളും പാടുകളും നിറഞ്ഞു.

ക്യാപ്റ്റൻ ഒരു ദൂർദർശിനിയിലൂടെ സമുദ്രത്തിനുമീതെ മലകൾക്കും താഴ്വരകൾക്കും അപ്പുറത്തേക്ക്, കണ്ണുകൾക്കെത്താനാവാത്ത വിദൂരമായ ജന്മനാട്ടിലേക്ക്, തനിക്കുമാത്രം വശമായിരുന്ന ഒരു ദീർഘനോട്ടം അയച്ചു. ക്യാപ്റ്റന്റെ ഭാര്യ സൂസന്ന വീടിനു മുമ്പിലെ പൂന്തോട്ടത്തിലിരുന്ന് ഒരു പട്ടുതൂവാലയിൽ ചിത്രശലഭങ്ങളെ തുന്നിപ്പിടിപ്പിക്കുകയായിരുന്നു.

എത്രയോ വർഷങ്ങളായി ക്യാപ്റ്റൻ നടുക്കുന്ന ആജ്ഞാപനങ്ങളി ലൂടെയും അലർച്ചകളിലൂടെയും എല്ലാ നാവികരേയും തന്റെ കീഴിൽ അണിനിരത്തി അപകടകരവും ഭീതിദവുമായ ജലപ്രവാഹങ്ങളിലൂടെ കപ്പ ലിനെ അജ്ഞാതങ്ങളായ ഓരോ ഭൂഖണ്ഡങ്ങളിലേക്കും നയിച്ചു. ജലയു ദ്ധങ്ങൾക്കെതിരെ എല്ലാ ആയുധങ്ങളും യുദ്ധോപകരണങ്ങളും നിഷ്പ്ര ഭമായിത്തീരുമ്പോഴും എല്ലാ തകർച്ചകൾക്കും നടുവിൽ ക്യാപ്റ്റൻ അക്ഷോഭ്യനായി നിലയുറപ്പിച്ചിരുന്നു. എല്ലാം അടിഞ്ഞു തകർന്ന് മര ണത്തിന്റെ ചാമ്പൽ ജലത്തിലേക്കു മുങ്ങിപ്പോകാൻ തുടങ്ങുമ്പോഴായി രിക്കും ജലവിതാനത്തിനു മീതെ ശാന്തിയുടെ ഉറവുകൾ പൊട്ടിപ്പടരുന്ന ത്. നുരയിലും പതയിലും മുങ്ങി കപ്പൽ മുന്നോട്ടു പോകുകയായി. കര കാണാൻ ഇനിയും മാസങ്ങളും വർഷങ്ങളും പിന്നിടേണ്ടി വരുമെന്ന് ഓർക്കുമ്പോഴായിരിക്കും വെളിച്ചം വാളുകൾപോലെ ചിതറിക്കിടക്കുന്ന ഒരു തുറമുഖത്തേക്ക് കപ്പൽ ഒഴുകിയടുക്കുന്നത്. കപ്പലിനുള്ളിൽ നിന്ന് ആഹ്ലാദകരമായ അട്ടഹാസങ്ങളും മനുഷ്യഭാഷണങ്ങളും തുറമുഖതീര മാകെ അലച്ചുയരുന്നു. അപ്പോഴെല്ലാം കപ്പൽത്തട്ടിനു മീതെ കുപ്പായച്ചി റകുകളിൽ ഒരു പക്ഷിയെപ്പോലെ ഉയിർത്തെഴുന്നേല്പിന്റെ അഗ്നിവെളി ച്ചത്തിൽ അയാൾ നിലയുറപ്പിച്ചിരുന്നു.

വിസ്തൃതമായ തെരുവുകളും അവിടെ സ്ഥിതിചെയ്തിരുന്ന മദ്യ ശാലകളും റെസ്റ്റോറന്റുകളും എല്ലാ തുറമുഖങ്ങളിലും ക്യാപ്റ്റനേയും നാവികരേയും അതിഥികളായി സ്വീകരിച്ചു. അയാൾ കച്ചവട കേന്ദ്രങ്ങ ളിൽനിന്ന് കൗതുകമേറിയ പാരിതോഷികങ്ങൾ വാങ്ങി മദ്യലഹരിയിൽ കപ്പലിനുള്ളിലേക്കു മടങ്ങി. ഇരുട്ടിൽ ക്യാബിനിൽ ഒറ്റയ്ക്കു കിടക്കു മ്പോൾ കഠാരകളും റിവോൾവറുകളും അരപ്പട്ടകളിൽ അണിഞ്ഞ ഭീകര സംഘങ്ങളുടെ നഗരപ്രാന്തങ്ങളും മരണത്തിലേക്കു കടന്നുപോയ ഏകാന്ത മനുഷ്യരുടെ ഞെട്ടിപ്പിക്കുന്ന പരിചയഭാവങ്ങളും ക്യാപ്റ്റന്റെ കണ്ണുകൾക്കുള്ളിൽ നിറഞ്ഞു. ഈ അപരിചിത പട്ടണങ്ങളിൽ എന്തോ

അന്വേഷിച്ച് പൊരിവെയിലിൽ അലഞ്ഞുനടന്നിരുന്ന തന്റെ തന്നെ രൂപവും അയാളുടെ വിചാരങ്ങളിലേക്കു കടന്നുവന്നു. ഒടുവിൽ ഉഷ്ണ ജല പ്രവാഹങ്ങളിൽ ചാഞ്ചാടിയും കൊടുങ്കാറ്റുകളിൽനിന്ന് വിസ്മയക രമായി രക്ഷപ്പെട്ടും കപ്പൽ ചിത്രശലഭങ്ങളുടെ ഭൂഖണ്ഡത്തിൽ എത്തി ച്ചേർന്നു. വിശ്രമത്തിൽ മുങ്ങിയമർന്ന് ഇനിയും ഒരു യാത്രപുറപ്പെടേണ്ട സമയാഗമനത്തിലേക്ക് ഉറ്റുനോക്കിക്കിടന്നു. കടൽക്ഷോഭത്തിന്റെയും തിര ക്കോളുകളുടെയും കഴിഞ്ഞുപോയ നാളുകൾ, വിദൂരതയിൽനിന്ന് ഒലി ച്ചുവരുന്ന ആരവങ്ങളും നിയന്ത്രണങ്ങളുമായി വെയിലിൽ തിളച്ചുരുകി നില്ക്കുന്നു.

സൂസന്നയുടെ പ്രാർത്ഥനകളോ മൃദുലവും സൗമ്യവുമായ വിളികളോ പുറത്തെ ജലയനക്കങ്ങളിൽനിന്നു പറന്നുവന്ന് ക്യാപ്റ്റനെ തഴുകിയിരു ന്നെങ്കിലും അതിന്റെ അയഥാർത്ഥതയെക്കുറിച്ചുള്ള ബോധം അയാളെ കടുത്ത വിഷാദത്തിലെത്തിച്ചു. അതേസമയം ഈ അദൃശ്യമായ വിളിക ളിൽനിന്നും അയാൾക്കു രക്ഷപ്പെടാനുമായില്ല.

ജലപ്രവാഹങ്ങൾക്ക് അപ്പുറത്തുനിന്ന്, വിദൂരമായ മലകൾക്കും താഴ് വരകൾക്കും അകലെനിന്ന് ഒരു ഞായറാഴ്ച പ്രഭാതം കടന്നുവരുന്നു. ക്യാപ്റ്റനും സൂസന്നയും ശാന്തവും സ്തോഭപൂർണ്ണവുമായ ഒരു ദേവാ ലയത്തിന്റെ പടവുകൾ കയറിപ്പോവുകയായിരുന്നു. അവരുടെ മനോഹര ശരീരങ്ങൾക്കു ചുറ്റും ഇളം മഞ്ഞവെയിലിൽ ചിത്രശലഭങ്ങൾ തുള്ളി ക്കളിച്ച് നൃത്തം ചെയ്തു. പെട്ടെന്ന് സൂസന്ന ബോധരഹിതയായി പിന്നി ലേക്കു വേച്ചുപോകുമ്പോൾ ക്യാപ്റ്റന്റെ കൈകൾ അവളെ താങ്ങി. പള്ളി യിലെ പ്രാർത്ഥന കഴിഞ്ഞ് വീട്ടിൽ മടങ്ങിയെത്തുമ്പോൾ ഉടനെ കപ്പ ലിൽ എത്തിച്ചേരണമെന്ന് അറിയിക്കുന്ന സന്ദേശം അയാളെ കാത്തു കിടപ്പുണ്ടായിരുന്നു.

ഇപ്പോൾ ഇരുട്ടുനിറയുന്ന കപ്പലിനുള്ളിലെ ക്യാബിനിൽ കിടക്കു മ്പോൾ എല്ലാ സംഭവങ്ങൾക്കും തിളങ്ങുന്ന അർത്ഥവ്യാപ്തി ലഭിക്കുന്നു. തണുത്ത കാറ്റുകളും തിരകളും ആഞ്ഞടിച്ചുകൊണ്ടിരുന്ന ഒരു സന്ധ്യ യിൽ യാത്രയുടെ ആരംഭം കുറിച്ചുകൊണ്ട് കപ്പൽ കഴുകി നീങ്ങുമ്പോൾ ആശംസകളോടെ വീശിയുയരുന്ന കൈകൾക്കിടയിൽ ഇപ്പോഴും സൂസന്ന നിശ്ചലയും നിശ്ശബ്ദയുമായി അന്തമില്ലാത്ത സമുദ്രത്തിലേക്ക് ഉറ്റുനോക്കി നില്ക്കുകയാണെന്ന് അയാൾക്കു തോന്നി. ദൂരദർശിനിയിൽ തെളിയുന്ന സ്മരണകൾ സമുദ്രത്തിനു മീതെ മൃഗതൃഷ്ണകളിൽ മിന്നുകയും പൊലി യുകയും ചെയ്യുന്നു.

വിദൂരമായ കടവിൽ കപ്പലിനുള്ളിലെ ക്യാബിനിൽ ചിത്രശലഭങ്ങ ളുടെ മെത്തയിൽ വിശ്രമിക്കുമ്പോൾ വീട്ടിടമാകെ തകർന്നു ചിതറിയ പാത്രങ്ങളിലും ചെടിച്ചട്ടികൾക്കിടയിലും നിരാശരായി തളർന്നുകിടന്ന സൂസന്നയുടെ രൂപം അയാൾക്കു തിരിച്ചറിയാൻ കഴിഞ്ഞു. അവൾക്കു ചുളിവുകൾ നിറഞ്ഞ മുഖവും മുഷിഞ്ഞു നാറിയ വസ്ത്രങ്ങളും ചെളി പുരണ്ട പാദങ്ങളുമായിരുന്നു. ഉടനെ അവൾക്കരികിൽ എത്തിച്ചേർന്ന്

കരിയിലും പുകയിലും നിന്ന് അവളെ കൈപിടിച്ചുയർത്തി തങ്ങൾ ഒരുമിച്ച് വിശാലമായ പ്രപഞ്ചത്തിലേക്ക് പറന്നുയരുന്നതായി ക്യാപ്റ്റൻ കണ്ടു. അയാൾ ഒരു നിമിഷനേരം കൊണ്ട് വിദൂരമായ ജന്മനാടിന്റെ കമ്പികൾ വേർതിരിച്ച അതിർത്തിയിലെത്തി മനുഷ്യരും വാഹനങ്ങളും കോൺക്രീറ്റ് ഫ്ളാറ്റുകളും നിറഞ്ഞ വിദൂരവും അന്യവുമായ ഒരു മായാലോകത്തേക്ക് നോക്കിനിന്നു. അയാളുടെ കുപ്പായത്തിനുള്ളിലും എല്ലുകളിലും സമുദ്രങ്ങളുടെ ഇരമ്പങ്ങളും ജലജീവികളുടെ രക്തച്ചൊരിച്ചിലുകളും നിറഞ്ഞു. ഒരു നദിക്കരയിലെ മനോഹര ഭവനമോ അതിനുള്ളിൽ സൂസന്നയുടെ ഒളിമിന്നാട്ടമോ മുറ്റത്ത് പൂച്ചെടികളോ കാണാനാവാതെ അലഞ്ഞുനടന്ന് അയാൾ തിരിച്ചുപോന്നു. തിരക്കോളുകൾ നിറഞ്ഞ കടലിടുക്കിലേക്ക് തന്റെ കപ്പൽ തലകുത്തനെ വീണുപോകുന്നതോർത്ത് ക്യാപ്റ്റൻ ഞെട്ടിയുണർന്നു. മെത്തയിൽ തിരിഞ്ഞും മറിഞ്ഞും കിടക്കുമ്പോൾ വിദൂരതയിൽനിന്നും ഒലിച്ചുവന്ന കപ്പൽയാത്രക്കാർക്കു വേണ്ടിയുള്ള സൂസയുടെ പ്രാർത്ഥന ജലവിതാനത്തിനും മീതെ മഴത്തുള്ളികൾ വീഴുന്ന ശബ്ദത്തിൽ അയാൾ കേട്ടു. വീണ്ടും ഉറക്കത്തിന്റെ അടിത്തട്ടിലേക്ക്, ജലയനങ്ങളുടെ ആഴത്തിലേക്ക് അയാൾ മുങ്ങിയമർന്നുപോയി.

സൂസന്നയുടെ പ്രാർത്ഥനകളിൽനിന്നും അവൾ തുന്നിയിരുന്ന പട്ടുതൂവാലകളിൽനിന്നും പറന്നുയർന്ന ചിത്രശലഭങ്ങൾ ഭൂമിയിൽ ചില ഒറ്റപ്പെട്ട സൗന്ദര്യജാലങ്ങൾ കാഴ്ചവച്ചുകൊണ്ട് കുറച്ചുകാലം എവിടെയെങ്കിലും മറഞ്ഞുപോവുക പതിവായിരുന്നു. സൂര്യന്റെ ഉറവയിലേക്കും ചന്ദ്രപ്രകാശത്തിലേക്കും നീന്തിച്ചെന്ന് ഇവർ കൺവെട്ടത്തുനിന്നും അപ്രത്യക്ഷരായി. ഒരു രഹസ്യജീവിതത്തിന്റെ അന്തർമുഴക്കങ്ങളിൽ മറഞ്ഞുപോയ ചിത്രശലഭങ്ങൾ കാണപ്പെടാത്ത മനോഹരമായ വിരലുകളിൽനിന്ന് വസ്ത്രങ്ങളിലും കുപ്പായങ്ങളിലേക്കും പകർത്തപ്പെടുകയാവാം. വീട്ടിനു മുമ്പിലെ പൂന്തോട്ടത്തിലിരുന്ന് സൂസന്ന പലപ്പോഴും ഈ അലൗകിക കർമ്മത്തിൽ മുഴുകി.

സമുദ്രത്തിന്റെ ക്ഷോഭകരമായ ഗതിമാറ്റങ്ങളെ ശ്രദ്ധിച്ച് കപ്പൽത്തട്ടിനുമീതെ നില്ക്കുമ്പോഴെല്ലാം ജീവിതത്തെ കിനാവള്ളിപോലെ വരിഞ്ഞുമുറുക്കുന്ന ഏകാന്തതയിൽനിന്നും സൂസന്നയുടെ ശബ്ദരഹിതമായ നിലവിളികളിൽനിന്നും രക്ഷപ്പെടാനുള്ള ഒരു മാർഗ്ഗവും ക്യാപ്റ്റനു കണ്ടെത്താനായില്ല. സംഘർഷഭരിതമായ ഈ ദിനരാത്രങ്ങളിൽ ചിലപ്പോൾ അയാൾ നാവികരുടെ നടുവിലേക്ക് ചെന്ന് അവരെ ശകാരിക്കുകയും അദ്ധ്വാനപൂർണ്ണവും കടുത്ത തമാശകൾ നിറഞ്ഞതുമായ അവരുടെ ജീവിതത്തോടു ചേർന്ന് ഭീകരമായി പൊട്ടിച്ചിരിക്കുകയും ചെയ്തു. പിന്നെ ഒരു ഗംഭീരശബ്ദത്തിൽ ഒരു വിഷാദഗാനം ആലപിച്ച്, ഭാവിയുടെ ഉൽക്കണ്ഠ നിറഞ്ഞ ഉഷ്ണജലപ്രവാഹങ്ങളും ആമ്പൽപ്പൂക്കൾ തിരതല്ലുന്ന കടൽത്തീരങ്ങളും കടന്ന്, കപ്പലിനെ വെള്ളക്കരടികളുടെയും പെൻഗ്വിൻ പക്ഷികളുടെയും തീരങ്ങളിൽ കൊണ്ടുചെന്നു നിർത്തി. നാവികർ അട്ടഹസിക്കാനും പാടാനും തുടങ്ങുമ്പോൾ അയാൾ തന്റെ ക്യാബി

നികത്തേക്കുതന്നെ പിൻവലിഞ്ഞു.

സൂസന്നയ്ക്കുവേണ്ടി പലകാലങ്ങളിലായി പേടകങ്ങളിലും അറകളിലും നിറച്ചുവെച്ചിരുന്ന പാരിതോഷികങ്ങൾ പുറത്തെടുത്തും അതിലെല്ലാം വിരലുകളോടിച്ചും ഒരിക്കലും അണിയാൻ കഴിയാതിരുന്ന വസ്ത്രങ്ങളുടെയും അടിയുടുപ്പുകളുടെയും ഗന്ധം ആവോളം നുകർന്നും ക്യാപ്റ്റൻ സംതൃപ്തനാകാൻ ശ്രമിച്ചു. ഒരു പൈപ്പിന് തീ കൊളുത്തി പുകവലിച്ചുകൊണ്ട് കണ്ണുകളുടെ അനന്തമായ കാഴ്ചകൾക്കപ്പുറത്തേക്ക് സൂസന്നയ്ക്കുവേണ്ടി പ്രൗഢി നിറഞ്ഞ ഒരു പുഞ്ചിരിയോടൊപ്പം ചുംബനങ്ങളുടെ ചുണ്ടുകളേയും പറപ്പിച്ചുവിട്ടു. ക്യാപ്റ്റന്റെ ഈ രഹസ്യങ്ങളറിഞ്ഞ് ചിത്രശലഭങ്ങളുടെ ചിറകുകൾ ഇളകിക്കൊണ്ടേയിരുന്നു. ക്യാപ്റ്റന്റെ ആത്മഭാഷണങ്ങളും നെടുവീർപ്പുകളും ചിത്രശലഭങ്ങളുടെ ചിറകുകളിൽ കാറ്റിനോടൊപ്പം വന്നുമുട്ടുകയും ഇവർ കൂട്ടമായി മുകളിലേക്കു പറന്നുയരുകയും ചെയ്തു. ഇവർ ചിറകുകളിൽ അപൂർവ്വമായ സൗന്ദര്യക്കാറ്റുകൾ വിടർത്തിവിട്ട് റിവോൾവറുകളുടെ കൈപ്പിടികളിലും വെടിയുണ്ട നിറച്ച പെട്ടികളിലും ചെന്നിരുന്നു. ഇവയിൽ ഒന്നുരണ്ടെണ്ണം കുഴൽക്കിണർപോലെ തോന്നിയ തോക്കിന്റെ ആഴത്തിലേക്ക് സാഹസികയാത്രക്കാരെപ്പോലെ ഇറങ്ങിച്ചെന്നു. വെടിയുണ്ടയുടെയും പുകയുടെയും ഗന്ധം ചിറകുകളിൽ കൂടിക്കലർന്ന് ചിത്രശലഭങ്ങൾ മരണത്തിന്റെ അദൃശ്യമായ സാന്നിദ്ധ്യത്തിൽ മുഴുകി.

ഒരു സായാഹ്നത്തിൽ ക്യാപ്റ്റൻ ചിത്രശലഭങ്ങളുടെ ദ്വീപിലേക്ക് ഇറങ്ങിത്തിരിച്ചു. ഒരു മദ്യശാലയുടെ അഗാധഗർത്തം പോലെ തോന്നിയ ഇരുട്ടുനിറയുന്ന വാതിലിനുള്ളിലേക്ക് അയാൾ സ്വീകരിക്കപ്പെട്ടു. ക്യാപ്റ്റനുവേണ്ടി ചിത്രശലഭങ്ങളുടെ ഒരു രാത്രികൂടി വന്നണഞ്ഞു. ഇരുട്ടിന്റെയും നിഗൂഢഭാഷണങ്ങളുടെയും നടുവിൽനിന്ന് രക്തം നിറയുന്ന ഒരു മദ്യക്കോപ്പ അയാളുടെ കൈകളിലേക്ക് എടുത്തുമാറ്റപ്പെട്ടു. ഗ്ലാസുകൾ ഒഴിയുകയും നിറയുകയും ചെയ്യുന്നതിനിടയിൽ അയാൾ അവിടെ അപരിചിതമായ നോട്ടങ്ങൾക്കും ഭാഷകൾക്കുമിടയിൽ അനക്കമറ്റിരുന്നു. മങ്ങിയ വെളിച്ചത്തിൽ മനുഷ്യരുടെ ചുണ്ടുകളിലും കൈപ്പത്തികളിലും ചിത്രശലഭങ്ങളുടെ ചിത്രങ്ങൾ കാണപ്പെട്ടു. എല്ലാ മദ്യക്കോപ്പകളിലും ശലഭങ്ങൾ അനക്കമറ്റിരുന്നു. ക്യാപ്റ്റൻ പെട്ടെന്ന് മദ്യശാലയിൽനിന്ന് പുറത്തിറങ്ങിയപ്പോൾ അവയെല്ലാം മേശക്കാലുകളിൽനിന്നും കസേരകളിൽനിന്നും ചിറകുകൾ വിടർത്തി പിറകെ പറന്നുചെന്നു.

ക്യാപ്റ്റൻ കച്ചവടശാലകൾ നിറഞ്ഞ ഒരു പാതയിൽ എത്തിച്ചേർന്നു. ഭൂമിയിലെ സമസ്തവസ്തുക്കളും അവിടെ വില്ക്കപ്പെട്ടിരുന്നു. സ്ത്രീകൾക്കും കുട്ടികൾക്കുമുള്ള കോട്ടുകളും കുപ്പായങ്ങളും കച്ചവടക്കാരെ അമ്പരപ്പിച്ചുകൊണ്ട് കെട്ടുകെട്ടായി വാങ്ങി അയാൾ തോളിൽ തൂക്കിയിട്ടു. അതോടൊപ്പം പഴക്കടകളിൽനിന്ന് എല്ലാത്തരം കനികളും മധുരഫലങ്ങളും വാങ്ങാൻ അയാൾ കൂടുതൽ ഉത്സാഹം പ്രകടിപ്പിച്ചു. സുന്ദരിമാരുടെ ഛായാപടങ്ങളും പെയിന്റിങ്ങുകളും വൻതുകകൾ കൊടുത്ത്

അയാൾ സമ്പാദിച്ചു. എല്ലാ ഭാരങ്ങളും മുതുകിൽപ്പേറി അരപ്പട്ടയിൽ തിരുകിയ റിവോൾവറുമായി വീടുകൾക്കിടയിലും ചന്തപ്പുരകളിലും അലഞ്ഞു നടന്നു. വളരെക്കാലങ്ങൾക്കുശേഷം സ്ത്രീകളുടെയും കുഞ്ഞുങ്ങളുടെയും ആഹ്ലാദശബ്ദം കേട്ടപ്പോൾ എന്തുകൊണ്ടെന്നറിയാതെ അയാൾക്ക് അളവില്ലാത്ത ദുഃഖം തോന്നി. പഴകിപ്പൊളിഞ്ഞ തന്റെ വീട്ടിൽ അജ്ഞാതകാരണങ്ങളാൽ സൂസന്നയെ സന്ദർശിച്ചിരുന്ന കച്ചവടക്കാരെയും പണവും ആഭരണങ്ങളും തട്ടിയെടുത്തു കടന്നുകളയുന്ന കള്ളന്മാരേയും മദ്യലഹരിയിൽ അയാൾ കണ്ടു. അയാൾ ഭൂമിയിലേക്ക് മുഖം കുത്തി വീണു. മണ്ണ് അതിന്റെ പ്രാചീനമായ ചെതുമ്പലുകളാൽ ക്യാപ്റ്റനെ പൊതിഞ്ഞു. അയാളുടെ കണ്ണുകളിലും വായ്ക്കകത്തും മണ്ണിന്റെ കനികൾ നിറഞ്ഞു. കുഴഞ്ഞുമറിയുന്ന പൊടിയിൽ അയാൾ വീണ്ടും വീണ്ടും ചുംബിച്ചുകൊണ്ടിരുന്നു.

അർദ്ധരാത്രിയായപ്പോൾ ചിത്രശലഭങ്ങളുടെ മെത്തയിൽ കുറ്റബോധത്തോടെ ക്യാപ്റ്റൻ ഉറക്കമുണർന്നു. പുറത്തേക്കു നോക്കുമ്പോൾ ജലവിതാനത്തിനു മീതെ സമുദ്രത്തിന്റെ ഉപരിതലത്തിൽ വെളുപ്പിന്റെ അദൃശ്യമായൊരു നിഴൽ പൊങ്ങിക്കിടക്കുന്നതായി കണ്ടു. നിഴൽ സാവധാനം ഒഴുകി അടുത്തെത്തുമ്പോൾ, നെഞ്ചിൽ പിണച്ചുവെച്ച വിരലുകളോടും ശരീരമാകെ മൂടിയിരുന്ന വെളുപ്പുവസ്ത്രത്തോടും ശിരസ്സിൽ വെള്ള വലയത്തോടുംകൂടി ഒരു സ്ത്രീരൂപം കാണപ്പെട്ടു. അയാൾ ഭയപ്പെട്ടിരുന്നതുപോലെ അത് സൂസന്നയുടെ മൃതദേഹമായിരുന്നു. സൂസന്നയുടെ മുഖവും ആർദ്രമായ കൃഷ്ണമണികളും ഞെട്ടിവിറച്ചുകൊണ്ട് ഉയർന്നു വരുന്നതുപോലെ തോന്നി. അനന്തമായ ഒരു സിമിത്തേരിയിൽ സ്മാരകസ്തംഭങ്ങൾക്കും പൊട്ടിപ്പൊളിഞ്ഞ കുരിശുകൾക്കുമിടയിൽ സൂസന്നയുടെ മൃതദേഹത്തിനരികിൽ മുട്ടുകാലുകൾക്കിടയിൽ ശിരസ്സു പൂഴ്ത്തിയിരിക്കുന്ന തന്റെ രൂപം ക്യാപ്റ്റനു കാണാൻ കഴിഞ്ഞു....

ക്യാപ്റ്റൻ കപ്പലിനുള്ളിൽ തന്നോടുതന്നെയുള്ള യുദ്ധതന്ത്രങ്ങളിൽ മുഴുകി. പോർച്ചട്ടകൾ ധരിച്ച് ബഹുമതി ചിഹ്നങ്ങൾ അണിഞ്ഞ് അയാൾ തയ്യാറെടുത്തു. കൈപ്പിടിയിൽ ഒരു ചിത്രശലഭത്തെ കൊത്തിവെച്ചതും രക്തക്കറപുരണ്ടതുമായ ഒരു ഖഡ്ഗം അയാൾ പുറത്തെടുത്തു.

ഉയർത്തിപ്പിടിച്ച ഖഡ്ഗവുമായി കരയിലെത്തുമ്പോൾ കിഴക്ക് പ്രഭാതത്തിന്റെ വെളുപ്പു പരന്നിരിക്കുന്നതായി കണ്ടു. യവനപുരാണങ്ങളിലെ ഒരു ദുരന്തനായകനെപ്പോലെ ക്യാപ്റ്റന്റെ രൂപം കാറ്റിൽ പാറിപ്പറന്ന് സൂര്യവെളിച്ചത്തിൽ മുങ്ങിക്കുളിച്ച് പാറകൾക്കു മുകളിലേക്കു കയറിച്ചെന്നു. അയാൾ ഒരു യോദ്ധാവിനെപ്പോലെ യുദ്ധത്തിന്റെ ചുവടുകൾ വയ്ക്കാനാരംഭിച്ചു. അതിനൊപ്പം അയാളുടെ വാൾ അന്തരീക്ഷത്തിൽ ഉയർന്നു മിന്നി. ക്യാപ്റ്റന്റെ കൃഷ്ണമണികളിൽ ഖഡ്ഗത്തിന്റെ തിളങ്ങുന്ന മുനകൾ പ്രതിബിംബിച്ചു. ഇടയ്ക്കിടെ അയാൾ വാൾമുന തന്റെ ശരീരത്തിലേക്കുതന്നെ തിരിച്ചുപിടിച്ചു. രക്തസ്മൃതികൾപോലെ അയാളുടെ ശരീരമാകെ കണ്ണുകളും അറകളും വിടർന്നുവന്നു. സവിശേഷവാനായ ഈ

മനുഷ്യാതിഥിയുടെ വിധിയിൽ മുഴുകി ചിത്രശലഭങ്ങൾ പാറകൾക്കുമീതെ പറന്നുകൊണ്ടിരുന്നു. ജലവിതാനത്തിനു മീതെ ഉയർന്നുവന്ന മത്സ്യങ്ങളും വൻസ്രാവുകളും ആത്മപോരാട്ടത്തിൽ മുഴുകിയിരുന്ന ക്യാപ്റ്റനെ ഒരുനിമിഷം ഉറ്റുനോക്കി സമുദ്രത്തിനടിയിലേക്കുതന്നെ അമർന്നുപോയി.

ചിത്രശലഭങ്ങളുടെ ദ്വീപിൽ കൊടുങ്കാറ്റുപോലെ ചിറകുകളുടെ ആരവങ്ങൾ ഉയർന്നു. ഭൂമിയുടെ ജൈവകോശങ്ങളിൽനിന്നും പുല്ലുകൾക്കിടയിൽനിന്നും പറന്നുയരുന്ന ചിത്രശലഭങ്ങൾ ഈ മനുഷ്യാത്മാവിന്റെ ചോരപൊടിയുന്ന നിലവിളിയിലേക്കു നീന്തിച്ചെന്നു. യുദ്ധം ചെയ്തു മുന്നേറിയ ക്യാപ്റ്റൻ പാറകളുടെ അത്യുന്നതിയിൽ മേഘങ്ങളുടെ തൊട്ടു താഴെയായി എത്തിച്ചേർന്നു. ഒരു പ്രവാഹംപോലെ തോന്നിയ ഖഡ്ഗം അയാൾ തന്റെ ഉദരത്തിനു താഴേക്ക് ആഴ്ത്തിപ്പിടിച്ചു. അവിടെനിന്ന് ചോരയുടെ ഉറവ പൊട്ടിപ്പടർന്നു. പാറമുനകളിൽനിന്ന് കാലടികൾ തെന്നിത്തെറിച്ച് അയാൾ അത്യഗാധതയിൽ ജലം വിടർത്തിപ്പിടിച്ച കൈകളിലേക്കു ചെന്നുപതിച്ചു. രക്തത്തിന്റെ അനശ്വരമായ ഒരു സ്മരണ ജലത്തിലേക്ക് പടർന്നു.

സമാധാനത്തിൽ മുങ്ങിക്കുളിച്ച് ക്യാപ്റ്റൻ രക്തജലത്തിനുമീതെ പൊങ്ങിക്കിടന്നു. ചിത്രശലഭങ്ങളുടെ എണ്ണം കൂടിവരികയും അവ കൂട്ടമായി പറന്നുചെന്ന് ക്യാപ്റ്റന്റെ മൃതദേഹത്തിൽ വിശ്രമിക്കുകയും ചെയ്തു.

കാലാന്തരങ്ങളിൽ ഭൂപടത്തിൽ രേഖപ്പെടുത്താതെ എവിടെയോ മറഞ്ഞുകിടന്ന മറ്റൊരു ഭൂഖണ്ഡത്തിൽ, ഒരു കടൽക്കരയിൽ ക്യാപ്റ്റന്റെ മൃതദേഹം അടിഞ്ഞുകയറി. പുല്ലിലും മണ്ണിലും നിറഞ്ഞുകിടന്ന മൃതദേഹത്തിൽനിന്ന് സസ്യങ്ങളും ചിത്രശലഭങ്ങളുടെ ചിറകുകളും കിളിർത്തു വരാൻ തുടങ്ങി.

ലോല

പത്മരാജൻ

എന്റെ പേര് അവളിൽ വല്ലാത്ത അമ്പരപ്പാണുണ്ടാക്കിയത്. "സംസ്കൃതത്തിൽ ഒരു പേരോ?"

"അതെ."

"നിങ്ങൾ സംസ്കൃതമാണോ സംസാരിക്കുക?"

"അല്ല."

"പിന്നെ."

"മലയാളഭാഷ സംസ്കൃതവുമായി വളരെ ബന്ധപ്പെട്ടുകിടക്കുന്നു."

"എന്നാലും- താമരയുടെ രാജാവ് എന്ന പേരുണ്ടോ?"

"താമരയുടെ രാജാവ്?" എനിക്കു ലജ്ജ തോന്നി. ഞാൻ പറഞ്ഞു:

"ഞങ്ങൾ താമരയെ ആരാധിക്കുന്നു."

അവൾ അല്പം ലജ്ജിക്കുന്നതായി കാണപ്പെട്ടു. എന്തോ പറയാൻ ബദ്ധപ്പെടുന്നതുകണ്ട് ഞാൻ പ്രോത്സാഹിപ്പിച്ചപ്പോൾ അവൾ താമര ആരാദ്ധ്യവസ്തുവായിത്തീർന്നതെങ്ങനെയാണെന്നു ചോദിച്ചു.

"എനിക്കറിഞ്ഞുകൂടാ."

"ഒബ്രിയൻ പറഞ്ഞിരിക്കുന്നതെന്താണ്?"

"എനിക്കറിഞ്ഞുകൂടാ."

അവൾ കൂടുതൽ നാണിച്ചു. നഗ്നമായ കഴുത്തിനു പിന്നിൽനിന്നും നേർത്ത അരുണിമ മുഖത്തേക്കു വ്യാപിച്ചു.

"താമരയുടെ ഇതളുകൾ എന്തിനെ സൂചിപ്പിക്കുന്നു?"

"എനിക്കറിഞ്ഞുകൂടാ."

"താരമയുടെ അല്ലി എന്തിനെ സൂചിപ്പിക്കുന്നു?"

എനിക്കു മുഷിഞ്ഞുതുടങ്ങിയിരുന്നു. ഞങ്ങൾ തമ്മിൽ ഉള്ള സംസാരം ഏതാണ്ടൊരു ഇന്റർവ്യൂപോലെ എനിക്കു തോന്നിത്തുടങ്ങി

യിരുന്നു. അല്പം വിരസതയോടെ ഞാൻ പറഞ്ഞു: "എനിക്കറിഞ്ഞുകൂടാ."

"ഞാൻ പോകുന്നു."

അവളുടെ കണ്ണുകളിൽ ഒരു കുസൃതിച്ചിരി തങ്ങിനിന്നു. അവൾ പോയി. നാലുമാസത്തെ എന്റെ അമേരിക്കൻ ജീവിതത്തിനിടയിൽ അന്നാദ്യമായാണ് ഒരു അമേരിക്കക്കാരി ലജ്ജിച്ചു ഞാൻ കാണുന്നത്. (ലജ്ജശീലയായ അമേരിക്കൻപെണ്ണ് എനിക്കൊരു സങ്കല്പമായിരുന്നു. അതുകൊണ്ടുകൂടിയാവാം ഞാൻ ലോലയിൽ ആകൃഷ്ടനായത് എന്ന് ഇന്നെനിക്കു തോന്നുന്നു)

ഡയറിയുടെ താൾ...

.... ലിറ്ററേച്ചർ പഠിക്കുന്ന ലോലാ മിൽ ഫോർഡുമായി എനിക്കു പ്രേമമായി എന്നാണ് തോന്നുന്നത്. അതങ്ങനെയാവട്ടെ. ലോലയെപ്പോലെ ഒരു പെണ്ണിനെ...

ഇത്ര സുന്ദരിയായ–

ഓമനത്തമുള്ള –

ബുദ്ധിയുള്ള, സംസാരിക്കാൻ അറിയുന്ന–

എന്തിനാണ് ഇന്ന് ഹോട്ടലിൽവെച്ച് മേശവിരിപ്പിനു ചുവട്ടിൽ എന്റെ കാലിൽ നീ കാൽ മുട്ടിച്ചത്?

പിന്നെ എന്തിനാണ്–

ഏതായാലും ഈയിടെ ഒന്നും വായിക്കുന്നില്ല. ഈ പെണ്ണ് എന്നെ കിറുക്കനാക്കി. ഇപ്പോൾത്തന്നെ എനിക്കവളെ ഒന്നു കണ്ടാൽക്കൊള്ളാമെന്നുണ്ട്. ഇപ്പോൾ, ഈ രാത്രിയിൽ ഈ രാത്രിയിൽത്തന്നെ...

ഓഡ്രി ഹെപ്ബേണിനെപ്പോലെ, തലമുടി ചെറുതായി മുറിച്ച് നെറ്റിയിൽ പരത്തിയിട്ടിരുന്നു. ഞാൻ ചോദിച്ചു: "ഓഡ്രി ബെപ്ബേൺ ആണോ പ്രിയപ്പെട്ട താരം?"

"അല്ല, ഷെർലി മാക്‌ലെയിൻ.."

ഷെർലിയുടെ കണ്ണുകൾ ഞാൻ ഓർത്തു. നിഷ്കളങ്കതയാണ് അവയുടെ ജീവൻ.

ഞാൻ പറഞ്ഞു: "ലോലയുടെ കണ്ണുകൾ ഷെർലിയുടേതുതന്നെ."

"പ്രശംസയാണ്."

"അല്ല."

"അതെ."

"അല്ലല്ല. ഞാൻ കണ്ടുമുട്ടിയിട്ടുള്ളതിൽ ഏറ്റവും സുന്ദരി. ഏറ്റവും നിഷ്കളങ്ക."ഞാൻ പറഞ്ഞുപോയി. "അതു നീയാണ്." അവൾ പെട്ടെന്നു തലതാഴ്ത്തി. പിന്നീട്, പൊടുന്നനവെ എന്റെ കൈ കടന്നുപിടിച്ചു. അവളുടെ കണ്ണുകൾ സജലങ്ങളായിരിക്കുന്നത് ഞാൻ ശ്രദ്ധിച്ചു.

"ഞാൻ..." അവൾ എന്തോ പറയാൻ ബദ്ധപ്പെട്ടു.

"പറയൂ." ഞാൻ ചോദിച്ചു. "എന്താണ്?"

അവൾ ഒന്നും മിണ്ടാതെ എന്റെ കൈപിടിച്ചമർത്തി.

ലേക്ക് ഓഫ് ദി ക്ലൗഡ്സ് ഞങ്ങളുടെ മുമ്പിൽ ഇരുട്ടിൽ പുതഞ്ഞു കിടന്നു. ജലനിരപ്പിനു മുകളിൽ മഞ്ഞുവീണുതുടങ്ങിയിരുന്നു. ഒരു മോട്ടോർ ബോട്ട് ദൂരത്തുകൂടി പോകുന്നത് അവ്യക്തമായിക്കാണാം.

ലോല പിറുപിറുത്തു: "ഞാൻ.. എനിക്ക്..."

അവളുടെ ചുണ്ടുകൾ മൃദുവായി വിറകൊള്ളുകയും എന്റെ കൈയിൽ പിടിച്ചിരുന്ന കൈ വിയർക്കുകയും ചെയ്തു.

എന്താണെങ്കിലും അവൾ അത് ഒരിക്കലും പറഞ്ഞുതീർക്കുകയില്ല എന്നെനിക്കറിയാമായിരുന്നു. അവൾ എന്തു പറയാനാണ് ബദ്ധപ്പെടുന്നത് എന്നും എനിക്കറിയാമായിരുന്നു.

മിച്ചിഗൻ..

സെന്റ് ക്രോയ്ക്സ് നദിയുടെ മുകളിൽനിന്നുകൊണ്ട് ഓഹിയോയ്ക്കു തിരിച്ചുപോകുന്നിനുമുമ്പത്തെ രാത്രിയിൽ ഞാൻ അവളെ ചുംബിച്ചു.

ഞങ്ങളുടെ ചുറ്റും നിശ്ശബ്ദത തളം കെട്ടിക്കിടന്നിരുന്നു. കാറിനുനേരെ നടക്കുമ്പോൾ അവൾ എന്റെ അരക്കെട്ട് ചുറ്റിപ്പിടിച്ചുനിർത്തി മന്ത്രിച്ചു.

"ഞാൻ കന്യകയാണ്. അതോർമ്മയിരിക്കട്ടെ."

ലോലയുടെ കഴുത്തിൽ ഒരു കറുപ്പു പുള്ളിയുണ്ടായിരുന്നു. അതവളെ ദുഃഖിപ്പിച്ചിരുന്നു. അവളുടെ ഒരു പല്ല് മുകളിൽ നടുക്കുനിന്നും നാലമത്തേതു വെപ്പാണ്.

തെക്കുപടിഞ്ഞാറെ അമേരിക്കയിൽനിന്നും വരുന്ന പെൺകിടാങ്ങൾക്ക് പൊതുവെ അല്പം സൗന്ദര്യം കൂടും; ഭാവനയും. ലോലയാണെങ്കിൽ രണ്ടും കണക്കിൽ കവിഞ്ഞ കൂട്ടത്തിലാണ്. ജന്മഭൂമിയായ ടെക്സാസിനെപ്പറ്റി പറയുമ്പോൾ അവൾ എന്നും കവിതയിലേക്കു വഴുതിവീണുപോയിരുന്നു.

കോർപസ് ക്രിസ്റ്റി ഉൾക്കടലിലെ തണുപ്പുള്ള കാറ്റ്.

സാൻ അന്റോണിയേ നദിയുടെ തീരത്തെ വിശാലമായ പാർക്ക്..

വരൂ, ഒരിക്കൽ ടെക്സാസിലേക്കു വരൂ.

അവൾ കവിതകളെഴുതിയിരുന്നു. പ്രസിദ്ധപ്പെടുത്തിയിരുന്നില്ല.

"എന്തുകൊണ്ടാണ് പ്രസിദ്ധം ചെയ്യാത്തത്?" ഞാൻ ചോദിച്ചു.

"എനിക്കൊരു രണ്ടാംകിട എഴുത്തുകാരിയാകണ്ട എന്നതുകൊണ്ട്." അവൾ പറഞ്ഞു.

അമേരിക്കൻ സാഹിത്യത്തിൽ അവൾക്കഭിമാനമുണ്ട്. മാർക്ട്വെയിനെപ്പറ്റി പറയുമ്പോൾ അവൾക്കു ഭ്രാന്താണ്. ലോകത്തിലെ ഏറ്റവും വലിയ നോവലിസ്റ്റ് മാർക്ട്വെയിൻ ആണ് എന്നവൾ വിശ്വസിക്കുന്നു. ഒരിക്കൽ അതിനെപ്പറ്റി സംസാരിച്ചുകൊണ്ടിരിക്കെ അവൾ എന്നെ ക്ഷണിച്ചു.

"അടുത്ത ഞായറാഴ്ച മിസ്സൗറിയിൽ പോകാം."

"പോകാം."

മിസ്സൗറി...

ഹാനിബാളിൽ മാർക്ട്വെയിന്റെ ഭീമാകൃതിയിലുള്ള പ്രതിമയ്ക്കു

കീഴെ ഞങ്ങൾ നിന്നു. അദ്ദേഹം അനശ്വരമാക്കിത്തീർത്ത നദി മുന്നിലൂടെ ഒഴുകിപ്പോകുന്നു.

ലോല അമേരിക്കൻ സാഹിത്യത്തെപ്പറ്റി ആവേശത്തോടുകൂടി സംസാരിച്ചു.

ക്രിസ്തുമസ്!

ലാസ്‌വേഗാസ് കാണാൻ ഞാൻ ക്രിസ്തുമസ് അവധിക്കാലം പ്രയോജനപ്പെടുത്തി. ലോലയും എന്നോടൊപ്പം ഉണ്ടായിരുന്നു. ലോല അത്യധികം ദുഃഖിതയായി കാണപ്പെട്ടു അവൾക്ക് ലാസ്‌വേഗാസ് കണ്ടുകൂടാ. ഞാൻ ചോദിച്ചു: "എന്താണ്...?" അവളുടെ അച്ഛനെപ്പറ്റി അന്നാദ്യമായി അവൾ എന്നോടു പറഞ്ഞു.

ടെക്സാസിൽനിന്നും ബിസിനസിനായി ഓഹിയോവിൽവന്നു ചേർന്ന് പണമുണ്ടാക്കി. റീനോയിലും ലാസ്‌വേഗാസിലുമായി റൗലറ്റ് കളിച്ച് മുഴുവൻ കളഞ്ഞുകുളിച്ച് ഒടുവിൽ ഇരപ്പാളിയായതിനുശേഷം ഒരു കൊലപാതകത്തിന് വധശിക്ഷയ്ക്കു വിധിക്കപ്പെട്ടു. ജോൺമിൽ ഫോർഡിനെപ്പറ്റി ഞാൻ അന്നാണ് കേൾക്കുന്നത്. അയാളുടെ ഭാര്യ ഒരു വേശ്യയായിരുന്നു. ഇടയ്ക്കിടെ സ്ക്രീനിലും ടെലിവിഷനിലും പ്രത്യക്ഷപ്പെട്ടിരുന്ന ഒരു വിലകുറഞ്ഞ വേശ്യ. ലോലയ്ക്കു പ്രായമായിവന്നപ്പോൾ അയാൾ അവളേയുംകൊണ്ട് ഓഹിയോയ്ക്കു പോന്നു. പിന്നീട് ലോല അമ്മയെ കണ്ടിട്ടേയില്ല.

റീനോ ആർച്ച് കടന്നപ്പോൾ ലോല എന്റെ ചുമലിലേക്കു ചാഞ്ഞു പറഞ്ഞു.

"എന്റെ അച്ഛൻ നശിച്ചതിവിടെയാണ്.." അവൾ തേങ്ങി. അന്ന് ലോല കണക്കറ്റു മദ്യപിച്ചു. അവളുടെ കുട്ടിത്തം വിടാത്ത കവിളും മുഖവും മദ്യത്തിന്റെ ചൂടേറ്റു ചുവന്നു.

നെവാഡാസ്റ്റേറ്റിനെ അവൾ കുഴഞ്ഞ നാവുകൊണ്ട് ചീത്തവിളിച്ചു.

"ഇന്ത്യയിൽ ഇങ്ങനെ ഒരു നഗരമുണ്ടോ?"

"ഇല്ല." ഞാൻ അഭിമാനത്തോടുകൂടി പറഞ്ഞു.

"എങ്കിൽ എനിക്കുകൂടി ഇന്ത്യയിൽ വരണം."

അന്നു വൈകിട്ട് മദ്യത്തിന്റെ ലഹരിയിൽനിന്നും അവൾ പൂർണ്ണമായും വിമുക്തമായപ്പോൾ വെയിൽ വീഴ്ത്തിയ തണലുകളിലൂടെ വാടകയ്ക്കെടുത്ത രണ്ടു പെൺകുതിരകളുടെ പുറത്തിരുന്നു സഞ്ചരിക്കുമ്പോൾ അവൾ വീണ്ടും ചോദിച്ചു.

"എനിക്കും ഇന്ത്യയിൽ വന്നുകൂടേ?"

ഞാൻ ഒന്നും പറഞ്ഞില്ല.

"നമുക്കു വിവാഹം ചെയ്യാമോ?"

ഞാൻ പറഞ്ഞു: "ഞാൻ ഹിന്ദുവാണ്. ഒരു ക്രിസ്ത്യാനിയെ വിവാഹം ചെയ്യാൻ ഒരു ഹിന്ദുവിന് സ്വാതന്ത്ര്യമുണ്ടോ എന്നെനിക്കറിയില്ല."

"എങ്കിൽ ഞങ്ങളുടെ മതത്തിലേക്കു കൺവർട്ടു ചെയ്തുകൂടെ?"

ഞാൻ ചെറുതായിച്ചിരിച്ചു. ഒരു പെണ്ണിനുവേണ്ടി മതം മാറുന്നത്

അടിമത്തത്തിനു വഴിവെക്കുകയാവും എന്ന വിഡ്ഢിത്തം എനിക്കു തോന്നിയിരുന്നു.

താഹോയ്തടാകത്തിന്റെ കരയിൽ എത്തിയപ്പോൾ ഞങ്ങൾ നിന്നു. അവൾ പെട്ടെന്ന് എന്നോടു പറഞ്ഞു: "അല്ലെങ്കിൽ ഇവിടെത്തന്നെ നമുക്കു താമസിക്കാം." ഞാൻ വല്ലാതായി. അതു കണ്ട് അവൾ ചോദിച്ചു: "ഇവിടെ സ്ഥിരമായി താമസിക്കണമെങ്കിൽ അമേരിക്കൻ പൗരത്വം സ്വീകരിക്കണോ?"

"എനിക്കറിയില്ല."

"എനിക്ക് ഇന്ത്യയിൽ വന്നു താമസിക്കുന്നതും ഇന്ത്യൻ പൗരത്വം വേണ്ടിവരുമോ?"

"എനിക്കറിയില്ല."

എന്റെ അലസത അവളെ ദേഷ്യം പിടിപ്പിച്ചു. അവൾ രണ്ടു രാജ്യങ്ങളെയും ചീത്ത പറഞ്ഞു. ഇന്ത്യൻ പൗരത്വവും അമേരിക്കൻ പൗരത്വവും, ഇന്ത്യയും അമേരിക്കയും ക്രിസ്ത്യാനിയും ഹിന്ദുവും, ഹിന്ദുമതവും ക്രിസ്തുമതവും അവൾ ഒരു ഭ്രാന്തിയെപ്പോലെയായി കുറേനേരത്തേക്ക്.

ആരിസോണായുടെ തലസ്ഥാനത്തെ ഒരു ഹോട്ടലിലിരിക്കുമ്പോഴാണ് ഞാൻ അവളോട് എന്റെ ചുറ്റുപാടുകൾ വിവരിച്ചത്. എനിക്ക് എന്റെ ലോലയെ ഒരിക്കലും വിവാഹം ചെയ്യാൻ പറ്റിയെന്നുവരില്ല. നീ അതിൽ നിരാശപ്പെടരുത്."

"ഇല്ല. എനിക്കു നിരാശയില്ല" അവൾ പറഞ്ഞു. അവളുടെ ശബ്ദം പതറിപ്പോകുന്നത് ഞാൻ ശ്രദ്ധിച്ചു.

ഞാൻ എന്റെ ചുറ്റുപാടുകൾ കൂടുതൽ വ്യക്തമാക്കി. എന്നെ ആശ്രയിച്ചു കഴിയുന്ന കുടുംബം... എന്റെ നാടിന്റെ ദാരിദ്ര്യം... എന്റെ വീടിന്റെ ദാരിദ്ര്യം...(ഈ സ്കോളർഷിപ്പില്ലായിരുന്നെങ്കിൽ എനിക്കിവിടെയെങ്ങും വരാൻ കൂടി പറ്റില്ലായിരുന്നു...) പിന്നെ അമേരിക്കയിൽ ജനിച്ചുവളർന്ന നിനക്ക് ഒരിക്കലും അവിടെ സുഖമായിരിക്കാൻ പറ്റുകയില്ല. ഇവിടത്തെപ്പോലെയുള്ള വലിയ ഹോട്ടലുകളില്ല... ബീച്ചില്ല.

ദാരിദ്ര്യം മാത്രമാണുള്ളത്. ദാരിദ്ര്യം മാത്രം... അവൾക്കു മനസ്സിലായില്ല എന്നു തോന്നി.

ഞങ്ങൾക്കുമുന്നിൽ താഴെ ഫീനിക്സ് നഗരത്തിലെ ലക്ഷക്കണക്കിനു ബിൽഡിങ്ങുകൾ നിരന്നുകിടന്നിരുന്നു. ഓർക്കസ്ട്രാ തിടുക്കപ്പെട്ട് വികൃതമായി ഏതോ ഒക്കെ പാടിക്കൊണ്ടിരുന്നു. അവൾ എന്നെ പകച്ചു നോക്കി.

"ദാരിദ്ര്യം?"

മർലിൻ മൺറോ മരിച്ച ദിവസം അവൾ എന്റെ മുറിയിൽ വന്നു. "ഒരു വിഡ്ഢിയായിരുന്നു ഞങ്ങളുടെ ഏറ്റവും വലിയ താരം..." അവൾ വിഷാദിച്ചു: "ഏതായാലും ഇമ്മാതിരി കഴുതകൾ മരിക്കുന്നതാണ് നല്ലത്." അന്ന് ആത്മഹത്യകളെക്കുറിച്ചും അവയുടെ കാരണങ്ങളെക്കുറിച്ചും ഞങ്ങൾ ദീർഘമായി സംസാരിച്ചു. ആത്മഹത്യ ചെയ്യുന്നവർ മുഴുവൻ വിഡ്ഢിക

ളാണെന്ന് അവൾ വിശ്വസിക്കുന്നു.

അവർ ആരുമായിക്കൊള്ളട്ടെ, കാരണം എന്തുമാവട്ടെ!

ഇടയ്ക്കു ഞാൻ പറഞ്ഞു: "കണക്കറ്റു ദുഃഖിക്കുമ്പോൾ നാമെല്ലാവരും ഒരുവേള..."

അവൾ പെട്ടെന്നു നിശ്ശബ്ദയായി. ഒരു മിനിറ്റു കഴിഞ്ഞ് പെട്ടെന്നു ചോദിച്ചു: "ഇനി എത്ര ദിവസമുണ്ട് മടങ്ങിപ്പോകാൻ?"

"മൂന്നുമാസം." ഞാൻ പറഞ്ഞു. പിന്നീട് പലപ്പോഴും അവൾ ആ അവസരത്തിൽ അങ്ങനെ ചോദിക്കാൻ കാരണമെന്തായിരുന്നു എന്ന് ഞാൻ ചിന്തിച്ചിട്ടുണ്ട്.

പോരാത്തതിന് ഒരാഴ്ചമുമ്പ് ലോല പറയുകയുണ്ടായി. ഈ ഒരാഴ്ച എന്റേതാണ്. എനിക്കിഷ്ടംപോലെ ഞാനതു ചെലവഴിക്കും. ഞാൻ പറയുന്നതുപോലെ കേട്ടുകൊള്ളണം. ഞാൻ സമ്മതിച്ചു. എങ്ങനെയാണ് ഈ ഒരാഴ്ച കഴിക്കുക? ഞാൻ ചോദിച്ചപ്പോൾ സങ്കോചലേശമെന്യേ അവൾ പറഞ്ഞു: "ഈ ഒരാഴ്ചയാണ് നമ്മുടെ മധുവിധു. സതേൺ കാലിഫോർണിയായിൽവെച്ച്."

അവൾ നിസ്സാരമായി പറഞ്ഞു. കാരണം, അവൾക്കു കണക്കറ്റു പണമുണ്ടായിരുന്നു. അവളുടെ മരിച്ചുപോയ ഒരമ്മാവി അവൾക്കായി നല്ല ഒരു സംഖ്യ നീക്കിവച്ചിരുന്നു.

സതേൺ കാലിഫോർണിയ.. പ്രശസ്തമായ ഹോളിവുഡ്, ഓറഞ്ചു വൃക്ഷങ്ങൾ നിരന്നുനില്ക്കുന്ന വിശാലവീഥിയിൽ, സുപ്രസിദ്ധമായ റോസ് ബൗൾ (Rose Bowl) സ്റ്റേഡിയം... ലാജോളായിലെ കൊടുമുടികളിൽ കടലിനു മുകളിലേക്കു തള്ളിനില്ക്കുന്ന വീടുകളിലൊന്നിൽ വെച്ച് - അവൾ സത്യമായിരുന്നു പറഞ്ഞത്. ലോലാ മിൽഫോർഡ് അന്നുവരെ ഒരു കന്യകയായിരുന്നു.

അമ്മ നേരത്തെ എഴുതിയിരുന്നു: "നീ വന്നാലുടനെ വിവാഹം വേണമെന്നാണ് അവർക്കൊക്കെ."

എന്നോടൊപ്പം കളിച്ചുവളർന്ന എന്റെ ഭാവിവധു എഴുതി: "ഒന്നു കാണാൻ കൊതി."

Through that white night.
We two sat on your window sill.
ആ വെളുത്ത രാത്രിയിൽ-
നിന്റെ ജാലകപ്പടിയിൽ-
-ഷിവാഗോയുടെ പദ്യങ്ങൾ.

"നിങ്ങളുടെ ഒരു കുട്ടി എന്റെ വയറ്റിൽ ഉണ്ടെന്നു കരുതി നോക്കൂ."

"എങ്കിൽ..."

"ഞാനവനെ പ്രസവിക്കും. അല്ലേ?"

"ഉം. എന്നിട്ട്?"

"ഞാൻ അവനെ വളർത്തും."

"വളർത്തും?"

"ഉം. നിങ്ങളെപ്പോലെ അവൻ വളർന്നുവരും. നിങ്ങൾ ഇപ്പോഴുള്ളതു പോലെ ആകുമ്പോൾ... അപ്പോഴേക്കും എനിക്കു വളരെ പ്രായം ആയേക്കും. അന്നു ഞാനവനെക്കൊല്ലും..."

എനിക്കു ലേശം വിഷാദം തോന്നി. എങ്കിലും ഞാൻ ചിരിച്ചുകൊണ്ടു ചോദിച്ചു: "എങ്കിൽ എന്നെ ഇപ്പോൾത്തന്നെ അങ്ങു കൊല്ലരുതോ?"

"എനിക്കതിനു കഴിവില്ലെന്നാണ് തോന്നുന്നത്." അവൾ പറഞ്ഞു. പിന്നീട് മണ്ണിൽ മുഖം ചേർത്ത് തേങ്ങി.

"ഒന്നും വേണ്ടായിരുന്നു.. ഇതൊന്നും വേണ്ടായിരുന്നു."

കോടിക്കണക്കിന് ആസേലിയാപുഷ്പങ്ങൾ വിരിഞ്ഞു നില്ക്കുന്ന താഴ്വരയിൽനിന്നും ഒരു കാറ്റ് അടിച്ചുയർന്നു. അതിൽപ്പെട്ട് അവളുടെ തലമുടി അലസമായി പറന്നുകൊണ്ടിരുന്നു. ഞാൻ മെല്ലെ അവളുടെ ചുമലിൽ കൈവച്ചു. അവൾ പിടഞ്ഞെണീറ്റു കണ്ണുതിരുമ്മി.

ഒരു നിമിഷം എന്നെത്തന്നെ സൂക്ഷിച്ചുനോക്കിയിട്ട് ഒരു പുതിയ ആവേശത്തോടെ എന്റെ വിരലുകളിൽ ചുംബിച്ചുകൊണ്ട് അവൾ പറഞ്ഞു: "ക്ഷമിക്കൂ."

തെക്കൻ കാലിഫോർണിയ മണൽക്കാടുകളുടെ നാടാണ്. എപ്പോഴും ചൂടുള്ള ഒരു കാറ്റ് അന്തരീക്ഷത്തിൽ തങ്ങിനില്ക്കുന്നു.

ഭീമാകൃതിയിൽ മുപ്പതടിയോളം ഉയരത്തിൽ ജോഷ്വാവൃക്ഷങ്ങൾ ഊക്കൻ കുലകൾ വഹിച്ചുകൊണ്ടുനിന്നിരുന്നു. കാറ്റുവീശുമ്പോൾ കൊമ്പുലഞ്ഞാടി. ഒറ്റയായും കുലയായും പൂക്കൾ അടർന്നു പറന്നു.

ലോലയെ ഒരു കുല പൂവിന്റെ പശ്ചാത്തലത്തിൽ ഞാൻ ക്യാമറയിലാക്കി. അവൾ മനോഹരമായി ചിരിച്ചുനിന്നു.

ഫോട്ടോ എടുത്തുകഴിഞ്ഞപ്പോൾ ആരോടെന്നില്ലാതെ അവൾ പിറുപിറുത്തു:

"ഞാനും ആ വിഡ്ഢിത്തം കാട്ടും എന്നാണ് എനിക്കു തോന്നുന്നത്."

"എന്താണ്?" ഞാൻ ചോദിച്ചു.

"മർലിൻ കാട്ടിയ ആ വിഡ്ഢിത്തം."

സാന്റാ ബാർബറാ മിഷനിലെ മണികൾ ദുഃഖഭാവത്തിൽ അലച്ചു. സന്ധ്യ താണുപറന്നു. അതിപുരാതനമായ പള്ളിയുടെ വാതിൽ നിശ്ശബ്ദമായി അടഞ്ഞു. അകലെയെവിടെയോനിന്ന് മറ്റേതോ പള്ളിയിൽ മണിയടിക്കുന്ന ശബ്ദം മഞ്ഞിലൂടെ അരിച്ചെത്തി. ഇരുട്ടിൽ എന്റെ മടിയിൽ തലചായ്ച്ച് കിടന്ന് ലോല ചോദിച്ചു:

"എന്റെ വഴി ഇതല്ലേ?"

ഞാൻ പറഞ്ഞു: "മടയത്തരം പറയാതിരിക്കൂ. എന്നെ സന്തോഷമായി യാത്രയയക്കണം."

അവൾ ഒന്നും പറഞ്ഞില്ല.

എനിക്കു ദുഃഖം തോന്നി.

കഴിഞ്ഞദിവസങ്ങളിൽ സാൻഗബ്രിയേൽ മിഷനിലും കാർമ്മൽ ബേയിലേക്കു മുഖം തിരിച്ചു നില്ക്കുന്ന സെയ്ന്റ് ചാൾസ് ബോറോമി

യോയിലും ഞാൻ കണ്ട നിരവധി മുഖങ്ങൾ എന്റെ മനസ്സിൽ കടന്നുവന്നു.

നിത്യയുടെ മണവാളന്മാർ - മണവാട്ടികൾ.

"നീ ഒരിക്കലും അതു ചെയ്യരുത്." ഞാൻ പറഞ്ഞു. "അതൊരുതരം ക്രൂരതയാണ്."

അങ്ങിങ്ങ് നിശ്ശബ്ദമായി ചലിച്ചിരുന്ന കറുത്ത നീളൻ കുപ്പായങ്ങൾ താഴ്വരയിലെ മങ്ങിയ വെളിച്ചത്തിൽ അലിഞ്ഞുചേർന്നു. ഓറഞ്ചു വൃക്ഷങ്ങളുടെ മുകളിൽ കോടമഞ്ഞു പുതഞ്ഞു.

ഞാൻ അവളുടെ കവിളിലെ നനവു തുടച്ചുകളഞ്ഞു. അവസാനദിവസം.

ലോല അത്യധികം ഉന്മേഷവതിയായി നടിച്ചു. പക്ഷേ, അതൊരു മുഖാവരണം മാത്രമാണെന്ന് എനിക്കറിയാമായിരുന്നു. രാത്രി വളരെ ഇരുട്ടുന്നതുവരെ ഞങ്ങൾ തെരുവീഥികളിൽ അലഞ്ഞുനടന്നു. ഇടയ്ക്കിടെ തെരുവുവിളക്കുകളുടെ പ്രകാശം വന്നെത്താത്ത ഇരുട്ടിൽ അവൾ പെട്ടെന്നു നിന്ന് എന്നെ ചുംബിച്ചു. നൈറ്റ് ക്ലബ്ബുകൾ കൂടുതൽകൂടുതൽ ശബ്ദായമാനമായിക്കൊണ്ടിരുന്നു. ഞങ്ങൾ പരസ്പരം ഒന്നും സംസാരിച്ചിരുന്നില്ല. ഏതുനിമിഷവും ലോലയുടെ മുഖാവരണം തകരുമെന്നും അവൾ പൊട്ടിക്കരയുമെന്നും ഞാൻ ഭയപ്പെട്ടു.

അതുണ്ടായത് ഒരു തിരിവിൽവെച്ചാണ്. ബിക്കിനി മാത്രം ധരിച്ച ഒരു പെണ്ണിനെ മൂന്നു ചെറുപ്പക്കാർ ചേർന്ന് ഇരുട്ടിലേക്കു കൂട്ടിക്കൊണ്ടു പോകുന്നതു ഞങ്ങൾ കണ്ടു.

ആ പെണ്ണ് വല്ലാതെ മദ്യപിച്ചിരുന്നു. അവ്യക്തമായ സ്വരത്തിൽ അവൾ ആരെയൊക്കെയോ പുലഭ്യം പറഞ്ഞുകൊണ്ടിരുന്നു.

ഇരുട്ടിൽ അവർ അപ്രത്യക്ഷരായി. അല്പം കഴിഞ്ഞ് മുരട്ടു ശബ്ദത്തിൽ ആരോ പാടി.

Golden memories and silver Tears....

ലോല പറഞ്ഞു: "പോകാം."

ഞങ്ങൾ വീണ്ടും നടന്നു. അവൾ എന്തോ പറയാൻ ബദ്ധപ്പെടുന്നുണ്ടായിരുന്നു. കുറെ നടന്നപ്പോൾ അവൾ ചോദിച്ചു:

"കുടിച്ചും വ്യഭിചരിച്ചും ഏതോ ദുഃഖം മറക്കാൻ ആ മടയി ശ്രമിക്കുന്നു. അല്ലേ?" അവളുടെ സ്വരത്തിൽ കണ്ണുനീരിന്റെ ഛായയുണ്ടായിരുന്നു. ഞാനവളെ പിടിച്ചുനിർത്തി. അവളുടെ കണ്ണുകളിലേക്കു സൂക്ഷിച്ചുനോക്കി.

അവ നിറഞ്ഞിരുന്നു.

"തിരിച്ചുനടക്കാം." അവൾ പറഞ്ഞു. ഞങ്ങൾ ഹോട്ടലിനു നേരെ നടന്നു. കതകടഞ്ഞു. ഞങ്ങൾ രണ്ടുപേർ മാത്രമായി.

രാത്രി വളരെക്കഴിഞ്ഞിരുന്നു. പ്രഭാതം അടുത്തടുത്തു വരുന്നതു ഞങ്ങൾക്കു കാണാമായിരുന്നു.

ഞാൻ കട്ടിലിലിരുന്നു. എന്റെ കാല്ക്കൽ വെറും നിലത്തായി

ലോലയും. ഇടയ്ക്കിടെ എന്റെ കൈകളിൽ അവൾ മൃദുവായി ചുംബിച്ചു. മറ്റു ചിലപ്പോൾ നിശ്ശബ്ദയായി അവൾ എന്റെ മുഖത്തേക്കു നോക്കി.

അവൾ ഒരമേരിക്കക്കാരിയാണെന്നു വിശ്വസിക്കാൻ ആ നിമിഷങ്ങളിൽ പ്രയാസം തോന്നി.

രാവിലെ തമ്മിൽ പിരിഞ്ഞു. വീണ്ടും കാണുക എന്നൊന്നുണ്ടാവില്ല. നീ മരിച്ചതായി ഞാനും. ഞാൻ മരിച്ചതായി നീയും കണക്കാക്കുക. ചുംബിച്ച ചുണ്ടുകൾക്കു വിടതരിക.

ഫ്രൂട്ട് സലാഡ്

എൻ പി ഹാഫിസ് മുഹമ്മദ്

ഞാൻ അയിഷ. കോഴിക്കോട്ടെ തെക്കേപ്പുറത്തെ പണ്ടാറത്തോപ്പിൽ സിദ്ദിഖിന്റെ മകൾ. പണ്ടാറത്തോപ്പ്, പേരുപോലെതന്നെ അത്ര നല്ലൊരു സ്ഥലമൊന്നുമല്ല. ഒന്നാഞ്ഞു പിടിച്ചുനടന്നാൽ പണ്ടാറത്തോപ്പിൽ നിന്ന് ടൗണിലെത്താൻ അരമണിക്കൂർ മതി. എന്നാൽ, തൊട്ടപ്പുറത്തെ പരപ്പിലും കുറ്റിച്ചിറയിലുമൊക്കെയുള്ള തറവാടുകളിലെ കോയമാരും ബീവിമാരുമായി പണ്ടാറത്തോപ്പുകാർക്കുള്ള അകലം അത്ര ചെറുതല്ല. അറബിക്കടലോരം ചേർന്നുകിടക്കുന്ന, ചളിയും ചണ്ടിയും കൂടിക്കുഴഞ്ഞ, വൃത്തിയും വെടിപ്പുമില്ലാത്ത പുറമ്പോക്കാണ് പണ്ടാറത്തോപ്പ്. ഇവിടെ കെട്ടിപ്പിടിച്ചു കിടക്കുന്ന പുരകൾ പണ്ട് ഇങ്ങനെയൊന്നുമായിരുന്നില്ല. മുമ്പ് പണ്ടാറത്തോപ്പിൽ മൺതറകെട്ടി നാല് മുളങ്കാലുകൾ നാട്ടി, മെടഞ്ഞ ഓലകൊണ്ട് മേൽക്കൂരയുള്ള, നാലുഭാഗവും മറച്ച കൂരകളായിരുന്നുവത്രെ. കല്ലുവെച്ച് പടുത്തും പലകയടിച്ച് മറച്ചും കെട്ടിപ്പൊക്കി ഓടിട്ട് മേഞ്ഞും പുരയാക്കി മാറ്റിയത് ഈയടുത്താണ്. പണ്ടാറത്തോപ്പിൽ അടുത്ത പുരയിലെ കക്കൂസ് അയൽപക്കത്തുള്ളവരുടെ കോലായയിലേക്കോ അടുക്കളയിലേക്കോ പിന്തിരിഞ്ഞാണിരിക്കുന്നത്. എന്റെ വെല്ലിമ്മ, ഉമ്മയുടെ ഉമ്മ, പറഞ്ഞത് ആദ്യകാലത്ത് കക്കൂസുകളേ ഉണ്ടായിരുന്നില്ലെന്നാണ്. പുരയോടു ചേർന്നുണ്ടാക്കിയ കുളുമാറയിലിരുന്ന് ചേമ്പിലയോ പ്ലാസ്റ്റിക് കവറോ വെച്ച് പെണ്ണുങ്ങൾ കാര്യം നടത്തും. രാത്രിയത് കടലിലേക്കോ പണ്ടാറത്തോപ്പിലെ ചളിക്കുണ്ടിലേക്കോ വീശിയെറിയും. ആണുങ്ങൾ രാവിലെ കടപ്പുറത്തേക്ക് പായും. കടലിനു പിന്തിരിഞ്ഞിരിക്കും. സൂത്രത്തിൽ പതുങ്ങിവരുന്ന തിരമാലകൾ ചിലരെ നനച്ച് കുളിപ്പിക്കും. നമ്പർ രണ്ടിനൊപ്പം കുളി ഫ്രീയെന്നു പറഞ്ഞ് വെല്ലിമ്മ ചിരിക്കാറുണ്ട്. വെല്ലിമ്മ വാല്യക്കാരത്തിയായിരുന്നപ്പോൾ, തിരയുടെ

ഹുങ്കാരം കേട്ട് പെടാപ്പാടുപെട്ട് ആണുങ്ങൾ ഓടുന്നതു കണ്ടിട്ടുണ്ട്. ചില ദിവസങ്ങളിൽ നേരത്തെയെണീറ്റാൽ ഇടത്തെ ഉള്ളം കൈയിൽ ഉമിക്കരിയെടുത്ത്, വെല്ലിമ്മ കരിങ്കല്ലു ബണ്ടിന്മേൽ കേറിനില്ക്കും. ഹുസ്നുൽ ജമാലിലെ ഈരടികൾ മൂളിപ്പാടി, പല്ലുതേക്കുന്നതായഭിനയിച്ച്, കാക്കക്കണ്ണിട്ട് കടപ്പുറത്തേക്ക് നോക്കിനില്ക്കും. കടൽത്തിരകൾ പടപ്പാട്ടുപാടി മുന്നറിയിപ്പില്ലാതെ പാഞ്ഞെത്തുമ്പോൾ, തൂറാനിരിക്കുന്ന ആരെങ്കിലും ഉടുമുണ്ട് താഴ്ത്താൻ മറന്ന് നനഞ്ഞൊലിച്ച് പാഞ്ഞുവരുമ്പോൾ വെല്ലിമ്മ കുലുങ്ങിക്കുലുങ്ങി ചിരിക്കുമായിരുന്നത്രെ.

ആണുങ്ങളുടെ മരണപ്പാച്ചിൽ കാണാൻ എനിക്ക് ഭാഗ്യമുണ്ടായിട്ടില്ല. ഞാൻ വെല്ലിമ്മയോട് സങ്കടത്തോടെ പറഞ്ഞിരുന്നു: "ന്റെ പൊന്നു വെല്ലിമ്മാ.... പണ്ടാറത്തോപ്പിൽ പത്തുനാല്പത് കൊല്ലം മുമ്പ് ഞാൻ പിറന്നില്ലല്ലോ."

ഞാനതിന് പരിഹാരം ചെയ്തത്, അപ്പുറത്തുമിപ്പുറത്തുമുള്ള കക്കൂസുകളിൽ ആണുങ്ങൾ കേറുമ്പോൾ ചായ്പ്പിലങ്ങനെ പതുങ്ങിനില്ക്കും. ആരാണ് കക്കൂസിൽ കേറുന്നതെന്ന് നോക്കും. പിന്നെ കേറിയയാളിന്റെ കീഴ്ശ്വാസത്തുണ്ടങ്ങളുടെ എണ്ണം തിട്ടപ്പെടുത്തും. മദ്രസയിലോ സ്കൂളിലോ പോകുമ്പോൾ എതിരെ വരുന്നയാളിനെ കണ്ടാൽ ഞാൻ ചങ്ങാതിമാരോട് പറയും: "അതാ വരുന്നു സെനീനാന്റെ അസ്സുപ്പുതിയാപ്പിള, പ്രേ... പ്രേ... പ്രേ... പ്രെപ്രപ്രേ... ആറെണ്ണം. അതാ പോണ് നെബിസൂന്റെ പുതിയാപ്പിള കോയ മോൻ. പ്ര്പ്ര്പ്ര്... പ്ര്പ്ര്പ്ര്... പ്രേ... ഏഴ് ഗോളടിച്ചോൻ." ചങ്ങാതിമാരതുകേട്ട് വാപൊത്തിച്ചിരിക്കും.

വെല്ലിമ്മ പറഞ്ഞത്, പണ്ട് പണ്ടാറത്തോപ്പ് ഒരു ചളിക്കുണ്ടായിരുന്നുവെന്നാണ്. കല്ലും മണ്ണുമിട്ട് തറയുറപ്പിച്ച് പണ്ടുള്ളവർ എങ്ങനെയോ ഒരു പൊരണ്ടാക്കി. ഇന്നും നാല് മഴ പെയ്താൽ പണ്ടാറത്തോപ്പ് തനി സ്വഭാവം കാണിക്കും, ലോക ചളിപിളി കുഴമാന്തരം അവുലുംകഞ്ഞി.

പണ്ടാറത്തോപ്പായതുകൊണ്ടാണ് ഒസ്സാന്മാരും പൂസ്ലാന്മാരും ഒന്നിച്ചു കഴിയുന്ന പുറമ്പോക്കായതെന്ന് കമ്യൂണിസ്റ്റ് നേതാവ് ഈരായ്യമ്മുട്ടി മുഖദാറിൽ വെച്ച് തെങ്ങ്മെക്കെട്ടിവെച്ച് പ്രസംഗിക്കുമ്പോൾ ഞാൻ പുരയിലിരുന്ന് കേട്ടിട്ടുണ്ട്. മയ്യത്തായവർ മേലുരുമ്മി കിടക്കുന്ന കണ്ണമ്പറമ്പ് ശ്മശാനം കടന്ന്, പറന്നു വന്നതാണ് ആ പ്രസംഗം. ഞാനന്ന് കാലിക്കറ്റ് ഗേൾസ് ഹൈസ്കൂളിൽ എട്ടാം ക്ലാസിൽ പഠിക്കുകയായിരുന്നു.

ഞാൻ പത്തിലെത്തുംമുമ്പേ വെല്ലിമ്മ നിസ്കാരപ്പായയിൽ കുഴഞ്ഞു വീണുമരിച്ചു. പിന്നെ ഉമ്മയുടെ ഉപ്പ, വല്യാപ്പ, ആയിരുന്നു എന്റെ കൂട്ട്. ഉപ്പയ്ക്കെന്നും തിരക്കാണ്. കോയമാരുടെ വീട്ടിൽപ്പോയി മുടിവെട്ടണം. സ്കൂൾ പൂട്ടിയാൽ മുട്ടുമുറിമഹാമഹം. വല്യാപ്പയായിരുന്നു എന്റെ ദേശ ചരിത്രത്തിന്റെ ഗ്രന്ഥം. വല്യാപ്പയ്ക്കെന്തിനെക്കുറിച്ചുമറിയാമായിരുന്നു. എന്റെ എൻസൈക്ലോപീഡിയ. പള്ളിക്കണ്ടി എൽ പി സ്കൂളിൽ നാലാം ക്ലാസിൽ പഠിക്കുമ്പോഴാണ് ലുക്മാനുൽ ഹഖീം മാഷ് എൻസൈക്ലോപീഡിയയെക്കുറിച്ച് പറഞ്ഞുതന്നത്. ലോകത്തിലെ സകലകുലാമി വിഷ

യങ്ങളും അതിലുണ്ടത്രെ. ലുക്മാനുൽ ഹഖീം മാഷ് ചോദിച്ചു: "ഏതില്?" കുട്ടികൾ പറഞ്ഞു: "എൻക്ലൈസോ പീഡിയ ബ്രിട്ടാനിത്താ... എൻക്ലൈ സൈക്ൾ പീഡികാ ബ്രിട്ടാനിക്കാക്ക..." ആർക്കും ശരിയായത് പറയാൻ കഴിഞ്ഞില്ല. ലുക്മാനുൽ ഹഖീം മാഷ് പറഞ്ഞു: "നോ നോ... എൻസൈ ക്ലോപീഡിയാ.... ബ്രിട്ടാനികാ...." ഞാനെണീറ്റുനിന്ന് ഉച്ചത്തിൽ പറഞ്ഞു: "നോ... നോ... എൻസ്ക്ലസോ പീഡിക ബ്രിട്ടാനിക്കാ...." ക്ലാസിൽ ചിരി യോട് ചിരി. ഞാനപ്പോൾ ചോദിച്ചു: "എന്റെ വല്യാപ്പയ്ക്ക് ദുനിയാവിലെ എല്ലാ കാര്യങ്ങളുമറിയാലോ. വല്യാപ്പയെക്കുറിച്ച് ഈ കിത്താബിലു ണ്ടോ?" ആരോ പറഞ്ഞു: "ഇതില് ഒസ്സാന്മാരെക്കുറിച്ച് ഒന്നുംണ്ടാവൂലാ." മാഷിന്റെ മുഖം പെട്ടെന്ന് ചുവന്നു. മാഷ് അലറി, "ആരാണത് പറഞ്ഞത്? സ്റ്റാന്റപ്പ്" ആരും എണീറ്റു നിന്നില്ല. ലുക്മാനുൽ ഹഖീം മാഷ് ക്ലാസാകെ പരതി. പിന്നെ മെല്ലെ മുന്നോട്ടുനടന്നു. തലതാഴ്ത്തിയിരിക്കുന്ന സാജിദ് റഹ്മാനെ നോക്കി കല്പിച്ചു, "സ്റ്റാന്റപ്പ്..." സാജിദ് റഹ്മാൻ എണീറ്റുനി ന്നു, കിടുകിടാ വിറച്ചു. മാഷ് പൊട്ടിത്തെറിച്ചു. പലതും പറഞ്ഞു. ഒടു വിൽ ആക്രോശിച്ചു: "ഇനി ഇത്തരത്തിലൊരു ദുർഭാഷണം നടത്തിയാൽ ഈ വിദ്യാലയത്തിന്റെ പടി നീ കേറില്ലാ." ഞാൻ മനസ്സിൽ വിചാരിച്ചു, എന്താണീ ദുർഭാഷണം? മുൻബെഞ്ചിലിരിക്കുന്ന എന്റെയടുത്തെത്തി മാഷ് പറഞ്ഞു: "ചിലർ ജീവിക്കുന്ന എൻസൈക്ലോപീഡിയ. പുസ്തകം നിർജ്ജീവം?" ഞാൻ അടുത്തിരിക്കുന്ന സുമിത്രയോട് ചോദിച്ചു: "എന്താ ണെടീ ഈ നിർചീവം?" ക്ലാസിൽ നാല് ഹിന്ദുപ്പെൺകുട്ടികളേയുള്ളൂ. അവരുടെ മലയാളം വേറൊരു സൈസാണ്. സുമിത്ര എന്റെ ചെവിയിൽ മന്ത്രിച്ചു, "ജീവനറ്റ പുസ്തകം." സത്യത്തിൽ അതും എനിക്ക് മനസ്സിലാ യില്ല. എനിക്ക് മനസ്സിലായിത്തുടങ്ങിയ ഒരു കാര്യം പണ്ടാറത്തോപ്പ് ഒരു പണ്ടാറത്തോപ്പു തന്നെയാണ് എന്നതായിരുന്നു. ചളിക്കുണ്ടല്ല, ഒരു ചതി ക്കുണ്ട്.

ഞാനത് വല്യാപ്പയോട്, ഒരു ദിവസം, ചോദിച്ചു: "എന്താ വല്യാപ്പാ ഒസ്സാന്മാരും പൂസ്ലാന്മാരും ഈ പണ്ടാറത്തോപ്പിൽ പെട്ടുപോയത്? കുറ്റി ച്ചിറയിലോ കുണ്ടുങ്ങലിലോ പോയി പാർത്തൂടേ?"

"ഇജ്ജൻമത്തില് പറ്റൂലാ," വല്യാപ്പയുടെ ഉത്തരം.

"അതെന്താ?"

"അതിലൊരു ഇതുണ്ട്. കേൾക്കണോ, എന്നാ പറ: ആരാ ഒസ്സാമ്മാര്? മുടിയും മുട്ടയും മുറിക്ക്ണോര്. ബാർബർമാർ മഹാ ബറാബർ. പറ, ആരാ ഒസ്സാമ്മാര്?"

"ബാർബർമാർ"

"ആരാ പൂസ്ലാമ്മാര്? കടലിപ്പോയി മീൻ പിടിക്ക്ണോര്."

"പൈസണ്ടെങ്കില് ഓരിക്കും കുറ്റിച്ചിറക്കൊളത്തിന്റെ ഒത്ത നടു സെന്ററില് വീടെടത്തൂടേ?"

"അയിശാ, തെള്ളേക്കേറി കസാലടല്ല, ഒസാമ്മാരും പൂസ്ലാമ്മാരും രണ്ടാം നമ്പ്ര്. ഓരിക്ക് വെലകെട്ട പണി. പൈസല്ലാ, പത്രാസില്ലാ, പവ

റില്ലാ. കോയമാര് ഒന്നാം നമ്പ്ര്. പൈസണ്ട്, പണ്ടണ്ട്, പവറുണ്ട്, പൗസാക്കുണ്ട്."

"അതൊക്കെ ഉണ്ടാക്കിക്കൂടെ?"

ഞാൻ പറഞ്ഞു: "ഇല്ലാത്തോര് സംഘടിച്ചാ പവറ് കിട്ടൂന്ന് ഈരായ്യമ്മുട്ടി പ്രസംഗിച്ചല്ലോ." വല്യാപ്പ തുറിച്ചുനോക്കി: "അയിശമോള് ആഹിമാറിന്റെ പ്രസങ്കം കേട്ടോ?"

"കേട്ടു."

"കേട്ടത് കേട്ടു. അത് ഉള്ളോട്ടെടുക്കണ്ട, തലേക്കേറ്റണ്ട. അച്ചങ്ങായിമൊരത്ത കമ്മൂണിസ്റ്റാ."

ഞാനൊന്നും പറഞ്ഞില്ല. വല്യാപ്പ ലീഗിന്റെ നടുക്കണ്ടം. ലീഗും കമ്മൂണിസ്റ്റും ഇപ്പം കീരീം പാമ്പും.

അപ്പോൾ വല്യാപ്പ പറഞ്ഞു: "ഇനി അറബ്ക്കെട്ട്പ്പോയി പൈസണ്ടാക്കീന്ന് വിചാരിച്ചോ. കുറ്റിച്ചിറേലോ കുണ്ടുങ്ങലിലോ സ്ഥലം കിട്ടൂലാ, പൊരവെയ്ക്കാൻ പറ്റൂലാ. അതാ ഒന്നാം നമ്പ്രിന്റെ പവറ്."

വല്യാപ്പ പറയുന്ന ലോകക്രമത്തിന്റെ മട്ടും മാതിരിയും കേട്ട് അന്ന് ഞാൻ അന്തം വിട്ടിരുന്നു. വല്യാപ്പ കൂട്ടിച്ചേർത്തിരുന്നു, "അറബിപ്പൊന്നിന്റെ വിസിനസ് ചെയ്ത് ചാക്ക് കണക്കിന് പൈസണ്ടാക്കിയ അറബിക്കുഞ്ഞിക്ക് പരപ്പില് പൊരണ്ടാക്കാൻ കയ്ഞ്ഞോ? ഒന്നാം നമ്പ്രത് കല്ലത്താക്കീലേ? ന്നട്ടെവിടാ അറബിക്കുഞ്ഞ് പൊരട്ത്തത്? പുളിഞ്ചോട്ടില്, കടല്മായി ഒരു നെരത്തിന്റെ വിത്യാസം."

ഞാൻ പറഞ്ഞു: "വല്യാപ്പാ, അത് പഴേകഥ, കമ്യൂണിസ്റ്റുകാര് അധികാരത്തില് വന്നാ ഓര് നെയമം മാറ്റും."

വല്യാപ്പ ചിരിച്ചു: "അയിശമോളേ, കമ്മൂ ജയിച്ചാ എന്റെ അയിശമോൾക്ക് ഒന്നാം നമ്പ്ര് പിയ്യാപ്ലനെക്കൊണ്ട് കെട്ടിച്ച്തര്വോ!"

പത്താം ക്ലാസിലേക്ക് ജയിച്ചപ്പോൾ നോട്ടുബുക്കും ബാഗുമൊക്കെ വാങ്ങാൻ വല്യാപ്പയോടൊപ്പമായിരുന്നു ടൗണിൽ പോയത്. അത് വാങ്ങി വരുമ്പോൾ വല്യാപ്പ പറഞ്ഞു: "ഞമ്മക്കൊരു സ്ഥലത്ത് പോകാനുണ്ട്."

ഞാനെവിടെയാണെന്ന് ചോദിച്ചില്ല. അവിടെയെത്തിയപ്പോഴാണ് മനസ്സിലായത്. ഐസ്ക്രീം പാർലർ. റെയിൽവേ സ്റ്റേഷനടുത്തുള്ള ഐസ്ക്രീം കടയിലാണ് ഒന്നാം നമ്പ്ര് ഫ്രൂട്ട് സലാഡ് കിട്ടുക എന്ന് വല്യാപ്പ പറഞ്ഞിരുന്നു. വല്യാപ്പ ചങ്ങാതിമാരുടെ കൂടെ ഇവിടെ വന്നിട്ടുണ്ടത്രെ. ബാഗ് മേശപ്പുറത്തുവെച്ച് വല്യാപ്പ പറഞ്ഞു: "പത്താം ക്ലാസിലെത്തിയ വകയിൽ അയിശമോൾക്ക് വല്യാപ്പയുടെ വക ഫ്രൂട്ട് സലാഡ്."

വല്യാപ്പയ്ക്കറിയാമായിരുന്നു, എനിക്ക് ഫ്രൂട്ട് സലാഡ് വലിയ ഇഷ്ടമാണെന്ന്. ആദ്യമായി ഫ്രൂട്ട് സലാഡ് കഴിച്ചത് വല്യാപ്പയോട് പറഞ്ഞിരുന്നു. ഒമ്പതാം ക്ലാസിൽ കൂടെപ്പഠിച്ച കുൽത്താൻ മാളിയേക്കലെ ജമീലയുടെ ഇത്താത്തയുടെ കല്യാണത്തിന് പോയപ്പോളായിരുന്നു. പുതിയാപ്പിളന്റെ വീട്ടില് മറുപുതുക്കത്തിന് പോയപ്പോൾ ആദ്യം ചുവന്ന പ്ലാസ്റ്റിക് കസേരകളിൽ നിരത്തിയിരുത്തി. ആദ്യം അശോകാപാക്ക് തന്നു.

പിന്നാലെ ഒരു ചെറിയ പെട്ടി. ഹൈറുന്നീസ സ്വകാര്യം പറഞ്ഞു: "മുന്ത്യ സ്വീറ്റ്സാ, തൊറക്കണ്ട, പൊരേക്കൊണ്ടാവാ." അപ്പോൾ വലിയൊരു വട്ട ക്കപ്പ് നിറച്ചും ഐസ്ക്രീം. കപ്പിൽ പള്ളിയുടെ കുമ്പപോലെ വെളുത്ത ഐസ്ക്രീം. ഏറ്റവും മീതെ ഒരു ചെറി. പ്ലേറ്റിലായിരുന്നു കപ്പ്. പ്ലേറ്റിൽ ഒരു നീണ്ട സ്പൂൺ. ഞാൻ ശ്രദ്ധയോടെ ചെറിയെടുത്ത് വായിലിട്ടു. പിന്നെ ഐസ്ക്രീം തിന്നുതുടങ്ങി. അപ്പോഴാണ് ഐസ്ക്രീമിനുള്ളിൽ പലവിധ പഴവർഗ്ഗങ്ങൾ മുറിച്ചിട്ടതു കണ്ടത്. ഞാനാദ്യമായാണത് കഴി ക്കുന്നത്. അന്നേരം ചെറിയ പള്ളിവീട്ടിലെ ഹാജറയാണ് പറഞ്ഞുതന്നത്: "ഫ്രൂട്ട് സലാഡാ." സത്യം പറയട്ടെ, ലവ് അറ്റ് ഫസ്റ്റ് സൈറ്റ്. കല്യാണം കഴിഞ്ഞ് വീട്ടിലെത്തി നാലഞ്ചു ദിവസം ഞാൻ മറ്റൊന്നിനെക്കുറിച്ച് പറ ഞ്ഞിട്ടില്ല.

ഫ്രൂട്ട് സലാഡ് എത്തി. മെല്ലെ കഴിക്കാൻ തുടങ്ങി. വല്യാപ്പ ചോദിച്ചു: "പത്താം ക്ലാസ് കഴിഞ്ഞാല് മോള് എന്താ പടിക്ക്യാ?"

"പ്ലസ്ടൂവിന് രണ്ട് കൊല്ലം."

"അത് കയിഞ്ഞാ?"

"ബി എക്ക്."

"അതും കയിഞ്ഞാ?"

"ബി എഡിന് ഒരു കൊല്ലം. ടീച്ചർ ഭാഗം പഠിക്കും."

"അപ്പോ എന്റെ അയിശമോള് ടീച്ചറാകോ?"

"ഒറപ്പ്"

വല്യാപ്പ എന്റെ കൈവിരലുകളിൽ തൊട്ടു. അപ്പോഴാണ് വല്യാപ്പ യുടെ വലതുകൈയിലെ തള്ളവിരലിനുമീതെ ഒരു കറുത്ത തഴമ്പ് കണ്ടത്. ഞാനത് തടവിക്കൊണ്ട് ചോദിച്ചു: "ഞാൻ തൊടണതറിയ്ണ്ണ്ടോ വല്യാപ്പാ?"

വല്യാപ്പ ഉത്തരം പറയാതെ എന്നോടൊരു ചോദ്യം: "അയിശ മോൾക്കറിയ്യോ ഇതാര് തന്നതാന്ന്?"

"ആരാ?"

"ലോകത്തിലിതുവരെ ജനിച്ചതിൽ ചൊങ്കനിൽ ചൊങ്കനായ മനി ശൻ."

"അതാരപ്പാ?"

"ഞമ്മളെ യൂസ്ഫ്നബി. ഇതവര് തന്ന സമ്മാനാ..."

എനിക്ക് സംശയമായി: "യൂസഫ്നബിയുടെ കാലത്ത് വല്യാപ്പണ്ടാ യിരുന്നോ?"

"വല്യാപ്പന്റെ വല്യാപ്പന്റെ വല്യാപ്പന്റെ...."

ഞാനിടയ്ക്ക് കേറി: "ഓരിക്ക്?"

"ഓരിക്ക് യൂസ്ഫ്നബി കൊടുത്തതാ. എന്തിന്?"

"എന്തിന്?"

"യൂസ്ഫ്നബീടെ താടീം മുടീം സ്റ്റൈലാക്കിക്കൊടുത്തതിന്. കത്തീം കത്രികേം പിടിക്ക്ണ ഒസ്സാന്മാർക്ക് കൈവേദനിക്കാണ്ട് പണിയെടുക്കാൻ

കൊടുത്തതാ."

"വേദന തീരേം ഉണ്ടാവൂലേ?"

"വല്യാപ്പ ആയിരക്കണെത്തിന് തലവെട്ടീലേ....?"

ഞാൻ ചിരിച്ചു: "'തലയല്ല വല്യാപ്പാ, തലേലെ മുടി."

"ആയിരക്കണക്കിന് മാർക്കോം കയ്ച്ചീലേ....?"

പെട്ടെന്ന് എന്റെ മനസ്സിലാരോ ഒരു കൊളുത്തിട്ട് വലിച്ചപോലെ. ഞാൻ എന്തോ ഓർത്തിരിക്കുകയാണെന്ന് വല്യാപ്പയ്ക്കും മനസ്സിലായിരിക്കണം. വല്യാപ്പ ചോദിച്ചു: "എന്താ മോളേ?"

ഞാൻ മെല്ലെ പറഞ്ഞു: "ഇന്നലെ സ്കൂളുന്നും സത്യസം വീട്ടിലെ ശരീഫാ ബീവി പറഞ്ഞു...."

"എന്ത്?"

"മാർക്കം കയ്ക്കണെതോണ്ട് ഒസ്സാന്മാർക്കും ഓരെ മക്കക്കും മക്കളെ മക്കക്കും ഒക്കെ ഒരു നാറ്റണ്ടാവൂന്ന്."

വല്യാപ്പ തലതാഴ്ത്തി. വല്യാപ്പ ചോദിച്ചു: "ഒസ്സാമ്മാര് മാർക്കം കയ്ച്ചിട്ടില്ലെങ്കില് ഈ ഹംക്കേൾക്ക് മുസ്ലീമാവാൻ പറ്റ്വോ?"

കുറച്ചുനേരത്തേക്ക് ഞങ്ങളൊന്നും മിണ്ടിയില്ല. വല്യാപ്പ ഐസ്ക്രീമിൽനിന്ന് പഴക്കഷണങ്ങൾ താഴെ പ്ലേറ്റിലിട്ടിരുന്നു. വല്യാപ്പ ആരോടെന്നില്ലാതെ ചോദിച്ചു: "ഫ്രൂട്ട് സലാഡില് ഈ ഫ്രൂട്ട്സൊക്കെ എത്ര അടുപ്പത്തിലാ കെടക്ക്ണത്."

വല്യാപ്പ ഉദ്ദേശിക്കുന്നത് മറ്റെന്തോ ആണെന്ന് എനിക്ക് മനസ്സിലായിരുന്നു. ഞാനൊന്നും പറഞ്ഞില്ല. അന്നേരം വല്യാപ്പ ഫ്രൂട്ട് സലാഡിലെ മുന്തിരി പുറത്തെടുത്ത് എന്നെ നോക്കി: "അയിശമോൾക്ക് ഇതെന്താന്നറിയ്വോ?" വല്യാപ്പ തന്നെ ഉത്തരവും പറഞ്ഞു: "ഞമ്മളെ കാത്ത് രച്ചിക്ക്ണ ജിന്നിന്റെ കണ്ണാ."

എന്തോ, അന്നേരമെനിക്ക് ഫ്രൂട് സലാഡിന് ഒരു രുചിയും തോന്നിയില്ല.

പത്താം ക്ലാസ് പരീക്ഷയിൽ എ പ്ലസ്. കാലിക്കറ്റ് ഗേൾസ് ഹൈസ്കൂളിൽ രണ്ടാം സ്ഥാനം. മുഖദാറിലും കോതിയിലും പള്ളിക്കണ്ടിയിലുമുള്ള, പ്രശസ്ത വിജയം നേടിയ വിദ്യാർത്ഥികൾക്ക് നല്കുന്ന അനുമോദനച്ചടങ്ങിൽ എന്നെയും വിളിച്ചിട്ടുണ്ടായിരുന്നു. തെക്കേപ്പുറം എജുക്കേഷണൽ സൊസൈറ്റിയാണ് പരിപാടി സംഘടിപ്പിച്ചത്. മദസത്തുൽ മുഹമ്മദിയ സ്കൂളിൽ വെച്ച്. ജാഫർ അലി തങ്ങളായിരുന്നു മുഖ്യാതിഥി. തങ്ങൾ ഏറെ നേരം പ്രസംഗിച്ചു. പിറുപിറുക്ക്ണപോലെ. എനിക്ക് ബോറടിച്ചു. അറിയാതെ വലിയൊരു കോട്ടുവായയിട്ടുപോയി. ഞങ്ങളോടൊപ്പമുണ്ടായിരുന്ന സുബൈദടീച്ചർ അത് കണ്ട് കണ്ണുരുട്ടി. ടീച്ചറുടെ ഉണ്ടക്കണ്ണുകൾ കണ്ണടച്ചില്ലിനടിയിൽ നിന്ന് പുറത്തുചാടി. ഞാൻ കറങ്ങുന്ന ഫാനിലേക്ക് നോക്കിയിരുന്നു.

അനുമോദന സമ്മേളനം കഴിഞ്ഞ് ഞാനും ഹൈറുന്നീസയും മടങ്ങുമ്പോൾ പടന്നയിലെ ഇടുങ്ങിയ വഴിയിൽവെച്ച് പിന്നിൽ നിന്നൊരു

പരിചിത ശബ്ദം കേട്ടു. ഞാൻ തിരിഞ്ഞുനോക്കി. സാജിദ് റഹ്മാൻ, കൂടെ റമീസ് അഹമ്മദ്. ഞാൻ മനസ്സിൽ കരുതി: ഇവരെ കണ്ടിട്ട് നൂറ്റാണ്ടുകളായല്ലോ? പള്ളിക്കണ്ടി എൽ പി സ്കൂളിൽ നിന്ന് നാലാംക്ലാസ് കഴിഞ്ഞ് ഇരുവരും കുറ്റിച്ചിറ ഗവൺമെന്റ് സ്കൂളിൽ ചേർന്നിരുന്നുവെന്ന് കേട്ടിരുന്നു. പത്താം ക്ലാസ് പാസായോ ആവോ? മുന്നിലേക്ക് നടന്നുകയറുമ്പോൾ സാജിദ് റഹ്മാന്റെ ചോദ്യം: "റയീസേ, നീ പറ, കാക്ക കുളിച്ചാ കൊക്കാവുമോ?" വലതുകൈ നിവർത്തി ഒരു കത്തിയെന്നപോലെ ഇടതുകൈ അങ്ങോട്ടുമിങ്ങോട്ടും ചെരണ്ടിക്കൊണ്ട് സാജിദ് റഹ്മാൻ പറഞ്ഞു: "എത്ര ലച്ചം മാർക്ക് കിട്ട്യാലും ചെരണ്ടാൻപോണ രണ്ടാം നമ്പ്രിനെയല്ലേ പിയ്യാപ്ലയായ് കിട്ടൂ."

ഞാൻ കാർക്കിച്ച് തുപ്പി: "ഫേ!"

ഞാനക്കാര്യം അന്ന് വല്യാപ്പയോട് പറഞ്ഞിരുന്നു. ഞങ്ങൾ ആ രാത്രിയിൽ കടപ്പുറത്ത് പോയി ഇരുന്നു. അപ്പോഴാണ് ചെറുപ്പത്തിൽ ബാർബർ പണിക്ക് പോകാതെ, കല്ലായിയിലെ ഒരു മില്ലിൽ ജോലിയെടുത്ത കഥ വല്യാപ്പ പറഞ്ഞത്. പുഴയിൽനിന്ന് ചങ്ങലയ്ക്കിട്ട് മിത്തോട്ട് കേറ്റുന്ന മരത്തടി റെയിലിൽ വെച്ച് നീക്കി, ചക്രവാളുകൊണ്ട് കണ്ടം കണ്ടമാക്കിമാറ്റുന്ന ജോലിയായിരുന്നു. എന്തിനാണ് ആ ജോലി ഒഴിവാക്കിയതെന്ന് ഞാൻ ചോദിച്ചു. വല്യാപ്പ അതിനുത്തരം പറഞ്ഞില്ല. ഞാൻ സാവധാനം വല്യാപ്പയുടെ മടിയിലേക്ക് ചാഞ്ഞു. മടിയിൽ തലവെച്ച് ആകാശം നോക്കിക്കിടന്നു.

കടൽ കറുത്തു കിടക്കുകയായിരുന്നു. കടിച്ചുപറിച്ച് തിന്നാൻ വായയും പിളർത്തി പാഞ്ഞുവരുന്നതും കര കണ്ട് പത്തി താഴ്ത്തി, താഴെ വീണടിയുന്നതും നോക്കിക്കിടന്നു. എപ്പോഴോ എന്റെ മുഖത്തൊരു നനവ് വീണു. വല്യാപ്പ വിതുമ്പുകയായിരുന്നു. ഞാനെണീറ്റ് വല്യാപ്പയെ കെട്ടിപ്പിടിച്ചു. അന്നേരം പേരറിയാത്ത വിശേഷപ്പെട്ട അത്തറിന്റെ മണമായിരുന്നു എന്റെ വല്യാപ്പയ്ക്ക്.

വല്യാപ്പയുടെ മണം എന്നിലുമുണ്ടായിരുന്നു. അതുകൊണ്ടുതന്നെ എനിക്ക് പഠിക്കാതിരിക്കാനാവുമായിരുന്നില്ല. പ്ലസ്ടുവിന് ടൗണിലുള്ള പ്രോവിഡന്റ്സ് സ്കൂളിലാണ് ഞാൻ പഠിച്ചത്. ഹ്യുമാനിറ്റീസിനാണ് ഞാൻ ചേർന്നത്. സയൻസിന് ചേരാനായിരുന്നു എന്റെ ടീച്ചർമാരൊക്കെ നിർദ്ദേശിച്ചിരുന്നത്. എനിക്ക് വ്യക്തമായ ചില തീരുമാനങ്ങളുണ്ടായിരുന്നു. പ്ലസ്ടുവിന് നല്ല മാർക്കും കിട്ടി. ഇടിയങ്ങരയിലുള്ള യുവസാഹിതീ സമാജം എനിക്ക് ബി എ പഠനത്തിന് ഒരു സ്കോളർഷിപ്പ് തന്നു. ബി എ ഇംഗ്ലീഷിന് ഞാൻ ഫാറൂഖ് കോളേജിലാണ് ചേർന്നത്. എന്റെ പഠനത്തിലുള്ള താല്പര്യം മനസ്സിലാക്കിയ ഡിപ്പാർട്ട്മെന്റിലെ ബഷീർസാർ, പൂർവ്വ വിദ്യാർത്ഥികളുടെ വക ഒരു സ്കോളർഷിപ്പ് പാസാക്കിച്ചുതന്നു. ഹോസ്റ്റലിൽ താമസിച്ച് പഠിക്കാനുള്ള സൗകര്യവും ഉണ്ടാക്കിത്തന്നു. തൊണ്ണൂറ്റി രണ്ടുശതമാനം മാർക്കിൽ ബി എ പാസായി. പ്രിൻസിപ്പൽ വിളിപ്പിച്ചു: "കൺഗ്രാജുലേഷൻസ്... അയിഷയുടെ ഭാവിപരിപാടിയെന്ത്?

ഇവിടെ എം എയ്ക്ക് ചേരൂ!" ഞാൻ ബി എഡിന് ചേരാനുള്ള മോഹം അറിയിച്ചു. ഉടനെ ഒരു ജോലി കിട്ടേണ്ടതിന്റെ ആവശ്യകതയും അറിയിച്ചു. വീട്ടിലെ കാര്യങ്ങൾ പ്രിൻസിപ്പലിനോട് പറഞ്ഞു. പ്രിൻസിപ്പൽ പറഞ്ഞു: "അയിഷയുടെ ഇഷ്ടംപോലെ. എന്തായാലും ബി എഡിന് പഠിക്കാനും സ്കോളർഷിപ്പുണ്ടാവും."

ഫാറൂഖ് ട്രെയിനിങ് കോളേജിൽ ബി എഡിന് അഡ്മിഷൻ കിട്ടി. ആ വർഷവും ഹോസ്റ്റലിലായിരുന്നു. അവധി ദിവസങ്ങളിൽ പുരയിലെത്തും. കണ്ടപാടെ വല്യാപ്പ ചോദിക്കും: "ഇതാ പരീക്ഷ തീർന്നാലുടനെ." എന്നാൽ ബി എഡ് പരീക്ഷാഫലം വരുംമുൻപേ തീർന്നതും വല്യാപ്പയുടെ ജീവിതമായിരുന്നു. കടപ്പുറത്ത് നടക്കാൻ പോയപ്പോൾ തലചുറ്റി വീണു. ആരൊക്കെയോ വല്യാപ്പയെ ഓട്ടോറിക്ഷയിൽ കേറ്റി മെഡിക്കൽ കോളേജിലെത്തിച്ചു. മൂന്നുദിവസം ഒന്നും പറയാനാവാതെ കണ്ണുതുറന്ന് മലർന്ന് കിടന്നു. ഞാൻ ഹോസ്പിറ്റലിൽ തന്നെയായിരുന്നു. മൂന്നാം ദിവസം ആരും കേൾക്കാത്ത ഒച്ചയിൽ വല്യാപ്പ എന്നോട് ചോദിച്ചു: "അയിഷമോളേ, പരീക്ഷ കയ്ഞ്ഞാ ഞമ്മക്ക് ഫ്രൂട്ട് സലാഡ് കഴിക്കണ്ടേ?" അന്ന് പാതിരാത്രിയിൽ വല്യാപ്പ മരിക്കുകയും ചെയ്തു.

ടൗണിലുള്ള ഹൃദയാരാമം സ്കൂളിൽ നിയമനം കിട്ടി. ഒരു സിസ്റ്ററും മറ്റ് രണ്ടുപേരുമായിരുന്നു ഇന്റർവ്യൂ നടത്തിയത്. അതിലൊരാൾ ഫാദറായിരുന്നു. ഫാദറാണ് ആദ്യം ചോദിച്ചത്: "അയിഷയ്ക്ക് നല്ല മാർക്ക് കിട്ടിയിട്ടും എന്തുകൊണ്ടാണ് മെഡിസിനോ എഞ്ചിനീയറിങ്ങിനോ ശ്രമിക്കാതിരുന്നത്?" ഞാൻ പറഞ്ഞു: "ഇറ്റ് ഈസ് സോ സിംപിൾ. ആ വാൺട് ടുബി ആൻ ഇംഗ്ലീഷ് ടീച്ചർ." ഫാദർ തലകുലുക്കി:

"അങ്ങനെയാണെങ്കിൽ എം എയ്ക്ക് പഠിച്ച് ഇംഗ്ലീഷ് പ്രൊഫസറായിക്കൂടായിരുന്നോ?" തല്ക്കാലം എനിക്ക് ഉടനെ ഒരു ജോലി കിട്ടണമെന്നും വല്യാപ്പ മരിക്കുംമുൻപേ ഒരു ടീച്ചറാകണമെന്ന് ആശിച്ചിരുന്നുവെന്നും ഞാൻ മറുപടി നല്കി. ഞാൻ ചോദിച്ചു: "സ്കൂളിൽ അദ്ധ്യാപികയായിക്കൊണ്ട് എനിക്ക് എം എയ്ക്ക് പഠിക്കാനും ആഗ്രഹമുണ്ട്." സിസ്റ്റർ ഒരു ക്ലാസെടുത്തു കാണിക്കാൻ ആവശ്യപ്പെട്ടു. വിഷയമെന്താകണമെന്ന് ഞാൻ ചോദിച്ചു. സിസ്റ്റർ മറുപടി പറഞ്ഞു: "അയിഷയ്ക്ക് ഇഷ്ടമുള്ളതാകാം." ഞാൻ ആത്മാഭിമാനത്തെക്കുറിച്ചായിരുന്നു ക്ലാസെടുത്തത്. മൂന്നാമൻ ഇഷ്ടപ്പെട്ട ഒരു എഴുത്തുകാരന്റെ പേര് പറയാൻ ആവശ്യപ്പെട്ടു. ഞാൻ ദസ്തയേവ്സ്കിയുടെ പേര് പറഞ്ഞു. അയാൾ ചോദിച്ചു: "എന്തുകൊണ്ട്?" മനുഷ്യ മനസ്സിന്റെ വിഹ്വലതകൾ സത്യസന്ധമായി ആവിഷ്കരിച്ച എഴുത്തുകാരനാണ് ദസ്തയേവ്സ്കി. മനുഷ്യന്റെ കറുപ്പും വെളുപ്പും ഈവിധം സൗന്ദര്യാത്മകമായി മറ്റൊരെഴുത്തുകാരനോ എഴുത്തുകാരിയോ പറഞ്ഞിട്ടുണ്ടെന്ന് എനിക്ക് തോന്നുന്നില്ല. *കാരമസോവ് സഹോദരന്മാർ* ഒരു ഇതിഹാസമാണെന്ന് കരുതുന്നതിന്റെ കാരണങ്ങളും വിശദീകരിച്ചു. സിസ്റ്ററിന്റെ അടുത്ത ചോദ്യം ആക്ടീവ് വോയ്സും പാസീവ് വോയ്സും എങ്ങനെയായിരിക്കും അയിഷ പഠിപ്പിക്കുക എന്ന

തായിരുന്നു. ഞാനവതരിപ്പിച്ചു. ഇന്റർവ്യൂ കഴിഞ്ഞപ്പോൾ ഫാദർ പറഞ്ഞു: "അയിഷ പുറത്തിരിക്കൂ" രണ്ടുപേരുടെ കൂടി ഇന്റർവ്യൂ കഴിഞ്ഞ് എന്നെ വിളിപ്പിച്ചു. സിസ്റ്റർ പറഞ്ഞു:

"അയിഷയ്ക്ക് നാളെ വന്ന് ജോയിൻ ചെയ്യാം."

ടീച്ചറായതുതൊട്ട് ഉപ്പയും ഉമ്മയും കല്യാണത്തെക്കുറിച്ച് പറയുന്നുണ്ടായിരുന്നു. ഉമ്മ പറഞ്ഞു: "ആണും പെണ്ണുമായി ഒന്നേയുള്ളൂ. മരിക്ക്ണമുമ്പ് നിന്റെ കല്യാണം നടന്ന് കാണണം." ഞാൻ ചിരിച്ചുകൊണ്ട് ചോദിച്ചു: "മരിച്ചാ പിന്നെ അതോർമണ്ടാവ്വോ ഉമ്മാ?" ഉപ്പ കല്യാണക്കാര്യം പറഞ്ഞപ്പോ ചിരിച്ചുകൊണ്ട് ഞാൻ പറഞ്ഞു: "ഒറ്റത്തടിയായി ജീവിക്കാനാശിക്കുന്ന ആളൊന്നുമല്ല ഞാൻ. ജോലിക്ക് പോകാനും ഇനിയും പഠിക്കാനും അനുവദിക്കുന്ന ഒരാളായാമതി"യെന്ന് ഞാനുത്തരം നല്കി. ഉപ്പ പള്ളിക്കണ്ടിയിലും കുണ്ടുങ്ങലിലുമുള്ള രണ്ട് ബ്രോക്കർമാരെ കല്യാണക്കാര്യമേല്പിച്ചു. പിന്നെ അടുപ്പമുള്ളവരോടൊക്കെ ഉപ്പ പറയുകയും ചെയ്തു. പണ്ടാരത്തോർപ്പിൽ നിന്നോ പരിസരത്തുനിന്നോ ഒരൊറ്റ ആലോചനയും വന്നില്ല. പലരുടെയും അഭിപ്രായം പഠിപ്പ് കൂടിപ്പോയെന്നായിരുന്നു. കുറ്റിച്ചിറിയിൽനിന്നും കുണ്ടുങ്ങലിൽനിന്നും വന്ന പല ആലോചനകളും പണ്ടാരത്തോപ്പിലെ ചളിയിൽ വഴുതിവീണു. ബ്രോക്കർമാർ ഉപ്പയെ വ്യാമോഹിപ്പിച്ച് ഇടയ്ക്കിടെ കിട്ടുന്ന കാശും വാങ്ങിപ്പോകുമായിരുന്നു.

കൂടെ ജോലിയെടുക്കുന്ന ജോളിടീച്ചറാണ് പരസ്യം കൊടുത്താലെന്തെന്ന് അഭിപ്രായപ്പെട്ടത്. റാബിയടീച്ചറും അത് നല്ലതാണെന്ന് പറഞ്ഞു. ഞങ്ങൾ മൂവരും പത്രമാപ്പീസിൽ പോയി മാട്രിമോണിയൽ കോളത്തിലേക്ക് പരസ്യം കൊടുത്തു. ഒസ്സാത്തി വിഭാഗത്തിൽപ്പെടുന്ന യുവതിയെന്ന് പരസ്യപ്പെടുത്താൻ റാബിയടീച്ചർ സമ്മതിച്ചില്ല. ആവശ്യമെങ്കിൽ പെണ്ണുകാണാൻ വരുംനേരം അത് പറഞ്ഞാൽ മതിയെന്ന് ജോളിടീച്ചറും പറഞ്ഞു. ഞാൻ പറഞ്ഞു: "പെണ്ണുകാണലല്ല, ആണുകാണൽ." റാബിയ ടീച്ചർ വിളിച്ചു: "ഫെമിനിച്ചീ..."

പരസ്യം കണ്ട് വന്നവരിൽ പലരും കാര്യമൊക്കെത്തിരക്കി മുഖത്ത് മുണ്ടിട്ട് ഓടിയൊളിച്ചു. രണ്ടുപേർ ഒസ്സാത്തിയെന്ന് അറിഞ്ഞ് ധൈര്യസമേതം പിൻവാങ്ങി. ചിലർ ഫോട്ടോ കണ്ട് രക്ഷപ്പെട്ടു. ഒടുവിൽ രണ്ടുപേർ ബാക്കിയായി. ഒരാൾ വീട്ടിൽ വന്ന് കാണണമെന്നറിയിച്ചു. രണ്ട് ചങ്ങാതിമാരുമൊത്താണ് പെണ്ണുകാണാൻ വന്നത്. ഉമ്മയും എളാമ്മയും ഉണ്ടാക്കിവെച്ച മുട്ട മറിച്ചതും പഴം വാട്ടിയതും പഴം നിറച്ചതും മുട്ട പുഴുങ്ങി തൊലിയുരിച്ചുവെച്ചതും ആവോളം തിന്ന് ഏമ്പക്കമിട്ട് പിന്നെ വിവരമറിയിക്കാമെന്നറിയിച്ച് കടപ്പുറത്തേക്കിറങ്ങി. തിരയോട് ചേർന്നു നടന്ന്, എന്നാൽ കാൽനനയാതെ അവർ തെക്കോട്ട് പോയി.

രണ്ടാമൻ ടൗണിലെ പാർക്ക് റെസ്റ്റോറന്റിൽവെച്ച് കാണാമെന്നറിയിച്ചു. മാനാഞ്ചിറ മൈതാനത്തിനും അൻസാരി പാർക്കിനുമിടയിലായിരുന്നു പാർക്ക് റെസ്റ്റോറന്റ്. എന്റെ കൂടെ ഉപ്പയും റാബിയടീച്ചറുമുണ്ടാ

യിരുന്നു. റാബിയടീച്ചർ കക്ഷിയെക്കുറിച്ച് അവരുടെ ഭർത്താവിനെക്കൊണ്ട് അന്വേഷിപ്പിച്ചിരുന്നു. ഉപ്പ മരിച്ചതും, ഉമ്മയും പെങ്ങളും മാത്രമേയുള്ളൂവെന്നതും അങ്ങനെയറിഞ്ഞിരുന്നു. ഉപ്പ സർവ്വീസിലിരിക്കെ മരിച്ചതുകൊണ്ട് ഡിഗ്രി കഴിഞ്ഞ് വെറുതേയിരിക്കുന്ന നേരം ജോലി കിട്ടിയതാണ്. ആരോഗ്യവകുപ്പിൽ ക്ലർക്ക്. ഞങ്ങൾ പാർക്കിലേക്ക് കേറുമ്പോൾ അയാൾ ഒരു മൂലയിൽ ഇരിക്കുന്നുണ്ടായിരുന്നു. ഒറ്റയ്ക്കാണ്. റാബിയടീച്ചർ അത് ചോദിച്ചപ്പോൾ അയാൾ ചിരിച്ചുകൊണ്ട് ഉത്തരം നല്കി: "ഈ ഭൂമിയിലേക്ക് വരുന്നതൊറ്റയ്ക്കല്ലേ. ഒറ്റയ്ക്കല്ലേ മടങ്ങാനുമാവുക."

എന്റെ കണ്ണു തള്ളിപ്പോയി: 'ഇതാര് സ്രോക്രട്ടീസോ?' കുറച്ചുനേരം സംസാരിച്ച് റാബിയടീച്ചർ അഭിപ്രായപ്പെട്ടു: "ഞാനും ഉപ്പയും മാറിയിരിക്കാം. നിങ്ങൾ സംസാരിക്ക്."

അവർ മറ്റൊരു മൂലയിലേക്ക് നീങ്ങി.

ഞാനയാൾക്ക് മുന്നിലിരുന്നു. ഉടനെ അയാളിന്റെ ചോദ്യം: "കോഫി ഓർ ടീ?"

ഞാനങ്ങോട്ട് ചോദിച്ചു: "വാട്സ് യുവർ ചോയ്സ്. ഇവിടെ ഇത് രണ്ടുമല്ലാത്ത ഓപ്ഷനുണ്ട്."

കോഫി മതിയെന്നുത്തരം. വെയ്റ്ററെ വിളിച്ച് ഞാൻ ഓർഡർ ചെയ്തു: "ഒരു കോഫി, ഒരു ഫ്രൂട്ട് സലാഡ്."

വെയ്റ്റർ പോയയുടനെ അയാൾ പറഞ്ഞു: "എന്റെ പേര് മുഹമ്മദ്."

"ഞാൻ അയിഷ."

"മുഹമ്മദും അയിഷയും. കൊള്ളാം," അയാൾ പറഞ്ഞു.

ഞാനതിനൊന്നും പറഞ്ഞില്ല. അയാൾ പറഞ്ഞു: "എനിക്ക് മുപ്പത് കഴിഞ്ഞു."

"മുപ്പത്തിയൊന്നോ മുപ്പത്തിയൊമ്പതോ?"

"അതിന് നടുക്ക് പിടിച്ചോളൂ," അയാളറിയിച്ചു.

"എനിക്ക് ഇരുപത്തിമൂന്ന്."

ഞാനത് പറഞ്ഞയുടനെ അയാൾ ചോദിച്ചു: "വയസ്സിന്റെ കാര്യത്തിൽ വ്യത്യാസം കൂടുതലാണെന്ന് തോന്നുന്നുണ്ടോ?"

"വയസ്സാണ് പ്രധാനമെന്ന് കരുതാത്തതുകൊണ്ട് പ്രശ്നമൊന്നുമില്ല."

അയാളെന്നെത്തന്നെ നോക്കി സ്വയം പറഞ്ഞു:

'അല്ലെങ്കിലും മുഹമ്മദിനും അയിഷയ്ക്കും പ്രശ്നമുണ്ടാകാനിടയില്ല.'

"അതെങ്ങനെയറിയാം?"

"അതല്ലേ മുഹമ്മദിന്റെയും അയിഷയുടെയും ചരിത്രം."

അയാൾ പറയുന്നത് ഏതോ ഒരു കാലത്തെക്കുറിച്ചാണെന്ന് ഞാൻ മനസ്സിലാക്കി. ഞാൻ പറഞ്ഞു: "ഓ, ചരിത്രം!"

അയാൾ അത് കേട്ടതായി നടിച്ചില്ല. അയാൾ പറഞ്ഞു: "ഞാനൊരു ക്ലർക്കാണ്. പക്ഷേ, ഇതെന്റെ ചോയ്സായിരുന്നില്ല."

"പിന്നെയെന്തായിരുന്നു ചോയ്സ്?"

അയാൾ കപ്പ് ചുണ്ടോടടുപ്പിച്ച്, ഒരിറക്ക് കുടിച്ച് സാവധാനം പറഞ്ഞു: "എന്താണാവോ എന്റെ ചോയ്സ്?"

എനിക്കന്നേരം തോന്നി: ഒരു സ്പെല്ലിങ് മിസ്റ്റേക്കുണ്ടോ?

ഞാൻ പറഞ്ഞു: "കല്യാണം കഴിഞ്ഞാലും പഠിക്കണമെന്നുണ്ട്. ജോലിയും ചെയ്യണം. എന്താണഭിപ്രായം?"

"അതൊക്കെ അയിഷയുടെ ചോയ്സ്. ഞാൻ വിലങ്ങുതടിയാവില്ല." ഒന്ന് നിർത്തി അയാൾ ചോദിച്ചു: "ഭർത്താവ് എൽ ഡി ക്ലാർക്കാണെന്ന തിനെക്കുറിച്ച് അയിഷയുടെ അഭിപ്രായമെന്താണ്?"

"ഞങ്ങൾ ഒസ്സാന്മാരാ," ഞാൻ പറഞ്ഞു.

"സോ വാട്ട്?" അയാളെന്നെ നോക്കി.

"ജോലിയല്ല, ജോലിയെടുക്കുന്നയാളാ എനിക്ക് പ്രധാനം."

"ഏത് ജോലിക്കും അതിന്റേതായ...." ഞാൻ അയാളെ മുഴുമിപ്പിക്കാൻ സമ്മതിച്ചില്ല; ഇടയ്ക്ക് കേറി: "എന്തായാലും ഒസ്സാന്മാരിൽപ്പെടുന്നുവെന്നത് വീട്ടുകാരെയറിയിക്കണം, അഭിപ്രായമറിയണം."

"ഉമ്മയ്ക്കും പെങ്ങൾക്കും എന്റെ ഇഷ്ടമാണ് പ്രധാനം."

"ഇക്കാര്യത്തിലും അങ്ങനെയാണോന്നറിയണം."

പിന്നെ അയാളെന്തൊക്കെ സംസാരിച്ചെന്ന് കൃത്യമായി ഓർക്കുന്നില്ല. റാബിയടീച്ചർ ഞങ്ങളുടെയടുത്ത് വന്നില്ലായിരുന്നെങ്കിൽ ആ വർത്തമാനം അങ്ങനെ തുടർന്നുപോയേനെ. റാബിയടീച്ചർ ചോദിച്ചു: "ഒരു തീരുമാനമെടുക്കാനിനിയും സമയം വേണോ?"

"വേണോന്ന് ചോദിച്ചാൽ മതി. എന്നാൽ വേണോന്ന് ചോദിച്ചാൽ പോരാ," അയാൾ പറഞ്ഞു. റാബിയ ടീച്ചർ പറഞ്ഞു: "മുഹമ്മദ് വീട്ടുകാരോട് ചർച്ച ചെയ്ത് അറിയിക്കൂ. അയിഷയ്ക്കും ആലോചിക്കണമല്ലോ."

ഉപ്പ കൗണ്ടറിലേക്ക് നടന്നു. അയാൾ പിന്നാലെ ചെന്നു. കാശ് കൊടുക്കാൻ മുതിർന്നു. ഉപ്പ പറഞ്ഞു: "സാരല്ല മോനേ, ഇപ്പം ഞാൻ കൊടുക്കാം."

പാർക്ക് റെസ്റ്റോറന്റിൽ നിന്നിറങ്ങി. അയാൾ സ്കൂട്ടറിലായിരുന്നു വന്നത്. ഞങ്ങൾ നിർത്തിയിട്ട ഓട്ടോയിലേക്ക് കേറി. റാബിയടീച്ചർ ചോദിച്ചു: "ഉപ്പയ്ക്ക് എന്ത് തോന്നുന്നു?"

ഉപ്പ പറഞ്ഞു: "അയിശയുടെ ഇഷ്ടം, എന്റെ ഇഷ്ടം."

ഞാൻ പറഞ്ഞു: "അയാൾക്കൊപ്പം കഴിയുന്നത് രസകരമായിരിക്കുമെന്ന് തോന്നുന്നു."

രസകരമായിരുന്നില്ല അയാൾക്കൊപ്പമുള്ള ജീവിതം. രണ്ടുമാസം കഴിയുമ്പോഴേക്കും മനസ്സിലായി: ഒറ്റത്തടിയായി ജീവിക്കുന്നതായിരുന്നു ഇതിലും ഭേദം. കല്യാണത്തിനുമുൻപ് മുഹമ്മദിന് ഒരൊറ്റ കണ്ടീഷനേ ഉണ്ടായിരുന്നുള്ളൂ: "പണ്ടാരത്തോപ്പിൽ പുതിയാപ്പിളയായി വീട്ടുകൂടാൻ പറ്റില്ല." ഞാനന്ന് സ്വയം ചോദിച്ചു: മറ്റൊരു വഴിയുണ്ടെങ്കിൽ പണ്ടാരത്തോപ്പിലാരെങ്കിലും പണ്ടാരടക്കുമോ? എനിക്കാണെങ്കിൽ അയാളിന്റെ വീട് അത്ര ദൂരത്തല്ല. അരമണിക്കൂറിലധികം നടക്കാനില്ല. ഇടയ്ക്ക് ഉപ്പ

യെയും ഉമ്മയെയും കാണാൻ പോകാനും എളുപ്പം.

അയാളിന്റെ ഉമ്മ ഒരു പാവമായിരുന്നു. ഭർത്താവ് മരിച്ചതിലെ സങ്കടം ഇപ്പോഴും മേലാകെ പൊതിഞ്ഞ് നടക്കുന്ന ഒരു സ്ത്രീ. കുറച്ചുദിവസങ്ങൾ കൊണ്ടുതന്നെ ഞങ്ങൾ നല്ല കൂട്ടായി. അയാളിന്റെ പെങ്ങൾ അസീറ പ്രായത്തിൽ കവിഞ്ഞ പക്വതയുള്ള യുവതിയായിരുന്നു. ഞങ്ങളുടെ കല്യാണം കഴിഞ്ഞ് വൈകാതെ ഗൾഫിലേക്ക് മടങ്ങി. ഇടയ്ക്കിടയ്ക്ക് വിളിക്കും, കാര്യങ്ങൾ അന്വേഷിക്കും. പ്രശ്നം അയാൾക്കുതന്നെയായിരുന്നു. അത് നേരത്തേ മനസ്സിലാക്കുവാൻ കഴിയുന്ന കാര്യവുമായിരുന്നില്ല. ഏഴാം മാസം അസീറയും മകളും നാട്ടിൽ വന്നു. വിശേഷമൊന്നുമില്ലേ, ഒരു കുഞ്ഞിക്കാല് കാണണ്ടേ എന്നിങ്ങനെ ചോദിച്ചുകൊണ്ടേയിരുന്നു അസീറ. ഒടുവിൽ എനിക്ക് പറയേണ്ടിവന്നു: "അസീ, ഒരാൾ മാത്രം വിചാരിച്ചാ വിശേഷണ്ടാവ്വോ?"

അസീറ എന്നെ തുറിച്ചുനോക്കി. അവൾ കൈപിടിച്ചമർത്തി: "ഇതുവരെ..."

ഞാൻ അസീറയെ മുഴുമിപ്പിക്കാനനുവദിച്ചില്ല. ചിരിച്ചുകൊണ്ട് ഞാൻ പറഞ്ഞു: "അസീ.... പൊന്നാരാങ്ങളോട് ചോദിക്ക്. പിന്നെ പ്രശ്നമുണ്ടെങ്കിൽ വിവരള്ളോരെ കണ്ട് പരിഹരിക്കാൻ തയ്യാറാവാത്തതെന്താണെന്നും അന്വേഷിക്ക്."

രണ്ടാഴ്ച അസീറ വീട്ടിലുണ്ടായിരുന്നു. ഡോക്ടറെയോ സൈക്കോളജിസ്റ്റിനെയോ കാണേണ്ട ഒരാവശ്യവുമില്ലെന്ന് അയാൾ അസീറയോട് തീർത്തു പറഞ്ഞിരുന്നു. അസീറ കരഞ്ഞപേക്ഷിച്ചു. വിശേഷിച്ചൊരു മാറ്റവുമുണ്ടായില്ലെന്ന് മാത്രം.

ഗൾഫിലേക്ക് പോകുന്നതിന്റെ ഒരാഴ്ച മുൻപ് അസീറ വീണ്ടും വീട്ടിലെത്തി. രണ്ടുദിവസം കഴിഞ്ഞ്, സന്ധ്യക്ക് അസീറ എന്നെ അവളുടെ മുറിയിലേക്ക് കൂട്ടിക്കൊണ്ടുപോയി.

എന്നെ അവളുടെയടുത്ത് പിടിച്ചിരുത്തി അസീറ ചോദിച്ചു: "അയിഷാ, ചോദിക്കുന്നതോണ്ട് ഒന്നും തോന്നരുത്. അയിഷയുടെ...." അസീറ പറഞ്ഞുനിർത്തി. ഞാൻ ചോദിച്ചു: "എന്റെ?"

"അയിഷയുടെ വിയർപ്പിന് വല്ലാത്ത ഒരു മണണ്ടോ?"

അസീറ തലതാഴ്ത്തി. ഞാൻ സാവധാനം അവളുടെ താടി പിടിച്ചുയർത്തി. അവളുടെ കണ്ണുകളിൽ തറപ്പിച്ചു നോക്കി. മെല്ലെ, ചോദിച്ചു: "എനിക്കൊരു നാറ്റണ്ടന്ന് ഇക്ക പറഞ്ഞോ?"

അസീറ വീണ്ടും തലതാഴ്ത്തി. ഞാൻ എഴുന്നേറ്റു. വാതിലടച്ച് കുറ്റിയിട്ടു. ജനൽപ്പാളികൾ തുറന്നുകിടക്കുന്നില്ലല്ലോ എന്ന് ഉറപ്പുവരുത്തി. ഞാൻ അസീറയുടെ മുന്നിൽ വന്ന് നിന്നു. ഞാൻ പറഞ്ഞു: "ഞാനിന്ന് കുളിക്ക്ണമുമ്പ് ഇത് പറഞ്ഞത് നന്നായി. നാറ്റം സോപ്പിട്ട് പോക്കിന്നോ സ്പ്രേ അടിച്ച് ഇല്ലാണ്ടാക്കീന്നോ ആരും പറയൂലാലോ."

ഞാൻ മെല്ലെ തട്ടമെടുത്ത് മാറ്റി. ഒരു ധൃതിയും കാണിക്കാതെ ചുരിദാർ ടോപ്പഴിച്ചു. അത് കട്ടിലിലേക്ക് വലിച്ചെറിഞ്ഞു. പിന്നിലേക്ക് കൈകൾ

നീട്ടി ബ്രായുടെ കുരുക്കഴിച്ചു. ടോപ്പിലെ ചുവന്ന് കത്തുന്ന പൂക്കളുടെ മീതെ ബ്രായുടെ വള്ളികൾ ഞാന്നുകിടന്നു. ഭാഗ്യമെന്നു പറയട്ടെ, എവിടെ നിന്നെന്നറിയാതെ പൊടിഞ്ഞ വിയർപ്പുതുള്ളികൾ മുലകൾക്കിടയിലൂടെ താഴേക്കിറങ്ങുന്നത് ഞാനറിഞ്ഞു. കട്ടിലിലിരിക്കുന്ന അസീറയെ ഞാൻ മേലോടടുപ്പിച്ചു. അവളുടെ മുഖം എന്റെ മാറോടൊട്ടിയമർന്നു. മുലകളുടെ ആകൃതിയുടഞ്ഞു. അവളുടെ മുഖം നനയുന്നത് ഞാൻ മനസ്സിലാക്കി. ഞാൻ ചോദിച്ചു: "അസീ.. നീ മണമറിയുന്നോളല്ലേ?" ഞാനവളുടെ മൂക്കിന് മീതെ മുലക്കണ്ണുരസി. അവളെ ശക്തിയോടെ മേലോടമർത്തി: "പറയ്, അസീ... എന്റെ മേലിന് നാറ്റണ്ടോ? പറഞ്ഞാട്ടെ."

ഞാൻ കിതയ്ക്കുകയും വിയർക്കുകയും ചെയ്തിരുന്നു. അസീറ അനക്കമറ്റിരുന്നു. അവളുടെ ശ്വാസഗതികളെന്റെ മുലകളൊപ്പിയെടുത്തു. സാവധാനം ഞാനവളിൽനിന്ന് വേർപെട്ട് കിടയ്ക്കരികിലേക്ക് നീങ്ങി. ബ്രായും പിന്നെ ടോപ്പും ധരിച്ചു. ചുവന്ന പൂക്കൾ വ്യാകുലതയോടെ എന്റെ മേലോടൊട്ടി. ഞാൻ പറഞ്ഞു: "ഇതാണെനിക്ക് അല്ലാഹു തന്ന മണം."

അസീറയുടെ കണ്ണ് നനഞ്ഞു. ഞാനവളുടെയടുത്തിരുന്നു. തോളോട് ചേർത്തു: "അസീ, ഇക്കാനെ ഒരു കൗൺസലറെയോ സൈക്യാട്രിസ്റ്റിനെത്തന്നെയോ കാണിച്ചിട്ട് ഫലമുണ്ടാവൂന്ന് തോന്ന്ണില്ല. ഞാനത് പലവട്ടം ആവശ്യപ്പെട്ടതാ." ഞാൻ ചിരിച്ചുകൊണ്ട് പറഞ്ഞു: "ഇപ്പോ എനിക്ക് തോന്നുന്നത് ഇത് അതുക്കും മീതെയാണെന്നാ."

പിറ്റേന്ന് അസീറ ഭർത്താവിന്റെ വീട്ടിലേക്ക് പോകും മുൻപ് ഞാനെന്റെ ബാഗുകൾ കോലായയിൽ കൊണ്ടുവന്ന് വെച്ചു. ബാഗുകളിൽ വസ്ത്രങ്ങളും ആഭരണങ്ങളും കുത്തിനിറയ്ക്കുന്നത് അയാളിന്റെ മുമ്പിൽവെച്ചായിരുന്നു. അയാൾ കട്ടിലിൽ മലർന്നുകിടക്കുകയായിരുന്നു. ഉമ്മയും അസീറയും കോലായയിൽ വന്ന് നില്ക്കുന്നു. ഞാൻ പറഞ്ഞു: "ഉമ്മാ ഞാനിറങ്ങുന്നു. അസീ കാര്യങ്ങൾ പറഞ്ഞുതരും. അസീ, നീ ഗൾഫിലെത്ത്യാ വിളിക്കണേ. അസ്സലാമു അലൈക്കും."

പ്രതിവന്ദനത്തിന് കാത്തുനിന്നില്ല. ഇറങ്ങിയപാടെ ഒരു ഓട്ടോറിക്ഷ കിട്ടി. ബാഗുകളുമായി ഞാനുള്ളിലേക്ക് കേറി. ഞാൻ പറഞ്ഞു: "പണ്ടാരത്തോപ്പ്."

ഡ്രൈവറെന്നെ തുറിച്ചുനോക്കുന്നു. ഞാനല്പം ഒച്ച കൂട്ടി പറഞ്ഞു: "വിട് വണ്ടി." ഓട്ടോ ഞെട്ടലോടെ അനങ്ങി.

ഞാൻ പണ്ടാരത്തോപ്പിലേക്ക് വന്നത്, ഇനിയങ്ങോട്ട് മടങ്ങിപ്പോകാനല്ലെന്ന് ഉപ്പയും ഉമ്മയും അറിഞ്ഞത് നാലോ അഞ്ചോ ദിവസങ്ങൾ കഴിഞ്ഞാണ്. ഉമ്മ വിവരം അമ്മാവന്മാരെ അറിയിച്ചു. അവർ എളാപ്പയെയും കൂട്ടി പണ്ടാരത്തോപ്പിൽ പറന്നെത്തി. മീശക്കാരൻ അമ്മോൻ ആക്രോശിച്ചു: "കള്ള ഹിമാറ്!"

"അന്നേരേ... എനിക്ക് തോന്ന്യതാ ഈ ബന്ധം ശര്യാവൂലാന്ന്," എളാപ്പ പറഞ്ഞു.

മീശക്കാരൻ അമ്മോൻ ചാടിയെണീറ്റു: "എന്നിട്ടെന്തേ അന്നേരമത് പറയാഞ്ഞേ?"

എളാപ്പ മിണ്ടാതായി. മീശയില്ലാത്ത അമ്മോൻ പറഞ്ഞു: "കള്ള സുവറിന്റെ അടുത്തുനിന്ന് നഷ്ടപരിഹാരം മാങ്ങണം."

"എന്നിട്ടെന്താ കാര്യം ചെറീക്കാ?" ഞാൻ ചോദിച്ചു.

"കള്ള ഹംക്കിനെ ഒരു പാഠം പഠിപ്പിക്കണം."

"എന്നിട്ടെന്താ കാര്യം?"

"കള്ളനായിന്റെ മോൻ നാളെ ഒരു പെണ്ണിനോടും ഇത് ചെയ്യരുത്."

"എന്നിട്ടെന്താ കാര്യം?"

ആരുമൊന്നും പറഞ്ഞില്ല. ഉപ്പ നടുമുറിയിലെ കട്ടിലിൽ ചാരിയിരുന്ന് എല്ലാം കേൾക്കുന്നുണ്ടായിരുന്നു. ഉപ്പ ആളാകെ മാറിയിരിക്കുന്നു. തളർന്ന പോലെ. അന്നേരത്തെ ചർച്ചയിൽ ഒരു തീരുമാനമായി: മുഹമ്മദിന്റെ വീട്ടിൽ പോവുക. മൊഴി വാങ്ങുക.

മൂവരും പോയി. പോയപോലെ തിരിച്ചുവരുകയും ചെയ്തു. ഉമ്മ ചോദിച്ചു: "പോയ കാര്യം എന്തായി?"

"ഹംക്ക് മൊഴി ചൊല്ലൂലാന്ന്. ഓന് ഒരു കംപ്ലയിന്റും ഇല്ലാന്ന്. ആ തള്ളന്റെ മൊകം കണ്ടിട്ടാ. അല്ലെങ്കില് അവിടട്ട് ഓനെ ഞാൻ ചവുട്ടിക്കൊന്നേനെ," എളപ്പാ പറഞ്ഞു.

മീശക്കാരൻ അമ്മോൻ ചാടിയെണീറ്റു. "ആ തള്ളന്റെ മോന്ത നോക്കാണ്ട് ചവുട്ടിക്കൊന്നൂടേനോ? മനിശാ?"

എളാപ്പയടങ്ങി. മീശയില്ലാത്ത അമ്മോൻ പറഞ്ഞു: "ഇനിയെന്താ ചെയ്യ്വാ. കേസിന് പോവണം."

"വക്കീലന്മാരെ തീറ്റിപ്പോറ്റാനോ?" മീശക്കാരൻ അമ്മോൻ ചോദിച്ചു.

ഞാൻ പറഞ്ഞു: "വല്ലീക്കാ ഞാൻ റാബിയടീച്ചറോട് ചോദിക്കട്ടെ. ആലോചിച്ച് തീരുമാനിക്കാം."

മൂവരുമിറങ്ങിപ്പോയത് അത്ര സന്തോഷത്തോടെയായിരുന്നില്ല.

പിറ്റേന്ന് ടീച്ചേഴ്സ് റൂമിലിരുന്ന് റാബിയടീച്ചറോടും ജോളിടീച്ചറോടും കാര്യങ്ങളെല്ലാം പറഞ്ഞു. റാബിയടീച്ചർ ആരും കാണാതെ എന്റെ വിരലുകളമർത്തി: "സോറി!"

"എന്തിന്?" ഞാൻ റാബിയടീച്ചറുടെ കൈകൾ നെഞ്ചോടമർത്തി. ജോളി ടീച്ചറുടെ കണ്ണ് നനഞ്ഞു. പെട്ടെന്ന് സാരിത്തലപ്പുകൊണ്ട് കണ്ണ് തുടച്ച് ജോളിടീച്ചർ പറഞ്ഞു: "ഇനിയെന്താ ചെയ്യണ്ടതെന്ന് നോക്കാം."

ജോളിടീച്ചർ അപ്പോൾതന്നെ ആരെയോ ഫോൺ ചെയ്ത് സംസാരിച്ചു. വിളി കഴിഞ്ഞ് എന്നെ നോക്കി: "വക്കീലാ, ഹസ്ബന്റിന്റെ ഫ്രണ്ടാ. വൈകുന്നേരം വക്കീലിനെ കാണണം."

വൈകുന്നേരം നാലരയ്ക്കായിരുന്നു ആലിക്കോയവക്കീൽ സമയം തന്നത്. ഞാനും ജോളിടീച്ചറും അയാളുടെ മുറിയിലേക്ക് കേറി. ഞാനാദ്യമായാണ് ഒരു വക്കീലിന് മുന്നിലിരിക്കുന്നത്. ജോളിടീച്ചറാണ് കാര്യങ്ങളെല്ലാം ചുരുക്കിപ്പറഞ്ഞത്. എല്ലാം കേട്ടശേഷം വക്കീൽ ചോദിച്ചു: "ഈ

ബന്ധം മുന്നോട്ടു കൊണ്ടുപോകാനാഗ്രഹിക്കുന്നില്ല എന്നത് ഉറച്ച തീരുമാനമാണോ?"

"മുന്നോട്ടു കൊണ്ടു പോകുന്നതുകൊണ്ട് എനിക്ക് വിശേഷിച്ചൊരു കാര്യവുമില്ല വക്കീലേ," ഞാൻ പറഞ്ഞു.

"സാധാരണ ഭർത്താവ് ഭാര്യയെ മൊഴിചൊല്ലുകയാണ് പതിവ്. അത് തലാഖ്. രണ്ടുപേരും യോജിച്ച് തീരുമാനിച്ച് ഭർത്താവ് തലാഖ് ചെയ്യും. അതാണ് ഖൗൽ," വക്കീൽ വിശദീകരിച്ചു.

"ഈ മനുഷ്യൻ തലാഖ് ചെയ്യാൻ തയ്യാറല്ലെങ്കിൽ എന്ത് ചെയ്യും?" ഞാൻ ചോദിച്ചു.

"കേസ് കൊടുക്കാം. വിധി വാങ്ങാം. അല്ലെങ്കിൽ മദ്ധ്യസ്ഥന്മാരെ വെച്ച് ചർച്ച ചെയ്ത് അയാളെക്കൊണ്ട് തീരുമാനമെടുക്കാൻ സാധിക്കുമോ എന്ന് നോക്കാം." വക്കീൽ എന്നെ നോക്കി: "ഏത് വേണം?"

"ഭാര്യക്ക് ഭർത്താവിനെ വിവാഹമോചനം നടത്താൻ വകുപ്പുണ്ടോ?" ഞാൻ വക്കീലിനെ നോക്കി.

അല്പനേരം മിണ്ടാതിരുന്ന് വക്കീൽ പറഞ്ഞു: "ഫസ്ഖ് ചെയ്യാം."

"അതെങ്ങനെ?"

"മതപരമായി നടത്താൻ. മഹല്ല് കമ്മിറ്റി വഴി, ഖാസി വഴി."

"അതെന്താ അങ്ങനെ?"

"അതാണ് മതനിയമം," വക്കീൽ തുടർന്നു: "കേസിന് പോയാൽ ഇതങ്ങനെ നീണ്ടുപോകും. ഞങ്ങൾക്ക് ജീവിക്കാനുള്ള വകകിട്ടും. ഇനി വിവാഹമോചന വിധി വന്നാൽ അത് നിയമപരമായി ഫസ്ഖല്ലാതെ വരും."

"ഫസ്ഖിന് ആരെ സമീപിക്കണം?"

"നിക്കാഹ് നടത്തിയ മഹല്ലിലെ ഖാസിയെ കാണാം," ഒന്ന് നിർത്തി വക്കീൽ പറഞ്ഞു: "പക്ഷേ, മഹല്ലുകളിൽ ഫസ്ഖ് നടക്കുന്നത് സാധാരണമല്ല."

ജോളിടീച്ചർ ചോദിച്ചു: "അതെന്താ?"

"ഒരുപക്ഷേ, സ്ത്രീകൾക്ക് ഈ അവകാശത്തെക്കുറിച്ച് അറിയാത്തതുകൊണ്ടാകാം. പുരുഷന് നാണക്കേടാണെന്നതുകൊണ്ട് ഖാസിയോ കമ്മിറ്റിക്കാരോ ഇക്കാര്യം പ്രോത്സാഹിപ്പിക്കാതിരിക്കുന്നതാവാം." വക്കീൽ ജോളിടീച്ചറെ നോക്കി: "ഖാസിയും കമ്മിറ്റിക്കാരും പെണ്ണുങ്ങളല്ലല്ലോ."

ജോളിടീച്ചർ എന്നെ നോക്കി. ഞാൻ, നമുക്കൊന്ന് ആലോചിച്ച് തീരുമാനിക്കാമെന്ന് പറഞ്ഞു. ജോളിടീച്ചർ വക്കീലിന്റെ ഫീസ് എത്രയെന്ന് ചോദിച്ചു. വക്കീൽ ചിരിച്ചു: "ഇത് ഒരു ആണിന്റെ വക ഗിഫ്റ്റ്."

ഞാൻ ചിരിച്ചുകൊണ്ട് പറഞ്ഞു: "ഒരു പെണ്ണിന്റെ വക നന്ദി."

പുറത്തിറങ്ങിയയുടനെ ജോളിടീച്ചർ റാബിയടീച്ചറെ വിളിച്ചു: റാബിയടീച്ചർ മതകാര്യങ്ങളറിയുന്ന ആരെയെങ്കിലും കാണുന്നതാണ് നല്ലതെന്ന് പറഞ്ഞു. ഞങ്ങൾ മടങ്ങി.

ഞാനും ഉപ്പയും മതകാര്യങ്ങളറിയുന്ന രണ്ടുപേരെ കണ്ടു. കരുണാപുരം അബ്ദുറഹിമാൻ മുസലിയാരെയാണ് ആദ്യം കണ്ടത്. തിരക്കുപിടിച്ച മുസലിയാരെ കാണാൻ മൂന്നുവട്ടം പോകേണ്ടിവന്നു. വളരെ സ്നേഹത്തോടെയാണ് മുസലിയാർ പെരുമാറിയത്. ഫസ്ഖ് അവകാശം മുസ്ലിം സ്ത്രീക്കുണ്ടെന്ന് മുസലിയാർ സമ്മതിച്ചു. എല്ലാം വിശദീകരിച്ചശേഷം മുസലിയാർ നിർദ്ദേശിച്ചത് സബൂറാക്കി ജീവിച്ചുകൂടെ എന്നായിരുന്നു.

ഞാൻ മുസലിയാരെ നോക്കി: "എത്ര കാലം ഉസ്താദ്?"

"പരിഹാരം കാണുന്നത് വരെയെങ്കിലും."

"ഖിയാമം നാളിന്റെ തലേന്ന് വരെ പരിഹാരം കാണാൻ സാധിക്കുന്നില്ലെങ്കിലോ?" ഞാൻ മുസലിയാരെ നോക്കി. മുസലിയാർ അങ്ങോട്ടുമിങ്ങോട്ടും നോക്കി. വെളുത്ത് നീണ്ട താടി തടവി. ഞങ്ങൾ സലാം പറഞ്ഞ് പുറത്തിറങ്ങി.

പിറ്റേന്ന് ആർ വി കോളേജിലെ ഇബ്രാഹിം മൂസ മൗലവിയെ കണ്ടു. മൗലവിയും ഫസ്ഖ് സാദ്ധ്യത തള്ളിക്കളഞ്ഞില്ല. മൗലവി പറഞ്ഞു: "പക്ഷേ, സാധാരണ ആരും ഫസ്ഖിന് പോകാറില്ല."

"അതെന്താ?"

"ഫസ്ഖ് ചൊല്ലുമ്പോൾ പുരുഷൻ വിവാഹമോചനാനന്തരം ഭാര്യക്ക് ചെലവിന് നല്കേണ്ട. മറ്റവകാശങ്ങളോ നഷ്ടപരിഹാരമോ ഭാര്യക്ക് ലഭിക്കാറുമില്ല." മൗലവി പറഞ്ഞു.

"മൗലവി, എനിക്കതൊന്നും വേണ്ട. വേണമെങ്കിൽ അയാൾക്ക് മാസന്തോറും ഞാൻ ചെലവിന് കൊടുക്കാം." ഞാനറിയിച്ചു.

"നമ്മുടെ നാട്ടിൽ ഫസ്ഖ് നടക്കുന്നത് അപൂർവ്വമാണ്."

"അത്യപൂർവ്വമായത് സംഭവിച്ചതു കൊണ്ടല്ലേ, അസാധാരണമായത് ഞാനാഗ്രഹിക്കുന്നത്," ഞാൻ പറഞ്ഞൊപ്പിച്ചു. ഉപ്പ എന്റെ കൈപിടിച്ചു. ഞങ്ങൾ മൗലവിയോട് സലാം ചൊല്ലി ആർ വി കോളേജിൽ നിന്നിറങ്ങി. ഉപ്പ പുറത്തിറങ്ങി ചുമച്ചു.

ഒരുമാസംകൊണ്ട്, മുറിച്ചിട്ട മുടിപോലെയായിക്കഴിഞ്ഞിരുന്നു ഉപ്പ. മിണ്ടാട്ടമില്ല. എന്തെങ്കിലും കഴിച്ചാലായി. ആരെന്ത് പറഞ്ഞാലും അങ്ങോട്ടോ ഇങ്ങോട്ടോ നീങ്ങും. കടപ്പുറത്തേക്കിറങ്ങാതായി. തോന്നുമ്പോൾ ജോലിക്ക് പോകും. മുടിവെട്ടുമ്പോൾ രണ്ടുപേരുടെ ചെവിയറ്റം മുറിഞ്ഞു. താടി വടിക്കുമ്പോൾ കഴുത്തിൽ കത്തി തട്ടി ഒരാൾ എണീറ്റോടി. ഉപ്പ വേറെയേതോ ലോകത്തേക്കുള്ള യാത്ര തുടങ്ങിയതായി എനിക്ക് തോന്നി.

പിറ്റേന്ന് ഞാനും ഉപ്പയും ഖാളിയാരകത്തേക്ക് പോയി. ഞങ്ങളുടെ കാലനക്കം കേട്ട് കോലായയുടെ ഒരറ്റത്ത് മേശയിട്ടിരിക്കുന്ന ഒരാൾ മേശമേൽ മുട്ടി ഞങ്ങളെ വിളിച്ചു. ഞങ്ങൾ അയാളിന്റെയടുത്തേക്ക് പോയി. മുഖത്ത് നോക്കാതെ ചോദ്യങ്ങൾ: "പേര്?" "വയസ്സ്?" "വിലാസം?" "ബാപ്പയുടെ പേര്?"

ഞാനും ഒറ്റശ്വാസത്തിൽ ഉത്തരം നല്കി.

അയാൾ മുഖമുയർത്തിയില്ല: "പ്രശ്നം?"

"അത് ഖാളിയാരോട് പറഞ്ഞാൽ പോരെ?"

അപ്പോഴും അയാളിന്റെ കഴുത്തൊടിഞ്ഞുതന്നെ: "വിവാഹം, സ്വത്ത്"

"വിവാഹം" ഉപ്പയാണ് ഉത്തരം നല്കിയത്.

ഞാൻ തിരുത്തി: "വിവാഹമോചനം."

തലയുയർത്താതെതന്നെ അയാൾ ഒരു ടോക്കണെടുത്ത് നീട്ടി. ഉപ്പ യത് വാങ്ങി എനിക്ക് കൈമാറി. നമ്പർ ഏഴ്, ലക്കി സെവൻ, ഞാൻ മന സ്സിൽ പറഞ്ഞു. ഞാനയാൾക്ക് നന്ദി പറഞ്ഞു. കഴുത്തറുത്തിട്ട കോഴി പോലെ അയാളങ്ങനെയിരുന്നു.

ഊഴം വന്നു. അകത്തേക്ക് കേറി. സലാം ചൊല്ലി. ഖാളിയാർ സലാം മടക്കി. ഖാളിയാർ വെളുത്ത ഫുൾ ഷർട്ടണിഞ്ഞ്, അതിന് മീതേ കൈക ളില്ലാത്ത ഒരു ഓവർകോട്ട് ധരിച്ചിരുന്നു. തലയിൽ ഒരു വെളുത്ത തൊപ്പിയും. വെളുവെളുത്ത താടിയും മുടിയും വെട്ടി വെടിപ്പാക്കിയിട്ടുണ്ട്. ഖാളിയാർ ഞങ്ങളോടിരിക്കാൻ പറഞ്ഞു. മുന്നിലിട്ട കസേരകളിൽ ഞങ്ങ ളിരുന്നു. ഒറ്റനോട്ടത്തിൽ എനിക്ക് ഖാളിയാരെ ഇഷ്ടമായി. ഖാളിയാർ പേരും സ്ഥലവും വീട്ടുകാര്യങ്ങളും മറ്റും ചോദിച്ചറിഞ്ഞു. ഖാളിയാർ ഞങ്ങളെ നോക്കി: "നിക്കാഹ് നടന്നത്?"

"ഇവിടെ വെച്ചായിരുന്നു," ഉപ്പ പറഞ്ഞു.

"ദിവസം ഓർമ്മയുണ്ടോ?"

"അത് മറക്ക്വോ?" ഒറ്റശ്വാസത്തിൽ ഞാൻ തീയതി പറഞ്ഞു. അത് കേട്ടപാടെ ഖാളിയാർ വലതുവശത്തെ മേശപ്പുറത്തുനിന്ന് മീതേയുള്ള വലിയ രജിസ്റ്റർ പുസ്തകമെടുത്ത് മുന്നിൽവെച്ചു. പുസ്തകം തുറന്നു. ചൂണ്ടുവിരൽ നാവറ്റത്ത് വെച്ച് നനഞ്ഞ വിരലറ്റം കൊണ്ട്, മായാജാല ക്കാരനെപ്പോലെ, പേജുകൾ മറിച്ചിട്ട് ഒരിട ഇടതും വലതുമുള്ള പേജു കൾ നോക്കി. പിന്നോട്ടൊരു പേജ് കൂടി മറിച്ചിട്ട് ആ പേജിൽ മാത്രം നോട്ടമുറപ്പിച്ചു. ഖാളിയാർ വായിച്ചു: "വലിയവീട്ടിൽ മൂസക്കുട്ടി മകൻ മുഹമ്മദും പണ്ടാറത്തോപ്പിൽ സിദ്ദിഖിന്റെ മകൾ അയിഷയും തമ്മിലുള്ള നിക്കാഹ്!"

തലയുയർത്തി ഖാളിയാർ ഞങ്ങളെ നോക്കി: "ഇതല്ലേ കേസ്?"

"ഉം.... ഞാനാണ് അയിഷ, ഇതെന്റെ ഉപ്പ."

"ഈ ബന്ധം വേണ്ടെന്നുവെക്കാൻ തീരുമാനിച്ചോ?"

"നൂറു ശതമാനം" ഞാനുത്തരം നല്കി.

"ഉറച്ച തീരുമാനമാണോ? അതിവൈകാരികതയിൽ..."

ഖാളിയാരെ പറഞ്ഞുതീർക്കാൻ അനുവദിച്ചില്ല ഞാൻ:

"ആലോചിച്ചും ചർച്ചചെയ്തും എടുത്ത തീരുമാനമാണ്."

"കാരണം?"

ഞാൻ ഉപ്പയെ നോക്കി. കുറച്ചുനേരം ഉപ്പയോട് പുറത്തിരിക്കാൻ പറഞ്ഞു: ഉപ്പ പുറത്തേക്ക് പോയി. വാതിലടച്ചു.

എല്ലാം കേട്ടപ്പോൾ ഖാളിയാർ ചോദിച്ചു: "ഇതെല്ലാം സത്യം?"

മേശപ്പുറത്തുണ്ടായിരുന്ന *ഖുർആൻ* ചൂണ്ടി ഞാൻ പറഞ്ഞു: "*ഖുർ ആൻ* പിടിച്ച് സത്യം ചെയ്യാം."

"ഞാൻ അയിഷയെ വിശ്വസിക്കുന്നു. ഫസ്ഖ് തന്നെ വേണോ?"

"തീർച്ചയായും," ഞാൻ പറഞ്ഞു.

"കാരണം?"

"ചതി പറ്റിയ പെണ്ണ് ഇങ്ങനെയെങ്കിലും പെരുമാറണ്ടേ? പിന്നെ, അയാൾ മൊഴി ചൊല്ലൂലാന്നും പറയുന്നു."

കുറച്ചുനേരം ഖാളിയാർ മിണ്ടാതിരുന്നു. പിന്നെ മെല്ലെ പറഞ്ഞു: "പുറത്തിരിക്കുന്നയാളിന്റെയടുത്തുനിന്ന് വെള്ളക്കടലാസ് വാങ്ങി, എല്ലാ കാര്യങ്ങളുമെഴുതി ഒരപേക്ഷ തരിക."

ഞാൻ പുറത്തേക്കിറങ്ങി. ഉപ്പയോടവിടെത്തന്നെ ഇരിക്കാൻ പറഞ്ഞു. തല താഴ്ത്തിയിരിക്കുന്നയാളിൽ നിന്ന് രണ്ട് വെള്ളക്കടലാസ് വാങ്ങി. കോലായിൽ ഒരറ്റത്തിട്ടിരുന്ന മേശമേൽ വെച്ച് അപേക്ഷയെഴുതി. ഞാനും ഉപ്പയും പേരെഴുതി ഒപ്പിട്ടു. ഖാളിയാരെ വീണ്ടും കണ്ടു. അപേക്ഷ നല്കി. മുഹമ്മദിനെയും രക്ഷിതാവിനെയും കണ്ട് സംസാരിച്ച് തീരുമാനമറിയിക്കാമെന്ന് ഖാളിയാർ പറഞ്ഞു: "പത്ത് ദിവസം കഴിഞ്ഞ് വരിക"

പത്തുനാൾ കഴിഞ്ഞ് ഞങ്ങൾ ഖാളിയാരകത്തെത്തി. ചെന്നപോലെ മടങ്ങി. നിർദ്ദേശിച്ച ദിവസം മുഹമ്മദും രക്ഷിതാവും വന്നില്ലെന്ന് ഖാളിയാരറിയിച്ചു. ഒരാഴ്ച കഴിഞ്ഞ് ചെന്നപ്പോൾ, മുഹമ്മദ് വന്നിരുന്നെന്നും അയാളോട് സംസാരിച്ചുവെന്നും പറഞ്ഞു. ഉമ്മയെയോ മറ്റൊരാളെയോ കൂട്ടിവരാൻ നിർദ്ദേശിച്ച കാര്യം ഖാളിയാരറിയിച്ചു. ഒരാഴ്ചകൂടി കഴിഞ്ഞ് വരണമെന്ന് ഖാളിയാർ പറഞ്ഞു. വീണ്ടും ചെന്നു. മുഹമ്മദും ഉമ്മയും വന്നിരുന്നുവെന്നും മുഹമ്മദ് ഒരിക്കലും തലാഖ് ചെയ്യാൻ തയ്യാറല്ലെന്നും ഖാളിയാർ വെളിപ്പെടുത്തി.

ഞാൻ ചോദിച്ചു: "ഇനിയെന്താണ് ചെയ്യേണ്ടത്?"

"ഇനി ചെയ്യേണ്ടത് ഞാനാണ്. മൂന്നുദിവസം കഴിഞ്ഞ് വരാൻ വിഷമമാകുമോ?" ഖാളിയാർ അന്വേഷിച്ചു.

ഞാൻ ചിരിച്ചുകൊണ്ട് പറഞ്ഞു: "ഫസ്ഖ് കിട്ടുംവരെ ഖാളിയാരകത്തെ കോലായയിൽ പായവിരിച്ച് കിടക്കാൻ തയ്യാറാണ്."

ഖാളിയാർ ചിരിച്ചതേയുള്ളൂ.

പിന്നീട് ചെന്നപ്പോൾ ഖാളിയാർ ഫയലിൽ നിന്ന് സർട്ടിഫിക്കറ്റെടുത്ത് വായിച്ചുകേൾപ്പിച്ചു. എന്നെ നോക്കി ചോദിച്ചു: "ഇത് പോരെ?"

"ധാരാളം," ഞാൻ പറഞ്ഞു.

സർട്ടിഫിക്കറ്റ് മേശപ്പുറത്ത് വെച്ച്, മഷിക്കുപ്പിയിൽ താഴ്ത്തിയിട്ട മുക്കിയെഴുതുന്ന പേനയെടുത്ത് ഖാളിയാർ ഒപ്പുവെച്ചു. സീലടിച്ചു. സർട്ടിഫിക്കറ്റിന് വേദനിക്കരുതെന്ന മട്ടിൽ വിരലുകളിലതെടുത്ത് തൂക്കി, ഊതിയൂതി മഷിയുണക്കി. ഞാൻ ഖാളയാറിൽനിന്ന് സർട്ടിഫിക്കറ്റ് വാങ്ങി. രജിസ്റ്ററിൽ സർട്ടിഫിക്കറ്റ് കിട്ടി എന്നെഴുതി ഒപ്പിട്ട് പേരും തീയതിയും എഴുതി.

ഖാളിയാരെന്നെ നോക്കി: "ഓഫീസ് പണിയുടെ ചെലവിലേക്കായി ഒരമ്പതു രൂപ കോലായയിലേക്കുള്ള ആളിന് നല്കി റെസീപ്റ്റ് വാങ്ങണേ."

ഞങ്ങൾ നന്ദി പറഞ്ഞു. സലാം ചൊല്ലി മുറിയിൽ നിന്ന് പുറത്തിറങ്ങി. തല തൂക്കിയിട്ടിരിക്കുന്നയാളിന് അമ്പതുരൂപ നല്കി. രസീത് വാങ്ങി.

ഞാനയാൾക്ക് നന്ദി പറഞ്ഞു. അപ്പോഴും അയാളുടെ തല പൊങ്ങിയില്ല.

നിരത്തിലേക്കിറങ്ങിയപ്പോൾ ഞാൻ ഉപ്പയോട് ചോദിച്ചു: "നമുക്ക് ഫ്രൂട്ട് സലാഡ് കഴിക്കാം ഉപ്പാ."

ഉപ്പ എതിര് പറഞ്ഞില്ല. ഞങ്ങൾ റെയിൽവേ സ്റ്റേഷൻ റോഡിലേക്ക് നടന്നു. ഐസ്ക്രീം പാർലറിലേക്ക് കേറി. ഉപ്പ ആദ്യമായാണ് അവിടെ വരുന്നതെന്ന് മനസ്സിലായി. ഞങ്ങൾ ഒരു മൂലയിൽ ഇടംപിടിച്ചു. വെയ്റ്റർ ഓടിയെത്തി. ഞാൻ പറഞ്ഞു:

"രണ്ട് കട്‌ലെറ്റ്, ഒരു ചായ, രണ്ട് ഫ്രൂട് സലാഡ്."

അയാൾ എന്നെ നോക്കി: "രണ്ടോ?"

ഞാൻ ചൂണ്ടുവിരലും നടുവിരലും ഉയർത്തി, ബാക്കി വിരലുകൾ മടക്കിപ്പിടിച്ച്, അല്പം ഉച്ചത്തിൽ പറഞ്ഞു: "രണ്ട് ഫ്രൂട്ട് സലാഡ്."

ഉപ്പ എന്നെ തറപ്പിച്ചുനോക്കി. ഉപ്പയ്ക്ക് ചായ മതിയെന്ന് പറഞ്ഞതാണ്. ഞാൻ ഉപ്പയുടെ തള്ളവിരലിലെ തഴമ്പിനുമീതേ ചൂണ്ടുവിരൽ വെച്ചുകൊണ്ട് ചോദിച്ചു: "അറിയുണ്ണ്ടോ?"

ഉപ്പയൊന്നും പറഞ്ഞില്ല. ഞാൻ പറഞ്ഞു: "യൂസുഫ്നബി തന്ന സമ്മാനമാ."

ഉപ്പ തലതാഴ്ത്തി. ഞാൻ ബാഗിൽനിന്ന് ഖാളിയാർ തന്ന സർട്ടിഫിക്കറ്റെടുത്തു. ചുരുൾ നിവർത്തി. മടിയോടെയത് ചുരുണ്ടു കിടക്കാനാശിച്ചു. ഞാൻ ചുരുൾ നിവർത്തി, സർട്ടിഫിക്കറ്റ് മേശപ്പുറത്ത് വെച്ചു. മൊബൈലെടുത്ത് ഫോട്ടോയെടുത്തു. അരികുകൾ എഡിറ്റുചെയ്ത് വൃത്തിയാക്കി. മൊബൈലിൽ ഫേസ്ബുക്ക് തുറന്നു. ഞാൻ ടൈപ്പ് ചെയ്തു: "ഇന്നു മുതൽ ഒരാണിനെ വിവാഹമോചനം നടത്തിയ പെണ്ണ്. താഴ്ന്ന ജാതിക്കാരിയായ ഒരു ഒസ്സാത്തിക്ക് ഇത്രയൊക്കെയല്ലേ ചെയ്യാനാവൂ." ഫോട്ടോ ഗാലറിയിൽ പോയി സർട്ടിഫിക്കറ്റ് ഓപ്പൺ ചെയ്തു. എഴുതിയത് സർട്ടിഫിക്കറ്റുമായി ചേർത്തു. പോസ്റ്റ് ചെയ്തു. അഞ്ചു നിമിഷം കൊണ്ട് മൂന്ന് ലൈക്ക്. ഒരു കൈമുട്ടൽ. പിന്നാലെ ഒരു കമന്റ്: കണ്ണീർത്തുള്ളികൾ ഇടത്തോട്ടും വലത്തോട്ടും തെറിക്കുന്ന ഇമോജി. ഒപ്പം: "അന്നേരേ പറഞ്ഞില്ലേ?" സാജിദ് റഹ്മാൻ. ഞാൻ മറുപടി നല്കി: "അന്ന് നിനക്ക് തന്നത് ഇതാ പിടി. രണ്ടുതവണ - ഫേ.... ഫേ...."

വെയ്റ്റർ ട്രേയുമായെത്തി. കട്‌ലെറ്റ് നടുവിൽ വെച്ചു. ചായ ഉപ്പയ്ക്കടുത്ത്. ഫ്രൂട്ട് സലാഡ് രണ്ടും എനിക്ക് മുൻപിൽ. ഞാനയാൾക്ക് താങ്ക്സ് പറഞ്ഞു. ഫ്രൂട്ട് സലാഡിലൊന്ന് ആളില്ലാത്ത കസേരയുടെ മുന്നിലേക്ക്

നീക്കിവെച്ചു: "ഇത് വല്യാപ്പയ്ക്കാ."

ഉപ്പ അനക്കമറ്റിരിക്കുകയാണ്. ഞാൻ വിളിച്ചു: "ഉപ്പാ കഴിക്ക്" ഞാൻ ഫ്രൂട്ട് സലാഡിൽ നിന്ന് മീതേ വെച്ച ചെറിയെടുത്ത് തിന്നു. മെല്ലെ സ്പൂൺ താഴ്ത്തി.

അന്നേരം ഒരു കറുത്ത പൊന്നീച്ച വല്യാപ്പയ്ക്ക് നീക്കിവെച്ച ഫ്രൂട്ട് സലാഡിന് മീതേ വട്ടമിട്ടു.

പച്ചപ്പയ്യിനെ പിടിക്കാൻ

ഇ ഹരികുമാർ

മുറ്റത്തെ പന്തലിൽ ആൾക്കാർ നിറഞ്ഞു. നടുവിൽ നിറപറയും തെങ്ങിൻപൂക്കുലയും കൊണ്ടലങ്കരിച്ച മണ്ഡപം. അതിഥികൾ വരന്റെ പാർട്ടിക്കാർ വരുന്നതും കാത്ത് അക്ഷമരായി ഇരുന്നു. പന്തലിന്റെ ഒരറ്റത്ത് നാദസ്വരക്കാർ വാദ്യം തുടങ്ങാനുള്ള അടയാളത്തിനായി കാത്തിരുന്നു. മണ്ഡപത്തിനുമുമ്പിലിരുന്ന കുട്ടികളിൽ ഒരുവൾക്ക് മുഷിഞ്ഞു. അഞ്ചു വയസ്സു പ്രായമുള്ള അവൾ വധുവിന്റെ കൊച്ചനുജത്തിയായിരുന്നു. അവൾ തന്റെ കൂട്ടുകാരികളോടു പറഞ്ഞു:

"വാ, നമുക്ക് പച്ചപ്പയ്യിനെ പിടിക്കാം."

പച്ചപ്പയ്യിനെപ്പറ്റി അവർ കേട്ടിട്ടില്ല. "എന്താണ് പച്ചപ്പയ്യെന്നു പറഞ്ഞാൽ?"

"വാ, ഞാൻ കാട്ടിത്തരാം."

അവർ എഴുന്നേറ്റു പുറത്തേക്കു കടന്നു.

"എങ്ങോട്ടാ നാല് കന്യകമാരുംകൂടി?" ഒരാൾ ചോദിച്ചു.

"ഞങ്ങള് പച്ചപ്പയ്യിനെ പിടിക്കാൻ പോവ്വാണ്." ശാലിനി പറഞ്ഞു.

"പച്ചപ്പയ്യോ?" അയാൾ പരിഹസിച്ചുകൊണ്ടു ചോദിച്ചു.

"അതേ." അവൾ ഗൗരവത്തോടെ പറഞ്ഞു. പച്ചപ്പയ്യിനെ പിടിക്കുക എന്നത് അത്ര ലഘുവായി തള്ളേണ്ട കാര്യമല്ല.

അടുത്ത പറമ്പായിരുന്നു ലക്ഷ്യം. മതിൽ പൊളിഞ്ഞുണ്ടായ വിടവിലൂടെ അവർ കടന്നു. വിശാലമായ ഒരു പറമ്പാണത്. രണ്ടു മാവും കുറേ കുറ്റിച്ചെടികളും ഒഴിച്ചാൽ കാര്യമായൊന്നും ആ പറമ്പിലില്ല. ഒരു പഴയ തറവാട് നിലം പൊത്തിയതിന്റെ അസ്ഥിമാടം നടുവിൽ അവശേഷിച്ചിരുന്നു. പറമ്പിന്റെ രണ്ടു വശത്തും കായലാണ്. അവർ വന്ന കാര്യം മറന്ന് കായലിന്റെ ഭംഗി നോക്കിനിന്നു. കല്യാണവീട്ടിലെ തിരക്ക് അകന്നുപോയി.

മതിലിന്നപ്പുറത്ത് പന്തലിന്റെ മുകൾഭാഗം കാണാം. അവിടെനിന്ന് നോക്കുമ്പോൾ സ്വതവേ ചെറുതായ വീട് കുറേക്കൂടി ചെറുതായപോലെ തോന്നി ശാലിനിക്ക്. എന്താണ് ചേച്ചിയെ കല്യാണം കഴിക്കാൻ പോകുന്ന ചേട്ടൻ വരാത്തതെന്ന് അവൾ ആലോചിച്ചു.

"എവിട്യാന്ന് പച്ചപ്പയ്യിനെ കിട്ട്വാ?" മിനി ചോദിച്ചു. ആ പറമ്പിലേക്കു വന്നതിന്റെ ഉദ്ദേശ്യം അപ്പോഴേ ശാലിനി ഓർത്തുള്ളൂ.

"ഇവിടെണ്ടാവും." ചുറ്റും നോക്കിക്കൊണ്ട് അവൾ പറഞ്ഞു. അവൾ തിരച്ചിൽ തുടങ്ങി. "ഞാനും ചേച്ചീം ഇവിട്യാണ് കളിക്കാൻ വര്വാ."

രാവിലെ ചേച്ചിയാണ് അവളെ കുളിപ്പിച്ച് പുതിയ ഉടുപ്പ് ഇട്ടുകൊടുത്തത്. നെറ്റിമേലുള്ള കൊച്ചു പൊട്ടുകൂടി ചേച്ചിയാണ് തൊടീച്ചത്. അവൾ നെറ്റിമേൽ തൊട്ടുനോക്കി. ഉണ്ട്, അവിടെത്തന്നെയുണ്ട്. പുറപ്പെടുവിക്കുമ്പോൾ ചേച്ചി പറഞ്ഞു:

"നാളെത്തൊട്ട് മോള് സ്വന്തം കുളിക്ക്യേം സ്വന്തം ഉടുപ്പ് ഇടേം വേണം കേട്ടോ. ചേച്ചി കല്യാണം കഴിക്കാൻ വരണ ചേട്ടന്റെ കൂടെ പോവും."

"അപ്പോ ആ ചേട്ടന് നമ്മടെ ഒപ്പം താമസിച്ചൂടെ?"

ചേച്ചി പോയാലുണ്ടാവുന്ന ശൂന്യതയെപ്പറ്റിയൊന്നും ആലോചിക്കാനുള്ള കഴിവുണ്ടായിരുന്നില്ല അവൾക്ക്. അങ്ങനെയൊക്കെ ആലോചിച്ചിരുന്നെങ്കിൽ അവൾക്ക് വിഷമമായേനെ. എപ്പോഴും അസുഖമായിക്കിടക്കുന്ന അമ്മ അവളെ സംബന്ധിച്ചിടത്തോളം ഒരു നിഴൽമാത്രമായിരുന്നു. ചേച്ചിയാണവളുടെ കാര്യങ്ങളെല്ലാം നോക്കിയിരുന്നത്. ചേച്ചിയുടെ മറുപടിയൊന്നും വന്നില്ല. ചേച്ചി അവളുടെ തലമുടി മെടഞ്ഞിടുകയാണ്. അവൾ ചോദ്യമാവർത്തിച്ചു. ഒരു ദീർഘനിശ്വാസം. അവൾ ചേച്ചിയെ നോക്കി. ചേച്ചിയുടെ കണ്ണിൽ വെള്ളമുണ്ടായിരുന്നു.

"നമ്മുടെ ഈ കൊച്ചുവീടൊന്നും ആ ചേട്ടന് പിടിക്ക്യാണ്ടാവില്ല."

കൊച്ചുവീടും അതിന്റെ നിത്യശാപമായ ദാരിദ്ര്യവും എന്നാണ് ബിന്ദു പറയാൻ ഓങ്ങിയത്. ദാരിദ്ര്യം അവൾക്കൊരിക്കലും വിഷമമുണ്ടാക്കിയിരുന്നില്ല. പക്ഷേ, അതിനോടൊപ്പം സ്നേഹമില്ലായ്മയും വരുമ്പോഴോ? അവൾക്ക് എങ്ങനെയെങ്കിലും ആ വീട്ടിൽനിന്ന് രക്ഷപ്പെട്ടാൽ മതിയെന്നായിരുന്നു. സ്വാർത്ഥതയാണെന്നറിയാം. അവൾ രക്ഷപ്പെടാൻ മതി മോഹിക്കുന്നത് ദാരിദ്ര്യത്തിൽനിന്നായിരുന്നില്ല, സ്നേഹരാഹിത്യത്തിൽ നിന്നായിരുന്നു. കൊച്ചനുജത്തിയുടെ ഓമനമുഖം നോക്കിനിന്നപ്പോൾ അവൾക്ക് വിഷമമായി. അവൾ പറഞ്ഞു:

"മോള് വലുതായാൽ ഒരു ഭംഗീള്ള ചേട്ടൻ വന്ന് മോളേം കല്യാണം കഴിച്ചു കൊണ്ടുപോകും. അങ്ങനെ മോൾക്കും ഇവിടുന്ന് രക്ഷപ്പെടാം."

"എപ്പഴാ ആ ചേട്ടൻ വര്വാ?"

"മോള് വലുതാകുമ്പോ."

അതൊരു സാന്ത്വനമരുളുന്ന അറിവായിരുന്നു. ആ അറിവിൽ അവൾ മയങ്ങിനിന്നു.

പച്ചപ്പയ്യുകൾ ഒളിച്ചിരിക്കുകയായിരുന്നു. ചേച്ചിയുടെ കല്യാണ നിശ്ചയദിവസം രജനിയുടെകൂടെ ആ പറമ്പിൽ നടക്കുമ്പോൾ എത്ര പച്ചപ്പയ്യുകളെയാണവൾ കണ്ടത്. ഇന്ന് അവയൊക്കെ എവിടെപ്പോയി? മീനുവും മിനിയും സജിയും തിരയുകയാണ്. എന്താണ് തിരയുന്നതെന്നവർക്കറിയില്ല. എന്തെങ്കിലും ഒരു സാധനം അവർക്കു മുമ്പിൽവന്നുപെടുമെന്ന പോലെ അവർ തിരഞ്ഞു. സജി ചോദിച്ചു:

"എത്ര വലുപ്പംണ്ടാവും പച്ചപ്പയ്യിന്?"

"ഇതാ ഇത്ര." ശാലിനി അവളുടെ കൊച്ചു ചുണ്ടാണിവരൽ കാണിച്ചു. "പച്ച നെറാ. പക്ഷേ, അതു പിടിച്ചാൽ ചാടും."

ചുണ്ടാണിവിരൽ നീളത്തിൽ പച്ചനിറവും പിടിച്ചാൽ ചാടുന്ന സ്വഭാവവമുള്ള ഒരു ജന്തുവിനെ അന്വേഷിച്ച് ആ പെൺകിടാങ്ങൾ വെയിലത്തു നടന്നു.

മിനി ചോദിച്ചു: "എന്തിനാണ് പച്ചപ്പയ്യിനെ പിടിക്കണത്?"

"അതോ." ശാലിനി പറഞ്ഞു. "പണംണ്ടാവാൻ. പച്ചപ്പയ്യിനെ പിടിച്ച് വീട്ടിൽ കൊണ്ടുവന്നാൽ ധാരാളം പണംണ്ടാവും. ചേച്ചി പറഞ്ഞതാ."

ചേച്ചിക്ക് ഈ അറിവ് കുറച്ചുകൂടി മുമ്പെ പറഞ്ഞുതന്നാൽ മതിയായിരുന്നു. കഴിഞ്ഞ പ്രാവശ്യം എത്ര പച്ചപ്പയ്യിനെയാണവൾ എണ്ണിയത്. സ്നേഹിതകൾക്കു മതിപ്പായെന്ന് ശാലിനിക്കു മനസ്സിലായി. പണമുണ്ടാക്കാമെന്നുണ്ടെങ്കിൽ കുറച്ചുനേരം അദ്ധ്വാനിച്ചാലും വിഷമമില്ല. അവരുടെ വീട്ടിലും ദാരിദ്ര്യത്തിന്റെ അശ്ലീലസാന്നിദ്ധ്യവും കുടിക്കുന്ന അച്ഛന്മാരും ഉണ്ട്. കുറേസമയം തിരഞ്ഞിട്ടും ഒരൊറ്റ പച്ചപ്പയ്യിനേം കാണാൻ കഴിയാഞ്ഞപ്പോൾ മറ്റു മൂന്നു പെൺകുട്ടികൾക്കും മുഷിഞ്ഞെന്നു തോന്നുന്നു. അവർ പറഞ്ഞു:

"നമുക്ക് തിരിച്ചു പോവ്വാ."

"കൊറച്ചുനേരം കൂടി നോക്കീട്ടു പോവാം." അവൾ പറഞ്ഞു. "നമക്ക് കിട്ടാതിരിക്കില്ല."

ശാലിനിക്ക് കൂട്ടുകാരെ എങ്ങനെയെങ്കിലും പിടിച്ചുനിർത്തണമെന്നുണ്ട്. പച്ചപ്പയ്യിനെ പിടിക്കാൻ സഹായം ആവശ്യമാണ്. പിടിക്കാതെ തിരിച്ചുപോകാൻ അവൾക്കു താല്പര്യമുണ്ടായിരുന്നില്ല.

അകത്തു ബിന്ദു ഗുരുക്കളെ വന്ദിക്കുന്ന കർമ്മത്തിലായിരുന്നു. വെറ്റിലയിൽ നാണ്യംവച്ച് ദക്ഷിണ കൊടുത്ത് ഓരോരുത്തരുടെ കാല്ക്കൽ വീഴുകയാണവൾ. ഗുരുജനങ്ങൾ നിരന്നുനിന്നിരുന്നു. വല്യച്ഛനായിരുന്നു ആദ്യം. ഓരോരുത്തരുടെയും കാല്ക്കൽ വീഴുമ്പോൾ അവരെപ്പറ്റിയുള്ള ഓർമ്മകൾ മനസ്സിൽ വന്നു നിറയുകയായിരുന്നു. അച്ഛന്റെ പ്രാരാബ്ധങ്ങളുടെ തുടക്കം ഈ മനുഷ്യനിൽനിന്നായിരുന്നു എന്ന് അവൾ ഓർത്തു. വയസ്സായ അമ്മയേയും അച്ഛനേയും നോക്കാമെന്നു പറഞ്ഞ് തറവാടു സ്വത്തിന്റെ തൊണ്ണൂറു ശതമാനവും അടിച്ചെടുത്ത മനുഷ്യൻ. അവസാനം ആർക്കും വേണ്ടാതെ കിടന്നിരുന്ന ഈ സ്ഥലം പോലും അർഹതപ്പെട്ടതല്ലെങ്കിലും ദാനമായി തരുന്നു എന്ന മട്ടിൽ വീതിച്ചുകിട്ടിയതുകൊണ്ട്

സംതൃപ്തനാകേണ്ടിവന്നു അച്ഛന്. രണ്ടു ചിരട്ട കുഴിച്ചാൽ ഓരുവെള്ളം കിനിയുന്ന ഈ പറമ്പിൽ അവൾ ഒരു കള്ളിച്ചെടിപോലെ വളർന്നു.

രണ്ടാമത് നിന്നിരുന്നത് അമ്മാവനായിരുന്നു. അമ്മയുടെ അനിയൻ. അയാൾ പുതിയ പാന്റും ഷർട്ടും ധരിച്ച് ഷൂസുപോലും അഴിക്കാതെ അവളുടെ മുമ്പിൽനിന്നു. തൊട്ടടുത്തുനിന്നിരുന്ന അമ്മായി ധരിച്ചിരുന്നത് പുതിയ കാഞ്ചീപുരം സാരിയായിരുന്നു. നാലായിരം രൂപ വിലയുള്ള സാരി. ആ സാരിയെപ്പറ്റി അവർ പറഞ്ഞിരുന്നു. "എന്നോട് ആറായിരത്തിന്റെ സാരി വാങ്ങിക്കൊള്ളാൻ ചേട്ടൻ പറഞ്ഞതാ. എനിക്ക് പക്ഷേ, ഇഷ്ടായത് ഇതാണ്. അപ്പോ ചേട്ടൻ പറഞ്ഞു ബാക്കി രണ്ടായിരംകൊണ്ട് നീയൊരു കമ്മലെടുത്തോന്ന്. എനിക്കിപ്പോ കമ്മലൊന്നും വേണ്ട. എട്ടു ജോടി കമലുതന്നെ ഇടാൻ നേരം വേണ്ടേ? ഞാൻ പറഞ്ഞു കുറച്ചുകൂടി ചേർത്ത് രജനിക്ക് ഒരു വള വാങ്ങാംന്ന്.."

ബിന്ദു എല്ലാം കേട്ടിരുന്നു. എന്തിനാണ് ഇവരെല്ലാം എന്റെ മനഃസ്വാസ്ഥ്യം നശിപ്പിക്കാനായി വരുന്നത്? അവളുടെ കല്യാണപ്പുടവയ്ക്ക് ആയിരത്തിൽ താഴയേ വിലയുള്ളൂ. അവൾക്കിഷ്ടമായത് രണ്ടായിരത്തി അഞ്ഞൂറിന്റെ ഒരു സാരിയായിരുന്നു. കുങ്കുമനിറത്തിൽ കസവു ബോർഡറും ഭംഗിയുള്ള മുന്താണിയുമുള്ള സാരി. അവൾ കുറേനേരം കടയിൽ ആ സാരിയും കൈയിൽ പിടിച്ചുകൊണ്ടിരുന്നു; വാങ്ങാൻ പറ്റില്ലെന്നു മനസ്സിലായിട്ടും.

ബിന്ദു കല്യാണനിശ്ചയദിവസം ഓർത്തു. അന്നു വൈകുന്നേരം അച്ഛന്റെ വക കുടിപ്പാർട്ടിയായിരുന്നു. വല്യച്ഛനും ഈ അമ്മാവനും രണ്ടു നാലു കൂട്ടുകാരും ചേർന്ന് രാത്രി വൈകുംവരെ കുടിയായിരുന്നു. അമ്മാവൻ കുടിക്കിടയിൽ എഴുന്നേറ്റുനിന്നുകൊണ്ട് പ്രഖ്യാപിച്ചു.

"എന്റെ മരുമകളുടെ കല്യാണം ഈ ഞാൻ നടത്തിക്കൊടുക്കും. ഈ ഞാൻ." നെഞ്ചിൽ ഉറക്കെ അടിച്ചുകൊണ്ട് കുഴഞ്ഞുതുടങ്ങിയ നാവുമായി അയാൾ പ്രഖ്യാപനം ആവർത്തിച്ചു. അച്ഛന് സന്തോഷമായി. അളിയന് ഒരു പെഗ്ഗുകൂടി ഒഴിച്ചുകൊടുത്തു. വല്ല്യച്ഛനും നല്ല ഫോമിലായിരുന്നു. അയാൾ പ്രഖ്യാപിച്ചു: "കല്യാണസദ്യ എന്റെ വകയാണ്. വേറെ ആരും അതന്വേഷിക്കേണ്ട." ഇനിയെന്താണ് വേണ്ടത്?

രാത്രി മൂന്നുമണിയോടെ എല്ലാവരും ഒരുവിധം ഉറക്കമായി. ബിന്ദു അവളുടെ മുറിയിൽ നിലത്ത് പായ വിരിച്ച് എവിടെയോ തളർന്നുറങ്ങിയ കൊച്ചനുജത്തിയേയുമെടുത്ത് ഒപ്പം കിടത്തി. തന്റെ കട്ടിൽ നേരത്തെ തന്നെ അമ്മായി കൈയേറിയിരുന്നു. അവൾ ഉറങ്ങിയില്ല. ഇന്ന് തന്റെ കല്യാണനിശ്ചയമായിരുന്നു. തന്റെ ദിവസം. അവൾ രാത്രി രണ്ടു മണി വരെ മറ്റുള്ളവർ ഭക്ഷണം കഴിച്ചിട്ട പാത്രങ്ങൾ കഴുകിയും കുടിക്കുന്നവർക്ക് ചൂടോടെ മീൻ പൊരിച്ചുകൊടുത്തും ഒരുത്തൻ ഛർദ്ദിച്ചത് കോരിക്കളഞ്ഞും തളർന്നു. അതിനിടയ്ക്ക് ഓരോരുത്തർക്ക് കിടക്കാൻ വേണ്ടി കിടക്കയും പായയും തേടിക്കൊടുത്തു. പൊള്ളയായ വാഗ്ദാനങ്ങളും പൊങ്ങച്ചങ്ങളും നിശ്ശബ്ദമായി. ഉച്ചയ്ക്കു നടന്ന ചടങ്ങിൽ തന്റെ വിര

ലിൽ മോതിരമണിയിച്ച ചെറുപ്പക്കാരനെ അവൾ ഓർത്തു. പ്രകാശത്തിന്റെ ചെറിയൊരു നാളം. അവൾക്ക് ഉറക്കെ കരയാൻ തോന്നി.

പന്തലിൽ ബഹളം തുടങ്ങിയിരുന്നു. അതിനിടയ്ക്ക് നാദസ്വരത്തിന്റെ ശബ്ദം കേട്ടു.

"കല്യാണം തൊടങ്ങീന്നു തോന്നുണു." മിനി പറഞ്ഞു.

"അപ്പൊ നമ്മക്ക് പോണ്ടെ?" സജി ചോദിച്ചു. അവൾക്ക് പരിഭ്രമം തുടങ്ങിയിരുന്നു. "അമ്മന്നെ നോക്ക്ണ്ണ്ടാവും."

"ഞാൻ പോവ്വാണ്." മീന പറഞ്ഞു.

മൂന്നു കൂട്ടുകാരും സാവധാനത്തിൽ വീടിനെ ലക്ഷ്യമാക്കി നടന്നു പോകുന്നത് ശാലിനി സങ്കടത്തോടെ നോക്കിനിന്നു. പച്ചപ്പയ്യിനെ പിടിക്കാതെ അവൾക്കു പോകാൻ തോന്നിയില്ല. ഒരാഴ്ച മുമ്പാണതുണ്ടായത്. സന്ധ്യക്ക് വിളക്കുവച്ചു നാമം ചൊല്ലിക്കൊണ്ടിരിക്കെയാണതു വന്നത്. പച്ചനിറത്തിൽ നീണ്ട കാലുകളുള്ള ഒരു ജന്തു. അവൾ ആ ജന്തുവിനെ ഓടിക്കാൻ നോക്കി. മുമ്പൊരിക്കൽ അതുപോലൊരു ജന്തു അവളുടെ ഉടുപ്പിനുള്ളിൽ കയറി പ്രശ്നമുണ്ടാക്കിയതാണ്. ഒരു ഈർക്കിലെടുത്ത് അതിനെ ചാടിക്കാൻ നോക്കിയപ്പോഴാണ് ചേച്ചി പറഞ്ഞത്:

"മോളെ അതിനെ ഓടിക്കാൻ പാടില്ല."

"എന്താ കാരണം?"

"അതേയ്, അത് പച്ചപ്പയ്യാണ്. അത് വന്നാൽ വന്ന വീട്ടില് ധാരാളം പണംണ്ടാവും."

കഷ്ടിച്ചു രക്ഷപ്പെട്ടു. ചേച്ചി അതു പറയാൻ കുറച്ചുകൂടി താമസിച്ചിരുന്നെങ്കിൽ കുഴപ്പമായേനെ. ചെമ്പോത്തിന്റെ കാര്യവും പറഞ്ഞു തന്നത് ചേച്ചിയാണ്. ചെമ്പോത്തിനെ കാണുന്നത് ഭാഗ്യമാണ്. പക്ഷേ, കണ്ട കാര്യം ആരോടും പറയരുത്. പറഞ്ഞാൽ ഭാഗ്യം മുഴുവനും പോകും.

പച്ചപ്പയ്യ് പക്ഷേ, എന്തുകൊണ്ടോ ചാടിപ്പോയി. പണമൊന്നും കൊണ്ടുവരാതെതന്നെ. ചേച്ചി അച്ഛനോട് വഴക്കിലായിരുന്നു. ഒരു മാങ്ങാമാലയ്ക്കുവേണ്ടി.

"ഞാനൊന്നും ചോദിക്കിണില്ല. ഒരു മാങ്ങമാലമാത്രം. അതെങ്കിലും കല്യാണത്തിന് വാങ്ങിത്തരാൻ വയ്യേ അച്ഛന്?"

തേങ്ങലുകൾ, പരിഭവങ്ങൾ.

"ഞാനെങ്ങനാ ഈ ഒറ്റമാലമാത്രം ഇട്ടുകൊണ്ട് പന്തലിന് എല്ലാരടേം മുമ്പിലിരിക്കണത്? വരന്റെ വീട്ടുകാര് ഒന്നും ആവശ്യപ്പെട്ടിട്ടില്ലാന്നുവച്ച് ഒന്നും വാങ്ങേണ്ടേ?"

"എനിക്ക് ഇനിയും ഒരു പെൺകുട്ടിയെ കെട്ടിച്ചുകൊടുക്കാനുണ്ടെന്ന് നീയോർക്കണം."

"ഇനി പതിനഞ്ചുകൊല്ലം കഴിഞ്ഞുള്ള കാര്യമാണ് അച്ഛൻ പറേണത്. അതോണ്ടൊന്നും അല്ല. അച്ഛന് എന്നെ സ്നേഹല്യാ, അതുതന്നെ."

അമ്മ ഒന്നും മിണ്ടാതെ നില്ക്കും. അമ്മ എന്തെങ്കിലും പറയുമെന്ന് ശാലിനി ആശിക്കും. ചേച്ചിക്കുവേണ്ടി. ചേച്ചിയെ സമാധാനിപ്പിക്കാനെ

ങ്കിലും. ഒന്നുമുണ്ടാവില്ല. ഒരു വാടിയ ചെടിപോലെ ചേച്ചി കുഴഞ്ഞിരിക്കുന്നത് അവൾ നോക്കിനില്ക്കും.

നിശ്ചയത്തിന്റെ ദിവസം ഉണ്ടായ പ്രഖ്യാപനങ്ങളും വാഗ്ദാനങ്ങളും നേരം പുലർന്നതോടെ ലഹരിയോടൊപ്പം അലിഞ്ഞില്ലാതായി. പണസഞ്ചിയുമായി മരുമകളുടെ കല്യാണം നടത്തിക്കാൻ വരുന്ന അളിയന്റെയും അനുജന്റെ മകളുടെ കല്യാണസദ്യക്കുള്ള പണവുമായി വരുന്ന ചേട്ടന്റെയും വരവുകാത്ത് അച്ഛൻ ഇരുന്നു. കാത്തിരിപ്പ് വെറുതെയാണെന്നു മനസ്സിലായപ്പോൾ അച്ഛൻ പണത്തിനുവേണ്ടി നെട്ടോട്ടമോടാൻ തുടങ്ങി.

ചേച്ചി അമ്മയോടു വക്കാലത്തിനു പോകാറില്ല. കാര്യമില്ലെന്നറിയാം. അത് ശാലിനിക്കും അറിയും. അതുകൊണ്ട് അച്ഛന്റെ കൈയിൽനിന്ന് നേരിടുന്ന അനീതികൾ അവളും കണ്ണടച്ചു സഹിച്ചു. രാത്രി വൈകിവരുന്ന അച്ഛന്റെ ചുവന്ന കണ്ണുകൾ നേരിടാനാവാതെ അവൾ ഒളിച്ചിരുന്നു. ഇടറിയ കാലുകളോടെ അച്ഛൻ നടന്നുവരുന്നതു കണ്ടാൽ അവൾ കിടക്കയിൽ പോയി കിടക്കും. അമ്മ വലിവുകാരണം നേരത്തെതന്നെ കിടക്കും. ചേച്ചി അച്ഛനു ചോറു വിളമ്പിക്കൊടുക്കും. ചീത്തകൾ കേട്ടു കൊണ്ടു തന്നെ. മഴക്കാലത്ത് നിരന്തരം കേൾക്കാറുള്ള തവളകളുടെ മൊരത്ത ശബ്ദം പോലെ ചേച്ചിക്കതു സ്വീകാര്യമായിരിക്കുന്നു.

"ഇന്നെന്തായാലും എനിക്ക് മാങ്ങാമാലാ വാങ്ങണം." ബിന്ദു പറഞ്ഞു.

അച്ഛൻ ഒന്നും പറയാതെ പുറത്തേക്കിറങ്ങി. കല്യാണത്തിന് ഒരാഴ്ചയേയുള്ളൂ. എവിടെനിന്നെങ്കിലും പണമുണ്ടാക്കുമെന്നും നെക്ലേസു വാങ്ങുമെന്നും പ്രതീക്ഷിച്ച് അവൾ കാത്തിരുന്നു. രാത്രി വൈകുംതോറും മങ്ങലേറ്റ പ്രതീക്ഷകൾ, അച്ഛന്റെ വരവോടെ അവൾ കുഴിച്ചുമൂടി. അയാൾ നല്ലവണ്ണം കുടിച്ചിട്ടായിരുന്നു വന്നത്. ചോറ് വിളമ്പിക്കൊടുക്കുമ്പോൾ അച്ഛൻ എന്തെങ്കിലും പറയുമെന്നവൾ ആശിച്ചു. ഇല്ല, ഒന്നും പറഞ്ഞില്ല അവൾ ചോദിച്ചു:

"അച്ഛൻ മാങ്ങാമല വാങ്ങിയില്ല. അല്ലേ?"

"തേങ്ങാമാലയാണ്, എന്നെക്കൊണ്ട് പറയിക്കണ്ട." അയാൾ പറഞ്ഞു.

"അച്ഛന് കുടിക്കാനും കുടിപ്പിക്കാനും പണമുണ്ടല്ലോ. എനിക്കു വേണ്ടി എന്തെങ്കിലും വാങ്ങാൻ മാത്രേ പണംല്യായയള്ളൂ."

"എന്താടീ നീ പറഞ്ഞത്?" അയാൾ ക്രുദ്ധനായി ചോദിച്ചു.

"ഞാൻ പറഞ്ഞത് ശരിയല്ലേ? നിശ്ചയത്തിന്റന്ന് കുടിച്ചുതുലച്ച പണമുണ്ടെങ്കിൽ എനിക്ക് കുറച്ചുകൂടി നല്ല സാരി വാങ്ങായിരുന്നില്ലേ? ഇപ്പോ അച്ഛന്റെ അളിയനും ചേട്ടനുമെവിടെ? അവരാരെങ്കിലും തിരിഞ്ഞുനോക്കുന്നുണ്ടോ? അന്നു കുടിപ്പിച്ചുവിട്ടതല്ലേ?"

അച്ഛൻ അടുത്തുവന്നതും കനത്ത കൈ തന്റേമേൽ വീഴുന്നതും മാത്രമേ അവൾ അറിഞ്ഞുള്ളൂ. തല എവിടെയോ പോയി ഇടിച്ച ഓർമ്മയുണ്ട്. ഓർമ്മ വന്നപ്പോൾ അവൾ നിലത്തു കിടക്കയാണ്. നെറ്റിമേൽ

വേദനയുള്ള സ്ഥലത്ത് തൊട്ടപ്പോൾ ചോരയുടെ നനവ്. കൈകഴുകാൻ കൂടി മെനക്കെടാതെ അവൾ കുറേനേരം ഇരുന്നു. രാവിലെ നെറ്റിമേലുള്ള മുറിവിനെപ്പറ്റി ആരും അന്വേഷിച്ചില്ല. കുളിപ്പിക്കുന്ന സമയത്താണ് ശാലിനി ചേച്ചിയുടെ നെറ്റിയിലെ മുറിവ് കാണുന്നത്. അവൾ ചോദിച്ചു:

"എന്താ ചേച്ചീടെ നെറ്റീമ്മല് മുറി?"

"അതോ, അത് അച്ഛൻ ചേച്ചിക്ക് തന്ന കല്യാണസമ്മാനാണ്."

ശാലിനിക്ക് വിഷമമായി അവളുടെ ചുണ്ടുകൾ വിറച്ചു. അവൾ കരച്ചിലിന്റെ വക്കത്തെത്തിയിരുന്നു. അവൾ ചേച്ചിയെ കെട്ടിപ്പിടിച്ച് മുഖത്ത് ഉമ്മവച്ചുകൊണ്ട് ചോദിച്ചു:

"ചേച്ചിക്ക് വേദനിച്ചോ?"

പച്ചപ്പയ്യുകൾ തന്നെ കബളിപ്പിക്കുകയാണെന്ന് ശാലിനിക്ക് മനസ്സിലായി. അല്ലെങ്കിൽ ഇത്ര പെട്ടെന്ന് അവ അപ്രത്യക്ഷമാകാൻ കാരണമെന്ത്? അവൾ തിരച്ചിൽ തുടർന്നു. പുല്ലുകൾക്കിടയിൽ, ചെടികളുടെ ചില്ലമേൽ - എല്ലാം അവളുടെ സൂക്ഷ്മമായ കണ്ണുകൾ പരതി. അവൾ വീട്ടിൽനിന്നും വളരെ അകന്നുപോയിരുന്നു. അതവളെ വേദനിപ്പിച്ചു. ചേച്ചിയുടെ കല്യാണസമയത്ത് അവിടെയുണ്ടാകണമെന്നുണ്ടായിരുന്നു അവൾക്ക്. പക്ഷേ, പച്ചപ്പയ്യിനെ പിടിക്കാതെ എങ്ങനെയാണ്? അവസാനം ഒരു തുമ്പച്ചെടിയുടെ ഇലയുടെമേലെ അവൾ ഒരു കൊച്ചു പച്ചപ്പയ്യിനെ കണ്ടെത്തി. ചെറുതാണെങ്കിലും പച്ചപ്പയ്യ് അതിന്റെ ധർമ്മം നിർവ്വഹിക്കുമെന്നവൾ ആശിച്ചു. ഇനി അതിനെ പിടിക്കുകയാണാവശ്യം. കൂട്ടുകാരികളുടെ അഭാവം അവളെ തളർത്തി. മൂന്നുപേരും ഉണ്ടായിരുന്നെങ്കിൽ സംഗതി എളുപ്പമായിരുന്നു. അവൾ സാവധാനത്തിൽ ശബ്ദമുണ്ടാക്കാതെ പച്ചപ്പയ്യിനെ സമീപിച്ചു. അവളുടെ കൊച്ചുവിരലുകൾകൊണ്ട് അതിന്റെ വാലിൽ പിടിച്ചു. അവൾ ഉറക്കെ ശബ്മുണ്ടാക്കി ചാടി. കാരണം പച്ചപ്പയ്യ് വിരൽസ്പർശമേറ്റ ഉടനെ ഒരു ചാട്ടം ചാടിയത് അവളുടെ മുഖത്തേക്കായിരുന്നു. ഒരുനിമിഷം അവിടെതങ്ങിനിന്ന് അത് നിലത്തേക്കുതന്നെ ചാടി.

പച്ചപ്പയ്യിനെ പിടിക്കുക എന്നത് അപകടം പിടിച്ച ജോലിയായിരുന്നു. താൻ അതിനു തയ്യാറെടുത്തിട്ടല്ല വന്നത് എന്നതവൾക്കു മനസ്സിലായി. ഒരു വലപോലെ എന്തെങ്കിലും വേണം. പിന്നെ പിടിച്ചാൽ ഇട്ടുവെക്കാൻ ഒരു ഉറ. ഇതൊന്നുമില്ലാതെ വിഷമം തന്നെ. പിന്നെയുണ്ടായ അഭ്യാസത്തിൽ പച്ചപ്പയ്യ് ആ അഞ്ചുവയസ്സുകാരിയെ ഇട്ടു വട്ടംകറക്കി. പതിനഞ്ചുമിനിറ്റ് നീണ്ടുനിന്ന വേട്ടയിൽ ശാലിനി ക്ഷീണിച്ചു. അവസാനം ഒരു കുതിക്കൽ കഴിഞ്ഞ് നോക്കുമ്പോൾ പച്ചപ്പയ്യ് അപ്രത്യക്ഷമായിരുന്നു. അവൾ ക്ഷീണിച്ച് ഒരു മാവിൻചുവട്ടിൽ പോയി ഇരുന്നു. കായലിൽനിന്നുള്ള കാറ്റ് തണുത്തതായിരുന്നു.

കല്യാണമണ്ഡപത്തിൽ വരനൊരുമിച്ചിരിക്കുമ്പോൾ ബിന്ദു കൊച്ചനുജത്തിക്കുവേണ്ടി ചുറ്റും നോക്കി. അവളുടെ സ്നേഹിതകളെ പലരേയും കണ്ടെങ്കിലും അവളെ മാത്രം കണ്ടില്ല.

എവിടേയെങ്കിലും ഇരിക്കുന്നുണ്ടാവും. അല്ലെങ്കിൽ ഓടിക്കളിക്കുന്നു

ണ്ടാവും. മോതിരം മാറി, മാലയിട്ടു. എല്ലാം യാന്ത്രികമായി നടക്കുന്നു. അവളുടെ മനസ്സ് വളരെ അകലെയായിരുന്നു. അതിനിടയ്ക്ക് വരൻ എന്തോ ചോദിച്ചത് അവൾ കേട്ടില്ല. അയാൾ ചിരിച്ചുകൊണ്ട് ചോദിച്ചു; "നീ എവിടെയാണ്?"

"എന്നോടെന്തെങ്കിലും ചോദിച്ചുവോ?"

"നീ എവിടെയാണെന്ന്?"

"ഞാൻ മോളേ അന്വേഷിക്കുകയായിരുന്നു. ചേച്ചീടെ കല്യാണം കാണണംന്ന് പറഞ്ഞ് മുമ്പിൽത്തന്നെയായിരിക്കുമെന്ന് പറഞ്ഞതായിരുന്നു. കാണാനില്ല."

"എഴുന്നേല്ക്കു രണ്ടുപേരും... എന്നിട്ട് വരൻ വധുവിന്റെ കൈപിടിച്ച് പ്രദക്ഷിണം വയ്ക്ക്യാ.... അതെ, അങ്ങനെ... ആ പെൺകുട്ടികള് വെളക്കും പിടിച്ചു മുമ്പില് നടക്കാ..."

ഊണു കഴിക്കാനിരുന്നപ്പോൾ ബിന്ദു വീണ്ടും ശാലിനിയുടെ കാര്യം ഓർത്തു. ആരോടാണ് ചോദിക്കുക എന്നാലോചിക്കുമ്പോഴേക്ക് മിനിയേയും മീനുവിനേയും കണ്ടു.

"ശാലിനി എവിടെ?" അവൾ ചോദിച്ചു.

"ആ, ഞങ്ങക്കറിയില്ല."

"അപ്പോ നിങ്ങള് നാലുപേരും കൂടീട്ടല്ലെ പുറത്തേക്കു പോണത് കണ്ടത്?" ഒരാൾ ചോദിച്ചു. നാലു കന്യകമാരുടെ പര്യടനത്തിനു ദൃക്സാക്ഷിയായിരുന്നു അയാൾ.

"ആ!" മിനിക്ക് ഓർമ്മ വന്നു. അവൾ പറഞ്ഞു: "ശാലിനി പച്ചപ്പയ്യിനെ പിടിക്കാൻ പോയിരിക്ക്യാണ്."

"പച്ചപ്പയ്യിന്യോ?"

"അതെ. അടുത്ത പറമ്പില്ണ്ട്."

പെട്ടെന്നുയർന്നുവന്ന തേങ്ങലടക്കാൻ ബിന്ദു പാടുപെട്ടു. ഇവിടെ ചേച്ചിയുടെ കല്യാണം നടന്നുകൊണ്ടിരിക്കുമ്പോൾ ശാലിനി പച്ചപ്പയ്യിനെ പിടിക്കാൻ പോയിരിക്കുകയാണ്. എന്തിനാണവൾ അതു ചെയ്യുന്നതെന്ന അറിവ് ബിന്ദുവിനെ വേദനിപ്പിച്ചു. അവൾ എഴുന്നേറ്റു നടന്നു. വരനും ഒപ്പം കൂടി. അടുത്ത പറമ്പിൽ ഒരു മാവിൻ ചുവട്ടിൽ അവർ അവളെ കണ്ടു.

ചുരുണ്ടുകൂടി കിടക്കുകയാണവൾ. നല്ല ഉറക്കത്തിലാണ്. കായലിൽനിന്നുള്ള തണുത്ത കാറ്റിൽ അവളുടെ അളകങ്ങൾ ചാഞ്ചാടി. ഉറക്കത്തിലവൾ പച്ചപ്പയ്യുകളെ സ്വപ്നം കാണുകയായിരുന്നു ധാരാളം പച്ചപ്പയ്യുകൾ. കോരിയെടുക്കാം അത്രയധികം പച്ചപ്പയ്യുകൾ നിലത്തു നിറയെ.

ബിന്ദു കുറച്ചുനേരം കൊച്ചനുജത്തിയെ നോക്കിനിന്നു. അപ്പോഴാണവൾ കണ്ടത് ശാലിനിയുടെ മുഖം ഉറ്റുനോക്കിക്കൊണ്ടെന്നപോലെ ഒരു ചെറിയ പച്ചപ്പയ്യ് നിന്നിരുന്നു. അവൾ ശാലിനിയെ കോരിയെടുത്തു. അവൾ കണ്ണു തുറന്നു.

"മോള് എന്തെടുക്കുവായിരുന്നു ഇവിടെ?"

"ഞാനോ..." അവൾ പകച്ചുകൊണ്ടു ചുറ്റും നോക്കി. "ഞാൻ പച്ചപ്പയ്യിനെ പിടിക്കാൻ വന്നതാ. ചേച്ചീടെ കല്യാണം കഴിഞ്ഞോ?' അവൾ കുണ്ഠിതത്തോടെ ചോദിച്ചു.

"ഇതാ നിന്നെക്കാത്ത് ഒരുത്തൻ നില്ക്കുന്നു." അവൾ പച്ചപ്പയ്യിനെ കാണിച്ചുകൊടുത്തുകൊണ്ട് പറഞ്ഞു. ശാലിനി ചിരിച്ചു. എന്നെ കുറേ നേരം ഇട്ടോടിച്ചിട്ട് താൻ കിടന്നുറങ്ങി അല്ലേ എന്ന് ചോദിക്കുകയായിരുന്നു അത്. അവൾ ചേട്ടനെ അപ്പോഴാണ് കണ്ടത്. അവൾക്ക് അയാളെ ഇഷ്ടമായി. അവൾ പറഞ്ഞു.

"എനിക്ക് ഈ ചേട്ടനെ നല്ല ഇഷ്ടംണ്ട്."

വരൻ അവളെ എടുക്കാൻ കൈനീട്ടി.

ശാലിനി അയാളുടെ കൈയിലേക്ക് ചാടി.

"നോക്കൂ ബിന്ദു." അയാൾ പറഞ്ഞു. "നമുക്ക് ഇവളെ കൊണ്ടുപോയി നമ്മുടെ ഒപ്പം താമസിപ്പിക്കാം. എന്താ? അവിടെ ധാരാളം പച്ചപ്പയ്യുകളുണ്ട്. പിടിക്കാൻ ആളില്ലാതെ കിടക്കാണ്." അയാൾ ശാലിനിയോട് ചോദിച്ചു. "എന്താ ഈ ചേട്ടന്റെ കൂടെ വരുന്നോ?"

അവൾ എന്നേ തയ്യാറായിരുന്നു.

ബിന്ദുവിന്റെ കണ്ണുകൾ വികസിച്ചു. രണ്ടുവിധത്തിലും അയാൾ പറഞ്ഞത് ശരിയാവുകയാണെങ്കിലെന്ന് അവൾ ആശിച്ചു. ശാലിനിയെ ഒപ്പം താമസിപ്പിക്കാമെന്നതും അവിടെ ധാരാളം പച്ചപ്പയ്യുകളുണ്ടെന്നതും.

പാറ

ഗ്രേസി

ഞാൻ പത്രോസിന്റെ മകൾ ഏലിശുബ. എന്റെ അപ്പനോടല്ല അവൻ പത്രോസേ, നീ പാറയാകുന്നു; അതിന്മേൽ ഞാനെന്റെ സഭയെ പണിയും എന്ന് അരുളിച്ചെയ്തത്. എന്നാലും സഭയെ പണിയുന്നതിന് അപ്പൻ ഏറ്റവും എളുപ്പമായ സംഭാവന നല്കുക തന്നെ ചെയ്തു. മൂത്ത മകൾ ദീനാമ്മയെ പുരനിറഞ്ഞുനില്ക്കുന്ന മകളെക്കുറിച്ച് നിങ്ങൾക്കു ചിന്തയില്ലാത്തതെന്ത്? എന്ന് അമ്മച്ചിയുടെ വ്യസനം പകൽവെട്ടം വീഴുമ്പോൾ നീറിപ്പുകയാൻ തുടങ്ങുകയും പിന്നെ ആളിക്കത്തുകയും ഒടുവിൽ പ്രാക്കിൽ അമർന്നുപോവുകയും ചെയ്യാൻ തുടങ്ങിയപ്പോഴാണ് അപ്പൻ ദീനാമ്മയെ കർത്താവിന്റെ മണവാട്ടിയാക്കിയത്. വലംകൈയിലെ ചെറുവിരൽ വായുവിൽ വെട്ടിച്ചുയർത്തി ഒരു പുളിച്ച ചിരി അമ്മച്ചിയുടെ മുഖത്തേക്കു തേട്ടിക്കൊണ്ട് അപ്പൻ ഊറ്റം കൊണ്ടു. വിജയം ആഘോഷിക്കാനായി ചാരായക്കടയിലേക്കു പോയ അപ്പന്റെ പിന്നാലെ അമ്മച്ചി കാർക്കിച്ചു തുപ്പുക മാത്രമല്ല, ഇയാള് പിന്നെന്തിനാ പെണ്ണുകെട്ടിയതും കൊച്ചുങ്ങളെ ഒണ്ടാക്കിയതും? എന്നൊരു ചോദ്യം കൂട്ടിക്കടിച്ച പല്ലിന്റെ ഇടയിലൂടെ വലിച്ചൂരി അപ്പന്റെ പിന്നാമ്പുറത്തു കുത്തുകയും ചെയ്തു. മൂന്നാമതും ഒരു പെൺകുഞ്ഞിനെ പ്രസവിച്ചപ്പോൾ, അത് മരിച്ചിരുന്നുവെങ്കിലും, അപ്പൻ ഒരു നാട്ടുവൈദ്യനെക്കൊണ്ട് ഉണ്ടാക്കിച്ച ഭസ്മം മുയൽച്ചോരയിൽ ചാലിച്ചു സേവിച്ചതിന്റെ ഫലമായി പേറു നിലച്ചതു നന്നായി എന്ന് നെഞ്ചത്ത് ആഞ്ഞിടിച്ചപ്പോഴാണ് അമ്മച്ചിക്ക് ഒട്ടൊരാശ്വാസം കിട്ടിയത്.

അപ്പച്ചനും അമ്മച്ചിയും കൂടി വീടിനുമേൽ തീയും ഗന്ധകവും വർഷിച്ചപ്പോൾ എന്നെ രക്ഷിച്ചത് വചനമല്ല, ഒരു ക്ലാർക്ക്-കം-ടൈപ്പിസ്റ്റിന്റെ ജോലിയായിരുന്നു. ജോലി കിട്ടിയ വിവരം ദീനേച്ചിയെ അറിയിക്കാൻ

ഞാൻ കന്യാമഠത്തിന്റെ കന്മതിൽക്കെട്ടു കടന്നു ചെന്നു. വെള്ളക്കുപ്പായത്തിൽ ദീനേച്ചി പിന്നേയും വിളറിപ്പോയിരുന്നു. കറുത്ത വലിയ കണ്ണുകളിൽ സ്വപ്നങ്ങളത്രയും ചത്തു പൊന്തിയിരുന്നു. എന്നേക്കാളുമെത്രയോ സുന്ദരിയായ ദീനേച്ചിയുടെ വിധിയോർത്ത് എന്റെ കണ്ണുനിറഞ്ഞു. കണ്ണുനീർത്തിരയിലൂടെ നടന്നുവന്ന് ദീനേച്ചി എന്നെ തൊട്ടു. ദീനേച്ചിയുടെ വിരലുകൾക്ക് മരിച്ചവരുടെ തണുപ്പായിരുന്നു. എന്റെ ഞരമ്പുകളിൽ ചോര ഉറഞ്ഞു. അതോടെ കൊച്ചുന്നാളിലെ വിക്കൽ എന്നിലേക്കു മടങ്ങിവന്നു. ദീനേച്ചീ, എനിക്ക് ജോലികിട്ടി എന്നു പറഞ്ഞപ്പോഴേക്ക് വാക്കുകളിൽ ഞാൻ ഇടറിവീണിരുന്നു.

ദീനേച്ചി മന്ദഹസിച്ചു. ഒരു മഞ്ഞുകഠാരപോലെ അതിലെ വിഷാദം എന്റെ ഹൃദയത്തിലേക്ക് തുളഞ്ഞുകയറി. നീയെങ്കിലും രക്ഷപ്പെട്ടുവല്ലോ എന്ന് ദീനേച്ചി ദീർഘമായി നിശ്വസിച്ചപ്പോൾ ഭ്രാന്തുപിടിച്ചതുപോലെ ഞാൻ പുറത്തേക്കു പാഞ്ഞു. പടിവാതിൽ വലിച്ചു തുറന്ന് റോഡിലേക്കു കുതിക്കാനൊരുങ്ങുമ്പോൾ ആരോ പിന്നിൽ നിന്ന് കൊളുത്തി വലിച്ചതുപോലെ ഞാനൊന്നു തിരിഞ്ഞുനോക്കി. വരാന്തയിൽ ദീനേച്ചി ഒരു ഉപ്പുതൂണായി ഉറഞ്ഞുപോയിരുന്നു.

പഴയൊരു എയർബാഗ് പൊടിതട്ടിയെടുക്കുമ്പോൾ ഞാൻ പ്രഖ്യാപിച്ചു: ഇനി എനിക്ക് എന്റെ വഴി.

ചരട് ആവുന്നത്ര അയച്ച് മടിശ്ശീലയുടെ വായ് വലുതാക്കിക്കൊണ്ടിരുന്ന അപ്പന്റെ വിരലുകൾ വിറച്ചുനിറച്ച് നിശ്ചലമാകുന്നതും അമ്മച്ചിയുടെ പുകപിടിച്ച കണ്ണുകൾ ഒറ്റപ്പെടലിന്റെ സൂചിത്തലപ്പിൽ പിടയുന്നതും ഞാൻ കണ്ടു. എല്ലാ കാഴ്ചകളും പുറംകൈകൊണ്ടു തൂത്തുകളഞ്ഞ് ഞാൻ വീടുവിട്ടിറങ്ങി.

ഓഫീസിലെ എന്റെ സഹപ്രവർത്തക മൃദുല എന്ന് സ്വയം പരിചയപ്പെടുത്തി. തന്റെ ഹൃദയം എത്രയും മൃദുലമായതുകൊണ്ട് അച്ഛൻ ഓമനിച്ചു വിളിച്ച പേരാണതെന്ന് കഴുത്തിലെ ഏലസ്സിൽ തിരുപ്പിടിച്ച് ആഹ്ലാദത്തോടെ അവൾ മൊഴിഞ്ഞപ്പോൾ എനിക്ക് കലശലായ ഈറ വന്നു. തന്റെ അച്ഛൻ എത്രയും നന്മനിറഞ്ഞവനും സ്നേഹശീലനുമാണെന്ന് അവൾ വിസ്തരിച്ചു. കുട്ടിയായിരുന്നപ്പോൾ കുളിപ്പിച്ച് തലതോർത്തി രാസ്നാദിചൂർണ്ണത്തിൽ നിറുക അമർത്തിത്തിരുമ്മാറുള്ളതും മുടി ചീകി ഉടക്കു വേർപെടുത്തി മുല്ലമാല തിരുകിക്കൊടുക്കാറുള്ളതുമൊക്കെ അച്ഛനായിരുന്നു എന്നു കേട്ടപ്പോൾ അസൂയയിൽ എന്റെ ഹൃദയം എരിയാൻ തുടങ്ങി. തനിക്ക് മുതിരാൻ തീരെ ഇഷ്ടമായിരുന്നില്ലെന്നും ഇപ്പോഴും ഒരവസരം കിട്ടിയാൽ ബാല്യത്തിലേക്കു മടങ്ങിപ്പോകാൻ തയ്യാറാണെന്നും പറഞ്ഞപ്പോൾ എന്റെ സ്വകാര്യതയെ അടിവസ്ത്രം പോലെ അവൾ ഉരിഞ്ഞുകളയുകയാണ് ചെയ്തത്.

വഴിയിലൂടെ നടക്കുമ്പോൾ എന്റെ തൊട്ടുമുമ്പേ പോകുന്ന ഒരാളെ ഞാൻ തെരഞ്ഞെടുക്കുന്നു. അയാളുടെ വലംകാലു പതിഞ്ഞിടത്ത് ഞാനെന്റെ വലംകാൽ പതിപ്പിക്കുന്നു. അയാളുടെ ഇടംകാലു പതിഞ്ഞി

ടത്ത് എന്റെ ഇടംകാലും. വലതുകാല് വച്ചാണ് ഞാൻ എപ്പോഴും ഈ കളി ആരംഭിക്കുക. കളി മുറുകി കാര്യമാവുന്നു. അങ്ങനെ അയാളുടെ കാൽപ്പാടുകൾ കൃത്യമായി പിന്തുടർന്ന് മറ്റെല്ലാം വിസ്മരിച്ച് ഞാൻ ബാല്യത്തിന്റെ നിഷ്കളങ്കതയിലേക്ക് പടവുകളിറങ്ങുന്നു. അവിടെ ദീനേച്ചിയും ഞാനും ഭാവിയെ തീർത്തും പുറന്തള്ളി കൊത്തങ്കല്ലാടുകയോ കിളിത്തട്ടു കളിക്കുകയോ ചെയ്യുന്നു. അല്ലെങ്കിൽ ദീനേച്ചി മുട്ടോളമെത്തുന്ന പാവാട മാടിക്കുത്തി ഉണങ്ങിയ കമ്യൂണിസ്റ്റ് പച്ചയുടെ ഒരു തുണ്ടിൽ സാങ്കല്പികമായി തീപറ്റിച്ച് ആഞ്ഞുവലിക്കുന്നു. വെള്ളയ്ക്കാക്കുഞ്ഞിനെ ഒക്കത്തേറ്റി തോർത്ത് മേൽമുണ്ടാക്കി ഞാൻ അനുസരണയുള്ള ഭാര്യയും അമ്മയുമാകുന്നു. ഈ ലോകത്തിനുമപ്പുറം ആകാശത്തിന്റെ തുഞ്ചത്തു തൂക്കിയിട്ട ഞങ്ങളുടെ കുട്ടിപ്പുരയിൽ അലൗകികമായ ഒരു വെളിച്ചം വന്നു നിറയുന്നു.

ഈ പ്രയാണത്തിൽ ഒരിക്കൽ ഞാനൊരു മദ്ധ്യവയസ്കന്റെ പിന്നാലെ നടന്ന് അയാളുടെ വീടിന്റെ മുൻവാതില്ക്കലെത്തി. കാലടികൾ ഉള്ളിലേക്ക് അപ്രത്യക്ഷമായപ്പോൾ പകച്ചുനിന്ന എന്റെ മുഖത്ത് ആരോ വാതിൽ കൊട്ടിയടച്ചു. ജാള്യം നേർത്തൊരു ചിരിയിലൊളിപ്പിച്ച് ഞാൻ തിരിച്ചുനടന്നു.

ഏതായാലും മൃദുല അങ്ങനെ പറഞ്ഞതോടെ ഹോസ്പിറ്റലിൽ നിന്ന് ഓഫീസ് വരെയുള്ള ദൂരത്തിൽ മുമ്പിൽ കണ്ട കാലടികളെയൊന്നും പിന്തുടരാൻ എനിക്കു കഴിഞ്ഞില്ല. തന്നെയുമല്ല, ഞാനവയൊക്കെ വാശിയോടെ പിന്തള്ളി വിയർത്തൊലിച്ച് വലിഞ്ഞുനടന്നു. ഓഫീസിലെ ഇരിപ്പിടത്തിലമരുമ്പോൾ കാലിന്റെ പെരുവിരൽ മുതൽ നിറുകന്തല വരെ പുകയാൻ തുടങ്ങി. ഈ പുകച്ചിലിൽ ഞാൻ ഒരു പരിണാമത്തിന്റെ ഇടിമുഴക്കം കേട്ടു. എന്തിനോടോ പകതീർക്കാൻ ഞാൻ ടൈപ്പ്റൈറ്ററിന്റെ കട്ടകളിൽ ആഞ്ഞുകൊട്ടി.

പൊടുന്നനെയാണ് മൃദുല വിവാഹിതയായത്. ഒരു മാസത്തെ അവധിക്കുശേഷമാണ് അവൾ ഓഫീസിൽ തിരിച്ചെത്തിയത്. അവളുടെ കണ്ണുകളിൽ ഒരുപാടു യാമങ്ങളുടെ ഉറക്കച്ചടവുണ്ടായിരുന്നു. ചുണ്ടുകൾ ആഹ്ലാദത്തിന്റെ നിറവുകൊണ്ട് ഉലർന്നിരുന്നു. ശരീരത്തിന്റെ വടിവുകളിൽ ആലസ്യം പുതഞ്ഞുകിടന്നിരുന്നു. ഇടയ്ക്കിടെ അവളുടെ വലതു മാറിടം സാരിക്കുള്ളിൽനിന്നു കുതിച്ചുചാടി. ആയിടെ കൈവന്ന മുഴുപ്പിന്റെ പ്രലോഭനത്തിൽ കണ്ണുകളെ ആൺ പെൺഭേദമില്ലാതെ കുരുക്കിയിട്ടു. അതോടെ എന്റെ ശുഷ്കിച്ച മാറിടങ്ങളെക്കുറിച്ച് ഞാൻ കൂടുതൽ ലജ്ജാലുവായി. അവ ആരുടെയും ശ്രദ്ധയിൽ പെടാതിരിക്കാൻ പരുത്തി സാരികൊണ്ട് ഭദ്രമായി പൊതിഞ്ഞുവയ്ക്കാൻ ഞാൻ പ്രത്യേകം നിഷ്കർഷിച്ചു.

മൃദുല ആരോടും ഒന്നുംതന്നെ സംസാരിക്കാൻ കൂട്ടാക്കാതിരുന്നതിൽ ഞാൻ ആശ്വാസം കൊണ്ടു. പക്ഷേ, നാലഞ്ചുദിവസം കഴിഞ്ഞപ്പോൾ, ഇടയ്ക്കെപ്പോഴോ അരങ്ങിലേക്കു കടന്നുവന്ന ഒരു കഥാപാത്ര

ത്തെപ്പോലെ വാക്ക് അവളുടെ വായിൽനിന്നു പുറത്തേക്കു വന്നു. പിന്നാലെ എണ്ണമറ്റ വാക്കുകൾ ഇരമ്പിവന്നു. അവ എനിക്കു ചുറ്റും വട്ടമിട്ട് എന്നെ ഞോണ്ടാനും കടിച്ചുവലിക്കാനും തുടങ്ങി. മൃദുല അച്ഛന്റെ വിഗ്രഹം പിഴുതുമാറ്റിയിരുന്നു. പകരം ഭർത്താവിനെ പ്രതിഷ്ഠിച്ചതു കണ്ട് ഞാൻ കയ്പോടെ ചിരിച്ചു. അയാളുടെ സ്നേഹത്തിന്റെ തീക്ഷ്ണതയും അവരുടെ കിടപ്പറ രഹസ്യങ്ങളും എന്നെ പൊള്ളിച്ചു. അതോടെ എന്റെ രാത്രികളിൽ ഉറക്കത്തിന്റെ ഉറവ ആഴത്തിലേക്കു വലിഞ്ഞു. കണ്ണുചിമ്മിയാലുടനെ ഭാവിയുടെ അദൃശ്യതയിൽനിന്നു കള്ളുകുടിയനും സ്നേഹശൂന്യനുമായ ഭർത്താവ് കലങ്ങിച്ചുവന്ന കണ്ണുകളോടെ ഇടറുന്ന കാൽവയ്പുകളും പശപോലെ ഒട്ടുന്ന തെറിവാക്കുകളുമായി എന്നിലേക്ക് അലച്ചുവീഴാൻ തുടങ്ങി.

ഓരോ പ്രഭാതത്തിലും എന്റെ നെഞ്ചിന്റെ ഭാരം ഏറിയേറിവന്നു. ഒടുവിൽ പ്രഗല്ഭനായ ഒരു ഡോക്ടറെ കാണാൻതന്നെ ഞാൻ തീർച്ചപ്പെടുത്തി.

ഡോക്ടർ കറുത്ത ഒരു കൂറ്റനായിരുന്നു. അയാളുടെ വട്ടക്കണ്ണുകളും ഇടുങ്ങിയ നെറ്റിയും ഇടതിങ്ങിയ കുറ്റിമുടിയും ഒരു കാട്ടുപോത്തിനെ ഓർമ്മിപ്പിച്ചു. ഞാൻ അയാളെ സൂക്ഷ്മമായ ഒരു നിരീക്ഷണത്തിനു വിധേയനാക്കാൻ തുടങ്ങിയപ്പോഴേക്ക് അയാൾ സ്റ്റെത്ത് എന്റെ നെഞ്ചിൽ അമർത്തി. ഞാൻ ശ്വാസം ആഞ്ഞുവലിക്കാൻ തുടങ്ങി. പരിശോധന തീർന്നപ്പോൾ അയാളുടെ തല ഒരു ക്ലോക്കിന്റെ പെൻഡുലം പോലെ ആടാൻ തുടങ്ങി. പിന്നെ ഒന്നമർത്തി മൂളി. രൂപത്തിനു തീരെ ചേരാത്ത ഒരു കിളിയൊച്ചയിൽ അയാൾ മൊഴിഞ്ഞു: നിങ്ങൾക്ക് ഹൃദയത്തിന്റെ സ്ഥാനത്ത് ഒരു പാറയാണുള്ളത്. അതിന്റെ കടുപ്പമാകട്ടെ ഏറിക്കൊണ്ടിരിക്കുകയും.

എനിക്ക് ഞെട്ടാൻ കഴിഞ്ഞില്ല. ഞെട്ടുന്നത് എങ്ങനെയെന്ന് ഞാൻ മറന്നുതുടങ്ങിയിരുന്നു. എന്റെ ഉണങ്ങിവരണ്ട മാറിടങ്ങളിലേക്കു തറച്ചുനോക്കിക്കൊണ്ട് അയാൾ തുടർന്നു: നിങ്ങളിലെ ആർദ്രതയുടെ അവസാനത്തെ തുള്ളിയും വറ്റിക്കൊണ്ടിരിക്കുകയാണ്.

നിർവ്വികാരമായി പുറത്തേക്കു കടക്കുമ്പോൾ ഞാനറിഞ്ഞു, ഇത് തിരുവെഴുത്തിന് പുതിയൊരു അനുബന്ധമാണ്. തിളച്ച വെയിലിൽ നിന്ന് ഞാൻ ആകാശത്തേക്കു മുഖമുയർത്തി. ഈ പാറയിന്മേൽ നീ പണിയാനുദ്ദേശിക്കുന്നതെന്ത്? മറുപടിയായി ഇരുട്ട് എന്റെ കണ്ണുകളിൽ നിറഞ്ഞു.

നുണ

കെ ആർ മല്ലിക

കുഞ്ഞുമകളെയും തോളത്തിട്ട് ചേച്ചി വന്നുകയറിയത് വ്യക്തമായ ഒരോർമ്മയാണ്. മാറാമ്പ് പടർന്ന പറമ്പിന്റെ കോണിൽനിന്ന് ഉയിർത്ത ഒരു പ്രേതംപോലെ. അവരുടെ മുന്നിലെ ഒരു പല്ല് പോയിരുന്നു. അത് വരണ്ട മുഖത്തിന് ഒരു പരിഹാസച്ഛായ പകർന്നു. ആറ്റിറമ്പിലെ കൂട്ടുകാരിൽനിന്ന് വാങ്ങിയ മീന്റെ കോർമ്പൽ മുറ്റത്തിരുന്ന് പാത്രം കഴുകുകയായിരുന്ന താളിയുടെ മുന്നിലെ ചാരത്തിലേക്കിട്ട്, പുരുഷന്മാരെപ്പോലെ കാർക്കിച്ച്, കൂസലില്ലാത്ത ഒരു ലക്ഷണക്കേടോടെ അവർ വാതിൽ കടന്നു.

മയങ്ങുകയായിരുന്ന കുഞ്ഞിനെ അവർ അമ്മയുടെ കിടക്കയിലേക്ക് കിടത്തി ആരോടെന്നില്ലാതെ പറഞ്ഞു. “രണ്ട് വറ്റ് തിന്നിട്ട് മൂന്നാലായി. പഷ്ണി കെടന്ന് വയ്യ. ഞാനൊന്ന് കുളിച്ചു വരമ്പളത്തേനും എല്ലാം ആവണം.”

അമ്മയും ഞാനും മുഖത്തോടുമുഖം നോക്കി. അവർ ചായ്പു മുറിയിൽ കയറി കതകടയ്ക്കാതെ തന്നെ അഴുക്കും ഉളുമ്പും നിറഞ്ഞ സാരി വലിച്ചഴിച്ചു. തെക്കുപുറത്തെ തേങ്ങാപ്പുരയിൽ നിന്ന് ഒരു ക്ലാഞ്ഞിലെടുത്ത് ചതച്ച് പുരുഷന്മാരെപ്പോലെ പല്ലുകളിൽ ഉരച്ചുകൊണ്ട് ആറ്റിറമ്പിലേക്ക് നടന്നുപോയി.

“ഗോപനെന്തിയേടീ?”

അമ്മ ഭീഷണിയുടെ ശബ്ദത്തിൽ ചോദിച്ചു.

““കോവനാ? യേത് കോവൻ? ഫൂ!”

അമ്മ നടുങ്ങിയത് ഞാൻ കണ്ടു.

പിന്നെ, ഒരു സദ്യയുടെ മേളമാണ് വീട്ടിൽ നടന്നത്. ചുവന്ന ചോറ്, ചേമ്പിൻതാള് തീയൽ, പുഴമീൻ, പാവയ്ക്ക, പുളിങ്കറി.

പറമ്പിൽനിന്ന് ഒരു കിളുന്നിലയും കിള്ളിക്കൊണ്ടാണ് ഊണു കാലത്ത് അവർ കയറിവന്നത്. അരമതിലിൽ നിറച്ചുവച്ചിരുന്ന മൊന്ത അപ്പാടെ കാലിലേക്ക് കമിഴ്ത്തി ഉമ്മറത്തിണ്ണയിൽ ഇലവിരിച്ച് ഊണിന് റെഡിയായി. ആർത്തിയോടെ ചോറ് പിടിപിടിച്ച് വാരി വിഴുങ്ങുന്നത് നുറുങ്ങുന്ന വേദനയോടെ അമ്മ കണ്ടുനിന്നു.

"എലയെടുക്കാൻ വയ്യ. ആരേലും ഒന്നെടുത്തേരെ."

കൈകഴുകി അവർ അകത്തേക്ക് വന്നപ്പോൾ നേരിടാൻ ഉറച്ചതു പോലെ അമ്മ അഭിമുഖമായി നിലകൊണ്ടു.

"ഗോപൻ എവിടെപ്പോയെടീ?"

"കോവൻ! അയാള് എന്നെ വിറ്റു തിന്നാൻ നടക്കാ. പൊലയാടി മോൻ. കുരു കൊണ്ടുപോ!"

ചായ്പിലെ കട്ടിലിൽ മലരുമ്പോൾ അവർ കൂട്ടിച്ചേർത്തു.

"എന്നെ ആരും വിളിക്കണ്ട. സുഖമായൊന്നുറങ്ങട്ടെ."

"കുഞ്ഞ് ഒണരില്ലേടീ?"

അമ്മ ഒച്ചയുയർത്തി.

"മിണ്ടാണ്ടിരി തള്ളേ. ഞാനതിന്റെ വായീ ചാരായം ഒറ്റിച്ചൊട്ടൊണ്ട്. ങ്ങക്ക് വേണേ എട്ത്തോ. ഒന്നും തരണ്ട."

അമ്മയ്ക്ക് ശ്വാസംമുട്ടൽ വരുമെന്ന് ഞാൻ ഭയന്നു. മുമ്പൊരിക്കൽ അവർ ഇങ്ങനെ പിണങ്ങിവന്നപ്പോൾ ഗോപേട്ടൻ ഇടിച്ചും തൊഴിച്ചും മുടിക്ക് കുത്തിപ്പിടിച്ചുമാണ് തിരികെ കൊണ്ടുപോയത്. ചെളിമണ്ണിലിഴഞ്ഞ് അന്ന് അവരുടെ കൈത്തണ്ടകളും കാലുകളും പൊട്ടി ചോരചീറ്റി. ഒടിഞ്ഞു മടങ്ങിയ ഒരു കടലാസുചിത്രം പോലെ അവർ അയാളുടെ കൈയിൽക്കിടന്ന് ഉടഞ്ഞു ചിതറി.

"തല്ലല്ലടാ." അമ്മ നിലവിളിച്ചു.

"തല്ലല്ലന്നാ. ന്താ തള്ളേ ങ്ങക്ക്? അവളെന്റെ പാര്യാ. തല്ലും കൊല്ലും വെഭിചരിപ്പിക്കും. നീയാരാ ചോയ്ക്കാൻ."

അമ്മയ്ക്കന്ന് ബോധക്കേട് വന്നു. ശ്വാസംമുട്ടലും. അതിൽപ്പിന്നെ അമ്മയോട് ഞാനൊന്നും പറയാറില്ല. സുധന്റെ കാര്യം പോലും. നിലാവു പരക്കുമ്പോൾ സുധൻ പടിഞ്ഞാറേ വാതിലിൽ തട്ടും. ഞായറാഴ്ച മാറ്റിനിക്ക് ക്ഷണിക്കും.

സന്ധ്യക്ക് പുഴവക്കത്തേക്ക് ചാഞ്ഞുകിടക്കുന്ന മരച്ചില്ലയ്ക്കിരുപുറവുമായി നില്ക്കുമ്പോൾ അയാൾ പറയും: "നീ എന്നാ വരിക? കാത്തിരുന്ന് മടുക്കുന്നു."

ഈ ചില്ലയ്ക്ക് ഇരുപുറവും നില്ക്കുമ്പോഴല്ലേ ഇതെല്ലാം? നിലാവ് നനഞ്ഞ് തിളങ്ങുന്ന ഇലച്ചാർത്തിലേക്ക് വെറുതെ കണ്ണോടിക്കും. മന്ദഹസിക്കും. പ്രണയം ചുമ്മാ നീളട്ടെ. ആർക്ക് ചേതം?

കഴിഞ്ഞാഴ്ച കായ്കറിത്തോട്ടം നനച്ച് പുഴയിലിറങ്ങി കൈയും കാലും മുഖവും കഴുകി കയറിവരുമ്പോൾ അയാൾ ഈർഷ്യയോടെ ചോദിച്ചു. "നീയെന്നെ കളിപ്പിക്ക്യാ?"

അയാളുടെ കണ്ണുകളിലെ ഞരമ്പുകൾ ത്രസിച്ചുകൊണ്ടിരുന്നു. വയൽ മണക്കുന്ന കക്ഷങ്ങൾ. അന്തിച്ചോപ്പ് വീണുതുടുത്ത പിൻകഴുത്ത്. അയാൾക്കുമാത്രം കേൾക്കാവുന്ന ഒച്ചയിൽ അമർത്തിപ്പറഞ്ഞു.

"ഈ മണത്തെ, സന്ധ്യയെ ഞാനെങ്ങനാ കളിപ്പിക്ക്യാ?"

അലിഞ്ഞുപോകുന്ന ഒരു നിമിഷത്തിന്റെ പ്രതികരണമായിരുന്നു അത്. ഈറൻമുടി പിന്നിലേക്കൊതുക്കി, അയാൾ കൈനീട്ടിയപ്പോൾ, തട്ടിനീക്കി പറങ്കിമാംകൂട്ടത്തിനിടയിലൂടെ പാഞ്ഞു. അടുക്കളയിലെ ഇരുളിൽ വന്നുനിന്ന് കിതച്ചപ്പോൾ ചിരിയാണ് വന്നത്. പ്രണയിക്കുന്നവനെപ്പോലും വിശ്വസിക്കാൻ കഴിയാത്ത ജന്മം!

ചേച്ചി എഴുന്നേറ്റപ്പോൾ സന്ധ്യയായി. മുഖം കഴുകിവന്ന് കട്ടിലിന് അടിയിലിരുന്ന പെട്ടി വലിച്ചെടുത്തു. കടുത്തനിറമുള്ള സാരി ചുറ്റി പൗഡർ പൂശി പുറത്തേക്കിറങ്ങുമ്പോൾ വിളക്കിനപ്പുറം നിന്ന്, ഇരുളിലേക്കു നോക്കി പറഞ്ഞു.

"ഞാൻ വരാൻ വെളുപ്പാകും. ചെലവിന് മുട്ട് വരില്ല."

അവർ ഇരുളിൽ മാഞ്ഞുപോയപ്പോൾ ചുവരിൽ ബ്ലാക്ക് ആന്റ് വൈറ്റ് വിവാഹഫോട്ടോയിൽ ഒരു കിനാവിന്റെ നിലാവ് ഒളിപ്പിച്ച ഒരു പെൺകുട്ടിയുടെ നക്ഷത്രക്കണ്ണുകൾ പെരുംനുണപോലെ വിടർന്നുനിന്നു.

ഓരോ എഴുത്തുകാരിയുടെ ഉള്ളിലും

സാറാ ജോസഫ്

ഒരുപാട് വാക്കുതർക്കങ്ങൾക്കൊടുവിൽ, സ്ഥലംവിടാൻതന്നെ ഞാൻ തീരുമാനിച്ചു. അത്യാവശ്യം വസ്ത്രങ്ങളും പുസ്തകങ്ങളും എഴുതാനുള്ള സാമഗ്രികളും എടുത്തുവച്ചു. ഞാൻ വരുന്ന വിവരത്തിന് മേബിൾ അമ്മായിക്ക് ടെലഗ്രാം ചെയ്തു. ടെലഗ്രാം ചെയ്തു മടങ്ങുമ്പോൾ പുരുഷോത്തമനെ ഫോണിൽ വിളിച്ചുപറഞ്ഞു. മേബിൾ അമ്മായിക്ക് ടെലഗ്രാം ചെയ്തുകഴിഞ്ഞുവെന്നും വൈകിട്ടത്തെ വണ്ടിയിൽ ഞാൻ പുറപ്പെടുകയാണെന്നും.

"നിനക്കങ്ങനെ ഒരമ്മായി ഇല്ല. വെറുതെ വീണ്ടും കുഴപ്പമുണ്ടാക്കരുത്." പുരുഷോത്തമൻ ഒരേ വാക്കുകൾ ആവർത്തിക്കുന്നു.

"ഞാൻ വന്നതിനുശേഷമേ നീ പുറപ്പെടാവൂ."

"എവിടന്നാണ് നീ വിളിക്കുന്നത്?"

അസഹ്യമായ കോപത്തോടെ ഫോൺ എറിയുകയാണെന്ന് ഇങ്ങേത്തലയ്ക്കൽ ഞാനറിയുന്നു! ഇത് പുരുഷോത്തമന്റെ തന്ത്രമാണ്. എന്നെ മേബിൾ അമ്മായിയുടെ അടുക്കൽ പോകാതെ തടഞ്ഞുനിർത്തുക! മുമ്പ് ഇതാവർത്തിച്ചിട്ടുണ്ട്. ഇത്തവണ, പക്ഷേ, എനിക്കു പോയേ പറ്റൂ.

ഇന്നലെ എന്റെ പുതിയ കൃതിയെപ്പറ്റി ആഴമേറിയ ചിന്തകളിൽ മുഴുകി, ഇവിടെ ഇടനാഴിയിൽ നിലത്തു വിരിച്ചിട്ട പുല്പായിൽ ഞാൻ കിടക്കുകയായിരുന്നു. വളരെ ഗൗരവമുള്ള ഒരു 'തീം' നോവലാക്കാൻ ഞാനുദ്ദേശിക്കുന്നു. ഇടനാഴിയുടെ നിഗൂഢതയിൽ അവ്യക്തങ്ങളായ നിഴലുകളുണ്ട്. അതെന്നെ അസ്വസ്ഥയാക്കി. ഇടനാഴിയുടെ ചുവരുകളിളകുന്നത് ഞാനങ്ങനെയാണറിഞ്ഞത്. ചുവരുകൾ ഇളകുകയും സഞ്ചരിക്കുകയും ചെയ്തു. പരിഭ്രമിക്കാൻ ഇടകിട്ടും മുമ്പ് ചുവരുകൾ നിരങ്ങിയെത്തി എന്നെ ഞെരുക്കി! ഇടനാഴിയിലേക്കുള്ള കാറ്റും വെളിച്ചവും അടഞ്ഞു

പോയി. ശ്വാസം വിടാനാവാതെ, പ്രേതബാധയേറ്റ ചുവരുകളുടെ ഞെരുക്കത്തിൽ കിടന്ന് ഞാൻ കൈകാലിട്ടു തല്ലി.

ഒരു നാൾ പുറത്തുപോയി തിരികെ വന്ന് വാതിൽ തുറക്കാനൊരുങ്ങുമ്പോൾ ഉരുകിയ മെഴുകുപോലെ വളഞ്ഞുവന്ന ഉരുക്കുഗ്രില്ലുകളുടെ വല എന്നെ ഞെരുക്കുക! പിന്നൊരുനാൾ പൈപ്പിൻചുവട്ടിൽ കഴുകാനെടുത്തിട്ട പാത്രങ്ങൾ എണീറ്റു നിന്നു സംസാരിക്കുകയും പുളിച്ച വാടയടിക്കുന്ന എച്ചിൻക്കൂനകളെ പ്രസവിച്ചുകൊണ്ട്, അടുക്കളയിലും കൊട്ടത്തളത്തിലും ഊണുമേശപ്പുറത്തും ഒരു വെല്ലുവിളിയോടെ ഉരുണ്ടു നടക്കുകയും ചെയ്യുക. കുടലുകൾവരെ ഛർദ്ദിച്ചുകളഞ്ഞ് ഒരബ്സേഡ് ഡ്രാമായിലെ കഥാപാത്രത്തെപ്പോലെ ഞാൻ കമിഴ്ന്നു വീഴുന്നു. വയ്യ, ഭീകരമാണിത്! എനിക്ക് സ്വസ്ഥതയും സമാധാനവും ആവശ്യമാണ്.

മേബിൾ അമ്മായിയുടെ വീടിന് ചുവരുകളില്ല. കനം കുറഞ്ഞതും മനോഹരവുമായ വിചിത്രമറകൾകൊണ്ടാണ് അതുണ്ടാക്കപ്പെട്ടിട്ടുള്ളത്. അതിന് ഗ്രില്ലുകളോ സാക്ഷകളോ ഇല്ല. ഞരമ്പുകളാണുള്ളത്. ത്രസിക്കുന്ന സിരാപടലം!

അനന്തമായി തുറന്നുകിടക്കുന്ന കടലോരമാണ് അതിന്റെ പശ്ചാത്തലം. എഴുതാനും വായിക്കാനുമായി ചക്രവാളം ദൃശ്യമാകുന്ന മൂന്നു ജാലകങ്ങളുള്ള ഒരു മുറി എനിക്കവിടെ സ്വന്തമായുണ്ട്. മേബിൾ അമ്മായി ഒരിക്കലും എന്റെ ചിന്തകളിന്മേൽ ഒരു വിഴുപ്പുതുണി വിരിക്കുന്നില്ല. എന്റെ മനസ്സിൽ രൂപപ്പെട്ടുവരുന്ന ആശയങ്ങൾക്കുമീതെ അവർ ഒരാട്ടുകല്ലെടുത്തു വെക്കുന്നില്ല.

ഈയിടെ, ഞാൻ ജീവിക്കുന്നതത്രയും എന്റെ കൃതിക്കകത്തു മാത്രമാണ്. ഭാരമേറിയ മനസ്സോടെ എന്റെ കൃതിയിൽ വ്യാപരിച്ചുകൊണ്ട്, യാന്ത്രികമായാണ് ഞാനോരോന്നു ചെയ്യുന്നതും പറയുന്നതും. പുറംലോകത്തിന്റെ ഭാരവും കൂടി താങ്ങാൻ എനിക്കു കഴിയാതെവരുമ്പോൾ ഞാൻ തളർന്നുവീണുപോവുന്നു. ചുരുങ്ങിക്കൂടിയെങ്കിൽ എന്നെനിക്കു തോന്നുന്ന നാളുകളാണിവ! അമ്മയുടെ ഗർഭത്തിലെ ആദിമമായ ഇരുളിലേക്കും മൗനത്തിലേക്കും ചുരുങ്ങിക്കൂടിയെങ്കിൽ അതീവ രഹസ്യമായിട്ടല്ലാതെ എനിക്കെന്റെ വാക്കുകളെ പുറത്തുകൊണ്ടുവരാനാവില്ല. എനിക്കൊരീറ്റുമുറിയാണ് വേണ്ടത്! വാതിൽപ്പുറത്തുള്ള ഒന്നിനോടും ബന്ധമില്ലാത്ത ഒരീറ്റുമുറി.

ഇതുവരെ എഴുതിയതുപോലെയൊക്കെ എഴുതിയാൽ മതിയെന്ന് പുരുഷോത്തമന്റെ കല്പനയുണ്ടാകും. കുറേ സ്തുതിഗീതങ്ങളും സ്തോത്രമാലകളും പ്രണയഗീതങ്ങളുമാണ് ഞാൻ ഇതുവരെ എഴുതീട്ടുള്ളത്. അതിൽത്തന്നെ പ്രണയത്തെപ്പറ്റി ഏറെ എഴുതി. രാധാകൃഷ്ണപ്രണയം മുഖ്യ ഇമേജായി സ്വീകരിച്ചുകൊണ്ട്! വിരഹവും ത്യാഗവും ഒരു ലഹരിപോലെ എന്റെ സിരകളിൽ പതഞ്ഞിരുന്നു. സഫലീകരിക്കപ്പെടാത്ത കാമവും പ്രേമവും കൃഷ്ണനിൽ സമർപ്പിക്കാമെന്നു കണ്ടുപിടിച്ചത് ഞാനാണ്. മിഥ്യയെ യാഥാർത്ഥ്യമെന്നു തോന്നിപ്പിക്കുന്ന ഒരു രാസ

വിദ്യയാക്കി ഞാനതു വികസിപ്പിച്ചെടുക്കുകയും ചെയ്തു.

എന്നാൽ എഴുത്തുകാരന്മാരുടെ ഗൗരവസ്വഭാവമുള്ള കൂടിച്ചേരലുകളിൽ എന്റെ കൃതികൾ പുറന്തള്ളപ്പെട്ടു. ലോകത്തിനു വിശക്കുമ്പോൾ പ്രണയം ഒരധികച്ചെലവാണെന്ന് അവർ ആക്രോശിച്ചു. ഒരേ കാല്ക്കൽ പൂക്കളർപ്പിച്ചും അണമുറിയാതെ കണ്ണീരൊഴുക്കിയും തഴുതിട്ട കതകിനു പിന്നിൽ മുഖം കുനിച്ചിരുന്ന് തേങ്ങുന്ന കഥാപാത്രങ്ങളെമാത്രം സൃഷ്ടിച്ചതിൽ ഞാനതീവം ദുഃഖിക്കുന്നു. എന്റെ സത്യാവസ്ഥകൾക്ക് വെളിപ്പെടുത്തലുകൾ ആവശ്യമായിരിക്കുന്നു. മുഖത്തു തെറിച്ചുവീണ ഒരു കഫക്കട്ടപോലെ പ്രണയവും കഴുത്തിൽ ഞെരുങ്ങുന്ന ഇരുമ്പുതുടൽ പോലെ മാതൃത്വവും ഞാനനുഭവിച്ചുതീർക്കുകയാണെന്ന വെളിപ്പെടുത്തലുകൾക്ക് നേരമായിരിക്കുന്നു!.

എനിക്ക് സ്വസ്ഥതയും സാവകാശവും ആവശ്യമാണ്. ആശ്വാസത്തിന്റെ ഇടവേളകളിൽ, നല്ലതെന്തെങ്കിലും ഓർക്കാൻ വേണ്ടി, ഉമ്മറത്തെ ചാരുകസേരയിൽ ഞാൻ ചെന്നു വീഴുമ്പോൾ കിടപ്പുമുറിയിൽ ചുരുട്ടിക്കൂട്ടി വലിച്ചെറിഞ്ഞ പുരുഷോത്തമന്റെ അടിവസ്ത്രങ്ങൾ പറന്നു വരുന്നു! ഒന്നിനുമീതെ ഒന്നായി അസഹ്യമായ ദുർഗ്ഗന്ധത്തോടെ എന്റെ മുഖത്തും കഴുത്തിലും നെഞ്ചിലും വീണ്, അവ എന്നെ ശ്വാസംമുട്ടിക്കുന്നു. അപമാനത്തിന്റെ ഒരു വാൾ എന്റെ ഹൃദയത്തിലേക്ക് ഇറങ്ങുന്നു. എനിക്കു പോകണം! പുരുഷോത്തമൻ എത്തിപ്പെടുംമുമ്പ്, എന്റെ സാധനങ്ങൾ നിറച്ച സഞ്ചിയുമായി ഉമ്മറപ്പടിയിലിറങ്ങി നില്ക്കണം.

കുട്ടികളെ എന്തുചെയ്യും എന്ന ചോദ്യം തീർച്ചയായും പുരുഷോത്തമൻ ചോദിക്കും. ആ ചോദ്യത്തിൽ നിസ്സഹായതേക്കാൾ, പതിയിരിക്കുന്ന ഒരാക്രമണസ്വഭാവമുള്ളത് ഞാൻ തിരിച്ചറിഞ്ഞുകഴിഞ്ഞുവെന്ന് പുരുഷോത്തമനെ ബോദ്ധ്യപ്പെടുത്തേണ്ടതുണ്ട്. ആദ്യമുള്ളതുപോലെ ഇനിയൊന്നും സുന്ദരമായിരിക്കയില്ല! അതയാളറിഞ്ഞേ തീരൂ!

മേബിൾ അമ്മായിയുടെ വീട്ടിൽ, കുട്ടികളുടെ ഓർമ്മ എന്നെ വിഷമിപ്പിക്കുന്ന അവസരങ്ങൾ ഉണ്ടായിക്കൂടെന്നില്ല. സന്ധ്യമയങ്ങിക്കഴിഞ്ഞ്, കടലിൽ ഇരുട്ടുവീഴാൻ തുടങ്ങുമ്പോൾ നിരാലംബമായ ഒരു താരാട്ടുപോലെ എന്റെ ജീവൻ കടലിനു മീതെ ഉഴറിനടക്കും. എന്റെ ഹൃദയം അവരോടുള്ള വേർപാടിന്റെ അഗാധമായ വ്യസനം അനുഭവിക്കുകയും ചെയ്യും. പക്ഷേ, ഒരു വിടുതിയിലൂടെ എനിക്കെന്നെ പുനഃസൃഷ്ടിക്കേണ്ടിയിരിക്കുന്നു.

സഞ്ചരിക്കുന്ന ചുവരുകൾ, എനിക്കു പകരം പുരുഷോത്തമനെ വേട്ടയാടുമോ എന്നെനിക്കറിഞ്ഞുകൂടാ, പക്ഷേ, എന്നേക്കാൾ കരുത്തുള്ള മസിലുകളും, പുരുഷോത്തമൻ അവകാശപ്പെടുന്നതുപോലെയാണെങ്കിൽ, എന്നേക്കാൾ തലമണ്ടയിൽ 'വല്ലതുമൊക്കെ'യും അയാൾക്കുണ്ടല്ലോ. അതുപയോഗിച്ച് നിസ്സഹായനായിപ്പോകാതിരിക്കാൻ അയാൾക്കു ശ്രമിക്കാം.

യാത്രക്കൂലിക്കുള്ള പണം, ഇനിയും എനിക്കു പ്രശ്നമാണ്. ഇവി

ടുന്ന് മേബിൾ അമ്മായിയുടെ വീടുവരെ മാത്രമല്ല, ഞാൻ യാത്ര ചെയ്യാനുദ്ദേശിക്കുന്നത്. പുറംകാഴ്ചകൾ കാണുന്ന സീറ്റിലിരുന്ന്, എവിടേക്കെന്നില്ലാതെ, സ്വതന്ത്രമായി യാത്ര ചെയ്യുമ്പോൾ ശ്വസിക്കുന്ന വായു എന്റെ കൃതിയെ രൂപപ്പെടുത്തും.

പണത്തിന്റെ കാര്യത്തിൽ മേബിൾ അമ്മായിക്ക് എന്തെങ്കിലും ചെയ്യാൻ കഴിയുമോ എന്നെനിക്കറിഞ്ഞുകൂടാ. അവരുടെ നിത്യച്ചെലവുകൾതന്നെ അവരെങ്ങനെ നിർവ്വഹിക്കുന്നുവെന്നും സുന്ദരമായ അവരുടെ വീടും പൂന്തോട്ടവും അവരെങ്ങനെ ഭംഗിയായി കൊണ്ടുനടക്കുന്നുവെന്നും അറിഞ്ഞിരിക്കേണ്ടതാണ്. ചില ദിവസങ്ങളിൽ അവർ ഭക്ഷണമൊന്നും ഉണ്ടാക്കുന്നില്ല. അത്തരം ദിവസങ്ങളിൽ പുറത്തുപോയി ഭക്ഷണം കഴിച്ചുവരാൻ എന്നോടു നിർദ്ദേശിക്കുന്നു. കടലോരത്തു കൂടെ ഒറ്റയ്ക്കുള്ള സ്വതന്ത്രമായ ആ യാത്ര വളരെ ഹൃദ്യമാണ്! എന്റെ കണ്ണും കാതും പരിപൂർണ്ണമായി തുറന്നുവെച്ചുകൊണ്ടാണ് ഞാൻ നടക്കുക. എല്ലാം കണ്ടും കേട്ടും ഇഷ്ടമുള്ള തെരുവുകളിലൂടെ അലഞ്ഞും മേബിൾ അമ്മായിക്കൊരു ഭക്ഷണപ്പൊതിയുമായി തിരിച്ചെത്തുന്ന അത്തരം സായാഹ്നയാത്രകളെ ഞാൻ വളരെ സ്നേഹിക്കുന്നു. എന്റെ ബുദ്ധിയിൽ ആഴമേറിയ ചിന്തകളുടെ ചലനങ്ങളുണ്ടാവുകയും ആ ചലനങ്ങളെ ആദരപൂർവ്വം ഞാൻ ഹൃദയത്തിൽ കൊണ്ടുനടക്കുകയും അതിൽ അഭിമാനിക്കുകയും ചെയ്യും. അതുകൊണ്ടുതന്നെ എന്റെ ശിരസ്സ് ഉയർന്നിരിക്കും.

മേബിൾ അമ്മായിയുടെ നഗരത്തിലും സമകാലികരായ എഴുത്തുകാരുടെ കൂടിച്ചേരലുകൾ ഉണ്ടാകാനിടയുണ്ട്. എന്നാൽ ഒരിക്കലെങ്കിലും, അവസാനംവരെ, എഴുത്തുകാരുടെ സംവാദങ്ങളിൽ പങ്കെടുക്കാൻ എനിക്കു കഴിഞ്ഞിട്ടില്ല. എന്റെ കാലിൽ, മാംസത്തിൽ പൂണ്ടുകിടക്കുന്ന ഒരു പഞ്ചലോഹവളയമുള്ളതായിരുന്നു കാരണം. എന്നെ പെറ്റ ഉടനെ അമ്മ പ്രത്യേകം പറഞ്ഞുതീർപ്പിച്ച് ഇടുവിച്ചതാണ്. പിന്നീട് ഞാൻ വളരുകയും ലോഹവളയം വളരാതിരിക്കുകയും ചെയ്തതോടെ, ക്രമേണ മാംസം വന്ന് അതു മൂടിപ്പോയി. ഉച്ചത്തിലലറിക്കൊണ്ടു പാഞ്ഞുനടന്ന പഞ്ചലോഹവളയം മാംസത്തിനകത്ത് അനേകം കുഞ്ഞുവലയങ്ങളുടെ മുട്ടയിട്ടു പെരുകി. ഏറെനേരം കാൽ തൂക്കിയിട്ട് ഇരിക്കേണ്ടിവരുമ്പോൾ സ്വന്തം അസ്തിത്വം ഉറക്കെ പ്രഖ്യാപിച്ചുകൊണ്ട് ലോഹവളയങ്ങൾ പാഞ്ഞു നടക്കുകയും എന്നെ അസഹ്യമായ വേദനയുടെ പൊള്ളലിലേക്ക് തള്ളിയിടുകയും ചെയ്തു.

വൈകുന്നേരങ്ങളിൽ നിർത്തലില്ലാത്ത സാഹിത്യചർച്ചകളിൽ ഏർപ്പെട്ടുകൊണ്ട്, പുഴയ്ക്കുമീതെ പാലത്തിന്റെ കൈവരികളിൽ വന്നിരിക്കാറുള്ള രണ്ടു കവി സുഹൃത്തുക്കളെ മിക്കവാറും ഞാൻ കാണാറുണ്ട്. അവർക്ക് കൈപ്പലകകൾക്കു പിറകിൽ അത്ഭുതകരങ്ങളായ വലിയ ചിറകുകൾ വളർന്നിരുന്നു! പൊന്മയമായ ചിറകുകൾ! പുഴയിൽനിന്നു വീശുന്ന കാറ്റിനെതിരെ തങ്ങളുടെ ചിറകുകൾ പരിപൂർണ്ണമായും വിടർത്തിപ്പിടിച്ചാണ് അവർ സാഹിത്യചർച്ചകളിൽ ഏർപ്പെട്ടിരുന്നത്. അന്തിവെളിച്ചം

തട്ടി അവരുടെ പൊൻചിറകുകൾ വെട്ടിത്തിളങ്ങി! അതൊരു എടുപ്പുള്ള ദൃശ്യംതന്നെയായിരുന്നു. അവർക്ക് കേൾവിക്കാരായും കാണികളായും ഒരു സംഘം ആളുകൾ എപ്പോഴും ഉണ്ടായിരുന്നു.

പച്ചക്കറി വാങ്ങാനോ, കുഞ്ഞുങ്ങളെ ഡോക്ടറുടെ അടുത്തുകൊണ്ടുപോയി തിരികെ വരുമ്പോഴൊക്കെ ഞാനും ആ സംഘത്തിൽ ചേരാൻ ആഗ്രഹിച്ചു. സ്വന്തം ചിറകുകൾക്കു ചേർന്ന അയഞ്ഞു നീണ്ട ഉടുപ്പുകളും നീണ്ട താടിരോമങ്ങളും കാറ്റിൽപ്പറത്തിക്കൊണ്ട് അവർ സംസാരിച്ചു. പ്രശ്നങ്ങളെ സംബന്ധിച്ച ശരിയായ നിലപാടു വേണം, അവർ പറഞ്ഞു. ജീവിതാവബോധത്തെ ആഴത്തിൽ മാറ്റിമറിക്കുന്നതിന് ഇത്തരം തുറന്ന ചർച്ചകൾക്കു കഴിയും.

കുറേനേരം അവിടെനിന്ന്, അവർ പറയുന്ന കാര്യങ്ങളിൽ പങ്കുകൊള്ളാൻ ഞാൻ ആഗ്രഹിച്ചു. വാടുന്ന പച്ചക്കറികളിലേക്കോ കരയാൻ തുടങ്ങുന്ന കുഞ്ഞിന്റെ മുഖത്തേക്കോ ഇരുളുന്ന സന്ധ്യയിലേക്കോ നോക്കി, അവർ എനിക്കു നേരം വൈകുന്നുവെന്ന കാര്യം ഓർമ്മിപ്പിച്ചു. അല്ലെങ്കിൽ ചിറകുകൾ ഒന്നു കുടഞ്ഞു വിടർത്തിയിട്ട്, എന്നെ വീടുവരെ കൊണ്ടാക്കാമെന്ന് ഉപചാരപൂർവ്വം അറിയിച്ചു. അതല്ലാതെ ഒരിക്കലും തങ്ങൾ സംസാരിച്ചുനിർത്തിയേടത്തുനിന്ന് വീണ്ടും ആരംഭിച്ചില്ല.

അവരെ വീട്ടിലേക്കു ക്ഷണിച്ചുവരുത്തിയപ്പോഴാകട്ടെ, അവർക്കു ചായയും ഭക്ഷണവുമുണ്ടാക്കാൻ മുഴുവൻ സമയവും ഞാൻ അടുക്കളയിൽ ചെലവാക്കുകയും ഉമ്മറത്തിരുന്ന് അവർ പുരുഷോത്തമനോട് സംസാരിക്കുകയും ചെയ്തു. അവരോടു പറയാനുള്ള കാര്യങ്ങളെ അടുക്കിപ്പെറുക്കി മനസ്സിൽ വച്ചുകൊണ്ട്, ഭക്ഷണം കഴിഞ്ഞ്, എച്ചിലെടുത്ത് മുറി വൃത്തിയാക്കി, ഞാൻ വരുമ്പോഴേക്കും കോട്ടുവായിട്ട്, നല്ല പാചകത്തിനു നന്ദി പറഞ്ഞ്, വർണ്ണച്ചിറകുകൾ വീശി, അവർ പറന്നുയർന്നു പോയി.

മേബിൾ അമ്മായിയുടെ നഗരത്തിലെ എഴുത്തുകാരുടെ കൂടിച്ചേരലുകളിൽ പങ്കെടുക്കാൻ എനിക്കു തീർച്ചയായും കഴിയും. ഒരുപക്ഷേ, അത്തരം സദസ്സുകളിൽ എനിക്കൊന്നും പറയാൻ കഴിഞ്ഞേക്കില്ല. എന്നാലും പൊരിയുന്ന മരുപ്പരപ്പ് മഴയെ എന്നോണം എന്റെ മനസ്സ് എല്ലാം വലിച്ചുകുടിക്കും. മൃദുവായ തൊലിയുടെയും പതുപതുത്ത ദേഹത്തിന്റെയും പേരിൽ തിരിച്ചറിവുകളിൽനിന്ന് മാറ്റിനിർത്തപ്പെടുന്ന ലജ്ജാകരമാണ്. തിളയ്ക്കുന്ന എന്റെ മനസ്സിന് എന്തും ഉൾക്കൊള്ളാൻ കഴിയുമെന്നിരിക്കെ ചർമ്മസംരക്ഷണത്തിനുവേണ്ടി മാറി നില്ക്കുന്നത് ആവർത്തിക്കപ്പെട്ടുകൂടാ. എന്റെ രോഷം ആവിഷ്കരിക്കുന്നതിനാകട്ടെ ചായക്കപ്പുകൾ എറിഞ്ഞുടയ്ക്കുന്നതല്ലാതെ മറ്റൊരു രീതി ഉണ്ടാവേണ്ടിയിരിക്കുന്നു

സാഹിത്യചർച്ചകളിൽ പങ്കെടുക്കുവാൻ എനിക്കു കൂട്ടുവരികയും ആറുമണിയാകുമ്പോഴേക്കും കോട്ടുവായിട്ടുതുടങ്ങുകയും കൂടെക്കൂടെ വാച്ചിൽ നോക്കി ആരും കാണാതെ എന്നെ കുത്തിയെണീപ്പിക്കാൻ ശ്രമിക്കുകയും ചെയ്യുന്ന പുരുഷോത്തമൻ എന്നോടൊപ്പമുണ്ടാവില്ല എന്നതു

കൊണ്ടുതന്നെ എന്റെ വിചാരധാരകൾ മുറിയുകയില്ല. തിരികെത്തുമ്പോൾ മേബിൾ അമ്മായി എന്നോടാദ്യം ചോദിക്കുക, അന്നത്തെ സംവാദത്തിൽ ഞാനെങ്ങനെ നന്നായി പങ്കെടുത്തു എന്നായിരിക്കും. പിന്നെ വെമ്പുന്ന മനസ്സോടെ കിടക്കയിലേക്കു ചായാം. അല്ലെങ്കിൽ ഉണർന്ന മനസ്സോടെ എഴുതാനിരിക്കാം. അതുമല്ലെങ്കിൽ കടലിന്റെ ഇരമ്പം കേട്ടുകൊണ്ട് എന്റെ കൃതിയെപ്പറ്റി ആഴത്തിലുള്ള ചിന്തകളിൽ മുഴുകി വെറുതെ കിടക്കാം.

ഞാനെന്റെ സാധനങ്ങൾ ഈ തുണിസഞ്ചിക്കകത്താക്കി ഒരുങ്ങുന്നു! പണത്തിന്റെ കാര്യത്തിൽ എന്നെ സഹായിക്കാൻ ഒരു നല്ല സുഹൃത്ത് ഉണ്ടായിരുന്നെങ്കിൽ!

ഒരു കൃതിയുടെ രചനയ്ക്കുവേണ്ടി മേബിൾ അമ്മായിയുടെ വീടു തിരിഞ്ഞെടുക്കാൻ എന്നെ ഉപദേശിച്ചത് എന്റെ സുഹൃത്ത് ജയദേവനാണ്. ഞങ്ങളുടെ ചിന്തകളും അനുഭൂതികളും പരസ്പരപൂരകമായിരുന്നു. ഒന്നിച്ചുള്ള വായനയ്ക്കോ എഴുത്തിനോശേഷം ഞങ്ങളുടെ ചർച്ചകളിലൂടെ അവയ്ക്ക് പൂർണ്ണത കൈവന്നിരുന്നു. എന്റെ തിളയ്ക്കുന്ന തലച്ചോറിനെ പൂരിപ്പിക്കാൻ ജയദേവന്റെ തിളയ്ക്കുന്ന തലച്ചോറിനു കഴിഞ്ഞിരുന്നു. അയാളോടൊപ്പം ചെലവഴിക്കുന്ന നാളുകളിൽ എന്റെ രചനകൾക്ക് ആഴവും പരപ്പും കൈവരുന്നു.

മേബിൾ അമ്മായിയുടെ ശാന്തസുന്ദരമായ ഭവനം പ്രണയത്തിനു പൂത്തുലയാൻ പറ്റിയ വള്ളിക്കുടിലായിരുന്നു. ഞങ്ങൾ പ്രണയബദ്ധരാകുന്നുവെങ്കിൽ താൻ സന്തോഷിക്കുമെന്ന് മേബിൾ അമ്മായി കരുതിയിരുന്നു. എന്നാൽ ജയദേവനുമായി പ്രേമബന്ധത്തിലേർപ്പെടേണ്ടതുണ്ട് എന്നെനിക്കു തോന്നിയില്ല. എല്ലാ ബന്ധങ്ങളും പ്രണയത്തിൽത്തന്നെ കലാശിക്കണമെന്ന് വാശിപിടിക്കേണ്ടതില്ലെന്ന് ജയദേവനും പറഞ്ഞു. ഞങ്ങൾക്കിടയിൽ വളർന്നുവന്നത് നിരുപാധികമായ ആഹ്ലാദത്തിന്റെ ചങ്ങാത്തമായിരുന്നു! ചിരിച്ചും വഴക്കടിച്ചും ഉറക്കെ പാടിയും ഞങ്ങൾ പോയ്പ്പോയ ബാല്യത്തെ തിരികെ കൂട്ടിക്കൊണ്ടുവന്ന് മേബിൾ അമ്മായിയുടെ മുന്നിലിരുത്തി. ശാന്തവും ഹൃദ്യവുമായ ആ സൗഹൃദത്തെപ്പറ്റി ഞാൻ പുരുഷോത്തമനോടു പറയുമ്പോഴൊക്കെ അയാൾ പൊട്ടിത്തെറിക്കുന്നു.

“നുണയാണ്. ഏതു മേബിൾ അമ്മായി? ഏതു ജയദേവൻ? ഭ്രാന്തു പറയാതെ പോ!”

എന്റെ തലച്ചോറിന്റെ ഭ്രാന്തിന്റെ കാറ്റിളക്കിവിടുന്ന പുരുഷോത്തമന്റെ തന്ത്രം! അതു തിരിച്ചറിയുകയും അതിനെ തുറന്നുകാണിക്കാൻ തീരുമാനിക്കുകയും ചെയ്തുകഴിഞ്ഞാൽ എനിക്കിനി പോകാം!

പുരുഷോത്തമനെത്തുംമുമ്പ് യാത്രയ്ക്കൊരുങ്ങി ഉമ്മറപ്പടിയിലിറങ്ങി നില്ക്കണം. ഒരു വീണ്ടുവിചാരത്തിനു വിധേയമായി, വീണ്ടും അകത്തു കയറിയിരുന്ന് ഇക്കാര്യം ചർച്ച ചെയ്യലില്ല! എല്ലാ തന്ത്രങ്ങളും പരാജയപ്പെടുമ്പോൾ ഞാനില്ലാതെ ജീവിക്കാനാവില്ലെന്ന അതിഭാവുകത്വം നിറഞ്ഞ നുണ പുരുഷോത്തമൻ ആവർത്തിച്ചുപറയും.

ഞാനെന്റെ സഞ്ചിയെടുത്ത് തോളിൽ തൂക്കി കൈവശം ഉണ്ടായിരുന്നത്ര പണം നുള്ളിപ്പെറുക്കിയെടുത്തു.

ഞാൻ ഉമ്മറപ്പടിയിലെത്തുംമുമ്പ്, പുരുഷോത്തമൻ ഓടിക്കിതച്ചു വന്നു.

“വീണ്ടും തൊടങ്ങി?”

കിതച്ചുകൊണ്ടയാൾ ചോദിച്ചു. ഞാനയാളെ പരിഹാസത്തോടെ തുറിച്ചുനോക്കിനിന്നു.

അനുതാപത്തോടെ എന്റെ തോളിൽനിന്നു സഞ്ചിയെടുത്തു മാറ്റാൻ പുരുഷോത്തമൻ ശ്രമിക്കുന്നതിനിടയിൽ അയാളുടെ കൈ തട്ടിത്തെറിപ്പിച്ച്, ഒറ്റക്കുതിപ്പിന് ഞാൻ ഉമ്മറപ്പടിയിലെത്തി..

“ഞാൻ മേബിൾ അമ്മായിയുടെ...” ഞാനുമ്മറപ്പടിയിറങ്ങി.

“ഏതാണീ നശിച്ച മേബിൾ അമ്മായി?”

പുരുഷോത്തമൻ അലറി. പുരുഷോത്തമൻ സ്വന്തം തന്ത്രങ്ങൾ പ്രയോഗിച്ചുകൊണ്ടേയിരിക്കട്ടെ. ഞാനിറങ്ങിനടന്നു.

എനിക്കു പിറകിൽ പടിവാതിൽ വലിച്ചടച്ച് ഞാൻ പുരുഷോത്തമനെ തിരിഞ്ഞുനോക്കി. ഉമ്മറപ്പടിയിൽ അയാൾ വിചാരമഗ്നനായി നില്ക്കുന്നു. അയാളെ ആരോ ശിക്ഷിച്ചിരിക്കുന്നു. അതാരെന്നും അതെന്തെന്നും അവൾതന്നെ കണ്ടുപിടിക്കേണ്ടതാണ്. ഞാനിവിടെ നിസ്സഹായയത്രെ!

ഞാൻ കൈവീശി നടന്നു. എന്റെ കൈകൾ ദിക്കുകളെ തൊട്ട് മടങ്ങിവന്നു. ചിറകുള്ള കാറ്റ് എന്റെ മുടിയിഴകളെയും വസ്ത്രത്തലപ്പുകളെയും ഇളക്കിവിട്ടു. എന്റെ മുടിയഴിഞ്ഞു പറന്ന് ആകാശം മുട്ടുകയും എന്റെ പാവാട വട്ടം ചുഴറ്റി ഭൂമിയെ പൊതിയുകയും ചെയ്തു.

അമ്മ വന്നു

വി പി ശിവകുമാർ

ഐലന്റ് എക്സ്പ്രസിലെ ഒരു രണ്ടാം ക്ലാസ് കമ്പാർട്ടുമെന്റിൽ നിന്നും ശുഭ്രവസ്ത്രധാരിയായി രാമകൃഷ്ണപിള്ള ഇറങ്ങിവന്നു. ഇത്രയും കാലം ജീവിച്ചിട്ടും ജനിച്ച നാട്ടിൽ ഒരു വീടോ സ്നേഹമുള്ള ബന്ധുവോ കപടമില്ലാത്ത മിത്രമോ അയാൾക്കില്ല. കുറേനേരം എങ്ങോട്ടു പോകണം എന്നു സംശയിച്ചു നിന്നു. മറ്റൊരിടവുമില്ലാഞ്ഞിട്ടാവണം. രാമകൃഷ്ണ പിള്ള പണ്ടു താൻ പഠിച്ച സ്കൂളിന്റെ മുറ്റത്തേക്കു കയറി. അവധിദിവസ മാണ്. സ്കൂൾ ഉറങ്ങിക്കിടക്കുന്നു. പൊൻവെളിച്ചമേറ്റ് വെട്ടിത്തിളങ്ങുന്ന പച്ചപ്പുൽത്തകിടി നോക്കി അയാൾ കണ്ണിമയ്ക്കാതെ നിന്നു. ആ നില്പിൽ അയാളുടെ മനസ്സിലേക്ക് ഓർമ്മകൾ ആകാശമരീചികയിലെ കരിക്കിൻ തൊണ്ടുകളെപ്പോലെ ഓരോന്നായി വരികയായി. *കേരളത്തിലെ വീരപു രുഷന്മാർ* എന്ന ഉപപാഠപുസ്തകം. കളഭവും ചെറുനാരങ്ങയും ഗുരുഭ ക്തിയെപ്പറ്റി ഉപന്യാസവുമുള്ള ക്ലാസ് മീറ്റിങ്, ഒമ്പതു 'സി'യും പത്ത് 'ബി'യും തമ്മിൽനടന്ന വാശിയേറിയ ഒരു നാടൻപന്തു മത്സരം, അര അണയ്ക്കുകിട്ടുന്ന ഐസ് സ്റ്റിക്, ശിവാനന്ദൻചെട്ടിയാരുടെ മോണോ ആക്ട്- കാച്ചിയ എണ്ണയുടെയും ഐതിഹ്യമാലയുടെയും മണമുള്ള ഒരു വിദ്യാർത്ഥിയായി എട്ടുവർഷം ഇവിടെ അയാൾ കഴിച്ചു കൂട്ടി. അന്നത്തെ സഹപാഠികളൊക്കെ എവിടെയാണോ എന്തോ? കവിഭ്രാന്തനായും വിപ്ല വകാരി സന്ദേഹവാദിയായും ലോലകാമുകൻ ജാരനായും മാറിയിരി ക്കുന്നു. കൊച്ചുകുട്ടിയുടെ വേഷം കെട്ടി ഒളിച്ചുകളിക്കുന്ന അപ്പൂപ്പന്റെ വിലക്ഷണതനിറഞ്ഞ കൗതുകവുമായി അയാൾ കെട്ടിടങ്ങൾക്കിടയിലൂടെ അരിച്ചരിച്ചു നടന്നു. മേൽക്കൂരയില്ലാത്ത മൂത്രപ്പുരയിൽ പണ്ടു പുരുഷൻ എഴുതിവച്ച വക വല്ലതും മിച്ചമുണ്ടോ എന്നു നോക്കി. ലാബറട്ടറിക്കക ത്തേക്കു ലിറ്റ്മസ് പേപ്പറിന്റെ നിറം മാറുന്നതു കാണാനായി എത്തിനോ

ക്കി. സുകുമാരൻസാർ അടുത്ത മുറിയിൽ നിന്ന് അളന്നുമുറിച്ച ശബ്ദത്തിൽ ജ്യോമട്രി പഠിപ്പിക്കുന്നതായി അയാൾക്കു തോന്നി. എല്ലാം പഴയ ശീലങ്ങൾ. ഐലന്റ് എക്സ്പ്രസിൽ കയറിയിരുന്ന് ആനമണ്ടത്തരങ്ങൾ പറഞ്ഞു ചിരിച്ചു കൈവീശി 'ടാ-റ്റാ' പറയുന്നതുപോലെ അത്ര എളുപ്പമല്ല ശീലങ്ങളിൽനിന്നു വിട്ടുമാറാൻ. രാമകൃഷ്ണപിള്ള ഒരു മുത്തശ്ശിമാവിൽ ചാരിയിരുന്നു. എവിടെങ്ങാനും പഴുത്ത മാങ്ങാ വീണുകിടക്കുന്നുണ്ടോ എന്നു നോക്കി. കൈതപ്പൊന്തയ്ക്കു വട്ടമിട്ടുപറക്കുന്ന കുരിയാറ്റക്കിളിയെപ്പോലെ അയാളുടെ മനസ്സ് അതിന്റെ സ്വന്തം ലോകം കണ്ടെത്തിക്കഴിഞ്ഞിരിക്കുന്നു. വിധി നിഷേധങ്ങൾക്കും യുക്തിക്കും അപ്പുറത്ത് അതെത്തിക്കഴിഞ്ഞിരിക്കുന്നു. അയാൾ ആലോചിച്ചു: പ്രകാശം ചൊരിഞ്ഞുനില്ക്കുന്ന മുഖത്തു നോക്കിയിരിക്കെ ഇരുട്ടു വീഴുന്നു. മുഴുത്ത രണ്ടു തേറ്റകൾ കിളിർക്കുന്നു. എന്നെങ്കിലും ഒരു ദിവസം ഇരുട്ടിലൂടെ തപ്പിത്തടയുന്ന തനിക്കു വഴികാട്ടാൻ ലോകരുടെയെല്ലാം അമ്മ തന്റെ സുവർണ്ണ കുണ്ഡലങ്ങളിലൊന്ന് ഊരി ആകാശത്തിനും മുകളിലേക്ക് ഊരിപ്പിടിക്കുമായിരിക്കും.

അതോടെ എണ്ണപ്പണം കൊണ്ടുള്ള കൂറ്റൻകെട്ടിടങ്ങൾ അപ്രത്യക്ഷമായി. മഞ്ഞയും ചുവപ്പും നിറങ്ങളിൽ കത്തിനിന്ന മാന്ത്രികദീപങ്ങൾ അണഞ്ഞു. ഊർജ്ജസ്വലനായ ഒരു യുവാവ്, രാമകൃഷ്ണൻ, ആത്മവിശ്വാസത്തോടെ നീണ്ട ഇടവഴിയിലേക്കു ചാടിയിറങ്ങി, സ്കൂളിന്റെ വലിയ ഗേറ്റ് വലിച്ചടച്ചുകൊണ്ട്.

ഇരുവശവും നിലവിളക്കുകൾ തെളിഞ്ഞ പഴയൊരു സന്ധ്യ. വിയർപ്പും ചന്ദനവും കൂടിക്കുഴഞ്ഞ നെറ്റിയിൽ വന്നു തലോടുമായിരുന്ന അതേ അന്തിക്കാറ്റ്. ഗുണനപ്പട്ടിക നീട്ടിച്ചൊല്ലുന്ന അമ്പോറ്റിക്കുഞ്ഞുങ്ങൾ. ഒരു കൊച്ചുവീടിന്റെ പിന്നിൽനിന്നു കിളിമരത്തില തിന്നുന്ന ആട്ടിൻകുട്ടിയായി ഒതുങ്ങിക്കൂടുന്ന സന്ധ്യ. എത്രയെത്ര സന്ധ്യകൾ! തവിയിട്ടു കഞ്ഞിക്കലം പറണ്ടുന്ന ശബ്ദം കേട്ടുതുടങ്ങി. കൗമാരപ്രേമത്തിന്റെ തരിക്കുന്ന ആകാംക്ഷയും പേറി കൂട്ടുകാർ മുലക്കുപ്പിയെന്നു കളിയാക്കുന്ന ഒരു കൊച്ചുകാമുകിയെ കാണാൻ ഈ പൂഴിമണ്ണിലൂടെ നീറുന്ന മനസ്സുമായി അയാൾ നടന്നു. ഇതേ ഇടവഴിയിലൂടെയാണ് കാമത്തിന്റെ തീപ്പന്തവുമായി നട്ടപ്പാതിരയ്ക്കു ചുടലപ്പിശാചിനെപ്പോലെ അയാൾ പാഞ്ഞുപോയത്. മദ്യത്തിൽ ലയിച്ച ചോരയുമായി വന്ന അയാളെ എത്രയോ തവണ ഈ മണ്ണ് മടിയിൽ കിടത്തിയിട്ടുണ്ട്! ചമ്പക്കുളം പാച്ചുപിള്ള കെട്ടുന്ന ത്രിഗർത്തിന്റെ അലർച്ചകളിൽ പൂർണ്ണനിശ്ശബ്ദതയിൽ ലയിച്ചുനില്ക്കുന്ന ദിക്കുകൾ നടുങ്ങുമ്പോൾ ആദ്യത്തെ വെളിച്ചത്തിലേക്ക് അയാളെ കൊണ്ടുവന്നത് ഈ വഴിയാണ്. ദിക്കുകൾ ഉണർന്നപ്പോൾ കണ്ടതു കാലത്തിനു പുറംതിരിഞ്ഞിരുന്ന് പല്ലില്ലാത്ത വൃദ്ധന്മാർ പാക്കിടിക്കുന്നതാണ്. പ്രാതലിനുശേഷം ചെറുപ്പക്കാർ സഞ്ചിയുമെടുത്ത് ഇറങ്ങിപ്പോയി. ഈ ഇടവഴിയുടെ കിഴക്കുവശത്ത് ഇപ്പോൾ ബ്രിഗേഡിയർ ഉമ്മന്റെ വീടു നില്ക്കുന്ന സ്ഥലത്ത് പണ്ടുണ്ടായിരുന്ന ചെറിയ വീട്ടിൽ ഒരു തള്ളയും അവരുടെ

കൊച്ചുമകനും ജീവിച്ചിരുന്നു. ഈ വഴിയിലൂടെ നടന്നാൽ നേരെ ചെന്നെത്തുന്നത് മേലുകാവ് ഭഗവതിക്ഷേത്രത്തിലാണ്. ഞായറാഴ്ച വെയിലാറിക്കഴിയുമ്പോൾ അമ്മയുടെ കൂടെ നാലും നാലും എട്ടുനാഴിക നടന്ന് മേലുകാവിൽ ചെന്നു തൊഴുത് ഓരോ കുറിയും സമ്പാദിച്ച് തിരിച്ചുവരുമായിരുന്ന കഥകളൊക്കെ രാമു ഓർത്തു.

II

മങ്ങിയ ഒരു ഭൂതകാലത്തിലേക്ക് ഈ കഥ തിരിച്ചുപോവുകയാണ്. രാമുവിന് അന്ന് ഏഴോ അല്ലെങ്കിൽ എട്ടോ. അമ്മയുടെ പിന്നാലെ വാലുപോലെ അവൻ ആറാട്ടുമഹോത്സവം കാണാൻ മേലുകാവിലേക്കു നടക്കുന്നു. നാടാകെ ഉണർന്നിരിക്കുന്നു. തോരണങ്ങൾ, കുരുത്തോലകൾ, ഓരോ വീടിന്റെ നടയിലും കത്തുന്ന നിലവിളക്കുകൾ. നിലവിളക്കുകൾക്കരികിൽ തിരി നീട്ടിക്കൊണ്ടു നില്ക്കുന്ന സുന്ദരിക്കോതമാരുടെ കൂമ്പിയ കണ്ണുകൾ. അരയണയ്ക്കു പാളേന്തോടൻ പഴം വാങ്ങിത്തിന്നും ഒരു 'ഷോഡ'കുടിച്ചും ഇടയ്ക്കിടെ കീശയിൽനിന്നൊരു നാരങ്ങാമുട്ടായി എടുത്തു വായിലിട്ടും രാമു നടക്കുന്നു. ഓടുന്നു, ഇടയ്ക്കിടെ നില്ക്കുന്നു നിക്കറുപൊക്കി മൂത്രമൊഴിക്കുന്നു. ആന-മയിൽ-ഒട്ടകമുണ്ട്. മരണക്കിണറ്റിലെ മോട്ടോർ സൈക്കിളുണ്ട്. എള്ളു പറിച്ച കണ്ടത്തിൽ തമിഴത്തിയുടെ റെക്കോർഡ് ഡാൻസുണ്ട്. നിലാവിലൂടെ അമ്മയും മകനും ഒഴുകി നീങ്ങി. അകലെയൊരു കത്തിക്കുത്തു നടന്നു എന്നാരോ പറഞ്ഞു. ചിലരൊക്കെ അങ്ങോട്ടോടിപ്പോയി. എടുപിടീന്നൊരു തിരക്കു വന്നു. പേടിച്ചരണ്ട അമ്മ രാമുവിനെ അടക്കിപ്പിടിച്ചു നടന്നു. തിരക്കു കുറയുന്നില്ലെന്നു കണ്ടപ്പോൾ, 'വായില്ലാത്ത അത്ഭുതശിശു' എന്ന പ്രദർശനം കാണാൻ കയറി.

വായുടെ സ്ഥാനത്ത് ചെറിയൊരു ദ്വാരം മാത്രമുള്ള കുട്ടി ട്യൂബ് ലൈറ്റിന്റെ വെളിച്ചത്തിൽ നിലത്തൊരു ജമുക്കാളത്തിൽ മലർന്നു കിടന്ന് ബോണ്ടാ തിന്നുകയായിരുന്നു. അതിന്റെ തലയിലെ ചിരങ്ങും നാറ്റവും സഹിക്കാതെ രാമു കൂടാരത്തിനു പുറത്തിറങ്ങി അമ്മ വരുന്നതും കാത്തു നിന്നു. കുറേനേരം കാത്തുനിന്നിട്ടും അമ്മ വന്നില്ല. ആൽത്തറയ്ക്കു ചുറ്റും താല്ക്കാലികമായുണ്ടാക്കിയ സ്റ്റേജിൽ 'സിംബൽ' എന്ന വാദ്യം മുഴങ്ങവേ, സാംബശിവന്റെ *ഇരുപതാം നൂറ്റാണ്ട്* എന്ന കഥാപ്രസംഗം ആരംഭിച്ചു. രാമു അങ്ങോട്ടു നടന്നു.

ഏറെച്ചെന്നപ്പോൾ രാമുവിനെ ഉറക്കം വന്നു വിളിച്ചു. ആൾക്കൂട്ടത്തിലൂടെയെല്ലാം നടന്ന് അവൻ അമ്മയെ നോക്കി. കണ്ടില്ല. തിരക്കിൽനിന്നൊഴിഞ്ഞ് ഏതെങ്കിലും മുക്കിലോ മൂലയ്ക്കോ ഇരുന്ന് വെറ്റേമ്മാൻ ചവയ്ക്കുന്നുണ്ടോ എന്നു നോക്കി. എങ്ങുമില്ല. ഗോപുരത്തിനു മുമ്പിൽ പോയി നിന്നു. അലങ്കാരപ്പണികൾ നോക്കി. ഒരു കൂട് പഠാണിക്കടല വാങ്ങി.

ഗോപുരത്തിനകത്തു കയറിയിരുന്നു. ഉറങ്ങിപ്പോയി.

'അമ്മേ, അമ്മച്ച്യേയ്!' ഉറക്കപ്പിച്ചിൽ കണ്ണു തിരുമ്മിക്കൊണ്ട് രാമു ചാടിയെഴുന്നേറ്റു. നിലാവ് അസ്തമിച്ചിരിക്കുന്നു. വിളക്കുകളെല്ലാം അണഞ്ഞിരിക്കുന്നു. കുറ്റിരുട്ട്. കഥാപ്രസംഗം ഇടയ്ക്കുവെച്ച് മുറിഞ്ഞതിൽ വല്ലാതെ അസ്വസ്ഥരായ ജനക്കൂട്ടം മുരണ്ടു. ചുറ്റുവിളക്കുകൾ എണ്ണതീർന്ന് കെട്ടുകഴിഞ്ഞു. കഴകക്കാരൊക്കെ ഇരുന്നും കിടന്നും ഉറങ്ങുന്നു.

ചുറ്റമ്പലത്തിനുള്ളിൽ എവിടെയോനിന്ന് വെളിച്ചത്തിന്റെ ഒരു ഉറവ ആവിർഭവിച്ചു. അത് ശ്രീകോവിലിൽ കത്തുന്ന നിലവിളക്കിൽനിന്നാവണം. പലതരം പൂക്കളുടെയും കർപ്പൂരത്തിന്റെയും സമ്മിശ്രഗന്ധവുമായി ഒരു കാറ്റ് പുറത്തേക്ക് ഒഴുകി. രാമു ഒന്നും ഓർത്തില്ല. അകത്തു കയറി ശ്രീകോവിലിന്റെ വലിയ വാതിൽ വലിച്ചടച്ചു.

III

ഇലക്ട്രിസിറ്റി ലൈൻമാൻ ഇട്ടിയവിരാ ഉത്സവം പ്രമാണിച്ച് ആരോ വാങ്ങിക്കൊടുത്ത ഒരു കുപ്പി ചാരായം ഒറ്റയടിക്കു വിഴുങ്ങിയശേഷം ഒരു പീടികത്തിണ്ണയിൽ ദിക്കാലാതിവർത്തിയായി സ്ഥിതിചെയ്യുകയായിരുന്നു. കഥാപ്രസംഗത്തോടുള്ള അഭിനിവേശം സഹിക്കവയ്യാതെ നാട്ടുകാർ അയാളെ പിടികൂടി പുനരുജ്ജീവിപ്പിച്ച് പ്രവർത്തനസജ്ജമാക്കി. ഇട്ടിയവിരാ പൊടിതട്ടിക്കൊണ്ട് ഫ്യൂസ് നോക്കാനായി പോകുന്ന വഴി ശ്രീകോവിലിനകത്തേക്ക് ഒന്നെത്തിനോക്കി അതോടെ അയാൾക്കു പരിസരബോധം വീണ്ടും നഷ്ടപ്പെട്ടു. അകത്ത് നിലവിളക്കിന്റെ തെളിഞ്ഞ വെളിച്ചത്തിനു നടുക്ക് പീഠത്തിൽ വിലോലവസ്ത്രങ്ങൾ ധരിച്ച് പൂക്കൾ ചൂടിയ മനോഹരിയായ ഒരു സ്ത്രീയിരിപ്പുണ്ട്. മടിയിൽ ഒരു കുട്ടി മയങ്ങിക്കിടക്കുന്നു. അവന്റെ കുഞ്ഞിക്കൈയിൽ പള്ളിവാളുണ്ട്. കാലിൽ ചിലമ്പും. ആ കൊച്ചുശരീരം ആസകലം വസൂരിപ്പൊള്ളങ്ങൾപോലെ വിയർപ്പുമണികൾ ഉരുണ്ടുകൂടി നില്ക്കുന്നു. അമ്മയുടെ കാരുണ്യം മകന്റെ കവിളിലും മുടിയിലും തലോടുകയാണ്. ഉടുപുടവയുടെ അറ്റം കൊണ്ട് അവന്റെ നെഞ്ചത്തെ വിയർപ്പ് ഒപ്പിയെടുക്കുകയാണ്.

ഏവരും കാത്തിരുന്ന നിമിഷം വന്നുചേർന്നു. നോക്കെത്താത്ത വയലിന്റെ അങ്ങേയറ്റത്ത് ആർപ്പുവിളികൾ കേട്ടുതുടങ്ങി. ഘോഷയാത്ര തിരിച്ചെത്തുകയാണ്. കതിനാവെടികൾ അടുത്തടുത്തു പൊട്ടി. തീവെട്ടികൾ നിരയായി ഇഴയുന്ന ഒരു സവർണ്ണനാഗത്തിന്റെ താളത്തിൽ അടുത്തുവന്നു. താലപ്പൊലിയെടുത്ത കന്യകമാരുടെ തുടുത്ത കവിളുകൾ ചുവന്നു ജ്വലിച്ചു. ഇളംകാറ്റിലെങ്ങും പനിനീരിന്റെ ഗന്ധം. പാദസരങ്ങൾ കിലുങ്ങുന്ന ശബ്ദം. നന്മയുടെയും ശാന്തിയുടെയും വിശ്വലയത്തിന്റെയും ശംഖനാദം. മദയാനപ്പുറത്ത് അമ്മ, പ്രപഞ്ചസംവിധാനത്തിന്റെയും പരിണാമത്തിന്റെയും മൂലഹേതു തിരിച്ചുവരികയാണ്. നേർത്ത ഇളംകാറ്റിൽ അത്യ

പൂർവ്വമായ പരിമളം പരക്കുന്നു. ചെത്തിപ്പൂക്കൾ പിന്നെ എത്രയോ തരം പൂക്കൾ ഉതിരുന്നു. കാലത്തിന്റെ പടുകൂറ്റൻ ഘണ്ടാമണികൾ നിർത്താതെ മുഴങ്ങുന്നു. നവഗ്രഹങ്ങളോടൊത്ത് അഞ്ജനമാമലപോലെ, പതിനാറു ബാഹുക്കളോടും ഹാഹാ എന്നുള്ള അട്ടഹാസത്തോടുംകൂടി മനുഷ്യകുലത്തിന്റെ അമ്മ വരുന്നു. ചെണ്ടമേളത്തിന്റെ മഹാഗോപുരങ്ങളിലേറി ഉയർന്നും താണും ആടിയുലഞ്ഞ് അമ്മ ആറാടിവന്നു

IV

ആ കുട്ടി, രാമു, രാമകൃഷ്ണനെന്ന യുവാവായോ രാമകൃഷ്ണപിള്ളയെന്ന മദ്ധ്യവയസ്കനായോ വളരാതെ എട്ടു വയസ്സുള്ളപ്പോൾത്തന്നെ മരിച്ചുപോയി. രാമകൃഷ്ണപിള്ളയും രാമകൃഷ്ണനും സാദ്ധ്യതകൾ മാത്രമായിരുന്നു. രാമുമാത്രമായിരുന്നു സത്യം. പാതവക്കത്തെ ചെത്തിത്തേക്കാത്ത പുരയിൽവച്ച്, മണ്ണെണ്ണവിളക്കിന്റെ കറുത്ത വെളിച്ചത്തിൽ, അഴുക്കും പൂപ്പലും പിടിച്ച തഴപ്പായിൽ, കണ്ണുനീർ വറ്റിയ അമ്മയുടെ മടിയിൽ രാമുവായിതന്നെ കിടന്ന് "അമ്മോ വന്നോ" എന്നു ചോദിച്ചുകൊണ്ട് അവൻ മരിച്ചു.

സ്ക്ലീറോഡെർമ്മ എന്ന അപൂർവ്വരോഗമായിരുന്നു അവന്. എട്ടു വയസ്സായപ്പോഴേക്കും അവന്റെ പല്ലുകളെല്ലാം കൊഴിഞ്ഞു. തലമുടി നരച്ചു. ശരീരം ചുക്കിച്ചുളിഞ്ഞു. വാർദ്ധക്യകാലരോഗങ്ങൾ അവനെ അടിച്ചെടുത്ത് അനശ്വരതയുടെയും കാലത്തിന്റെയും മണൽത്തിട്ടയിലേക്ക് എറിഞ്ഞു. മേലുകാവിലെ ഒരുത്സവത്തിന് ആറാട്ടുഘോഷയാത്ര തിരിച്ചെത്താറായ സമയത്ത് അവന്റെ വീട്ടിൽനിന്നും ആ തള്ളയുടെ വികൃതമായ നിലവിളി ഉയർന്നത് ഞാൻ ഇന്നലെയെന്നപോലെ ഓർക്കുന്നു. മരിക്കാൻ യാതൊരു ആർഭാടവും വേണ്ട. 1947 നു മുമ്പ് ആളുകൾക്ക് മെഡിക്കൽ വിജ്ഞാനം കുറവായിരുന്ന കാലത്ത് ഞങ്ങളുടെ ഗ്രാമത്തിലെ എൽ എം പിക്കാരായ പഴയ ഡോക്ടർമാരും മലയൻ എസ്റ്റേറ്റുകളിൽനിന്നു പിരിഞ്ഞുവന്ന കമ്പൗണ്ടർമാരും ഇങ്ങനെയൊരു സുഖക്കേടിനെപ്പറ്റി കേട്ടിരുന്നില്ല. ശരാശരിക്കാരന്റെ ജീവിതത്തിൽനിന്ന് ഈ രംഗത്തെ തിരിച്ചറിയുവാൻ ഇന്നും എളുപ്പമല്ല.

പശു സാധുമൃഗമല്ല

ബാലകൃഷ്ണൻ മാങ്ങാട്

പയ്യ് ഒരു സാധുമൃഗമാണെന്നും അത് നമുക്ക് പാൽ തരുമെന്നും പാഠപുസ്തകത്തിൽ പഠിച്ചിട്ടുണ്ടെങ്കിലും പയ്യ് ഒരു സാധുമൃഗമേ അല്ലെന്ന് പെൺകുട്ടി തീർച്ചപ്പെടുത്തി. ദാ, കണ്ടില്ലേ, മൂർച്ചയും ബലവുമുള്ള കൊമ്പുകൾ കുലുക്കിക്കൊണ്ടുള്ള അതിന്റെയൊരു നില്പ്. ഗോദകൾ ജയിച്ച മല്ലനെ വേണമെങ്കിലും അവൾ കൊമ്പുകളിൽ തൂക്കിയെടുത്ത് ദൂരേക്കെറിയും. കഴിഞ്ഞദിവസം നടവരമ്പിൽവെച്ച് ദാമ്വേട്ടനെ കൊമ്പുകളിൽ കോർത്ത് അവൾ കണ്ടത്തിലേക്കെറിഞ്ഞില്ലേ? കണ്ടത്തിലെ ചളിയിൽ വീണതുകൊണ്ട് ദാമ്വേട്ടൻ രക്ഷപ്പെട്ടു.

നാണ്യമ്മയെ എത്ര ദൂരമാണ് അത് വിറളിപ്പിടിച്ച് ഓടിച്ചത്... മീനാക്ഷി എന്നാണ് അമ്മ പേരിട്ടിരിക്കുന്നത്. ഹായ്... മീൻകണ്ണ്. ശരിക്കും തീക്കണ്ണാണ് അവളുടേത്. നോട്ടത്തിൽനിന്ന് തീ പാറും, രാക്ഷസിപ്പയ്യ് എന്നാണ് താൻ വിളിക്കുക. അങ്ങനെയേ വിളിക്കൂ. എന്തൊരു തെറിച്ച പയ്യാണ്...

ദേഷ്യത്തോടെ തലയിളക്കി, പെൺകുട്ടിയിൽ കണ്ണുകളൂന്നി നിന്ന പയ്യ് വിചാരിച്ചു; എന്തൊരു തെറിച്ച പെണ്ണാണിവൾ. മുലയും തലയുമൊക്കെ വളർന്നിരിക്കുന്നു. എന്നിട്ട് അടക്കവും ഒതുക്കവുമില്ല. വീണ്ടുവിചാരമില്ല. മാനത്തു പറക്കുന്ന പക്ഷിയെന്നാണ് വിചാരം. രണ്ടു ചിറകു കൂടി കിട്ടിയാൽ ഇവൾ നടക്കും. ഇപ്പോഴേ തല മാനത്തിട്ടാണ് നടപ്പ്. വീഴും നീ, സൂക്ഷിച്ചു നടന്നോ...

പെൺകുട്ടി പറഞ്ഞു: രക്ഷസിപ്പയ്യേ, നിന്റെ അഹങ്കാരത്തിലേക്ക് ഞാനൊരടിവെച്ചു തരുന്നുണ്ട്. നിന്നെ ഒരു പാഠം പഠിപ്പിക്കുന്നുണ്ട്. ഒരു തുമ്പു പുല്ലുതരാതെ, ഒരു തുള്ളി വെള്ളം തരാതെ നിന്നെ പട്ടിണിക്കിടുന്നുണ്ട്. നീ വിശന്നു പൊരിഞ്ഞു ചാകും..

പയ്യ് പറഞ്ഞു: നീ വെറും മണ്ടി. മണ്ടികളിൽ മണ്ടി. അല്ലെങ്കിൽ

ഇവ്വിധം വിചാരിക്കുമോ? ഈ ഭൂമിയായ ഭൂമികളിലൊക്കെ ദൈവം പുല്ലും വെള്ളവും സംഭരിച്ചുവെച്ചിരിക്കുന്നത് എന്തിന്? പയ്യുകൾക്ക് തിന്നാനും കുടിക്കാനും പുല്ലും വെള്ളവും നീ എനിക്ക് തരണോ?; പുറംവഴിയിലേക്ക് ഒന്നിറങ്ങിയാൽ പോരേ?..... പിന്നെ ഞാൻ പാലുതന്നില്ലെങ്കിൽ നീയൊക്കെ ഗതികേടിലാവും. അതോർക്ക്. എന്റെ പാലു കുടിച്ചല്ലേ നിന്റെ മുലയും തലയുമൊക്കെ ഇത്രയ്ക്ക് വളർന്നത്....?

പെൺകുട്ടി മറുപടി പറഞ്ഞില്ല. അവൾ വിചാരിച്ചു. പയ്യിന്റെ അഹങ്കാരത്തിന് എന്താപ്പൊ ചെയ്യാ? അമ്മ കാലത്തുതന്നെ കെട്ടഴിച്ചിരിക്കുന്നു. അതിന്റെ പ്രൗഢിയിലാണ് പറമ്പിലെ ഉലാത്തൽ. അകിട് വീർത്ത് നിലത്തു മുട്ടുമെന്നായിട്ടുണ്ട്. കറവക്കാരനെ കാക്കുകയാണ് അവൾ. കറവക്കാരൻ എത്താതെ അവൾ അടങ്ങില്ല.

കറവക്കാരൻ പിടിച്ചുപിഴിഞ്ഞു കറക്കുമ്പോൾ പിൻകാലുകൾ ആകാവുന്നത്ര അകത്തിവെച്ചുള്ള അവളുടെ നില്പുകാണണം. അറപ്പുതോന്നും. മുഴുവൻ പാലും പിഴിഞ്ഞെടുക്കാൻ അവൾ നിന്നുകൊടുക്കും. സ്വന്തം കുഞ്ഞിന് ഒരു തുള്ളി കൊടുക്കണമെന്ന വിചാരമില്ല. എല്ലാം കറവക്കാരന്. അവന് പിഴിയാൻ...

പെണ്ണുങ്ങൾ ആരെയും മുലക്കാമ്പിൽ തൊടാൻ അവൾ അനുവദിക്കില്ല. ആണൊരുത്തൻ തന്നെ തൊടണം. അമ്മയെ മുരടയോടെ അവൾ ഒരിക്കൽ ചവിട്ടിത്തെറിപ്പിച്ചല്ലോ. തന്നെ ആ ഭാഗത്തുപോകാൻ പോലും അനുവദിക്കില്ല. ഒരിക്കൽ അവളുടെ നാലുകാലുകളും നാലുഭാഗത്തേക്ക് വരിഞ്ഞുകെട്ടി തനിക്ക് അവളെ കറക്കണം....

പയ്യ് മനസ്സിൽ പറഞ്ഞു: അതു നടക്കുന്ന കാര്യമല്ല, മോളേ, എന്റെ മുലത്തടത്തിൽ നീ കൈവെക്കില്ല. നീ കയറെടുക്കുന്നതു കണ്ടാൽ മതി, മിന്നൽ പോലെ പാഞ്ഞുവന്ന് നിന്നെ ഞാൻ കുത്തിമലർത്തും...

കൈയിൽ ലാത്തിയില്ലാത്തത് കഷ്ടമായെന്ന് പെൺകുട്ടി സങ്കടപ്പെട്ടു. ലാത്തിയെ പയ്യിന് പേടിയാണ്.

അതുകണ്ടാൽ രാക്ഷസി അടങ്ങിക്കൊള്ളും. മുഖമടച്ച് അടികൊള്ളുമെന്ന് അവൾക്കറിയാം. നല്ല വണ്ണം കൊടുത്തിട്ടുമുണ്ട്.

അച്ഛൻ പൊലീസിൽനിന്ന് പിരിഞ്ഞപ്പോൾ കൊണ്ടുവന്ന പഴയ ലാത്തിയാണ് കക്കാൻ കയറുന്ന കള്ളനെ നേരിടാൻ കൊണ്ടുവന്നത്. പക്ഷേ, പാവം റിട്ടയേർഡ് പൊലീസുകാരന്റെ വീട്ടിൽ ഏതു കള്ളൻ കയറാനാണ്....

പറമ്പിലെ വാഴകൾ നോക്കാനിറങ്ങിയ അച്ഛൻ അവളുടെ ഭാവം കണ്ടു പറഞ്ഞു.

"നീ പയ്യിനെ ഒന്നും ചെയ്യാതെ മോളേ.. അതാട നിന്നോട്ടെ."

അവൾ മുഖം കോട്ടി.

"അയ്ന് കുറുമ്പ് കൊർച്ച് ജാസ്ത്യായിറ്റ്ണ്ടു..."

"അയ്യോ. പാവം.." അതും പറഞ്ഞ് അച്ഛൻ അതിന്റെ നെറ്റിയിലും കൊമ്പുകൾക്കിടയിലും തലോടി. അത് അച്ഛന് മുന്നിൽ വിനയത്തോടെ

തലതാഴ്ത്തിപ്പിടിച്ചു നിന്നു. അച്ഛന്റെ തലോടൽ ആസ്വദിക്കുന്നുവെന്ന് ഭാവിച്ചു. സ്നേഹം അറിയിക്കാൻ കൈത്തണ്ടയിൽ നക്കി. അച്ഛൻ പോകുമ്പോൾ മരുവിളി വിളിച്ചു.

അമ്പമ്പോ, അതിന്റെ ഒരു നാട്യം.... അവൾ അതിശയിച്ചുപോയി... സിനിമക്കാർ കണ്ടാൽ പിടിച്ചുകൊണ്ടുപോകും. ഏതുസീനും ഉഷാറായി അഭിനയിക്കും. പാവം നായികയായിട്ട്... അല്ലെങ്കിൽ ഉഗ്രൻ വില്ലത്തിയായിട്ട്. വില്ലത്തിവേഷം തന്നെയാണ് അവൾക്ക് ചേർച്ച...

അച്ഛൻ പടിയിറങ്ങിയപ്പോൾ പയ്യ് അവൾക്കുനേരെ കണ്ണെറിഞ്ഞു. ആത്മവിശ്വാസത്തോടെ മെല്ലെ കൊമ്പുകുലുക്കി പറഞ്ഞു: “നിന്നെപ്പോലെ തെറിച്ച ഒന്നിനെ ഞാൻ ഈ ഭൂലോകത്ത് കണ്ടിട്ടില്ല പെണ്ണേ... എന്തൊരു അഹന്ത, ധിക്കാരം. ഈ അച്ഛന്റീം അമ്മേരീം മോളുതന്നെയാണോ നീ? അതോ കള്ളവിത്തോ...?”

ചിരിയുടെ പാലുമായി കറവക്കാരൻ വന്നതിനാൽ മറുപടി പറയേണ്ടേന്നുവെച്ചു. അവനെ കണ്ടതും പയ്യിന് ഹാലിളകിയ മട്ടായി. അവനു ചുറ്റും ഓടി. അവനെ മണത്തു. “നീ അടങ്ങ് പയ്യേ.” എന്ന് അവൻ പറയുന്നുണ്ട്. എന്നിട്ടും അടങ്ങുന്നില്ല.

അവൻ തൊടുംമുമ്പേ അവൾ അകിടു ചുരത്തുന്നു. പാൽത്തുള്ളികൾ ഇറ്റുന്നു. അവൻ കറക്കാനുള്ള ഒരുക്കത്തിലാണ്. വാലുയർത്തി പിൻകാലുകൾ കവച്ചുവെച്ചുള്ള അതിന്റെ നില്പും തൂറാൻമുട്ടിയപോലുള്ള മുഖഭാവവും തനിക്ക് കാണണ്ട. കണ്ടാൽ അരിശപ്പെട്ടുപോകും. കറവക്കാരനുമുന്നിൽ അത് കീഴടങ്ങി നില്ക്കട്ടെ... അതു തൂറട്ടെ...

അടുക്കളയിലെത്തിയപ്പോൾ ഇരു കൈകളും ഝടുതിയിൽ അങ്ങുമിങ്ങും പായുന്നതിനിടയിൽ അമ്മ അവളുടെ സാമീപ്യമറിഞ്ഞ് പറഞ്ഞു:

“പയ്യിന്ള്ള പിണ്ണാക്ക് തീർന്ന്ന് ഇന്നെങ്കിലും മോങ്ങണം.”

അമ്മയ്ക്കു നേരെ കണ്ണുയർത്താതെ അവൾ പറഞ്ഞു:

“പിണ്ണാക്ക് എന്തിന്? സൗന്ദര്യ കാലിത്തീറ്റ മോങ്ങിക്കൊടുക്ക്. കൊർച്ച് സൗന്ദര്യംണ്ടാവട്ടെ.”

“സൗന്ദര്യം ഉണ്ടാവണ്ടത് നിൻക്കല്ലേ? നീ ഇങ്ങനെ കുളിക്കാതെ തലയും പറപ്പിച്ച് പ്രാന്തത്ത്യേപ്പോലെ നടക്ക്ന്ന്...”

“പയ്യിനും കോർച്ച് സൗന്ദര്യംണ്ട്വ്ന്നത് നല്ലതുതന്നെ.”

കുളിച്ച്, പൊട്ടുതൊട്ട്, കണ്ണാടിയിൽ അഭിരമിച്ച് പുറംലോകദൃശ്യങ്ങളിലേക്കിറങ്ങിയപ്പോൾ ലാത്തിയെടുക്കാൻ മറന്നില്ല. പറമ്പിലെ വാഴക്കൂട്ടങ്ങൾക്കരികിൽ മേയുന്ന പയ്യ് ലാത്തികണ്ടു. അവൾക്ക് ഉള്ളിൽ ചിരിയൂറി. കണ്ടല്ലോ, കണ്ടല്ലോ... നിന്റെ അഹങ്കാരത്തിന്റെ തല താണല്ലോ.

അപ്പോൾ പയ്യ് അവൾക്കുനേരെ തലയുയർത്തിപ്പിടിച്ചു. അവൾ കൂസലെന്യേ പയ്യിന്നരികിലേക്ക് നടന്നെത്തി. അതിന്റെ അകിട് ശോഷിച്ചിരുന്നു. പിൻകാലുകൾക്ക് ബലം കുറഞ്ഞിരുന്നു. വാല് താണിരുന്നു. അവൾക്ക് ചിരിവന്നു.

“രാക്ഷസിപ്പയ്യേ..” അവൾ വാശിയോടെ പറഞ്ഞു: “വാഴയിൽ

തൊട്ടാൽ നിന്നെ ഞാൻ അറുത്ത് കറിവെക്കും. നിന്റെ ഇറച്ചിയാവും ഇന്നത്തെ കറി. തിരിഞ്ഞല്ലോ. വാഴ നിൻക്ക് തിന്നാനുള്ളതല്ല..."

പിന്നെ അവളുടെ കണ്ണുകൾ മുകളിൽ മാനത്ത് തൂങ്ങിനില്ക്കുന്ന കുലയിൽ ഉരുമ്മുന്നു. പഴുത്തുനില്ക്കുന്ന ഒരു പഴത്തിൽ നോട്ടം കൂർക്കുന്നു. അവളുടെ ആഗ്രഹം ആ പഴത്തെ പൊതിയുന്നു.

അവളുടെ ശബ്ദം ഉത്സാഹത്താൽ തീക്ഷ്ണമാകുന്നു. "കണ്ടല്ലോ, കണ്ടല്ലോ... ആ കുല മുഴുവൻ ഞാൻ തിന്നും. എനിക്ക്ള്ളതാ പറ്റീം..."

അപ്പോൾ ഒരു വാലാത്തൻ പക്ഷി കുലയിൽ വന്നിരുന്നു. വാലാട്ടി അതു ചിലച്ചു: പഴം ഞങ്ങൾക്കുള്ളതാ. കായും പഴവും ഉണ്ടാക്കിവെച്ചാ ദൈവം ഞങ്ങളെ സൃഷ്ടിച്ചെ. അതെല്ലാം നിങ്ങൾ കട്ടെടുക്കുന്നത് ദൈവ വിരോധാ..

വാലാത്തൻ പക്ഷി പഴം കൊത്തിത്തിന്നുതുടങ്ങി. അവൾ ലാത്തി വീശിയെങ്കിലും അത് കൂട്ടാക്കിയില്ല. ഒരു കണ്ണ് അവളിൽ പതിപ്പിച്ചുകൊണ്ട് അത് പഴം മുഴുവൻ തിന്നുതീർത്തു. അവൾക്ക് സങ്കടമായി. താൻ മോഹി ച്ചുപോയ പഴമാണ് അത് തിന്നത്.

പയ്യ് അവളെനോക്കി ചിരിച്ചു.

"ദുർമ്മോഹം ആകാശത്തോളം വളരണ്ട. പക്ഷികൾക്കും മൃഗ ങ്ങൾക്കുമുള്ളതൊക്കെ നിങ്ങളുടെ ദുര തിന്നുന്നു. എന്നിട്ടും മതിയാവു ന്നില്ല. ഒടുക്കം എന്റെ പുല്ലും തിന്നു തുടങ്ങ്വോന്നാ എന്റെ പേടി."

അവൾക്ക് അത് ഇഷ്ടപ്പെട്ടില്ല. അവൾ രണ്ടു മൂന്നടി മുന്നോട്ടുന ടന്നു. ലാത്തി പയ്യിന്റെ നെറ്റിയിൽ മുട്ടിച്ചുവെച്ചു. വാശിയോടെ ശബ്ദിച്ചു.

"ഇങ്ങ്നെ നിന്നോളണം ഞാൻ പറയുംവരെ."

പയ്യ് ചോദിച്ചു.

"എന്താപ്പൊ നിന്റെ ഭാവം? എന്തിനാ നീ എറങ്ങിപ്പൊറപ്പെട്ടിരി ക്കുന്നെ?"

"നിന്റെ തല തല്ലിപ്പൊളിക്കാന്..."

"നീ ലാത്തിപൊക്കുംമുമ്പ് ഞാൻ നിന്റെ നേർക്ക് പാഞ്ഞു വന്നാലോ?"

അത് അവൾ ഓർത്തില്ല. അത്ര പെട്ടെന്ന് അതിന് കുതിച്ചുവരാൻ പറ്റുമോ? തന്നെ കുത്തി മലർത്താൻ പറ്റുമോ? അവൾ പയ്യിന്റെ കണ്ണിൽ കണ്ണുനട്ടുനിന്നപ്പോൾ മറ്റൊരു രൂപം ആ കണ്ണുകളിൽ പ്രതിഫലിച്ചു. അവൾ പൊടുന്നനവെ മുഖം തിരിച്ചു. തലയുയർത്തിപ്പിടിച്ച്, നെഞ്ചുവി രിച്ച് അവൻ വരുന്നു. പയ്യിന്റെ പൂവാലൻ മൂരി.

പയ്യിന്റെ കണ്ണുകൾ സ്ഫടികഗോട്ടികൾപോലെ തിളങ്ങുന്നു. അതിന്റെ മുഖത്ത് ഉത്സാഹം ഉണരുന്നു.

മൂരിക്കുട്ടൻ അതിന്റെ നേർക്ക് പാഞ്ഞടുക്കുകയാണ്. ബലമായ കൊമ്പുകൾ, ഉയർന്ന പൂഞ്ഞ. എണ്ണക്കറുപ്പാർന്ന ദേഹം...

ഇടയ്ക്ക് അവൻ അതിനെ അന്വേഷിച്ചുവരും. അവനെ കണ്ടാൽ എന്തൊരാവേശമാണ് പയ്യിന്. മൂരിക്കുട്ടൻ അതിനെ ഉരുമ്മി നടക്കും.

അതിന്റെ ദേഹത്ത് മുഖം വെച്ചമർത്തും. മൂത്രം വീത്തുമ്പോൾ ചുണ്ടുകളിൽ ജലധാര ഏറ്റുവാങ്ങും.

ഒരിക്കൽ അവൻ പുറംകയറാൻ നോക്കി. അവൾ സമ്മതിച്ചില്ല. അവൾ ലാത്തിക്കൊണ്ട് കുത്തിയും അടിച്ചും ഓടിച്ചു..

ലാത്തിയുമായി മുന്നിൽ വഴിതടഞ്ഞുനില്ക്കുന്ന പെണ്ണിനെ കണ്ട് അവൻ അല്പം പകച്ചു. പാച്ചിൽ നിർത്തി. അവളെ ആശങ്കയോടെ നോക്കി. അപ്പോഴും അവന്റെ കണ്ണുകൾ പയ്യിനുനേരെ മദം പൂണ്ടുപായുന്നുണ്ട്.

അവൾ ലാത്തി ഓങ്ങി.

അവൾ പ്രതിഷേധത്തോടെ കൊമ്പും പൂഞ്ഞയും കുലുക്കി.

പൊടുന്നനവെ പ്രകൃതിയിൽ സൗന്ദര്യം നിറയുന്നതുകാണായി. മാനത്ത് മഴവില്ലു ചാഞ്ഞു. ചുറ്റും മരങ്ങളിൽ പൂക്കളും സുഗന്ധവും നിറഞ്ഞു. പക്ഷികൾ പാടി. മനസ്സിലെ കിളികൾ ചിലച്ചു.

ഗോപിമാഷ് വരുന്നു... വീര്യം എടുത്തണിഞ്ഞ്, മുണ്ട് മടക്കിക്കുത്തി.... മൂരിക്കുട്ടനെയും പയ്യിനെയും അവരുടെ ലോകത്ത് ഉപേക്ഷിച്ചു കൊണ്ട് അവൾ തന്റേതായ സ്വപ്നലോകത്ത് നടന്നെത്തി. അവിടെ ഗോപിമാഷ് അവളുടെ കൈപിടിച്ചു. അവളെ മരങ്ങൾക്ക് മറവിലേക്ക് കൊണ്ടുപോയി. നെഞ്ചിൽ അമർത്തി.

അയാളുടെ നെഞ്ചിൽ പൊള്ളലുണ്ടായിരുന്നു.

"എന്താ മാഷെ ഇത്?..."

"സ്കൂൾ അടച്ചില്ലേ, ഞാനിന്ന് പൂവ്വാണ്..."

"കൊർച്ച് ദെവസം കഴിഞ്ഞ് പൂവ്വാം."

"അമ്മ കാത്തിരിക്കുന്നു. ഇന്നുതന്നെ പോണാം."

അവൾക്ക് സങ്കടം വന്നു:

"എന്നാ മാഷ് പോ."

അയാൾക്കും സങ്കടം വന്നു.

അവളുടെ മുടിയിൽ തലോടി.

"നീയും ഒപ്പം വാ. എല്ലാം ഉപേക്ഷിച്ചുവാ. നമ്മക്ക് നമ്മടേതായ ലോകത്തുപോകാം."

അവൾ ശങ്കയുടെ പടവിൽ നിന്നു.

"മാഷ് അച്ഛനോട് ചോയിക്ക്..."

"അച്ഛൻ സമ്മതിക്കീല. ഞാൻ വേറെ ജാതിയല്ലേ? നീ വരാൻ തയ്യാറെങ്ക് വാ...."

മാഷ് പോയി.

നഷ്ടലോകത്ത് അവൾ തനിച്ചായി. മഴവില്ലും പൂക്കളും പക്ഷികളും എല്ലാം ഇല്ലാതായി.

പയ്യ് മൂരിക്കുട്ടനെ ഉരുമ്മിക്കൊണ്ട് ഏറിയ സന്തോഷത്തോടെ അവൾക്ക് മുന്നിലൂടെ മതിലുകൾ താണ്ടി നടന്നു. പയ്യ് സഹതാപത്തോടെ

അവളെ നോക്കി. കണ്ണിൽ വെള്ളം നിറഞ്ഞ് കാഴ്ചമറച്ചതിനാൽ അവൾ പയ്യിനെ കണ്ടില്ല. ഒന്നും കണ്ടില്ല.

പയ്യ് നിനച്ചു: നോക്ക്, എന്തൊരു സ്വാർത്ഥത. അവൾ ഓടിപ്പോകാൻ തയ്യാറല്ല. അയാൾ പെണ്ണു ചോദിക്കാനും തയ്യാറല്ല. ബന്ധം മുറിക്കാൻ ഒരു മടിയുമില്ല. എന്തൊരു ജീവികൾ... എന്നെ നോക്ക്. മൂരിക്കുട്ടനോടൊപ്പം ഞാൻ ശങ്കയെന്യേ അതിരുകളില്ലാത്ത ലോകത്തേക്ക് പോകുന്നു...

അന്തിക്കൂട്ട്

ചന്ദ്രമതി

ബലരാമൻ മരിച്ചിട്ട് ഇന്നു പതിനേഴു ദിവസമായി. മക്കൾ തിലകങ്ങൾ കൂടൊഴിയുവാൻ തയ്യാറെടുക്കുകയാണ്. സന്തോഷ് ജോയിൻ ചെയ്തിട്ടേ കമ്പനി മാനേജർക്ക് വിദേശയാത്ര പോകാനാവൂ. എത്ര നാളാണ് ഒരു മനുഷ്യനെ കാത്തിരിക്കുക! ഭാര്യ ശൈലജ പ്രൈവറ്റ് കോളേജദ്ധ്യാപികയാണ്; പ്രൈവറ്റ് മാനേജ്മെന്റുകൾ ചുമ്മാ ലീവ് അനുവദിക്കുകയില്ല. സന്ദീപ് ആശുപത്രിയിലെത്താത്തതുകാരണം അടിയന്തര ശസ്ത്രക്രിയകൾ പോലും മാറ്റിവയ്ക്കുകയാണവർ. സുലതയ്ക്ക് ജോലിയില്ലെങ്കിലും റസിഡന്റ്സ് അസോസിയേഷന്റെ സെക്രട്ടറിയായതുകൊണ്ട് സന്ദീപിനെക്കാൾ സമയം കുറവാണ്. ബലരാമന്റെ ഏകമകളാണ് സംഗീത. അച്ഛന്റെ മരണം കാരണം ഭർത്താവ് ദിനേശിന്റെ കോൺട്രാക്ട് പണികൾ മുടങ്ങിയതിന്റെ ദുഃഖത്തിലാണവൾ. അതുപോലെതന്നെ തന്റെ ഡെകെയർ സെന്റർ അടച്ചിടേണ്ടിവന്നതിലും ദുഃഖമുണ്ട്. പിള്ളാരെല്ലാം ഇപ്പോൾ വേറെ വല്ലിടത്തും ചേർന്നു കാണും.

ഈ മൂന്നു ദമ്പതിമാരുടെയും മക്കളുടെ പഠിത്തം അവതാളത്തിൽ, വീട് അവതാളത്തിൽ, ഔദ്യോഗിക കാര്യങ്ങൾ അവതാളത്തിൽ, സ്വകാര്യതകൾ അവതാളത്തിൽ, ഒരു മരണം വരുത്തുന്ന ഓരോ വിനകൾ!

മരണാനന്തര ചടങ്ങുകളൊക്കെ വേണ്ടെന്നുവയ്ക്കേണ്ട സമയമായിരിക്കുന്നു. തുടർച്ചയായി കുളിച്ചു ബലിയിട്ടു ജലദോഷം പിടിച്ച് ആന്റിബയോട്ടിക്സ് കഴിക്കേണ്ട ഗതികേട്! പിന്നെ എല്ലു നുള്ളിപ്പെറുക്കുക. അതു വച്ചു പൂജിച്ചിട്ട് തീർത്ഥത്തിൽ കൊണ്ടൊഴുക്കുക! പണ്ടുള്ളവർക്ക് ഇതിനൊക്കെ സമയമുണ്ടായിരുന്നു. ഇത്തരം ഇടപാടുകൾ നിർത്തേണ്ട സമയമായെന്നതിൽ സന്തോഷിനോ സന്ദീപിനോ ദിനേശിനോ അഭിപ്രായ വ്യത്യാസമില്ല. ഒരു ദിവസമൊക്കെ അല്പം ബുദ്ധിമുട്ടുകൾ സഹിക്കാം.

ഒന്നുമില്ലെങ്കിലും ജനിപ്പിച്ച ആളല്ലേ! പിറ്റേന്നുമുതൽ സാധാരണ ജീവിതം തുടങ്ങാനാവണം. അല്ലാതെ നാട്ടുകാർക്കു ചായയും നിറമുള്ള വെള്ളവും കൊടുത്ത് അനാവശ്യമായ ചോദ്യങ്ങൾക്കുത്തരവും പറഞ്ഞ്-സമയത്തിനൊരു വിലയുമില്ലെന്നാണ് ഇവരുടെയൊക്കെ വിചാരം!

സന്തോഷ്-സന്ദീപ്-സംഗീതമാർക്കും അവരുടെ പങ്കാളികൾക്കും ഇനി അതിഭീകരമായൊരു പ്രശ്നം നേരിടാനുണ്ട്. അതു വസ്തു വിഭജനമോ കോടതിത്തർക്കമോ ഒന്നുമല്ല. രണ്ടുകാലിൽ നിവർന്നു നില്ക്കുന്ന ആ പ്രശ്നത്തിന്റെ പേരാകുന്നു സുഭദ്രാമ്മ. സുഭദ്ര എന്ന സ്ത്രീ സന്തോഷ്-സന്ദീപ്-സംഗീതമാരുടെ ഒരേയൊരു അമ്മയാണ്. ഇനിയും വാർദ്ധക്യത്തിനു പൂർണ്ണമായി വഴങ്ങിക്കൊടുക്കാത്ത ആ ശരീരം ശൈലജ-സുലത മരുമക്കളിൽ അസ്വസ്ഥതയുണർത്താറുണ്ട്. പഞ്ഞിപോലെ ഭാരരഹിതവും ആകർഷണീയവുമായ ആ വെളുത്ത തലമുടി മുഖത്തിനണയ്ക്കുന്ന ഐശ്വര്യം കണ്ട് ദിനേശ് സംഗീതയോടു ചോദിച്ചിട്ടുണ്ട്- നിനക്കീ ഡൈയൊക്കെ വാരിത്തേച്ച് മുടി ചെമ്പൻ നിറമാക്കാതിരുന്നുകൂടേ? നിന്റെ അമ്മയുടെ മുടി നോക്ക്; എന്തു ഭംഗിയാണ്! സംഗീത അന്നുതന്നെ ബ്യൂട്ടി പാർലറിൽ പോയി തന്റെ മുടി ചുവപ്പിച്ചുവെന്നുകൂടി പറഞ്ഞുകൊള്ളട്ടെ!

അമ്മയെ എന്തുചെയ്യണമെന്നത് പഴുതാരയെ എങ്ങനെ കൊല്ലാമെന്നതിലേറെ ദാർശനിക വ്യഥയുൾക്കൊള്ളുന്ന പ്രശ്നമാണ്.

അമ്മയെ കൂടെക്കൊണ്ടുപോകാൻ സാദ്ധ്യമല്ല എന്ന് ഒരു മക്കളും ഉറക്കെ പറയുന്നില്ല. മാന്യരായ മക്കളിൽനിന്നു സമൂഹം അങ്ങനെയൊരു പ്രസ്താവന പ്രതീക്ഷിക്കുകയില്ലല്ലോ. പകരം തങ്ങളുടെ വീടുകളിലെ പരിമിതമായ സ്ഥലത്തിന്റെ പ്രശ്നം, ജീവിതത്തിരക്കുകൾക്കിടയിൽ അമ്മയോടൊപ്പം ചെലവഴിക്കാനുള്ള സമയത്തിന്റെ ദൗർലഭ്യം; തന്മൂലം അമ്മയ്ക്കുണ്ടായേക്കാവുന്ന വർദ്ധിച്ച ഏകാകിത, അടുത്ത് ക്ഷേത്രമില്ലെന്ന പ്രധാന കുറവ്, ജോലിക്കാരുടെ അസ്വസ്ഥത, പാചകരീതികളുടെ ജനറേഷൻ ഗ്യാപ്പ് - ഇങ്ങനെ പലവിധ സങ്കീർണ്ണതകളെ അവർ ഉറക്കെ ചർച്ച ചെയ്യുന്നു. ഇതൊക്കെയാണെങ്കിലും ഒരു വൃദ്ധസദനം അവരുടെ പദ്ധതികളുടെ പരിധിയിൽപ്പോലും എത്തുന്നില്ലെന്ന വസ്തുത എടുത്തു പറയേണ്ടതാണ്. നന്മ പൂർണ്ണമായും വറ്റിയിട്ടില്ലാത്തവർ ഇപ്പോഴുമുണ്ട്!

താൻ ഉടനെയൊന്നും ഈ വീടുവിട്ട് എങ്ങോട്ടും പോകുന്നില്ലെന്ന സുഭദ്രയുടെ പ്രസ്താവന മക്കളിൽ അല്പവും മരുമക്കളിൽ അനല്പവുമായ ആശ്വാസവും സന്തോഷവും പ്രദാനം ചെയ്യുന്നുണ്ട്. എങ്കിലും അതവർക്ക് പുറത്തു കാണിക്കാനൊക്കില്ലല്ലോ. അതുകൊണ്ടവർ അമ്മയോടു കയർക്കുകയാണു ചെയ്തത്. കരിക്കിൻവില്ല കൊലക്കേസ് ഉദാഹരണമായെടുത്ത് തനിയെ താമസിക്കുന്നതിന്റെ അരക്ഷിതാവസ്ഥയെയും അപകടത്തെയുംകുറിച്ച് സന്തോഷ് പറയുമ്പോൾ, എന്തിന് കരിക്കിൻവില്ലവരെ പോകണം, സുലതയുടെ ബന്ധുവിന് കഴിഞ്ഞമാസം പിണഞ്ഞ അപകടം മതിയല്ലോ എന്ന് സന്ദീപ് പറയുന്നു. സംഗീതയ്ക്കു കൊലപാതകക്കേസുകളൊന്നുമറിയില്ല. അവൾ പത്രം വായിക്കാറേയില്ല. പൈസ മുത

ലാക്കാൻ വേണ്ടി പത്രത്തിലെ എഡിറ്റഡ്, പ്രിന്റഡ്, പബ്ലിഷ്ഡ് വരെ വായിക്കുമെങ്കിലും ദിനേശ് കൊലപാതകക്കഥകൾ ഓർമ്മയിൽ വയ്ക്കാറില്ല.

കൂട്ടായ രഹസ്യ ചർച്ചയ്ക്കൊടുവിൽ അവർ ഒരു തീരുമാനത്തിലെത്തി– അമ്മയെ വീണ്ടും വിവാഹം ചെയ്യിക്കുക, പക്ഷേ, സുഭദ്രയുടെ മാനസികാവസ്ഥവച്ച് അങ്ങനെയൊരാശയം ഉടനെ അവരുടെ മുന്നിൽ അവതരിപ്പിക്കുവാനാവില്ല.

“കുറച്ചു ദിവസം ഇങ്ങനെ പോട്ടെ.” സന്ദീപ് പറഞ്ഞു: “സഹായ അസോസിയേഷനിൽനിന്ന് വരുന്ന സ്ത്രീ ഒരു മാസം നില്ക്കുമല്ലോ, കൂട്ടായിട്ട്, അതുകഴിഞ്ഞുവന്നു നമുക്ക് അമ്മയെ പറഞ്ഞു മനസ്സിലാക്കാം.”

“അയ്യേ നാണക്കേട്.” എന്നു പറഞ്ഞ് സംഗീത മാത്രം ചുരിദാറിന്റെ ഷാൾ കൈയിൽ ചുറ്റിനിന്നു.

“എന്നാൽ അമ്മയെ നീ കൊണ്ടുപോയി നോക്ക്.” സന്തോഷ് ദേഷ്യപ്പെട്ടു. പിന്നെ ശാന്തനായി പറഞ്ഞു: “ഇതിലൊന്നും ഒരു നാണക്കേടുമില്ല സംഗീ! വിദേശത്തൊക്കെ മക്കൾ മുൻകൈയെടുത്താണ് കൂട്ടുപൊയ്പ്പോയ അച്ഛന്റെയും അമ്മയുടെയും വിവാഹം നടത്തിക്കൊടുക്കുന്നത്.”

“ഇവിടെയുമൊക്കെ അതു കൊണ്ടുവരണമെന്ന് ഞാനീയിടെ ഒരു ലേഖനം വായിച്ചു.” സന്ദീപ് അറിയിച്ചു: “നമുക്കും അതാ നല്ലത്. ഒരാൾ വീട്ടിൽ കൂടുതലായി വന്നാൽ വീടാകെ മാറും.”

“ഒരു ചെറുക്കനെ കണ്ടുപിടിക്കണമല്ലോ!” ദിനേശ് ഒരു വിഷച്ചിരി ചിരിച്ചു. ആ ചിരി മക്കളിലാകെ ഒരു മ്ലാനത പടർത്തി. സംഗീത ഈർഷ്യയോടെ ഭർത്താവിനെ നോക്കി.

പെട്ടെന്നാണ് സന്തോഷിന്റെ ഭാര്യ ശൈലജയിൽ ഒരു സ്മരണ ഉണർന്നത്. അമ്പലത്തിലെ ഉത്സവത്തറയിൽ മിട്ടുവിനും ടിന്റുവിനും ബലൂൺ വാങ്ങിക്കുകയായിരുന്നു അവൾ. പ്രദക്ഷിണവഴിയിൽ തന്നോടൊപ്പമുണ്ടായിരുന്ന സുഭദ്രാമ്മ എവിടെ അപ്രത്യക്ഷമായെന്ന് അവളതിശയിച്ചു. നോക്കുമ്പോൾ തെല്ലകലെ ആൽത്തറയിലെ നാഗവിഗ്രഹങ്ങൾക്കരികിലായി കസവു നേര്യതു പുതച്ച, പൊക്കമുള്ള ഒരു വൃദ്ധനോടവർ സംസാരിച്ചു നില്ക്കുന്നു. ബലൂണും പീപ്പിയും ചുവന്ന കണ്ണടയും കാറ്റാടിയുമൊക്കെ വാങ്ങി കുട്ടികളുമൊത്ത് അവൾ അടുത്തു ചെന്നപ്പോഴും അവർ സംസാരിക്കുകയായിരുന്നു ശൈലജയെ അവർ പരിചയപ്പെടുത്തി.

“സന്തോഷിന്റെ ഭാര്യയാണ്. ശൈല. ഇത് മിട്ടുവും ടിന്റുവും.”

രോമാവൃതമായ വിരിഞ്ഞ നെഞ്ചും കുലീനമായ പെരുമാറ്റവുമുള്ള വൃദ്ധനെ ശൈലജയ്ക്കിഷ്ടമായി. അയാൾ നടന്നു നീങ്ങുമ്പോൾ അവളുടെ ചോദ്യത്തിനു മറുപടിയായി സുഭദ്രാമ്മ പറഞ്ഞു:

“രാഘവേട്ടൻ. ഒരകന്ന ബന്ധുവാ. ഇവിടെ വച്ചു കണ്ടൂന്നൊന്നും മോളു വീട്ടിൽ പറയണ്ട. അച്ഛന്റെ സ്വഭാവമറിയാമല്ലോ.”

വീട്ടിൽ പറയണ്ട എന്ന നിർദ്ദേശത്തിലെ അപാകതയിൽ മനസ്സു ഞെട്ടിയുണർന്ന ശൈലജ അന്നു രാത്രി തന്നെ സന്തോഷിനോട് ഇക്കാര്യം

പറയുകയും സന്തോഷ് പൊട്ടിച്ചിരിച്ചുകൊണ്ട് ഇങ്ങനെ പറയുകയും ചെയ്തു:

"രാഘവമ്മാമൻ അമ്മേടെ ഓൾഡ് ഫ്ളെയിമാണെടോ. ഒരുപാട് കേട്ടിട്ടുണ്ട് ആ ബന്ധത്തെപ്പറ്റി. അച്ഛനിന്നും അത് ഉണങ്ങാത്ത മുറിവാ. അങ്ങേരുടെ ഭാര്യ ഈയിടെ മരിച്ചൂന്നു കേട്ടു. കണ്ടോളൻസ് അറിയിച്ചതാവും അമ്മ. താനതങ്ങു വിട്ടേക്ക്. ഒരു പഴയ റൊമാൻസിന്റെ ഓർമ്മ!"

ആ ഓർമ്മയോടെ ശൈലജ കുനിഞ്ഞ് സന്തോഷിന്റെ ചെവിയിൽ "ആ പഴയ രാഘവേട്ടൻ" എന്നു മന്ത്രിച്ചു.

"ങാ. നോക്കാം. ഇപ്പോൾ വേണ്ട." സന്തോഷ് തിരികെ മന്ത്രിച്ചു.

കൃത്യം അതേ സമയത്ത് സുലത സന്ദീപിന്റെ ചെവിയിലും എന്തോ മന്ത്രിക്കുകയായിരുന്നു. അതു കുറേക്കൂടി ഗൗരവമുള്ള ഒന്നാണെന്ന് സന്ദീപിന്റെ മാറുന്ന മുഖഭാവം സൂചിപ്പിച്ചു.

രണ്ടു ചെവിയിണമന്ത്രങ്ങൾ കണ്ടപ്പോൾ ദിനേശിന്റെ ചെവിയിൽ എന്തെങ്കിലും മന്ത്രിച്ചാലോ എന്ന് സംഗീത ഓർക്കാതിരുന്നില്ല. ദിനേശിന്റെ സ്വഭാവം നല്ലവണ്ണമറിയുന്നതുകൊണ്ട് അവൾ അതു വേണ്ടെന്നുവച്ചു.

"പുനർവിവാഹത്തെക്കുറിച്ചൊന്നും ആലോചിക്കണ്ട." സന്ദീപ് ഗൗരവത്തോടെ പറഞ്ഞു: "ഒരു മാസം ഇങ്ങനെ പോട്ടെ, അതു കഴിഞ്ഞ് അമ്മ നമ്മുടെയൊപ്പം മാറിമാറിത്താമസിക്കട്ടെ!"

"സന്ദു അളിയനെന്താ പെട്ടെന്നൊരു മനംമാറ്റം." ദിനേശ് അത്ഭുതപ്പെട്ടു.

"ഒരു വിവാഹം നടത്തുകയെന്നുവച്ചാൽ അത്ര നിസ്സാരമൊന്നുമല്ല." സന്ദീപ് പറഞ്ഞു: "വരുന്നയാൾ എന്തൊക്കെ ചോദിക്കുമെന്ന് എങ്ങനെയറിയാം? ഒരുപക്ഷേ, ഈ വീട് വേണമെന്നു പറഞ്ഞാലോ?"

സ്ത്രീധനം ഭീകരമായൊരു സാമൂഹികവിപത്താണെന്ന് ഒരു ഞെട്ടലോടെ മക്കൾ മനസ്സിലാക്കി.

കലണ്ടർ

എം രാജീവ്കുമാർ

എന്റെ കലണ്ടറിൽ ഇപ്പോഴും ഏപ്രിലാണ്. ദിവസവും ഞാൻ കരുതും അതുമാറ്റി അതാതു മാസങ്ങളിലേക്ക് വരണമെന്ന്. പിന്നെ, തൊഴിൽരഹിതനായ എന്റെ ജീവിതത്തിൽ തീയതികൾക്ക് എന്താണ് പ്രസക്തി?

അപ്പൂപ്പനാകട്ടെ എഴുപതിന്റെ നടപ്പിലാണ്. അതുകൊണ്ടായിരിക്കാം ദിനാന്ത്യങ്ങൾ കൊഴിയുന്തോറും ജാഗ്രതയോടെ അദ്ദേഹം വരുംവർഷത്തെ കലണ്ടറിനെപ്പറ്റി എന്നോടു തിരക്കുന്നത്?

വന്നോ, വന്നോ?

വിറ്റഴിയുന്നതിനു മുമ്പേ കലണ്ടർ വാങ്ങാനുള്ള തിടുക്കമാണദ്ദേഹത്തിന്റേത്.

കഴിഞ്ഞവർഷവും ഇതേപോലെയായിരുന്നു. എന്നിട്ടെന്തുപറ്റി? കമ്പോളത്തിലിറങ്ങുന്നതിനുമുമ്പ് കച്ചവടക്കാരന്റെ കാലുപിടിച്ച് ഒരു കലണ്ടർ സംഘടിപ്പിച്ചു. അത് കൈയിൽ കിട്ടിയപ്പോൾ മുതൽ എന്തൊക്കെയോ കണക്കുകൂട്ടലുകളായിരുന്നു, അപ്പൂപ്പന്.

അദ്ദേഹത്തിന്റെ ദിനചര്യകൾതന്നെ കലണ്ടറിനെ ആശ്രയിച്ചാണ് ചിട്ടപ്പെടുത്തിയിട്ടുള്ളത്. രാവിലെ ഉണർന്നെണീറ്റാലുടൻ അതാതു ദിവസക്കോളത്തിന്റെ വശം ചെരിച്ച് കറുത്ത മുനയുള്ള പെൻസിൽകൊണ്ട് ഒരു വെട്ട്. ഉച്ചയൂണിനുശേഷം കലണ്ടർ തറച്ചിരിക്കുന്ന ആണിയിൽ കെട്ടിത്തൂക്കിയ അതേ പെൻസിൽകൊണ്ടുതന്നെ മറുവെട്ട്. അപ്പോഴത്തെ ഭാവം കാണണം. ഒരു ജേതാവിന്റെ മട്ടുണ്ട്. ഒളിച്ചുനിന്നു കാണുക കൗതുകമായിരുന്നു. ഇപ്രകാരമുള്ള പ്രവൃത്തിക്ക് അപ്പൂപ്പന് ഒരൊതുക്കമൊക്കെ വേണമെന്നാണ് വെയ്പ്. ചെയ്ത്ത് ആരെങ്കിലും ശ്രദ്ധിക്കുന്നുണ്ടെന്ന് മനസ്സിലാക്കിയാൽ അദ്ദേഹത്തിന്റെ ഭാവം പകരുകയായി.

"കഴിയുന്ന ദിവസങ്ങൾ വെട്ടിക്കളഞ്ഞില്ലെങ്കിൽ അവ എണ്ണക്കൂടുതലുണ്ടാക്കിക്കൊണ്ടിരിക്കും. ഇതാർക്കും അറിയാൻ പാടില്ലാത്ത കാര്യങ്ങളാണോ? ഓരോ വിശേഷങ്ങള്...."

ഇതും പറഞ്ഞ് കറപുരളാത്ത സ്വഭാവമഹിമയുടെ ഒരു വെള്ളത്തിരശ്ശീലപോലെ അദ്ദേഹം ചിരിക്കും. പക്ഷേ, മുൻനിര മുകളിൽ മൂന്നു പല്ലില്ല. അതൊരു പോയകാലത്തിന്റെ തിളക്കംപോലെ അദ്ദേഹത്തിന്റെ ഔദ്യോഗിക കഥകളുമായി വിളക്കിച്ചേർക്കാനാണ് എനിക്കിഷ്ടം. സായുധസേനയ്ക്ക് ആജ്ഞ കൊടുത്തുകൊണ്ട് ഒരു വിപ്ലവത്തെ ചോരയിൽ കുഴച്ചെടുത്ത ഭൂതകാലത്തിലെങ്ങോ ആ പല്ല് വീണുകിടക്കുന്നു.

ആയിരക്കണക്കിന് വരുന്ന സേനയുടെ നിറമുള്ള തൂവലായിരുന്നു അന്ന് അപ്പൂപ്പൻ. അദ്ദേഹത്തിന്റെ ആജ്ഞയുടെ കാഞ്ചിവലിയിലുതിർന്ന വെടിയുണ്ടകളിൽ ലഹളക്കാർ തുളഞ്ഞു ചത്തു. പുകപടലങ്ങൾക്കും ആക്രന്ദനങ്ങൾക്കുമിടയിൽ വറ്റാത്ത ആത്മധൈര്യവുമായി അദ്ദേഹം, രക്ഷയുടെ കുഴികളിൽനിന്ന് ലഹളക്കാർ തലനീട്ടുമ്പോൾ ചിതറി വീഴുന്ന രക്തത്തുള്ളികളിൽപോലും ആ കൃത്യനിർവ്വഹണത്തിന്റെ വീരചരിത്രം ത്രസിക്കുന്നു. ഒടുവിൽ പെട്രോളിൽ കരിച്ചുയർത്താൻ കൂട്ടിയ ശരീരങ്ങൾക്കിടയിൽ ഒരു ദീനസ്വരം കേട്ടു. ചതഞ്ഞും ചതയാതെയും മുറിഞ്ഞും മുറിയാതെയുമുള്ള ലഹളക്കാർക്കിടയിൽ ആ ശബ്ദം ഉടൽപൂണ്ടു കിടക്കുന്നു. അപ്പൂപ്പൻ തോക്കിൻ പാത്തികൊണ്ട് ഒന്നുകൊടുത്തു. ശബ്ദം എണീറ്റ് തൊഴുകൈയോടെ നില്പായി. അപ്പോൾ അദ്ദേഹം ചെയ്തതെന്തെന്നോ. അവന് വെറും തടവുപോലും വിധിക്കാതെ തിരമാലകൾ എണ്ണിക്കൊണ്ട് ഓടാനുള്ള അനുമതി.

ഈ സംഭവം എന്നോടു പറഞ്ഞത് ദുര്യോധനന് സ്വർഗ്ഗം കിട്ടിയതെന്തുകൊണ്ടാണെന്ന സംശയവുമായി മുമ്പൊരിക്കൽ ഞാൻ ചെന്നപ്പോഴാണ്.

"ഒരു മനുഷ്യനെപ്പോലും അന്നെന്റെ കൈകൊണ്ട് കൊന്നില്ല. അതിന്റെ പുണ്യം ഇന്നും എന്നോടൊപ്പമുണ്ട്."

പെട്രോളിൽ കരിച്ചുയർത്തിയ ആ ലഹളയുടെ പുകപടലങ്ങൾ ഇന്നും അപ്പൂപ്പന്റെ നിശ്വാസങ്ങളെ കനൽച്ചൂടായി വരട്ടുന്നുണ്ട്. അത് അദ്ദേഹത്തിന്റെ കലണ്ടറിലെ ഓരോ വരകൾക്കും വിറയലേകുന്നത് എനിക്ക് കാണാമായിരുന്നു. അപ്പോഴെല്ലാം ഞാൻ ഓർമ്മിക്കാറുള്ളത് പാൽപ്പാടയുടെ മണവും ചിരിയും പൂക്കളുമുള്ള ലോകത്തുവെച്ച് അപ്പൂപ്പൻ എനിക്കു പാടിത്തന്ന ഒരു പാട്ടാണ്.

"വണ്ടിക്കാരാ..... വണ്ടിക്കാരാ....
ചുമ്മായെന്നെയടിക്കരുതേ......"

ഓർമ്മയുടെ ഒഴിഞ്ഞ മുറിയിൽനിന്ന് ആ പതിഞ്ഞ പാട്ടിന്റെ ഒച്ച ഇഴഞ്ഞുവരുന്നു.

കലണ്ടറിനോട് എന്നപോലെ എല്ലാകാര്യങ്ങളോടും അപ്പൂപ്പന്റെ ശുഷ്കാന്തി വർദ്ധിച്ചുവരികയാണ്. മുറുക്കാനിനങ്ങൾ വാങ്ങിക്കൊണ്ടു

വന്നാൽ ജിണ്ടാൻ കൂടുപൊട്ടിച്ച് നൂറെണ്ണത്തിന്റെ കണിശം പരിശോധിക്കാൻ നുള്ളിയെടുത്ത് എണ്ണും. സൂക്ഷ്മതയിൽ അപ്പൂപ്പന്റെ ശ്രദ്ധ കാണാൻ ഒന്നെങ്ങാനും താഴെ വീഴണം. ആദ്യം മുതല്ക്കേ എണ്ണമെടുപ്പായി. ആ പ്രക്രിയ ഏറെനേരം തുടരും. ജിണ്ടാനില്ലാത്തപ്പോൾ തീപ്പെട്ടിയിലെ തലതിരിഞ്ഞ കൊള്ളികളെ ക്രമീകരിക്കുന്നതിൽ വ്യാപൃതനാകും.

പ്രായം മനുഷ്യനെ സൂക്ഷ്മതയുടെ വക്കിൽ കൊണ്ടെത്തിക്കുന്നു എന്നെനിക്കു തോന്നിത്തുടങ്ങി.

എന്നുതൊട്ടാണ് അദ്ദേഹത്തിന്റെ ലോകം വീടായി ചുരുങ്ങിയതെന്നെനിക്കറിയാം. എന്റെ ലോകം അപ്പോൾ വികസിക്കാൻ തുടങ്ങുകയായിരുന്നല്ലോ.

ഒരുനാൾ അപ്പൂപ്പന്റെ സർക്കാർ സേവനത്തേയും ആരോ പോക്കറ്റടിച്ചു. പെൻഷൻ വാങ്ങിവരുമ്പോൾ പണപ്പൊതിയിട്ടിരുന്ന കീശ തിരഞ്ഞ് കുറെനാൾ ബസ്റ്റാന്റിലും തീവണ്ടിയാഫീസിലും അദ്ദേഹം നടന്നു. എന്നിട്ടെന്തായി? കാലിൽ നീരടിച്ച് കുഴമ്പും പുരട്ടി ഇരട്ടിനാൾ കിടന്നു.

“ഇതുപണ്ടേക്കാലമല്ല. ഇനിയുള്ളകാലം ആരും വകവച്ചു തരില്ല.....”

അമ്മൂമ്മയ്ക്ക് കലണ്ടർ നോക്കുന്ന സ്വഭാവമില്ലാത്തതുകൊണ്ടാണ് അവർ ഇങ്ങനെ പറയുന്നതെന്നായി അപ്പൂപ്പൻ.

സ്കൂൾവിട്ടു പോകുന്ന കലപിലകളെ ഇറങ്ങിച്ചെന്ന് അപ്പൂപ്പൻ ഉച്ചത്തിൽ ശാസിക്കാറുണ്ട്. ചിലർ അദ്ദേഹത്തെ അവഗണിച്ചു കൂകിക്കൊണ്ടോടും. അദ്ദേഹം മതിലരികിൽ ചെന്നു നില്ക്കാത്ത ദിവസങ്ങളിൽ കുട്ടികൾ മതിലിനു മുകളിൽ വലിഞ്ഞുകയറി അകത്തേക്കു നോക്കി അപ്പൂപ്പനെ അന്വേഷിച്ചു ബഹളമുണ്ടാക്കും. അപ്പോൾ അപ്പൂപ്പൻ വാതില്പടിയിൽനിന്ന് അവരെ നോക്കി ചിരിക്കും.

ഞാനൊരു വിദ്യാർത്ഥിയല്ലെങ്കിലും മൂന്നരമണി മുതൽ അദ്ദേഹം എന്നെയും കാത്തു നില്ക്കാറുണ്ട്. അപ്പോൾ ഞാൻ കലണ്ടറുംകൊണ്ടു വരുമെന്നാണ് അദ്ദേഹം ധരിച്ചിരിക്കുന്നത്. അപ്പൂപ്പനുവേണ്ടി ആ കലണ്ടർ എവിടന്നു സംഘടിപ്പിക്കും?

അതാകട്ടെ ഇരയ്ക്കകപ്പെടേണ്ടി വന്ന ചിലന്തിവലപോലെ എന്റെ പരിധികളെ ഞെരുക്കുന്നു. എന്റെ കലണ്ടറിൽനിന്ന് ഏപ്രിൽ മാറുന്നുമില്ല.

അന്ന് അപ്പൂപ്പന് പെട്ടെന്ന് ബോധക്ഷയമുണ്ടായി. ഇടയ്ക്ക് ബോധം വീഴുമ്പോൾ ഞാൻ അരികിലുണ്ട്.

കിട്ടിയോ?

ആയുസ്സു മുഴുവൻ അക്കങ്ങളിൽ സ്വരുക്കൂട്ടാൻ വെമ്പുന്ന അപ്പൂപ്പന് കലണ്ടർ നേടിക്കൊടുക്കുകയാണ് എന്റെ ജീവിതലക്ഷ്യമെന്ന് തോന്നിയപ്പോൾ എള്ളോളം വരുന്ന എന്റെ മനസ്സിനു തീ പിടിച്ചു.

നേരം പാതിരാവായിക്കാണണം.

മുന്നിൽ വഴിവിളക്കുകൾ തെളിഞ്ഞു.

നിശ്ചലജലസംഭരണിയിൽ വീണ പ്രകാശത്തിന്റെ നിശ്ശബ്ദഭീതിയായി ആ വെളിച്ചം വളർന്നുകൊണ്ടിരിക്കുമ്പോൾ തെരുവിൽ മഴ ചാറാൻ തുടങ്ങി.

അച്ചടിശാലകൾ തിങ്ങിയ തെരുവ് അടച്ചു പൂട്ടപ്പെട്ടിരുന്നു. അതിനിടയിലെവിടെയോ അരണ്ട പ്രകാശത്തിന്റെ ജാലകങ്ങൾ കാണായി.

ഉൽക്കണ്ഠയിലൊരു കരിംപൂച്ച കുറുകെചാടി.

പ്രതീക്ഷയ്ക്കു മീതെ ഒരു പട്ടിയുടെ ഓലിയിടൽ നീണ്ടു.

മഴ കറുത്തു.

പെട്ടെന്നൊരാൾക്കൂട്ടം എന്റെ മുന്നിലെ വിളറിയ ജാലകത്തിനരികിൽ നിറഞ്ഞു ഈ ജനാവലിക്കു കാരണമെന്തെന്നു തിരക്കുമ്പോൾ വീണ്ടും കുരിശ് ഒരാൾതന്നെ ചുമക്കേണ്ടതായി വന്നിരിക്കുന്നുവെന്ന് ഞാനറിഞ്ഞു. ആരാണയാൾ?

"നോട്ടടിക്കുന്ന സ്ഥലമാണെന്ന് മൂപ്പീന്നിന് അറിയാൻ പാടില്ലായിരുന്നോ.... ഇല്ലാത്ത കലണ്ടർ എവിടുന്നുണ്ടാവാനാ. കിഴവന് കലണ്ടർ കിട്ടിയേ തീരു എന്നായി.... പ്രസിനകത്ത് കയറി കലണ്ടറുണ്ടോന്ന് നോക്കാൻ തുടങ്ങിയപ്പഴാ വഴക്കു നടന്നത്. കിഴവനും വിട്ടുകൊടുക്കണ്ടേ.... ഉന്തും തള്ളുമായി.... ഒടുവിൽ പ്രസുകാരൻ പിടിച്ചൊരു തള്ള് കൊടുത്തു. കിഴവൻ ദാ..... കിടക്കുന്നു......"

അപ്പൂപ്പൻ മലർന്നടിച്ചാണ് വീണത്. മുണ്ടിന്റെ കുത്തഴിഞ്ഞു മാറി. ചില്ലുടഞ്ഞ് ചിതറി കണ്ണട തെറിച്ചുപോയി. വസ്ത്രം മുഴുവൻ ചെളിപറ്റി. വീഴ്ചയിൽ കൈമുട്ടുകൾ പൊട്ടി ചോര ഇറ്റി.

മഴച്ചാറ്റൽ ശമിച്ചിരുന്നു.

ഞാൻ അദ്ദേഹത്തെ പിടിച്ചെഴുന്നേല്പിച്ചു.

"നീ എന്തിനാ ഇപ്പഴ് വന്നത്?"

ആ വാക്കുകളിൽ വിതുമ്പിയ നനവുണക്കാൻ എനിക്കാവില്ലായിരുന്നു.

"ഒരു കലണ്ടർ ചോദിച്ചതിന് ഇത്ര കടുത്ത ശിക്ഷ കിട്ടാനുണ്ടോ?"

അദ്ദേഹം എന്റെ ചുമലിൽ ബലമായി പിടിച്ചിരുന്നു. ആ ശരീരത്തിൽ വീണ വിറയലുകൾ താങ്ങാൻ ഞാൻ അശക്തനായിരുന്നു.

പക മുഴുത്ത എന്റെ കണ്ണുകൾ പ്രസുകാരനെ തിരയുമ്പോൾ ജനക്കൂട്ടം മറഞ്ഞു കഴിഞ്ഞിരുന്നു.

ഞാനും അപ്പൂപ്പനും മാത്രമായി.

അരണ്ട പ്രകാശവും കെട്ടുപോയി.

ഒരു നിമിഷനേരംകൊണ്ടു മഴച്ചാറ്റലിൽ അണഞ്ഞുപോയ വഴിവിളക്കുകൾക്കിടയിലൂടെ, ഞാൻ അദ്ദേഹത്തെയും താങ്ങി വീട്ടിലേക്കു നടന്നു.

"എന്റെ കലണ്ടർ ഞാൻ തന്നെയാണല്ലോ തേടേണ്ടത്." അദ്ദേഹത്തിന്റെ വിങ്ങൽ എന്റെ ഓർക്കുന്ന കാതുകളിൽ അലയ്ക്കുന്നുണ്ടായിരുന്നു. ഇരുട്ട്, ഞങ്ങളെ തമ്മിൽ ബന്ധിപ്പിക്കുന്നുണ്ടായിരുന്നു.

പുതിയ കലണ്ടർതേടി തടഞ്ഞുവീണ് ദിനത്തിനു മുടന്തുപറ്റി.

ഞാനായിരുന്നു അപ്പൂപ്പന് കാവൽ. എന്റെ കണ്ണൊന്ന് തെറ്റിയാൽ അദ്ദേഹം കലണ്ടർ അന്വേഷിച്ചിറങ്ങുമെന്ന് എനിക്കറിയാമായിരുന്നു. ഞാനാണെങ്കിൽ തോല്വി സമ്മതിച്ചവനുമാണല്ലോ.

പിന്നെ എപ്പോഴാണെന്നറിയില്ല. കണ്ണടച്ചു തുറന്നപ്പോൾ ഞാൻ കണ്ടത് സത്യമായിരുന്നു.

കലണ്ടറിനു മീതെ കറുത്ത പെൻസിൽ നിശ്ചലമായി തൂങ്ങിനിന്നിരുന്നു. നേരം കഴിഞ്ഞിട്ടും തീയതിക്കോളം വെട്ടപ്പെടാതെ കിടന്നു. ഒരു വെട്ടുമാത്രം അതും പകുതിവെച്ച് വിറയാർന്ന് കോണിപ്പോയിരുന്നു. മേശപ്പുറത്തും പഴകിയ നിലത്തും ജീവസ്സുറ്റ പ്രാവിൻ കണ്ണുകളായി ജിണ്ടാനുകൾ പറ്റിപ്പിടിച്ചിരുന്നു. പൊളിഞ്ഞ കൂട്ടിൽനിന്ന്, തലകുത്തിവീണ് ക്രമം തെറ്റിയ തീപ്പെട്ടിക്കൊള്ളികൾ ചിതറിക്കിടന്നിരുന്നു.

ഒടുവിൽ അതുതന്നെ സംഭവിച്ചിരിക്കുന്നു.

ഞാൻ ഓടിച്ചെന്ന് എന്റെ കലണ്ടറിന്റെ താളുകൾ ഇന്നിലേക്ക് മറിച്ചു.

കാലത്തിന്റെ കണ്ണീരിൽ മങ്ങിപ്പോയ ഒരു പർവ്വതശിഖരത്തിന്റെ ചിത്രണവും അതിന്റെ കോണിലെവിടെയോ ഉണ്ടായിരുന്നു.

(1982)

പൂങ്കുന്നം

അശോകൻ ചരുവിൽ

ഗുരുവായൂരിലേക്കുള്ള യാത്രാമദ്ധ്യേ ശിവസ്വാമിയും കുടുംബവും തൃശൂരിലെത്തി. അവരെയും കൊണ്ടുവന്ന മയിൽവാഹനം ബസ് വടക്കേച്ചിറയ്ക്കടുത്തുള്ള പൂവരശിനുകീഴെ നിന്ന് അല്പനേരം മുരണ്ടു. എഞ്ചിൻ ഓഫ് ചെയ്ത് ഡ്രൈവർ ചാടിയിറങ്ങി. ഡ്രൈവറും കണ്ടക്ടറും ഉപ്പു ചേർത്ത സോഡ കഴിക്കാനായി മാടക്കടയിലേക്ക് കയറി. സന്ധ്യ തുടങ്ങിയിരുന്നു.

എല്ലാ യാത്രക്കാരും ഇറങ്ങി. ശിവസ്വാമിയും കുടുംബവും ഇറങ്ങിയില്ല. ശിവസ്വാമിയും, ഭാര്യ മുത്തുലക്ഷ്മിയും മക്കൾ കാവേരിയും ചിന്നാനും. ചിന്നാൻ ഉറക്കമായിരുന്നു. കാവേരിയാകട്ടെ അപ്പോഴേക്കും വല്ലാതെ ഉല്ലാസവതിയായി തീർന്നു. തന്റെ കൗതുകം കലർന്ന കണ്ണുകൊണ്ട് അവൾ എല്ലാം നോക്കിക്കണ്ടു. അവളായിരുന്നു മൂത്തത്. രണ്ടായി പിന്നിയിട്ട മുടിയിൽ അവൾ പൂ ചൂടിയിരുന്നു.

സ്റ്റാന്റിലെത്തുംമുൻപ് ബസ് തൃശൂർ പട്ടണം കറങ്ങി. ദീപങ്ങളാൽ അലങ്കരിക്കപ്പെട്ടുതുടങ്ങിയ പട്ടണം ശിവസ്വാമിയെയും കാവേരിയെയും വിസ്മയിപ്പിച്ചു. ശിവസ്വാമിയെ ഒരു ഭ്രമം പിടികൂടി. കണ്ടക്ടർ ടിക്കറ്റു മുറിച്ചത് തൃശൂർക്കാണെന്ന് ഓർമ്മയുണ്ടായിരുന്നിട്ടും അയാൾ കരുതി: ഇത് ഗുരുവായൂരായിരിക്കും. കൂറ്റൻ എടുപ്പുകൾ. വാഹനങ്ങളുടെ ഇരമ്പം. ആളുകളുടെ നിലയ്ക്കാത്ത പ്രവാഹം. തങ്കവേലു പറഞ്ഞതുപോലെയായിരുന്നു എല്ലാം. വിചാരിച്ചതിനുമുൻപേ എത്തേണ്ടിടം എത്തിയെന്നുകണ്ട് ശിവസ്വാമി സന്തോഷിച്ചു.

"അപ്പാ, എറങ്കിറലാ."

കാവേരി തൊട്ടു വിളിച്ചപ്പോൾ ശിവസ്വാമി തന്റെ ആനന്ദലോകത്തുനിന്ന് ഞെട്ടിയുണർന്നു. കാവേരിയുടെ കൈ പിടിച്ച് അയാൾ ബസിൽനിന്നും ഇറങ്ങി. ചിന്നാനെ തോളിലിട്ട് മുത്തുലക്ഷ്മി പിറകെയിറങ്ങി.

പൂവരശുമരം പൂത്ത് നിറയെ കൊഴിഞ്ഞിരുന്നു. ബസിനുചുറ്റും പൂക്കൾ ചോരപോലെ കൂടിക്കിടക്കുന്നു. അതുകണ്ട് കാവേരിക്ക് ആഹ്ലാദം ഒതുക്കാനായില്ല. അവൾ പറഞ്ഞു:

"എവ്വളവ് പൂവാ!"

അവർ നടന്നു. ചിന്നാനെ ഉണർത്താനുള്ള ശ്രമത്തിലായിരുന്നു മുത്തുലക്ഷ്മി. ഉറങ്ങുന്ന ചിന്നാനെ തോളിലിട്ടു നടക്കാനുള്ള കരുത്ത് മുത്തുലക്ഷ്മിക്കില്ല. ഉണർന്നാൽ അവൻ മെല്ലെ നടന്നുകൊള്ളും.

യാത്രയുടെ പകുതിയോളവും ചിന്നാൻ കാഴ്ചകൾ കണ്ട് മദിക്കുകയായിരുന്നു. ഗോവിന്ദാപുരത്തുനിന്ന് ബസ് മാറിക്കയറിയശേഷം പിന്നെ അധികം കഴിഞ്ഞില്ല. ക്ഷീണംകൊണ്ട് ചിന്നാൻ ഉറങ്ങാൻ തുടങ്ങി. അവൻ ഒന്നും കഴിച്ചതല്ല.

"എന്ത്ര് ചിന്നാ. ഡേ പാര് അളകാന കാച്ചികൾ."

തൃശൂരിൽ പൂമരങ്ങൾ ഭ്രാന്തുപിടിച്ചു പൂത്തുലയുന്ന കാലമായിരുന്നു. സന്ധ്യയും നേർത്ത നിലാവും ചേർന്ന് പട്ടണത്തെ മെല്ലെ പൊതിഞ്ഞു. മൂകഗംഭീരമായി സൗധങ്ങൾ ഉയർന്നു നിന്നു. അകലെ ചക്രവാളത്തിൽ ബാക്കിയായ നീലിമയുടെ പശ്ചാത്തലത്തിൽ വടക്കുന്നാഥന്റെ ഗോപുരം ചിത്രംപോലെ കാണപ്പെട്ടു.

"കോയിൽ തെരീത്"

ആ കാഴ്ച നോക്കി അന്തംവിട്ട് ശിവസ്വാമി നിന്നു. ശിവസ്വാമി ആ സമയത്ത് തന്റെ ഒട്ടും ചന്തമില്ലാത്ത വായ തുറന്നുപിടിച്ചിരുന്നു. വായുടെ കോണിലൂടെ തുപ്പൽ ഒലിക്കാൻ തുടങ്ങി.

"അടേങ്കപ്പാ, എന്നാ അട്ടഹാസമായിരിക്കത്."

ഭർത്താവിനെ അനുകരിച്ച് മുത്തുലക്ഷ്മിയും ഗോപുരത്തെ നോക്കി ആശ്ചര്യം പൂണ്ടുനിന്നു.

"യേ പ്പാ, ഇത്താ കുരുവായൂർ കോയില്?"

കാവേരി ചോദിച്ചു. ചോദ്യം ശിവസ്വാമി ഗൗരവത്തിൽ ഉൾക്കൊണ്ടു. അങ്ങനെയാവാൻ ധാരാളം സാദ്ധ്യതയുണ്ട്. എല്ലാം തങ്കവേലു പറഞ്ഞ മാതിരി. എന്തൊരു ഉയരം. എന്തൊരു ചൈതന്യം. ആ വഴി കടന്നുപോയ ഒരാളെ തടഞ്ഞുനിർത്തി ശിവസ്വാമി ചോദിച്ചു:

"അണ്ണാ, അങ്കെത്തെരിയത് കുരുവായൂർ കോയില് താനാ?"

ആഗതൻ നിന്നു. ശിവസ്വാമിയെ നല്ലവണ്ണം ഒന്നു നോക്കിയശേഷം അയാൾ പറഞ്ഞു:

"അത് വടക്കുന്നാഥൻ. സാക്ഷാൽ ശിവൻ. ദ് തൃശൂരണ്. ഗുരുവായൂരെവടെക്കെടക്കണ്. ദെവടന്നു വരണിവറ്റ."

അയാൾ നടന്നുമറഞ്ഞു. ശിവസ്വാമിക്ക് കാര്യമായൊന്നും പിടികിട്ടിയില്ല. ആ കാണുന്നത് ഗുരുവായൂർ ക്ഷേത്രമാവില്ലെന്ന് അയാൾ കരുതി. കാവേരിയും അങ്ങനെ മനസ്സിലാക്കിയിരിക്കും. അവർ നടന്നു.

മുത്തുലക്ഷ്മിക്ക് മനസ്സിലാവാനോ മനസ്സിലാവാതിരിക്കാനോ കാര്യങ്ങളൊന്നുമില്ല. അവൾക്കുവേണ്ടി കാര്യങ്ങൾ മനസ്സിലാക്കാൻ അവളുടെ

ഭർത്താവ് പോതനൂര് കാതുകാച്ചിയിൽ കന്നച്ചാമി ശിവസ്വാമി ഉണ്ട്. ഉടലോടെ ഉണ്ട്. ചിന്താഭാരമില്ലാതെ അവൾ ചിന്നാനെയും ചുമന്നുനടന്നു.

കാതുകാച്ചിയിൽ കന്നച്ചാമി ശിവസ്വാമി കോയമ്പത്തൂർ നഗരത്തിന് ആറുമൈൽ അകലെ രാമമുതലിയാരുടെ കരിമ്പുതോട്ടത്തിൽ പണിയെടുക്കുകയായിരുന്നു. മുത്തുലക്ഷ്മിയും ചിലപ്പോഴൊക്കെ കാവേരിയും അവിടെ ചെന്ന് പണിയെടുക്കും.

ചിന്നാന് കരിമ്പുതോട്ടത്തിൽ ഒളിച്ചുകളിക്കാനാണ് ഇഷ്ടം. അവൻ ഒരു മണ്ടശിരോമണിയാണ്. കരിമ്പിന് മധുരമാണെന്ന വിവരംപോലും അവനറിയില്ല. കാവേരിക്കറിയാം മൂത്ത കരിമ്പിന്റെ നീരിന് നല്ല മധുരമുണ്ടായിരിക്കുമെന്ന്. അവൾ മിടുക്കിയാണ്. മധുക്കരയിലെ ചിന്നപ്പള്ളിയിൽ അവൾ രണ്ടുവരെ പഠിച്ചു.

"പാടം ഐന്ത്, കരിമ്പ്. നമുക്ക് പയൻതരും പയിർവഹൈകൾ പല ഉൺഡ്. അവൈകകളുകൾ ഒന്റ് കരിമ്പ്. കരിമ്പിൻ സാറിലിരുന്ത് നമക്ക് ദിനവും തേവൈപ്പെടും സർക്കരൈ തെയ്യാറിക്കപ്പെടുകിറത്...."

ഒന്നാംവട്ടം ശിവസ്വാമി കോയമ്പത്തൂരിലെ സർക്കാർ ആശുപത്രിയിൽ കിടന്നപ്പോൾ കാവേരി സ്കൂൾ പഠിപ്പുനിർത്തി. ചിന്നാനെ നോക്കണം.

ചിന്നാനെ നന്നായിത്തന്നെ നോക്കാൻ അവൾ നിശ്ചയിച്ചു. അവൻ വേഗം വലുതാവണം. അവന് കാര്യഗൗരവമുണ്ടാവണം. മുഖത്ത് മീശ വെക്കണം. എന്നിട്ട് രാമമുതലിയാരുടെ കരിമ്പുതോട്ടത്തിൽ പണിക്കു പോകണം. അപ്പോൾ അവൻ തോട്ടത്തിൽ കളിച്ചു നടക്കുകയില്ല. ചിന്നാൻസ്വാമി നല്ല പണിക്കാരനാണെന്ന് ആളുകൾ പറയും.

മുത്തുലക്ഷ്മിയുടെ തോളിൽ ചിന്നാൻ തളർന്നുകിടന്നു. അവനെ ഉണർത്താനുള്ള അവളുടെ ഉപായമൊന്നും ഫലിച്ചില്ല.

"കണ്ണേ, ചിന്നാ, എന്ത്ര്ടാ. വണ്ടി പോണതെ പ്പാത്തിയാ. അടെടാ നീലവണ്ടി."

ശിവസ്വാമി ചിന്നാനെ വിളിച്ചുനോക്കി. കാവേരി ഒരു പൂവെടുത്ത് അവനുനേരെ കാണിച്ചു. അവന്റെ മൂക്കിൽവെച്ച് വാസനിപ്പിക്കാൻ ശ്രമിച്ചു.

"എളന്ത്ര് കണ്ണാ."

സന്ധ്യയുടെ ആവരണത്തിന് കട്ടികൂടി. നാനാതരം വർണ്ണവിളക്കുകൾ കൂടുതൽ തെളിഞ്ഞു കാണപ്പെട്ടു. ശിവസ്വാമിയും മുത്തുലക്ഷ്മിയും മകളും നിരത്തോരത്തുകൂടെ ഏന്തിവലിഞ്ഞു നടന്നു. ചിന്നാനെ കൈമാറി ചുമക്കണമെന്ന് ശിവസ്വാമിക്ക് ആഗ്രഹമുണ്ടായിരുന്നു. പക്ഷേ, അയാൾക്കതിന് ഒട്ടും വയ്യായിരുന്നു.

തിരക്കിന്റെ മഹാവനത്തിൽ എവിടെയെങ്കിലും ഗുരുവായൂർ ക്ഷേത്രം ഒളിഞ്ഞുകിടപ്പുണ്ടാവുമെന്ന് ശിവസ്വാമി വിചാരിച്ചു. പൊടുന്നനെ അത് തങ്ങൾക്കുമുമ്പിൽ തെളിഞ്ഞുകാണപ്പെടും. ഭഗവാൻ കൃഷ്ണന്റെ മായാവിലാസങ്ങൾ.

തങ്കവേലുവാണ് പറഞ്ഞത്. അവൻ ചാവക്കാട്ടെ ഒരു ഹോട്ടലിൽ

സപ്ലെയറായിരുന്നു. അതിസാരം പിടിപെട്ട് അവശനായപ്പോൾ മുതലാളി അവനെ പിരിച്ചുവിട്ടു. അവൻ വിവരിച്ചു: ഗുരുവായൂരിൽ ചെല്ലുകയേ വേണ്ടൂ. ദൈവസന്നിധിയാണ്. ശാപ്പാടിന് നിവേദ്യച്ചോറ് സൗജന്യമാണ്.

"കോയിൽ സാപ്പാട് പ്രമാദംണ്ണാ. സോറ് പാത്താ പൂമാതിരിരിക്കത്. കൊളമ്പ് നെറയെ വകയിലിരിക്ക്. സാമ്പാറ്, കൂട്ട്, അപ്പറം രണ്ടു വക പ്പൊരിയല്, ഊർകായ്, അപ്പളം, അത് ഇത്. വയറ് സരീന്നാ എവ്വളവ് വേണാ സാപ്പടലാം."

കുളിക്കാൻ വിസ്തൃതമായ കുളം. സമ്പന്നരായ ഭക്തന്മാർ വിതരണം ചെയ്യാറുള്ള പണം, എണ്ണ, തുണി, പലഹാരം, തന്ന് ഏല്പിച്ചുപോകുന്ന വഴിപാട് ചീട്ടുപ്രകാരമുള്ള നെയ്പ്പായസം, അപ്പം, അട, നെയ്യ്.....

"എപ്പടിയോ പോയിട്ടാ പോതും. മീതി കടവുൾ പാത്ത്ക്ക്വാർ."

ഉമ്മറത്തിണ്ണയിലിരുന്നുള്ള തങ്കവേലുവിന്റെ വിവരണംകേട്ട് ശിവസ്വാമിയുടെ മനസ്സ് സന്തോഷംകൊണ്ട് വിങ്ങി. ഭർത്താവിന്റെ മുഖം വികസിക്കുന്നതുകണ്ടുണ്ടായ ആഹ്ലാദത്താൽ മുത്തുലക്ഷ്മി ചിന്നാനെയെടുത്ത് ഉയർത്തി അവന്റെ മുഖത്ത് ഉമ്മവെച്ചു.

"കണ്ണേ, ഉനക്ക് കുരുവായൂർ കോയിലിക്ക് പോവണമാ?"

നിമിഷംതോറും തന്റെ തോളിൽകിടന്ന് ചിന്നാന് ഭാരം വർദ്ധിക്കുന്നതായി മുത്തുലക്ഷ്മിക്കു തോന്നി. അവൾ വല്ലാതെ തളർന്നിരിക്കുന്നു. പുലർച്ചയ്ക്കുമുമ്പെ യാത്രയാരംഭിച്ചതുകൊണ്ട് അവൾ ഒന്നും കഴിച്ചിരുന്നില്ല. ചിന്നാനും ഒന്നും കൊടുക്കാൻ കഴിഞ്ഞില്ല. തലേന്ന് ചിന്നാനും കാവേരിക്കുമായി അവൾ കൂവരകുകൊണ്ട് അപ്പമുണ്ടാക്കിയതാണ്. ഗുരുവായൂരിലേക്കുള്ള യാത്രയുടെ ഉത്സാഹംകൊണ്ട് ചിന്നാൻ അതു കഴിക്കാൻ കൂട്ടാക്കിയില്ല.

"കുരുവായൂരിൽ പോയിട്ട് സക്കരപ്പൊങ്കൽ സാപ്പിട്ടാ പോതും." ചിന്നാൻ പറഞ്ഞു.

എന്തെങ്കിലും കഴിക്കാൻ കൊടുത്താൽ ചിന്നാൻ ഉണരുമെന്ന് ശിവസ്വാമി വിചാരിച്ചു. അയാൾ അവരെയുംകൊണ്ട് അടുത്തുകണ്ട ഹോട്ടലിലേക്കു കയറി. ബഞ്ചുകളിൽ ഇരുന്നു.

പൂങ്കുന്നത്തെ ദാമോദരൻനായരുടെ ശ്രീവിലാസം ഹോട്ടൽ ആന്റ് കാപ്പി ക്ലബ്ബായിരുന്നു അത്. ദാമോദരൻനായർ കട അടയ്ക്കാനുള്ള ശ്രമത്തിലായിരുന്നു. ചൂലുകൊണ്ട് അയാൾ നിലം തൂത്തുവാരി. ശിവസ്വാമി ചോദിച്ചു:

"സ്വാമി സാപ്പടതക്ക് ഏതാച്ചും കെടയ്ക്കുമാ?"

ദാമോദരൻനായർ നിവർന്നുനിന്നു. "രാത്രീപ്പൊ ഊണുണ്ടാക്കാറില്ല. ണ്ടാക്ക്യാലും ചെലവില്യ. ഉച്ചയ്ക്ക് ഊണ്ണ്ടാവും. മീൻ പൊരീം ബീഫും ഏതെങ്കിലൊരെറ്റം സ്പെഷലുണ്ടാവും."

"സാപ്പാടെ ത്തവുത്ത് വേറേതാവത്?"

"പ്പൊ ഞങ്ങള് കട അടച്ചു. ഞി കച്ചോടം ശര്യല്ലല്ലോ."

നിരാശനായി ശിവസ്വാമി എഴുന്നേറ്റു. കാവേരിയും ഒപ്പമെഴുന്നേറ്റു.

പുറത്തുകടക്കും മുൻപെ ദാമോദരൻനായർ വിളിച്ചു.

“വാ അണ്ണാച്ചി, കുട്ട്യോൾക്കെന്തെങ്കിലും കൊടുക്ക്വാ. അവറ്റ വല്ലാണ്ടായേട്ക്കണു. കച്ചോടല്ല്യാന്ന്വെച്ചാ കാശിന് കൊടുക്കില്യാന്നേയുള്ളു. കാശില്യാണ്ട് കൊടുക്കാലോ.”

മുറിച്ചെടുത്ത ബ്രഡും പാൽവെള്ളവും മേശപ്പുറത്ത് നിരത്തപ്പെട്ടു. ചിന്നാനെ ഉണർത്തി അതു കഴിപ്പിക്കാൻ അവന്റെ അപ്പനും അമ്മയും ആവതും ശ്രമിച്ചു. അങ്ങോട്ടുമിങ്ങോട്ടും ചായ്ക്കുമ്പോൾ വാടിക്കുഴഞ്ഞതല്ലാതെ ചിന്നാൻ ഉണർന്നില്ല. മുത്തുലക്ഷ്മി ശിവസ്വാമിയെ നോക്കി.

“ഓന്റെ കള്ളൊറക്കാദ്. നേരംത്രല്ലേ ആയുള്ളൂ,” ദാമോദരൻ നായർ പറഞ്ഞു.

കാവേരിയും ബ്രഡ് വേണ്ടെന്നു പറഞ്ഞു. ചിന്നാൻ ഉണർന്നാൽ കൊടുക്കാനായി ബ്രഡ് പൊതിഞ്ഞ് സഞ്ചിയിൽവെച്ചു. ദാമോദരൻ നായരെ പലവട്ടം കൂപ്പി വണങ്ങിയിട്ടും ശിവസ്വാമിക്കു തൃപ്തിയായില്ല. അവസാനവട്ടം താണുനിവരുമ്പോൾ ശിവസ്വാമിയുടെ കണ്ണുകൾ നിറഞ്ഞു കലങ്ങിയിരുന്നു. അതുകണ്ട് മുത്തുലക്ഷ്മി ചേലയുടെ കോന്തലകൊണ്ട് സ്വന്തം കണ്ണു തുടച്ചു.

അവർ നടന്നു. പൂങ്കുന്നം റെയിൽവേ ക്രോസിനടുത്തെത്തിയപ്പോൾ ശിവസ്വാമി ഒരുനിമിഷം പകച്ചുനിന്നു. അന്നേരം മുത്തുലക്ഷ്മി മുൻപേ നടന്നു. റെയിൽവേ ക്രോസ് കടന്ന് റെയിലിലൂടെ അവർ വടക്കോട്ടു നടന്നു. നല്ല നിലാവുണ്ടായിരുന്നു. നിലാവിൽ പാളങ്ങൾ മിനുങ്ങി.

ചിന്നാനെ ചുമന്നുനടന്ന് മുത്തുലക്ഷ്മി തളർന്നു. അവൾ കിതയ്ക്കാൻ തുടങ്ങി. കിതയ്ച്ചുകൊണ്ട് അവൾ പറഞ്ഞു:

“മുടിയാതണ്ണാ ഉക്കാരണം.”

അവർ ഇരുന്നു.

റെയിൽവേ ലൈനിനരുകിൽ നിന്നിരുന്ന ഒരു പൂമരം പാളത്തിലേക്ക് ഓരോ ചുവന്ന പൂ വീഴ്ത്തിക്കൊണ്ടിരുന്നു. ഇരുമ്പുപാലങ്ങളുടെ തണുപ്പ് മുത്തുലക്ഷ്മിയെ ആശ്വസിപ്പിച്ചു. അവളുടെ മടിയിൽ ചിന്നാൻ വാടിക്കിടന്നു.

രാത്രി നിശ്ശബ്ദമാവാൻ തുടങ്ങി. നഗരത്തിന്റെ ഇരമ്പം കുറഞ്ഞുവന്നു. കരിമ്പുതോട്ടങ്ങളിൽ ചുറ്റിക്കറങ്ങി ചുരംകടന്നു വന്ന മധുരഭരിതമായ കാറ്റ് മുത്തുലക്ഷ്മിയെ തൊട്ടുവിളിച്ചു. സൂര്യകാന്തിപ്പാടങ്ങൾ ഉഴുതൊരുങ്ങുകയാണ്. പുളിമരത്തിന് കീഴെയുള്ള അവരുടെ കൂരയിൽ ചിന്നാന്റെ ഒരു പമ്പരം മറന്നുവെച്ചത് അവൾ ഓർത്തു.

കാറ്റിൽ ഇരുട്ടിന് മുഖാമുഖം അവർ ഇരുന്നു. പിന്നെ എപ്പോഴോ അപ്പന്റെ മടിയിൽക്കിടന്ന് കാവേരി ഉറങ്ങി. പാതിയുറക്കത്തിൽ അമ്മയുടെ തേങ്ങലുകളും അപ്പന്റെ പേച്ചും അവൾ കേട്ടിരുന്നു. ഗാഢമായ നിദ്രയിൽ കാവേരി മൃദുവായി മന്ദഹസിച്ചു.

പൂങ്കുന്നത്തെക്കുറിച്ച് പിറ്റേന്ന് പത്രങ്ങൾ എഴുതി: റെയിൽവേ ഭൂപ

ടത്തിൽ പൂങ്കുന്നത്തിന്റെ സ്ഥാനം കുറഞ്ഞുവരികയാണോ? മേൽപ്പാലം അടുത്തെങ്ങാനും ഉണ്ടാവുമോ എന്ന് സംശയമാണ്. നിർദ്ദിഷ്ട ഗുരുവായൂർ ലൈൻ വരുമ്പോൾ പൂങ്കുന്നം ഒരു ജങ്ഷനായി മാറേണ്ടതാണ്. ഇപ്പോൾ മനുഷ്യർ ആത്മഹത്യക്ക് തെരഞ്ഞെടുക്കുന്ന വടക്കുവശത്തെ വിജനമായ സ്ഥലം മണ്ണിട്ടുനികത്തി എന്തുകൊണ്ട് സ്റ്റേഷൻ വികസിപ്പിച്ചുകൂടാ?

പൂങ്കുന്നത്തെക്കുറിച്ച് എഴുതവെ ലേഖകർ ആവേശഭരിതരായി. നിയമബിരുദം നേടിയ അച്യുതമേനോൻ പൂങ്കുന്നത്ത് തീവണ്ടിയിറങ്ങി. തമിഴ് ബ്രാഹ്മണർ നിത്യേന മദിരാശിക്ക് യാത്ര ചെയ്തു.

അഗ്രഹാരങ്ങളിൽ അരിപ്പൊടികൊണ്ട് കോലമണിയുമ്പോൾ ഓട്ടുവളകൾ കിലുങ്ങി. ഇളം മഞ്ഞണിഞ്ഞ പുലർവേളയിൽ ചൂടുള്ള ചായക്കൊപ്പം തൃശൂർക്കാർ പത്രം വായിച്ചു. പൂമരങ്ങളുടെ ചുവട്ടിൽ പൂക്കൾ ചോരപോലെ കൂടിക്കിടക്കുന്നു.

മഞ്ഞ്

യു പി ജയരാജ്

പുറത്ത് മഞ്ഞ് പൊഴിയുകയായിരുന്നു.

തുറന്നിട്ട ജനാലകളിലൂടെ ആദ്യം തണുത്ത കാറ്റ് ആഞ്ഞുവീശി. ഈ സീസണിൽ അത് തികച്ചും അസ്വാഭാവികം തന്നെയായിരുന്നു. എങ്കിലും എന്റെ കൂട്ടുകാരാരും തുടക്കത്തിൽ അത് ശ്രദ്ധിച്ചിരുന്നില്ല. ജോൺ ഉയർത്തിവെച്ച തലയിണയിൽ ചാരിക്കിടന്ന് കാഫ്കയുടെയോ കിർക്കീഗാർഡിന്റെയോ- ഞാനത് വ്യക്തമായി ശ്രദ്ധിച്ചിരുന്നില്ല- ഒരു പുസ്തകം വായിച്ചുകൊണ്ടിരുന്നു 'വേദങ്ങളിലെ സമത്വസങ്കല്പം' എന്ന വിഷയത്തിൽ റിസർച്ച് ചെയ്യുന്ന ദേവ് സുന്ദർ വിടർത്തിയിട്ട, പഴമയുടെ പുകനിറമുള്ള, താളിയോലകളിൽ ദത്തശ്രദ്ധനായിരിക്കുകയായിരുന്നു. പ്രസാദ് പതിവുപോലെ മുറിയുടെ മൂലയിൽ ഒരിടത്ത് വിരിച്ചിരുന്ന പുലിത്തോലിലിരുന്ന് മയൂരാസനമൊ സർവ്വാംഗാസനമൊ പരിശീലിച്ചുകൊണ്ടിരുന്നു. രാധാസലൂജയ്ക്കോ, പർവീൺബാബിക്കോ കൂടുതൽ വണ്ണിച്ച അരക്കെട്ട് എന്നതിനെപ്പറ്റി അധികാരിയും ദിനേശ് മേനോനും പരസ്പരം തർക്കിക്കുകയും വഴക്കടിക്കുകയുമായിരുന്നു.

ചിഞ്ചു പതിവുപോലെ, അവന്റെ അഗാധമായ കണ്ണുകളിൽ നിർവ്വചിക്കാനാവാത്ത തണുപ്പും വ്യസനവും പ്രശാന്തതയുമായി ഒറ്റപ്പെട്ട ഒരു കോണിൽ മൗനം പൂണ്ടിരുന്നു.

ലോഡ്ജിലെ ഈ വിശാലമായ മുറിയുടെ പല ഭാഗങ്ങളിലുമായി മറ്റുള്ളവരും ഇങ്ങനെ ഓരോ കാര്യങ്ങളിൽ വ്യാപൃതരായിരിക്കുകയായിരുന്നു. എല്ലാവരെയും സൂക്ഷ്മമായി ശ്രദ്ധിക്കാൻ എനിക്കുമുണ്ടായിരുന്നില്ല സാവകാശം. കാരണം കുറേ സമയമായി ഞാൻ തന്നെ അസ്വസ്ഥനായിരുന്നു. വിദൂരമായ ആകാശച്ചെരുവുകളിൽനിന്നും ഇരപിടിക്കുന്ന പൂച്ചയുടെ നിശ്ശബ്ദ ജാഗ്രതയോടെ മഞ്ഞിന്റെ പടലങ്ങൾ സാവധാനം

മലനിരകളിലേക്ക് ഊർന്നിറങ്ങുകയായിരുന്നു. നിശ്ചയമായും ഞങ്ങൾ സമതലങ്ങളിലെ നിവാസികൾ തന്നെ. എന്റെ കൂട്ടുകാർ, കൊടുമുടികളെയും, മലനിരകളെയും കീഴടക്കുന്ന മഞ്ഞിന്റെ ഭീകരതയെപ്പറ്റി ഞാൻ സൂചന നല്കിയപ്പോഴും, തീരെ കാര്യമാക്കാതിരുന്നത് അതുകൊണ്ടായിരുന്നു. എന്നാൽ എനിക്കറിയാം. മലനിരകളും, കൊടുമുടികളെയും കീഴ്പ്പെടുത്തുകയും മരവിപ്പിക്കുകയും ചെയ്യുന്ന ശൈത്യം അധികം താമസിയാതെ സമതലങ്ങളെയും മൂടുമെന്ന് എനിക്കറിയാമായിരുന്നു.

എന്റെ ഈ നിഗമനത്തെയും സൂചനയെയും ജോൺ പരിഹാസത്തോടെ അവഗണിച്ചുതള്ളി. പ്രകൃതിശാസ്ത്ര വിദ്യാർത്ഥിയായിരുന്നു ജോൺ. നിനക്ക് ഭൂമിയുടെ നിമ്നോന്നതങ്ങളിൽ മഞ്ഞിന്റെ പ്രവർത്തനത്തെപ്പറ്റി ഒരു ചുക്കും അറിയില്ല. അവൻ പറഞ്ഞു. ഞാനത് ഖണ്ഡിച്ചില്ല. കാരണം പ്രകൃതിശാസ്ത്രമല്ല, ചരിത്രമായിരുന്നു. എന്റെ ഐച്ഛികവിഷയം.

അങ്ങനെയിരിക്കെ ദൂരെ പച്ചച്ചും നീലച്ചുമിരുന്ന വയലേലകളും കുന്നുകളും പയ്യെപ്പയ്യെ ധവളമയമായിത്തീർന്നു. ഒരു ശ്മശാനഭീകരത പോലെ, ഒരു മരണാനന്തരശൂന്യതപോലെ മഞ്ഞിന്റെ ഈ ധവളിമ നോക്കി നില്ക്കെ കൂടുതൽ കൂടുതൽ വ്യാപിക്കാനും തുടങ്ങി. നിങ്ങളുടെ മനസ്സിലെ സമസ്ത ചൈതന്യങ്ങളെയും മരവിപ്പിക്കുന്ന ജീവന്റെ ഓരോ അണുവും നശിപ്പിക്കുന്ന രീതിയിൽ വെള്ള ഭീകരത സൃഷ്ടിക്കുന്ന ഈ ശൈത്യത്തെയും മഞ്ഞിനെയും എങ്ങനെയാണ് വിവരിക്കുക?

കൊള്ളാം. അത് പെട്രോഗ്രാഡിലും മോസ്കോവിലും പണ്ടുപണ്ട് ഒരു കൊടും ശൈത്യകാലത്ത് പ്രത്യക്ഷമായിരുന്ന അതേ മഞ്ഞ് തന്നെയായിരുന്നു. ബർലിനിലെ പുലരികളെയും സായാഹ്നങ്ങളെയും ഭീകരമായ ദുഃഖസ്മൃതികളാക്കി മാറ്റിക്കൊണ്ട് പണ്ടൊരിക്കൽ ജനജീവിതം സ്തംഭിച്ച മഞ്ഞ്. സൗരയൂഥത്തിലെ ചലനനിയമങ്ങൾ അജ്ഞാതമായ ചില കാരണങ്ങളാൽ തെറ്റുമ്പോഴാവാം, ഇടയ്ക്കൊക്കെ ഭൂമുഖത്തെ വ്യത്യസ്ത ദേശങ്ങളിൽ ഈ കൊടുംമഞ്ഞ് തേർവാഴ്ച നടത്തിയിട്ടുണ്ട്. മനുഷ്യനെയും പ്രകൃതിയെയും ഒരുപോലെ മരവിപ്പിച്ചുകൊണ്ട് എന്നോ ഒരിക്കൽ ചൈനയിലും തെക്കുകിഴക്കൻ ഏഷ്യയിലും താണ്ഡവനടനമാടിയ ഈ മഞ്ഞ്. ധ്രുവപ്രദേശങ്ങളിലും സൂര്യനിൽനിന്ന് അകന്നു കിടക്കുന്ന വെളിച്ചം കേറാത്ത ഇരുണ്ട ഭൂമികളിലും ഇന്നും മനുഷ്യനെ അതിക്രൂരമായി പീഡിപ്പിക്കുന്ന അതേ മഞ്ഞ്.

ഒരുപക്ഷേ, ഇങ്ങനെയും പറയാം. ധ്രുവപ്രദേശങ്ങളിലായാലും കിഴക്കായാലും പടിഞ്ഞാറായാലും മഞ്ഞ് എന്നും മഞ്ഞുതന്നെയായിരുന്നു. അതെന്നും കർശനമായ താക്കീതുകളും കടുത്ത ഭീഷണികളും ഉൾക്കൊണ്ടിരുന്നു. പുൽത്തുരുമ്പുകൾ വരെ എല്ലാം എന്നും, ഈ മാരകമായ മഞ്ഞിന്റെ അപ്രതീക്ഷിതമായ ആക്രമണങ്ങളിൽ നടുങ്ങിവിറച്ച് പോവുന്നു.

എങ്കിലും ഞാനിങ്ങനേയും വിചാരിക്കുന്നു. തുറന്നിട്ട ചില്ലുജാലകത്തിലൂടെ എല്ലുപോലും മരവിപ്പിക്കുന്ന ശീതക്കാറ്റേറ്റുകൊണ്ട് പുറത്തെ

മാരകമായ മഞ്ഞിന്റെ കോട്ടയിലേക്ക് പകച്ച് നോക്കുമ്പോൾ നിങ്ങളെ ആശ്വസിപ്പിക്കുന്ന ഒരേയൊരു വിചാരമേയുള്ളൂ. അത്, മറ്റെന്തിനുമെന്ന പോലെ, മഞ്ഞിനെതിരെയും മനുഷ്യൻ ഒരിക്കലും നിരുപാധികം കീഴടങ്ങിയിട്ടില്ലെന്നും, കഠിനമായ ചെറുത്തുനില്പ്പിലൂടെ പ്രകൃതിയുടെ എല്ലാ രൂക്ഷതകളേയും അവനെന്നും തോല്പിച്ചിട്ടുണ്ട് എന്നതുമാണ്.

ഒരു കൂറ്റൻ മത്സ്യത്തെ വേട്ടയാടാനായി സംഹാരരുദ്രയായി ആർത്തിരമ്പുന്ന പുറംകടലിൽ, ഒരു കൊച്ചുവള്ളത്തിൽ, ദിനരാത്രങ്ങളോളം ആഹാരംപോലുമില്ലാതെ അലഞ്ഞുതിരിഞ്ഞ്, ഒടുവിൽ വിശക്കുന്ന സ്രാവുകൾ കാർന്നുതീർത്ത മത്സ്യത്തിന്റെ വെറും അസ്ഥികൂടവുമായി കരയിൽ തിരിച്ചെത്തി, വിശപ്പും ക്ഷീണവും കാരണം അവശമായ ശരീരവുമായി തന്റെ കുടിലിനുള്ളിലേക്ക് നുഴഞ്ഞുകയറി തളർന്നുവീണ് കിടന്നുറങ്ങുമ്പോൾ ആഫ്രിക്കൻ വനാന്തരങ്ങളിൽ സിംഹങ്ങളെ വേട്ടയാടുന്നത് സ്വപ്നംകണ്ടുകൊണ്ട് ഉറക്കത്തിൽ പുഞ്ചിരി പൊഴിച്ച *സാന്തിയാഗോ എന്ന കിഴവൻ അപ്പോഴെല്ലാം എന്റെ മനസ്സിൽ നിവർന്നുനിന്ന് പൊട്ടിച്ചിരിക്കുന്നു.

എന്നാൽ പുറത്തിപ്പോൾ സ്ഥിതിഗതികൾ പിന്നെയും മാറിത്തുടങ്ങിയിരുന്നു. മഞ്ഞിന്റെ കട്ടിയുള്ള തിരശ്ശീലയ്ക്കുള്ളിൽ താഴെ തെരുവുകളും ജനക്കൂട്ടവും അപ്രത്യക്ഷമായി. ചെറിയ ചെറിയ വെള്ളാനക്കൂട്ടങ്ങളെപ്പോലെ മഞ്ഞ് ഞങ്ങളുടെ ജനാലകൾക്കരികിൽ അലയാൻ തുടങ്ങിയപ്പോൾ ഞങ്ങൾ ചില്ലുജാലകങ്ങൾ അടച്ചു. ഓ, അതിന്റെ ഈ നശിച്ച ധവളിമ! ശൈത്യം ഞങ്ങളുടെ മുറിയിലും നിറഞ്ഞുകഴിഞ്ഞിരുന്നു. എന്റെ കൂട്ടുകാരെല്ലാം ദുഃസ്വപ്നം കണ്ട് ഞെട്ടിയുണർന്നവരെപ്പോലെ നിവർന്നിരുന്ന് പുറത്തേക്ക് നോക്കുകയായിരുന്നു. അവരുടെ ഭീതികൊണ്ട് വിളറിയ മുഖങ്ങളിലും ശൈത്യം കല്ലിക്കുന്നത് ഞാൻ നോക്കിക്കണ്ടു. പുറത്ത്, കണ്ണുകളുയർത്തിയാൽ കാണാവുന്ന ആകാശത്തിന്റെ ഉന്നതങ്ങളിൽ മാത്രം, അന്തരീക്ഷം ഇപ്പോഴും തെളിഞ്ഞുതന്നെയായിരുന്നു.

എനിക്ക് തമാശയാണ് തോന്നിയത്. എന്റെ ഈ ചങ്ങാതികൾ എന്തുതരം കൂട്ടരാണ്! എത്രയോ നേരമായി കാലാവസ്ഥ ഒരു മാറ്റത്തിന്റെ സൂചനകൾ പ്രകടിപ്പിച്ചുകൊണ്ടിരുന്നിട്ടും, ഞാനവർക്ക് മുൻകൂട്ടിത്തന്നെ ശൈത്യത്തിന്റെ വരവിനെപ്പറ്റി ആപത് സൂചനകൾ നല്കിയിട്ടും, തെല്ലും കൗതുകം കാണിക്കാതിരുന്ന ഇവർ പെട്ടെന്നിങ്ങനെ ഭീരുക്കളെപ്പോലെ വിളറിവെളുക്കുന്നതെന്തിന്?

പോരെങ്കിൽ ഈ ശൈത്യം, തീർത്തും അസ്വാഭാവികമായ ഈ കോടമഞ്ഞ് ഒരു നല്ല കാര്യവുമാണ്. മഞ്ഞുരുകി പ്രകൃതി സാധാരണനില വീണ്ടെടുക്കുന്നതുവരെ ഞങ്ങൾക്കിനി കോളേജിലേക്ക് പോവേണ്ടതില്ല. ലോഡ്ജ് വിട്ട് ഇറങ്ങേണ്ടതുതന്നെയില്ല. കാരണം ഞങ്ങൾ ഭക്ഷണം കഴിക്കുന്ന ഹോട്ടൽ ലോഡ്ജിന്റെ താഴത്തെ നിലയിലാണ്; താഴേക്കിറങ്ങാനുള്ള കോണിപ്പടികൾ കെട്ടിടത്തിന്റെ ഉൾവശത്താണുതാനും.

---

* ഹെമിങ്‌വേയുടെ *കിഴവനും കടലും*' എന്ന നോവലിലെ നായക കഥാപാത്രം

അപ്പോൾ സുഖം. ഞാൻ കരുതി. കുര്യനെന്നും, ചതോപാദ്ധ്യായ എന്നും, വാര്യരെന്നും, രാമണ്ണ എന്നും പേരുകളുള്ള ലക്ചറർമാരുടെ വായിൽനിന്ന് തെറിക്കുന്ന വാക്കുകളും തുപ്പലുമേറ്റ് ചൂളിപ്പിടിച്ചിരിക്കാതെ കുറച്ചുദിവസങ്ങൾ ഞങ്ങൾക്കിനി സ്വസ്ഥമായി കഴിയാമല്ലോ. എങ്കിലും ഒളിച്ചുവെക്കുന്നില്ല. എനിക്കെന്തുകൊണ്ടോ അകാരണമായ ഭീതി തോന്നുന്നു. അകാലത്തിൽ, പതിവുതെറ്റിച്ച് പ്രത്യക്ഷപ്പെട്ട് നോക്കെത്താവുന്നിടത്തോളം ഈ മഞ്ഞ് എന്തൊക്കെയോ അനർത്ഥങ്ങളെ ഗർഭം ധരിച്ചിരിക്കുന്നതായി ഞാൻ ഭയക്കുന്നു.

പെട്ടെന്ന് കോണിപ്പടികൾ ശബ്ദിച്ചു. ഞാൻ തിരിഞ്ഞുനോക്കി. ആവി പൊങ്ങുന്ന കെറ്റിലുമായി താഴത്തെ ഹോട്ടലിൽനിന്നും ചായ കൊണ്ടുവരുന്ന സപ്ലയർ കണാരി, എന്റെ കൂട്ടുകാരുടെ സ്തോഭപൂർണ്ണമായ മുഖങ്ങളിൽ– ഓർക്കുക, ശൈത്യത്തിലെ ചൂടുചായ – ഒരു നേരിയ മന്ദസ്മിതം വിരിഞ്ഞു.

എല്ലാവരുടെ മുന്നിലും ഗ്ലാസുകൾ നിരത്തി കണാരി ചായ ഒഴിച്ചു. ആവി പൊങ്ങുന്ന ഗ്ലാസ് കൈയിലുയർത്തി ഞാൻ ആസ്വാദ്യമായ ഗന്ധം നുകർന്നുകൊണ്ട് ഒരു കവിൾ ഇറക്കി. പെട്ടെന്ന് എന്റെ മുഖം വക്രിച്ചു. നോക്കുമ്പോൾ എന്റെ എല്ലാ കൂട്ടുകാരും വക്രിച്ച മുഖവുമായി ഗ്ലാസിലേക്ക് തുറിച്ചുനോക്കുകയാണ്.

"കണാരി, ഇതെന്താണ്? ചായയ്ക്കു മധുരം..."

"നഗരത്തിൽ മഞ്ഞുപരന്നതോടുകൂടി ചായയുടെ വില പാതിയാക്കിയതായി മുതലാളി അറിയിക്കുന്നു."

ഒരുതരം വിചിത്രമായ ഗൗരവത്തോടെ കണാരി പെട്ടെന്ന് പറഞ്ഞു.

"പക്ഷേ, ഇതിൽ പഞ്ചസാര ഒട്ടുമില്ലല്ലോ?"

"നവശൈത്യകാലം തുടങ്ങിയതുമുതൽ പഞ്ചസാരയില്ലാത്ത ചായയാണ് ഏറ്റവും മേത്തരമെന്ന് മുതലാളി അറിയിക്കുന്നു."

ഒരുതരം നിഷ്ഠുരമായ ഗൗരവത്തോടെ കണാരി പറഞ്ഞു.

ഞാൻ കണാരിയുടെ മുഖത്തേക്ക് വിസ്മയത്തോടെ നോക്കി. അമ്പേ എന്തൊരു ഗൗരവം!

പിന്നെ ഞങ്ങൾ വക്രിച്ച മുഖത്തോടെ ഗ്ലാസ് കാലിയാക്കി. കണക്കുപുസ്തകത്തിൽ പുതിയ നിരക്കിൽ പറ്റ് രേഖപ്പെടുത്തി. കോണിപ്പടികളെ കരയിച്ചുകൊണ്ട് കണാരി അപ്രത്യക്ഷനായി. മജ്ജവരെ തുളച്ചുകയറുന്ന ഈ നശിച്ച ശൈത്യം. നോക്കെത്താവുന്നിടത്തോളം ഒന്നും കാണാനുമില്ല. എങ്ങനെ ഈ വിരസതയിൽനിന്ന് രക്ഷപ്പെടും?

പക്ഷേ, ഓർക്കുക, പ്രകൃതിയുടെ ചാക്രിക പരിവർത്തനങ്ങളിൽ ഒരിടത്തും നിശ്ചലത എന്ന അവസ്ഥയില്ല. പ്രകൃതിശാസ്ത്രം പഠിച്ചിട്ടില്ലെങ്കിലും ഇക്കഥ എനിക്കും അറിയാം. എല്ലാം സദാ ചലിച്ചുകൊണ്ടിരിക്കുന്നു. മാറ്റത്തിന് വിധേയമായിക്കൊണ്ടിരിക്കുന്നു. എല്ലാം അസ്തമിച്ചു എന്നു തോന്നിയ ശൈത്യത്തിന്റെ ഈ വിരസതയിൽ ആകാശത്തിന്റെ മേൽഭാഗത്തുനിന്നായി ഉയർന്ന, ഞങ്ങളുടെ ശ്രദ്ധയെ ആകർഷിച്ച വിചിത്രശബ്ദം

ഇക്കാര്യമായിരിക്കാം ഞങ്ങളെ ഓർമ്മിപ്പിച്ചത്.

അത് ഞങ്ങളുടെ ഉള്ളിൽ തീവ്രമായ ജിജ്ഞാസ ഉണർത്തിയ ഒരു വിചിത്ര ശബ്ദമായിരുന്നു. കർക്കിടക വാവിന്റെ അന്ന് ബലിക്കാക്കകളായി ഭൂമിയിലേക്ക് തിരിച്ചുവരുന്ന പിതൃക്കൾക്ക് ബലിയിട്ടുകൊണ്ട്, ബാല്യകാലത്ത് ഞങ്ങൾ ഈറൻ കൈകൾ പരസ്പരം ആഞ്ഞുകൊട്ടി ഉണ്ടാക്കാറുള്ള ശബ്ദമാണ് എനിക്കോർമ്മ വന്നത്. മഴക്കാലത്ത് ഒരു യാത്ര കഴിഞ്ഞ് തിരിച്ചെത്തിയശേഷം ചവിട്ടുകല്ലിൽ നിന്നുകൊണ്ട് മഴക്കോട്ട് ആഞ്ഞു വീശുമ്പോഴുള്ള ശബ്ദം പോലെയുണ്ട്. ജോൺ പറഞ്ഞു. മലയോരവാസികളുടെ നൃത്തത്തിന്റെ പ്രാകൃത വാദ്യശബ്ദത്തോട് അതിന് സാദൃശ്യമുള്ളതായി തോന്നുന്നു. ദേവ്സുന്ദർ അങ്ങനെയാണ് പറഞ്ഞത്.

പക്ഷേ, ഞങ്ങൾക്ക് അധികനേരം വിസ്മയിക്കേണ്ടിവന്നില്ല. മഞ്ഞിന്റെ കനത്ത പാളികളിൽ ആമോദത്തോടെ നീന്തിത്തുടിച്ചുകൊണ്ട് കഴുകന്മാരുടേതുപോലെ ഭീമാകാരമായ ശരീരവും എന്നാൽ പ്രാവിന്റേതുപോലെ വെള്ളത്തൂവലുകളുമുള്ള ഒരുതരം വിചിത്രരായ പക്ഷികൾ പ്രത്യക്ഷരായി. നോക്കിയിരിക്കെ അവ കൂട്ടംചേർന്നും, ഒറ്റതിരിഞ്ഞും, ഊളിയിട്ടുകൊണ്ടും ആകാശം മുഴുവൻ പരന്നു. ഞങ്ങളുടെ അടഞ്ഞുകിടക്കുന്ന ചില്ലുജാലകങ്ങളിൽ ഭീഷണമായ ശബ്ദത്തോടെ അവ ആഞ്ഞു കൊത്തി.

എന്റെ വിസ്മയത്തിനതിരില്ലായിരുന്നു. മനുഷ്യരുടെ കാര്യം പോവട്ടെ. പുറത്തെ വൃക്ഷക്കൊമ്പുകളിൽ സദാ വന്നിരിക്കാറുള്ള കാക്കകളും, ഞങ്ങളുടെ മച്ചിൻപുറത്തിരുന്ന് കുറുകാറുള്ള എണ്ണമില്ലാത്ത പ്രാവുകളും, ഒരിക്കലും അടങ്ങിയിരിക്കാതെ മുറിയിലവിടവിടെ ചിലച്ച് നടക്കാറുള്ള മൈനകളുമടക്കം എല്ലാം എത്രയോ നേരമായി അപ്രത്യക്ഷരായി. രുന്നു അവ ഒന്നുകിൽ മഞ്ഞിനടിയിൽ പെട്ടുപോയിരുന്നു. ഇല്ലെങ്കിൽ മഞ്ഞെത്താത്ത വിദൂരതയിലേക്ക് പറന്നുപോയിരുന്നു. അങ്ങനെയിരിക്കെ ഞങ്ങളൊരിക്കലും കണ്ടിട്ടില്ലാത്ത, കഴുകന്റെ മുഖവും പ്രാവിന്റെ തൂവലുകളുമുള്ള ഈ പക്ഷികൾ എവിടെനിന്നു വന്നു?

“ഡിറ്റന്റസ്.”

പെട്ടെന്ന് ഞാൻ അധികാരിയുടെ സ്വരം കേട്ടു. അത് ഒരുതരം ആപത്സൂചന കലർന്ന സംഭ്രമ ശബ്ദമായിരുന്നു. ജന്തുശാസ്ത്രത്തിൽ ബിരുദാനന്തരപഠനം നടത്തുന്ന അധികാരിയുടെ നേരെ എല്ലാ കണ്ണുകളും തിരിഞ്ഞു.

“പറയൂ, പറയൂ, എന്താണത്?”

“ഡിറ്റന്റസ്” ആകുലമായ ശബ്ദത്തിൽ അധികാരി പറഞ്ഞു. “സൈബീരിയയാണ് ഈ പക്ഷികളുടെ ജന്മദേശം. മഞ്ഞേറ്റു മരവിച്ച് മൃതിയടയുന്ന ശവശരീരങ്ങൾ മാത്രമേ അവ ഭക്ഷിക്കൂ.”

“പക്ഷേ, അവ എങ്ങനെ ഇവിടെയെത്തി?”

അത് എന്നെ ആശ്ചര്യപ്പെടുത്തുമാറ് ചിഞ്ചുവിന്റെ സ്വരമായിരുന്നു. മഞ്ഞിന്റെ കൊടുംക്രൂരത ചിഞ്ചുവിനെപ്പോലും ഉൽക്കണ്ഠാകുലനാക്കി

യിരിക്കുന്നു!

"സൗരയൂഥത്തിന്റെ ചലനനിയമങ്ങളിൽ വ്യത്യാസം സംഭവിക്കുകയും ചില പ്രത്യേക ഭൂഭാഗങ്ങൾ പൊടുന്നനെ മഞ്ഞു മൂടുകയും ചെയ്യുമ്പോൾ ഈ പക്ഷികൾ അങ്ങോട്ടാകർഷിക്കപ്പെടുന്നു. അത്തരം സ്ഥലങ്ങളിൽ മഞ്ഞേറ്റ് മരവിച്ച് മൃതിയടയുന്നവരുടെ ശവശരീരങ്ങൾ സുലഭമായിരിക്കും എന്നതാണ് കാരണം."

ലേശം ആധികാരികത തോന്നിക്കുന്ന ഒരു പ്രത്യേക ശൈലിയിലായിരുന്നു അധികാരി അത് പറഞ്ഞത്. ക്ലാസ് മുറിയിലെ ഉയർത്തിക്കെട്ടിയ പ്ലാറ്റ്ഫോമിൽ ചോക്കുകഷണങ്ങൾ കൈയിലിട്ടുരുട്ടിക്കൊണ്ട് ലക്ചർ നല്കുന്ന അദ്ധ്യാപകന്റെ ഭാവം അധികാരിയുടെ കണ്ണുകളിൽ തിളങ്ങുന്നത് ഞാൻ താല്പര്യത്തോടെ ശ്രദ്ധിച്ചു.

"പക്ഷേ, ദുരാഗ്രഹികളായ ഈ പക്ഷികളുടെ കൂടെ അത്രതന്നെ ദുരന്തമായ ഒരു തലവിധിയുമുണ്ട്. ജന്മദേശമായ സൈബീരിയ വിട്ട് ശവശരീരങ്ങൾക്കുള്ള അത്യാർത്തിയോടെ അതിർത്തികൾ അതിക്രമിക്കുന്ന ഈ പക്ഷികൾ പിന്നെ ജീവനോടെ സ്വദേശത്തേക്ക് തിരിച്ചു ചെല്ലുന്നില്ല. ഋതുചക്രങ്ങളിലെ ചില അസാധാരണ വ്യതിയാനങ്ങൾകൊണ്ട് സംഭവിക്കുന്ന ഈ മഞ്ഞ് അധികകാലം നിലനില്ക്കുന്നില്ല എന്നതാണ് കാരണം. ശവശരീരങ്ങളെ കൊത്തിത്തിന്നുന്ന ആർത്തിയിൽ, പിറകിൽ മഞ്ഞുമലകളെ പിളർന്നുകൊണ്ട് സൂര്യൻ പ്രത്യക്ഷമാവുന്നത് അവ ഒരിക്കലും ശ്രദ്ധിക്കുകയില്ല. പെട്ടെന്ന് താപനില വർദ്ധിക്കുകയും മഞ്ഞുരുകുകയും ചെയ്യുമ്പോൾ ശൈത്യത്തിൽ മാത്രം ജീവിക്കുന്ന ഈ പക്ഷികൾ അതിവേഗം മൃതിയടയുന്നു. ഉദിച്ചുയർന്ന സൂര്യനെ അഭിവാദ്യം ചെയ്തുകൊണ്ട് ഓടിച്ചാടി നടക്കുന്ന പിഞ്ചുകുഞ്ഞുങ്ങളുടെ കളിക്കോപ്പുകളായി, കാലത്തിന്റെ മാപ്പുസാക്ഷികളെപ്പോലെ, ഈ പക്ഷികളുടെ ഭീമാകാരമായ അസ്ഥികൂടങ്ങൾ മാത്രം പിന്നെയും കുറേക്കാലം അവശേഷിക്കുന്നു."

പേരുപോലെ ആകൃതിപോലെ വിചിത്രമായ ഈ പക്ഷികളുടെ സ്വഭാവരീതിയിൽ ചില്ലുജാലകത്തിലൂടെ മഞ്ഞിന്റെ അവ്യക്തമായ തിരശ്ശീലകളിലൂടെ ഞങ്ങൾ ശ്രദ്ധിക്കാൻ തുടങ്ങി. പെട്ടെന്ന് ഞങ്ങളിലാരോ ദീനമായ ഒരാക്രോശസ്വരം പുറപ്പെടുവിച്ചു. ഉവ്വ്, അധികാരി പറഞ്ഞതത്രയും ശരിയായിരുന്നു. താഴെ മഞ്ഞിൻകൂമ്പാരത്തിലേക്കൂളിയിട്ട് പൊങ്ങിപ്പറക്കുന്ന എണ്ണമില്ലാത്ത പക്ഷികളിൽ ഓരോന്നിന്റെ കാൽനഖങ്ങളിലും കൊക്കുകളിലുമായി ഓരോ മൃതശരീരങ്ങൾ കുരുങ്ങിക്കിടന്നിരുന്നു. ആ കാഴ്ച ഞങ്ങളെ നടുക്കി, പുറത്ത്, മഞ്ഞിന്റെ പൈശാചികമായ ധവളിമയ്ക്കുകീഴെ, ഈശ്വരാ! എത്രയെത്ര മൃതശരീരങ്ങൾ...

അപ്പോൾ താഴെ തീൻമുറിയിൽ ഞങ്ങളെ ഉച്ചഭക്ഷണത്തിന് വിളിക്കുന്ന മണി മുഴങ്ങി. ഞങ്ങൾ നിശ്ശബ്ദരായി കോണിപ്പടികളിറങ്ങി. തീൻമുറിയിലെ മേശപ്പുറത്ത് ഇലയും, ഗ്ലാസിൽ വെള്ളവും നിരത്തി ബട്ലറുടെ തലപ്പാവണിഞ്ഞ കണാരി നിന്നിരുന്നു

കൈ കഴുകി, ഗ്ലാസിലെ വെള്ളം ഒരിറക്കു കുടിച്ച്, ഇലകൾ തുടച്ച്

വൃത്തിയാക്കി ഒരുതരം ചിന്താമഗ്നതയോടെ ഞങ്ങൾ കാത്തിരുന്നു. ഉള്ളിലേക്കുപോയ കണാരി പതിവിലേറെ സമയം കഴിഞ്ഞാണ് തിരിച്ചു വന്നത് എന്ന് വിശപ്പിന്റെ കാഠിന്യംകൊണ്ട് എനിക്ക് തോന്നിയതായിരിക്കാം.

"നവ ശൈത്യകാലം തുടങ്ങിയതു മുതൽ ഉച്ചഭക്ഷണം സൗജന്യമാക്കിയതായി മുതലാളി അറിയിക്കുന്നു."

രാവിലെ മുതൽ ഞങ്ങൾ കണാരിയിൽ കണ്ടുതുടങ്ങിയിരുന്ന ഭാവപ്പകർച്ച നിലനിർത്തിക്കൊണ്ട് കണാരി പറഞ്ഞു.

"പറ്റിൽ എല്ലാവരും സൗജന്യം എന്ന് എഴുതേണ്ടതാണ്."

"വിലയ്ക്കോ, വിലയില്ലാതെയോ?" അക്ഷമയോടെ ദേവ്സുന്ദർ പറഞ്ഞു: "പോയി ഉടനെ ഊണ് കൊണ്ടുവരൂ."

കണാരി അകത്തേക്ക് പോയി. അല്പസമയംകഴിഞ്ഞ് ഒഴിഞ്ഞ ട്രേയുമായി തിരിച്ചുവന്നുകൊണ്ട് അതേ ഗൗരവത്തോടെ അവൻ പറഞ്ഞു.

"ഒഴിവാക്കാനാവാത്ത ചില സാങ്കേതിക കാരണങ്ങളാൽ ഉച്ചയ്ക്കത്തെ ഊൺ ഉണ്ടായിരിക്കുന്നതല്ല എന്ന് മുതലാളി അറിയിക്കുന്നു. ക്ലേശങ്ങളുടെ പേരിൽ ക്ഷമ."

ഞങ്ങൾ തലയുയർത്തി പരസ്പരം കണ്ണിൽ കണ്ണിൽ നോക്കിയ ശേഷം, ഗ്ലാസിലെ വെള്ളം അവസാനത്തെ തുള്ളിവരെ വലിച്ച് കുടിച്ച ശേഷം, പറ്റുകണക്കിൽ സൗജന്യ ഭക്ഷണം വരവുവെച്ചശേഷം നിശ്ശബ്ദരായി കോണിപ്പടികൾ കയറി.

ആമാശയത്തിൽ വിശപ്പ് ആളിക്കത്തുന്നു. പുറത്ത് കൊടുംശൈത്യം തേർവാഴ്ച നടത്തുന്നു. അടഞ്ഞ ചില്ലുജാലകത്തിലൂടെ നിർന്നിമേഷരും അക്ഷമരുമായി ഞങ്ങൾ പുറത്തേക്ക് നോക്കി. എന്റെ കൂട്ടുകാരുടെ മനോഭാവത്തിൽ വന്ന പ്രകടമായ മാറ്റം ഞാൻ ശ്രദ്ധിക്കുന്നു. രാവിലെ വിദൂര പർവ്വത പ്രാന്തങ്ങളിൽ മഞ്ഞ് പൊഴിയുന്നത് ഉൽക്കണ്ഠയോടെ നോക്കിക്കണ്ടത് ഞാനൊറ്റയ്ക്കായിരുന്നു. എന്റെ കൂട്ടുകാർ ഒട്ടും താല്പര്യം പ്രദർശിപ്പിച്ചിരുന്നില്ല. എന്നാൽ ഇപ്പോൾ, ഒരാളില്ലാതെ ഞങ്ങളെല്ലാം പുറത്തെ മഞ്ഞിന്റെ കോട്ടയിലേക്കും അതിനു മുകളിൽ ശവശരീരങ്ങൾ കൊത്തിപ്പറിച്ചുകൊണ്ട് പറന്നുനടക്കുന്ന അല്പായുസ്സുകളായ ഡിറ്റന്റസ് പക്ഷികളിലേക്കും നോക്കിക്കൊണ്ട്, എന്തൊക്കെയോ പ്രതീക്ഷിച്ചുകൊണ്ട്, അസ്വസ്ഥരെങ്കിലും ഒട്ടും നിരാശരാവാതെ അക്ഷമരായി കാത്തുനില്ക്കുകയാണ്.

പുറത്ത് കൊടും ശൈത്യമുണ്ട്. മഞ്ഞുണ്ട്. ശവംതീനികളായ ഡിറ്റന്റസ് പക്ഷികളുണ്ട്. എങ്കിലും വെല്ലുവിളികളെ ഒരു നായാട്ടുകാരന്റെ മനസ്ഥൈര്യത്തോടെ നേരിടുകയും, പരാജയങ്ങൾക്കു മുന്നിൽ ഒരിക്കലും കീഴടങ്ങാതിരിക്കുകയും ചെയ്യുന്ന സാന്തിയാഗോ എന്ന മുക്കുവന്റെ പൗരുഷവും കൂസലില്ലായ്മയും നിറഞ്ഞ ധീരമായ പുഞ്ചിരി ഞങ്ങളുടെ ഉള്ളിൽ പിന്നേയും പൊട്ടിച്ചിതറുകയാണ്.

ഓർമ്മയും മുദ്രയും

വി എസ് അനിൽകുമാർ

ദിവാകരൻ മുമ്പിലും ബാക്കിയുള്ളവർ നിരനിര എന്ന മട്ടിൽ പിന്നിലുമായി. ഇടുങ്ങിയ തോട്ടുവരമ്പത്തുകൂടെ ഇരുട്ടിലുള്ള ഒരു നടത്തമായിരുന്നു അത്. പന്തം കൊളുത്താത്ത പ്രകടനമായി മുമ്പോട്ടു നീങ്ങുമ്പോൾ, കൈയിലുള്ള കുപ്പികളുടെ കഴുത്തിന് മുറുകെ പിടിച്ചുകൊണ്ട് രവിമാഷ് ഉറക്കെ വിളിച്ചുപറഞ്ഞു.

"എണ്ണാമെങ്കില് എണ്ണിക്കോ.... ലക്ഷം ലക്ഷം പിന്നാലെ.... വി പി ദിവാകരൻ സിന്ദാബാദ്...."

"ഞെ്യാന്ന് മിണ്ടാതിരി മാഷെ, ഉറങ്ങുന്ന ജനങ്ങൾ ഉറങ്ങിക്കോട്ടെ" ദിവാകരൻ ദേഷ്യരൂപത്തിൽ പറഞ്ഞു.

രവിമാഷെ അറിയാമോ? പരിചയപ്പെടേണ്ട കഥാപാത്രമാണ്. മാഷ് ഒരു സ്കൂളിലേയും കോളേജിലേയും മാഷല്ല. ദിനേശ് ബീഡി തെരച്ചുകൊണ്ടിരിക്കുമ്പോൾ ഒരു പൂതി തോന്നി, നാഷണൽ ആർട്സ് ആൻഡ് സയൻസ് കോളേജിൽ ഉച്ചയ്ക്കുശേഷമുള്ള ബാച്ചിൽ ചേർന്ന്, പ്രൈവറ്റായി മലയാളം എം എ എഴുതി. രണ്ടാം ക്ലാസിൽ പാസായി. അതുകൊണ്ട് പ്രത്യേകിച്ചൊരു പ്രയോജനവുമില്ലെന്നറിഞ്ഞ്, വീണ്ടും പഴയ കമ്പനിയിൽ തെരച്ചുകൊണ്ടിരിക്കുകയാണ്. എം എക്കാരൻ കൂട്ടത്തിലുള്ളത് വിശ്വസിക്കാനാവാതെ, കമ്പനിയിലുള്ളവരാണ് ആദ്യം രവിമാഷ് എന്നു വിളിച്ചുതുടങ്ങിയത്. അതങ്ങ് പതിഞ്ഞു.

ചെമ്മണ്ണു നിരത്തിയും തെങ്ങിൻതൈ വച്ചും പ്രകൃതം മാറ്റിക്കൊണ്ടിരിക്കുന്ന വയലുകളുടെ കരയിലാണ് ദിവാകരന്റെ തറവാട്. വയക്കരപ്പറമ്പത്ത്. കുഞ്ഞോലകൾ വിരിഞ്ഞുനില്ക്കുന്ന തൈകൾക്കു കീഴെ ഒന്നുരണ്ട് കണ്ടത്തിൽ കതിരുവെച്ചാടുന്ന നെൽച്ചെടികൾ അവസാനത്തെയോ അതിനു മുമ്പത്തെയോ മൂർച്ചയാവാം. ഇനിയത് തുടരുകയുണ്ടാവില്ല.

"വയലെ പണിക്കെല്ലാം ഇപ്പിരിക്കാഡോ കയ്യാ? വെല്ല്യ നഷ്ടല്ലേ...." എന്ന് ആരോ കൂട്ടത്തിൽ നിന്ന് പറയുന്നുണ്ടാവണം. കാരണം എല്ലാവരുമത് കേട്ടു. തെങ്ങുന്തോപ്പായി മാറുന്ന വയൽക്കൂട്ടം കണ്ടാൽ അറിയാതെ ഉയരുന്ന വായ്ത്താരിയാണ്.

വയക്കരപ്പറമ്പത്ത് ദിവാകരൻ ബോംബെയിലേക്ക് കടന്ന് നന്നായി തിരിച്ചുവന്നതിനും, വിസയെല്ലാം ശരിയായി ഇനി ഷാർജയിലേക്ക് പറക്കുന്നതിനും നടുക്കുള്ളൊരു ഇടവേളയിലാണ് കൂട്ടുകാരോടൊപ്പം ഒന്നു കൂടാനായി തറവാട്ടുവീട്ടിലേക്ക് നടക്കുന്നത്.

ബോംബെ കാരണമാകാം, ദിവാകരൻ ഒരു ചതഞ്ഞ മനുഷ്യനായിട്ടുണ്ട്. ഇസ്തിരിയിട്ട് വടിവാക്കിയ ചരാഗ്ദിൻ ഷേട്ട് ബാഗി പാൻസ്. ഒരിക്കലും ഊരാത്തതെന്നു തോന്നിക്കുന്ന ഷൂസ്. ആകെക്കൂടി ഒരു ചതുര വടിവ്. എതിർകക്ഷിക്കാർ സ്കൂളാക്രമിക്കാൻ വന്നപ്പോൾ, ആൾബലം കുറവായതിനാൽ ഒളിഞ്ഞുനിന്ന് കല്ലെറിഞ്ഞ്, കണ്ടുപിടിക്കപ്പെട്ട്, സൈക്കിൾ ചെയിൻകൊണ്ടും ഇരുമ്പുവടികൊണ്ടും എടുക്കെ കിട്ടി തല പൊളിഞ്ഞവൻ, ദിവാകരൻ. മുറിവുണങ്ങി മാസം ഒന്നു കഴിയുന്നതിനു മുമ്പ് നാടുവിട്ടവൻ.

"ഇന്റെ വെല്യച്ചന്ണ്ടാവോടാ ആട?"

ശ്രീനിയാണ്.

"സംശയമുണ്ടോ? തീർച്ചയായും അവിടെ ഉണ്ടാവും," ദിവാകരൻ പറഞ്ഞു.

"എടങ്ങാറാക്വോ?"

"ഏയ്, മൂപ്പര് ഇതിലെല്ലാം കൂടുന്ന കൂട്ടത്തിലല്ലേ."

ഗ്രേറ്റ് ഇന്ത്യൻ സർക്കസിൽ മാനേജരാണോന്ന് നിങ്ങൾ ചോദിച്ചാൽ ശ്രീനി പറയും, ടിക്കറ്റ് കൊടുക്കുന്ന പണിയാണ്. അതിൽനിന്ന് അല്പാല്പം മുക്കിയ പണം കൈയിലുള്ളവനാണ്. ഹൗറയിൽനിന്ന് പനാജിയിലേക്ക് കമ്പനി ഷിഫ്റ്റ് ചെയ്യുന്ന ശ്രമംപിടിച്ച പണിക്കിടയിൽ അമ്മയ്ക്ക് സുഖമില്ലെന്ന് ടെലഗ്രാം അടിപ്പിച്ച് തടിതപ്പി. ഒരാളെ വീതം സർക്കസിലേക്കും ബീഡിപ്പണിക്കും ഉഴിഞ്ഞുവയ്ക്കുന്ന വീടുകളാണ് ഇവിടെയെല്ലാം. അറിയാമോ? ഇന്ത്യൻ സർക്കസിന്റെ ഈറ്റില്ലം എന്നൊക്കെ പറയും. എന്ത് ഈറ്റില്ലം? വേറെ വഴിയൊന്നും ഇല്ലാഞ്ഞിട്ടാണ്. ഏതായാലും ബീഡിപ്പണിയുടെ കാര്യത്തിൽ അങ്ങനെയൊന്നും ആരും പറഞ്ഞുകേട്ടിട്ടില്ല.

കൊത്തും കിളയുമില്ലാത്തതിനാൽ വയക്കരപ്പറമ്പ് കാടുപിടിച്ചു കിടക്കുന്നു. സ്വത്ത് തർക്കത്തിലാണ്. കൂടുതൽ ഇരുട്ട് അവിടെയെല്ലാം കട്ടപിടിച്ചിരുന്നു. അതിനു നടുവിൽ പഴയ വീടിന്റെ കുമ്മായനിറംപോലും തെളിയാതെയായി. ചപ്പിലകളും കനത്ത പൊടിയും മുറ്റത്തും കോലായിലും മൂടിക്കിടന്നിരുന്നു. ഇവിടെയാണ് കുറച്ചൊന്നു വൃത്തിയാക്കി, കമ്പനി കൂടേണ്ടത്. വണ്ണാംവല എല്ലാവരുടേയും മുഖത്ത് പറ്റിപ്പിടിപ്പിക്കാൻ തുടങ്ങി. അവയെല്ലാം തുടച്ചുമാറ്റിയും ചപ്പിലകൾ തട്ടിക്കൂട്ടി ഒരു

ഭാഗത്തിട്ടും നിലമൊരുക്കി.

കുപ്പി നടുവിൽ വച്ച് ആളുകൾ വട്ടത്തിൽ ഇരുന്നു.

പിച്ചാണ്ടി ഗോപി ഇപ്പോഴെ ഫിറ്റ്. രാവിലെ പെരുതേരിപ്പണി തുടങ്ങുമ്പോഴെ അകത്താക്കുന്നതല്ലേ. പണി കയറിയാൽ മൂർത്തി കൂട്ടാൻ നൂറു പട്ടയും. പിച്ചാണ്ടി, ചേതിയിൽ കാലടിച്ചു വീണു. തോട്ടുവരമ്പിലൂടെ ഇതുവരെ എത്തിയതുതന്നെ അതിശയം. ഇനിയിവിടെ എന്തൊക്കെ നടക്കുമെന്റെ ദൈവത്താറെ എന്ന് ആരും വിളിച്ചുപോകും.

"ഏട്ത്തു ദിവാകരാ ഇന്റെ വല്യച്ചൻ? കൊറെയായല്ലോ ഓറക്കണ്ടിറ്റ്. വിളിക്ക്. ഓറക്കാണ്ന്നതെന്നെ ഒര് സുഗാടാ. വിളിക്ക്. പിച്ചാണ്ടി ഗോപി വന്നിന്ന് പറഞ്ഞാമെ."

ഗോപി പ്രകടനം തുടങ്ങി എന്നു മനസ്സിലായല്ലോ ഇനി ഈ കോലായ വിട്ട് തിരിച്ച് അതേ തോട്ടുവരമ്പത്തൂടെ പോകാനോ ചാത്തോടം ഭാഗംവരെ എത്താനോ പിച്ചാണ്ടിക്ക് കഴിയില്ല. ഈ ചപ്പിലക്കൂട്ടത്തിൽ അവൻ സമാധിയാവും. അതാണുണ്ടാവുക.

"ഞീന്റെ വെല്യച്ചനോട് പറഞ്ഞിറ്റില്ലാന്തോന്നുവല്ലോ. കാണ്ന്നില്ലല്ല ഓറ?" പിച്ചാണ്ടി നൊടിഞ്ഞുകൊണ്ടിരുന്നു.

"എല്ലടാ ദിവാകരാ, ഇന്റെ വെല്യച്ചൻ വന്നാ കൊയാപ്പാവോ?" ശ്രീനിയാണ്. വീണ്ടും അതുതന്നെ.

"ഞ്ഞ്യനങ്ങണ്ടിരി ശ്രീനി. വെല്യച്ചൻ എടങ്ങറാക്കൊന്നൂല്ല. ഓറിദെല്ലം എത്ര കണ്ടതാ! ദിവാകരനിലാത്തേരം ഞാളെത്ര കൂടിന്, ഈാട. ഞ്ഞ്യനങ്ങാണ്ടിരി." സമാധാനിപ്പിക്കാൻ രവിമാഷാണ്.

രണ്ട് ഗ്ലാസേ ഉള്ളൂ. കിണറ്റിൽനിന്ന് വെള്ളമെടുക്കും. കുപ്പിപൊട്ടിച്ച്, മെഴുകുതിരി വെളിച്ചത്തിൽ, രവിമാഷ് രണ്ടിലും ഒഴിക്കും. ബക്കറ്റിൽനിന്ന് നേരിട്ടു വെള്ളമൊഴിച്ച് ലവലാക്കും. പരിമിതമായ സൗകര്യങ്ങളേ ഉള്ളൂ. മതി, ഇതിനൊക്കെ അതു മതി. മംഗല്യസദ്യയൊന്നുമല്ലല്ലോ നീട്ടിപ്പരത്താൻ.

"വെല്യച്ചന് കൊടുക്ക് ആദ്യം" ശ്രീനി പറഞ്ഞു.

രവി മാറ്റി, ഒരു ഗ്ലാസെടുത്ത് വാതിലിന് മുമ്പിലേക്കു നീക്കിവെച്ചു. വല്യച്ചൻ വന്ന് എടുക്കുന്നതുവരെ ഇനിയത് അവിടെയാണ്. അതാണു പതിവ്. ഒരു ഗ്ലാസേ ബാക്കിയുള്ളൂ. അങ്ങനെ ഊഴമിട്ട് കുടിച്ച് കുപ്പി കാലിയാവുമ്പോഴത്തെ കാര്യങ്ങളൊന്നും പറയേണ്ടല്ലോ. ദിവാകരൻ, വന്നിറങ്ങിയതു മുതൽ തുടങ്ങിയ ബോംബെകഥകൾ തുടരുന്നു. അധോലോകഗുണ്ടകൾ, ചുവന്ന തെരുവ്, ഇരുണ്ട ഗലികൾ, മറൈൻ ഡ്രൈവ്, തെരുവുകച്ചവടക്കാർ എന്നിങ്ങനെ ഈയിടെ സിനിമകളിൽ കണ്ടതും കാണാത്തതുമായ കഥകൾ.

"അവിടത്തെ തട്ടിപ്പുകളെല്ലാം മലയാളികളുടെ വകയാ. സ്ട്രീറ്റ് കച്ചോടക്കാരുണ്ട്. എല്ലാം മലയാളീസാ. നൂറ് ഉർപ്യന്റെ സാരി അവര് വാചകമടിച്ച് മുന്നൂറിന് വിക്കും."

"എല്ലാം മാപ്ളാറായിര്ക്കും." അടിച്ചു തൂക്കിയിട്ടപോലെ ഇരിക്കുന്ന

പിച്ചാണ്ടി ഇടയിൽ കയറി ചോദിച്ചു.

"ഓൻ തൊടങ്ങി. തോന്ന്യാസം പറയാണ്ടിരി, ഗോപി." രവിമാഷ് ചൂടായി.

"എല്ലാത്തിനേം പായിക്കും. ഒറ്റയൊന്നിനെ വെച്ചേക്കൂല ഈട."

"ഞ്ഞി പറ ദിവാകരാ. പിച്ചാണ്ടി നന്നാവൂല്ല."

"നമ്മള് വിചാരിക്കുംപോലെയൊന്നുമല്ല. പിടിച്ചുകിട്ടാൻ പ്രയാസാ." പിച്ചാണ്ടി ഗോപിയെ കേൾക്കാതെ ദിവാകരൻ തുടർന്നു.

"ഞ്ഞ്യെങ്ങനെ, ദിവാകരാ? തട്ടിപ്പൊന്നും ഇല്ലാണ്ട? ഇന്റെ സൊഭാവം അങ്ങൻത്ത്യല്ലടാ?...." ശ്രീനി ഒന്നു കുത്തിനോക്കി.

"ചെറിയ തട്ടിപ്പൊന്നൂല്ലാതെ ബോംബെയിൽ ആർക്കും ജീവിക്കാൻ കഴിയില്ലാന്ന്. ഞാനും അക്കൂട്ടത്തിലാന്ന് കൂട്ടിക്കൊ...."

പിച്ചാണ്ടി പിന്നെയും എന്തൊക്കെയോ പുലമ്പിക്കൊണ്ടിരുന്നു. ശ്രീനി, സർക്കസിലെ കഥകൾ പറയാൻ ശ്രമിച്ചു. മിക്കവാറും എല്ലാ വീട്ടിലും കേൾക്കുന്നതുതന്നെ. ആരും ശ്രദ്ധിക്കാനുണ്ടായില്ല. അതിനാൽ അവൻ ദിവാകരന്റെ കൂടെ ബോംബെക്കുതന്നെ പോയി. രവിമാഷ് കൃത്യമായി ഒഴിയുന്ന ഗ്ലാസ് നിറസ്ക്കുകയും ഊഴം വരുമ്പോൾ സ്വയം എടുക്കുകയും ചെയ്തു.

"ഞ്ഞിന്റെ വെല്യച്ചനോട് പറഞ്ഞിറ്റില്ലാന്തോന്നുവല്ലോ. കാണ്ന്നില്ലല്ലോ, വെല്യച്ചനെ?" പിച്ചാണ്ടി അതുതന്നെ നൊടിഞ്ഞു.

"ആയ കാലത്ത് ഉശിരനേനു."

"ഇര്പത് ദോശ്യാന്ന് രാവിൽത്തെ കത്തലടക്കാൻ."

"പാൻന്ന് മണിക്ക് ഒരു കഞ്ഞിക്കുടീണ്ട്. ആ ചെമ്പില് ഞമ്മള് വീണാ വെള്ളം കുടിച്ചു മയ്യത്താവും."

"കാണ്ന്നില്ലല്ലോ, ഓറ; എനി വെരുല്ലാന്ന്ണ്ടോ?"

"ഞാനീട ഇണ്ടഡോ." കുക്കിയോട്ക്കാണ്ട്ക്ക് എന്നു പറഞ്ഞുകൊണ്ട് അന്നേരം പടിഞ്ഞാറ്റകത്തുനിന്ന് ഇറങ്ങിവന്നപോലെ വെല്യച്ചൻ മുമ്പിൽ. എല്ലാവരും ഒരു നിമിഷം മിണ്ടാതെയായി. ആർക്ക് എന്ന് അറിയില്ലായിരുന്നു. ഒരു നിശ്ശബ്ദത അവിടെ പരന്നു. ദിവാകരൻ പിന്നോട്ട് വലിഞ്ഞ്, ചേതിയിലേക്ക് ഇറങ്ങിനിന്നു. കാത്തിരുന്ന് എത്തിയപ്പോൾ ഏവർക്കും നാവിറങ്ങിപ്പോയി.

ഒടുവിൽ രവി മാഷ്തന്നെ ചോദിച്ചു.

"ങ്ങള് എടുക്ക്ന്നില്ലേ?"

"എന്ത്ന്നാട പിള്ളറെ, കുപ്പീംവെച്ച് ആടോം നോക്കി ഇരിക്ക്ന്നേ? അടിച്ച് തീർക്കാന്നോക്ക്...."

സാധാരണ രൂപമല്ല വെല്യച്ഛന്റേത്. കണ്ടുപഴകിയ പ്രകൃതവുമല്ല. ഒത്ത ഉയരം; ഒത്ത തടി. ചെറിയൊരു കുമ്പയും. കള്ളുകുമ്പയാണത്. ഉശിരും ഊക്കും വിളിച്ചുപറയുന്ന മുഖമാണത്. മറ്റുള്ള മുടി. നരയ്ക്കാൻ പാടുപെടുന്നുണ്ട്. ആരെയും കൂസാത്ത ഭാവം എന്നല്ല, ആളറിഞ്ഞ് പെരുമാറുന്നത് എന്നാണ് പറയേണ്ടത്.

"എല്ലാമൊര് പിള്ളറ് കളിപോലണ്ട്. അച്ചെക്കനെന്തടാ കെടന്ന് മല ക്കംമറയ്ന്നെ? ഓൻനേതാടാ?"

"ഗോപിയാ നമ്മളെ കുന്നുമ്മലെ കുമാരാട്ടന്റെ മോൻ. പിച്ചാണ്ടി ഗോപി." ദിവാകരൻ പറഞ്ഞു.

"ചെക്കൻ നല്ലാണം നയ്ക്കുന്നോനാന്നല്ലാ. പിന്നെന്താ ന്ന്ങ്ങനെ പിപ്പിരിയായ്പ്പോയേ?"

"രാവിലെ മുതൽ തൊടങ്ങിയതാ."

"ആനയ്ക്കൊണ്ടന്താ, നയ്ക്കുന്നന് ആദെല്ലാം വെല്ല്യ കാര്യാറ്റാ!"

പണിയെടുക്കുന്നതിന് ഇതൊന്നും വലിയ കാര്യമല്ല എന്ന് വെല്യ ച്ഛൻ പറഞ്ഞല്ലോ. വെറുതെയൊരു അഭിപ്രായം തട്ടിവിട്ടതൊന്നുമല്ല. വെല്യച്ഛൻ അങ്ങനത്തെ ആളുമല്ല. വയലുകളിലെല്ലാം ചെമ്മണ്ണ് നിറയു ന്നതിന് എത്രയോ മുമ്പ്, ഈ കണ്ടങ്ങളിൽ ദിവാകരന്റെ വെല്യച്ഛൻ തടി കൊടുത്ത് നയ്ച്ചിട്ടുണ്ട്. മൂർച്ച കഴിയുമ്പോൾ വിത്തുമാത്രം ലാഭമായാലും അതൊരിക്കലും നിർത്തിയിട്ടുമില്ല. അങ്ങനെയൊരിടത്ത് ഇരുന്നാണ് വെല്യച്ഛൻ ഇത് പറയുന്നതെന്നോർക്കണം. ആർത്തിപിടിച്ച് വേണ്ടതും വേണ്ടാത്തതും വാങ്ങിക്കൂട്ടുന്ന ഒരു ലോകത്തിൽ നിന്ന്, വേണ്ടതെല്ലാം നട്ടുനനച്ചുണ്ടാക്കുന്ന ഒരു കാലത്തിലേക്ക് പോകാൻ നമുക്കു വിഷമമു ണ്ടാകും.

"ങ്ങളാരോ പറയുന്ന കേട്ടല്ലോ, വയൽലെ പണിയെല്ലാ നഷ്ടാന്ന്. ങ്ങക്കാരിക്കാഡോ, പിള്ളറെ, അദിനപ്പറ്റിയെല്ലാം ശരിക്കറിയ്യാ?"

ആരുമൊന്നും മിണ്ടിയില്ല. ഒന്നിനുമപ്പോൾ മിണ്ടാനുള്ള കഴിവുണ്ടാ യിരുന്നില്ല എന്നാണ് സത്യം. ദിവാകരനും ഗോപിയും ശ്രീനിയും തൂങ്ങി പ്പിടിച്ചിരുന്നു. ഒരു മറുപടിയും കൊടുക്കാനാവില്ല എന്നതുകൊണ്ട് അങ്ങനെ ഇരിക്കുന്നതാണ് നല്ലത് എന്ന് അവർ കരുതിയിരിക്കണം. രവി മാഷ് മാത്രം തൂണിൽ ചാരിയിരുന്ന് കണ്ണുകളടച്ച്, കടമ്മനിട്ടക്കവിത ചൊല്ലിക്കൊണ്ടിരുന്നു.

"എന്റെയൊര് പേരക്ക്ടാവ്ണ്ട്. ഏട്ത്തു ഓൻ? ബോംബെക്ക് കട ന്നിന്, ദിവാകരൻ! അടി പേടിച്ച് നാട് കടന്നതാ ഓനപ്പറഞ്ഞിന്റെന്താ? ഓന്റച്ചനെ പറഞ്ഞാപ്പോരെ എന്റെ മോനേ?..."

ഇരുട്ടിലും പിപ്പിരിയിലും ദിവാകരൻ ചമ്മൽ തുടച്ചു.

"നനയ്ക്കുന്നോനേം എനക്ക് ഇഷ്ടാന്ന് നയ്ക്കുന്നോന് വേണ്ടി പറ യ്ന്നോനേം ഇഷ്ടാണ്."

ദിവാകരന്റെ വെല്യച്ഛൻ കുറേയധികം ഉറപ്പോടെ പറയുന്ന കാര്യ ങ്ങളാണ്. മിത്തിലെ എടത്തില് കുഞ്ഞിക്കണ്ണൻ എന്നയാൾക്ക് മൂക്കി ന്റൊരു കഷണം നഷ്ടപ്പെട്ട കാര്യമാവാം വെല്യച്ഛൻ ഓർക്കുന്നത്. അല്ലെ ങ്കിൽ അതുപോലെ വേറൊന്ന്. ഓർമ്മിക്കാൻ ഇങ്ങനെ ചിലതുണ്ട് എന്ന താണു കാര്യം. നമുക്കൊന്നും അതില്ലല്ലോ. നാല്പത്തിയെട്ടിൽ, വെല്യ ച്ഛന്റെ ഭാഷയിലുള്ള നയ്ക്കുന്നോരെയും അവർക്കുവേണ്ടി പറയുന്നോരേം പൊലീസിന് കാട്ടിക്കൊടുക്കുന്ന പണിയേറ്റെടുത്തവൻ മീത്തലെ എട

ത്തിൽ കുഞ്ഞിക്കണ്ണൻ. പൊലീസുകാരുടെ കൈയിൽ കിട്ടിയാൽ അന്നും എന്നും ഒരുപോലെതന്നെ. കരിങ്കല്ല് പോലത്തെ ചെറുപ്പക്കാർ ചതഞ്ഞും ഒടിഞ്ഞും കൊക്കിക്കുരച്ചും നടക്കുന്നു. വെല്യച്ഛന് ഇതൊന്നും സഹിക്കുമായിരുന്നില്ല. അങ്ങനെയാണ് ആ ചെറുപ്പക്കാരെ വിളിച്ചുകൂട്ടി വെല്യച്ഛൻ ചോദിച്ചത്.

"ഈയ്നെല്ലാം ഒരന്ത്യം കാണണ്ടെ ഞമ്മക്കെല്ലാംകൂടി? ങ്ങള് എന്റെ കൂടെ വാ. ഞാനന്നോയ്ക്കാളാ ബാക്കി, ന്താ?...."

അങ്ങനെയാണ് വെല്യച്ഛനും ചെറുപ്പക്കാരുംകൂടി പൊലീസു വേഷത്തിൽത്തന്നെ ചെന്ന് മീത്തലെ എടത്തിൽ കുഞ്ഞിക്കണ്ണനെ രാത്രിയിൽ വടിവാളുകൊണ്ട് വെട്ടിയത്. അറ്റുപോയ മൂക്ക് പതിഞ്ഞ് മീത്തലെ എടത്തിൽ കുഞ്ഞിക്കണ്ണൻ മാങ്ങയും ചക്കയും അടയ്ക്കയും പാട്ടത്തിനെടുത്ത് നടക്കുന്നുണ്ട്, ഇപ്പോഴും. പഴയ ഖദറുതന്നെയാണ് വേഷം. ഒരു മേൽമുണ്ടുകൂടി ചാർത്തിയിട്ടുണ്ട്. കാവിലെ പൂവെടി കമ്മിറ്റിയിൽ സ്ഥിരം മെമ്പറാണ്. ഒന്നും കാണാതെ കുഞ്ഞിക്കണ്ണൻ ഒരു കട്ടിലിൽനിന്നും വീഴില്ല!

"ഞമ്മളെ മോഹനനും കൂട ഇപ്പൊ ഇണ്ടാവണേനും. ഇന്നപ്പോലെയോന്നല്ലടാ, ദിവാകരാ, ഓൻ.... പാവം ചെക്കൻ."

വെല്യച്ഛൻ പൊടുന്നനെ പറഞ്ഞു.

എന്നെപ്പറ്റിയാണ്! വെല്യച്ഛനാണ് പറയുന്നത്! ചതഞ്ഞ തുടയുടെ വേദനയിലും ഒരു കുളിരു പരക്കുന്നത്, തൊട്ടാൽ, നിങ്ങൾക്കും അറിയാവുന്നതാണ് നോക്കൂ!

"പാവം ചെക്കൻ. ഓറ് തച്ച് ശരിയാക്കീ, ന്തോന്നും. എന്റെ ദൈവത്താറേ! പൊലീസിന്പ്പോ അദ്തന്നെ പണി. ഒര് മാറ്റോല്ല." വെല്യച്ഛൻ പറഞ്ഞുകൊണ്ടിരുന്നു.

മറ്റാരുമത് കേൾക്കുന്നുണ്ടായിരുന്നില്ല. മൂന്നെണ്ണം കഴുത്തൊടിഞ്ഞു കിടക്കുന്നുണ്ട്. കൂർക്കംവലി മിക്കവാറും പിച്ചാണ്ടിയുടേതു തന്നെയാവണം. രവി മാഷിന്റെ കവിതയും വളരെ മെല്ലെയായി.

നടുവിൽ പൊളിക്കാത്ത ഒരു മുഴുവൻ കുപ്പി.

ഞാനവിടെ ഇല്ല. പൊലീസുകാരുടെ അടികൊണ്ട തുട ലേശം വേദനിക്കുന്നുണ്ട്. അത് സാരമില്ല. അഹമ്മദ് ഗുരിക്കളുടെ കളരി മർമ്മാണി തേച്ചു പിടിപ്പിച്ചിട്ടുണ്ട്. ലാത്തിച്ചാർജ്ജ് ഉണ്ടാവുമെന്ന് നേരത്തേ, പ്രകടനം തുടങ്ങുമ്പോഴേ, തീർച്ചയായിരുന്നു. പെട്ടെന്ന് വളരെ പെട്ടെന്ന്, ടിയർ ഗ്യാസും അടിയും പൊട്ടി. ചിതറിയോടുന്നതിനിടയിൽ ചെരുപ്പുകൾ നിരത്തിൽ നിറഞ്ഞു. വഴിയിലും ഓടയിലും കുറേപ്പേർ അടികൊണ്ടു വീണു. ഡി ഐ ജി തന്നെ ലാത്തിയും പൊക്കിപ്പിടിച്ച് കോമരംപോലെ ഉറഞ്ഞു തുള്ളുന്നുണ്ടായിരുന്നു. ഒരിക്കൽ അയാൾക്ക് സ്വന്തം തലയിൽത്തന്നെ കൊത്തേണ്ടിവരും! വി കെ ബിയുടെ നേരെ ലാത്തി പൊങ്ങുന്നതുകണ്ട് ഞാൻ ചാടിവീണതാണ്. എടുക്കെ കിട്ടി. അത് സാരമില്ല. കൂടണമെന്ന ദിവാകരൻ വിചാരിച്ചിട്ടും പോകാതിരുന്നത് അതുകൊണ്ടൊന്നുമല്ല.

വർത്തമാനത്തിനിടയിൽ പിച്ചാണ്ടി ഗോപി വർഗ്ഗീയം പറഞ്ഞത് നിങ്ങൾ ശ്രദ്ധിച്ചില്ലേ? ഗോപിയെക്കൊണ്ട് അങ്ങനെ പറയിക്കാതിരിക്കാനുള്ള ഉത്തരവാദിത്വം എനിക്കുണ്ടായിരുന്നു എന്ന കുറ്റബോധമുണ്ട് ഉള്ളിൽ. ഗോപിയോടുള്ള അടുപ്പംവച്ചു നോക്കിയാൽ, ഇവനിത് പറയാൻ പോകുന്നു എന്ന് ഞാനറിയേണ്ടതായിരുന്നു. ഈയിടെയാണ് പിച്ചാണ്ടി ഇങ്ങനെയൊക്കെ ആവാൻ തുടങ്ങിയത്. ഇവിടെ നടക്കുന്ന തെറ്റുകളിൽ എന്റെ പങ്ക് എത്രയാണെന്ന് എപ്പോഴും ഓർത്തിരുന്നുപോകും. അതാണ്, ചെറിയ എതിർപ്പുകൾ ഉണ്ടെന്ന് കാട്ടിക്കൊടുക്കുമ്പോൾ വലിയ തോന്നിവാസങ്ങൾ അറിയാതെ പോകുന്നോ എന്ന വിഷമം. എള്ളു ചോരുന്നതറിയുന്നു. ആന ചോരുന്നത് അറിയുന്നില്ല എന്നു പറയാറില്ലേ. ചുരുക്കിപ്പറയാമല്ലോ. ഇങ്ങനെയായിത്തീർന്ന പിച്ചാണ്ടിയെ ഇനി കാണാനുള്ള കരുത്തെനിക്കില്ല. അതുതന്നെ. അതുകൊണ്ടാണ് ഞാനിവിടെ ഇല്ലാതായതും.

ഇനി, ദിവാകരന്റെ വെല്യച്ഛൻ അവിടെ ഉണ്ടെന്നാണോ നിങ്ങൾ വിചാരിച്ചിരിക്കുന്നത്? വെല്യച്ഛൻ ഓരൊർമ്മയും മുദ്രയുമായിക്കഴിഞ്ഞിട്ട് എത്രയോ കൊല്ലങ്ങളായി! ഇപ്പോൾ ഉണ്ടായിരുന്നെങ്കിൽ ഒരു നൂറുവയസ്സെങ്കിലുമായിട്ടുണ്ടാവും. ദിവാകരന്റെ അച്ഛന്റെ അച്ഛനാണ് വെല്യച്ഛൻ. ഇവിടെ ഞങ്ങൾ അങ്ങനെയാണ് വിളിക്കുക. ഞങ്ങളാരും വെല്യച്ഛനെ നേരിട്ടു കണ്ടിട്ടില്ല. ചെറിയ രൂപങ്ങളുടെ ഇടയിൽ, ചെറിയ വീമ്പുകളുടെയും വേദനകളുടെയും കൂട്ടത്തിൽ, വലിയൊരു രൂപം നിറഞ്ഞു നില്ക്കും. അങ്ങനെയാണ് ദിവാകരന്റെ വെല്യച്ഛൻ, ഇവിടെ, കൂടെയുണ്ടെന്ന് ഞങ്ങൾക്കും നിങ്ങൾക്കും തോന്നിക്കൊണ്ടിരിക്കുന്നത്. ആട്ടങ്ങൾക്കിടയിൽ, താഴെക്കാവിലെ വില്ല്യാറു കുട്ടികളുടെ ഉന്തും തള്ളും, അനങ്ങാതിരുന്നു കാണുന്ന ദൈവത്താറെപ്പോലെ, വെല്യച്ഛൻ.

ശ്രീഭഗവതി

ഗീതാഹിരണ്യൻ

താഴെ നിലയിൽ ലിഫ്റ്റിനരികിലിരുന്ന പാറാവുകാരൻ സ്റ്റൂളിൽനിന്നും എഴുന്നേറ്റ് ബഹുമാനിച്ചത് അയാളെ നന്നായി സന്തോഷിപ്പിച്ചു. എങ്കിലും ലിഫ്റ്റിലേക്കു നടക്കുമ്പോൾ അസാധാരണമാംവിധം ഉള്ളം മിടിച്ചു. ഒരു പൊതുകാര്യപ്രസക്തന് ഒരിക്കലും ജയിക്കാൻ കഴിയാത്ത പോർനിലത്തേക്കാണല്ലോ അയാളിപ്പോൾ പോകുന്നത്. വീട്. നിത്യപരാജയങ്ങളുടെ അങ്കത്തട്ട്.

ലിഫ്റ്റിനടുത്തെത്തും മുമ്പേ കാവല്ക്കാരൻ പറഞ്ഞു.

"കറണ്ടില്ല സാർ, സാറിനിന്ന് പടികൊറേ കേറേണ്ടിവരും."

ഇടതുവശത്ത് ആരംഭിച്ച ആകാശത്തേക്കുപോകുന്ന പടികളെ അയാൾ കോപത്തോടെ നോക്കി. പിന്നെ കാൽപ്പടങ്ങളെ നിർബ്ബന്ധിച്ച് അയാൾ പടികേറ്റി. ഫ്ളാറ്റിന്റെ വാതിൽ തട്ടുമ്പോൾ അയാൾക്കറിയാം. ഭാര്യയുടെ മുഖം മുഷിഞ്ഞതാവും എപ്പോൾ വേണമെങ്കിലും പൊട്ടിത്തെറിക്കാവുന്ന ലാവകളുടെ സമുദ്രമാണ് ഉള്ളിലെന്നതിന്റെ സൂചന.

തോളിൽ ചാഞ്ഞുറങ്ങുന്ന മകളുമായാണ് ഭാര്യ വാതിൽ തുറന്നത്. അയാൾ മെല്ലെ കുട്ടിയെ തട്ടി.

"ഒണർത്തണ്ട. കൊച്ചിന് പനിയാ."- ഭാര്യ അയാളെ വിലക്കി.

കുട്ടിയുടെ മേൽ പനിയുടെ ചുവന്നു തിണർത്ത പാടുകളുണ്ട്. പനിച്ചൂടിൽ കരിഞ്ഞുപോയ മുഖം.

"മിനിയാന്നു വൈകുന്നേരം വരുംന്നല്ലേ പറഞ്ഞത്. പിന്നേം പുതിയ ഓരോ ഏർപ്പാടുകളായിക്കാണും, അല്ലേ?"

ഭാര്യ ഉദ്ദേശിക്കുന്നത് അയാളുടെ പൊതുകാര്യപ്രവർത്തനത്തെയാണെന്ന് അറിയാതെയല്ല. എന്നാലും അയാളൊന്നു ഇളിഞ്ഞു. മന്ത്രി മന്ദിരങ്ങളും അതിനു കാവൽനില്ക്കുന്ന രാഷ്ട്രീയദല്ലാളുകളും ഒറ്റുകാരും

എല്ലാംചേർന്ന് തിരുവനന്തപുരം അയാളുടെ ഉള്ളിൽ തെളിഞ്ഞു. സാമർത്ഥ്യക്കാർ ഉന്തി മാറ്റിയ അയാളുടെ നിസ്സാരങ്ങളായ നിവേദനങ്ങളും ശുപാർശകളും. രണ്ടാമതൊരിക്കൽ ആ കാഴ്ച കാണാൻ അയാൾ ഇഷ്ടപ്പെട്ടില്ല.

"ചായ താ."

ചായക്കൊതിയിൽ തല്ക്കാലം അയാൾ തിരുവനന്തപുരത്തെ കൊണ്ടു കളഞ്ഞു.

"കൊച്ചിനെ കെടത്തട്ടെ. എന്നിട്ട് തരാം."

അയാൾ സെറ്റിയിൽ ഒതുങ്ങിയിരുന്നു മകൾക്ക് കിടക്കാനിടമൊരുക്കി.

അയാൾ കുട്ടിയെ അരികിൽ കിടത്തി. പുറങ്കൈകൊണ്ട് കുട്ടിയുടെ ചൂടളന്ന് അയാൾ ഉൽക്കണ്ഠപ്പെട്ടു.

"നല്ല പനി. ഡോക്ടറെ കാണിച്ചോ?"

"ഇല്ല. നിങ്ങളും കൂടി വന്നിട്ട്..."

അവൾ പൂർത്തിയാക്കുംമുമ്പേ അയാളതിൽ ചാടിപ്പിടിച്ചു.

"പിന്നെന്തൊക്കെ കാര്യത്തിനാ എന്നെകാത്തത്? നിസ്സാര കാര്യമാ. ഒന്നു ഡോക്ടറെ കാണിക്കുക. അതിനും കൊച്ചമ്മയ്ക്കു തന്നെ പോകാൻ വയ്യ."

ഭാര്യ മിണ്ടിയില്ല. ആ അനാവശ്യ ക്ഷോഭത്തിനു മറുപടിയില്ലാഞ്ഞല്ല. പക്ഷേ, അപ്പോളുമുയർന്ന അയാളുടെ ഒച്ചതന്നെ കുട്ടിയെ കരയിക്കാൻ ധാരാളമായി. അതുകൊണ്ട് എന്റെ മോളുറങ്ങിക്കോ എന്നു കുട്ടിയുടെ ചന്തിയിൽ മെല്ലെത്തല്ലി അവൾ ഉറക്കാൻ നോക്കി. അല്പനേരത്തിനുള്ളിൽ കുട്ടി അവളുടെ പാതി നിർത്തിയ ഉറക്കത്തിലേക്കും ശിഥിലസ്വപ്നങ്ങളിലേക്കും മടങ്ങി. അപ്പോൾ ഭാര്യക്ക് എഴുന്നേല്ക്കാം. രാവിലെ ഉറക്കച്ചടവോടെ അവളെ കാത്തു നില്ക്കുകയാണല്ലോ. അടുക്കള. അതു മറക്കരുത്.

തീനാളങ്ങളും ചായക്കെറ്റിലും തമ്മിലുള്ള കുശലം ഇത്തിരി കടന്നേയുള്ളൂ. അന്നേരം അയാൾ ഇരിപ്പുമുറി ഉപേക്ഷിച്ച് അടുക്കളയിലെത്തി. അതയാളുടെ സ്വഭാവമാണ്. ഇത്തിരി ശബ്മുയർത്തിയാൽ, അതു വേണ്ടിയിരുന്നില്ലെന്നു തോന്നിയാൽ, അവൾക്കു പരിഭവം വളരരുതെന്നു കരുതി സദാ അവളുടെ മനസ്സിലും ചലനത്തിനും പിന്നിൽ ഗാട്ടു നടക്കുക. ഒന്നു മുറിപൊട്ടിയാൽ പിന്നെ ആ വ്രണം കരിയാൻ വേണ്ടി എപ്പോഴും ശുശ്രൂഷിച്ച് പൊറ്റനിളക്കി കുളമാക്കുന്ന സമ്പ്രദായം അടുക്കളയുടെ സ്ലാബിന്മേൽത്തന്നെ അയാൾ കേറി പ്രതിഷ്ഠിച്ചു.

"പാലില്ല. പാൽപ്പൊടി ചേർത്തു തരട്ടെ?"

അയാൾക്കു സ്വതേ പാൽപ്പൊടിച്ചായ വയ്യ. പക്ഷേ, അതിപ്പോൾ പറയുക വയ്യ. ആഭ്യന്തരയുദ്ധങ്ങൾ രാജ്യത്തിനു ആപത്താണെന്നറിയുന്ന ഒരെളിയ പ്രവർത്തകനാണല്ലോ അയാൾ.

പെട്ടെന്ന് കുട്ടി വീണ്ടും കരഞ്ഞു. തീനാളം ചെറുതാക്കിവെച്ച് അവൾ പോയി കുട്ടിയെ എടുത്തുകൊണ്ടുവന്നു. കുട്ടിയുടെ ഉള്ളിൽ പ്രാവുകൾ

കുറുങ്ങുന്ന ഒച്ച.

"രാത്രി തീരെ ഒറങ്ങിയില്ല, ഞങ്ങള് രണ്ടുപേരും. എന്തൊരു വലിവാ അവൾക്ക്."

മകളെ മടിയിലിരുത്താൻ അയാൾ കൈകൾ നീട്ടി. കുട്ടി ഇഷ്ടക്കേടോടെ അയാളിൽനിന്നും അകലാൻ തുടങ്ങി.

"അമ്മ ചായയെടുക്കട്ടെ. അമ്മു ഒന്നച്ഛന്റടുത്തിരിക്ക്."

മകളെ അവൾ അയാളെ ഏല്പിക്കാൻ നോക്കി. കുട്ടി കൂട്ടാക്കുന്നില്ല. കൊഞ്ചിക്കുകയോ താലോലിക്കുകയോ ചെയ്യാനറിയാത്ത ആ അച്ഛനെ മകൾക്കുവേണ്ട. എത്ര വിചാരിച്ചാലും അയാൾക്ക് കുട്ടികളെ ഇണക്കാനറിയില്ല.

കൊഞ്ചലിന്റെ രാജകുമാരി - അയാൾ ഉള്ളിൽ വിളിച്ചു. നിന്റെ പരിചരണത്തിനു നിന്റെ അമ്മത്തമ്പുരാട്ടിതന്നേ പറ്റൂ.

അയാളുടെ ആക്ഷേപം കേട്ടപോലെ കുട്ടി പുളഞ്ഞു

"കരയണ്ട. അമ്മ അമ്മിണിക്കു നല്ല കഥ പറഞ്ഞുതരാലോ."

കിതപ്പിനും കുറുങ്ങലിനുമിടയിൽ കുട്ടി വിമ്മിട്ടപ്പെട്ട് അവളുടെ ഇഷ്ടമറിയിച്ചു.

"കറുത്തങ്ങേലീടെം വെളുത്തങ്ങേലീടെം കഥ."

"അതന്നെ. പറഞ്ഞുതരാട്ടോ."

പെട്ടെന്നു വാഷ്ബേസിനു ചോട്ടിലിരിക്കുന്ന ചവറ്റുകുട ചൂണ്ടി ഭാര്യ അയാളോടു ചോദിച്ചു.

"നോക്കിയേ. ഇതൊന്നു താഴെ കുപ്പയിൽ കൊണ്ടിട്ടുവരാമോ. കാലും കൊണ്ടു അമർത്തി താഴ്ത്തി താഴ്ത്തി ഇനി അതിലൊട്ടും സ്ഥലം ഇല്ല."

പച്ചക്കറിശേഷിപ്പും മുട്ടത്തോടും പഴത്തൊലിയും കടലാസും ഒക്കെക്കൂടി അളിഞ്ഞുചേർന്ന് കറപ്പു പടർന്ന കുട കണ്ടപ്പോൾതന്നെ അയാൾക്കു ഛർദ്ദിക്കാൻ വന്നു.

"അയ്യട, എനിക്കു വെച്ചിരിക്കുന്ന ഒരു ജോലി. അത് ഇയാൾക്കുതന്നെ കൊണ്ടുകളയരുതോ. സൂക്ഷിച്ചുവെച്ചേക്കുന്നു, എനിക്കു തരാൻ. കുന്തം!"

അയാൾക്ക് ചായ കൂട്ടിക്കൊണ്ടിരുന്ന ജ്വാലാമുഖി പെട്ടെന്നു പുറത്തേക്കു ചീറ്റിച്ചാടി.

"നമ്മള് പിന്നെ വല്യ നേതാവല്ലേ. അതൊക്കെ തൃക്കരംകൊണ്ട് ചെയ്യാമ്പറ്റ്വോ. ഭരണക്രമം..."

അയാൾക്ക് അബദ്ധം പറ്റിപ്പോയി. ആഭ്യന്തരവിപ്ലവം തുടങ്ങിക്കഴിഞ്ഞു. ഇനി രക്ഷയില്ല.

ഭാര്യയുടെ ഒച്ചയും നിന്ദയും പൊന്തിത്തെറിക്കാൻ തുടങ്ങിയപ്പോൾ കുട്ടി അതിനെ തള്ളിമാറ്റാൻ നോക്കി.

"അമ്മേ, തല്ലൂടണ്ട അമ്മേ."

അയാൾക്കു മകളോടു പ്രിയം തോന്നി. പനിയും ശ്വാസംമുട്ടുമായി ക്ലേശിക്കുന്ന ആ ബാലസേനാനി വിചാരിച്ചാലും ഈ ഉൾപ്പോര് പെട്ടെന്നു അവസാനിക്കില്ലെന്ന് അയാൾക്കറിയാം.

ചായക്കപ്പിനുവേണ്ടി കാത്തിരുന്നു ചായക്കപ്പിലേക്കു കൊടുങ്കാറ്റുകളെ അഴിച്ചുവിടുകയാണ് താൻ ചെയ്തതെന്ന് അയാൾ അബദ്ധനായി.

ഇനിയെന്തു ചെയ്യാനാണ്. കാറ്റിനെ അഴിച്ചുവിടാനല്ലാതെ പിടിച്ചു കെട്ടാനുള്ള തന്ത്രം അയാൾക്കിപ്പോൾ ഓർമ്മവന്നില്ല. അതുകൊണ്ട് കാറ്റ് അതിന്റെ പോക്കിനു പൊയ്ക്കോട്ടെ എന്നോർത്ത് അയാൾ ഇരിപ്പുമുറിയിലേക്കു പോന്നു.

എന്നാൽ അടുക്കളപുക അയാളെ അവിടെ ഇരുത്തിപ്പൊറുപ്പിച്ചില്ല.

"പറ, എങ്ങോട്ടാ തെണ്ടാൻ പോയത്? ഏതു മൂധേവിയാർന്നു കൂടെ?"

അവൾ അയാളുടെ സ്ത്രീബന്ധകഥ നിറച്ചുവെച്ച ഒരു പടക്കപ്പുരയാണെന്നും കലാപത്തിന്റെ ഒന്നാംമണി മതി അതിനു തീ പൊട്ടി ശബ്ദായമാനമാകാനെന്നും അയാൾ അറിയാത്തതല്ല. എന്നിട്ടും.

ഒരു പൊതുകാര്യപ്രസക്തന് സ്ത്രീലോകം പുരുഷലോകം എന്നിങ്ങനെ ഭൂമിയെ പങ്കുവെക്കാനാവുമോ? പക്ഷേ, അത് ഈ മണുങ്ങൂസിനോടു പറഞ്ഞിട്ടെന്താ? അതുകൊണ്ട് അവൾ തന്റെ ആത്മാഭിമാനത്തിലേക്കു പട നയിക്കുന്നത് അയാൾ സഹിക്കുന്നു. ത്യാഗശീലം വീട്ടിനുള്ളിലെങ്കിലും ഗുണങ്ങളെത്തരുമല്ലോ.

മാത്രമല്ല, ക്ഷുഭിതയായ അവളെ അയാൾക്കു പേടിയാണ്. ബാധോപദ്രവമുണ്ടെന്നു തോന്നും അവളെക്കണ്ടാൽ. വക്രിച്ചുപോകുന്ന മുഖഭാവങ്ങൾ. ഒരിക്കലും അവളെപ്പോലുള്ള ഒരുവൾ പുറത്തേക്കെറിയുമെന്നു വിചാരിക്കാൻ വയ്യാത്തത്ര ചന്തംകെട്ട വാക്കുകൾ. ചുരമാന്തിക്കൊണ്ട് മുറികളിൽനിന്നും മുറികളിലേക്കുള്ള വേഗം കൂടിയ നടത്തം.

അയാൾക്ക് പേടിയാണവളെ.

ഒരിക്കൽ വിചാരിച്ചതാണ്. കാളി തുള്ളുന്ന ഇതുപോലുള്ള നേരങ്ങളിൽ അവളുപയോഗിക്കുന്ന വാക്കുകൾ ഒരു ടേപ്പിൽ പിടിച്ചുവെക്കണം. പിന്നെ ശാന്തമായിരിക്കുമ്പോൾ ഒന്നു കേൾപ്പിച്ചുകൊടുക്കണം, അയാൾക്കു തീർച്ചയാണ്. രാഷ്ട്രീയത്തിലെ ഈ തന്ത്രംകൊണ്ട് അവളെയൊതുക്കാം. മാനക്കേടുകൊണ്ട് അവൾ ചത്തുപോകും. കുടുംബാഭിജാത്യത്തിന്റെ വമ്പും വീരവും പഴുത്തളിഞ്ഞ്...

അപ്പോൾ ഫോൺ ശബ്ദിച്ചു. എടുക്കാൻ അയാളെണീറ്റന്നേ. പക്ഷേ, അടുക്കളയിൽനിന്നും ഒരു കുതിരച്ചാട്ടം ചാടിവന്ന് അവളതു കൈയിലാക്കി. പിന്നെ ദൂരെയെവിടെയോ മിസൈൽ തൊടുത്തിരിക്കുന്ന ഒളിപ്പോരാളിയോടായി യുദ്ധം.

ആ തഞ്ചത്തിന് അയാൾ അടുക്കളയിൽനിന്നു ചായ മോഷ്ടിച്ച് കിടപ്പറയിലേക്കു രക്ഷപ്പെട്ടു. എന്നാലും മാളത്തിലേക്കിഴയുന്ന പാമ്പിനു പാതിയുടലിനേറ്റ അടിപോലെ അയാൾക്ക് അപ്പോഴും കിട്ടി ഒരു പരിഹാസം.

"വന്നു കേറിയില്ല. അതിനും മുമ്പ് വിളിതൊടങ്ങി ഓരോരുത്തര്."

അയാൾ മിണ്ടിയില്ല.

"നാടൊട്ട്ക്ക് പെങ്ങമ്മാരല്ലേ. എന്റെ നാത്തൂന്മാര്. എനിക്കു പൊറുതിതരില്ല. എപ്പളും വിളിയോടുവിളി. ചേട്ടൻ എങ്ങോട്ടു പോയി. എപ്പം വന്നു...

മടുത്തു."

ഫോണിന്റെ വായ അവൾ മൂടിയിട്ടുണ്ടാകണേ എന്നയാൾ പ്രാർത്ഥിച്ചു. അല്ലെങ്കിൽ കാലത്ത് ഫോണിലൂടെ മറ്റൊരുവളുടെ മുഖത്തേക്ക് ചെന്നു വീണ് ഈ അഗ്നിദ്രാവകം പൊള്ളിച്ചേക്കില്ല?

ഫോണിലൂടെ ചെന്ന യുദ്ധത്തിൽ മറ്റവൾ തോറ്റിരിക്കാം. എന്തെന്നാൽ ഫോൺ താഴെവെച്ച് ഇപ്പോൾ അയാളിരിക്കുന്നേടം നോക്കി ഒരു വാളും കൂടി വീശിയല്ലോ അവൾ.

"ചെല്ല് ചേട്ടാ, എർണാകുളത്തേക്കോ തൃശ്ശൂരേക്കോ. അവര് വിളിക്കുന്നേടത്തൊക്കെ ചെന്നോ. അല്ലെങ്കിൽ നാത്തൂന്മാര് എല്ലാവരും കൂടി എന്നോടു പോരെടുക്കും."

ആരോപണങ്ങളിൽ വ്യത്യസ്തതയുണ്ടായിരുന്നെങ്കിൽ. എന്നാൽ യുദ്ധായുധങ്ങളെങ്കിലും മാറി പരീക്ഷിക്കാമായിരുന്നു. ഇതിപ്പോ ഒരേ അടവ്. അതേ ഉറുമി. അയാൾക്കു മടുത്തു. അപ്പോൾ സാരിത്തുമ്പ് കടിച്ചു വലിച്ചിരുന്ന കുട്ടി അവളുടെ മറന്നുപോയ ആവശ്യം പെട്ടെന്ന് ഓർത്തു.

"അമ്മേ, വൈകുണ്ഠത്തിലെത്തിയപ്പോ ശ്രീഭഗവതി ന്ന്ട്ട്. പറയൂ അമ്മേ."

"വൈകുണ്ഠല്ല. തീക്കുണ്ഡം. മിണ്ടാണ്ടിരിയവിടെ."

കുട്ടി നാണം കെട്ടുപോയി. ജാള്യത്തോടെ അവൾ കട്ടിലിലേക്കോടിപ്പോയി വീണു. പെട്ടെന്ന് അയാൾ മകളുടെ രക്ഷയ്ക്കെത്തി. അങ്ങനെ നീ തോല്ക്കണ്ട കുട്ടി. നമുക്ക് ജയിക്കാനൊരു കളിയുണ്ട്. നീ കണ്ടോ..

ഭാര്യ അപ്പോൾ പറയുകയാണ്.

"അല്ലാപിന്നെ. എനിക്ക് എപ്പളെങ്കിലും ഒരു തൊയ്രം ണ്ടോ... ഞാനും വീടും കൂടി കെട്ടിമറിഞ്ഞ്... ഹോ, തുരുത്തില് പെട്ട പട്ടീടെ പോലെ.. ഓടിപ്പോകാൻ വഴിയില്ലാണ്ടെ.."

അയാൾക്കു അത് രസിച്ചു.

മോശമില്ല. സിക്സ്ത്തും ഗുസ്തിയുമാണെങ്കിലും ഭാര്യക്ക് ഭാവനയുണ്ട്. കിടപ്പറയിൽനിന്നും അയാൾ ഇരിപ്പുമുറിയിൽ തിരിച്ചെത്തി. തുണിച്ചാരുകസേരയിൽ മെല്ലെയൊന്നാടിയമർന്ന് അയാൾ തന്റെ വളർത്തുപട്ടിയെ നോക്കി. ഇലക്ട്രിസിറ്റിയാപ്പീസിലും പാൽപ്പീടികയിലും ചന്തയിലും കേറിയിറങ്ങുന്ന രശീതിത്തുണ്ടുകൾ സമ്പാദിക്കുന്ന ഒരു പെൺകുട്ടിയെ അയാൾ സങ്കല്പിച്ചുനോക്കി.

എന്തോ, അയാൾക്ക് ആ വീട്ടുപട്ടിയോട് അരുമ തോന്നി. വിയർപ്പിലും മുഷിവിലും ചന്തംകെട്ട്, പാവം-

സഹതാപത്തോടെ അയാൾ വിചാരിച്ചു. കാലം ഇത്തിരി കഴിഞ്ഞോട്ടെ ഈ നൂറുകണക്കിനനുയായികളിൽ ഒരുവൻ എന്ന നിലയിൽനിന്നു വളർന്ന് ഞാനൊരു രാഷ്ട്രീയമല്ലനായിത്തീർന്നോട്ടെ. അന്നു നിന്നെ ഞാനൊന്നു സുഖിപ്പിക്കുന്നുണ്ട്; എന്റെ പ്രിയപ്പെട്ട ഡോഗീ...

എങ്കിലും ഇപ്പോൾ ഞാൻ നിന്റെ യജമാനനാണ്. ഞാൻ പറയുമ്പോ എന്റെ പന്തുകൾ കടിച്ചു പിടിച്ച് എത്തിക്കേണ്ടവൾ. ഞാൻ പറയുമ്പോ

ഹൈഡ് ആന്റ് സീക്ക് കളിക്കേണ്ടവൾ.

ആ സങ്കല്പത്തിൽ അയാൾക്ക് ചിരിവന്നു.

"ഇളിക്കണ്ട" അയാൾ ഉള്ളിൽ കണ്ടതറിഞ്ഞപോലെ ഭാര്യ പറഞ്ഞു.

"അതിപ്പൊ പുതിയ കാര്യോന്നല്ല. എട്ടുകൊല്ലായി കാവൽപ്പട്ടീടെ തൊടലുമായി ഞാൻ വന്ന്ട്ട്."

"താൻ പറ. ഞാനിപ്പൊ എന്തുവേണം."

"പറഞ്ഞില്ലേ. ആ കച്ചറ ഡബ്ബയൊന്ന്."

"പിന്നേം അതുതന്നെ. കുപ്പത്തൊട്ടി പ്രശ്നം." അയാൾക്ക് ദേഷ്യം വന്നു.

"കണ്ടൂടേ നെനക്ക്. യാത്രകഴിഞ്ഞ് ഞാൻ ക്ഷീണിച്ചാ വന്നത്. കറന്റും കൂടിയില്ല. എനിക്ക് വയ്യ. പടിയെറങ്ങിക്കേറാൻ. വേറെ എന്തുവേണേൽ പറഞ്ഞോ."

"അല്ല. അറിയാഞ്ഞ്ട്ട് ചോയ്ക്ക്യാ. എന്തു മലയാ നിങ്ങള് പിടിച്ച് പൊക്കിയത്. വന്നാ തൊടങ്ങ്ായി ഷീണായി... ഷീണായി... എന്നാപിന്നെ എന്തിനാങ്ങട്ട് വരണേ."

അയാൾ മിണ്ടിയില്ല.

"പൊയ്ക്കോ.. വല്ല ട്രാൻസ്ഫറോ, ജോലിയോ ഒക്കെ വല്ലോർക്കും ഒണ്ടാക്കി കൊടുത്തോ. മറ്റുള്ളോർടെ ഒരു ശാന്തി! എന്റെ മാത്രം ആരാച്ചാര്."

അവളുടെ കണ്ണുകൾ ക്ഷണം നിറഞ്ഞു. അതയാളെ തോല്പിക്കാനുള്ള അടവാണ്. നേരിടണം. അതിനെ നേരിടണം.

അയാൾ പുതിയ തന്ത്രം മെനഞ്ഞു.

"എന്താ താൻ അമ്മിണിക്ക് പറഞ്ഞുകൊട്ക്കണെ കഥ. വെളുത്തങ്ങേലീടെ? അതില് ആരാഡോ വെളുത്തങ്ങേലിക്ക് ഐശ്വര്യം കൊടുത്തത്?"

ഭാര്യ അത്തരത്തിലൊരു വഴിമാറൽ അയാളിൽ പ്രതീക്ഷിച്ചിരുന്നില്ല. യുദ്ധമേഖലയിലെ പുതിയ അടവിനെക്കുറിച്ചവൾ സംശയിച്ചു.

"–പറ. ആരാ?"

"ഓ. ഇനി കുട്ടിക്കഥ പറയാഞ്ഞ്ട്ടാ."

"എന്നാലും പറ. ആരാ."

ചോദ്യത്തിന്റെ ഉദ്ദേശ്യം ഭാര്യക്ക് മനസ്സിലായില്ല. എന്നാലും അവൾ പറഞ്ഞു.

"ശ്രീഭഗവതി. എന്താ"

"ശരി. നീയാ എന്റെ ശ്രീഭഗവതി. ചെല്ല്, നല്ല കുട്ട്യായിട്ട് അടുക്കളേലേക്ക് ചെല്ല്."

അയാളുടെ വീട്ടുമൃഗം അതൊട്ടും പ്രതീക്ഷിച്ചിരുന്നില്ല. അയാൾക്കറിയാം. പക്ഷേ, അവളങ്ങനെ തോറ്റുതരികയൊന്നുമില്ല. എന്തെങ്കിലും മറുപടികൊണ്ട് അയാളെ നേരിടും. എന്നാൽ അത്രയും നേരമുണ്ട്. അയാൾക്ക് സ്വന്തമായി.

അയാൾക്ക് അതുമറിയാം. അയാളെ കൂർമ്മബുദ്ധിയെന്ന് വിളിച്ചു

കൂടാ. ബുദ്ധി പ്രവർത്തിക്കുന്നതിലെ അവളുടെ ആമച്ചുമട് തല്ക്കാലം അയാൾക്ക് രക്ഷയാണ്. എതിർവാദം അവൾ കണ്ടെത്തുംവരെ അയാൾക്ക് ശാന്തമായി ഉറങ്ങാമല്ലോ... അത്രയ്ക്കു ക്ഷീണിതനാണല്ലോ അയാൾ.

കിടപ്പറയിൽ ശാഠ്യവും കണ്ണീരുമായി കിടക്കുന്ന മകളുടെ വാശി അവൾ കഥ പറഞ്ഞടക്കുന്നത് കേട്ട് അയാൾ തുണിച്ചാരുകസേരയിൽ കണ്ണടച്ചു.

പിന്നെ, എല്ലാം ശാന്തം.

അവൾ പനിയുള്ള കുട്ടിയെ ക്ഷണംകൊണ്ടുറക്കി അടുക്കളയിൽ ഭർത്താവിന്റെ രുചിക്കൊത്ത വറക്കലും പൊരിക്കലും നടത്തി. എന്നിട്ട്. ക്ഷീണിച്ചുപോയ അയാളുടെ ശ്രീഭഗവതി കുപ്പത്തൊട്ടിയുമായി മെല്ലെ പടികളിറങ്ങാൻ തുടങ്ങി.

-ഒന്ന്, രണ്ട്, മൂന്ന്...

അങ്ങനെ എത്ര കയറ്റിറക്കങ്ങളാണ് ഒരായുസ്സ്.

അപൂർണ്ണ വിരാമങ്ങൾ

അഷിത

"ഫാ! നായിന്റെ മോളേ, നിന്റപ്പൻ കെട്ടിച്ചയച്ചതാണോ എന്നും ഇവിടങ്ങു താമസിക്കാൻ?" ഊക്കോടെയുള്ള ആ തള്ളലിൽ, പാതിക്കു വെച്ച് കഴുത്തിനു പിടിച്ചു പുറത്താക്കപ്പെട്ട ഒരു യാചനപോലെ അന്നമ്മ കമിഴ്ന്നടിച്ചു ഭൂമിയെ ചുംബിച്ചു വീണു. അന്നമ്മയ്ക്കു പിന്നിൽ, സെല്ലിന്റെ വാതിൽ, ഒരു വലിയ നിലവിളിയോടെ അടഞ്ഞു. താക്കോലിന്റെ കുലുക്കത്തിൽ, വാച്ചറുടെ കാല്പെരുമാറ്റത്തിൽ അവസരം പാർത്തിരിക്കുകയായിരുന്ന ഒരു വികൃതിക്കുട്ടിയെപ്പോലെ തൊട്ടടുത്ത സെല്ലുകളിലെ നിശ്ശബ്ദത ശബ്ദായമാനമായി, ലക്കു കെട്ടുയരുന്ന പൊട്ടിച്ചിരികൾ, ഒരു ചായക്കാശിനും വീട്ടിലേക്കൊരു ടിക്കറ്റിനുംവേണ്ടിയുള്ള യാചനകൾ, കൊഞ്ചൽ കലർന്ന പരിഭവങ്ങൾ, ദാരുണമായ ശാപവാക്കുകൾ, നെഞ്ചു തകർത്ത പ്രാർത്ഥനകൾ, ദുഃഖം വെട്ടിത്തിളയ്ക്കുന്ന തേങ്ങലുകൾ...

ഇവയ്ക്കെല്ലാമെതിരെ വാച്ചറുടെ ഭീഷണമായ ശബ്ദം കലഹിച്ചുയർന്നു: "ഛീ! മിണ്ടാതിരിയെടി കഴുവേറിമക്കളെ, എല്ലാറ്റിനേം ഞാൻ" ചുഴറ്റിയ ചൂരലിന്റെ സീൽക്കാരത്തിൽ സർവ്വവും പൊടുന്നനെ ശാന്തമായി. ഏതോ ഒരു സെല്ലിൽ ഏതോ ഒരു നെഞ്ചിൽനിന്ന് ഒതുക്കാനാവാത്ത ഒരു തേങ്ങൽ മാത്രം തിളച്ചുതൂവി.

'എഴുന്നേല്ക്കെടി' ചൂരൽകൊണ്ട് ഒന്നു കുത്തി വാച്ചർ ഗർജ്ജിച്ചു. കണ്ണീരും മണ്ണും ഉണങ്ങിയ മുഖം അന്നമ്മ സാവധാനം ഉയർത്തി. കണ്ണഞ്ചിക്കുന്ന കരുണയോടെ സൂര്യൻ അന്നമ്മയുടെ നെറുകയിൽ സ്പർശിച്ചു. പിടിച്ചെഴുന്നേല്പിച്ചാലെന്നപോലെ അന്നമ്മ എഴുന്നേറ്റു.

"നടക്കെടി" അന്നമ്മയുടെ പിറകിൽ വാച്ചറുടെ ചൂരൽ ഒന്നു പിടഞ്ഞു. മുഖം തുടച്ച്, കാൽ വലിച്ചുവെച്ച് വാച്ചറുടെ പിന്നാലെ അന്നമ്മ സാവധാനം നടന്നു. അന്നമ്മയുടെ മുന്നിൽ ആസ്പത്രിയുടെ വിസ്തൃത

മായ വളപ്പ്. കാടുപിടിച്ചു വളരുന്ന ചെടികൾ. വളപ്പിന്റെ അറ്റത്ത് പരിക്ഷീണനനും നിരാശാഭരിതനുമായ വൃദ്ധനെപ്പോലെ ഒരാൽമരം, ആലിലകളുടെ ഇടയിലൂടെ സർവ്വവും കനിവോടെ വീക്ഷിക്കുന്ന ഒരു കീറ് ആകാശം. ആകാശത്തിനെതിരെ തലയുയർത്തി നില്ക്കുന്ന കൂറ്റൻ മതിൽ. മതിലിൽ എഴുന്നു നില്ക്കുന്ന കുപ്പിച്ചില്ലുകൾ— മനുഷ്യരുടെ കൊച്ചു കൊച്ചു ക്രൂരതകൾപോലെ.

"ഇന്നേത്തേടംകൊണ്ട് തീർന്നല്ലോ പെണ്ണേ നിന്റെ ദുരിതം-" വാച്ചറുടെ വാക്കുകൾ കുപ്പിച്ചില്ലുകളുടെ നുറുങ്ങുകൾപോലെ പാറിവീണ് അന്നമ്മയെ പോറലേല്പിച്ചു: "കമ്മിറ്റി കൂടീട്ടൊണ്ട് ഇന്നു നിന്നേം ഡിസ്ചാർജ് ചെയ്യും. തീർന്നല്ലോ ദുരിതം. ബാക്കീള്ളോന് പെൻഷനായാലേ ഇതിനകത്തൂന്ന് രക്ഷയൊള്ളൂ-"

അന്നമ്മയെ ചെറുതായൊന്നു ഉന്തി വാച്ചർ മൃദുവായി തുടർന്നു: "ചെല്ല് അവരു കാത്തിരിപ്പാ."

അവർ കാത്തിരിക്കുന്നുണ്ടായിരുന്നു. കമ്മിറ്റി മെമ്പർമാർ- രജിസ്റ്റർ മറിച്ചുനോക്കിക്കൊണ്ട് ആസ്പത്രിയുടെ സൂപ്രണ്ട്, സൗമ്യമായി സദാ ചിരിക്കുന്ന പൂച്ചക്കണ്ണുകളുള്ള വക്കീൽ, തലയിലൂടെ സാരി വലിച്ചിട്ട് കറുത്ത കണ്ണട ധരിച്ച് എന്തിനെന്നില്ലാതെ മന്ദഹസിച്ചുകൊണ്ടിരുന്ന സാമൂഹ്യപ്രവർത്തക, ചെറുപ്പത്തിന്റെ ഗൗരവം പേറുന്ന ജില്ലാ കലക്ടർ.

ഇവർക്ക് മുന്നിൽ തൊഴുകൈയോടെ അന്നമ്മ നിന്നു. ചങ്ങലയുടെ ചിരപരിചിതമായ കിലുക്കം കേൾക്കാത്തതിൽ സ്വല്പം അമ്പരപ്പോടെ ലേശമൊരു നാണക്കേടോടെ.

വക്കീലിന്റെ പൂച്ചക്കണ്ണുകൾ അന്നമ്മയെ ഒന്നു കൗതുകത്തോടെ വിസ്തരിച്ച് വീണ്ടും പഴയ സൗമ്യമായ ചിരിയിലേക്ക് മടങ്ങി. സൂപ്രണ്ട് കേസ് ഹിസ്റ്ററി മറിച്ച് ഓടിച്ചുവായിക്കാൻ തുടങ്ങിയതും അപ്പോഴായിരുന്നു.

അന്നമ്മ, അന്നമ്മ ഫെർണാണ്ടസ് ഇവിടെ വരുമ്പോ വയസ്സ് ഇരുപത്. വന്നിട്ടിപ്പോ പത്തു വർഷം കഴിഞ്ഞു. വരുമ്പോൾ ഒരാളോടും സംസാരിക്കില്ല. അകാരണമായ ചിരി, പിറുപിറുക്കൽ, അകാരണമായ കരച്ചിൽ, ഹലുസിനേഷൻസ് എക്സെട്രാ, എക്സെട്രാ... സൂപ്രണ്ട് ഒന്നു നിർത്തി എല്ലാവരേയും കണ്ണടയ്ക്കു മുകളിലൂടെ വീക്ഷിച്ച് പ്രഖ്യാപിച്ചു. ഇപ്പോൾ എല്ലാം മാറി. എന്താ അന്നമ്മേ, അസുഖമൊക്കെ മാറിയില്ലേ?

"ഓ" അന്നമ്മ മെല്ലെ പറഞ്ഞു.

"എന്നുവച്ചാൽ?" ചെറുപ്പത്തിനു സഹജമായ കൗതുകത്തോടെ കലക്ടർ ചോദിച്ചു.

അന്നമ്മ ഇപ്പൊ കരയാറുമില്ല. ചിരിക്കാറുമില്ല. സൂപ്രണ്ട് കണ്ണട ഊരി തുടച്ചുകൊണ്ട് ചിരിച്ചുകൊണ്ട് ചോദിച്ചു: "എന്താ അന്നാമ്മേ?"

"ഓ." അന്നമ്മയുടെ ശബ്ദം വിറയാർന്നു.

"നമുക്ക് നാട്ടിലേക്ക് പോണ്ടേ?"

ഉദാരമായ സഹതാപത്തോടെ സാമൂഹ്യപ്രവർത്തക ചോദിച്ചു.

“വേണ്ട. വേണ്ടാ. എനിക്ക് പോണ്ടാ.” അന്നമ്മ പൊടുന്നനെ നിയന്ത്രണം വിട്ട് നിലവിളിച്ചു. “എനിക്ക് പോണ്ടാ.” നരകത്തിന്റെ ഗർത്തങ്ങളിൽ നഷ്ടപ്പെട്ടുപോകുന്ന ഒരാത്മാവിന്റെ അവസാനത്തെ നിലവിളിപോലെ ദാരുണമായ ഒരു യാചന.

അസ്വസ്ഥമായ ഒരു കുതിരയെപ്പോലെ നിശ്ശബ്ദത അവർക്കു മുന്നിൽ ഭീഷണമായി കുളമ്പടിയുയർത്തി. പെട്ടെന്ന് കടിഞ്ഞാൺ കൈക്കലാക്കിയ സമർത്ഥനായ ഒരഭ്യാസിയെപ്പോലെ സൂപ്രണ്ട് കർക്കശമായി പറഞ്ഞു:

“അന്നമ്മേടെ അസുഖമൊക്കെ മാറി. ഇനി ഇവിടെ താമസിപ്പിക്കാൻ പറ്റില്ല. മനസ്സിലായോ?”

തളർന്നു താണ ശബ്ദത്തിൽ അന്നമ്മ അനുസരണയോടെ പറഞ്ഞു. “ഓ.”

എന്തോ പറയാനാഞ്ഞ കലക്ടറെ തടഞ്ഞ് എല്ലാവരോടുമായി, ഏതാണ്ടൊരു ശത്രുതയോടെ സൂപ്രണ്ട് പറഞ്ഞു:

“നിങ്ങളൊക്കെ ഒരു കാര്യം മനസ്സിലാക്കണം. അഞ്ഞൂറുപേരെ നോക്കാനുള്ള ഏർപ്പാടേ സർക്കാർ ചെയ്യുന്നുള്ളൂ. ഇപ്പൊ ഇവിടെ അഞ്ഞൂറ്റിമുപ്പത് പേരൊണ്ട്. മുപ്പതുപേരെ ഇന്ന് ഡിസ്ചാർജ് ചെയ്തില്ലെങ്കിൽ പറ്റില്ല.”

“പക്ഷേ....” ചെറുപ്പത്തിനു സഹജമായ സംശയത്തോടെ കലക്ടർ വീണ്ടും ചോദിക്കാൻ മുതിർന്നു,

“നേരം വൈകുന്നു. എനിക്ക് ക്ലയന്റ്സ് കാത്തിരിക്കും.” സൗമ്യമായ ചിരിയോടെ വക്കീൽ ഓർമ്മിപ്പിച്ചു.

സൂപ്രണ്ട് കേസ് ഹിസ്റ്ററിയിലേക്കു മടങ്ങി.

അന്നമ്മ വരുമ്പോ വയസ്സ് ഇരുപത്. കൊണ്ടുവന്നാക്കിയത് പൊലീസാണ്. മലയാറ്റൂർ പള്ളിയിലേക്കെന്നും പറഞ്ഞ് കെട്ടിയവൻ കൊണ്ടുവന്ന് ഉപേക്ഷിച്ച് അലഞ്ഞുതിരിഞ്ഞു നടക്കുമ്പോൾ...

“നേരം വൈകുന്നേ..” വക്കീൽ വാച്ചുനോക്കി ഓർമ്മിപ്പിച്ചു.

“ശരി. ശരി. രണ്ടു ചോദ്യം ചോദിച്ചു വേഗമങ്ങു തീർക്കാം.” സൂപ്രണ്ട് സാമൂഹ്യ പ്രവർത്തകയെ നോക്കി തലയാട്ടി.

അവൾ കണ്ണടയൂരി, ചെറുചിരിയോടെ അന്നമ്മയോടു ചോദിച്ചു:

“അന്നമ്മേ, അന്നമ്മേടെ പേരെന്താ?”

“അന്നമ്മ.” അന്നമ്മ ഗൗരവത്തോടെ പറഞ്ഞു: “അന്നമ്മ, മാന്നാനം പി ഒ, പിന്നെ പാപ്പൻ മാത്രം എന്നെ അന്നക്കുട്ടീന്നേ വിളിക്കത്തുള്ളൂ.” അന്നമ്മ പ്രഫുല്ലമായ മുഖത്തോടെ കൂട്ടിച്ചേർത്തു.

“ഹൗ സ്വീറ്റ്!” സാമൂഹ്യപ്രവർത്തകയ്ക്ക് അത്ഭുതം തുളുമ്പി. “അന്നമ്മയുടെ നാടെവിടെയാ?’ കലക്ടർ ചോദിച്ചു. തൊട്ടടുത്ത നിമിഷം വീശിയടിച്ച് ആ മുറിയിലെ സകല ജനലുകളും ഒരുമിച്ച് തള്ളിത്തുറന്ന കാറ്റിനെപ്പോലെ ആ ചോദ്യം അന്നമ്മയുടെ മനസ്സിലെന്തൊക്കെയോ മലർക്കെ തുറന്നിട്ടു.

നാട്! മാന്നാനം! കാറ്റ് കൈയിൽ തലവെച്ചുറങ്ങുന്ന മാന്നാനത്തെ

കുന്നിൻചെരിവുകൾ, വെയിലോടിക്കളിക്കുന്ന ഇടവഴികൾ, മൈതാനം പള്ളി. ഒരു ഞായറാഴ്ച കൂവിയാർത്തു പിന്നാലെ വന്ന കുട്ടികളും...

അന്നമ്മയുടെ കണ്ണുകൾ നിറഞ്ഞു.

"അന്നമ്മയുടെ വീടെവിടെയാ?" സാമൂഹ്യപ്രവർത്തക ധൃതിയിൽ ചോദ്യം ആവർത്തിച്ചു. അന്നമ്മയുടെ നനഞ്ഞ കണ്ണുകളിൽ ഓർമ്മകളുടെ കാർമേഘം ഉരുണ്ടുകൂടി.

വീട്! കാറ്റ് അലയുന്ന തൊടികൾ, മുൻവശത്ത് കത്തിച്ച മെഴുകുതിരികൾ, ക്രിസ്തുമസ് വാതിലും ചാരി കാക്കുന്നു. ഉരുകുന്ന മറ്റൊരു മെഴുകുതിരിപോലെ, അമ്മ, അമ്മ!

കൊഴിഞ്ഞ വർഷങ്ങൾപോലും വിടർന്നു ചിരിക്കുന്നതുപോലെ, അത്രമേൽ പ്രസന്നതയോടെ അന്നമ്മ പറഞ്ഞു: "വീട്ടിലെനിക്ക് അമ്മയുണ്ട്. എന്റമ്മ!"

"സോ സ്വീറ്റ്!" സാമൂഹ്യപ്രവർത്തക വാത്സല്യത്തോടെ പറഞ്ഞു.

"എനിക്ക് നേരം വൈകുന്നു." വക്കീലിന്റെ ചിരിക്ക് അക്ഷമയുടെ മൂർച്ച വന്നുതുടങ്ങിയിരുന്നു.

"വാസ്തവം, എനിക്ക് വൈകിട്ട് ഒരു ഫുട്ബോൾ മാച്ച് ഉദ്ഘാടനവുമുണ്ട്. ഇപ്പോൾത്തന്നെ ലേറ്റായി." കലക്ടർ ചെറുപ്പത്തിനു സഹജമായ ചാഞ്ചല്യത്തോടെ വൈകുന്നേരത്തിന്റെ വർണ്ണഭംഗികൾക്കായി അക്ഷമനാകാൻ തുടങ്ങിയിരുന്നു.

"ദേ സിസ്റ്റർ" സൂപ്രണ്ട് എഴുന്നേല്ക്കുമ്പോൾ നിർദ്ദേശിച്ചു. "അന്നമ്മയ്ക്ക് മാന്നാനത്തിനുള്ള ബസുകൂലി കൊടുത്തുവിട്."

ഒരു കൂട്ടമായി ഹാളിൽനിന്ന് പുറത്തുകടക്കവേ സാമൂഹ്യപ്രവർത്തക ചോദിച്ചു. "മാന്നാനം, ഈ മാന്നാനം എവിടെയാണ്? ഹിൽസ്റ്റേഷനാണോ?"

ആശുപത്രീടെ ഗേറ്റിനു പുറത്ത് ദുഃസൂചനകളുള്ള ഒരു ചിരിയോടെ നഗരം അന്നമ്മയെ എതിരേറ്റു. നഗരത്തിന്റെ തിരക്കും ഗന്ധങ്ങളും വഹിക്കുന്ന ഒരു കാറ്റ് അന്നമ്മയുടെ തൊട്ടുമുന്നിലൂടെ അന്നമ്മയെ തൊടാതെ കടന്നുപോയി. ഒരു കരിയില വട്ടം ചുറ്റി, ഒടുവിൽ ചീറിപ്പായുന്ന വാഹനങ്ങൾക്കിടയിൽപ്പെട്ട് ചതയുന്നത് അന്നമ്മ കണ്ടു.

ഒരു വലിയ തിരക്കിൽ നഗരം മുങ്ങി നിവരുകയായിരുന്നു. നിർത്താതെ ഹോണടിച്ചു നീങ്ങുന്ന വാഹനങ്ങൾക്കു പിന്നിൽ മുദ്രാവാക്യമുയർത്തി. മുഷ്ടിചുരുട്ടി ഒരു ജാഥ നീങ്ങിയെത്തി. താളത്തോടെയും മേളത്തോടെയും ഉയരുന്ന മുദ്രാവാക്യങ്ങളിൽ രസിച്ച് ജാഥയുടെ ഏറ്റവും പുറകിലായി അന്നമ്മയും നടന്നു തുടങ്ങി.

നഗരത്തിന്റെ അതിരുകളിലേക്ക് നടക്കുന്ന ജാഥയ്ക്കും അന്നമ്മയ്ക്കും ഇടയിൽ ക്രമേണ അകലം വർദ്ധിച്ചുവന്നു. സന്ധ്യയുടെ ഇടവഴികളിൽ അന്നമ്മ അനുനിമിഷം തനിച്ചായിക്കൊണ്ടിരുന്നു. പക്ഷേ, അപ്പോഴും അന്നമ്മ നടക്കുക തന്നെയായിരുന്നു. കാറ്റ് തലയിൽ കൈവെച്ചുറങ്ങുന്ന മാന്നാനത്തെ കുന്നുകൾ കണ്ണിൽ കണ്ട്, വീടും സങ്കടം

നിത്യം പെയ്യുന്ന മഴക്കാലം പോലെ ഒരമ്മയും സ്വപ്നം കണ്ടു... അന്നമ്മ നടക്കുകതന്നെയായിരുന്നു.

വഴിയരികെ പെട്ടിക്കടയിൽനിന്നാരോ ഒന്നു ചുമച്ചു. വിജനമായ ബസ്സ്റ്റോപ്പിൽനിന്നാരോ ചൂളമടിച്ചു. ഇടവഴികളുടെ തിരിവിലാരോ കൈ ഞൊടിച്ചു.

പക്ഷേ, അന്നമ്മ മാന്നാനത്തേക്ക് നടക്കുകതന്നെയായിരുന്നു. മാടിവിളിക്കുന്ന സ്വാതന്ത്ര്യത്തോട് അപ്പോഴും ലേശം പരിചയക്കേടോടെ പ്രസന്നവും ദീപ്തവുമായ മനസ്സോടെ.

അധികദൂരം ചെല്ലുംമുമ്പ് ഏതോ ഒരു നാല്ക്കവലയിൽ ഒരു പൊലീസുകാരൻ "നില്ക്കെടി അവിടെ" എന്നു ഗർജ്ജിച്ചപ്പോൾ ആശുപത്രിയുടെ ആജ്ഞകളുടെ അബോധമായ പ്രേരണയിൽ അന്നമ്മ അനുസരണയോടെ പെട്ടെന്നു നിന്നു. "എവടയ്ക്കാടി കഴുവേറിമോളെ ത്രിസന്ധ്യ നേരത്ത് ബീറ്റ്?" പൊലീസുകാരന്റെ ശൗര്യത്തിൽ മദ്യം ലക്കുകെട്ടു കിടന്നു. അമ്മയുടെ മുഖം മനസ്സിൽ തെളിഞ്ഞ അന്നമ്മയുടെ മറുപടിയാകട്ടെ, അതിമനോഹരമായ ഒരു പുഞ്ചിരിയായിരുന്നു. പിന്നെ അങ്ങോട്ടുമിങ്ങോട്ടും ധൃതിയിലൊരു കള്ളനോട്ടമെറിഞ്ഞ്, ലാത്തികൊണ്ട് അവളെ അടിമുടി മൃദുവായി തട്ടി. ആവശ്യത്തിലധികം ഉച്ചത്തിൽ "നടക്കെടി..." എന്നു പൊലീസുകാരൻ ആജ്ഞാപിക്കുമ്പോൾ അനുസരണയോടെ അന്നമ്മ അഴിയാത്ത ചങ്ങലയുടെ ഓർമ്മയിൽ വലിച്ചു വലിച്ചു പിന്തുടർന്നു.

ഭ്രാന്ത്

ബി എം സുഹറ

അലാറം കേട്ട് ഉണർന്നെങ്കിലും പതിവുപോലെ എഴുന്നേല്ക്കാൻ തോന്നിയില്ല. മേലാസകലം ബ്ലെയിഡുവച്ചുമുറിക്കുന്നതുപോലുള്ള വേദന. തലയിൽ പാറ കെട്ടിത്തൂക്കിയതുപോലെ. കുറെക്കാലമായി തുടങ്ങിയിട്ട്. എന്നാലും അലാറം കേൾക്കുമ്പോൾ ചാടി എഴുന്നേറ്റ് പോകും. കൊല്ലങ്ങളായുള്ള പതിവാണ്. പക്ഷേ, ഇന്ന് എന്തോ അവൾക്ക് എഴുന്നേല്ക്കാൻ തോന്നിയില്ല. എഴുന്നേറ്റില്ലെങ്കിൽ എന്താ ഭൂമിയുടെ ചലനം നിന്നുപോകുമോ? അവൾ പുതപ്പു വലിച്ചു നേരെയിട്ടു ചുരുണ്ടുകൂടിക്കിടന്നു.

അലാറം നിർത്താതെ അടിക്കുന്നതുകേട്ട് അടുത്തു കിടന്നിരുന്ന ഭർത്താവ് ഉണരുന്നു. അയാൾ അലാറം നിർത്തി ഭാര്യയെ കുലുക്കിവിളിച്ചു.

"എണീക്ക് നേരം കുറെയായി."

"നിങ്ങളെണീറ്റോളൂ."

അവൾ തിരിഞ്ഞുകിടന്നു.

ഭർത്താവെണീറ്റു ലൈറ്റിട്ടു. ഭാര്യയുടെ പുതപ്പു വലിച്ചുമാറ്റി.

"എണീറ്റ് ചായയുണ്ടാക്ക്."

"വയ്യെന്നു പറഞ്ഞില്ലേ?" അവളുടെ മുഖഭാവം കണ്ടു ഭർത്താവ് അമ്പരന്നു.

അയാൾ ഒന്നുകൂടി ശബ്ദം ഉയർത്തി.

"നിന്നോടാണ് എണീറ്റു ചായയുണ്ടാക്കാൻ പറഞ്ഞത്."

"ഹേ, മനുഷ്യാ വയ്യെന്നു പറഞ്ഞതു കേട്ടില്ലേ? നിങ്ങൾ എന്നെ രാവിലെതന്നെ ദേഷ്യം പിടിപ്പിക്കാതെ എണീറ്റു ചെന്നു ചായ ഉണ്ടാക്കുന്നുണ്ടോ?"

തന്നെത്തന്നെ നോക്കി അവിടെ കുന്തം ചാരിയതുപോലെ നില്ക്കുന്ന ഭർത്താവിനെ കണ്ടപ്പോൾ അവൾ എണീറ്റിരുന്നു കൈചൂണ്ടി:

"നടക്കുന്നുണ്ടോ അടുക്കളയിലേക്ക്......."

അവളുടെ കണ്ണുകളെ നേരിടാൻ കഴിയാതെ അയാൾ അടുക്കളയിലേക്കു നടന്നു. അവൾക്ക് അടക്കാനാവാത്ത ആഹ്ലാദം തോന്നി.

പതിനഞ്ചു വർഷങ്ങൾക്കിടയിൽ താനെന്താ ഈ അടവു പ്രയോഗിക്കാതിരുന്നതെന്നാലോചിച്ച് അവൾക്കു ദുഃഖം തോന്നി. അവൾ മൂടിപ്പുതച്ചു വീണ്ടും കിടന്നു. സുഖകരമായ മയക്കം. പുലർച്ചയ്ക്ക് ഇങ്ങനെ മൂടിപ്പുതച്ചുകിടന്നു മയങ്ങാൻ നല്ല സുഖമാണ്.

"ചായ."

ഭർത്താവിന്റെ ഒച്ച അവളെ ഉണർത്തി.

"അവിടെ വച്ചേക്ക്" അവൾ പറഞ്ഞു.

ചായ സൈഡ്ടേബിളിൽ വച്ചു ഭർത്താവ് അരിശത്തോടെ പുറത്തേക്കിറങ്ങുന്നതുകണ്ടപ്പോൾ അവൾ എണീറ്റു കുളിമുറിയിലേക്കു നടന്നു. പല്ലുതേച്ചു മുഖം കഴുകിവന്ന് അവൾ ചായ കുടിച്ചു. ചായ തരക്കേടില്ല. മധുരം അല്പം കൂടുതലാണെന്നേയുള്ളൂ. എന്നാലും സാരമില്ല. രാവിലെ കിടക്കയിലിരുന്നു ചായ കുടിച്ച കാലം മറന്നു. കല്യാണം കഴിക്കുന്നതിനു മുമ്പ് അമ്മ ചായയുണ്ടാക്കി മേശപ്പുറത്തുവച്ചിട്ടുതന്നെ വിളിച്ചുണർത്തുകയായിരുന്നു പതിവ്.

ചായ കുടിച്ചുകഴിഞ്ഞപ്പോൾ ഉന്മേഷം തോന്നി. എണീറ്റു പുറത്തെ വരാന്തയിലേക്കു നടന്നു. ഭർത്താവ് മുഖം വീർപ്പിച്ചു ചൂരൽക്കസേരയിലിരുന്നു പത്രം വായിക്കുന്നു. കണ്ടതും അവൾക്കു കലികയറി.

"പേപ്പറും വായിച്ച് ഇരിക്കുകയാണോ? അടുക്കളയിലേക്കു പോകുന്നില്ലേ? എട്ടുമണിക്കു കുട്ടികളുടെ സ്കൂൾ ബസ് വരും...."

അയാൾ തറപ്പിച്ചുനോക്കി. പക്ഷേ, അവൾ കൂട്ടാക്കിയില്ല. അയാളുടെ കൈയിൽനിന്നും പത്രം വാങ്ങുമ്പോൾ അവൾ പറഞ്ഞു:

"പുട്ടിന്റെ പൊടി അലമാരയിലുണ്ട്. പഴവുമുണ്ട്. പുട്ടുണ്ടാക്കിയാൽ മതി. പപ്പടവും പൊരിച്ചോളൂ."

"എനിക്കറിയില്ല പുട്ടുണ്ടാക്കാൻ."

"ഓംലെറ്റുണ്ടാക്കാൻ അറിയാമോ?"

"ഉം."

"എന്നാ ഇന്ന് ബ്രെഡും ഓംലറ്റും മതി. നാളെമുതൽ നാക്കിൽ വയ്ക്കാൻ കൊള്ളാവുന്നതു വല്ലതും ഉണ്ടാക്കാൻ പഠിക്ക്."

അയാൾ അപ്പോഴും അമ്പരപ്പിലാണ്.

"നിന്നാൽ പറ്റില്ല. വേഗം ചെന്നു ബ്രെഡ് വാങ്ങിക്ക്. നേന്ത്രപ്പഴവും വേണം. പുഴുങ്ങിയാൽ മതി."

അയാൾ ഒന്നും മിണ്ടാതെ അകത്തുചെന്നു ഷർട്ടിട്ടു സഞ്ചിയുമായി കടയിലേക്കു പോകുന്നതു കണ്ടപ്പോൾ അവൾ സന്തോഷം അടക്കാനാവാതെ പൊട്ടിച്ചിരിച്ചു. അയാൾ സംശയത്തോടെ തിരിഞ്ഞു നോക്കി നോക്കി പോകുന്നു. അയാൾ മടങ്ങിവരുമ്പോഴും അവൾ പത്രം വായിക്കുകയായിരുന്നു.

കുറച്ചുകഴിഞ്ഞപ്പോൾ അവൾക്കു തോന്നി രാവിലെ ഒന്നു കുളിച്ചു കളയാം. രാവിലെ എണീറ്റു കുളിച്ചാൽ ഒരു പ്രത്യേക സുഖംതന്നെയാണ്. കോളേജിൽ പഠിക്കുന്ന കാലത്തു രാവിലെ ചായകുടി കഴിഞ്ഞാൽ കുളി കഴിഞ്ഞേ പഠിക്കാനിരിക്കൂ. ഇപ്പോൾ വീട്ടുജോലികളെല്ലാം ഒതുക്കി കുളിക്കാൻ കയറുമ്പോൾ മണി ഒന്നെങ്കിലും കഴിയും. ടാങ്കിലെ വെള്ളം ചൂടായിരിക്കും. പിന്നെ ആകെ ക്ഷീണമാണ്. മൂളിപ്പാട്ടുംപാടി അകത്തേക്കു നടക്കുമ്പോൾ ഭർത്താവ് ഫോണിനടുത്തുള്ള കസേരയിലിരുന്നു ടെലഫോൺ ഡയറക്ടറിയിൽ നമ്പർ പരതുകയാണ്. ഇപ്പോഴത്തെ ഡയറക്ടറികളിൽനിന്ന് ആവശ്യമുള്ള ഫോൺനമ്പർ കണ്ടുപിടിക്കുക വലിയൊരു യജ്ഞം തന്നെയാണ്.

"ഇനിയും അടുക്കളയിൽ കയറിയില്ലേ? കുട്ടികൾക്കു ചായ കൊടുത്തോ? ഫോൺവിളിയൊക്കെ വൈകുന്നേരം മതി കേട്ടോ. അല്ലെങ്കിൽ സമയത്ത് ഓഫീസിലെത്താൻ പറ്റീന്നു വരില്ല. ഞാനൊന്നു കുളിച്ചിട്ടു വരാം."

എന്നിട്ടും അവിടെത്തന്നെ അന്തംവിട്ടു നില്ക്കുന്ന ഭർത്താവിനെ അവൾ നിർബ്ബന്ധിച്ച് അടുക്കളയിലേക്ക് പറഞ്ഞയച്ചു. ആരെയെങ്കിലും ഫോൺവിളിച്ചാലോ എന്നും തോന്നാതിരുന്നില്ല. പക്ഷേ, തനിക്ക് ഇവിടെ കൂട്ടുകാരികളില്ല. അമ്മയ്ക്കാണെങ്കിൽ ചെവി ശരിക്കും കേൾക്കില്ല. അവൾ മൂളിപ്പാട്ടുംപാടി കുളിമുറിയിലേക്കു നടന്നു. ഗീസർ ഓൺ ചെയ്തു. ഭർത്താവിന്റെ കുഴമ്പെടുത്തു ദേഹം മുഴുവൻ പുരട്ടി. തലയിൽ കാച്ചിയ എണ്ണ തേച്ചുപിടിപ്പിച്ചു. കുറച്ചുനേരം വ്യായാമം ചെയ്തു. വെള്ളം ചൂടായെന്നു കണ്ടപ്പോൾ വിശദമായി കുളി തുടങ്ങി. തല ഷാംപൂ തേച്ചു വൃത്തിയാക്കി.

കുളികഴിഞ്ഞു മേലാസകലം പൗഡർ പൂശി. സാരിയും ബ്ലൗസുമൊക്കെ മാറ്റി തലമുടി ഭംഗിയായി കോതിവച്ചു. കണ്ണാടിയിൽ നോക്കിയപ്പോൾ തോന്നി, ഓഹോ തരക്കേടില്ലല്ലോ. മുപ്പത്തഞ്ച് വയസ്സ് മതിക്കില്ല. കണ്ണെഴുതി. ഒരു പൊട്ടുകൂടി തൊട്ടപ്പോൾ തൃപ്തിയായി. ഒന്നുകൂടി കണ്ണാടിയിൽ നോക്കിയപ്പോൾ ഒരു പാട്ടുപാടാൻ തോന്നി. പഠിക്കുന്നകാലത്ത് ഒരുവിധം ഭംഗിയായി പാടുമായിരുന്നു. ഇപ്പോഴും സ്വരത്തിനു തകരാറില്ല. ഉറക്കെത്തന്നെ പാടിക്കൊണ്ടു വാതിൽ തുറക്കാൻ തുടങ്ങിയപ്പോഴാണു മനസ്സിലായത്, അത് പുറത്തുനിന്നു പൂട്ടിയിരിക്കുന്നു! ഇതാരാ വാതില് പുറത്തുനിന്നു പൂട്ടിക്കളഞ്ഞത്? അയാൾ എന്തിനാണാവോ തന്നെ കിടപ്പുമുറിക്കകത്താക്കി വാതിൽ അടച്ചത്. അവൾ വാതിൽപ്പാളിയിൽ ചെവിവച്ചു ശ്രദ്ധിച്ചു. അയാളാരെയോ ഫോണിൽ വിളിക്കുകയാണ്. അയാളുടെ സുഹൃത്തായ സൈക്യാട്രിസ്റ്റിനെയാണ്.

"ഹലോ, മൂർത്തിയല്ലേ? ഞാനാണു രാഘവൻ. ഉടനേ വരണം. എന്താണെന്നറിയില്ല. ഭാര്യക്കു രാവിലെമുതൽ ഒന്നും പന്തിയല്ല. എണീറ്റപ്പോഴേ വല്ലാത്ത മാറ്റം. പതിനഞ്ചുകൊല്ലമായി എതിർത്ത് ഒരുവാക്കുപോലും പറയാത്തവളാണ്. ഇന്നു ചെയ്യുന്നതെല്ലാം നേരേ എതിർ..... കഴിയുമെങ്കിൽ

നഴ്സിനെക്കൂടി കൊണ്ടുവരണം. ബലംപ്രയോഗിക്കേണ്ടിവരും. ഇപ്പോൾത്തന്നെ അവിടെ അഡ്മിറ്റ് ചെയ്തുകളയാം..... താമസിക്കല്ലേ. അതെ, പൂട്ടിയിട്ടിരിക്കുകയാണ്.... വല്ലാതെ പേടിയാകുന്നു. ശരി, ഉടൻ എത്തണം. വയ്ക്കട്ടെ."

പിന്നീടവൾക്കൊന്നും കേൾക്കാൻ കഴിഞ്ഞില്ല. അവൾ വാതിലിൽ ശക്തിയായി ഇടിച്ചു.

"വാതില് തുറക്ക്..... എനിക്കൊന്നുമില്ല. എനിക്കൊന്നുമില്ല.... ഞാൻ..... ഞാൻ..... വെറുതെ തമാശയ്ക്ക്.... തുറക്ക്.. വാതില് തുറക്ക്.... എനിക്ക് അടുക്കളയിൽ പണിയുണ്ട്.... തുറക്ക്.... തുറക്ക്...."

എക്സ്കവേറ്റർ

പി കെ സുധി

ദാവൺഗരെ പ്രോജക്ടിനുവേണ്ടി കുന്നുകളും താഴ്വരകളും നിറഞ്ഞ ഒരു ദേശത്തെ അപ്പാടെ തട്ടി നിരപ്പാക്കിയ ശേഷം അവർ യാത്ര തുടങ്ങി. കഴിഞ്ഞ ഒന്നൊന്നര മാസമായി ഒന്നിരിക്കാൻപോലും നേരം കിട്ടാതെ പൂഴിയിലിഴയുകയായിരുന്നു. പറന്നു പൊങ്ങിയ പൊടിപടലം ചെളിയുടെ പാട മനസ്സിലും ഉണ്ടാക്കി. നാട്ടിലേക്കൊന്നു പോകാൻ, കൈകാൽ നിവർത്തി റെസ്റ്റെടുക്കാൻ ചെറിയൊരു ഇടവേള മുരുകൻ പ്രതീക്ഷിച്ചു. പക്ഷേ, ദാവൺഗരെയിലെ പണി അവസാനിക്കും മുമ്പേ തന്നെ ഹിന്ദുസ്ഥാൻ എർത്ത് മൂവേഴ്സ് വക പ്രൊക്ലൈനറുകൾ, എക്സ്കവേറ്ററുകൾ, ടിപ്പർലോറികളുമടങ്ങുന്ന വാഹനവ്യൂഹം യാത്രാസജ്ജമായി. പൂക്കോടുംപാടം എന്ന ഗ്രാമത്തിലാണ് യുദ്ധം.

യന്ത്രവാഹന കോൺവോയ്യുടെ ഏറ്റവും പുറകിലായിരുന്നു മുരുകൻ ഓടിക്കുന്ന ആദിപരാശക്തിയെന്ന എക്സ്കവേറ്റർ. പൊടി കയറാതെ ചില്ലുകൾ താഴ്ത്തിവച്ച് ക്യാബിനുള്ളിൽ മുരുകനിരുന്നു. കൽക്കുളത്തുനിന്നും വന്നിരുന്ന ആന്റണിയോടിച്ചിരുന്ന ലോറിയാണ് ആദിപരാശക്തിയെയും അതിനുള്ളിലെ മുരുകനെയും ചുമന്നിരുന്നത്. പൂക്കോടുംപാടത്തെ കിളച്ചുമറിച്ചൊരുക്കുന്നത് എന്തു നിർമ്മാണ പ്രവർത്തനത്തിനാണാവോ? വിമാനത്താവളത്തിന്റെ ജോലി അതുതീരാൻ മാസങ്ങളെടുക്കും എന്നൊക്കെ നേരത്തെ കേട്ടിരുന്നു. അത്തരം കെട്ടുകഥകൾ മുരുകൻ അവഗണിക്കാറേയുള്ളൂ. അവിടെ കെട്ടിയൊരുക്കുന്നത് സ്കൂളോ കോളേജോ ആശുപത്രിയോ? എന്തു ശവക്കോട്ടയാണെന്നറിഞ്ഞിട്ട് പരദേശിക്കെന്തു കാര്യം? ചെന്നിലംപട്ടിയിൽ ഒന്നും സംഭവിക്കുന്നില്ലല്ലോ. അതുമതി. സീനിയർ സൂപ്പർവൈസർ ജോസിന് കാര്യങ്ങളെല്ലാം അറിയാം. മുതലാളിമാരുടെ രഹസ്യങ്ങൾപോലും. പക്ഷേ, ഒരു കിന്നാര

ത്തിനും അവനെ കിട്ടില്ല. എഞ്ചിനീയർമാർക്കും പണിക്കാർക്കുമിടയിൽ ഓടിനടക്കുന്നതിനിടയിൽ ചോദ്യങ്ങൾക്കൊന്നും ഉത്തരമില്ല. യന്ത്രങ്ങളെപ്പോലെതന്നെ മിണ്ടില്ല. ജോലിക്കാരെ വിരട്ടാൻ ചിലപ്പോൾ അലറിയെന്നിരിക്കും.

യന്ത്രത്തിന്റെ മണ്ണെടുക്കുന്ന എക്സ്കവേറ്റർ ഭാഗം പ്രാർത്ഥനാപക്കിയുടെ തൊഴുതു മടക്കി വച്ചിരിക്കുന്ന കൈകൾപോലെ. അത് പൊടിയുടെ വലക്കെട്ടിൽ വശങ്ങളിലേക്ക് ആടിക്കൊണ്ടിരുന്നു. എന്നെ ഉപദ്രവിക്കരുതേയെന്ന ഭാവത്തിൽ ഇഴയുന്ന ഒരു പാവം ജീവി. ആരും യന്ത്രത്തെക്കണ്ട് അങ്ങനെയേ പറയൂ. ലിവറുകൾ അഴിച്ച് എക്സ്കവേറ്ററിനെ അയച്ചുവിടണം. അപ്പോൾ കാണാം വിക്രിയകൾ. തൊഴുകൈ ഭൂമിയുടെ കണ്ണും കാതും നിർദാക്ഷിണ്യം ചൂഴ്ന്നെടുക്കും.

ഇത്തരത്തിലുള്ള യുദ്ധസന്നാഹം ഗ്രാമത്തിൽ ആദ്യമായാണ് മണ്ണുമാന്തികളെ, ചുമന്നുകൊണ്ടുവരുന്ന സാമാനങ്ങളെ നിന്നനില്പിൽ പിന്നോക്കം മറിക്കുന്ന ലോറികളെ, അവയ്ക്കുള്ളിൽ സഞ്ചരിക്കുന്ന വിവിധ വേഷധാരികളെ പണിക്കാരെ നാട്ടുകാർ കൗതുകത്തോടെ നോക്കിനിന്നു. അത്ഭുതാരവങ്ങളോടെ വായപൊളിച്ചു നില്ക്കുന്നവരിൽ, ആരുടെയൊക്കെ കിടപ്പാടങ്ങളാണാവോ വേരോടെ പിഴുതെറിയേണ്ടത്? എത്രയെത്ര പാടങ്ങളുടെ കണ്ണീർക്കയങ്ങളിലാണ് മണ്ണെറിഞ്ഞ് നിരപ്പുവരുത്തേണ്ടത്? ഏതേതു കുടിനീരുറവകൾക്കുള്ളിലേക്കു മണ്ണു കുത്തിയിറക്കണം? നാടിന്റെ പച്ചപ്പു മുഴുവനും വലിച്ചു പറിക്കുന്നതോർക്കുമ്പോൾ അകലെ വളർച്ചയൊഴിയാത്ത ഒരു ഗ്രാമം മുന്നിലേക്കോടി വന്നു.

പച്ചപ്പാവാടയും ബ്ലൗസും കറുത്ത തട്ടവുമായി വഴിയരികിൽ കാഴ്ച കണ്ടു നിന്ന ആമിന മുരുകനു നേരെയും കൈവീശി. ഇതിലെന്തു പുതുമ എന്ന ഭാവത്തോടെ അറച്ചറച്ച് മുരുകൻ തിരിച്ചും. ചെന്നിലംപട്ടിയിലെ പനയോല മേഞ്ഞ കുടിലിന്റെ ഓർമ്മ മുരുകനിൽ അവളുണ്ടാക്കി. പുഷ്പവും മകളും എന്തു ചെയ്യുകയാവുമിപ്പോൾ? ദാവൺഗരെ പ്രോജക്ടിന്റെ പണി കഴിഞ്ഞാലുടനെ നാട്ടിലേക്ക് പോകണമെന്നുറപ്പിച്ചതായിരുന്നു. മകളെ സ്കൂളിൽ ചേർക്കേണ്ട കാലം കഴിഞ്ഞെന്നു തോന്നുന്നു. കുളിച്ചു കുറിയിട്ട് നാട്ടിലെ കുട്ടികളെല്ലാം രാവിലെ സ്കൂളിലേക്ക് പോകുന്നതു കാണുമ്പോൾ മുരുകനതിശയമാണ്. പുഷ്പത്തിന് അതിനെക്കുറിച്ചെന്തെങ്കിലും അറിയാമോ? അവിടെ പുരകെട്ടി മേഞ്ഞിരിക്കുമോ? അതാലോചിച്ചപ്പോൾ മുരുകനൊരാന്തലുണ്ടായി. താനും അപ്പനും മണ്ണു കുഴച്ചൊരുക്കിയതാണ് കൂര. കാലം തെറ്റിവരുന്ന ഒരു മഴയെപ്പോലും താങ്ങാനുള്ള ശേഷി മേൽപ്പുരയ്ക്കുണ്ടാവില്ല. അതൊക്കെ മറക്കാൻ മുരുകൻ ആമിനയ്ക്കു നേരെ കൈവീശിക്കൊണ്ടിരുന്നു.

മുന്നിൽ നീങ്ങുന്ന വാഹനത്തിന്റെ വാലുപിടിച്ച് ലോറിക്കു മുകളിലിരുന്നുള്ള സുഖയാത്ര മുരുകനും അരോചകമായിത്തോന്നി. ആദിപരാശക്തിയും ഉറക്കം തൂങ്ങുകയാണ്. യന്ത്രത്തെ ഉണർത്താൻ അതിന്റെ എക്സ്കവേറ്റർ ഭാഗം മുരുകനുയർത്തി വച്ചു. ലോറിക്കുള്ളിൽ ഇപ്പോഴു

ള്ളത് പുറത്തേക്കു ചാടാനൊരുങ്ങിയ കങ്കാരുവാണെന്ന് മുരുകൻ സങ്കല്പിച്ചു.

ആംബുലൻസായിരുന്നു മുമ്പ് മുരുകനോടിച്ചിരുന്നത്. മാറിപ്പോ, മാറിപ്പോ എന്നുവിളിച്ച് തലയിൽ ചുവന്ന ലൈറ്റും ചുഴറ്റിപ്പായുമ്പോൾ മുന്നിലാരും വന്ന് വഴി തടയാറില്ല. എങ്കിലും സ്റ്റിയറിങ്ങിൽ വിരൽ തൊടുമ്പോൾതന്നെ മനസ്സടഞ്ഞുപോകും. സർവ്വാംഗങ്ങളിലും മരവിപ്പ്. പുറകിൽ നീറിപ്പുകഞ്ഞുയരുന്ന കരച്ചിലുകൾക്കിടയിൽ ടാർ നിരത്തുകൾ മാത്രം മുന്നിൽത്തെളിയും. ഒരിക്കൽക്കൂടി പോകാനാഗ്രഹം തോന്നാത്ത കറുത്ത വഴികൾ. എങ്ങനെയൊക്കെ ചുറ്റിവളഞ്ഞോടിയാലും ഒടുവിൽ ചെന്നവസാനിക്കുന്നത് കൂട്ടനിലവിളികളുടെ പെരുങ്കെട്ടിൽ. ആംബുലൻസിനെ കണ്ടിട്ടിതുവരെയും ആരും കൈവീശിക്കാണിച്ചിട്ടില്ല. ആ കാഴ്ച തന്നെയൊരു കത്തലാണെന്ന് വേഗം കുറച്ച് ചില വളവുകൾ തിരിയുമ്പോൾ ഉൽകണ്ഠാകുലമുഖങ്ങൾ പറയുന്നത് മുരുൻ ശ്രദ്ധിച്ചിട്ടുണ്ട്. സായാഹ്നങ്ങളിൽ പടിഞ്ഞാറുനിന്നും ചിതറി വീഴുന്ന സ്വർണ്ണപ്രകാശത്തിനുള്ളിലൂടെ ഒരു കുന്നിഴഞ്ഞു കയറുമ്പോൾ, മഞ്ഞും നിലാവും മേളിക്കുന്ന നേരത്ത്, പാടത്തിന്റെ നടുവിൽ തിരക്കില്ലാത്ത റോഡിൽ കണ്ണുകൾപോലും ചത്തിരിക്കും. മടക്കയാത്രയിൽ ഏകാന്തനായി അടയാളക്കല്ലുകൾ മാത്രം ശ്രദ്ധിച്ച്... വഴി ചോദിക്കാൻ ആരെയും കാണാതെ പടിപ്പുരകൾ അടച്ചുറങ്ങുന്ന വീടുകൾക്കിടയിലൂടെ.... പുറത്തൊരു നെയ്ത്തിരി നേർച്ചവച്ച് ദേവീദേവന്മാരുറങ്ങുന്ന അമ്പലങ്ങൾക്കു മുന്നിലൂടെ.... ചിലയിടങ്ങളിൽ ട്യൂബ് ലൈറ്റിന്റെ പ്രകാശത്തിൽ ഉണ്ണിയേശുരൂപങ്ങൾ മാത്രം ഉണർന്നിരിക്കും. അപരിചിതരെക്കണ്ടുപോലും പുഞ്ചിരിച്ചുകൊണ്ട്.

അന്നൊക്കെ മൂന്നാലു ദിവസങ്ങൾ കൂടുമ്പോൾ വീടെത്താൻ കഴിഞ്ഞിരുന്നു. എത്ര ഉറക്കത്തിനിടയിലായിരുന്നാലും കാൽപ്പെരുമാറ്റം പുഷ്പം പിടിച്ചെടുക്കും. തിണ്ണയിൽനിന്നും വലിച്ചിറക്കി, തലയിലൊരു കുടം വെള്ളമൊഴിച്ചശേഷം മാത്രമേ അവൾ അകത്തേക്കു കയറാൻ സമ്മതിച്ചിരുന്നുള്ളൂ. ഏതു വേനലിനും അതിനുള്ള വെള്ളം അവൾ കരുതിവച്ചിരിക്കും. ഇപ്പോൾ പുഷ്പത്തെക്കുറിച്ചോർക്കാൻ തന്നെ ഭയമാകുന്നു. സത്യത്തിൽ അവളുടെ മൂക്കുത്തിയുടെ നിറംപോലും മറന്നുപോയിരിക്കുന്നു. പറന്നുയരുന്ന പൊടിക്കാറ്റിൽ രാവും പകലും യന്ത്രങ്ങൾ ആർത്തിരമ്പുമ്പോൾ പുഷ്പത്തെക്കുറിച്ചെന്തോർക്കാനാണ്? മണ്ണിന്റെയും മരങ്ങളുടെയും പ്രാണൻ പറിഞ്ഞു നീങ്ങുമ്പോഴുയരുന്ന നിലവിളികൾക്കിടയിൽ മനസ്സൊന്നു തെളിഞ്ഞാൽതന്നെ ജോസിന്റെ ആക്രോശങ്ങളിൽ എല്ലാം കലങ്ങിമറിയും. പുഷ്പത്തിനു കാവൽ ഇരുട്ടു മാത്രം. ചേരിയിൽ പൊങ്ങുന്ന ചൂളംവിളിയൊച്ചകൾ അവളെ പ്രലോഭിപ്പിക്കാതിരിക്കട്ടെ. മുത്തുമാരിയമ്മൻ പുഷ്പത്തെ കാത്തുകൊള്ളും. ഒരിക്കൽ വന്ന കൈപ്പിഴ മുത്തുമാരിയമ്മൻ മറന്നു കാണില്ല.

ഓടിത്തളർന്ന കോൺവോയ് ചെറിയൊരു മൈതാനത്തിലുറഞ്ഞു.

കൊച്ചു കൊച്ചു പച്ചക്കുന്നുകൾ കാഴ്ചയിൽ വരുന്ന പ്രദേശം. വാഹനങ്ങൾ നിന്നപ്പോൾതന്നെ ജോസിനു പിരിയിളകി. ടെന്റുകൾ ഉറപ്പിക്കുന്നവർക്കുള്ള നിർദ്ദേശങ്ങളുമായി അവനോടിനടന്നു. മണ്ണുമാന്തികളെ തുടച്ചു വൃത്തിയാക്കുക, എണ്ണയിടുക മുതലായ ജോലികൾ ഹെൽപ്പേഴ്സ് തുടങ്ങി. ആഹാരം തയ്യാറാക്കുന്ന കൂടാരങ്ങളിൽനിന്നും എണ്ണയും ഉള്ളിയും മൂക്കുന്നതിന്റെ മണമുയർന്നു. ചെറിയ മൈതാനം കാണെക്കാണെ നിറഞ്ഞു തുളുമ്പുന്ന ഒരുറവയായി ഈ പ്രദേശത്തു മുഴുവനും പടരും. യന്ത്രങ്ങൾ പച്ചപ്പിനെ വേരിളക്കി വടിച്ചുമാറ്റും. ഗ്രാമീണർ പലായനം ചെയ്യും. ജീവജാലങ്ങളുടെ ഭൂപടത്തിൽനിന്നും ഇങ്ങനെയൊരു ദേശം അപ്രത്യക്ഷമാകും.

യന്ത്രങ്ങൾ മുരളുന്ന മൈതാനത്തിനു നിമിഷംപ്രതി വലിപ്പം കൂടിവന്നു. ചോരച്ചാലുകൾപോലെ ലോറിത്താരകൾ താഴ്വരകളിലേക്കു നീണ്ടുപോയി. പച്ചമണ്ണുമായി അവയിലൂടെ ടിപ്പർലോറികൾ കണ്ണുകളടച്ച് പാഞ്ഞുകൊണ്ടിരുന്നു. ധൃതിപ്പണിക്കിടയിൽ ഒരു അസ്ഥിത്തറയുടെ കൽക്കെട്ടിൽ എക്സ്കവേറ്റർ നഖങ്ങൾ കുരുങ്ങി അറച്ചപ്പോൾ മുരുകൻ പണിനിർത്തിവച്ചു. മുളുകയും മുരളുകയും അലറുകയുമൊക്കെ ചെയ്യുന്ന യന്ത്രത്തെ മുരുകൻ സ്റ്റാന്റിലേക്കുയർത്തി. ചിറകുകൾ വിടർത്തി കുടയാനൊരുങ്ങുന്ന താറാവിന്റെ തയ്യാറെടുപ്പുകളോടെ അതാഞ്ഞുയർന്നു നിന്നു. കയറുപൊട്ടിച്ചോടുന്നതിനിടയിൽ ഒന്നറച്ചുപോയപ്പോൾ അറിയാതുയർന്നുപോയ പശുവിന്റെ വാലുപോലെ എക്സ്കവേറ്റർ മുരുകനുയർത്തി.

എക്സ്കവേറ്റർ നഖങ്ങൾക്കിടയിൽ കുരുങ്ങിനിന്ന വലിയ വേര് നിലത്തേക്കൂർന്നു പോയത് സർപ്പദർശനമുണ്ടാക്കുന്ന ഞെട്ടൽ മുരുകനിലുളവാക്കി.

അടുത്തുടനേ മണ്ണുനീക്കി ഭൂപ്രതലത്തിൽനിന്നും മായ്ച്ചുകളയേണ്ട തിട്ടയിൽ പച്ചപ്പാവാടയുടെ മിന്നലാട്ടം മുരുകൻ കണ്ടു. ഒറ്റയ്ക്കുനിന്നിരുന്ന ആമിനയെക്കണ്ട് മുരുകൻ കൈയുയർത്തി. ഒരറപ്പുമില്ലാതെ അവൾ വിളിച്ചു ചോദിച്ചു: "ഈ ജന്തു മനുഷ്യനെ അള്ളുമോ?" മുരുകനുത്സാഹമായി. ഒരു കുട്ടിയെങ്കിലും തന്റെ മനസ്സറിഞ്ഞിരിക്കുന്നു. ഇതിനെ വെറുമൊരു മണ്ണുമാന്തിയായിട്ടല്ല അവളും കാണുന്നത്. ഇല്ലെ, ഇല്ലെന്നു ചിരിച്ചുകൊണ്ട് മുരുകൻ പറഞ്ഞു. "ഇതു കടിക്കുമോ?" ഇല്ലെന്നു മുരുകൻ ചുണ്ടുകൾ കോട്ടി. "ദേഷ്യത്തോടെ ഇതൊന്നു മുക്രയിടുക കൂടിയില്ല. ഞാൻ പറയുമ്പോലെല്ലാം കേൾക്കും. കുഞ്ഞായിരുന്നപ്പോഴെനിക്കു കിട്ടിയതാ. അന്നു മൊതലേ നന്നായിട്ടെനിക്കറിയാം. പിന്നെ തിന്നു കൊഴുത്തീ പരുവത്തിലായെന്നേയുള്ളൂ. എങ്കിലും നന്നായി പണിയെടുക്കും. എല്ലുമുറിയെത്തന്നെ. പഞ്ചപാവം, ചെവിക്കു പിടിച്ചു തിരിച്ചാൽ ഞാൻ പറയിണടത്തു നില്ക്കും. ശരിയല്ലേടാ? ഞാൻ പറയണപോലെ നീ കേൾക്കില്ലേ" എന്ന ചോദ്യത്തിനുത്തരമായി മുരുകൻ എക്സ്കവേറ്ററിനെ അതേയെന്ന അർത്ഥത്തിൽ ചലിപ്പിച്ചു. ആമിന നിർത്താതെ പൊട്ടിച്ചിരിച്ചു. അന്നു

രാത്രിയിൽ കുടിച്ചു കുടിച്ചു നല്ല ബോധം മറഞ്ഞിട്ടും മുരുകൻ എക്സ്കവേറ്റർ എന്ന ജന്തുവിനെക്കുറിച്ച് ആമിനയോടു പിറുപിറുത്തു കൊണ്ടിരുന്നു.

പിന്നൊരു ദിവസം ലോഡെടുക്കാൻ ടിപ്പറെത്താത്ത നേരം മുരുകൻ ആമിനയെക്കണ്ടു. അയാൾ യന്ത്രത്തെ അവളുടെ അടുത്തുകൊണ്ടു നിർത്തി. കുട്ടിയേതു ക്ലാസിലാണ്? നടക്കുന്നതിനിടയിൽ അവളുടെ ആംഗ്യഭാഷയിലെ ഉത്തരം മുരുകന് മനസ്സിലാവാതെ പോയി. ക്യാബിനിലിരിക്കെ അവളുടെ ചലനങ്ങൾ മകളെ ഓർമ്മിപ്പിച്ചു. അമ്മയ്ക്കും മകൾക്കും സ്നേഹക്കുറവു വരാൻ വഴിയൊന്നുമില്ല. അടുത്ത സൈറ്റിലേക്ക് പോകും മുമ്പെന്തായാലും നാട്ടിലേക്കു പോകണം. അക്കാര്യത്തിനൊരു മാറ്റവുമില്ല, ജോസ് ഭീഷണിപ്പെടുത്തട്ടെ. പണിപോണെങ്കിൽ പൊയ്ക്കോട്ടെ. പുഷ്പത്തിന്റെ പിണക്കമൊക്കെ തീർത്തു മെരുക്കിയെടുക്കാനാവുമെന്ന ഉറച്ച വിശ്വാസത്തിൽ മുരുകനടങ്ങി.

"ഞങ്ങളുടെയൊക്കെ വീടും വയലുമൊക്കെ നശിപ്പിക്കണ മണ്ണുമാന്തിപ്പന്നികളെ പടക്കം വച്ചു കൊല്ലണമെന്നാണുമ്മ പറയണത്. പടക്കം പൊട്ടി ഈ ജന്തു ചത്തുപോയാൽ നിങ്ങളെന്തു ചെയ്യും?"

"ഇതിനെ കൊല്ലാനോ? പറ്റില്ല മോളേ. ഇവൻ പൊലീസുപട്ടിയെപ്പോലെ പടക്കവും ബോംബുമൊക്കെ മണത്തു പിടിക്കും. പിന്നതെടുത്തൊറ്റ വിഴുങ്ങലാണ്. വയറ്റത്തു ചെന്നാൽ വെടിമരുന്നു പൊട്ടിത്തെറിക്കില്ല. അലിഞ്ഞുപോവും. വെടിമരുന്നിവന് മുട്ടായിപോലല്ലേ?" ആമിനയുടെ മുഖത്തു തോല്വിയുടെ രസം പകർന്നു.

പടിഞ്ഞാറു ഭാഗത്തെ പണികൾക്കിടയിൽനിന്നും ഒരാഴ്ച കഴിഞ്ഞപ്പോൾ ആദിപരാശക്തിയെ ആമിനയുടെ വീടിനടുത്തേക്ക് നിയോഗിക്കപ്പെട്ടു. ആമിനയുടെ വീട് എക്സ്കവേറ്ററിലിരുന്നാൽ വ്യക്തമായി കാണാം. "ഇവിടം വിട്ടുപോണത് നിങ്ങൾക്കൊക്കെ ഇഷ്ടമാണോ?" ആമിനയെക്കണ്ടയൊടനേ മുരുകൻ തിരക്കി. "ഇവിടുന്നു പോവാൻ വാപ്പയെന്നേ റെഡിയായിക്കഴിഞ്ഞു. ഇനി ബനിയനൂടിട്ടാൽ മതി. കിട്ടണ പൈശ കൈനിറയെ വാങ്ങിച്ച് ഈ കാട്ടുമുക്കൂന്നെത്രയും പെട്ടെന്ന് പോണോന്നാ വാപ്പ പറേണത്. പക്ഷേങ്കി ഉമ്മായ്ക്കിഷ്ടമല്ല. ഇതുമ്മാന്റെ വീതത്തിലെ സ്ഥലമാണ്. ദാ, കാണുന്ന മാവും പുളീം കവുങ്ങുമൊക്കെ എന്റുമ്മാ നട്ടതാണ്. ഞാനും ഒരു ചാമ്പക്കുരു കുഴിച്ചിട്ടൊണ്ട്. ആ വാളൻപുളിക്ക് തേനുണ്ടെന്ന് നിങ്ങക്കറിയാമോ?"

മുരുകൻ എക്സ്കവേറ്റർ തറയിലേക്ക് നീട്ടി നിവർത്തിവച്ചു. "നിങ്ങളുടെ ജന്തൂനെ ഇപ്പോക്കണ്ടാൽ മണ്ണിൽ തലവച്ച് കഴുത്തുനീട്ടിക്കെടക്കണെ ഒട്ടകം മാതിരിയൊണ്ട്. എന്റെ വീട്ടിലൊരു പൊസ്തകമൊണ്ട്. അതിലെ ഒട്ടകം ഇതുതന്നെ." ആമിന പറഞ്ഞപ്പോഴാണ് എക്സ്കവേറ്റർ ഒട്ടകമായി രൂപം മാറിയത് മുരുകൻ ശ്രദ്ധിച്ചത്. 'ശരിയാണു മോളേ. ഇപ്പോളിവൻ ഒട്ടകം തന്നെ. പണിതുടങ്ങിയാൽ ശരിക്കും മദയാന. ഭൂമിയുടെ കാമ്പുപോലും ചവിട്ടിപ്പറിച്ചെടുക്കും.'

“നിങ്ങൾക്കിവനെയൊരു മുയലാക്കാൻ പറ്റുമോ? ചെവികൾ മുന്നിലേക്കുയർത്തി ഓടാൻ പാകത്തിൽ നില്ക്കുന്ന....” മുരുകൻ ലിവറുകൾ തിരിച്ച് എക്സ്കവേറ്റർ മുകളിലേക്കുയർത്തി നോക്കി. എത്ര തിരിച്ചിട്ടും രൂപം ശരിയാകാതെ ഉദ്യമം പരാജയപ്പെട്ടു. ഓരോ തവണ ലിവറുകൾ തിരിക്കുമ്പോഴും യന്ത്രം പരുഷശബ്ദങ്ങളുണ്ടാക്കി വിയോജിപ്പ് പ്രകടിപ്പിച്ചു. ആമിനയുടെ മുഖത്തു വിജയഭാവം. ഒരു നിമിഷം ആമിനയുടെ മുഖത്തെ തന്റെ മകളുടേതിനോടു ചേർത്തുവയ്ക്കാൻ മുരുകനു കഴിഞ്ഞു. രണ്ടിലും പ്രകടമാകുന്ന സമാനതകൾ വായിക്കെ മുരുകനു സന്തോഷം കൂടിവന്നു. അകലെനിന്നും മകളോടി മുന്നിൽ വന്നതായി മുരുകനു തോന്നി. പക്ഷേ, പുഷ്പം? പുഷ്പത്തിനു സമാനമായൊരു മുഖം?

ദിവസങ്ങൾ നീങ്ങിയപ്പോൾ തങ്ങൾ തുരന്നുമറിക്കുന്നത് വിമാനത്താവളത്തിനു വേണ്ടിയാണെന്നെല്ലാപേർക്കും മനസ്സിലായി. എക്സ്കവേറ്ററിനെ തൊട്ടുതൊട്ടില്ലെന്നു ഭാവിച്ചു പറന്നുയരുന്ന വിമാനങ്ങളെ മുരുകൻ സ്വപ്നം കണ്ടു. എത്ര മായ്ച്ചാലും മുഖത്തുനിന്നും ചിരിപോവാത്ത ഒരെഞ്ചിനീയറോട് മുരുകൻ വിമാനത്താവളത്തിന്റെ അതിരുകൾ അന്വേഷിച്ചു. ഔദാര്യം പൂത്തുലഞ്ഞ നേരം. പിറവി പൂർണ്ണമാകാത്ത മൈതാനത്തിന്റെ മൂലകൾ അയാൾ ചൂണ്ടിക്കാട്ടി. അവയ്ക്കുനേരെ അടയാളം വച്ച് ആമിനയുടെ വീട്, അവളുടെ ഉമ്മൂമ്മ നട്ടുവളർത്തിയ പുളി, പ്ലാവ്, മാവ് ഇവയൊക്കെ അതിനുള്ളിൽ പെടുമോയെന്നു മുരുകൻ കണക്കുനോക്കി. കണ്ണുകൾ കൊണ്ടുള്ള നീണ്ട വരകളുടെ ഏങ്കോണിപ്പ് ഓരോ തവണയും മുരുകനെ സംശയങ്ങളിലാഴ്ത്തി.

“ഞങ്ങളുടെ വീട് നിങ്ങൾ പൊളിക്കുമോ? അതവിടെത്തന്നെ നിർത്തിക്കൂടെ?” ഒരു സായാഹ്നത്തിൽ പച്ചപ്പ് നിറഞ്ഞ പറമ്പിലേക്കു വിരൽ ചൂണ്ടിക്കൊണ്ട് ആമിന ചോദിച്ചു. “ഇല്ല മോളേ,” പൊളിക്കില്ല. മുൻപിൻ നോക്കാതെ മുരുകനവൾക്ക് വാക്കുകൊടുത്തു. കുറച്ചു കഴിഞ്ഞാണ് മുരുകനതിന്റെ ഗൗരവം തെളിഞ്ഞത്. ഹിന്ദുസ്ഥാൻ എർത്ത് മൂവേഴ്സിലെ സേട്ടുമാർ കാണാമറയത്തിരുന്നു പറഞ്ഞു തരുന്ന അതിരുകളെ ഒരു ജെ സി ബി ഓപ്പറേറ്റർ എങ്ങനെ മാറ്റിവരയ്ക്കാനാണ്? ഒരാവേശത്തിൽ കുട്ടിയോട് അങ്ങനെ പറഞ്ഞുപോയി. ഒരിഞ്ചു പണിപോലും ഉഴപ്പാനാവില്ല. പക്ഷേ, കുട്ടികൾ വാഗ്ദാനങ്ങൾ ഒരിക്കലും മറക്കാറില്ല. അതും വലിയൊരു യന്ത്രത്തെ ചൂണ്ടാണിവിരൽകൊണ്ടു മെരുക്കുന്ന ഭീമാകാരനായ ഒരു കറുപ്പന്റെ വാക്കുകൾ. ‘ഉമ്മാ,അയാളില്ലേ, നമ്മുടെ പറമ്പിന് തൊട്ടപ്പുറത്ത് മണ്ണുമാന്തിയെ മേയ്ക്കുന്ന ആൾ. അയാൾ പറഞ്ഞു, നമ്മുടെ വീട് പൊളിക്കില്ലെന്ന്. നമ്മുടെ പറമ്പിൽനിന്നു മാത്രം മണ്ണുമാന്തിയെടുക്കില്ലെന്ന്. ആ യന്ത്രം പറയുന്നതെല്ലാം കേൾക്കും. എന്നിട്ടും അതിനെ മുയലാക്കാൻ മാത്രം അയാൾക്കു പറ്റിയില്ലുമ്മാ.’ ആമിന അവളുടെ ഉമ്മായോടു തീർച്ചയായും പറഞ്ഞിരിക്കും. വേണ്ടായിരുന്നു. കുട്ടികൾ ഒന്നും മറക്കില്ല. മകൾക്ക് കണ്ണടയ്ക്കുന്ന ഒരു പാവയെ വേണമെന്നു പറഞ്ഞിരുന്നു. അതിനി അന്വേഷിച്ചു നടക്കേണ്ട കാര്യമുണ്ടോ? പാവയു

മായി ചെല്ലുമ്പോൾ...? അയാൾ മുഖം തിരിച്ചു. എക്സ്കവേറ്റർ മണ്ണു കാർന്നു തുടങ്ങി.

പൂക്കോടുംപാടത്തെ ഭൂമിയുടെ മടക്കുകളെല്ലാം ടിപ്പർലോറികൾ നിവർത്തിയെടുത്തു. ഓരോ കൂര വീഴുമ്പോഴും പെണ്ണുങ്ങൾ കല്ലും മണ്ണും വാരിയെറിഞ്ഞ് തലയിൽ കൈവച്ചു പിരാകിക്കൊണ്ടിരുന്നു. അലമുറയിടുന്നവർക്കു നേരെ പ്രൊക്ലൈനറുകൾ ചിന്നം വിളിച്ചു കൊണ്ടോടിയടുത്തു. വീടും കുടിയും ഉപേക്ഷിച്ചു പോകുന്നവരിൽ അപൂർവ്വം ചിലർ കൈവീശിക്കാണിച്ചത് മുരുകനെ അമ്പരപ്പിച്ചു. ചെന്നിലംപട്ടിയിൽ അപ്പൻ മണ്ണുകുഴച്ചൊരുക്കിയ വീട് ഒരിക്കലും വീണ്ടെടുക്കാനാവാത്തവിധത്തിൽ വീണുപോയതായി മുരുകനു തോന്നി. അപ്പനു മണ്ണുവെട്ടി മയപ്പെടുത്താൻ ചെറിയ വീപ്പയിൽ വെള്ളം കോരിയൊഴിച്ചതിന്റെ ഓർമ്മ. ആ മങ്ങിയ ചിത്രത്തിനു മുകളിൽ വിണ്ടുകീറിയ ഒരു ചുവരു വന്നുവീണത് മുരുകൻ കണ്ടു.

സാർ, നമുക്കീ പണി ആ പുളിമരത്തിനപ്പുറത്ത് നിർത്തിക്കൂടെ? കിഴക്കുവശത്ത് വിശാലമായ തരിശുണ്ടല്ലോ. ഈ തുണ്ടിൽ വരുന്ന കുറവ് അവിടെ തീർക്കാം. ഉറക്കത്തിലും ആമിനയ്ക്കു കൊടുത്തുപോയ വാക്കുകളുടെ ഗൗരവം മുരുകനെ അലട്ടിക്കൊണ്ടിരുന്നു. വിമാനത്താവളത്തിന്റെ ചുവപ്പു പൂശിയ അതിരുകല്ലുകളെ മറികടക്കാൻ ആമിനയുടെ വീടും പറമ്പും രക്ഷപ്പെടുത്താൻ സ്വപ്നത്തിലും മുരുകൻ ശ്രമിച്ചുനോക്കി.

ആ ദേശത്തോട് യാത്ര പറഞ്ഞുപോകുന്ന അവസാനത്തെ കൂട്ടത്തിൽ ആമിനയും കുടുംബവും ഉൾപ്പെട്ടിരുന്നു. ആമിനയും ഉമ്മയും തൂക്കിയിരുന്ന ഭാണ്ഡങ്ങൾ കൈമാറിപ്പിടിക്കുകയോ വീണുകിടക്കുന്ന പുരയെ തിരിഞ്ഞു നോക്കുകയോ ചെയ്തില്ല. ആമിനയുടെ വാപ്പ മുന്നിൽ പുരുഷന്മാർക്കൊപ്പം നടന്നു. അവളുടെയും ഉമ്മയുടെയും ഭാണ്ഡങ്ങൾ നിറയെ പൂക്കോടുംപാടത്തിലെ ചെടികളുടെയും വൃക്ഷങ്ങളുടെയും വിത്തുകളാണെന്ന് മുരുകനു തോന്നി. ആ രാത്രിയിൽ ഉടുതുണികളെടുത്ത് ഒരു പരദേശിയോടൊപ്പം അമ്മ അപ്രത്യക്ഷയായപ്പോൾ അപ്പനു തന്നെയെങ്കിലും മിച്ചമായിക്കിട്ടി. ചെന്നിലംപട്ടിയിൽ ഒന്നുമവശേഷിക്കുന്നില്ല. കുറച്ചു തരിശും വീടിന്റെ അവശിഷ്ടമായ ഒരു കൂന മണ്ണും മാത്രം. പൂക്കോടുംപാടത്തിലെ മേൽമണ്ണിന്റെ അവസാനതരികളിൽ ആദിപരാശക്തി ആർത്തിയോടെ മാന്തിക്കൊണ്ടിരുന്നു.

ഉമ്പർട്ടോ എക്കോ

ബി മുരളി

മലയാളത്തിലാണെങ്കിൽ രാമകൃഷ്ണന് നല്ല വായനാശീലമാണ്. അതവൻ എം എയ്ക്ക് മലയാളം ഐച്ഛികമായി എടുത്തതുകൊണ്ടുമാത്രമല്ല. ഇപ്പോൾ നഗരത്തിലെ കോളേജിനടുത്തുള്ള പ്രസിദ്ധമായ പാരലൽകോളേജിലെ മലയാളം അദ്ധ്യാപകനായതുകൊണ്ടുമല്ല. സത്യത്തിൽ ഒരു അനൈച്ഛിക പ്രവർത്തനംപോലെ കൊച്ചുനാളിലേ വായനാശീലം രാമകൃഷ്ണനെ കീഴ്പ്പെടുത്തിയിരുന്നു. അതുകൊണ്ടുകൂടിയാണ്, സുജാതയെ പ്രേമിച്ചുതുടങ്ങിയപ്പോൾ അവൻ അവൾക്കു വായിക്കാൻ തകഴിയുടെ *രണ്ടിടങ്ങഴി* കൊടുത്തത്. ഡിഗ്രിക്കു പഠിച്ച പുസ്തകമായിരുന്നു. പഠനം പാരലൽ ആയിരുന്നതിനാൽ രാമകൃഷ്ണൻ കൃത്യമായും ക്ലാസുകളിൽ ഹാജരാകുകയും അദ്ധ്യാപകൻ അനോട്ടേഷൻ വരുമെന്നു ഭീഷണിപ്പെടുത്തിയ ഭാഗങ്ങളിലൊക്കെ നേർവരകൊണ്ടു മാർക്കു ചെയ്യുകയും ചെയ്തിരുന്നു. പിന്നെ, ക്ലാസ് സമയത്ത് വഴിവിട്ടുപോകുന്ന ശ്രദ്ധ ചില സ്വപ്നങ്ങളിൽ ചെന്നിരിക്കുമ്പോഴൊക്കെ രാമകൃഷ്ണന്റെ പേന അവിടവിടെയായി വരച്ച ചിത്രങ്ങളും വാക്കുകളും വാചകങ്ങളും തകഴിച്ചേട്ടന്റെ മാർജിനിൽ ഒരു സറീയലിസ്റ്റ് സൃഷ്ടിപോലെ ചിതറിക്കിടന്നിരുന്നു.

ഇനി, കോളേജ് വിദ്യാർത്ഥിനിയായ സുജാതയ്ക്കാകട്ടെ, സ്വപ്നം കാണുന്നതൊഴിച്ചാൽ എടുത്തു പറയത്തക്ക ശീലം ഒന്നേ ഉണ്ടായിരുന്നുള്ളൂ; സീരിയൽ കാണുക. ഈയിടെ വീട്ടിലെ ബ്ലാക്ക് ആന്റ് വൈറ്റ് ടി വി സെറ്റിന്റെ സ്ഥാനത്ത് ഒരു കളർ സെറ്റ് വന്നപ്പോൾ സുജാതയുടെ സ്വപ്നങ്ങൾക്കു കൂടിയാണ് നിറം വച്ചത്.

ഈ സാഹചര്യത്തിലാണ് പ്രണയത്തിന്റെ ദുർഗ്രഹതയോടെ *രണ്ടിടങ്ങഴി* സുജാതയുടെ മുന്നിൽ വന്നുഭവിച്ചത്. ആ കഥ അവൾ തികച്ചും

കർത്തവ്യബോധത്തോടെ വായിച്ചുതീർക്കുകയും ചെയ്തു. "നല്ല കഥയായിരുന്നു"– സുജാത പിന്നീട് അതേപ്പറ്റി കുറഞ്ഞ വാക്കുകളിൽ വിശദീകരിച്ചപ്പോൾ രാമകൃഷ്ണൻ കുറച്ചു ഗൗരവത്തിൽ പ്രതിവചിച്ചു: "അതിനു വ്യത്യസ്തമായ ചില തലങ്ങളുണ്ട്."

ഡൈമൻഷനുകളെപ്പറ്റി വിശദീകരിക്കാൻ രാമകൃഷ്ണൻ ഒരുമ്പെട്ടുകൊണ്ടിരിക്കവെ, സുജാതയ്ക്കുള്ള ബസ് വരികയും അവൾ പോകുകയും ചെയ്തു. അങ്ങനെയാണ് *രണ്ടിടങ്ങഴി* അവസാനിച്ചത്.

സുജാതയാകട്ടെ, സാഹിത്യവിദ്യാർത്ഥിനി ആയിരുന്നില്ല. മറിച്ച്, മലയാളം സബ്സിഡിയറിയായി പഠിക്കുന്ന ചരിത്രവിദ്യാർത്ഥിനി ആയിരുന്നു. പിറ്റേദിവസം രാമകൃഷ്ണനെ കാത്തുനിന്ന സുജാതയ്ക്ക് അവൻ *ഓടയിൽനിന്ന്* കൊണ്ടുവന്നിരുന്നു. അതു പക്ഷേ, ഡി സി ബുക്സ് പുനഃപ്രസിദ്ധീകരിച്ച പുതിയ പതിപ്പായിരുന്നു. *ഓടയിൽനിന്ന്* രാമകൃഷ്ണന്റെ വീട്ടുലൈബ്രറിയിൽ ഇല്ലാഞ്ഞിട്ടല്ല; അതിന്റെ പുറംചട്ടയും ചില ആദ്യപേജുകളും പൊടിഞ്ഞുപോയതിനാലും, സുജാതയ്ക്കു കൊടുക്കാൻ വേണ്ട റൊമാന്റിസം ആ പുസ്തകത്തിനു നഷ്ടപ്പെട്ടുവെന്ന് രാമകൃഷ്ണനു തോന്നിയതിനാലുമാണ് അങ്ങനെ സംഭവിച്ചത്. സത്യത്തിൽ, തലേദിവസം സുജാത പോയതിനുശേഷം കറന്റ് ബുക്സിൽനിന്ന് 20 രൂപ മുടക്കി രാമകൃഷ്ണൻ *ഓടയിൽനിന്ന്* വാങ്ങുകയായിരുന്നു.

ഗൂഢമായ ആഹ്ലാദം സ്ഫുരിക്കുന്നതെന്നു തോന്നിക്കുന്ന കണ്ണുകളോടെയാണ് സുജാത അതു വാങ്ങിയതും നോട്ടുബുക്കുകൾക്കിടയിൽ വച്ചതും കൊണ്ടുപോയതും. രണ്ടുദിവസങ്ങൾക്കുശേഷം, സുജാത പറഞ്ഞു: "ഈ കഥ കഴിഞ്ഞ മാസം ടി വിയിൽ ഉണ്ടായിരുന്നു. ഡി ഡി ത്രീയിൽ ഒരു പഴേ സിനിമ കണ്ടായിരുന്നോ? പേരും ഇതുതന്നെയായിരുന്നു."

രാമകൃഷ്ണൻ നിരാശനായില്ല.

"ഇഷ്ടപ്പെട്ടോ?" പിന്നെ രാമകൃഷ്ണൻ ഗൗരവക്കാരനായ വായനക്കാരന്റെ വേഷം വിട്ട് കാതരമായി ചോദിച്ചു.

"കൊള്ളാമായിരുന്നു." സുജാത പറഞ്ഞു: "അയാളുടെ കഷ്ടപ്പാട് വായിച്ചു ഞാൻ കരഞ്ഞുപോയി." സുന്ദരമായി ചിരിച്ചുകൊണ്ടാണ് സുജാത അങ്ങനെ പറഞ്ഞതെങ്കിലും രാമകൃഷ്ണൻ അതിൽ ആസ്വാദനത്തിന്റെ വ്യത്യസ്തമായ ഒരു തലം കണ്ടെത്തി ശാന്തനായി.

തുടർന്നുള്ള നാളുകളിൽ *ചെമ്മീനും ഏണിപ്പടികളും പാത്തുമ്മായുടെ ആടു*മൊക്കെ സുജാതയ്ക്ക് കൊടുത്തു തീർന്നപ്പോഴേക്കും രാമകൃഷ്ണന്റെ സ്വകാര്യ ഗ്രന്ഥശേഖരം കാലിയായിരുന്നു. പഠിച്ച പുസ്തകങ്ങൾ ഏതൊക്കെയുണ്ടെന്ന് അവൻ ആലോചിച്ചു. ഒന്നും ഇല്ലാഞ്ഞിട്ടല്ല; *ഉണ്ണിയച്ചീചരിതവും മാർത്താണ്ഡവർമ്മ*യുമൊക്കെ കാമുകിക്കു വായിക്കാൻ കൊടുക്കുന്നതെങ്ങനെ? രാമകൃഷ്ണന്റെ ഔചിത്യബോധം തടസ്സം നിന്നു.

എല്ലാ പുസ്തകങ്ങളും സുജാതയ്ക്ക് ഇഷ്ടമായിരുന്നു- അവളുടെ ഗൗരവം വിടാത്ത നിരൂപണങ്ങളിൽനിന്ന് രാമകൃഷ്ണന് ബോദ്ധ്യമായത് അതാണ്. എന്നാൽ നിരൂപകന്റേത് ഒരു കാളപ്പോരുകാരന്റെ ഭാഷയാവണം എന്ന് അപ്പൻ സാറിനെ ക്വോട്ടുചെയ്ത് സഖാവ് ജയിംസ് എന്ന സുഹൃത്ത് പറഞ്ഞത് ഓർത്ത് രാമകൃഷ്ണൻ കാല്പനികമായും അല്പം സാഹിത്യപരമായും അസ്വസ്ഥനായി. അതിനാൽ അവൻ സുജാതയോടായി ഇങ്ങനെ പറഞ്ഞു: "വിമർശിക്കണം. എന്നാലേ വായന പൂർണ്ണമാവൂ."

"പിന്നെ ഒരു വായനക്കാരൻ! കഥയറിഞ്ഞാൽപ്പോരെ?" സുജാത മധുരമായി ചോദിച്ചു.

"അങ്ങനെയല്ല." രാമകൃഷ്ണൻ ചിന്തയാൽ പ്രകാശിതമായ കണ്ണുകളോടെ പറയാൻ ആരംഭിച്ചു. "കഥ ജീവിതത്തിനുനേരെ പിടിച്ച കണ്ണാടിയാണ്. യഥാർത്ഥ ജീവിതത്തിന്റെ നാം കാണാത്ത അപൂർവ്വ മുഖങ്ങളാണ് കഥാകാരൻ വാക്കുകളിലേക്ക് ആവാഹിക്കുന്നത്. കഥയെന്നാൽ ജീവിതം തന്നെയെന്ന് സുജാത കൂടുതൽ വായിക്കുമ്പോൾ മനസ്സിലാക്കും. ചരിത്രം പോലെയല്ല സാഹിത്യം."

കാമുകി സാഹിത്യാസ്വാദകയായിരിക്കണമെന്നു പ്രണയം എന്ന അവസ്ഥയിലേക്കു ചുവടുവയ്ക്കും മുമ്പേ രാമകൃഷ്ണൻ തീരുമാനിച്ചുറപ്പിച്ചിരുന്നു. അടുത്ത ലക്ചർഷിപ്പ് ടെസ്റ്റെഴുതാൻ രാമകൃഷ്ണൻ തയ്യാറെടുത്തുകൊണ്ടിരിക്കയാണ്. ബി എഡ് ഇതിനകം തന്നെ എടുത്തുകഴിഞ്ഞു. സർക്കാർ സർവ്വീസിൽത്തന്നെ അദ്ധ്യാപകനായി നിയമനം കിട്ടിക്കഴിഞ്ഞാൽ, മേൽപ്പറഞ്ഞവിധം ആസ്വാദകയായ കാമുകിയെത്തന്നെ കല്യാണം കഴിച്ച്, ജോലി കഴിഞ്ഞ് വീട്ടിലെത്തി, കുളിച്ച്, ചായ കുടിച്ച്, രാവിലെ വായിച്ചു തീർക്കാൻ വിട്ട പത്രഭാഗങ്ങൾ തീർത്ത് അങ്ങനെയിരിക്കുമ്പോൾ...

....ഭാര്യയായിത്തീർന്ന കാമുകി വീട്ടുപണിയെല്ലാം കഴിഞ്ഞ് കുളിച്ച് വൃത്തിയായി പൂമുഖത്തെത്തുന്നു. അവളോട് ഒരു സമസ്യാപൂരണത്തിൽ ഏർപ്പെട്ട് വൃത്തഭംഗം വന്ന ഭാഗങ്ങൾ ഒത്തൊരുമിച്ച് ഒരു സമവായത്തിലൂടെ പരിഹരിച്ച്, പരസ്പരം മാത്രാബോധത്തെ അംഗീകരിച്ച് സന്ധ്യ കഴിക്കുക. അല്ലെങ്കിൽ എഴുത്തച്ഛന്റെ ഒരു ഖണ്ഡമെടുത്ത് അതിലെ ഭക്തിഭാവം ചർച്ച ചെയ്യുക. അതുമല്ലെങ്കിൽ മണിപ്രവാളം ഉണ്ടല്ലോ. ചമ്പുവിന്റെ വാഗ്സൗരഭ്യവും വിഷയമാക്കാം. വെൺമണിയെ ശൃംഗാരം വർദ്ധിപ്പിക്കാൻ ഉപയുക്തമാക്കാം.

അതിനെയൊക്കെ പക്ഷേ, സുജാതയെ ആദ്യംതന്നെ ഒരു ഇലാസ്റ്റിക് മൂഡിലേക്കു കൊണ്ടുവരണമല്ലോ. കാമുകിയോട് എഴുത്തച്ഛനെ വായിക്കാൻ പറയുന്നതിൽ കാലികമായ ഒരു ഔചിത്യക്കേടുണ്ട്. കഥയുടെ വഴിതന്നെ സ്വീകരിക്കാമെന്ന് രാമകൃഷ്ണൻ വിചാരിച്ചത് അതുകൊണ്ടാണ്. എങ്കിലും *രണ്ടിടങ്ങഴിയും ഏണിപ്പടി*യും ഒന്നും അത്രകണ്ട് ആ ആഘാതങ്ങൾ ഏല്പിക്കുന്നില്ലല്ലോ എന്നു മാസങ്ങളായി വ്യാകുലപ്പെട്ടു

കൊണ്ടിരിക്കെ, ഒരിക്കൽ രാമകൃഷ്ണനോട് സുജാത പറഞ്ഞു: "രാമകൃഷ്ണൻ *രണ്ടാമൂഴം* വായിച്ചിട്ടുണ്ടോ? ഞാനതു വായിച്ചുകൊണ്ടിരിക്കയാ."

"*രണ്ടാമൂഴമോ?* ഞാനതു തന്നില്ലല്ലോ. സുജാതയ്ക്കെവിടന്നു കിട്ടി?" രാമകൃഷ്ണൻ ചോദിച്ചു.

"കോളെജിൽ സുകുമാരൻകുട്ടിസാറിന്റെ കൈയിൽ ഇരിക്കുന്നതു കണ്ടു. കഥ കൊള്ളാമോ എന്നു ഞാൻ ചോദിച്ചു. നല്ല കഥയാണെന്നു സാർ പറഞ്ഞു. എന്നിട്ടു പുസ്തകം എനിക്കു തന്നു. വായിച്ചിട്ട് ഉടനെ കൊടുക്കണം."

രാമകൃഷ്ണന് അസാധാരണമായ ഒരു വിഹ്വലത അനുഭവപ്പെട്ടു. പിന്നെ പറഞ്ഞു: "*രണ്ടാമൂഴം* നല്ലൊരു നോവലാണ്. എം ടിയുടെ നല്ല പരീക്ഷണമാണ്."

"ഞാൻ വായിച്ചു തീർത്തിട്ടില്ല കേട്ടോ." സുജാത പറഞ്ഞു.

*രണ്ടാമൂഴ*ത്തിന് വയലാർ അവാർഡ് കിട്ടിയപ്പഴാവണം, സഖാവ് ജയിംസ് അതേപ്പറ്റി പറഞ്ഞത്. അവന്റെ ഇടതുപക്ഷ നിരൂപണം പക്ഷേ, രാമകൃഷ്ണന് ബോധിച്ചിരുന്നില്ല. *രണ്ടാമൂഴം* പിന്നെ വായിക്കാൻ പറ്റിയിരുന്നുമില്ല. അതെങ്ങനെയാ? ഒരു ട്യൂട്ടോറിയൽ കോളേജ് അദ്ധ്യാപകന് എവിടന്നാ നേരം? പിറ്റേന്നത്തെ ക്ലാസിലേക്ക് നോട്ടു തയ്യാറാക്കണം- പുസ്തകം മാത്രം വായിച്ചാൽ മതിയോ? വിദ്യാർത്ഥികൾക്ക് ഇൻസ്റ്റന്റ് ഇൻഫർമേഷൻ കൊടുത്തില്ലെങ്കിൽ അവർ അടുത്ത സ്ഥാപനത്തിലേക്ക് പോകുമെന്ന് പ്രിൻസിപ്പാളിന്റെ സ്ഥിരം മുന്നറിയിപ്പുമുണ്ട്. നോട്ട്സിന്റെ കാര്യത്തിൽ എല്ലാവരും ശ്രദ്ധിക്കണമെന്ന് പ്രിൻസിപ്പാൾ സ്റ്റാഫിനോട് കട്ടായമായി പറഞ്ഞിട്ടുണ്ട്. അങ്ങനെ വരുമ്പോൾ അല്ലറചില്ലറ ഗൈഡുകൾ റഫർ ചെയ്യേണ്ടിവരും. അതിനൊക്കെ ഇത്തിരി സമയം മതിയോ? സഖാവ് പറയുന്നപോലെ യു ജി സി വല്ലോം കിട്ടിയിട്ടുവേണ്ടേ ഒഴപ്പാൻ? ഇപ്പോൾ ഹാർഡ്‌വർക്ക് ചെയ്തില്ലെങ്കിൽ ഫീൽഡിൽ നിന്നൗട്ടാ. പിന്നെങ്ങനെ *രണ്ടാമൂഴം* വായിക്കാൻ സമയം കിട്ടും?

എങ്കിലും ഒരാഴ്ച കഴിഞ്ഞ് സുജാതയെ കണ്ടപ്പോൾ രാമകൃഷ്ണൻ *രണ്ടാമൂഴ*ത്തിന്റെ കാര്യം ചോദിച്ചു. സുജാത പൊടുന്നനെ ഉത്സാഹവതിയായി പറഞ്ഞു: "അയ്യോ എന്തൊരു ഡിഫറന്റായിട്ടുള്ള കഥയാന്നോ? രസമായിട്ടു വായിച്ചു പോകാം. ഈ ഭീമനെ നമ്മൾ വായിച്ചിട്ടുള്ള പോലൊന്നുമല്ല അതിൽ. മന്ദൻ- ഉഗ്രൻ ക്യാരക്ടറാണ്. രാമകൃഷ്ണൻ *വടക്കൻവീരഗാഥ* കണ്ടായിരുന്നോ? അതിൽ ചന്തുവിനെ സൃഷ്ടിച്ച അതേ അപ്രോച്ചാണ് ഇതിലും. ഞാനാണെങ്കിൽ അമർചിത്രകഥയിലാണ് ഭീമൻ കഥ വായിച്ചിട്ടുള്ളത്. രാമകൃഷ്ണന്റെ അഭിപ്രായമെന്താ?"

ഇത്തിരി പതർച്ചയോടെയാണെങ്കിലും രാമകൃഷ്ണൻ ഇങ്ങനെ പറഞ്ഞു: "അതെ, പുതിയൊരു തലമാണ് ഇതിൽ കഥാകൃത്ത് സ്വീകരിച്ചിരിക്കുന്നത്. പിന്നെ..."

പിന്നെ സുജാതയുടെ ബസ് വരാത്തതെന്താണെന്ന് അവൻ ചുറ്റം നോക്കി. "നാളെ സംസാരിക്കാം ഇതിനെപ്പറ്റി. ഈ പൊട്ട് ഉഗ്രനായിട്ടുണ്ട്." അവൻ കാല്പനികത വരുത്താൻ ശ്രമിച്ച് ഇടറിയ ശബ്ദത്തിൽ ചിരിച്ചു.

അപ്പോൾ സുജാത: "പാഞ്ചാലിയെ രണ്ടാമതുമാത്രം അനുഭവിക്കുന്ന ഭീമന്റെ കൺഫ്യൂഷൻസ് വല്ലാത്ത ഒരവസ്ഥയാണ്."

"അതെ." രാമകൃഷ്ണൻ പറഞ്ഞു: "അതാണല്ലോ *രണ്ടാമൂഴം.*" പിന്നെ അടുത്ത വാചകം തേടി ഭീമന്റെ കഥയോർത്ത് എഴുത്തച്ഛനെ സ്മരിച്ച് തെറ്റിത്തെറിച്ചു നില്ക്കവെ, സുജാതയുടെ ബസ് വന്നു.

വൈകിട്ട് സഖാവ് ജയിംസിന്റെ വീട്ടിൽ പോയി രാമകൃഷ്ണൻ *രണ്ടാമൂഴം* തിരക്കി. അത് കെ പി പുഷ്പാംഗദൻ കൊണ്ടുപോയിരിക്കുന്നു. മുടിഞ്ഞവൻ. ഈ നാട്ടിലെ എല്ലാവരുടെയും പുസ്തകങ്ങൾ അവന്റെ കൈയിലാണ്. വാങ്ങിച്ചാൽ കൊടുക്കത്തില്ല. അവൻ ഇത്തിരി നക്സലാണ്. രാമകൃഷ്ണന് അത്ര പിടുത്തമില്ലാത്ത പാർട്ടി. ജയിംസിനെ കൂടെക്കൂട്ടിയിറങ്ങി തപ്പിച്ചെന്നപ്പോൾ പുഷ്പാംഗദന്റെ കൈയിൽനിന്ന് അത് ട്യൂട്ടോറിയലിലെ ബയോളജിസാർ രാജേന്ദ്രൻ കൊണ്ടുപോയിരിക്കുന്നു. എന്തായാലും രാത്രി പത്തുമണിക്കകം *രണ്ടാമൂഴം* സംഘടിപ്പിക്കാനായി. പന്ത്രണ്ടുമണിവരെ ഇരുന്നപ്പോൾ കറന്റ് പോയി. കോഴ്സ് ഓഫ് ലവ് നെവർ റൺ സ്മൂത്ത് എന്നല്ലേ? പരീക്ഷണങ്ങൾ നിരവധിയുണ്ടാകും.

നാളെ സുജാതയെ കാണുംമുമ്പു തീർക്കണമെന്നു കരുതിയതാണ്. ഏഴദ്ധ്യായമേ ഇപ്പോൾ തീർന്നിട്ടുള്ളൂ. ങാ.. ഒരു നിരൂപണത്തിന് അതു മതി. അത്രയും ഭാഗത്തുനിന്നു ക്വോട്ടു ചെയ്യാം. നല്ല രണ്ടുമൂന്നു വാചകങ്ങൾ ഹൃദിസ്ഥമാക്കി രാമകൃഷ്ണൻ ഉറങ്ങാൻ കിടന്നു.

പിറ്റേന്ന് സുജാതയുടെ കണ്ണുകൾക്കു തിളക്കമേറിയിരുന്നു. *രണ്ടാമൂഴ*ത്തിന്റെ ഏഴദ്ധ്യായം വായിച്ച്, അതുവച്ച് മൊത്തത്തിലുള്ള ഒരു ഔട്ട്ലുക്കുമായി വന്ന രാമകൃഷ്ണൻ സിലബസിൽനിന്നു വിട്ട്, അവൾ ഉപയോഗിച്ചിരുന്ന കൺമഷിയെപ്പറ്റി എന്തോ കമന്റ് പറഞ്ഞ് രംഗം വൃത്തിയാക്കാൻ ശ്രമിച്ചു. അന്നേരം അവൾ പറഞ്ഞു: "കടലി'ന്റെ ആ ക്രാഫ്റ്റിനെപ്പറ്റി രാമകൃഷ്ണൻ എന്തു പറയുന്നു?"

"ഏതു കടൽ?"

"പത്മനാഭന്റെ..."

"ഓ! ടി പത്മനാഭൻ... പ്രകാശം പരത്തുന്ന..."

"അതെ, അതുതന്നെ. 'പ്രകാശം പരത്തുന്ന പെൺകുട്ടി' ഒരുപാട് ചർച്ച ചെയ്ത കഥയല്ലേ? പത്മനാഭന്റെ കാര്യം പറയുമ്പോൾ പത്രങ്ങളിൽ തലക്കെട്ടു വരുന്നതുവരെ അതുവെച്ചല്ലേ?"

"അതെ. അതിന്റെ സ്വാധീനം അത്ര ശക്തമാണ്." രാമകൃഷ്ണൻ ചർച്ച *രണ്ടാമൂഴ*ത്തിലേക്ക് തിരിക്കേണ്ടെന്നുകരുതി. കാരണം 'പ്രകാശം പരത്തുന്ന പെൺകുട്ടി' രാമകൃഷ്ണൻ വായിച്ചിരുന്നു. അതു ചെറുകഥാ പേപ്പറിനു പഠിക്കുന്നുണ്ടായിരുന്നു. 'കടൽ' ഒട്ടു വായിച്ചിട്ടുമില്ല. അതു

കൊണ്ട് ചർച്ച 'പ്രകാശ'ത്തിൽതന്നെ നിർത്തണം.

"പ്രകാശം പരത്തുന്ന ഒരു കഥ തന്നെയാണത്. സത്യത്തിൽ ആത്മഹത്യയിൽനിന്ന് ഒരു മനുഷ്യനെ പിന്തിരിപ്പിക്കുന്ന സ്നേഹം എന്ന ആശയം തന്നെ ജീവിതത്തിന്റെ ഉള്ളറകളിലേക്ക്..."

അപ്പോൾ സുജാത ഇടയ്ക്കുകയറി ഇങ്ങനെ പറഞ്ഞു: "രാമകൃഷ്ണൻ ജീവത്സാഹിത്യ പ്രസ്ഥാനത്തിന്റെ നിലപാടുതറയിൽനിന്നല്ലേ സംസാരിക്കുന്നത്? 'പ്രകാശം പരത്തുന്ന പെൺകുട്ടി'യിൽ കുറേക്കൂടി പേഴ്സണലായ ഒരു അനുഭവതലം കണ്ടെത്തിക്കൂടേ?"

രാമകൃഷ്ണൻ ഞെട്ടി. സുജാതയുടെ സംജ്ഞകൾ അവന്റെ ബോധത്തെ കുലുക്കിത്തുടങ്ങിയിരുന്നു. ജീവൽ സാഹിത്യത്തെപ്പറ്റി ബി എ അവസാനവർഷം പഠിച്ച *സാഹിത്യചരിത്രം പ്രസ്ഥാനങ്ങളിലൂടെ* എന്ന പുസ്തകം മനസ്സിലൂടെ തിരക്കിട്ട് മറിച്ച് ഗൈഡുകൾ തപ്പി, വ്യക്തമായ ഒരു വെളിച്ചം കിട്ടാതെ നിരാശനായി, വിഭ്രമത്തോടെ പറഞ്ഞൊപ്പിച്ചു: "എന്നാലും ആ കഥ തരുന്ന ഒരു മെസേജ് ഉണ്ടല്ലോ..."

സുജാതയുടെ കൺമഷിയിൽ പരിഹാസം കലരുന്നപോലെ രാമകൃഷ്ണനു തോന്നി. സുജാത പറഞ്ഞു: "മെസേജ് എന്ന സങ്കല്പം വളരെ പഴഞ്ചനാണ്. ആർട്ട് ഫോർ ആർട്ട്സ് സേക്ക് എന്നല്ലേ?"

രാമകൃഷ്ണൻ ബസ് സ്റ്റാന്റിന്റെ ഇരുമ്പുതൂണിൽ പിടിച്ചു. എന്നിട്ടു വാച്ചിൽ നോക്കി. "ആ ജെയിംസ് ഇപ്പം നിന്നു മുഷിഞ്ഞിട്ടുണ്ടാകും. സുജാതയെ ഒന്നു കണ്ടിട്ടുപോകാം എന്നു കരുതി വന്നതാണ്. നമ്മൾക്ക് ഒന്നിരുന്നു സംസാരിക്കാം. നാളെ വരുമല്ലോ. അല്ലെങ്കിൽ മറ്റന്നാളാകട്ടെ. അന്നായാൽ കൂടുതൽ സമയം കിട്ടും."

രാമകൃഷ്ണൻ വീട്ടിൽ ചെന്നയുടനെ സാഹിത്യ പ്രസ്ഥാനങ്ങളെയും ചിന്താധാരകളെയും സംബന്ധിച്ച പഴയ പുസ്തകം എടുത്തു. ഹോ അതൊരു കടലാണ്. 'കടൽ' എന്ന് ഓർത്തപ്പോൾ രാമകൃഷ്ണൻ വീണ്ടും ഞെട്ടി. അതുപോട്ടെ. കടലാസുകെട്ടുകൾ പരതിയാൽ പഴയ നോട്ടുകൾ കിട്ടും. ഒരു മറിച്ചുനോക്കലിലൂടെ ഒരു ഓവറോൾ വ്യൂ കിട്ടും. ട്യൂട്ടോറിയൽ പഠിപ്പീരിന് എന്തിനാ പഴയ നോട്ട്സ് റഫർ ചെയ്യുന്നത് എന്നു കരുതിയിരിക്കുകയായിരുന്നു. എങ്കിലും സുജാത കാരണം അതൊന്നു മറിച്ചുനോക്കാൻ അവസരം കിട്ടിയല്ലോ എന്നോർത്തപ്പോൾ രാമകൃഷ്ണന് അല്പമായ ആഹ്ലാദവും തോന്നി.

ഡേറ്റ് ഫിക്സ് ചെയ്തിരുന്നെങ്കിലും ഒരാഴ്ച കഴിഞ്ഞാണ് സുജാതയെ വീണ്ടും കാണുന്നത്. അവൾ രാമകൃഷ്മനോട് കോഫി ഹൗസിൽ പോയിരുന്നു സംസാരിക്കാം എന്നു സൂചിപ്പിച്ചു. കോഫിഹൗസിന്റെ ബുദ്ധിജീവി നിലപാടിനോട് രാമകൃഷ്ണന് അത്ര പഥ്യമില്ലായിരുന്നു. അതുകൊണ്ട് താല്പര്യക്കുറവ് പുറത്തു കാണാത്തവിധത്തിൽ രാമകൃഷ്ണൻ സുജാതയെക്കൊണ്ട് ആ നിർദ്ദേശം പിൻവലിപ്പിച്ചു. നമുക്കു നടക്കാം

എന്നായി രാമകൃഷ്ണൻ. അടുത്ത സ്റ്റോപ്പിൽനിന്നും സുജാതയ്ക്കു ബസ് കയറി പോകുകയും ചെയ്യാമല്ലോ.

നാലു ചുവടു വെച്ചപ്പോൾ സാഹിത്യ ബാഹ്യമായ വിഷയത്തിലേക്കു സുജാതയുടെ ശ്രദ്ധ ക്ഷണിച്ചാലെന്താണെന്നു രാമകൃഷ്ണൻ ചിന്തിച്ചു. "സുജാത സിനിമ കാണാറുണ്ടോ?" രാമകൃഷ്ണൻ ആരാഞ്ഞു.

"സൂസന്നയും ഞാനും വല്ലപ്പോഴും മാറ്റിനി കാണും." സുജാത പറഞ്ഞു: "അതു പറഞ്ഞപ്പഴാ, ചിലിയിലെ ആ സിനിമാ സംവിധായകനുണ്ടല്ലോ. എന്താ രാമകൃഷ്ണാ അങ്ങേരടെ പേര്? നമ്മുടെ മാർക്വേസ് പുള്ളിയെപ്പറ്റി ഒരു പുസ്തകമെഴുതിയിട്ടില്ലേ? ഹൊ എന്താദ്... യെസ്... കിട്ടിപ്പോയി. *ക്ലാന്റസ്റ്റൈൻ ഇൻ ചിലി* കിട്ടി പുള്ളിയുടെ പേരും കിട്ടി; മിഗ്വെൽ ലിറ്റിൻ. ആ അഗസ്റ്റോ പിനോഷെയുടെ സ്വേച്ഛാധിപത്യത്തിലുള്ള ചിലിയിൽ പോയി ഒരു ഈച്ചപോലുമറിയാതെ അങ്ങേര് ഒരു സിനിമയെടുത്ത കഥ എന്തു ത്രില്ലിങ്ങായാ മാർക്വേസ് പറയുന്നത്?; സത്യത്തിൽ ഒരു ഫിക്ഷന്റെ സുഖം..."

"മാർക്വേസ്?... *ഏകാന്തതയുടെ നൂറു വർഷങ്ങൾ..*" രാമകൃഷ്ണൻ ചോദിച്ചു.

"സോളിറ്റ്യൂഡിനെപ്പറ്റി രാമകൃഷ്ണനുമായി ഒന്നു സംസാരിക്കണമെന്ന് ഓർത്തിരിക്കുകയായിരുന്നു. സൂസന്നയും വായിച്ചു അത്. ഞാൻ നിർബ്ബന്ധിച്ചിട്ടാ. കേണൽ ഓറിയിലാനോ ബുവേൻഡിയ മരിക്കുന്ന ആ സീൻ... ഹൊ മാജിക്കൽ റിയലിസത്തിന്റെ സൗന്ദര്യമെന്താ? സ്പാനിഷ് ഒറിജിനാണെങ്കിലും ഇംഗ്ലീഷ് ട്രാൻസലേഷൻ അല്ലെന്നു തന്നെ തോന്നും."

രാമകൃഷ്ണൻ അറിയാതെ ഇത്തിരി ജാള്യത അണിഞ്ഞു പറഞ്ഞുപോയി: "ഞാൻ ഡി സി ബുക്സ് ഇറക്കിയ മലയാളം ട്രാൻസ്ലേഷനാ വായിച്ചത്."

"മലയാളം ട്രാൻസ്ലേഷൻ നോക്കരുത്. ഇംഗ്ലീഷിലാണതിന്റെ സൗന്ദര്യം." സുജാത പറഞ്ഞു: "ഒടുവിൽ ഉറുമ്പുകൾ ഒരു ദ്വീപു മുഴുവൻ തിന്നുന്നതിലെ സറിയലിസം..."

രാമകൃഷ്ണൻ പറഞ്ഞു: "ശരിയാണ്. അതിന്റെ ഭ്രമാത്മകമായ തലം അനനുകരണീയമാണ്." ചുവടിളകിയതുകൊണ്ട് പരീക്ഷയ്ക്ക് ഉത്തരമെഴുതുന്നതുപോലെ അച്ചടിയക്ഷരത്തിലാണ് രാമകൃഷ്ണൻ പറഞ്ഞുപോയത്.

സുജാത ചോദിച്ചു: "തലം എന്ന സംജ്ഞ രാമകൃഷ്ണൻ പല പ്രാവശ്യം ഉപയോഗിക്കുന്നുണ്ട്. അതു സ്റ്റൈയിലാണ്. ഡൈമൻഷൻസിനെ കണക്കിലെടുക്കാതെയല്ലേ പുതിയ എഴുത്തുസമ്പ്രദായങ്ങൾ വരുന്നത്? സമ്പ്രദായങ്ങൾതന്നെ തകരുകയാണല്ലോ, അപ്പോൾ പിന്നെ? ഡീകൺസ്ട്രക്ഷന്റെ കാലത്ത് ഡൈമൻഷൻസിനെപ്പറ്റി പറയുകയോ? ഷെറാൾഡ് ഷെനെയും ഷാക്കസ് ലക്കാനും ദറീദയും ഒക്കെപ്പറയുന്നത്.."

രാമകൃഷ്ണൻ ചുവന്നു. അവൻ പേരുകൾക്കുവേണ്ടി ഭ്രാന്തമായി

ഓർമ്മയിൽ തപ്പി. ഷേക്സ്പിയറും ബർണാഡ്ഷായും മാത്രമേ വരുന്നുള്ളൂ. ദൈവമേ, പിന്നെയാരാ?... ഡ്രൈഡനും പോപ്പും, ഷെല്ലിയും കീറ്റ്സും... കർത്താവേ, ഇരുപതാം നൂറ്റാണ്ടിന്റെ ഉത്തരാർദ്ധത്തിൽ ആരുമില്ലേ? വിയർത്തു കൊണ്ടിരിക്കേ ഒരു കാറ്റടിച്ചു. സഖാവ് ജയിംസ് പറയുമല്ലോ; നിയോ ലെഫ്റ്റിസം? ഹോ അൽത്തൂസർ.. രക്ഷപ്പെട്ടു. "സുജാത, അൽത്തൂസറിന്റെ പുതിയ ഇടതുപക്ഷ ചിന്താപദ്ധതിയും സാഹിത്യവും ഇത്തരുണത്തിൽ ഓർക്കേണ്ടതല്ലേ?"

സുജാത ഉറക്കെ പൊട്ടിച്ചിരിച്ചപ്പോൾ മുമ്പിൽ നടന്ന വയസ്സനും രണ്ടു പെണ്ണുങ്ങളും തിരിഞ്ഞുനോക്കി. രാമകൃഷ്ണൻ അമ്പരന്ന് സുജാതയെ നോക്കി. അവൾ ചിരി നിർത്താതെ പറഞ്ഞു: "ഞാനിപ്പോൾ ഓർക്കുന്നത് ആരോ പറഞ്ഞ ആ വാചകമാണ്. മലയാളത്തിന്റെ റോഡ്സൈഡുകളിൽനിന്ന് അൽത്തൂസർ കൂകുന്നു."

രാമകൃഷ്ണന് ഒന്നും മനസ്സിലായില്ല. അൽത്തൂസർ വേണ്ടായിരുന്നു. പെണ്ണു ചിരി നിർത്തിയോ എന്നറിയാൻ മുമ്പേ പോയ പെണ്ണുങ്ങൾ വീണ്ടും തിരിഞ്ഞു നോക്കി.

ബസ് സ്റ്റാന്റിലെത്തി പിരിയുംമുമ്പ് സുജാത പറഞ്ഞു: "നാളെ നമുക്ക് ആ ബുക്ക് സ്റ്റാളിൽ ഒന്നു പോകാം. കുറേ ഇംഗ്ലീഷ് ബുക്സ് വന്നിട്ടുണ്ടെന്ന് സൂസന്ന പറഞ്ഞു. രാമകൃഷ്ണൻകൂടിയുണ്ടായാൽ സൗകര്യമായി. രാമകൃഷ്ണന്റെ ടേസ്റ്റ് കൂടി അറിയാമല്ലോ."

"പോകാം." രാമകൃഷ്ണൻ പറഞ്ഞു. സുജാത പോയി.

വീട്ടിലെത്തിയ രാമകൃഷ്ണൻ പുസ്തകക്കൂട്ടം മൊത്തം വലിച്ചു താഴെയിട്ടു. തിരഞ്ഞിട്ടും തിരഞ്ഞിട്ടും അതു കാണുന്നില്ലല്ലോ. എൽ ഡി ക്ലാർക്ക് ടെസ്റ്റെഴുതാൻ വാങ്ങിയ പി എസ് സി ഗൈഡിലെ ഗ്രന്ഥങ്ങളും ഗ്രന്ഥകർത്താക്കളും എന്ന ചാപ്റ്ററാണ് രാമകൃഷ്ണൻ തിരയുന്നത്. അതൊന്നും കാണുന്നില്ലല്ലോ - രാമകൃഷ്ണൻ സ്വയം ശപിച്ചു. ഒടുവിൽ അതൊന്നു കിട്ടിയപ്പോഴേക്കും നേരം ഏറെ വൈകി. ബാക്കി പുസ്തകങ്ങൾ യഥാസ്ഥാനത്ത് വയ്ക്കാൻ പോലും ഒരുമ്പെടാതെ അവൻ ടേബിൾ ലാമ്പിന്റെ കണ്ണ് പി എസ് സി ഗൈഡിന്റെ നൂറ്റിയമ്പത്താറാം പേജിലേക്ക് കമിഴ്ത്തി. എന്നിട്ട് പ്രാർത്ഥനപോലെ ഉരുവിട്ടു, അകാരാദി ക്രമത്തിൽ:

ആപ്പിൾ കാർട്ട്- ബർണാഡ്ഷാ, *അക്ബർ നാമ*- അബുൾ ഫാസൽ, *അഡ്വഞ്ചേഴ്സ് ഓഫ് ഷെർലക്ഹോംസ്* - ആർതർ കോനൻ ഡോയൽ, *ആനിമൽ ഫാം* - ജോർജ് ഓർവെൽ.. കാണാതെ പഠിച്ചിട്ടും പഠിച്ചിട്ടും നില്ക്കുന്നില്ലല്ലോ. എങ്കിലും ഇതിലെങ്ങും ലെക്കാനും ദെറീദയും ഇല്ലല്ലോ...

സുജാത നേരത്തേ വന്നിരുന്നു. ബുക് സ്റ്റാളിന്റെ മുന്നിലെത്തിയപ്പോൾ മാനേജർ സുജാതയെ നോക്കി ചിരിച്ചു: "അന്നു പറഞ്ഞ ആ പുസ്തകം വന്നിട്ടുണ്ട് കേട്ടോ."

സുജാത അയാൾക്ക് നല്ലൊരു പുഞ്ചിരി മടക്കി നല്കി. രാമകൃഷ്ണ നെയും കൂട്ടി കടയ്ക്കകത്തേക്കു കടന്നു.

അന്നേരം *ഉണ്ണിയച്ചീചരിത*ത്തിന്റെ വ്യാഖ്യാനം (പഴയ സാറിന്റേ താണ്) പുതിയ പതിപ്പിരിക്കുന്നതു കണ്ട് രാമകൃഷ്ണൻ അങ്ങോട്ടു നീങ്ങി. ഷർട്ടിന്റെ കൈയിൽ പിടിച്ച് വലിച്ച് രാമകൃഷ്ണനെ സുജാത റൊളാങ് ബാർത്തിന്റെ അടുത്തേക്കു നയിച്ചു. ഇത്തിരിയപ്പുറത്തെ ഷെൽഫിലിരുന്ന് ജൂലിയറ്റ് മിച്ചൽ സുജാതയെ നോക്കി ചിരിച്ചു. ഫെമി നിസം, സൈക്കോ അനാലിസിസ്... രാമകൃഷ്ണൻ വിരണ്ടു.

ബാർത്തിന്റേയടുത്തേക്കു പോയവഴി സുജാതയുടെ സൽവാറിന്റെ ഷാളിലുടക്കി ഒരു സിഡ്നി ഷെൽഡൻ താഴെ വീണു. പുച്ഛത്തോടെ അവൾ അതിനെ അവഗണിച്ചു. അതിന്റെ പൊരുൾ അറിയാതെ, രാമകൃ ഷ്ണൻ പുസ്തകമെടുത്ത് തട്ടിലേക്കു തിരിച്ചുവെക്കാൻ ഒരുമ്പെടവേ, സുജാത രൂക്ഷമായി അവനെ നോക്കി. സിഡ്നി ഷെൽഡൻ വീണ്ടും താഴെ വീണു.

അപ്പോഴാണ് മൈക്കേൽ ഫുക്കോയെ സുജാത കണ്ടത്. അവൾ ആഹ്ലാദവതിയായി രാമകൃഷ്ണന്റെ വിരലിൽ ഞെക്കി. എന്നിട്ടു പറഞ്ഞു: "അതാ, ആ വയലറ്റ് ചട്ടയുള്ള ബുക്ക് - കണ്ടില്ലേ, മൈക്കേൽ ഫുക്കോ യുടെ കണ്ടില്ലേ? നമ്മുടെ ഏതെങ്കിലും ഒരു ബുക്കുവരുമോ അതി ന്റൊപ്പം?"

സുജാത വീണ്ടും തുടർച്ചയായി ഇങ്ങനെ. "ഫുക്കോ എന്നു കണ്ട പ്പഴാ ഓർത്തത്. *ഫൂക്കോസ് പെൻഡുലം* രാമകൃഷ്ണൻ വായിച്ചതല്ലേ? മാനേജർ ആദ്യം പറഞ്ഞതതാ. ഉമ്പർട്ടോ എക്കോയുടെ പുതിയ പുസ്ത കത്തിന്റെ കാര്യം. റെവ്യൂ കണ്ടില്ലായിരുന്നോ രാമകൃഷ്ണൻ? *ഐലന്റ് ഓഫ് ദ ഡേ ബിഫോർ?* ഉമ്പർട്ടോ എക്കോയുടെ പുതിയ പുസ്തകത്തി ന്റെ..."

രാമകൃഷ്ണൻ: "ഉമ്പർട്ടോ...?"

സുജാത; "എക്കോ."

ഉമ്പർട്ടോ എക്കോ എന്ന് ഉറപ്പിച്ചു പറഞ്ഞതും രാമകൃഷ്ണൻ പൊടു ന്നനെ അപ്രത്യക്ഷനായി. പിന്നെ അവൻ ഉറഞ്ഞുകൂടിയത് വീട്ടിലാണ്. അലമാര മൊത്തം വലിച്ചുവാരിയിടുന്ന രാമകൃഷ്ണന്റെ ഭ്രാന്തു കണ്ട് ചേച്ചി ചോദിച്ചു: "എന്താടാ നീ നോക്കുന്നത്?"

രാമകൃഷ്ണൻ അലറി: "ഞാൻ ഇവിടെ വച്ചിരുന്ന *കണ്ണശ്ശരാമായണം* എവിടെ?"

പിന്നെ, കുറേ ദിവസങ്ങൾ കഴിഞ്ഞ് രാമകൃഷ്ണൻ സുജാതയെ കാണുമ്പോൾ അവൾ, വിമർശനത്തിന്റെ പുതുശബ്ദം കേൾപ്പിക്കാൻ തയ്യാ റെടുക്കുന്ന കോളേജ് അദ്ധ്യാപകനുമായി (യു ജി സി) കോഫി ഹൗസി ലിരുന്നു സാഹിത്യം ചർച്ച ചെയ്യുകയായിരുന്നു.

പുലയടി

ഇന്ദുമേനോൻ

ഒറ്റ മഴയിൽത്തന്നെ മിക്കവാറും പുലങ്ങളിൽ[1] വരമ്പുകൾ തുളുമ്പേ വെള്ളം കയറിയിരുന്നു. കളയും പുല്ലും തഴച്ച്, പന്തിപ്പാ[2] നെയ്തു വിടർത്ത കണ്ടങ്ങൾ അവ പൂർണ്ണമായും കണ്ണാടി വെള്ളത്തിനടിയിൽ മുങ്ങി. പച്ച ജലം ഇലപ്പൈനിറം[3] വച്ച് തിളങ്ങി. കണ്ടമൊരുക്കിയും കളകുത്തിയും ഞാറുനട്ടും പൂർവ്വികരുണ്ട പുഞ്ചയോരങ്ങളിൽ ടാറ് തൊപ്പിയിട്ട പഞ്ചായത്ത് റോഡ് നനഞ്ഞുകിടന്നു. മുത്താച്ചിത്തവള ഒറ്റപ്പേറിട്ട വാൽമാക്രിപൊട്ടന്മാരുടെ അമ്പത് കൂട്ടം. കലക്കനീരിൽ പൊകിട[4] പൊള്ളിച്ച് ഒളിച്ചുനില്ക്കുന്ന വെറ്റിലപ്പാമ്പ്. കരയിൽനിന്ന് മൂക്കുകുത്തി വെള്ളത്തിൽ വീണ പടുമൂടുകൾ. പുലക്കുഴിയന്മാർ കൂട്ടത്തോടെ വിറ്റുപോയ പാട്ടനിലങ്ങളിൽ ഫ്ളാറ്റിന്റെ എല്ലുകൂടുകൾ. ചുവന്ന ആമ്പലും വെള്ളാമ്പലും മൊട്ടിട്ട ബാക്കിയിടങ്ങളിൽ, പാൽക്കുപ്പിച്ചുണ്ടുകൾ കൂർപ്പിച്ച് മഴക്കാലം തിമിർത്തു. പെണ്ണടിമകളെ ലേലംകൊണ്ട തറയും അവരുറങ്ങിയ പടിഞ്ഞാറേ ചുടലക്കുഴിയും ഇന്നില്ല. മൂപ്പൻമാരെ ഈമം[5] കത്തിച്ച മൂലയും ഇന്നില്ല. അവയ്ക്കുമീതെ സെക്രട്ടറിയേറ്റിലേക്ക് പോകുന്ന തീവണ്ടികളുടെ തടങ്ങളാണ്. അതിന്റെ കിഴക്കായി കാരണവന്മാർ നട്ടുവച്ച ഊതിയും ചിറ്റീന്തയും. തെക്ക് തന്നെ പൊടിച്ച പൊങ്ങല്യവും കാട്ടുപാലയും. അതിനുതാഴെ മരക്കോട്ടകൾ. കാറ്റത്തു പാലപ്പൂ കൊഴിഞ്ഞുവീഴുമ്പോൾ തെയ്യങ്ങളും കാരണവന്മാരുടെ ചാവരുകളും[6] പൂജകൊള്ളുന്നതുപോലെ പാറ

---

1. കൃഷിസ്ഥലം.
2. സദ്യക്കിരിക്കുന്ന വലിയ പുല്പായ. പുലയസ്ത്രീകളാണ് മെടയുന്നത്.
3. ഇലപ്പച്ചനിറം.
4. ചളിയിൽ ഉണ്ടാക്കുന്ന കുമിള.
5. ചിത.
6. കാരണവരുടെ ആത്മാവ്.

ത്തല ഉയർത്തി ഞെളിഞ്ഞു ഞെളിഞ്ഞു നിന്നു.

പോസ്റ്റുമാൻ ബിജുച്ചെറുക്കൻ കൊണ്ടുത്തന്ന സർക്കാരിന്റെ നീല മുദ്രയുള്ള കവർ വാങ്ങുമ്പോൾ സുകുവിന് മേനിപ്പൊറുതിയില്ലാത്ത[7]പോലെ കൈവിറച്ചു.

"ബെവ്ക്കോന്റെ[8] വരീലു ഇന്നലെ കണ്ടില്ലല്ലോന്ന് അപ്പമ്പറഞ്ഞേ ഒള്ള്. പെലർച്ചയ്ക്ക് തന്നെ തുടങ്ങിയോ വെറ? ഇത്റേം പുത്തിമൊട്ടൊണ്ടേല് അപ്പന്റൂടി ചെല്ല്. ആശാൻ കുപ്പീങ്കൊണ്ട് തൊടങ്ങീട്ടുണ്ട്. അല്ല. എന്നായിത്? ഗവൺമെന്റീന്നാന്നല്ല്. കാരുണ്യയടിച്ചോ?"ഒപ്പിടാൻ കടലാസ് നീട്ടിക്കൊണ്ട് ബിജുക്കുട്ടൻ ആശയോടെ ചിരിച്ചു.

"വെറ എന്റെ ചങ്കിനാണ്. അദും ചെറുങ്ങനെ ഒന്നുവല്ലടാ. എന്റെ ഉള്ള് പനങ്കൊല നുള്ളുമ്പോലാ വെറക്കുന്നേ. നെനക്കത് തിരിയുകേലെടാ ഉവ്വെ. മടവുള്ള[9] ഒരു പുലയാളെ തന്തയാകുമ്പോ പിർത്ത്യേകിച്ചും." "ഉവ്വ് ഉവ്വ്... കുഞ്ഞാഞ്ഞയുടെ[10] പേരെന്താന്നാ പറഞ്ഞെ?" കോറിയൊപ്പിട്ട കടലാസ് വാങ്ങി ബാഗിൽ തിരുകി അവ പരിഹസിച്ചു....

"യെന്റെ പേരു..... അത്... അത്.... "

"യെന്റെ പേരു..... അത്... അത്...."

"അതെ. നിങ്ങളുടെ പേര്? എന്താ അറിയില്ലേ?"

"ചെവിക്കു സൊപ്പം പ്രശനവൊണ്ട് മാഡം. സുകു. എ,"

"നിങ്ങടെ ജാതി?"

"പെലയൻ"

"എന്ത് പുലയൻ? കൃസ്ത്യനാ?"

"അല്ല ഹിന്ദു. ഹിന്ദു പെലയൻ."

"സ്കൂൾ അബ്സ്ട്രാക്ട് സർട്ടിഫിക്കറ്റിൽ ചേരമർ എന്നാണല്ലോ കാണുന്നത്? ശുദ്ധിയൊണ്ടോ?"

"അത് തെറ്റിച്ചേർത്തതാണു മാഡം. അല്ലേൽ പൊന്തമ്മാമ്മിച്ചി ചേർത്തതായിരിക്കും. അറിയാമ്മേല. നാലാമ്ക്ലാസ്സീപ്പിന്നെ സ്കൂളീ ഞാമ്പോയിട്ടില്ല. ഇതും കൊണ്ടുവേണം ഇങ്ങോട്ട് വരാനെന്ന് ഇന്നലെ പറഞ്ഞപ്പോ പോയി വാങ്ങിച്ചദാണു. ഞാനിത് ഇപ്പോഴാ ജീവിതത്തി ആദ്യായിട്ട് കാണുന്നേ....ഞാൻ മാർക്കം കൂടിട്ടൊന്നുമില്ല മേഡം. പിന്നെന്തിനാശുത്തി?"

"ആരാ പൊന്തമ്മാമ്മിച്ചി?"

"എന്നെ വളർത്ത്യ അമ്മേണു. എന്നെ നാലുവയസ്സിലു കുടിപ്പള്ളിക്കൂടത്തില് ചേർക്കാണ്ട് സെന്റ് സെബാസ്റ്റ്യൻസ് സ്കൂളിലു ചേർത്ത് അമ്മച്ച്യേണ്."

"അത് ശരി." കള്ളം കണ്ടുപിടിച്ചതുപോലെ ഓഫീസർ ഇളകിയി

---

7. സുഖകരമായ ജീവിതം.
8. ബിവറേജസ് ഔട്ട്ലെറ്റ്.
9. ഭംഗിയുള്ള
10. ചേട്ടൻ എന്ന അർത്ഥത്തിൽ.

രുന്നു.

"അങ്ങനെ പോരട്ടെ. പള്ളിസ്കൂളിലാണു ചേർന്നതല്ലേ? ഫസ്റ്റ് അഡ്മിഷൻ സർട്ടിഫിക്കറ്റിലു ഐസക്ക് എന്നാണല്ലോ കാണുന്നത്? എവിടാന്നാ സ്നാനപ്പെട്ടത്? ഏത് പള്ളീന്നാ?"

"ഇല്ല മാഡം. ഞാൻ സ്നാനപ്പെട്ടിട്ടില്ല. പൊന്തമ്മാമ്മിച്ചിന്റെ അപ്പന്റെ ചങ്ങാതിയേണു എബ്രഹാം ഐസക്ക് പാറടിസാർ. അമ്മച്ചി ഒമ്പതാം ക്ലാസുവരെ പഠിച്ചതാണ്. അതിനു കാരണം ഐസക്ക് സാറാണ്. സാറിനോടുള്ള ബഹുമാനമായിട്ട് ചോലപ്പോവൊക്കെ എന്നെ ഐസക്കൂട്ടാന്നാ അമ്മച്ചി വിളിച്ചിരുന്നേ ഞാനോർക്കുന്നെണ്ട്ത്. അമ്മച്ചി മാത്രം. ബാക്ക്യേല്ലാരും സുകൂന്നാണ് വിളിക്കണെ. അദെന്റെ അപ്പനിട്ട പേരാ. കുമാരഗുരുവിന്റെ പേരിൽ സു ചേർത്ത് സുകുമാരൻ. പിന്നെ അത് സുകുവായി. സെബാസ്ത്യനോസ് സ്കൂളിലെ ഹെഡ്മാഷച്ചൻ അങ്ങനാ എല്ലാ കൊച്ചുങ്ങൾക്കും അച്ചന് തോന്നിയ പേരാ ചേർത്ത് കൊടുത്തേക്കുന്നേ. എന്റെ നാട്ടിലെ പേരൊക്കെ സുകൂന്ന് തന്നാണ്. സർട്ടിഫിക്കറ്റിലു നോക്കു മേഡം ഹിന്ദൂന്നല്ലേ."

"ഓഹ്. ഞങ്ങളിതൊക്കെ കൊറേ കണ്ടിറ്റിണ്ട്. പട്ടികജാതിക്കാരാണെന്ന് കള്ളം പറയുന്നവരൊക്കെ ഇതൊക്കെത്തന്നെയാ പറയുന്നത്?"

"ഞാന്നല്ല ഒന്നാന്തരം പെലയനാണു മേഡം." തേറ്റപ്പല്ലും കൊമ്പുമുള്ള താമിസ്രക്കാരനായി[11] കുട്ടിക്കാല സ്വപ്നങ്ങളിലെ പേടിയായ ശേഖരൻമാഷെ അയാൾക്ക് ഓർമ്മ വന്നു.

ചൂരു കാരണം പിമ്പെഞ്ചിലോ ക്ലാസിന്റെ മൂലയിലോ കണ്ണ് നീറ്റി നിന്നിരുന്ന മെലിഞ്ഞ പുലയൻ. പെലയൻ സുകു പട്ടികജാതിക്കാരനല്ലാന്ന്. അയാൾക്ക് ചെറുതായി ചിരി വന്നു. തന്റെ വലിയ തുളയുള്ള മൂക്ക്, പന്നിയുടെ പോലെ മേൽപ്പോട്ട് പുളർത്തിപ്പിടിച്ച് ക്ലാസിലേക്ക് കയറി വരുന്ന ശേഖരൻ മാസ്റ്റർ.

"ഹൊ, ഈ പെലയനൊരു ചൂരുണ്ട്. പോയി ലാസ്റ്റ് ബഞ്ചിലിരിക്കെടാ. അല്ലെങ്കിൽ ആ മൊളച്ചീ[12] ന്റെ കൂടെപ്പോയി ഇരി" അറപ്പും വെറുപ്പുമാണ്.

"ഈ ചെറനൊക്കെ എന്തെങ്കിലും അറയണാ. സമയാസമയത്ത് പീസ്സും[13] ബുക്കും. പെലത്തറക്ക്[14] ചിറ്റും വെള്ളമങ്ങനെ കിടക്കുവാ. ഒന്ന് നനച്ചിറ്റ് വന്നൂടെ? അതോ നസ്ക്കാണോടാ" കുട്ടികൾ കൈയടിച്ച് കൂട്ടച്ചിരിചിരിച്ചു. ഈറമ്മണക്കുന്ന കുപ്പായകൈയിൽ അവൻ സങ്കടത്തോടെ കണ്ണ് തുടച്ചു.

കുട്ടിക്കാലങ്ങളുടെ അപമാന ഓർമ്മയിൽ സുകു ഒന്നു ചൂളി. കൈയുടെ മണിക്കണ്ടം പൊക്കി, തന്റെ ഉടൽ മണത്തു. അതേ മണം.

---

11. രാക്ഷസനായി.
12. തിരുവിതാംകൂറിൽ പുലയനെ അഭിസംബോധന ചെയ്യുന്ന പദങ്ങളിലൊന്ന്.
13. ഫീസ്.
14. പുലത്തറ പുലയരുടെ വീട്.

മറ്റു മനുഷ്യർ വെറുത്ത പുലക്കുഴിയന്റെ മണം. കൊത്തിക്കെളയിൽ അയ്യത്തിന്റെ[15] ഉള്ളു പൊട്ടി വരുന്ന അസ്സൽ ചേറിന്റെ ചൂരാണത്.... പുലയന്റെ മാത്രം ചൂര്. കൊയ്തുമെതച്ച് പുലയർ പോയ നെൽക്കണ്ടത്തിൽ വേരുകൾ മാത്രം ബാക്കിയായ ചൂൽക്കച്ചിക്കുറ്റികൾ. മണ്ണിൽ ഉതിർന്നു വീണ പൊന്നുനിറമുള്ള നെൽമണികൾ. അതിനെ ചങ്കിൽവെച്ച പച്ചക്കളിമണ്ണ്. അത് വെയിലത്ത് കിടന്ന് ചൂടാകുമ്പോൾ പൊന്തുന്ന ഇരുമ്പുമണം. തൊഴിഞ്ഞ മണികൾ കൊത്താൻ പറന്നു പാറുന്ന കിളിയൻമാർ.[16] യേർമാടങ്ങളിൽ തൂക്കിയിട്ട മൺകലങ്ങളിൽ കണ്ണുപറ്റാതിരിക്കാൻ കുത്തിയ ചുണ്ണാമ്പു പുള്ളികൾ. ഉപ്പൂറ്റികളിൽ വിള്ളൽ വീണു തഴമ്പാർന്ന കാലടികളുടെ കുഴിഞ്ഞ കാലടയാളങ്ങൾ. ചൂടിൽ പഴുത്ത് വെന്ത മണ്ണിന്റെയും പുലയന്റെയും മണം. കരുവാടിന്റെ ചുട്ട മണം.

“എന്താ ആലോചിച്ചിരിക്കുന്നത്? പറയൂ. അച്ഛന്റെ പേരെന്താണ്?”

“വെള്ളിക്കര പൈങ്കിളി അയ്യപ്പാപ്പൻ.”

“സമുദായം”

“പെലയൻ. പെലയനല്ലാതെ ഞങ്ങളൊക്കെ എന്താകാനാണ് മേഡം?”

“ആ ആഹ്. അതൊക്കെ ഞങ്ങള് തീരുമാനിച്ചോളാം. ഏതാ അച്ഛന്റെ ഇല്ലം?”[17]

“ക്ലർക്കുടിയൻ?”[18]

“നിങ്ങടെ അച്ഛൻ ശരിക്ക് ആരായിരുന്നു? എന്തായിരുന്നു?”

“അപ്പൻ.... അപ്പൻ”

അപ്പനെപ്പറ്റി ഓർത്താൽ സുകുവിന്റെ ഓരോ രോമകൂപവും നാവാകും. അവ ഓരോന്നലറി വിളിക്കും. പരുത്ത കരിമൽമല്ല് തുണിപോലത്തെ അയാളുടെ തൊലി അപ്പന്റെയാണ്. ചൂരെന്നാർപ്പിട്ട് അവനെ ലോകമകറ്റിയ ആ മണം അപ്പന്റെ വേർപ്പു കുഴഞ്ഞ ചോറ് തിന്ന് അയാൾക്ക് കിട്ടിയതാണ്. ചന്തിരനെ വെട്ടിയെടുത്തുണ്ടാക്കിയ പോലത്തെ പാൽനിറപ്പല്ലുകൾ. ചുടരോൻ[19] ഉദിച്ചപോലത്തെ തെളിഞ്ചിരി. അതും അപ്പന്റേതാണു. ഉപ്പനെപോലെ സദാ ചുവന്ന കണ്ണുകളും അപ്പനിൽനിന്നവനു അമ്മകടം കൊടുത്തതാണ്.

“എന്താ ആലോചിക്കുന്നത്? അപ്പനെപ്പറ്റി ഒന്നും അറിയില്ലെന്നുണ്ടോ?” ഹും.....അറിയാത്തതായ് എന്തുണ്ട്.

അപ്പന്റെ കിഴലിക്ക്[20] എക്കൽച്ചോറിന്റെ കളിമണമായിരുന്നു.

അപ്പന്റെ ചോരയ്ക്ക് ചോപ്പ് ചളിക്കലക്കത്തിന്റെ ചാവ് നിറമായിരുന്നു.

---

15. പാമ്പ്.
16. നാടൻ തത്ത.
17. ക്ലാൻ/ഗോത്രം.
18. പുലയരുടെ ക്ലാനുകളിലൊന്ന്.
19. സൂര്യൻ.
20. മാംസം.

അപ്പന്റെ തൊലിക്ക് നീണ്ടകര പൂമീദേവിയുടെ കരിമണ്ണിന്റെ നിറമായിരുന്നു.

അപ്പന്റെ തോലിലെ വേർപ്പിനും അപ്പന്റെ കണ്ണീരിനും കാഞ്ഞിരനീരിന്റെ കയ്പായിരുന്നു.

അപ്പന്റെ തീട്ടത്തിനു കളിമണ്ണിന്റെ പശപശപ്പായിരുന്നു.

അപ്പന്റെ കണ്ണീരിനു ചേറുവപ്പൊട്ടിന്റെ തെളിമൂർച്ചയായിരുന്നു.

അപ്പന്റെ തേവിതീർന്ന് മണ്ണ് തിന്ന പാദാസ്ഥികൾക്ക് മാമ്പൊഴയിലെ ഒരുളപ്പാറകളുടെ കരിമിനിപ്പായിരുന്നു.

അപ്പന്റെ എല്ലുകൾക്കും വെളുപ്പാർന്ന പല്ലുകൾക്കും ചുണ്ണാമ്പുപാറ പൊടിഞ്ഞ് മണ്ണിൽ കലർന്ന നീറലുണ്ടായിരുന്നു.

അപ്പന്റെ നെഞ്ചിനെപ്പോഴും വേർപ്പിന്റെ മണ്ണുപ്പുമണമുണ്ടായിരുന്നു.

എന്റെ അപ്പൻ പുലയക്കൊട്ടിലിൽ പിറകൊണ്ട അന്നുമുതൽ പൊടിഞ്ഞു തീർന്നുകൊണ്ടിരിക്കുന്ന ചേറായിരുന്നു.

എന്റെ അപ്പൻ വെള്ളിക്കര പൈങ്കിളി അയ്യപ്പാപ്പൻ നീലമ്മാവിനു വളമായി ഊർന്നു കലങ്ങിയ പച്ചമണ്ണായിരുന്നു.

ഈമത്തറയിൽ തഴച്ചുപൊന്തുന്ന പൂഞ്ചെടികൾപോലെ അപ്പനെപ്പറ്റി ഓർക്കുമ്പോൾ അയാൾക്ക് പാട്ട് വന്നു. അത്രയും പറഞ്ഞില്ലെങ്കിലും പാടിയില്ലെങ്കിലും 'ചേറു...ചുമന്ന് വെട്ടിത്തിളങ്ങുന്ന പശച്ചേറു' എന്ന് ഒറ്റവാക്കിൽ ആ സത്യം ഒരു പിതാരിപ്പുള്ളിനെപ്പോലെ ലോകത്തോട് ഉറക്കെ കൂവിപ്പറയാൻ സുകു ആശിച്ചു. പക്ഷേ, നാവ് പച്ചമണ്ണിൽ പൂണ്ട്പോയതുപോലെ അയാൾ പ്രയാസപ്പെട്ടു. മുമ്പിലിരിക്കുന്ന ഓഫീസറുടെ ജാതിവാൽ മേനോൻ മുറുക്ക്പാമ്പ്[21] വിഷം തളിക്കുംപോലെ ഉഗ്രമായി ചീറ്റി. താൻ പി എസ് സി ലിസ്റ്റിൽ പിൻ റാങ്കിലേക്കായതിനു കാരണം തന്റെ അയൽവാസിയായ പീച്ചാളിയുടെ പേരക്കുട്ടിക്ക് കിട്ടിയ സംവരണമാണെന്ന് ആജീവനകാലം വിശ്വസിച്ചുപോന്ന പക അവർക്ക് സുകുവിനോടും തോന്നി. ഓരോ സംവരണക്കാരനും തന്നെ പുകച്ച് താഴേക്ക് ചാടിച്ച എതിരാളിയെന്ന് കരുതി ജാതിവെറിയിൽ മുങ്ങിയ അസൂയയോടെ അവർ പല്ലുകൾ അമർത്തിപ്പിടിച്ചു. ചൊവ്വത്തിയാർ[22] അടിമയെ പുച്ഛത്തോടെ നോക്കുംപോലെ സുകുവിനെ കണ്ണട മൂക്കിനറ്റത്തേക്ക് താത്തി പച്ചക്കണ്ണോടെ രൂക്ഷമായി നോക്കി. എഴീരെടാ പടുക്കാളിയെ[23] എന്നവർ അലറുമെന്ന് അയാൾ ഭയന്നു. പൊടുന്നനെ അച്ചാച്ചനെ മൂടാൻ അപ്പൻ പെലയശ്മശാനത്തിൽ കൂനവെട്ടിയ, കൂണും പുഴുവും മീനച്ചിലാറിന്റെ പിണർമ്പുളി,[24] രസവുമുള്ള പച്ചമൺകനപ്പിൽ, അവസാനത്തെ തുള്ളി തുപ്പൽ കൊഴുപ്പും വറ്റി, സുകുവിന്റെ നാവ് ആദിമമായ ഭയത്തോടെ തരിനച്ചു.

---

21. മൂർഖൻ.
22. ബ്രാഹ്മണസ്ത്രീയെ ബഹുമാനസൂചകമായി പുലയർ അഭിസംബോധന ചെയ്തിരുന്നത്.
23. പറ്റിക്കുന്നവൻ.
24. കൊടംപുളി.

"ചേട്ടായ്യേ്യ, ദേണ്ടെ സുകൂട്ടൻ മണ്ണ് വാരിമിണുങ്ങണ്. തുപ്പട ചെറുക്കാ"

സുകുവിന്റെ ചെറിയ പേപ്പൻ പുരുഷോത്തമൻ സുകുവിന്റെ തൊള്ള യിൽ കൈയിട്ടു.

"കുഞ്ഞാഞ്ഞേ പൊന്തമ്മേടെ കാര്യമറിഞ്ഞേപ്പിന്നെ ആ ചെറുക്കന് ആരും ഒന്നും കൊടുത്തിട്ടില്ല. ചേട്ടായിം കൊടുത്തിട്ടില്ല. പയ്ച്ചിട്ടാണു. തീനും കുടിയും ഇല്ലാഞ്ഞ്."

മഴയാണോ വിയർപ്പാണോ തുള്ളി കൂട്ടിയതെന്നറിയാതെ കാക്കത്തൂ വൽപ്പട്ട് തൊലി. അവയിൽ ക്രോധത്തിൽ ഉരുണ്ടു പാഞ്ഞ പുലയപ്പേശി കൾ. സുകുവിന്റെ അപ്പൻ മകനെ നോക്കാതെ മമ്മട്ടികൊണ്ട് തറയിൽ ആഞ്ഞുകൊത്തി. അതൊരു പാമ്പ് വായ് വീശൽപോലെ ഉഗ്രമായ്കൊണ്ട് മൂർച്ചയിൽ മണ്ണ് കൊത്തിക്കൊത്തിയമർന്നു. ഒന്നരയടി താണപ്പോഴേക്കും പൊന്തിമ്മാമ്മിച്ചിയുടെ കുഴിയിൽനിന്നും ചീവിടുകൾ കൂട്ടമായി പൊന്തി വന്നുകൊണ്ടിരുരുന്നു. അഞ്ചോ പത്തോ അല്ല നൂറും ഇരുനൂറും എണ്ണ ങ്ങൾ. കിരുകിരാ മാണി[25] പറഞ്ഞുകൊണ്ട് അവയാരംഭിച്ച ചാവുതുള്ളൽ. കളം കെട്ടാതെ, പറ വെക്കാതെ, മഞ്ഞളു പറ്റാതെ ഉമിക്കരി കൊണ്ടു ചാവുകളെ ആനയിക്കാതെ ശരങ്ങളൊന്നും എറിയാതെ അവ ചാപ്ര കൊട്ടി തുള്ളൽ തുടങ്ങി. പേനകെട്ടിനു[26] കാക്കാതെ പറമ്പിൽ അവറ്റക ളുടെ ചാറ്റലുയർന്നു.[27]

'ഇന്നലെചത്ത പഴഞ്ഞാവേ
ഇന്നുചത്ത പുതുച്ചാവേ
ഒന്നുവെക്കം വരു ചാവേ
കൊട്ടിയാടീ വിളിക്കേണേ'

ആദ്യത്തെ പെടപ്പ് മാറിയപ്പോൾ ചീവിടുകൾക്ക് മീതേക്ക് മമ്മട്ടി വീശി കൊച്ചൂട്ടിപാപ്പാൻ.

"അവളു വലിയ വായാടിയല്യേ? അതാ" എന്ന് പുറുപുറുത്തു കൊണ്ടു, കോരിയെടുത്തും കാലുകൊണ്ട് മൂലയിലേക്ക് തള്ളിയും അവ റ്റയുടെ കുലമ്മുടിച്ചു.

ആഴങ്ങളിൽ ചീവിടുകളുടെ അടരിനുതാഴെ നിധി കുഴിച്ചിട്ടപോലെ നിറയെ ചിതറി കിടക്കുന്ന തെമ്പുപൈസകൾ. വലുപ്പം നന്നേ കുറഞ്ഞ പാമ്പുമുട്ടകൾ, ചോണോനുറുമ്പിന്റെയും മുളിയുറുമ്പിന്റെയും വെള്ളിത്തേ രട്ടകളുടെയും കൂട്ടം. വയറുകാഞ്ഞ് കണ്ണിരുട്ടിൽ മുങ്ങിച്ചീമ്പിയപ്പോൾ, സുകുവിന് പാമ്പുമുട്ടകൾ തച്ചുടച്ച് വായിൽ പാരാൻ തോന്നി.

"അപ്പ..... പക്കിണ്... അപ്പ അപ്പ." അവന്റെ ചുങ്കിചൊട്ടിയ[28] വയറിൽ മണ്ണെറിഞ്ഞു.

---

25. ചാവുതുള്ളലിൽ പറയുന്ന പറച്ചിൽ.
26. അടക്കം.
27. ചാവുപാട്ട്.
28. മെലിഞ്ഞൊട്ടിയ.

പൊന്തമ്മാമ്മിച്ചിയുടെ ശവമാടം പോലെയായിരുന്നില്ല അച്ചാച്ചിയുടെ അടക്കമണ്ണ്. അതിൽനിന്നൊന്നും കിട്ടിയില്ല. മറ്റൊരാളെയും അടക്കാത്ത ഇടം അച്ചാച്ചനു വേണമെന്നു അപ്പന് വാശിയായിരുന്നു. സർക്കാരിന്നു കിട്ടിയ വീടിന്റെ തറ പൊളിച്ച്കുളി കെട്ട്[29] അതിൽ നടത്താമെന്നായിരുന്നു ആശിച്ചത്. അച്ചാച്ചിയുടെ അന്തസ്സിനു ചേർന്നപോലെ കാരണവരുടെ മുൻമുറിയിൽത്തന്നെ അടക്കാം.

“ഗവൺമെന്റീന്നു പൈസ തന്ന് കെട്ടിയ പെരയാന്നേ അയ്യപ്പാ. അതിന്റെ തറയൊക്കെ സിമന്റിട്ട് കാവിം പൂശിയതാ. പിന്നെ പൊളിച്ച് അതിനകത്തൊക്കെ മറവ് ചെയ്യലൊക്കെ. അത് നടക്കൂക്കേലെ അയ്യപ്പാ. ഇനി അതല്ല അടക്കിയേ മതിയാകൂ എന്നാ പെര പൊളിച്ച് അടക്കിക്കോ. നാലാം ഗഡു പൈസ പാസാക്കാനേ ഫയലു വന്നിട്ടുണ്ട്. ഞാനത് മടക്കും. അന്നേരം നെലേം വിളിച്ച് വന്നിട്ട് കാര്യമൊന്നുമില്ല. മാത്രോല്ലാ. ഈ മരണം നൂലാമാലയാന്നേ. പൈൽസ് പൊട്ടിയെന്ന് അവരും തച്ചുകൊന്നെന്ന് നിങ്ങളും തർക്കം ബാക്കിയാന്നന്നേ? അതുകൊണ്ടൂടാ പറയുന്നേ. സൂക്ഷിച്ചേ എന്തും ചെയ്യാവൂ.”

പട്ടികജാതി ഓഫീസർ ബാക്കി പൈസ പാസാക്കില്ലെന്ന് ഉറച്ച് പറഞ്ഞതോടെ അപ്പനു വെറൊരു ഗതിയുമില്ലാതെയായി.

പുലയന്റെ ചുടലക്കുടിയിൽ തന്നെ കന്നി മണ്ണ് തേടി അപ്പൻ നടന്നു. ഒടുവിൽ ഒരു സ്ഥലം കണ്ടെത്തുക തന്നെ ചെയ്തു. ചെടി വിത്തിടാത്ത, ചെറുജീവികൾ വന്നുകൂടാത്ത കല്ലുപോലെ ഉറച്ച ഇടം.

“പാറയായിരിക്കും അയ്യപ്പാപ്പിച്ചാ”

പാറയോ പാതാളമോ ആകട്ടെ അപ്പൻ അച്ചാച്ചിക്കുവേണ്ടി കിളകീറും. ആഴക്കുഴി കുത്തും. കുറുനരിയും നായ്ക്കളും കഴുതപ്പുലികളും കൂട്ടമായ് വന്നു തോണ്ടിയാലും അച്ചാച്ചിയെ തൊടാനാകാത്ത ആഴത്തിൽ, പൂമീയുടെ കരുവറയിൽ മണ്ണക്കല്ലറ തീർക്കും. അയ്യപ്പാപ്പൻ കരുതിയപോലെ തന്നെ പച്ചമണ്ണൊപ്പം ഒന്നും വന്നില്ല. മറ്റൊരു മനുഷ്യന്റെയും എല്ലും തടഞ്ഞില്ല. തുണിക്കഷണങ്ങളോ നാണയങ്ങളോ കിണ്ടികളോ ആൾരൂപങ്ങളോ വന്നില്ല. മറ്റൊരു മൃതമണവും പൂതലിച്ച് പൊന്തിയുമില്ല. ചെടികളുടെ വേരുകളോ വൃക്ഷവിത്തുകളോ പാമ്പുകളുടെ അസ്ഥികളോ ചിതലുതിന്ന് പുളിവച്ച ഉറുമ്പുകളോ പശയൂറ്റി നടക്കുന്ന മൺപ്രാണികളോ ഒന്നും വന്നില്ല. പൂമിദേവിയുടെ രുചിയുള്ള കന്യാമണ്ണ് കൈക്കോട്ടിന്റെ തലയിൽ കയറിവന്നു കുമിഞ്ഞു...

അച്ചാച്ചിയുടെ കുഴി എളുപ്പം പൂർത്തിയായി....

എന്നാൽ മറ്റേ കുഴി മറിച്ചായിരുന്നു.

ആഴേക്ക് പോകെ പൊന്തിമ്മാമ്മിച്ചിയുടെ അടക്ക്കുഴി മണ്ണ് പാറപോലെ ബലം പിടിച്ചു. കൂന്താലിയിൽ കുഴി തുളയ്ക്കുമ്പോൾ പെൺമുറുക്കം പിടിച്ചു. അയാളോർത്തു അയാളുടെ പുലച്ചേരി. തെക്കേമുറി. ജനാൽക്കൽ നഖം ചൊരണ്ടി നിന്ന പൊന്തമ്മപ്പെണ്ണിനെ പൂണ്ടടക്കം

---

29. ശവമടക്ക്.

പുണർന്നതും കൈകളിൽ മുലകളിറുങ്ങിയതുമായ ഓർമ്മയയാൾക്കുണ്ടായി. അവളിടെ തുടികവിളിൽ, ഇല വയറിൽ, നാഭിച്ചേറിലെ വാസമത്താമരയിൽ, മൂടില്ലാമുടിത്താളിയിൽ പ്രേമത്തോടെ തൊട്ട ഓർമ്മ വന്നു അയാൾക്ക്. അവളുടെ പിടച്ച ഞരമ്പുകൾ ചിത്തിരബിത്തിയെപ്പോലെ ഉടലിന്റെ രഹസ്യക്കഥ പറഞ്ഞു. മുടകവിളക്കിന്റെ ഓരങ്ങാ പ്രകാശത്തിൽ, മണ്ണെണ്ണയുടെ രാത്രിമണത്തിൽ പാറ കൊത്തിയും ചേറ പൊത്തിയും കെട്ടും മട്ടും നെഞ്ചുമുറപ്പിച്ച തന്റെ പുലിയെ വെറുമ്പാട്ടത്തിനു കിട്ടിയ പുതുമണ്ണുപോലെ ഏറെ ഇഷ്ടത്തോടെ അവൻ ഉഴുതു. അവളെപ്പോലെ തന്നെ ഈ മണ്ണെന്നോർത്തതും. കൊച്ചൂട്ടിപേപ്പൻ മണ്ണിൽ കുന്തിച്ചിരുന്നു. കണ്ണുകളിൽ മഴക്കാല ചെമ്പരത്തികൾ കലക്കത്തോടെ ചോന്നു. അയാൾ പിക്കാസ് നിലത്താഞ്ഞാഞ്ഞു കുത്തി ഉറക്കെ അലറി.

“പുരുഷാ, ചെക്കനെ നോക്ക്.” സുകുവിനെ മണ്ണിലിട്ട് കൊച്ചൂട്ടിപേപ്പന്റെ അരികിലേക്ക് അയ്യപ്പാപ്പൻ പാഞ്ഞു ചെന്നു.

“എന്തെടെ എന്താടെ? വയ്യെങ്കി കേറിപ്പോടാ. പറയിപ്പിക്കാനായിട്ട്. ഇത് ഞാനും അനുഭവിക്കാത്തതൊന്നുമല്ല.” അയ്യപ്പാപ്പന്റെ കണ്ണുകളിൽ നാട്ടുപന്തം മിന്നി.

“ചേട്ടായി, സഹിക്കാമ്മേലേ....” കൊച്ചൂട്ടിപ്പാപ്പൻ വലിയ തൊള്ളയിൽ നിലവിളിച്ചു. പത്തലുകൊണ്ട് തറയിൽ ആഞ്ഞാഞ്ഞിടിച്ചു. അയ്യപ്പാപ്പൻ സുകു തിന്ന മണ്ണ് വാരി കൊച്ചൂട്ടിയുടെ വായിൽ തിരുകി.

“പൊറുക്കാണ്ട് പറ്റൂലാടാ. അടച്ച് പിടിക്ക് പുലമണ്ണിൽ ആളടിയാർ പെലയനെപ്പോലെ അന്തസ്സോടെ കടിച്ച് പിടിക്ക്.”

കൊച്ചൂട്ടിയുടെ വായിൽ ആദ്യം മണ്ണ് ചവർപ്പോടെ പിളിച്ചു. എന്തിനെയും തിന്നെടുക്കാനുള്ള ആദിമവിശപ്പോടെ ഒന്നെരിഞ്ഞ് നീറി. അയാളുടെ സങ്കടങ്ങളെ ആക്കത്തോടെ മണ്ണമർത്തി. അവളെ തിന്നാൻ പോകുന്ന മണ്ണ്. അയാളതിനെ ആർത്തിയോടെ തിന്നു.

അവരുടെ മാടമുറ്റത്ത് പുലക്കരച്ചിലൊക്കെ താണുപോയിരുന്നു. പെണ്ണുങ്ങൾ പതംപറച്ചിൽ നിർത്തി നീരുവാർന്നു ചീർത്ത മുഖങ്ങളുമായി, തലയിൽ കരിയും ചേറും പുരണ്ട തോർത്തുകൾ മാടിയെടുത്ത് വട്ടക്കെട്ടി അവർ ചേരട്ടകളെപ്പോലെ ചുരുണ്ടു കിടന്നു. ഉമ്മർത്ത് പൈങ്കിളിയാശാൻ വെളുത്ത പുതപ്പിൽ ഉറങ്ങുന്നവനെപ്പോലെ നീണ്ട് കിടന്നു. തൊട്ടടുത്ത് പൊന്തിമ്മാമ്മിച്ചിയുടെ ജഡം. അപ്പനും മകളും ഒരുമിച്ച് ചത്തുകിടക്കണപോലെ. പിന്നെ ചെറിയ ഒരു മരപ്പെട്ടിയിൽ ഊമലപ്പെണ്ണിന്റെ മുടി.

“അമ്മിച്ചീ, അമ്മിച്ചീ പയ്ക്കിണ്” സുകു ദുർബ്ബലമായ ശബ്ദത്തിൽ ആരെയെന്നില്ലാതെ വിളിച്ചു. വിശപ്പവനെ ദുർബ്ബലനായ മകരച്ചിറാക്[30] മത്സ്യത്തെ കരയിലിട്ടപോലെ ശ്വാസം മുട്ടിച്ചു.

30. ഒരിനം സ്രാവ്.

"നിങ്ങടെ അച്ഛന്റെ ജാതി?"

"ചേറു...." അങ്ങനെ പറയാൻ അയാളുടെ നാവ് പിന്നെയും തരിച്ചു. ചങ്കൊക്കര[31]യൊരച്ചു.

"പെലയൻ. നല്ല ഒന്നാന്തരം പടിഞ്ഞാറ്റക്കാരൻ തണ്ടുപ്പെലയൻ."[32]

"ഹിന്ദുവോ? ക്രിസ്ത്യാനിയോ?" ഓഫീസർ ത്രികോണം വരച്ച് അച്ഛനെ ഒരു വംശാവലി വരയിൽ തൂക്കിയിട്ടു.

"ഹിന്ദുവാ സാറെ"

"ജീവിച്ചിരിപ്പുണ്ടോ?"

"ഇല്ല. അപ്പൻ മരിച്ചു."

"എങ്ങനെ?"

"പൊലീസ്സ്കാരു കൊന്നു... ചവിട്ടിക്കൊന്ന്..."

ഓഫീസർ കണ്ണുകൾ കുറുക്കി നുണ പറയുന്നത് കേൾക്കുന്ന ഒരു ഭാവം വരുത്തി. പിന്നെ പരിഹാസത്തോടെ ചുണ്ടു കോട്ടി, രൂക്ഷമായി നോക്കി.

"നിങ്ങളുടെ പിതാവിന്റെ പിതാവായ പൈങ്കിളിപ്പാപ്പനെയും പൊലീസ് കൊന്നെന്നല്ലേ പറഞ്ഞത്. ഇപ്പോ അച്ഛനെയായോ?

"മ്ഹും." സുകു മൂളി.

"രണ്ടാളേം ഒരുമിച്ചല്ല സാറേ. വേറെ വേറെയായിട്ട്. അച്ചാച്ചി ചത്തത് അറുപത്തിമൂന്നിലാണ്. പൊന്താമ്മാമ്മിച്ചീന്റെ മരണം കഴിഞ്ഞ്. ഉരുടടിയാകൊന്നേ. അപ്പൻ പിന്നേം പന്ത്രണ്ടു കൊല്ലം കഴിഞ്ഞ്. എന്റപ്പൻ പാർട്ടിക്കാരനായിരുന്ന്. ഇന്തിരാപ്പൊലീസ് ചവിട്ടിക്കൊന്ന്. ചങ്കെല്ലുപൊട്ടി വായുസഞ്ചി കീറിപ്പോയി. ശ്വാസം കിട്ടാണ്ട് ഒന്നരദിവസം മെഡിക്കകോളേജിക്കിടന്ന്. പിന്നെ ചത്ത്. ചാകണോന്നാ ഞാമ്പോലും ആശിച്ചേ."

പഴയ കമ്മുതട്ടിൽ[33] സുകുറിന്റെ ഹൃദയം പൊട്ടാനാഞ്ഞ റബ്ബർ പന്ത് പോലെ മുറുകി.

ഇരുട്ട് വീണുകിടക്കുന്ന കരിമാവിൻതോപ്പ്. വിരുന്തിക്കും ഉമ്പിച്ചിക്കും അരിയായിക്കും മാർക്കം കൂടി സാറായായ കാഞ്ഞിരാടിക്കും ദീനാമ്മയായ കരിഞ്ചുട്ടിക്കും പയ്ക്കുമ്പോൾ പള്ളയെ മധിർത്തും ഇടയ്ക്ക് പുളിപ്പിച്ചും നിറയ്ക്കുന്ന കരിനാലന്മാന്തോട്ടം. നിലംപറ്റിയെന്നോണം വിടർന്നു പടർന്ന അതിന്റെ ചില്ലകൾ. വെള്ളപൂത്തിരി കത്തി ചിതറിയപോലെ പൂത്തുനില്ക്കാറുള്ള അതിന്റെ മാമ്പൂമൊട്ടുകൾ. ഒറ്റത്തുള്ളിയിലും പെരു

---

31. മന്ത്രവാദ, ഷാമനിക്ക് പ്രവർത്തികൾക്ക് ഉപയോഗിക്കുന്ന ഒരു ഘനസംഗീതവാദ്യം.
32. പുലയർക്കിടയിലെ ഒരു ഉപവിഭാഗം. ആലപ്പുഴ മുതൽ തെക്കോട്ട് കാണപ്പെടുന്നു. കുറിപ്പുലയർ, മാളപ്പുലയർ എന്നീ പേരുകളിലും അറിയപ്പെടുന്നു.
33. ചതി.

ന്തുള്ളികളിലും മഞ്ഞമാങ്ങയിൽ കരിമ്പുള്ളിപ്പച്ച കുത്തിയ കള്ള മഴക്കാലങ്ങൾ. മഴത്തുള്ളി തൊട്ടിറങ്ങിയ ഇടങ്ങളെല്ലാം തൊലി കറുത്തുപോകുന്ന മാങ്ങകളെ തൊട്ട ഉടമകളായ മാപ്പിളയും മാപ്പിളപ്പൊങ്ങീലും[34] തിരിഞ്ഞുപോലും നോക്കാത്ത മാമ്പഴക്കാലങ്ങൾ. ആരും പറിച്ചെടുക്കാനില്ലാത്ത നീലമ്മാങ്ങകൾ കോളനിയിലെ ആളുകൾക്ക് സ്വന്തം. വിശക്കുന്ന പുലയനും പുലച്ചിക്കും ചേര മാത്തിക്കും പറയനും ചാക്കയ്ക്കും സ്വന്തം.

അതേ മാങ്കൊമ്പിലാണ് ഏറെ പഴുത്തതിനാൽ തൊലി കറുത്ത സ്വർണമാമ്പഴം പോലെ കരിവേരിറങ്ങി പൊന്തിമ്മാമ്മിച്ചി തൂങ്ങി നിന്നത്.

പൊട്ടിയ കല്ലുമാലകൾക്കിടയിലൂടെ ചതഞ്ഞ മുലക്കണ്ണുകൾ കരച്ചിലോടെ അമ്പരന്നു. ഊമലപ്പെണ്ണിനെ കുരങ്ങിട്ട വയർ[35] വല്ലാതെ വീർത്തു നിന്നു. കൊച്ചൂട്ടിപ്പേപ്പൻ കല്ല്ബിംബം പോലെ അമ്മച്ചിയുടെ തണുത്ത് കരിങ്കൊള്ളിയായ കാല്പാദങ്ങളെ പിടിച്ചു കാറ്റ് പിടിച്ചപോലെ വിറച്ചുലഞ്ഞ് നിന്നു. നീണ്ടകരയിലെ കരിമണൽ ചുമന്ന് കിട്ടിയ പൈശമിച്ചം പിടിച്ച് കൊല്ലത്തെ ഇമ്മട്ടീസ് വെള്ളി മഹാളിൽനിന്നു വാങ്ങിയ മണിപ്പാദസരം പൊട്ടിയൂർന്നിരുന്നു. അതിന്റെ ലോഹത്തണുവിനേക്കാൾ ക്രൂരമായ ഒരുതരം തണുപ്പ് അവളുടെ കാൽത്തൊലിയിൽ വരൾപ്പോടെ ഒട്ടിനിന്നു.

പലരുപയോഗിച്ച് പഴന്തുണിക്കെട്ടായി അയഞ്ഞ ശരീരം മാവിൽ കെട്ടിത്തൂക്കും മുമ്പേ ചത്തിരുന്നിരിക്കണം. അഴുക്കപ്രാണികളും മുഴുത്ത മണിയീച്ചകളും ഇത്തിളോന്മാരും ആർത്തിയോടെ കവിടിയരഞ്ഞാണക്കയറിനു ചുറ്റും പാറി. ഊമലപ്പെണ്ണിന്റെ ചുരുണ്ട മുടിമാത്രം കുറുക്കന്മാരുടെ ദയപോലെ മണ്ണിൽ ബാക്കി കിടന്നു. ഒരു വിഗ്ഗ് കമഴ്ത്തിയതുപോലെ നിസ്സാരമായ ഊമലപ്പെണ്ണ് മറഞ്ഞ് പോയി.

“ഇങ്ങട് ബാട് കൊച്ചൂട്ടി”[36] അച്ചാച്ചി കല്ലുപോലെ നിന്ന മകന്റെ തോളിൽ കൈയിട്ട് ഇഞ്ചമ്പുര[37]യിലേക്ക് കൂട്ടി.

“ഒരിടംവരെമ്പോണം. പരാതിക്കൊടുക്കണം. അത് കഴിഞ്ഞിട്ട് മതി മണലുതൊണ്ടല്.”[38]

‘‘എനിക്ക് വയ്യപ്പാ. അപ്പനങ്ങ് പോയാ മതി.’’ പേപ്പൻ കുണ്ടട39യിൽനിന്നും കച്ചി മാന്തിയെടുത്ത് പൈക്കൾക്കിട്ടുകൊടുത്തു.

“അല്ല പരാതികൊടുക്കാൻ സ്റ്റേഷനിൽ പോയപ്പോഴാണോ നിങ്ങളുടെ അച്ചാച്ചനെ കൊന്നത്?” ഓഫീസർ സഹതാപപ്പെട്ടു.

---

34. ബഹുമാന സൂചകമായി മാപ്പിള സ്ത്രീകളെ വിളിക്കുന്ന പദം.
35. പ്രസവിക്കുക.
36. പുഞ്ചപ്പാടത്ത് മോട്ടോർ സൂക്ഷിക്കുന്ന എഞ്ചിൻ പുര.
37. മണ്ണുകോരൽ.
38. വൈക്കോൽക്കൂന.

"പരാതിക്ക് പോയപ്പോളല്ല. അത് കഴിഞ്ഞ്റ്റ്. ആശുപത്രീന്ന് രണ്ടാമത് സ്റ്റേഷനിലു പോയപ്പോ. വെറുമ്പോക്കികള്."[39]

പൊന്താമാമ്മിച്ചിയെ കൊന്ന് തൂക്കിയവർക്ക് പകരമായാണ് അവർ അച്ചാച്ചനെ വിളിച്ച് കൊണ്ട് പോയത്. എഴുപത് വയസ്സ് കഴിഞ്ഞിട്ടും മുറ്റ് വിടാത്ത കരയുടലിന്റെ വടിവുകളിൽ ലാത്തി തട്ടിനോക്കി ഏമാന്മാർ. കരുത്തിനുകയ്മതിയാവില്ല ബദൽ എന്നറിഞ്ഞപ്പോൾ ചുറ്റികകൊണ്ട് കാരിരുമ്പ് കാച്ചിയ നെഞ്ചിൽ തട്ടിപ്പതം വെപ്പിച്ചു.

"പൊന്തമ്മ എന്റെ അന്യേത്തിന്റെ മോളാണു ശാറെ. മാർക്കംകൂടിയ അവളുടെ അപ്പൻ വേറെ കെട്ട്യേപ്പം മൊതലു പെണ്ണിനെ ഞാനാ വളർത്തിയത്." പൈങ്കിളിപ്പാപ്പച്ചന്റെ കണ്ണിൽ ചോര പൊടിഞ്ഞു.

"എന്റെ മേലാണു ശാറെ. നിർത്തെടാ.

കൊണ്ട്പോയി വേണ്ടാതീനങ്ങളു കാട്ടുമ്പോ ഓർമ്മയില്ലായിരുന്നോ?"

"അന്യായം പറയല്ലെ സാറെ. അവളവന്റെ കുഞ്ഞല്യോ? എന്റെ എളെത് കൊച്ചൂട്ടന്റെ പെണ്ണാ സാറേ അവള്..."

"പെലയാടിക്കെളവാ, കൊന്ന് തൂക്കിയിട്ട് പ്രസംഗിക്കുവാന്നോ?" കോൺസ്റ്റബിൾ കാലുയർത്തി.

അടിയും തൊഴിയും ചതയും ഉരുട്ടലും ഒടുക്കം പേശികളയഞ്ഞ വൃദ്ധസഞ്ചി പൊട്ടി. അടിമുട്ട തകർന്ന എട്ടുകാലിയുടെ ചോന്ന കുഞ്ഞുങ്ങളെപ്പോലെ എന്നോ മരിച്ച കാമം വെളുത്ത മുണ്ടിൽ ചിതറി. അതിനു മുമ്പ് പൊട്ടിയ പൈന്തിരം[40] ചാലിയ മുണ്ടിന്റെ പുറകിൽ ചേറുപറ്റിയപോലെ ഉണങ്ങാതെ നിന്നു.

"പോറ്റീന്റെ കോടതിയില് പൊലയനു നീതിണ്ടാവ്വോ?"

കോട്ടയം മെഡിക്കൽ കോളേജിലെ റബ്ബർമരത്തണുപ്പിൽ കുളിർന്ന് മോർച്ചറിമുറ്റത്ത് അപ്പന്റെ നെഞ്ചിൽ പറ്റി ഉറക്കമിളച്ച് കിടക്കെ, ഗതികെട്ട പുലയന്റെ ന്യായം പറച്ചിൽ സുകു ആദ്യമായി കേട്ടു. നല്ല നിലാവുള്ള രാത്രിയായിരുന്നു. പൊന്തമ്മാമ്മിച്ചിയുടെ മരണച്ചുണ്ട് പോലെ രാത്രിച്ചുണ്ട് പോലെ രാത്രിയെന്നിട്ടും നിറംമങ്ങി പതുങ്ങി. റബ്ബർപ്പാലിലേക്ക് കറുപ്പിറ്റിച്ചു. ഊമലയെ നഖംവരെ ഈമ്പിത്തിന്ന കുറുക്കന്മാരും നായ്ക്കളും കൂട്ടംകൂടി പീണപ്പിണി പേടിച്ചെന്നവണ്ണം പാതിരാപ്രാന്തോടെ ഓരിയിട്ടു. ആ രാത്രിയിൽ മൂത്രം നനച്ചെണീറ്റപ്പോൾ, അണിഞ്ചൻ പേരപ്പനെയും ഉണ്ണിനാഗപ്പാപ്പയെയും കൂട്ടി വെള്ള പോളീയിസ്റ്റർ ഷർട്ടിട്ട അച്ചാച്ചി പൊലീസൊപ്പം പോകുന്നത് സുകു കണ്ടു. മോർച്ചറി തുറക്കുമ്പോഴൊക്കെ ഫോർമാലിൻ വാസനിപ്പിച്ച് വന്ന, വല്ലാത്തൊരു കുളിർ,

39. തെണ്ടികൾ.
40. ഭഗന്ദരം.

കൂട്ടം കൂടിയവർക്കുള്ളിൽ വിറച്ചുനിന്നു. വലിയ ഒരു അലസിപ്പൂമരത്തിൽനിന്നും ചോന്ന മരണപ്പട്ട് കീറിയിട്ടപോലെ പൂക്കൾ വീണുകിടന്നു. രാത്രിക്കാറ്റിൽ അവ ഭയാനകമായൊരു യക്ഷിത്തത്തോടെ റോഡിൽ ഇതൾ ചിതറിച്ച് നൃത്തംചെയ്തു.

പൊന്തമ്മാമ്മിച്ചിയുടെ ജഡം വീട്ടിലെത്തുംമുമ്പേ അച്ചാച്ചി വന്നു. 'മകന്റെ ഭാര്യയെ ബലാത്സംഗംചെയ്ത് കൊന്ന വൃദ്ധൻ കസ്റ്റഡിയിൽ മരണപ്പെട്ടു' എന്ന വാർത്ത പത്രത്തിൽ വായിച്ചുകേട്ട് പുലത്തറയിലെ പെണ്ണുങ്ങൾ ഉള്ളുകലങ്ങിയും നെഞ്ഞടിച്ചും ഒച്ചപോയ തൊണ്ടയാൽ കൂട്ടവാവിട്ടു.... ദാഹിച്ചും പൈച്ചും വാടിപ്പോയ സുകു ഉണക്കത്തൊണ്ടയും തൊള്ളയും പൊളിച്ച് അവർക്കൊപ്പം തധമ്പാശിക്കിളി[41]യെപ്പോലെ ഉറക്കെ കരഞ്ഞു.

"അയ്യോ കൊച്ചുചെറുക്കന്റെ കണ്ണീരുകണ്ടായോ മൂത്താറേ" എന്ന് വീണ്ടും പതക്കൂട്ടക്കരച്ചിലുയർന്നു. മഞ്ഞളിൽ മുങ്ങിയ മുഖത്തോടെയും വായിൽ കടിച്ചുപിടിച്ച നാണയത്തോടെയും ചുണ്ടുരസിക്കിടന്ന നെന്മണികളോടെയും പൊന്തമ്മാമ്മിച്ചിയുടെ ചാവ്[42] മരത്തടിമഞ്ചലിൽ നിന്നുമുയർത്തി. കല്ലമാലകളും കവിടിമാലകളും ഇളകിയ ശബ്ദം അവസാനമായി സുകു കേട്ടു.

"പൈക്കിണപ്പാ... പൈക്കിണു."

അടക്ക് കഴിഞ്ഞ് പുഴയിൽ മുങ്ങി വാത[43]യടങ്ങിയ മൂന്ന് ശീലത്തുണികളും നനച്ച് തിരികെ വരുമ്പോ ഒക്കത്തിരുന്ന് സുകു അച്ഛന്റെ നെഞ്ചിൽ മാന്തി. പ്രാണവെപ്രാളത്തോടെ തോളിൽ പട്ടിച്ചിക്കടി കടിച്ചു. ഒരു വായ മണ്ണല്ലാതെ അവനൊന്നും കഴിച്ചിട്ടില്ല. കടലമണിപോലെ പല്ലിറുമ്പുമ്പോൾ ടപേ ടപേയെന്ന് പൊട്ടിയ നീർപ്പുളയൻ ചെങ്കല്ല് രുചി നാവിൽ തരിപ്പോടെ തട്ടി. ആറ്റിലെ വെള്ളം അച്ഛന്റെ ഈറൻ തലയിൽ നിന്നുതിർന്ന് വന്നത് തോളിലെത്തുംമുമ്പേ സുകു നാക്ക് പുറത്തേക്ക് നീക്കിയിട്ട് നക്കിക്കുടിച്ചു. അവന്റെ ആന്തലിനൊരാക്കംതോന്നി. ട്രൗസറിന്റെ കീശയിൽ സൂക്ഷിച്ച കരിവെള്ളാരം കല്ല്, സുകു ആരുംകാണാതെ ചൊറിക്കള്ളത്തോടെ വായിലിട്ടീമ്പി. പൊന്തിമ്മാമ്മിച്ചിയുടെ പെറ്റ് പാലൂറിയ മുലഞെട്ടുകളുടെ തണുപ്പിൽ സുകുവിനു വീണ്ടും വീണ്ടും കരച്ചിൽ വന്നു.

"അപ്പൊ അമ്മ മരിച്ചതിനുശേഷം നിങ്ങളെ വളർത്തിയത് ക്രിസ്ത്യാനിയായ പൊന്തമ്മ എന്ന സ്ത്രീയായിരുന്നു അല്ലേ?"

"അല്ല, അല്ല. പൊന്തിമ്മാമ്മിച്ചി ഹിന്ദുവായിരിന്ന്. അച്ചാച്ചിന്റെ എളെ പെങ്ങളു പൊള്ളേഠാറത്തിന്റെ മകളാണ്. അമ്മാമ്മിച്ചീന്റെ അപ്പനും ഹിന്ദുവേരുന്ന്. പൊടിപ്പാറ യോഗത്തിനുശേഷം ജാതി ചേരമറു എന്ന്

41. മീൻകൊത്തിപ്പൊൻമാൻ.
42. ജഡം.
43. ആത്മാവ്.

വെച്ചെന്നേ ഉള്ള്."

"താൻ വല്ലാതെ പടിപ്പിക്കയൊന്നും വേണ്ട.

പൊടിപ്പാറ യോഗത്തെപ്പറ്റി ഞങ്ങൾക്കൊക്കെ അറിയാം." ഓഫീസർ ദേഷ്യത്തോടെ മുഷിഞ്ഞു.

"അതല്ല മാഡം പൊടിപ്പാറപ്പരിപാടിയും ഞങ്ങടെ കുടുംബോം തമ്മി വെല്ല്യ ബെന്ധവൊണ്ട്."

സുകു കഥയോർത്തു. മേലെ അടക്കം പുവഞ്ചോതന് പൊന്തിമ്മാമ്മിച്ചിയുടെ അപ്പന്, അച്ചാച്ചിയുടെ അതേ പ്രായമായിരുന്നു. കണ്ടമൊരുക്കാനും കളപറിക്കാനും കനലിൽ ചുട്ടെടുത്ത തവിടുകുറുക്കട ചൂടൻ വട്ടയിലയിൽനിന്നും പങ്കിട്ട് കഴിക്കാനും ഒന്നിച്ച് നടന്നവർ. ചീനിമൂടു പറിച്ച് പച്ചവെയിലിൽ ഉണക്കിയെടുത്ത് ഒപ്പത്തിനൊപ്പം ഒണക്കച്ചീനിയുണ്ടാക്കിയവർ. പുഞ്ചയിലു മഴവീണാലുടനെ ഉടുത്ത ഈരഴ ഊരി കിണുങ്ങാമണിയാട്ടി ഊഴയെയും ഊപ്പമീനിനെയും കോരിപ്പിടിച്ചവർ. ഒരുമിച്ച് പഞ്ചമസ്കൂളിൽനിന്നും ഓടിപ്പോന്നവർ. പണ്ഡിറ്റ് മാഷിന്റെ മണ്ടയ്ക്കിട്ട് ഏറുകൊടുത്തവർ. കൈച്ചിലും പൂളോനും കൊടിച്ചിപ്പരലുകളും ആടുകണ്ടയും ആറ്റിൽനിന്നും മുങ്ങിവാരി, ഉപ്പു പുരട്ടി കരുവാടാക്കി അട്ടത്ത് കെട്ടിത്തൂക്കിയവർ. ഒരുമിച്ച് ബീഡി വലിച്ചവർ. ഉമ്പ്രിപ്പെലയിയുടെ മാടത്തിനു മുമ്പിൽ ഒരുമിച്ച് ഒളിഞ്ഞ് നിന്നവർ. ആയക്കള്ളിക്കുടത്തിൽ, തെറ്റാലികൊണ്ടെറിഞ്ഞ് പനമണ്ടയിലെ എമ്പാടും കിഴുത്തയുണ്ടാക്കിയും ചോർന്ന പുതുക്കള് നേരിട്ട് വായിലേക്ക് വന്നത് മാറിമാറി മോന്തിയവർ. ആനമയക്കിയിട്ട വാറ്റ് ചാമ്പി ഛർദ്ദിച്ച് കുടൽമാല വെളിക്കിട്ടവർ. ഒരുമിച്ച് കനവ് കണ്ടവർ. ഒരു ശബ്ദം, ഒരു ശക്തി, ഒരേ തോന്നൽ.

രണ്ടാം ലോകമഹായുദ്ധത്തിനൊക്കെ പോയി. ഒറ്റക്കാലും പോയി തുള്ളിത്തുള്ളി നെറ്റീമ്മലു വീണ മുടിയിൽ വെഴുന്നര ചീകിയൊതുക്കി, പൊള്ളോറത്തീമുത്താച്ചിയെ 50 വയസ്സിൽ കെട്ടുമ്പോ പുലത്തറയിലു ചെമ്മാരി[44]മാരില്ലായിരുന്നു. നടുവന്മാരില്ലായിരുന്നു.[45] ബന്ധക്കാരും ഇണക്കന്മാരും[46] ചന്തിരത്തിരുമുറ്റ[47]ത്തിനു ചുറ്റും നിറകണ്ണോടിയിരുന്നു. പൂവഞ്ചോത്തൻ ചിരിയോടെ 22 പണം ഇടക്കാരനു കൊടുക്കുമ്പോൾ ഒറ്റക്കാലിന്റെ ബലം പതറി, കണ്ടിയപ്പനെപ്പോലെ ഒന്നു തുള്ളി പാപ്പച്ചൻ ചങ്ങാതിയെ താങ്ങി. ചടങ്ങുകൾ ആരംഭിച്ചു. നാണിച്ചുനിന്ന

44. ജന്മി.
45. നാട്ടുകാർ.
46. സ്വന്തക്കാർ.
47. പുലയരുടെ കല്യാണമണ്ഡപം.
48. പെൺപണം.
49. പുലയ കല്യാണത്തിന്റെ പാട്ടുകൾ.

പൊള്ളോറത്തിയുടെ കൈയിലേക്ക് പുടവ കൊടുത്തു. കാണ[48]മായി പൂവൻകൊടുത്ത വെളുപ്പൂമ്മേ കരിംപുള്ള്യുള്ള ഇരട്ട പൈക്കൾ കുരവയിട്ടമറി. പന്തലിലിട്ട അമ്മിയിൽ അരച്ചുകൊണ്ട് പുലച്ചികൾ അരവ്പാട്ട്[49] താളത്തിൽ പൊലിച്ചുപാടി.

'പന്തലിൽ പൊലിക്കുന്നുണ്ട്.
തായപ്പിലമ്മ പെറ്റോരമ്മ
അടുക്കളത്തൂരവും പണിയൊരുക്കി.'

സദ്യക്കായി നെല്ലുപുഴുങ്ങുന്നതിന്റെ വാസനയും പുഴുക്കനെല്ല് വറുക്കുന്നതിന്റെ വാസനയും കൊതിപാറ്റി. നനക്കെഴങ്ങും മാണവും[50] പുഴുക്കിൽ അലിയുന്ന മണം പന്തലിൽ നിറഞ്ഞു. മത്തിത്തലയിൽ കാച്ചിയെടുത്ത പുന്നെല്ലിന്റെ തവിട് മുളകിടാതെ ഉപ്പിലും മഞ്ഞളിലും വേവിച്ചെടുത്ത കണ്ടിക്കെഴങ്ങൊപ്പം പള്ളനിറച്ചും തിന്ന കുട്ടികളുടെ മനസ്സും നിറഞ്ഞു.

മൂന്നുമാസംകൊണ്ട് പൊള്ളോറച്ചി മുത്താച്ചിയുടെ പള്ളയും നിറഞ്ഞു. അൻപത് വയസ്സിൽത്തന്നെ വിപ്ലവനായകൻ പൂവഞ്ചോതൻ ഒരു പെൺകുഞ്ഞിന്റെ അപ്പനായി. ഇരുപത്തഞ്ച് കൊല്ലംമുമ്പേ ഉണ്ടാകേണ്ട കുഞ്ഞായിരുന്നു. തൊള്ളായിരത്തി ഇരുപത്തിയൊന്നിലെ സമ്മേളനത്തിൽ പൊയ്കയിൽ അപ്പച്ചൻ പിണങ്ങിപ്പോയപ്പോൾ സുകുവിന്റെ അച്ചാച്ചി കൂടെ ഇറങ്ങിപ്പോയില്ലായിരുന്നെങ്കിൽ പൊന്ത മ്മാമ്മച്ചി ഇരുപത്തഞ്ച് വർഷംമുമ്പേ പുറകൊണ്ടേനെ. കുമാരഗുരു ദേവന്റെ കൂടെവന്ന പൂവഞ്ചോതന് തിരികെപ്പോകാൻ മനസ്സുവന്നില്ല. നെരമ്പിൽ നെരങ്ങനെ ഓടണത് രാജരക്തമെന്ന് അവനുതോന്നി. ആത്മ വിശ്വാസവും ഗർവ്വും തോന്നി. ചേരമാൻ പെരുമാളിന്റെ ചൊറുക്കുള്ള ചുടുരക്തം ഞാൻ പുലയനല്ല. ചേരമർ ആണെന്ന് അവൻ അഭിമാന ത്തോടെ ഉറച്ചുപറഞ്ഞു.

"ഞങ്ങൾ മൃഗങ്ങളല്ല, മനുഷ്യരാണ്. ചേരമാന്റെ പിന്മുറക്കാർ." വായുവിൽ കൂട്ടശബ്ദമുയർന്നു.

"വാടാ ഇതു തട്ടിപ്പാണ്. നമുക്ക് പോവാം. പെലയരെ മതം മാറ്റിക്കാ നുള്ള വേലയാ. എടാ ആ ജ്ഞാനജോഷയൊക്കെയാന്നെടാ ഇതിനു പെറകിൽ. കൂടാലോചനയുണ്ടെടാ. ഇതിൽ നമ്മൾ പെലയന്മാരെ തമ്മിത്തല്ലിക്കാനുള്ള തെന്തനമാണെടേ ഇത്." പൈങ്കിളിപ്പാപ്പച്ചൻ പൂവഞ്ചോതന്റെ കൈ വലിച്ചു. പാറടി അബ്രഹം ഐസക് സാർ, തിരുവാർപ്പെ കുട്ടൻചേട്ടായി. പാമ്പാടി സാർ, തിരുവാർപ്പെ കുട്ടൻചേട്ടായി, പാമ്പാടി സാറു ഇടംകൈ മുറുക്കിയപ്പോൾ പൂവഞ്ചോത്തനു അനങ്ങാ നായില്ല. അവന്റെ സ്വത്വം കൂട്ടുകാരനെ നിസ്സാരമായി നിരാകരിച്ചു. ആകാശത്തേക്ക് സമ്മേളനക്കാരോടൊപ്പം അവൻ മുഷ്ടിയുയർത്തി.

"വാടെ കളിക്കാതെ" ഇല്ല വരുന്നില്ല എന്ന മാതിരി പൂവൻ

50. വാഴക്കട, പുഴുക്കിനായി പുലയസമുദായം ഉപയോഗിക്കുന്നു.
51. സൂര്യൻ.

തോളുവെട്ടിച്ചു. തൊട്ടിയ[51] ഭഗവാന്റെ വെട്ടം വെള്ളിനിറമാക്കിയ ആകാശത്ത് ആയിരം കൈകളുയർന്നു. കല്ലമാല പൊട്ടിച്ച് വേദിയിൽനിന്നിറങ്ങിപ്പോകുന്ന പെണ്ണുങ്ങൾ പൈങ്കിളി പാപ്പച്ചനെ കളിയാക്കി. അയാൾക്ക് ഉള്ളെരിഞ്ഞു. കാഞ്ഞിരക്കൈപ്പുള്ള അപമാനം ചൊയച്ചു. ശാന്തനാകുവാൻ കുമാരഗുരുദേവൻ ആംഗ്യംകാട്ടി.

''മ് ആവട്ടെ. അവന് അവരോടൊപ്പം നില്ക്കണമെങ്കിൽ അങ്ങനാകട്ടെ. നീ നിർബ്ബന്ധിക്കാൻ പോകണ്ട. നീ നടക്ക് പാപ്പച്ച" പൊയ്കയിലപ്പച്ചൻ പൂവന്റെ തലയിൽ കൈവച്ചു.

"മിടുക്കായ്റ്റ് വാ."

"നീ വരണ്ടടാ. കൊന്തോയിഷ്ടമാകുമ്പഴേ എന്റെ പുലച്ചേരിലോട്ട് ഇയ്യാള് വരത്തില്ല. എന്റെ പൊങ്ങച്ചിപ്പൊലയാളുണ്ടല്ലോ അവളെ കെട്ടാനും വരത്തില്ല... എന്റെ വാക്കാടാ പൂവാ... മാർക്കം കൂടിയവന് എന്റെ തറേന്ന് പെണ്ണില്ല." പൈങ്കിളിപ്പാച്ചൻ ക്രോധത്തോടെ പിൻനടന്നു.

"അന്ന് എന്റെ കാരണോമ്മാരു ആദ്യമായിട്ടും അവസാനമായിട്ടും തമ്മീ തെറ്റീ മാഡം. ചേരമറെന്നാ അന്ന് ക്രിസ്ത്യാനിയാ. ക്രിസ്ത്യാനിക്ക് പെങ്ങളെ കെട്ടിക്കുകേലാന്നൊറ്റ വാശിയാ. അച്ചാച്ചിന്റെ ആ വാശിയെ മുത്താച്ചിയും എതിർത്തില്ല. വേണേൽ പൂവഞ്ചാത്തനച്ചാച്ചിക്കൊപ്പം പോകാമായിരുന്നു.... പോയില്ല. കണ്ണിൽ നീറ്റുകക്കായൊരച്ചമാതിരി നീരുമ്പീഴ്ത്തി ദൈവത്തറയ്ക്ക് പിമ്പിൽ മറഞ്ഞുനിന്നു. പുവഞ്ചോത്തൻ നാലഞ്ചുവാട്ടി വന്നുവിളിച്ചിട്ടും പോകാതെ വീട്ടിൽത്തന്നെ നിന്നു. ആങ്ങള അലിയുമെന്നു കരുതി വേറെ കെട്ടീമില്ല. പൂവഞ്ചോത്തനച്ചാച്ചനാകട്ടെ 'കെട്ടുകാന്നെ പൊള്ളേലാറത്തിപ്പെലച്ചിയെ മാത്രം' എന്ന് കട്ടായം പറഞ്ഞു. ഒടുക്കം ഒളിച്ചോടി പട്ടാളത്തിച്ചേർന്ന്. കാലമൊക്കെ മാറിയപ്പം പിന്നെ എപ്പഴോ അച്ചാച്ചൻ അലിഞ്ഞ്. ലോകമഹായുദ്ധത്തിൽ പോയി ഒരു കാലു നഷ്ടപ്പെട്ടാ പൂവനച്ചാച്ചൻ വന്നേ. അതുകൊണ്ടൊക്കെയായിരിക്കും. പിന്നെ മുത്താച്ചീന്റെ താല്പര്യോം. അച്ചാച്ചി അവരെ കെട്ടങ്ങ് നടത്തി."

"അപ്പോൾ ചേരമറൊക്കെ മതം മാറിയവരാണെന്ന് നിങ്ങൾ സമ്മതിക്കുന്നുണ്ടല്ലെ?"

"അയ്യോ അല്ല. അതല്ലല്ലോ മാഡം ഞാമ്പറഞ്ഞേ."

പുലയനെ ചേരമറാക്കിയ കുറ്റത്തിനു പൈങ്കിളി പാപ്പിച്ചനാശാൻ പൂവഞ്ചോത്തനെ തെറിവിളിച്ചു. ആമോസ്സിനും ഔതച്ചനും യാവിനും കിട്ടി കണക്കിനു. ചാരായം പുളിച്ചുവിളിപ്പിച്ച ഊക്കൻ നാട്ടുതെറി.

"യെന്തോ ഒണ്ടാക്കാനാ? പെലയനും പറയനും ക്രിസ്ത്യാനിയായിട്ട് എന്തോ ഒണ്ടാക്കാനാ? വെന്തിങ്ങകൊണ്ടോ കൊന്തകൊണ്ടോ പോണതല്ല ജാതി. കുറുവാന കൊണ്ടാലോ കുമ്പസാരിച്ചാലോ മിനിറ്റിനു മിനിറ്റു ഉപദേശികളും പറയിന്ന പോലങ്ങ് ഹല്ലേലൂയ്യാന്ന് അലറിപ്പൊളിച്ചാലോ പോകുകേലടാ ഉവ്വേ. ജാതിയാ അദ്. ഒന്നും മാർക്കറും ഒക്കെ കഴിഞ്ഞപ്പോ എന്തായി മിച്ചം വന്നത്? വെന്തിങ്ങയിട്ടിറ്റും ഏടാ ആമോസ്സെ, നീ പെല

യനാമ്മൊസ്സല്ലടാ? എടാ പറയനൗതേ, നെനക്കാ പ്ലാശുമ്മുട്ട്കാരുടെന്ന് ഒരു പെണ്ണു കട്ടിവോടാ? എടേയ്, പറയപ്പള്ളിയും പെലയപ്പള്ളിയും ജാതി ഒഴുകെയല്ല ചെയ്തത്. ജാതിയെ കൂടി അങ്ങ് മാർക്കം കൂടിക്കുകയായിരുന്നു."

"അപ്പോൾ നിങ്ങടെ അച്ചാച്ചൻ പൊടിപ്പാറ സമ്മേളനത്തിനു എതിരായിരുന്നെന്നാണോ പറഞ്ഞ്വരുന്നെ?"

"അതെ" സുകുവിന്റെ അണ്ണാക്കിൽ നിന്നും പാറപ്പൊടി പോലെ മിനുത്ത തരിമണ്ണ് ചുമകൂട്ടിച്ചു.

"പുലിയശിവനെ[52] വെച്ച ഓമ്മച്ചനാശാന്റെ ശിഷ്യനാ എന്റെ അച്ചാച്ചി. കയിലാതത്തിൽ ഇരിക്കണ പസ്മരൂപി പെലയശിവനെ വിശ്വസിക്കണ ആള്. ഞങ്ങൾ ക്രിസ്ത്യാനികളല്ല. ഞങ്ങളു പൂർവികരായിട്ട് പടിഞ്ഞാറമ്പുലയരാണ് കെഴക്ക്ങ്കൂട്ടരെപ്പോലല്ല. അന്തസ്സോള്ളോരാ. ഞങ്ങടെ കാരണോമ്മാരെ ഞങ്ങടെ ചൊടലയിൽ അടക്കില്ലേ കൊഴപ്പവാ മാടം. ചൊവരിനും വാതക്കുമൊന്നും ബൈബിളും കേട്ടൂടാ കേട്ടാ. ഞങ്ങക്ക് ക്രിസ്ത്യാനികളാകാൻ പറ്റൂല്ല. ആശിച്ചാലും സമ്മതിക്കുകേലാ. പൊടരിച്ചുകളേം. കുടുംബമൊന്നാകെ പൊടരിച്ച്കളേം."

"അപ്പോ ആശയുണ്ടായിരുന്നെന്നർത്ഥം. നിങ്ങടെ പൂർവികരെ അടക്കിയതെവിടെ?"

"പെലയരുടെ ചൊടലക്കുഴീല്. തള്ളപ്പെലച്ചിയേം എന്റെ അച്ചാച്ചിനെം അപ്പനേം പൊന്തമ്മാച്ച്യേയും ഊമലപ്പെണ്ണിനേമൊക്കെ ആ മണ്ണിലാണ് അടക്കിയത്"

"ലോക്കൽ അന്വേഷണത്തിൽ നിങ്ങടെ അടക്കിനൊക്കെ പള്ളീലച്ചൻ വരുമായിരുന്നെന്ന് കേട്ടല്ലോ?"

സുകുവിന്റെ കണ്ണിൽ മണ്ണ് നീറി. "അത് ചാവർകർമ്മിയായിട്ട് വന്നതൊന്നുവല്ല. യെന്റെ അച്ചന്റെ ജെമ്മി തേവർപറമ്പിലെ തിലങ്ങുതിന്റെ മോനാ അത്. ഞങ്ങൾ അടിയാന്മാരെ ചാവിനു അവകാശമൊണ്ടേലും ജമ്മി വരുകേലാ. പക്ഷെ ആ അച്ചൻ വരും. പെലയച്ചനെന്നാ സപക്കാരുപോലും വിളിക്കുന്നേ... തേവരുപറമ്പിലെ കുഞ്ഞച്ചനെ പറ്റി മാടം കേട്ടിട്ടില്ലേ?"

"മ്മ്മ്" പുച്ഛരത്തോടെ ഓഫീസർ ചുണ്ടുകോട്ടി. പിന്നെ കോട്ടുവായിട്ടു. പുലോന്മാരുടെ ചരിത്രോം കഥയും കേൾക്കാനാവർക്ക് ഒരു താല്പര്യമുണ്ടായിരുന്നില്ലാ. അടികിട്ടിയതിന്റെയും തൊടാപ്പാടാകലം നിർത്തിയതിന്റെയും കഥക്കെന്ത് പുതുമ? അവർ വാച്ചിൽ നോക്കി മൂന്നരമണി. പോകാൻ സമയമായി. ഒരു ചായ കുടിക്കുക. ആ വഴിക്ക് പോവുക.

"റിപ്പൊർട്ട് ഗവൺമെന്റിലോട്ട് അയച്ചേക്കാം. താൻ ഒരു സ്റ്റേറ്റ്മെന്റ്

---

52. 1870 ൽ കുറിയന്നൂർ മൈലാടുമ്പാറക്കുന്നിൽ ശിവപ്രതിഷ്ഠ ചെയ്ത താപസി ഓമച്ചൻ.

കൂടി എഴുതിത്തന്ന് പൊയ്ക്കോ."

"അല്ല മാഡം അത്.... ബാക്കി കേക്കണ്ടേ?"

"പൊക്കൊ പൊക്കൊ പൊക്കൊ....കൂടുതലൊന്നും വേണ്ട." എന്നും എക്കാലത്തും അവരുടെ ജാതി പുലയനോട് ചെയ്തത് പോലെ, വാക്കുകൾ കനച്ച മണ്ണാക്കി അവർ സുകുവിന്റെ വായിൽ അമർത്തിത്തിരുകി. സുകു ഒരു യന്ത്രമനുഷ്യനെപ്പോലെ തുരുമ്പിച്ചു.

കഴിഞ്ഞോ അന്വേഷണം!! പുലയനായതു കൊണ്ടുമാത്രം സുകുവിനെ തല്ലിയിരുന്ന അദ്ധ്യാപകരെപ്പറ്റി കേൾക്കേണ്ടേ? എന്നും രാവിലെ സ്കൂളിൽ വന്നയുടനെ മൂത്രപ്പുര വൃത്തിയാക്കേണ്ടി വന്നിരുന്ന അഞ്ചു വയസ്സുകാരനെ പറ്റി? ജന്മിയുടെ വീട്ടിൽ കാണാതെ പോയ തേങ്ങകൾക്കും വാഴപ്പഴങ്ങൾക്കും വേണ്ടി ചുണ്ണാമ്പ് കണ്ണിൽ തേച്ചുകിട്ടിയ പതിനൊന്നുകാരനെപ്പറ്റി? അടി കിട്ടി ചെവിക്കല്ല് പൊട്ടി ഇന്നും പാതിമാത്രം ലോകത്തേ കേൾക്കേണ്ടി വന്ന അവന്റെ ബധിരകാണ്ഡത്തെ പ്പറ്റി? ആട്ടിൻ കുഞ്ഞിനെയെടുക്കാനിറങ്ങിയ പഞ്ചായത്ത് കിണറിൽ ചാണകപ്പുണ്യാഹം തൂത്ത നാട്ടുബോധത്തിന്റെ തീണ്ടാപ്പകയെപ്പറ്റി? പട്ടയം കിട്ടിയ ഭൂമി ഭീഷണിപ്പെടുത്തി പിമ്പണയമാക്കി, തീറു വാങ്ങിക്കൊണ്ടുപോയ ഫ്ളാറ്റ് മുതലാളി തന്ന 20,000 രൂപയെപ്പറ്റി? കൈക്കൂലി കൊടുക്കാത്തതിനാൽ പെലോന്മാർക്ക് വീട് വയ്ക്കാനുള്ള പൈസയുടെ ഒന്നാം ഗഡു തടഞ്ഞുവച്ച ഉദ്യോഗസ്ഥദുരയെപ്പറ്റി? മഴയ്ക്കും വറുതിക്കും കിട്ടിയ അവിഞ്ഞുചീഞ്ഞ മണമുള്ള സൗജന്യ അരിയുടെ കഞ്ഞി, മൂക്കു പൊത്തിക്കുടിച്ച് അടക്കിയ ആ വിശപ്പിനെപ്പറ്റി. 'പെലയാ പൂയ്പെലയാ. പെലയന്റെ മോനെ' എന്ന് പച്ചയ്ക്കും ഒളിഞ്ഞും ലോകം പരിഹസിച്ച് വിളിച്ചതിനെപ്പറ്റി?....'പെലയന്റെ ഒരു വീറു' എന്ന് ആട്ടിക്കൊണ്ട് അയൽവാസി ജോസപ്പച്ചായൻ നാഭിക്ക് തൊഴിച്ച് ആശുത്രിയിൽ കിടന്ന ദിവസങ്ങളെപ്പറ്റി? യാതനകളുടെയും പ്രാണസങ്കടങ്ങളുടെയും ഗതികളുടേയും അപമാനങ്ങളുടേയും പീഡനപർവങ്ങളുടെയും യഥാർത്ഥ ജാതിസ്ഥിതി അറിയേണ്ടേ?

"മാഡം...വേണ്ടേ? കേൾക്കണ്ടേ?"

"വേണ്ടേ വേണ്ട. പൊക്കോ പൊക്കോ" എപ്പോഴും എല്ലായിടത്തുമെന്നവണ്ണം അയാൾ ഒരു നായയെ പോലെ ആട്ടപ്പെട്ടു.

"പൊക്കോ പൊക്കോ"

"പൊക്കോ പൊക്കോ" അയാൾ ആവർത്തിച്ചു. സുകു കത്ത് പൊട്ടിക്കാൻ പോസ്റ്റ്മാനെ സമ്മതിച്ചില്ല. പറമ്പിൽ അയാൾക്കൊപ്പം പണിയെടുത്തിരുന്ന മൂത്ത മകൾ ഓടി വന്നു. അവളുടെ തോളിൽ ചീനിപ്പടലുകൾ ഉണ്ടായിരുന്നു. ഇളഞ്ചീനിക്കിഴങ്ങിന്റെ ഇളയമധുരത്തിൽ അവളുടെ കണ്ണുകൾ ആട്ടിങ്കുട്ടികളുടേത് പോലെ മയങ്ങിക്കിടന്നിരുന്നു.

"എന്തുവാ? അപ്പാ എന്തുവാന്ന്?" അവൾ മണ്ണിൽ തണുപ്പുള്ള കൈകൊണ്ട് അയാളെ തൊട്ടു

"നീയിത് വായിക്ക്....ഇംഗ്ലീസ്ഷാ"

പോസ്റ്റ്മാന്റെ കൈയിൽനിന്നും കത്ത് ഒപ്പിട്ട് വാങ്ങുമ്പോഴുണ്ടായ വിറ അത് വായിച്ച് കേട്ടപ്പോൾ സുകുവിനു തോന്നിയില്ല. ഇംഗ്ലീഷിന്റെ ഒരു സുഖം. തന്റെയും അപ്പന്റെയും പേര് അച്ചടിച്ചതിന്റെ രസം. അയാൾ മമ്മട്ടി വീശിക്കൊണ്ട് കൗതുകത്തോടെ ചെവി കൂർപ്പിച്ചു.

“ഉറക്കെ വായീരു കുഞ്ഞേ. ഇക്കണ്ട വാതകളും കാരന്നോരമ്മാരെ ചാവരുകളും കേക്കട്ടേ.”

"The genealogical analysis and the fild investigation have undoubtedly proved that the claimant and his parents were born as Christian community of pulayan origin, which is not recognized as a Scheduled Caste community of Kerala. The Sheduled Caste converted to christianity is included in the Other Backward Classes of the State. The genealogical evidences clearly rdreal that the claimant and his family members are Christians by birth in view of the above facts the claimant Suku Issac A.S/O Ayyappan P. doesnot belong to Scheduled Caste Hindu Pulayan Community. Action may also be the taken to recoverany concessions of benefits so far enjoyed by the calimant under a pseudo Scheduled Cast Identity.

“യെന്തരു മക്കളേ? എന്താ അവരു പറയണേത്?”

ചാവ് തുള്ളലിനായ് മണലു തോണ്ടുന്നത് നിർത്തി അയാൾ കണ്ണ് വിടർത്തി നോക്കി.

“അപ്പാ അപ്പനിനി മുതൽ പുലയനല്ലാന്ന്. അപ്പൻ കമ്മുതട്ട് കാണിച്ചേച്ചാണ് അനുകൂല്യങ്ങളു പറ്റിയേന്ന്.”

“ആരു പറഞ്ഞ് മോളെ?”

“പറയണ്ടവർ പറഞ്ഞപ്പാ. ഗവൺമെന്റ് പറഞ്ഞപ്പാ. അപ്പനിനിയൊരിക്കലും പുലയനാകൂല്ലാന്ന്.” അവളുടെ ശബ്ദം നനഞ്ഞു. അവളുടെ ശബ്ദം ഇടറി. അവളിപ്പോൾ കരഞ്ഞുപോകുമെന്ന് അയാൾക്ക് തോന്നി.

“നമ്മക്ക് കിട്ടിയ ഭൂമീം നമ്മളു തിരിച്ച് കൊടുക്കണോന്ന്. ബ്ലോക്കിലെ പൈക്കളേം കൊടുക്കണം. വീട് കെട്ടാൻ തന്ന പൈശ നമ്മളേന്ന് പിടിക്കും. പഠിക്കാൻ സ്റ്റൈഫന്റ് കിട്ടൂലാ. പ്രീമെട്രിക് ഹോസ്റ്റലുണ്ടാവൂല്ല. അപ്പന്റെ സർട്ടിവിക്കറ്റില്ലാണ്ട് എനിക്കിനി തഹസീൽദാർ സർട്ടിഫിക്കറ്റ് തരൂലപ്പാ.” ചൂരങ്കുഴങ്ങ് ഇടിവെട്ടിൽ പൊട്ടിപ്പിളർന്നപോലെ അവൾ നിലവിളിച്ചു.

“അപ്പാ, അപ്പാ നമ്മളിനിയെന്തോ ചെയ്യുമപ്പാ?” അവൾ സുകുവിനെ കുലുക്കി അയാൾ പുലങ്ങൾക്കപ്പുറത്തേക്ക് കണ്ണ് നാട്ടിനിന്നു. അയാൾക്ക് നെഞ്ചം കടയുന്നത് പോലെ തോന്നി.

“ഞാമ്പറേണത് കേൾക്കുന്നുണ്ടോ അപ്പാ? എന്നാപ്പറ്റിയപ്പാ. ചങ്ക് വേദനയാന്നോ?”

ഒരടി...

ആഞ്ഞൊരടി...

ആനവാലിൽ സ്വർണ്ണം

സുകുവിനു മുഴു ബധിരത വന്നപോലെ ഒരുനിമിഷം ഒന്നും കേൾക്കാതായി. കാഴ്ച ഇരുട്ടിൽ കണ്മഷിക്കറുപ്പായി. പുഞ്ചപ്പാടങ്ങളിൽ മഞ്ഞ വെയിൽ മങ്ങിപ്പോയി. കറുമ്പുക ഭൂതാകാരിയായ് മേഘങ്ങൾ പടർന്നു. കാകിലുകൾ നിറയെ പറന്നിറങ്ങാനുള്ള അക്കരപ്പാടത്ത് വരമ്പിൽനിന്ന് ചത്തുപോയ വർക്കിമാപ്പിള അവനെ വിളിക്കുന്നത് അയാൾ കേട്ടു.

"പെലക്കള്ളാ..."

നാട്ടുകാർ കൂടെ വിളിച്ചതും അയാൾ കേട്ടു.

"പുലയടിയാ പുലയാടിയേ..."

കിഴാലു ചുമന്ന് വരുന്ന കുഞ്ഞൂട്ടിയുടെയും മരത്തിന്റെയും കൂവി വിളികൾ കേട്ടു.

"പൂഹോയ്... പുലക്കുഴിയാ..."

"ചകിലേം കരിംചേറുമൊക്കെ പറ്റിമ്പോഴല്യോടാ നമ്മളു പൊലയന്മാരുടേ തൊലിക്കൊരു മിനുപ്പോം തിളക്കോം കിട്ടുന്നെ. വെയിലു പൊള്ളിയല്ലേടാ നമ്മൾ മൂശയിൽ ഉരുക്കായി മാറണത്? ഇതൊന്നും അറിയത്തില്യോടാ ചെറുക്കാ?" അച്ചാച്ചിയുടെ വാത്സല്യശബ്ദം അയാൾ കേട്ടു.

"പെരുമാട്ട് പുലയീടേ മുലകുടിച്ചാണെടാ പപ്പനാവസ്വാമി ജീവിച്ചേ"

"ഗിളുഗിളാ ഗിളുഗിളു" പൊന്തമ്മാമ്മിച്ചിയുടെ റബ്ബർമുലക്കണ്ണ്, ചുരക്കുന്ന പാലോടെ പിടിവിട്ട്, ഊമലപ്പെണ്ണ് കൊഞ്ചിച്ചിരിക്കുന്ന ശബ്ദം അയാൾ കേട്ടു.

"ആരേലും എന്തേലും എഴുതിത്തന്നാ പോകുവോടാ നിന്റെ ജാതി? തേച്ചുകുളിച്ചാലുമ്പോവേലാ ഒപ്പിട്ടാലും പോകേല" ചുടലക്കുഴിക്ക് അരികെ നിന്നും ചത്ത് തലയ്ക്ക് മുകളിൽ നില്ക്കുന്ന ചാവരുകൾ പൊട്ടിച്ചിരിക്കുന്ന ശബ്ദം അയാൾ കേട്ടു.

"നീയല്ലെങ്കിൽ പിന്നാരെയാ പെലയൻ?" എന്നൊരു വാത പറന്നുപോകുംമുമ്പേ ചോദിച്ചതും അയാൾ കേട്ടു.

"അപ്പാ അപ്പമ്പറ ഞാമ്പൊലയനല്ലേന്ന്. പറഞ്ഞേ അപ്പാ" അയാൾ ചങ്കുപൊട്ടുന്ന കുഴച്ചിലോടെ മണ്ണിൽ മുട്ടുകുത്തി. നൂറ്റാണ്ടുകളായ് മടമ്പുകൊണ്ട് ജന്മികൾ ചവിട്ടിത്താഴ്ത്തിയ, ജീവിതത്തിന്റെ ഭാരംകൊണ്ട് ചത്തുതൊലഞ്ഞ, ഏതൊക്കെയോ മൺകുഴികളിൽ ഞെരിഞ്ഞമർന്നുപോയ അസംഖ്യം ആത്മാക്കളുടെ എല്ലുകൾ അസ്വസ്ഥതയോടെ ഇളകി. അതുകേൾക്കെ സുകുവിന്റെ എല്ല് പുളിച്ചു.

"അമ്മിച്ചീ അമ്മിച്ചീ ഞാമ്പൊലയനല്ലേ?"

അയാൾ മണ്ണിലേക്ക് മുഖംപൂഴ്ത്തി. പിന്നെ പതുക്കെ ചുടലക്കുഴിയിലേക്ക് ബധിരമായ ചെവി ചേർത്തുവച്ചു.

അയാൾ കേട്ടു.

എല്ലുകളുടെ ക്ലക്ക് ക്ലക്ക് ക്ലക്ക്....

'പെലയാ പെലയാ തണ്ടപ്പെലയാന്നു' വാതകളുടെ സാക്ഷ്യം.... അയാളുടെ കണ്ണിൽ ഉറവപൊട്ടി. കണ്ണീർ മണ്ണിൽ പടർന്നു. പിന്നെയത് ഊറി കാരണവന്മാരുടെ എല്ലുകളെ തൊട്ടു.

ക്ലക്ക് ക്ലക്ക് ശബ്ദം നിന്നു....

സെക്രട്ടറിയേറ്റിലേക്കുള്ള ഒരു നീലത്തീവണ്ടി ഭയാനകമായ പൊന്തി മുഴക്കത്തോടെ തെക്കോട്ട് പോയി.

മലമുഴക്കികൾ കാടുപേക്ഷിക്കുമ്പോൾ

നാരായൻ

മലഞ്ചെരുവിലെ ഏകാദ്ധ്യാപകവിദ്യാലയം വീണ്ടും തുടങ്ങണം. അതിനു തൊഴുത്തുപോലുള്ള പഴയ ഷെഡ് നന്നാക്കണം. മേഞ്ഞു തറ മെഴുകി മറയും പുതുക്കിയിട്ട് പഠിതാക്കളെ അന്വേഷിക്കണം. സ്ഥലവാസികളെക്കാൾ കൂടുതൽ അത്യാവശ്യം ഡെവലപ്മെന്റ് ഓഫീസർക്കാണ്. അങ്ങേരുടെ ടാർജറ്റ് തികയ്ക്കുകയെന്നാൽ കാര്യം വേറെയാണ്. പണമുണ്ടാക്കുന്ന വിദ്യകളിലൊന്ന് ഓഫീസിൽ ഒരു ഫയലും. മാസാമാസം ചില സ്റ്റേറ്റ്മെന്റുകളും ബില്ലുകളും. അതൊക്കെ വേറൊരാളെഴുതണം. പണമാകും.

വലിയ ബാഗും മുതുകിൽ ചുമന്നു മലകയറുമ്പോൾ ഓർമ്മയിൽ അതൊക്കെയായിരുന്നു. മുമ്പ് അവിടെ ഒരദ്ധ്യാപകനുണ്ടായിരുന്നു. ഓഫീസർ ചുമതലപ്പെടുത്തിയ ആൾ. അയാൾക്ക് എന്തു പറ്റിയെന്നുപറയാതെ ഈറ്റവടിയുമൂന്നി മൂത്തൻ മുമ്പേ നടന്നു. ഊരിലെ കാണിയും അയാൾതന്നെയാണ്. ഇടയ്ക്കിടെ നിന്നിട്ടു തിരിഞ്ഞുനോക്കും. താനൊപ്പമെത്താൻ നടത്തം പതുക്കെയാക്കും. കയറ്റം മടുപ്പാണെങ്കിലും തോറ്റു പിന്മാറാൻ ഹരിക്ക് മനസ്സില്ല. ദൂരെക്കാണുന്ന മലകൾക്ക് ഭംഗി അകലെനിന്നു കാണുമ്പോഴാണ്. പുകനിറമാണെങ്ങും.

മൂകമായ അന്തരീക്ഷം പൊടിയായി പൊഴിക്കുന്നതു മഞ്ഞാണ്. അല്പനേരംകൊണ്ട് ഇലകളിലും പുല്ലിൻതുമ്പുകളിലുമൊക്കെ നനവായി. ജലകണങ്ങൾ പിറന്ന് മണ്ണിലൂർന്നുവീഴും. വഴിപോക്കരുടെ വസ്ത്രങ്ങളും ദേഹവും നനവറിയും. തണുപ്പ് ഞരമ്പുകളെ നൊമ്പരമറിയിക്കും. പിന്നെ മരവിപ്പു പടരും. പുറപ്പെടുംമുമ്പ് ഇതൊക്കെയറിഞ്ഞെങ്കിലും വിശ്വസിച്ചില്ല. ഇപ്പോൾ അനുഭവമായിത്തുടങ്ങി.

സ്ഥലം ഏതെന്നറിയില്ലെങ്കിലും വലിയൊരു പുന്നച്ചുവട്ടിലെത്തി.

നീണ്ട് ഉള്ളിലേക്കു കുറച്ചു മടങ്ങിയ വലിയ ഇലകളുള്ള ആ മരച്ചുവട്ടിൽ കല്ലുകളുണ്ട്. മുത്തൻ അതിലൊന്നിലിരുന്നപ്പോൾ ഹരിക്ക് ആശ്വാസമായി. സമയമെന്തായി? സന്ധ്യയോ? മങ്ങലേറ്റ വാച്ചിലെ സൂചി നാലിലാണ്. വാച്ച് കാതിൽ ചേർത്തുനോക്കി. മിടിക്കുന്നുണ്ട്. മുത്തൻ എളിയിൽ തിരുകിയിരുന്ന ചെറിയ കുമ്പമെടുത്തു. നീളം വളരെ കുറവാണതിന്. കൈയിൽവച്ചു വിരലുകൾ മടക്കിയാൽ പുറത്തു കാണുകില്ല. ഹരിയെ ഒന്നൊളിഞ്ഞു നോക്കിയിട്ട് മുത്തൻ കുമ്പത്തിന്റെ അടപ്പൂരി. ഇടതുകൈ വെള്ളയിലേക്ക് എന്തോ കുടഞ്ഞിട്ടു. അതു വലതുകൈയുടെ തള്ളവിരൽകൊണ്ടമർത്തിഞെരിച്ചു. ഒരു തരിയും ബാക്കിയില്ലാതെ നുള്ളിയെടുത്തു കവിളിൽ തിരുകി. ഹരി അതെല്ലാം നോക്കിയിരുന്നു

ഒന്നു നീട്ടിത്തുപ്പിയിട്ട് മുത്തനെഴുന്നേറ്റു നാലുപാടും നോക്കി. തലക്കെട്ടഴിച്ചു ചുറ്റിക്കൊണ്ടു പറഞ്ഞു:

“പോകലാം?”

“ശരി.”

ഒന്നും മിണ്ടാതെയുള്ള നടത്തം പിന്നെയും. ഒരിറക്കത്തിലേക്കു തിരിയുമ്പോൾ ഓർമ്മിപ്പിച്ചു:

“സൂതാനിക്കണംകെവിയ”

-സൂക്ഷിക്കണം. താഴ്ചസ്ഥലമാണ്. തമിഴും മലയാളവും ഊരുഭാഷയും ചേർന്ന മിശ്രിതമാണ് മുത്തൻ സംസാരിക്കുന്നത്. ഹരിക്ക് ചിലതൊക്കെ പിടികിട്ടും. ചിലതൊക്കെ ഊഹിക്കും. ഓഫീസർ പറഞ്ഞതോർമ്മയുണ്ട്. കാടിന്റെ മക്കൾ നല്ലവരാണ്. നമ്മുടെ ജോലി അവരെ തുലയ്ക്കുകയല്ല.

ഇറക്കമിറങ്ങി ചെരിവുള്ള ഒരു ഭാഗത്താണെത്തിയത്. ഊരിൽ അങ്ങിങ്ങു മനുഷ്യശബ്ദങ്ങൾ. കൂരയിൽ അന്യർക്കു പ്രവേശനമില്ല. കുരകൾക്കരികിൽ ചാവടിയുണ്ട്. ചെറിയൊരു നെടുമ്പുര. മുറികളായിത്തിരിച്ചതല്ല. ആണിനും പെണ്ണിനും പ്രത്യേകം ചാവടികൾ. മുത്തൻ പറഞ്ഞു: “ഇതു താൻ ഉനക്കും ചാവടി.” ചുരുട്ടി മുകളിൽവച്ചിരുന്ന പരമ്പെടുത്തു നിവർത്തിയിട്ടു. “നീയിരു..” നീയിരിക്ക്.

കുടിയിലെ ഇളന്താരികൾ... ചെറുപ്പക്കാർ നാലഞ്ചുപേർ വന്നു. കാണിയും അവരും തമ്മിൽ എന്തൊക്കെയോ കുശുകുശുത്തു. നാട്ടുകാരനെ വയസ്സനുള്ളത്ര വിശ്വാസമൊന്നും ഇളന്താരിക്കില്ല. സൂചിമുനകൾപോലെ ഹരിയുടെ നേരെ നീളുന്ന കണ്ണുകൾ. സംശയിച്ചു ചുളിയുന്ന മുഖങ്ങൾ. ഉപദ്രവിക്കുമോ? വന്നവർ പോയശേഷം മുത്തൻ പറഞ്ഞു:

“പള്ളിക്കൂടം ആർക്കും വേണ്ട.”

“അതെന്താ പിള്ളേർക്കു പഠിക്കണ്ടേ?”

“നെജമാ... തീർച്ചയായും പടിക്കണം.” കൂടുതലൊന്നും പറയാതെ മുത്തൻ പുറത്തെ ഇരുട്ടിലേക്കു നോക്കിയിരുന്നു. അയാളാരെയോ പ്രതീക്ഷിക്കുന്നുണ്ട്.

തീരെ ചെറുപ്പമല്ലാത്ത ഒരുവൻ അത്താഴം കൊണ്ടുവന്നു. കുറുമ്പുല്ലു

പൊടിച്ചു കാട്ടുതേൻ ചേർത്തു കുഴച്ച്, ഇലയിൽപ്പരത്തിചുട്ടെടുത്ത അട, അലുമിനിയം ഗ്ലാസിൽ ചൂടുപറക്കുന്ന ബൊമ്മൻ കട്ടൻചായ. അപ്പോൾ എവിടെയെന്നറിയില്ല ഒരു രാപ്പാടി നീട്ടി വിളിക്കുന്നുണ്ടായിരുന്നു. മൂത്തൻ കാതോർത്തിട്ടു പറഞ്ഞു:

"മലമൊയക്കി. ആ ചെത്തം..." ശബ്ദം കേൾക്കുന്നതു നല്ലതല്ല. ആരുടെയോ ജീവനെപ്പിടിച്ചുകൊണ്ടുപോകാൻ കാലൻ വരുന്നുണ്ട്. തടയാൻ പറ്റുകില്ല. അപേക്ഷിക്കാം. ഇപ്പോൾ എന്നെ കൊണ്ടുപോകല്ലേ. പാട്ടൻ പേടിച്ചെന്നപോലെ തുപ്പട്ടി. പുതപ്പു വലിച്ചു തലമൂടി ഒരു തൂണിൽച്ചാരിയിരുന്നു. തണുപ്പു കൂടിക്കൂടി വരുന്നു. തൊട്ടപ്പുറത്തെ അടുപ്പിൽ തീയ് അണയുകയാണ്. ഹരി ഒരു കൊള്ളി അടുപ്പിലേക്കു നീക്കിവച്ചു. "പടുക്കണില്ലേ?" മൂത്തന്റെ ചോദ്യവും ചിരിയും. തണുക്കാതിരിക്കാൻ കെട്ടിപ്പിടിച്ചു കിടക്കുമായിരുന്നവൾ മൊടച്ചു പോന്റു മരിച്ചുപോയി. ഹരി കൈകൾ കൂട്ടിത്തിരുമ്മിയിട്ടു പതുക്കെക്കിടന്നു.

പള്ളിക്കൂടം. പുല്ലും കാടും വളർന്നുമൂടി നടുവൊടിഞ്ഞൊരു ഷെഡ്ഡാണ്. മുട്ടോളമുയരത്തിൽ കല്ലുകെട്ടി മണ്ണു നിറച്ച തള. പകുതിക്കു വച്ചു വട്ടം മറച്ചു രണ്ടു മുറികളാക്കിയിരുന്നു. അദ്ധ്യാപകനും ഓഫീസിനും. അരയൊപ്പം മറയുള്ള ബാക്കി ക്ലാസ്മുറിയും. ഒരു മൂലയ്ക്ക് സ്റ്റാൻഡൊടിഞ്ഞു കുത്തിയ ബ്ലാക്ക്ബോർഡ്. തടികൊണ്ടുള്ള മേശയും സ്റ്റൂളും. രണ്ടും നനഞ്ഞുകുതിർന്നു കാലുകളിൽ ചെറിയ കൂണുകൾ മുളച്ചിട്ടുണ്ട്. മൂന്നുനാലു ബഞ്ചുകൾ അതിലൊന്നിന്റെ കാല് ഊരിപ്പോയി. വേറൊന്ന് മറിഞ്ഞും കിടക്കുന്നു. കള്ളന്മാർ കൊണ്ടുപോകാതെ സുതാനിക്കുന്നുണ്ട്.

മൂത്തൻ തുടർന്നു. മഴക്കാലത്തു ചോർന്നൊലിക്കുമ്പോൾ കുറേശ്ശെ പുല്ലിട്ടുമൂടും. അല്ലെങ്കിൽ ഈറ്റയില തിരുകും. തറയിൽ വെള്ളത്തുള്ളികൾ വീണുണ്ടായ ഒരുപാടു കുഴികൾ. മുളച്ചുപൊന്തിയ കാട്. തൂണുകളിൽ ചുറ്റിക്കയറിയ വള്ളികൾ. മോന്തായവും ഒടിഞ്ഞത് നോക്കിനിന്നാൽ സങ്കടം തോന്നും. അവശന്മാർക്കുള്ള വിദ്യാലയത്തിന്റെ അവശത ഇങ്ങനെയും.

"നമുക്കിതൊക്കെ നന്നാക്കണം മൂത്താ. എത്രപേർ പണിയണം?"

"പത്താളുവന്താൽ രണ്ടുനാൾ നാളെയും മറ്റന്നാളും." വേഗം ക്ലാസ് തുടങ്ങണമെന്നല്ലേ ഓഫീസർ പറഞ്ഞത്? "അപ്പടി നടക്കാത്." ഹരി പിന്നെയുമോർത്തു. വനവാസികളെയും മലവാസികളെയും സാക്ഷരരാക്കാമെന്ന വിചാരം കൊള്ളാം. പരിപാടികൾക്കു കോടികൾ വകയിരുത്തിയിട്ടുമുണ്ട്. നടത്തിപ്പിനു കുറച്ചുപണം തന്നെയും ഏല്പിച്ചിട്ടുണ്ടല്ലോ? അദ്ധ്യാപകനു ശമ്പളമൊന്നുമില്ലെങ്കിലും അലവൻസു തരും. പോക്കറ്റുമണി. കാര്യം സാമൂഹ്യസേവനമല്ലേ. കാശും മറ്റാനുകൂല്യങ്ങളും ചോദിക്കരുതെന്നാവും. സംഗതിയുടെ പരാജയവും വനവാസിയുടെ സ്വത്വനാശവും അവിടെക്കിടക്കുന്നു.

പുറംലോകത്തുനിന്നു വരുന്നവർക്ക് ഉത്തരവാദിത്വം, പ്രതിബദ്ധത,

തൊഴിൽസുരക്ഷ ഒന്നുമില്ല. അവരിൽപ്പലരും കൊള്ളക്കാരും ക്രിമിനലുകളുമായി വിലസും.

മുത്തന്റെ വാക്കുമാനിച്ച്, പള്ളിക്കൂടം നന്നാക്കാൻ പത്തുപന്ത്രണ്ടുപേർ വന്നു. പഴയൊരു തുണിയുമെടുത്ത് തലയിൽ തോർത്തുംചുറ്റി ഹരിയും അവർക്കൊപ്പം. ആദ്യം മുറ്റത്തും പരിസരത്തും വളർന്നുമുറ്റിയ പുല്ലുംകാടും വെട്ടിനീക്കി വഴിയുംതെളിച്ചു. ഷെഡ്ഡിന്റെ കേടുപറ്റിയ ഇഴകളും തൂണുകളും മാറ്റിയിട്ടു. അദ്ധ്യാപകനു താമസിക്കാനുള്ള മുറിയിൽ കുറ്റികൾ തറച്ചു കട്ടിൽപോലെ തട്ടുകെട്ടി. ഓഫീസിലും ഇരിക്കാൻ പറ്റിയ രണ്ടുതട്ടുകൾ. ഇരുപതോളം കുട്ടികൾക്കുള്ള ക്ലാസ്മുറി. പുതുതായി ഒന്നും കൂട്ടിച്ചേർത്തില്ല.

മുത്തനോടൊപ്പം പുതിയ വാദ്ധ്യാരും പഠിതാക്കളെത്തേടി ഊരു ചുറ്റുന്നെന്ന്. പരിചയപ്പെടാൻ വന്ന ചെറുപ്പക്കാരിൽ ശിവനേശൻ തമിഴും മലയാളവും ഗോത്രഭാഷയും നന്നായി സംസാരിക്കും. ഊരുകാർക്ക് മലയാളികളെ തീരെ വിശ്വാസമില്ല. അതിനുകാരണം അവർതന്നെയാണ് അന്നത്തെ ആ സാറ് അത്ര വലിയ ചതി ചെയ്യരുതായിരുന്നു. ഇപ്പോൾ പള്ളിക്കൂടമെന്നും സാറെന്നും കേട്ടാൽ ആളുകൾക്കു ശെനമാണ് - കോപം. ഇങ്ങോട്ട് ആരാ കുഞ്ചളെ- കുട്ടികളെ വിടുന്നത്. ഒരൊറ്റ ശെകിടി - പെൺകുട്ടിയും വരില്ലെന്നുറപ്പ് “അതെന്താ?”

മുത്തൻ ഓടിനടന്നിട്ടാ ഇതുനന്നാക്കാൻ ആളുകൂട്ടിയത്. കാണിയോടുള്ള കൂറ്. കൂലിയും കിട്ടുമല്ലോ. മക്കളെ പഠിപ്പിക്കാൻ ആദ്യം വന്ന സാറിനോട് എല്ലാവർക്കും സ്നേഹമായിരുന്നു. ബഹുമാനവും. ശമ്പളമില്ലെന്നറിഞ്ഞല്ലേ വന്നത്? അയാൾ പെൺകുട്ടികളെ പിഴപ്പിച്ചാണോ പകരം വീട്ടേണ്ടത്? കഞ്ചാവ് കൃഷിക്കാരുടെയും വാറ്റുകാരുടെയും ഏജന്റ്, അവൻ നശിപ്പിച്ചത് ഒന്നിനെയല്ല. മൂന്നെണ്ണത്തിനെ. ഞങ്ങൾ അടിച്ചു കൊല്ലും മുമ്പേ ആ മലയാളി തടിതപ്പി. നാട്ടുകാരന് വനവാസികളെ സങ്കരജാതിയാക്കാനുള്ള ലൈസൻസുണ്ടോ?

ഞങ്ങടെ കാണി പലകാര്യങ്ങളിലും നല്ല അറിവുള്ളയാളാ. ക്ഷമയുള്ളവനാ സമുദായം നന്നാക്കാൻ പാടുപെടും. വഴിയായ-പെഴച്ചവളെ- പുറത്താക്കണമെന്ന് കൂട്ടംകെട്ടി വാദിച്ചപ്പോൾ മുത്തൻ ചോദിച്ചു:

“മക്കളെ അവളെവിടെ പോകും? കൊന്നുതിന്നാൻ കടുവയും കരടിയും ഉണ്ടോ? അവൾ പെറ്റ മകളോ? എളന്താരിക്ക് പഠിക്കാതെ പറ്റുമോ? നാട്ടിലിറങ്ങണ്ടേ? ഈക്കാട് ശ്രീക്രം ഇല്ലെന്നാകും. പെണ്ണുങ്ങള് വല്ലവനും വന്നുവിളിച്ചാൽ പോടാ എന്നു പറയണം. കുഞ്ചളേ, എല്ലാം നാട്ടുകാരനെ നമ്പിയതിനാൽ ഉണ്ടായ കുഴപ്പമല്ലേ, സഹിക്കണം. ക്ഷമിക്കണം. ഇനിയങ്ങനെ ഉണ്ടാകാതെ സുതാനിക്കണം.”

ജാതിക്കുണ്ടായ മാനഹാനിയുടെ ചൂടാറുംവരെ മുത്തൻ നാവനക്കിയില്ല. ഒരു നിഴൽപോലെ എല്ലായിടത്തുമുണ്ടായിരുന്നു. കുടിയിൽ മുത്തനെ മാനിക്കാത്തവരുണ്ട്. അവർ കേൾക്കാനായി ഒരിക്കൽ പറഞ്ഞു:

“പെണ്ണുപിടിയനെയും വാറ്റുകാരനെയും കൂട്ടിക്കൊണ്ടുവന്നാൽ മര

ത്തിൽ വള്ളികെട്ടി ഒരറ്റത്ത് അവനെയും മറ്റേതിൽ കൂട്ടിക്കൊണ്ടു വന്നവനേയും തൂക്കും. ഇതു നെജം താനെടാ." കലികൊണ്ട മലമുത്തൻ. പ്രായമായവർ പറഞ്ഞു ചിരിച്ചു. ആ മുത്തനാണ് നിങ്ങളെ കൊണ്ടുവന്നത്. നല്ലവനെങ്കിൽ തോളിലേറ്റിക്കൊണ്ടു നടക്കും പെഴയെങ്കിൽ... "ശിവനേശാ നീചനല്ലാത്ത ഒരുത്തനും ഇവിടെ വന്നതുകൊണ്ടുമാത്രം പിഴയാവുകില്ല. അതു തെളിയിക്കാൻ എനിക്കു കിട്ടിയ അവസരമാണിത്. എന്നെ പ്രവർത്തിക്കാൻ അനുവദിക്കണം. തെറ്റുകണ്ടാൽ അപ്പോഴേ തിരുത്താനാവശ്യപ്പെടണം. എന്നോടു സഹകരിക്കില്ലേ?" പറഞ്ഞത് ശിവനേശനു മനസ്സിലായില്ലേ?

പലദിവസങ്ങളിലും മുത്തനോടൊപ്പം വൃത്തിയില്ലാത്ത കൂരകളുടെ മുമ്പിൽ ചെന്നു. പെണ്ണുങ്ങൾ അകത്തൊളിക്കും. അന്യ പുരുഷൻ മുഖവും ദേഹവും കാണിക്കരുതല്ലോ. ഒരു വൈകുന്നേരം കോവിലിനു മുന്നിലെത്തിയപ്പോൾ ഊരുചുറ്റൽ മതിയാക്കിയതുപോലെ മുത്തൻനിന്നു. പറയുന്നതു മറ്റാരും കേൾക്കുന്നില്ലെന്ന ഉറപ്പിൽ ചോദിച്ചു:

"ശാറു മങ്ങലം കയിച്ചോ?"

"ഇല്ല എന്തേയ്?"

"നീ പെണ്ണു വളിയാക്കരുത്. വേണേങ്കിൽ നാട്ടിൽ പോയി ഒന്നിനെ കൊണ്ടുവാ. പൊറുപ്പിനിക്ക് എടമുണ്ടാക്കാം."

"മുത്താ, ആദ്യം പടിപ്പിനിക്ക് പള്ളിക്കൂടം നിറയെ കുഞ്ചള്ളു വരട്ടെ. ഒരു പെണ്ണിനെയും ഞാൻ വളിയാക്കുകില്ല."

മക്കളെ പഠിക്കാൻ വിടാമെന്നു രക്ഷിതാക്കൾ പറയുന്നതല്ലാതെ കുട്ടികൾ വരുന്നില്ല. തോറ്റുതോറ്റു മടങ്ങേണ്ടിവരുമോ? "അക്ഷരം പഠിക്കാൻ ഊരിലാർക്കും താല്പര്യമില്ലേ?" ഹരിയുടെ ചോദ്യം കേട്ട് മുത്തൻ ചിരിച്ചു. അത്ര പെട്ടെന്നൊന്നും അവർ നിന്നെ നമ്പുകില്ല. അവരുടെ മനസ്സിൽ മുറിവേല്പിച്ചത് നിന്നെപ്പോലൊരുവനാണ്. നീ പറയുമോ അവർക്കു പരിഷ്കാരവും വൃത്തിയുമില്ലെന്ന്? വിശ്വസിക്കാനും സ്നേഹിക്കാനും അവർക്കു കറയില്ലാത്ത മനസ്സുണ്ടായിരുന്നു. അതെല്ലാം പഴയത്.

ഒമ്പതുപേരെയിരുത്തി ആദ്യത്തെ ക്ലാസ് തുടങ്ങി. ഇവരെ ആദ്യം പഠിപ്പിക്കേണ്ടത് ഉള്ളതുകൊണ്ട് എങ്ങനെ വൃത്തിയായി വരാം എന്നാണ്. അക്ഷരങ്ങളും സമയനിഷ്ഠയും അച്ചടക്കവും പിന്നാലെ.

മുമ്പത്തെ പാചകക്കാരിവന്നത് കുട്ടികൾക്ക് ഉച്ചഭക്ഷണം കൊടുത്തു തുടങ്ങിയോ എന്നറിയാനാണ്. തുടങ്ങിയെങ്കിൽ തനിക്കും തൊഴിൽ കിട്ടുമല്ലോ. ഹരി പറഞ്ഞു ഇരുപതുപേരെങ്കിലുമില്ലാതെ എങ്ങനെയൊരു ക്ലാസാകും?: ഉച്ചഭക്ഷണക്കാര്യം ഓഫീസറുമായി ഒന്നുകൂടി സംസാരിക്കണം. പണവും കിട്ടണം ശാശയും കഞ്ചിയും വന്താച്ചാ കുഞ്ചളും വെരും ശാറെ.

നേരം സന്ധ്യയായിട്ടില്ല. എങ്കിലും മലകളുടെ മുഖം കറുത്തു. പള്ളിക്കൂടത്തിന്റെ വാതില്ക്കൽക്കൂടി കിഴക്കോട്ടുള്ള ഒറ്റയടിപ്പാതയിൽ ശിവനേശൻ നടന്നു മറയുന്നു.

“സാറെ.” ഒരു പെൺസ്വരം കേട്ട് ഹരി ചെറുതായൊന്നു നടുങ്ങി. കാതോർത്തു. ചുറ്റിലും നോക്കി. ഒരു തൂണിൽച്ചാരി അവൾ നില്ക്കുന്നു. തങ്കാളും മുത്തനും കുറ്റപ്പെടുത്തി പറഞ്ഞത് ഇവളെപ്പറ്റിയാണോ?

ഹോസ്റ്റലിൽ താമസിച്ചു ട്രൈബൽ സ്കൂളിൽ പഠിച്ച ഗൗരി മുതിർന്ന പെണ്ണായിരുന്നു. പാചകക്കാരിയുടെ ചതിമൂലമാണ് അവൾ ഹോസ്റ്റൽ വാർഡന് ഇരയായത്. ഒരിക്കലല്ല. പലതവണ കിട്ടിയ സമ്പാദ്യവുമായി പേടിച്ചുപേടിച്ചു കുടിയിലേക്കുപോന്നു. രഹസ്യമറിഞ്ഞ് ജാതിക്കാർക്ക് ഇരയെ കിട്ടിയ സന്തോഷം. അവർ കൂട്ടംകെട്ടി. വളിയായവളെ പുറന്തള്ളാൻ, കാണിക്കാരനായ മുത്തൻ അതു തടയാനാണ് തീരുമാനിച്ചത്. ഒച്ചപ്പാടുകൾക്കിടുവിൽ തീ പാറുന്ന കണ്ണുകളോടെ മുത്തൻ അലറി. ചെന്ന് അവളെ വളിയാക്കിയവനെ കൊല പണ്ണെടാ. അവളെങ്ങനെയെങ്കിലും പൊറുത്തോട്ടെ. നായെപ്പോലെ മണത്തു മണത്ത് ആരും അങ്ങോട്ടു ചെല്ലണ്ട.

അക്കാര്യം പലരുമംഗീകരിച്ചില്ല. സ്വകാര്യമായി അവർക്കുവേണ്ടത് വളിയായവളെയാണ്. വീണ്ടും വളിയാക്കാൻ. ഗൗരി പ്രസവിച്ച കുഞ്ഞിനെ ഏതോ കാട്ടുമൃഗം തിന്നു. അവൾ പിന്നെ പള്ളിക്കൂടത്തിൽ സാറായിരുന്ന സുരേന്ദ്രന് കൂട്ടായി സന്ധ്യയിൽ ഒഴുകിയെത്തി. പുലർകാല മഞ്ഞിൽ അദൃശ്യയാകും. ആ മേളത്തിലും ഒന്ന്.

“ഒറ്റയ്ക്കാണല്ലോ?” ചോദിച്ചത് അവളാണ് ഗൗരി. ഹരിയൊന്ന് നിവർന്നു നിശ്വസിച്ചു. “ആരാ നീ?”

“എന്നെ കാണുന്നില്ലേ?” അവളകത്തു കടന്നു. പറയാതെ വിളക്കു കത്തിച്ചു. അടുത്തേക്കുചെന്നപ്പോൾ ഒരു തിരിഞ്ഞുനോട്ടം. “നിന്റെ പേരെന്താ?”

“ഓ അതിലാണോ കാര്യം. നിങ്ങൾ?”

“ഹരി.”

“അയാളുള്ളപ്പോൾ ഞാനിവിടെ വരുമായിരുന്നു. എന്തിനാണൊന്നൊക്കെ മുത്തി പറഞ്ഞുകാണും.”

“നീ പോകുന്നില്ലേ?”

“എങ്ങോട്ടാ? വല്ലാതെ വിശക്കുന്നു. വല്ലതും തരുവോ?”

അവൾ പാത്രങ്ങൾ തുറന്നുനോക്കി. ചോറുണ്ടായിരുന്നത് പകുതിയെടുത്തു, കറിയും. ഹരി വിചാരിച്ചു തിന്നട്ടെ. വിശപ്പടങ്ങിയപ്പോൾ അവളുടെ കണ്ണുകൾക്കു തിളക്കം. ഒന്നു തൊട്ടുരുമ്മി. ഇതുവരെ പെൺദേഹം തൊട്ടിട്ടില്ലാത്തവന് എന്തോ പരിഭ്രമം. അതറിഞ്ഞ് അവൾ ചിരിച്ചു. ഈ സാറിന് ഒന്നുമറിഞ്ഞുകൂടെ. പുഞ്ചിരിയോടെ ഗൗരി അയാളുടെ നെഞ്ചിൽ ചേർന്നുനിന്നു. കൈകൾ കഴുത്തിൽ ചുറ്റി.

ഒരു ചുംബനം. വേർപെടുത്തി. അവൾ ചോദിച്ചു.

“സാറിന്റെ ആദ്യത്തെ പെണ്ണ് ഞാനാണോ?” ഹരി മിണ്ടിയില്ല. അനുഭവിച്ചത് ഓർത്തപ്പോൾ അടക്കാനാവാത്ത രസം. ഇനിയും വേണം.

“നിനക്കു പേടിയില്ലേ?”

"എന്തിന് എന്നെ പുറത്താക്കിയതല്ലേ? എന്നാലും ചിലരൊക്കെ സൂത്രത്തിൽ വരും. എന്നെ കാണാൻ. ഒരാണും പെണ്ണും മാത്രമാണെങ്കിൽ എന്തു ചെയ്യുമെന്നറിഞ്ഞില്ലേ? ഇതിനാണോ പേടിക്കുന്നത്?"

"സുരേന്ദ്രനാരാ?"

"ഇവിടെ ആദ്യം വന്ന സാറ്. ഈ മുറിയിലാ ഞങ്ങളാദ്യം... എന്നെ കെട്ടാനൊന്നും പറഞ്ഞില്ല. ഇടയ്ക്കിടെ ഞാനങ്ങനെവരുമായിരുന്നു."

ഒരുച്ചയ്ക്കുശേഷം ഹരി ഗൗരി പറഞ്ഞ സ്ഥലത്തേക്കുപോയി മലയിറങ്ങി ഊരിലേക്കു വരുന്ന വഴിയരുകിൽ നിന്നു നോക്കിയാൽ മലയുടെ ഇടഭാഗത്ത് ആ വിശേഷപ്പെട്ട മരം നില്ക്കുന്നതു കാണാം. ഉയരമുള്ള തടി. വീതിയും നീളവുമുള്ള ഇലകൾ. പഴുത്തു തുടങ്ങുമ്പോൾ ചുവപ്പും മഞ്ഞയും നിറം. മറ്റു മരങ്ങളെപ്പോലെ എല്ലാ വർഷവും ഇലകൾ കൊഴിയുകില്ല. തളിരുകളുമുണ്ടാവില്ല. ഒരുപറ്റം ഇലകളുടെ ആയുസ്സൊടുങ്ങിയാൽ പൂക്കളുണ്ടാകും. ഇലകളില്ലാത്ത കൊമ്പിനറ്റത്ത് വാഴക്കുടപ്പൻ പോലെയുണ്ടാകുന്ന മൊട്ടുകൾ ഒരു മാസം കഴിയുമ്പോൾ വിരിയും. എപ്പോഴെങ്കിലും കൊഴിയും. കായ്കളെങ്ങനെയിരിക്കുമെന്ന് ആർക്കുമറിയില്ല.

കീഴ്ക്കാംതൂക്കായൊരു പാറയുടെ മുകൾപ്പരപ്പിലാണ് ആ മരം. ആരോ മെനഞ്ഞു മെഴുകിയതുപോലെ ചുവടു വൃത്തിയുള്ളതാണ്. മല്ലി സുരേന്ദ്രനെ കാത്തിരുന്നത് അവിടെയായിരുന്നു. ഹരി ഗൗരി പറഞ്ഞതോർത്തു. ഉടഞ്ഞുലഞ്ഞ മല്ലിയും സുരേന്ദ്രനും വരുന്നത് ഒളിച്ചുനിന്ന് പലപ്പോഴും ഞാൻ കണ്ടിട്ടുണ്ട്. ആ രഹസ്യം പൊട്ടിച്ചില്ല. എനിക്കതിന് അർഹതയില്ലല്ലോ? ഞാനും അവളെപ്പോലെ ഒരുത്തി. ഈ ഊരും എത്രയോ ശുദ്ധിയുള്ളതായിരുന്നു. പിന്നെപ്പിന്നെ ഒന്നിലേറെ ആണുങ്ങളുമായി ഇണചേരുന്ന പെണ്ണുങ്ങളുണ്ടായി. ഇപ്പോൾ അത്തരക്കാരാണു കൂടുതൽ. പക്ഷേ, ആരുമതു സമ്മതിക്കുകില്ല.

ഒരുനാൾ ആ മരച്ചുവട്ടിൽ മല്ലി തനിച്ചായിരുന്നു. പടിഞ്ഞാറെ വഴിയിലേക്ക് എത്തിനോക്കിക്കൊണ്ട് അവൾ കണ്ണീര് തുടയ്ക്കും. നേരം വൈകുമോ. മരക്കൊമ്പിലിരുന്ന് ഒരു വേഴാമ്പൽ ചിലച്ചു.

മലമുഖത്തും കാട്ടിലും ഇരുട്ട് പരന്ന് തുടങ്ങി. മല്ലി അതറിഞ്ഞില്ല. രാശിയെന്നൊരുത്തിയേയും കൂട്ടി മലയിറങ്ങിപ്പോയെന്ന്. ഒടുവിൽ അവളുടെ ദുഃഖത്തിന്റെ തോടും പൊട്ടി ഗദ്ഗദങ്ങൾ മലങ്കാറ്റ് കൊണ്ടുപോയി.

ഒറ്റപ്പെട്ട മല്ലിയും പ്രസവിച്ചു. അവൾക്ക് മകനെ കൊല്ലാൻ തോന്നിയില്ല. കുഞ്ഞിനെ ഒരു മുത്തിക്ക് കൊടുത്തു. അവൻ ചേറായിയായി നടക്കുന്നുണ്ട്. ഊരിലെ ഏതെങ്കിലുമൊരുവൾ പിഴച്ച് ഒരു ചേറായി തന്തയില്ലാത്തവൻ.

മകനെ നെഞ്ചിൽ ചേർത്ത് ആ പാറ മുനമ്പിൽ വന്നിരുന്ന് മല്ലി മരത്തോട് പറഞ്ഞു.

"നീ ഞങ്ങൾക്ക് തണലും മറവും തന്നു. എന്നെ ചതിക്കുന്നതു കണ്ട് മിണ്ടാതെ നിന്നു. അവനെന്നെ കളഞ്ഞിട്ടുപോയി. നീയെന്തേ ഇപ്പോഴും

മിണ്ടാത്തത്? അവൻ കൂട്ടിക്കൊണ്ടുപോയവളും പിഴയ്ക്കും. പേയായി തിരിച്ചുവരും."

ഇരുട്ട് ഗൗരിയുടെ ദേഹം പൊതിഞ്ഞെങ്കിലും ശബ്ദം കേൾക്കാം. തൊട്ടു തഴുകാം. അവളുടെ നഗ്നതയുടെ ചൂടും ചലനങ്ങളുമറിയുന്നുണ്ട്. ഹരി ചോദിച്ചു: "അവളെവിടെപ്പോയി മല്ലി?"

"വിഷപ്പാമ്പായി കഞ്ചാവു വാറ്റുന്നിടത്തുണ്ടായിരുന്നു. രാശിയിപ്പോൾ അണിഞ്ഞൊരുങ്ങി മലയിറങ്ങും. അവളെ കാത്തിരിക്കുന്നവരുണ്ട്."

നേരം പുലർന്നാണ് ഹരി കണ്ണുതുറന്നത്. തണുപ്പുണ്ട്. പുകമഞ്ഞിലൂടെ ഉദയസൂര്യന്റെ ചെങ്കതിരുകൾ. പക്ഷികൾ ഇരതേടുന്നു. കൂട്ടിന് വിളിക്കുന്നു. അവനോർത്തു. പലരാത്രികളിലും തന്നോടൊപ്പം ഗൗരിയുണ്ടാകും. ഊരിലുള്ളവരറിഞ്ഞാൽ? തന്നെ വെറുക്കുക മാത്രമല്ല അടിച്ചു ശരിയാക്കും. ഗൗരിയെ രക്ഷിക്കാൻ തനിക്കാവില്ല. തമ്മിൽ യാതൊരു പൊരുത്തവുമില്ല.

പിന്നീടവൾ വന്നപ്പോൾ എങ്ങനേയും ഒഴിവാക്കണമെന്ന വിചാരത്തോടെ ചോദിച്ചു; "നിനക്കു ചേലയുണ്ടോടി?"

"എന്തിനാ?"

"ഉണ്ടെങ്കിൽ അടുത്ത ദിവസം അതുംചുറ്റി വരണം. നമുക്കൊരു സ്ഥലം വരെ പോകണം." അവൾ മൂളി പുഞ്ചിരിച്ചു.

സന്ധ്യക്കുവന്ന ഗൗരി സാമാന്യം സുന്ദരിയാണെന്ന് ഹരിക്കു തോന്നി. ഇവളുടെ മാംസത്തുടിപ്പു കുറയാതിരുന്നെങ്കിൽ; ചോരത്തിളപ്പും.

'നീയേടീ ചേല വളിയാക്കണ്ട."

അവളൊന്നു കുലുങ്ങിച്ചിരിച്ചു.

പിറ്റേന്നു പ്രഭാതത്തിൽ ഉടുത്തൊരുങ്ങിയ ഗൗരി ഹരിയുടെ മുമ്പേ നടന്നു. ഊരിൽനിന്നാരംഭിച്ചു മലയോരവും കടന്ന് ടൗണിലേക്കുള്ള വഴിയിൽ ഇടയോരം പിന്നിടുമ്പോൾ ഹരി വെറുതെ ഇടത്തേക്കൊന്നു നോക്കി. ആ സവിശേഷമരത്തിന്റെ ഇലകൾക്ക് നിറഭേദം. പഴുത്തു തുടങ്ങി. ഗൗരിയും അതുതന്നെയാണ് നോക്കിയത്.

ട്രൂ ലിസണർ

കെ മധുപാൽ

എങ്കിലുമായുസ്സേ, നീയെങ്ങനെ നിലനില്പൂ?
നിങ്കലില്ലല്ലോ നിനക്കാസ്പദം ജീവിക്കുവാൻ!
പ്രാണനാഥൻ താൻ സ്മൃതി കരളിൽത്തറയ്ക്കുന്ന
ബാണമോരോന്നും നിന്നെക്കൊല്ലുവാൻ മതിയല്ലോ!

ഈ മുറിയിൽനിന്നും പുറത്തേക്ക് നോക്കിയാൽ കാണുന്നത് മഞ്ഞു പൊഴിയുന്നതാണ്. മരങ്ങൾക്കും വീടുകൾക്കും മീതെ വെളുത്ത പുക പോലെ ആദ്യം നിറഞ്ഞ് പിന്നെപ്പിന്നെ പഞ്ഞിക്കായ പൊട്ടുമ്പോൾ കാറ്റത്ത് പാറുന്ന പഞ്ഞി പോലെ മഞ്ഞ് പെയ്തിറങ്ങുന്നു. മഞ്ഞ് സകലതും മൂടും. വെളുത്ത ഒരു പരവതാനി വിരിച്ചപോലെ എല്ലാം വെളുത്തുകാണും. ഇടയ്ക്ക് മാത്രം, പുതച്ച് മൂടി കിടക്കുമ്പോൾ കാലോ കൈയോ ഉയർത്തിവച്ച പോലെ ചില ഉയർച്ച കാണും. അതെന്താണെന്നു മാത്രം നമ്മൾക്കറിയാൻ പറ്റില്ല. കണ്ണാടി വാതിൽ ഇപ്പോൾ മൂടും. മഞ്ഞിന്റെ പുകയും നീർവീഴ്ചയും ഈ ജാലകത്തിനൊരു തിരശ്ശീല തീർക്കും. അപ്പോൾ എല്ലാം എന്നിൽനിന്നും മറയും. ഉള്ളിൽ തണുപ്പ് വീഴും. ഹീറ്ററിട്ടാലും കൈകാലുകൾ കോച്ചും.

മരിക്കുന്നതിനു മുന്നെ മനുഷ്യർ ഈശ്വരനാമം ജപിക്കുമെന്നും അതു മാത്രമാവും മനസ്സിൽ ഉണ്ടാവുക എന്നും പറയാനാകുമോ? അല്ലെങ്കിലും ജീവൻ വേർപെടുന്ന നിമിഷത്തിൽ ആ മനുഷ്യൻ എന്താവും ചിന്തിക്കുക? അതുമല്ലെങ്കിൽ അവസാന ശ്വാസമാവും ഇതെന്ന് കരുതുന്നുണ്ടാവുമോ. ഉച്ചയ്ക്ക് ഊണും കഴിച്ച് എല്ലാവരോടും വർത്തമാനം പറഞ്ഞ് ഇത്തിരിനേരം കിടക്കട്ടെ എന്നാശ്വസിച്ച് ഉറങ്ങിയ ഒരാളെ വൈകിട്ട് ചായ കുടിക്കുവാൻ വിളിക്കുമ്പോൾ അനക്കമില്ലാതാവുന്നത് മരണമാണെന്ന് അറിയുന്നു. അങ്ങനെ തന്നെയാണോ മരണം ഒരാളെ കൂട്ടിക്കൊണ്ട് പോകു

ന്നത്. ജീവന്റെ അവസാനസ്പന്ദനം എന്നു പറയുന്നത് ശ്വാസം ഇല്ലാതാവുന്നതാണോ. മരിക്കുന്നതിനുമുന്നെ മനുഷ്യർ അറിയുമായിരിക്കുമോ താനിതാ മരിക്കാൻ പോകുന്നു, ഇനിയിതുപോലെ മിണ്ടാനോ നടക്കാനോ ചീത്ത വിളിക്കാനോ അവന്റെ അല്ലെങ്കിൽ അവളുടെ മീതെ തളർന്നു കിടന്ന് അവന്റെ, അവളുടെ, മുഖത്ത് വിരലുകൾകൊണ്ട് വരയ്ക്കാനോ ഓർമ്മകൾ പറഞ്ഞ് പഴയതൊക്കെ ആവർത്തിക്കാനോ കഴിയില്ല എന്ന്.

എനിക്കെന്തെങ്കിലും പറ്റിയാൽ ആരാ ആദ്യം അറിയുക. ചിലപ്പോൾ ആരും ഒന്നും അറിയുക കൂടിയില്ല. ഇന്ത്യൻ എംബസിയിൽ എന്റെ പാസ്പോർട്ടും വിസയും നോക്കും. ഇവിടെ ഞാൻ ജോലി ചെയ്യുന്ന സ്ഥാപനത്തിലും അന്വേഷിക്കും. ശരിക്കും ഇപ്പോൾ പാസ്പോർട്ടിലെ, ആ അഡ്രസ്സിൽ ആരും ജീവിച്ചിരിക്കുന്നില്ല എന്നു എനിക്കേ അറിയൂ. അപ്പോൾ ഞാൻ മരിച്ചാൽ ആരാണാദ്യം അറിയുക. എന്റെ ബന്ധുക്കൾ എന്ന് ഞാൻ കരുതുന്ന ആരാണുള്ളത്.

ഒരിക്കൽ ഞാൻ എന്നെ അത്രമേൽ സ്നേഹിച്ചിരുന്ന ഒരാളോട് ചോദിച്ചു, ഞാൻ മരിച്ചാൽ അല്ലെങ്കിൽ എനിക്കെന്തെങ്കിലും പറ്റിയാൽ നിങ്ങൾക്കറിയുവാൻ കഴിയുമോ? നിങ്ങൾക്ക് ചില അതിന്ദ്രിയജ്ഞാനശക്തിയുണ്ടെന്ന് ഒരിക്കൽ നിങ്ങളെന്നോട് പറഞ്ഞിട്ടില്ലേ...? അപ്പോൾ നിങ്ങളെന്റെ മീതെ കിടക്കുകയായിരുന്നു. നിങ്ങളുടെ ഭാരം എന്റെ ശരീഭാരം ഒരു പൂവ് പോലെ നിനക്ക് ചേർത്തണയ്ക്കുവാനാവുന്നത് എന്ന് ബോദ്ധ്യപ്പെടുത്തുകയായിരുന്നുവല്ലോ. അതുകൊണ്ട് ഞാൻ ഇപ്പോൾ വീണ്ടും ചോദിക്കുന്നത്.

ഒരു പാമ്പ് അതിന്റെ ഇണയെ കെട്ടിവരിയുന്നതുപോലെ മുറുക്കിയിട്ട് അന്ന് നിങ്ങൾ പറഞ്ഞു: ലോകത്തുള്ള സകല മനുഷ്യരും മരിക്കും. പക്ഷേ, പരസ്പരം അറിയണമെന്നുള്ളവരുടെ മരണം ആരും അറിയിക്കണമെന്നില്ല. അത് അറിയുകതന്നെ ചെയ്യും. മരണം ഒരു സത്യമാണ്. അതറിയാത്തതായി ഒന്നുമില്ല. അത് തന്നെയാണ് മോക്ഷവും. അപ്പോൾ ആരാദ്യം മരിക്കുമെന്നോ ആരുടെ ആത്മാവിനാണ് പ്രപഞ്ചത്തിൽ വിലയം പ്രാപിക്കുവാൻ സാദ്ധ്യമാകുന്നതെന്നോ ജീവിച്ചിരിക്കുമ്പോൾ അറിയില്ല. അത് മതി. ഞാൻ നിന്നെയും നീ എന്നെയും അറിയുന്നത് മരണത്തിലൂടെയാവും. അത് വരെ നാം ജീവിക്കും.

ഇപ്പോൾ നമ്മൾ കണ്ടിട്ട് എത്രകാലമായിക്കാണും. നിങ്ങളെ ഞാൻ മറന്നിരിക്കുകയായിരുന്നു. മൂന്നുവർഷം മുമ്പ് അവസാനമായി ഞാൻ നിങ്ങൾക്ക് ഫോൺ ചെയ്യുന്നത് എന്റെ അച്ഛനെ കാണാതായ ദിവസമാണ്. അതിനും എത്രയോ കാലം മുമ്പാണ് നാം നേരിൽ കണ്ടത്. അന്ന് നമ്മൾ കുറേപ്രാവശ്യം വിളിച്ചുകൊണ്ടേയിരുന്നു. ഒടുവിൽ അച്ഛനെ കണ്ടെത്തിയെന്നത് ഒരു ടെക്സറ്റ് മെസ്സേജ് ആയി ഞാൻ അയച്ചു. അത് കിട്ടിയതും നിങ്ങൾ കുറെ തവണ എന്നെ വിളിച്ചു. ഞാൻ ഫോണെടുത്തതേയില്ല. ഫോണിൽ ഓരോ മിനിറ്റിലും നിങ്ങളുടെ പേരുതെളിയുമ്പോൾ എന്റെ അനിയത്തി ഫോൺ എനിക്ക് നേരെ കാണിച്ച് സൈലന്റ്

മോഡിലാക്കും. എന്നിട്ട് പറയും: "നീ ഇയാളോട് ദയവ് ചെയ്ത് മിണ്ട രുത്."

ഞാനിപ്പോൾ നിങ്ങളോട് പറയുന്നത് നിങ്ങൾക്ക് കേൾക്കാമോ... അന്ന് എന്റെ അച്ഛനെ കാണാതെയായതും അച്ഛൻ നിങ്ങളെ ഉപേക്ഷിച്ച് പോയതും എന്തുകൊണ്ടാണെന്ന് ഇപ്പോൾ ഞാൻ പറയുന്നു. കാരണം ഞാൻ നിങ്ങളോട് മിണ്ടുന്നതിനും നമ്മൾ തമ്മിൽ അരുതാത്തതെന്തോ ഉണ്ടാവുന്നതെന്നും അച്ഛൻ ഭയപ്പെട്ടിരുന്നു. ഏതൊരച്ഛനും അങ്ങനെ യൊക്കെ വിചാരിക്കും എന്നത് സത്യമാണ്. പക്ഷേ, നമ്മള് അതിനൊക്കെ മീതെയാണ് എന്നല്ലേ നിങ്ങൾ പറയാറുള്ളത്. നിങ്ങളെന്റെ മീതെ കിട ക്കുമ്പോഴും ഞാൻ നിങ്ങൾക്ക് മീതെ കിടന്ന് തലയുയർത്തി നിങ്ങളെ നോക്കുമ്പോഴും അനുഭവിക്കുന്ന ഒരു ലഹരിയുണ്ട്. അതൊരിക്കലും ആർക്കും മനസ്സിലാവാത്തതാണ്. ഞാനെന്റെ അനിയത്തിയോട് പലത വണ പറഞ്ഞിട്ടുണ്ട്. നിങ്ങളുമായി എനിക്കൊരു അവിഹിതവും ഇല്ലെന്ന്... അവളും എന്നെ വല്ലാതെ സംശയിക്കുന്നുണ്ട്. നമ്മൾ തമ്മിൽ ചെയ്യാ റുള്ള സെക്സൊരിക്കലും ദൈവഹിതമല്ലാത്തതല്ല എന്ന് എനിക്ക് എന്നെ വിശ്വസിപ്പിച്ചാൽ മതി.

അച്ഛനെക്കുറിച്ച് ഞാൻ പറയുമ്പോൾ അമ്മ കൂടിയുണ്ട്. ആ അമ്മ കൂടെയുണ്ടാവാൻ കാരണം അച്ഛാച്ഛനാണ്. അച്ഛാച്ഛൻ മരിച്ചിട്ട് പത്ത് വർഷമായി. ഈ പത്തുവർഷത്തിനു ശേഷവും ദുരാത്മാക്കളെപ്പോലെ എന്നെ പിന്തുടരുന്ന ഓർമ്മകൾക്കും ഞാൻ മനസ്സിലിപ്പോഴും സൂക്ഷി ക്കുന്ന ഉത്തരം കിട്ടാത്ത ചോദ്യങ്ങൾക്കും മോക്ഷം ലഭിക്കാനുള്ള വഴി യാണ് ഞാനിപ്പോഴും എന്നോട് ചോദിക്കുന്നത്.

ഞങ്ങൾക്ക് ഒരുപാട് കൃഷിയുണ്ടായിരുന്നു. അതിന്റെ മേൽനോട്ടം അച്ഛാച്ഛന്റെ മനസ്സായിരുന്നു. എല്ലാ മരത്തിലും കുരുമുളക് പടർത്തിയി രുന്നു. പച്ചത്തിരികൾ വണ്ണം വച്ച് വലിയ തരിയാവുന്നതും അത് ചുവ പ്പാവുന്നതും പതുക്കെ കറുപ്പായി ഉണങ്ങുന്നതും അച്ഛാച്ഛൻ കുട്ടികളെ നോക്കുന്നത് പോലെ നോക്കും. പഴുത്ത് പാകമായി തൊഴിയുന്നതിനു മുന്നെ ആ തരികളൊക്കെ പറിച്ച് കൊണ്ടുവന്ന് വെയിലത്തിട്ട് ഉണക്കി മുറ്റത്തെ മുളമ്പരമ്പിലിട്ട് മെതിക്കും. ഞങ്ങൾ കൂടെ കൂടാമെന്ന് പറയു മ്പോൾ മക്കളിത് കണ്ടിരുന്നാൽ മതി, നിങ്ങടെ കാലിലൊരു മുറിവും ഉണ്ടാവരുതെന്ന് പറഞ്ഞ് ഞങ്ങളെ കാഴ്ചക്കാരാക്കും.

മെതിച്ചെടുത്ത കുരുമുളക് ചാക്കിലാക്കി ചന്തയിലേക്ക് കൊണ്ടുപോ കാൻ കാളവണ്ടി വിളിക്കും. പ്രഭാകരമാമന്റെ കാളകൾ അച്ഛാച്ഛനുവേണ്ടി മാത്രം ചന്തയിലേക്ക് ചുമടെടുക്കും. ചന്തയിലെ അച്ഛാച്ഛന്റെ കണക്ക് നോക്കുന്ന ഈനാശുപാപ്പന്റെ മുന്നിൽനിന്നും വിറ്റപണവുമായി വരു മ്പോൾ ചുറ്റുവട്ടത്തുള്ള ഞങ്ങളുടെ മുഴുവൻ കൂട്ടുകാർക്കും അച്ഛാച്ഛൻ പലഹാരം വാങ്ങും. എല്ലാവരെയും വിളിച്ച് പങ്ക് വയ്ക്കുമ്പോഴും ഞങ്ങ ളത് സ്നേഹത്തോടെ കഴിക്കുമ്പോഴും അച്ഛാച്ഛൻ അത് നോക്കിയിരിക്കും. അപ്പോൾ ഞങ്ങളെ ആരുവിളിച്ചാലും എഴുന്നേറ്റ് പോകാൻ പോലും സമ്മ

തിക്കില്ല. കൈയിലുള്ളത് തീർത്തിട്ടെ ദൈവം തമ്പുരാൻ വന്ന് വിളിച്ചാൽ പോലും എഴുന്നേല്ക്കാവൂ എന്ന താക്കീത് തരും. അന്നം ഈശ്വരനും മീതെയാണ്.

ഞങ്ങൾ സ്കൂളിൽ പോകുന്ന നേരത്ത് അച്ഛാച്ഛൻ കഞ്ഞി കുടിക്കാനിരിക്കും. വീടിന്റെ പിന്നാമ്പുറത്തിരുന്നാണ് രാവിലെ അച്ഛാച്ഛൻ കഞ്ഞി കുടിക്കുക. ആ നേരത്ത് അച്ഛാച്ഛന്റെ ചുറ്റും നിറയെ കാക്കകളും തത്തകളും മൈനയും ഉപ്പനും അണ്ണറക്കണ്ണന്മാരും ഉറുമ്പുകളും തേരട്ടകളും ചെറുകീടങ്ങളും ഉണ്ടാവും. അതിനെല്ലാം അച്ഛാച്ഛൻ കഞ്ഞി വിളമ്പും. അവ തിന്നുന്നത് നോക്കി അവയോട് വർത്തമാനം പറഞ്ഞ് അച്ഛാച്ഛൻ കഴിക്കും. ചെമ്പ് പാത്രത്തിൽ അപ്പോഴും ഇത്തിരി വറ്റ് ബാക്കി വയ്ക്കും. എല്ലാ ജീവികളും പക്ഷികളും പോയി കഴിയുമ്പോൾ അച്ഛാച്ഛൻ ശൂ, ശൂ എന്ന് ചുണ്ട് കൂർപ്പിച്ച് ഒരു ചൂളം വിളിക്കും. അപ്പോൾ വീടിന്റെ പിന്നിലെ വിറക് പുരയുടെ അരികിലെ മൺ ചുമരിനുള്ളിൽനിന്നും ഒരു പാമ്പ് ഇഴഞ്ഞു വരും. ചെമ്പ് പാത്രത്തിലെ വറ്റ് അതിനു മുന്നിൽ വിളമ്പും. മണ്ണില്ലാതെ ആ വറ്റ് മുഴുവനും പാമ്പ് അതിന്റെ ചുണ്ട് കൊണ്ടെടുക്കുന്നത് കാണും. വറ്റ് മുഴുവനും തീരുന്നത് വരെ അച്ഛാച്ഛൻ അവിടെയിരിക്കും. ഒരായുഷ്കാലത്തിന്റെ കഥകൾ മുഴുവനും ആ പാമ്പ് കേൾക്കും. ആ വറ്റ് തീർന്നാൽ പാമ്പ് അലസമായി കിടക്കും. പിന്നെ ഇത്തിരികഴിഞ്ഞ് അതിന്റെ പത്തി ഉയർത്തി ഒന്നു പിടിച്ച് തിരിഞ്ഞിഴഞ്ഞ് വിറക് പുരയിലേക്ക് പോകും. ആ പാമ്പ് അച്ഛാച്ഛന്റെ മരിച്ചുപോയ മുത്തച്ഛനാണെന്ന് ഞങ്ങളോട് പറയും. എനിക്ക് മരിച്ചാൽ പാമ്പാകണ്ട. അതുകൊണ്ടാണ് ഞാനീ പാമ്പിനെ പോറ്റുന്നത്.

ഒരു ദിവസം പറമ്പിൽ കുരുമുളക് വള്ളിയുടെ കീഴിൽനിന്നും വീണു കിടക്കുന്ന തരികൾ പെറുക്കുകയായിരുന്നു ഞങ്ങൾ. അച്ഛാച്ഛൻ പറമ്പിലെ കൈയാലയിലിരുന്ന് വെറ്റില മുറുക്കുകയും. വല്ലപ്പോഴും മാത്രം അച്ഛാച്ഛൻ ചെയ്യുന്ന ഒന്നായിരുന്നു വെറ്റിലമുറുക്ക്. മുറുക്കിക്കഴിഞ്ഞാൽ അത് മുഴുവനും ചവ്ച്ചരച്ച് കൊഴുത്തവെള്ളം പോലെയാക്കി തുപ്പിക്കളഞ്ഞ് കുറെ തവണ വായ വെള്ളമെടുത്ത് കുലുക്കുഴിഞ്ഞ് മണ്ണിൽ ഓലമെടഞ്ഞതിട്ട് കിടക്കും. അങ്ങനെ കിടക്കുമ്പോൾ അച്ഛാച്ഛൻ ഉണരുന്നത് വരെ ഞങ്ങൾ അടുത്തിരിക്കും.

അങ്ങനെ ഉണർന്നപ്പോൾ, അച്ഛാച്ഛൻ എന്നെ വിളിച്ച് പറഞ്ഞു: "നീയെന്നോട് വാക്ക് പറയണം, അച്ഛാച്ഛനെങ്ങാനും പെട്ടെന്ന് മരിച്ചുപോയാൽ നാട്ടുകാരെ വിളിച്ചറിയിക്കുന്നതിനു മുന്നെ എന്റെ മക്കൾ വയർ നിറച്ച് ഭക്ഷണം കഴിക്കണം. ആളുകളൊക്കെ വന്നാൽ പിന്നെ ചടങ്ങുകളൊക്കെ കഴിഞ്ഞിട്ടേ എന്തെങ്കിലുമൊക്കെ കഴിക്കാൻ പറ്റൂ. എന്റെ ചാവ് കൊണ്ട് മക്കള് പട്ടിണിയായിപ്പോവും അതെനിക്ക് സഹിക്കാൻ പറ്റൂല...."

വീട്ടിൽ അച്ഛാച്ഛനും അച്ഛമ്മയും വെവ്വേറെ മുറികളിലായിരുന്നു കിടന്നുറങ്ങിയിരുന്നത്. "എനിക്കോർമ്മയുണ്ടായ കാലം മുതലെ അവരങ്ങനെയായിരുന്നു കിടന്നുറങ്ങിയിരുന്നത്. ദാമ്പത്യബന്ധത്തിൽ സെക്സിനു

ഒരുപാട് പ്രാധാന്യം ഉണ്ട്. നീ ഇപ്പോൾ പതിനൊന്നാം ക്ലാസിലല്ലെ പഠിക്കുന്നത്. അതുകൊണ്ട് നിനക്ക് മനസ്സിലാവാനായല്ലോ.. മക്കളുണ്ടാവാനും അതിലൊരുമയുണ്ടാവാനും മരണം വരെ ഒന്നിച്ചുള്ള കിടപ്പ് വേണം. ശരീരത്തിലെ ഹോർമോണുകൾ മയങ്ങിക്കിടക്കുന്നതിനെ ഉണർത്തുന്നത് മനസ്സറിഞ്ഞ് ഒരുമിച്ച് കിടക്കുമ്പോഴാണ്." എന്ന് വീട്ടിലേക്ക്, അച്ഛനില്ലാത്തപ്പോൾ വിരുന്നുവരാറുള്ള മേമ പറഞ്ഞുതന്നതായിരുന്നു ദാമ്പത്യബന്ധത്തെക്കുറിച്ചുള്ള എന്റെ ആദ്യത്തെ അറിവ്.

സുന്ദരിയും പഠിപ്പുള്ളവളും ജന്മികളുടെ കുടുംബത്തിലെ അംഗവുമായ എന്റെ അച്ഛമ്മ, കാണാൻ അധികം ഭംഗിയില്ലാത്ത, സ്വത്തോ സ്നേഹമോ ഇല്ലാത്ത അച്ഛാച്ഛന്റെ കൂടെ വന്ന് നരകിച്ച കഥ, അച്ഛാച്ഛന്റെ മരണശേഷവും അച്ഛമ്മ ഞങ്ങളോട് ഇടയ്ക്കിടയ്ക്ക് പറയാറുണ്ട്. ഒരാളും സഹായിക്കാനില്ലാതെ, കുടിയനായ ഒരു ഭർത്താവിന്റെ രണ്ട് മക്കളെ പോറ്റി വലുതാക്കിയ കഥ. മരണം ആളുകളെ മഹാന്മാരാക്കാറുണ്ട്. അവരെന്ത് തെറ്റ് ജീവിതത്തിൽ ചെയ്താലും, മരണശേഷം അതൊക്കെ മറക്കാറുമുണ്ട്. അച്ഛാച്ഛൻ ഞങ്ങളോട് എത്ര സ്നേഹത്തോടെയാണ് പെരുമാറിയിരുന്നത്. എന്നിട്ടുമെന്താണ് അച്ഛമ്മ അങ്ങനെ പറഞ്ഞത്. ആളുകളുടെ മനസ്സ് മനസ്സിലാക്കുന്നതിന് പ്രത്യേകമായ എന്തെങ്കിലും കഴിവുകളാവശ്യമാണോ? എന്റെ അച്ഛനും, ഞാൻ മേമയെന്ന് വിളിക്കുന്ന അച്ഛന്റെ പെങ്ങളും, അച്ഛാച്ഛനും, അച്ഛമ്മയുമൊക്കെ ഓരോ മുറികളിൽ അടച്ചു പൂട്ടിക്കഴിഞ്ഞത് എന്തിനായിരുന്നു. അവർ പരസ്പരം കണ്ടാൽ എന്തുകൊണ്ടാണ് മിണ്ടാതിരുന്നത്? വഴക്കുണ്ടാക്കാൻ വേണ്ടി മാത്രം അവർ വായ തുറക്കുന്നതെന്തിന്?

എന്റെ അച്ഛൻ ഇന്നും അച്ഛാച്ഛനു മാപ്പ് കൊടുത്തിട്ടില്ലാത്ത ഒരു കാര്യമുണ്ട്. ഒരിക്കൽ അച്ഛാച്ഛൻ കള്ള് കുടിച്ച് വന്നിട്ട് നാലു വയസ്സ് പ്രായമുണ്ടായിരുന്ന എന്റെ അച്ഛനെ പിടിച്ച് അടുപ്പിച്ച് വിരലുകൾ കൊണ്ട് പിടിച്ച് ഞെരിച്ച് അച്ഛന്റെ വായ തുറപ്പിച്ച് അതിലേക്ക് ഛർദ്ദിച്ചു. എന്ത് ചെയ്യണമെന്നറിയാതെ പകച്ചുനിന്ന ആ നാലു വയസ്സുകാരന്റെ ചിത്രം അച്ഛന്റെയുള്ളിൽനിന്നും ഇന്നും മാഞ്ഞിട്ടില്ല. അച്ഛാച്ഛൻ മരിക്കുന്നതിനു രണ്ടുദിവസം മുന്നെ ഒരു വഴക്കുണ്ടായപ്പോൾ അച്ഛൻ ഇപ്പോഴും പകയോടെ ഓർമ്മിക്കുന്ന ഈ കഥ അച്ഛാച്ഛനു നേരെ എടുത്തിട്ടു. അച്ഛാച്ഛനത് ഓർമ്മയില്ലായിരുന്നു. അച്ഛന്റെ ശബ്ദം കൂടുതലുച്ചത്തിലായപ്പോൾ അച്ഛാച്ഛൻ നിശ്ശബ്ദനായി. പിന്നീട് എല്ലാം ശാന്തമായ ഒരുനേരത്ത് അച്ഛാച്ഛൻ വീടിനു പുറത്തെ വരാന്തയിലെ അടുക്കലിരിക്കുന്ന അച്ഛന്റെ അടുത്ത് വന്ന് തലതാഴ്ത്തി നിന്നു പറഞ്ഞു: "എനിക്കതോർമ്മയില്ല മകനേ, കള്ള് കുടിച്ച് ബോധമില്ലാതെ ചെയ്തതാവും.... നീ എനിക്ക് മാപ്പ് തരണം."

അന്നേരം അച്ഛൻ പറഞ്ഞു: "ഞാനും കുടിക്കാറുണ്ട്. പക്ഷേ, എന്റെ മക്കളുടെ വായിൽ ഞാനൊരിക്കലും തുപ്പില്ല."

അതിന്റെ പിറ്റേന്ന് ഞാൻ സ്കൂളിൽ പോവുന്നതിനു മുന്നെ യാത്ര ചോദിക്കാനായി അച്ഛാച്ഛന്റെ മുറിയുടെ അടുത്തേക്ക് ചെന്നു. അച്ഛനുമാ

യുള്ള അച്ഛാച്ഛന്റെ ഉരസൽ പലപ്പോഴും ഞങ്ങളുടെ വീടിന്റെ സൈ്വരം കെടുത്തിയിരുന്നു. അതോർത്തപ്പോൾ ഞാൻ അച്ഛാച്ഛനെ കാണാതെ തിരിച്ച് നടന്നു. അന്ന് അച്ഛമ്മയുടെ കൈയിൽനിന്നും കഞ്ഞി വാങ്ങി കുടിച്ച് അച്ഛാച്ഛൻ സ്വന്തം മുറിയുടെ വാതിലടച്ചു.

അച്ഛമ്മ പിന്നെയെത്ര വിളിച്ചിട്ടും തുറന്നില്ല. ഇത് സ്ഥിരമുള്ള ഏർപ്പാടാണെന്ന് അറിയാവുന്നത് കൊണ്ട് ഞാനും അത്ര കാര്യമായെടുത്തില്ല. തോന്നുമ്പോൾ തുറന്നു വരട്ടെ എന്ന് കരുതിയിരുന്നു. അച്ഛാച്ഛനും അച്ഛനും തമ്മിലുള്ള വഴക്കിൽ സ്ഥിരം മദ്ധ്യസ്ഥന്റെ വേഷം കെട്ടി എനിക്കും വല്ലാതെ മുഷിച്ചിലനുഭവപ്പെട്ടിരുന്നു.

പിറ്റേന്നു രാവിലെയും സ്കൂളിൽ പോകാൻ നേരം യാത്ര പറയാനായി ഞാൻ ചെന്ന് അച്ഛാച്ഛന്റെ മുറിയിലെ തുറന്നിട്ട ജനലിന്റെ ആഴിയിൽ പിടിച്ച് കയറി അകത്തേക്ക് നോക്കി. അച്ഛാച്ഛൻ കട്ടിലിനു കീഴിൽ കമിഴ്ന്നു കിടക്കുന്നു. ഉടുപ്പിട്ടില്ലാത്തത് കൊണ്ട് പുറം ഉയർന്ന് താഴുന്നത് കാണാം. ജനലിലൂടെ ഒരു വടിയകത്തേക്കിട്ട് വാതിലിന്റെ കൊളുത്ത് വിടർത്തിയാലോ എന്നു കരുതി വരാന്തയിലെ വടിയെടുക്കുവാൻ നിലത്തിറങ്ങി. കുനിഞ്ഞു. ആ നിമിഷം തന്നെ അച്ഛന്റെ ശബ്ദം പൊങ്ങി: "നീയവടെ എന്തെടുക്കാ... വേം സ്കൂളീ പോകാൻ നോക്ക്...."

ഞാൻ ജനലഴി പിടിച്ച് ഒന്നുകൂടി കയറി അകത്തേക്ക് നോക്കിയിട്ട് വേഗം ഇറങ്ങി പോയി. പറഞ്ഞത് കേട്ടില്ലെങ്കിൽ അച്ഛന്റെ കൈയിലെ വടി ഉയർന്ന് താഴുന്നത് തുടയിലാവുമെന്നുള്ള ഭയം അന്നുണ്ടായിരുന്നു.

അന്നു വൈകുന്നേരം വീട്ടിലെത്തിയപ്പോൾ അമ്മയെന്നെ അടുത്തേക്ക് ചേർത്തു. വീട് ഇരുട്ട് പിടിച്ചതുപോലെയുണ്ടായിരുന്നു. അച്ഛമ്മ ഉമ്മറത്തെ ചാരുപടിയുടെ കീഴിൽ ആരും കാണരുതെ എന്നു കരുതി ഇരിക്കുന്നുണ്ടായിരുന്നു. ഞാൻ അമ്മയോട് എന്താ എല്ലാർക്കും പറ്റിയത് എന്ന ഭാവവുമായി നിന്നു. അമ്മ എന്റെ ചെവിയുടെ അരികെ ചേർന്ന് പറഞ്ഞു: "അച്ഛാച്ഛൻ പോയീന്ന് തോന്നുന്നു." അത് കേട്ടപ്പോൾ എനിക്കൊന്നും തോന്നിയില്ല. വാതിലിന്റെ കൊളുത്ത് എങ്ങനെ അടർത്തുമെന്നതായിരുന്നു ഞാൻ ആലോചിച്ചത്. പിന്നെ പെട്ടെന്ന് പറഞ്ഞു: "മാറാല തട്ടുന്ന കമ്പ് കൊണ്ട് വാതില് തുറക്കാം."

അമ്മ എന്റെ വായ പൊത്തിപ്പിടിച്ചു. പിന്നെ അധികനേരത്തിനുമുന്നെ എല്ലാം പുകയായി.

അച്ഛാച്ഛന്റെ മരണം ഒരു ആത്മഹത്യ തന്നെയാണ്. അത് ഞങ്ങളുടെ വീട്ടിൽ മാത്രം ഒതുങ്ങിനിന്ന ഒരു രഹസ്യമാണ്. അറിഞ്ഞുകൊണ്ട് ഒരാളെ മരണത്തിലേക്ക് അയക്കുകയായിരുന്നു എന്നെനിക്കിപ്പോഴും തോന്നാറുണ്ട്. അച്ഛൻ വന്ന് വാതിൽ തുറക്കുവാൻ പറയുമെന്ന് അച്ഛാച്ഛൻ ആഗ്രഹിച്ച് കാണില്ലേ.. ആ വാതിൽ പുറത്തുനിന്ന് തുറക്കാനായിരുന്നില്ലേ ആ ജനൽ അടയ്ക്കാതിരുന്നത്. എത്രമാത്രം നിരാശ ബാധിച്ചിട്ടാവും അച്ഛാച്ഛൻ മരണത്തിനു കീഴടങ്ങിയിട്ടുണ്ടാവുക. അച്ഛാച്ഛന്റെ ആത്മഹത്യ ഒരു ശാപമായി ഇന്നും പിന്തുടരുന്നുണ്ടാകുമോ. ഇല്ലെങ്കിൽ അമ്മ

യെന്തിനാണ് ആത്മഹത്യ ചെയ്തത്..?

അമ്മ മരിക്കുമ്പോൾ ഞാൻ ഫ്ളോറിഡയിലായിരുന്നു. അമ്മയുടെ ശവശരീരം പോലും കാണണമെന്ന് ഞാൻ ആഗ്രഹിച്ചില്ല. അമ്മയ്ക്ക് സുഖമില്ലെന്ന് അച്ഛന്റെ ഒരു മെസേജായിരുന്നു. ഡിയർ അമ്മൂ യുവർ മദർ ഈസ് ഹോസ്പിറ്റലൈഡ്സ്.

ഓഫീസിലെ കാന്റീനിൽ ചെന്നിരുന്നു കണ്ടത് മുഴുവനും വാങ്ങിക്കഴിക്കുകയായിരുന്നു അന്നേരം ചെയ്തത്. ഇത്രയധികം ഫുഡ് കഴിക്കുന്നത് കണ്ടപ്പോൾ റൂം മേറ്റ് ചോദിക്കുകയും ചെയ്തു. ഞാനൊന്നും മിണ്ടാതെയിരുന്നു കഴിച്ചു. അവൾ അടുത്ത് വന്നിരുന്ന് വീണ്ടും ചോദിച്ചു: "എന്താ പറ്റിയത്?"

ഞാൻ അനിയത്തിയെ വിളിച്ചു: "അമ്മയ്ക്കെന്താ പറ്റിയത്?"

അവൾ അച്ഛനുമായി പിണങ്ങി ഹോസ്റ്റലിൽ തന്നെയായിരുന്നു. അമ്മയ്ക്കെന്താ പറ്റിയത് എന്നവൾ തിരിച്ച് ചോദിക്കുകയാണ് ചെയ്തത്. അമ്മയോടു മാത്രമേ അച്ഛനോടും അച്ഛമ്മയോടും മിണ്ടാതെ അനിയത്തി ആകെ എന്നോട് മാത്രവും പിന്നെ മാസത്തിലൊരിക്കൽ കാണുന്ന മേമയോടും വർത്തമാനം പറഞ്ഞിരുന്നുള്ളൂ. അത് അച്ഛൻ ഞങ്ങളെ ഉപേക്ഷിച്ച് പോയി തിരിച്ചുവന്നതിനുശേഷമായിരുന്നു.

അച്ഛൻ ഒരു മുഴുനീള കുടിയനായി ആൾക്കാർക്ക് മുന്നിൽ തെളിഞ്ഞ പുസ്തകമായി. അത് ആർക്കും എപ്പോഴും വായിച്ച് തീരാവുന്നതും ആയിരുന്നു. മദ്യപിച്ച് കാർ ഓടിച്ച ഒരു മദ്ധ്യവയസ്കനെ പൊലീസ് അറസ്റ്റ് ചെയ്തു എന്ന വാർത്ത എന്നും ഞാൻ കേട്ടുകൊണ്ടിരുന്നു. അച്ഛനു പരിചയമുണ്ടായിരുന്ന അല്ലെങ്കിൽ അച്ഛന്റെ സൗഹൃദത്തിലുണ്ടായിരുന്ന പല പൊലീസുകാരും മാന്യന്മാരും അച്ഛനെ ഓരോ തടവിൽനിന്നും രക്ഷപ്പെടുത്തി. അച്ഛന്റെ കൂട്ടുകെട്ടാണ് അച്ഛനെ പിഴപ്പിക്കുന്നത്. എങ്ങനെയാണിതൊക്കെ അറിയുമ്പോൾ അച്ഛനെ, വിളിച്ച് നാല് നല്ല തെറിപറയുക. ഒന്നുമില്ലെങ്കിലും കുട്ടിക്കാലം മുതല്ക്കേ എനിക്ക് കൂടെയുണ്ടായിരുന്നതും ഞാൻ പറയുന്നത് മുഴുവൻ കേൾക്കുവാനും ഒരു കൂട്ട് അച്ഛനായിരുന്നല്ലോ.

അമ്മ നിശ്ശബ്ദമായ ഒരു സംഗീതമായിരുന്നു. എന്തിനും എപ്പോഴും വെറും മൂളലുകൾ മാത്രം. ഇങ്ങനെയൊരാൾ ആ വീട്ടിലുണ്ടെന്ന് ആർക്കും വെളിപ്പെടുക കൂടിയില്ല. അമ്മയെ അച്ഛൻ പ്രണയിച്ച് കല്യാണം കഴിച്ചതായിരുന്നു. അമ്മയെ ഇഷ്ടമാണെന്നു പറഞ്ഞ് അച്ഛാച്ഛന്റെ അടുത്ത് ചെന്നപ്പോൾ അച്ഛാച്ഛൻ ചോദിച്ചു: "നിനക്കവളെ അത്രയ്ക്ക് ഇഷ്ടമാണോടാ... നിനക്കവളെത്തന്നെ വേണോന്ന്." വേണമെന്ന് അച്ഛൻ പറഞ്ഞപ്പോൾ അച്ഛാച്ഛൻ പറഞ്ഞു: "ആദ്യം സ്നേഹിച്ച പെണ്ണിനെ മറക്കാൻ പറ്റൂല്ലെടാ. നിന്റെ കല്യാണം ഞാൻ നടത്തിത്തരാം."

പക്ഷേ, കല്യാണം കഴിഞ്ഞ് വീടെത്തിയതും, അച്ഛാച്ഛനും അച്ഛനും തമ്മിൽ മുട്ടൻ വഴക്കായി എന്ന് മേമ പറഞ്ഞു. അന്നുമുതലാണ് അമ്മ ഒളിച്ചുകളി പഠിച്ചത്. അച്ഛാച്ഛൻ കുടിച്ചിട്ട് വന്നാലും അച്ഛൻ വീട്ടിലിരുന്നു

കുടിച്ചാലും അമ്മ വിരണ്ടോടി. പിന്നെ അവർ തമ്മിൽ പറയുന്ന വാക്കുകൾ കേൾക്കാതിരിക്കാനായി സമയബോധമില്ലാതെ പറമ്പിന്റെ അതിരുകളിൽ തോർത്തുമുണ്ട് കൊണ്ട് ചെവി വട്ടം കെട്ടി.

ഞങ്ങളുണ്ടായപ്പോഴും അച്ഛാച്ഛൻ ആത്മഹത്യ ചെയ്തപ്പോഴും അച്ഛൻ വില്ലെടുത്ത് കുലച്ച് പാടാൻ തുടങ്ങിയപ്പോഴുമൊക്കെ അമ്മയ്ക്ക് നിശ്ശബ്ദമായി സംസാരിക്കാനായി. മുമ്പെപ്പോഴോ പറഞ്ഞ വാചകങ്ങൾ ഇപ്പോഴും സമയാസമയങ്ങളിൽ എടുത്തുപയോഗിക്കുന്നത് അവനവൻ ചെയ്ത തെറ്റിൽനിന്നും ഓടിയൊളിക്കുവാനും ഇനിയൊന്നും ആരുടെ മുന്നിലും മറയിടുവാനും മാത്രമാണ്. അല്ലെങ്കിൽ മുമ്പ് എപ്പോഴോ സംസാരിക്കുമ്പോൾ ഒരു ശല്യമായി തോന്നും എന്നുപറഞ്ഞ് ആ സമയത്തെ കാര്യമാണെന്ന് ഓർക്കുകയേയില്ല എന്ന അവസ്ഥയിലുമാണ്. അമ്മ ശബ്ദത്തിന്റെ പതിഞ്ഞ താളത്തെ മാത്രം പ്രവൃത്തികളിൽ സൂക്ഷിച്ചു.

അച്ഛൻ രണ്ടാമത് കല്യാണം കഴിക്കണമെന്ന് തീരുമാനിച്ചത് അമ്മ മരിച്ചത് കൊണ്ടായിരുന്നില്ല. അമ്മയ്ക്ക് തീരെ സുഖമില്ലായിരുന്നുവെന്ന് അമ്മ ഒരിക്കലും ഒരനക്കം കൊണ്ടോ തലവേദനകൊണ്ടോ വിശപ്പില്ലായ്മകൊണ്ടോ കാണിച്ചിരുന്നില്ല. അച്ഛമ്മ പറയും: "കൊച്ചേ നീ വരുമ്പോഴാണ് അവളിങ്ങനെ പിട്ടീ ഉഷേനെപോലെ നിർത്താണ്ട് ഓടണത്. അല്ലാത്തപ്പോ ഒക്കെ നത്തിനെപ്പോലെ തൂങ്ങിയിരിക്കും."

അമ്മ പെട്ടെന്ന് മരിക്കുമെന്ന് ഒരിക്കലും ഞാൻ വിചാരിച്ചില്ല. അല്ലെങ്കിൽ അമ്മയ്ക്ക് മരിക്കാനുള്ള പ്രായമായിട്ടില്ലായിരുന്നു. ഇവിടെയൊക്കെ മനുഷ്യൻ ലോങ് ടേം കെയറിലൊക്കെ ജീവിക്കുന്നത് ഒരു നൂറ്റാണ്ടിനടുത്താണ്. അവരൊക്കെ മനസ്സിൽ സന്തോഷം നിറച്ച് മറ്റൊന്നിനെക്കുറിച്ചും വ്യാകുലപ്പെടാതെ സ്വന്തം കാര്യം മാത്രം നോക്കി ജീവിക്കുന്നതാണെന്ന് കൂടെയുള്ളവർ പറയാറുണ്ട്. നമ്മുടെ സിസ്റ്റം അതല്ലല്ലോ. നമ്മളെപ്പോഴും മറ്റുള്ളവരുടെ ജീവിതമാണല്ലോ ജീവിക്കുന്നത്.

ഒരു യുവതി എത്രമാത്രം നിസ്സാരയാണെന്ന് അവളറിയുന്നത് അവളുടെ സ്നേഹത്തിനുനേരെ വച്ചുനീട്ടുന്ന പണക്കെട്ടുകളാലാണ്. അവൾ നിഷ്കരുണം അത് നിരസിക്കുകയും ആ സ്നേഹം അവളെ വെന്ത് നീറ്റുന്നതുകൊണ്ടുമാണ്. അമ്മ ഒരു കത്തിൽ എനിക്കെഴുതി. എനിക്കത് മനസ്സിലായതേയില്ല. അമ്മയുടെ മരണം വേണ്ടിവന്നു അതിനുത്തരം നേടാൻ. മനുഷ്യർ നമ്മൾ കാണുന്നതുപോലെയല്ല ജീവിക്കുന്നത്. ഓരോ മനുഷ്യനും ഒരു പ്രത്യേക ഭൂമിയാണെന്ന് എന്നെ അത് ബോദ്ധ്യപ്പെടുത്തി.

അച്ഛാച്ഛൻ കിടന്ന ആ മുറിയിലെ തൊട്ടിൽ കൊളുത്തിലാണ് അമ്മ ഊഞ്ഞാലാടിയത്. അന്നേരം ആ വീട്ടിൽ ആരുമുണ്ടായിരുന്നില്ല. അച്ഛൻ അമ്മയോട് വഴക്കിടുന്ന ശബ്ദം അമ്മ മരിക്കുന്ന ദിവസം അങ്ങോട്ട് വന്ന മേമ കേട്ടിരുന്നു എന്ന് സ്വകാര്യമായി എന്നോട് പറഞ്ഞിരുന്നു. അച്ഛനുണ്ടാവില്ല എന്നു കരുതിയാണത്രെ മേമ വന്നത്. അച്ഛന്റെ ഉച്ചത്തിലുള്ള ബഹളംവയ്ക്കൽ കേട്ടതും മേമ ആരും കാണാതെ അവിടെനിന്നും ഓടി.

അച്ഛമ്മ മരിച്ചതിനുശേഷം അമ്മയും അച്ഛനും തനിച്ചായ ആ വീട്ടി

ലേക്ക് അങ്ങനെ ആരും വിരുന്ന് വരാറേയില്ല. അച്ഛമ്മ മരിച്ച ദിവസവും അച്ഛനും അമ്മയും ബഹളം വച്ചിരുന്നു. അന്ന് പറമ്പിൽ തേങ്ങ പറിക്കാൻ വന്നവർ അച്ഛനെ പിടിച്ച് മാറ്റിയിരുന്നു. ഇല്ലെങ്കിൽ അമ്മയെ അന്നു തന്നെ അച്ഛൻ തല്ലിക്കൊല്ലുമായിരുന്നു. അച്ഛമ്മ പിന്നെയും അച്ഛനെ ചീത്തപറഞ്ഞുകൊണ്ട് പറമ്പിലെ തേങ്ങ പെറുക്കി കൂട്ടിയിരുന്നു.

തേങ്ങ കൊണ്ടുപോകാൻ പെട്ടിയോട്ടയുമായി വന്ന പ്രഭാകരൻ കാണുന്നത് അച്ഛമ്മ മുകളിലെ പറമ്പിൽനിന്നും താഴെ വീണുകിടന്നയിടത്തേക്ക് അമ്മ ഓടി വരുന്നതാണ്. ആ പെട്ടിയോട്ടോയിൽ അച്ഛമ്മയെ ആശുപത്രിയിലെത്തിച്ചുവെങ്കിലും ജീവനോടെ തിരിച്ച് വീട്ടിലെത്താൻ ഭാഗ്യമുണ്ടായിരുന്നില്ല. അച്ഛമ്മയെ അച്ഛൻ തള്ളിയിട്ട് കൊന്നതാവും എന്നു തന്നെയാണ് മേമ കരുതുന്നത്. പക്ഷേ, മേമയ്ക്ക് അത് ആരോടെങ്കിലും മിണ്ടാൻ ധൈര്യമില്ലായിരുന്നു.

അച്ഛൻ രണ്ടാമത് കെട്ടിയതിന്റെ പിറ്റേ ദിവസമായിരുന്നു മേമയെ പാമ്പ് കടിച്ചത്. അതും അച്ഛാച്ഛന്റെ മുറിയിൽ വച്ചായിരുന്നു. അനിയത്തി പറഞ്ഞത് അച്ഛാച്ഛന്റെ മുത്തച്ഛൻ ചെയ്ത പ്രതികാരമാവും എന്നാണ്. അത് ചിലപ്പോൾ അച്ഛനു വെച്ച കെണിയാവും. മരിച്ചു കഴിഞ്ഞതിനുശേഷവും ആത്മാവ് എങ്ങും പോകാതെ അതേമുറിയിൽ തന്നെ കഴിയുന്നുണ്ടാവുമോ. അല്ലെങ്കിൽ ആ മുറിയിലേക്കെന്തിനാണെല്ലാവരും പോകുന്നതും പിന്നീടെപ്പോഴോ ജീവൻ നഷ്ടപ്പെടുന്നതും. അച്ഛാച്ഛന്റെ മുറി മരണത്തെ ക്ഷണിച്ചുവരുത്തി തടങ്ങലിലാക്കിയ സ്ഥലമാകുമോ.

രണ്ടാമത് കല്യാണം കഴിച്ചിട്ട് ഞങ്ങളുടെ വീട്ടിൽ താമസമാക്കിയ ദിവസങ്ങളിലൊക്കെ അച്ഛൻ എന്നെ വിളിക്കുമായിരുന്നു. അവരുടെ രണ്ടാം മധുവിധു എന്ന് അനിയത്തി ഒരു ഫോട്ടോ അയച്ചു. അത് കണ്ടതും എനിക്ക് ദേഷ്യം കൂടുകയാണ് ചെയ്തത്. ഒരുപാട് ആഭരണമൊക്കെ അണിഞ്ഞ് മുഖം മുഴുവനും മേക്കപ്പിൽ ചുവപ്പിച്ച് അച്ഛന്റെ തോളിനു പിറകിൽ നാണത്തോടെ നില്ക്കുന്ന ആ സ്ത്രീയുടെ ചിത്രം കണ്ടപ്പോഴേ ഞാനവരെ എന്റെ മനസ്സിൽനിന്നും മായ്ച്ചുകളഞ്ഞു. അച്ഛന്റെ ആ നേരത്തെ നില്പ് കണ്ടപ്പോഴും ഞാൻ അമ്മയെ മനസ്സിൽ ചീത്ത വിളിച്ചു.

ഇത്തിരി ധൈര്യത്തോടെയും ചങ്കൂറ്റത്തോടെയും അമ്മ പെരുമാറിയിരുന്നെങ്കിൽ അമ്മ ഇപ്പോഴൊന്നും മരിക്കില്ലായിരുന്നു.

ഞാനെന്തിനാണ് ആ വീട്ടിലേക്ക് ഇപ്പോൾ പോകുന്നത് എന്ന് എത്ര ആലോചിച്ചിട്ടും എനിക്കൊരു പിടി കിട്ടുന്നില്ല. അച്ഛനെ കാണാനായിരുന്നെങ്കിൽ നഗരത്തിലെ ഏതെങ്കിലും ബാറിന്റെ മുന്നിൽ പോയി നിന്നാൽ മതിയല്ലോ.

അച്ഛന്റെ ഫോൺ വരുമ്പോഴൊക്കെ ഞാൻ അത് ഓൺ ചെയ്ത് വെറുതേ കേൾക്കും. അച്ഛനപ്പോഴൊക്കെ ഒരേ കാര്യം തന്നെ ആവർത്തിക്കുകയായിരുന്നു: "അമ്മൂ നീയെന്താ എന്നോട് മിണ്ടാത്തേ.... എത്ര കാലായി നിന്നെ കണ്ടിട്ട്... അമ്മ മരിച്ചപ്പഴും മേമ മരിച്ചപ്പഴും നീയൊന്ന് വന്നത് കൂടിയില്ലല്ലോ... മരിച്ചോര് ഇപ്പഴും ഇവിടെയൊക്കെ തന്നെ നിക്ക്

ണ്ണ്ട്... അവര്ക്ക് ജീവിച്ചിരിക്ക്ന്നേരെ കാണാൻ പറ്റും... നെന്നെ കാണ ണംന്ന് നെന്റെ അമ്മയ്ക്കും മേമയ്ക്കും ണ്ടാവില്ലേ.... നെന്റ കൈയീന്ന് ഒരുരുള അവര് ആഗ്രഹിക്ക്ന്ന്ണ്ടാവില്ലെ.... അതോണ്ട് എത്ര തെരക്ക്ണ്ടാ യാലും നീയൊന്ന് വന്നിട്ട് പോ.... ഞാൻ തെറ്റൊന്നും ചെയ്തിട്ടില്ലല്ലോ. നെന്നോട്.... നിങ്ങളാരും ഇല്ലാണ്ടായാ എന്റെ സ്ഥിതി എന്താവുംന്ന് നീയാ ലോചിച്ചിട്ടുണ്ടോ... ഇവടെ ഒറ്റയ്ക്ക് താമസിക്കണെന്റെ വേവലാതി ഇവടെ നിന്നാലേ മനസ്സിലാവൂ.... എന്തായാലും നീയൊന്ന് വന്നിട്ട് പോ..."

ആ വീട്ടിൽ ചെന്നാൽ എനിക്കാ സ്ത്രീയുടെ മുഖം കാണേണ്ടി വരും അവരോട് എന്തെങ്കിലും മിണ്ടേണ്ടിവരും. അവരുടെ വായിൽ നിന്നെന്ത് വന്നാലും ഞാൻ ചീത്തവിളിച്ചെന്ന് വരും. അവരുടെ കണ്ണിലെത്ര സ്നേഹ മുണ്ടായാലും എന്റെ വെറുപ്പൊരിക്കലും മാറില്ലെന്ന് ഞാൻ കരുതുന്നു.

നഗരത്തിലെത്തിയപ്പോൾ ആദ്യം അനിയത്തിയെ വിളിച്ചു. അവൾ കൂടി ഒപ്പമുണ്ടായാൽ ഒരു ധൈര്യം ഉണ്ടാവുമെന്നും എന്റെ മനസ്സിത്തിരി കട്ടിയാക്കി പെരുമാറാനാവുമെന്നും വിചാരിച്ചിട്ടാണ് വിളിച്ചത്. അവൾ ഫോണെടുത്തതും ഇനിയൊരിക്കലും ഞാനാ വീട്ടിലേക്ക് വരില്ലെന്ന് ഉറ പ്പിച്ച് പറഞ്ഞു.

"അമ്മ എന്തിനാണ്, അച്ഛാച്ഛന്റെ മുറിയിൽ തന്നെ തൂങ്ങിയത് എന്ന് നീ ആരോടെങ്കിലും ചോദിച്ചിട്ടുണ്ടോ.. അച്ഛൻ, അമ്മ മരിക്കുന്ന നേരത്ത് എവിടെ ആയിരുന്നു എന്നു നിനക്കറിയാമോ.. ഒന്നും ആർക്കും അറി യില്ല. അച്ഛാച്ഛന്റെ മരണവും അമ്മയുടെ മരണവുമൊക്കെ വെറും സാധാ രണ മരണമാക്കി അച്ഛൻ എങ്ങിനെയാണിതിൽ നിന്നൊക്കെ ഒഴിഞ്ഞ തെന്ന് നീ വിചാരിക്കുന്നുണ്ടോ.. കുറെയൊക്കെ നിന്നോട് ഞാൻ പറ ഞ്ഞതാണ്. അതൊക്കെ കേട്ടിട്ടും നീയെന്തിനാണിപ്പോൾ ഇങ്ങോട്ട് വന്നത്.... നിന്നോട് എനിക്ക് സ്നേഹമുണ്ട് അമ്മൂച്ചി... പക്ഷേ, നീ ആ അച്ഛനെയും അച്ഛന്റെ രണ്ടാം കെട്ടിനെയും കാണരുത്. അവരോട് ഇട പെടരുത്. ചിലപ്പോൾ നിന്നോട് ഞാൻ മിണ്ടുന്നത്, ചിലപ്പോൾ ഇതവ സാന വാക്കും..... അരുത്... നീ സൂക്ഷിക്കണം."

പിന്നെ അനിയത്തി എന്നോട് മിണ്ടിയിട്ടില്ല. അവൾ പറഞ്ഞത് കേട്ടി രുന്നെങ്കിൽ എന്നിപ്പോൾ ഞാൻ ആലോചിക്കുന്നുണ്ട്. അതൊക്കെ ആലോചിക്കാനും ഓർക്കാനുമല്ലേ ഇപ്പോൾ കഴിയൂ. അത് മുഴുവനും നിങ്ങളോട് പറഞ്ഞു എന്നാശ്വസിക്കാം.

വീട്ടിലേക്ക് കയറുമ്പോൾ ആ സ്ത്രീ മുറ്റത്തുണ്ടായിരുന്നു. വേഷ്ടിയും മുണ്ടും ഉടുത്ത് തോർത്ത്മുണ്ട് കൊണ്ട് തലമറച്ച് മുറ്റത്ത് വിരിച്ച മുളമ്പരമ്പിൽ എന്തോ ചിക്കിക്കൊണ്ട് നടക്കുകയായിരുന്നു. അവ രെന്നെ കണ്ടില്ല.

മുറ്റത്തേക്ക് കയറാനുള്ള ഒതുക്കിൽ ഞാൻ നിന്നു. എന്നെ മറച്ച് കൊണ്ട് ചെമ്പരത്തി പൂത്തുനിന്നിരുന്നു. അവർ തിരിഞ്ഞ് എന്നെ കാണു ന്നനേരത്ത് എങ്ങനെയാവും പ്രകൃതം എന്നറിയാനായി ഞാൻ കാത്തു നിന്നതാണ്. അവരെന്ന കണ്ടതും, നിന്നു. ആദ്യം അവർക്കെന്നെ മനസ്സി

ലായില്ല എന്നെനിക്ക് തോന്നി. എന്നാൽ അതെന്റെ തോന്നൽ മാത്രമായിരുന്നു. അമ്മൂ എന്ന് വിളിച്ച് അവരെന്റെ നേർക്ക് ഓടി വന്നു. ഒന്നും ആലോചിക്കാതെ എന്നെ കെട്ടിപ്പിടിച്ചു. അച്ഛന്റെ മണമായിരുന്നു അവർക്ക്. ഞാനവരുടെ പിടിയിൽനിന്നും കുതറിമാറി.

"എന്നാലും നീ വന്നല്ലോ.... സമാധാനായി.... ഈ നേരത്ത് അച്ഛനില്ലാതെ പോയല്ലോ മോളേ" എന്നവർ കരഞ്ഞു.

"അച്ഛനെവിടെയാ പോയത്..."

"അച്ഛൻ നാളയെ വരൂ... തിരുനെല്ലിയിലേക്ക്... ഇവിടെ മരിച്ച സകലർക്കും ഹോമം നടത്താൻ പോയതാ... അച്ഛനിപ്പഴും എല്ലാരും ഇവിടുണ്ട് ന്ന് പറഞ്ഞിട്ട് വല്ലാതെ കരയായിരുന്നു.. ആർക്കും ഒരു ശാന്തി കിട്ടാത്തതിനു കാരണം അന്വേഷിച്ചപ്പോ തിരുനെല്ലീപ്പോയി പ്രാർത്ഥിക്കാൻ കണിയാര് പറഞ്ഞു... ഞാനാരേം കണ്ടിട്ടില്ല മോളേ... എല്ലാവർക്കും സന്തോഷേണ്ടാവൂ... അച്ഛനെ ഞാൻ നന്നായ് നോക്ക്ണ്ണ്ട്.... ഒരു കുറവൂല്ലാതേ.... എത്ര നോക്ക്യാലും നിങ്ങടെ അമ്മ നോക്ക്യ പോലാവില്ലാ...ന്നാലും അച്ഛനല്ലാതെ വേറെ ആരാ എനിക്കുള്ളത്....."

ആ സ്ത്രീ വല്ലാതെ കരയാൻ തുടങ്ങി...

"എന്റമ്മ മരിക്കുന്നേനു മുന്നെ നിങ്ങൾ കണ്ടിട്ടുണ്ടോ.."

"ഇല്ല... നിങ്ങടച്ഛനെ ഞാൻ കാണുന്നത് ഞങ്ങടെ കല്യാണത്തിന്റന്നാ.."

എന്നാൽ സത്യമതല്ലെന്ന് എനിക്കറിയാം. എന്റെയമ്മ കെട്ടിതൂങ്ങുന്നതിനുമുന്നെ അച്ഛൻ ഈ സ്ത്രീയുമായി ചിറ്റം തുടങ്ങിയിരുന്നു എന്ന് അനിയത്തി പറഞ്ഞതാണ്. ആളുകളുടെ കണ്ണിൽ നോക്കി മനുഷ്യർക്ക് നുണ പറയാനാവുന്നത് എങ്ങനെയാണെന്ന് എനിക്ക് മനസ്സിലാവുന്നില്ല. അച്ഛന്റെ ഇഷ്ടത്തിനനുസരിച്ച് അവർ ജീവിക്കുകയായിരുന്നു എന്നെപ്പോഴും അമ്മ നിലവിളിച്ചു, അമ്മയൊന്നും എന്നോട് പറഞ്ഞതേയില്ല.

അകത്തെ മുറിയിലേക്ക് അവരെന്നെ വിളിച്ച് കൊണ്ടുപോയിരുത്തി, എന്റെ മുന്നിലേക്ക് വന്നുനിന്നു. എനിക്ക് മുന്നിൽ വിളമ്പിയതൊന്നും ഞാൻ കഴിച്ചില്ല. വെറുതെ ഒന്ന് തൊട്ട് നാവിൽ വയ്ക്കുകമാത്രം ചെയ്തു.

"മോളൊന്നും കഴിച്ചില്ലല്ലോ... ദാ ഇത് കൂടി... ഈ മാങ്ങ ഇവടെ പറപ്പിച്ചതാ... ഈ നേന്ത്രൻ ഇവിടെ കായ്ച്ചതാ... മോളിതെങ്കിലും കഴിക്ക്... ഈ അവലിവിടെ വീട്ടില് ഞാനിടിച്ചതാ.. അച്ഛനിത് വല്യ ഇഷ്ടമാ... മോളൊന്ന് കഴിച്ച് നോക്ക്...."

ആ രാത്രിയിൽ അച്ഛൻ വന്നു. അന്നേരം ഞാനുറങ്ങുകയായിരുന്നു. അച്ഛൻ എന്റെ മുറിയിൽ വന്ന് എന്റെ കാലിൽ തൊട്ടു. പുതച്ച് കിടന്നിട്ടും ഒരു തണുപ്പ് എന്റെ കാലിലറിഞ്ഞു. ഞാൻ ഞെട്ടി എഴുന്നേറ്റു. മുറിയിലെ ചെറുവെളിച്ചത്തിൽ അച്ഛനെ ഞാൻ കണ്ടു. എന്റെ കാൽ ചുവട്ടിലിരുന്ന് അച്ഛൻ ഒരുപാട് കരഞ്ഞു.

അച്ഛനെന്തിനാണിങ്ങനെ കരയുന്നതെന്ന് ഞാൻ വലിയ ശബ്ദമില്ലാതെ ചോദിച്ചെങ്കിലും അച്ഛന്റെ കരച്ചിലിൽ അതാരും കേട്ടില്ല. അച്ഛന്റെ

കണ്ണുനീർ എന്റെ മനസ്സലിയിച്ചു എന്നാണ് ഞാൻ കരുതിയത്. എന്നാൽ അച്ഛനെ സമാധാനിപ്പിച്ച് ഞാൻ വിട്ടപ്പോൾ അച്ഛൻ പുറത്തേക്കിറങ്ങി, വാതിലടച്ച് പുറത്തുണ്ടായിരുന്ന സ്ത്രീയോട് ഇനിയിവള് ഈ വീട്ടീന്ന് പോകാതെ നോക്കണം... ചത്തോര് മുഴുവനും മണ്ണിനടിയില് വളമാവാൻ ഇവളിവടെത്തന്നെ വേണം... എന്നു പറഞ്ഞത് എനിക്ക് കേൾക്കാമായിരുന്നു. അച്ഛനെന്തിനാണങ്ങനെ പറഞ്ഞതെന്ന് എനിക്ക് മനസ്സിലായില്ല. ഞാനിവിടെ താമസിക്കുവാൻ വന്നതല്ലെന്ന് വിളിച്ച് പറയണമെന്ന് എനിക്ക് തോന്നി. അന്നേരം തന്നെ ഞാനത് പറയുകയും ചെയ്തു. എന്റെ ശബ്ദം ആരും കേട്ടില്ല. അച്ഛനടച്ച വാതിൽ തുറക്കുവാൻ ഞാൻ വാതിലിന്റെ കൊളുത്തിൽ പിടിച്ച് വലിച്ചു. എന്നാൽ അത് തുറന്നില്ല.

പിറ്റേന്ന് രാവിലെ ഞാനുറക്കമുണർന്നപ്പോൾ ആ വീട് തണുത്ത് മരവിച്ചതുപോലെ തോന്നി. മഞ്ഞ് വീണ് സകലതും മൂടിയതുപോലെ, ആരെയും എവിടെയും കാണാനുണ്ടായിരുന്നില്ല. അച്ഛനും ആ സ്ത്രീയുമൊക്കെ മഞ്ഞിനടിയിൽ പുതഞ്ഞിട്ടുണ്ടാവും എന്ന് ഞാൻ കരുതി.

തണുത്തിട്ട് എന്റെ ചുണ്ടുകളെനിക്ക് തുറക്കാനാവുന്നില്ല. വാതിലുകൾ തുറന്ന് തുറന്ന് ഞാൻ പുറത്തേക്ക് ഇറങ്ങി. ചുവരിലും വാതിലുമൊന്നും എനിക്ക് തൊടാനാവുന്നില്ല. പൊള്ളുന്നപോലെ തണുപ്പ്. അടുക്കളയിലും പര്യമ്പുറത്തും ഊണുമുറിയിലും കുളുമുറിയിലും ഞാനവരെ തിരഞ്ഞു. പുകമഞ്ഞ് മൂടിയ വീട്ടിൽ ഞാൻ മാത്രമേയുള്ളൂ എന്ന് ഞാനറിഞ്ഞു.

വീടിന്റെ മുഴുവൻ അരികുകളിലും എന്നെ തനിച്ചാക്കി അവർ എങ്ങോട്ടാണിപ്പോൾ പോയിരിക്കുന്നത് എന്നു ഞാൻ മനസ്സിലോർത്തു...

“എത്രയും പെട്ടെന്ന് നീ ആ വീട്ടിൽനിന്നും ഇറങ്ങിയോട്.... ഇല്ലെങ്കിൽ അവർ വിരിക്കുന്ന വലയിൽ നീ കുടുങ്ങും പിന്നെ നിന്നെയാർക്കും കാണാനാവില്ല. അവർ കുഴിക്കുന്ന കുഴിയിൽ നീ അനാഥമാവും. ഇനിയും ഞാൻ പറയുന്നത് കേൾക്ക്.... എല്ലാ മുറികളും തുറന്നിട്ട് അവർ പോയത് നിന്നെ ഇല്ലാതാക്കാനാണ്. ഏത് നിമിഷവും ആ വീടിന്റെ ആത്മാവ് നിന്നെ കൂടെകൂട്ടും. ചിന്തിക്കുന്നത് പോലെയല്ല കാര്യങ്ങൾ. വീടിനു ചുറ്റും മൺമറഞ്ഞവരുണ്ട്. അവർ നിന്നെ കണ്ട് കൊണ്ടിരിക്കുകയാണ്...” തണുപ്പിന്റെ വിറയലിൽ അനിയത്തിയെന്നോട് പറയുന്നതായി ഞാൻ കേട്ടു.

അന്നേരം തന്നെയാണ് അമ്മയെന്നെ വിളിച്ചത്. അച്ഛാച്ഛന്റെ മുറിയുടെ വാതിലിനരികെയെത്തിയതും ആ വിളി എനിക്ക് കൃത്യമായി കേൾക്കാനായി. അമ്മയെന്തിനാണിപ്പോൾ എന്നെ വിളിക്കുന്നത്....?

“കുഞ്ഞീ ഇവിടാരൂല്യാ... കുഞ്ഞമ്മു പറഞ്ഞതൊക്കെ നീ കേട്ടതാണല്ലോ... ജീവിക്കുന്നോർക്ക് ഏതു നിമിഷം വേണമെങ്കിലും ഒരാൾടെ ജീവനെടുക്കാനാവും. മരിച്ചോർക്ക് ഒന്നിനുമാവില്ല... അതോണ്ട് നീ ഇവ്ട്ന്ന് പൊയ്ക്കോ... അവരു വന്നാപ്പിന്നെ നിന്നെ ഞാൻ കാണാൻ വരാം... അപ്പോ നിനക്കെന്നീം അച്ചമ്മനീം അച്ഛാച്ഛനീം മേമെനീം ഒക്കെ കാണാൻ

പറ്റും...."

ശരിക്കും അമ്മയെന്നെ കാണാൻ വരുവോ.... ഞാൻ കാത്ത് നിക്കട്ടെ...

അവരു വന്നാ മാത്രം... അല്ലെങ്കിലത് ഇപ്പ്ഴല്ല.... ഞാൻ നെന്റെ സ്വപ്നത്തിൽ വരാം... അപ്പ നീ കണ്ടാൽ മതി.... ഇപ്പ പോ....

അമ്മയെന്തിനാ ഇത്രപെട്ടെന്ന് തൂങ്ങിച്ചത്തത്.... ആരെ പേടിച്ചിട്ടാ അമ്മ ജീവനില്ലാണ്ടാക്കീത്... ഒന്നിത്തിരി നെഞ്ച് വിരിച്ച് നിന്നാ അമ്മയ്ക്കിനീം ജീവിച്ചൂടാർന്നോ....

അമ്മൂ... ഞാനല്ല എന്നെ കൊന്നത്.... ജീവിക്കാൻ കാരണങ്ങളുണ്ടാവുന്നത് പോലെ മരിക്കാനും കാരണംണ്ടാവും. ജീവിച്ചിരിക്കണോർടെ സന്തോഷല്ലേ മരിച്ചോർക്ക് ആശ്വാസാവണത്....

അച്ഛന്റെ കൂടെള്ള ആ സ്ത്രീയാണ് അമ്മേനെ കൊന്നത്...

ആരും ആരെയും കൊല്ല്വല്ല... മരിക്കണമെങ്കിൽ ചില നിമിത്തങ്ങൾ ണ്ടാവണം... ഓരോരുത്തര് ഓരോന്നിനും നിമിത്താവും... അതോണ്ട് നീ പൊയ്ക്കോ...

മരിക്കുന്നവർക്ക് മരിക്കുവാൻ കാരണമായിട്ടാവണം ഞാനിപ്പോൾ ഇങ്ങോട്ട് വന്നതെന്ന് അമ്മ പറയാതെ പറഞ്ഞതായി എനിക്ക് തോന്നി. ഇടനാഴികളിലെ ജനലുകൾ ഞാൻ തുറന്നിട്ടു. വീടിനകത്തേക്ക് മഞ്ഞു നിറഞ്ഞു. വഴികളൊന്നും എനിക്ക് കാണാതായി. കൈകളിൽ ഇട്ടിരുന്ന ഉടുപ്പ് ചുറ്റി ഞാൻ ചുവരിൽ പരതി, പുറത്ത് അച്ഛാച്ഛന്റെ മുത്തച്ഛനായ പാമ്പിനെ ഒളിപ്പിച്ച വിറക് പുരയുടെ ഇരുട്ടിലേക്ക് നടന്നുകയറി.

ഓലമടലും കൊതുമ്പുകളും മുറിച്ച തെങ്ങിന്റെ തടിക്കഷണങ്ങളും വെട്ടിയ പാഴ്മരതുണ്ടുകളും അതിന്റെ ചീളുകളും ചുള്ളിക്കമ്പുകളും നിറഞ്ഞ ഇരുട്ടിൽ ഞാൻ തണുപ്പിനെയകറ്റാനായി ഇരുന്നു. മരങ്ങളുടെ ചൂട് എന്നെ ആശ്വസിപ്പിച്ചു. ചുവരിലെയരികിൽ മുത്തച്ഛന്റെ മാളം ഞാൻ കണ്ടു. അതിനുമീതെ മൺപുറ്റുണ്ടായിരുന്നു. ഒരു വിറക് കമ്പെടുത്ത് ഞാൻ ആ പുറ്റടർത്തി. എന്നിട്ട് മുത്തച്ഛനുമാത്രം കേൾക്കാനായി ഞാൻ വിളിച്ചു.

നിങ്ങളിത് കേൾക്കുന്നുണ്ടോ... ഇപ്പോൾ ഞാൻ ഇരുട്ട് പിടിച്ച് കിടക്കുകയാണ്. അച്ഛനെയിപ്പോൾ എനിക്ക് കാണാൻ തോന്നുന്നില്ല. ആ സ്ത്രീ ഇപ്പോൾ ദൂരെയൊരിടത്തിരിക്കുന്നുണ്ട്. അമ്മ എന്റെ തൊട്ടടുത്തുണ്ട്. അച്ഛാച്ഛനും മേമയും മുത്തച്ഛന്മാരും അച്ഛമ്മയും ഒന്നിച്ച് തന്നെയാണ് എന്നെ ചേർത്ത് പിടിച്ചിരിക്കുന്നത്. മരിക്കുന്നവർ ഭാഗ്യവാന്മാരാണ് അവർക്കൊന്നിനെയും ഭയപ്പെടേണ്ടതില്ല. ഇനിയേത് നിമിഷമാണ് അച്ഛനെ എനിക്ക് മനസ്സിലാക്കാനാവുക എന്നറിയില്ല. പക്ഷേ, നിങ്ങളെന്റെ വാക്കുകൾ കേൾക്കുകതന്നെ ചെയ്യും. സമയം കിട്ടുമെങ്കിൽ എന്റെ അച്ഛനുള്ളയിടം നിങ്ങൾക്കറിയാമല്ലോ. ആ മുറി മുഴുവനും ഇരുട്ടിലാണ്. ഇരുട്ട് അച്ഛനെ പതുക്കെ മൂടിതുടങ്ങിയിരിക്കുന്നു. മനുഷ്യൻ മരിക്കുന്നവരെ മാത്രമെ കാണാറുള്ളൂ എന്നച്ഛനോട് പറയണം. മരിച്ചുകഴിഞ്ഞാൽ ആർക്കും ആരോടും എതിരിടാനുമാവുകയില്ല.

വീടിന്റെ രണ്ടാം നിലയ്ക്ക് മുകളിൽ ചെറിയ ഒരു കെട്ട് ഉണ്ട്. അതൊരു ചെറിയ മുറിപോലെയാണ്. അതിന്റെ നിലം ഉരുടീസുകൊണ്ട് മേഞ്ഞിരുന്നു. അതിനു തട്ടില്ലായിരുന്നു. പട്ടിയലിനു മീതെ വിരിച്ച ഓടി നിടയിലൂടെയും പൊട്ടുവീണ ദ്വാരങ്ങളിലൂടെയും സൂര്യവെളിച്ചം നാരു കളായി വീണുകൊണ്ടിരുന്നു. ആ മുറിയുടെ വാതിൽ ഒറ്റപ്പാളിയിലായി രുന്നു. വാതിൽ തുറന്നച്ഛൻ അതിനകത്തേക്ക് കയറിയതും സൂര്യൻ മേഘ ങ്ങൾക്കിടയിൽ മറഞ്ഞു. കറുപ്പ് നിറഞ്ഞ ആ മുറിയിലെ തറയിൽ അച്ഛ നിരുന്നു. സൂര്യവെളിച്ചവും ചാന്ദ്രപ്രകാശവുമില്ലാതെ ദിവസങ്ങൾ കടന്നു പോകുന്നതറിയാതെ അച്ഛൻ ആ മുറിയിൽ കിടക്കുകയാണ്. ചുവരിന്റെ അടരുകൾക്കിടയിൽനിന്നും ഓടുകളുടെ വിടവുകൾക്കിടയിൽനിന്നും കറുത്ത് ചിതലരിച്ച മരത്തൂണിൽനിന്നും തേരട്ടകൾ പോലെ ചെറുപാ മ്പുകൾ ഇഴഞ്ഞിറങ്ങി.

കൊന്നയും ഓർമ്മയും

ജി ആർ ഇന്ദുഗോപൻ

“മോനെവിടാ ഇപ്പോ ജോലി ചെയ്യുന്നത്?” പ്രഭു അങ്കിൾ ചോദിച്ചു.

പ്രഭുഅങ്കിളിന്റെ ഭാര്യ മരിച്ചതറിഞ്ഞ് ചെന്നതായിരുന്നു ചന്തു. മരണം നടന്നിട്ട് രണ്ടുദിവസം കഴിഞ്ഞിരുന്നു.

ചന്തു പറഞ്ഞു: “ഈ സിറ്റിയിൽ തന്നാ.”

“ജോലി?”

“ഡോക്ടറാ.”

“ദിവസം എത്ര പേഷ്യന്റ്സിനെ വരെ നോക്കേണ്ടി വരും?” പ്രഭു അങ്കിൾ ചോദിച്ചു.

“അങ്ങനൊന്നുമില്ല.” ചന്തു താല്പര്യമില്ലാതെ മുഖം തിരിച്ചിട്ട് മെല്ലെ എഴുന്നേല്ക്കാൻ തുടങ്ങി: “എന്നാ ശരി അങ്കിൾ. അമ്മയ്ക്കും അച്ഛനും വരാൻ പറ്റാത്തതുകൊണ്ടാ...ഞാൻ....”

“രണ്ടു മിനിറ്റ്.” പ്രഭുഅങ്കിൾ പറഞ്ഞു: “ചായയെടുക്കാം.”

വേണ്ടെന്നു പറയുന്നതിനു മുൻപ് അങ്കിൾ അകത്തേക്ക് പോയി.

പൂമുഖത്ത് മരിച്ചുപോയ ആന്റിയുടെ ചിത്രം മാലയിട്ടുവച്ചിരിക്കുന്നു. അപ്പോഴും മനസ്സിൽ പഴയ നീരസം കുറച്ചൊക്കെ ബാക്കി കിടക്കുന്നു വെന്ന് ചന്തുവിന് മനസ്സിലായി.

2

ഇരുപതു വർഷം മുൻപാണ്.

വിഷുവിന്റെ തലേന്ന്. അച്ഛനും അമ്മയും കൂടി പൂമുഖത്തിരിക്കു കയായിരുന്നു. ചന്തു മുറ്റത്തുനിന്നു മതിലിൽ ബൗൾ ചെയ്തു പഠിക്കുന്നു. പിറ്റേന്ന് വിഷുവിനാണ് അവന്റെ പിറന്നാൾ. നാളെ പതിമൂന്ന് വയസ്സാകും. ഇനി ടീനേജിലേക്കാണ്. വലിയ ഒരാളാകാനുള്ള തുടക്കത്തിലാണ് അവൻ.

അന്നേരം അച്ഛൻ വിളിച്ചുപറഞ്ഞു: "മോനേ, ചന്തൂ. പ്രഭുഅങ്കിളിന്റെ വീട്ടിൽ പോയി കൊന്നപ്പൂ വാങ്ങിക്കൊണ്ടു വാ..."

അവൻ ബൗൾ ചെയ്യുന്ന ആക്ഷനുമായി ഗേറ്റു തുറന്നോടി. രണ്ടു മിനിറ്റു കഴിഞ്ഞപ്പോൾ, ചന്തു തിരിച്ചു വന്നു. കൈയിൽ കൊന്നപ്പൂവില്ല. അവന്റെ മുഖം വല്ലാതിരിക്കുന്നു.

"എന്തു പറ്റി മോനേ?" അവന്റെ അമ്മ ചോദിച്ചു.

ഒന്നുമില്ലെന്ന് അവൻ തലയാട്ടി. മറുപടി പറയാതെ അറിയാതെ വിങ്ങിപ്പൊട്ടി. പിന്നെ കരഞ്ഞു പോയി.

"എന്തെടാ?" അച്ഛൻ ആധിയോടെ ചോദിച്ചു. ചന്തു പറഞ്ഞു: "പ്രഭു അങ്കിളിന്റെ ആന്റി എന്റടുത്ത് പറഞ്ഞു, ഇവിടെ കൊന്നപ്പൂവൊന്നുമില്ല. നിന്റെ വീട്ടിൽ പോടാ എന്ന്."

അച്ഛൻ വല്ലാതായി. ഈ നഗരത്തിൽ താമസമാക്കിയതിനു ശേഷം അടുത്ത സൗഹൃദമാണ് പ്രഭുവും കുടുംബവുമായി ഉള്ളത്. അദ്ദേഹത്തിന്റെ ഭാര്യ രജിതയ്ക്ക് തന്റെ മകൻ ചന്തുവിനെ നന്നായി അറിയാം. അവരങ്ങനെ അവനോടു പറയുമെന്ന് സ്വപ്നത്തിൽ പോലും വിചാരിച്ചില്ല.

ചന്തുവിന്റെ അമ്മ പുറത്തേക്കിറങ്ങിക്കൊണ്ട് പറഞ്ഞു: "രജിത എന്താ അങ്ങനെ പറഞ്ഞത്... ചോദിക്കണമല്ലോ."

അച്ഛൻ തടഞ്ഞു: "വേണ്ട. സിറ്റിയിലേക്കിറങ്ങിയാൽ കൊന്നപ്പൂ വാങ്ങാൻ കിട്ടും. അവരുടെ മുറ്റത്തെ മരം. അവർക്ക് താല്പര്യമില്ല, തരാൻ. അങ്ങനെ കരുതിയാൽ മതി."

അച്ഛൻ ചന്തുവിന്റെ പുറത്തു തട്ടി: "കുഴപ്പമില്ലെടാ. ആന്റി മൂഡോഫ് ആയതു കൊണ്ടായിരിക്കും."

പിറ്റേന്ന് അച്ഛൻ വന്നത് രണ്ട് കൊന്നമരത്തിന്റെ തൈകളും കൊണ്ടായിരുന്നു. വീടിനു മുന്നിൽ റോഡിന്റെ ഒരു മൂലയിൽ പൊതുസ്ഥലത്ത്, അച്ഛൻ രണ്ടും കുഴിച്ചുവച്ചു. വാശി പോലെ ദിവസവും വെള്ളമൊഴിച്ചു. വളമിട്ടു. പ്രഭുഅങ്കിളിന്റെ വീടിന്റെ മുന്നിലൂടെയല്ലാതെ, മറ്റൊരു വഴി കൂടിയുണ്ടായിരുന്നു, ഞങ്ങൾക്ക് ടൗണിലൂടെ പോകാൻ. കൂടുതലും ആ വഴി അച്ഛൻ ഉപയോഗിച്ചു. പ്രഭുഅങ്കിളുമായി സൗഹൃദം നിലനിർത്തിയിരുന്നെങ്കിലും അതൊരിക്കലും പഴയതുപോലെ ആയില്ല. മൂന്നു വർഷം കഴിഞ്ഞു. ചന്തുവിന്റെ അച്ഛന് സ്ഥലംമാറ്റമായി. കാലം പോയി. ചന്തു പഠിച്ച് മിടുക്കനായി. പക്ഷേ, ഇപ്പോഴും എവിടെ കൊന്നപ്പൂക്കൾ കണ്ടാലും, ഒരു നോവ്, അറിയാതെ ഉണ്ടാകും.

3

മിനിയാന്ന് യാദൃച്ഛികമായി ഒരു വാട്സാപ്പ് കൂട്ടായ്മയിൽ നിന്നാണ് പ്രഭു അങ്കിളിന്റെ ഭാര്യ രജിത ആന്റി മരിച്ച വിവരം അച്ഛൻ അറിയുന്നത്.

ചന്തുവിന് ഇതേ നഗരത്തിലെ ഒരു ആശുപത്രിയിലാണ് ജോലി എന്നതിനാൽ അച്ഛനാണ് നിർബ്ബന്ധിച്ചത്: "നീ അവിടം വരെയൊന്ന് പോകണം. ആ പ്രഭു അയാളൊരു നല്ല മനുഷ്യനാണ്. നിനക്കയാൾ കുഞ്ഞിലേ, കുറേ മിഠായി വാങ്ങി തന്നിട്ടുണ്ട്. സ്നേഹത്തോടെയേ സംസാരിച്ചിട്ടുള്ളൂ. അയാളുടെ ഭാര്യയെക്കുറിച്ച് നമ്മളോർക്കേണ്ട. പക്ഷേ, പ്രഭുവിനെ നീയൊന്ന് പോയി കാണണം."

ഇരുപതു വർഷംകൊണ്ട് അച്ഛന്റെ വാശിയും അലിഞ്ഞിരിക്കുന്നു. കാലം അങ്ങനെയാണ്. എല്ലാറ്റിനെയും മൃദുലമാക്കും.

പോകാൻ ആദ്യം ചന്തുവിന് മടിയുണ്ടായിരുന്നു. പിന്നെ ഓർത്തപ്പോൾ ചെറിയൊരു വാശി ഉള്ളിൽ തികട്ടി വന്നു. പോകണം. കാണട്ടെ. അന്ന് ആട്ടിയോടിച്ചു വിട്ട ആ പയ്യൻ, പഠിച്ച് ഡോക്ടറായി. അതിലൊരു സുഖമുണ്ട്.

4

ഓർമ്മകളിൽ നിന്ന് മരണവീട്ടിലേക്ക്. ഇപ്പോ ആ വീടിനു മുന്നിൽ കൊന്നമരം കാണാനില്ല.

പ്രഭുഅങ്കിളിന്റെ മകൾ ശ്യാമച്ചേച്ചി ചായയുമായി വന്നു. ചന്തുവിനേക്കാൾ മൂന്നാലു വയസ്സിനു മൂത്താണ്. ആറോ ഏഴോ വയസ്സുള്ള ഒരു പെൺകുഞ്ഞ്, ചേച്ചിയുടെ ചുരിദാറിൽ പിടിച്ച് ഒപ്പമുണ്ട്.

"ശ്യാമച്ചേച്ചിക്ക് എന്നെ ഓർമ്മയുണ്ടോ?" ചന്തു ചോദിച്ചു.

"പിന്നെ. നമ്മളൊരേ വാനിലല്ലായിരുന്നോ...സ്കൂളിൽ പോയിരുന്നത്. ജോലിയൊക്കെ?"

"നന്നായി പോകുന്നു, ചേച്ചീ"

അകത്തുനിന്ന് പ്രഭുഅങ്കിൾ തിരിച്ചു വന്നു. അവൻ ചായ കുടിക്കുന്നതും നോക്കിയിരുന്നു. പിന്നെ മെല്ലെ അവന്റെ മനസ്സറിഞ്ഞിട്ടെന്ന വിധം പറഞ്ഞു: "വീടിനു മുന്നിൽ നിന്ന ആ കൊന്ന ഓർമ്മയില്ലേ മോന്. അതു മുറിച്ചാ രജിതയെ ദഹിപ്പിച്ചത്. വീടിനു പിന്നിൽ കുറച്ചു സ്ഥലമുണ്ടല്ലോ. വെറുതെ ശ്മശാനത്തിലേക്കൊന്നും കൊണ്ടു പോകേണ്ടെന്നു വച്ചു. ഇനിയിപ്പോ എന്തു വിഷു!"

പിന്നെ കുറച്ചു നേരം വിഷമത്തോടെ അങ്കിൾ എന്തോ ഓർത്തിട്ടു പറഞ്ഞു: "ആ മരത്തിൽ നിന്ന് നീയൊരിക്കൽ പൂ ചോദിക്കാൻ വന്നു. ഇല്ലെന്ന് രജിത പറഞ്ഞു; കുറച്ചു രൂക്ഷമായി. നിങ്ങൾക്കത് ഒരുപാട് വിഷമമായി പോയി അല്ലേ.."

ചന്തു വല്ലാതായി. എങ്കിലും പറഞ്ഞു: "ഏയ്..."

അങ്കിൾ തുടർന്നു: "ആയി. എനിക്കറിയാം. അതിന് ശേഷം നിന്റെ അച്ഛൻ എന്നോട് അകലം പാലിച്ചു. പക്ഷേ, അതിന് കാരണമുണ്ടായിരുന്നു മോനേ. നീ ഒരു ഡോക്ടറല്ലേ. നിനക്കത് മനസ്സിലാകും. എന്തായിരുന്നു മോളേ, അമ്മയ്ക്ക്...പറഞ്ഞു കൊട്."

അങ്കിൾ ശ്യാമച്ചേച്ചിയോടു പറഞ്ഞു. ചേച്ചി പറഞ്ഞു: "നാല്പതു വയസ്സിൽ അൽഷിമേഴ്സ് വരുന്നത് അപൂർവ്വമാണ്. അച്ഛൻ കഴിയുന്നത്ര മറച്ചു വച്ചതാണ്."

അങ്കിൾ പറഞ്ഞു: "പലരും പിണങ്ങി. എനിക്കവളോട് പിണങ്ങാൻ പറ്റില്ലല്ലോ. അസുഖം വരുന്നതിന് ആരെന്തു പിഴച്ചു? അന്ന് അവൾക്ക് നിന്നെ ഓർമ്മ വന്നില്ല മോനേ, ഞാൻ നിന്റടുത്ത് മാപ്പു ചോദിക്കുന്നു.

"അങ്കിൾ...:" ചന്തു ഗദ്ഗദത്തോടെ വിളിച്ചു.

അവൻ മെല്ലെയെഴുന്നേറ്റു അയാളുടെ കൈയിൽ പിടിച്ചിട്ടു പറഞ്ഞു: "ഞങ്ങളാ അങ്കിൾ സോറി പറയേണ്ടത്."

5

തിരിച്ചു പോകുന്ന വഴിക്ക് ചന്തു പണ്ട് തങ്ങൾ വാടകയ്ക്ക് താമസിച്ചിരുന്ന വീടിന് മുന്നിൽ വണ്ടിനിർത്തി. അച്ഛൻ വാശിക്ക് കുഴിച്ചു വച്ച ആ കൊന്നമരങ്ങൾ, പൊതുവഴിയിൽ ആർക്കും പറിച്ചുകൊണ്ടുപോകാൻ പാകത്തിൽ സ്വർണ്ണനിറത്തിൽ പൂത്തു നില്ക്കുന്നു. അവന്, അതിനെയൊന്ന് തൊടണമെന്ന് തോന്നി. പിന്നെ അതിന് നില്ക്കാതെ മെല്ലെ കാർ മുന്നോട്ടെടുത്തു.

എന്റെ മകൾ ഒളിച്ചോടും മുൻപ്

സുസ്മേഷ് ചന്ത്രോത്ത്

ഇന്നോ നാളെയോ എന്റെ മകൾ എൽമ അവൾ മൂന്നര വർഷമായി സ്നേഹിക്കുന്ന നൗഫൽ എന്ന യുവാവിനൊപ്പം വീടു വിടും.

ഇന്നലത്തെ വൈകിയ രാത്രിയിലാണ് അവൾ ഇത്തരമൊരു തീരുമാനത്തിലേക്ക് എത്തിയതെന്ന് എനിക്കുറപ്പുണ്ട്. അന്നേരവും ഞാനുറങ്ങിയിട്ടുണ്ടായിരുന്നില്ല. മുറിയിൽ മൂന്നാംപാളി തുറന്നിട്ട ജനലിലൂടെ വരുന്ന നിലാവും മൂത്രമൊഴിക്കാൻ കയറിയ നേരത്ത് തെളിച്ചതും ഓരോ ആലോചനയിൽപ്പെട്ട് തിരിച്ചിറങ്ങിയപ്പോൾ അണയ്ക്കാൻ മറന്നതുമായ കുളിമുറിവെളിച്ചവും കിടപ്പുമുറിയിൽ പതുങ്ങിക്കിടക്കുന്നുണ്ടായിരുന്നു.

വൈദ്യുതിയുടെ പാഴ്ച്ചെലവും ഊർജ്ജനഷ്ടവുമോർത്ത് കുറ്റബോധം കയറിക്കൊണ്ടേയിരുന്നെങ്കിലും കുറച്ചുകാലമായി പിടിച്ചുനടത്തുന്ന ഉത്സാഹക്കുറവ് എന്നെ കിടക്കയിൽത്തന്നെ ഒട്ടിച്ചിടുകയാണ് ചെയ്തത്. കുളിമുറിയിൽനിന്നും ഒളിച്ചിറങ്ങുന്ന വെളിച്ചം നോക്കി വെറുതേ കിടന്നത് അതുകൊണ്ടാണ്. അന്നേരമാണ് കിടപ്പറക്കതക് അല്പം തുറക്കപ്പെടുന്നത് എന്റെ ശ്രദ്ധയിൽപ്പെട്ടത്. എൽമയുടെ മുഖം പാതിവിടവിൽ ഞാൻ കണ്ടു.

അകത്തെ നെഞ്ചിൽനിന്നും ഒരു കുമിള ഭീമാകാരമായി ഉരുവംകൊള്ളുന്നത് ഞാനറിഞ്ഞു. അവളെ കാണാനുള്ള സൗകര്യത്തിൽ ഞാനിത്തിരി മുഖം ചരിച്ചുവെച്ചു. അപ്പോൾ അവൾ മുഖം വലിക്കുന്നതും അല്പം കഴിഞ്ഞ് വീണ്ടും എത്തിനോക്കുന്നതും ഞാൻ കണ്ടു. പിന്നെ ഏറെ നേരം ആ മുഖം വാതിൽവിടവിൽത്തന്നെ ഉണ്ടായിരുന്നു. എനിക്ക് കാണാനെന്നപോലെ. ഞാൻ കണ്ണുതുറന്ന് കിടക്കുകയാണെന്ന് അവൾക്ക് മനസ്സിലായിട്ടില്ലെന്ന് എനിക്ക് ഉറപ്പുണ്ടായിരുന്നു.

അന്നേരം ഞാനോർത്തത് പത്തുവയസ്സിൽ എൽമയ്ക്കുണ്ടായ ഒരു സ്ഥലം മാറ്റത്തെപ്പറ്റിയാണ്. മകളുടെ ശരീരവളർച്ചയിൽ സംശയം തോന്നിയതോടെ ഞങ്ങൾ അവളെ വേറെ മുറിയൊരുക്കി തനിയേ കിടക്കാൻ ശീലിപ്പിക്കാൻ തീരുമാനിച്ചതാണ് അത്. അതുവരെ എന്റെയും നീനയുടെയും ഇടയിലായിരുന്നു എൽമയുടെ സ്ഥാനം.

അന്ന് ഞാൻ വേദനിച്ചത് എനിക്കപ്പോഴും ഓർമ്മയുണ്ടായിരുന്നു. പത്രം മാറ്റിവെച്ച് ഊണുമേശയിൽ ചായക്കപ്പും വെച്ച് നീനയെത്തന്നെ ഞാൻ നോക്കിയിരുന്നു. പിന്നെ തല തിരിച്ച് ശ്രദ്ധിച്ചു. കിടപ്പറയിൽ ഞങ്ങൾ എഴുന്നേറ്റു പോന്നപ്പോൾ പിണങ്ങിക്കിടക്കാൻ തുടങ്ങിയ പുതപ്പുകൾക്കും തലയിണകൾക്കുമിടയിൽ ഉറക്കവസ്ത്രത്തിൽ കമിഴ്ന്നുകിടന്ന് എൽമ അപ്പോഴും ഉറങ്ങുന്നുണ്ടായിരുന്നു.

"ഇപ്പോളേ വേണോ?"

"വേണം. അല്ലെങ്കീ അവൾക്ക് നമ്മളോട് അകല്ച്ചയും ദേഷ്യവും തോന്നിയേക്കും. വലിയ കുട്ടി ആയതിന്റെ പരിഭ്രമങ്ങൾക്കിടയിൽ ഇതും കൂടി ആയാൽ അവൾക്കത് താങ്ങാനാവില്ല. ഇപ്പോളേ ശീലിച്ചാൽ പെട്ടെന്ന് മാറ്റിക്കിടത്തിയതാണെന്ന് തോന്നില്ലല്ലോ."

നീന പറയുന്നത് കാര്യമായ കാര്യമായതിനാൽ എതിർവാദത്തിന് ഞാനിറങ്ങിയില്ല. രണ്ടുപേർക്കിടയിലെ രാത്രികൾ പെട്ടെന്ന് വിജനമാകുമല്ലോ എന്ന് ഞാനോർത്തു. എൽമ ഉറങ്ങുന്നതും കാത്ത് അക്ഷമയോടെ കിടന്ന രാത്രികളുടെ കൗതുകവും ആവേശവും നഷ്ടമായി വേണമെങ്കിലാവാം എന്ന മട്ടിലാവുമല്ലോ ഞങ്ങളുടെ രതി എന്നു ഞാൻ വിഷാദിച്ചു. ഉറക്കത്തിൽ അവൾ പകൽ വിശേഷങ്ങൾ പുലമ്പുന്നത് പിടിച്ചെടുക്കുന്നതിന്റെ ആഹ്ലാദം ഇല്ലാതാവുമല്ലോ എന്നു ഞാനറിഞ്ഞു.

നീന ചോദിച്ചു:

"വിഷമമായി ഇല്ലേ?"

ഞാൻ പറഞ്ഞു:

"അവൾ കുഞ്ഞല്ലേ നീന."

"അതെ, കുഞ്ഞാണ്. എന്നും അവൾ നമുക്ക് കുഞ്ഞായിരിക്കും. അത് നമുക്ക് മാത്രം."

നീന അന്നു പറഞ്ഞത് ഇപ്പോൾ സത്യമാവാൻ പോവുകയാണ്. വാതിലിനരികിൽ വന്ന് ഉറങ്ങുന്ന നീനയെയും എന്നെയും എൽമ നോക്കി നില്ക്കുന്നത് നൗഫലുമായി ഒന്നിച്ചു ജീവിക്കാനുള്ള തീരുമാനമെടുത്തിട്ടു തന്നെയാണ്. അല്ലെങ്കിൽ രാത്രി മൂന്നരമണിനേരത്തു വന്ന് ഇങ്ങനെ നോക്കിനില്ക്കേണ്ട കാര്യമില്ല.

മൂന്നു വയസ്സുവരെ കൊടുത്തശേഷം മുലകുടി നിർത്തിയെടുത്തതുപോലെ പത്താംവയസ്സിൽ ബലമായി കിടക്ക മാറ്റിക്കിടത്തി ശീലിപ്പിച്ചതും നീന തന്നെയാണ്. ദുർബ്ബലമായ സ്വരത്തിലാണെങ്കിലും നീനയെ അനുകൂലിക്കുകയാണെന്ന് ഞാൻ ഭാവിച്ചിരുന്നു. മകളുടെ മുന്നിൽ നീന

ഒറ്റപ്പെടാതിരിക്കാൻ മാത്രം. പല രാത്രികളിലും ഉറക്കം ഞെട്ടി അലറിക്കരഞ്ഞുകൊണ്ട് എൽമ ഞങ്ങളുടെ മുറിയിലേക്ക് വരുമായിരുന്നു. ചില രാത്രികളിൽ അവൾ കരയുന്നത് കേട്ടിട്ടാണെന്ന ഭാവത്തിൽ ഞാൻ തന്നെ പോയി എടുത്തു കൊണ്ടുവരുമായിരുന്നു. എത്ര നിഷേധിച്ചാലും എന്റെ കള്ളത്തരത്തെ നീന കണ്ടുപിടിക്കുകയും ചെയ്യുമായിരുന്നു. എന്നിട്ടും ഇടയ്ക്കിടെ കരഞ്ഞുകൊണ്ട് ഓടിവരുന്ന എൽമയെ അടുത്തു കിടത്തി ഉറക്കിയിട്ട് എന്റെ എതിർപ്പിനെ അവഗണിച്ചിട്ട് വീണ്ടും അവളുടെ മുറിയിൽ കൊണ്ടുപോയി നീന കിടത്തും. കാലത്ത് അത്ഭുതപ്പെട്ട ഭാവത്തോടെയും ഇത്തിരി പിണക്കത്തോടെയും എൽമ എഴുന്നേറ്റുവരുമ്പോൾ നീന അവളെ ചേർത്തെടുത്ത് ഉമ്മവെച്ച് തലേരാത്രി ഒറ്റയ്ക്കുറങ്ങിയതിന് പ്രോത്സാഹനം കൊടുക്കും. പിന്നെ എൽമയ്ക്കത് ശീലമായി. അപൂർവ്വം ചില രാത്രികളിൽ മാത്രമേ മുതിർന്നശേഷം എൽമ വന്ന് ഞങ്ങളുടെ ഇടയിൽ കിടന്നിട്ടുള്ളൂ.

അതിലൊരു രാത്രിയാണ് എന്റെ മകൾ എത്ര മുതിർന്നു എന്നു ഞാൻ മനസ്സിലാക്കിയത്.

ഇതേപോലെ വെണ്ണമയമുള്ള നിലാവിറങ്ങിയ രാത്രിയായിരുന്നു അതും. നീനയ്ക്ക് വലംകാലിന് ചെറുതായി വേദന തുടങ്ങിയ കാലം. ഏറെനേരം നിന്നുകൊണ്ട് പഠിപ്പിക്കാൻ നീനയ്ക്ക് വയ്യാതായിത്തുടങ്ങിയിരുന്നു. രാത്രിയിൽ ഉറങ്ങാനാവാതെ കാൽ കുടഞ്ഞ് ഞരങ്ങുന്നത് പതിവായി. ഇടുപ്പിലും മുട്ടിലും വേദനസംഹാരി പുരട്ടി ഞാൻ ഉഴിഞ്ഞുകൊടുക്കും. അന്ന് അതേപോലെ മരുന്നുപുരട്ടി നീന ഉറങ്ങിയിട്ടേ ഉണ്ടായിരുന്നുള്ളൂ. അപ്പോഴാണ് കതക് പതിയെത്തുറന്ന് എൽമ തല നീട്ടിയത്.

"അച്ഛാ...."

എൽമ പതിയെ വിളിച്ചു. ഞാൻ നോക്കി. മകൾ മുറിയിലേക്ക് കയറാൻ അനുവാദം കാത്ത് നില്ക്കുന്നു. നീന ഉണരുമോ എന്നായിരുന്നു എന്റെ സന്ദേഹം. ഞാൻ വേഗം കതകിനടുത്തേക്ക് ചെന്നിട്ട് ഒച്ചയടക്കി ചോദിച്ചു.

"എന്താ മോളേ ഉറങ്ങാത്തത്?"

"ഉറക്കം വരുന്നില്ല അച്ഛാ."

"അതെന്താ, തല വേദനിക്കുന്നുണ്ടോ?"

ചോദിച്ചിട്ട് ഞാൻ അവളുടെ നെറ്റിയിൽ കൈയമർത്തിവെച്ചു. അവൾ പെട്ടെന്ന് എന്റെ കൈയിൽ ബലമായി അമർത്തിപ്പിടിച്ചു. കൈ നെറ്റിയിൽ നിന്നെടുക്കാൻ സമ്മതിക്കില്ലെന്നപോലെ.

'പനിയൊന്നുമില്ലല്ലോ.'

ഞാൻ സ്വയം പറഞ്ഞു. അന്നേരം അവൾ താഴ്ന്ന സ്വരത്തിൽ അപേക്ഷിച്ചു.

"ഞാനിന്ന് ഇവിടെ കിടന്നോട്ടെ അച്ഛാ?"

അവളുടെ നെറ്റിയിൽനിന്നും കൈ പിൻവലിച്ച് തിരിഞ്ഞ് ഞാൻ

നീനയെ നോക്കി. നീന നിലാവിനെ മുഖത്തേക്ക് വലിച്ചിട്ട് ഉറങ്ങിത്തുടങ്ങിയിരുന്നു.

"അമ്മയ്ക്ക് കാൽവേദനയുണ്ട്. ഇപ്പോ ഉറങ്ങിയിട്ടേയുള്ളൂ."

"സാരല്യ അച്ഛാ, അമ്മയെ തൊടാണ്ട, കിടന്നോളാം."

ഞാൻ എതിർപ്പു പറഞ്ഞില്ല. കതക് ചാരി എൽമ പിന്നാലെ വന്നിട്ട് ഞങ്ങളുടെ നടുക്കായി കിടന്നു. കിടക്കുമ്പോഴും ഞാൻ എൽമയുടെ കഴുത്തിൽ കൈവെച്ചു നോക്കി. പുറമേക്ക് അസുഖമൊന്നും തോന്നിയില്ല. ഉറങ്ങിക്കോളൂ എന്നു മന്ത്രിച്ചിട്ട് വശം ചരിഞ്ഞ് കിടന്നു. അവളുടെ മുഖം കാണാവുന്ന വിധംതന്നെ.

കണ്ണടച്ചാണ് കിടക്കുന്നതെങ്കിലും എൽമ ഉറങ്ങിയിട്ടില്ലെന്ന് മനസ്സിലായി. മാത്രവുമല്ല, ഇടയ്ക്കിടെ അവൾ ഉറക്കെ ശ്വാസമെടുക്കുന്നുമുണ്ടായിരുന്നു എന്തോ പ്രയാസം അലട്ടുന്ന ഒരാളെപ്പോലെ അമ്മയോട് ചേർന്നും എന്നോട് ചേർന്നും മലർന്നുകിടന്നും എൽമ ഉറങ്ങാൻ ശ്രമിക്കുന്നതും അതിൽ പരാജയപ്പെടുന്നതും ക്രമേണ ഞാൻ മനസ്സിലാക്കി. കുട്ടിത്തം പോയി മുതിർന്ന ഒരാളെപ്പോലെ അസ്വസ്ഥമായിട്ടായിരുന്നു എൽമയുടെ കിടപ്പ്. ചിലപ്പോൾ അവൾ എഴുന്നേറ്റു പോയേക്കുമെന്നും ഞാൻ സംശയിച്ചു. അതോടെ എന്റെ കോട്ടുവായകൾ എന്നെ വിട്ടകന്നു. എൽമ പൂർണ്ണമായും ഞങ്ങൾക്ക് അന്യയായ സ്ത്രീയാണെന്നും എനിക്ക് തോന്നാൻ തുടങ്ങി. സമയം പോകുന്നതോടെ നിലാവ് കൂടുതൽ തെളിഞ്ഞു. നീന നല്ല ഉറക്കമാണ്. ഇടയ്ക്കിടെ വേദനയുള്ള കാൽ എടുത്തു കുടഞ്ഞിടുന്നുണ്ട്. ഉറങ്ങാത്തത് ഞാനും എൽമയുമാണ്. ഒടുക്കം അവളെ അവളുടെ ഉറക്കമില്ലായ്മയ്ക്ക് വിട്ടുകൊടുത്ത് ഞാൻ നിദ്രയിലേക്ക് നീങ്ങി.

പിറ്റേന്ന്, കോളേജിലേക്ക് വിളിച്ച് എൽമയോട് വൈകിട്ട് എന്റെ ജോലിസ്ഥലം വഴി വരാൻ പറഞ്ഞേല്പിച്ചു.

എൽമ ലേശം അമ്പരപ്പോടെയാണ് നാലരയ്ക്ക് കയറിവന്നത്. അവളെയും കൂട്ടി ഞാൻ നേരെ കുട്ടികളുടെ കളിസ്ഥലത്തേക്കാണ് പോയത്. കുട്ടിയായിരിക്കുമ്പോൾ എല്ലാ ഞായറാഴ്ചയും ഞാനും നീനയും എൽമയെയും കൂട്ടി അത്തരം വിനോദപ്പറമ്പുകളിലേക്ക് പോകാറുണ്ടായിരുന്നു. ഇപ്പോഴും അതേപോലെതന്നെ കിടക്കുകയാണ്. അന്നത്തെ കളിസ്ഥലങ്ങളിലൊന്ന് കുറെക്കൂടി ആധുനികമായ ഉപകരണങ്ങൾ സ്ഥാപിച്ചിട്ടുണ്ടെന്നു മാത്രം.

"എന്താ അച്ഛാ ഇന്ന് പതിവില്ലാതെ പാർക്കിലേക്ക്?"

എൽമ ചോദിച്ചപ്പോൾ സംസാരം തുടങ്ങാൻ ഒരു വഴി കിട്ടിയ സമാധാനത്തിൽ ഞാൻ തിരിച്ചു ചോദിച്ചു:

"നിനക്ക് ഇതിലൊക്കെ കളിക്കാൻ ഇപ്പോളും തോന്നുന്നുണ്ടോ?"

"അച്ഛനെന്താ പറ്റിയേ. വേണംങ്കിൽ ഈ ഊഞ്ഞാലാടാം. എന്നാലും സംശയാ, അത് പൊട്ടിവീഴും. തടി കൂടി."

പറഞ്ഞിട്ട് അവൾ ചിരിച്ചു. അപ്പോൾ ഞാൻ ചെയ്തത് ചുറ്റും നോക്കുകയാണ്. ആരുമുണ്ടായിരുന്നില്ല. ഞാൻ ധൃതിയിൽ കുത്തനെയുള്ള ഏണി കയറി കുട്ടികൾക്കായുള്ള ഉരസുന്ന പാത്തിയിൽ ഇരുന്നു. എന്നിട്ട് കാലുകൾ മുന്നോട്ട് നീക്കിവെച്ച് താഴേക്ക് നിരങ്ങി. താഴെ മണലുണ്ടായിരുന്നു. മണലിൽ കാലുകുത്തി നിന്നപ്പോൾ എനിക്ക് വല്ലാത്ത ആശ്വാസമോ ഭാരക്കുറവോ തോന്നി.

"അച്ഛനിതെന്താ പറ്റിയേ?"

സംശയത്തോടെ എൽമ ചോദിച്ചു.

"തുടങ്ങുമ്പോഴേക്കും കാല് നിലത്തു തൊടും. ഞങ്ങക്കൊക്കെ രസിക്കാൻ ഇത്തിരീംകൂടി ഉയരമുള്ള ഉരസൽപ്പാത്തി വേണം.

ഇത്തവണ അവൾ സംശയത്തോടെ മന്ദഹസിച്ചു. ഞാൻ ഒന്നു രണ്ടു വട്ടം കൂടി അതിൽക്കയറി. പിന്നെ വട്ടത്തിൽ ഊഞ്ഞാൽത്തൊട്ടി തൂക്കിയിട്ടതിൽ ഇരുന്ന് രണ്ടുവട്ടം കറങ്ങി.

ഒരു കുട്ടിയെപ്പോലെ എന്തിനാണ് ഞാനതൊക്കെ ചെയ്യുന്നതെന്ന് എനിക്കറിയുമായിരുന്നില്ല. ഒടുവിൽ മനസ്സിത്തിരി ലഘുവായപ്പോൾ ഞാനവളോട് ചോദിച്ചു:

"നീയെന്തിനാ ഇന്നലെ രാത്രി ഉറങ്ങാതിരുന്നത്?"

അവൾ മറുപടി പറയാതെ എന്നെ നോക്കി. ഞാൻ പറഞ്ഞു:

"ഉത്തരം വേണമെന്ന് നിർബ്ബന്ധമുള്ള ചോദ്യമല്ല. പക്ഷേ, ഇരുപത് വയസ്സുള്ള പെൺകുട്ടിയാണ് നീയെന്ന് എനിക്ക് മനസ്സിലായത് ഇന്നലെയാണ്. നീ ഉറങ്ങാതെ കിടന്നപ്പോൾ... പണ്ട് തലവേദനയാണെന്ന് നീ പറയുമ്പോൾ അമ്മയും ഞാനും നിന്നോട് പറയുമായിരുന്നു, കുട്ടികൾക്കൊന്നും തലവേദന വരില്ലെന്ന്... അതേപോലെ ഇനി പറയാൻ പറ്റില്ലെന്ന് എനിക്കിന്നലെയാണ് മനസ്സിലായത്?"

എൽമ വല്ലാതെ നിശ്ശബ്ദയായി. മറുപടിക്ക് ഞാൻ നിർബ്ബന്ധിച്ചുമില്ല. എന്തെങ്കിലുമുണ്ടെങ്കിൽ അവൾ സ്വയം പറയട്ടെ എന്നാണ് ഞാൻ സമാധാനിച്ചത്.

അതിനുശേഷമുള്ള രാത്രികളിൽ മൂത്രമൊഴിക്കാൻ എഴുന്നേല്ക്കുമ്പോഴൊക്കെ എൽമയുടെ മുറിയിൽ പോയി നോക്കുന്നത് ഞാൻ പതിവാക്കി. മുറി അകത്തുനിന്ന് അടച്ചിട്ട് കിടക്കുന്നതാണ് എൽമയുടെ ശീലം. എന്നിട്ടും ഒരുദിവസം അവൾ എന്നോട് രഹസ്യമായി ചോദിച്ചു:

"അച്ഛനെന്തിനാ എന്നും രാത്രീല് കതകിനടുത്ത് വന്നുനോക്കുന്നത്. ഞാൻ വല്ലിടത്തേക്കും പോയോ എന്നാണോ?"

സത്യത്തിൽ ചെറിയൊരു പരിഭ്രമം എനിക്കുണ്ടാകാതിരുന്നില്ല. ഞാൻ വന്നുനോക്കുന്ന വിവരം അവൾ അറിയണമെങ്കിൽ അവൾ ഉറങ്ങിയിട്ടുണ്ടാകാൻ പാടില്ലല്ലോ. എന്നിട്ടും അത് ഞാൻ ചോദിച്ചില്ല. അവളുടെ ചോദ്യത്തിനു മറുപടി പറഞ്ഞതുമില്ല. ചിരിക്കുകമാത്രം ചെയ്തു. എന്നാൽ ഒരാഴ്ചകൂടി കഴിഞ്ഞ് ഒരു ദിവസം എൽമ എന്റെ ജോലിസ്ഥ

ലത്തേക്ക് കയറിവന്നു.

നഗരത്തിന്റെ പ്രതാപങ്ങൾക്കിടയിൽ ഊളിയിട്ടെത്തിയ ബഹുനില വ്യാപാരകേന്ദ്രത്തിന്റെ പതിനാറാം നിലയിലെ ഭക്ഷണശാലയിൽവെച്ച് അന്നു വൈകുന്നേരം എൽമ പറഞ്ഞു:

"അച്ഛാ, എന്റെയിഷ്ടത്തിന് ഞാനൊരാളെ സ്നേഹിച്ചാൽ അത് തെറ്റാകുമോ?"

പച്ചക്കറി അരിഞ്ഞിട്ട് ആവി കയറ്റിയ റൊട്ടിയുടെ ഇളംചൂടും ചായയുടെ തേയിലമണവും കുറെനേരത്തേക്ക് ഞാൻ അറിഞ്ഞതേയില്ല. മകളെ മാറ്റിക്കിടത്തട്ടെ എന്നു നീന ചോദിച്ചപ്പോഴുണ്ടായതിനെക്കാൾ കൂടിയ ആഘാതമാണ് അപ്പോൾ എനിക്കുണ്ടായത്. ശ്രദ്ധിച്ചു മറുപടി പറയേണ്ട ആ ചോദ്യത്തിൽ ഞാൻ ഖിന്നനായി.

"ആരാണ് നീ സ്നേഹിക്കുന്ന ആൾ?"

"അത്... കൂടെ പഠിക്കുന്നതാണ്. സീനിയർ. ഞാൻ യെസും നോയും എടുത്തിട്ടില്ല."

പെട്ടെന്നെനിക്ക് ശുണ്ഠി വന്നു.

"നുണ പറയരുത്. യെസ് എന്നു തീരുമാനിച്ചിട്ടാണ് നീ എന്റെ മുന്നിലിരിക്കുന്നത്. അല്ലേ?"

എൽമ വിളറുന്നത് ഞാൻ കണ്ടു. പിന്നീട് ഞാനൊന്നും ചോദിച്ചില്ല. ഇല്ല എന്ന് പലവട്ടം എൽമ നിഷേധിച്ചെങ്കിലും ഞാനത് വിശ്വസിച്ചതേയില്ല. രണ്ടു ദിവസത്തേക്ക് ഞാൻ എൽമയോട് മിണ്ടിയതേയില്ല.

നീയെന്താ അച്ഛനോട് മിണ്ടാത്തതെന്ന് നീന ചോദിച്ചപ്പോൾ അച്ഛൻ എന്നോടാണ് മിണ്ടാത്തതെന്ന് കൂസലില്ലാതെ എൽമ മറുപടി പറയുന്നത് ഞാൻ അത്ഭുതത്തോടെ കേട്ടു. നീന എന്നോടും ചോദിച്ചു:

"നിങ്ങൾ തമ്മിൽ വഴക്കിട്ടോ?"

"ഇല്ല."

"എന്നിട്ടെന്താ മിണ്ടാത്തത്. നിങ്ങളവളോട് മിണ്ടാതിരിക്കുന്നത് ആദ്യായിട്ടാണല്ലോ."

ഞാൻ പൊടുന്നനേ പറഞ്ഞു:

"അവൾക്ക് ആരെയോ ഇഷ്ടമാണ്. അത് തീരുമാനിച്ചശേഷമാണ് എന്നോട് അഭിപ്രായം ചോദിച്ചത്. അവൾ വലിയ കുട്ടിയായിപ്പോയി. ഞാനെന്തു പറയാനാണ്."

തുടർന്ന് ഈ വീട്ടിൽ എൽമയുമായി നീന ഉണ്ടാക്കിയ കലാപത്തിലൊന്നും ഞാൻ ഇടപെട്ടതേയില്ല. തനിക്കാരോടും അങ്ങനത്തെ സ്നേഹമില്ലെന്നും തന്റെ പ്രായത്തിൽ ഒരാളെ സ്നേഹിക്കുന്നത് തെറ്റാണോ എന്ന് അച്ഛനോട് ചോദിച്ചതേയുള്ളൂ എന്നും അങ്ങനെ ചോദിച്ചതുകൊണ്ട് തനിക്ക് ഏതെങ്കിലും ബന്ധമുണ്ടായിട്ടുണ്ടെന്ന് അർത്ഥമാക്കേണ്ടതില്ലെന്നും എൽമ നീനയോട് ആവർത്തിച്ച് പറഞ്ഞു. അതോടെയാണ് അന്ന് ആ വിഷയം തീർന്നത്.

പിന്നെ രണ്ടു വർഷക്കാലം ലേശം അകല്ച്ച കാണിക്കുന്നതായി ഞങ്ങൾക്ക് തോന്നിയെങ്കിലും എൽമ ഞങ്ങളുടെ കുട്ടി തന്നെയായിരുന്നു.

എൽമ ഇപ്പോഴും കതകിനടുത്ത് നിശ്ചലയായി നില്ക്കുകയാണ്. അവൾ അവസാനമായി ഞങ്ങളെ നോക്കിക്കാണാൻ വന്നതാവുമോ. ആ ചിന്ത എന്നിലേക്ക് വന്നനേരം അത് മനസ്സിലാക്കിയതുപോലെ എൽമ കതകിനടുത്തുനിന്ന് മുഖം മാറ്റി. എൽമയെ തടയണമെന്ന് ഉള്ളിലിരുന്ന് ആരോ ശക്തമായി പറഞ്ഞു. എഴുന്നേല്ക്കണമെന്നും നീനയെ വിളിക്കണമെന്നും ആഗ്രഹിച്ചു. ഒന്നും നടന്നില്ല. ഞാൻ അതേ മട്ടിൽത്തന്നെ കിടന്നതേയുള്ളൂ.

ഒരുൾവിചാരത്തിൽ കൈയെത്തിച്ച് പങ്ക നിർത്തിവെച്ചു. മുറി പെട്ടെന്ന് നിശ്ശബ്ദമായി. അതിനുവേണ്ടിയാണ് അങ്ങനെ ചെയ്തതും. കോണിപ്പടി ശബ്ദമുണ്ടാക്കാതെ ചവിട്ടി അവൾ ഇറങ്ങിവരുന്നതിന്റെയും മുൻകതകോ അടുക്കളക്കതകോ തുറന്ന് അവൾ ഇറങ്ങിപ്പോകുന്നതിന്റെയും ഒച്ച കേൾക്കാനായി ഞാൻ കാതുകൾ പരമാവധി ജാഗ്രത്താക്കി.

അല്പം മുമ്പ് കേട്ടത് ഒരു ബൈക്കിന്റെ ശബ്ദമായിരുന്നോ എന്നു ഞാൻ ആലോചിച്ചു. പുറത്തെ മതിൽവാതിലിനോടു ചേർന്ന് നൗഫലിന്റെ ബൈക്ക് നിർത്തിയിട്ടുണ്ടാകുമെന്നും എൽമ ശബ്ദമുണ്ടാക്കാതെ ഇറങ്ങിച്ചെല്ലുമെന്നും ഞാൻ സങ്കല്പിച്ചു. തലേന്നു രാത്രി മുറ്റത്തെ ചെടികൾ നനച്ച ഹോസ് നടവഴിയിൽനിന്നും വലിച്ചുമാറ്റിയിട്ടിട്ടില്ലല്ലോ എന്നു ഞാനോർത്തത് പെട്ടെന്നാണ്. ഒരാന്തൽ എന്റെയുള്ളിലുണ്ടായി.

പരിഭ്രമിച്ച് നടന്നുപോകുന്ന എൽമ കറുത്ത ഹോസിൽ തട്ടി കമിഴ്ന്നടിച്ചു വീഴുമോ? അവൾക്ക് മുറിവ് പറ്റുമോ? അതുപറയാൻ ഞാനിറങ്ങിച്ചെന്നാൽ അവൾക്ക് ദേഷ്യം വന്നെങ്കിലോ എന്നും ഞാനോർത്തു. മാത്രവുമല്ല, അങ്ങനെ കണ്ടാൽ അവളെ തടുക്കുകയേ എനിക്ക് നിർവ്വാഹമുള്ളൂ. ഒന്നും വേണ്ടിവന്നില്ല. ഒച്ചയനക്കങ്ങളൊന്നും പിന്നീടുണ്ടായില്ല. എന്നിട്ടും എനിക്ക് ഉറങ്ങാൻ കഴിയുമായിരുന്നില്ല.

ഒരു മാസം മുൻപ് അപ്രതീക്ഷിതമായിട്ടാണ് തന്റെ മനസ്സിലുള്ളതെന്താണെന്ന് എൽമ തുറന്നുപറഞ്ഞത്. ഞങ്ങളോടുള്ള ഒരു ചോദ്യമായിട്ടായിരുന്നു അതിന്റെ ആരംഭം.

“ഹൈന്ദവ ആചാരപ്രകാരം രക്ഷിതാക്കളെ നോക്കേണ്ടത് ആൺമക്കളല്ലേ?”

ഞാനും നീനയും മുഖത്തോടുമുഖം നോക്കി. ഞാൻ അറിയിച്ചു.

“ഹൈന്ദവാചാരം മാത്രമല്ല ലോകനീതിയും അതുതന്നെയാണ്. ആൺ മക്കളില്ലെങ്കിൽ പിന്നെ പെൺമക്കൾ നോക്കണം.”

“പെൺമക്കൾ നോക്കണമെങ്കിൽ അവരുടെ ഭർത്താക്കന്മാരും സമ്മതിക്കണ്ടേ?”

“വേണം. അങ്ങനെ സമ്മതിക്കുമെന്ന് വിശ്വാസമുള്ള ഒരുത്തനെയായിരിക്കുമല്ലോ രക്ഷിതാക്കൾ കണ്ടുപിടിച്ചു കൊടുക്കുക.”

"ഏതെങ്കിലും പെൺകുട്ടി തന്നിഷ്ടപ്രകാരമാണ് വിവാഹം കഴിക്കുന്നതെങ്കിൽ അവളുടെ മാതാപിതാക്കളെന്തു ചെയ്യും?"

അടിവയറ്റിൽ ഭയത്തിന്റെ ഒരു കുമിള എനിക്കുണ്ടായി. പൊട്ടാതെ വീർത്തുനില്ക്കുന്ന കുമിള. പെട്ടെന്ന് നീന നേരിട്ട് ചോദിച്ചു:

"എടീ, എന്താ നിന്റെ ഉദ്ദേശ്യം?"

എൽമ എന്നെയാണ് നോക്കിയത്. എന്നിട്ട് പറഞ്ഞു:

"നിങ്ങളെ നോക്കാൻ സാദ്ധ്യതയില്ലാത്ത ഒരാളെ ഞാൻ വിവാഹം കഴിക്കാൻ പോവുകയാണ്. എനിക്ക് പിന്മാറാൻ പറ്റില്ല."

ഇത്തവണ കുമിള പൊട്ടിത്തകർന്നു. വയറിനകത്ത് ഭീതിയുടെ നുര നിറയും പോലെ ഒരനുഭവം.

"ആരാടീ അത്?"

"അമ്മയറിയില്ല. എന്റെ കൂടെ സീനിയറായി പഠിച്ച ആളാണ്."

എനിക്ക് എല്ലാം വ്യക്തമായി. ഞാൻ എൽമയെത്തന്നെ നോക്കിയിരുന്നു.

"അവന് പേരില്ലേ?"

"ഉണ്ട്. നൗഫൽ."

നീന ചാടിയെഴുന്നേറ്റ് ദിക്ക് നഷ്ടമായവളെപ്പോലെ അലറി:

"കൊല്ലും ഞാൻ. അറിയില്ല നിനക്കെന്നെ."

നീനയെ ഞാൻ തടഞ്ഞു. എന്നിട്ട് പരമാവധി ശാന്തത വരുത്തി എൽമയോട് ചോദിച്ചു:

"രണ്ടു കൊല്ലം മുൻപത്തെ ആ പയ്യൻ തന്നെയാണോ ഇത്?"

എൽമ ഉത്തരം പറയുന്നത് കേൾക്കാനായിരുന്നു എനിക്ക് ധൃതി. "അല്ല" എന്നാണു പറയുന്നതെങ്കിൽ ഈ പ്രശ്നം പരിഹരിക്കുന്നതിൽ ഞാൻ ജയിക്കുമെന്ന് എനിക്കുറപ്പുണ്ടായിരുന്നു. പക്ഷേ, "അതേ" എന്നാണ് എൽമ പറഞ്ഞത്. ആ മറുപടിയിൽ ഞാൻ തകർന്നുപോയി. മൂന്നോ അതിലധികമോ വർഷം കൊണ്ട് ആ ബന്ധം എവിടെവരെ പോയിട്ടുണ്ടാകാമെന്ന് എനിക്കൂഹിക്കാൻ കഴിയുമായിരുന്നു. ഞാൻ മേശയിലേക്ക് കൈമുട്ടൂന്നി തല കൈകളിലേക്ക് സമർപ്പിച്ചു.

എൽമയെ നീന ചീത്ത വിളിക്കുന്നതിന്റെയും പിടിച്ചുലയ്ക്കുന്നതിന്റെയും ശബ്ദങ്ങൾ ഞാൻ കേട്ടു. വയ്യാത്ത കാലുമായി കസേരമാറ്റി നീന അങ്ങോട്ടോടുന്നതും ഇങ്ങോട്ടോടുന്നതും വല്ലായ്മയോടെ ഞാൻ മനസ്സിലാക്കി. നീനയുടെ കോപവും സങ്കടവും അമർഷമായി എന്നിലേക്കും പെയ്തിറങ്ങി.

അതിന്റെ അവസാനം നീന തീർത്തു പറഞ്ഞു:

"എൽമേ. നിന്റെ അമ്മേടെ ഒരു മുഖേ നീ കണ്ടിട്ടുള്ളൂ. നിർത്തിക്കോ ഈ നിമിഷം. തോന്നിവാസം സമ്മതിച്ചു തരുന്ന് കരുതണ്ട ആരും."

അത് എന്റെ നിശ്ശബ്ദതയ്ക്കുള്ള താക്കീതു കൂടിയായിരുന്നു. ഞാൻ തലപൊക്കി നോക്കി. എൽമ കോണിപ്പടിയിൽ കരയാതെയും ക്ഷോഭി

ക്കാതെയും ഇരിക്കുകയാണ്. അവൾ ആരെയും അഭിമുഖീകരിക്കുന്നുണ്ടായിരുന്നില്ല. കിടപ്പുമുറിയിലെ കസേരയിൽ മുഖം താങ്ങിയിരിക്കുകയാണ് നീന.

ഞാൻ ആലോചിച്ചു. നൗഫൽ എങ്ങനെയുള്ള ആളായിരിക്കും. എന്നെയും നീനയെയും നോക്കുകയില്ലെന്ന് എൽമയോട് തീർത്തു പറഞ്ഞിട്ടുണ്ടെങ്കിൽ അതിനർത്ഥം എൽമയെപ്പോലും ഞങ്ങൾക്കിനി കിട്ടില്ലെന്നല്ലേ. അങ്ങനെയെങ്കിൽ അതെങ്ങനെ സമ്മതിച്ചുകൊടുക്കാൻ എൽമയ്ക്ക് കഴിഞ്ഞു. അതൊരു ശരിയായ സ്നേഹബന്ധം തന്നെയാണോ.

ആ നിമിഷം എൽമ എഴുന്നേറ്റ് എന്റെ അടുത്തേക്ക് വന്നു.

"അച്ഛാ?"

അവൾ വിളിക്കുന്നതു കേട്ടിട്ടും ഞാനവളെ നോക്കിയില്ല. ഒരു തുടക്കത്തിനു മാത്രമാണ് അവളങ്ങനെ വിളിച്ചതെന്ന് തുടർന്നു സംസാരിക്കുന്നതു കേട്ടപ്പോൾ മനസ്സിലായി.

"മൂന്നര വർഷമായി എനിക്കവനെ ഇഷ്ടമാണ്. ആരെതിർത്താലും ഞാനവന്റെ കൂടെ ജീവിക്കും. അവന് നിങ്ങളോട് പൊരുത്തപ്പെടാൻ പറ്റിയില്ലെങ്കിൽ എന്നോട് ക്ഷമിക്കണം."

"എന്താ അവള് പറഞ്ഞത്?"

കിടപ്പുമുറിയിൽനിന്നും മുതുകത്ത് തിളങ്ങുന്ന പൊട്ടുകൾ പതിച്ചിട്ടുള്ള ഒരു കരിമ്പൂച്ചയെപ്പോലെ നീന ഓടിയടുത്തു. നീനയുടെ ഭാവവും വേഷവും പോലും എനിക്ക് അപരിചിതമായിത്തോന്നി. എൽമ നേരെ നിന്നിട്ട് പറഞ്ഞു:

"എന്നെ തടയാൻ പറ്റില്ല. വേണമെങ്കിൽ കൊല്ലാൻ പറ്റും. അതും നേരെനിന്ന് കൊല്ലാൻ പറ്റില്ല. ആരോഗ്യം കൂടുതലെനിക്കാണ്. ഇവിടെ കോടതീം നിയമോം ഉണ്ട്. ഞാൻ നൗഫലിനൊപ്പം പോകും."

നീന എൽമയെ അടിച്ച ശബ്ദം കേട്ട് ഞാൻപോലും ഞെട്ടിപ്പോയി. എടുത്തെറിഞ്ഞ പാവപോലെ കോണിപ്പടിയിൽച്ചെന്ന് എൽമ വീണത് ഞാൻ കണ്ടു. കുതറിയെഴുന്നേറ്റ് നീനയെ ഞാൻ പിടിച്ചുമാറ്റി. വീഴ്ചയിൽ എന്തുപറ്റിയെന്നറിയാൻ എൽമയെ നോക്കാതിരിക്കാനായില്ല. അവളുടെ വായിൽനിന്ന് ചോരപൊടിയുന്നുണ്ടായിരുന്നു.

....

ഞാൻ ചെന്ന് എൽമയ്ക്കു മുന്നിൽനിന്നു. അവൾ മുഖമുയർത്തി എന്നെ നോക്കി. പിന്നെ പതിയേ എഴുന്നേറ്റു. അവളുടെ കണ്ണുകളിൽ നീന ഇട്ടുവെച്ച ഭയം ഒരു നായക്കുഞ്ഞിനെപ്പോലെ നടക്കുന്നത് ഞാൻ കണ്ടു.

"വായ കഴുകി മരുന്ന് വയ്ക്ക്. എന്നിട്ട് പോയി കിടക്കൂ. നാളെ സംസാ

രിക്കാം."

എൽമ പറഞ്ഞു:

"ഞാൻ മരിക്കുമെന്ന് അച്ഛൻ പേടിക്കണ്ട. എനിക്ക് അവന്റെ കൂടെ ജീവിക്കാനുള്ളതാണ്."

അവൾ കോണി കയറി മറയുന്നത് ഞാൻ നോക്കിനിന്നു. എനിക്ക് അമ്പരക്കാൻപോലും സാധിച്ചില്ല.

അതിനുശേഷം ആഴ്ചകളോളം വിവിധനിലകളിൽ പുരോഗമിച്ച ആ സംസാരത്തെപ്പറ്റി ഞാൻ ഓർത്തു. നൗഫൽ ആദ്യമായി ഇവിടെ വന്നതും ഇതേവിഷയം സംസാരിക്കാനാണ്.

നൗഫലുമായുള്ള കൂടിക്കാഴ്ചയ്ക്ക് വിസമ്മതിച്ച നീനയെ അനുനയിപ്പിച്ച് ഞാൻ അടുത്തിരുത്തിയിരുന്നു. എൽമയുണ്ടാക്കിയ പ്രശ്നങ്ങളും കാൽവേദനയും അവളെ വല്ലാതെ അവശയാക്കിയിട്ടുണ്ടായിരുന്നു. അന്നത്തെ സംഭവത്തിനുശേഷം അമ്മയും മകളും സംസാരിക്കാറുണ്ടായിരുന്നില്ല.

"എനിക്ക് ഇവിടെ വന്നുനില്ക്കാനോ ഇവളേയും കൂട്ടിക്കൊണ്ടുപോകാനോ പറ്റില്ല അങ്കിൾ. നിങ്ങൾ അനുകൂലിച്ചിട്ട് കാര്യമില്ല. എന്റെ ഫാമിലി അനുകൂലിക്കണം. അവർക്കുവേണ്ടി എൽമ മതം മാറേണ്ടിവരും."

നൗഫൽ ശാന്തനായി പറഞ്ഞു. സംസാരം ഏതു വിധത്തിലൊക്കെയായിരിക്കും പുരോഗമിക്കുക എന്നതിനെപ്പറ്റി നീനയോട് വ്യക്തമായി ഞാൻ പറഞ്ഞുകൊടുത്തിരുന്നു. പ്രകോപിതയാകരുതെന്നും നിർബ്ബന്ധിച്ചിരുന്നു. കഴിഞ്ഞ അമാവാസിക്കാലം മുഴുവൻ അതിനായിട്ടാണ് കിടപ്പറയിൽ ഞാൻ ചെലവാക്കിയത്. കിഴവിയായ നായയെപ്പോലെ മൂകമായി ഇരിക്കുകയായിരുന്നു നീന. എന്റെ അവസ്ഥയും വ്യത്യാസമായിരുന്നില്ല.

നൗഫൽ തുടർന്നു:

"ഇപ്പോൾ പഠിച്ചുകൊണ്ടിരിക്കുന്ന രണ്ട് പെങ്ങന്മാർ എനിക്കുണ്ട്. അവരുടെ വിവാഹം കഴിയണമെങ്കിലും എൽമ മതം മാറേണ്ടത് ഒരാവശ്യമാണ്. അതുവരെ ഞാനും ഇവളും ഇവിടെ ഇങ്ങനെ ഇടയ്ക്കിടെ വരുന്നതും പോകുന്നതും ശരിയാവില്ല. ദയവായി നിങ്ങൾ രണ്ടാളുമത് മനസ്സിലാക്കണം."

ഞാനും നീനയും ഒന്നും പറഞ്ഞില്ല. സ്വന്തം കാറിലായിരുന്നു നൗഫൽ വീട്ടിൽ വന്നത്. അത് പുറത്തു കിടന്ന് തിളങ്ങുന്നുണ്ടായിരുന്നു. ഞാൻ നട്ടു നനച്ചു വളർത്തുന്ന തോട്ടത്തിലെ ചെടികളിൽനിന്നും പൂമ്പാറ്റകൾ അതിൽ വന്നിരുന്ന് ചിറകിന്റെ മിനുക്കം നോക്കുന്നുണ്ടായിരുന്നു.

സംസാരം തടുത്തുകൊണ്ട് ഞാൻ പറഞ്ഞു:

"നൗഫൽ, നിങ്ങളിപ്പോൾ പറഞ്ഞതിനൊക്കെ മനുഷ്യർ എന്ന നിലയിൽ പ്രതികരിക്കേണ്ടത് മൗനംകൊണ്ടല്ലെന്ന് എനിക്കും എന്റെ ഭാര്യക്കും അറിയാം. പക്ഷേ, ഞങ്ങളുടെ മകൾ നിങ്ങൾക്ക് ഞങ്ങളോട് എന്തും പറയാനുള്ള അനുവാദം തന്നുകഴിഞ്ഞിരിക്കുന്നു. ഞങ്ങൾ നിസ്സ

ഹായരാണ്. നൗഫലിന് പോകാം. എൽമയോട് ആലോചിച്ച് വേണ്ടത് ചെയ്തുകൊള്ളൂ."

നീന അന്നേരം നൗഫലിനെ ഒന്നുനോക്കുന്നത് ഞാൻ ശ്രദ്ധിച്ചു. അവൻ അഭിമുഖീകരിക്കാതെ ധൃതിയിൽ മുഖം താഴ്ത്തുന്നതും.

എൽമ നൗഫലിന്റെ പിന്നിൽ അമർത്തിത്തോണ്ടി എഴുന്നേല്പിച്ചു. നൗഫലിന്റെ കാർ കടന്നുപോയി. അതുവരെ എൽമ പടിക്കൽ നിന്നു.

നൗഫൽ ഒരു നല്ല പയ്യനായിരിക്കുമെന്നും കാലാന്തരത്തിൽ അവൻ പ്രാരാബ്ധങ്ങൾ തീർത്ത് ഈ വീടുമായി ഇണങ്ങുമായിരിക്കുമെന്നും എനിക്കു തോന്നി. നീനയോട് ഇടയ്ക്കിടെ ഞാൻ പറയാറുണ്ടായിരുന്നതും അങ്ങനെയൊക്കെ തന്നെയായിരുന്നു. പക്ഷേ, അതുവരെയുള്ള വർഷങ്ങൾ ഞങ്ങളെ സംബന്ധിച്ച് ഭയാനകവും ഏകാന്തവുമായിരിക്കുമെന്നുറപ്പാണ്.

പടിക്കൽനിന്ന് എൽമ തിരിച്ചുവരുമ്പോഴും ഞാനും നീനും അതേ ഇരിപ്പ് തുടരുകയായിരുന്നു.

ഞാൻ നീനയോട് ചോദിച്ചു:

"നിനക്ക് ചായ കുടിക്കണോ?"

വേണ്ടെന്ന് നീന തലയാട്ടി.

അകത്തേക്ക് നടക്കുകയായിരുന്ന എൽമയോട് ഞാൻ പറഞ്ഞു:

"എനിക്കൊരു ചായ വേണം."

എൽമ അടുക്കളയിലേക്ക് നടക്കുന്നതും സ്റ്റൗ കത്തിക്കുന്നതും ഞാൻ കേട്ടു. അല്പം കഴിഞ്ഞ് എൽമ ചായയുമായി വന്നു. അവൾ ഒന്നും പറയാതെ അതെനിക്ക് നീട്ടിവെച്ചു.

ഞാനാ കപ്പെടുത്ത് ഒരിറക്ക് ചായ കുടിച്ചു. ഇറങ്ങിപ്പോയ ഊർജ്ജമൊക്കെ തിരികെ വരുന്നതായി തോന്നി. ഞാൻ പറഞ്ഞു:

"അമ്മയ്ക്ക് തോന്നുന്നത്ര ദേഷ്യവും കോപവും എനിക്ക് വരാത്തതും ഞാനങ്ങനെ പെരുമാറാത്തതും നിന്നോട് അവൾക്കില്ലാത്ത സ്നേഹം എനിക്കുള്ളതുകൊണ്ടാണെന്ന് തെറ്റിദ്ധരിക്കണ്ട."

എൽമ എന്നെ നോക്കി. അവളുടെ കവിളിൽ കരിവാളിച്ച പാട് അപ്പോഴുമുണ്ടായിരുന്നു. നീന എവിടേക്കോ നോക്കിയിരിക്കുകയാണ്. ഞാൻ പറഞ്ഞു:

"ഓരോ ശാഠ്യത്തിന് വാവിട്ടു കരയുമ്പോൾ ഇവൾ നിന്നെ നെഞ്ചോട് ചേർത്ത് കവിളിലോ തലയിലോ ചുണ്ടമർത്തിപ്പിടിച്ച് കരച്ചിൽ മാറ്റുന്നത് കുഞ്ഞായിരിക്കുമ്പോൾ ഞാൻ കണ്ടിട്ടുണ്ട്. അങ്ങനെ ചുണ്ടമർത്തി നില്ക്കുമ്പോൾ പിടിച്ചു നിർത്തിയപോലെ നീ കരയാതാകും. അപ്പോഴൊക്കെ മൗനമായി നിന്റെ അമ്മ നിന്നോടെന്താണ് പറയുന്നതെന്ന് ഞാൻ അത്ഭുതപ്പെട്ടിട്ടുമുണ്ട്. അതൊരു ഇന്ദ്രജാലം പോലെയായിരുന്നു എനിക്ക്."

നീനയിൽനിന്നും ഒരു തേങ്ങൽ ഉയരുന്നത് ഞാൻ കേട്ടു. അടുത്ത

നിമിഷം സംഭവിക്കാവുന്നത് എന്തായാലും അതിനെ പ്രതീക്ഷിച്ചുകൊണ്ട് ഞാൻ പൂർത്തിയാക്കി.

"അമ്മയെ വേദനിപ്പിക്കുന്ന ഒരു തീരുമാനം നീയെടുക്കില്ലെന്നാണ് ഈ നിമിഷവും ഞാൻ വിശ്വസിക്കുന്നത്."

മറുപടി പറയാതെ എൽമ കോണി കയറി അവളുടെ മുറിയിലേക്ക് പോകുന്നത് ശബ്ദത്തിലൂടെ ഞാൻ അറിഞ്ഞു.

പിന്നീടുള്ള ദിവസങ്ങളിൽ കഴിവതും ഞങ്ങളെ അഭിമുഖീകരിക്കാതെ ഈ വീട്ടിലെ മുകൾനിലയിൽത്തന്നെ എൽമ കഴിഞ്ഞുകൂടി. അതിനുശേഷം ഇന്നലെ രാത്രിയാണ് അവൾ വാതിൽക്കൽ വന്നു ഞങ്ങളെ ഏറെനേരം നോക്കിനിന്നത്.

അവൾ ഇന്നോ നാളെയോ വീടുവിട്ടു പോകുമെന്നതിന്റെ ഉറച്ച സൂചന തന്നെയാണ് അത്. അതിനുശേഷം എന്ത് എന്ന് എനിക്കും നീനയ്ക്കുമറിയില്ല.

എൽമ പിന്നീടെന്നെങ്കിലും ഈ വീട്ടിലേക്ക് മടങ്ങിവരുമോ എന്നും.

കാണാതാകുന്നവർ

എസ് ആർ ലാൽ

വീടിന്റെ വടക്കുവശത്ത് പന്തലിച്ചു നില്ക്കുന്ന കോട്ടാരൻ മാവിന്റെ ചുവട്ടിൽ നകുലൻ നായർ ഇരുന്നു. അകത്തെ മീനച്ചൂടിന്റെ ആവി പറക്കുന്ന മുറികളിൽനിന്നും അഭയം പ്രാപിക്കുന്നതാണിവിടെ. അറുപതു വർഷം പഴക്കമുള്ള സി ടി സി കമ്പനിയുടെ ഓടിനെയും പഴയ വസ്തുക്കൾ സൂക്ഷിക്കുന്ന തട്ടിൻപുറത്തേയും തുളച്ചെത്തുന്ന സൂര്യന്റെ പ്രതാപം ഉൾമുറികളെ വിയർപ്പിച്ചു.

വീടിന്റെ പരിസരം തട്ടിൻപുറം പോലെ മുടിഞ്ഞുകിടന്നു. നകുലൻനായർ നെറികെട്ടൊരു കിളവനെപ്പോലെ ഉച്ചയെ നോക്കി. മാവിന് മുകളിലത് കത്തിയാളുന്നു. പുറകിൽനിന്നും നിലംപറ്റി വന്നൊരു കാറ്റ് പുറത്തിട്ടിരുന്ന ചീലയെ പറത്തിവിട്ടപ്പോൾ അയാൾ എഴുന്നേറ്റു.

സുഷിരം വീണ കാലൻകുട മടക്കി, ഗേറ്റിനെ തള്ളിക്കരയിപ്പിച്ച് രാമൻ വൈദ്യൻ മുറ്റത്ത് കടക്കുമ്പോൾ, മാവിൻചുവട്ടിൽ നീണ്ടു നിവർന്ന് കിടക്കുകയായിരുന്നു അയാൾ. കതകെല്ലാം അടച്ചിരുന്നതിനാലും ആളനക്കമില്ലാത്തതിനാലും കാലുകൊണ്ട് തിരിഞ്ഞതാണെങ്കിലും വടക്കുവശത്തു കൂടിയൊന്ന് നോക്കിയേക്കാമെന്ന് മനസ്സ് നിരീച്ചത് ഭാഗ്യം.

ഒന്നും മിണ്ടാനാവാതെ രാമൻ വൈദ്യൻ കുറേനേരമിരുന്ന് കിതച്ചു. നകുലൻനായർ ദൈന്യത്തോടെ വൈദ്യനെ നോക്കി. വൈദ്യന് വലിവുണ്ട്. കിതപ്പൊടുങ്ങിയപ്പോൾ അയാൾ വെറിയെ ശപിച്ചു."ഇതുപോലൊരു വെറി എന്റെ ജീവിതത്തീ കണ്ടിട്ടില്ല നായരേ. ഇതെല്ലാത്തിനേം കൊണ്ടേ പോവൂ."

കുന്തിച്ചിരുന്ന് കത്തിമിനുക്കുമ്പോൾ വൈദ്യൻ, നകുലൻനായരുടെ ഒരു മാസം വളർന്ന താടിയിലേക്ക് കൗതുകത്തോടെ നോക്കി. നകുലൻനായരുടെ വെളുത്ത താടി കാറ്റിലിളകുന്നു.

മുഖത്ത് വെള്ളം തടവി, നായരുടെ കവിളിലൂടെ കത്തി ക്ഷമയോടെ താഴേക്ക് വലിക്കുമ്പോൾ തനിക്ക് വന്നുഭവിച്ച അത്യാപത്തിനെപ്പറ്റി അയാൾ വിവരിച്ചു.

"അങ്ങനെ പത്തു ജന്മത്തേക്കുള്ള വേദന ഞാനനുഭവിച്ച് നായരേ." നായർ മുടി നഷ്ടപ്പെട്ട തലകുലുക്കി വേദനയിൽ പങ്കുചേർന്നു.

"ചെറുന്നിയൂരത്തെ തങ്കപ്പനെ കാണാറുണ്ടോ വൈദ്യാ?" കാതിന് പുറകിൽ അശ്രദ്ധമായൊരു നീക്കത്തിലുണ്ടായ നീറ്റലിൽ വിരലോടിച്ച് നകുലൻനായർ ചോദിച്ചു.

"അപ്പൊ നായരറിഞ്ഞില്ലേ. ഇന്നലയോ മെനിഞ്ഞാന്നോ ആയിരുന്നില്ലേ സാഞ്ചാന്യം." അവിടെനിന്നും രക്തം വരുന്നുണ്ടോയെന്ന് ശ്രദ്ധിച്ച് കണ്ണിനെ ചെറുതാക്കി വൈദ്യൻ പറയുന്നു.

"എന്തായിരുന്നു?"

"പാങ്കെടയായിരുന്നില്ലെ. രണ്ട് മാസായി. അധികം കെടക്കാതെ പോയത് നന്നായി. പിള്ളാരൊക്കെ അങ്ങുഞ്ഞൂല്ലെ."

"അവനും പോയല്ലേ. എഴുപത്തെട്ടോ, എഴുപത്തൊമ്പതോ വരും. എന്നെക്കാൾ മൂന്ന് നാല് വയസ്സിന് എളേതാ." നായരുടെ മുഖം ദുഃഖം കൊണ്ട് ചുളിഞ്ഞത് വൈദ്യൻ ശ്രദ്ധിച്ചു.

"വാസുദേവനോ?" നീണ്ട ദീർഘനിശ്വാസത്തിനൊടുവിൽ നകുലൻ നായർ ശബ്ദം വീണ്ടെടുത്തു.

"രാവിലെ ഞാനവിടെ പോയിരുന്നു. വയ്യ, കെടപ്പാ, നായരെ തെരക്കി."

"ഇനിയീപ്രദേശത്ത് ഞാനും അവനും മാത്രേള്ളൂ എമ്പത് കഴിഞ്ഞ വര്. ചത്തവരൊക്കെ ഭാഗ്യവാന്മാർ."

നകുലൻനായർ തലയും മുഖവും വെള്ളംകൊണ്ട് തുടച്ചു. വൈദ്യന് അഞ്ച് തേങ്ങാ കൊടുത്തു. "തെങ്ങിലൊന്നും ഒന്നും ഇല്ല വൈദ്യാ. എല്ലാം തീർന്നു."

"ഇപ്പോഴത്തെ പത്താമുദയം ഉത്സവം കെങ്കേമമാവോ വൈദ്യാ?"

"പിന്നെ, കൊച്ചുവീട്ടിൽ തങ്കപ്പൻപിള്ളയാ നടത്തിപ്പ്. കേമാവാതിരിക്കോ, മൂന്ന് ദെവസം കഥകളീണ്ട്. നായര് വര്വോ?"

വൈദ്യൻ തുണിയിൽ കത്രിയും കത്തിയും പൊതിഞ്ഞ് എഴുന്നേറ്റു.

"അയ്യോ അക്കാലൊക്കെ പോയില്ലേ വൈദ്യാ. ഞാനിപ്പൊ മുറ്റംവിട്ട് പൊറത്തിറങ്ങീട്ട് എത്രകാലായി. ഇവടം വിട്ട് ഇനീപ്പൊ ഒരൊറ്റയാത്രേ ഉള്ളൂ."

നഗരത്തിലെ കുറുപ്പ്സ് ലെയിനിൽനിന്നും ഒരു കുടുംബം വാടക വീടൊഴിഞ്ഞു. വീടിന് അഡ്വാൻസ് എത്ര കൂടുതലാണെന്ന് വീടെടുക്കുമ്പോൾ ഗോപീകൃഷ്ണൻ ഉൽക്കണ്ഠപ്പെട്ടെങ്കിലും, ഇപ്പോഴത് എത്ര നന്നായെന്ന് തോന്നി. അഡ്വാൻസ്കൊണ്ട് ഷിഫ്റ്റിങ് നടക്കുമല്ലോ.

ഏഴുവർഷത്തെ വാടക ജീവിതത്തെ ഒരു ലോറിയിൽ കയറ്റിവെച്ചു നില്ക്കുകയായിരുന്ന അവരെ യാത്രയാക്കാൻ റസിഡൻസ് അസോസിയേഷൻ സെക്രട്ടറിയും പ്രസിഡന്റും എത്തിയിരുന്നു. പ്രസിഡന്റ് പ്രശസ്തനായ അഭിഭാഷകനാണ്. സെക്രട്ടറി തഹസീൽദാരും, ഗോപീകൃഷ്ണനും കുറുപ്സ് ലെയിൻ റസിഡൻസ് അസോസിയേഷന്റെ സെക്രട്ടറിയായിരുന്നു രണ്ട് കൊല്ലം.

“ഗോപിയിനി ഇങ്ങോട്ടൊക്കെ വന്നാലായി ഇല്ലേലായി അല്ലേ? ഒരു ഗ്രാന്റ് യാത്രയയപ്പ് നല്കാൻ ഞങ്ങൾ പ്ലാനിട്ടതാണ്. പക്ഷേ..” സെക്രട്ടറി ക്ഷമാപണത്തോടെ ഗോപിയുടെ കൈ കവർന്നു.

“നിങ്ങളെയൊക്കെ കാണാൻ തീർച്ചയായും ഞാൻ വരും. ഇനിയും ഇങ്ങോട്ടു തന്നെ സ്ഥലം മാറ്റം കിട്ടിക്കൂടെന്നുമില്ലല്ലോ. ഇല്ലെങ്കിലും നിങ്ങളാരെയും എനിക്കൊരിക്കലും മറക്കാൻ കഴിയില്ല.” ഗോപി ഔപചാരികതയുടെ ഒരു കഷണം അവിടെ കൂടിയവർക്ക് നേരെ എറിഞ്ഞു.

ലോറി നീങ്ങിയപ്പോൾ, ഗോപിയുടെ ഭാര്യ നളിനിയും മകൻ അഭിലാഷും പുറകേ തിരിച്ച കാറിലിരുന്ന് പുറത്ത് നിന്നവർക്ക് നേരെ കൈവീശി, നളിനിയുടെ കണ്ണ് നനയുന്നത് ഗോപി കണ്ടു. അയാളപ്പോൾ ദൂരത്തെപ്പറ്റി ഡ്രൈവറോടു ചർച്ച ചെയ്യുകയായിരുന്നു. രാവിലെ പത്ത് മണിക്ക് അവിടെയെത്തും. മറ്റന്നാൾ ഉച്ചയ്ക്ക് ഡ്രൈവർ വലിയൊരു ഓട്ടം ഏറ്റിട്ടുണ്ട്. മടങ്ങിയെത്തിയാൽ വിശ്രമിക്കാൻ സമയമുണ്ടാവില്ലെന്ന് ഡ്രൈവർ പരിഭവിച്ചു. ഡ്രൈവർ പരിചയക്കാരനാണ്. ഗോപി അയാളോട് നാട്ടുകാര്യങ്ങൾ പറഞ്ഞു,

“ഇനി വേണം ജീവിതമൊന്ന് പച്ചപിടിപ്പിക്കാൻ. പത്ത് സെന്റ് വസ്തുവെങ്കിലും സ്വന്തമായിട്ടുണ്ടെങ്കീ അതിന്റെ വെല വേറന്നയാ. ഏഴ് വർഷം കെടന്ന് നരകിക്കാരുന്നെടോ. ഹോ! ട്രാൻസ്ഫറിന് അവിടെ ചെന്നടം തൊട്ട് ശ്രമിച്ചതാ.”

നാട്ടിലേക്ക് വരുന്നതിനോട് നളിനിക്ക് ശക്തമായ എതിർപ്പുണ്ട്. അഭിലാഷിന്റെ വിദ്യാഭ്യാസമാണ് പ്രധാന പ്രശ്നം. തേഡ് സ്റ്റാൻഡേർഡിലാണ് അവനിനി. ടെൻത് കഴിഞ്ഞിട്ടാവാം ഓണം കേറാമൂലയിലേക്കുള്ള പോക്കെന്നും അല്ലേൽ അഭിയുടെ പഠിത്തം തുലഞ്ഞതുതന്നെ എന്നും അവൾ പല്ലുഞെരിച്ചു. നാട്ടിലെ മികച്ച സ്കൂളുകളുടെ പട്ടിക നിരത്തി അയാൾ, അവളുടെ വായടപ്പിച്ചു. നമ്മളാഗ്രഹിക്കുമ്പൊ സ്ഥലം മാറ്റം കിട്ടണോന്നൂല്ല.

രാത്രിയായിട്ടും റോഡിൽനിന്നും ചൂട് അകത്തേക്ക് അടിച്ചു കയറുന്നു. കാറിനുള്ളിലെ ഫാൻ അനങ്ങുന്നില്ല. ഗോപി കോട്ടുവായിട്ട് പുറകിലേക്ക് തിരിഞ്ഞ് നോക്കി. നളിനിയും മകനും സുഖമായുറങ്ങുന്നു. തലേദിവസം രാത്രി മുഴുവനുള്ള പരിശ്രമത്താൽ അയാളും ക്ഷീണിതനായിരുന്നു. ഒന്ന് നടുനിവർത്തട്ടെ. ഉറങ്ങില്ല– എന്ന് പറഞ്ഞ് പുറകിലേക്ക് ശരീ

രമിളക്കി ചാഞ്ഞ ഗോപി കണ്ണു തുറക്കുന്നത് രാവിലെ ആറ് മണിക്കാണ്. “എവിടെയെത്തി. ഞാനുറങ്ങിപ്പോയി. ഇന്നലെ ഒരു പോള കണ്ണടച്ചില്ല.” എന്നൊരു ക്ഷമാപണത്തോടെ ഗോപി സ്ഥലബോധം വീണ്ടെടുത്തു. “ങാ. എത്തിപ്പോയി. കൂടിമറിഞ്ഞാലിനി മൂന്ന് മണിക്കൂർ.” നളിനിയും മകനും അപ്പോഴും ഉറക്കത്തിന്റെ വഴുക്കൻ ഇറക്കത്തിൽ തന്നെ.

കാറ് വന്ന് വീടിന് മുന്നിൽ നില്ക്കുമ്പോൾ ഭവാനിചേച്ചിയും മൂത്ത മകൻ അശോകനും ഓടി വന്നു. “നമ്മളിത്രേം രാവിലെ എത്തൂന്ന് നിരീച്ചതേയില്ല.” ഗോപി ഷർട്ടിന്റെ ബട്ടണഴിച്ച് ഉള്ളിലേക്കൂതി. “എന്തൊരു ചൂടെന്റെ ചേച്ചീ. ഇവിടേം ഒരു കൊറവൂല്ല.”

ഗേറ്റ് തുറന്ന് ലോറി അകത്ത് കയറ്റി. അശോകൻ ലോഡിങ്ങുകാരെ വിളിക്കാൻ സൈക്കിളെടുത്ത് മുക്കിലേക്ക് പോയി. “എടാ ഇവിടമൊക്കെ നാനാവിധം പിടിച്ച് കെടക്കാ. വൃത്തിയാക്കാൻ ആളിന്നേ വരൂ. ഞാനവന്മാരുടെ പെറകേ നടക്കാൻ തൊടങ്ങീട്ട് ആഴ്ച ഒന്നായി. ഇപ്പൊ ഇതിനൊക്കെ ആളെക്കിട്ടാൻ പാടാ. മണി പത്തായോ? ഉം... ഇനിയേ അവനൊക്കെ എഴുന്നള്ളൂ.”

ഗോപി ഭവാനിച്ചേച്ചിയിൽനിന്നും താക്കോൽ വാങ്ങി മുൻവാതിൽ തുറക്കുമ്പോൾ, ഉള്ളിൽനിന്നും മരപ്പട്ടി മൂത്രം മണത്ത ഒരുഷ്ണക്കാറ്റ് മുഖത്തു വന്നടിച്ചു.

“ഇനീപ്പോ ഇവിടെയൊരു ആളും അനക്കോം ആയല്ലോ. എനിക്ക് ഈശ്വരനാണെ ഇവിടെ ഒറ്റയ്ക്ക് കേറാൻ തന്നെ പേടിയായിരുന്നു.” ഭവാനിച്ചേച്ചി നളിനിയോട് പറയുന്നു.

“അഭിലാഷ് എവിടെ?”

നളിനിയോട് ഗോപി ചോദിച്ചു. സാധനങ്ങൾ ഓരോരോ ഭാഗത്താക്കുന്നതിൽ ഏർപ്പെട്ട് നില്ക്കുകയായിരുന്നു അവരിരുവരും. അവനിവിടിപ്പൊ ഉണ്ടായിരുന്നല്ലോ- നളിനി അടുക്കളയിൽനിന്നും വിളിച്ചു പറഞ്ഞു.

അയാൾ വീടിനെ വലംവെച്ച് വരുമ്പോൾ, മാവിന്റെ ചുവട്ടിൽ അവനുണ്ട്. എന്തോ സ്വപ്നം കണ്ട് നില്ക്കുകയാണ്. ചിലപ്പോഴെല്ലാം അവനിത് ഉള്ളതാണ്.

“അഭീ നീയെന്താടാ നിന്നൊറങ്ങാ?” പുറകിൽ തൊടുമ്പോഴേ അനറിഞ്ഞുള്ളൂ.

“ആ, അപ്പൂപ്പൻ എവിടാ പോയതച്ഛാ?”

“ഏതപ്പൂപ്പൻ?”

“ആ പോണ അപ്പൂപ്പനേ, കണ്ണാടി എടുത്ത് വയ്യച്ഛാ.” അവൻ നെറ്റിയിൽ കൈകൊണ്ടടിച്ചു. അയാൾ കണ്ണാടി ഉറപ്പിച്ച് അവന്റെ വിരലിന് പിന്നാലെ പോയി.

“ഞാനൊന്നും കാണുന്നില്ല.” അയാൾക്ക് ദേഷ്യം വന്നു.

“ഇവിടെയൊരപ്പൂപ്പനിരിക്കാരുന്നു.”

"പോടാ നുണയാ." അയാൾ അവന്റെ തലയിൽ സ്നേഹപൂർവ്വം വിരലോടിച്ചു.

"ആ അപ്പൂപ്പന് അച്ഛനെ അറിയാല്ലൊ. നീ ഗോപീടെ മോനല്ലേന്ന് ചോദിച്ചു. നിന്റെ അമ്മ വന്നില്ലേന്ന് ചോദിച്ചു. നല്ലോണം പഠിക്കണമെന്ന് പറഞ്ഞു."

അയാൾ അവിശ്വാസത്തിന്റെ നെറ്റിച്ചുളിവുമായി മകനെ നോക്കി.

"സത്യാ അച്ഛാ. സത്യാ."

അയാൾ മുട്ടുകുത്തി അവന്റെ ഉയരം പാലിച്ചു.

"പിന്നീടെന്തു പറഞ്ഞു."

"പിന്നെയൊന്നും പറഞ്ഞില്ല."

അയാൾ എഴുന്നേറ്റ് മാവിനെ ചാരിനിന്നു. പേരുമറന്നുപോയ ഒരു തൈലത്തിന്റെ പരിചിത ഗന്ധം മൂക്കിലേക്ക് തുളച്ചുവരുന്നു.

"നാളെത്തന്നെ ഒരു ഫാൻ വാങ്ങണം" എന്ന് നളിനി പറയുമ്പോൾ വിയർപ്പൊഴുക്കി ഗോപിയെന്തോ ആലോചിക്കുകയായിരുന്നു. പ്രതികരണം കാണാഞ്ഞ് കട്ടിലിൽനിന്നും തലപൊന്തിച്ച് നളിനി ഗോപിയെ നോക്കി. അയാൾ സന്ധ്യയ്ക്ക് അസ്വസ്ഥനായി ഉമ്മറത്തും മുറ്റത്തും ഉലാത്തുന്നത് അവൾ കണ്ടിരുന്നു.

അവൾ എഴുന്നേറ്റ് വന്ന് ഭർത്താവിനെ കരുണയോടെ നോക്കിനിന്നു. അയാൾ എന്തോ കുത്തിക്കുറിക്കുകയായിരുന്നു.

നകുലൻ നായർ, എൺപത്തിനാല് വയസ്സ് പ്രായം, ഇരുണ്ടനിറം, ഏഴടി ഉയരം, ഉറച്ച ശരീരം, എട്ട് വർഷം മുമ്പ് തിരുവനന്തപുരത്തുനിന്നും കാണാതായി. മലയാളം മാത്രമേ അറിയാവൂ. കണ്ടുകിട്ടുന്നവർ അടുത്തുള്ള പൊലീസ് സ്റ്റേഷനിൽ അറിയിക്കാൻ താല്പര്യപ്പെടുന്നു.

അച്ഛാ മടങ്ങിവരൂ. എന്റെ തെറ്റുകൾ പൊറുക്കൂ.

എന്ന് മകൻ

ഗോപീകൃഷ്ണൻ.

നളിനിക്ക് ചിരിയടക്കാനായില്ല. അടയാളങ്ങളുടെ കൂട്ടത്തിൽ ഹൃദയത്തിൽ ഗർത്തസമാനമായ മുറിവുകളുണ്ട് എന്നതുകൂടി ചേർക്കണോ എന്ന് പര്യാലോചിക്കുകയായിരുന്നു ഗോപി. ആളെ പെട്ടെന്ന് തിരിച്ചറിയാൻ അത് ഉപകരിക്കുമെന്നത് തീർച്ചയാണ്.

"നിങ്ങക്കിതെന്തിന്റെ കേടാ?" ചിരികളഞ്ഞ് നളിനി ചോദിച്ചു. "നിങ്ങടെ ചെലനേരത്തെ സ്വഭാവം കാണുമ്പം എങ്ങുന്നില്ലാത്ത ദേഷ്യാണ് വരണത്. ആ കെളവന്റെ വട്ട് നിങ്ങക്കും കിട്ടിയതായിരിക്കും."

തല ഉയർത്തി ഗോപി, നളിനിയെ നോക്കി.

"പൊലീസ് സ്റ്റേഷനിലും ഒരു പരാതി കൊടുക്കണം." അയാൾ ഗൗരവത്തിലായിരുന്നു.

നളിനിക്കപ്പോൾ ദേഷ്യമടക്കാനാവുന്നില്ല.

"നിങ്ങള് തന്നെയല്ലേ അന്നാ ഡെഡ്ബോഡി തിരിച്ചറിഞ്ഞതും കൊണ്ടുവന്ന് കുഴിച്ചിട്ടതും. എന്നിട്ടിപ്പോഴെന്താ പുതിയൊരു ജ്ഞാനോദയം."

"നളിനീ എനിക്കൊരു തോന്നൽ. അത് അച്ഛനായിരുന്നില്ലെന്ന്" ഗോപിയപ്പോൾ കരച്ചിലിന്റെ വക്കിലായിരുന്നു.

നളിനി തലവെട്ടിച്ച് "പറഞ്ഞിട്ട് കാര്യോല്ല. എന്റെ തലവിധി" എന്നെന്തോ പിറുപിറുത്ത് കിടക്കയിലേക്ക് ചുരുണ്ടു. ഗോപിയപ്പോൾ പൊലീസ് സ്റ്റേഷനിലേക്കുള്ള പരാതി തയ്യാറാക്കാനായി കടലാസ്സിന് പരതി.

ഡോക്ടർ

സി എസ് ചന്ദ്രിക

ആയിരത്തിത്തൊള്ളായിരത്തി മുപ്പത്തിയൊൻപത് ഡിസംബർ മാസത്തിലെ ആ ദിവസം മാവോ സെ തുങ് കഠിനമായ ദുഃഖത്തിലാഴ്ന്നു പോയിരുന്നു.

സഖാവ് ബെഥൂനെ ഒരു ഡോക്ടറായിരുന്നു. മുറിവുണക്കൽ അദ്ദേഹത്തിന്റെ കലയും തൊഴിലുമായിരുന്നു... സഖാവ് ബെഥൂനെ പ്രദർശിപ്പിച്ച ആവേശം, സ്വാർത്ഥതയുടെ കണികപോലും പുരളാത്ത ത്യാഗമനോഭാവം, അദ്ദേഹം തന്റെ തൊഴിലിനോടു പുലർത്തിയിരുന്ന മഹത്തായ ഉത്തരവാദിത്വബോധം, നമ്മുടെ സഖാക്കളോടും ജനങ്ങളോടും അദ്ദേഹത്തിനുണ്ടായിരുന്ന ഉള്ളു തുറന്ന അടുപ്പം... ഇതെല്ലാം ഓരോ കമ്യൂണിസ്റ്റുകാരനും മാതൃകയാവേണ്ടതാണ്. സ്വന്തം ജോലിയോട് നീതി പുലർത്താത്തവരും ഭാരിച്ച ചുമതലകൾ മറ്റുള്ളവരുടെ തലയിൽ വെച്ച് ഒഴിഞ്ഞു മാറുന്നവരും കുറവല്ല. അവർക്ക് മറ്റു സഖാക്കളോടോ ജനങ്ങളോടോ യാതൊരടുപ്പവുമില്ല. യഥാർത്ഥത്തിൽ അത്തരക്കാർ കമ്യൂണിസ്റ്റുകളല്ല...

ശസ്ത്രക്രിയാരംഗത്ത് ലോകം കണ്ട മഹാവിസ്മയമായ ഡോക്ടർ നോർമൻ ബെഥൂനെ കനേഡിയൻ കമ്യൂണിസ്റ്റ് പാർട്ടിയിലെ അംഗമായിരുന്നു. ഫാസിസത്തിനെതിരെ പൊരുതി വീഴുന്ന ചൈനീസ് സഖാക്കളെ സഹായിക്കാനാണ് ഡോക്ടർ ബെഥൂനെ ചൈനയിലെത്തിയത്. കാനഡയിലേയും അമേരിക്കയിലേയും കമ്യൂണിസ്റ്റ് പാർട്ടികളുടെ പ്രതിനിധിയായി ചൈനയിലെത്തിയ ബെഥൂനെ സ്വന്തം ജീവിതം സമർപ്പിച്ചുകൊണ്ട് മുറിവേറ്റു വീണ ആയിരക്കണക്കിന് ചൈനീസ് സഖാക്കളെ രക്ഷിക്കുകയും അവിടെവെച്ച് 1939 നവംബർ 13 ന് രാവിലെ 5.20 ന് മരിക്കുകയും ചെയ്തു. അതുകൊണ്ടാണ് ഈ കഥയിൽ തുടക്കത്തിൽതന്നെ കമ്യൂണി

സത്തെക്കുറിച്ചുള്ള പരാമർശം വന്നത്. കഥയിൽ വരുന്ന റഫറൻസും കുറിപ്പുകളും കഥയുടെ അവസാന ഭാഗത്ത് കാണുക.

ബെഥുനെക്ക് ആദരാഞ്ജലികളർപ്പിച്ചുകൊണ്ട് മാവോ സെ തുങ് പറഞ്ഞു.. കഴിഞ്ഞ വർഷം വസന്തകാലത്ത് അദ്ദേഹം യെനാനിലെത്തി. വൂട്ടായ് പർവ്വതപ്രദേശത്തുള്ള യുദ്ധമുന്നണികളിൽ പ്രവർത്തിച്ചു. നമ്മെ യെല്ലാം ദുഃഖത്തിലാഴ്ത്തിക്കൊണ്ട് അദ്ദേഹം രക്തസാക്ഷിത്വം വരിച്ചു.

ഫാസിസത്തിനെതിരെ അതൃപൂർവ്വ സുഗന്ധമുള്ള സ്നേഹത്തിന്റേയും സമർപ്പണത്തിന്റേയും ഓർമ്മകൾ വിടർത്തുന്ന അതിവിശിഷ്ടമായ പൂമരം.

ഈ കഥയിലെ പ്രധാന കഥാപാത്രമായ ജീവൻ, സർക്കാർ മെഡിക്കൽ കോളേജിൽ പഠിക്കാനെത്തുന്നത് ആയിരത്തി തൊള്ളായിരത്തി എൺപതുകളിലാണ്. വിശിഷ്ടമായ പൂമരത്തിൽ നിന്നുള്ള വിത്തുകൾ ഹൃദയത്തിലേക്ക് വീണത് ആ കാലത്താണ്. വിത്തുകൾ ചോദ്യരൂപത്തിൽ മുളപൊട്ടിനിന്നു. തണ്ടോടും ഇലകളോടും കൂടി കെട്ടുപിണഞ്ഞ് വളർന്നു തുടങ്ങി. ബോധാബോധങ്ങളിൽ തിരിച്ചറിയാനാവാത്തവിധം തിങ്ങി നിറഞ്ഞ് ഒളിച്ചുകളി നടത്തി ചോദ്യങ്ങൾ. ഉത്തരങ്ങൾതേടി പ്രജ്ഞയുടെ ഇരുട്ടുമുറിയിലേക്കുകൂടി കടന്നു ചെന്നു. പരതി നടന്ന് ചുമരുകളിൽ തട്ടിത്തടഞ്ഞ് വീണു. ജീവൻ ഉത്തരങ്ങൾക്ക് കാത്തുകിടന്നു. എന്തിനാണ്... എല്ലാം എന്തിനു വേണ്ടിയാണ്? ചോദ്യങ്ങൾ വീണ്ടും വളരുകയാണ്. ശ്വാസം മുട്ടിക്കുന്ന ആ വളർച്ചയിലേക്ക് ഓരോ നിമിഷവും കണ്ണുതുറന്നു നോക്കി. ജീവൻ നിരാലംബനും ക്രുദ്ധനുമായി. എന്തിനിങ്ങനെ എന്നെ മാത്രം വേട്ടയാടുന്നു? ജീവൻ അവയെ ക്യാമ്പസിലേക്കും തെരുവിലേക്കും തുറന്നുവിട്ടു. മറ്റൊരു വഴിയുമില്ലാതെ വിദ്യാർത്ഥിപ്രസ്ഥാനത്തിന്റെ പ്രവർത്തനങ്ങളിലേക്കിറങ്ങി നടന്നു. പ്രസ്ഥാനത്തിന്റെ വളർച്ചയ്ക്കുവേണ്ടി വീടും കൂടും വിട്ട് സ്വയം മറന്ന് പ്രവർത്തിച്ചു. അന്ന് ജീവൻ പ്രവർത്തിച്ച വിദ്യാർത്ഥി പ്രസ്ഥാനം കേരളത്തിലെ ഇടതുകമ്യൂണിസവുമായി ബന്ധപ്പെട്ടിരിക്കുന്നു.

ആദ്യം കൃത്യമായ ഉത്തരങ്ങൾ പറയാത്തതുകൊണ്ട് ചോദ്യങ്ങൾ അനാഥമായി കൂട്ടം തെറ്റി തെരുവുനായ്ക്കളെപ്പോലെ അലഞ്ഞു. അവ മുന്നിൽ കാണുന്ന ആരുടെയെങ്കിലും പിറകേ കൂടി. ചിലർ അവയുടെ ശ്രദ്ധ തിരിച്ച് ഓടി മറയുകയും ചിലർ കല്ലെടുത്തെറിഞ്ഞ് ഓടിക്കുകയും ചെയ്തു.

കാറിനു നേരെ പാഞ്ഞുവരുന്ന ലോറിയുടെ മുമ്പിൽ നിന്ന് ഞൊടിയിട കൊണ്ട് ഇടതുവശത്തേക്ക് വെട്ടിച്ച് രക്ഷപ്പെട്ടെങ്കിലും സ്റ്റിയറിങ്ങിനു മേൽ ജീവന്റെ കൈകൾ നിർത്താതെ വിറകൊള്ളുന്നത് നോക്കി. അയിഷ ചോദിച്ചു: "ഇനി ഞാനോടിക്കണോ?"

അയിഷയുടെ മുഖത്ത് തുറിച്ച് നില്ക്കുന്ന ഭയത്തിന്റെ കൂമ്പാരത്തിലേക്ക് നോക്കി ജീവൻ കൈകൾ നന്നായി കൂട്ടിത്തിരുമ്മി.

അന്നേരം ജീവന്റെ സെൽഫോണിലേക്ക്, അതിന്റെ വലിയ

സ്ക്രീനിലെ വിൻഡോയിൽ വീണ്ടും മെസേജുകൾ വന്ന് വീഴാൻ തുടങ്ങി. ജീവന്റെ ഫോൺ അയിഷയുടെ ഉള്ളം കൈയിലിരുന്ന് വിറച്ചു.

ജീവനിൽ നിന്ന് പ്രതീക്ഷിച്ചതിലും കനത്ത, എന്നാൽ അടക്കിയ ശബ്ദത്തിൽ അയിഷ മറുപടി കേട്ടു. “വേണ്ട.”

കൂടെ ഇറങ്ങിത്തിരിക്കേണ്ടെന്ന് പറഞ്ഞിട്ടും വണ്ടിയിൽ കയറിയിരുന്നതിന്റെ കടുത്ത അസ്വസ്ഥതയുണ്ട് ശബ്ദത്തിൽ. അയിഷ അത് സാരമാക്കിയില്ല. മരിക്കുന്നെങ്കിൽ ഒരുമിച്ച്.

ഏതു നിമിഷവും എല്ലാവരും മരിക്കും. യുദ്ധം രൂക്ഷമായിരിക്കുന്നു. ശത്രുസൈന്യം തൊട്ടടുത്തെത്തിക്കഴിഞ്ഞു. ബോംബ് വർഷമുണ്ടാകും. അതിനു മുമ്പ് ഓരോ ശസ്ത്രക്രിയയും തീർക്കണം. അതൊരു താല്ക്കാലിക ആശുപത്രിയാണ്. അവിടെയെത്തിച്ചിട്ടുള്ള മുറിവേറ്റ ചൈനീസ് സൈനികരെ രക്ഷപ്പെടുത്തണം. സുരക്ഷിത സ്ഥലത്തേക്ക് മാറ്റണം. ഇനി എത്ര പേർ? എത്ര പേർ? മരുന്നുകൾ തീർന്നുപോയി. തൃപ്തികരമായ ഉപകരണങ്ങളില്ല. ആവശ്യത്തിന് വെളിച്ചം പോലുമില്ല. കടുത്ത ഇല്ലായ്മകളിൽ മറ്റൊന്നും നോക്കാൻ നേരമില്ലാതെ ഡോക്ടർ ബെഥുനെ ശസ്ത്രക്രിയകൾ അതിവേഗം ചെയ്ത് പൂർത്തിയാക്കുന്നു. എല്ലാവരും രക്ഷപ്പെട്ട് നിമിഷങ്ങൾക്കകം ആ കെട്ടിടവും ശസ്ത്രക്രിയാ മുറിയും ചാമ്പലായി. ശസ്ത്രക്രിയയ്ക്കിടയിൽ സ്വന്തം കൈയിലേറ്റൊരു മുറിവിനെ ശ്രദ്ധിക്കാൻ ബെഥുനെക്ക് സമയം കിട്ടിയില്ല. യുദ്ധഭൂമിയിലൂടെ ഒരു സ്ഥലത്തുനിന്ന് മറ്റൊരു സ്ഥലത്തേക്ക് വൈദ്യസംഘം നടന്ന് യാത്ര ചെയ്തെത്തണം. അവിടെയും മുറിവേറ്റവർ കാത്തുകിടക്കുന്നു. പക്ഷേ, ബെഥുനെയുടെ കൈയിലെ മുറിവിൽ നിന്ന് മരണത്തിന്റെ നീലനിറം പടർന്നു പടർന്നു കയറി. ശരീരം മുഴുവൻ പുളഞ്ഞുതിങ്ങിയ വേദനയിൽ യാത്ര വഴിയിൽ വെച്ചു നിർത്തി വെക്കേണ്ടി വന്നു. ചികിത്സിച്ച് രക്ഷപ്പെടാൻ ആ സ്ഥലത്ത് മരുന്നുകൾ ലഭിക്കുകയില്ല എന്നറിഞ്ഞുകൊണ്ട്, ഇഷ്ടമില്ലാഞ്ഞിട്ടും മരണത്തിന് കീഴടങ്ങിക്കൊടുക്കുമ്പോൾ ബെഥുനെക്ക് നാല്പത്തി ഒമ്പതു വയസ്സായിരുന്നു.

ജീവനും പ്രഭുദേവിനും ഇപ്പോൾ നാല്പത്തി ഒമ്പതു വയസ്സാണ്.

ഒരേ കോളേജിൽ, ഒരേ ഹോസ്റ്റൽ മുറിയിൽ ഒരുമിച്ചുണ്ടും ഉറങ്ങിയും പഠിച്ചവരാണ്. ഡോക്ടറാവാൻ പഠിക്കാൻപോയ മകൻ മെഡിക്കൽ കോളേജുകൾ കയറിയിറങ്ങി വിപ്ലവ പ്രസംഗങ്ങളും സമരങ്ങളും നടത്തുകയാണെന്നറിഞ്ഞപ്പോൾ ജീവന്റെ അച്ഛൻ പഠിത്തത്തിന്റെ മുഴുവൻ സാമ്പത്തിക ഉത്തരവാദിത്വവും മകനെത്തന്നെ ഏല്പിച്ചു. മകൻ അച്ഛനെ കുറ്റപ്പെടുത്തുകയില്ല. സർക്കാർ മെഡിക്കൽ കോളേജിലെ പഠനത്തിന് അത്ര വലിയ പണച്ചെലവില്ല. എന്തെങ്കിലും ഒരു വഴി കണ്ടെത്തി ആവശ്യത്തിന് സ്വയം പണമുണ്ടാക്കാം. പക്ഷേ, ഒരു കാരണവശാലും ഇടയ്ക്കുവെച്ച് പഠനം നിർത്തി പോകാൻ ജീവനെ സമ്മതിക്കില്ലെന്നും ഒരപ്പം രണ്ടായി പങ്കുവെക്കുന്നത് തീരെ പുതിയ കാര്യമല്ലെന്നും പ്രഭു ഉറപ്പിച്ച് പറഞ്ഞു. അതിനേക്കാളും ശബ്ദത്തിൽ അതു പറ്റില്ലെന്ന് പറയാൻ ജീവനാവുകയി

ല്ലായിരുന്നു. ജീവൻ വിശപ്പും തളർച്ചയുമറിയാതെ വിദ്യാർത്ഥി പ്രസ്ഥാനത്തിനുള്ളിൽ സ്വയം സമർപ്പിച്ചു. ജീവന്റെ ഉറക്കം കെടുത്തിക്കൊണ്ടിരുന്ന ചോദ്യങ്ങൾക്ക് പ്രഭുവും ഉത്തരം തേടിക്കൊണ്ടിരുന്നു. പ്രഭുവിന്റെ സ്നേഹമറിഞ്ഞ കാലം. കാരുണ്യ പ്രഭു.

ഇന്ന് വീട്ടിൽനിന്ന് ആർത്തിരമ്പി പെയ്യുന്ന മഴയിലേക്ക് ജീവനിറങ്ങിയ നിമിഷം, ഓഫീസിൽ നിന്ന് വന്നു കയറിയ അതേ വേഷത്തോടെ, വിശന്നു പൊരിയുന്ന വയറോടെ, തലയിലേക്ക് പെയ്തു വീണ മഴയോടെ ഒപ്പമിറങ്ങിത്തിരിച്ച അയിഷ. പ്രഭുവിനെന്തെങ്കിലും പറ്റിയാൽ ജീവനത് സഹിക്കുകയില്ല.

ഇരുപതു വർഷം മുമ്പ്, വിവാഹദിവസം അയിഷ പ്രഭുവിനെ ആദ്യം കണ്ടു. ജീവൻ സുഹൃത്തിനെ അന്നദാനപ്രഭുവെന്ന് അയിഷയ്ക്ക് പരിചയപ്പെടുത്തി. അന്നദാനപ്രഭു, നിസ്വനായി നിറഞ്ഞു ചിരിച്ച് ഹാപ്പി മാരീഡ് ലൈഫ് ആശംസിച്ചു. ജീവനെ ആലിംഗനം ചെയ്തു. സയാമിസ് ഇരട്ടകൾ!

ഫോണിന്റെ സ്ക്രീൻ കത്തുന്നു. അപായസൂചന തരുന്ന പള്ളിമണിയുടെ നിലയ്ക്കാത്ത ശബ്ദം.

ജീവനു മാത്രം കേൾക്കാൻ കഴിയുംവിധം അയിഷ ഓരോ മെസേജും വായിച്ചു.

ഞാനും രേണുവും മാത്രം വീടിനകത്ത്...

അവരിപ്പോൾ വീടിനു നേർക്ക് കല്ലെറിയുന്നുണ്ട്.

ആറു മണി മുതൽ രേണു വാവിട്ട് കരയാൻ തുടങ്ങിയതാണ്.

“പ്ലീസ്.. സ്പീഡ് കുറയ്ക്ക്..”

അയിഷ വിറയ്ക്കുന്ന ശബ്ദത്തിൽ ജീവനെ നോക്കി.

കൊടുംകാറ്റും മഴയുമിരമ്പുന്ന ഈ രാത്രിയിൽ അയിഷയെ വഴിയിലിറക്കി വിടാൻ പറ്റില്ല. അയിഷയ്ക്ക് വീട്ടിലേക്ക് ഒറ്റയ്ക്ക് സുരക്ഷിതമായി തിരിച്ചു പോവാനാവുകയില്ല. പക്ഷേ, കാറിന്റെ വേഗത ഇനിയും കൂടും.

അവിടെ ആൾക്കൂട്ടം പെരുകുകയാണ്... ജനാലകളുടെ ചില്ലുപാളികൾ ഉടഞ്ഞു തകരുകയാണ്..

അയിഷയുടെ മുഖത്തേക്ക് നോക്കാതെ അയിഷയുടെ കൈയിലിരിക്കുന്ന ഫോണിലേക്കാണ് ജീവൻ നോക്കാൻ ശ്രമിക്കുന്നത്. അയിഷ ശബ്ദം ചിതറി, അക്ഷരങ്ങൾ പെറുക്കിയെടുത്ത് വീണ്ടും കൂട്ടി വായിച്ചു.

പൊലീസിൽ വിവരമറിയിച്ചിട്ട് നേരം കുറേയായി...

ഏഴുമണിയായി. പൊലീസെത്തിയിട്ടില്ല.

അകത്തേക്ക് കയറി വാതിൽ അടയ്ക്കാൻ പറ്റിയതെങ്ങനെയെന്ന് ഇപ്പോഴും ഓർമ്മ കിട്ടുന്നില്ല.

രേണുവിന്റെ കരച്ചിൽ കേട്ടാൽ അവരുടെ കോപം കൂടും.

ഞാനിപ്പോൾ ഒരു കൈ കൊണ്ട് രേണുവിന്റെ വായ് പൊത്തിപ്പിടിക്കാൻ ശ്രമിക്കുകയായിരുന്നു...

എന്റെ ചതഞ്ഞുപോയ വലതുകൈ, നെഞ്ച്, മുഖം, എല്ലായിടത്തേക്കും മാറി മാറി നോക്കിക്കൊണ്ട് ഇപ്പോൾ അവളുടെ കണ്ണുകൾ മാത്രം കരയുന്നു. ആ ശബ്ദം ഞാൻ മാത്രമേ കേൾക്കുകയുള്ളൂ.

കരയാൻ പാടില്ല എന്ന് രേണുവിനോട് പറയണമെന്നുണ്ട്.

വായിൽനിന്നും ചുണ്ടിൽനിന്നും രക്തമൊഴുകുന്നു...

പൊലീസെത്തി.

ഗേറ്റിനു മുന്നിൽവന്നുനിന്ന പൊലീസ് ജീപ്പിൽനിന്ന് പൊലീസുകാർ പുറത്തിറങ്ങാൻ ആൾക്കൂട്ടം സമ്മതിക്കുന്നില്ല.

പൊലീസിനെ അവർ തടഞ്ഞുവെച്ചിരിക്കുന്നു.

ആകെ നാലു പൊലീസുകാർ.

കൂടുതൽ പൊലീസ് എപ്പോഴാണ് വരിക...

വീടിന്റെ ചുമരുകൾ ഇളകുന്നു.

കണ്ണിനു മുമ്പിൽ എപ്പോഴും അനങ്ങുന്ന നിഴലുകൾ.

എനിക്ക് കൂടുതൽ എഴുതാനാവുന്നില്ല...

ജീവൻ കുട്ടിക്കാലത്തെ വീട്ടിലെ കുളക്കരയിലുള്ള കൈതോലകൾ വെള്ളത്തിൽ ചലിക്കുന്നത് കണ്ട് ഭയന്നിട്ടുണ്ട്.

ഇപ്പോൾ വണ്ടിയോടുന്നത് റോഡിലൂടെയല്ല. നിറയെ നീണ്ട പാമ്പുകൾ വെള്ളത്തിലിഴയുന്നു.

ഡോക്ടർമാരുടെ വാട്സ് ആപ്പ് ഗ്രൂപ്പ് നടുക്കത്തിലാണ്. തിങ്ങിനിറഞ്ഞ നിശ്ശബ്ദത എത്ര നേരം തുടരുമെന്നറിയില്ല. കന്യാകുമാരി മുതൽ കാസർകോഡ് വരെയുള്ള കേരളം മാത്രമൊതുങ്ങുന്നതല്ല വാട്സ് ആപ് ഭൂവിഭാഗം. മറുനാടൻ മലയാളി ഡോക്ടർമാരടക്കം ഇരുപത്തിനാല് മണിക്കൂറും സജീവമായിരിക്കുന്ന ഗ്രൂപ്പ് ആണ്. കുറേപ്പേർക്ക് സൂര്യനസ്തമിക്കുമ്പോൾ കുറേപ്പേർക്ക് സൂര്യനുദിക്കുന്നു. പക്ഷേ, സൂര്യനസ്തമിക്കാത്ത വാട്സ് ആപ് രാജ്യത്ത് മുന്നറിയിപ്പുകളില്ലാതെ വന്ന ഗ്രഹണം അതിനെ കൂരിരുട്ടിലാഴ്ത്തിക്കളഞ്ഞു. ആരും ഒന്നും പറയുന്നില്ല. ഗ്രഹണം കഴിഞ്ഞ് വെളിച്ചം പുറത്തുവരാൻ എത്ര നേരമെടുക്കുമെന്ന് അയിഷയ്ക്ക് ജീവനോടു ചോദിക്കണമെന്ന് തോന്നി.

പക്ഷേ, അവൾ പരിസരം മറന്ന് നിലവിളിച്ചു.

“ഞാനിപ്പോൾ ഹൃദയം നിലച്ച് മരിച്ചു പോവും ജീവൻ..”

വെള്ളത്തിൽ ജീവന് നില തെറ്റി. സഡൺ ബ്രേക്കിട്ടു. അയിഷ കണ്ണിറുക്കിയടച്ചു. ജീവന്റെ മുഖം ഇപ്പോൾ ഭയാനകമായിരിക്കും. പക്ഷേ, അയിഷ കേട്ടു. ഒരു തേങ്ങൽ... കണ്ണു തുറക്കുംമുമ്പ് അതും സഡൻ ബ്രേക്കിട്ടതുപോലെ നിലച്ചു.

“അയിഷു... ഇനി നീ വണ്ടിയോടിക്ക്..”

പാമ്പുകളെ വാരിയെടുത്ത് തോളിലിട്ട് ഒരാൾ മുന്നിൽ നിന്ന് വഴി തടയുന്നു.

അയാളുടെ ജട പാറിപ്പറക്കുന്നു.

കണ്ണിൽ കടുംതുടിത്താളം മുറുകിയിട്ടുണ്ട്.

കഴുത്തിലിട്ട പാമ്പുകൾ സീല്ക്കാരമുയർത്തി വാലിൽ കുത്തി എഴുന്നു നില്ക്കുന്നു.

അയാളുടെ കണ്ണിൽ നിന്നുതിരുന്ന തീയിൽ വെള്ളം അപ്രത്യക്ഷമായിക്കഴിഞ്ഞു.

ഒരു രോഗിയെ ക്ഷയരോഗവിമുക്തനാക്കുന്നതിനിടയിൽ പത്തു പുതിയ രോഗികൾ സൃഷ്ടിക്കപ്പെട്ടുകൊണ്ടിരിക്കുന്നു. ചേരികളിൽ ജീവിക്കുന്ന ആയിരമായിരം ആളുകൾ തങ്ങൾക്കെന്താണ് സംഭവിക്കുന്നതെന്നറിയാതെ മാരകരോഗത്തിന് കീഴടങ്ങി നിസ്സഹായരായി കഴിയുന്നു... ദാരിദ്ര്യം കൊടുങ്കാറ്റുപോലെ ലോകമാകെ വ്യാപിക്കുന്നു. കോടിക്കണക്കിനാളുകൾ പട്ടിണി കിടക്കുമ്പോൾ കാനഡ വിളഞ്ഞു നില്ക്കുന്ന ഗോതമ്പു വയലുകൾ തീയിട്ടു കരിച്ചു. മൊണ്ട്രീലിലെ തൊഴിലാളികളുടെ കുഞ്ഞുങ്ങൾ കണരോഗം വന്ന് വളർച്ച മുരടിക്കുമ്പോൾ കാനഡയുടെ തെക്കൻ സംസ്ഥാനങ്ങൾ ടൺകണക്കിന് ഓറഞ്ചുപഴങ്ങൾ നശിപ്പിച്ചു കളഞ്ഞു. ലക്ഷക്കണക്കിനാളുകൾ വസ്ത്രങ്ങളില്ലാതെ കാലാവസ്ഥയെ നോക്കി പകച്ച് നിന്നപ്പോൾ അമേരിക്ക അമിതോല്പാദനമൊഴിവാക്കാൻ പരുത്തിപ്പാടങ്ങൾ തരിശിട്ടു...

മഹാമേരുവിനെ കരിച്ചുകളയാനുള്ള ക്രോധത്തോടെ അയാൾ മുന്നിൽ നിന്നു.

ഫാസിസം ലോകത്തെ ഒരു കശാപ്പുശാലയാക്കുകയാണ്... അയാൾ പറഞ്ഞു.

അതെ. കാലമെത്ര വെന്തും കരിഞ്ഞും കടന്നുപോയി!

ഇപ്പോഴും മുന്നിൽ ചുമച്ച്, ചുമച്ച്, നെഞ്ച് തകർന്നും എല്ല് പൊടിഞ്ഞും കണ്ണു തുറിച്ചും കിതച്ചും മരവിച്ചുറഞ്ഞ മരണത്തെ ചുമലിലേറ്റി വേച്ച് വേച്ച് നടന്നുപോകുന്ന മനുഷ്യൻ... എന്റെ രാജ്യത്തെ കളഹന്ദിയെയും അട്ടപ്പാടിയെയും പോലെ ലോകമാകെ ഇന്നും കശാപ്പുശാലകൾ..

ആ പാവപ്പെട്ട മനുഷ്യനെ നോക്കൂ.. ആ മനുഷ്യന് അല്പം വരുമാനമുണ്ടായിരുന്നെങ്കിൽ ഈ ദുർഗ്ഗതി വരില്ലായിരുന്നു. വൈദ്യശാസ്ത്രം പോലും! ഡോക്ടർമാർ ജനങ്ങളോടുള്ള കർത്തവ്യത്തെക്കുറിച്ച് ഗൗരവത്തോടെ ചർച്ച ചെയ്യണം. തങ്ങൾ ബിസിനസുകാരാണെന്നാണ് അവരിൽ ചിലരുടെ വിചാരം. തെമ്മാടികൾ... ഡോക്ടറുടെ കുപ്പായമണിഞ്ഞു നടക്കുന്ന കച്ചവടക്കാർ.

അയാൾ സൂര്യചന്ദ്രന്മാരെയും നക്ഷത്രങ്ങളെയും വെല്ലുവിളിച്ച് ആകാശത്തിന്റെ നരച്ച ശൂന്യതയിൽ ഒരു ചിത്രം വരച്ചു. ഒരു ദൈവബിംബം. മുന്നിൽ വിധി കാത്തുനില്ക്കുന്ന ഡോക്ടർ. ചിത്രത്തിനു താഴെ ഇങ്ങനെ കുറിച്ചിട്ടു. ഡോക്ടർ അന്ത്യവിധി നാളിൽ.

ബോംബാക്രമണങ്ങളുടെ മാത്രമല്ല, അവഗണനകളുടെയും തീവർഷത്തിൽ പൊട്ടിച്ചിതറി, പിന്നെയും നീറുന്ന തലയോട്ടികളും അസ്ഥികളും മാംസക്കഷണങ്ങളും ചാരവും ഏറ്റെടുക്കാൻ കരകയറി വന്ന പെരുങ്കട

ലിലേക്ക് ജീവൻ ഇറങ്ങി നടന്നു. തിരമാലകൾ കൊണ്ട് കാൽ മുറിഞ്ഞ് ചോരയൊലിച്ചു. കാലടികളിൽ തറച്ച തിരകളുടെ മൂർച്ച തുളച്ചു കയറി ജീവന്റെ ശിരസ്സും കടന്ന് മുകളിലേക്കുയർന്നു.

"ഇനി അര മണിക്കൂർകൊണ്ട് നമ്മെളെത്തും ജീവൻ..." അയിഷ പറഞ്ഞു.

അയിഷ ജീവിതത്തിൽ ഇന്നേവരെ ഓടിച്ചിട്ടില്ലാത്തത്ര വേഗതയിൽ വണ്ടിയോടിക്കുന്നത് ജീവൻ അറിഞ്ഞില്ല.

അനന്തതയിൽനിന്ന് ആ വേദന കടൽപ്പരപ്പിലേക്ക് തുള്ളിതുള്ളിയായി പെയ്തു വീണു. ജീവന്റെ കാതുകൾ ആവി പറക്കുന്ന ആ വാക്കുകളെ ഹൃദയം കോച്ചുന്ന മരവിപ്പിലേക്ക് കോരിയിട്ടു. എന്തൊരു ഉരുകലാണിത്!

ഫ്രാൻസിസ്... എനിക്കെന്റെ ഒരു രോഗി നഷ്ടപ്പെട്ടു. അല്പം മുമ്പ്, യുവാവായ ഒരു രോഗി. കുഴഞ്ഞു മറിഞ്ഞ ഒരു കേസായിരുന്നു അത്. ശസ്ത്രക്രിയയല്ലാതെ മറ്റു മാർഗ്ഗമൊന്നുമില്ലായിരുന്നു. ഞാനൊരവസാനശ്രമം നടത്തി നോക്കിയതാണ്. അയാൾ രക്ഷപ്പെടുമെന്നായിരുന്നു എന്റെ പ്രതീക്ഷ. പക്ഷേ, ഞാൻ പരാജിതനായി... അയാൾക്ക് എത്ര ചെറുപ്പമായിരുന്നെന്നോ. അയാളുടെ മുന്നിൽ എത്രയെത്ര വർഷങ്ങളായിരുന്നുവെന്നോ... എനിക്ക് ഒരു വിശദീകരണവും തരാനില്ല. ഞാൻ സ്വയം ചോദിച്ചു. നോക്കി. അതെന്റെ തെറ്റാണോ എന്ന്. ഞാൻ തെറ്റുകാരനാണോ.. അതോ നാമെല്ലാം തെറ്റുകാരാണോ.. എനിക്കറിയില്ല. പക്ഷേ, അവർ മരിക്കുമ്പോൾ അവരോടൊപ്പം എന്റെ ഒരംശവും മരിക്കുന്നു....

ഗ്രാവൻഹഴ്സ്റ്റസിലെ തടാകങ്ങളും കുന്നുകളും ബെഥുനെയുടെ കാരുണ്യത്തിന്റെ ആഴത്തിനും ഉയരത്തിനും മുന്നിൽ നിസ്വമായി നിശ്ചലത പൂണ്ട് മന്ത്രിച്ചു. ഞങ്ങളുടെ ബെഥുനെ കവിയാണ്. ഗ്രാവൻ ഹഴ്സ്റ്റസിലെ പുൽമേടുകളിലെ ഓരോ പുൽത്തളിരും ബെഥുനെയുടെ സ്നേഹാർദ്രതയുടെ പിടച്ചിലറിഞ്ഞ് കാറ്റിൽപ്പോലും അനങ്ങാതെ നിന്നു. ഞങ്ങളുടെ ബെഥുനെ നിതാന്ത പ്രണയിയാണ്...

ഫ്രാൻസിസ്, ഞങ്ങൾ ജനങ്ങളുടെ ഇടയിലേക്കിറങ്ങിച്ചെല്ലും... ഇന്നത്തെ ചികിത്സാ സമ്പ്രദായം മുഴുവൻ ഞങ്ങൾ മാറ്റി മറിക്കും. ഇനി മുതൽ ഡോക്ടർമാർ പ്രൈവറ്റ് പ്രാക്ടീസിന്റെയും ലാഭേച്ഛയുടെയും പേരിൽ സ്വന്തം ചുമതലകൾ വിസ്മരിക്കുന്ന സാഹചര്യമുണ്ടാവില്ല. ആ ജനവാതിലിലൂടെ പുറത്തേക്ക് നോക്കൂ. അവിടെ നിരന്നു നില്ക്കുന്ന കുടിലുകൾ കണ്ടോ. അവിടേക്കാണ് ഡോക്ടർമാർ ഇറങ്ങിച്ചെല്ലേണ്ടത്. ഓരോ ഗ്രാമത്തിലേക്കും ഓരോ നഗരത്തിലേക്കും... ഓരോ വീട്ടിലേക്കും അവർ ഇറങ്ങിച്ചെല്ലണം. രോഗികൾ തകർന്നു തരിപ്പണമായ ശരീരവും താങ്ങി ആശുപത്രിയിലെത്തുംമുമ്പ് ഞങ്ങൾ വീടുവീടാന്തരം കയറിയിറങ്ങും. രോഗപ്രതിരോധമാണ് യഥാർത്ഥ ചികിത്സ.

പക്ഷേ, ജന്മനാടിന്റെ മടിത്തട്ടിൽനിന്ന് പ്രണയിനിയായ ഫ്രാൻസിന്നസിന്റെ ഹൃദയമിടിപ്പുകളിൽനിന്ന് ആകാശവും കടലുകളും താണ്ടി, ഫാസി

സത്തിനെതിരെയുള്ള സ്പാനിഷ് യുദ്ധമുന്നണിയിലേക്ക് ചൈനയിലേക്ക്... ബെഥൂനെ യാത്ര പറഞ്ഞു പോരേണ്ടി വന്നു.

ജീവൻ *മുറിവുണക്കുന്നവർ* വീണ്ടും വായിക്കുകയായിരുന്നു. വായന കഴിഞ്ഞ് കിടക്കുമ്പോഴും ആ പുസ്തകം ജീവന്റെ നെഞ്ചിലിരുന്ന് പിടയ്ക്കുന്നത് പ്രഭു കണ്ടിരുന്നു. പ്രഭു നോക്കിയിരിക്കുന്നത് കണ്ണടച്ചു കിടന്നിട്ടും ജീവൻ അറിഞ്ഞു.

ദാരിദ്ര്യം താനേ പൊട്ടിമുളയ്ക്കുന്ന പാഴ്ച്ചെടിയല്ല പ്രഭു. അവരുടെ രോഗങ്ങൾ അപ്രതീക്ഷിതമായി വരുന്ന വിരുന്നുകാരുമല്ല.

ജീവൻ വായിച്ചു കഴിഞ്ഞ് മേശപ്പുറത്ത് വെച്ചിരിക്കുന്ന *ലിമിറ്റ്സ് ടു മെഡിസിനും, ഓർഗനോൺ ഓഫ് മെഡിസിനും ചരകസംഹിത*യും എത്രയും വേഗം വായിക്കാൻ പ്രഭുവിനും ആഗ്രഹമുണ്ട്.

പ്രഭു, പൂന്തോട്ടത്തിന് കാവലിരുന്ന ആ തോട്ടക്കാരനെപ്പോലെ നമ്മളും അശരണർക്ക് കാവലിരിക്കണം.

പരീക്ഷ കഴിഞ്ഞിട്ട് ഞാൻ ഇതൊക്കെ വായിക്കാം.

ഈ പരീക്ഷകൾ കൊണ്ട് എന്താണ് കാര്യം?

ജീവാ, ഇത് ഫൈനൽ ഇയർ പരീക്ഷയാണ്. ഇരുന്ന് പഠിച്ചേ പറ്റൂ. ബെഥൂനെയും ഇവാൻ ഇല്ലിച്ചും ഹനിമാനും ചരകനും എപ്പോഴും നമ്മുടെ കൂടെയുണ്ടാവും. പരീക്ഷ ഓടിപ്പോവും. പിന്നെ പിറകെ ഓടിയാലും കിട്ടിയെന്ന് വരില്ല.

പ്രഭു ജീവനെ നിർബ്ബന്ധിച്ചുകൊണ്ടിരുന്നു.

പ്രഭുവിന്റെ സ്നേഹത്തിനു മുന്നിൽ ജീവന് തർക്കങ്ങളില്ല.

പരീക്ഷയ്ക്കിരുന്ന് പഠിക്കുമ്പോഴും അനന്തതയിൽനിന്ന് വാക്കുകൾ പെയ്തു കൊണ്ടിരിക്കുമെന്നു മാത്രം.

മരുന്നുകൊണ്ടു മാത്രമല്ല ഡോക്ടർമാർ ചികിത്സിക്കേണ്ടത് എന്നറിയാമല്ലോ?

അറിയുകയാണ്... ചോദ്യങ്ങൾക്ക് ജീവൻ കൃത്യമായ മറുപടികൾ കണ്ടെത്താൻ തുടങ്ങിയിരിക്കുന്നു.

ആശുപത്രിയിൽ ചെറിയൊരലസത കാണിക്കുന്നവർക്കുനേരെ അദ്ദേഹം ചീറിയടിക്കുന്നതു ജീവൻ കാലത്തിനിപ്പുറത്തിരുന്ന് കണ്ടു. മരിക്കാൻ പോകുന്ന രോഗിയുടെ അവസാനത്തെ ആഗ്രഹം നിറവേറ്റിക്കൊണ്ട് അവരെ ഉമ്മ വെക്കുന്നതും.

ഉണർവ്വിലും ഉറക്കത്തിലും വൈദ്യശാസ്ത്രത്തിലെ ആ കാരുണ്യത്തിന്റെ ആഴങ്ങൾ അറിയാൻ തളർച്ചയറിയാതെ ജീവൻ തുഴഞ്ഞുകൊണ്ടിരിക്കുകയാണ്.

തോറാസിക് സർജൻ ആവണമെന്നാഗ്രഹിക്കുന്നു, അല്ലേ?

ആ ഒരേയൊരാഗ്രഹമേയുള്ളൂ.

വൈദ്യശാസ്ത്രരംഗത്ത് രണ്ട് വ്യത്യസ്ത വിഭാഗങ്ങൾ തമ്മിൽ രൂക്ഷമായ സംഘട്ടനം നടന്നുകൊണ്ടിരിക്കുകയാണെന്നറിയാമോ? സ്വാർത്ഥ താല്പര്യങ്ങൾ. സ്വകാര്യ സമ്പാദ്യം വൈദ്യശാസ്ത്രത്തിന്മേലുള്ള

കുത്തക ഇവ നിലനിർത്തുന്നതിനുവേണ്ടി ഒരു വിഭാഗം ഡോക്ടറുടെ അന്തസ്സ്, പദവി എന്നിവ നിലനിർത്തുക എന്നതല്ല, ജനങ്ങളുടെ ആരോഗ്യസുരക്ഷ ഉറപ്പു വരുത്തുക എന്നതാണ് വൈദ്യശാസ്ത്രത്തിന്റെ പ്രാഥമിക കടമയെന്ന് മറുവിഭാഗം.

അറിയാം...

ജനങ്ങളുടെ ആരോഗ്യം കാത്തു സൂക്ഷിക്കാനുള്ള അടിസ്ഥാനപരമായ ഉത്തരവാദിത്വം സർക്കാരിനുണ്ട്. സർക്കാർ ആ ചുമതല നിർവ്വഹിക്കാതിരിക്കുന്നിടത്ത്, പണം കൊടുത്ത് ചികിത്സിക്കാൻ കഴിയാത്ത രോഗികൾക്കും പണം വാങ്ങാതെ ചികിത്സിക്കാനറിയാത്ത ഡോക്ടർമാർക്കുമിടയിൽ വൈദ്യശാസ്ത്രം പകച്ചു നില്ക്കും... നിശ്ചലമായിരിക്കുന്നിടത്ത് ശാസ്ത്രവും സാങ്കേതികതയും ജനങ്ങളുടെ രക്ഷയ്ക്കെത്തുകയില്ല. നിശ്ചലതയെ തഴുകിക്കൊണ്ട് നമുക്ക് മുന്നോട്ടു പോകാനാവുകയുമില്ല.

ബൈപാസിലേക്ക് കയറിയപ്പോൾ അയിഷ കാറിന്റെ വേഗത പിന്നേയും കൂട്ടി. അയിഷ ഇന്നേവരെയും ഓടിച്ചിട്ടില്ലാത്തത്രയും വേഗത്തിൽ.

പെട്ടെന്ന് ജീവൻ അയിഷയെ തടഞ്ഞു.

“ഇങ്ങനെ പോകുന്നത് അപകടമാണ്.”

അയിഷ അതു കേൾക്കാതിരുന്നതിനാൽ ജീവൻ ഉച്ചത്തിലാണ് വീണ്ടും പറഞ്ഞത്.

“അയിഷു നമ്മുടെ മകനെ മെഡിക്കൽ എൻട്രൻസ് കോച്ചിങ്ങിന് ചേർത്തതെന്തിനാണ്?”

“ജീവൻ... നമ്മളിപ്പോ എത്തും!”

“ചോദിച്ചതിനുത്തരം പറയ്!”

“അവന്റെ ആഗ്രഹത്തിന് ചേർത്തതല്ലേ നമ്മൾ.”

“അവനാ ആഗ്രഹം എങ്ങനെയുണ്ടായി? അവന്റെ മുഴുവൻ കൂട്ടുകാരും ഡോക്ടർമാരാവാൻ തീരുമാനിച്ചതുകൊണ്ടാണോ?”

“അവന്റെ അച്ഛനെ കണ്ടിട്ടായിക്കൂടേ?”

“അത് നിനക്കുറപ്പുണ്ടോ? അതോ ഡോക്ടറായി ലക്ഷങ്ങൾ സമ്പാദിക്കാമെന്നാണോ അവന്റെ ആഗ്രഹം?”

“സർക്കാരാശുപത്രിയിൽനിന്ന് കിട്ടുന്ന ശമ്പളം വാങ്ങി പാവപ്പെട്ട മനുഷ്യരെ ചികിത്സിക്കുന്ന ഒരു ഡോക്ടറുടെ മകനല്ലേ അവൻ. അവനും ജീവന്റെ വഴിയിലൂടെ നടക്കണമെന്ന് ആഗ്രഹമുണ്ടായിരിക്കും..”

“എനിക്ക്... പേടിയാണ് അയിഷൂ... നമുക്കൊരേയൊരു മകനല്ലേയുള്ളൂ. ഇക്കാലത്ത് അവൻ ഡോക്ടറാവണ്ട. അല്ലെങ്കിൽത്തന്നെ എന്തിനാണിത്രയധികം ഡോക്ടർമാർ? ഇത്രയധികം മെഡിക്കൽ കോളേജുകൾ എന്തിനുണ്ടായി? രോഗികളുടെ എണ്ണം കൂട്ടാനോ?”

അയിഷ വണ്ടി നിർത്തി. ജീവന്റെ മരവിച്ച വിരലുകളെ തലോടി ചൂടുപിടിപ്പിച്ചു.

“അവന്റെ ആഗ്രഹത്തെ തടയാൻ നമുക്കെന്തവകാശം... സർക്കാർ

മെഡിക്കൽ കോളേജിൽ സീറ്റ് കിട്ടിയാൽ മാത്രം അവൻ പോവട്ടെ ജീവൻ."

"ശരി. പക്ഷേ, ആരെയെങ്കിലും അന്തിമമായ മരണത്തിൽനിന്ന് മോചിപ്പിക്കാൻ എനിക്കോ പ്രഭുവിനോ അവനോ പറ്റുമോ? അയിഷു, ആശുപത്രിയിൽ ഇന്നും അപ്രതീക്ഷിതമായി ഞാൻ മരണത്തെ നേരിടേണ്ടി വന്നു.

ദാരുണമായ കാഴ്ചയായിരുന്നു അത്. മരിച്ച മനുഷ്യന്റെ ഭാര്യ നെഞ്ചത്തടിച്ച് ദൈവത്തെ ചീത്ത വിളിച്ചും ശപിച്ചും ആശുപത്രിയിൽ ഓടി നടക്കുന്ന കാഴ്ച. അയാൾ ഭാര്യയെ ഒരുപാട് സ്നേഹിച്ചിരുന്നുവെന്ന് എന്റെ മുമ്പിൽ വന്ന് നിന്ന് തുറിച്ചു നോക്കിയ കണ്ണുകളിൽ നിന്നെനിക്ക് മനസ്സിലായി. ഇത്ര വേഗം അവളിൽനിന്ന് ഭർത്താവിനെ അടർത്തിയെടുത്ത് കൊണ്ടുപോയത് എന്തിനെന്നവൾ ദൈവത്തെ ചോദ്യം ചെയ്തു. എന്റെ മുന്നിൽ നിന്ന് മുഴുവൻ ശാപവാക്കുകളും അവൾ ദൈവത്തിനു നേർക്കെറിഞ്ഞു. ഇത്രയും സ്നേഹമുള്ള ഭർത്താവിനെ നല്കിയതിന് ഇന്നു രാവിലെ വരെ നിറഞ്ഞ ഭക്തിയോടെ, സ്നേഹത്തോടെ അവൾ ദൈവത്തിന് നന്ദി പറഞ്ഞ് പ്രാർത്ഥിച്ചിട്ടുണ്ടായിരുന്നു. നന്ദി പറഞ്ഞ അതേ ഹൃദയംകൊണ്ടുതന്നെ അദ്ദേഹത്തെ ദ്രോഹിയെന്നും അസൂയക്കാരനെന്നും കൊലപാതകിയെന്നും ശവം തീനിയെന്നും ഉറക്കെ വിളിച്ചു പറഞ്ഞുകൊണ്ട് അവൾ ആംബുലൻസിലേക്ക് ഓടിക്കയറി. ഭർത്താവിനരികിലേക്ക് കുഴഞ്ഞു വീണു."

"അയിഷു.... സ്വയം ദൈവമാണെന്ന് നമ്മുടെ മകൻ വിചാരിക്കരുത്."

"അത് മനസ്സിലാക്കാനുള്ള വിവേകം അവനുണ്ടാവില്ലേ.."

"കച്ചവടക്കാർക്ക് വിവേകമുണ്ടാവില്ല. ദൈവങ്ങളെന്ന് സ്വയം പരസ്യപ്പെടുത്തും... എല്ലാതരം ജീവിതവും ജീവിച്ച് മനുഷ്യർ രോഗങ്ങൾ ചുമന്ന് ഈ പരസ്യങ്ങളുടെ നേർക്കാണ് രക്ഷിക്കണേ എന്ന് നിലവിളിച്ചെത്തുക. മരണത്തിൽനിന്ന് രക്ഷിക്കാൻ ദൈവങ്ങൾക്ക് വലിയ തുക കാണിക്ക വെക്കണം. നിനക്കറിയില്ലേ അയിഷൂ... വിറ്റും പെറുക്കിയും പലിശയ്ക്കെടുത്തും ചോദിച്ചത്രയും അവർ മുന്നിൽ വെക്കും. ഭണ്ഡാരങ്ങൾ നിറഞ്ഞു തൂവണം. ഏറ്റവുമൊടുവിൽ, കടം വന്ന് മുടിഞ്ഞുപോയ മനുഷ്യർ നീട്ടിക്കിട്ടിയെന്ന് വിചാരിക്കുന്ന തീർത്തും അരക്ഷിതമായ ജീവിതത്തേയും ചുമന്ന് കല്ലറയിലേക്ക് വേച്ചുവേച്ച് സ്വയം നടന്നു പോവും. തൊണ്ടയിൽ, വറ്റിപ്പോയ കുറേ തേങ്ങലുകൾ മാത്രമുണ്ടായിരിക്കും സ്വന്തമായിട്ട്..."

"എന്തിനാണിപ്പോ ഇങ്ങനെയൊക്കെ വിചാരിക്കുന്നത്."

"ആംബുലൻസിൽ കുഴഞ്ഞു വീണ ആ പാവം സ്ത്രീയെ പരിശോധിച്ചതിനുശേഷം ഇന്ന് ഡോക്ടേഴ്സ് റൂമിൽ വന്നു കയറിയപ്പോൾ എല്ലാവരും അക്രമാസക്തരായിരുന്നതുപോലെ അയിഷു! സർക്കാരാശുപത്രിയുടെ പരാധീനതകളിൽ പ്രവർത്തിക്കുന്നതിന്റെ പതിവു രോഷപ്രകടനമായിരുന്നു. ഡോക്ടർ മഹേഷ് എന്തിനൊക്കെയോ ക്രുദ്ധനായി ഇറങ്ങിപ്പോയി. വീട്ടിൽ പ്രൈവറ്റ് പ്രാക്ടീസിനുള്ള നേരമാവുന്നതുകൊണ്ട് എല്ലാവരും അക്ഷമയോടെ അതേ ഭാവത്തോടെ ഇറങ്ങിപ്പോയി."

മുന്നിൽ കരിനീല നിറമുള്ള ബസ്.

അതിനുള്ളിൽ നിന്ന് പൊലീസുകാർ ഓടിയിറങ്ങി ലാത്തിവീശാൻ തുടങ്ങുന്നു. ആൾക്കൂട്ടം പ്രഭുവിന്റെ വീടിനു മുന്നിൽ തുറന്നിട്ട ഗേറ്റിനകത്തേക്കും പുറത്തേക്കും ഓടുന്നു. ചിതറുന്ന ആൾക്കൂട്ടം. വാട്സ് ആപ്പ് ഗ്രൂപ്പിലെ ഭയാനകമായ നിശ്ശബ്ദതയിൽ നിന്ന് പൊടുന്നനെ പുറത്തേക്കിറങ്ങി ഓടിയെത്തിയ നാലഞ്ച് ഡോക്ടർമാർ അകത്തേക്ക് കടക്കാൻ പറ്റാതെ വഴിയരികിൽ കുറേ നേരമായി പാർക്കു ചെയ്യുകയാണ്. ചിതറിയോടുന്ന ആൾക്കൂട്ടം ഡോക്ടർമാരുടെ വണ്ടികളിലേക്ക് കല്ലുകളോങ്ങി വലിയ തെറികൾ വിളിച്ചു.

പൊടുന്നനെ ഓട്ടം നിർത്തിയ ഒരാൾ ജീവന്റെ വണ്ടിയുടെ ബോണറ്റിൽ കൈ കൊണ്ട് ആഞ്ഞടിച്ചു. നിന്നെയൊക്കെ ഞങ്ങൾ പിന്നെ കണ്ടോളാടാ! ജീവന്റെ തരിച്ചു മുറുകിയ മുഷ്ടിയിൽ നിന്ന് ആവിയുയർന്നു. ഡോർ തുറക്കാൻ അയിഷ സമ്മതിച്ചില്ല.

മെല്ലെ അയഞ്ഞുവന്ന കൈയിലേക്ക് നോക്കി ജീവനിരുന്നു. അപ്പോൾ കൈവെള്ളയിൽ ഒരു മുഖം തെളിഞ്ഞു വന്നു.

നിന്റെ വിപ്ലവം നിന്നെ രക്ഷിക്കുമോ? നിനക്കു മാത്രമായി ഇവിടെ എന്തു രക്ഷയാണുള്ളത്?

അച്ഛന്റെ മുഖം കൈവെള്ളയിൽ നിന്ന് മറഞ്ഞു.

ജീവന് കണ്ണുകൾ ചുവന്നു നിറഞ്ഞു.

മുറിവുണ്ടാക്കുന്നവർ വിജയിച്ചുകൊണ്ടിരിക്കുന്നതാണ് അച്ഛൻ കണ്ടിട്ടുള്ളത്. ജീവൻ അച്ഛനെ കുറ്റപ്പെടുത്തുകയില്ല.

പൊലീസുകാർക്കൊപ്പം ജീവനും അയിഷയും ഡോക്ടർമാരുടെ സംഘടനയിലെ ജില്ലാ നേതാക്കളും അകത്തേക്ക് കടന്നു.

എസ് പി നേരിട്ട് പ്രഭുവിന്റെ മൊഴിയെടുത്തു. അയിഷ രേണുവിനെ ചേർത്തുപിടിക്കുന്നതും രണ്ടുപേരും ശബ്ദമടക്കി കരയുന്നതും കണ്ടുകൊണ്ട് ജീവൻ പ്രഭുവിനോട് ചേർന്നു നിന്നു.

സന്ധ്യക്കു മുമ്പായിരുന്നു. നെഞ്ചുവേദനയുണ്ടായ ഒരാളെ കുറച്ചുപേർ കൊണ്ടുവന്നു. ഞാനവരെ ഇതിനുമുമ്പു കണ്ടിട്ടില്ല. വേഗം പരിശോധിച്ചു. എത്ര പണം വേണമെങ്കിലും തരുമെന്നവർ പറഞ്ഞു. പണം ആവശ്യമില്ലെന്ന് പറഞ്ഞ് ഉടനെ ഇ സി ജി എടുക്കാൻ പറഞ്ഞയച്ചു. പോയ സ്ഥലത്ത് എന്തോ സാങ്കേതിക തടസ്സം മൂലം ഇ സി ജി എടുക്കാൻ പറ്റാതെ അവർ പിന്നേയും പേഷ്യന്റിനേയും കൊണ്ട് എന്റെ അടുത്തേക്ക് തന്നെ തിരിച്ചു വന്നു. പേഷ്യന്റ് അപ്പോൾ അബോധാവസ്ഥയിലായിരുന്നു. ഉയർന്ന മെഡിക്കൽ കെയർ കിട്ടുന്ന ഏതെങ്കിലും സ്ഥലത്തെത്തിക്കണം എന്ന് നിർബ്ബന്ധിച്ച് പറഞ്ഞു. അടുത്തുള്ള ആശുപത്രിയിലെത്തിച്ചെങ്കിലും പേഷ്യന്റ് റെസ്പോൺസ് ചെയ്തില്ല. അവർ വീണ്ടും എന്റെ അടുത്തേക്ക് തന്നെ തിരിച്ചുകൊണ്ടുവന്നു. ഞാൻ തന്നെ പരിശോധിക്കണമെന്ന് പറഞ്ഞ് ഉറക്കെ ബഹളം വെച്ചു. ഞാൻ പരിശോധിച്ചു. പേഷ്യന്റ് നേരത്തെ മരിച്ചു കഴിഞ്ഞിട്ടുണ്ടായിരുന്നു. മരണവിവരം പറഞ്ഞപ്പോ

ഴേക്കും കൂടെയുണ്ടായിരുന്നവർ എന്നെ ഉപദ്രവിക്കാൻ തുടങ്ങി. അതിക ഠിനമായി... പ്രഭുവിന്റെ തളർന്ന ശബ്ദം കുഴയാൻ തുടങ്ങുന്നു.

പ്രഭു ജീവന്റെ തോളിലേക്ക് ചാഞ്ഞു. ജീവൻ പ്രഭുവിനെ എടുക്കുക യാണ്...

നേരത്തെ ഓടിപ്പോയിരുന്ന ആൾക്കൂട്ടം വീണ്ടും തടിച്ചു കൂടുന്നതു കണ്ട് ഡോക്ടർമാരുടെ സംഘടനയുടെ നേതാക്കൾ എസ് പിയോട് കൂടു തൽ പൊലീസിനെ ആവശ്യപ്പെട്ട് ഒച്ചയുയർത്തി. പ്രഭുവിനെ ആശുപത്രി യിലെത്തിക്കാനുള്ള ആംബുലൻസ് അവർ വഴിയിൽ തടഞ്ഞുവെച്ചിരി ക്കുകയാണ്.

പ്രഭുവിന്റെ കുഴഞ്ഞ ശബ്ദം ജീവന്റെ കാതിലേക്ക് ചെറുതിരകൾ പോലെ വലയം പ്രാപിച്ചു.

“എനിക്ക്.. ഈ ജോലി വിടണമെന്ന് തോന്നുന്നു...”

“ജീവനേക്കാൾ വിലയുള്ളതല്ല ജോലി...”

ജീവന്റെ ഉള്ളിലെ തോറാസിക് സർജൻ പിടഞ്ഞു.

പ്രഭുവിന്റെ ശ്വാസം ശബ്ദത്തെ തടവിലാക്കിക്കഴിഞ്ഞു.

പകരം എട്ടു ദിക്കും കേൾക്കെ ജീവന്റെ ശബ്ദമുയർന്നു.

“ആംബുലൻസ് എവിടെ.”

പൊലീസുകാർ വീണ്ടും ആൾക്കൂട്ടത്തെ ലാത്തികൊണ്ട് വിരട്ടിയോ ടിക്കാൻ തുടങ്ങുന്നതിനുമുമ്പ് ജീവൻ പ്രഭുവിനെയുമെടുത്ത് വീടിന്റെ പടി കളിറങ്ങി.

ഹോപൈയിലെ കത്തിക്കാളുന്ന സൂര്യനിലൂടെ വുട്ടായ് പർവ്വത നിര കളിൽ നിന്നെത്തുന്ന ചുടുകാറ്റിലൂടെ വിശപ്പിനെ കണക്കാക്കാതെ ഉറ ങ്ങാതെ, തളർച്ച ശ്രദ്ധിക്കാതെ, ബോംബിനെ വക വെക്കാതെ, ഇല്ലായ്മ കൾ മാത്രമുള്ള ഗ്രാമങ്ങൾക്കു മുകളിലെ അനന്തതയിൽ നിന്ന് ഡോക്ടർ ബെഥുനെ നിശ്ശബ്ദമായി ജീവനെ നോക്കുന്നുണ്ട്. ആ മുഖത്ത് ഒരേയൊരു ഭാവം മാത്രം. അതിരറ്റ അലിവ്.

കടപ്പാട് റഫറൻസ്, കുറിപ്പുകൾ

1. *മാതൃഭൂമി* വാരിക, പ്രസിദ്ധീകരിച്ച ഡോക്ടർ ഹെഗ്ഡേയുടെ അഭി മുഖം, 2016 ജൂലൈ 3.
2. കെ കെ കൃഷ്ണകുമാറിന്റെ ഡോക്ടർ നോർമൻ ബെഥുനെയുടെ ജീവിതത്തെക്കുറിച്ചുള്ള *മുറിവുണക്കുന്നവർ* എന്ന പുസ്തകം. ചിന്ത പബ്ലിഷേഴ്സ്, തിരുവനന്തപുരം 2008, രണ്ടാം പതിപ്പ്.
3. ഡോ. നോർമൻ ബെഥുനെ (1890–1939) ഒന്നാം ലോകമഹായുദ്ധ കാലത്ത് പടർന്നു പിടിച്ച മാരകമായ ക്ഷയരോഗത്തിനെതിരെ യാഥാ സ്ഥിതിക വൈദ്യശാസ്ത്രത്തെ വെല്ലുവിളിച്ചുകൊണ്ട് അസാധാര ണമായ ഗവേഷണങ്ങളും ശസ്ത്രക്രിയകളും നടത്തി. മഹാവിജയ ങ്ങൾ കൈവരിച്ച് ലോകത്തെ വിസ്മയിപ്പിച്ച തോറാസിക് സർജൻ.

യൂറോപ്പിലെയും അമേരിക്കയിലെയും തോറാസിക് ശസ്ത്രക്രിയാ വിദഗ്ദ്ധരുടെ ഇടയിൽ പ്രത്യേകമായ സ്ഥാനം. സ്പാനിഷ് യുദ്ധ രംഗത്ത് മുറിവേറ്റ് രക്തം വാർന്നു മരിച്ചുകൊണ്ടിരുന്ന സ്പാനിഷ് സൈനികർക്ക് രക്തം നല്കി ജീവൻ രക്ഷപ്പെടുത്തിക്കൊണ്ട് വൈദ്യ ശാസ്ത്രരംഗത്ത് ആദ്യമായി Blood transfusion നും രക്തദാനപ്ര ചാരണവും വിജയകരമായി നടത്തി. ശ്വാസകോശ ശസ്ത്രക്രിയയ്ക്ക് വേണ്ടിയുള്ള പുതിയ ഉപകരണങ്ങൾക്ക് രൂപം കൊടുത്തു. ശസ്ത്ര ക്രിയാ വിദഗ്ദ്ധർ അദ്ദേഹത്തിന്റെ നാമത്തിലുള്ള നിരവധി ഉപകര ണങ്ങൾ ഇന്നും ഉപയോഗിക്കുന്നു.

4. ഡോക്ടർ; അന്ത്യവിധി നാളുകളിൽ ബെഥുനെ വരച്ച ചിത്രം.

അച്ഛൻ

പ്രിയ എ എസ്

വീട്ടിൽനിന്നിറങ്ങുമ്പോൾ അച്ഛന്റെ മനസ്സിൽ എന്താണുണ്ടായിരുന്നതെന്ന് തീർത്തുപറയുക വയ്യ. ജീവൻ വറ്റിയ കിനാവുകൾക്കും, നിസ്സഹായത പടർന്നതുമൂലം തണുത്തുറഞ്ഞ ദേഷ്യത്തിനും ഇടയിലൂടെ മകളുടെ ഏതെല്ലാമോ മുഖഭാവങ്ങൾ മിന്നിമാഞ്ഞുകൊണ്ടിരുന്നു. മകൾ കുഞ്ഞായും വലുതായും അച്ഛന്റെ മനസ്സിലൂടെ ഓടിക്കളിക്കുകയും ഊഞ്ഞാലാടുകയും കളി പറഞ്ഞ് ചിരിക്കുകയും പരിഭവിച്ച് മുഖം വീർപ്പിക്കുകയും ചെയ്തു.

കടകളെല്ലാമുള്ള നാലും കൂടിയ മുക്കിലെത്തിയപ്പോൾ റോഡ് മുറിച്ചു കടന്ന് പച്ചക്കറിക്കടയിൽ പോയി എന്തെങ്കിലും വാങ്ങി തിരിച്ചുപോകാം എന്നു നിശ്ചയിക്കുകയുണ്ടായി അച്ഛൻ. അപ്പോഴാണ് തൊട്ടുമുന്നിൽ ബീച്ചിലേക്കുള്ള ബസ് വന്നുനിന്നത്. പിന്നെ എങ്ങനെ കയറിയെന്നോ എന്തിന് കയറിയെന്നോ ഓർമ്മയില്ലാതെ അച്ഛനാ ബസിൽക്കയറി ഇരിപ്പായി.

ഭാര്യയോട് ഒന്നു പുറത്തിറങ്ങിവരാം എന്നേ പറഞ്ഞുള്ളൂ. മകളെ നോക്കാനായി റോഡുവരെ പോകുന്നുവെന്നേ അവൾ കരുതിക്കാണൂ. അച്ഛന്റെ മനസ്സ് വീണ്ടും ചിന്താക്രാന്തമായി. തിരയ്ക്ക് പുറകെ തിരപോലെ, ഒരോർമ്മയേയും മുഴുവനാകാനനുവദിക്കാതെ മറ്റൊരു ഓർമ്മ. എല്ലാ ഓർമ്മകളും പിന്നെ തലതല്ലിച്ചിതറിയുടഞ്ഞു.

മുഴുവനൊന്നും പറയാതെ ഭാര്യക്ക് ചില സൂചനകൾ കൊടുക്കുകയേ ഉണ്ടായുള്ളൂ. എന്നിട്ടും വീട്ടിൽ നിന്നിറങ്ങിയപ്പോൾ അവൾ സങ്കടവും ദേഷ്യവും കൂടിക്കലർന്ന സ്വരത്തിൽ "എന്തു പറഞ്ഞാണീശ്വരാ അവളെയൊന്ന് നേർവഴിക്ക് കൊണ്ടുവരിക" എന്നു ചോദിക്കുകയുണ്ടായി.

പറഞ്ഞാലൊന്നും ഒരു കാര്യവും മകൾക്ക് മനസ്സിലാവില്ല എന്ന് അച്ഛ

നറിയാമായിരുന്നു. ചെയ്യുന്നത് തെറ്റല്ലേ മോളേ എന്നൊരു ചോദ്യം കൂടി അവൾക്ക് സഹിക്കില്ല. തെറ്റാണെന്നറിയാമെങ്കിൽക്കൂടിയും ചോദ്യം ചെയ്യുന്നതിനോടും ചെയ്യരുതെന്ന് വിലക്കുന്നതിനോടും അവൾക്ക് തീരെ പൊരുത്തപ്പെടാനാവില്ല. വല്ലാത്തൊരു ദുർവാശിക്കാരി.

എതിർദിശയിൽനിന്നുള്ള ഏതെങ്കിലും ബസ് മകളെയുംകൊണ്ടുവരുന്ന സമയമായല്ലോ എന്ന് മിന്നൽപോലെ ഒരാലോചന, കണ്ണടച്ചിരിക്കുന്നതിനിടയിൽ അച്ഛന്റെ മനസ്സിലൂടെ കടന്നുപോയി. അവൾ വന്നുകയറിയ ഉടനെ അവളുടെ അമ്മ ചോദ്യം ചെയ്യലും ശകാരവും കരച്ചിലും ഒക്കെ തുടങ്ങിയിട്ടുണ്ടാവുമോ ആവോ. അച്ഛൻ വന്നിട്ടാവാം എന്നു കരുതി അവളത് മാറ്റിവെക്കാനാണ് വഴി.

എന്തു ചോദിക്കണം എങ്ങനെ ചോദിക്കണം എന്നൊന്നും അച്ഛന് യാതൊരു നിശ്ചയവുമില്ലായിരുന്നു. അതുകൊണ്ടാണല്ലോ മകൾ വരുന്ന സമയമടുത്തപ്പോൾ നടക്കാനിറങ്ങിയത്.

ഇത്രയുംനാൾ മകൾ ഒരു കുട്ടിയാണെന്നായിരുന്നു ധാരണ. വഴിയിൽ ഒരില അനങ്ങിയതുകൂടി മകൾ വീട്ടിൽ വന്നുപറയും. കാര്യങ്ങൾ നടന്നതു പോലെതന്നെ പറഞ്ഞു ഫലിപ്പിക്കാൻ മകൾക്ക് ഒരു പ്രത്യേക കഴിവാണ്. കേട്ടിരിക്കുമ്പോൾ മുമ്പിൽ കാണുന്നതുപോലെതന്നെ തോന്നും.

പക്ഷേ, ഇന്നാണറിഞ്ഞത് ഇലയനക്കങ്ങളൊക്കെ ഭംഗിയായി പറഞ്ഞു കേൾപ്പിച്ച കുട്ടി അവളുടെ മനസ്സിലെ അനക്കങ്ങളും ഇളക്കങ്ങളും ഒളിപ്പിച്ചൊളിപ്പിച്ചുവച്ചു. എന്നിട്ട് പഴയതുപോലെതന്നെ ചിരിച്ചും തമാശപറഞ്ഞും കുട്ടിയായും നടന്നു. മകൾ എത്ര ഭംഗിയായി അഭിനയിച്ചു എന്നോർക്കുമ്പോഴാണ് സങ്കടം. മുഖത്തൊന്നും മനസ്സിൽ മറ്റൊന്നുമായി നടക്കുമ്പോൾ കുട്ടിക്ക് നീറ്റലനുഭവപ്പെട്ടിട്ടുണ്ടാവില്ലേ? അവസാനം പുറമേയുള്ളവർ പറഞ്ഞ് എല്ലാം അറിയേണ്ടിവന്നു. വളരെ താമസിച്ചു കിട്ടിയ അറിവുകൾ... അതും യാദൃച്ഛികമായി എല്ലാമൊന്നിച്ച് ഇന്നു തന്നെ കേൾക്കേണ്ടി വന്നു.

മകൾ ഒരാളുടെ കൂടെ പാർക്കിലും ബീച്ചിലും ചുറ്റിക്കറങ്ങുന്നുവെന്നു കേട്ടപ്പോൾ കരുതി-രവിയുടെ കൂടെയാവും. രവിയുടെ കൂടെ നടക്കാൻ പോകുന്നതവൾ വീട്ടിൽ പറയാറുമുണ്ടല്ലോ. കല്യാണ നിശ്ചയം കഴിഞ്ഞ സ്ഥിതിക്ക് അതൊക്കെ സ്വാഭാവികമല്ലേ. രണ്ടുമാസം കൂടി കഴിഞ്ഞാൽ രവിയുടെ പ്രൊബേഷൻ തീരും. അതുകഴിഞ്ഞ് കല്യാണം...

നഗരത്തിലെ ഏതോ ഒരു വീട്ടിൽ മകളും ഒരാളുംകൂടി ചെന്നിറങ്ങുന്നത് പലപ്പോഴായി കാണുന്നു എന്ന് രണ്ടാമത്തെയാൾ. അയാൾ എല്ലാ സൂക്ഷ്മവിവരങ്ങളും തന്നു. എന്നിട്ട് കൂട്ടിച്ചേർത്തു. “നഗരത്തിലെവിടെ നോക്കിയാലും ഓരോരോ പെൺകുട്ടികളുടെ കൂടെ അയാളുണ്ടാവും. അവളൊരു കഥയില്ലാത്ത കുട്ടിയാണെന്ന് തോന്നണതുകൊണ്ട് പറയ്വാ. എത്രയും വേഗം അയാളുടെ കൈയീന്ന് അവളെ രക്ഷിച്ചോളൂ.”

ലക്ഷണം കേട്ടിട്ട് രവിയല്ല. രവിക്കങ്ങനെ ഒരു ക്രിമിനലിന്റെയോ

കള്ള ബുദ്ധിജീവിയുടെയോ ലക്ഷണമില്ല. വഴിവിട്ടുനടക്കേണ്ട കാര്യവുമില്ല. ഒരു സാധാരണ മനുഷ്യൻ- അത്രയേയുള്ളൂ രവി. പക്ഷേ, മനസ്സുനിറയെ നിലാവുപോലെ തിളങ്ങുന്ന സ്നേഹമാണ്. രവിയെക്കുറിച്ചുള്ള ഓർമ്മയ്ക്കുപോലും തെറ്റിന്റെ നിമിഷങ്ങളിൽനിന്ന് അവളെ പിൻതിരിപ്പിക്കാനായില്ലല്ലോ എന്നോർക്കുമ്പോഴാണ് കൂടുതൽ വിഷമം.

മകളും രവിയും തമ്മിലുള്ള ചേർച്ചയും അവരുടെ കളിതമാശയും കണ്ട് ഒരുപാടുപേർ കല്യാണ നിശ്ചയത്തിന്റെയന്ന് ചോദിക്കുകയുണ്ടായി. "തമ്മില് നേരത്തെ പരിചയംണ്ട് അല്ലേ?"

എന്നിട്ടാണ്...

ആദ്യമൊന്നും മകളെക്കുറിച്ചുള്ള കഥകൾ വിശ്വാസമായതേയില്ല. വിശ്വസിക്കാതെ വേറെ വഴിയില്ല എന്നായപ്പോൾ കണ്ണുനിറഞ്ഞു. റോഡിലുയർന്ന പൊടി കണ്ണിൽപ്പോയതുപോലെ കണ്ണുതിരുമ്മി വീട്ടിലേക്കു നടന്നു.

ആളുകളൊക്കെ സൂക്ഷിച്ചുനോക്കി വിരൽചൂണ്ടി എന്തെല്ലാമോ പറഞ്ഞ് പരിഹസിക്കുന്നുണ്ടെന്നു തോന്നി.

അല്പമൊന്നാലോചിച്ചതും മകളെ പറ്റിയ വിരുതനെ അച്ഛന് മനസ്സിലായി- നന്ദഗോപൻ. കുട്ടിയുടെ കോളേജിൽ സാമൂഹ്യസേവനത്തിൽ തീസിസ് എഴുതാനായി അടുത്തയിടെ വന്നുചേർന്ന ആൾ.

മകളെപ്പോഴും അയാളുടെ ഓരോരോ വിശേഷങ്ങൾ പറയും. കോളേജിനടുത്തുള്ള മുറുക്കാൻ കടക്കാരനും പഞ്ചാരവർത്തമാനം പറയുന്ന കെമിസ്ട്രി പ്രൊഫസർ സേതുമാഷും ബസ് സ്റ്റാന്റിലെ ഭ്രാന്തനും ഒക്കെ നിറഞ്ഞ കുട്ടിയുടെ വർത്തമാനക്കെട്ടിലെ ഒരു താൾ - അത്രയേ കരുതിയുള്ളൂ. നന്മ നിറഞ്ഞ സുഹൃത്തിന്റെ മുഖംമൂടിയണിഞ്ഞ് അയാൾ ഇടയ്ക്കിടെ വീട്ടിൽ വരാറുണ്ട്. രവിയുള്ളപ്പോൾ ഒപ്പമിരുന്ന് അന്താരാഷ്ട്ര കാര്യങ്ങളെക്കുറിച്ച് ചർച്ച നടത്തുന്നത് കേൾക്കാം.

വീട്ടിലെത്തി ചാരുകസേരയിൽ ക്ഷീണിച്ചുകിടക്കുമ്പോൾ മകളുടെ ഡയറിയൊന്നെടുത്തു മറിച്ചു നോക്കിയാലോ എന്ന തോന്നലായി. മകളുടെ സ്വകാര്യതയിൽ കൈകടത്തുന്നത് തെറ്റാണെന്നറിയാതെയല്ല. അവളെക്കുറിച്ച് കേട്ടതൊന്നും ശരിയല്ല എന്ന് വിശ്വസിക്കാനൊരു കൊതി.

രവി വീട്ടിൽ വരുമ്പോൾ ഇപ്പോഴും അവൾക്കെന്തൊരുത്സാഹമാണ്! കണ്ണുകളിൽ പ്രണയത്തിന്റെ തിളക്കവുമായി അവൾ രവിയെ സൽക്കരിക്കുന്നത് ഒളികണ്ണിട്ടു നോക്കിയിരിക്കാൻ അച്ഛനിഷ്ടമായിരുന്നു.

അഥവാ കേട്ടതെല്ലാം ശരിയാണെങ്കിൽത്തന്നെ കുറ്റബോധവും പ്രായശ്ചിത്തവും കാണാനാവണേ എന്ന പ്രാർത്ഥനയോടെയാണ് അച്ഛനത് തുറന്നത്. ചെയ്തതു തെറ്റാണെന്ന ബോധം അവൾക്കുണ്ടെങ്കിൽ പിന്നെ ഉപദേശവും വഴക്കും ഒന്നുംവേണ്ട എല്ലാം അറിഞ്ഞു എന്ന ഒരു സൂചനയേ വേണ്ടൂ; എല്ലാം ശരിയാവും എന്ന വിശ്വാസമായിരുന്നു.

തുറന്നപ്പോൾക്കണ്ടതോ?

തുടക്കത്തിൽ തമാശയുടെ ഒരംശം, പുതിയൊരനുഭവത്തിലൂടെ കട

ന്നുപോകുന്നതിന്റെ ആകാംക്ഷ, ഒരു കരുത്തനെ തോല്പിക്കാനായതിന്റെ ആവേശം, ഇത്തിരി കുസൃതി- ഇതെല്ലാമായിരുന്നിരിക്കാം. പിന്നെ തെറ്റോ ശരിയോ എന്ന സംശയത്തിന്റെ കാലവും കടന്നുപോയി. ഞാൻ ചെയ്യു ന്നത് ശരി, ശരിതന്നെയാണ്. കൊടുക്കുന്തോറും ഏറുന്ന ധനമല്ലേ സ്നേഹം? ഒറ്റയ്ക്കലഞ്ഞുതിരിയുന്നവർക്ക് കൊടുക്കാൻ കഴിയുന്ന ഏറ്റവും നല്ല ഭിക്ഷ സ്നേഹം തന്നെയാണ്.

മറ്റൊരു താളിൽ...

ഓർമ്മയിലെപ്പോഴും ആകാശനീലിമയിൽ കുതിർന്ന ഒരു ഷർട്ടും നിർവൃതിയുടെ ലഹരി നിറഞ്ഞ് കൂമ്പിയ രണ്ടു കണ്ണുകളും എനിക്ക് വാക്കു കൾകൊണ്ട് വരയ്ക്കാനറിയാത്ത ഒരു ചിരിയും തെളിയുന്നു. ചിലപ്പോൾ നക്ഷത്രംപോലെ, മറ്റു ചിലപ്പോൾ മിന്നാമിനുങ്ങുപോലെ. ഒപ്പംതന്നെ രവി യോടുള്ള എന്റെ പ്രിയം ഏറിവരികയും ചെയ്യുന്നു. എന്താണിങ്ങനെ?"

മറ്റൊരിടത്ത്..

സ്നേഹമെന്നാലേഖനം ചെയ്യപ്പെട്ടിരിക്കുന്ന ഈ മനസ്സിലേക്ക് ഒരു രവി, ഒരു നന്ദഗോപൻ... ഇനിയും എത്രപേർ ഒഴുകിയെത്തുമെന്ന് ആർക്ക റിയാം?

കൂടുതൽ വായിക്കാനായില്ല. കണ്ണീർപ്പുറപ്പാടിൽപ്പെട്ട് ലോകം മങ്ങി. അക്ഷരങ്ങളെല്ലാം ഒലിച്ചുപോയി.

മകളുടെ മനസ്സിൽ മുഴുവൻ അയാൾ ചവറുകൾ കൂട്ടി തീയിട്ടിരിക്കു കയാണ്. പുകമറയാണ് കുട്ടിയുടെ മുന്നിൽ മുഴുവൻ. പുകമറയ്ക്കപ്പു റത്തെ ലോകത്തിലാണ് സ്നേഹസൂര്യൻ എന്ന് കുട്ടിയെ ആര്, എങ്ങനെ അറിയിക്കും?

ഓർത്തുനോക്കുമ്പോൾ തോന്നുകയാണ്, മകളുടെ ആ സാമൂഹ്യ സേവനക്കാരന് കള്ളലക്ഷണം തന്നെയാണ്. പൊടിയിട്ട് മയക്കുംപോലെ ഓരോരുത്തരുടേയും അഭിരുചിക്കനുസരിച്ച് ഓരോന്ന് പറഞ്ഞ് അയാൾ കുട്ടിയെ, അമ്മയെ, രവിയെ - എല്ലാവരെയും വശത്താക്കി. യാതൊരു സംശയത്തിനുമിട നല്കാതെ വീട്ടിൽ കയറിയിറങ്ങി.

ഒക്കെ അയാളുടെ ഒരു നാട്യം അല്ലേ എന്ന് അച്ഛനുമാത്രം ഇട യ്ക്കെല്ലാം സംശയം തോന്നിയിട്ടുണ്ട്. പക്ഷേ, തെളിവില്ലാതെ അവളുടെ സുഹൃത്തുക്കളെക്കുറിച്ച് അതുമിതും പറഞ്ഞാൽ അവളുടെ മൂക്ക് ദേഷ്യം കൊണ്ടു ചുവക്കും. സുഹൃത്തുക്കളെക്കുറിച്ച് നല്ലതേ പറയാൻ പാടുള്ളൂ എന്നാണ് അവളുടെ നിയമം. മറിച്ചായാൽ ദേഷ്യം, പിണക്കം, നിരാഹാരം.

എന്തു പറഞ്ഞാവും ആ നന്ദഗോപൻ മകളെ വലയിൽ വീഴ്ത്തിയത്? ബന്ധങ്ങളുടെ പുറംപോക്കിൽ അലഞ്ഞുതിരിഞ്ഞ് എന്റെ പ്രതീക്ഷകൾ തേഞ്ഞു തുടങ്ങിയെന്നോ ഏതു മഹാദുരന്തത്തിലേക്കാണ് എന്റെയീ യാത്രയെന്ന് ഒരു പിടിപാടുമില്ലെന്നോ തട്ടിവിട്ടുകാണും. കഥകളെയും കവിതകളെയുംകുറിച്ച് സംസാരിച്ച് വലിയൊരു സഹൃദയനാണെന്ന് ഭാവിച്ചും കാണും. കുട്ടിയുടെ ഉള്ളിൽ സ്നേഹവും അനുകമ്പയും നിറ യാൻ അത്രമാത്രം മതി.

കുട്ടിത്തം കൂടുതലാണെങ്കിലും മകൾക്ക് ഒരിക്കലും തെറ്റുപറ്റില്ലെന്നായിരുന്നു ധാരണ. പറഞ്ഞിട്ടെന്തു കാര്യം? അവൾ ഒരു പാവമാണ്. എല്ലാവരോടും എല്ലാത്തിനോടും സ്നേഹം. എപ്പോഴും കളിയും ചിരിയും കുസൃതിയും. ആർക്കാണ് അവളെ ഇഷ്ടമാകാതിരിക്കുക! കള്ളക്കളികളൊന്നും വശമില്ലാത്തതുകൊണ്ട് എല്ലാവരുടെയും നീക്കങ്ങൾ ശരിയാണെന്നു കരുതും.

പക്ഷേ, ഒരു വലിയ കുഴപ്പമുണ്ട്. ചെറിയ കുഞ്ഞുങ്ങളെപ്പോലെ വാശി. ഒരിടത്തും തോല്ക്കാൻ പറ്റില്ല.

അന്നൊരിക്കൽ, അഞ്ചാംക്ലാസിലെ മലയാളം പരീക്ഷാദിവസം അവളുടെ പിറന്നാളായിരുന്നു. “ചെറുപ്രാണികളെ കെണിയിലാക്കി ഭക്ഷിക്കുന്ന വിചിത്ര സസ്യങ്ങളെക്കുറിച്ച് ചോദ്യം വരും. പഠിച്ചോളണേ മോളേ” എന്ന് അവളുടെ അമ്മ പറഞ്ഞു. പരീക്ഷയ്ക്കിറങ്ങാൻ നേരത്ത്, “പഠിച്ചല്ലോ, അല്ലേ?” എന്നന്വേഷിച്ചു. മകൾ തലയാട്ടി ചിരിച്ചുനിന്നു. പരീക്ഷ കഴിഞ്ഞ് അവൾ വന്നതും അമ്മ ചോദ്യമെടുത്തു നോക്കി. വിചിത്ര സസ്യങ്ങളിൽനിന്ന് ചോദ്യമുണ്ട്. പക്ഷേ, കുട്ടി ഉത്തരമെഴുതിയിട്ടില്ല.

പഠിച്ചെന്ന് നുണപറഞ്ഞതിന് അമ്മ അവളെ വഴക്കുപറഞ്ഞു. മകൾ പിണങ്ങി. എന്നിട്ട് കട്ടിലിനടിയിൽക്കയറിക്കിടന്നു. ആരെല്ലാം മാറിമാറി പറഞ്ഞിട്ടും അവൾ അന്നൊരുതുള്ളി വെള്ളംപോലും കുടിച്ചില്ല.

നുണപറഞ്ഞത് തെറ്റാണെന്ന് അന്നും മകൾക്കറിയാമായിരുന്നു. തെറ്റാണെന്ന് സമ്മതിച്ചാൽ അത് നാണക്കേട്.

ടോർച്ചു മൂടിവെച്ച ഒരു കഥയുമുണ്ട് മകളെക്കുറിച്ച്. അന്നവൾ നന്നെ ചെറുതായിരുന്നു.

ടോർച്ചെടുത്ത് കളിക്കരുത് എന്ന് ആരെങ്കിലും പറഞ്ഞുകാണും. ആരും കാണാതെ അത് തെളിച്ചു നോക്കണം എന്ന് അവൾക്ക് ആശയോ വാശിയോ തോന്നിക്കാണും. ടോർച്ച് തെളിച്ച് കൈപ്പത്തിയോടു ചേർത്തു വച്ച്, വെളിച്ചം വീഴുന്ന വൃത്തത്തിനുള്ളിൽ ഇരുണ്ടു ചുവന്ന നിറം പടരുന്നതും നോക്കിയിരുന്ന് കുട്ടി രസിച്ചു. അവസാനം എത്ര ശ്രമിച്ചിട്ടും ടോർച്ച ണയുന്നില്ല. അപ്പോൾ അവളതൊരു തുണികൊണ്ട് ഭദ്രമായിപ്പൊതിഞ്ഞ് ഒഴിഞ്ഞ ഒരു ഭരണിയിലിട്ടു. ടോർച്ച് ആരോ കട്ടെടുത്തു എന്നുതന്നെ എല്ലാവരും കരുതി. ഒന്നും അറിയാത്തതുപോലെ അവൾ നടന്നു. അവസാനം കള്ളി വെളിച്ചത്തായപ്പോഴും “ഞാനല്ല ചെയ്തത്” എന്നുപറഞ്ഞ് മകൾ നിന്നു.

ഇപ്പോഴും അങ്ങനെയൊക്കെത്തന്നെയേ ഉണ്ടാവൂ എന്ന് തീർച്ചയാണ്. ചെയ്തതൊന്നും തെറ്റല്ല, നിരപരാധിയാണ് എന്നെല്ലാം ഭാവിച്ച് നില്ക്കും. വഴക്കുപറഞ്ഞാലും അടിച്ചാലും കൊന്നാലും വാത്സല്യം ചൊരിഞ്ഞാലും അണുവിട വിട്ടുതരില്ല. കരയാതെ അക്ഷോഭ്യയായി നില്ക്കും.

കുറ്റബോധവും ലജ്ജയും അപമാനവും സങ്കടവുമെല്ലാം മനസ്സിന്റെ ആഴത്തിൽ പൂഴ്ത്തിവച്ച് കണ്ണുകളിൽ നിർവ്വികാരത നിറച്ച്, മകൾ അങ്ങനെനിന്നാൽ ഇന്ന് സർവ്വനിയന്ത്രണവും വിട്ടുപോകും. ഭ്രാന്ത്

വരാനും മതി. ക്ഷമിക്കാവുന്ന തെറ്റൊന്നുമല്ലല്ലോ ഇപ്രാവശ്യം ചെയ്തിരിക്കുന്നത്. രവിയുടെ സ്നേഹപ്രകാശത്തെ തട്ടിമാറ്റി എങ്ങോട്ടാണ് ഇവളുടെ ഈ പോക്ക്?

ബസ് നിന്നപ്പോൾ അച്ഛൻ ഏറ്റവും ഒടുവിലായിറങ്ങി. ബീച്ചിൽ വളരെയൊന്നും തിരക്കുണ്ടായിരുന്നില്ല.

ചെരുപ്പൂരി കടലിലെറിഞ്ഞ് ഒന്നാം തിരയോ മൂന്നാം തിരയോ അതു കൊണ്ടുവരുന്നതും കാത്ത് കുട്ടികൾ തിരയുടെ കൂടെ കളിച്ചു നടന്നു.

ബീച്ചിലെത്തിയാൽ ഇപ്പോഴും കക്ക പെറുക്കി നടക്കാറുള്ള മകൾ, പെട്ടെന്ന് അച്ഛന്റെ മനസ്സിലേക്ക് ഓടിയിറങ്ങി.

അതോടെ വീണ്ടും അച്ഛന്റെ വിചാരങ്ങളിലേക്ക് തിരമാലകൾ ആഞ്ഞടിച്ചു കയറി. വഴികാണാതൊരു ചുഴിയിൽപെട്ട് മനസ്സ് വിതുമ്പി.

പെട്ടെന്ന് തിരയുമായി കളിച്ചുകൊണ്ടിരുന്ന ഒരു ചെറിയ ആൺകുട്ടി ഉറക്കെ പാടാൻ തുടങ്ങി-

"കടലേ, കടലേ നിന്നെത്തേടി വരാമേ ഞാൻ
കടലിന്നടിയിലെ മണിമാളികയിൽ മുത്തുണ്ടോ പൊന്നുണ്ടോ?"

അച്ഛൻ വിചാരിച്ചു- കടൽ അവന്റെ നാവിൻതുമ്പിലൊരു കവിതയായി കയറിവന്ന് തന്നെ വിളിക്കുകയാണ്.

അതുതന്നെയാണ് ഏറ്റവും നല്ലത് എന്ന് അച്ഛന് തീർച്ചയായി. അങ്ങനെയായാൽ മകളെ നേരിടാതെ കഴിക്കാം. അച്ഛന്റെ കടൽയാത്ര അവളുടെ ഉള്ളിലാകെ കുറ്റബോധത്തിന്റെ അലകൾ സൃഷ്ടിക്കും. അതൊരു വീണ്ടുവിചാരത്തിന് വഴിയൊരുക്കും. പിന്നീട് തെറ്റുചെയ്യാനൊരുങ്ങുമ്പോഴെല്ലാം കടൽ കൊടുത്ത മുറിപ്പാടിൽനിന്ന് ചോര വാർന്ന് അവൾക്ക് വേദനിക്കും; അവൾ താനേ ശരിയിലേക്ക് വഴിമാറും.

വളരെ ദൂരെയാണ് അച്ഛനിരുന്നതെങ്കിലും "വായോ" എന്ന് തൊട്ടുവിളിക്കുംപോലെ ഒരു വലിയ തിരവന്ന് അച്ഛനെ നനച്ചു. എന്നിട്ട് അച്ഛന്റെ കാലിനടിയിലെ മണ്ണും അച്ഛൻ അടുത്ത് ഊരിയിട്ടിരുന്ന ചെരുപ്പുകളും കൊണ്ടുപോയി.

കടലിലെ മണിമാളികയിലേക്കു പോകുമ്പോൾ ചെരുപ്പൊന്നും വേണ്ടല്ലോ എന്ന് അച്ഛൻ കരുതി. കുസൃതിത്തിര ചെരുപ്പുകൊണ്ടമ്മാന മാടുന്നതും നോക്കി അച്ഛൻ വെറുതെയിരുന്നു.

കടലിനെക്കുറിച്ച് പാടി മടുത്തകുട്ടി അവന്റെ മുത്തച്ഛന്റെ നെഞ്ചിൽ മുഖം പൂഴ്ത്തി എന്തിനോ ചിണുങ്ങിക്കൊണ്ടേയിരുന്നു. ദൂരെ ഏതോ കടയിലേക്ക് കൈചൂണ്ടി അവൻ ഒരു പല്ലവി പോലെ എന്തോ പറഞ്ഞതിന് അവസാനം ഫലമുണ്ടായി. മുത്തച്ഛനെഴുന്നേറ്റതും അവൻ ആർത്തു ചിരിച്ച് മുമ്പേ ഓടാൻ തുടങ്ങി.

അച്ഛൻ അവരെ ശ്രദ്ധിക്കുന്നുണ്ടെന്ന് തോന്നിയാവാം മുണ്ടിലെ മണ്ണൊക്കെക്കുടഞ്ഞ് നടക്കാനൊരുങ്ങിക്കൊണ്ട് മുത്തച്ഛൻ അച്ഛനോടായി പറഞ്ഞു-

'തണ്ണിമത്തൻ വേണംന്ന്, ഒന്നു വിചാരിച്ചാൽ അത് നടത്തിയിട്ടേ

യുള്ളൂ ബാക്കികാര്യം. വാശിക്കാരനാ."

അച്ഛൻ വേദനയോടെ ഒന്നു ചിരിച്ച് തലയാട്ടി.

അവർ തണ്ണിമത്തൻ കൂമ്പാരത്തിനരികിലേക്ക് നടന്നുപോകുന്നതും നോക്കി ഇരിക്കുമ്പോൾ അച്ഛന്റെ ഉള്ളിൽ മകളുടെ ചിരി മുഴങ്ങി നിറഞ്ഞു. കടലിരമ്പത്തിനിടയിലും അച്ഛനത് വ്യക്തമായിക്കേട്ടു. ചെറുതായരിഞ്ഞ തണ്ണിമത്തൻ പൂളുകളിൽ പഞ്ചസാര നന്നായിളക്കിച്ചേർത്ത് സ്പൂൺകൊണ്ട് കോരിക്കഴിക്കാൻ മകൾക്ക് ഒരുപാടിഷ്ടമാണല്ലോ എന്നോർത്തുകൊണ്ട് സ്വയമറിയാതെ അച്ഛൻ എഴുന്നേറ്റു.

കളി മതിയാക്കി തിര തിരികെ എറിഞ്ഞ ചെരുപ്പുകൾ കുറച്ചുമാറി രണ്ടിടത്തായിക്കിടന്നിരുന്നു. അഴുക്കെല്ലാം പോയി രണ്ടും നന്നായി വെളുത്തിരുന്നു.

അതു കാലിലിടുമ്പോൾ അച്ഛന് തോന്നി - ഒന്നു വെറുതെ നടന്നു വരാം.

തണ്ണിമത്തൻ കൂമ്പാരത്തിനടുത്ത് നടന്നെത്തിയതും വില്പനക്കാരന്റെ നയചാതുരി ചോദ്യമായി പിറന്നുവീണു - "ഒരെണ്ണം എടുക്കട്ടെ, സാറെ?"

ആ ചോദ്യം കാത്തുനിന്നതുപോലെ അച്ഛൻ ഒതുക്കമുള്ള ഒരു തണ്ണിമത്തൻ തിരയാൻ തുടങ്ങി. അതിനിടയിൽ അച്ഛന്റെ മനസ്സിൽനിന്ന് മകളുടെ ക്ഷമിക്കാനാവാത്തത്രയും വലിയ തെറ്റ് കാറ്റിലൊരു കാർമേഘം പോലെ മാഞ്ഞുപോകുകയും മകളുടെ ദീപ്തമായ മുഖം നക്ഷത്രമായി ഉദിച്ചുയരുകയും ചെയ്തു.

തണ്ണിമത്തനും വാങ്ങി ബസ് സ്റ്റോപ്പിലേക്ക് നടക്കുമ്പോൾ മകളുടെ മനസ്സിലെ അഴുക്കെല്ലാം തനിക്ക് എങ്ങനെയെല്ലാമോ കഴുകിക്കളയാനാവും എന്ന തോന്നൽ അച്ഛനെ നിലാവായി പൊതിഞ്ഞു.

വാരാന്ത്യജീവിതം

ധന്യാരാജ്

താലൂക്ക് ഓഫീസിൽ എൽ ഡി ക്ലാർക്കായി ഞാൻ ജോലിയിൽ പ്രവേശിച്ചതിന്റെ പിറ്റേദിവസം തന്നെ സെലീന ആന്റി എന്നെ ഫോണിൽ വിളിച്ചു:

“മോള് വർക്കിങ് വിമൻസ് ഹോസ്റ്റലിലൊന്നും നില്ക്കണ്ട. നേരേ ഇങ്ങോട്ടു പോന്നേക്ക്. ഇവിടെനിന്നും രണ്ടുമണിക്കൂർ സമയത്തെ ബസ് യാത്രയല്ലേയുള്ളൂ നിന്റെ ഓഫീസിലേക്ക്.” ഞാനിങ്ങോട്ടു പോരുന്നതിന്റെ തലേദിവസം അമ്മച്ചിയും പറഞ്ഞിരുന്നു. “സെലീനയ്ക്ക് പണ്ടേ നിന്നെ വല്യ കാര്യമാണ്. കൊച്ചിലേ കണ്ടതല്ലേ? ഇപ്പോൾ മുഖംപോലും ശരിക്കോർക്കുന്നുണ്ടാവില്ല. നീ സെലീനയുടെ വീട്ടിൽത്തന്നെ താമസിച്ചാൽ മതി.”

സെലീനാന്റിയെ ഞാൻ കാണുന്നത് എനിക്ക് മൂന്നോ നാലോ വയസ്സു മാത്രം പ്രായമുള്ളപ്പോഴായിരുന്നു. ടോമങ്കിളിന്റെ മരണത്തിന്റെ ഒരു വർഷത്തിനുമുമ്പാണ് അവർ നാട്ടിലെ വീടും പറമ്പുമെല്ലാം വിറ്റ് ഇങ്ങോട്ടു പോന്നത്. അങ്കിളിന്റെ മരണത്തിനുശേഷം ഒരു പ്രാവശ്യം പോലും ഞാനവരെ കണ്ടിട്ടില്ല. വളരെ സുന്ദരിയും പരിഷ്കാരിയുമായ ഒരു സ്ത്രീയാണ് സെലീനാന്റി എന്ന അമ്മച്ചിയുടെ വാക്കുകളൊഴിച്ചാൽ അവരുടെ രൂപം അവ്യക്തമായിപ്പോലും എന്റെ ഓർമ്മയിലൊരിടത്തുമില്ല.

അമ്മച്ചിയും സെലീനാന്റിയും നിർബ്ബന്ധിച്ചിട്ടും വാരാന്ത്യങ്ങൾ ഒഴികെയുള്ള ദിവസങ്ങളിൽ വർക്കിങ് വിമൻസ് ഹോസ്റ്റലിൽത്തന്നെ താമസിക്കാൻ ഞാൻ തീരുമാനിക്കുകയായിരുന്നു. ആന്റിയുടെ വീട്ടിൽനിന്നും രാവിലത്തെ തണുപ്പത്ത് രണ്ടുമണിക്കൂർ ബസ് യാത്ര ചെയ്ത് എന്റെ ഓഫീസിലെത്താനുള്ള ബുദ്ധിമുട്ടുതന്നെയായിരുന്നു അതിന്റെ പ്രധാന കാരണം.

“ഇവിടെ വന്നതിനുശേഷം എന്റെ സൈനസൈറ്റിക്സ് വല്ലാതെ കൂടി. അതുകൊണ്ട് ബസ് യാത്രയെപ്പറ്റി ഓർക്കാൻ വയ്യ.” ഞാൻ ആന്റിയെ വിളിച്ചു പറഞ്ഞു.

“എന്നാലും എല്ലാ ശനിയാഴ്ചയും വൈകിട്ട് ഞാൻ ആന്റിയുടെ വീട്ടിലെത്തും. തിങ്കളാഴ്ച രാവിലത്തെ ബസിന് തിരിച്ചുവരികയും ചെയ്യും.”

“ഒക്കെ നിന്റെയിഷ്ടം.” ഒരു നിമിഷത്തെ നിശ്ശബ്ദതയ്ക്കുശേഷം സെലീനാന്റി പറഞ്ഞു.

ശനിയാഴ്ച ലീവെടുത്തിട്ട് ഞാൻ രാവിലെതന്നെ ആന്റിയുടെ വീട്ടിലേക്കുപോയി. ഒരു മലയടിവാരത്തിലായിരുന്നു വീട്. ചുരമിറങ്ങിവരും പോലെ വളഞ്ഞുപുളഞ്ഞു കിടക്കുന്ന ടാറിട്ട റോഡിലൂടെ ഒരു ബസിന് കഷ്ടിച്ചു കടന്നുപോകാൻ പറ്റും. ആന്റിയുടെ വീടിന്റെ ഒരു ഭാഗത്ത് വിശാലമായ റബ്ബർതോട്ടമാണ്. മുറ്റത്തിന്റെ നടുവിലായി വലിച്ചുകെട്ടിയ അയയിൽ അമ്പതോളം റബ്ബർഷീറ്റുകൾ ഉണക്കാനിട്ടിരുന്നു.

“രാവിലെ മുതലേ ജെസിയെ കാത്തുനില്ക്കുകയായിരുന്നു ഞാൻ.” സെലീനാന്റി സന്തോഷത്തോടെ പറഞ്ഞു.

“വൈകിയപ്പോൾ ബസെങ്ങാനും മാറിക്കയറിയോന്നു പേടിച്ചു.”

അമ്പതിനോടടുത്തു പ്രായമുണ്ടെങ്കിലും യൗവനം വിട്ടുപോയിട്ടില്ലാത്ത രൂപമായിരുന്നു സെലീനാന്റിയുടേത്. അവരുടെ ക്രോപ്പു ചെയ്ത മുടിയും ഷേപ്പ് വരുത്തിയ പുരികങ്ങളും കണ്ടപ്പോൾ എനിക്കു മനസ്സിലായി അമ്മച്ചി എന്തുകൊണ്ടാണ് അവരെ പരിഷ്കാരിയെന്നു വിശേഷിപ്പിച്ചതെന്ന്. വളരെ കുലീനമായ പെരുമാറ്റമായിരുന്നു ആന്റിയുടേത്. ഈ മലയടിവാരത്തിലെ തണുപ്പിൽ എല്ലാ കാര്യങ്ങളും ഒറ്റയ്ക്കു ചെയ്തുകൊണ്ട്, കൂടുതൽ ഏകാന്തമായേക്കാവുന്ന ഭാവി ജീവിതത്തെപ്പറ്റി മാത്രം ചിന്തിച്ചുകൊണ്ട് ഇവരെങ്ങനെ ഇത്ര സമാധാനത്തോടെ ജീവിക്കുന്നു? ഞാനത്ഭുതപ്പെട്ടു. ഒരുപാടുകാലത്തെ അടുപ്പം അവരുമായി ഉണ്ടെന്ന് എനിക്കുതോന്നി. “എനിക്ക് കൂട്ടുകാരായി ഇവരൊക്കെയേ ഉള്ളൂ.” വളർത്തുപൂച്ചയെയും അടുക്കളഭാഗത്തു ചികഞ്ഞു നടക്കുന്ന രണ്ടു പൂവൻകോഴികളെയും ചൂണ്ടിക്കൊണ്ട് ആന്റി പറഞ്ഞു. വൈകുന്നേരത്തെ ചായയ്ക്കുശേഷം വരാന്തയിൽ വെറുതെയിരിക്കുകയായിരുന്നു ഞങ്ങൾ.

“ആന്റിയിവിടെ തനിച്ചു താമസിക്കുന്നതുകൊണ്ട് പൂച്ചയെയല്ല ഒരു നായയെയായിരുന്നു ആവശ്യം.” ഞാൻ പറഞ്ഞു.

“പത്രം തുറന്നാൽ മോഷണത്തെപ്പറ്റിയുള്ള വാർത്തകളല്ലേ കാണാനുള്ളൂ.”

“പറയാൻ മറന്നു. ഇവിടെയുമുണ്ട് ഉഗ്രനൊരു നായ. പക്ഷേ, ഇപ്പോൾ എന്നെപ്പോലെ അവനും വയസ്സായിപ്പോയി. പണ്ടത്തെപ്പോലെയൊന്നും വയ്യ.”

സെലീനാന്റി വടക്കുഭാഗത്തേക്ക് ചൂണ്ടിക്കാണിച്ചുകൊണ്ടു പറഞ്ഞു. പട്ടിക്കൂട് കണ്ട് ഞാൻ വല്ലാതെ അമ്പരന്നു. അതൊരു പശുത്തൊഴുത്തുപോലെയുണ്ടായിരുന്നു. കുമ്മായംതേച്ച ചുവരും ഓടിട്ട മേല്ക്കൂരയും.

"ടൈഗറിനുവേണ്ടി വല്യ ഒരു വീടുതന്നെ പണിയിച്ചു ഞാൻ. എനിക്കു പണ്ടേ അവനെ വളരെയിഷ്ടമാണ്." ആന്റി പറഞ്ഞു. ഇത്ര വലിയ പട്ടിക്കൂടിനുള്ളിൽ കഴിയുന്ന ടൈഗറിനെക്കാണാൻ എനിക്കു തിടുക്കമായി.

"ഇപ്പോൾ വേണ്ട." ആന്റി തിടുക്കത്തിൽപ്പറഞ്ഞു: "അവനുറക്കമാണ്."

തിങ്കളാഴ്ച മടങ്ങിപ്പോകുംവരെ എനിക്കു ടൈഗറിനെക്കാണാൻ കഴിഞ്ഞില്ല.

അടുത്ത ശനിയാഴ്ച വൈകുന്നേരം ഓഫീസിൽനിന്നും ഞാൻ ആന്റിയുടെ വീട്ടിലെത്തുമ്പോൾ എന്തൊക്കെയോ ചിന്തകളിൽ സ്വയം നഷ്ടപ്പെട്ടിട്ടെന്നവണ്ണം ഉമ്മറപ്പടിയിലിരിക്കുകയായിരുന്നു ആന്റി. ഞാനടുത്തു ചെന്നപ്പോൾ പെട്ടെന്ന് ഒന്നു ഞെട്ടിയിട്ട് ആന്റി എഴുന്നേറ്റു. എന്റെ ബാഗ് വാങ്ങി താഴെ വെക്കുമ്പോൾ അവർ പറഞ്ഞു: "ജെസിയിന്നും ഉച്ചയ്ക്കു മുമ്പ് വരുമെന്നു വിചാരിച്ചു ഞാൻ."

"കഴിഞ്ഞയാഴ്ച ലീവെടുത്ത് നേരത്തേ വന്നതല്ലേ? എല്ലാ ആഴ്ചയും ലീവെടുക്കാൻ പറ്റുമോ?" ഞാൻ ചോദിച്ചു അവരത് ശരിവെച്ചു. ഞാൻ സെലീനാന്റിയെ സൂക്ഷിച്ചു നോക്കി. അവരുടെ മുഖത്ത് തീരെ രക്തപ്രസാദമുണ്ടായിരുന്നില്ല. അവരുടെ കവിളുകളിൽ കണ്ണീരുണങ്ങിപ്പിടിച്ച പാടുകളുണ്ടെന്ന് എനിക്കു തോന്നി.

അത്താഴത്തിനുശേഷം എനിക്കു കിടക്കാനായി ഒരുക്കിവെച്ച മെത്തയിലിരുന്ന് ഞങ്ങൾ ഒരുപാടു നേരം സംസാരിച്ചു. ഞാൻ എന്റെ അമ്മച്ചിയെപ്പറ്റിയും അപ്പച്ചനെപ്പറ്റിയും അനുജന്മാരെപ്പറ്റിയും കോളേജിലെ കൂട്ടുകാരെപ്പറ്റിയും ഉത്സാഹത്തോടെ സംസാരിച്ചു.

"ഞാനെഴുതിയ ആദ്യത്തെ എൽ ഡി സി ടെസ്റ്റിൽത്തന്നെ എനിക്ക് നിയമനം കിട്ടുമെന്ന് ആരും പ്രതീക്ഷിച്ചതല്ല." ഞാൻ പറഞ്ഞു. "അതിന്റെയൊരു ത്രില്ലിലാണ് എം എ പഠനം പോലും പൂർത്തിയാക്കാതെ ഞാനിത്ര ദൂരേക്കു പുറപ്പെട്ടത്." സെലീനാന്റി ഒന്നും ശ്രദ്ധിക്കുന്നുണ്ടെന്നു തോന്നിയില്ല. അവരുടെ കണ്ണുകൾ അലമാരയിൽ അലക്ഷ്യമായി അടുക്കിവെച്ച തുണികളിലേക്കും എന്റെ അംഗവിക്ഷേപങ്ങളിലേക്കും മാറിമാറി സഞ്ചരിച്ചുകൊണ്ടിരുന്നു.

"ജെസിക്കിപ്പോൾ എത്ര വയസ്സായി?" കുറച്ചുസമയത്തിനുശേഷം ആന്റി ചോദിച്ചു.

"ഇരുപത്തിരണ്ട്." ഞാൻ മറുപടി പറഞ്ഞു.

"ഞാൻ നിന്റെ ടോമങ്കിളിനെ കല്യാണം കഴിച്ചത് എന്റെ ഇരുപത്തിരണ്ടാമത്തെ വയസ്സിലായിരുന്നു." പിന്നെ തികച്ചും സ്വാഭാവികമായ ഒരു കാര്യം പറയുംപോലെ ആന്റി കൂട്ടിച്ചേർത്തു.

"അതിനുമുമ്പ് ഏഴു വർഷത്തോളം ഞാൻ എന്റെ കൂടെപ്പഠിച്ച അലക്സ് എന്നൊരുവനുമായി പ്രേമത്തിലായിരുന്നു."

ആന്റിയുടെ സംസാരം എനിക്കു വളരെയിഷ്ടപ്പെട്ടു. ഞാനിതുവരെ കേട്ടിട്ടുള്ള മറ്റാരുടെയും സംസാരംപോലെയല്ല ഇത്. ഞാനോർത്തു. ഒന്നും

തന്നെ മറച്ചുവയ്ക്കാതെ, എന്നാൽ എന്തൊക്കെയോ മറച്ചുവെച്ചുകൊണ്ട്, പ്രത്യേകതകൾ ഉള്ള വർത്തമാനം.

"പിന്നെന്തിനാണ് ആന്റി ടോമങ്കിളിനെ വിവാഹം ചെയ്തത്?" ഞാൻ കൗതുകത്തോടെ ചോദിച്ചു.

"എന്റെ പപ്പ പറഞ്ഞിട്ട്." ആന്റി ഉടനടി മറുപടി നല്കി.

"ഈ ജീവിതത്തിൽ ഞാനേറ്റവുമേറെ ബഹുമാനിക്കുന്ന ആളാണ് പപ്പ."

ഒരു നിമിഷത്തിനുശേഷം മുഖത്ത് ഭംഗിയുള്ളൊരു ചിരി വിടർത്തിക്കൊണ്ട് ആന്റി തുടർന്നു.

"പപ്പ എനിക്കിട്ട പേര് സെലീന എന്നല്ല. സിൻഡറല്ല എന്നാണ്. സിൻഡറല്ലക്കഥയിലെ നഷ്ടപ്പെട്ട ഒറ്റച്ചെരുപ്പുപോലെയാണെന്റെ ജീവിതവും?" ആന്റി പ്രകാശമറ്റ മുഖത്തോടെ പൂരിപ്പിച്ചു.

"മറ്റേ ചെരിപ്പ് ഒരിക്കലും കണ്ടുകിട്ടില്ലെന്നു മാത്രം. ചെരുപ്പിനനുസരിച്ച് കാല് മുറിക്കുകയെന്ന ഒരേയൊരു മണ്ടത്തരം മാത്രമേ ഞാൻ ജീവിതത്തിൽ ചെയ്തിട്ടുള്ളൂ." ദുരൂഹമായ ആ സംസാരം അവിടെ അവസാനിച്ചു. ആന്റി എന്താണുദ്ദേശിച്ചതെന്ന് എനിക്ക് പിടികിട്ടിയില്ല. ഒരുപക്ഷേ, ടോമങ്കിളിനെ വിവാഹം ചെയ്തതിനെപ്പറ്റിയായിരിക്കാം.

ആന്റി എന്നെ വീടിന്റെ മുകൾനിലയിലേക്ക് കൊണ്ടുപോയി. ഞാനാ വലിയ വീടിന്റെ മുഴുവൻ മുറികളും അപ്പോഴും കണ്ടുതീർന്നിട്ടുണ്ടായിരുന്നില്ല. പുറത്തുനിന്ന് കണ്ടാൽ ആ വീടിന് അത്രതന്നെ വലിപ്പം തോന്നിക്കില്ല. നല്ല കലാബോധമുള്ള ഒരു വീട്ടമ്മയുടെ സാന്നിദ്ധ്യം ഓരോ മുറിയും അതിലെ ഉപകരണങ്ങളും ചുമരുകളും വിളിച്ചോതുന്നുണ്ടായിരുന്നു. മുകളിലത്തെ മുറിയുടെ ചുമരിൽ തൂക്കിയിട്ടിരുന്ന ഒരു ഫോട്ടോ ആന്റി എന്നെ കാണിച്ചു. "ടോമങ്കിൾ" ആ ഫോട്ടോയിൽനിന്നും കണ്ണെടുക്കാതെ ആന്റി കുറേനേരം നിശ്ശബ്ദയായി നിന്നു. പിന്നെ ഒരു ട്രങ്ക് പെട്ടിയിൽനിന്നും ആന്റി ഒരു പഴയ ആൽബമെടുത്ത് എന്റെ നേരെ നീട്ടി. കൊമ്പൻമീശക്കാരനായ ടോമങ്കിളിന്റെ പടത്തിന് മുകളിലൂടെ അവർ സ്നേഹത്തോടെ വിരലോടിച്ചു. പെട്ടിയുടെ അടിയിൽനിന്നും താളുകൾ മുഷിഞ്ഞുകീറിയ പഴയൊരു വർത്തമാനക്കടലാസ് വിറയ്ക്കുന്ന കൈകളോടെ ആന്റി തുറന്നു. ടോമങ്കിൾ ഒരു വാഹനാപകടത്തിൽ മരിച്ച വാർത്തയും ഫോട്ടോയുമായിരുന്നു അതിലെ ചരമക്കോളത്തിൽ ഉണ്ടായിരുന്നത്.

"എത്ര പെട്ടെന്ന് എല്ലാം കഴിഞ്ഞു." ആന്റിയുടെ ചുണ്ടുകൾ വിറപൂണ്ടു.

"പതിനേഴ് വർഷങ്ങളായിരിക്കുന്നു ഇപ്പോൾ. അദ്ദേഹത്തിന് വലിയ കാര്യമായിരുന്നു എന്നെ. എനിക്കും അങ്ങനെതന്നെയായിരുന്നു. കേട്ടോ." ആന്റി വളരെ പതിഞ്ഞ ശബ്ദത്തിൽ തുടർന്നു.

"അദ്ദേഹമെല്ലായ്പ്പോഴും സ്നേഹത്തെപ്പറ്റി മാത്രം ചിന്തിച്ചു. സ്നേഹത്തെപ്പറ്റി മാത്രം സംസാരിച്ചു. അദ്ദേഹം അടിമുടി സ്നേഹം

തന്നെയായിരുന്നു."

പെട്ടെന്ന് ആന്റിയുടെ മുഖം വലിഞ്ഞുമുറുകി. കണ്ണുകളിൽ അജ്ഞാതമായൊരു രൗദ്രഭാവം തിളങ്ങി.

"വളരെ ക്രൂരമായ, സ്വാർത്ഥമായ സ്നേഹം. അതിന്റെയടിയിൽ തീർത്താൽ തീരാത്ത പകയുടെ ഒരു സമുദ്രംതന്നെ ഒളിപ്പിച്ചുവെച്ചിട്ടുണ്ടായിരുന്നു അയാൾ. ജെസ്സിക്കറിയില്ലായിരിക്കും. ചിലപ്പോൾ സ്നേഹവും ദേഷ്യവും ഒന്നുതന്നെയായി മാറാറുണ്ട്." ഞാനൊന്നും മിണ്ടിയില്ല. എന്റെ അമ്പരപ്പു നിറഞ്ഞ മുഖം ശ്രദ്ധിച്ചതിനാലാകണം ആന്റി പിന്നീടൊന്നും പറഞ്ഞതുമില്ല.

പിറ്റേ ദിവസം ഞായറാഴ്ച, ആന്റി വളരെ ഉത്സാഹത്തിലായിരുന്നു. "എല്ലാ ഞായറാഴ്ചയും മുടങ്ങാതെ പള്ളീൽപ്പോയിരുന്നു ഞാൻ. പണ്ടൊക്കെ, എന്റെ പപ്പായുണ്ടായിരുന്നപ്പോൾ. ഇപ്പൊ അത്ര ദൈവവിശ്വാസമൊന്നുമില്ല. എന്നാലും മാസത്തിലൊരിക്കലെങ്കിലും പോയി കുമ്പസാരിക്കാറുണ്ട്."

"എന്തൊക്കെ തെറ്റുകളാണ് എല്ലാ മാസവും ആന്റി ചെയ്യാറുള്ളത്?"

"കുമ്പസാരരഹസ്യം പുറത്തു പറയരുതെന്നല്ലേ?" ആന്റി കുസൃതിയോടെ ചോദിച്ചു.

"എന്നാലും എല്ലാ ഞായറാഴ്ചയും ലഞ്ചിന് സ്പെഷ്യലായി എന്തെങ്കിലും ഉണ്ടാക്കാൻ ഞാൻ മറക്കില്ല കേട്ടോ. ഫ്രൈഡ് റൈസും ചിക്കനുമാണ് മിക്കപ്പോഴും. ബിരിയാണി ഞാനുണ്ടാക്കിയാൽ ഒരിക്കലും നന്നാകാറേയില്ല."

"ആന്റി ആർക്കുവേണ്ടിയാണ് ഇതൊക്കെ ഉണ്ടാക്കുന്നത്?"

"എനിക്കുവേണ്ടിത്തന്നെ." അവർ വല്ലാത്തൊരു വാശിയോടെ പറഞ്ഞു.

"പിന്നെ എന്റെ പൂച്ചക്കുട്ടിക്കും കോഴികൾക്കും."

"ടൈഗറിനും?" ഞാൻ പൂരിപ്പിച്ചു.

"ഉം." ആന്റി അലക്ഷ്യമായി മൂളി.

ടൈഗറിന്റെ കൂട്ടിലേക്ക് നോക്കിയപ്പോഴാണ് ഞാനത് കാണുന്നത്. തൊഴുത്തുപോലെയുള്ള ആ കെട്ടിടത്തിന് ഒരു വെന്റിലേറ്റർപോലുമില്ല. ആകെയുണ്ടായിരുന്ന ഒരു വെന്റിലേറ്റർ ഒരു മരക്കഷണം കൊണ്ട് അടച്ചുവെച്ചിരിക്കുകയാണ്. അതിനുള്ളിൽനിന്നും ടൈഗർ ദുർബ്ബലമായി കുരയ്ക്കുന്ന ശബ്ദം കേൾക്കാം. എന്നാലതൊരു പൂച്ചയുടെ ശബ്ദംപോലെയാണ് എനിക്ക് തോന്നിയത്.

"ടൈഗറിന് അപരിചിതരെ കാണുന്നത് തീരെയിഷ്ടമല്ല." ആന്റി വിശദീകരിക്കുന്നതുപോലെ പറഞ്ഞു.

"പുറത്തേക്ക് ഇറങ്ങാറേയില്ല അവൻ." സെലീനാന്റിയുടെ വളർത്തുമൃഗങ്ങളും ആന്റിയെപ്പോലെ വേറിട്ട സ്വഭാവക്കാരായിരിക്കണം. ഞാൻ ഊഹിച്ചു.

അന്നു രാത്രി ഞാനുറക്കംപിടിച്ചു തുടങ്ങിയിട്ടേയുണ്ടായിരുന്നുള്ളൂ.

സെലീനാന്റി എന്റെ വാതിലിൽ മുട്ടി പതിഞ്ഞ ശബ്ദത്തിൽ "ജെസീ" എന്ന് വിളിക്കുന്നത് ഞാൻ കേട്ടു. ഞാൻ വാതിൽ തുറന്നപ്പോൾ പേടിച്ചരണ്ട തുപോലെ അവർ എന്റെ മുറിയിലേക്ക് പാഞ്ഞുകയറിവന്നു.

"ഞാനിന്നിവിടെ നിന്നോടൊപ്പം കിടക്കുകയാണ് ജെസീ." കൈകൾ തലയിണയിൽ ചേർത്ത് പിടിച്ചുകൊണ്ട് ആന്റി പതറിയ ശബ്ദത്തിൽ പറഞ്ഞു.

"എന്തുപറ്റി ആന്റി?" ഞാൻ പരിഭ്രമത്തോടെ ചോദിച്ചു.

"വല്ല അസുഖവും..?"

"ഒന്നുമില്ല... ഒന്നുമില്ല.." ആന്റി തിടുക്കത്തിൽ പറഞ്ഞു.

"എന്താണെന്നറിയില്ല, ചില ദുഃസ്വപ്നങ്ങൾ."

"അത്രേയുള്ളോ?" അവരുടെ തണുത്ത കൈകൾ കൂട്ടിപ്പിടിച്ചുകൊണ്ട് ഞാൻ പറഞ്ഞു.

"ആന്റി പേടിക്കണ്ട. ഇന്ന് നമുക്കൊരുമിച്ചിവിടെ കിടക്കാം." ഫാൻ കൂട്ടിയിട്ടിട്ട് ഞങ്ങൾ ഉറങ്ങാൻകിടന്നു.

രാത്രി ഏറെ വൈകിയിട്ടും ആന്റി ഉറങ്ങാതെ തിരിഞ്ഞും മറിഞ്ഞും കിടക്കുകയായിരുന്നു. എനിക്കും ഉറക്കം വന്നതേയില്ല. പിന്നീടെപ്പോഴോ ചെറുതായി മയങ്ങിയ ഞാൻ ആന്റി ഉറക്കത്തിൽ എന്തൊക്കെയോ പിച്ചും പേയും പറയുന്നതു കേട്ടാണ് ഞെട്ടിയുണർന്നത്. അവർ പറഞ്ഞതൊന്നും എനിക്ക് വ്യക്തമായില്ല. എന്നാലവർ 'അലക്സ്' എന്ന് പല പ്രാവശ്യം വിളിച്ചത് ഞാൻ വ്യക്തമായിക്കേട്ടു. അതോടെ ആന്റി ഉണരുകയും ചെയ്തു. ഏതാനും നിമിഷങ്ങൾക്കുശേഷം ആന്റി എന്റെ ദേഹത്ത് മുട്ടാതെ വളരെ ശ്രദ്ധിച്ച് എഴുന്നേറ്റു. പതിഞ്ഞ കാൽവെപ്പുകളോടെ അവർ ഡൈനിങ്ഹാളിലേക്ക് നടന്നു. ആന്റി വെള്ളംകുടിക്കാൻ പോയതായിരിക്കുമെന്ന് ഞാനൂഹിച്ചു. എന്നാൽ കുറേസമയം കഴിഞ്ഞിട്ടും അവർതിരിച്ചുവരാതിരുന്നപ്പോൾ ഞാൻ മെല്ലെ അങ്ങോട്ട് ചെന്നു നോക്കി. ആന്റി ആരോടോ ഫോണിൽ സംസാരിക്കുകയാണ്. കുറേ ദൂരത്തായതിനാൽ എനിക്കൊന്നും കേൾക്കാനായില്ല. എന്നാലവർ എന്തോ പറഞ്ഞ് വിതുമ്പിക്കരയുന്നത് ഞാൻ കണ്ടു. ഞാൻ തിരികെ എന്റെ മുറിയിലെത്തി കട്ടിലിൽ കണ്ണടച്ച് കിടന്നു. ആന്റി പിന്നീടങ്ങോട്ട് വന്നതേയില്ല. അവരുടെ ഫോൺ സംഭാഷണം എപ്പോൾ അവസാനിച്ചുവെന്നും ഞാനറിഞ്ഞില്ല. ഒരുപക്ഷേ, പുലരുംവരെ ആ സംഭാഷണം തുടർന്നിരിക്കണം. എന്തായാലും പിന്നീട് എനിക്കുറക്കം വന്നില്ല. അർത്ഥമില്ലാതെ ഓരോന്നു ചിന്തിച്ചുകൊണ്ട് ഞാൻ തിരിഞ്ഞും മറിഞ്ഞും കിടന്നു.

തിങ്കളാഴ്ച രാവിലെ ആറുമണിക്കുള്ള ബസിനുവേണ്ടി ഞാൻ തിടുക്കപ്പെട്ടിറങ്ങുമ്പോൾ ആന്റി കട്ടൻകാപ്പിയുമായി വന്നു. "ശനിയാഴ്ച നേരത്തേ വരണം." അവർ എന്റെ കണ്ണുകളിലേക്കു നോക്കാതെ പറഞ്ഞു. ബസിന്റെ ഷട്ടറടച്ച് ഇരിക്കുമ്പോൾ ഞാൻ തലേരാത്രിയിലെ സംഭവങ്ങളെപ്പറ്റിയോർത്തു. ആന്റി വിവാഹത്തിനുമുമ്പ് പ്രണയിച്ചിരുന്ന അലക്സിനെത്തന്നെയാണോ ഉറക്കത്തിൽ വിളിച്ചത്? ഞാൻ ചിന്തിച്ചു. ആ വീടും

സ്ഥലം വിലയ്ക്കുവാങ്ങാൻ ആന്റിയെ സഹായിച്ചത് അലക്സ് എന്ന ഒരു എഞ്ചിനീയറാണെന്ന് അമ്മച്ചി പറയാറുള്ളത് ഞാൻ ഓർത്തു. അയാൾ തന്നെയാകുമോ ഇത്? അപ്പോൾ ആന്റി ഫോൺ വിളിച്ചത് ആരെയാകും? അയാളെത്തന്നെയോ? എന്റെ ഹോസ്റ്റലിന്റെ മുന്നിൽ ബസെത്തിയപ്പോഴേക്കും ഞാനീ ചിന്തകൾ ഉപേക്ഷിച്ചു. സെലീനാന്റിയുടെ വാക്കുകളുടെയും പ്രവൃത്തികളുടെയും അർത്ഥം ചികഞ്ഞു പോയാൽ ഒരിടത്തുമെത്തില്ല എന്ന് ഞാനിതിനകം മനസ്സിലാക്കിക്കഴിഞ്ഞിരുന്നു. പിറ്റേ ശനിയാഴ്ച വൈകുന്നേരം ആന്റിയുടെ വീട്ടിലെത്തുന്നതുവരെ ഞാനിതിനെപ്പറ്റി ഒരിക്കൽപ്പോലും ചിന്തിച്ചതുമില്ല.

ആന്റിയുടെ വീട്ടിലേക്കുള്ള പടികൾ കയറുമ്പോൾത്തന്നെ അവരുടെ മ്ലാനമായ മുഖം എന്റെ കണ്ണിൽപ്പെട്ടു. എന്നെ കണ്ടപ്പോൾ പെട്ടെന്ന് എടുത്തണിഞ്ഞ ഒരു സന്തോഷഭാവത്തോടെ അവർ അടുത്തേക്കുവന്നു. എന്നെ പിടിച്ചിരുത്തിയിട്ട് അവർ എന്റെ ഓഫീസ് ജോലിയെപ്പറ്റിയും അമ്മച്ചിയുടെ ഫോൺവിളികളെപ്പറ്റിയും അന്വേഷിച്ചു. അമ്മച്ചിയെപ്പറ്റിയുള്ള ആന്റിയുടെ അന്വേഷണം എന്നെ വളരെ സന്തോഷിപ്പിച്ചു. ഇടവിട്ട ദിവസങ്ങളിലെ വൈകുന്നേരങ്ങളിൽ അപ്പച്ചന്റെ കണ്ണുവെട്ടിച്ച് അമ്മച്ചിയെന്നോട് നാട്ടുവിശേഷങ്ങൾ പറയുന്നത് അംഗവിക്ഷേപങ്ങളോടെ ഞാനനുകരിച്ചു കാണിച്ചു. കുറച്ചു സമയം കഴിഞ്ഞ് ആന്റിയുടെ മുഖത്തേക്കു നോക്കിയപ്പോൾ എനിക്കു മനസ്സിലായി അവർ ഈ ലോകത്തൊന്നുമായിരുന്നില്ലെന്ന്.

രാത്രിയിൽ ഡൈനിങ് ടേബിളിന് അഭിമുഖമായിരുന്ന് ഞങ്ങൾ നിശ്ശബ്ദരായി ആഹാരം കഴിച്ചു. ഒരുപാട് സമയമെടുത്ത് പാത്രങ്ങൾ കഴുകിത്തീർത്തതിനുശേഷം ലൈറ്റണച്ചിട്ട് ആന്റി അടുത്ത മുറിയിലേക്ക് ഉറങ്ങാൻ പോയി. ഓഫീസിൽ കുന്നുകൂടിക്കിടക്കുന്ന ഫയലുകളെപ്പറ്റിയും ക്ലാർക്കിന്റെ ജോലിയുടെ വിരസതയെപ്പറ്റിയും എന്റെ നഷ്ടപ്പെട്ട കോളേജ് ദിനങ്ങളെപ്പറ്റിയും മാറി മാറി ചിന്തിച്ചുകൊണ്ട് ഞാനുറങ്ങാൻ കിടന്നു. സാധാരണയായി ഒമ്പതു മണിയാകുമ്പോഴേക്കും ഉറക്കം തൂങ്ങിത്തുടങ്ങുന്ന എനിക്ക് പതിനൊന്നു കഴിഞ്ഞിട്ടും ഉറക്കം വന്നതേയില്ല. അപ്പോൾ അടുത്തെവിടെയോനിന്ന് ആരുടെയോ സംസാരം കേട്ടതുപോലെ എനിക്കു തോന്നി. ആന്റി ആരെയോ ഫോണിൽ വിളിച്ച് സംസാരിക്കുകയായിരിക്കും. ഞാൻ വീണ്ടും കണ്ണടച്ച് ഉറങ്ങാൻ കിടന്നു. എന്നാൽ വീണ്ടും ആ പതിഞ്ഞ സംസാരം കേട്ടപ്പോൾ അത് വീടിന്റെ വെളിയിൽനിന്നാണെന്ന് എനിക്കു മനസ്സിലായി. ജനലിനോട് ചേർന്ന് രണ്ടുപേർ നില്ക്കുന്നുണ്ട്. വാതിൽ പാതി തുറന്ന് എന്റെ കൈയിലുള്ള പെൻടോർച്ച് തെളിയിച്ച് ഞാനങ്ങോട്ടു സൂക്ഷിച്ചുനോക്കി. മുഖപരിചയമുള്ള സ്ത്രീയും പുരുഷനും. അവർ ആന്റിയുടെ അയൽക്കാരാണെന്ന് ഞാൻ തിരിച്ചറിഞ്ഞു. മോഷണമായിരിക്കുമോ ഇവരുടെ ഉദ്ദേശ്യം? ഞാൻ കരുതലോടെ നിന്നു. അവർ ചുറ്റുപാടും നോക്കിക്കൊണ്ട് പട്ടിക്കൂടിന്റെ അടുത്തേക്കാണു പോയത്. അടുക്കള മുറ്റത്തിട്ടിരുന്ന പഴയ മരക്കസേര അവിടെ കൊണ്ടു

വച്ചിട്ട് പുരുഷൻ അതിന്റെ മേലേക്കു കയറിനിന്നു. വെന്റിലേറ്റർ അടച്ചിരുന്ന മരക്കഷണം എടുത്തു മാറ്റിയിട്ട് അയാൾ പട്ടിക്കൂടിന്റെ അകത്തേക്ക് നോക്കിനിന്നു. എന്തോ ഉറപ്പുവരുത്താനെന്നവണ്ണം പിന്നീട് സ്ത്രീയും അകത്തേക്ക് എത്തിനോക്കി. കുറച്ചുസമയം എന്തോ അടക്കി സംസാരിച്ചിട്ട് അവർ ശബ്ദമുണ്ടാക്കാതെ നടന്നുപോയി.

എന്തു ചെയ്യണമെന്നറിയാതെ ഒരുനിമിഷം അവിടെ തറഞ്ഞുനിന്നതിനുശേഷം ഞാൻ വിറയ്ക്കുന്ന കാലടികളോടെ പട്ടിക്കൂടിനടുത്തേക്കു നടന്നു. പെട്ടെന്ന് 'ജെസീ' എന്ന് ആന്റി പിറകിൽനിന്നും ഉച്ചത്തിൽ വിളിക്കുന്നത് ഞാൻ കേട്ടു. ആ വിളിയിലെ ആജ്ഞാശക്തി എന്നെ അവരുടെ മുറിയിലെത്തിച്ചു. അകലേക്കു നോട്ടമുറപ്പിച്ചുകൊണ്ട് കട്ടിലിൽ ഇരിക്കുകയായിരുന്നു. ആന്റി. അവരുടെ ജനാല തുറന്നുകിടക്കുകയായിരുന്നു. ആന്റി എല്ലാം കണ്ടു എന്നു വ്യക്തം. "എന്തിനാണ് രാത്രിയിൽ ഒറ്റയ്ക്കു പുറത്തിറങ്ങുന്നത്?" ആന്റി പേടിപ്പിക്കുന്ന മട്ടിൽ ചോദിച്ചു. ഞാനൊന്നും മിണ്ടിയില്ല. അവർ വീണ്ടും ദൂരേക്കു ദൃഷ്ടി പായിച്ചുകൊണ്ട് നിശ്ശബ്ദമായി ഇരുന്നു. അവരുടെ സുന്ദരമായ മുഖത്ത് വല്ലാത്തൊരു ക്രൂരത ഒളിഞ്ഞിരിക്കുന്നുണ്ടെന്ന് എനിക്കു തോന്നി. ഞാൻ തിരികെ എന്റെ മുറിയിൽ എത്തി. കട്ടിലിൽ അസ്വസ്ഥതയോടെ തിരിഞ്ഞും മറിഞ്ഞും കിടക്കുമ്പോൾ ആ വീട്ടിൽ ഇനി ഒരിക്കലും എനിക്ക് ഉറക്കം കിട്ടാൻ പോകുന്നില്ലെന്ന് എനിക്കുറപ്പായി.

പിറ്റേന്ന് പ്രഭാതത്തിൽ ഉത്സാഹത്തോടെ അടുക്കളജോലികൾ ചെയ്തു തീർക്കുന്ന സെലീനാന്റിയെക്കണ്ട് ഞാനതിശയിച്ചു. തലേരാത്രിയിൽ അസ്വാഭാവികമായി എന്തെങ്കിലും സംഭവിച്ച മട്ടൊന്നും അവരുടെ പെരുമാറ്റത്തിലില്ലായിരുന്നു. പല്ലുതേക്കാനായി മുറ്റത്തേക്കിറങ്ങുമ്പോൾ, പട്ടിക്കൂടിനടുത്തു കിടന്ന കസേര ആന്റി എടുത്തുമാറ്റിക്കഴിഞ്ഞുവെന്ന് ഞാൻ മനസ്സിലാക്കി. വെന്റിലേറ്റർ വീണ്ടും മരക്കഷണംകൊണ്ട് ഭദ്രമായി അടച്ചുവെച്ചിട്ടുണ്ട്. പട്ടിക്കൂടിനകത്തുനിന്നും പൂച്ചയുടേതെന്നു തോന്നിക്കുന്ന ഒരു ശബ്ദം ഇടയ്ക്കിടെ ഉയരുന്നത് ശ്രദ്ധിച്ചാൽ കേൾക്കാം. ആ ഒച്ച എന്നെ വല്ലാതെ അസ്വസ്ഥയാക്കി. പിന്നിലേക്ക് മുഖം തിരിച്ചപ്പോൾ ഞാനറിഞ്ഞു- ആന്റിയുടെ നോട്ടം ഓരോ ചലനത്തിലും എന്നെ പിന്തുടരുന്നുണ്ട്.

കുറച്ചുസമയം കഴിഞ്ഞ് ഞാൻ ആന്റിയോടു ചോദിച്ചു: "ആന്റിക്കു പള്ളീപ്പോകണ്ടേ?"

"വേണ്ട." അവർ തറപ്പിച്ചു പറഞ്ഞു.

"ദൈവവിശ്വാസമൊക്കെ എനിക്ക് എന്നെന്നേക്കുമായി നഷ്ടപ്പെട്ടു കഴിഞ്ഞു."

"അപ്പോൾ കുമ്പസാരിക്കാൻ..." ഞാനവരുടെ കണ്ണുകളിലേക്ക് സൂക്ഷിച്ചു നോക്കിക്കൊണ്ട് ചോദിച്ചു.

"ഞാനെന്തിനു കുമ്പസാരിക്കണം?" അവർ പുരികക്കൊടികൾ വില്ലുപോലെ വളച്ചു ചോദിച്ചു; "തെറ്റു ചെയ്തവരല്ലേ കുമ്പസാരിക്കേണ്ടത്?"

ഒരു നിമിഷത്തിനുശേഷം അവർ കൂട്ടിച്ചേർത്തു: "ജെസ്സി വേണമെങ്കിൽ പള്ളിയിൽപ്പോയി വന്നോളൂ."

എന്നെ ഒഴിവാക്കാൻ വേണ്ടിയാണ് ആന്റി അങ്ങനെ പറഞ്ഞതെന്ന് വ്യക്തമായെങ്കിലും ഞാനുടൻതന്നെ പള്ളിയിൽ പോകാനായി ഒരുങ്ങിയിറങ്ങി. ആ വീട്ടിലെ അസ്വസ്ഥപ്പെടുത്തുന്ന അന്തരീക്ഷത്തിൽനിന്നും രക്ഷപ്പെടാൻ അത്തരമൊരു സഞ്ചാരം എനിക്കത്യാവശ്യമായിരുന്നു. തിങ്കളാഴ്ച മടങ്ങിപ്പോയാൽ ഇനിയൊരിക്കലും ഈ വീട്ടിലേക്കൊരു മടങ്ങിവരവുണ്ടാവില്ലെന്ന് ഞാൻ മനസ്സിലുറപ്പിച്ചു. ഉച്ചയോടെ പള്ളിയിൽനിന്നും മടങ്ങിവരുമ്പോൾ ഞാൻ പ്രതീക്ഷിച്ചതുപോലെതന്നെ സെലീനാന്റി ആരെയോ ഫോൺ ചെയ്യുകയായിരുന്നു. എന്റെ കാലൊച്ച കേട്ടപ്പോൾ അവർ ഫോൺ താഴെ വച്ചു. അവരുടെ മുഖം വല്ലാതെ വിളറിയിരുന്നു. പിന്നീട് വൈകുന്നേരം വരെ അവരേതോ ഫോൺകോൾ പ്രതീക്ഷിച്ചെന്നവണ്ണം അതിന്റെയടുത്തു തന്നെ നിലയുറപ്പിച്ചു. ചുവന്ന നിറത്തിലുള്ള ആ ഫോൺ ഏതു നിമിഷവും പൊട്ടിത്തെറിച്ചേക്കാവുന്ന ഒരു ടൈം ബോംബാണെന്ന് എനിക്കു തോന്നി.

ഇരുൾ പരന്നുതുടങ്ങിയപ്പോൾ വരാന്തയിൽ ഇറങ്ങിനിന്ന ഞാൻ ആ കാഴ്ച കണ്ടു. ദൂരെ മലമുകളിൽനിന്നും വളഞ്ഞുപുളഞ്ഞു കിടക്കുന്ന റോഡിലൂടെ ചീറിപ്പാഞ്ഞു വരുന്ന ഒരു പൊലീസ് ജീപ്പ്. അടുത്ത നിമിഷത്തിൽ, പ്രക്ഷുബ്ധരായ ഒരു സംഘം ആളുകൾ ഞങ്ങളുടെ വീടിനു നേരെ പാഞ്ഞടുക്കുന്നതുപോലെ എനിക്കു തോന്നി. എല്ലാം അറിഞ്ഞുകൊണ്ട് ആന്റി എന്റെ തൊട്ടുപിന്നിൽത്തന്നെ നില്ക്കുന്നുണ്ടായിരുന്നു.

പെട്ടെന്ന് അവർ അടുക്കളവാതിൽ തുറന്ന് പട്ടിക്കൂടിനു നേരേ ഓടുന്നതാണ് ഞാൻ കണ്ടത്. അമ്പരപ്പോടെ ഞാനും അവരുടെ പിന്നാലെ അവിടേക്ക് ഓടി. പട്ടിക്കൂടിന്റെ വാതിൽ വലിച്ചു തുറന്ന് അകത്തു കയറിയ ആന്റി വല്ലാതെ കിതച്ചുകൊണ്ടിരുന്നു. അപ്പോഴാണ് ഞാനതു കാണുന്നത്. നിലത്ത് താടിയും മുടിയും നീട്ടിയ മെലിഞ്ഞവശനായ ഒരു വൃദ്ധൻ കിടക്കുന്നു. അരണ്ടവെളിച്ചത്തിലും ഞെട്ടലോടെ ഞാനാ മുഖം തിരിച്ചറിഞ്ഞു. ആന്റിയുടെ ഭർത്താവ് ടോമങ്കിൾ. ടോമങ്കിളിന്റെ കൈകാലുകളെ ബന്ധിച്ചിരുന്ന ചങ്ങല അഴിച്ച് ആന്റി അയാളെ വാതിലിനടുത്തേക്ക് വലിച്ചിഴച്ചു. പുറത്തിറങ്ങിയ അയാൾ വേഗത്തിൽ ഇഴഞ്ഞും നടന്നും ഓടിയും മുറ്റം കടന്ന്, മരവേലി ചാടിയിട്ട്, പ്രാകൃതമായ ഒരലർച്ചയോടെ റബ്ബർതോട്ടത്തിലേക്ക് അപ്രത്യക്ഷനായി.

തിരികെ വീട്ടിനകത്തേക്ക് ഓടിക്കയറിയ സെലീനാന്റി കിതപ്പടക്കാൻ ശ്രമിച്ചുകൊണ്ട് ഭിത്തിയിൽ കൈ ചാരി ഒരു നിമിഷം നിന്നു. പിന്നീട് ആരൊക്കെയോ ചേർന്ന് ചവിട്ടിപ്പൊളിച്ചുകൊണ്ടിരിക്കുന്ന വാതിലിന്റെ നേർക്ക് അവർ സാവധാനം നടന്നടുത്തു.

വെള്ളരിപ്പാടം

പി വി ഷാജികുമാർ

"ഒന്നും കേൾക്കുന്നില്ല...." എന്നും പറഞ്ഞ് ക്യാമറയിൽനിന്ന് മുഖം ഊരി തന്റെ കറുത്ത ബാഗ് ജീവിതത്തെയെന്നപോലെ നെഞ്ചിന് ചേർത്തു പിടിച്ച് ചാനൽറൂമിന് പുറത്തേക്ക് ധൃതിപ്പെടുമ്പോൾ കമലഹാസനും സിമ്രാനും സൗമ്യയെ പിടിച്ച് നിർത്താൻ പിറകെ പാഞ്ഞു. പ്രണയം പ്രമേയമായ പുതിയ തമിഴ് സിനിമാഗാനങ്ങൾ കാണിക്കുന്ന 'കാതൽ' എന്ന ഒരു മണിക്കൂർ ലൈവ് ഇൻ പ്രോഗ്രാമിന്റെ അവതാരകയാണ് സൗമ്യ. പ്രോഗ്രാം തുടങ്ങി, കോഴിക്കോടുനിന്നുള്ള സഫീർ മുഹമ്മദ് എന്ന പഠനം കഴിഞ്ഞ ചെറുപ്പക്കാരൻ ആദ്യകോളിൽ തന്നെ സൗമ്യ 'കാതൽ' അവസാനിപ്പിച്ച് കൊമേർഷ്യൽ ബ്രെയ്ക്കിന് വിളിക്കുകയായിരുന്നു. തന്റെ പേര് ആദ്യം തന്നെ പറഞ്ഞ് കമലഹാസനും സിമ്രാനും അഭിനയിച്ച 'സകലകലാവല്ലഭനേ...' എന്ന ഗാനം ആവശ്യപ്പെട്ട് 'കാതൽ' മാത്രമേ താൻ കാണാറുള്ളൂവെന്നും ഊണിലും ഉറക്കത്തിലും സൗമ്യയാണ് എന്ന അർത്ഥത്തിൽ പറയുകയുമുണ്ടായി സഫീർ മുഹമ്മദ്. മുഖത്തൊട്ടിച്ച് വെച്ച ചിരി എടുത്ത് മാറ്റാതെ സൗമ്യ ശിരസ്സാട്ടുകയും മൂളുകയും ചെയ്തു. എന്നാൽ, 'താൻ പ്രണയിക്കുന്ന അഞ്ച് കാമുകിമാർക്കുമായി ഈ ഗാനം സമർപ്പിക്കണമെന്നും, അവർക്കും ഇങ്ങനെ എണ്ണത്തിൽ കൂടുതൽ പ്രണയമുണ്ടെന്നും' സഫീർ മുഹമ്മദ് അനുബന്ധിച്ചപ്പോൾ 'അതെയോ' എന്ന മുൻ എപ്പിസോഡുകളിലെ സ്ഥിരം വാക്ക് സൗമ്യയിൽനിന്ന് ഒളിച്ചോടിപ്പോവുകയും ശിരസ്സ് സാധാരണമല്ലാത്തവിധം ചലിപ്പിച്ച് ഒന്നും കേൾക്കുന്നില്ലെന്ന് പറഞ്ഞ് അവളിറങ്ങുകയായിരുന്നു. പ്രണയം കളിക്കാൻ കോട്ടിട്ട് തയ്യാറായി നിന്ന കമലഹാസൻ സൗമ്യയ്ക്ക് വിലങ്ങനെനിന്ന് പറഞ്ഞു: "പോവല്ലേ മോളൂ, വിഷ്വലിൽ കിട്ടാവുന്ന ഏറ്റവും വലിയ സാദ്ധ്യതയാണ് നീ തള്ളിക്കളയുന്നത്. ഇതിലൂടെ പോയാൽ നീ എത്താവുന്ന ദൂരം പ്രവ

ചിക്കാനാവില്ല...." പുള്ളിസാരിയുടെ അറ്റം അരയ്ക്ക് ചുറ്റി സിമ്രാനും ശ്രമിച്ചു: "അതെ സൗമ്യേ, മനസ്സിനെ പോസിറ്റീവ് ആറ്റിറ്റ്യൂഡിന്റെ ഡിറ്റെർജെന്റിട്ട് പെട്ടെന്ന് ഫ്രഷാക്കൂ. പരസ്യം കഴിഞ്ഞ് ഞങ്ങൾ പ്രോഗ്രാം നീട്ടാം അത് വരെ...." ഈ തോന്നലുകളെ തള്ളിമാറ്റി സ്ക്രീനിൽ വന്ന മൊബൈലിന്റെ പരസ്യമ്യൂസിക്കിന് വിപരീതമായി സൗമ്യ ലിഫ്റ്റിനടുത്തേക്ക് നടന്നു. "എന്ത് പറ്റീ മോളേ...." എന്ന വാക്ക് പല രീതിയിൽ പ്രയോഗിച്ച് ചാനലിലെ ജോലിക്കാർ അവൾക്ക് ചുറ്റും കൂടി. ഗ്രൗണ്ടിലേക്ക് കയറും മുമ്പ് വട്ടത്തിൽ കൂടിനിന്ന് പ്രാർത്ഥിക്കുന്ന ഫുട്ബോൾ കളിക്കാരെപ്പോലെയായി അവർ. "എനിക്ക് വീട്ടിൽ പോകണം... വീട്ടിൽ പോകണം." തൊണ്ടയിൽനിന്ന് പുറത്ത് ചാടിയ ഈ വാക്കുകൾ നിലവിളിയുടെ പെയിന്റടിച്ചിരിക്കുന്നത് കണ്ട് സൗമ്യ അന്ധാളിച്ചു. "പ്രോഗ്രാം ലൈവല്ലേ. ഇടയ്ക്ക് വെച്ച് നിർത്തുന്നത് മോശമാണ്. പ്രൊസീഡ് ചെയ്യൂ ഈഫ് ഷീ കാൻ. അദർവൈസ് സിനിമാഗാനം കണക്റ്റ് ചെയ്ത് ഫില്ല് ചെയ്യൂ, വേഗം...." അവിടേക്ക് വന്ന് ആരെയും അഭിസംബോധന ചെയ്യാതെ ഇത്രയും പറഞ്ഞ് എം ഡി റോക്കറ്റ് വിട്ടപോലെ റൂമിലേക്ക് മടങ്ങിപ്പോയി. കൂട്ടം ശിഥിലമായി. സ്ത്രീ കേന്ദ്രീകൃത പരിപാടിയുടെ അവതാരികയായ ശ്വേതാ മേനോൻ സൗമ്യക്കടുത്തുവന്ന് കൈ അവളുടെ നെറുകയിൽ വെച്ചു: "പനിയ്ക്കുന്നുണ്ടോ മോളേ.... വീട്ടിലേക്ക് കൊണ്ടുവിടാൻ ആളെ ഏർപ്പാടാക്കണോ...?" വർത്തമാനിക്കുമ്പോൾ അവരുടെ കണ്ണുകൾ ഒടുങ്ങാത്ത ആർത്തിയുടെ ഡിഷ്ആന്റിന പോലെ മേല്പോട്ട് തിരിഞ്ഞു. ശ്വേതാമേനോന് മറുപടിയായി സംഭ്രമം കയറ്റിവെച്ച വാക്കുകളുടെ ലോറി മനസ്സിന്റെ കയറ്റം പിടിച്ച് വന്നതാണ്, സൗമ്യ തടഞ്ഞു: "വേണ്ട ശ്വേതേച്ചീ, ഞാനൊറ്റയ്ക്ക് പൊയ്ക്കോളാം. അമ്മയുണ്ടാവും വഴിയിൽ...." വാക്കുകൾ തൊണ്ടയിൽ കുടുങ്ങി. കുട്ടി മരിച്ചു എന്ന പത്രവാർത്തയിൽ തന്റെ ഫോട്ടോ കണ്ടു സൗമ്യ. വെന്റിലേറ്ററിലൂടെ വന്ന വൈകുന്നേരത്തിന്റെ ക്ഷീണം പിടിച്ച വെയിലിന് ഒരു ചവുട്ട് കൊടുത്ത് ലിഫ്റ്റിൽ കയറി. "ആന്റിയെ നീ കാണുംവരെ ഞാൻ കൂടെ വരാം സൗമ്യേ.... എന്റെ പ്രോഗ്രാമിന് ഇനിയും ഒരു മണിക്കൂറുണ്ട്...." ഹോളിവുഡ് ഗാനങ്ങൾ പ്രേക്ഷകർക്ക് പരിചയപ്പെടുത്തുന്ന മിലൻ തോമസ് പിറകെ വന്ന് ഒറ്റ ശ്വാസത്തിൽ പറഞ്ഞു. കൈകൾ രണ്ടും ജീൻസ് പാന്റിന് കൊടുത്തുള്ള സംസാരത്തിനിടയിൽ ഫേഷ്യൽ ക്രീമിട്ട് എണ്ണപോലെ തിളങ്ങുന്ന അവന്റെ മുഖത്ത് ആർത്തിയുടെ കരിനിഴൽ പടരുന്നത് സൗമ്യ കണ്ടു. നിമിഷങ്ങളിൽ അവന്റെ കണ്ണുകൾ തന്റെ നെഞ്ചിലേക്ക് പായുന്നതും കണ്ടു. നിഷേധാർത്ഥത്തിൽ അവനെയൊന്ന് തുറിച്ചുനോക്കി ലിഫ്റ്റിൽ കയറി ഗ്രൗണ്ട് ഫ്ളോറിലേക്ക് വിമരലമർത്തി.

യഥാർത്ഥത്തിൽ, മിലൻ തോമസിനെപ്പോലുള്ളവരുടെ നയനഭോഗത്തിന്റെ വഴിയിലെവിടെയോ വെച്ചാണ് സൗമ്യയുടെ പ്രശ്നം ആരംഭിക്കുന്നത്. ഗ്രൗണ്ട് ഫ്ളോറിലെത്തും വരെയുള്ള ചെറിയ സമയത്ത് സൗമ്യയുടെ മനസ്സ് അപരിചിതത്വത്തിന്റെ മറയിട്ട് അവളോട് അവളെ ഇങ്ങനെ

വിവരിച്ചു: "നാലാഴ്ചയാവുന്നതേയുണ്ടായിരുന്നുള്ളൂ സൗമ്യ എന്ന പത്താം ക്ലാസ് വിദ്യാർത്ഥിനി 'കാതലി'ന്റെ അവതാരികയായിട്ട്. മുഖ സൗന്ദര്യത്തിനപ്പുറം മാറിടത്തിന്റെ വലുപ്പമാണ് അവളുടെ പ്ലസ് പോയിന്റായി ഇന്റർവ്യൂ ബോർഡ് കണ്ടതെന്ന് പാവം അവളറിഞ്ഞില്ല. ഒന്നാമത്തെ എപ്പിസോഡിന്റെ ടെലിവിഷൻ കാഴ്ചയിൽ താൻ എങ്ങനെ യാണ് ഉപയോഗിക്കപ്പെടുന്നതെന്ന് അവൾക്ക് മനസ്സിലായി. എത്ര മാന്യ മായി നിന്ന് കോൾ അറ്റന്റ് ചെയ്താലും തന്റെ നെഞ്ചിന്റെ വിടവ് ക്യാമറ അതിസൂക്ഷ്മമായി സൂം ചെയ്യുന്നത് കണ്ട് സൗമ്യ നടുങ്ങി. ഫോൺ ചെയ്യുന്നവരെല്ലാം പുരുഷന്മാരാണല്ലോ എന്ന തമാശയും സൗമ്യയെ ശരീ രത്തെക്കുറിച്ച് ബോധവതിയാക്കി. ക്യാമറക്കണ്ണിനൊപ്പം വഴിക്കണ്ണുകളും തന്റെ ശിരസ്സ് കാണാത്തതിൽ സ്വയം മാഞ്ഞു സൗമ്യ. "എന്നെ വിളി ക്കുന്ന സ്ത്രീകളിലധികവും എവിടെനിന്ന് വിളിക്കുന്നതെന്നറിയ്യോ സൗമ്യേ നിനക്ക്?" എന്ന് മിലൻ തോമസ് ചോദിച്ച് "കുളിമുറിയിൽ നിന്ന്" എന്ന് മിലൻ തോമസ് തന്നെ ഉത്തരം പറഞ്ഞ് "നിനക്കും അങ്ങനെയു ള്ളയിടങ്ങളിൽ നിന്നാവും വിളി വരുന്നുണ്ടാവുക" എന്ന് മിലൻ തോമസ് അഭിപ്രായപ്പെട്ട ഒരു ദിവസം സൗമ്യക്ക് ഉടൽ ഒരു ശവമായി. തുടർന്നുള്ള കാര്യങ്ങൾ സൗമ്യക്ക് തന്നെ അറിയാമല്ലോ. ഇനി സൗമ്യ തന്നെ പറ യട്ടെ.... ഗ്രൗണ്ട് ഫ്ളോറിലിറങ്ങി ഭൂമിയുടെ നടത്തം നോക്കി ബസ് സ്റ്റോപ്പി ലേക്ക് പാദം വെയ്ക്കുമ്പോൾ സൗമ്യ മനസ്സിനോട് തുടർക്കഥ പറഞ്ഞു: "അതേ അന്ന് മുതലാണ് എനിക്കെന്നെ കാണാൻ കഴിയാത്ത പ്രശ്നം വരുന്നത്. അന്ന് രാത്രി കുളിച്ച് മുടി ചീകാൻ കണ്ണാടിക്ക് മുന്നിലിരിക്കു മ്പോൾ കണ്ണാടിയിൽ എന്റെ ശിരസ്സില്ല. ശിരസ്സ് പോയ ഒരുടൽ കണ്ണാടി യിൽ ഈറനുടുത്ത് കട്ടിലിൽ ഇരിക്കുന്നത് കണ്ട് ഞാൻ നടുങ്ങി. ഞാനെന്റെ കണ്ണുകളിൽ തൊട്ടപ്പോൾ കണ്ണാടിയിലെ ശൂന്യതയിൽ എന്റെ വിരലുകൾ ചിലന്തിവലയിൽ വീണ പുഴുവിനെപ്പോലെ പിടയുന്നു. ഒരു നിലവിളിയോടെ ഞാൻ പിൻമറിഞ്ഞതാണ്. നാലുദിവസം പനിപിടിച്ച് കിടന്നു. തീപോലെ പൊള്ളുന്ന ആ നേരത്തെ സ്വപ്നങ്ങളിൽ വായു വിൽ എന്റെ മാറിടങ്ങൾ ഒഴുകി നടക്കുന്നത് ഞാൻ കണ്ടു. 'തോന്നലാണ് നിന്റെ' എന്ന് അമ്മ സമാധാനിപ്പിച്ചെങ്കിലും ഞാൻ എങ്ങുമെത്തിയില്ല. അമ്മ തന്നെ ആത്മവിശ്വാസത്തിന്റെ മുഖംമൂടിയിട്ടുകൊണ്ടായിരുന്നു ഞാനിന്ന് എത്തിയത്. കഴിഞ്ഞ ദിവസങ്ങളിൽ കണ്ണാടിയിൽ എന്റെ പ്രതി ബിംബം തട്ടാതിരിക്കാൻ ഞാൻ ശ്രദ്ധിച്ചിരുന്നു. പലതവണ അമ്മ പ്രേരി പ്പിച്ചെങ്കിലും ഭയത്താൽ ഞാൻ വഴങ്ങിയില്ല. ഇന്ന് പ്രോഗ്രാം തുടങ്ങുന്ന തിന്റെ 'വെൽകം' ചെയ്യുംനേരം എന്റെയുള്ളിൽ ആരെല്ലാമോ നിലവിളി ക്കുന്നത് ഞാൻ കേട്ടു. മനസ്സിലാക്കാനാവാത്ത കരച്ചിലുകളുടെ ഒറ്റപ്പെട്ട ബോഗികൾ എന്റെ ഉടലിന്റെ പാളം പിടിക്കുന്നത് ഞാനറിഞ്ഞു. എനി ക്കൊന്നും മനസ്സിലായില്ല. ഒരുവിധം ബാലൻസ് ചെയ്ത് പ്രോഗ്രാം കണ്ടിന്യൂ ചെയ്യുംനേരം എന്നെ കാട്ടുന്ന മുന്നിലെ ടെലിവിഷൻ സ്ക്രീ നിൽ അറിയാതെ നോക്കിപ്പോയതാണ്, അതിൽ സംസാരിക്കുന്നത്

ഞാനായിരുന്നില്ല. എനിക്കൊപ്പം പഠിച്ച സിന്ധു എനിക്കു പകരം എന്റെ വസ്ത്രം ധരിച്ച് സ്ക്രീനിൽനിന്ന് എന്തൊക്കെയോ പറയുന്നത് ഞാൻ കണ്ടു. എന്റെ താളത്തിൽ എന്റെ ചലനത്തിനനുസൃതമായി അവൾ നിർമ്മിക്കപ്പെട്ടു. ഞെട്ടലിന്റെ പാട വന്ന് എന്റെ കണ്ണ് മൂടി. അപ്പോൾതന്നെ ഞാൻ ഇറങ്ങുകയായിരുന്നു. എനിക്ക് ശിരസ്സില്ലാതാവുന്നു. ഉള്ളിൽനിന്ന് നിലവിളികളുയരുന്നു. ഇപ്പോഴിതാ എന്റെ കാഴ്ചയിൽ ഞാൻ വേറൊരാൾ ആവുന്നു! "എല്ലാം നിന്റെ തോന്നിച്ചകളാണ്" എന്ന അമ്മയുടെ ആശ്വാസത്തെ ഞാൻ എത്രമാത്രം കൂടെക്കിടത്തും?"

ബസ് സ്റ്റോപ്പിന് മുന്നിലെ ടെക്സ്റ്റൈൽ ഷോപ്പിൽ പുത്തൻ രീതിയിലുള്ള വസ്ത്രം ധരിച്ച ശിരസ്സില്ലാത്ത അസംഖ്യം പെൺപ്രതിമകളുണ്ടായിരുന്നു. സൂചി നിറത്തിൽ ചെറുതായി പെയ്തുകൊണ്ടിരുന്ന മഴ അവയുടെ കണ്ണീർപോലെ സൗമ്യക്ക് തോന്നി. ശിരസ്സില്ലാത്തവരുടെ വിലാപം എന്ന വിചാരം അവളെ വീർപ്പുമുട്ടിച്ചു.

ബസിൽ തിരക്ക് കുറവായിരുന്നു. മുന്നിലെ ഒഴിഞ്ഞ സീറ്റിൽ നെടുവീർപ്പുകളെ മടക്കിവെക്കാനെന്നോണം കൂനിക്കൂടിയിരുന്ന് സൗമ്യ വീണ്ടും പെൺപ്രതിമകളിൽ കണ്ണുകളിട്ടു. പൊടുന്നനെ തന്റെ സീറ്റിനടുത്ത് സിന്ധു വന്ന് നില്ക്കുന്നതുപോലെ അവൾക്ക് തോന്നി, കാഴ്ച തിരിച്ചു, ശരിയായിരുന്നു. സീറ്റുണ്ടായിട്ടും ഇരിക്കാതെ കമ്പിയിൽ കൈ തൂക്കിയിട്ട് നിന്ന് സിന്ധു സൗമ്യയെ നോക്കി. ബസ് നീങ്ങിത്തുടങ്ങിയിരുന്നു. ആശ്ചര്യത്താൽ ഒന്നും പറയാനാവാതെ അങ്ങനെയിരുന്നുപോയ സൗമ്യയയോട് സിന്ധു തന്റെ ജീവിതം വിവരിച്ചു:

സ്വർണ്ണവർണ്ണത്തിലുള്ള പുല്ലുകൾ ഇടതൂർന്ന വഴിയിലൂടെ ഒരു ട്രക്ക് കടന്ന് പോകുമ്പോൾ ഉയരുന്ന പുകയിൽ ദിശ തെറ്റുന്ന ഒരാളെപ്പോലെയാണ് എന്റെ ജീവിതം. നട്ടംതിരിച്ചലിന്റെ പുക കൊണ്ടൊരു കൂടുണ്ടാക്കി ഞാൻ എന്റെ ജീവിതത്തെ അതിൽ പിടിച്ചിട്ടടയ്ക്കുകമായിരുന്നു. ഒരു യുവതിയെ പീഡിപ്പിച്ച കേസിൽ അച്ഛൻ പ്രതിയാക്കപ്പെട്ടതിൽ പിന്നെ എന്റെ പകലുകൾ ഇങ്ങനെ ശൂന്യതയുടെ ഗുഹയിലേക്കുള്ള കാഴ്ചവെപ്പായിരുന്നു. അർദ്ധനഗ്നനാക്കി അച്ഛനെ കൊണ്ടുപോവുമ്പോൾ ഞാൻ സ്കൂൾവിട്ട് വരികയായിരുന്നു. സ്കൂളിലെ എന്റെ അവസാനദിവസമായി അത്. "ദൈവത്താണേ, ഞാനവരെ കണ്ടിട്ടുകൂടിയില്ല..." എന്ന് തല തല്ലി കരഞ്ഞുകൊണ്ട് അച്ഛൻ നടന്നുപോവുന്നത് എന്റെയുള്ളിൽ മഞ്ഞുപോലെ കിടപ്പുണ്ട്. അച്ഛൻ പോയതോടെ ഞാൻ ഒറ്റയായി. അതോടെ ശരീരം എനിക്ക് ഒരു ബാദ്ധ്യതയായി. അച്ഛൻ കാരണം അടുത്തുള്ളവർപോലും സംസാരത്തിന് വന്നില്ല. മുറികളിലൂടെ അങ്ങുമിങ്ങും നോക്കിയും നടന്നും പകലിനെ ഉന്തിക്കൊണ്ട് പോകും രാത്രിയായിരുന്നു വിഷമം. ഇരുട്ടിൽ സമയം വാർദ്ധക്യം ബാധിച്ച മനുഷ്യനെപ്പോലെ മുടന്തി. വഴിയേ പോകുന്നവർ അശ്ലീലമായ കമന്റുകൾ വീട്ടിലേക്കെറിഞ്ഞു. ചിലർ വാതിലിൽ മുട്ടി. ലോറി ഡ്രൈവറായ സുരേശൻ രണ്ടുതവണ അസമയത്ത് വാതിൽ ബലത്തിൽ തുറന്ന് എന്നെ പ്രാപിക്കാൻ വന്നു. (ഓ,

പ്രാപിക്കുക എന്ന് പ്രയോഗിക്കുമ്പോൾ എന്തൊരുതരം ചിരിയാണെന്നിൽ ഊറുന്നത്!) സിനിമകളിലേതുപോലെ ഞാൻ വാക്കത്തി വീശി വാതിലടച്ചു. പിറ്റേന്ന് വൈകുന്നേരം വലതുകാലിന് ഒരു കല്ല് കെട്ടി ഞാൻ എന്നെ വീടിന് പിറകിലെ പൊട്ടക്കുളത്തിലേക്ക് തള്ളിയിട്ടു. ശ്വാസം പൂർണ്ണമായും ഇല്ലാതാവും വരെ ഞാൻ എന്റെ ശരീരത്തിൽ വെള്ളത്തിൽ ചവുട്ടി നിർത്തി. വെയിൽ വെള്ളത്തിലേക്ക് ഇറങ്ങിവന്ന് മിന്നലിന്റെ കൈകാലുകളായി. എന്റെ വേവലാതികൾക്കപ്പുറം നിന്റെ ശിരസ്സിൽ ഞാനെങ്ങനെയായെന്ന ആശ്ചര്യത്തിന്റെ കെട്ടിലാണ് നീയെന്നെനിക്കറിയാം. ഒന്ന് കൂടി പറയാം, "ഇന്നത്തെ പ്രോഗ്രാമിന്റെ സി ഡി നീ കണ്ടുനോക്കുക. നീ പ്രതീക്ഷിക്കുംപോലെ അതിൽ നീയോ ഞാനോ ആയിരിക്കില്ല ഉണ്ടാവുന്നത്...."

സിന്ധു ബസിലെ തിരക്കിലേക്ക് അവളിൽനിന്ന് അദൃശ്യയായി. അവൾ ക്ലാസിൽ വരാഞ്ഞിട്ട് രണ്ടാഴ്ചയായെന്ന് ചിന്തിച്ചതേയില്ലല്ലോ താനെന്ന് കുറ്റബോധത്തോടെ സൗമ്യയോർത്തു. സ്വയം വെറുപ്പ് തോന്നി. സ്റ്റോപ്പെത്തിയിരുന്നു. ഒരു ശരീരത്തിന്റെ അധികഭാരം അനുഭവിച്ചു ഇറങ്ങുമ്പോൾ.

വീടിനടുത്തെ സി ഡി കടയിൽനിന്ന് അന്ന് റെക്കോർഡ് ചെയ്ത തന്റെ പ്രോഗ്രാമിന്റെ സിഡി അവൾ വാങ്ങി. "എന്താ മോളേ ഇന്ന് പെട്ടെന്ന് നിർത്തിക്കളഞ്ഞത്?" എന്ന കടയുടമയുടെ ചോദ്യത്തിന് സൗമ്യ നിസ്സംഗമായ ഒരു ചിരി കൊടുത്തു.

അമ്മയുണ്ടായിരുന്നില്ല. വാതിൽ തുറന്ന് കിടന്നിരുന്നു. മുറിയിൽ ടെലിവിഷൻ ഓണായി കിടപ്പുണ്ടായിരുന്നു. അതിൽ സുഹാസിനിയും ശ്രീവിദ്യയും അഭിനയിച്ച, കെ ജി ജോർജ്ജ് സംവിധാനം ചെയ്ത *ആദാമിന്റെ വാരിയെല്ല്* എന്ന സിനിമയായിരുന്നു. വസ്ത്രമൊന്നും മാറാൻ നില്ക്കാതെ അവൾ വേഗം സി ഡി ഓണാക്കി, 'അതിൽ ഞാൻ തന്നെയാവണേ...' എന്ന് കഴുത്തിലെ കറുത്ത കയറിൽ തൂങ്ങിനിന്ന ദൈവത്തെപ്പിടിച്ച് സൗമ്യ പ്രാർത്ഥിച്ചതൊന്നും ഫലിച്ചില്ല, ടെലിവിഷൻ സ്ക്രീനിൽ അവൾക്കും സിന്ധുവിനും പകരം വിജയലക്ഷ്മി എന്ന യു പി സ്കൂൾ സഹപാഠി ഒരവതാരകയുടെ മുഖഭാവത്തിൽ നില്ക്കുന്നത് സൗമ്യ കണ്ടു. ഉടൽ തന്റേതാണെന്ന് സൗമ്യ കണ്ടു. ലോകത്തോട് വലുതായ സ്നേഹമുണ്ടെന്ന് കണ്ണുകളിൽ കാട്ടി വിജയലക്ഷ്മി പറയാൻ തുടങ്ങി:

ഒരു കഥപോലെ സ്വയം നിർമ്മിതമായ ഒന്നാണ് എന്റെ ജീവിതം. ഒറ്റപ്പെടലിൽ ശൂന്യതയോടെ ഞാൻ ജീവിതമെന്ന പഴഞ്ചൻ വണ്ടിയെ തള്ളിനീക്കിക്കൊണ്ടിരുന്നു. അച്ഛൻ എന്നയാൾ ജീവിതത്തിന്റെ തെക്കോട്ടും അമ്മ വടക്കോട്ടും പോയപ്പോൾ ഏത് വഴി പോവണമെന്നറിയാതെ കുഴങ്ങിയിരുന്നു ഞാൻ. ജോലികഴിഞ്ഞ് അച്ഛനും അമ്മയും അവരവരുടെ ലോകത്തിന്റെ ചതുരറൂമിൽ നിശ്ശബ്ദതയെ കൂട്ടുവിളിച്ച് സമയത്തെ അടച്ചിട്ടപ്പോൾ വീർപ്പുമുട്ടലിന്റെ നട്ടുച്ചവെയിലിൽ ഞാൻ ദിശ

കിട്ടാതെ കുഴങ്ങി. കഴിവുകൾ പ്രത്യേകിച്ച് ഒന്നുമില്ലാതിരുന്നതുകൊണ്ട് ക്ലാസിൽ ഞാൻ ഒഴിവാക്കപ്പെട്ടത് സ്വാഭാവികമായി. അങ്ങനെയാണ് പ്രണയം എന്ന വലിയ തട്ടിപ്പിന്റെ രസകരമായ വശങ്ങൾ ഞാൻ ഉപയോഗിച്ച് തുടങ്ങിയത്. വഴിയിൽ കാണുന്നവരൊക്കെ എന്നെ പ്രണയിക്കുന്നുവെന്ന് കൂടെ വരുന്ന കുട്ടികളോട് ഞാൻ പറഞ്ഞു തുടങ്ങി. എന്റെ പറച്ചിലിൽ കലഹങ്ങൾ പല കുടുംബങ്ങളിലുമുണ്ടായി. കൂടെ പഠിക്കുന്ന സുജാതയോട് അവളുടെ ബാങ്കുദ്യോഗസ്ഥനായ അച്ഛൻ തന്നെ സായാഹ്നത്തിലെ കടൽ കാണിച്ച് തന്നതും ഐസ്ക്രീം വാചകങ്ങൾ ഉരുവിട്ടതും ഞാൻ ആവേശത്തോടെ പറഞ്ഞു. അയാളുടെ വലതു തുടയിൽ മുറിവേറ്റ ഒരുപാട് ഉണ്ടെന്ന കളവും പറഞ്ഞതോടെ സുജാത ഒരു നിലവിളിയെടുക്കുകയും ആ നിലവിളി അവളുടെ അച്ഛനേയും അമ്മയേയും തെക്കും വടക്കുമാക്കി. ഗാരേജില് പണിക്ക് പോവുന്ന പ്രമോദ് കല്യാണമുറപ്പിച്ച രേവതിയോട് പ്രമോദ് തന്നെ സൺറൈസ് ഹോട്ടലിൽ കൊണ്ടുപോയത് വിശദമായി വിവരിച്ചു. കുറ്റപ്പെടുത്തലിന്റെ ഒരു ചൂണ്ടുപലകയും എന്നിലേക്ക് നീളാതെ ആ കല്യാണം പൊളിഞ്ഞു. എന്നും ബസ്പാസ് ചോദിച്ച് എന്റെ ഉടലിന്റെ നീളവും വീതിയും അളക്കുന്ന ഗഫൂർ എന്ന കണ്ടക്ടർ കാൺകെ ജോമിച്ചൻ എന്ന ഗുണ്ടയ്ക്കൊപ്പം ബസിലിരുന്ന് പ്രേമത്തിന്റെ വിരലടയാളങ്ങൾ കാട്ടി, അയാൾ പാസ് പോയിട്ട് പൈസ പോലും ചോദിക്കുന്ന പതിവ് അപൂർവ്വമായി. ഒടുവിൽ സുനിതയുടെ ഭർത്താവിന്റെ തിയേറ്റർ കാമുകിയായയതോടെ എല്ലാം ശിഥിലമായി. സുനിത കൈ ഞരമ്പ് മുറിച്ച് ആത്മഹത്യക്ക് ശ്രമിച്ചു. അതോടെ യാഥാർത്ഥ്യങ്ങൾ ഒരു കടലായി. പ്രേമിക്കുന്നവരെല്ലാം എനിക്കു ചുറ്റും കൊമ്പൻ സ്രാവുകളായപ്പോൾ എല്ലാ സമയവും ചിരിക്കുന്ന ഒരു പ്രതിമയായി പരിഗണിച്ചു ഞാൻ. ഇപ്പോൾ ഗുളികകളുടെ ശക്തിയിൽ കണ്ണുകളടയുമ്പോൾ നീലച്ചുമരിൽ ഒറ്റയ്ക്കായി ഒരു നിഴൽ എന്നെ വിളിക്കുന്നു, എന്റെ ചിരിയെ വിളിക്കുന്നു.

സി ഡി നിന്നു. പൊടുന്നനെ നിറഞ്ഞ നിശ്ശബ്ദത അസഹ്യമായി. കേബിൾ കണക്ട് ചെയ്ത് ചാനലുകളെ തിരിച്ചുവിളിച്ച് കുളിമുറിയിലേക്ക് നടന്നു. വാഷ്ബേസിന്റെ പൈപ്പിൽ കൈ പിടിച്ചപ്പോൾ ഛർദ്ദിച്ച് പോയി. ശരീരമാസകലം വേദന പടർന്നു. മുഖം കഴുകി വാഷ്ബേസിന് മുകളിലെ കണ്ണാടിയിൽ ധൈര്യപൂർവ്വം നോക്കി. തന്റെ മുഖം ആരുടേതായി പരിണമിക്കപ്പെട്ടുവെന്നറിയാൻ അവൾക്ക് ഒരുതരം ആർത്തി വന്നു. ഒരു നീണ്ട പെൺശിരസ്സ് കണ്ണാടിയിൽ അവളുടെ ഉടലിന് മേൽ വന്നുനിന്നു. തനിക്ക് അവൾ പരിചിതയായയതെങ്ങനെയെന്നൊന്നും ഓർമ്മിച്ചില്ല, അവൾ പറയുന്നത് കേൾക്കാൻ സൗമ്യ ചലനമറ്റ് നിന്നു:

മോഹൻ മരിച്ചപ്പോൾ ഞാൻ ഫ്രോക്ക് മാറ്റി വെളുത്ത കോട്ടന്റെ സാരി ഷെൽഫിൽ നിന്നെടുത്തുടുത്തു. കമ്മൽ ഊരിവെച്ചു. കണ്ണുകളിൽനിന്ന് കൺമഷി കളഞ്ഞു. പൊട്ട് കണ്ണാടിക്കൊട്ടിച്ചു. ഞാൻ ഏറെ നേരം കണ്ണാടി നോക്കിയിരുന്നു. "എന്താ ദിവ്യേ, ഇങ്ങനെ ഇതൊക്കെ

ധരിച്ച് ഇവിടെ.... പോയി അച്ഛനെ അവസാനമായൊന്ന് നമസ്കരിക്ക്....” ബന്ധുവായ ഒരു സ്ത്രീ അടുത്ത് വന്ന് ഇങ്ങനെ വിളിച്ചപ്പോൾ എനിക്ക് ചിരിവന്നു - ‘ആരുടെ അച്ഛൻ, ഏത് അച്ഛൻ, ഇവർക്കെന്താ പ്രാന്ത് പിടിച്ചോ!’ എങ്കിലും ഞാനൊന്നും പറയാൻ പോയില്ല. അവർക്ക് പിറകെ മോഹനെ കിടത്തിയിരുന്ന മുറിയിലേക്ക് ചെന്നു. തണുപ്പകറ്റാൻ കുമ്പി ട്ടിരിക്കുന്ന കുട്ടിയെപ്പോലെ ഒരു സ്ത്രീ മോഹനടുത്തായി ഇരിക്കുന്നു ണ്ടായിരുന്നു. ഞാൻ അവർക്കരികിലിരുന്നു. എന്നെ കണ്ടതും “നമുക്കിനി ആരുണ്ട് മോളേ....” എന്ന് അവർ കരച്ചിൽ നീട്ടിയതെന്തെന്ന് എനിക്ക് മനസ്സിലായില്ല. ഞാൻ മോഹനെ നോക്കി. മോഹന്റെ കണ്ണുകൾ ‘ലോക ത്തുനിന്ന് വിടാൻ ഭാവമില്ല’ എന്ന മട്ടിൽ തുറിച്ച് നില്ക്കുന്നതു കണ്ടപ്പോൾ എനിക്ക് ചിരിപൊട്ടി - മുത്തുമണികളുള്ള സ്ലേറ്റ് കൈയിൽപിടിച്ച് എന്നെ സ്കൂളിലേക്ക് കൊണ്ടുപോയ ഒരു മെല്ലിച്ച മനുഷ്യൻ ആകാശത്തിന് കീഴി ലൂടെ നടന്നുവന്നു - എന്നെ തോളത്ത് കയറ്റിയ, മുഖത്തിന് താടിയുരച്ച് ഇക്കിളിയാക്കിയ, വഴിവക്കിലെ മഞ്ഞിൻകണങ്ങൾ തെറിപ്പിച്ച ഓർമ്മകളും കൊണ്ട്. പൊടുന്നനെ ഒക്കെ മായ്ച്ച് മഴ നിറഞ്ഞ ഒരു രാത്രി പാഞ്ഞ് വരും. അമ്മയില്ലാത്ത ആ നേരം എന്റെ എതിർപ്പിന്റെ എല്ലാ ശ്രമങ്ങളേയും കിടക്കയിൽ അവസാനിപ്പിക്കുമ്പോൾ ഞാൻ ദൈവത്തെ വിളിച്ചു. അമ്മയെ വിളിച്ചു, അച്ഛനെ വിളിച്ചു. മോഹനെ ‘അച്ഛാ’ എന്ന് വിളിക്കു ന്നത് അന്ന് എന്നെന്നേക്കുമായി കനത്ത് പെയ്ത മഴയോടൊപ്പം ഒലിച്ചു പോയി.

ചടങ്ങുകൾക്ക് നേരമാകുന്നു. മോഹനുവേണ്ടി അവസാനത്തെ കര ച്ചിൽ ഞാൻ അനുഷ്ഠിക്കട്ടെ. “അപ്പുറത്ത് പോയി ഇരിക്കൂ ചേച്ചീ.... ഞാൻ മോഹനോട് കുറച്ച് സ്വകാര്യങ്ങൾ പറയട്ടെ....”

വെള്ളത്തിൽ മുഖം കൈകൾകൊണ്ട് മുക്കി. ശിരസ്സിലെ ഞരമ്പി ലൂടെ വേദന സാവധാനം പോകുന്ന ഒരു തീവണ്ടിയായി. അവൾ ഞര മ്പിന് കൈപിടിച്ചു. ടെലിവിഷനിൽ *ആദാമിന്റെ വാരിയെല്ല്* കഴിഞ്ഞിട്ടു ണ്ടായിരുന്നില്ല. സി ഡി പ്ലെയറിന് മുകളിൽ വെച്ചിരുന്ന തന്റെ പ്രോഗ്രാ മിന്റെ നാല് സി ഡികളും സൗമ്യ കൈയിലെടുത്തു. ആദ്യത്തെ സി ഡി യിൽ സിന്ധുവിന്റെ ശിരസ്സാവും തന്റെ ഉടലിൽ. പിന്നെയുള്ളതിൽ വിജ യലക്ഷ്മിയും ദിവ്യയുമായിരിക്കും. നാലാമത്തെ സി ഡിയിലെ ശിരസ്സ് ആരുടെതാവും? അതിന്റെ കവർ തുറന്ന് അവൾ സി ഡി മുഖത്തിനടു പ്പിച്ച് നോക്കി. അവ്യക്തമായ അവളുടെ മുഖം അതിൽ വീണു. ടെലിവി ഷനിലെ സുഹാസിനിയും സ്റ്റാന്റിൽ ചാരിവെച്ചിരുന്ന ലാമിനേറ്റ് ചെയ്ത സൗമ്യയുടെ അമ്മയുടെ സി ഡിയിലേക്ക് സംക്രമിച്ചു. പൊടുന്നനെ സൗമ്യയുടെ അമ്മ സി ഡിയിൽ നിന്നിറങ്ങിവന്നു. അവർ വേഗത്തിൽ സാധനങ്ങൾ അടുക്കിവെച്ചു. ജനൽവിരി നേരെയിട്ടു. വാഷ്ബേസിൻ വൃത്തിയാക്കി. കുളിമുറിയുടെ വാതിലടച്ചു. ജോലിയുടെ പിടച്ചലിൽ അവർ സൗമ്യയെ ശ്രദ്ധിച്ചതേയില്ല. അടിച്ചുവാരുന്നതിനിടയിൽ ചൂല് സൗമ്യയുടെ പാദം സ്പർശിച്ചപ്പോൾ മാത്രമാണ് സൗമ്യയുണ്ടെന്ന് അവർ അറിയു

ന്നത്. സൗമ്യയെ കണ്ടതും ചൂല് കാലുകൾക്കിടയിൽ ഇറുക്കി, അറ്റൻഷ നിൽനിന്ന് അവർ പറഞ്ഞു:

ഏത് സ്ത്രീയും ഒരടുക്കളപോലെയാണ്. ജീവിതത്തെ കടയാനും അരയ്ക്കാനും തുടയ്ക്കാനും വൃത്തിയാക്കാനും മൗനത്തിന്റെ ഇരുട്ടും ചിലന്തിവലയും ശ്വാസത്തിൽ നിറച്ച് എല്ലാക്കാലവും വികാരങ്ങളൊന്നും പ്രകടിപ്പിക്കാനാവാതെ അടഞ്ഞ ജാലകത്തിലൂടെ സ്നേഹത്തിന്റെ ഇളം കാറ്റ് വരുന്നുണ്ടോയെന്ന് വെറുതെ നോക്കിയിരിക്കുന്ന ഒരു പാവം അടുക്കള പോലെയാണ് ലത എന്ന ഈ ഞാനും. ആർക്കോ വേണ്ടി എന്തിനെന്നറിയാതെ ഇങ്ങനെ ഒറ്റനില്പ് നില്ക്കുന്നു. കാർത്തിക് എന്ന പരസ്യ നടനായ നിന്റച്ഛനൊപ്പം ഇവിടെ വന്നതിൽപ്പിന്നെ എത്ര മുഖങ്ങൾ ധരിച്ചുകൊണ്ടാണ് താൻ ജീവിക്കുന്നതെന്ന് എനിക്കുതന്നെ അറിയില്ല. നിന്റെ അച്ഛന്റെ വിശ്വസ്തയായ ഭാര്യയായിരുന്നു ഞാൻ എന്നുറപ്പിച്ച് പറയാം. പരസ്യങ്ങൾക്കനുസരിച്ച് ജീവിക്കുന്ന കാർത്തിക്കിന്റെ സമയമായിരുന്നു എന്റെ സമയം, കാർത്തിക്കിന്റെ സന്തോഷമായിരുന്നു എന്റെ സന്തോഷം, എന്റെ തൃപ്തി... അല്ലാതെ എനിക്കൊരു ജീവിതം എന്ന ആലോചന വായുവിലെഴുതപ്പെടുന്ന എഴുത്തുകളാണെന്ന് ഞാൻ മനസ്സിനെ എന്നോ പഠിപ്പിച്ച് വെച്ചതാണ്. മരവിച്ച മനസ്സുംകൊണ്ട് കാട്ടിക്കൂട്ടലുകളുടെ ഈ ജീവിതത്തിൽ ഞാനെന്റെ ദിവസങ്ങളെ കണക്കിലിടുന്നു. അതെ, ഞാൻ ഒരു അലക്കുന്ന യന്ത്രമാണ്, കലത്തിൽ വേവുന്ന അരിയാണ്, എന്റർടെയ്ൻ ചാനലാണ്, ഇരുട്ടിൽ കാർത്തിക്കിന്റെ നെഞ്ചിൽ ഹൈസ്പീഡിൽ കറങ്ങിക്കൊണ്ടേയിരിക്കുന്ന ഫാനാണ്.

കറന്റ് പോയി, മുറിയിൽ നിശ്ശബ്ദത മൂടി. അജ്ഞാതമായ നിലവിളികൾ ഉടലിൽ പടർന്നു. ഉടൽ ഒരു മരണവീടാണെന്ന് തോന്നി അവൾക്ക്. ഇടതുകൈമുട്ടിനടുത്തിരുന്ന് ഒരാൾ നിശ്ശബ്ദം കരയുമ്പോൾ നെഞ്ചിന് ചാരി വേറൊരാൾ അലമുറയിടുന്നു. കുറേപ്പേർ കാലുകളിൽ കുത്തിയിരുന്നും കിടന്നും കരയുന്നു. മുറിയിലെ ചുമരുകളിലങ്ങിങ്ങായി തന്റെയുടലും വഹിച്ച് അനേകം മുഖങ്ങൾ ഇരുട്ടിൽ പറ്റിനിന്ന് സ്വയം വിവരിക്കാൻ ഒരുങ്ങുന്നതുപോലെ അവൾക്ക് തോന്നി. കടലോളം വീർപ്പുമുട്ടീ അവൾ. പൊടുന്നനെ പലഭാഗങ്ങളിൽനിന്ന് കമലഹാസനും സിമ്രാനും ഇറങ്ങിവന്ന് നൃത്തം ചെയ്തു തുടങ്ങി. നിലവിളികളെ മുക്കി മഴക്കാലത്തെ പുഴയായി അവർ വീട് കീഴടക്കി. സ്ഥലവും കാലവും സമയവും പെട്ടെന്നാരോ തന്നിൽനിന്ന് കട്ടുകൊണ്ട് പോയതുപോലെ സൗമ്യക്ക് അനുഭവപ്പെട്ടു. 'അമ്മേ' എന്ന് നിലവിളിച്ച് അവൾ കട്ടിലിൽ കമിഴ്ന്നടിച്ച് വീണു. പുറത്ത് മഴ ചിലമ്പുകളിളക്കി. ഒരു ശിശുവിനെപ്പോലെ അവൾ ഉറക്കത്തിലേക്ക് ചുരുണ്ടു. കുട്ടിക്കാലത്തെ ഒരു സംഭവം സ്വപ്നമായി അവളിലേക്ക് ഇറങ്ങിവന്നു:

മഞ്ഞിന്റെ വെള്ള പിടിച്ച് നീണ്ട് കിടക്കുന്ന വെള്ളരിപ്പാടത്തിലൂടെ അവളും അവളുടെ അമ്മമ്മയും സാവധാനം നടന്നു. വെള്ളരിവള്ളികൾ മണ്ണിനെ കാഴ്ചയിൽനിന്ന് മറച്ചിരുന്നു. വെള്ളരിയുടെ നിറഞ്ഞ മണം

പകലിന്റെ കാറ്റ് അവളെ അനുഭവിപ്പിച്ചുകൊണ്ടിരുന്നു. വരമ്പിനരികിലെ വെള്ളരിയിലെ മഞ്ഞ് അവൾ കാലിലെടുത്തിരുന്നു. വരമ്പിന് താഴെയായി കുഴിയാനക്കുഴികൾ നീണ്ട് കിടന്നിരുന്നു. അമ്മമ്മ അവളുടെ ഇടതു കൈ മുറുകെപ്പിടിച്ചിരുന്നു. അമ്മമ്മയുടെ കൈയിന് നല്ല ചൂടുണ്ടായിരുന്നു. അവളുടെ കൈയുടെ ശൈത്യവിറയൽ അമ്മമ്മ എടുത്തു. മേൽവസ്ത്രം ധരിച്ചിരുന്നില്ല അവർ. അവരുടെ അമ്മിഞ്ഞകൾ അരയോളം തൂങ്ങിക്കിട ന്നിരുന്നു. നടക്കുമ്പോൾ അവരുടെ ശിരസ്സിനെ തോല്പിക്കാനെന്നോണം അമ്മിഞ്ഞകൾ മുന്നോട്ടാഞ്ഞിരുന്നു. അമ്മിഞ്ഞ എന്നായിരുന്നു അവരെ വിളിച്ചിരുന്നത്. പഴയകാലത്ത് അവരുടെ അമ്മിഞ്ഞ കുടിച്ച് വളരാത്ത കുട്ടികൾ ആ പ്രദേശത്ത് കുറവായിരുന്നു. അമ്മിഞ്ഞി വറ്റിയ സ്ത്രീകൾ കുഞ്ഞിന് മുല കൊടുക്കാൻ അവരെ ആശ്രയിക്കുക പതിവായിരുന്നു. ഒരുപാട് കുട്ടികൾ അമ്മിഞ്ഞികുടിച്ചതു കൊണ്ടാവാം അമ്മമ്മ അമ്മിഞ്ഞ മ്മയായതെന്ന് സൗമ്യ വിശ്വസിച്ചിരുന്നു.

വെള്ളരിക്ക് വെള്ളമൊഴിക്കാൻ വന്നതായിരുന്നു അമ്മമ്മ. ചാലിന ടുത്തുള്ള വഴുതനങ്ങച്ചെടികൾക്കിടയിൽ വെച്ചിരുന്ന പാനികളവർ പുറ ത്തേക്കെടുത്തു. ശേഷം സൗമ്യയെ മടിയിലിരുത്തി കോന്തല അഴിച്ച് മുറു ക്കാൻ പൊതിയെടുത്ത് മുറുക്കി. അവരുടെ ശോഷിച്ച അമ്മിഞ്ഞകൾ സൗമ്യയുടെ മുഖത്തിന് തൊട്ടു. അമ്മിഞ്ഞിയുടെ സുഖകരമായ തണുപ്പ് അവൾ അനുഭവിച്ചു.

അവർ അവളെ കരയ്ക്കിരുത്തി വെള്ളം നിറച്ച പാനികളുംകൊണ്ട് വെള്ളരിപ്പാടത്തിലിറങ്ങി. വെള്ളരിപ്പാടം അമ്മിഞ്ഞപ്പാലിൽ നിറയുന്നത് സൗമ്യ കണ്ടു. പൊടുന്നനെ അമ്മിഞ്ഞമ്മ അതിൽ അദൃശ്യയായി.

ഉണരുമ്പോൾ സൗമ്യ അമ്മയുടെ മടിയിലായിരുന്നു. ആശുപത്രി മണം അവളുടെ ബോധത്തിൽ വന്നു. മുറിയിൽ അമ്മ മാത്രമേ ഉണ്ടായി രുന്നുള്ളൂ. അമ്മയുടെ കണ്ണുകൾ നിറഞ്ഞിരിക്കുന്നത് സൗമ്യ കണ്ടു. അമ്മ അവളുടെ ഇടതുകൈ മുറുകെപ്പിടിച്ചിരുന്നു. അമ്മയുടെ കൈയിന് നല്ല ചൂടുണ്ടായിരുന്നു. മുറിയിലേക്ക് സന്ധ്യ വന്ന് വെളിച്ചത്തിന് മുകളിലിരു ന്നിരുന്നു. വെള്ളരിക്കാലപ്പകൽ അവളുടെ ഓർമ്മയിൽ വന്നു. പൊടു ന്നനെ അവൾ കിടപ്പിൽനിന്ന് അല്പമുയർന്ന് തന്റെ ശിരസ്സ് അമ്മയുടെ അമ്മിഞ്ഞയിൽ മുട്ടിച്ചു. കണ്ണാടിയിൽ ശിരസ്സ് തനിക്ക് അദൃശ്യമാവില്ലെന്ന് സൗമ്യയിൽനിന്ന് ആരോ പറഞ്ഞു. അവളും അമ്മയും വെള്ളരിപ്പാടത്തിൽ മാഞ്ഞുപോയത് അപ്പോഴായിരുന്നു.

www.ingramcontent.com/pod-product-compliance
Lightning Source LLC
LaVergne TN
LVHW040547051026
849519LV00004B/1266
* 9 7 8 9 3 9 3 4 6 8 7 6 5 *